D1680644

தொகுப்பாசிரியர் பக்தவத்சல பாரதி (பி.1957), தமிழில் மானிடவியல் சொல்லாடலைக் கல்விப் புலத்திலும் ஆய்வுப் புலத்திலும் விசாலமாக்கியவர். மானிடவியலில் முதுகலை, முனைவர் பட்டங்கள் பெற்றிருக்கிறார். யுனெஸ்கோவும் புதுதில்லி இந்திரா காந்தி தேசியக் கலை மையமும் இணைந்து 'இந்தியாவில் கிராமங்கள்' எனும் திட்டத்தை மேற்கொண்டன. அதில் தமிழகம், புதுச்சேரிக்கு ஒதுக்கப்பட்ட இரண்டு கிராமங்களையும் ஆய்வு செய்தார். மேலும் புதுச்சேரி மீனவர் கிராமம், தமிழகச் சாமக் கோடங்கிகளின் ஊர்களையும் ஆராய்திருக்கிறார். *தமிழக வரலாற்றில் ஊரும் சேரியும்* உள்ளிட்ட 31 நூல்களை எழுதியும் மொழிபெயர்த்தும் பதிப்பித்தும் உள்ளார். தற்போது இலங்கை மானிடவியலில் ஆர்வம் காட்டிவருகிறார். இவற்றில் *இலங்கையில் சிங்களவர், இலங்கை இந்திய மானிடவியல்* (இணை ஆசிரியர்) ஆகிய நூல்கள் முக்கியமானவை. புதுச்சேரி மொழியியல் பண்பாட்டு ஆராய்ச்சி நிறுவனத்தில் இயக்குநராகப் பணியாற்றி, ஓய்வுக்குப் பிறகு புதுச்சேரியில் வசிக்கிறார்.

எங்கள் ஊரில் எங்கள் வாழ்க்கை

பண்பாட்டு ஆளுமைகளின் கிராம நினைவுகள்

தொகுப்பாசிரியர்

பக்தவத்சல பாரதி

தகைசால் வருகைதரு பேராசிரியர்
காந்திகிராம கிராமிய நிகர்நிலைப் பல்கலைக்கழகம்
காந்திகிராமம்

அடையாளம்

முதல் பதிப்பு 2024

© தொகுப்பாசிரியர்: பக்தவத்சல பாரதி

வெளியீடு: அடையாளம், 1205/1 கருப்பூர் சாலை, புத்தாநத்தம் 621310, திருச்சி மாவட்டம், இந்தியா, தொலைபேசி: 04332 273444, 9444 77 2686

நூல் வடிவம்: த பாபிரஸ், அச்சாக்கம்: அடையாளம் பிரஸ், இந்தியா

ISBN 978 81 7720 359 2

விலை: ₹ 960

Enkal Uuril Enkal Vaazhkkai is a collection of articles on Regional Studies of Tamil Village Life in Tamil, Compiled by Bhakthavatsala Bharathi, Published by Adaiyaalam, 1205/1 Karupur Road, Puthanatham 621310, Thiruchirappalli District, Tamil Nadu, India, email: info@adaiyaalam.net

*தமிழ் மரபு அறக்கட்டளை வழி
மகத்தான பங்களிப்புகளைச் செய்துவரும்
அதன் தலைவர்
முனைவர் க. சுபாஷிணி
அவர்களின் புலமைக்கும் செயல்பாடுகளுக்கும்*

பொருளடக்கம்

கட்டுரையாளர்கள்	xi
முன்னியம்பல்	xxv

1 **பக்தவத்சல பாரதி**
 தமிழ் ஊர்கள்: பருப்பொருளும் நுண்பொருளும் — 1

தமிழகம், புதுச்சேரி

2 **வீ. அரசு**
 வடக்கூர்: எழுபதிலிருந்து இருபதைப் பார்க்கிறேன் — 47

3 **பா. ச. அரிபாபு**
 எஸ். அண்டக்குடி: காரைகள் உதிரும் காலம் — 58

4 **அழகிய பெரியவன்**
 கள்ளிச்சேரி: குறிஞ்சி நிலத்தின் குன்றாத நினைவு — 66

5 **ந. இரத்தினக்குமார்**
 அனுமந்தன்பட்டி: பச்சைக் கம்பளத்தில் ஒரு வானவில் — 86

6 **ம. இராசேந்திரன்**
 எட. அன்னவாசல்: அரச தெய்வம் ஆளும் ஊர் — 102

7 **கோ. இராமசாமி**
 பாலம் ராசக்காப்பட்டி: எழுபதாயிரம் பழமொழிகள்... — 108

8 **ஆறு. இராமநாதன்**
 மஞ்சக்கொல்லை: காட்டுணவுகளின் சீமை — 131

9 **நா. கண்ணன்**
 திருவேகம்பத்தூர்: வைகைக்கரை காற்றே நில்லு — 147

10 **கரன் கார்க்கி**
 சூளை: காலம் நிகழ்த்தும் பயணம் — 163

11	க. காசிமாரியப்பன்	
	புங்கவர்நத்தம்: சித்திரையில் உயிர்பெறும் வீடு	175
12	ம. காமுத்துரை	
	வீரபாண்டி: ஏத்தனக்கடி எறங்கனக்கடி	188
13	ரே. கோவிந்தராஜ்	
	கீழூர்: சந்தனம் மணக்கும் ஐவ்வாது மலை	204
14	கௌதம சன்னா	
	ஊர்-சேரி-காலனி: மாற்றத்திற்கான தருணம்	222
15	சக்தி ஜோதி	
	அய்யம்பாளையம்: மருதாநதிக் கரையில்	229
16	சு. சண்முகசுந்தரம்	
	கால்கரை: நெல்லைச் சீமையில் ஒரு புதினம்	243
17	இரா. சம்பத்	
	தேங்காய்த்திட்டு: பாவேந்தரின் தலைமாணாக்கர் வாழிடம்	259
18	சமயவேல்	
	வெம்பூர்: பனைகள் சலசலக்கும் கரிசல்வெளி	274
19	தங்க. செங்கதிர்	
	புலியூர்: சுயமரியாதைக்கு ஒரு முன்னத்தி ஏர்	286
20	சோ. தர்மன்	
	உருளைகுடி: மாறிய எல்லைகளில் மாறாத ஊர்	301
21	ஆ. தனஞ்செயன்	
	பூம்புகார்: மீன்கொத்தி உடைத்த கண்ணாடி	310
22	தாழை மதியவன்	
	நம்புதாழை: அலைவாய்க்கரை அனுபவங்கள்	328
23	நாஞ்சில் நாடன்	
	வீரநாராயணமங்கலம்: ஊருண்டு காணி இல்லேன்!	338
24	ந. நாராயணசாமி	
	கோபாலபுரம்: எம்முள் நிறைந்த கரிசல்	355
25	க. பழனித்துரை	
	தமிழ்நாடு: தீராக் கடனும் குடியும்	375

26 **ஆ. பாப்பா**
தல்லாகுளம்: நினைவுகள் மிதக்கும் நீர் 393

27 **ஆர். பாலகிருஷ்ணன்**
மதுரை: ஊர் அல்ல உருவகம் 409

28 **பாவண்ணன்**
வளவனூர்: மண்வாசத்தின் ஆன்மா 419

29 **பாவெல் பாரதி**
கூடலூர்: வறுமை போக்கும் வளமையூர் 436

30 **அ. கா. பெருமாள்**
பறக்கை: நாஞ்சில்நாட்டு மரபின் மையக்கோடு 454

31 **சி. மகேந்திரன்**
வன்னிப்பட்டு: இலுப்பைப் பூ பூக்கும்... 471

32 **ஒ. முத்தையா**
சிலமலை: காத்தடி பூமியின் காட்சிகள் 485

33 **ந. முருகேசபாண்டியன்**
சமயநல்லூர்: அதிகாரம் ததும்பிய நிலவெளி 496

34 **ராஜன்குறை**
பதினாறு வயதினிலே: நான் சென்ற கிராமம் 518

35 **மு. ராஜேந்திரன்**
வடகரை: கிராமம் கண்டெடுத்த சமூக வரலாறு 530

36 **வறீதையா கான்ஸ்தந்தின்**
பள்ளம்துறை: மணக்கும் நெய்தல் வாசனை 543

37 **ஆர். என். ஜோ டி குருஸ்**
உவரி: பட்டுமணல் படர்ந்த ஒபீர் பட்டினம் 558

38 **ஸ்டாலின் ராஜாங்கம்**
முன்னூர்மங்கலம்: தமிழக அரசியலில் ஒரு முன்மாதிரி 572

இலங்கை, அயலகம்

39 **எஸ். எம். அய்யூப்**
ஒலுவில்: ஓர் இஸ்லாமியப் பண்பாட்டு உயிரி 591

40 ஆதிலட்சுமி சிவகுமார்
இணுவில்: இசை வளரும் நிலம்   616

41 இ. இராஜேஸ்கண்ணன்
தேவரையாளி: மரபில் கலந்த உறவின் களம்   628

42 வி. கமலநாதன் பத்திநாதன்
களுவன்கேணி: உத்தியாக்கள் தேசம்   635

43 வி. இ. குகநாதன்
ஈழம்: சொல்லில் ஊறும் தொல்தமிழ் மரபு   653

44 என். சண்முகலிங்கன்
கட்டுவன்: அற்றைத் திங்கள் அவ்வெண் நிலவில்   672

45 சர்வேந்திரா தர்மலிங்கம்
அரியாலை: நாடு கடந்த பேரூர்   689

46 க. சுபாஷிணி
பினாங்கு: உலகத் தமிழ்மகளின் பூர்வீகம்   703

47 தமிழ்நதி
மாதகல்: ஆழிக்கரையில் கூடும் ஞாபகநதி   716

48 தீபச்செல்வன்
கிளிநொச்சி: போரில் அலையும் ஊரின் முகவரி   729

49 மகாலிங்கம் பத்மநாபன்
குஞ்சுப்பரந்தன்: வன்னி தேசத்தின் மூதூர்   742

50 மண்டூர் அசோகா
மண்டூர்: கிழக்கில் ஒரு படுவான்கரை   761

51 மல்லியப்புசந்தி திலகர்
மடகொம்பரை: மலையகம் மக்கள் அரசியல்   780

52 சி. மௌனகுரு
மட்டக்களப்பு: சமயங்களின் பன்மையகம்   797

53 எம். எம். ஜெயசீலன்
ரங்கலை: மலையகத்தின் அகமும் புறமும்   818

54 ம. ஜெயராம சர்மா
பலாலி: நினைவிலாடும் பனைமர நாடு   840

கட்டுரையாளர்கள்

தமிழ்நாடு, புதுச்சேரி

வீ. அரசு *(பி. 1954)*, தஞ்சாவூர் மாவட்டம் வடக்கூரில் பிறந்தவர். சென்னைப் பல்கலைக்கழகத் தமிழ் இலக்கியத்துறையின் மேனாள் தலைவர், பன்னூலாசிரியர், கல்வி ஆய்வுப் பணிகளில் குறிப்பிடத்தக்க பங்களித்தவர். இவரிடம் முனைவர் பட்டம் பெற்றவர்கள் 49 பேர். சென்னையில் வசித்து வருகிறார்.

பா. ச. அரிபாபு *(பி. 1982)*, இராமநாதபுரம் மாவட்டம் எஸ். அண்டக்குடியில் பிறந்தவர். மதுரை அமெரிக்கன் கல்லூரியில் தமிழ்ப் பேராசிரியர். இலக்கிய ஆய்விலும் விளிம்புநிலை மக்கள் மேம்பாட்டிலும் பங்காற்றி வருகிறார். தமிழக அலைகுடிகளின் வாழ்க்கை வரலாறுகளையும் ஆவணப்படுத்தி வருகிறார்.

அழகிய பெரியவன் *(பி. 1968)*, வடாற்காடு மாவட்டம் ஆம்பூரில் பிறந்தவர். அடித்தட்டு மக்களின் பாடுகளை எழுதி வருபவர். பத்திரிகையாசிரியர், சமூகச் செயற்பாட்டாளர், படைப்பாளி. தந்தை பெரியார் விருது உட்பட பல பாராட்டுகளைப் பெற்றவர். அறிவியல் ஆசிரியர். இப்போது பேரணாம்பட்டில் வசிக்கிறார்.

ந. இரத்தினக்குமார் *(பி. 1973)*, தேனி மாவட்டம், போடிநாயக்கனூரில் பிறந்தவர். அமெரிக்கன் கல்லூரியில் உயர்கல்வி பெற்று, மதுரைக் கல்லூரியில் தமிழ்ப் பேராசிரியராகப் பணியாற்றி வருகிறார். *திறனாய்வுக் கோட்பாடுகளும் பன்முக வாசிப்புகளும்* என்ற நூலுக்குப் பீமராஜா விருதைப் பெற்றார். மதுரையில் வாழ்ந்து வருகிறார்.

ம. இராசேந்திரன் (பி. 1951), திருவாரூர் மாவட்டம் அன்ன வாசலில் பிறந்தார். தமிழ்ப் பல்கலைக் கழகத்தின் மேனாள் துணைவேந்தர். பன்னூலாசிரியர். *மெக்கன்சி சுவடிகளில் தமிழகப் பழங்குடிகள்* (ஆய்வு) உள்ளிட்ட பல நூல்களைப் படைத்தவர். *கணையாழி* இதழின் ஆசிரியர். விருதுகளைப் பல பெற்றவர். இப்போது சென்னையில் வசிக்கிறார்.

கோ. இராமசாமி (பி.1949), திண்டுக்கல் மாவட்டம் பாலம் ராசுக்காப்பட்டியில் பிறந்தவர். அந்தக் காலத்தில் 'பெரிய பத்து' (11ஆம் வகுப்பு) படித்தவர். தான் தொகுத்த 70,000 பழமொழிகளில் 50,000 பழமொழிகளை அகர வரிசைப்படுத்திக் காந்திகிராம கிராமியப் பல்கலைக்கழகத்தில் ஒப்படைத்துள்ளார். விவசாயி என்ற பெருமையுடன் திண்டுக்கல்லில் வசிக்கிறார்.

ஆறு. இராமநாதன் (பி. 1950), கடலூர் மாவட்டம் மஞ்சக் கொல்லையில் பிறந்தவர். தமிழ்ப் பல்கலைக் கழகத்தில் நாட்டுப்புறவியல் துறைத் தலைவராகவும், மொழிப்புலத் தலைவராகவும், பதிப்புத்துறை மற்றும் தொலைநிலைக் கல்வி இயக்குநராகவும் பணியாற்றியவர். நாட்டுப்புறவியலில் நாற்பதுக்கும் மேற்பட்ட நூல்களை வெளியிட்டவர். சென்னையில் வசிக்கிறார்.

நா. கண்ணன் (பி. 1952), திருப்புவனத்தில் பிறந்தவர். உலக அங்கீகாரம் பெற்ற ஒரு சூழலியல் விஞ்ஞானி. நோபல் நாயகர்கள் வரிசையில் வைத்து உலகின் 10 அறிஞர்களில் ஒருவராகக் கருதப்படுபவர். பல ஆண்டுகள் வெளிநாடுகளில் பணியாற்றியவர். தமிழகத்திற்கும் கொரியாவுக்கும் உள்ள தொல் உறவுகளை அறிவியல் ரீதியாக நிரூபித்திருக்கிறார். பன்னூலாசிரியர். இப்போது செங்கல்பட்டில் வசிக்கிறார்.

கரன் கார்க்கி (பி. 1967), சென்னையில் பிறந்து வளர்ந்து வாழ்ந்து வருகிறார். வரலாற்றில் முதுகலைப் பட்டம் பெற்றவர். மக்சிம் கார்க்கியை குருவாக ஏற்றுக்கொண்டு தன் பெயரை கரன் கார்க்கி என

மாற்றிக்கொண்டவர். எட்டு நாவல்களும் சிறு கதைத் தொகுப்பும் வெளிவந்திருக்கிறது. இரண்டு திரைக் கதைகள் எழுதியுள்ளார்; திரைப்படம் இயக்கும் முயற்சியில் உள்ளார்.

க. காசிமாரியப்பன் (பி. 1966), எட்டயபுரத்துக்கு அருகிலுள்ள புங்கவர்நத்தத்தில் பிறந்தவர். திருச்சி, தந்தை பெரியார் அரசுக் கல்லூரியில் தமிழ் இணை பேராசிரியர். பத்தாண்டுக் காலத் தமிழ் முனைவர் பட்ட ஆய்வேடுகளைத் தொகுத்து இணைய வெளியில் பதிவு செய்திருக்கிறார். *தமிழ்ச் சிந்தனை மரபில் வெளி* எனும் ஆய்வு நூலின் ஆசிரியர். ஆய்வுக் கட்டுரைகள் பலவற்றை எழுதியிருக்கிறார். இப்போது திருச்சியில் வசிக்கிறார்.

ம. காமுத்துரை (பி. 1960), தேனி மாவட்டம், வீரபாண்டியில் பிறந்தவர். சிறந்த படைப்பாளி. *கோட்டை வீடு, கொடிவழி* உள்ளிட்ட எட்டு நாவல்களைப் படைத்துள்ளார். பதினான்கு சிறுகதைத் தொகுப்பு களை எழுதியுள்ளார். 13 விருதுகளை வென்றுள்ளார். இப்போது தேனி அல்லிநகரத்தில் வசித்து வருகிறார்.

ரே. கோவிந்தராஜ் (பி. 1987), ஜவ்வாது மலை கீழூரில் பிறந்தார். சென்னை மாநிலக் கல்லூரியில் முனைவர் பட்டம் பெற்று, இப்போது மதுரை தியாக ராசர் கல்லூரியில் தமிழ்ப் பேராசிரியர். இதுவரை ஆறு நூல்களை எழுதியுள்ளார். சிறந்த நூலுக்கான தமிழக அரசின் விருதினையும் பெற்றுள்ளார்.

கௌதம சன்னா, மார்க்சிய, அம்பேத்கர் சிந்தனைகள் வழி முப்பது ஆண்டுகளாக இயங்கி வருபவர். பதினைந்துக்கும் மேற்பட்ட நூல்களையும், *அம்பேத் கரியம் 50* தொகுப்புகளையும் உருவாக்கியவர். விடுதலைச் சிறுத்தைகள் கட்சியின் துணைப் பொதுச் செயலாளர்; ஜெய்பீம் பவுண்டேஷனின் ஒருங் கிணைப்பாளர்; தமிழ்நாடு பௌத்தர்கள் சங்கப் பேரவையின் தலைமை ஒருங்கிணைப்பாளர்.

சக்தி ஜோதி (பி. 1972), தேனி மாவட்டம் அனுமந்தன் பட்டியில் பிறந்தார். சங்க இலக்கியத்தில் முனைவர் பட்டம் பெற்றவர். இவருடைய 14 கவிதைத் தொகுதிகளும் இரண்டு கட்டுரைத் தொகுதிகளும் வெளிவந்துள்ளன. விவசாயம், பெண் கல்வி இரண்டையும் முன்னிலைப்படுத்தித் தனியார் நிறுவனம் வழி ஆக்கப்பணிகளை மேற்கொண்டு வருகிறார். அய்யம்பாளையத்தில் வசிக்கிறார்.

சு. சண்முகசுந்தரம் (பி. 1949), நெல்லைச் சீமை கால்கரையில் பிறந்தவர். தமிழ் நாட்டுப்புறவியலின் மூத்த அறிஞர்களில் ஒருவர். 1971 முதல் நாட்டுப் புறவியலுக்கு அகராதி, களஞ்சியம், ஆய்வுகள், ஆய்விதழ்கள் (*தன்னனானே, காவ்யா*) முதலான வற்றைப் பதிப்பித்தவர். தமிழ்நாடு அரசின் 'இலக்கிய மாமணி' விருது உள்ளிட்ட பல விருதுகளைப் பெற்றவர்.

இரா. சம்பத் (பி. 1959), புதுச்சேரி தேங்காய்த்திட்டில் பிறந்தவர். கவிதையியல், யாப்பியல் துறைகளில் சிறந்த அறிஞர். *உலகத் தமிழ்க் கவிதை ஓராயிரம்* உள்ளிட்ட பல நூல்களைப் படைத்தவர். புதுச்சேரி மொழியியல் பண்பாட்டு ஆராய்ச்சி நிறுவனத்தின் இயக்குநராகப் பணியாற்றியவர். புதுவை அரசின் கலைமாமணி உள்ளிட்ட பல விருதுகளை வென்றவர். இப்போது புதுச்சேரியில் வசிக்கிறார்.

சமயவேல் (பி. 1956), தூத்துக்குடி மாவட்டத்திலுள்ள வெம்பூரில் பிறந்தார். தொலைத்தொடர்புத் துறையில் பொறியாளராகப் பணியாற்றினார். இதுவரை ஒன்பது கவிதைத் தொகுப்புகளும், எட்டு மொழிபெயர்ப்பு நூல்களும் வெளிவந்துள்ளன. தனது கிராமத்தின் பண்பாட்டு வரலாற்றைப் *புனைவும் நினைவும்* என்ற நூலாக எழுதியுள்ளார். 'விளக்கு' உள்ளிட்ட பல விருதுகள் பெற்றுள்ளார். தற்போது *தமிழ்வெளி* இதழின் ஆசிரியர். மதுரையில் வசிக்கிறார்.

தங்க. செங்கதிர் *(பி. 1985)*, சிவகங்கை மாவட்டம் இளையான்குடி அருகில் புலியூரில் பிறந்தவர். அரசுப் பள்ளியில் தமிழாசிரியராகப் பணியாற்றுகிறார். *மானுடம்* எனும் காலாண்டு ஆய்விதழின் ஆசிரியர். இவருடைய *மானுடத் தெறிப்புகள்* எனும் நூல் தமிழக அரசின் விருது பெற்றது. இப்போது காரைக்குடியில் வாழ்கிறார்.

சோ. தர்மன் *(பி. 1953)*, அடித்தள மக்களின் உலகத்தைச் செதுக்கும் தனித்துவமான எழுத்தாளர். இவருடைய படைப்புகளில் *கூகை*, *சூல்* உள்ளிட்ட ஆறு நாவல்களும் *நீர்ப்பழி* என்னும் சிறுகதைகளின் பெருந்தொகுப்பும் வெளிவந்துள்ளன. *சூல்* நாவலுக்கு சாகித்ய அகாடமி 2019 விருது உட்பட பல பாராட்டு களைப் பெற்றவர். தற்போது முழுநேர எழுத்தாள ராகக் கோவில்பட்டியில் வாழ்கிறார்.

ஆ. தனஞ்செயன் *(பி. 1954)*, தமிழ் நாட்டார் வழக்காற்றியல் துறையின் மூத்த அறிஞர்களில் ஒருவர். பாளையங்கோட்டை தூய சவேரியார் கல்லூரி யில் நாட்டார் வழக்காற்றியல்துறையின் தலைவராகப் பணியாற்றியவர். இவர் எழுதிய *குலக்குறியியலும் மீனவர் வழக்காறுகளும்* உள்ளிட்ட பல நூல்கள் முக்கிய மானவை. தமிழ்ப் பேராயத்தின் விருது பெற்றவர். இப்போது பாளையங்கோட்டையில் வசித்து வருகிறார்.

தாழை மதியவன் *(பி.1945)*, முகவை மாவட்ட நம்புதாழையில் பிறந்தார். பள்ளியிறுதி வகுப்பைத் தொண்டியில் முடித்து, சென்னையில் அலுவல ராகவும் வணிகராகவும் இருந்தார். நூல்கள் பல எழுதியிருக்கிறார். பதிப்பகமும் நடத்தினார். இவர் சீதக்காதி அறக்கட்டளை விருது உள்ளிட்ட பல விருது களைப் பெற்றுள்ளார். தற்போது கடலூர், சென்னை என வாழ்ந்து வருகிறார்.

நாஞ்சில் நாடன் *(பி. 1947)*, குமரி மாவட்டம் வீரநாராயண மங்கலத்தில் பிறந்தவர். நாவல்,

சிறுகதை, கவிதை, கட்டுரை என நவீன இலக்கியத் தின் முக்கியப் படைப்பாளி. சூடிய பூ சூடற்க எனும் சிறுகதைத் தொகுப்பிற்கு 2010இல் சாகித்ய அகாடமி யின் விருது பெற்றார். இப்போது கோயம்புத்தூரில் வசிக்கிறார்.

ந. நாராயணசாமி (பி. 1952), தூத்துக்குடி மாவட்டம் கோபாலபுரத்தில் பிறந்தார். நிதி மேலாண்மையில் முனைவர் பட்டம் பெற்று ஊரக வளர்ச்சி துறைகளில் பெரும் பங்காற்றினார். காந்திகிராம கிராமியப் பல்கலைக்கழகத்தில் நீண்ட காலம் பணியாற்றினார். தமிழிலும் ஆங்கிலத்திலும் 15 நூல்கள் எழுதி யுள்ளார். பல நிறுவனங்களில் வளர்ச்சி ஆலோசக ராகப் பணியாற்றியுள்ளார்.

க. பழனித்துரை (பி. 1955), தஞ்சாவூர் மாவட்டம், தம்பிக்கோட்டை மேலக்காட்டில் பிறந்தார். அரசியல் அறிவியலில் முனைவர் பட்டம் பெற்றவர்; பன்னூ லாசிரியர். காந்திகிராமப் பல்கலைக்கழகத்தில் பேராசிரியராகப் பணியாற்றி ஓய்வு பெற்றவர். ஊரக வளர்ச்சி, மக்களாட்சி ஆகிய துறைகளில் சிறந்த அறிஞர். வி. ஆர். கிருஷ்ணய்யர் விருது உள்படப் பல விருதுகளைப் பெற்றிருக்கிறார். தற்போது சின்னாளப்பட்டியில் வசிக்கிறார்.

ஆ. பாப்பா (பி. 1968), மதுரை தல்லாகுளத்தில் பிறந்தவர். இப்போது லேடி டோக் கல்லூரியில் தமிழ்ப் பேராசிரியராகக் கடமையாற்றுகிறார். தமிழ்மரபு அறக் கட்டளையின் முக்கியப் பொறுப்பாளர்களில் ஒருவர். பண்பாடு சார்ந்த நூல்கள், கட்டுரைகள் எழுதி வருகிறார்.

ஆர். பாலகிருஷ்ணன் இஆப (பி. 1958), திண்டுக்கல் மாவட்டம் நத்தத்தில் பிறந்தவர். இந்திய ஆட்சிப் பணித் தேர்வை முதன் முதலில் தமிழில் எழுதி வெற்றி பெற்றவர். ஒடிசா மாநில முதல்வரின் தலைமை ஆலோசகராகப் பணியாற்றியவர். சிந்துவெளி ஆய்வு

மையத்தின் கௌரவ ஆலோசகராக விளங்குகிறார். இவருடைய *ஒரு பண்பாட்டின் பயணம்* (2019) சிந்து வெளி ஆய்வில் ஒரு மாபெரும் திறப்பு. சங்க இலக்கிய ஆய்விலும் வல்லுநர். இப்போது சென்னையில் வசிக்கிறார்.

பாவண்ணன் (பி. 1958), விழுப்புரம் மாவட்ட வளவனூரில் பிறந்தவர். சிறுகதை, கவிதை, நாவல், கட்டுரை, மொழிபெயர்ப்பு, சிறார் படைப்புகள் எனப் பல தளங்களிலும் எழுதுபவர். கன்னட மொழியில் எழுதப்பட்ட *பருவம்* எனும் நாவலுக்குச் சாகித்ய அகாடமியின் மொழிபெயர்ப்பு விருது உள்ளிட்ட பல விருதுகளைப் பெற்றவர்.

பாவெல் பாரதி (பி. 1976), தேனி மாவட்டம் கூடலூரில் பிறந்தவர். தமிழ் இலக்கியத்தில் முனைவர் பட்டம் பெற்றவர். தொல்லியல், மானிடவியல் புலங்களில் ஆர்வமுடைய இவர், வைகைத் தொல்லியல் பண்பாட்டுக்கழகம் வழி, கண்டுபிடிப்புகளை ஆவணப் படுத்திவருகிறார். *கண்ணகி கோவிலும் வைகைப் பெருவெளியும்*, *வைகைவெளித் தொல்லியல்* ஆகிய நூல்களுக்கு விருதுகள் கிடைத்துள்ளன. தற்போது தேனியில் வசிக்கிறார்.

அ. கா. பெருமாள் (பி. 1947), குமரி மாவட்டம், பறக்கை கிராமத்தில் பிறந்தவர். இன்று தமிழகத்தின் நாட்டார் வழக்காற்றியல் துறையின் மூத்த அறிஞர். நூறு நூல்களை எழுதியும் பதிப்பித்தும் உள்ளார். தொல்லியல், கோயில் ஆய்வு, சிற்பவியல் முதலான களங்களிலும் பங்களித்துள்ளார். தமிழக அரசின் சிறந்த நூலாசிரியர் விருதை இரண்டுமுறை வென்றுள்ளார். கேரள கண்ணகி வழிபாட்டைப் பன்முக நோக்கில் நுட்பமாக ஆராய்ந்துள்ளார். இப்போது நாகர்கோவி லில் வசிக்கிறார்.

சி. மகேந்திரன் (பி. 1954), இந்திய கம்யூனிஸ்டு கட்சியின் மூத்த தலைவர். 52 ஆண்டுகளாகச்

செயல்பட்டு வருகிறார். 48 ஆண்டுகள் கட்சியின் முழு நேர ஊழியராக இருந்தார். இலக்கியம், சமூகம், அரசியல் சார்ந்து எழுதி வருபவர். இப்போது குடிமக்கள் சமூகச் செயல்பாடுகளில் கவனம் செலுத்துகிறார். வட அமெரிக்கத் தமிழ்ச் சங்கத்தின் விருது வென்றவர். இப்போது சென்னையில் வசித்து வருகிறார்.

ஒ. முத்தையா *(பி. 1964)*, காந்திகிராம கிராமிய நிகர் நிலைப் பல்கலைக்கழகத்தின் தமிழ்ப் பேராசிரியர், நாட்டுப்புறவியல் வல்லுநர். 21 நூல்கள், நூற்றுக்கும் மேற்பட்ட கட்டுரைகள் எழுதியுள்ளார். பல்கலைக் கழக நிதிநல்கை குழுவின் ஆய்வு விருதாளர். நாட்டுப் புற, பழங்குடி வழக்காறுகளையும் கம்பளத்து நாயக்கர் மரபையும் ஆவணப்படுத்தியவர். நாட்டுப்புறக் கலைஞர், பாடகர்.

ந. முருகேசபாண்டியன் *(பி. 1957)*, மதுரையில் பிறந்து, சமயநல்லூரில் வளர்ந்தவர். நூலகத் தகவல் அறிவியல் துறையில் முனைவர் பட்டம் பெற்ற அவர், மேலைச்சிவபுரி கணேசர் கல்லூரியில் நூலக ராகப் பணியாற்றினார்; பல நூல்களை எழுதியுள்ளார். கலைஞர் விருது உள்ளிட்ட பல்வேறு பாராட்டுகள் பெற்றுள்ளார். தற்போது மதுரையில் வசிக்கிறார்.

ராஜன்குறை *(பி. 1961)*, சென்னையில் பிறந்தவர். நியூயார்க் கொலம்பியா பல்கலைக்கழகத்தில் மானிட வியலில் முனைவர் பட்டம் பெற்றவர். இப்போது தில்லியில் அம்பேத்கர் பல்கலைக்கழகத்தில் பேராசிரிய ராகப் பணியாற்றுகிறார். 42 ஆண்டுகளாகச் சிறுபத்திரிகை களில், பண்பாட்டுத் தளத்தில் இயங்கி வருகிறார்.

மு. ராஜேந்திரன் இஆப *(பி.1959)*, மதுரை திருமங் கலம் வட்டம் வடகரையில் பிறந்தவர். இந்திய ஆட்சிப் பணியில் சிறப்புடன் செயல்பட்டவர். 2022ல் *காலா பாணி* நாவலுக்குச் சாகித்ய அகாடமி விருது பெற்றவர். ஆனந்தரங்கப் பிள்ளையின் நாட்குறிப்புத்

தொகுதிகள் அனைத்தையும் இன்றைய மொழியில் செம்பதிப்பு செய்தவர்.

வறீதையா கான்ஸ்தந்தின் (பி. 1959), பள்ளம் துறையில் பிறந்தவர். இந்தியக் கடற்கரைகளில் பயணித்து, கடற்குடிகளின் வாழ்வியல் கூறுகளை ஆவணப்படுத்தி வருகிறார். *பழவேற்காடு முதல் நீரோடி வரை, துறையாடல், கடலம்மா பேசுறங் கண்ணு!* உள்ளிட்ட இவருடைய பல நூல்கள் பரந்த கவனம் பெற்றவை. இவர் பல விருதுகளை வென்றுள்ளார்; சென்னையில் வாழ்கிறார்.

ஆர். என். ஜோ டி குருஸ் (பி. 1963), நெல்லை மாவட்டம் கடற்கரை ஊரான உவரியில் பிறந்தவர். சென்னை லயோலா கல்லூரியில் முதுகலைப் பொருளாதாரம் பயின்றவர். நாடறிந்த பன்னூலாசிரியர். *கொற்கை* நாவலுக்காக சாகித்ய அகாடமி 2013 விருது பெற்றவர். *நீலப் பொருளாதாரம்* இவருடைய அண்மைப் படைப்பு. தற்போது சென்னையில் வசிக்கிறார்.

ஸ்டாலின் ராஜாங்கம் (பி. 1980), திருவண்ணாமலை மாவட்டம் முன்னூர்மங்கலத்தில் பிறந்தவர். மதுரை அமெரிக்கன் கல்லூரியில் தமிழ்ப் பேராசிரியர். அயோத்திதாசரியல், தலித் வரலாறு, விமர்சனம் முதலான வற்றில் பங்களித்து வருகிறார். *நீலம்* போன்ற இதழ்களின் ஆசிரியர் குழுவில் பணியாற்றுகிறார். 'விளக்கு' உள்ளிட்ட பல விருதுகளைப் பெற்றுள்ளார்.

இலங்கை, அயலகம்

எஸ். எம். அய்யூப் (பி. 1975), அம்பாறை மாவட்டத்தில் ஒலுவில் கிராமத்தில் பிறந்தார். இலங்கை தென் கிழக்குப் பல்கலைக்கழகத்தில் சமூகவியல்துறைத் தலைவராகக் கடமையாற்றுகிறார். புலமைத்துவச் செயல்பாடுகளோடு கவிதை, திறனாய்வு, குறும்படம் முதலானவற்றிலும் கவனம் செலுத்திவருகிறார். பல விருதுகளை வென்றிருக்கிறார்.

ஆதிலட்சுமி சிவக்குமார் (பி. 1962), யாழ்ப்பாணத்தின் இணுவில் கிராமத்தில் பிறந்தவர். ஈழத்தின் அறியப் பட்ட எழுத்தாளர். இலக்கியப் பணிக்காக, தமிழீழ தேசிய தலைவரிடமிருந்து தங்கப் பதக்கம் பெற்றவர். இப்போது சுவிற்சர்லாந்தில் வசித்துவருகிறார். அங்குச் சிறுவர் விளையாட்டுக் குழு மேலாண்மை யாளராகப் பணியாற்றுகிறார்.

இ. இராஜேஸ்கண்ணன் (பி.1973), யாழ்ப்பாணப் பல்கலைக் கழகத்தின் சமூகவியல் துறையில் முது நிலை விரிவுரையாளர். சிறுகதை ஆசிரியர். பல ஆய்வு நூல்களையும் எழுதியிருக்கிறார். சமூகவியல் நோக்கில் இலக்கியத் திறனாய்வாளர். கிராமத்து மனிதர்கள் என்னும் சமூகவியல் நூலுக்கு இலங்கை அரசின் விருதைப் பெற்றுள்ளார்.

கமலநாதன் பத்திநாதன் (பி.1995), மட்டக்களப்பு மாவட்டத்தில் களுவன்கேணியில் பிறந்தவர். கிழக்குப் பல்கலைக்கழகத்தில் சுவாமி விபுலானந்தர் அழகியல் கற்கைகள் நிறுவனத்தில் பயின்று, தற்காலிக விரிவுரையாளராகப் பணியாற்றியவர். இப்போது மானிடவியல் முதுதத்துவமானி பயின்று வருகிறார். இலங்கை நூலக நிறுவனத்தில் பூர்வகுடிகள் ஆவண மாக்களில் கள ஆய்வாளராக உள்ளார்.

வி. இ. குகநாதன் (பி.1971), ஈழத்தில் யாழ்ப்பாண மாவட்டத்திலுள்ள விழிசிட்டி (தெல்லிப்பழை) எனும் ஊரில் பிறந்து, மகாஜனாக் கல்லூரியிலும் யாழ் பல்கலைக்கழகத்திலும் பட்டம் பெற்றவர். தொழில் கல்விக்காக இங்கிலாந்து சென்று அங்கு வாழ்ந்து வருகிறார். மொழி, பண்பாடு, தொல்லியல் சார்ந்து பல்வேறு தளங்களிலும் செயற்படுகிறார்.

என். சண்முகலிங்கன் (பி.1950), யாழ்குடாவின் கட்டுவனில் பிறந்தவர். யாழ்ப்பாணப் பல்கலைக் கழகத்தின் மேனாள் துணைவேந்தர். தமிழர் இன வரைவியல் கழகத்தின் வாழ்நாள் தலைவர். தமிழில்

சமூகவியல் கல்வியை நிலைநாட்டி, நூல்கள் பல எழுதிய தகைசால் பேராசிரியர். இலக்கியப் படைப்பாளி; ஆக்க இசைக் கலைஞர். தற்போது இலங்கை திருநெல்வேலியில் வசித்து வருகின்றார்.

சர்வேந்திரா தர்மலிங்கம் (பி. 1963), யாழ்ப்பாணம் அரியாலையில் பிறந்தவர். போரின்போது தன் 24ம் வயதில் நார்வே சென்றார். அங்கு ஒஸ்லோ பல்கலைக் கழகத்தில் கலாநிதி பட்டம் பெற்றவர். அங்கேயே முது கலாநிதிக்கான ஆய்வு செய்து விரிவுரையாளரானார். இப்போது அந்நாட்டு உள்ளாட்சி அரசில் ஆலோசக ராக உள்ளார்.

க. சுபாஷிணி, மலேசியா பினாங்கில் பிறந்தவர். பள்ளிப் படிப்பை அங்கேயே முடித்தவர். கணினி தொழில்நுட்பத்தில் உயர்கல்வியை ஆஸ்திரேலியா விலும் ஜெர்மனியிலும் பெற்றவர். முனைவர் பட்டத்தை இங்கிலாந்தில் முடித்தவர். தமிழ் மரபு அறக்கட்டளையின் தலைவர். உலகத் தமிழ்ச் சமூகத் திற்கு அளப்பரிய அறிவுசார் பணிகளைச் செய்து வருகிறார்.

தமிழ்நதி (பி. 1966), திருகோணமலையில் பிறந்தவர். ஈழத்தின் அறியப்பட்ட படைப்பாளி. யாழ்ப்பாணப் பல்கலைக்கழகத்தில் பட்டம் பெற்றிருக்கிறார். பார்த்தீனியம் நாவல் உள்ளிட்ட பல படைப்புகள் வெளிவந்துள்ளன. கனடாவில் பத்திரிக்கைத் துறையில் பணியாற்றினார். 'அவள் விகடன் விருது' உள்ளிட்ட பல விருதுகளை வென்றுள்ளார். கனடா, இலங்கை, தமிழகம் என மூன்று தேசங்களிலும் வாழ்ந்து வருகிறார்.

தீபச்செல்வன் (பி. 1983), இலங்கையின் வடக்கே கிளிநொச்சி, இரத்தினபுரத்தைச் சேர்ந்தவர். இலங்கை யிலும் இந்தியப் பல்கலைக்கழகங்களிலும் நேரில் கற்றுப் பட்டங்கள் பெற்றவர். நாடறிந்த படைப்பாளி, போர் இலக்கியத்தின் முன்னோடி, அரசியல் விமர்சகர், கவிஞர். சமூகச் செயல்பாடுகளில் காத்திரமான

பணிகளை மேற்கொள்கிறார். இப்போது பள்ளி ஆசிரியராகப் பணியாற்றுகிறார்.

மகாலிங்கம் பத்மநாபன் (பி. 1948), இலங்கை கிளிநொச்சி மாவட்டத்தில் பெரியபரந்தனில் பிறந்தார். கிளிநொச்சியில் பல பாடசாலைகளில் ஆசிரியராகவும் அதிபராகவும் கடமையாற்றினார். பல்வேறு இதழ் களிலும் மின்னிதழ்களிலும் படைப்புகளையும் கட்டுரைகளையும் எழுதியவர். *அது ஒரு அழகிய நிலாக்காலம்* எனும் புதினத்தின் ஆசிரியர்.

மண்டூர் அசோகா (பி. 1949). மட்டக்களப்பு மாவட்டம் மண்டூரில் பிறந்தவர். கிழக்கிலங்கையின் மூத்த படைப்பாளி. சிறுகதை, நாவல், கவிதை என ஏழு படைப்புகளைத் தந்துள்ளார். *எழுதப்படாத கவிதைகள்* மூன்று விருதுகளைப் பெற்றுள்ளது. இவர் சாகித்ய விருதும் பெற்றிருக்கிறார். ஆசிரியராகப் பணியாற்றி ஓய்வுக்குப் பிறகு மட்டக்களப்பில் வசித்து வருகிறார்.

மல்லியப்புசந்தி திலகர் (பி. 1973), இயற்பெயர் மயில்வாகனம் திலகராஜா. இலங்கை மலையகத் தமிழர் குறித்த வரலாற்றாய்வாளர், எழுத்தாளர், பதிப்பாளர், பேச்சாளர், அரசியலாளர், சிவில் சமூகச் செயற்பாட்டாளர். 2015-2020 காலப் பகுதியில் இலங்கை நாடாளுமன்ற உறுப்பினராகவும் செயற் பட்டுள்ளார்.

சி. மௌனகுரு (பி. 1943), உலகறிந்த நாடகப் பேராசிரியர். நிகழ்கலை ஆய்வாளர், தெருக்கூத்து ஆசிரியர், நடிகர், நாடக இயக்குனர், பயிற்சியாளர். அவருடைய நாடகங்களில் புகழ்பெற்றது *இராவ ணேசன்*. யாழ் பல்கலைக்கழகத்தில் பணியாற்றி, இறுதியாகக் கிழக்குப் பல்கலைக் கழகத்தில் கலை பீடாதிபதியாக ஓய்வு பெற்றார். 'சாதனைத் தமிழன்' விருது உள்ளிட்ட பல விருதுகளை வென்றவர். படைப்பிலக்கியத்திலும் ஆய்விலும் பல நூல்களை எழுதியுள்ளார்.

எம். எம்.ஜெயசீலன் *(பி. 1986)*, கண்டி மாவட்டம் ரங்கலை நிவ்டிவிசனில் பிறந்தவர். பேராதனைப் பல்கலைக்கழகத்தில் தமிழ்த் துறையில் முதுநிலை விரிவுரையாளர். கல்வெட்டியல், பண்பாட்டு வரலாறு ஆகிய துறைகளில் ஆய்வு செய்து வருகிறார். இரண்டு நூல்கள் எழுதியுள்ளார். தஞ்சைத் தமிழ்ப் பல்கலைக் கழகத்தில் கலாநிதி பட்டம் பெற்றவர்.

ம. ஜெயராம சர்மா *(பி. 1949)*, தமிழ்நாடு தாராபுரத்தில் பிறந்து, யாழ்ப்பாணத்தில் வளர்ந்தார். இலங்கை அரசில் தமிழ் மொழிக் கல்வி இயக்குநராகப் பணியாற்றினார். 26 நூல்கள் எழுதியுள்ளார். கவிதை, கட்டுரை, சிறுகதை, விமர்சனம் இவருடைய விருப்பங் களாகும். 2017இல் தமிழக அரசின் 'மொழியியல்' விருதைப் பெற்றார்.

அம்ம வாழி தோழி நம் ஊர்
(ஐங்குறுநூறு. 35)
*
எல்லிடை அசைந்த கல்லென் சீறூர்
(ஐங்குறுநூறு. 382)
*
தொல்பசி அறியா... மல்லல் பேரூர்
(பெரும்பாண். 254)
*
அழியா விழவின் அஞ்சுவரு மூதூர்
(அகநானூறு. 115)

முன்னியம்பல்

எங்கள் ஊரில் எங்கள் வாழ்க்கை எனும் இந்தத் தொகுப்பு, ஒரு முக்கியமான தமிழ்ச் சமூக ஆவணம். இது தமிழரின் பாரம்பரிய கிராம வாழ்வியலைப் பேசுகிறது. சமூகவியல், பண்பாட்டியல், மரபியல் கண்ணோட்டத்துடன் எழுதப்பட்டுள்ளது. இது தமிழ்ச் சமூகத்தின் மிக நீண்ட கடந்த காலத்தின், மிக நெருங்கிய அண்மைக் காலம் பற்றியது. ஏறக்குறைய அரை நூற்றாண்டுக்கும் முந்தைய பதிவுகளே இந்த நூல். பேசுபொருள் தமிழர்களின் பாரம்பரிய பண்பாட்டைப் பற்றியது. காலம் நிகழ்த்திய மாற்றங்கள் பற்றியது. தமிழகம், ஈழம் இரண்டையும் இணைத்தறிவது.

நமது வேர்கள் நாம் பிறந்து வளர்ந்த கிராமத்தில் வேரூன்றி யுள்ளன என்பதில் ஐயமில்லை. நமது கிராமத்திலிருந்து நாம் பெற்றுக் கொண்ட வலிமையும் ஆற்றலும் ஆளுமையும் எவையென வரும் தலைமுறையினர் அறிய வேண்டுமல்லவா! நாம் பெற்றுக் கொண்ட உயிர்ப்பும் மரபும் அவர்களுக்குத் தெரிய வேண்டுமல்லவா! இவையே இந்த நூலின் இலக்குகள்.

ஒரு பெருங்கனவு இன்று நனவாகியிருக்கிறது. நான் மானிட வியவிலைப் படித்து ஆய்வுப் பட்டம் பெற்ற பிறகு, மானிட வியலைத் தொழில்முறை வாழ்வாக ஏற்றுக்கொண்ட தொடக்க காலத்தில் உதித்த சில திட்டங்களில் இந்த நூலும் ஒன்று. ஆனால் என்னுடைய பணி ஓய்வுக்குப் பின்னரே இதனைச் செய்ய முடிந்துள்ளது. இருப்பினும் இதன் வகைமையில் இது முதல் நூல். முன்னுதாரணமில்லாத ஒரு படைப்பு.

ஐம்பத்து நான்கு அற்புத ஆளுமைகள் நமது மரபார்ந்த கிராம வாழ்க்கையைச் சொல்லோவியமாகவும் கருத்தோவியமாகவும் படைத்துள்ளனர். ஒவ்வொரு கட்டுரையும் ஓர் அனுபவம். இது தமிழ் வாழ்வாகவும், வாழ்வு முறையாகவும் அமைந்துள்ளது.

இலங்கை, மலேசியா, ஜெர்மனி, இங்கிலாந்து, நார்வே, ஆஸ்திரேலியா, தமிழகம், புதுச்சேரி முதலான பின்னணி யிலிருந்து இந்த ஆக்கங்கள் உருவாக்கப்பட்டுள்ளன. இவை வியப்பூட்டும் வாசிப்பைத் தருகின்றன. எவ்வளவு வகையான பார்வைகள், அணுகுமுறைகள், அறிதிறன்கள், எடுத்துரைப்புகள். தமிழ் ஊர்களின் அழகியல் பேரழகாய் நம் வசமாகியிருக்கிறது. சமூகத் துன்பியலும் நம்முன் வந்து நிற்கிறது.

எங்கள் ஊரில் எங்கள் வாழ்க்கை மூலம் தமிழ் அகிலம் தழுவிய ஒரு கிராமிய இனவரைவியல் நமக்குக் கிடைத்துள்ளது. ஒவ்வொன்றும் சுயசரிதை சார்ந்த இனவரைவியல் (ஆட்டோ-எத்னோகிராஃபி) எனலாம். பழங்குடிப் பாடிகள், மீனவர் குப்பங்கள், வெள்ளாண் ஊர்கள், மிகு சூழல்சார் கிராமங்கள், கைவினைக் கிராமங்கள், போரில் சிக்கிய ஊர்கள், கோயில் ஊர்கள், அயலகத் தமிழ்க் கிராமங்கள், பாரம்பரியத் தமிழ் ஊர்கள், சாதிய கிராமங்கள், தலித் ஊர்கள், ஈழத்து ஊர்கள், மலையக ஊர்கள், சிறுபான்மையினர் கிராமங்கள், பலமதக் கிராமங்கள், மாறிவரும் கிராமங்கள் என இந்தத் தொகுப்பில் பன்மியம் மேலோங்கி நிற்கிறது. வரலாற்றின் அசைவியக்கங்கள் நம்முன் வந்து நிற்கின்றன.

சீறூர், பேரூர், மூதூர், கிராமம் உள்ளிட்ட இன்னும் சில இடங்களே தமிழர்களின் தொல்சீர் வாழிடங்கள். இங்கெல்லாம் வாழ்ந்து வளர்ந்த தமிழர் வாழ்வியல் நீண்ட நெடிய அறுபடாத மரபாக வந்து கொண்டிருக்கிறது. இந்த ஊரக வாழ்வுமுறையைச் சமூக ஆவணமாக்க வேண்டும் என்ற பேராவலே இந்த நூலை உருவாக்குவதற்கான காரணமாகும். நோக்கம் நிறைவேறி யிருக்கிறது. படைப்பாகவும் ஆய்வாகவும் மிளிர்கிறது.

தமிழர் ஊர்களின் தொன்மையும், அடுத்தடுத்த வளர்ச்சிக் கட்டங்களும், சமூகப் படிமலர்ச்சியாகப் (சோஷியல் எவலூஷன்) பரிணமித்துள்ளன. இந்த நூலில் பலவகையான கிராமங்களைத் தரிசிக்கலாம். குறிஞ்சி சார்ந்த ஊர்கள் குறைவு; ஆனால் தொன்மையானவை. முல்லை நில ஊர்களின் பரப்பு அதிகம். அவற்றின் அகக் கட்டுமானத்தில் வரலாற்றின் விரிவாக்கம் தென்படுகிறது. அலைவாய்க்கரை பெருமணல் உலகமாக விரிந்து

கிடக்கிறது. ஊர்களின் கட்டமைப்பும் அசைவியக்கமும் குப்பம் முதல் பட்டினம் வரை விரிந்து நிற்கின்றன. மீனவ ஊர்களின் அமைப்பு நாடி நரம்புகள்போல் வளைவு நெளிவுகள் கொண்டவை. தெருக்கள் என்று சொல்ல முடியாது. சந்து பொந்துகள் என்றே சொல்ல முடியும். நெய்தல் ஊர்கள் கடலலை போன்றவை. பூகோளத்தின் படிமமாக இந்த வாழிடம் அமைகிறது. மருத நில ஊர்கள் காலகதியில் நன்கு வளர்ச்சி கண்டவை. வீடு, தோட்டம், காணி என உடைமையாகிவிட்டன. தமிழகம், ஈழம் இரண்டிலும் இப்பொதுத் தன்மைகளைக் காண்கிறோம். கட்டுரையாளர்கள் மிக விரிவான புரிதலைக் காட்டுகின்றனர்.

முடியாட்சிக் காலத்தில் கிராமங்களின் நிர்வாகம் முறைசார்ந்த கட்டமைப்புக்குள் கொண்டு வரப்பட்டது. 'பதினெட்டுப்பட்டி', 'ஏழூர் நாடு' போன்ற கிராம தொகுப்புகளும், 'நாடு', 'வளநாடு' போன்ற பிரதேச / வட்டார வரையறைகளும் உருவாக்கப்பட்டன. இவ்வாறான வரலாற்று வரைவியலையும் கட்டுரையாளர்கள் காட்டுகின்றனர்.

கிராமங்கள் பிரதேசப் பண்புகளைப் பிரதிபலிக்கின்றன. பிரதேச நெறிமுறைகள் வாழிட நெறிமுறைகளோடு இணைக்கப்பட்டன. சாதிகளின் வீரியம் ஒருபுறம். சாதிகளின் அகமணக் கட்டுப்பாடு மறுபுறம். இவற்றினூடே குடி ஊழியம் சார்ந்த (ஜஜ்மானி முறை) கூட்டுவாழ்வு மைய அச்சாணியாகியது. தூய்மை, தீட்டு, தீண்டாமை முதலான விநோத வடிவங்களின் தீவிரம் கிராம இயங்கியலில் குடிகொண்டது. இந்தக் கலவை அனைத்தும் சமூக, பொருளாதார, சமய வடிவங்களாகச் செயல்பட்டு வந்தன.

தமிழகத்தில் சாதியின் பரிமாணங்கள் விரிந்து நின்றன. யாழ்ப்பாணத்தில் இன்றும் அது கூர்மையுடன் செயல்படுகிறது. மட்டக்களப்பில் சாதியைவிட குடியமைப்பு முக்கியத்துவம் பெற்றுள்ளது. மலையகத்தில் முதலாளி, தொழிலாளி எனும் வர்க்க நோக்கிலான அசைவியக்கம் தொடர்கிறது. தமிழ்ச் சமூகத்தின் இந்த நான்கு தேசங்களிலும், நான்கு வகையான அசைவியக்கங்களைக் காண்கிறோம். தேசம், காலம், சமூகம் ஆகிய கூறுகள் இணையும்போது வாழ்வியல் வெவ்வேறாக அர்த்தப்படுவதையும் காண்கிறோம். இந்தத் தொகுப்பின் கட்டுரை

யாசிரியர்கள் இந்த விடயங்களைப் பட்டறிவோடு விசாலமாக்கி யுள்னர். வாழ்ந்து எழுதியுள்ளனர்.

தமிழர் ஊர்களின் வகை மாதிரிகள் அனைத்தையும் அரை நூற்றாண்டுக்கு முந்தைய காட்சிகளாய் இங்கு நம்முன் நிறுத்தி யுள்ளனர் கட்டுரையாசிரியர்கள். ஈழத்தில் யுத்த காலத்தில் வீடுகளை விடவும் பதுங்கு குழிகளே புகலிடமாக இருந்துள்ளன. போரின் விளைவாக உருவாக்கப்பட்ட 'நலன்புரி மையங்கள்' எனப்பட்ட கம்பிவேலி முகாம்கள் சமூக வாழிடமாக இல்லை. மக்கள் மனிதநேயமற்ற முறையில் நடத்தப்பட்டார்கள்.

தமிழ்ச் சமூகத்தின் பாரிய பரிமாணங்கள் அனைத்தும் கூடுமானவரை இந்த நூலில் பேசப்பட்டுள்ளன. இஸ்லாமியர், கிறித்தவர், ஆதிக்க சாதியினர், இடைநிலைச் சாதியினர், சேவை சாதியினர், கைவினைஞர்கள், கூலித் தொழிலாளிகள், அலைகுடிகள் எனப் பல தரப்பாரும் கிராமம் எனும் சமூக அலகின் கீழ் எவ்வாறு ஒன்றிணைந்தார்கள் என்பதை இந்தத் தொகுப்பு ஒரு நடைமுறை சமூகவியலாக நமக்கு வசப்படுத்துகிறது. இது ஒரு அனுபவ அறிவின் மூலம் எடுத்துரைக்கப்பட்டுள்ளது.

இந்தத் தொகுப்பில் மொழிப் பயன்பாடு முக்கியமாகிறது. கட்டுரைகள் தமிழின் சீரிளமைத் திறத்தைக் காட்டுகின்றன. தமிழகம், ஈழம் ஆகிய இருபெரும் தேசங்களும் இங்குச் சங்கம மிடுகின்றன. தமிழகத்தில் குறைந்தது ஆறு வட்டார கிளை மொழிகள் உள்ளன. ஈழத்தில் யாழ்குடா, வன்னி, மட்டக்களப்பு, மலையகம் ஆகிய நான்கு பிரதேசங்களின் கிளைமொழிகள் உள்ளன. இப்பிரதேசங்களைச் சேர்ந்த கட்டுரையாசிரியர்கள் தத்தம் வட்டார வழக்குகளில் எழுதியுள்ளனர்.

வழக்குச் சொற்களை அப்படியே ஏற்றுக்கொண்டுள்ளோம். கிளைமொழிகளே தமிழின் ஜீவமொழி என்பதை யாம் முன் மொழிகிறோம். செந்தமிழுக்குத் தாய்மொழியாளர்கள் இல்லை என்பதை நாமறிவோம். ஆக, கிளைமொழியே அவரவர் தாய்மொழியாகும். பேச்சு மொழியே நம் உயிர்மொழி, உடல் மொழி. கட்டுரையாசிரியர்கள் தம் கிளைமொழிகளை உயிர்ப்புடன் கையாண்டுள்ளனர். தமிழகத்தை விடவும் ஈழத்தில் எண்ணற்ற தொன்மைச் சொற்கள் புழக்கத்தில் உள்ளதைக் காண்கிறோம்.

அவற்றை எல்லாம் இந்நூல் வழி வாசகர்கள் ரசித்துப் படிக்கலாம். பெரும்பாலும் சேர நாட்டுப் பாரம்பரியம் இங்குப் பிரதிபலிப்பதைக் காண்கிறோம். மலையகத்தில் தமிழகத்தைக் காண்கிறோம். இத்தனையையும் கருத்தூன்றி கவனிக்கலாம்.

இந்த நூலின் முக்கியமான சிறப்பு என்னவென்றால் தமிழரின் அரைநூற்றாண்டுக்கு முந்தைய பாரம்பரிய கிராம வாழ்வியலை மிக விசாலமாக வாசிப்பதாகும். ஐம்பத்தி நான்கு பதிவுகள் இங்குள்ளன. இதன் வகைமையில் இது முன்னுதாரணம் இல்லாத முதல் நூலாகும். அ-புனைவாக அமைந்திருக்கிறது. சமூக மெய்மைகள் சமூகவியலாக, இனவரைவியலாக அமைந்துள்ளன. இவை யாவும் இந்த நூலின் தனிச் சிறப்பாகும். அபுனைவு என்றாலும் ஒரு வகையில் புனைவு போல நம்மை வசீகரிக்கின்றது. வட்டார நாவல்களை வாசிப்பது போல உள்ளது.

இந்த நூலின் பரப்பு எண்ணூறு பக்கங்களைத் தாண்டுகிறது. பெரிய நூல். இதன் வாசிப்பு ஒரு ஜீவநதியாக ஓடுகிறது. தமிழ்க் கிராமியத்தின் அத்தனை கூறுகளும் பண்பாட்டு வரைவியலாக எடுத்துரைக்கப்பட்டுள்ளன. பல நூறு வண்ணங்களும், வடிவங் களும் கொண்ட பட்டுத் துணிகள் போல, கிராமிய வாழ்வு இங்கு நெசவு செய்யப்பட்டுள்ளது. பிறப்பு, இறப்பு, சடங்குகள், ஆற்றுகைகள், திருமணம், கூட்டுக் குடும்பம், உறவுமுறை, வாழ்வாதாரம், விவசாயம், கால்நடைகள், இயற்கையோடு இணைதல், வழிபாடு, திருவிழாக்கள், கைமருத்துவம், உணவு, உடை, உறைவிடம், அணிகலன்கள், வெளிப்பாட்டுக் கலைகள், கூத்து, பிற நிகழ்த்துக்கலைகள், புழங்கு பொருட்கள், பாலினப் பாகுபாடு, வாய்மொழி வழக்காறுகள், விளையாட்டு, அழகியல், கைவினைக் கலைகள் எனப் பண்பாட்டின் பரந்துபட்ட கூறுகள் உணர்த்தும் அர்த்தங்களைக் கட்டுரையாளர்கள் பழகு தமிழில் ஓவியமாகத் தீட்டியுள்ளனர். வாழ்வோடு இணைத்துப் பேசி யுள்ளனர். தமிழர் வாழ்வியலின் உள்ளார்ந்த நீரோட்டமாகிய அறம், தர்மம், ஈதல், நெறிமுறைகள், விழுமியங்கள், அன்பு, மனிதநேயம் உள்ளிட்ட அனைத்தையும் வாழ்வியலின் ஊடாக நம் வசப்படுத்தியுள்ளனர். தமிழரின் பயணங்கள், புலப் பெயர்வுகள் வழிகண்ட இன்ப துன்பங்களையும் நடத்தைசார் வாழ்வியலாக இங்குப் பேசியுள்ளனர்.

மிகச் சுருக்கமாகச் சொன்னால் தமிழகம், ஈழம் ஆகிய இருபெரும் பண்பாட்டுப் பிரதேசங்களை அருகருகே பக்கத்தில் வைத்துப் பார்க்கிறது இந்த நூல். பெரிய ஆச்சரியம் என்னவெனில் தமிழ் மரபின் தோற்றம், தொடர்ச்சி, மாற்றம் ஆகிய மூன்றும் இரு பிதேசங்களிலும் ஒன்று போல உள்ளன. சிற்சில பிரதேச தனித்துவங்கள் ஒருபுறம் இருந்தாலும், தமிழ் மரபின் பரம்பலில் பொதுமைப்பாடுகள் நம்மை ஆச்சரியத்தில் ஆழ்த்துகின்றன. கிராமங்களில் நகரியம் விரிவாகும் முறையும், நகரமயமாதலின் தாக்கமும் சமூக மாற்றத்தால் உண்டாகின்றன. இவை பற்றிப் பலரும் இங்குப் பேசியுள்ளனர். பாரம்பரிய கிராம வாழ்க்கை முறையின் பெருங் களஞ்சியமாக இந்நூல் நம் வசப்பட்டுள்ளது.

***

மூத்த படைப்பாளிகள் முதல், நாடறிந்த அறிஞர்கள் ஊடாக, இளம் ஆய்வாளர்கள் வரை பலரும் இந்தத் தொகுப்பில் பங்களித் துள்ளனர். தமிழ் அகிலத்தில் ஈழம் நம்முடைய தொப்புள் கொடி. இலங்கைப் புலத்திலிருந்தும், அயலகத்திலிருந்தும் படைப்புகள் இந்த நூலில் அழகு சேர்க்கின்றன. எவ்வளவோ பணிகளுக் கிடையில் எனது அழைப்பை ஏற்று ஈழத்துப் படைப்பாளிகள் தம் ஆக்கங்களைப் படைத்திருக்கின்றனர். தமிழ் வாழ்வியல் எவ்வளவு தொன்மையானது, பன்மியமானது என்பதை இவர் களின் படைப்புகள் பேசுகின்றன. யாழ்ப்பாணம், வன்னி, மட்டக்களப்பு, மலையகம் ஆகிய நான்கு பிதேசங்களின் வாழ்வியலை அறிய முடிகிறது. இது காலத்தின் பரிமாணமாகவும், தமிழ் வெளியின் அழகியலாகவும் மிளிர்கிறது. கட்டுரையாளர் ஒவ்வொருவருக்கும் நான் மிகவும் கடமைப்பட்டுள்ளேன். ஈழ மரபு நமக்கு எல்லா வகையிலும் வலு சேர்க்கிறது. ஒவ்வொரு வாசகரும் பெறுமதியான வாசிப்பு அனுபவத்தைப் பெறலாம்.

தமிழகத்திலிருந்து முப்பத்தெட்டு ஆகச் சிறந்த படைப்பாளர் களும், ஆய்வாளர்களும் இந்தத் தொகுப்பிற்கு ஆக்கங்களைத் தந்திருக்கின்றனர். ஒவ்வொரு படைப்பும் மிகவும் பெறுமதி யானது. ‘வாழ்க்கை என்பது அனுபவம்’ என்பதை இந்தப் படைப்புகள் பேசுகின்றன. அனுபவங்கள் வாழ்வியல் பார்வையாக விரிகின்றன. பார்வையும் நோக்கும் வாழ்வை அர்த்தமுள்ள

தாக்குகின்றன. முப்பத்தெட்டு படைப்புகளும் ஒவ்வொரு வகையான பட்டறிவால் விளைந்தவை. தமிழ் மரபின் வாழ்வு முறை இவை. இந்த ஆக்கங்களைக் கொடுத்த ஒவ்வொருவருக்கும் எனது நெஞ்சார்ந்த நன்றியைத் தெரிவித்துக் கொள்கிறேன்.

உண்மையில் இந்தக் கட்டுரையாளர்கள் இல்லையெனில் இந்த நூலில்லை. ஓர் ஊடுபாவாக நான் அனைவரையும் இணைத்திருக்கிறேன். அவர்களால் தமிழ் வாழ்க்கை இங்குக் கலாபூர்வமாகப் பதிவாகியுள்ளது. இன்று இல்லை என்றாலும் வருங் காலத்தில் இது ஒரு தமிழ்ச் சமூக ஆவணமாக மாறும். அன்று ஒவ்வொரு கட்டுரையாளரும் மீள எண்ணப்படுவார்கள். அவர்களுடைய ஆக்கங்கள் பேசப்படும். நாம் கையளித்துள்ள நமது தமிழ் வாழ்வை அவர்கள் அடுத்த தலைமுறைக்குக் கடத்துவார்கள். ஆக, இத்தருணத்தில் தம் வாழ்வை ஆவணமாக்கிய ஒவ்வொருவரையும் நான் நன்றி பாராட்டி மகிழ்கிறேன்.

இலங்கைப் புலத்திலிருந்து சில கட்டுரைகள் பெறுவதற்கு யாழ்ப்பாணப் பல்கலைக்கழகத்தின் மேனாள் துணைவேந்தர் சிரேஷ்ட பேராசிரியர் கலாநிதி என். சண்முகலிங்கன் அவர்கள் உதவினார். இலங்கை, இந்திய மானிடவியல் புலத்தில் யாம் இருவரும் தொடர்ந்து இயங்கி வருகிறோம். அவருக்கு நன்றி கூறுவதை அவர் விரும்பமாட்டார். மரபு கருதி நன்றி பாராட்டுகிறேன். எழுத்தாளர் தமிழ்நதி அவர்கள் தன் நண்பரிடமிருந்து ஒரு படைப்பைப் பெற்றுத் தந்தார். நூலாக்கத்தின் போது நல்ல கருத்துகளைக் கூறி உதவினார். மட்டக்களப்பிலிருந்து கலாநிதி த.விவானந்தராசாவும், எழுத்தாளர் மலர்ச்செழியனும் நூலாக்கத்திற்கு உதவி செய்தனர். அனைவருக்கும் நன்றி பாராட்டுகிறேன்.

இந்தத் தொகுப்பைத் தமிழ் மரபு அறக்கட்டளையின் தலைவராக விளங்கும் முனைவர் க. சுபாஷிணி அவர்களுக்குக் காணிக்கையாக்குகிறேன். கடந்த இரண்டரை தசாப்தங்களுக்கும் மேலாக மகத்தான பங்களிப்பைச் செய்து வருகிறார். உலகளாவியத் தமிழ் மக்களுக்கு அவர் செய்து வரும் அறிவுசார் பணிகள் காலத்தால் நின்று நிலைக்கக் கூடியவை. தமிழ் மரபை நிலை நிறுத்துபவை. நுட்பமான ஆய்வாளராகவும், தீர்க்கமான சிந்தனையாளராகவும், அனைவரையும் ஒருங்கிணைத்துச் செயல்படும் துடிப்பான

தலைவியாகவும், தொலைநோக்குப் பார்வையோடு செயல்படும் அமைப்புவாதியாகவும் இயங்குகிறார். அவர் தமிழ் அகிலத்தின் ஏகோபித்த பாராட்டுதலுக்கும் போற்றுதலுக்கும் உரியவர். அவருக்கு இந்த நூலைக் காணிக்கையாகக் கையளிப்பதில் பெருமை கொள்கிறேன்.

முனைவர் இரா. மனோகரன் என் மனதில் நிலைத்திருப்பவர். கடலூர், பெரியார் அரசு கலைக் கல்லூரியில் தமிழ்த் துறைப் பேராசிரியராகக் கடமையாற்றுகிறார். எமது நிறுவனத்தில் என்னிடம் மானிடவியல் பயின்றவர். இந்த நூலின் பதிப்புப் பணியில் எனக்குப் பல வகையிலும் உதவி செய்தார். நான் அவருக்கு நன்றி பாராட்டுவதை அவர் எப்போதும் விரும்பமாட்டார். இருப்பினும் வாசகர்கள் அவரை அறிய வேண்டுல்லவா! இந்த நூலாக்கத்தில் மதுரை லேடி டோக் கல்லூரித் தமிழ்ப் பேராசிரியர் முனைவர் ஆ. பாப்பா, புதுச்சேரி இல. சௌ. தாமரைக்கண்ணன், மணியம். நாகராஜன் ஆகியோர் இக்கட்டான நிலையிலும் உதவி செய்தனர்.

இந்தத் தொகுப்பைப் பெரிய நூலாக வெளியிட வேண்டும் என ஊக்கப்படுத்தியவர் அடையாளம் சாதிக் அவர்கள். சமூக அறிவியலில் அவர் காட்டும் ஆர்வம் அலாதியானது. அறுபது கட்டுரைகள் வரை ஒரு பெரும் நூலாகப் பதிப்பிக்கலாம் எனத் தொடக்கம் முதலே உற்சாகப்படுத்தி வந்தார். பதிப்புப் பணியில் பெருந்துணையாக இருந்தார். தமிழ்ப் பதிப்புலகில் நீண்ட அனுபவம் பெற்றவர். உலகளாவிய முன்னணிப் பதிப்பகங்கள் பின்பற்றுகிற முறையியலை உடனுக்குடன் கைக்கொள்பவர். பதிப்பியல் நுட்பங்களில் தேர்ந்த வல்லுநர். இந்த நூலிலும் மிகுந்த செய்நேர்த்திகளைச் செய்துள்ளார். அடையாளத்தின் நூலாக்க முறைமை மிகவும் நேர்த்தியானது. இவரின்றி இந்தப் பெருநூல் சாத்தியமாகியிருக்காது. இந்தத் தருணத்தில் அனை வருக்கும் நன்றி கூறி மகிழ்கிறேன்.

பக்தவத்சல பாரதி

பாங்கொளத்தூர்
20 நவம்பர் 2024

எங்கள் ஊரில் எங்கள் வாழ்க்கை

1

தமிழ் ஊர்கள்
பருப்பொருளும் நுண்பொருளும்
பக்தவத்சல பாரதி

நீரின்றி அமையாது உலகு; ஊரின்றி விளையாது வாழ்க்கை. நமது வாழ்வாகவும், வாழ்வு முறையாகவும், அறிவாகவும், ஆளுமையாகவும் உயர்ந்து நிற்பது ஊர். வாழ்வுக்கு உயிர் ஊர்களே. நமது மரபின் அமுதசுரபி அது. ஊரிலிருந்தே உறவைக் கண்டோம்; நாட்டைக் கண்டோம்; உலகத்தைக் கண்டோம்; பிரபஞ்சத்தைக் கண்டோம்; பிற அனைத்தையும் கண்டோம். அம்மாவின் கருவறை பத்து மாதங்கள் என்றால், எஞ்சிய வாழ்நாள்களின் வாழ்வறை ஊர்கள்தாம். உன் நண்பனைச் சொல், உன்னைச் சொல்கிறேன் என்பதுண்டு. அவ்வாறே, உன் ஊரைச் சொல், உன்னைச் சொல்கிறேன் என்றும் சொல்லலாம். ஊரும் வாழ்வும் நாணயத்தின் இரண்டு பக்கங்களைப் போல.

தமிழர்களின் ஊர்கள் பற்றிய வாசிப்பை நாம் சிந்துவெளி யிலிருந்து தொடங்க வேண்டும். அதற்கடுத்து, சங்ககாலம், இடைக்காலம், காலனியக் காலம், காலனியத்துக்குப் பிந்தைய நவீன காலம் என வரலாற்றின் ஒவ்வொரு கட்டமாகப் பயணிக்க வேண்டும். உண்மையில் தமிழர்களிடம் இது ஒரு நீண்ட நெடிய அறுபடாத மரபாக வந்துகொண்டிருக்கிறது. இதில் ஒருபுறம் தொன்மையும் தொடர்ச்சியும் உள்ளன. மறுபுறம் வளர்ச்சியும் மாற்றங்களும் உள்ளன. இவை அனைத்தையும் நாம் ஒன்றுபட்ட சட்டகத்தில் மறுவாசிப்பாக உசாவுதல் வேண்டும். அப்போதுதான் ஊர்கள் பற்றிய விரிவான புரிதலை அடைய இயலும்.

சிந்துவெளியும் தமிழ் ஊர்களும்

இந்தியாவின் வடமேற்கில் ஆப்கானிஸ்தான், பாகிஸ்தான், இந்தியா உள்ளிட்ட மூன்று நாடுகளிலும் சிந்துவெளி நாகரிகம் கிமு 3900 காலகட்டத்திலேயே செழித்தோங்கியது. எகிப்து, மெசபடோமியா ஆகிய இரண்டு நாகரிகங்களின் மொத்தப் பரப்பளவைவிடச் சிந்துவெளி நாகரிகத்தின் பரப்பு அதிகம். இது பதின்மூன்று லட்சம் சகிமீ பரப்பளவில் பரவியிருந்தது. இவ்வளவு பரந்த பரப்பளவில் நூற்றுக்கணக்கான தமிழ் ஊர்களின் பெயர்கள் இன்றும் காணப்படுகின்றன. இது சிந்துவெளிப் பண்பாட்டின் திராவிட அடித்தளத்தைக் காட்டுகிறது. அறிஞர் ஆர். பால கிருஷ்ணன் மேற்கொண்ட ஒரு பண்பாட்டின் பயணம்: *சிந்து முதல் வைகை வரை* (ஜர்னி ஆஃப் எ சிவிலைசேஷன்: இண்டஸ் டு வைகை, 2019) எனும் ஆய்வு வழி இது நிரூபிக்கப்பட்டுள்ளது.

கொற்கை, வஞ்சி, தொண்டி ஆகிய சங்ககால நகரங்களின் பெயர்கள் சிந்துவெளி நாகரிகத்திலும் வழக்கில் இருந்ததை அறிஞர் பாலகிருஷ்ணன் நிறுவுகிறார். இன்றைய தமிழகத்தின் மதுரை, சிவகங்கை, இராமநாதபுரம், தேனி, திண்டுக்கல், விருதுநகர், திருநெல்வேலி, தூத்துக்குடி, கன்னியாகுமரி முதலான பகுதிகளில் வழக்கில் உள்ள 97 பெயர்கள் அப்படியே எந்த மாற்றமுமின்றி சிந்துவெளியில் உள்ளன. பாகிஸ்தானில் 131 இடங்களிலும், ஆப்கானிஸ்தானில் 24 இடங்களிலும் பெயர் மாறாமல் அப்படியே வழக்கில் உள்ளன. மேலும், இன்றைய மகாராட்டிரம், குஜராத் முதலான மாநிலங்களில் 133 இடங்களில் தமிழ்நாட்டிலுள்ள பெயர்கள் அப்படியே உள்ளன. எல்லா வற்றுக்கும் மேலாக, வைகை ஆற்றின் கரையோரம் உள்ள 200 ஊர்களின் பெயர்களில் 122 ஊர்ப்பெயர்கள் சிந்து சமவெளியில் காணப்படுகின்றன. இவை அனைத்தும் தமிழ்ப்பெயர்கள் ஆகும் (மேலது: பாலகிருஷ்ணன், ஆர். *சங்க இலக்கியம் எனும் சிந்துவெளி திறவுகோல்*, 2024: 85).

சங்ககால மன்னர்களின் பெயர்களும், அவர்களின் குடிப் பெயர்களும், தமிழ்க் கடவுள் முருகன் பெயரும், தமிழக நிலப் பெயர்களும் ஆப்கானிஸ்தான், பாகிஸ்தான் உள்ளிட்ட சிந்து வெளிப் பகுதியில் இடப்பெயர்களாகவும், ஊர்ப் பெயர்களாகவும் உள்ளன (மேலது 2019: 161-175).

சங்க காலத்தில் வாழ்ந்த 35 மன்னர்களின் பெயர்கள் சிந்து வெளியில் இடப்பெயர்களாக உள்ளதைக் காணலாம் (மேலது: 152-53). பன்னிரண்டு குடிகளின் பெயர்கள் சிந்து வெளியில் ஊர்ப் பெயர்களாக உள்ளன (மேலது: 15). ஒன்பது இனக்குழு மக்களின் பெயர்களும் சிந்துவெளியில் இடப் பெயர்களாக உள்ளன. மற்ற பெயர்களின் பட்டியலும் நீளுகின்றது (மேலது: 150).

முருகனின் பெயரும், முருகனின் அறுபடை வீடுகளின் பெயருங்கூடச் சிந்துவெளியில் இடப்பெயர்களாக விளங்கு கின்றன (மேலது: 175-78). சங்க காலப் புலவர்களின் பல பெயர்களும் சிந்துவெளியில் காணப்படுகின்றன (மேலது: 178-79). மூவேந்தர்களாகிய சேர, சோழ, பாண்டிய நாடுகளின் எண்ணற்ற அடையாளங்கள் (இயற்பெயர், இடப்பெயர் உள்பட) சிந்து வெளியில் நேர்த் தொடர்ச்சியாக இருக்கின்றன (மேலது: 162-174).

சங்ககால ஊர்ப் பெயர்கள் பல இன்று பாகிஸ்தானில் உள்ளன. கொற்கை, அமூர், கல்லூர், தொண்டி முதலான பெயர்கள் பாகிஸ்தானில் ஊர்ப் பெயர்களாக உள்ளன (மேலது: 144). நல்லி என்னும் பெயர் பாகிஸ்தானின் வடமேற்குப் பிரதேசத்தில் பல இடங்களில் ஊர்ப் பெயர்களாக உள்ளன. கல்லூர், கலூர் எனும் வழக்குகளும் பல இடங்களில் உள்ளன. பசூர், தொண்டி, அரணி, மைலம், மனூர், அமூர், ஊரல் முதலான பெயர்களும் ஊர்ப் பெயர்களாகக் காணப்படுகின்றன (மேலது: 142). ஐராவதம் மகாதேவன் பட்டியலிட்டுள்ள தொல்தமிழ்க் கல்வெட்டுகளில் உள்ள இடப்பெயர்களில் 65 விழுக்காடு சிந்துவெளியில் இடப் பெயர்களாக உள்ளன (மேலது: 224).

சங்க கால இடப்பெயர்களில் உள்ள பல முன்னொட்டுகள் சிந்து வெளியில் ஊர்ப் பெயர்களாக இருப்பது ஒரு விபத்தல்ல (மேலது: 140). இவ்விரண்டு பிரதேசங்களுக்குமான நேர்த் தொடர்ச்சியைக் காட்டுகிறது. இவ்வாறான வழக்குகளின் ஒரு நீண்ட பட்டியலை ஆர். பாலகிருஷ்ணன் (மேலது: 140-41) தன் நூலில் கொடுத்துள்ளார். இவையெல்லாம் நமக்கு வியப்பாக உள்ளது. ஆனால் உண்மை.

சிந்துவெளியில் பொயுமு 7000 வாக்கில் கிராமங்களில் நெல் விவசாயம் தொடங்கிவிட்டது. தொல்லியல் சான்றுகளின்படி

பாகிஸ்தானின் பலுசிஸ்தான் மாகாணத்திலுள்ள மெஹர்கர் எனுமிடத்தில் வேளாண்மை தொடங்கி, வடமேற்கு இந்தியா முழுமைக்கும் வேகமாகப் பரவியது. கிராமங்கள் அப்போதுதான் உருவாகத் தொடங்கின.

பொயுமு 3700–1500 வாக்கில் விவசாயம் இந்தியாவின் பிற பகுதிகளுக்கும் பரவிவிட்டது. பொயுமு 3700 வாக்கில் சில முக்கியமான பெரிய கிராமங்கள் நகரங்களாக உருமாறத் தொடங்கின. பொயுமு 2600-1900 வாக்கில் 'வளர்ச்சியடைந்த ஹரப்பா' (*மெச்சூர் ஹரப்பா*) ஏற்பட்டது (ஜோசப், டோனி, *ஆதி இந்தியர்கள்*, 2018: 117). சிந்துவெளியில் நகர நாகரிகம் தோன்றி விட்டாலும் கிராமங்களே அங்குப் பிரதானமாக இருந்தன. விவசாயம் முக்கியத் தொழிலாக வளர்ச்சி பெறத் தொடங்கியது.

சங்ககாலம்

இரும்புக் காலமே சங்ககாலம் ஆகும். இரும்புக் கால மக்களே சங்ககால மக்களுக்கு அடித்தளமிட்டனர். அண்மைக்கால அகழாய்வுகள் மூலம் சங்ககாலம் கிமு 1300க்கு முன்னால் நீண்டு செல்கிறது. சங்ககாலத்தில் தமிழர் வாழ்வுமுறை குறிஞ்சி, முல்லை, மருதம், நெய்தல், பாலை எனும் ஐந்திணை வாழ்வாக இருந்தது. இந்தத் திணைசார் வாழ்வின் ஊடாக ஊர்கள் பற்றி உசாவ வேண்டும். மேலும், சங்ககாலத்தில் திணைசார் வாழ்வில் பல மாற்றங்கள் உருவாகிக்கொண்டிருந்தன.

சங்ககாலத்தில் 'குடி'எனும் ஆதி இனக்குழுச் சமூக அமைப்பு மாறத் தொடங்கிவிட்டது. முதலில் மன்னனைச் சுற்றிச் சுற்றுமுகச் சமூகம் (*சர்குலர் சொசைட்டி*) உருவாகியது. இறுதியாகச் செங்குத்துச் சமூகம் எனக்கூடிய சாதியச் சமூகம் உருவானது. இந்தப் பின்புலத்தையும் நாம் கவனத்தில் கொள்ள வேண்டும் (விரிவுக்குக் காண்க: பக்தவத்சல பாரதி, *சாதியற்ற தமிழர், சாதியத் தமிழர்: சாதிக்கு முந்தைய பிந்தைய தமிழ்ச் சமூகம்*, 2021).

மனிதகுல வரலாற்றில் மக்களின் குடியிருப்பு முறையானது வாழிடத்தின் சுற்றுச்சூழலாலும், இயற்கை வளத்தாலும், சமூகப் பொருளாதாரக் கட்டமைப்பாலும் வடிவம் பெற்றுள்ளது. சங்க காலத்தில் ஐந்திணைகளிலும் மேற்கூறிய காரணிகளே

வசிப்பிடங்களின் அமைப்பைத் தீர்மானித்தன. சங்க காலத்தில் 'கிராமம்' எனும் வழக்கில்லை. சங்க இலக்கியங்களைப் பகுத்தாய்ந்தால் ஒவ்வொரு திணையிலும் பின்வரும் ஊர்ப் பெயர்கள் பெரிதும் பயின்று வருவதைக் காணலாம்.

குறிஞ்சித்திணை ஊர்கள்: குடி, சிறுகுடி, குரம்பை, குறிஞ்சி

முல்லைத் திணை ஊர்கள்: பாடி, சேரி, பள்ளி

மருதத்திணை ஊர்கள்: சீறூர், பேரூர், மூதூர்

நெய்தல் திணை ஊர்கள்: சிறுகுடி, பாக்கம், பட்டினம்

பாலைத் திணை ஊர்கள்: குறும்பு, பறந்தலை

பட்டினப்பாலையின் முதல் 28 அடிகள் கிராம வாழ்வின் அழகியலைப் பேசுகின்றன. புறநானூற்றின் 386ஆம் பாடலும் கிராமத்து வாழ்வைப் பேசுகிறது. சங்க இலக்கியத்தில் கணக்கற்ற இடங்களில் கிராம வர்ணனைகளைக் காணலாம். ஊர் சிறு குடியைக் குறிப்பதாகவும் காணலாம். மேலும் கபிலரின் ஒரு பாடலில், 'சிறுகுடி' என்பது ஓர் ஊர் என்பதாகவே வருகின்றது. சங்க இலக்கியம் ஒரு பெரும் வரலாற்றுப் பரப்பைக் காட்டுகிறது. ஊர்களைப் பொருத்தவரை சீறூர், பேரூர், மூதூர் எனும் வகைகளைக் காட்டுகிறது.

சங்க இலக்கியத்தை ஆழ்ந்து வாசித்தபிறகு சங்க காலக் குடியிருப்புகள் குறைந்தது மூன்று வகைகளில் இருந்ததைக் காணலாம். அவை:

1. சிதறிய குடியிருப்பு (ஸ்கேட்டர்டு செட்டில்மெண்ட்)
2. நேர்க்கோட்டில் அமைந்த குடியிருப்பு (லீனியர் செட்டில்மெண்ட்)
3. மையம் சார்ந்த அடர்த்தியான குடியிருப்பு (நியூகிலியடட் செட்டில் மெண்ட்)

சிதறிய குடியிருப்புகள்

குறிஞ்சியின் மலைப் பகுதிகளில் குடியிருப்புகள் பெரிதும் சிதறலாகவே இருந்துள்ளன. எல்லா வீடுகளும் ஓரிடத்தில் தொகுப்பாக இல்லை. இங்கொன்றும், அங்கொன்றுமாக வீடுகள் இடைவெளியுடன் காணப்பட்டன. பாணர்கள் பரிசில்

தேடிச்சென்ற வழிப் பயணம் நமக்கு இதனைத் தெளிவு படுத்துகின்றது. ஒன்று அல்லது இரண்டு மூன்று வீடுகளைச் சுற்றி வீட்டுத் தோட்டமும், புழங்கும் இடமும், தினைப் புனமும் இருக்கும். அதற்கடுத்து சில குடிசைகளும் அவற்றிற்குரிய தோட்டமும் நிலபுலமும் இருக்கும். இவ்வாறான சிதறிய முறையிலான அமைப்பு மலைத்தொடர்களில் காணலாம்.

சிதறிய குடியிருப்பு முறை வாழ்க்கைக்கான ஒரு முக்கிய தகவமைப்பாகும். சுற்றுச்சூழலில் கிடைக்கும் வாழ்வாதாரத்தின் அளவைப் பொறுத்துக் குடியிருப்பின் தன்மை காணப்படுகிறது. குறிஞ்சித் திணை என்பது மலையும் மலைசார்ந்த பகுதியும் என்பதால் மலைவளத்திற்கு ஏற்ப வீடுகளின் நெருக்கமும் எண்ணிக்கையும் அமைந்தன. எவ்வாறு இருந்தாலும் வீடுகள் மலை நெடுக ஆங்காங்கு சிதறிக் காணப்பட்டன (அகம். 87, 89, 319, 379; பெரும்பாண். 121-24; முல்லை. 39-42).

நேர்க்கோட்டுக் குடியிருப்பு

மக்கள் வாழிடங்களில் தெருக்கள், வீதிகள், சந்துகள் ஏற்பட்ட போது நேர்க்கோட்டுக் குடியிருப்பு உருவானது எனலாம். இன்னொரு வகையில் சொல்வதானால் நேர்க்கோட்டுக் குடியிருப்பு உருவானபோது தெருக்கள் உருவாகின எனலாம். மக்கள் தங்கள் வீடுகளை ஒரு வரிசையில் அமைக்க வேண்டிய தேவை ஏற்பட்டபோது இந்த வகை உருவானது. நீர்த்தடத்தின் அருகிலோ, வழித்தடத்தின் அருகிலோ, சுற்றுச்சூழலின் வாய்ப்பு களை அனுசரிக்க வேண்டியதாலோ வீடுகளை மக்கள் ஒரு வரிசையில் கட்ட முற்பட்டார்கள்.

நேர்க்கோட்டுக் குடியிருப்பு முறை பெரிதும் முல்லைத் திணையில் ஏற்பட்டது எனலாம். சில பொழுது குறிஞ்சியிலும் கூடக் காணப்பட்டது. சங்க இலக்கியச் சான்றுகள் இவ்வகைக் குடியிருப்பு முறையைக் காட்டுகின்றன.

மையம் சார்ந்த அடர்த்தியான குடியிருப்பு

ஓரிடத்தில் தொகுப்பாக, அடர்த்தியாக, தொடர்ச்சியாகக் காணப்படும் 'மையம் சார்ந்த குடியிருப்பு முறை' இருந்ததையும்

சங்க இலக்கியங்கள்வழி காணலாம். மருதத் திணைக் கிராமங்கள் இந்த வகையைச் சேர்ந்தவை. மிகச் சில இடங்களில் மட்டும் தண்டலை (சோலை, பூந்தோட்டம்) உழவர்களின் தோட்டம், தோப்பு உள்ளிட்ட வீடுகள் அவர்களுடைய மையம் சார்ந்த குடியிருப்பு முறையிலிருந்து விலகிக் காணப்பட்டன எனலாம்.

'பெருமணல் உலகம்' என்றழைக்கப்பட்ட நெய்தலில்கூட மையம் சார்ந்த குடியிருப்பையே காணலாம். இங்கு ஊரின் நடுவில் மன்றமும், (அரச) மரத்தடியில் பஞ்சாயத்துப் பேசும் முறையும், மன்றத்தைச் சுற்றிப் பல தெருக்கள் ஒன்றுக்கடுத்து ஒன்றாகவும், அவற்றில் வீடுகள் நெருக்கமாகவும், வரிசையாகவும் இருக்கும்படியான அமைப்புக் காணப்படுகிறது. நெய்தல் திணையில் வீடுகளும் குறுகிய சந்துகளும் வளைந்து நெளிந்து இருக்கும்.

பொதுவாக எல்லா ஊர்களும் காவல் அரண்களைக் கொண்டிருந்தன. சிற்றூர்களில் முள்வேலி அரணாக இருந்தது. பேரூர்களில் மதில் சூழ்ந்த அகழிகூட இருந்தது (புறம். 21: 2-7). இத்தகைய இடங்களில் பெரிய வாயில்கள் இருந்தன. இதனை 'வையை யன்ன வழக்குடை வாயில்' (மதுரை. 356) என மதுரைக் காஞ்சி குறிப்பிடுகிறது.

பேரூரின் பகுதிகளாகப் பற்பல சேரிகளும் இருந்தன (கலி. 68:16, அகம். 220: 1). செல்வம் மிகுந்த பேரூர்கள் 'மல்லல் பேரூர்' (பெரும்பாண். 254) எனப்பட்டன.

கேரளாவிலும் தமிழகத்திலும் உள்ள குடியிருப்பு அமைப்புகளை விளக்கும் போது, மென்சர் எனும் மானிடவியலர் நீர் ஆதாரமே குடியிருப்பு வேறுபாடுகளுக்குக் காரணம் என்கிறார். நீர்வளம் மிகுந்த கேரளத்தில் வீடுகள், காணிகள் தோறும், தோட்டம் தோறும் சிதறிக் காணப்படுகின்றன. அதற்கு அங்குள்ள நீர்வளமே காரணம் என்கிறார்.

தமிழகத்தில் நீர் ஆதாரம் குறைவு. அதனால் ஓரிடத்தில் குளம், கிணறு வெட்டி அங்கு அனைவரும் வாழும் வகையில் அடர்த்தியான, ஒரு மையம் சார்ந்த குடியிருப்பு உருவாக்கம் பெற்றது. பின்னர் அந்தக் குடியிருப்பு அங்கு மேலும் விரிவாக்கம் அடைந்தது என்கிறார்.

சங்ககாலச் சேரிகள்

சங்க காலத்துப் பேரூர்களில் பலவகையான சேரிகள் இருந்தன (தொல். அகத். 40). மதுரை, கொற்கை, காவிரிப்பூம்பட்டினம் போன்ற தலைநகரங்களிலும் துறைமுகப்பட்டினங்களிலும் சேரிகள் இருந்தன. இங்குச் சேரி என்பது ஒத்த வகையின மக்களின் குடியிருப்பு எனும் பொருளையே குறித்து வந்தது. குறிப்பிட்ட தொழில் செய்த மக்களின் வாழிடமாகவும் விளங்கியது.

சங்க காலத்தில் ஊரையடுத்து மகளிர்சேரி (பரத்தையர்சேரி) இருந்தது (அகம். 146, நற். 380). புலாலம்சேரி (அகம். 260, குறந். 351), உறைகிணற்றுப் புறச்சேரி (பட்டின. 72-77), ஆடுவார்சேரி (பரி. 32), மீன்சீவும் பாண்சேரி (புறம். 348, மதுரை. 268-270, 590-596) முதலானவையும் இருந்துள்ளன. மேலும், கொற்கையில் சங்குகளை அறுத்து வளையல் செய்வோர் சேரியும், முத்துக் குளிப்பவர் சேரியும் இருந்தன என்று மதுரைக்காஞ்சி கூறுகிறது.

சேரி எனும் வழக்கு முல்லைத் திணையில் காணப்பட்டாலும் அது பிற திணைகளிலும் வழங்கப்பட்டது. சங்கம் மருவிய காலம் ஊடாக இடைக்காலம் வரை அதன் பழைய பொருண்மையில் தொடர்ந்து பயன்படுத்தப்பட்டது. பத்தாம் நூற்றாண்டுக்குப் பின்னர் 'சேரி' என்பது இழிசினர் வாழிடம் எனும் பொருள் ஏற்றப்பட்டது.

பாணர் குடியிருப்பு

பாணர்கள் அலைகுடிகள். ஐந்திணைகளுக்கும் சென்று பரிசிலரிடம் பரிசல்கள் பெற்று வாழ்ந்து வந்தனர். இந்தப் பாணர்களின் குடியிருப்பு பாண்சேரி எனப்பட்டது. தொழில் நிமித்தமாகப் பாணர்கள் பல்வேறு இடங்களுக்குச் செல்லும்போது தற்காலிக இடத்தில் தங்கினர்.

நிலைகுடிகளை அண்டி வாழ்ந்த பாண் சமூகத்தார் நிலை குடிகளின் ஊருக்கு வெளியே 'பொதியில்' எனும் தற்காலிக உறைவிடம் அமைத்துத் தொழில் செய்ததைப் புறநானூறு பின் வருமாறு கூறுகிறது.

அலங்குகதிர் சுமத்த கலங்கற் சூழி
நிலைதளர்வு தொலைந்த ஒல்குநிலைப் பல்காற்

பொதியில் ஒருசிறை பள்ளியாக (புறம். 375: 1-3)

பொதியிலைக் கவனிக்கப் போரில் சிறை பிடிக்கப்பட்ட மகளிர் பயன்படுத்தப்பட்டனர். அவர்கள் அதனைச் சாணத்தால் மெழுகித் தூய்மையாக வைத்திருந்தனர் என்று பட்டினப்பாலை (246-349) கூறுகிறது. இது ஒரு கிராம சமூகத்தின் இளையோர்கூட அமைப்புப் (*டோர்மிடரி சிஸ்டம்*) போன்றதொரு நிறுவனமாகப் பின்னாளில் செயல்பட்டது. இளையோர்கூட அமைப்பானது ஒரு முக்கியச் சமூக நிறுவனமாக முதுவர், கோண்டு உள்ளிட்ட இன்னும் சில திராவிடப் பழங்குடிகளிடம் தொடர்ந்து வந்துள்ளது. இதற்கான மூலமும் தொடர்ச்சியும் சங்க மரபிலிருந்தே பெறப் பட்டுள்ளன என்பதை இங்கு நாம் எண்ணிப் பார்க்கலாம்.

மன்னன் வாழும் அரண்மனைகளுக்குச் செல்லும் நீண்ட வெளியில் ஆங்காங்கு ஊரின் பொது மன்றங்க்ளில் தங்கிச் செல்லுதலும் பாண் சமூகத்தாரின் மரபு என்பதை 'மன்றில் வதியுநர் சேப்புலப் பரிசிலர்' (மலைபடு. 492) எனும் மலைபடு கடாம் பாடலடி மூலம் அறியலாம்.

தொல் வழக்குகள்

இன்று கிராமங்களை 'மேல்', 'கீழ்' என அழைக்கும் வழக்கு உள்ளது. கீழ் சேவூர், மேல் சேவூர்; கீழூர், மேலூர் என்றெல்லாம் அழைக்கின்றனர். இவ்வாறான வழக்குகள் தொன்மைக்குரியவை. இவை சிந்துவெளி வாழ்விலிருந்து தொடர்ச்சியாக வந்து கொண்டிருக்கின்றன (பாலகிருஷ்ணன், ஆர். 2019: 187-232). சிந்துவெளியில் 'மேல்-மேற்கு', 'கீழ்-கிழக்கு' எனும் வடிவ அமைப்பு இருந்ததை ஆர். பாலகிருஷ்ணன் மிக நுட்பமாக விளக்குகிறார். இந்த அமைப்பின் தொடர்ச்சியைச் சமாலத் தமிழ்க் கிராமங்களிலும் காணலாம். இந்தப் பண்பை 'பண்பாட்டுத் தொல்மாதிரி' (*கல்சுரல் புரொடோடைப்*) என இனங் காணலாம்.

கிழக்குப் பள்ளமான இடமாகவும், மேற்கு மேடான இடமாகவும் கருதப்பட்டுள்ளன. மேலும், கிழக்கு × மேற்கு எனும் எதிரிணை தாழ்வு × உயர்வு எனும் பொருண்மையாக நீட்சி பெறுவதைச் சங்க இலக்கியங்களில் காணலாம். மேற்கு உயர்ந்தது என்றும் (மதுரை 486; நற். 91. 6; குறுந். 26. 2; அகம் 143. 5; புறம். 143. 2),

கிழக்குத் தாழ்ந்தது என்றும் பல இடங்களில் பதிவாகியுள்ளது. 'கிழக்கிடு பொருள்' எனும் வழக்கைத் தொல்காப்பியம் (பொருள். 276) கூறுகிறது. இதன் பொருள் பெறுமதியற்றது, குறைந்த மதிப்புடையது, இழிவானது என்பதாகும். இத்தகைய பொருளை நற்றிணையிலும் (297. 1), பதிற்றுப்பத்திலும் (36. 10) புறநானூற் றிலும், பரிபாடலிலும் காணலாம்.

மேற்பால் (புறம். 183.10)
கீழ்ப்பால் (புறம். 183. 9)
மேலோர் (புறம். 229.22, 240. 5-6; பரி. 17. 8)
கீழோர் (பரி. 17. 40)
கீழ்மடை (புறம். 42. 13)

சங்கம் மருவிய காலம்

சங்கம் மருவிய காலத்தில் சங்ககாலத்தின் இனக்குழு வாழ்வு மாறத் தொடங்கியது. பண்டைய 'குடி'சமூக வாழ்வு மறையத் தொடங்கி, சாதியக் கட்டுமானம் வலுப்பெறத் தொடங்கியது. பண்டைய சீறூர் மன்னர்கள், முதுகுடி மன்னர்கள், குறுநில மன்னர்கள் ஆட்சிமுறையானது வேந்தர்களின் உருவாக்கத்தால் அழியத் தொடங்கியது. இந்த மன்னர்களின் ஆட்சிப் பரப்புகளை மூவேந்தர்கள் தம் பெருநிலப் பரப்போடு இணைத்துக் கொண்டார்கள். நிர்வாக முறையும் வாழ்வுமுறையும் மாறத் தொடங்கின. இந்தச் சூழலில் 51 வகையான ஊர்கள் தோற்றம் பெற்றன. அவை:

அருப்பம் – ஊர் (பிங்.)

ஆதரம் – ஊர் (பிங்.)

இருக்கை – ஊர் (பிங்; கந்தபு. மார்க்க. 144)

ஊர் – வாழிடம் (குறள். 216)

ஊர்நத்தம் – குடியிருப்பு; கிராமத்தின் ஒரு பகுதி

கள்ளர் பற்று – கள்ளர் வசிக்கும் ஊர்

காடு – சிறிய ஊர் (பிங்.)

காயல் – கடற்கரை ஊர்

கிராமநத்தம் – வீடுகள் கட்டுமிடம்

குடி – ஊர் (திருமுருகு. 196)
குடிக்காடு – ஊர் (பிங்.)
குறிஞ்சி – ஊர் (திவா.)
குறும்பு – ஊர்
கெடி – ஊர் (பிங்.)
கேடகம்/கேடம் – மலைகளை அடுத்துள்ள ஊர்
கோசரம் – ஊர் (பிங்.)
சிற்றூர் – குறிஞ்சி நிலத்து ஊர்
சிறுகுடி – குறிஞ்சி நிலத்து ஊர்
சீறூர் – குறிஞ்சி நிலத்து ஊர்
சும்மை – ஊர் (பிங்.)
சேரி – முல்லை நிலத்தூர்
தசாங்கம் – ஊர்
தாயப்பதி – உரிமைவழி வந்த வாழிடம் (திவ். திருவாய். 6, 8, 9)
நத்தம் – ஊர் (பிங்.)
பக்கணம் – வேடர் வாழிடம் (திவா.)
பகிர்த்தேசம் – மலம் கழிப்பதற்குரிய இடம்
பட்டினம் – சிறிய நகரம்
படப்பை – ஊர்ப்புறம்
படாகை – சாகுபடி நிலத்துக்கருகில் அமைக்கும் குடிசை
பதி – ஊர்
பற்று – சில ஊர்களை அடக்கிய பகுதி
பறைச்சேரி – பறையர் வசிக்கும் ஊர்
பாக்கம் – நெய்தல் நில ஊர்
பாணி – ஊர் (பிங்., சூடா.)
பாழ்ஞ்சேரி – குடியிருப்பற்ற ஊர்
பிரமதேயம் – பிராமணருக்குத் தானமாகக் கொடுத்த ஊர்
புறம் – ஊர்
புல்லிலை வைப்பு – இலை வேயப்பட்ட குடிசைகளின் ஊர்

புறமனை – மேலோர் வாழும் குடியிருப்பு

பூக்கம் – மருதநில ஊர்

பூரியம் – மருதநில ஊர்; அரசர் குடியிருப்பு

பெருங்கிராமம் – ஐநூறு குடும்பங்களுக்கு மேலுள்ள ஊர்

முட்டம் – ஊர்

மூதூர் – பழைய ஊர்

வசதி – மருத நிலத்து ஊர்

வேலி – ஊர்

வைப்பு – ஊர்

அடிச்சேரி – நகரை அடுத்த ஊர்

காமம் – ஊர், குடி

கிராமம் – 100 வீடுகள் அளவுள்ள ஊர் (யாழ். அக.)

கும்பம் – ஒரு கிராமத்தின் காற்பங்குள்ள ஊர் (சுக்கிர நீதி. 27)

இடைக்காலத்தில் ஊர்கள்

பிற்சங்கக் காலம் தொடங்கித் தமிழகத்தில் மூவேந்தர் ஆட்சி வலுவடைந்தது. வேந்தர்கள் வைதிகத்தையும் ஆதரித்து வளர்க்க முற்பட்டனர். பெருங்கோயில்களைக் கட்டினர். வைதிகப் பார்ப்பனர்களைச் சமூகத்தில் உயர்நிலையில் வைத்துப் போற்றினர். வேள்வி, யாகங்கள் மூலம் நாட்டு நலம் பேண முற்பட்டனர். ஒட்டு மொத்தமாகச் சொல்ல வேண்டுமானால் சமயம்வழி தேசியத்தை (*ரெலிஜியஸ் நேசனலிசம்*) கட்டமைத்தார்கள்.

வேந்தர்கள் பிரமதேயங்களில் பிராமணர்களைக் குடி அமர்த்தினர். மேலும், வேளாளர், வைத்தியர், கர்ணம், தச்சர், தட்டார், கொல்லர், உவச்சர், நாவிதர், குயவன், படைக்காவலர், வெட்டியான், அம்பட்டன், புறங்காலி போன்ற தொழில் செய்வோருக்கும் ஊரிருக்கையில் இடம் ஒதுக்கப்பட்டது (ஏஆர்இ 5, 1952-53). இன்னுமொரு கல்வெட்டுப் பதிவில் பிராமணர்களோடு 14 சாதியார் வாழும் கிராமங்கள் உருவாக்கப்பட்ட செய்தியும் கிடைக்கிறது (ஏஆர்இ 277, 1913). இத்தகைய கிராமங்களில் கிராம சபைகளை நிர்வகிக்கும் உரிமைகளை வேந்தர்கள் பிராமணர் களுக்குக் கொடுத்திருந்தனர்.

சோழர்காலக் கல்வெட்டுகளை ஆராய்ந்த கல்வெட்டியல் அறிஞர் நொபொரு கராஷிமா (1995: 77-78) வரலாற்றுப் போக்கில் தென்னகச் சமூகம் எனும் நூலில் பின்வரும் வகையினங்களைக் குறிப்பிடுகிறார்.

ஊர் நத்தம்/ஊரிருக்கை: வெவ்வேறு குடியினரும் வாழும் பல பகுதிகளையும் உள்ளடக்கியது

கம்மாணச்சேரி: கம்மாளர் குடியிருப்புப் பகுதி

ஈழச்சேரி: கள் இறக்குவோர் வாழும் பகுதி

தலைவாய்ச்சேரி: நீர் மேலாண்மை செய்வோர் வாழும் பகுதி

தளிச்சேரி: கோயில் ஊழியம் செய்வோர் (தேவரடியார் உட்பட) குடியிருப்பு

வண்ணாரச்சேரி: துணி வெளுப்போர் குடியிருப்பு

பறைச்சேரி: பறையர் குடியிருப்புப் பகுதி

தீண்டாச்சேரி: தீண்டத்தகாதவர் வாழும் பகுதி

கராஷிமா தம் நூலில் மேற்கூறிய சோழர்காலக் கல்வெட்டு களையும், அரசாணைகளையும், பிற நடைமுறைகளையும் புள்ளியியல் அணுகுமுறையில் ஆராய்ந்தார். இந்த நூலில் 'கிராம சமூகங்கள்: கற்பனையும் உண்மையும்' எனும் ஆறாம் இயல் முக்கியமானது. சோழர் கால அரசாணையில் 'ஊர்' என்ற பொதுச் சொல்லே பயன்படுத்தப்பட்டுள்ளது (மேலது: 70). ஆயினும், தஞ்சைக் கல்வெட்டில் கூறப்பட்டுள்ள 33 ஊர்களில் மூன்று ஊர்கள் (எண்கள் 12, 33, 40) 'நகரம்' எனப்படுகின்றன. வணிக ஊர்களே அந்தக் காலத்தில் நகரம் எனப்பட்டன (மேலது: 70).

இடைக்காலம் வரை பிராமணர்கள் வாழ்ந்த பகுதி 'பார்ப்பனச் சேரி' என்றே அழைக்கப்பட்டது. ஆனால் கராஷிமா தன் நூலில் அதுபற்றிக் குறிப்பிடவில்லை.

பெரிய ஊர்களில் பல்வகைச் சேரிகள் இருந்திருக்கின்றன. நெசவும் வணிகமும் செய்தவர்கள் வாழ்ந்த இடம் 'அறுவை வாணியச்சேரி' எனப்பட்டது (தெஇக XIV, 94). மதுரையில் 'கொற்றவாயில் சேரி' (தெஇக, XXIII, 504), 'மறுகல்வாயில் சேரி' முதலான சேரிகளும் பாண்டிய நாட்டில் இருந்துள்ளன (வேதாசலம், வெ. *பாண்டிய நாட்டு ஊர்களின் வரலாறு*, 2019).

சோழர் கால ஊர்களில் பல வகுப்பார் உண்மையாகவே வாழ்ந்திருந்தனர். ஊரில் அனைத்து வகையான குடியிருப்பு வளாகங்களும் அமைந்திருக்கவில்லை. எடுத்துக்காட்டாக, கம்மாணச்சேரி சில ஊர்களில் மட்டுமே இருந்துள்ளது. இவ்வாறே, கராஷிமா ஆராய்ந்த 40 ஊர்களில் பாதியில் மட்டுமே பறைச்சேரி இருந்துள்ளது. மாறாக ஊர் நத்தம் அல்லது ஊரிருக்கை தான் பல ஊர்களில் இருந்த ஒரே குடியிருப்புப் பகுதியாகும்.

சோழர் காலத்தில் சோதிடர்களுக்கு அளிக்கப்பட்ட 'கணி முற்றூட்டு' என்ற பகுதி ஊர்க் குடியிருப்பில் எந்தப் பகுதியில் இருந்தது என்று கல்வெட்டில் குறிப்பிடப்படவில்லை (மேலது: 72). இதுபோன்று மருத்துவர்களுக்கு இடமளிக்கப்பட்டிருந்தாலும் அவர்கள் எந்தப் பகுதியில் வாழ்ந்தனர் என்று கல்வெட்டு குறிப்பிடவில்லை (மேலது: 72).

சோழர் காலத்தில் தச்சர், குயவர், தட்டார், அம்பட்டர், தலையாரி, மருத்துவர், செக்கார், இடையர், நெசவாளர் முதலானவர்கள் கிராமங்களின் புறத்தே வாழ்ந்தனர். இதற்குக் 'கழனைகள்' என்று பெயர் (க. காசிமாரியப்பன், *கள் மணக்கும் பக்கங்கள்*, 2024).

கராஷிமா கணக்கிட்ட ஊர் எண் 28இல் பறைச்சேரி உழப்பறையரிருக்கும் 'கீழைச்சேரி'என்றும், உழைப்பறையரிருக்கும் 'மேலைப் பறைச்சேரி' என்றும் பாகுபடுகிறது. இடத்தால் பாகு பட்டாலும் இரு பகுதியினரும் உழுதொழிலில் ஈடுபட்டிருந்தனர் என்பதை அறியமுடிகிறது. ஊர்ப்பகுதி மட்டுமல்ல, நீர்நிலைகளிலும் படிநிலைகள் இருந்தன. புலத்திற்குளம் (உழுநிலங்களின் நடுவில் உள்ள குளம்), கழனிக்குளம் (நெல் நிலத்திலுள்ள குளம்), ஊருணிக் குளம் (ஊராருக்குப் பொதுவான குடிநீர்க்குளம்), திருமஞ்சனக்குளம் (புனிதக்குளம்), பறைக்குளக் குழி (பறையருக்கான நீர்க்குட்டை?) என்ற பாகுபாடுகள் இருந்தன. பறையருக்கான தனிக் குளம் என்பது சாதிப் பாகுபாட்டை நீர், ஆதார வெளியிலும் பிரதிபலிப்பதாக இருந்தது (மேலது: 72-73).

முற்சோழர் காலத்தில் வெள்ளான் ஊர்கள் சமூக உடைமையைக் கொண்டிருக்க, பிற்சோழர் காலத்தில் அவ்வூர்கள் தனியார் உடைமையைக் கொண்டவையாக மாறிவிட்டன. நிலக்கிழார்கள்

தோன்றத் தொடங்கினர். பலர் ஒன்றுக்கும் மேற்பட்ட ஊர்களில் சொத்துக்கள் கொண்ட நிலப்பிரபுக்களாக மாற்றமடைந்தனர் (மேலது: 7). இம்மாற்றமானது ஆங்கிலேயர் காலத்தில் வேறு வடிவமாக மாறியது. அதாவது ஆங்கிலேயர்கால மிராசுதார் ஊர்களின் முன்னோடியாகப் பிரமதேய ஊர்கள் இருந்தன. வரலாற்று அறிஞர் அப்பாதுரை என்பவர் வரியிலா ஊருக்குச் சோழர் காலப் பிரமதேய ஊரைத் தொடர்புப்படுத்தியும், வெள்ளான் ஊருக்கு ஆங்கிலேயர் கால ரயத்துவாரி ஊரைத் தொடர்புப்படுத்தியும் ஒப்பிடுவார்.

பிராமணர்க்கென்று தனி ஊர்கள் கிபி 400களிலேயே இருந்தன என்கிறார் கல்வெட்டியல் அறிஞர் எ. சுப்பராயலு. பூலாங்குறிச்சிக் கல்வெட்டை சான்றாகக் கொண்டு இதனைக் குறிப்பிடுகிறார்.

பிரமதேயங்கள்

வேந்தர்கள் பிராமணர்களுக்குத் தானமாக்கிய நிலதானங்கள் பிரமதாயம், பிரமதேயம், மங்கலம், சதுர்வேதிமங்கலம், தேவதானம், மடப்புரம், பள்ளிச்சந்தம் என்றெல்லாம் அறியப் பட்டன. பிராமணரின் நிலங்கள் 'அகரப் பற்று' என்றும் அழைக்கப் பட்டன. சிலப்பதிகாரத்திலேயே (கிபி 300) மறையோர் உறைபதி, மறையோர் இருக்கை பற்றி அறிய முடிகிறது.

வேந்தர்கள் பிரமதேயங்களைத் தானமாக்கிய போது ஊரையும் ஊரிலுள்ள குடிகளையும் சேர்த்தே தானம் கொடுத்தனர். கிபி 5ஆம் நூற்றாண்டு முதல் 15ஆம் நூற்றாண்டு வரை தொண்டை மண்டலத்தில் 165 பிரமதேயங்களும், நடுநாட்டிலும் சோழ நாட்டிலும் 180 பிரமதேயங்களும், பாண்டிய நாட்டில் 205 பிரமதேயங்களும் இருந்தன என்று எ. சுப்பராயலு, பர்ட்டன் ஸ்டீயின், சீ. நீலாவதி முதலான கல்வெட்டு அறிஞர்களும், வரலாற்று அறிஞர்களும் குறிப்பிடுகின்றனர். நல்லூர் எனும் பின்னொட்டுள்ள சில ஊர்களும் பிரமதேயங்களாக விளங்கின என்கிறார் வெ. வேதாசலம்.

ஆய்வாளர் சீ. நீலாவதி என்பவரின் ஆய்வுப்படி (*தஞ்சாவூர் வட்டார வரலாற்று நிலவியலும் சமுதாயமும்*, 2001) சோழர் காலத்தில் சுமார் 892 ஊர்களில் 402 பிரமதேயங்கள் இருந்தன.

அவற்றில் 205 சதுர்வேதி மங்கலங்கள் இருந்தன என்றும், 118 ஊர்ச் சபைகள் எனக் கூடிய ஊராட்சி மன்றங்கள் இயங்கிவந்தன என்றும் அறிகிறோம். இத்தகைய சபைகள் 'ஊர்' என்றே அழைக்கப்பட்டன என்கிறார் நொபொரு கராஷிமா (1995: 21). 'பருடை'என்ற வழக்கையும் குறிப்பிடுகிறார் (மேலது 24). பாண்டிய நாட்டில் கிபி 8-14ஆம் நூற்றாண்டுகளில் ஏறக்குறைய 262 பிரமதேயங்கள் இருந்தன என்கிறார் வெ. வேதாசலம் (2019: 138).

இந்தப் பிரமதேயங்கள் ஏகபோகப் பிரமதேயம், அகரப் பிரமதேயம், அகரம், அக்ரஹாரம் எனப் பலவாறு அழைக்கப் பட்டன. பிராமணக் குடித்தலைவர் ஒருவருடைய மீயாட்சி (மேலாண்மை) உரிமையில் இருந்ததால், அது 'ஏகபோகப் பிரமதேயம்' எனப்பட்டது. பிரமதேயங்கள் பிராமணர்களுக்கு மட்டும் வழங்கப்பட்டதால் அவை, 'தனியூர்' எனவும் கூறப் பட்டன. பிராமணர் குடியிருப்புகள் அகரம், அக்ரஹாரம் எனவும் அழைக்கப்பட்டன.

அரசன் முடிசூடிக் கொண்டபோது வேதங்கள் ஓதி கடமை யாற்றியதற்காக வழங்கப்பட்ட தட்சணை 'சாசன மங்கலம்' என அழைக்கப்பட்டது. பிராமணர்களின் உபநயனச் சடங்குகளுக்காக வழங்கப்பட்ட பிரமதேயத்தை 'உபநயன மங்கலம்' என்றனர். வேள்வி இயற்றப்பட்ட ஊர் 'வேள்விக்குடி' எனப் பெயர் பெற்றது.

பிரமதேயத்தில் அமைக்கப்பட்ட பிராமணர் குடியிருப்புகள் பல சேரிகளாகப் பிரிக்கப்பட்டன. இவற்றில் பங்கினைப் பெற்ற பிராமணர்கள் ஒவ்வொருவரும் பங்கிற்கு ஒரு மனையைப் பெற்று வாழ்ந்தார்கள். சேரி என்ற சொல் பிரமதேயத்தின் குடியிருப்பில் ஒரு பகுதி, பிரிவு (வார்டு)என்ற பொருளிலேயே ஆளப் பட்டிருக்கிறது. பாண்டிய நாட்டில் சோழாந்தகச் சதுர்வேதி மங்கலம், இராச ராசச்சதுர்வேதி மங்கலம் போன்றவை பன்னிரண்டு சேரிகளாகப் பிரிந்திருந்தன. இவற்றில் சோழாந்தகச் சதுர்வேதி மங்கலம் போன்ற இடங்களில் ஒன்றாஞ்சேரி, இரண்டாஞ்சேரி என்று சேரிகளுக்கு எண்களே பெயராக இடப்பட்டு அழைக்கப்பட்டன.

சோழர்களால் ஏற்படுத்தப்பட்ட முள்ளி நாட்டு இராசராசச் சதுர்வேதிமங்கலத்தில் இருந்த சேரிகளுக்குச் சோழர்களின்

தொடர்புடைய பெயரிட்டு அழைக்கப்பட்டன. இவை இராசராசச் சோழச்சேரி, மும்முடிச்சோழச்சேரி, உத்தம சோழச்சேரி, அருமொழிதேவச் சேரி, நித்தவினோதச்சேரி, சோளேந்திர சிங்கச்சேரி, சுந்தர சோழச்சேரி, வானவன்மாதேவிச்சேரி, பஞ்சவன் மாதேவிச்சேரி, ஒலொக மாதேவிச்சேரி என்று அழைக்கப்பட்டன. சில இடங்களில் ஊர்ப்பகுதி பல கண்டங்களாகப் பிரிக்கப்பட்டன. சேரிகளாகவும் கண்டங்களாகவும் பிரிக்கப்பட்ட குடியிருப்பில் எண்ணிடப் பெற்ற தெருக்கள் இருந்தன. இவற்றிலிருந்த வீடுகள் கீழ்ச்சிறகு, மேல் சிறகு என்று திசையை வைத்து அழைக்கப் பட்டன.

பல்லவ மன்னன் நந்திவர்மன் 11 (ஏறக்குறைய கிபி 731-796) கொடுகொல்லி எனும் கிராமத்தை ஜேஷ்டபாத சோமயாஜி எனும் வேத விற்பன்னருக்கு 'ஏகாதீரமங்கலம்' என்கிற புதிய பெயரில் தானம் கொடுத்தார் (மீனாட்சி, சி. 1977: 177).

பிரமதேயங்களில் குடியமர்ந்த பிராமணர்கள் வேந்தர்கள் தானமளித்த விவசாய நிலங்களைப் பயிரிட முடியவில்லை. அவர்களுக்கு விவசாயம் தெரியாது. அதனால் விவசாயிகளைக் கொண்டே பயிரிட்டனர். நிலவுடைமைப் பிராமணர்களிடம் குடிகளாக அமர்ந்து அவர்களின் நிலங்களைப் பயிரிட்டதால், அவ்வகை விவசாயிகளுக்கு 'குடியானவர்' எனும் வழக்கு ஏற்பட்டது. இந்த இந்தப் பிராமணக் குடும்பங்களுக்கு இவர் இவர் குடியாக ஆனவர் எனும் பொருளில்தான் குடியானவர் எனும் சொல் வழக்கு தோன்றியது. இதனால் பிரமதேயங்களில் 'நிலவுடைமையாளர்', 'நிலத்தில் உழைப்போர்' எனும் இரு வகைப் பிரிவினர் காணப்பட்டனர். சங்க காலத்தில் நிலவிய 'உழுதுண்போர்', 'உழுவித் துண்போர்' எனும் பாகுபாடு இடைக் காலத்திலும் காணப்பட்டது.

பிரமதேயங்களில் பயிரிட்டுவந்த விவசாயிகள் 'கடமை' எனும் வரியை அரசுக்குச் செலுத்திவந்தனர். வரிநிலுவை ஏற்பட்ட போது நில உரிமையாளராகிய பிராமணர்களைக் கைது செய்யாமல், விவசாயப் பெருங்குடியினரைக் கைதுசெய்து சிறையில் அடைத்தனர் (மேலது: 15). ஒரு காலக்கட்டத்தில் சில பிராமணர்கள் 'பேர் கடமை' எனும் வரியை அரசுக்குச் செலுத்தி வந்தனர்.

பிராமணர்கள் பிரமதேயங்களில் வாழ்ந்து வந்தாலும் பொது மக்கள் தமிழ் மரபுப்படி பேச்சுவழக்கில் அந்த இடங்களைப் 'பிராமணச் சேரி' என்றே அழைத்தனர். இங்குச் சாணர்கள் உள்ளிட்ட இன்னும் பல சாதியினரும் வாழ்வதற்குத் தடைவிதிக்கப் பட்டிருந்தது.

தமிழகத்தில் பிராமணர்கள் ஏழாம் நூற்றாண்டிலிருந்து பெருமளவு குடியமர்த்தப்பட்டனர். அப்போது பிரமதேயங்கள் உருவாக்கப் பட்டதற்கு மக்கள் எதிர்ப்பு காட்டியுள்ளனர். இதைத் தளவாய்புரம் செப்பேடு கூறுகிறது. புதிய பிரமதேயங்கள் வெள்ளான் வகை ஊர்களைப் பெரிதும் பாதித்ததால், அந்த நிலங்கள் பிராமணர்களிடமிருந்து திரும்பப் பெறப்பட்டது என்று வேள்விக் குடிச் செப்பேடு தெரிவிக்கிறது (EI. VA. XVII, No. 16, 298-304).

முடியாட்சிக் காலத்துக் கிராமங்களைக் காணும்போது பிரமதேயங்களைக் காட்டிலும் பழமையானவை வெள்ளான் வகை ஊர்கள் (வெள்ளான் ஊர்கள்). இந்த வகை ஊர்களின் வளர்ச்சி முறையை ஆராய்வதால் தென்னிந்தியக் கிராமச் சமூகத்தின் வளர்ச்சியை அறிய முடியும். சோழராட்சியின் அதிகாரக் கட்டமைப்பைப் புரிந்துகொள்வதற்கு அக்கால ஊர்களைப் பற்றிய ஆய்வை நொபொரு கராஷிமா *வரலாற்றுப் போக்கில் தென்னகச் சமூகம்; 1 சோழர் காலம் (850-1300)* எனும் நூலில் (1995) செய்துள்ளார்.

சோழர்கால ஊர்களை அறிய உதவும் மூலச் சான்றுகள் கல்வெட்டுகள் மட்டுமே. இவை கோயில் கொடை பற்றிப் பேசுவதால், பிரமதேயங்களைப் பற்றிப் பேசுமளவிற்கு வெள்ளான் ஊர்களைப் பேசவில்லை (மேலது: 22).

அந்தக் காலத்தில் பிரமதேயங்களைவிட வெள்ளான் ஊர்களே அதிகமாகும். ஆகவே வேந்தர்கள் இத்தகைய ஊர்களைத் தம் கட்டுப்பாட்டுக்குள் வைத்திருக்க விரும்பினார்கள். பிரமதேயங்கள் சிறுபான்மையாகவே இருந்தன. இவை அரசர்களால் ஏற்படுத்தப் பட்டவை என்பதால், அரசின் அரவணைப்பு எப்போதும் இருந்தது. அரசர்களுக்கும் பிராமண ஊர்களுக்கும் நெருங்கிய உறவு இருந்தது.

சோழராட்சியில் ஊர்களே மிகச் சிறிய நிர்வாக அலகாகும். நிர்வாகத்தின் பொருட்டுச் சோழர் தேசம் மேலிருந்து கீழாகப் பிரிவுகள் உருவாக்கப்பட்டன. மண்டலங்கள் வளநாடுகளாகவும், வளநாடுகள் நாடுகளாகவும், ஒவ்வொரு நாடும் சில ஊர்களாகவும் நிர்வாகம் செய்யப்பட்டது என்கிறார் நொபொரு கராஷிமா.

ஒரு கட்டத்தில் தஞ்சை மாநகரமானது 'உள்ளாலை' என்றும், 'புறம்பாடி' என்றும் இரண்டு பகுதிகளாக இருந்தது. உள்ளாலையில் அரண்மனையும், முக்கியச் சாதிகளின் குடியிருப்புகளும் இருந்தன. புறம்பாடியில் பலவகைப் பணியாளர்கள் வாழ்ந்தனர் (கே. கே. பிள்ளை, *தமிழக வரலாறு: மக்களும் பண்பாடும்* 1972: 322).

வித்யாபோகம் - சரஸ்வதி பண்டாரகம்

தமிழகத்தில் சிவபிராமணர்களும், வைணவப் பிராமணர்களும் தனித்தனி வாழிடங்களில் வாழ்ந்தனர். மேலும், பிராமணர்களில் ஒருசாரார் 'ஓதுவார்' என அழைக்கப்பட்டனர். இவர்களில் பலர் மந்திரங்கள் ஓதி பிழைப்பு நடத்தி வந்தனர். இந்த அர்ச்சகர்களில் சிலர் வேத பாடசாலைகளில் வேதாந்தத்தையும், இந்துமத நெறிகளையும் பிராமண மாணவர்களுக்குக் கற்பித்துவந்தனர்.

இவ்வாறு வேத பாடசாலைகளில் பணிபுரிந்த பிராமணர்களுக்கு உதவ 'வித்யா போகம்' எனக் கூடிய கிராமங்களை அரசர்கள் வழங்கினார்கள். இந்தக் கிராமங்களிலிருந்து வரும் வருமானத்தைக் கொண்டு பிராமணர்கள் வாழ வகைச் செய்யப்பட்டது. பல இடங்களில் கோயிலோடு சேர்ந்து வேத பாடசாலைகள் செயல்பட்டன.

கோயில்கள் மட்டுமல்ல, பத்தாம் நூற்றாண்டில் பல்வேறு மடங்கள் தோற்றுவிக்கப்பட்டன. இங்குச் சமயச் சொற்பொழிவுகள் நிகழ்ந்தன. கூடவே இலவச உணவகம், மருத்துவச் சேவையும் கிடைத்தன.

பல மடங்களில் 'சரஸ்வதி பண்டாரகம்' என்றழைக்கப்பட்ட நூலகங்கள் இயங்கின. இங்கு ஓலைச் சுவடிகள் தயாரிக்கும் பணியும், அவற்றைப் பாதுகாக்கும் பணியும் நடைபெற்றன.

பிரமதேயங்களின் முன்வடிவம்

சங்ககாலம் வீரயுகக் காலம். சீறூர் மன்னர்கள், முதுகுடி மன்னர்கள், குறுநில மன்னர்கள் ஆகியோருக்கிடையே தொறுப் பூசல்கள் அடிக்கடி நடக்கும். சங்க காலத்தில் நிகழ்ந்த தொறுப் பூசல் வேறு, போர்கள் வேறு என்பதைக் கவனத்தில் கொள்ள வேண்டும் என்பார் ர. பூங்குன்றன்.

ஆநிரை கவர்தலும் ஆநிரை மீட்டலும் (தொறுப் பூசல்) மிக முக்கியமான ஆகோள் பூசல்களாகும். கூடவே எதிரி நாட்டி லிருந்து கொள்ளையடித்தலும் மிக முக்கியமான செயல்பாடு களாகும். தொறுப் பூசல்களில் பெரும் வெற்றி காணும் வீரர்களுக்கு அக்காலத்தில் மன்னர்கள் நிலங்களையும் கிராமங்களையும் தானமாக வழங்கினார்கள்.

போரில் வெற்றிபெற்ற போர்த் தளபதிகளுக்கு மன்னர்கள் வழங்கிய நில தானங்கள் வீரர்களுடைய தேவைக்கும் அதிக மாகவே இருந்தது. கேரள வரலாற்றறிஞர் எம். ஜி.எஸ். நாராயணன் 'சங்க காலத்தில் போர் மறவர் வாழிடங்கள்' (வாரியர் செட்டில் மெண்ட்ஸ் இன் த சங்கம் ஏஜ், 1982) எனும் கட்டுரையில் இதுபற்றி விவாதிக்கிறார்.

சீறூர் மன்னர்கள், முதுகுடி மன்னர்கள் முதலான குடித் தலைவனாட்சி (சீஃப்டன் ரூல்) முறை நடந்துகொண்டிருந்த ஆரம்பக்கால நிலமானிய முறையில் போரில் ஈட்டிய வெற்றிக் காக நிலங்களைத் தானமாகப் பெற்றார்கள் (புறம். 285: 14-17, புறம். 297: 7-8, புறம். 312-4).

இதனையே பின்னாளில் வேந்தர்கள் தேசத்தின் ஆட்சி சிறப்படைவதற்கு, வேள்விகள் செய்தும் கோயில்களைப் பராமரிப்பு செய்தும் வந்த பிராமணர்களுக்குப் பிரமதேயங்களை வழங் கினார்கள். பிரமதேயங்களுக்கு ஒரு முன்வடிவம் போர்வீரர்கள் பெற்ற தானம் என்பதை நாம் இங்குக் கருத்தூன்றிக் கவனிக்க வேண்டும்.

ஆரம்பக் கால நிலமானிய முறையிலும் சரி, வளர்ச்சி பெற்ற நிலமானியத்திலும் சரி 'மறுபங்கீடு' (ரீடிஸ்ட்ரிபூஷன்) என்பது மிக முக்கியமான பொருளாதாரச் செயல்பாடாக இருந்தது.

மன்னனிடம் வந்து சேர்ந்த/குவிந்த பொருட்களையும் நிலங் களையும் படைத் தளபதிகளுக்கும் வேள்வி, யாகம் செய்யும் பிராமணர்களுக்கும் மீளத் தருதல் மன்னனின் கடமையாக இருந்தது. நிலமானிய ஆட்சி முறையின் ஓர் அம்சமாகப் பிரமதேயங்கள் விளங்கின.

சேரி

சங்க காலத்தில் 'சேரி' என்பது ஒரு பொது வழக்கு என்பதைக் கண்டோம். வாழிடம் என்பதே அதன் பொருள். பேரூர், மூதூர் களில் பல தொழில்கள் செய்தவர்கள் தனித்தனியான சேரிகளில் வாழ்ந்தார்கள். பார்ப்பனச் சேரி முதல் பாண்சேரி வரை பல வகையான சேரிகளைக் கண்டோம்.

இடைக்காலத்தில்தான் தீண்டாமை உருவானது. பண்டைத் தமிழ் இலக்கியங்களோ, ஆரம்பக் காலக் கல்வெட்டுகளோ தீண்டாமை எப்போது தோன்றியது என்று தெளிவாகக் குறிப்பிட வில்லை. திருவள்ளுவர் விலங்குகளை உணவுக்காகக் கொன்று தின்போரைப் புலையர் (குறள். 329) என்று குறிப்பிடுகிறார். இடைக் காலத்தில் 'புலைச்சேரி'எனும் வழக்கு பரவலாகி விட்டது. இந்த மக்கள் ஊன் உண்டனர், தோல் பதனிட்டனர் (ராஜம், வீ. எஸ். *சங்கப் பாடல்களில் சாதி, தீண்டாமை, இன்ன பிற,* 2015).

கிபி 5-6ஆம் நூற்றாண்டுகளில் தீண்டத்தகாதார் எனும் வழக்கு உருவாகிவிட்டது. நந்தனார் சரித்திரமும் (பெரியபுராணம்), மணிமேகலையும் (மணி. 13: 19) புலையர்களை இழிசனராகக் காட்டுகின்றன. புலைப் பெண்கள் உணவோடு குடிப்பழக்கத் தையும் கொண்டிருந்தனர் என்கிறது சேக்கிழார் பெரிய புராணம் (1055). சங்க காலத்தில் குடிப்பழக்கம் இழிநிலை பெறவில்லை. ஆனால் வள்ளுவம், மணிமேகலை, சிலப்பதிகாரத்தில் இழி வானதாக மாற்றப்பட்டுவிட்டது.

பெரியபுராணத்தின்படி பறையர் தோற்கருவி வாசிப்பவராக அறிய முடிகிறது. இவர்கள் ஊரில் பொது அறிவிப்பு செய்பவராக மங்கள விழாக்களிலும், இறுதிச் சடங்குகளிலும் பறையடிப் பவராக இருந்துள்ளனர் (பெரியபுராணம், திருநாளைப் போவார்

புராணம் 1046-1057). ஆசாரக்கோவையும் புலையர், பறையரின் தாழ்ந்த நிலையைப் பேசுகிறது.

பண்டைத் தமிழகத்தில் 'சேரி' என்பது வாழிடம் என்பதற்கான ஒரு பொதுப் பெயராகவே இருந்தது. பார்ப்பனர் வாழ்ந்த இடம் 'பார்ப்பனச்சேரி' எனவும், பறையர் வாழ்ந்த இடம் 'பறைச்சேரி' எனவும் அழைக்கப்பட்டன. இவ்வாறே கம்மாளர்கள், புலையர்கள் வசித்துவந்த பகுதிகள் கம்மாணச்சேரி, புலைச்சேரி எனப் பெயர்பெற்றன. கோயில்களில் நடனமாடும் தளிப்பெண்டுகள் வாழ்ந்த இடம் தளிச்சேரி எனப்பட்டது.

10-13ஆம் நூற்றாண்டுகளில் சாதிப்படிநிலை இறுக்கமடைந்தது. செங்கம் கல்வெட்டு ஒன்று 1276இல் 'அந்தணர் தலையாக அரிப்பன் கடையாக' என ஒரு விரிவான சாதிப் படிநிலையைப் பதிவிடுகிறது (தெஇக 7: 118, கராஷிமா -சுப்பராயலு, தமிழகத்தில் சாதி உருவாக்கமும் சமூக மாற்றமும், 2017). குடுமியான்மலைக் கல்வெட்டு 'அந்தணன் தலையாகப் பள்ளன் கடையாக' என்று கூறுகிறது (மேலது: 40). கிபி 10-13ஆம் நூற்றாண்டுகளில்தான் சாதி ஒரு படிநிலை நிறுவனமாக முழுமை அடைந்ததைக் காண்கிறோம் (மேலது: 14).

முதலாம் இராசராசனுடைய கல்வெட்டொன்றில் 'தீண்டாச் சேரி' எனும் குறிப்பு உள்ளது. புதுச்சேரி பாகூரில் இராசராசன் கட்டிய திருமூலநாதர் கோயிலிலுள்ள கல்வெட்டில் 'தீண்டாதார்' எனும் குறிப்பு உள்ளது.

வைதிகம் தமிழகத்தில் காலூன்றி வளர்ந்து ஆதிக்கம் செலுத்திய காலத்தில் பௌத்தத்தைக் கைவிடாமல் கடைபிடித்து வந்தோர் மீது தாக்குதலும் ஒடுக்குதலும் நடைபெற்றன. அப்போது அவைதிக மக்கள் ஊரின் கிழக்கே தனிப் பகுதியில் விலகி வாழ முற்பட்டனர். தம் பழைய அவைதிக மதக் கோட்பாடுகளைக் கைவிடாமல் பின்பற்றி வாழ முற்பட்டனர். அத்தகைய தனித்த வாழிடங்கள் பின்னாளில் 'சேரி' எனும் வழக்குடன் அழைக்கும் முறை தோன்றியது.

ஊரும் சேரியும் இட ரீதியில் விலகியவை. ஆனால் செயல் ரீதியில் ஒன்றிணைபவை. சேரி மக்களின் சேவைத் தொழில்கள் இல்லாமல் ஊரின் அசைவியக்கம் முழுமை பெறுவதில்லை;

நிறைவடைவதில்லை. தொண்டூழியச் செயல்களால் இணையும் சாதிகள் இடத்தால் ஒன்றிணைவதில்லை.

ஊர் பொதுவாக மேற்கேயும் சேரி கிழக்காகவும் அமைந்துள்ளன. சுடுகாடு வடக்கே உள்ளது. குக்கிராமத்தின் வசிப்பிடங்களைப் பற்றி எஸ். நீலகண்டன் பேசும்போது, 'ஆரம்பத்தில்... நிலக் கிழார்கள் மேற்குப் பகுதியிலும் விவசாயத் தொழிலாளர்கள் கிழக்குப் பகுதியிலும் குடியேறினார்கள். அந்தக் கிழக்குப் பகுதி 'கிழக்காலூர்' என்று பெயர்பெற்று விளங்குகிறது' (நீலகண்டன், எஸ்., ஒரு நகரமும் ஒரு கிராமமும், 2008) என்கிறார்.

சேரி கிழக்காக அமைக்கப்பட்டதற்கு ஒரு காரணம் அதன் தாழ்வான நிலையாகும். பொதுவாக நில அமைப்பில் மேற்கு உயர்ந்ததாகவும், கிழக்குத் தாழ்வாகவும் இருக்கும். இத்தகைய அமைப்பு சமூகத்தின் உயர்வு, தாழ்வுக்குத் தேவைப்படுகிறது. அடித்தளச் சாதியார் மேற்குப்புறம் வாழ்ந்தால் அவர்கள் பயன்படுத்தும் அழுக்கு நீர் கிழக்கு நோக்கி ஓடிவரும். அது உயர் குடியினருக்குத் தீட்டு ஆகிவிடும். அதனால்தான் ஊர் மக்கள் அடித்தள மக்களைக் கிழக்காக அமர்த்திவிட்டனர். அவர்கள் பயன்படுத்தும் நீர் கிழக்காகவே சென்றுவிடும். வாழிட உருவாக்கத்தில் பூகோளக் கூறுகளும் பௌதிகக் கூறுகளும் பஞ்சபூதக் கூறுகளும் சமூகப் படிநிலையோடு கணக்கிடப்பட்டதை இதன் மூலம் அறிகிறோம்.

கொங்கு வட்டார நாவலான *தொட்டிக்கட்டு வீடு* நாவலில் 'பறைவளவு ஊருக்குக் கிழக்கிலும், சக்கிலி வளைவு ஊருக்கு மேற்கிலும் இருந்தன. ஒவ்வொன்றிலும் ஏறத்தாழ 20-25 குடிசைகள் இருந்தன.' கொங்கு நாட்டின் 24 உள்நாடுகளிலும் இத்தகைய போக்கைக் காணலாம்; சக்கிலிக்குடியினர் ஊரின் கிழக்கே வசித்ததைப் *பிறகு நவலில்* பூமணி காட்டுகிறார்.

தீண்டாமையைத் தத்துவ ரீதியாகவும் கருத்தியல் ரீதியாகவும் அணுகும் கோபால் குரு, சுந்தர் சருக்கய் (2012) கருத்துகள் இங்கு நோக்கத்தக்கவை. 'தீண்டாமை என்பது அசுத்த நிலை சார்ந்தோ அசுத்தமான தொழில்கள் சார்ந்தோ வடிவமைக்கப்பட்டது அல்ல. எவ்வாறு ஒரு சந்நியாசி அவருடைய தீண்டா உணர்வுக்கு ஒரு பொருளை உருவாக்கும் விதமாக அவரே அந்தப் பொருளாகி பார்ப்பனர்களாலும் தீண்டப்பட முடியாதவராகிறாரோ அதுபோலவே,

பார்ப்பனர் வகைப்பாடு அதன் தீண்டா உணர்வுக்கு ஒரு பொருளாக ஒரு வகைப்பாட்டை உருவாக்க வேண்டியுள்ளது. அதாவது சந்நியாசி நிலை பார்ப்பனர்களுக்குப் பின்துணையாகிறது (சப்ளிமெண்டேஷன்) என்றால் தீண்டப்படாதவர்கள் பார்ப்பனர் களுக்குப் பின்துணையாகிறார்கள்.

இதைத்தான், தீண்டப்படாதவர்கள் என்று ஒரு பின்துணை யாக்கச் சமூகத்தை உருவாக்குவது என்பது பார்ப்பனர்கள் 'சுத்தமான' தீண்டப்படாதவர்கள் என்ற நிலையை அடைய முடியாத போதாமையின் விளைவுதான் என்கிறார் சருக்கய். பார்ப்பனர் வகைப்பாடு 'சுத்தமான தீண்டப்படாதவர்கள்' என்ற சுமையைச் சுமக்காமல் இருப்பதற்குத் தீண்டப்படாத சமூகம் என்று ஒரு பின் துணையாக்கச் சமூகத்தை உருவாக்குவது மிக அவசியமான ஒன்றாகிறது. இப்படியாக, தீண்டப்படாத சமூகம் என்று பின்துணையாக்கப்பட்ட ஒரு சமூகம் உருவாக்கப்படாமல் இருந்தால், பார்ப்பனர்கள் என்ற ஒரு சமூகம் உருவாகியிருக்க முடியாது' (குரு - சருக்கய் *கிராக்டு மிர்ரர்ஸ்*, 2012).

சருக்கய்யின் இந்த நிலைப்பாட்டைத் தர்மாரண்ய புராணத்தை வீணா தாஸ் வாசிப்பதோடு பொருத்திப் பார்க்க வேண்டியுள்ளது. இந்தப் புராணத்தில் பார்ப்பனர்கள் தங்களைக் குழுமங்களாக (கிரகஸ்தர்களாக) வரையறுத்துக் கொள்வது தீண்டப்படாதவர்கள் என்ற வகைப்பாட்டை உருவாக்குவதன் மூலமாகத்தான். ஒரு சந்நியாசியும் கிரகஸ்தனும் எவ்வாறு தலைகீழாக்க உறவைக் கொண்டிருக்கிறார்களோ, அதுபோலவே பார்ப்பனர்களும் தீண்டப்படாதவர்களும் தலைகீழாக்க உறவைக்கொண்டிருக் கிறார்கள் (விரிவுக்குக் காண்க, *கிராக்டு மிர்ரர்ஸ்*, 2012).

இடைக்காலத்தில் இடப்பெயர்கள்

இடைக்காலத் தமிழ்நாட்டில் ஊரைக் குறிக்கப் பல சொற்கள் பயன்படுத்தப்பட்டன. இந்தச் சொற்களில் முன்னொட்டு, இடைப் பகுதி, பின்னொட்டு ஆகிய மூன்று பகுதிகள் உள்ளன. இவை உணர்த்தும் பொருண்மைகள் பலவாகும். கிபி 600 முதல் கிபி 1400 வரையுள்ள பாண்டிய நாட்டுக் கல்வெட்டுகளை ஆராய்ந்து எழுதிய *பாண்டிய நாட்டு ஊர்களின் வரலாறு* (2019) எனும் நூலில் வெ. வேதாசலம் பின்வரும் போக்குகளைக் காண்கிறார்.

குடியிருப்புகளை அடிப்படையாகக்கொண்டு குறிச்சி, பள்ளி, பாடி, பதி, இருக்கை, சேரி, கோட்டை, நத்தம், விளாகம், அம்பலம், வீடு போன்ற பின்னொட்டுகள் ஊர்ப்பெயர்களில் காணப்படு கின்றன. நீர்நிலைகளின் பெயர்கள் பின்னொட்டுகளாக அமைந் துள்ளன. ஏரி, குளம், அம்பல், ஏம்பல், கழி, ஆலம், ஆறு, ஓடை, துறை, கரை, துருத்தி முதலானவை இவற்றுள் முக்கியமானவை.

நிலம் சார்ந்த பல்வேறு கூறுகள் ஊர்களின் பின்னொட்டுகளாக இருக்கின்றன. வயல், பட்டு, பற்று, குழி, காணி, வேலி, ஏற்று, பேரளம் முதலானவை இத்தகைய வகையினத்தில் மிகுதியும் காணப்படுகின்றன. மலை, குன்று முதலிய இடங்களில் காணப் பட்ட ஊர்ப் பெயர்களில் மலை, குன்றம், கோடு, கிரி, அறை, பாறை போன்ற பின்னொட்டுகளைக் காணலாம்.

காடும் காடு சார்ந்த பகுதிகளில் சுரம், காடு என முடியும் பின்னொட்டுகள் பெரிதும் காணப்படுகின்றன. சில பகுதிகளில் பாலை, புளி, பனை முதலான பின்னொட்டுகளைக் காண்கிறோம். இவ்வூர்கள் வறண்ட பகுதிகளாக இருந்திருக்கும்.

இடம் சார்ந்த பொருண்மைகளைக் காட்டும் வகையில் அகம், இல், நிலை, தானம், பாட்டம், பாடு, களம், தலை, கால், வாய், வாயில், பேரை, பேர், வழி, வலம், இடம் போன்ற பின்னொட்டுகள் காணப் படுகின்றன. இவ்வாறான சில பொதுத் தன்மைகளைக் கல்வெட்டுச் சான்றுகளின் மூலம் வேதாசலம் (2019: 26) சுட்டிக்காட்டுகிறார். மேலும், இந்தத் தரவுகளிலிருந்து பின்வரும் மிகச் சுருக்கமான ஒரு பொதுமைப்பாட்டையும் குறிப்பிடுகிறார் (மேலது: 27).

பின்னொட்டுகள் குறிப்பிடும் குடியிருப்பு வகைகள் வருமாறு:

ஊர் - வேளாண் குடியிருக்கை

குடி - வேளாண் குடியிருக்கை

நல்லூர் - வேளாண் குடியிருக்கை

மங்கலம் - **பிராமணர் குடியிருக்கை**

சதுர்வேதிமங்கலம் - பிராமணர் குடியிருக்கை

புரம் - வணிகர் குடியிருக்கை (நகரம்)

பட்டினம் - வணிகர் குடியிருக்கை (நகரம்)

பெருந்தெரு - வணிகர் குடியிருக்கை (நகரம்)

பற்று - படைவீரர் குடியிருக்கை (படைப்பற்று/வன்னியப் பற்றுப் பரிக்கிரகம்)

மேலே உள்ள ஊர்ப் பெயர்களில் 'ஊர்', 'குடி' ஆகிய பின்னொட்டு களில் அமையும் பெயர்கள் வேளாண்மை வளர்ச்சியைக் காட்டுபவை. சங்க காலத்திலேயே மருதத் திணையில் ஊர் என முடியும் சிறூர், பேரூர், மூதூர் ஆகிய பெயர்களைக் கண்டோம். இடைக்காலத்திலும் இந்தப் பெயர்கள் வேளாண் ஊர்களைச் சுட்டி நிற்கின்றன. நல்லூர் என முடியும் ஊர்கள் கோயிலுள்ள ஊர் களாகவும், சமய வளர்ச்சி சார்ந்த ஊர்களாகவும் இருந்திருக்கின்றன.

மங்கலம், சதுர்வேதிமங்கலம் எனும் பின்னொட்டுப் பெயர்கள் பிராமணர் குடியேற்றத்தையும் வேத சமய வளர்ச்சியையும் காட்டுபவை. புரம், பெருந்தெரு, பட்டினம் முதலான பின்னொட்டுகள் வணிக ஊர்களின் வளர்ச்சியைக் காட்டுகின்றன. படைப்பற்று, அல்லது பற்று என முடியும் இடப்பெயர்கள் படைவீரர்களின் குடியிருக்கையைக் காட்டுபவை.

சங்க காலத்திற்குப் பின்னர் ஏற்பட்ட வேளாண் வளர்ச்சி, சமய வளர்ச்சி, வணிக வளர்ச்சி ஆகியவற்றின் பிரதிபலிப்புகள் பிராமணர், வேளாளர், வணிகர் ஆகியோரின் குடியிருக்கைகளிலும் காணலாம். படைவீரர்களும் தனித்த அடையாளங்களுடன் முக்கியத்துவம் பெற்றிருந்தார்கள்.

மேற்கூறிய தன்மைகளுடன் விளங்கிய குடியிருக்கைகளுடன் பின்வரும் பண்புகளையும் காணலாம்.

தனியூர். சோழ நாட்டில் பிரமதேயங்கள் பல வெள்ளான் வகை நாடுகளிலிருந்து பிரிந்து தனியுரிமையுடைய பல பிடாகை களைக்கொண்ட ஊர்களாக விளங்கின. இவை வேளாண் சமூக நாடுகளின் நாட்டாண்மையில் அடங்காமல் தனித்துச் செயல்பட்டன. அரசனின் நேரடிக் கண்காணிப்பிலும் ஆதரவிலும் இவை இருந்தன. இதனால் இந்த ஊர்கள் தன்கூறு, தனியூர் என அழைக்கப்பட்டன (வேதாசலம், வெ. 2019: 130).

பிடாகை. பிரமதேயங்கள் காலப்போக்கில் விரிவடைந்தபோது அவற்றையொட்டி இருந்த வெள்ளான் வகை ஊர்கள் 'பிடாகை' (*ஹாம்லெட்*) எனும் பெயரில் பிரமதேயங்களோடு

சேர்க்கப்பட்டன. இதனால் பிடாகைகளின் நிலபுலங்களும் நிர்வாகமும் பிரமதேயத்தின் கட்டுப்பாட்டிற்குள் வந்தன. பதிமூன்றாம் நூற்றாண்டில் முள்ளி நாட்டு இராசராசச் சதுர் வேதி மங்கலத்தைச் சார்ந்து 21 பிடாகைகள் இருந்தன. இதுவே பாண்டிய நாட்டில் அதிக அளவில் பிடாகைகளைப் பெற்றிருந்த பிரமதேயமாகும் (மேலது: 117).

ஊர், நகரமானபோது அந்த நகரைச் சார்ந்திருந்த ஊர்கள் அதன் பிடாகையாக மாறின. அதாவது, நகரத்தின் ஒரு பகுதியாக உள் வாங்கப்பட்டது. ஒரு நகரத்திற்கு ஒன்றுக்கும் மேற்பட்ட பிடாகைகள் இருந்தன. பிடாகைகளின் நிலங்களை மடத்திற்கும் கோயிலுக்கும் விலைப்பொருள் பெற்றுக்கொண்டு நகரத்தார் விற்றுக் கொடுத்துள்ளனர் (மேலது: 230). பிரமதேயத்தில் இருந்த பிராமண நிலவுடைமையாளர்கள் பிடாகைகளில் இருந்த குடியானவர்களிடமிருந்து வரிகள் வாங்கினர் (மேலது: 117).

நியமம். சங்க காலத்திலேயே மூதூர்களிலும், மதுரை, புகார் போன்ற நகரங்களிலும் வணிகர்கள் கடைத்தெருக்களில் குடியிருந்து வணிகம் செய்தார்கள். இவை 'நியமம்', 'ஆவணம்' என்றழைக்கப்பட்டன (மலைபடு. 480, மதுரை. 365-366; அகம். 83). வணிகக் குடியிருப்புகளுடன் விளங்கிய *நிகமா* எனும் பகுதியே நியமம் என்று தமிழில் வழங்கப்பட்டது. இதன் தூய தமிழ் வடிவம் 'ஆவணம்' எனப்பட்டது (பதிற். 68; நெடுநல். 42-48; அகம். 122, 227).

வணிகர்களின் நிகமங்கள் சங்க காலத்தில் நியம மூதூர் என்றழைக்கப்பட்டதைக் காண்கிறோம் (அகம். 83). இது 'மூதூர்ப் பொன்னுடை நியமம்' (பதிற். 15), 'இருபெரு நியமம்' (மதுரை. 365-366), 'விழுப்பெரு நியமம்' (மலைபடு. 480), 'நெடுங்கொடி நுடங்கும் நியமம்' (நற். 40), 'கள்ளுடை நியமம்' (பதிற். 28), 'மல்லல் ஆவணம்' (அகம். 122) என்றெல்லாம் குறிக்கப்பட்டதையும் காண்கிறோம்.

சங்க காலத்தில் நியமம் எனும் பெயரில் வணிகக் குடியிருப்பு களில் செயல்பட்ட கடைத் தெருக்கள் சங்க காலத்திற்குப் பிறகு பேரங்காடி, பெருந்தெரு, புரம், பட்டினம் எனும் பெயர்களில் வளர்ச்சியடைந்தன.

பின்னாளில் கடற்கரையில் இருந்த வணிகப் பட்டினங்களில் செயல்பட்டுவந்த கடைவீதிகள் அரபு வணிகர்களின் தொடர்பால் பந்தர் என்று அழைக்கப்பட்டதையும் காண்கிறோம்.

தமிழகத்தின் இடைக்காலத்தில் வணிக இடங்கள் பல்வேறு பெயர்களுடன் விளங்கின. அவை பற்றி இங்கு மிகச் சுருக்கமாகக் காண்போம்.

வாணியச்சேரி. பத்தாம் நூற்றாண்டு வாக்கில் கரிசல் பூமி சாத்தூர் வட்டத்தில் கூத்தன்குடியில் ஆடை நெய்யும் நெசவுத் தொழில் நடைபெற்றுள்ளது. இந்தக் காலக்கட்டத்தில் ஆடை வணிகம் செய்யும் வணிகர் குடியிருப்புகள் 'அறுவை வாணியச் சேரி' எனும் பெயரில் இருந்துள்ளன (தெஇக, XIV, எண். 94). இத்தகைய வணிகச்சேரிகள் வெள்ளான் வகை நாட்டிலிருந்த ஊர்களைச் சார்ந்து காணப்பட்டன (வேதாசலம், வெ. 2019: 201).

பேரங்காடி. சங்க காலத்தில் நியமம், ஆவணம் எனும் பெயர்களில் காணப்பட்ட வணிகப் பகுதிகள் (குடியிருப்பும் கடைத் தெருக் களும் சேர்ந்தது) பத்தாம் நூற்றாண்டில் அரசு ஆதரவுடன் 'பேரங்காடி' எனும் பெயரில் தன்னாட்சி பெற்ற வணிகர் நகரக் குடியிருப்பாக மாறியது (EI, XXIII. No. 45).

பெருந்தெரு. பெருந்தெரு என்பது ஊரின் ஒரு பகுதியிலோ வீதியிலோ ஏற்படுத்தப்பட்ட வணிகர் குடியிருப்பும், கடைத் தெருவும் சேர்ந்த சிறிய நகரம். கல்வெட்டுக்களில் பெருந்தெரு பற்றிய பல குறிப்புகள் கிடைக்கின்றன. பெருந்தெருவின் பெயர்கள் அதற்கு ஆதரவளித்த அரசன், அதிகாரி, செல்வாக் குள்ள பெருவணிகன் முதலானவர்களின் பெயர்களில் வழங்கப் பட்டதையும் கல்வெட்டுக் குறிப்புகள் காட்டுகின்றன (விரிவுக்குக் காண்க: வேதாசலம், வெ. 2019).

வளர்புரங்கள். வணிக நகரங்களில் இது ஒரு வகை. உள் நாட்டில் பல தொழில்கள் செய்யும் வணிகர்களோடும், வணிகத்தை மேற்கொண்ட நில உரிமையாளர்களோடும் சேர்ந்து ஆங்காங்கே அமைக்கப்பட்ட நகரங்களாகும் (மேலது: 200).

மடிகை நகரம். வணிகத்தின் பொருட்டுச் சரக்குகளைச் சேர்த்து வைக்கும் பண்டக சாலைகள் இருந்த நகரங்கள் 'மடிகை நகரம்'

எனப்பட்டன. பாண்டிய நாட்டில் இடைக்காலத்தில் கல்வெட்டுக்களில் குறிக்கப் பெற்ற மடிகை நகரங்களை வெ. வேதாசலம் தன் நூலில் பேசுகிறார் (மேலது: 207).

தளம், வீரதளம், எறிவீரதளம். வணிகர்கள் நாடெங்கும் வணிகப் பொருட்களை எடுத்துச் சென்று வணிகம் செய்யும் போது சரக்குகளைப் பாதுகாக்க வேண்டியவர்களாக இருந்தார்கள். இதற்காகப் படைவீரர்களை ஏற்படுத்திக்கொண்டார்கள். இத்தகைய வணிக வீரர்கள் காக்கும் நகரங்கள் தளங்கள், எறிவீர தளங்கள், எறிவீர பட்டினங்கள் என்று அழைக்கப்பட்டன. 'தளம்' என்றால் படை தங்கும் இடம் என்று பொருளாகும்.

இந்த வணிக வீரர்கள் ஈட்டி, அம்பு போன்ற ஆயுதங்களால் வழிப்பறி கொள்ளையர்களைத் தாக்கி வணிகப் பொருட்களைப் பாதுகாத்தனர். வீரர்களின் எறிபடையைப் பேரகராதி 'கைவிடு படை' என்கிறது (தொகுதி 4: 547). இத்தகைய எறிவீர பட்டினங்கள் மூவேந்தர்களின் நாடுகளில் செயல்பட்டன. கிபி 11-13ஆம் நூற்றாண்டுகளில் இவை சிறப்புடன் செயல் பட்டுள்ளன (மேலது: 210-214).

படைப்பற்று. படைவீரர்களுக்கு மானியமாக வழங்கப்பட்ட ஊர்கள். பிற்காலப் பாண்டியர் காலத்தில் மறக்குடியினருக்கு உரிமையுடைய ஊர்களை அரசர்கள் வழங்கினார்கள். சோழர் ஆட்சியிலும் இந்த முறை இருந்தது. படைப்பற்றுக்களைக் கொண்டவர்கள் போர் இல்லாத காலத்தில் தமக்கு வழங்கப்பட்ட நிலங்களில் வேளாண் தொழிலில் ஈடுபட்டனர். மேலும் வெள்ளான் வகை, பிரமதேயம், நகரம் முதலான இடங்களில் 'பாடிக்காவல்' வேலையையும் கவனித்து வந்தனர். இத்தகைய படைப்பற்று ஊர்கள் பற்றிக் கல்வெட்டுகளில் குறிக்கப் பட்டிருந்தாலும், படைக்காரணவர் ஊர், படைக்கானவர் ஊர், பரிக்கிரகம் என்று குறிப்பிடும் வழக்கமும் இருந்துள்ளது (மேலது: 262).

பட்டினங்கள். கடற்கரையில் இருந்த வணிக நகரங்கள் பட்டினங்கள் எனப்பட்டன. நாளங்காடி, அல்லங்காடிகளில் உள்ளூர் வணிகம் நடந்தது. பட்டினங்கள் வாயிலாகவே அயல் நாடுகளுக்கான கடல் வணிகம் நடைபெற்றது. சங்க காலத்திலிருந்தே பட்டினங்களின்

சிறப்புகளை நாம் காண்கிறோம். உள்நாட்டில், குறிப்பாக மருதத் திணையில் ஏற்பட்ட நகர வளர்ச்சி பட்டினங்கள் என்று அழைக்கப்பட்டதையும் இங்கு ஒப்பிட்டு நோக்கலாம்.

பிற்கால வழக்குகள்

'கிராமம்' என்பது வடமொழிச் சொல் என்று நினைக்கிறார்கள். சொற்பிறப்பியல் அறிஞர் முனைவர் கு. அரசேந்திரன் இது தமிழ்ச் சொல்லின் மூலத்தைக் கொண்டது என்கிறார். இதன் மூலவேர் 'கமம்' என்பதாகும்.

கமநிறைந் தியலும் (தொல். 2.8.58)

கமஞ்சூல் மாமழை (திருமுருகு. 7)

உலகம் பரவிய தமிழின் வேர்-கல் எனும் நூலில் இதனை அரசேந்திரன் விளக்குகிறார். கமம், காமம் என்றாகி மெய் இரட்டித்தல் மூலம் அது வடமொழியில் கிராமம் என்றானது. தமிழ்நாட்டில் வழக்கில் இல்லாத பல பழந்தமிழ்ச் சொற்கள் ஈழத்தில் பயன்பாட்டில் உள்ளன. கதிர்காமம், கொடிகாமம், வீமன்காமம், பனங்காமம் முதலான சொற்கள் கமம் என்பதி லிருந்தே உருவானவை. கதிர்காமம் எனும் சொல் புதுச்சேரி நகரத்தை ஒட்டிய ஓர் ஊரின் பெயராக உள்ளது. நேப்பாளத்தின் நகரமாகிய சிட்டகாங் என்பதன் வேர் 'சிட்டுக்காமம்' ஆகும். சிட்டுக்குருவிகள் நிறைந்த கமம் என்பதே அதன் பொருள். இவ்வாறு எண்ணற்ற கிராமங்களின் மூல வேர்களை ஆராயலாம்.

இந்த நிலையில் கிராமம் என்பது வடமொழி வழக்கல்ல. இந்தச் சொல் முதன்முதலில் மணிமேகலையில் 'அந்தண ருறைதருங் கிராமம்' (மணி. 13: 102-3) என வருகிறது. சென்னைப் பல்கலைக் கழக அகராதி பின்வரும் பதிவுகளைச் செய்துள்ளது.

ஆபாத்கிராமம் - குடிவளமுடைய ஊர்

உபக்கிராமம் - துணைக் கிராமம்

ஊர்நத்தம் - பல குடிகளின் வாழிடங்கள் அடங்கிய பகுதி.

ஏந்தல் - பெரிய கிராமத்தில் ஒரு சிறிய பகுதி, உட்கிடைக் கிராமம்

கடமைப்பற்று - மேல் வாரத்தைத் தலைவருக்குப் பணமாகச் செலுத்தும் கிராமம்

காணிப்பற்று - உரிமைக் கிராமம்

காணியாட்சியூர் -பரம்பரை உரிமையுள்ள ஊர்

குண்டுக் கிராமம் - கிபி 1690ஆம் ஆண்டில் மராட்டியர்கள் கிழக்கிந்தியக் கம்பெனிக்கு விற்ற ஊர்

கோயிற்கிராமம் - கோயிலுக்குச் சொந்தமான கிராமம்

சதிர்க்கிராமம் - எல்லைப்புறத்தில் உள்ள கிராமம்

சமக்கிராமம் - ஒத்த வருமானம் கிடைக்கின்ற கிராமம்

சமுதாயக்கிராமம் - குடிகள் பொதுவாக அனுபவிக்கும் நில வருவாய் உள்ள கிராமம்

சலிகைக் கிராமம் - அரசனின் நேர்ப் பார்வையிலுள்ள கிராமம்

சிறுகிராமம் - ஏறக்குறைய நூறு குடியுள்ள ஊர்

தாய்க்கிராமம் - பல கிராமங்களுக்கு முதன்மையான கிராமம்

தேவஸ்தானம் - கோயில் மானியம்

நத்தப்பாழ் - அழிந்துபோன கிராமம்

பண்டாரவாடை - கிராமத்தின் வருவாய் முழுவதும் உழவர்க் குரியது: குடிபாத்தியமான கிராமம்

பரும்பற்று - குடியானவர்கள் நேரடியாக அரசுக்குத் தீர்வை செலுத்தும் கிராமம்

பலிவெட்டு - பூசை செலவினங்கள் பொருட்டுக் கோயிலுக்கு விடப்பட்ட கிராமம்

பள்ளிக்கிராமம் - கோயிலுக்குரிய கிராமம்

பள்ளிச்சந்தம் - சைன, புத்தக் கோயில்களுக்கு விடப்பட்ட கிராமம்

பாளையம் - குன்றுகள் சூழ்ந்த கிராமம்

பெருங்கிராமம் - 500 குடிகள் உள்ள ஊர் (சூடாமணி)

பேசிராக்கிராமம் - குடியிருப்பில்லாத ஊர்

பேஜரா - குடியற்ற கிராமம்

பொலிவீடு - கோயில் செலவுகளுக்கு விடப்படும் கிராமம்

மடப்பம் - ஐஞ்நூற்றுக் கிராமத்திற்குத் தலைமை பெற்ற கிராமம் (சூடாமணி)

மவுஜா - உட்கிடைக் கிராமம்

மொஜா - ரயத்வாரி கிராமம்; குடிக்கிராமம்
மௌஜா - தலைமைக் கிராமம்
வாடை - சிறுகிராமம்
அரண்மனைக் கிராமம் - அரச குடும்பத்தினருக்கான ஊர்
ஏம்பல் - உட்கிடைக் கிராமம்
குக்கிராமம் - சிற்றூர்
தாங்கல் - உட்கிடைக் கிராமம்
வலசை - உட்கிடைக் கிராமம்
காசாவர்க்கம் - ஊரல் பொதுச் சேவை செய்வதென்னும் நிபந்தனையின் பேரில் கிராமத்தில் குடியிருக்கை வழங்குதல்.

காலனிய கால ஊர்கள்

ஆங்கிலேயர்கள் காலனி ஆட்சியை நிறுவிய பிறகு இந்தியா கிராமங்களில் வாழ்வதை உணர்ந்துகொண்டனர். ஆகவே கிராமங் களை அறிய வேண்டுமென முடிவெடுத்தனர். அதனால் இந்தியக் கிராமங்களின் அமைப்பையும், செயல்பாடுகளையும் அறிவதற்கு விரிவான தகவல்களைச் சேகரித்தனர். ஆங்கில நிர்வாகத்தில் மிகச் சிறந்த சர் தாமஸ் மன்றோ இந்தப் பணிக்குத் தலைமை யேற்றார்.

1812இல் 'கிழக்கிந்தியக் கம்பெனியார் நடவடிக்கை பற்றிய குழுவின் ஐந்தாம் அறிக்கை' இந்தியக் கிராமங்களைப் படம் பிடித்துக் காட்டியது. கிராமங்களையும் கிராம மக்களையும் தங்கள் கட்டுப்பாட்டில் வைத்து நிர்வாகம் செய்வதற்குத் திரட்டப்பட்ட அடிப்படைத் தரவுகளாக இந்த அறிக்கை அமைந்தது. இந்த அறிக்கையில் கிராமங்கள் பற்றிப் பின்வரும் பதிவுகள் முன் வைக்கப்பட்டன (பேடன்-பொவல், தி இண்டியன் வில்லேஜ் கம்யூனிடி, 1896).

இந்தியக் கிராமங்களின் தொன்மை அளவிட முடியாத அளவுக்குப் பழமையானதாக உள்ளது. மக்கள் இங்கு மிக நீண்ட காலமாக வாழ்ந்து வருகின்றனர். கிராமங்களின் நில எல்லைகள் பெரிதும் மாறாமல் காப்பாற்றப்பட்டு வருகின்றன. எண்ணற்ற கிராமங்களுக்கு ஆதி வரலாறு, தொன்மம், சமூக வரலாறு உள்ளன.

கிராமங்களின் பெயர்கள் பெரிதும் மாறவில்லை. பல கிராமங்கள் போர், பஞ்சம், நோய், கலவரம் போன்றவற்றால் பாதிக்கப் பட்டன.

கிராமங்களில் வாழ்ந்து வரும் மக்களின் குடிவழி தொடர்ந்து நிலைபெற்றுள்ளது. இடம்பெயரும் காலத்தும் பூர்வீகக் கிராமத்தின் நினைவுகளைப் போற்றி வந்தனர். அரசுகள் மாறினாலும், ஆட்சிப் பரப்பு மாறினாலும், கிராமங்களின் உள் கட்டமைப்புப் பொருளாதாரம் மாற்றம் பெறவில்லை (*ஃபிஃப்த் ரிபோர்ட்* **1812: 34-53**).

குட்டிக் குடியாட்சிகள்

தொடக்கத்தில் ஆங்கில நிர்வாகிகள் இந்தியக் கிராமங்களைக் 'குட்டிக் குடியாட்சிகள்' என்றே வர்ணித்தனர். குறிப்பாக, இந்தியக் கிராமங்களைக் குறித்து 1810களில் சர் தாமஸ் மன்ரோ கிழக்கிந்தியக் கம்பனிக்காக எழுதிய அறிக்கைகளில் கிராமங்கள் தனித்த தன்னாட்சி அமைப்புகள் என்றும், வெளி உலக ஆதரவும் உறவும் இல்லாமல் தனித்து இயங்கக் கூடியவையாக உள்ளன என்றும் குறிப்பிட்டார். இவரது அறிக்கைகளை அடியொற்றி சர் சார்லஸ் மெட்கால்ஃப் எழுதிய விவரங்களிலும் மன்ரோவின் குட்டிக் குடியாட்சிகள் கருத்தை ஏற்றுக்கொண்டு அவ்வாறே பின்வருமாறு விவரித்துள்ளார்.

> கிராமச் சமூகங்கள் 'குட்டிக் குடியரசுகள்.' அவை தேவையான அனைத்தையும் தங்களுக்குள் பெற்றிருந்தன. இங்கு அயலார் தலையீடு பெரும்பாலும் இல்லை. இவை மற்ற நிறுவனங்கள் வீழ்ச்சியுற்றபோதும் நிலைபெற்று நின்றுள்ளன. அரசகுல மரபுகள் பல வீழ்ச்சியுறுகின்றன. புரட்சிக்குப் பிறகு புரட்சி தோன்றுகிறது. ஆயினும் கிராமச் சமூகம் மட்டும் அதுவாகவே நிலைபெற்றுள்ளது.

ஆங்கிலேய ஆட்சியாளர்களையடுத்து 1920களில் சாதிகளையும் பழங்குடிகளையும் பற்றி விவரத் தொகுப்புகளை எழுதிய தொடக்கக் கால நிர்வாக மானிடவியலர்கள் இந்தியக் கிராமங்கள் தற்சார்புடையவை, தன்னிறைவு பெற்றவை என்ற கருத்தை முன்வைத்தனர்.

*1950*கள் வாக்கில் கிராமங்களை ஆய்வுக் களங்களாகக் கொண்டு ஆராய்ந்தவர்கள் கிராமங்களில் ஒவ்வொரு சாதியும் ஒன்றுக்கொன்று குடிஊழியப் பரிமாற்றத்தோடு (*ஜஜ்மானி சிஸ்டம்*) தொழிற்பட்டு, வாழிடம், சமூகம், உற்பத்தி, பகிர்வு, நுகர்வு, சமயம், பஞ்சாயத்து, நீதி, நிர்வாகம் போன்ற எல்லா வகையிலும் தற்சார்புடையனவாக, தன்னிறைவு பெற்றவையாக விளங்குகின்றன என்று முன்னிலைப்படுத்தினர்.

மானிடவியல் வளர்ச்சி

இந்தியாவில் கல்விப் புல மானிடவியல் வளர்ந்த பிறகு கிராமங்கள் பற்றிய ஆய்வானது கோட்பாட்டு ரீதியாக மாறியது. கிராமங்கள் குட்டிக் குடியாட்சிகளா, தற்சார்பு கொண்டவையா, தன்னிறைவு பெற்றவையா என்னும் கருத்துகள் 1960களுக்குப் பின்னர் பெரிதும் விவாதிக்கப்பட்டன. சில வரலாற்றாசிரியர்களும் மார்க்சியவாதிகளும்கூடத் தன்னிறைவு பெற்ற கிராமங்கள் பற்றி எழுதினர்.

எனினும் இந்தக் கருத்து போகப்போக மாறத் தொடங்கியது. உண்மையான களப்பணி மூலம் மேற்கொள்ளப்பட்ட மானிடவியல் ஆய்வுகள் சில கிராமங்களுக்கிடையில், சிறிய வட்டாரங்களுக் கிடையில் நிகழும் பரஸ்பர உறவையும் பரிவர்த்தனை முறை களையும் ஆய்வுக்குட்படுத்தின. இந்த நிலையில் கிராமங்கள் தன்னளவில் நூற்றுக்கு நூறு முழுமையான தற்சார்பு பெற்றதல்ல என்பது முன்வைக்கப்பட்டது.

கிராமத்தார் ஒவ்வொரு வேளையும் உண்ணும் உணவிற்கு அடிப்படையானது உப்பு. இது எல்லாக் கிராமங்களிலும் உற்பத்தி செய்யப்படுவதில்லை. மளிகைப் பொருட்களுள் பெரும் பான்மை வெளியிலிருந்தே பெறப்படுகின்றன. இதுபோன்று, கிராமிய உணவு முறையில் வெல்லம் முக்கியமானது. இதற்கான கரும்பு பயிரிடுதலும், வெல்லம் காய்ச்சுதலும் அனைத்துக் கிராமங்களிலும் காணப்படுவதில்லை. காலை எழுந்தது முதல் இரவு உறங்கும் வரை கிராமத்தார் மிகவும் விரும்பிப் பயன் படுத்தும் வெற்றிலை, பாக்கு, சுண்ணாம்பு, புகையிலை போன்றவையும் பெரும்பான்மையில் வெளியிலிருந்தே பெறப் படுகின்றன.

இரும்பை உருக்கிக் கருவிகள் செய்யும் கம்மார் தொழில் ஒவ்வொரு கிராமத்திலும் இருந்தாலும், கலப்பை உள்ளிட்ட வேளாண் கருவிகளுக்குப் பயன்படும் இரும்பு வெளியிலிருந்தே பெறப்படுகிறது. அணிகலன்களுக்கான தங்கம், வெள்ளியும்கூட நகரங்களிலிருந்து பெறப்படுகின்றன. ஜவுளியும் பிற இடங்களி லிருந்தே வருகின்றன. இவைபோன்று பிற தேவைகளும் வெளி யிலிருந்தே பெறப்படுகின்றன. கிராமியப் பொருளாதாரத் திற்கு முதுகெலும்பாக இருக்கும் வாரச் சந்தைகளும், மாதச் சந்தைகளும் எல்லாக் கிராமங்களிலும் கூடுவதில்லை. அந்தந்த வட்டாரத்தின் தேவைக்கேற்பச் சில இடங்களில் மட்டுமே கூடுகின்றன.

திருமணத்திற்குத் தேவையான பெண்கள் உள்ளூரிலேயே கிடைப்பதில்லை. திருமண உறவு பல ஊர்களில் அமைகிறது. அந்தக் காலத்தில் நாற்பது கிலோ மீட்டர் சுற்றளவில் திருமணச் சம்பந்தம் செய்து கொண்டனர். திருமணத்தைப் போலவே ஒவ்வொரு ஊருக்கும் தேவையான கலைச் சேவைகள் பல்வேறு வெளியூர் கலைஞர்களால் கிடைக்கின்றன.

கழைக் கூத்தாடிகள், பூம் பூம் மாட்டுக்காரர்கள், சாட்டையடிக் காரர்கள், சாமக்கோடங்கிகள், நாழிமணிக்காரர்கள், பாசி ஊசி விற்கும் நரிக்குறவர்கள், கூடை, முறம் விற்கும் குறவர்கள் என இவர்கள் எல்லாம் பிற இடங்களிலிருந்து கிராமங்களுக்கு வருகின்றனர்.

இந்தியாவில் காலங்காலமாக உயிர்ப்புடன் திகழும் கிராமங்கள் தனித்த உயிரி (*ஆர்கனிசம்*) போன்றது. தனித்தியங்கும் கரு போன்றது என்ற நிலை ஒருபுறம் பேசப்பட்டது. ஆனால், சமூக, பொருளாதார, சமய வாழ்வில் தொடர்புடைய பல கிராமங்கள் அடங்கிய ஒரு வட்டாரம் என்னும் சிறு பரப்பே முழுமையான, தற்சார்புடைய பரப்பாக விளங்குகிறது என்னும் கருத்துப் பின்னாளில் விவாதிக்கப்பட்டது. இந்தப் பரப்பு ஏறக்குறைய ஒரு தயாதிக் கூட்டத்தார் வாழும் நிலப்பரப்பாக, உறவின் முறையினர் வாழும் பரப்பாக, திருமணத்தில் கொண்டு-கொடுத்தல் நிகழும் திருமண வட்டாரமாக (*மேரேஜ்-சர்கிள்*), தொழில், உழைப்பு, பரிமாற்றம், சந்தை, நுகர்வு ஆகிய அனைத்தும் கொண்ட ஒரு சிறு வட்டாரமாக அமைகிறது என்னும் கருத்து ஏற்றுக்கொள்ளப்பட்டது.

இந்தச் சூழலில் கிராமங்கள் 'தன்னிறைவு பெற்றவை', 'தற்சார்பு கொண்டவை' எனும் காலனியக்காலக் கருத்துகள் கல்விப்புல மானிடவியலர்களால் நிராகரிக்கப்பட்டன.

ஊர்களின் வகைகள்

இந்தியாவில் பின்வரும் வகையான கிராமங்களைக் காணலாம்.

கைவினை ஊர்கள். கைவினைகளுக்கென்றே புகழ்பெற்ற கிராமங்கள் இவை. பத்தமடைப்பாய், தஞ்சாவூர் தட்டு, காஞ்சிபுரம் புடவை என்னும் வரிசையில் இப்பொருட்களை உருவாக்கும் கிராமங்கள் உலகப் புகழ்பெற்றவை. மாநில அளவிலும் வட்டார அளவிலும் ஒவ்வொரு கலைக்கென்றும் புகழ்பெற்ற கலைக் கிராமங்கள் (ஆர்ட் வில்லேஜஸ்) தனித்தன்மை பெறுகின்றன. பத்தமடைப்பாய் அனைவரும் அறிந்ததுதான்.

பாண்டித்திய ஊர்கள். தமிழகத்தில் உத்திரமேரூர், காஞ்சிபுரம் போன்றவை சமற்கிருதப் படிப்புக்குப் புகழ்பெற்றிருந்தன. இவ்வாறே பல ஊர்களில் சைவ, வைணவ மடங்கள் அமைத்து அந்தந்த மரபுகள் வளர்க்கப்பட்டு வருகின்றன. இத்தகைய ஊர்கள் பாண்டித்திய ஊர்களாகும்.

கோயில் ஊர்கள். நாடு, மாநில, வட்டார அளவில் புகழ்பெற்ற கோயில்களைக்கொண்ட ஊர்கள் கோயில் ஊர்கள் எனப்படுகின்றன.

புராண, இதிகாச ஊர்கள். இராமாயணம், மகாபாரதம், பெரிய புராணம், சிலப்பதிகாரம் உள்ளிட்டவற்றில் குறிக்கப்படும் ஊர்கள்.

சூழலியல் ஊர்கள். குன்று, காடு, ஆறு, ஏரி, கடல், பசுமை நிறைந்த சமவெளி முதலான இயற்கை எழில் மிஞ்சும் ஊர்கள் சூழலியல் ஊர்கள் எனப்படுகின்றன.

சர்வோதய ஊர். வினோபாவேயின் பூமிதான இயக்கத்தாலும், மகாத்மா காந்தியின் சுயராஜ்ஜியம் இயக்கத்தாலும் உருவான ஊர்கள். அந்தக் கருத்துகளைப் பின்பற்றும் ஊர்கள் இவ்வாறு அழைக்கப்படுகின்றன.

மென்மை ஊர்கள். காலங்காலமாக எவ்வித வன்முறைகளுக்கும் ஆளாகாத கிராமங்கள் இவை.

வன்மை கிராமங்கள். போர், கலவரம், இயற்கைச் சீற்றங்கள் முதலானவற்றால் பெரிதும் பாதிக்கப்பட்ட ஊர்கள்.

அழிந்துபோன ஊர்கள். போர், படையெடுப்பு, கலவரம், புலப் பெயர்வு, இயற்கை அழிவு முதலானவற்றால் அழிந்துபோன ஊர்கள் வரலாற்றில் பலவுண்டு.

ஆற்றல் பெருக்கும் ஊர்கள். தனக்குத் தேவையான பலவற்றையும் ஏற்படுத்திக் கொள்ளும் ஊர்கள். காற்றாலை ஆற்றல், நீர் மின் சக்தி, சுயத் தேவைகளை நிறைவு செய்துகொள்ளும் வகையில் சில ஊர்கள் முனைப்புடன் செயல்படுகின்றன.

கோட்டை ஊர்கள். பண்டைக்கால அரசர்கள் கோட்டை கட்டி வாழ்ந்த ஊர்கள் இவ்வாறு அழைக்கப்படுகின்றன. இந்த ஊர் மக்களிடம் வரலாற்று நினைவுகள் மிகுந்திருக்கும்.

வணிக ஊர்கள். எவ்வளவோ ஊர்கள் இருப்பினும் சில ஊர்களில் வணிகம் சிறந்து விளங்குகிறது. இதனால் வணிக ஊர்களில் பலரும் செல்வ வளம் மிக்கவர்களாக இருப்பார்கள்.

அகதியர் ஊர்கள். இலங்கையிலும் தமிழகத்திலும் அகதிக் கிராமங்கள் பன்முகப்பட்டவை. போர்க்காலத்தில், 'நலன்புரி மையங்கள்' என அவற்றை அரசு அழைத்தாலும், அவை யாவும் 'தடுப்பு முகாம்'களாகவே செயல்பட்டன. தமிழகத் திலுள்ள இலங்கை அகதி முகாம்களில் வாழ்வியல் நிலை மேம்பட்டதாகவே உள்ளது.

சமத்துவபுரங்கள். தமிழகத்தில் ஈ.வெ.ரா. பெரியாரின் லட்சியக் கனவுகளை நனவாக்கும் பொருட்டு உருவாக்கப்பட்ட குடி யிருப்புகள் இவை. சாதி, மதப் பேதங்கள் இன்றி அனைவரும் சமமாக வாழவேண்டும் என்பதற்காக இவை உருவாக்கப் பட்டன.

இவ்வாறு கிராமங்களின் தன்மைகளுக்கு ஏற்ப அவற்றை மேலும் பல நிலைகளில் வகைப்படுத்திக் காணலாம்.

சமூக மாற்றங்கள்

இந்தியாவில் ஆறு லட்சத்து நாற்பதாயிரம் கிராமங்கள் இருப்பதாக ஒரு புள்ளி விவரம் கூறுகிறது. தமிழகத்தில் 17,680 கிராமங்கள்

உள்ளன. 12,620 ஊராட்சிகளும், 561 பேரூராட்சிகளும், 148 நகராட்சிகளும், 21 மாநகராட்சிகளும் உள்ளன. 2011 மக்கள் தொகைக் கணக்கெடுப்பின்படி இப்போது கிராமங்களைவிட நகரங்களில் வாழ்வோரின் எண்ணிக்கை அதிகரித்துள்ளது. தமிழகத்தில் 55 விழுக்காடு நகரமயம் நிகழ்ந்துள்ளது.

விடுதலைக்கு முன்பு 80 விழுக்காடு மக்கள் கிராமங்களில் வாழ்ந்துகொண்டிருந்தனர். இன்றைய சூழலில் 65 விழுக்காடு மக்களே கிராமங்களில் வாழ்கின்றனர்.

பொதுவாகக் கிராமம் என்பது வேளாண் பொருளாதாரத்திற் குரியது. கடந்த காலத்தில் கிராமங்களைப் பேசுதல் என்பது ஒருவகையில் சாதிகளைப் பேசுதல் என்பதாகவும் இருந்தது. வரலாற்றில் சாதியின் வகிபாகத்தைப் பார்த்தால் அது ஒரு பணமில்லா பொருளாதாரத்திற்கான தகவமைப்பாக உருவானது. ஆனால் அது பின்னாளில் மாறிவிட்டது. அது ஒரு சமூக வடிவமாகவே பரிணமித்துவிட்டது (விரிவுக்குக் காண்க: *சாதியற்ற தமிழர், சாதியத் தமிழர்: சாதிக்கு முந்தைய பிந்தைய தமிழ்ச் சமூகம்*, பக்தவத்சல பாரதி, 2021).

கிராமம் என்பது ஊரகத்திற்குரியது. மானிடவியல் வல்லுநர் களின் கருத்துப்படி சராசரியாக 500-2500 மக்கள் வாழுமிடமாகக் கிராமங்கள் உள்ளன. கிராமங்கள் இயல்பாக அமைதியான இடம், பசுமையான இடம், மாசற்றது, தூய்மையான காற்று, நீர் கிடைக்குமிடம். பாரம்பரியக் கைவினை மாக்கள் வாழுமிடம். குயவர், கருமார், வண்ணார், அம்பட்டர், வேளாண் தொழிலாளிகள் முதலானவர்கள் வாழுமிடம். இன்று இத்தகைய வரையறை களைப் பயன்படுத்த இயலாது. கிராமங்கள் வெகுவாக மாறி வருகின்றன.

இன்று பின்காலனியச் சூழலில் வாழ்கிறோம். காலனியம் தோற்றுவித்த தாக்கம் ஒருபுறம் தொடர்கிறது. அடுத்து உலக மயத்தையும் எதிர்கொண்டு வருகிறோம். புவியியல் காலனியம் மறைந்து, கலாச்சாரக் காலனியமும், வர்த்தகக் காலனியமும் வியாபித்திருக்கின்றன. உலக முதலாளியம் பழைய அடிப்படை களைப் புரட்டிப் போட்டுக்கொண்டிருக்கிறது. இவையெல்லாம் பாரதூரமான மாற்றங்கள்.

வணிகமும் நுகர்வுமே இன்றைய வாழ்வியல் போக்காகக் காட்சியளிக்கின்றன. பன்னாட்டு நிறுவனங்கள் உருவாக்குகின்ற பொருள்கள் தங்கு தடையின்றிப் பல இடங்களுக்கும் செல்வதற்குத் தங்க நாற்கரச் சாலைகள் இந்தியாவெங்கும் நாடி நரம்புகளாக விரிந்து செல்கின்றன. நகரங்களும் மாநகரங்களும் சீர்மிகு நகரங்களாக (ஸ்மார்ட் சிடீஸ்) அலங்காரம் பெறுகின்றன. நுகர்வின் பெரு வெள்ளமாகப் பன்னோக்குக் கடைகள் (மெகா ஸ்டோர்ஸ்), பேரங்காடிகள் (மால்ஸ்) மக்களைச் சுண்டி இழுக்கின்றன. இவை நுகர்வை அன்றாடத் திருவிழாவாக மாற்றிவிட்டன.

இந்த உலகமயச் சூழல் சந்தைமயம் சார்ந்த நகரங்களை வளர்க்கிறது. கிராமங்களில் மரபான பொருளாதாரம் தேய்ந்து வருகிறது. மேலும், கிராமங்களில் பாரம்பரியம் குறைந்து நவீனத்துவம் பெருகிவருகிறது. இதனை இங்கு விரிவாகப் பேசுவதற்கு வாய்ப்பில்லை. மிகச் சுருக்கமாகக் காண்போம்.

நிலம் கீழிறங்குதல்

சுதந்திரத்திற்குப் பிறகு மாநில அரசுகள் பல நிலச் சீர்திருத்தச் சட்டங்களை இயற்றின. 1960களில் பல பெரு நிலக்கிழார்கள் வாரிசுகளையும் பினாமிகளையும் உருவாக்கி நிலங்களைப் பிரித்து எழுதி வைத்தனர். இதுபோலக் குத்தகைதாரர் பாதுகாப்புச் சட்டமும் இயற்றப்பட்டது. வாய்மொழிக் குத்தகையே பரவி யிருந்ததால், இதனால் பயன் அதிகம் விளையவில்லை. இனாம் நிலங்களை நிரந்தரமாக்கும் சட்டத்தாலும் பலர் நன்மை அடைந்தனர். ஆனால் அவர்களின் வாரிசுகள் அந்த நிலங்களை விற்றுவிட்டனர்.

இனாம் ஒழிப்புச் சட்டத்தின் மூலம் கோயில் நிலங்கள் மீட்கப்பட்ட கதையும் உண்டு. 1960களிலிருந்து மேல் சாதியினர் நவீன கல்வி, நவீன வேலைவாய்ப்பு, நவீன வருமானம் ஆகிய வற்றால் கிராமங்களிலிருந்து நகரங்களை நோக்கி நகர்ந்தனர். எழுபதுகளில் இதன் வேகம் அதிகரித்தது. எண்பதுகளில் பல கிராமங்களிலிருந்து கொத்துக் கொத்தாக உயர் சாதியினர் நகரங்களில் தங்கிவிட்டனர். தங்கள் நிலங்களைக் குத்தகைக்கு விட்டனர்.

சில காலம் கழித்து விற்றுவிட்டு நகரங்களில் மனை, வீடு, தொழில் எனப் பலவற்றில் முதலீடு செய்தனர். இதனால் உயர்சாதியினர் நிலங்கள் நடுத்தட்டுச் சாதிகளுக்கு வந்துசேர்ந்துவிட்டன. இரண்டாயிரம் ஆண்டுகளுக்குப் பின்னர் நிலைமை மேலும் மாறிவிட்டது. இடைநிலைச் சாதியாரும் சமூகப் பெயர்வை அடைந்தனர். அதனால் அவர்களும் தத்தம் நிலங்களை விற்க முற்பட்டனர். அவற்றை அடித்தள மக்கள் வாங்க முன்வந்தார்கள்.

1990களிலிருந்து வேகம் கண்ட உலகமயம் இங்கு நில வணிகத்தை நேரடியாகவே ஊக்கப்படுத்தியது. புதிய சாலைகள், வெளிவட்டச் சாலைகள், தேசிய நெடுஞ்சாலைகள் விரிவாக்கம், பன்னாட்டு நிறுவனங்களின் வருகை, தகவல் தொழில்நுட்பப் புரட்சி, உள்கட்டமைப்பு மேம்பாடு எனப் பல வகையான காரணிகளால் சாலையோர மனைத் தொகுப்புகள் விற்பனைக்கு உருவாக்கப்பட்டன. கிராமங்களில்கூட வைர நகரம், தங்க நகரம், அவென்யூகள் என வகை வகையான பெயர்களில் வீட்டுமனைகள் விற்பனைக்கு வந்தன. இதனால் விளைநிலங்கள் தரிசுமனைகளாக மாறின. இங்குப் புல்லும், பூண்டும், புதர்களும் உருவாகி நம் கண் எதிரே விளைந்த நிலங்கள் பாழ்பட்டுக் கிடக்கின்றன.

புதிய வாய்ப்புகள்

பழமையில் ஊறியிருந்த கிராம வாழ்க்கை மெல்ல மாறிவிட்டது. கிராமங்களில் ஊடுருவிட்ட நகரியம் கிராமத்தின் பாரம்பரிய அடையாளங்களை அழித்துவிட்டது. மக்களின் நடை உடை பாவனை முற்றிலுமாக மாறிப்போனது. மோட்டார் சைக்கிள் களின் பெருக்கம் மிதிவண்டிப் பயன்பாட்டை வெளியேற்றி விட்டது. டிராக்டர்கள் மாட்டுவண்டிகளைக் காலி செய்துவிட்டன. ஆடு மாடுகளின் அளவையும் குறைத்துவிட்டன. சாணம், குப்பை கூளங்களால் கிடைத்த இயற்கை எருவும் குறைந்துவிட்டது.

கிராமங்களில் மரபுசாரா பொருளாதாரம் தலை நீட்டியுள்ளது. கோழிப் பண்ணைகள் பெருகி வருகின்றன. வேறு சில பண்ணை களும் வந்துவிட்டன. சங்கிலித் தொடராய் மாற்றங்கள் நிகழ்ந்து வருகின்றன. இவை எல்லாம் சில எடுத்துக்காட்டுகள் மட்டுமே. வட்டாரத்திற்கு வட்டாரம் கிராமத்திற்குக் கிராமம் மாற்றங்கள்

வேறுபடுகின்றன. மரபுசாரா பொருளாதாரம் சார்ந்து புதிய வாய்ப்புகளை நோக்கி மக்களை யோசிக்க வைக்கின்றன. இளைய தலைமுறையினர் மாற்றங்களின் மீதே நாட்டங் கொண்டுள்ளனர்.

இயந்திர மயமாக்கமும் நவீனமயமாக்கமும் புதிய வாய்ப்பு களைத் திறந்துவிட்டுள்ளன. மின்சாதனங்கள் பழுதுநீக்குதல், தொலைக்காட்சி சரி செய்தல், மருந்து அடிக்கும் இயந்திரம் வாடகைக்கு விடுதல், டிராக்டர் மூலம் உழவு செய்து வருமானம் ஈட்டுதல், கம்மியர் பட்டறை நடத்துதல், மின் மோட்டார்களைச் சீர் செய்தல், அரவை நிலையம் நடத்துதல், இருசக்கர வாகனங்கள் சீர் செய்தல், கைப்பேசிகளைச் செப்பனிடுதல் என எண்ணற்ற புதிய தொழில்களில் இளைஞர்கள் ஈடுபடுகின்றனர்.

நகர அங்காடிகளை மனதில் கொண்டு காய்கறிகளையும் பூக்களையும் பயிரிடுகின்றனர். நகர வியாபாரிகளிடமும், ரிலையன்ஸ், பழமுதிர்சோலை, ஃபிரஷ் முதலான பல்வேறு அங்காடிகளிடமும் விற்கின்றனர். வங்கிக் கடன் பெற்றும், முன்பணம் பெற்றும் பயிரிடுவதால், விவசாயிகள் அவர்களின் கட்டுப்பாட்டுக்குள் இயங்க வேண்டியுள்ளது. தொடர்ந்து கடனாளியாகவும் நவீனக் கொத்தடிமையாகவும் வாழும் நிலை உள்ளது.

வாழ்வியல் மாற்றங்கள்

1980களுக்குப் பிறகு குக்கிராமங்கள் தனிமையில் ஒதுங்கியிருந்த நிலை முழுவதுமாக மாறிவிட்டது. 1990களில் பெரும்பாலான சிறிய ஊர்களுக்கும் டவுன் பஸ் வந்துவிட்டது. 1998க்குப் பிறகு சிற்றுந்துகள் (மினி பஸ்) வந்துவிட்டன.

போக்குவரத்து போலவே தொலைத் தொடர்பு வசதியிலும் பெரும் மாற்றங்கள் நிகழ்ந்தன. 1950களில் கிராமங்களில் மிகச் சில பணக்காரர்கள் மட்டுமே தொலைபேசி வைத்திருந்தார்கள். அது கம்பி வழி இணைப்பாகும். 1990களுக்குப் பிறகு இந்த வசதி பரவலானது. 2004க்குப் பிறகு அலைபேசிகள் (செல்போன்ஸ்) நிறைய வந்துவிட்டன. மேலும், கம்பி ஆண்டனா போய், அண்மைக் காலமாகச் சன் டைரக்ட், டாடாஸ்கை, ஏர்டெல், ஐடியா, டயலாக் முதலான டிஷ் ஒலிபரப்புகள் வந்துள்ளன.

குக்கிராமங்களில் கூடப் பற்பசை, முகப்பவுடர், ஷாம்பூ முதலானவற்றின் பயன்பாடு அதிகரித்துவிட்டது. ஏழை பாழைகள் கூடப் பயன்படுத்தும் அளவுக்குக் குறைந்த விலையில் சிறிய பொட்டலங்களில் கிடைக்கின்றன. இதனால் ஆல், வேல் பற்குச்சிகள், அரப்பு, சிகைக்காய், தலைக்கு நல்லெண்ணெய் தடவுதல் முதலான பழைய பழக்கங்கள் ஏறக்குறைய மறைந்துவிட்டன.

1970களுக்கு முன்பு 'பணக்கூலி' அபூர்வமானது. அப்போ தெல்லாம் அறுவடை செய்யும் தானியமே கூலியாக வழங்கப் பட்டது. இப்போது 'தானியக்கூலி' குறைந்துவிட்டது. பணக் கூலியை எதிர்பார்க்கிறார்கள். ஆனால் இன்றும் சில அறுவடை களில் தானியக்கூலி தொடர்கிறது. வேர்க்கடலை (நிலக்கடலை) எடுத்தால் அன்று மாலை அளக்கும்போது மரக்காலுக்கு ஒரு 'கூறு' கடலை கிடைக்கும். இரண்டு கைகளால் மிக அதிகமாக அள்ளிப் போடும் முறை இது. சிறிது கொசுரும் கிடைக்கும்.

ஏறக்குறைய 1970கள் வரை ஒவ்வொரு நில உடைமையாளரின் வீட்டிலும் 'படியாள்' இருந்தனர். பறைச்சேரியைச் சேர்ந்த இவர்கள் தங்கள் ஆண்டை வீடுகளிலேயே சாப்பிட்டுக் கொண்டு (இருவேளை) ஆண்டு முழுவதும் அண்டி வேலை செய்வார்கள். இவர்கள் கரூர் நகருக்கு அருகில் உள்ள ஊர்களில் 'வயிற்றுச் சோத்தாள்' எனப்பட்டனர் (நீலகண்டன், எஸ். ஒரு நகரமும் ஒரு கிராமமும், 2008: 98).

விவசாய வேலைகள் அதிகமாக நடைபெறும்போது கூலியாட் களை அழைப்பது வழக்கம். 1950இல் தினக்கூலி ஆண்களுக்கு எட்டு அணா (25 பைசா). இன்று திண்டிவனம் வட்டத்தில் ஆண்கள், பெண்களுக்கு முறையே ரூ.400, 200 தினக்கூலி ஆகும். காலை எட்டு முதல் மாலை மூன்று மணிவரை வேலை செய்வார்கள். இப்போது கிராமங்களில் ஒரு பெரிய பிரச்சினை என்னவென்றால் உழைப்பாளர் பற்றாக்குறை ஏற்பட்டுள்ளது. பிற்படுத்தப்பட்டோர் நகரங்கள் நோக்கி இடம்பெயர்ந்துவிட்டனர். கல்வியிலும் வேலைவாய்ப்பிலும் முன்னேறி வருகின்றனர்.

கிராமங்களில் உணவுமுறை பெரிதும் மாறியுள்ளது. அரிசி சாப்பாட்டிற்கு மாறிவிட்டார்கள். வரகு, கம்பு, தினை, சோளம் முதலானவற்றின் பயன்பாடு குறைந்துவிட்டது. கம்பு குத்தும்

வழக்கமும், கேழ்வரகு, வரகு அரைக்கும் கல் இயந்திரங்களின் வழக்கமும் மறைந்துவிட்டது. நியாய விலைக் கடைகளின் மூலம் அரசு இலவசமாக அரிசி வழங்கும் திட்டமும் இதற்கு ஒரு காரணமாகும். காராமணி, கொள்ளு, பயத்தம்பருப்பு, துவரை, உளுந்து, கொடிக்கடலை முதலான தானியங்கள் மானாவாரி நிலங்களில் பயிரிட்டு உணவுத் தன்னிறைவை அடைந்த பழைய முறை இப்போது அற்றுப் போய்விட்டது. அனைத்தையும் கடைகளில் வாங்கிக்கொள்ளலாம் என்ற மனப்பான்மை வளர்ந்துவிட்டது.

நெல் பயிரிடுவோர் விளைந்த நெல்லை அப்படியே விற்றுவிட்டு வீட்டுக்குத் தேவையான அரிசியைக் கடைகளில் 25 கிலோ மூட்டைகளாக அவ்வப்போது வாங்கிக்கொள்ளும் பழக்கத்திற்கு வந்துவிட்டார்கள். கூலியாட்கள் அவ்வப்போது கடைகளில் வாங்கிக்கொள்கின்றனர். ஆண்டு முழுவதும் நிலத்திலேயே உழைக்க முடியாத சூழலே இத்தகைய மாற்றத்திற்கு ஒரு காரணம். கிராமங்களில் இப்போதெல்லாம் 2-3 மினி வேன்கள் அன்றாடம் காய்கறிகள் விற்க வருகின்றன. தெருக்களில் விற்காத பொருளே இல்லை எனுமளவிற்கு இப்போது நுகர்வு வணிகம் வளர்ந்திருக்கிறது.

கொங்கு நாட்டின் கரூர் நகரை ஒட்டிய செட்டிபாளையத்தில் கடந்த 70 ஆண்டுகளில் ஏற்பட்ட மாற்றங்களைப் பற்றிப் பேசுகிறார் எஸ். நீலகண்டன் (2008). *ஒரு நகரமும் ஒரு கிராமும்: கொங்குப் பகுதியில் சமூக மாற்றங்கள்* எனும் நூலில் ஓரிடத்தில் பின்வருமாறு குறிப்பிடுகிறார்.

> கிராமத்தில் பன்னெடுங்காலமாக நிலவி வந்த நாட்டுப்புறக் கலைகள் காணாமல் போய்விட்டன! கிராமத்தின் மென்மையான, துரிதப்படுத்தாத வாழ்க்கை முறையும் மறைந்துவிட்டது. தெருக்கூத்து, உடுக்கை ஒலியோடு 'குன்றுடையாக் கவுண்டன் கதை'போன்ற கதைகள் சொல்லும் வழக்கம், கார்த்திகையில் பொறிச்சூந்து, சொக்கப்பனை தாண்டுதல், குழந்தைகளுக்கு நுங்குச் சக்கர வண்டிகள், பனை ஓலைக் கிலுகிலுப்பை, தென்னை ஓலைக் கிளிகள், மரப்பாச்சி, தள்ளுவண்டி, நீச்சல் பயிலச் சுரைக்குடுக்கை, பண்டிகைகளின்போது வழங்கப்பட்ட கொங்கு நாட்டு வாளை மாவு, கம்ப மாவு, அதிரசம் போன்ற இனிப்புகள் போன்றவையும் மறைந்து வருகின்றன.

இவற்றுக்குப் பதிலாகத் தொலைக்காட்சி, சினிமா, வீடியோ போன்றவை வந்துவிட்டன. திருமணங்கள், பண்டிகைகள் போன்றவற்றிற்கு ஒப்பந்த அடிப்படையில் சமையல், பரிமாறுதல் நடக்க ஆரம்பிவிட்டது. பறவைகள், விலங்கினங்கள், தாவர வகைகள் ஆகியவற்றிலும் மாற்றங்கள் வந்து விட்டன. உடும்பு, நரி, கோட்டான், சிட்டுக்குருவி, செம்பூத்து கருடன் போன்ற முன்பு பரவலாகக் காணப்பட்ட வகைகள் இப்போது அபூர்வமாகவே காணப்படுகின்றன.

வில்லரனைப் பாம்பும் காட்டு முயலும் கிராமப் பகுதியிலிருந்து முழுதுமாய் மறைந்துவிட்டன. கருடனும் கானாங் கோழியும் மணிப் புறாவும்கூட எண்ணிக்கையில் மிகக் குறைந்துவிட்டன. கற்றாழையும், பிரண்டையும், தாழம் புதர்களும், இயற்கையாக மழைக்காலத்தில் கிடைத்த காளான் வகைகளும் அருகி வருகின்றன. கிராமத்தின் நடைமுறை களிலும் பழக்க வழக்கங்களிலும் சந்தேகத்திற்கிடமின்றி மாற்றங்கள் ஏற்பட்டு உள்ளன (மேலது: 103-4).

முன்னேற்றமில்லா மாற்றங்கள்

1990களுக்குப் பிறகு கிராமங்களில் கதிரடிக்கும் இயந்திரங்கள் வந்து விட்டன. அண்மைக் காலங்களில் இதன் பயன்பாட்டை விவசாயிகள் பெரிதும் வரவேற்கத் தொடங்கினார்கள். இயந்திரங்கள் சாணி போடாது. கால்நடை சார்ந்த விவசாய வேலைகள் இப்போது அருகிவிட்டன. இயந்திரமயமாக்கத்தால் கால்நடைகளின் எண்ணிக்கையும் குறைந்து வருகிறது. மரபார்ந்த கால்நடை வைத்தியமும் காலாவதியாகி விட்டது.

கிராமத்து விவசாயிகள் இயந்திர மயமாக்கத்தில் புதிய நுணுக்கங்களையும் கையாளுகின்றனர். மூன்று முனையங்களில் ஓடக்கூடிய மின்மோட்டார்களை இரண்டு முனைய மின்சாரத்தைக் கொண்டே இயக்கும் உத்திகளைக் கையாளுகின்றனர். மின் பற்றாக்குறையே இதற்குக் காரணமாகும். மின்வாரியம் காலை, மாலை, இரவு எனப் பிரித்துக் கால அளவோடு வழங்கும் மின்சாரம் விவசாயிகளுக்குத் துன்பத்தைத் தருகிறது. தடையில்லா மின்சாரம் ஒரு கனவாகவே இருந்து வருகிறது.

அடுத்த பிரச்சினை நிலத்தடி நீர். இருபது, முப்பது ஆண்டு களுக்கு முன்னர் காணப்பட்ட நிலத்தடி நீர் இப்போது இல்லை. அப்போது இருந்த கிணற்றின் ஆழமும் ஆழ்துளைக் கிணறுகளின் ஆழமும் இப்போது போதுமானதல்ல. தண்ணீரின் அளவு கீழே சென்று கொண்டிருக்கிறது. ஆறுகளில் மணல்கொள்ளையை யாராலும் கட்டுப்படுத்த முடியவில்லை. மணலை அள்ளிக் கொள்ளை லாபம் காண்கிறார்கள். குடிநீருக்கே பஞ்சம் வந்துவிடும் எனக் கிராம மக்கள் அஞ்சுகிறார்கள்.

இப்போது கட்சி அரசியல் கிராமத்தின் பாரம்பரியமான 'அனிச்சை உறுதிப்பாட்டை' (மெக்கானிகல் சாலிடாரிடி) கலைத்து விட்டது. சாதிமதப் பேதங்களைக் கடந்து கிராமங்களில் நிலவிவந்த பாரம்பரியமான, உயிரோட்டமான, அடிப்படையான ஒருமைப்பாடு கலகலத்துவிட்டது. ஊராட்சி மன்றத் தலைவர் தேர்தல் என்பது கட்சி சார்பில் நடக்கிறது. வேட்பாளர்கள் வெற்றி பெறுவதற்குப் பல லட்சம் ரூபாய் செலவு செய்கின்றனர்.

கிராமங்களின் இன்றைய அசைவியக்கங்களைப் பேராசிரியர் க. பழனித்துரை மிகவும் விரிவாகவும் நுட்பமாகவும் ஆராய்ந் திருக்கிறார். அவருடைய எழுத்தில் வந்துள்ள *கிராம ஊராட்சி அரசாங்கம்* (2023), *நமது ஊர் நமது பொறுப்பு* (2024) ஆகிய இரண்டு நூல்கள் முக்கியமானவை.

சமூகத்தில் புற்றுநோய்

இப்போது கிராமங்களில் அரசு நடவடிக்கைகள் பெருகிவிட்டன. கிராம ஊராட்சி முறையும் வலுவடைந்துள்ளது. கிராம நிர்வாக அலுவலரும் அவருடைய இரண்டு கிராம உதவியாளரும் கிராம மக்களுக்கு உதவி செய்வதைவிட உபத்திரம் செய்வது அதிகரித்துள்ளது. எதற்கெடுத்தாலும் லஞ்சம், கையூட்டு. நிலம் தொடர்பான சிட்டா, அடங்கல், பதிவேடுகளின்படி பெறுவதற்கும், நிலங்களை அளவீடு செய்வதற்கும், வருமானச் சான்றிதழ், வங்கிக் கடன் பெறுவதற்கான சான்றிதழ் உள்ளிட்ட அனைத்து வேலை களுக்கும் லஞ்சம் கொடுக்க வேண்டியுள்ளது.

கிராம மக்களின் வயிற்றில் அடிக்கும் செயலிது. விடுதலை இந்தியாவில் ஏழைகளின் வாழ்வு எரியும் தீயில் நிற்பது

போன்ற நிலையில் உள்ளது. வருவாய்த் துறையில் பலர் உபரி வருமானம் (லஞ்சம்) பார்க்கும் ஊழியர்களாக மாறியுள்ளனர். கிராம வாழ்வு நாதியற்ற வாழ்வாக உருவெடுத்துள்ளது.

இந்தக் கொடிய நோய்களை அகற்ற முடியும். ஒட்டுமொத்த அமைப்பைச் சீர் செய்ய வேண்டியுள்ளது. இல்லையென்றால் இந்தப் புற்றுநோய் எளிய கிராம மக்களைக் கொன்றுவிடும். மக்கள் நிம்மதி இல்லாமல் கிராமத்தில் என்ன செய்ய முடியும்?

விவசாயத்தின் மூலம் வாழ்க்கையில் முன்னேற முடியாது என்ற எண்ணம் விவசாயிகளிடம் இன்று நிலவுகிறது. விவசாயத்தில் செய்யும் செலவுகளுக்கு ஏற்ப வருமானம் இல்லை. வாங்கும் கடன்களை உரிய காலத்தில் திருப்பிக் கொடுத்து மீள முடிய வில்லை. பிள்ளைகளை நகர்ப்புறங்களில் ஆங்கில வழியில் நன்றாகப் படிக்க வைக்க வேண்டுமென்ற ஆசை அனைவரிடமும் உள்ளது. இதற்காக நகரங்களில் வாடகைவீடு எடுத்துப் படிக்க வைக்கின்றனர்.

சிலர் நகரங்களில் மனை வாங்கி, வீடு கட்டிக் கொண்டு குடும்பத்தை நகரங்களுக்கு மாற்றிவிடுகின்றனர். இவர்களுக்குக் குடும்பச் செலவு பன்மடங்காகக் கூடிவிடுகிறது. கடன் தொல்லையும் ஏற்படுகிறது. இதனால் விவசாயத்தோடு வேறு ஏதாவதொரு தொழில் செய்தால் மட்டுமே பிழைக்க முடியும் என்ற எண்ணம் ஏற்படுகிறது. இதற்குக் கிராமங்கள் உதவாது என எண்ணுகின்றனர். இத்தகைய எண்ணங்கள் மாறி கிராமங்கள் மீண்டும் உயிர்ப்புடன் இயங்க வேண்டும். இதற்குப் படித்த இளைஞர்களும் பங்காற்ற வேண்டும். புதிய சூழலை உருவாக்க வேண்டும். இதற்குப் புரட்சிகர மாற்றங்கள் தேவை.

□

2

வடக்கூர்
எழுபதிலிருந்து இருபதைப் பார்க்கிறேன்
வீ. அரசு

என்னுடைய ஊர். ஆம், நான் பிறந்து வளர்ந்த ஊரைப் பற்றி எழுதுவது என்பது கடந்துபோன காலங்களைச் சமகாலப் பார்வையின் ஒரு தேடலாகக் கருதலாம். தன்விழைவு (*நாஸ் டால்ஜியா*) சார்ந்து இதை எழுதும்போது, நாட்டம் மிக்க மன நிலைக்குள் போவது தவிர்க்க முடியாது. அதில் இனம் புரியாத இன்பம் உருவாகலாம்; துயரமான நினைவுகளாகவும் அமையலாம். இல்லையேல் விருப்பமிகு பழமைக்குள் பயணிப்பதாக இருக்கலாம். இவை அனைத்தும் இணைந்த மனநிலையில் என்னுடைய ஊரைப் பற்றிய பதிவைக் கீழ்க்காணும் ஒழுங்கில் உங்களோடு பகிர்ந்துகொள்கிறேன். இது அடிப்படையில் தன் வரலாறாக அமைவதும் தவிர்க்க முடியாது.

- எனது இருபத்தைந்தாவது அகவையில் சென்னைக்கு வந்து விட்டேன். என் ஊரில் வாழ்ந்ததைவிட நான் குடியேறிய நகரத்தில் அதிக ஆண்டுகள் வாழ்ந்து வருகிறேன். என்னுடைய ஊர் எப்படி உருவாகி இருக்கலாம் என்று அதன் நிலவியல் அமைப்புகளைக்கொண்டு ஊகிக்க முயல்கிறேன். வரலாற்றில், ஊரிருக்கை (செட்டில்மெண்ட்) உருவாவதென்பது தவிர்க்க முடியாத நிகழ்வு. எனது ஊரை அந்த மரபில் பதிவு செய்ய முயல்கிறேன்.

- பிற்கால சோழர்கள் காலத்தில் உருவான ஊர் அமைப்புகள் குறித்த கல்வெட்டுத் தரவுகள் உள்ளன. அந்தப் பின்புலத்தில் எனது ஊர் உருவாகியிருக்கலாம் என்று கருதுகிறேன். அதற்கான தரவுகளை ஊரின் அமைப்பிலிருந்து காண முடிகிறது. அந்த விவரணங்களைச் சொல்ல விரும்புகிறேன்.

- ஊருக்குள் இருக்கும் தொன்மையான குடி அமைப்புகள், குடிகள் சார்ந்த சாமிகள், சடங்குகள், வழிபாடுகள் ஆகியன வற்றின் நிகழ் முறையும் எச்சங்களும் எவ்வாறு இன்றும் தொடர்கின்றன என்பதையும் பதிவு செய்கிறேன்.

- சமூக வரலாற்றுப் போக்கில், பிற்காலச் சோழர் காலம் தொடங்கி, பர்ட்டன் ஸ்டெயின் (1926-1996) கூறும் 'தன்னிறைவு பெற்ற ஊர்கள்' எனும் கருத்து நிலை சார்ந்து எனது ஊரைப்புரிந்துகொள்ளலாம். காலனியக் காலம் முதல் நவீன ஊராட்சி மன்றங்கள் வரை என்னுடைய ஊரில் நிகழ்ந்த அதிகாரம் மற்றும் நில உறவுகள் சார்ந்த மாற்றங்கள் குறித்தப் பதிவும் அவசியமாகிறது.

- இன்றைய சுற்றுச்சூழல் பார்வையில் ஊர் வளர்ச்சியடைந் திருக்கிறதா? சீரழிவை எதிர்கொண்டுள்ளதா? என்ற எனது புரிதல் சார்ந்தும் பேச வேண்டும். அன்றைக்கு நான் வாழ்ந்த ஊரை, இன்று சென்று பார்க்கும் போது மனதில் உருவாகும் உணர்வுகளைப் பதிவு செய்வதாக அது அமையும்.

- எனது ஊரைப் பதிவு செய்தல் என்பது மக்கள் குடியேற்றம் நிகழ்ந்த இடம் சார்ந்த ஆய்வு, காலப்போக்கில் உருவான அரசு உருவாக்கம் (ஃபார்மேஷன் ஆஃப் ஸ்டேட்), அந்தத் தன்மை ஊரை உருவாக்கிய முறை; காலனியம் ஊருக்குள் நிகழ்த்திய ஊடாட்டங்கள், மக்கள் குடியரசு எனும் கருத்தாக்கம் சார்ந்து ஊரின் நிகழ்வுகள், இவை அனைத்தும் சார்ந்து எங்கள் ஊர் இன்றும் தொடரும் முறையியலை எனது பதிவு சார்ந்து புரிந்து கொள்ள வேண்டுகிறேன். இந்த அடிப்படைகளை விரிவான விளக்க விவரணங்களுடன் உரையாடலாம்.

எனது ஊர் என்பது தஞ்சாவூர் நகரத்திலிருந்து தெற்குப் பகுதியில் பத்து கிமீ தொலைவில் உள்ளது. இதன் பெயர் வடக்கூர் வடக்கு.

வடக்கூர் தெற்கும் உண்டு. அந்தப் பகுதிக்கும் எனக்கும் தொடர்பில்லை. வடக்கூர் வடக்கு பற்றி மட்டும் பேசுகிறேன். பொது வழக்கில்வடக்கூர் என்றே எங்கள் ஊர் அழைக்கப்படுகிறது. ஏறக்குறைய ஐயாயிரம் மக்கள்தொகை உள்ள ஊர். நடுவில் பிள்ளையார் மற்றும் சுப்பிரமணியன் கோவில். அதற்கு எதிரே குளம், அருகில் ஊர்ச்சாவடி, சாவடி அருகில் ஐந்தாம் வகுப்பு வரை உள்ள பள்ளி; இப்போது உயர்நிலைப் பள்ளி, அது வேறு இடம். மந்தைவெளி என்று அழைக்கப்படும் பரந்த நிலப்பரப்பு ஊரின் நடுவில். அதிலிருந்து நான்கு பக்கமும் நான்கு தெருக்கள். கிழக்குத் தெரு தொடங்கும் இடத்தில் நாடகம் நிகழ்த்துவதற்கு என்று மேடை. அதில் ஆண்டுக்கு ஒருமுறை, ஊர்மக்களே சேர்ந்து நடிக்கும் நாடகம் நிகழ்ந்தது. இப்போது அது இல்லை.

கிழக்குத் தெரு சாலை என்பது ஊர்ப் பகுதியில் பெய்யும் மழை நீர் அனைத்தும் ஓடும் வடிகாலாகவும் இருக்கும். இப்போது அது இல்லை. ஏனெனில் குறுக்கே புது ஆறு என்று அழைக்கப்படும் கல்லணையிலிருந்து பிரிக்கப்பட்டு வரும் ஆறுகளில் ஒன்று, எங்கள் ஊரை ஒட்டிப் பாய்கிறது. ஆற்றுக்கு மேற்புறம் புஞ்சை நிலம், ஆற்றுக்குக் கிழக்கே நன்செய் நிலம்; பயிர் உற்பத்தி, ஆற்றுப்பாசனம் மூலம் நிகழ்கிறது. அதே பகுதியில் பழங்காலத்து நான்கு கிமீ நீளம், ஒரு கிமீ அகலம் உள்ள ஏரி, அன்றைய பயிர் செய்வதற்கான மூல நீர்ப்பிடிப்பு; இன்று அது, ஆற்றுப் பாசனத்தால், அதன் முந்தைய மதிப்பை இழந்துவிட்டது. படிப்படியாக அந்த நிலப்பகுதி விளைநிலங்களாக மாற்றப்பட்டு, அடையாளத்துக்கு ஏரி உள்ளது. அந்த ஏரிக்கரையில் ஈச்சம் பழங்களைப் பறித்துத் தின்ற எனது இளமைக் காலம் நினைவுக்கு வருகிறது.

மேலே சொன்னது ஊரின் கிழக்குப் பகுதி. அதற்கு நேர் மேற்குப் பகுதி முழுமையான புஞ்சை நிலம். அந்தப் பகுதியில் காடு இருந்தது. அது முல்லை என்ற வரையறைக்குள் வரும் காடு. காட்டின் மேற்குப் பகுதியில் நீண்ட தொலைவு வெற்றிடம், எனது இளமைக் காலத்தில் இருந்தது. ஆடிக்காற்று அடிக்கும் போது, அந்த வெற்றிடத்தில் இருக்கும் மணல்காற்றில் அடிக்கப்பட்டுக் காட்டுப் பகுதியில் அது தடுக்கப்பட்டுப் பெரிய மணல்மேடு உருவாகியது. அந்தக் காட்டில் ஈச்சம்பழம், பல்வேறு

செடிக்ளில் இருக்கும் பழங்களை (இப்போது பெயர் மறந்து போனது) சேகரித்துக் கொண்டு, மணல்மேட்டில் ஏறி உட்கார்ந்து, சாப்பிட்ட எனது இளமைக்காலம். இப்போது அப்பகுதி முற்றிலும் இல்லை. பின்னர் அது பற்றிச் சொல்கிறேன்.

ஊரின் தெற்குப் பகுதியில் குறுங்காடு. முல்லை நில மரபு சார்ந்த காடு. அந்தக் காட்டிற்குள் தீத்தான் எனும் எல்லைக் காவல் தெய்வம் இருக்கிறார். அவருக்குக் கட்டப்பட்ட கோவிலின் அருகில் குளம் உண்டு. தீத்தானை ஊர்மக்கள் வழிபடுவர். ஆனால் அவன் இருந்த இடம் ஊரின் சேரிக்கு அருகில் இருந்த காட்டிற்குள். அவன் குதிரையில் பயணிப்பவன். பெரிய குதிரைகள் சுண்ணாம்புக் காரையால் கட்டப்பட்டு, கம்பீரமாக இன்றும் நிற்கிறது. தீத்தானை வழிபடும் சடங்குகளை நிகழ்த்துபவர்கள், ஒடுக்கப் பட்ட பறையர் இன மக்கள். ஊர் அம்பலக்காரர்கள் நாட்டுச் சாராயம் வாங்கிக் கொடுக்க, ஒடுக்கப்பட்ட இன பூசாரிகள் தீத்தானுக்குப் படைக்கும் சடங்குகள் உண்டு. அந்தப் பகுதிக்குள் சிறுவனாக இருக்கும் போது போவதற்குப் பயம். தனியாகப் போக மாட்டேன். கூட்டமாகச் சேர்ந்து போவோம். அங்குள்ள கிணற்றில் தீத்தானின் வெண்கலச் சிலைகள் போடப்பட்டிருக்கும். ஆண்டுக்கு ஒருமுறை வெளியில் எடுத்து விழா நடக்கும். அந்தப் பகுதியில் இருந்த காடும் இப்போது இல்லை. அது குறித்தும் பின்னர்ச் சொல்கிறேன்.

ஊரின் மேற்குப் பகுதியில், காடு மற்றும் மணல்மேட்டைத் தாண்டிய மணல் பரப்பில் பெரிய ஆலமரம். அதில் முனியன் வீற்று இருப்பார். அவர் மாடுகளைக் காப்பவர். அவர் இருக்கும் அந்தத் திறந்த வெளியில் மாடுபிடிக்கும் விழா (ஜல்லிக்கட்டு) ஒவ்வொரு ஆண்டும் பொங்கல் முடிந்த ஐந்தாம் நாள் நடக்கும். நீண்ட கயிற்றில் மாடுகள் கட்டப்பட்டு, 360 டிகிரி வட்டத்தில், மாட்டைப் பிடிக்க மனிதர்கள் சுழன்று சுழன்று ஓடுவர். மாடு ஆவேசத்தோடு தாக்கும். ஒவ்வோராண்டும் அந்த ஜல்லிக்கட்டில் ஓரிருவர் வீர மரணம், எனது இளமைக் காலத்தில் நடந்தது. இப்போது இல்லை. அந்தப் பரந்த வெளியும் இப்போது இல்லை. அது பற்றியும் பின்னர் எழுதுகிறேன். ஊரின் கிழக்குப் பகுதியில் அய்யனார் வீற்றிருக்கிறார். அவருக்குக் கோயில் கட்டப் பட்டுள்ளது. அருகில் பெரியகுளம். இளமைக் காலத்தில்

நீண்டநேரம் நாங்கள் நீச்சல் அடித்த தாமரைக் குளம் அது. குளத்தின் வடகிழக்கு மூலையில் இடுகாடு மற்றும் சுடுகாடு. இறப்பு நிகழ்ந்த பின் ஊரின்மந்தைவெளிப்பகுதி வழியாக, தேரில், மரணித்தவர் பயணம் செய்து, அய்யனாரின் அருகில் இருக்கும் சுடு/இடு காட்டை அடைவர். நான்கு கிமீ நீளம். நீண்ட ஊர்வலம், ஊர் மக்கள் அனைவரும் பங்கேற்பு. தேரின் முன்பு வண்ணார் மக்கள், துவைப்பதற்காக சேகரித்த ஊரின் சேலை களைப் பதாகையாக விரிக்க, அதன்மேல் தேர் பயணிக்கும். இறப்புச் சார்ந்த பறையடிப்பு, வெடி, பூச்சொரிவு எல்லாம் நிகழும். இப்போதும் நடைமுறையில் உள்ளது. விரைவில் மின் சுடுகாடு வந்துவிடலாம்.

ஊரின் வடக்குப் பகுதியில் எந்த ஊர்க்காவல் சாமியும் இல்லை. மேற்கே முனியன், கிழக்கே அய்யனார், தெற்கே தீத்தான். வடக்கு நல்ல திசை இல்லை என்பதால், சாமிகள் அங்கு இல்லை. இந்த அமைப்பு ஒழுங்குபடுத்தப்பட்டது. இதற்குள் ஊர் அமைந்துள்ளது. இந்தச் சாமிகளோடு குறுங்காடுகள், புன்செய் நிலப்பகுதிகள், இடையில் கல்லணைக் கால்வாய் ஆறு. இந்த ஆறு என்பது காலனிய ஆட்சியாளர்களால் உருவாக்கப்பட்டது. ஏரிப் பாசனம் என்பது ஆற்றுப் பாசனமாக மாறிய வரலாறு என்பது சுமார் நூற்றைம்பது ஆண்டுகள். ஊரின் ஏரியையும் புதிய ஆற்றையும் கொண்டு (ஆற்றுக்குப் பெயர் புது ஆறு) எங்கள் ஊரின் நிலப்பகுதிகளின் மாற்றம் குறித்துப் பேசலாம். அதனைத் தவிர்க்கிறேன். ஆற்றின் கிழக்குப் பகுதி (வடக்கு தெற்கு நீள வாக்கில்) நன்செய். ஆற்றின் மேற்குப் பகுதி (வடக்கு-தெற்கு வாக்கில்) புன்செய் பகுதி. காலனிய ஆட்சி உருவாக்கிய ரயத்து வாரி, ஜமீன்தாரி சார்ந்த வரி விதிப்பு உண்டு. அதற்கு மணியம், கணக்குப்பிள்ளை, தலையாரி உண்டு. எங்கள் ஊர் மணியம் பெருநிலக்காரர். கணக்கர் பார்ப்பனர். தலையாரி பறையர் இனத்தவர். இப்போது அது இல்லை. ஊர் நிர்வாக அதிகாரி எனும் அரசு ஊழியர் வந்துவிட்டார்.

ஊரின் அமைப்பை ஓரளவு சொல்லிவிட்டேன். இந்த ஊரின் உருவாக்க வரலாறு என்பது, பிற்காலச் சோழர் காலத்து நாடு அல்லது சுற்றம் அமைப்பில் அமைந்தது. எங்கள் ஊர் கோனூர் நாட்டைச் சேர்ந்தது (இப்போது கோ நகர் நாடு என்கிறார்கள்).

கோனூர் நாடு பதினெட்டு ஊர்களைக் கொண்டது. அதில் வடக்குப் பகுதியில் இருப்பதால், எங்கள் ஊர் வடக்கூர். பதினெட்டு ஊருக்கும் தலைமை இடம் கோட்டைத்தெரு. அங்கு அய்யனார் வீற்றிருக்கிறார். பிரம்மாண்டமான சுண்ணாம்புக் காரைக் குதிரைகள் இன்று உண்டு. அவர் இருக்கும் இடத்தின் அருகில் புதைக்கப்பட்டு இருக்கும் பதினெட்டுப் பிடாரிகள் உண்டு.

எனது இளம் வயதில் பிடாரிகள் ஊர்களுக்கு வரும் விழாவைப் பார்த்திருக்கிறேன். அந்தப் பிடாரி வரும் வழி நிலையானது. மாற்று வழியில் வராது பிடாரி. பல ஆண்டுகளுக்கு ஒரு முறை பிடாரி விழா. அந்த இடைப்பட்ட காலங்களில் வாழைத் தோட்டம் யாரேனும் போட்டிருந்தால், அவைகளை வெட்டி வீழ்த்திவிட்டுதான் அந்த வழியில் பிடாரி வருவார். ஒவ்வொரு வீட்டிலும் குறைந்தது ஐந்து ஆடுகள் வெட்டப்படும். ஒரு மாதத்திற்கு உப்புக் கண்டம். ஒரு வாரம் கறிச்சோறு. இந்த நிகழ்வு எழுபதுகளின் தொடக்கத்தில், கல்லூரி மாணவனாக இருந்த போது பார்த்தேன். கடந்த ஐம்பது ஆண்டுகளாக இல்லை. விரைவில் நடத்தப் போவதாக அறிந்தேன்?. பிடாரிக்குப் பிறகு ஒரு மாரியம்மாளும் இருக்கிறார்.

அய்யனார், பிடாரி, மாரி இருக்கும் அதே இடத்தில் சோழர்களால் கட்டப்பட்ட சிவன் கோயில் உண்டு. சுமார் எண்ணூறு ஆண்டுகள் பழமை. திருவிழாவின் போது, சிவன் கோவிலில் பரதநாட்டியம்; அய்யனார் கோவிலில் கரகாட்டம் சார்ந்த அனைத்து நாட்டார் கலைகள் நிகழ்த்தப்படும். ஊர்ப் பெரியவர்களான பதினெட்டு ஊர் அம்பலங்கள் பரதநாட்டியத்தை ரசிப்பர். சாதாரண ஊர் மக்கள் கரகாட்டத்தோடு இருப்பர். இந்தச் சமூக முரண் மிகச் சுவாரசியமானது. பதினெட்டு ஊர் சார்ந்த நாட்டின் அமைப்பில் எங்கள் ஊர் ஒரு பகுதி. நாடு பற்றிய விரிவான விவரணங்களைத் தவிர்க்கிறேன். கோனூர் நாட்டில் வடக்கூர் ஒரு பிரிவு என்பதான புரிதல் அவசியம். இத்தன்மை சோழ மண்டலம் முழுவதும் காணப்படும் ஒன்று.

மீண்டும் ஊருக்குள் வருகிறேன். எங்கள் ஊரில் ஏழு கரைகள் உண்டு. ஒவ்வொரு கரைக்கும் பல குடிகள்/குடும்பங்கள் உண்டு. ஒவ்வொரு கரையைச் சேர்ந்தவர்களும் பங்காளிகள். ஒவ்வொரு

கரைக்கும் ஒரு குலதெய்வம் உண்டு. அந்தத் தெய்வம் மரங்கள் அடர்ந்த சோலையில் இருக்கும். ஒவ்வொரு கரைக்கும் உள்ள தெய்வங்களைத் தவிர்த்து ஒவ்வொரு குடிக்கும், அவர்களது வீடுகள் உள்ளேயே பானையில் வைத்து, வீட்டின் கூரையில் கட்டி தொங்க விடப்பட்டிருக்கும் சாமியும் உண்டு. அவள் பெண். அவளுக்கு ஆண்டுக்கொரு முறை, குறிப்பாகப் பொங்கல் நாட்களில் பூசை நடக்கும். புதுச்சேலை ஒன்றும் பிற வழிபாட்டுப் பொருள்களும் பானைக்குள் வைக்கப்படும். அது குடி தெய்வம்; கரைக்கு இருப்பது குலதெய்வம். ஏழு கரைகளுக்கும் பெயர் உண்டு. இந்தக் கரையில், ஒரு கரை எங்கள் வீடு.

எங்கள் வீட்டிற்குப் பெயர் தவசி வீடு. ஊரிலிருக்கும் பிற வீடுகளுக்கு, பல பெயர்கள் உண்டு. அவற்றைக் கள ஆய்வு செய்து திரட்ட வேண்டும். எங்கள் குலதெய்வம் சின்னன்டப்பாயி. இவள் கைக்குழந்தையோடு இருக்கிறாள். இப்போது அவளுக்குச் சிறிய கோவில் கட்டியுள்ளார்கள். இவள் குழந்தையோடு, தூக்கில் தொங்கி தற்கொலை செய்துகொண்டவள் என்று கதை உள்ளது. கொலையில் உதித்த தெய்வமாக எங்கள் வீட்டுக் குலதெய்வம் இருக்கிறாள்.

எங்கள் ஊரில் ஏழு கரைகள் என்று பேச்சு வழக்கில் கூறு கிறார்கள். ஆனால் ஆறு கரைகள் பற்றிய விவரங்களே கிடைக் கின்றன. ஒவ்வொரு கரைக்கும் பெயர் உண்டு. அந்தக் கரைக்குள் அடங்கிய வீடுகள் (குடிகள்) பல உண்டு. அவற்றிற்கும் பெயர்கள் உண்டு. ஒவ்வொரு கரைக்கும் வழிபடும் சாமி உண்டு. கரைக்கு நாட்டாமையும் உண்டு. அந்த விவரங்கள் கீழ்க்காணும் வகையில் அமைகின்றன.

சொறியங்கரை. இக்கரைக்கு நாட்டாமை வ. ராமராசு. இக்கரையில் உள்ள வீடுகள் (குடிகள்) சொறியத்தான் வீடு, மங்காரிவீடு, தவுடன்வீடு, விடிச்சியார்வீடு, வெங்கடத்தார்வீடு, தவசிவீடு, அடைக்காளிரான் வீடு, சீனிக்காத்தான்வீடு, நொண்டிக் காளிங்கிரான் வீடு. வழிபடும் சாமி கூத்தபெருமாள். மங்கா, தவிடன் வீடுகள் வீரனார் சாமியை வழிபடுவர். தவசி வீட்டுக்குச் சின்னன்டப்பாயி என்ற குலச்சாமியும் உண்டு.

சேப்பங்கரை. இக்கரைக்கு நாட்டாமை மு. வெற்றிவேல். இந்தக்

கரையிலுள்ள வீடுகள் (குடிகள்) சேப்பன்வீடு, குட்டியான்வீடு, கடைக்கத் தான்வீடு, திட்டன்வீடு, சந்தரன்வீடு, ஒழக்கத்தான் வீடு, செருக்கத்தான்வீடு. வழிபடும் சாமி பட்டவன். ஒழுக்கத்தான் வீட்டுக்காரர்கள் அறை வீட்டு அம்மன் என்ற குலசாமியையும் வழிபடுகிறார்கள். குட்டியான் வீட்டினர் வீட்டு அம்மன் என்ற சாமியையும் வழிபடுகின்றார்கள்.

மங்கொண்டன்கரை. நாட்டாமை உ.ஜெயக்குமார். வழிபடும் சாமி பாதாள வீரன். இந்தக் கரையில் வேறு குடிகள் இல்லை.

பொக்காளிக்கரை. நாட்டாமை கு. இராமன். பொக்காளி வீடு, செம்பன் வீடென்ற இரண்டு குடிகள் மட்டுமே. வழிபடும் சாமி அக்னி அம்மா.

நல்லமுத்தன்கரை. நாட்டாமை சே. கதிர்வேல். நல்ல முத்தான் வீடு, கட்டாரி வீடு ஆகிய இரு குடிகள். வழிபடும் சாமி கொடுக்கு முண்டான் அய்யனார்.

புழையன்கரை. நாட்டாமை கு. குமரவேல். புழையன் வீடு, சேப்பிலியான் வீடு, உஞ்சி வீடு, கனுச்சான் வீடு, கீர்ச்சினி வீடு, நெடுங்கத்தான் வீடு. வழிபடும் சாமி மூக்க கல்யாணி. புழையன் வீடு பாப்பாத்தி அம்மன், சேப்பிலியான் வீடு காமாட்சி அம்மன் ஆகிய சாமிகளையும் வழிபடுவர்.

இந்த வகையில் வடக்கூரில் ஆறு கரைகளும், அதற்கு நாட்டாமையும், வழிபடு தெய்வங்களும், பல்வேறு குடிகளும் இருப்பதைக் காணலாம். மானிடவியல் நோக்கில் இந்தத் தன்மை இனக்குழு வாழ்க்கையின் எச்சங்கள் என்று கூறலாம்.

எனவே எங்கள் வடக்கூரில் ஒவ்வொரு வீட்டிற்குள்ளும் சாமிகள், பல வீடுகள் சேர்ந்த கரைக்கு ஒரு சாமி, ஊரின் நான்கு பக்கங்களில் மூன்று பக்கங்களில் முறையே தீத்தான், முனியன், அய்யனார் ஆகிய சாமிகள் உண்டு. ஊரின் நடுவே பிற்கால வளர்ச்சி சார்ந்து விநாயகரும் சுப்பிரமணியனும் இருக்கும் கோவில். இவர்களுக்குப் பங்குனி உத்திரத்தில் பெரிய விழா. இப்போது பாட்டுக்கச்சேரி, கரகாட்டம், பட்டிமன்றம் என்று நடக்கிறது. இந்த நிகழ்வில் சில ஆண்டுகள் இடையீடு செய்தேன். அரசியல் கட்சிகளைச் சேர்ந்தவர்களை அழைத்துக் கூட்டம்

நடத்தும் வேலையை, நற்பணி மன்றம் என்ற பெயரில், எனது தலைமையில் சில ஆண்டுகள் செய்தேன். அது குறித்தும் விரிவாக எழுதலாம். விரிவு கருதித் தவிர்க்கிறேன்.

எங்கள் ஊர் என்பது கள்ளர் என்ற ஒரு சாதிக்காரர்கள் மட்டுமே உண்டு. இவர்களுக்கு ஊழியம் செய்பவர்கள் உண்டு. ஒரு பார்ப்பனர் குடும்பம் உண்டு. தச்சர், கொல்லர், முடி திருத்துவோர், வண்ணார் குடும்பங்கள் உண்டு. பிற்காலச் சோழர்களின் ஊர் அமைப்போடு இதனைப் புரிந்துகொள்ள முடியும்.

ஊரின் தெற்குப் பகுதியில் பறையர் இன மக்கள் வாழும் சேரி என்ற பெயரில் இரண்டு தெருக்கள் உண்டு. பயிர்த்தொழிலே முதன்மை. கள்ளர்களுக்குக்குடிபார்ப்பவர்கள்பறையர் இன மக்கள். பறையர் இன மக்களைப் பொருளாதார அடிப்படை யிலும் பண்பாட்டு அடிப்படையிலும் ஒடுக்கிய வரலாறு உண்டு. அந்த ஒடுக்கு முறைக்கு எதிராகப் போராடிய அனுபவமும் எனக்கு உண்டு. அது குறித்தும் பிறிதொரு வாய்ப்பில் பதிவு செய்யலாம்.

ஊரிருக்கை, இனக்குழு வாழ்க்கை, சடங்குகள்-வழிபாடுகள், பொருளாதாரம், பண்பாட்டுக் கூறுகள் எனப் பல பரிமாணங்கள் உள்ளன. இவற்றை மானிடவியல், பொருளாதாரம் உள்ளிட்ட பல தரப்பினருக்குமான தரவுகளை எங்களுடைய ஊர் கொண்டிருக் கிறது. அந்தத் துறைகள் சார்ந்த முறையியல்களோடு விரிவான கள ஆய்வு செய்து எழுதலாம்.

இந்தத் துறைகள் சார்ந்த கலைச்சொற்களோடு எனது ஊர் குறித்தப் பதிவைச் செய்ய முடியும். அப்படியான முறையியல் சார்ந்து எனது பதிவு அமையவில்லை. அவ்வித ஆய்வின்போது இந்தக் கட்டுரை ஒரு கச்சாபொருளாக இருக்கலாம். என்னைத் தரவு சேகரிப்பதற்கானத் தகவலாளியாகக் கருதிக்கொள்ளலாம். அதற்கான ஒரு முன்வரைவாக இந்தப் பதிவைக் கருதுகிறேன்.

மேலே விவரித்த எனது ஊர் இப்போது எப்படி இருக்கிறது? சில மாதங்களுக்கு முன் இந்தக் கட்டுரை எழுதும் நோக்கத்தோடு ஊரைப் பார்த்தேன். அதன் மூலம் கிடைத்த மனப்பதிவுகளையும் பதிவு செய்திருக்கிறேன்.

எங்கள் ஊரின் மேற்குப் பகுதியில் இருந்த குறுங்காடு இல்லை. அந்த இடத்தில் உயர்நிலைப்பள்ளி, மருத்துவமனை இப்போது வந்துவிட்டது. ஊரின் புரோகிதக் குடும்பமான பார்ப்பனர் குடும்பம், மேலும் பல தனியார் ஆக்கிரமிப்பு வீடுகள் உருவாகியுள்ளன. மணல்மேடு காணாமல் போய்விட்டது. பல லட்சக் கணக்கான மதிப்பிற்கு அந்த மணல்கள் விற்கப்பட்டதாக அறிந்தேன். மணற்கொள்ளை அதன் உச்சத்தில் நிகழ்த்தப்பட்டிருக்கிறது. நீண்ட வெளியாக இருந்த இடம், மணல்மேட்டுப் பகுதி ஆகியவை ஆக்கிரமிக்கப்பட்டு, தேக்கு மரங்கள், வாழை மற்றும் கரும்புத் தோட்டங்களாக உருமாறிவிட்டன. அனைத்தும் தனிப்பட்டவர் களின் சொத்தாக மாறியுள்ளது.

அரசாங்கம் ஒரு பெரிய பால்பண்ணை, தமிழ்நாடு வேளாண்மை பல்கலைக்கழகத்தின் ஒரு பகுதி ஆகியவற்றை உருவாக்கியுள்ளது. பெரிய நிலப்பகுதியில் செம்பனைக் காடுகள் உருவாக்கப்பட்டுள்ளன. இதற்கு அரசு மானியம் வழங்குகிறது. பாமாயில் தயாரிக்கும் விதைகள் இந்தச் செம்பனைகளில் கிடைக்கின்றன. மலேசிய நாட்டில் அனைத்து இடங்களிலும் பயிராகும் செம்பனை, இங்குத் தருவிக்கப்பட்டு இருக்கிறது. வளம் மிக்கப் பூமியில் அவை கொழுத்துச் செழிக்கின்றன. நீரை அதிகமாக உறிஞ்சும் பயிரினம் அது. குறுங்காடுகள் இருந்த ஊரின் தென்பகுதியும் அழிக்கப்பட்டு, அந்த இடங்களில் தலித் மக்கள் குடியேற்றங்கள் நிகழ்ந்துள்ளன. தீத்தான், முனியன் நிலப்பரப்புகளை மனிதர்கள் ஆக்கிரமித்துவிட்டனர்.

எனது பழைய ஊரின் நீண்ட நிலப் பகுதிகள் இப்போது தனியார் நிலங்கள். புதிய பயிரிடல் முறைகள், குறுங்காடுகள் எனும் முல்லை நிலம் அழிக்கப்பட்டு, மனிதர்கள் குடியேற்றம் நிகழ்ந்துவிட்டது. இயற்கையான இடங்களை மனிதர்கள், தங்களின் சொத்தாக மாற்றி உள்ளனர். நில உடமைப் பண்பாடு சார்ந்த, அம்பலக்காரர்கள் அதிகாரம் ஒரு காலத்தில் இருந்தது.

காலனிய காலத்தில் மணியக்காரர்கள் என்னும் அதிகாரமிருந்தது. அரசியல் கட்சி சார்ந்த பஞ்சாயத்துத் தலைவர்கள் அதிகாரம் இப்போது. இவர்கள் ஊர்ப் பொதுச் சொத்துக்களைத் தமது சொத்துக்களாக மாற்றிக் கொள்ளும் அதிகாரம் பெற்று இருக்கிறார்கள்.

சமூக வரலாறு என்பது இனக்குழு வாழ்க்கை, நிலவுடைமைப் பண்பு சார்ந்த அரச உருவாக்க வாழ்க்கை, நவீனக் குடியாட்சி எனும் குடியரசு வாழ்க்கை எனக் கடந்த ஆயிரம் ஆண்டுகளாக உருப் பெற்றுள்ளது. இதற்கு ஓர் அலகாக எங்களுடைய ஊரைப் புரிந்து கொள்கிறேன். இதில் எதைச் சரி என்பது? எதைச் சரியில்லை என்பது என்ற உரையாடலை முன்னெடுக்கவில்லை. எனக்கும் அதற்கும் தொடர்பில்லை. வேறு வாழ்க்கை எனக்கு வாய்த்து விட்டது.

எனது ஊரை வெளியாளாக நின்று பதிவு செய்கிறேன். விரிவான, புலமைத்துவக் கல்வி மொழியில் இதை எழுதவில்லை. அப்படி எழுதவும் மனம் ஒருப்படவில்லை. சொந்த மனப் பதிவே இந்தக் கட்டுரை.

□

3

எஸ். அண்டக்குடி

காரைகள் உதிரும் காலம்

பா. ச. அரிபாபு

ஒருநா நானும் என் அம்மாவும் சாயந்திரம் 5 மணிக்கு மேல, குடிதண்ணி எடுக்க வீட்டிலிருந்து கெளம்பினோம். என் வீடு இருப்பது வடக்கே. குடிதண்ணீர்க் கெணறு இருப்பது தெக்கே. எங்க தெருவக் கடந்து, நாயக்கர்மார் வீடுகளைக் கடந்து, போயிட்டே இருக்கும் போது ஏய்... சரஸ்வதி ஏய்... சரஸ்வதி ஏய்... பின்பு சரசுனு கூப்பிடுச்சு என் அம்மாவைவிட ரொம்பவும் வயசு கொறஞ்ச நாயக்கர் வீட்டு ராணி அக்கா. இது வழக்கந்தான். ஆனாலும் அம்மாட்ட கேட்டேன். ஏம்மா, உன்னவிட வயசு கொறச்சுதானே அந்த அக்கா. பிறகு ஏம்மா உம் பேரச் சொல்லிக் கூப்பிடுது. அதுக்கு அம்மா, ஆமா... ஆமா... பெரிய இவ கணக்கா பேரச் சொல்லிக் கூப்பிடறதப் பாரு, நேத்துப் பெறந்தவ, முண்டைய அறுத்துவிடணும். சரி சரி வெரசா வாடானு சொல்லுச்சு. நாங்க பொழுது சாயரதக்குள தண்ணி எடுக்கணும்னு விடுவிடுனு போயிட்டு இருந்தோம்.

இதே போலத்தான் எங்க ஊர்ல, நாயக்கமார் ஆம்பளைக எங்க பள்ள சாதி ஆம்பளைகள பேரச்சொல்லித்தான் கூப்பிடுவாங்க. ஏய்... பாலுக்கண்ணு ஏய்... பாலுக்கண்ணு (என் அப்பா பேரு). நாங்க சிறுசுகளலிருந்து பெருசுக வரைக்கும் நாயக்கமார் ஆம்பளைகள ஐயானும் பொம்பளைகள அம்மானுதான் கூப்பிடுவோம். இது சகஜம். ஏன்? எப்படினு? கேட்க மாட்டோம்.

கேட்கவும் தோணாது. ஒரே ஊருதான். ஒரே தோட்டம் தொறவுதான். ஒரே கம்மாக் கரைதான். காடுமேடுதான். ஆனாலும் ஒரு கோடு வேற்றுமைய சொல்லிகிட்டே இடையில் கெடக்கத் தான் செஞ்சது. ஏன்னா அவுங்க நாயக்கமாருங்க. நாங்க பள்ளமாருங்க. ஆனா நாங்க இப்ப அவுங்களுக்கு அடிமைக இல்ல.

ஒரு வரலாற கதயாய் சொல்லப் போறேன், கவனமா கேளுங்க. கேட்டாக் கேளுங்க. கேக்காட்டா போங்க. நம்புனா நம்புங்க. நம்பாட்டா போங்க.

பூர்வீகக் காதை

என்னுடைய ஊரு எஸ். அண்டக்குடி. பரமக்குடியிலருந்து தெக்குத்திசையில இருப்பதால தெக்கு அண்டக்குடி (*சவுத் அண்டக்குடி*). வாத்தியாருக, கணக்குப் பிள்ளைக, எலக்சன் ஆபீசருங்கனு எல்லாருமே பெரும்பாலும் எஸ். அண்டக்குடியுனு தான் சொல்லுவாங்க. பரமக்குடியிலருந்து 5 கல் தொலைவுல இருக்கு.

ஊரப்பத்திச் சொன்னாக்கா, தெற்கு வடக்கா அமைஞ்சு கிடக்கும் கம்மா. கம்மாக்கரைய ஒட்டியே ஊரும் அமைஞ்சிருக்கு. மேற்கா கொஞ்சம் வீடுக உண்டு. இப்பப் பார்த்தாக்கா பள்ளசாதி மட்டும் உள்ள ஊரா மாறிருச்சு. ஆனா முன்ன அப்படி இல்ல. எல்லா ஊருகளைப் போலவே பல சாதிக வாழ்ந்த ஊருதான். மத்தசாதி வீடுகனு பார்த்தாக்கா, இருபது முப்பது 'நாயக்கமாரு' வீடுக. ஒரே ஒரு 'சேர்வைக்கார' வீடு. ஊருக்கே எடுப்பு வேல செய்ய ஒரு 'சக்கலி' வீடு அவ்வளவுதான்.

பொட்டிய கவுத்துனமாரியே எல்லாப் பள்ள சாதி வீடுகளும் ஒன்னோட ஒன்னா ஒட்டித்தான் இருக்கும். பின்னித்தான் கெடக்கும். வேற ஒண்ணும் இல்ல. எல்லாருமே ஒரே அங்காளிக பங்காளிகதான். பள்ளசாதி மக்கதான் ஊருக்குப் பூர்வீகமுனு சொல்லுவாங்க. ஆனாலும் அவுகளுக்குக் கொல தெய்வம் இன்னவரைக்கும் 'கலையூர்'தான். இது எங்க இருக்குனா பரமக்குடியிலருந்து கொஞ்சம் மேற்கே.

ஊருல பள்ளர்களுக்குக் கொலசாமி கோயிலு உண்டு. கலையூர்லருந்து 'புடி' மண்ண எடுத்துவந்து கோயிலு கட்டி

யிருக்காங்க. ஆனாலும் ஒவ்வொரு மாசிக்களரிக்கும் 'அமுது' கொடுக்க அங்கதான் போயாகணும். மொத மொட்ட அங்கதான். 'முனி'தான் கொல தெய்வம். முனியப்பசாமினு பேரு. ஆனா இன்னொரு பேரு இருக்கு. சிங்காருடையாருனு. சாமி பேருதான் தலச்சான் கொழந்தைக்கு. 'மு'விலோ 'சி'விலோ தொடங்கும். ஊருக்குள்ள சிங்கராசு, சிங்கத்துரை, முத்து, முனியசாமி, முருகேசன், வீரசிங்கம்னு ஆம்பளைளுக்குப் பேரிருக்கும். பொம்பளைகளுக்கு, சிங்கம்மா, சிங்கா, முனியம்மா, முனீஸ்வரினு பேரு வைக்கிறது வழமை. ஊருக்குள நெறைய சிங்கத்துரைகளும் முனியசாமிகளும் அதிகம். ஒருத்தரச் சின்னச் சிங்கத்துரைனும் இன்னொருவர பெரிய சிங்கத்துரைனு கூப்பிடுவாங்க.

என் முன்னோர்கள் எப்ப வந்தாங்கனு சரியான வெவரம் தெரியல. எல்லாம் முன்னோர்கள் சொல்றதுதான். நானு ஏழாவது தலமுற. 'திருகார்த்தி' வம்சம். அண்டக்குடியின் பூர்வீகக் குடி. என்னுடை வம்சம்னு பாத்தாக்கா, மொதல்ல சோனை. சோனை மகன் வெள்ளையன்; வெள்ளையன் மகன் திருக்கார்த்தி; திருக் கார்த்திக்குக் கருப்பன், சோனை, பூச்சி, ராமனு நாலும் பசங்க. மூத்தவரு கருப்பனுக்கு நாலு கொழந்தைக. தலக் கொழந்த முத்து அடுத்து சிங்காள், லெட்சுமி பிறகு பொங்கலாண்டி. கடைக்குட்டி பொங்கலாண்டிதான் என் ஐயா. அப்பத்தா பேரு இருளி. இவங்களுக்குச் சிங்கத்துரை, சண்முகம், பாலுக் கண்ணு, வள்ளி மயில், கஸ்தூரி, ராசுனு ஆறு கொழந்தைக. மூனாவதா பொறந்த 'பாலுக்கணு'தான் என் அப்பா. அம்மா பேரு சரஸ்வதி. இவங்களுக்கு முனியசாமி, முருகேசன், சுரேஷ், சத்தியேந்திரன், அரிபாபுனு ஐஞ்சும் பசங்க. பொம்பளப் புள்ள இல்ல. இந்தக் கொடி வழி ஒறவுல கடைசிக் கண்ணி நானு.

எனக்கு வெவரம் தெரிஞ்சு, ஊரப் பாக்குறப்ப வீடுகள்ல வறுமைதான் பெருசா நின்னுச்சு. ஊருக்குள்ள சாதிய ஏற்றத் தாழ்வு இல்ல. கொஞ்சம் அறுந்த கொடியா ஆடிட்டு இருந்துச்சு. அடிமை வாழ்க்கை இல்ல.

ஆனா முன்னோர்கள் அந்தக் கொடுமையை அனுபவிச்சுதான் வந்திருக்காங்னு புரிஞ்சது. அண்டித்தான் பொழச்சிருக்காங்னு வெளங்கியது. ஒரு கதயா மிஞ்சிக் கெடந்துச்சு.

நிலவெளிக்காதை

எஸ். அண்டக்குடியில நிலம்னு பாத்தாக்கா பள்ளர்களுக்கு இல்லவே இல்லை. 'கட்டக் குடான்' வீட்டு வகையறாவுக்கும் 'வாரிய வீட்டு' வகையறாவுக்கும் கொஞ்சமா இருந்துருக்கு; அவ்வளவுதான். மொத்த நிலத்தையும் மூன்றா பிரிச்சிடலாம். கண்மாய்க்குள்ள மற்றும் நஞ்சை, புஞ்சைனு பிரிச்சிக்கிடா, அதிகமான நிலம் 'கணக்குப்பிள்ளை' வீட்டுக்கு. அடுத்து, 'சேர்வாரு' அல்லது 'சேர்வைக்காரர்' வீட்டுக்கு. அடுத்து நாயக்கமாரு வீடுகளுக்கு. வடக்கே அதிகமா நாயக்கமாரு வயகதான். வடக்க, தெக்க, கண்மாய்க்குள்ளனு வேறுபாடில்லாம 'கணக்குபிள்ள' வீட்டுக்கும் 'சேர்வாரு' வீட்டுக்கும்தான். அண்டக்குடிக் கண்மாய்க்குள்ள மொத்த பன்னெண்டு குறுக்கம் கணக்குப்பிள்ள வீட்டுக்குத்தான். இப்பவும் ஊருக்குள்ள பேசும் போது, கணக்குப்பிள்ள காடு. சேர்வாரு வீட்டு நெட்டு வய, சாமிநாயக்கர் புஞ்சனுதான் சொல்லுவாங்க.

முக்கியமா இன்னொன்னும் சொல்லணும். அதாவது, பிள்ளைக்கும் சேர்வாருக்கும் நாயக்கர்களுக்கும் காடு இருப்பது சரிதான். ஏன்னா, இவங்க ஊருக்குச் சொந்தமானவுங்க. ஊருக்குள்ள வீடு இருந்துச்சு. ஆனா ஊருக்குச் சம்பந்தமே இல்லாத நாடார்களுக்கும் காடுகர உண்டு. இது எப்படினுதான் இதுவரைக்கும் புரியல. சுத்துமட்டுக்கும் நாடார்கள் இல்லவே இல்லை. பரமக்குடி டவுண்லதான் அவங்க கடை வச்சிருந்தாங்க. எப்படினு ஒரே கொழப்பம். விசாரிக்கிறப்ப இப்படிச் சொல்றாங்க. பள்ள சனங்க டவுண்ல வீட்டுக்குண்டான பொருள்கள வாங்குறப்ப பழகிய பழக்கத்துல முதலாளிமாரா நாடார்கள் அறிமுகமாகி யிருக்காங்க. கடையில வந்த வருமானத்துல அண்டக்குடியில நிலங்கள வாங்கிப் போட்டிருக்காங்க. நிலங்கள வாங்கியிருந்தாலும் அவுங்க ஒரு நாளும் விவசாயம் செஞ்சதில்ல. எல்லா நிலங் களையும் குத்தகைக்குப் பாத்துக்கிட்டது பள்ளர்கள்தான். அப்படித்தான் இன்னைக்கும் நடராசன் நாடார் காடு, சொக்க லிங்கம் நாடார் காடுனு நிலப்பந்தம் உண்டு.

பள்ளர்களுக்கு வேலையினு பாத்தாக்கா கூலிக்குப் போறது, ஒழவுமாட்ட வச்சு உழுகப் போறது. பொம்பளக களை பறிக்கப் போறது, நாத்து நடப் போறது, மாட்டுச் சாணங்களைப்

பொறிக்கி வந்து எருவு தட்டி விக்கிறதுனு பொழப்பு ஓடும். சொந்தமா மண்ணு இருக்கோ இல்லையோ சம்சாரித்தனத்த மட்டும் விட்டிடாத சனங்க. ஏன்னா அவுங்க மண்டைக்குள்ள மண்ணத் தவிர வேறொன்னும் இல்லவே இல்ல. ஆனா, காலம் பொரண்டு படுக்க, படுக்க இவங்களும் எழுந்து நடக்க ஆரம்பிச்சாங்க. மண்ண அண்டிய கூட்டம். கொஞ்சம் கொஞ்சமா மண்ண ஆள ஆரம்பிச்சாங்க.

சேர்வைக்காரவீட்டுப் பசங்க எல்லாரும் படிச்சு முடிச்சு கவருமெண்டு வேலைக்குப் போக ஆரம்பிச்சாங்க. ஊரோட தொடுப்பு கொஞ்சக் காலம் வரைக்கும் இலைமறை காயா இருந்துச்சு. பிறகு சுத்தமா மறஞ்சுருச்சு. நாயக்கமார்ட்ட ஆடம்பரமும் மேம்போக்கான சம்சாரித்தனமும் சண்டியர்த் தனமும் சேர்ந்து இருந்ததுனால மண்ணு அவுங்கள விட்டிருச்சு. ஊரக் கட்டி ஆண்ட கணக்குப்பிள்ளை காடுக கருவல் மண்டிக் கெடக்கு. வாழ்ந்த வீடோ மண்ணோடு மண்ணாக் கெடக்கு. தூசி பறந்தாப்புல எல்லாருமே பத்ரமா காட்டுக்குப் போயிட்டாங்க.

நாடார்கள சொல்லவா வேணும், இன்னும் வேகமா வளர்ந்தாங்க. அவுங்க வாரிசுகள் மெட்ராஸ், வெளிநாடுனு போகவும் காடு கரைகள அப்படி அப்படி விட்டுட்டுப் போயிட்டாங்க. இன்னைக்குத் தனத்துக்கு நிலம் இல்லாத பள்ளர்களுனு யாருமே இல்ல. பாதிப்பேரு இன்னும் மொதலாளிமார்களிடமிருந்து பத்தரம் மாத்தக் கூட இல்ல. ஆனாலும் என்ன? நம்மலவிட்டு எங்கே போயிடப் போகுதுனு ஒரே நெனப்போட ஓழச்சுக்கிட்டு வாராங்க.

உரிமைக் காதை

எஸ். அண்டக்குடினா சுத்து வட்டாரத்துல நல்ல பேரு. மொதலாளி மார்கள அனுசரிச்சுப் போறது வேற. அடிமையா இருக்குறது வேற. ஏன்னா வாழ்க்கைய வாழணும், கொழந்த குட்டிகள காப் பாத்தணும், அடுத்தத் தலமொற எப்படியாச்சும் எந்திரிருச் சிரணும்னு ஒவ்வொரு சனங்களும் பெரயாசனப்பட்டாங்க. அதனால கொஞ்சம் முன்னப் பின்ன இருந்தாலும் வலுச் சாட்டியமா கடந்துதான் போனாங்க. ஆனா அடுத்தத் தலமொற அப்படி இல்ல. கொஞ்சம் படிக்க ஆரம்பிச்சாங்க. ஒரு சிலரு

வேலைக்குப் போக ஆரம்பிச்சாங்க. அதுநாள் வரையிலும் இருந்துவந்த ஊரு நடைமுறைகள மாற்றம் வர ஆரம்பிச்சது. உதாரணத்துக்கு ரெண்டு சொல்றேன்.

ஊருக்குள்ள 'கரை' வழக்கம் இருந்துச்சு. கரைனா முத மரியாத, ரெண்டாம் மரியாத, மூணாம் மரியாதனு வாங்குறதுதான். இதுல மூனுல ஒண்ணுகூடப் பள்ளர்களுக்கில்ல. மொதக் கர 'சேர்வாரு' வீட்டுக்கு. ரெண்டாம் கர 'அழகர்சாமி நாயக்கர்' வீட்டுக்கு. மூனாவது கர 'சாமி நாயக்கர்' வீட்டுக்கு. ஊருக்குள்ள நல்லதோ கெட்டதோ எது நடந்தாலும் மூன்று கர வீடுகளுக்குப் பிறகுதான் மத்தவங்களுக்குச் சொல்லணும்.

வருசா வருசம் சித்திர மாசத்தில அழகர்மலையானுக்கு மாலை போட்ட சாமியாடிகள், ஜிம்லா மேளத்தோட பாட்டும் கொலவைச் சத்தமும் அருளுமா ஊருக்குள்ள வருவாங்க. வீடு வீடாப் போயி, சாமி ஆடி, நெல்லோ, மத்த தானியங்களையோ வசூல் செய்வாங்க. இவுங்கள நாங்க 'திரியாட்டக்காரவுங்க' வந்திருக்காங்கணு சொல்லுவோம். வந்தவுங்க மொத வீடா சேர்வாரு வீட்டுக்குப் போயி, சாமி ஆடி, அவுங்க கொடுக்கும் தானியங்கள வாங்கிக்கிட்டு அடுத்து, அழகர்சாமி நாயக்கரு பிறகு, சாமி நாயக்கருனு மூனு வீடுகள முடிச்சுக்கிட்டு வடக்கே உள்ள பள்ளமார் தெருவிலருந்து ஆரம்பிப்பாங்க. இதுதான் காலங்காலமா இருக்கிறது. இதுலதான் மொதக் கல்ல தூக்கிப் போட்டாங்க.

இப்படித்தான் ஒருவாட்டி, 'திரியாட்டி சாமியாடிகள்' அண்டக் குடிக்கு வடக்கே உள்ள 'பொதுவக்குடி' கிராமத்துல வசூல முடிச்சுக்கிட்டு ஊருக்குள்ள வந்தாங்க. பொதுவக்குடியில கொட்டடிக்கும் சத்தம் கேட்டு ஊருக்குள்ள இருந்த எல்லா எளவட்டங்களும் வடக்குத் தெருப் பக்கமா கூடிட்டாங்க. சாமியாடிகள் ஊருக்குள்ள வந்ததும் வடக்குத் தெருவிலருந்தே ஆரம்பிக்க வச்சுட்டாங்க. அவுங்களும் கேட்டுப் பார்த்தாங்க. மொத மரியாத வீட்டுக்குப் போகணுமானு? அப்படிலா ஒண்ணும் இல்லனு எளவட்டங்கள் சொன்னதும் அவுங்களும் ஊரு சுத்திட்டுப் போயிட்டாங்க. விசயம் தெரிஞ்சு பொரும ஆரம்பிச் சாங்க நாயக்கமாருங்க. ஆனாலும் சத்தம் எடுபடல. அதிகாரம்

மொதமாரி கை தூக்காதுனு புரிஞ்சுக்கிட்டு அடங்கிட்டாங்க. இப்படித்தான் காலத்துல 'கர' மரியாத காணாமல் போச்சு.

முக்கியமா இன்னொன்னு சொல்லணும். நடராசன் நாடாரு தன்னுடைய தோட்டங்கள பார்க்க மாசத்துல ரெண்டு அல்லது மூனுவாட்டி வரது உண்டு. வந்தார்னா தங்கலும் உண்டு. குறிப்பா அறுவடக் காலத்தப்ப ஒரு வாரம்கூடத் தங்குவாரு. அவருக்குனு சின்ன ஓட்டு வீடு உண்டு—கம்மாக்கரையை ஒட்டியே. என் தாத்தா குருவையாதான் (என் அம்மாவின் அப்பா) அவருக்குச் சேவகம் செய்தவரு. பின்னாளில் நாடாருடைய காடுகரைகள, பம்புசெட்ட பார்த்துக்கிட்டாரு. நடராஜன் நாடாரு ஊருக்குனு ஒரு குடிதண்ணீர் கெணறு வெட்டிக் கொடுத்தாரு. அது அவர் பயன்பாட்டுக்கு வெட்டினதுதான். ஆனா பாருங்க நாயக்கமார் தண்ணி எடுக்கவும் அவர் அனுமதிச்சாரு. பிறகு, நாயக்கர்மார் கெணறாகவே மாறிருச்சு. பள்ளசனம் கிட்டக்கூடப் போகக் கூடாது. போனாக்கூடத் தள்ளியே நிக்கணும். நாயக்கர் வீட்டுப் பொம்பளைக பாவம் பாத்து தண்ணி ஊத்துனா உண்டு. இல்லாட்டி இல்ல. பள்ள சாதி மக்களுக்குத் தனிக் கெணறு ஒண்ணு உண்டு. ஆனா ஒட்டுமொத்த சனமும் ஒத்தக் கெணறுல தண்ணி எறைப்பது கஸ்டமான கஸ்டம்.

எளவட்டங்க கூட்டம் போட்டுப் பேசி, ஒரு முடிவு கட்டணும்னு தீர்மானிச்சாங்க. முடிவு செய்தபடியே மறுநா கூட்டமா போயி தண்ணி எறைக்க ஆரம்பிச்சாங்க. நாயகர் வீட்டு பொம்பளைக வந்துபாருனு குதிக்க, வழக்கத்துக்குமாறா பள்ள வீட்டுச் சனங்களும் திருப்பிக் குதிக்கவும் அடங்கிட்டாங்க. ஆனா ஆத்திரம் அடங்கல. சம்பவம் நடந்த ஒரு வாரத்துல, செங்க மங்கலேயே சாமி நாயக்கர் வீட்டுப் பெரியம்மா சாணியையும் சாம்பலையும் கொட்டி, தண்ணி எடுக்கவிடாம செய்ததோட, செருப்பையும் கட்டிவிட்டுருச்சு. பெறகு அந்தக் கெணற யாருமே பயன்படுத்தல. காலத்துல மங்கிப் போயி சுத்தமா தூந்து போயிருச்சு. இந்தச் சம்பவங்களுக்குப் பெறகு பெரிய பெரிய மாற்றங்கள் ஊருக்குள்ள வர ஆரம்பிச்சிருச்சு. முக்கியமா இளைஞர்கள்லாம் ஒன்னாச் சேர்ந்து 'அம்பேத்கர் இளைஞர் மன்றம்'னு ஆரம்பிச்சு எல்லாவற்றையும் எதிர்க்க ஆரம்பிச்சிட்டாங்க.

சுபமங்கலம்

கெணறு தூந்துபோனது மாதிரியே நாயக்கர்கள் பெரும்பான்மையை இழந்தாங்க. பள்ளர்கள் அதிகாரம் செய்றத அவுங்களால சகிச்சிக்க முடியல. பக்கத்து ஊரான பொதுவக் குடியில கொஞ்ச சனங்க குடியேறுனாங்க. ஏன்னா பொதுவக் குடியில நாயக்கர்கள் அதிகம். பாதிப் பேரு பொண்ணு எடுத்த ஊரிலயே தங்கிட்டாங்க. இன்னும் கொஞ்சப் பேரு டவுண்ல குடியேறிட்டாங்க. மிஞ்சனது கொஞ்சப் பேருதான். இன்னைக்கு நாயக்கமார் வீடு 'மூணோ', 'நாலோ'தான் இருக்கு. கணக்குப் பிள்ளைக்கு அரசால் அதிகாரம் பிடுங்கப்பட்டவுடன் ஊருக்குத் தலைவராகப் பள்ளர்களே வர ஆரம்பிச்சிட்டாங்க. சேருவாரு வீட்டாளுங்க திரும்பவும் அண்டக்குடிக்குத் திரும்பவே இல்ல. பிரம்மாண்டமா ஊருக்கே அடையாளமா இருந்த சேர்வாரு வீட்டையே பள்ளர்கள் வாங்கிட்டாங்க. காலம் சில காரைகளை உதிர்த்துவிட்டிருச்சு.

இப்பலாம் என் அம்மாவ ஏய்... சரஸ்வதினு கூப்பிடறது இல்ல. அதே இராணி அக்கா ஏய்... ஒங்களத்தான், 'பாபு அம்மா' வாங்க நூறு நாள் வேலைக்குப் போகலாம்னு கூப்பிடறதுதான் வழக்கமா ஆகிருச்சு.

□

4

கள்ளிச்சேரி
குறிஞ்சி நிலத்தின் குன்றாத நினைவு

அழகிய பெரியவன்

மனிதர்கள் எங்குப் பிறந்திருந்தாலும், அது நகரமோ கிராமமோ, தாம் பிறந்து வளர்ந்த இடத்தை எண்ணிப் பார்ப்பது மனதுக்கு நெருக்கமான அனுபவமாக இருக்கும். ஆனால், என்னுடைய கதைகள் சிலவற்றில், அதன் கதைமாந்தர்கள் மீண்டும் தன்னுடைய கிராமத்துக்குத் திரும்பவோ, தன் கிராமத்தைக் குறித்து நினைத்துப் பார்க்கவோ விரும்பாதவர்கள் என்றே எழுதியிருக்கிறேன். சொந்த ஊர் கொடுத்த இனிய அனுபவங்களைச் சிலர் நெகிழ்ச்சியுடன் எண்ணிப் பார்த்துக் கொள்ளலாம். அதே நேரத்தில் மிகவும் கசப்பான, கொடூரமான, சாதிய, ஆணாதிக்க வன்முறைகளைத் தன் சொந்த (மண்ணின்) மகனுக்கோ, மகளுக்கோ ஒரு கிராமம் கருணையின்றிப் பரிசாகத் தந்திருக்குமானால், அல்லது தருமானால் நிச்சயமாக அந்த நிலத்துண்டை நினைவின் தடங்களிலிருந்து அழித்துத் தொலைத்துவிட்டு, தன்னை ஒரு விண்ணுயிரியாக அவர்கள் நினைத்துக்கொள்வதில் தவறேதுமில்லை.

என்னுடைய கிராமங்கள்

கிராமங்கள் எனக்குக் கொடுத்த அனுபவங்கள் கலவையானவை. நாற்றங்கால்களின் உயிர்ப்பும் பக்குவமும் விதைப்பவனைப் பொறுத்தவை. அவற்றில் எருவோ, உரமோ இட்டு, கிரமமாக நீர்ப்பாய்ச்சி, பாதுகாத்து வளர்த்திடும் விவசாயியும் உண்டு.

களைகளை மண்டவிட்டுப் பயிர்களை அழித்து, நாற்றங்காலை நாசமாக்கிடும் விவசாயியும் உண்டு. எவ்வாறு இருப்பினும் எந்தையும் தாயும் மகிழ்ந்து குலாவி இருந்ததும் இந்த நாடே எனப் பாரதி எழுதியதைப் போல, நான் பிறந்து வளர்ந்த கிராமங்கள்தான் என் பெற்றோரும் மூதாதையரும் பிறந்து, வளர்ந்து, வாழ்ந்தவை. என் நினைவின் அடுக்குகளில் படிந்தவை. உணர்வின் துடிப்பில் கலந்தவை. என்னிலிருந்து பிரிக்க முடியாதவை.

என்னுடைய கிராமங்கள் எல்லாமே ஆந்திர எல்லையை ஒட்டிய தமிழ் நாட்டுக் கிராமங்கள். தொண்டை மண்டலத்தின் மேற்குப் பகுதியாகிய வடாற்காட்டின் (வேலூர் மாவட்டம்) விளிம்பில், கிழக்குத் தொடர்ச்சி மலைகளின் நடுவில் அமைந்தவை. இங்கு நின்று எந்தத் திசையை நோக்கினாலும் மலைத் தொடர்கள் தெரியும். தமிழிலக்கியப் பகுப்பின் அடிப்படையில் மலையும் மலையைச் சார்ந்த இடமுமான குறிஞ்சித் திணை. சீதோஷ்ண நிலைமைகளின் அடிப்படையில் அதிகம் மழை பெய்யாத, அதிகம் வெய்யில் பொலிகின்ற, வெம்மை தகிக்கின்ற செம்மண் பூமி.

என் தாத்தா நல்லான் சின்னப்பன் தன் சொந்த ஊரை விட்டுவிட்டு, தான் கட்டிக்கொண்ட அத்தைப் பெண்ணின் ஊராகிய கள்ளிச்சேரிக்கு 1940களிலே வந்து குடியேறிவிட்டாராம். இந்தக் கிராமம் சிறு நகரமாகிய பேரணாம்பட்டுக்கு அருகி லிருக்கிறது. அங்குதான் என் அப்பாவும் அவருடைய ஏழு சகோதரச் சகோதரிகளும் பிறந்தார்களாம். இப்படி எட்டுப் பிள்ளைகளைப் பெற்று வளர்த்த என் பாட்டியின் பெயர் அமராள் என்கிற அமராவதி. கள்ளிச்சேரியிலிருந்து கூப்பிடும் தொலைவி லிருக்கும் சாத்துக்கடி கிராமத்தில் படித்த நான், பின்னர் ஆம்பூரிலிருக்கும் என் அம்மாவழி பாட்டி ஊரான இல-மாங் குப்பத்துக்கு அனுப்பி வைக்கப்பட்டேன். பத்து வயதிருக்கும் போது அவ்விதம் சென்ற நான் இல-மாங்குப்பத்துக்கு மிக அருகிலிருக்கும் தேவலாபுரம் அரசுப் பள்ளியிலும் பின்னர் ஆம்பூர் கன்கார்டியா பள்ளியிலும் படித்தேன்.

ஊரின் வரைபடம்

என்னுடைய பூர்வீக ஊரான கள்ளிச்சேரி வடக்குத் தெற்காக

ஒரு மலையடிவாரத்தில் நீண்டிருக்கிறது. அதன் கிழக்குத் திசையில் மலையும், கரடுமுரடான மேட்டு நிலங்களும் இருக்கின்றன. சரிந்து இறங்கிடும் அதன் மேற்குத் திசையில் வளமான விவசாய நிலங்களையும், அவற்றுக்கிடையே ஓடுகின்ற ஒரு காட்டாற்றையும் பார்க்கலாம். அந்த மலைச் சரிவில் ஒருகாலத்தில் நிறையத் திருகுக்கள்ளி மரங்கள் இருந்தனவாம். அதனால் கள்ளிச்சேரி என்று பெயர் வந்ததாகச் சொல்வார்கள். சிலர் கள்ளிச்சேரி எனச் சொல்லாமல் கள்ளிப்பேட்டை எனவும் அழைப்பார்கள்.

பொதுவாகத் தொழிற்கூடங்கள் இருக்குமிடத்தைப் பேட்டை என்றழைப்பது வழக்கம். கள்ளிச்சேரியின் வடக்கு எல்லையில், சாத்துக்கடியை ஒட்டியது போல ஓர் உலைகளம் (கொல்லன் பட்டறை) இருந்தது. அதை நாங்கள் 'ஒலக்கடம்' என்று அழைப்போம். அங்குப் பல இடங்களிலிருந்தும் ஆட்கள் வந்து கத்தி, அறுவாள், கோடரி, மண்வெட்டி, கடப்பாரை போன்ற தளவாடப் பொருட்களைச் செய்துகொண்டோ, வடிவித்துக் கொண்டோ போவார்கள். அதனால்தான் கள்ளிச்சேரி என்பது கள்ளிப்பேட்டை என்றும் அழைக்கப்படுகிறது.

என் சிறுவயது முதல், வளரிளம் பருவம்வரை (எட்டாம் வகுப்பு படிக்கும் வரை) இங்குதான் வளர்ந்தேன். தாத்தா வழியில் மரபு வழிப்பட்ட எங்களின் பூர்வீக வீடும், உறவுகளும் இருப்பது இந்தக் கிராமத்தில்தான். கள்ளிச்சேரியில் எல்லாருமே ஆதி திராவிடர்கள். சாதி இந்துக்கள் வசிக்கும் ஊரை அண்டியோ, அதன் வாலைப் போல ஒட்டாகவோ இல்லாமல், முழுக்க முழுக்க ஆதிதிராவிடர்கள் மட்டுமே வாழ்கின்ற நிறைய கிராமங்களை எங்கள் பகுதிகளில் பார்க்கலாம். அப்படிப்பட்ட தலித் கிராமங் களுள் ஒன்றுதான் கள்ளிச்சேரியும்.

கடும் உழைப்பாளிகளான கள்ளிச்சேரி மக்கள் விவசாயக் கூலி வேலைகளைப் பார்த்தார்கள். அதோடு விறகு வெட்டி விற்றுப் பிழைத்தல், ஆடுமாடுகளை மேய்த்தல், பீடிசுற்றுதல், தோல் பதனிடும் வேலைக்குச் செல்லுதல் என்று பலவகையான ஜீவனோபாயங்களையும் செய்து வந்தார்கள். என் அத்தையின் குடும்பத்தைப் போல ஒன்றிரண்டு குடும்பங்கள் மட்டும்

இஸ்லாமியர்களின் நிலங்களைக் குத்தகைக்கு ஒப்பிக் கொண்டு வேளாண்மை செய்தன. சிலருக்கு வானம் பார்த்த மேட்டு நிலங் களிருந்தன. அவற்றில் வேர்க்கடலை, துவரை, மொச்சை, பச்சைப் பயறு, காராமணி என்று மழையை நம்பிப் பயிரிடுவது வழக்கம்.

சேரியில் பெரும்பான்மையோர் இந்துக்கள், சில குடும்பங்கள் கிறித்தவர்கள். ஊரின் வடமேற்கு மூலையில் மாரியம்மன் கோயில் இருக்கும். எருமையைப் பலிகொடுக்கும் அதன் பெரிய களத்துக்கு அருகிலேயே கிறித்தவக் கோயிலும் உண்டு. இவ்விரு கோவில்களும் நாட்டு ஓடுகளால் வேயப்பட்ட எளிமையான கட்டடங்களுடன் இருந்தன. அங்கு மயில் கொன்றை மரம் ஒன்று மிகப் பெரிய அளவில் வளர்ந்து கிளை பரப்பி நின்றிருந்தது. அதைப் போலவே ஊரின் நடுத்தெரு ரட்சைக் கல்லின் அருகே ஒரு பூவரசும் இருந்தது. ஊரில் மூன்று பிரதானத் தெருக்கள் உண்டு. அவற்றுடன் ஐந்து குறுக்குத் தெருக்கள்.

நாங்கள் வசித்த தெருவே பிரதானத் தெரு. வடக்குத் திசையில் மலைக் கிராமங்களிலிருந்து புறப்பட்டுப் பேரணாம்பட்டுக்குச் செல்கின்ற தார்ச்சாலை தான் எங்கள் தெரு! எங்கள் ஊருக்கு வரும்போது அதன் மேற்குக்கை பத்துப் பதினைந்து அடிகளுக்குக் கீழிறங்கிச் சரிவாக இருக்கும். அதனால் அங்கிருப்பவர்கள் மேட்டில் கொஞ்சம், பள்ளத்தில் கொஞ்சம் என்று வீடுகளைக் கட்டிக் கொண்டு இருப்பார்கள். எங்கள் வீடும் அப்படித்தான் இருந்தது. மலையடிவாரத்தை ஒட்டிய தெருக்களில் காட்டு வெள்ளம் வந்து மணல் தேரியிருக்கும். பெரிய பாறைகளையும், கற்களையும் மனிதர்கள் பேர்ட்டு வைத்திருந்தாலும் மழைக்கு அவை ஒரு பொருட்டல்ல!

அப்போது சேரியில் நான்கைந்து ஓட்டு வீடுகள் மட்டுமே இருந்தன. ஒரே ஒரு மச்சுவீடு இருந்தது. தவிர மற்ற எல்லாமே மண்குடிசைகள்தான். இந்த மண் குடிசைகளை அவரவர் வசதிக்கேற்பத் தென்னையோலை, பனையோலை, கரும்புத் தோகை, மஞ்சுப்புல் ஆகியவற்றைக்கொண்டு கூரை வேய்ந் திருப்பார்கள்.

எல்லா வீடுகளிலும் முருங்கை மரங்களிருந்தன. ஒரு சிலர் தென்னையை வளர்த்தனர். செம்பருத்தியும், மல்லியும்,

மருதாணியும் சிலரின் புழக்கடைகளில் வளர்ந்தன. சிலர் குழந்தைகளின் வயிறு மற்றும் செரிமானப் பிரச்சினைகளைப் போக்கிடும் வசம்புச் செடியையும் வளர்த்தார்கள். தெரு விளக்குகள் சில இருந்தன. ஆனால் அவை ஒழுங்காக எரியா. சேரியிலிருந்த முக்கால் பாகம் வீடுகளில் மண்ணெண்ணெய் விளக்குகளே. அனேகமாக எந்த வீட்டிலும் மின்னிணைப்பு இல்லை என்றே ஞாபகம்.

ஊரில் ஒரே இடத்தில் மட்டும் பஞ்சாயத்துக் குடிநீர்க் குழாய் இருந்தது. அதில் பெரும்பாலும் தண்ணீரே வராது. அதற்கு எதிரில் எப்போதும் சில குடங்களும் பாத்திரங்களும் வைக்கப் பட்டிருக்கும். எங்கள் வீட்டுக்குச் சற்றுத் தள்ளி கீழிறங்கிச் செல்லும் மந்தை வழியில் பெரிய கிணறு ஒன்று புளியமர நிழலில் இருந்தது. ஊரின் குடிநீர்த் தேவையைத் தீர்த்தது அந்தக் கிணறுதான். அதைத் தவிர ஊரைச் சுற்றியிருக்கும் நிலங்களிலும் சென்று சனங்கள் தண்ணீரை எடுத்து வருவார்கள்.

பீடி சுற்றுகிறவர்கள் பெரும்பாலும் வீட்டு வாசல்களிலோ, திண்ணைகளிலோ அமர்ந்து வேலை செய்வார்கள். மற்ற ஆட்கள் பெரும்பாலும் வேலை தேடி வெளியே சென்று விடுவார்கள். ஆகையால் பகலில் ஊர் அமைதியாய் இருக்கும். ஆந்திரா விலிருந்து வந்து எங்கள் ஊரிலேயே பெண்ணைக் கட்டிக் கொண்டு தங்கிவிட்ட தச்சர் ஒருவர், எப்போதாவது மரச்சாமான் களைச் செய்யும் வேலையில் ஈடுபடுவார். அப்போது ஊரில் பகல் நேரத்தில் சத்தம் கேட்கும்! அவர் மலையடிவாரத்திலிருந்த ஒரு மண் மேட்டில் இரண்டு கம்புகளை நட்டு, குறுக்குத் திம்மை போட்டு வைத்திருந்தார். அதில் மரக்கட்டைகளைப் பிணைத்துப் பலகை அறுப்பார். ஊரிலிருக்கும் பூட்டுகளைச் சரி செய்யும் வேலையையும் அவர் பார்த்து வந்தார். அப்போது எனக்கு அவர் ஒரு வினோதமான மனிதர்!

ஊரில் இரண்டு பெட்டிக்கடைகள் இருந்தன. அவற்றில் எண்ணை, உப்பு, புளி, மிளகாய், தேங்காய் வில்லைகள், தீப்பெட்டி போன்ற எளிய பொருட்களை விற்பார்கள். அதில் ஒரு கடை உயரமான ஓட்டுவீட்டுச் சுவரின் நடுவில், கச்சிதமாக வெட்டி எடுக்கப்பட்ட பாங்கில் இருந்தது! பொருட்களை வாங்கச்

செல்கையில் 'கொசுறு' என்று கேட்டால், கொஞ்சம் வறுத்த கடலையையோ, வெல்லத்தையோ கடைக்காரர் தருவார். அதனால் நான் அந்தக் கடைக்கு மட்டுமே செல்வேன்! அந்தக் கடையின் சதுரவடிவிலான திறப்பை மூடுவதற்குத் தனித் தனியான பலகைகளை வைத்திருந்தார்கள். சுவரின் கீழும் மேலும் காடி செதுக்கி பதிக்கப்பட்டிருக்கும் கட்டைகளில் கடைக்காரர் தனிப் பலகைகளைச் சொருகி, குறுக்குச் சட்டம் போட்டு இரவில் பூட்டிவிடுவார்.

அரிசி உள்ளிட்ட அதிகப்படியான மளிகைப் பொருட்களை வாங்க வேண்டுமென்றால் அருகிலிருக்கும் சாத்துக்கடிக்கோ, ஒரு கிலோமீட்டர் தள்ளியிருக்கும் பேரணாம்பட்டுக்கோ செல்ல வேண்டும். துணிகளை ஏலம் போட்டு விற்பவர் எப்போதாவது வந்து நடுத்தெருவில் கடை போடுவார். அவர் பகலிலேயே வந்து கச்சிதமாக இறுக்கிக் கட்டப்பட்ட துணித்திண்டை தனக்குப் பழக்கமான ஒரு வீட்டில் வைத்துவிட்டுப் போய்விடுவார். பின்னர் மாலையில் தெருத்தெருவாக 'துணி ஏலம்' என்று சொல்லிக் கொண்டு செல்வார். நடுத்தெருவில் மக்கள் கூடியதும், பெரிய திரியுடன் எரியும் மண்ணெண்ணெய் விளக்கு வெளிச்சத்தில் துப்பட்டியை விரித்துப் போட்டு அதன் மீது துணிகளை அடுக்கி வியாபாரத்தை ஆரம்பிப்பார்.

ஊரில் இருந்த பெரும்பாலானோரின் ஜீவனமே விறகு வெட்டிப் பிழைத்தல், ஆடு மாடு மேய்த்தல் என்பதால் கிழக்குத் திசையில் இருந்த கங்காசர மலையையே அவர்கள் நம்பி யிருந்தார்கள். அந்த மலையில் ஆற்காடு நவாப் காலத்தில் கட்டப் பட்ட கோட்டைகளும், தங்குமிடங்களும், உலைக்களமும் உண்டு. மலையின் மேலேயே நான்கைந்து ஏரிகளிருக்கும். மா, புளி, பூவங்காய், கடுக்காய், துரிஞ்சி, தனக்கன், சீத்தா போன்ற மரங்கள் நிறைந்திருக்கும்.

மழைக் காலங்களுக்குப் பின்னர் மக்கள் மலையேறிச் செழித்திருக்கும் காட்டுத்தழைகளைச் சுமைசுமையாய் அறுப்பார்கள். அவை வயல்களுக்குப் பசுந்தழை உரமாய்ப் போகும். ஆட்டெரு வையும், மாட்டெருவையும் விலைபேசி லாரிகளில் ஏற்றிச்செல்ல ஆந்திர வியாபாரிகள் வருவார்கள். பெரும்பாலும் அவர்களே

இந்தக் காட்டுத் தழைகளையும் வாங்கிச் செல்வார்கள். சுமார் 4500 ஏக்கர் பரப்பளவு கொண்ட கங்காசரக் காடும், மலையும் ஆற்காடு நவாபிடம் வேலை செய்த ஒருவருக்கே சொந்தம் என்பதால், அவர் காட்டை ஏலம் கொடுத்து விடுவார். ஏலம் எடுப்பவர்கள் காட்டில் கிடைக்கும் எல்லாவற்றையுமே விற்றுக் காசாக்கி விடுவார்கள்.

பழங்காலங்களில் இலந்தை, களா, விளா என எல்லா வகையான காட்டுப் பழங்களும் மலையில் கிடைக்கும். மிகவும் குறிப்பாக ஆவணி, புரட்டாசி காலங்களில் மலையிலிருந்து ஏராளமான சீத்தாப் பழங்கள் கிடைக்கும். அந்தக் காலங்களில் எங்களைப் போன்றவர்களுக்குச் சீத்தாப்பழங்கள் இணை உணவாக அன்றி, முதன்மையான உணவாகவே இருந்து பட்டினியைப் போக்கின. கனிந்த சீத்தாப்பழங்கள் சீக்கிரமே கெட்டுவிடும் என்ற காரணத்தால், சீத்தா மகசூலை ஏலம் எடுத்தவர்கள் பழங்களைப் பறித்துக்கொள்ளத் தடை சொல்ல மாட்டார்கள்! இரவில் காட்டுக்குச் சென்று தேறிய சீத்தாக் காய்களை அறுத்து வந்து திருட்டுத்தனமாகச் சிலர் விற்பார்கள். சிலர் அவற்றை வாங்கி வெளியூர்களில் இருக்கும் தங்களின் உறவினர்களுக்குக் கொடுத்து அனுப்புவதுண்டு! மற்றபடி அவற்றை வாங்குவோர் பெரும்பாலும் பானைகளிலும் சட்டி களிலும் போட்டுப் பழுக்கவைத்துவிடுவார்கள். சிலர் அவற்றை அவிப்பார்கள். என்னைப் பொறுத்தவரை அவித்த சீத்தாக்காயும், தீயில் சுட்ட சீத்தாக்காயும் கனிந்தவற்றை விடவும் சுவையானவை!

சாத்துக்கடி

கள்ளிச்சேரியிலிருந்து கூப்பிடும் தொலைவிலிருந்த சாத்துக்கடி, ஆற்காடு நவாபுகளின் காலத்தில் தாலுக்கா தலைநகராக இருந்தது. ஒருகாலத்தில் அங்குச் சாத்துக்குடி பழத்தோட்டங்கள் அதிக மிருந்ததால் இந்தப் பெயர் வந்ததாகவும் சொல்லப்படுகிறது. இஸ்லாமியர்களும், ஆதிக்கச்சாதி இந்துக்களும் சம அளவில் வசிக்கும் இந்தச் சாத்துக்கடியில் ஆற்காடு நவாபுகளின் பிரதி நிதியாக இருந்த ஒருவரின் பெரிய வீடு உண்டு. அந்த வீடு இருக்கும் பகுதியின் பெயர் கோட்டைச்சேரி. இந்த ஊரின் மையப் பகுதியில் சாதி இந்துக்களும், சுற்றிலுமிருக்கின்ற பகுதிகளில்

இஸ்லாமிய மக்களும், பிற்படுத்தப்பட்ட மக்களும், தலித் மக்களும் வாழ்கின்றனர். ஊரின் பிரதான வீதியில் ராமர் கோயில் ஒன்று உண்டு. அது மட்டுமின்றிக் கெங்கையம்மன் கோயிலும், ஆங்காளப்பரமேஸ்வரி கோயிலும், பிள்ளையார் கோயிலும் ஊரின் நான்கு மூலைகளிலும் இருக்கின்றன.

சாத்துக்கடியில் இருக்கின்ற அரசாங்கப் பள்ளியில் தான் நான் படித்தேன். இந்தப் பள்ளி பேரணாம்பட்டில் இருந்த புகழ்பெற்ற தோல் தொழிலதிபரான மரீத் இஸ்மாயில் சாகிபு என்ற முஸ்லிம் பெரியவரால் கட்டித்தரப்பட்ட ஒன்றாகும். அவர் எங்கள் சுற்று வட்டாரத்தில் இப்படி நிறையப் பள்ளிகளையும், மசூதிகளையும், தண்ணீர்த் தொட்டிகளையும் கட்டிக் கொடுத்திருந்தார். ஊரை விட்டு சற்றுத் தள்ளி மலையடிவாரத்திலும் எங்கள் பள்ளியின் கட்டடங்கள் இருந்தன. பன்றிகளை வளர்த்துக்கொண்டு, மூங்கில் கூடைகளை முடைந்து வந்த குறவர்களின் வீடுகள் அங்குதான் இருந்தன.

லாலாபேட்டை

நான் எட்டாம் வகுப்பில் படித்துக்கொண்டிருந்த சமயத்தில் கள்ளிச்சேரியின் வலது பாரிசத்தில், கூப்பிடு தொலைவில் இருந்த லாலாபேட்டை கிராமத்துக்கு இடம்பெயர்ந்தோம். கள்ளிச் சேரியில் இருந்த தாத்தாவினுடைய பூர்வீக வீட்டில் ஐந்து குடும்பங்கள் வாழவேண்டி இருந்ததால், கடும் இடநெருக்கடி ஏற்பட்டிருந்தது. அதனால் என்னுடைய பெரியப்பாவின் குடும்பமும், எங்கள் குடும்பமும், என் அப்பாவுக்கு அடுத்து பிறந்த சித்தப்பாவின் குடும்பமும் மட்டும் இரண்டு மூன்று தெருக்கள் தள்ளியோ, கூப்பிடு தொலைவுக்கோ இடம்பெயர்ந்து வேறு வீடுகளைக் கட்டிக்கொண்டு வந்துவிட்டோம்.

என்னுடைய அப்பா அந்தச் சமயத்தில், தான் செய்து கொண்டிருந்த பீடி சுற்றும் வேலையை விட்டுவிட்டு, தோல் பதனிடும் தொழிற்சாலைக்குப் போனதால் ஓரளவு கிடைத்த வருவாயைக் கொண்டு மலிவான விலைக்கு ஒரு வீட்டை வாங்க முடிந்தது. லாலாபேட்டை கிராமத்தில் நாங்கள் வசித்த இடமும் சாத்துக்கடிக்குச் செல்லும் பிரதான சாலையை ஒட்டியதுதான். எங்கள் வீட்டுக்குப் பின்னால் சுமார் முந்நூறு மரங்களுடைய

புளியந்தோப்பு இருந்தது. தோப்பில் நுழைந்து மேற்கே நடந்து சென்றால் காட்டாற்றுக் கரை வரும். பங்களாமேடு, மூப்பர் காலனி ஆகிய சிறு சிறு குடியிருப்புகளை உள்ளடக்கியதே லாலா பேட்டை.

இந்தோ-பெர்சியன், சமஸ்கிருதம் ஆகிய மொழிகளின்படி 'லால்' என்பதற்கு மதிக்கத் தகுந்த என்றும், அரசர்களிடம் கணக்கு வழக்குகளை எழுதிடும் வேலையைச் செய்கின்ற 'காயஸ்தர்' என்றும் பொருள் உண்டு. லாலாபேட்டையின் மேற்குத் திசையில் புகழ்பெற்ற தர்கா ஒன்றும், நவாபுகளின் காலத்தில் கட்டப்பட்ட சுமார் இருநூறு வருடம் பழமையான, பயணிகள் தங்கிச் செல்லும் சத்திரம் ஒன்றும் இருக்கின்றன. பங்களா மேட்டில் வசிக்கின்ற சில இஸ்லாமியர்கள் தங்களை ஆப்கானிஸ்தானிலிருந்து வந்ததாகவும், முகலாய அரசர்களின் கட்டளையின்படி மதப் பரவலுக்கும் நிர்வாகத்துக்கும் அனுப்பி வைக்கப்பட்டதாகவும் சொல்லிக்கொள்கிறார்கள். இந்தக் காரணங்களால் இந்த ஊருக்கு 'மதிப்பு வாய்ந்தவர்கள் வாழ்ந்திடும் ஊர்' என்ற பொருளில், லாலாபேட்டை எனப் பெயர் உருவாக்கியிருக்கிறது. லாலாபேட்டை என்று இராணிப்பேட்டைக்கு அருகில்கூட ஓர் ஊர் இருக்கிறது. தமிழ்நாட்டின் வேறு சில பகுதிகளிலும் இந்தப் பெயரில் கிராமங்கள் இருப்பதைக் கேள்விப்பட்டிருக் கிறேன்.

பேரணாம்பட்டு குடியேற்றம் தேசிய நெடுஞ்சாலைக்கு மிக அருகிலிருக்கும் லாலாபேட்டையில், ஊருக்கு நடுவில் கிழக்கைப் பார்த்தாற்போல மாரியம்மன் கோயில் விளங்கியது. அதைப் போலவே லாலாபேட்டைக்கும் கள்ளிச்சேரிக்கும் இடையில் இரண்டு கிராமங்களின் எல்லைக் காணிக்கல்லைப் போலக் கருங்கற்களால் உறுதியாகக் கட்டப்பட்ட ஒரு கிறித்தவக் கோயில் இருந்தது. இத்தேவாலயமானது புராட்டஸ்டண்டுகள் என்று அழைக்கப்படும் லுத்தரன் பிரிவினைச் சேர்ந்த (இந்திய இவாஞ்சலிக்கன் லுத்தரன் சர்ச்) மிஷினரிகளால் கட்டப்பட்டது.

அமெரிக்க நாட்டிலிருக்கும் மிசௌரியிலிருந்து வந்து, பங்களாமேட்டில் பெரிய வீட்டைக் கட்டிக்கொண்டு வாழ்ந்த கிறித்தவ இறைப் பணியாளர்களே அந்தத் தேவாலயத்தைக்

கட்டினர் (பங்களாமேடு என்ற பெயருக்குக் காரணமே அந்த இறைப் பணியாளர்களின் பங்களாதான்!). அவர்கள் எங்கள் பகுதி மக்களுக்குச் சாதி மதப் பேதம் பார்க்காமல் மருத்துவச் சேவைகளையும், கல்விச் சேவைகளையும் இலவசமாக வழங்கினார்கள். குடியேற்றம் பேரணாம்பட்டு நெடுஞ்சாலையில் அமைந்திருக்கும் பங்களாமேட்டில் வனக்காவலர் ஓய்வு இல்லம் ஒன்றும், வனத்துறை அலுவலகம் ஒன்றும் உண்டு. அது மட்டுமின்றி, வேலூர் மாவட்டத்திலேயே மிகப்பெரிய ஊராட்சி ஒன்றியமான பேரணாம்பட்டின் வட்டார வளர்ச்சி அலுவலகமும் வேளாண்மை அலுவலகமும் பங்களாமேட்டில்தான் இருக்கின்றன.

இல-மாங்குப்பம்

பாலாற்றங்கரையில் ஆம்பூருக்கு அருகில் இருக்கின்ற இக்கிராமம் என் பாட்டி ஊராகும். முதல் பேற்றுக்காக வழக்கப்படி என் அம்மாவை அவருடைய ஊருக்கு அழைத்துச் சென்றிருக்கிறார்கள். நானே முதல் பிள்ளை எனவே இல-மாங்குப்பத்தில்தான் நான் பிறந்தேன். பாலாற்றின் மேற்குக்கரையில் தென்னந்தோப்புகளும், வெற்றிலைத் தோட்டங்களும், கரும்பு வயல்களும், நெல்வயல்களும் சூழ இருந்த கிராமம்தான் இல-மாங்குப்பம். இன்று அதன் தோற்றம் முற்றிலுமாக மாறிவிட்டது.

பேரணாம்பட்டிலிருந்து வரும் நெடுஞ்சாலை இல-மாங்குப்பத்தைத் தொட்டுக்கொண்டு பாலாற்றுத் தரைப்பாலத்தில் இறங்கி ஆம்பூரை நோக்கிச் செல்லும். கிராமத்தின் தலையை உரசியபடி மற்றொரு சாலை தேவலாபுரம், கோவிந்தாபுரம் உள்ளிட்ட கிராமங்களுக்குச் சென்றது. ஊரில் பிரதானமாக நான்கு தெருக்களும் சில குறுக்குத் தெருக்களும் இருந்தன. இந்தத் தெருக்கள் அகலமாகவும், நேராகவும் நேர்த்தியாகவும் கிழக்கு மேற்காக இருந்தன. அதுமட்டுமின்றி, இங்குள்ள வீடுகள் பெரியமனை அளவுகளுடன் இருந்தன. பூர்வாங்கத்தில் இது இஸ்லாமியர் குடியிருப்புக்கென்று மனை போடப்பட்டதால் இப்படி என்று நான் யூகிக்கிறேன். எல்லா வீடுகளிலும் தென்னை மரங்களிருந்தன. சில வீடுகளில் மா, கொய்யா, முருங்கை, வாழை என நிறைய மரங்களை வைத்திருந்தனர். நான் முதன் முதலாக அகத்திமரத்தையும், கல்யாண முருங்கை (முள்முருங்கை)

மரத்தையும் இல-மாங்குப்பத்தில்தான் பார்த்தேன். இவ்வை இரண்டுமே வெற்றிலைத் தோட்டத்தில் கொடிகள் படர வளர்க்கப்பட்டவை. அதனால் அவை வீடுகளிலும் வளர்ந்தன! இந்த மரங்களின் ஊட்டத்துக்கும் செழுமைக்கும் காரணம் பாலாற்றின் நிலத்தடி நீராகும்.

ஊரில் இரண்டு மூன்று இடங்களில் கிணறுகள் இருந்தன. பாட்டிவீட்டுத் தெருவிலே இருந்தது தான் பெரிய கிணறு. அதில் எப்போதுமே நீர் இருக்கும். கிராமம் முழுவதற்குமே அங்கிருந்து தான் குழாய்களின் வழியாகக் குடிநீர் வினியோகிக்கப்படும். கிராமத்தின் வடகிழக்குத் திசையில் மாரியம்மன் கோயில் ஒன்றும், கடைசித் தெருவின் மையத்தில் உயர்ந்த அடித் தளத்திற்கு மேல் கிறித்தவக் கோயிலும் இருந்தது. இவற்றுக்கு அருகிலேயே பஞ்சாயத்து நிர்வாகத்தால் கட்டப்பட்ட தானியக் களமும், படிப்பகமும், பஞ்சாயத்து வானொலியும் உண்டு.

ஊரில் பெரும்பாலானவர்களுக்குத் தேங்காய் உரிப்பும், விவசாயக் கூலி வேலைகளும்தான் தொழில். வெகுசிலர் நிலத்தைக் குத்தகைக்கு எடுத்துப் பயிரிட்டனர். பாலாற்றங் கரையில் சிறுசிறு இடங்களைப் பிடித்துக் கீரை, கேழ்வரகு, சோளம், மக்காச் சோளம் என்று சிலர் விளைவித்தனர். என் பாட்டி குடும்பமும் அதையே செய்தது. ஆம்பூரைச் சுற்றிலும் நிறைய தோல் பதனிடும் டேனரிகளும், காலணித் தொழிற்சாலைகளும் உண்டு. அவற்றில் சிலர் வேலைப் பார்த்தனர். என்னுடைய தாய்மாமாக்களில் ஒருவர் ஆம்பூருக்கு அருகிலிருந்த பெதஸ்தா மருத்துவமனையில் வேலை செய்தார். இல-மாங்குப்பத்தில் சிலர் ஆசிரியர்களாக இருந்தனர். பெரும்பாலானவர்கள் படித்தவர் களாகவும், படித்துக்கொண்டும் இருந்தனர். கள்ளிச்சேரியை ஒப்பிடுகையில் கல்வி விழிப்புணர்வு நிலையும் நவீனத் தன்மையும் இங்குப் பெருமளவில் மேம்பட்டிருந்தது.

பாலாற்றின் நிலத்தடிநீர் வளத்தால் இல-மாங்குப்பத்தைச் சுற்றியுள்ள பகுதிகளில் மிகவும் செழிப்பான விவசாயம் இருந்து வந்தது. மிகவும் குறிப்பாகக் கரும்பையும் நெல்லையும் பயிரிட்டனர். தென்னந்தோப்புகள் நிறைய இருந்தன. வெற்றிலைத் தோட்டங்களும், மல்லிகை மற்றும் முல்லைத் தோட்டங்களும்

இருந்தன. அப்போது இல-மாங்குப்பத்தில் மட்டுமில்லாமல் ஆம்பூரைச் சுற்றியுள்ள பகுதிகளில் நிறைய மல்லிகைத் தோட்டங்கள் இருந்தன. இத்தோட்டங்களில் பூப்பறித்த அனுபவம் எனக்கு உண்டு.

திருவிழாக்களும் பண்டிகைகளும்

எங்கள் கிராமங்களில் நடந்த முக்கியப் பண்டிகைகள் என்றால் அவை பொங்கல் மற்றும் மாரியம்மன் பண்டிகைகளும், கிறிஸ்மஸ் பண்டிகையும் தான். என் சிறு வயதில் பண்டிகைகள் என்றால் அவை பலகாரங்கள் மற்றும் உணவுகளுடன் தொடர் புடையவை என்றே நினைவில் பதிந்திருந்தன. தீபாவளி என்றால் பணியாரம் (அதிரசம்), உகாதி என்றால் தோசைக்கறி, கிருஷ்ண ஜெயந்தி என்றால் சுண்டல் அல்லது புட்டு, பிள்ளையார் பண்டிகை என்றால் கொழுக்கட்டை! எல்லாப் பண்டிகைக்கும் அம்மா இவற்றையெல்லாம் எப்படியாவது செய்துவிடுவார். இவற்றோடு அப்பா செய்யும் சுவைமிகுந்த பிரியாணியும் உண்டு! அப்பா நன்றாகச் சமைப்பார்.

நாங்கள் இந்து, கிறிஸ்தவப் பண்டிகைகளை மட்டுமே கொண்டாடவில்லை. முஸ்லிம் பண்டிகைகளையும் கொண்டாடி னோம். சாத்துக்கடியிலும், பேரணாம்பட்டிலும் இஸ்லாமியர்கள் அதிகம். பங்களாமேட்டிலும், லாலாபேட்டையிலும் இஸ்லாமியர் எங்களின் அண்டைவீட்டார்! ஆகவே ரம்ஜானும் பக்ரீத்தும் எங்கள் பண்டிகையே. ரம்ஜானுக்குப் பிரியாணியும் இனிப்பும் விசேடம். குறிப்பாக, ரம்ஜான் நோன்பின் இருபத்து ஏழாம் நாள் இரவு வருகின்ற இனிப்புத் திருவிழா விமரிசையானது! அந்த நாளில் பேரணாம்பட்டின் கடைத்தெரு முழுக்க வகைவகையான இனிப்புப் பலகாரக் கடைகள் முளைக்கும். மக்கள் எல்லாரும் தங்களின் வீடுகளுக்குக் குறைந்தது ஒரு கிலோ அளவிலாவது இனிப்புகளை வாங்கிவிடுவார்கள். பக்ரீத் காலங்களில் எல்லா ருடைய வீட்டிலும் இறைச்சி கட்டாயம் உண்டு.

மிலாது நபி மற்றும் முகரம் பண்டிகைகளின் போதும் சந்தனக்குடம், உரூஸ் நடக்கும் போதும் கவாலி பாட்டுக் கச்சேரியை இஸ்லாமியர்கள் ஏற்பாடு செய்வார்கள். அதோடு இணைந்து சிலம்பம் உள்ளிட்ட பல வீரவிளையாட்டு நிகழ்ச்சிகளும்

நடைபெறும். அப்போது தர்காக்களைப் பூக்களைக்கொண்டு அலங்கரித்து, வாசனைத் திரவியங்களினால் மணக்கச் செய்வார்கள். சாத்துக்கடி, கள்ளிப்பேட்டை, லாலாபேட்டை, பங்களாமேடு ஆகிய பகுதிகளில் நவாபுகளின் ஆட்சிக் காலத்தில் கடும் போர்கள் நடைபெற்றுள்ளன. அந்தப் போர்களில் இறந்த முக்கியமான நவாப் பிரதிநிதிகளைப் புதைத்த இடங்கள் இன்று சிறு சிறு தர்காக்களாக இருக்கின்றன. மசூதிகளைத் தவிர்த்து இவற்றிலும் வழிபாடுகள் நடந்து வருகின்றன. ஆனால் தர்கா வழிபாட்டில் ஈடுபடுகிறவர்கள் பெரும்பாலும் அடித்தட்டு இஸ்லாமியர்களாகவே இருக்கிறார்கள்.

சாத்துக்கடியிலும் தேவலாபுரத்திலும் நடந்திடும் கெங்கையம்மன் திருவிழாக்கள் மிகவும் பிரசித்தி பெற்றவை. சாத்துக் கடியில் காட்டாற்றுக் கரையை ஒட்டியது மாதிரி பெரிய சாமிச்சோலை உண்டு. அங்கே அரசு, ஆல், அத்தி, வேம்பு, புளியன், வில்வம், விளா என்று பலவகையான பெருங்கிளை விரித்த மரங்கள் நிழல் பரப்பி நின்றிருக்கும். அங்குதான் கெங்கையம்மன் திருவிழாவை நடத்துவார்கள். சாத்துக்கடியின் எல்லாத் தெருக்களிலும் கரகமும், அம்மன் சிரசும் மேளதாளங்களுடன் வரும். பம்பை, நையாண்டி, பறை மேளங்கள் முழங்கும். சிலம்பம், கரகாட்டம், பொய்க்கால் குதிரை, மயிலாட்டம் எனப் பலவகையான ஆட்டங்களை ஆடுவார்கள். தேவலாபுரம் பாலாற்றில் நடக்கின்ற கெங்கையம்மன் திருவிழா இன்னும் புகழ்பெற்ற ஒன்று. அங்கு நடக்கும் வாணவேடிக்கையைப் பார்ப்பதற்கென்றே நிறைய ஊர்களிலிருந்தெல்லாம் மக்கள் வருவார்கள். தேவலாபுரம் திருவிழா என்றால் எங்கு இருந்தாலும் இல-மாங்குப்பம் பாட்டி வீட்டுக்கு நான் போய்விடுவேன். அன்று உறவினர் நிறைய பேர் வருவார்கள் என்பதால் பாட்டி விருந்துணவு சமைத்துவிடுவார்! அந்தத் தேங்காய்ச் சோற்றுக்கும் மட்டுக்கறி பிரட்டலுக்கும் இணையே கிடையாது!

சாத்துக்கடியில் கெங்கையம்மன் திருவிழா மட்டுமின்றி அங்காளப் பரமேஸ்வரி என்ற உக்கிரமான சுடுகாட்டைக் காவல் செய்கின்ற பெண் தெய்வத்துக்கும் திருவிழா நடைபெறும். அந்தச் சாமியின் கோயில் ஊர் எல்லையிலிருக்கும். அங்கிருந்து கரகத்தை எடுத்துக் கொண்டு சுடுகாட்டுக்கு வருவார்கள். சுடுகாட்டில்

பெரும் ஆகிருதியுடன் அதே சாமியின் உருவம் தரையில் உருவாக்கப் பட்டிருக்கும். அந்தப் பிரதிமையின் மடியில் அவித்த பயறு வகைகளையும், பலகாரங்களையும் வேண்டுதலுக்காகக் கொட்டி வைத்திருப்பார்கள். அதன் கண்களில் கோழியின் முட்டைகள் பதிக்கப்பட்டிருக்கும். கரகம் வந்து மண்ணுருவைச் சுற்றியதும் பயறுவகைகளையும், கண்முட்டையையும் சூரை விடுவார்கள். பூசாரி ஒருவர் பெரிய சவுக்கால் எல்லாரையும் விளாசுவார். அதையும் மீறி அவற்றை ஆட்கள் எடுத்துச் செல்வார்கள்.

இல-மாங்குப்பத்தைச் சுற்றியிருந்த பல்வேறு கிராமங்களில் பெண்தெய்வ வழிபாடுகள் சிறந்து விளங்கின. கெங்கையம்மன், சாமுடியம்மன், பாட்டைச் சாரியம்மன், படவேட்டம்மன், திரௌபதியம்மன் என்று வெவ்வேறு பெயர்களில் இந்தத் தெய்வங்கள் அழைக்கப்பட்டன. ஆடி மாதங்களில் இந்தத் தெய்வங்களுக்குத் திருவிழாக்கள் மிகவும் விமரிசையாக நடை பெற்றன. அது மட்டுமின்றி, எல்லா ஊர்களிலும் ரட்சைக்கல் நடு நாயகமாக விளங்கும். அந்த இடத்தில் பஞ்சாயத்து நடைபெறும். அரசமரமும் வேப்பமரமும் இணைந்து வளர்ந்திருக்கும் அங்கு நாகப் பிரதிமையை புடைப்புச் சிற்பங்களாகக் கொண்ட கற்கள் நடப்பட்டிருக்கும். இவற்றுக்குக் கட்டாயம் பூசைகள் உண்டு.

ஊருக்கு ஒதுக்குப் புறங்களில் செல்லாபுரியம்மன், ஏழு கன்னிமார், முனீஸ்வரன் உண்டு. இவையெல்லாம் சிறு தெய்வங்கள். எங்கள் குடும்பத்துக்கு முனீஸ்வரன் என்கின்ற சிறு தெய்வமே குலதெய்வம். இவற்றோடு எங்கள் பகுதிகளில் சில கிராமங்களில் நடுகற்கள் இருப்பதைப் பார்க்க முடியும். விலங்கு களுடனும், பகைவர்களுடனும் போரிட்டு மடிந்த வீரர்களுக்கு வைக்கப்பட்ட சில நடுகற்களைப் பார்க்க இயலும். ஆனால் இவற்றுள் பெரும்பாலானவை தீப்பாய்ந்த அம்மன், குண்டா லம்மன், அய்யனார் என்று அழைக்கப்படுகின்ற, உடன்கட்டை ஏறியதால் தெய்வமாக்கப்பட்ட பெண்களின் கற்களே. இவையும் வணங்கப்படுகின்றன.

கேளிக்கைகள்

பொழுது போக்குகளும், கேளிக்கைகளும் இல்லாமல் மனிதச் சமூகம் இல்லை. இன்னும் சொல்லப் போனால், மானுடச் சமூகம்

உழைப்பதற்கு ஈடாகக் கேளிக்கைகளிலும் கொண்டாட்டங்களிலும் ஈடுபடவே விரும்புகிறது. நான் மிகவும் சிறுவனாக இருந்த நாட்களில் என்னுடைய கிராமங்களில் கூத்து பார்த்த நினைவுகள் வருகின்றன. பின்னர் எங்கள் கிராமங்களில் கூத்து மெல்ல அருகியது. ஆனால் சுற்றுப்பக்க ஊர்களில் தொடர்ந்து நடத்தினார்கள். அங்கெல்லாம் சென்று நான் அவற்றைப் பார்ப்பதுண்டு.

யாரேனும் இறந்துவிட்டால், அவருடைய காரியத்துக்குக் கர்ண மோட்சம் கூத்து; மழை வேண்டுமென்றால் விடிய விடியக் காமன் கூத்து; திரௌபதியம்மன் திருவிழாவுக்குத் தொடர்ந்து பதினெட்டு நாட்கள் கூத்து அல்லது பாரதம் படித்துவிட்டு இறுதிநாள் பதினெட்டாம் போர் கூத்து; கெங்கையம்மன் திருவிழா முடிந்த இரவில் கூத்து. இவ்வாறு கூத்துகள் நடந்தன. திரைப்படக் கொட்டகையும், வானொலியும், தொலைக்காட்சியும் வந்த பின்னர் அவை மெல்ல நலிந்தன. ஆனால் கூத்தைத் தங்களின் வழிபாட்டுடன் பிணைத்து வைத்திருக்கும் இடைநிலைச் சாதியினர் இன்னமும் கூத்தை நடத்திக்கொண்டுதான் இருக் கின்றனர். பிறர் கைவிட்டுவிட்டனர்.

சிலம்பப் போட்டிகளும், கபடிப் போட்டிகளும் நடக்கும். கள்ளிப்பேட்டையில் கபடி ஆட்டத்தில் சிறந்து விளங்கியவர்கள் அதிகமாக இருந்தனர். சுற்றுப்பக்க ஊர்களில் நடக்கும் கபடிப் போட்டிகளில் கள்ளிப்பேட்டை கபடி வீரர்கள் சிம்ம சொப்பன மாக விளங்கினர். கபடியில் வெற்றி பெற்றுப் பலவகையான கோப்பைகளையும் பரிசுகளையும் அவர்கள் பெற்று வந்தனர். இந்த விளையாட்டில் ஈடுபட்டு, அதிலேயே மூழ்கி தங்களின் வாழ்க்கையைத் தொலைத்தவர்கள் எங்கள் ஊரில் அதிகம்.

நடனப் போட்டிகளும் பாடல் போட்டிகளும் ஊரில் நடக்கும். திருவிழா சமயங்களில் பாட்டுக் கச்சேரியை நடத்துவார்கள். கிறித்தவ ஆலயங்களில் நாடகங்கள் நடக்கும். மிதிவண்டிகளில் அமர்ந்து நாள் கணக்காக இறங்காமல் சுற்றுகிற போட்டிகளும், சர்க்கஸ் நிகழ்ச்சிகளும் நடப்பதை மிகவும் தொடக்கக் காலத்தில் நான் பார்த்திருக்கிறேன். எங்கள் ஊருக்கு மிகவும் அருகிலிருக்கும் கோலார் தங்க வயலிலிருந்து அம்பேத்கர் பிறந்த நாட்களில் நிகழ்ச்சிகளை நடத்துவதற்கும் ஆட்கள் வருவதுண்டு.

ஊர்ப்புறங்களில் நடைபெற்ற பல வகையான கேளிக்கை நிகழ்ச்சிகளில் பெரும்பாலானவற்றைப் பின்னர்த் திரைப்படக் கொட்டகைகள் எடுத்துக் கொண்டன. தியேட்டர்கள் குறைவு. அவை நகரங்களில் மட்டுமே. ஆனால் கிராமப்புறங்களில் நிறைய டெண்டுக் கொட்டகைகள் எனப்படும் ஓலைக்கொட்டகைகள் இருந்தன. உழைத்துக் களைத்த நேரத்திலும் ஓய்வு நேரங்களிலும் மக்கள் அங்குத் திரைப்படங்களைக் காணச் செல்வார்கள்.

குறிப்பாக, பண்டிகை நாட்களில் கூட்டம் அதிகமாக இருக்கும். சிவராத்திரி போன்ற சமயங்களில் ஒரே நுழைவுச் சீட்டில் நான்கு படங்களைப் போடுவார்கள். எல்லா மக்களும் கட்டுக் கடங்காமல் சென்று விடிய விடியப் படங்களைப் பார்ப்பார்கள். பேரணாம்பட்டு என்றால் ராமச்சந்திரா தியேட்டர். ஆம்பூர் என்றால் கிருஷ்ணா, ஸ்ரீ, ஓஏஆர், ராமு தியேட்டர்கள். குடி யேற்றத்தில் அப்போது நிறையத் தியேட்டர்கள் இருந்தன. ஒரு சமயத்தில் வேலூர் மாவட்டத்திலேயே அதிக எண்ணிக்கை யில் தியேட்டர்கள் இருந்த நகரம் குடியேற்றம்தான்.

தொலைவு என்பது அன்றைக்கு ஒரு சிக்கல் என்றால் மிகையில்லை. ஆனால் எவ்வளவு தொலைவானாலும் சலிக்காமல் நடந்து கடக்கின்ற பழக்கம் மக்களிடத்தில் இருந்தது. பேருந்துகளும் இரயிலும் மட்டுமே பொதுப் போக்குவரத்து. தனி வாகனங்களோ, காரோ, ஆட்டோக்களோ கிடையாது. சிலரிடம் மிதிவண்டிகள் இருக்கும். மிதிவண்டிகளைக் கடைகளில் வாடகைக்கு விட்டு, மணிக்கு இவ்வளவு என்று பணம் வசூலிப்பார்கள்.

மக்கள் வாழ்க்கை

நான் வளர்ந்த கிராமங்களும் அவற்றின் சுற்றுப்பக்கக் கிராமங் களும் மலை சார்ந்த பகுதிகளில் இருப்பவை என்பதனால் இருளர்கள், மலையாளிகள், குறவர்கள் என்று பழங்குடி மக்கள் உண்டு. மலைக்கிராம மக்களின் பிரதான வேலையே தேன் எடுப்பதும், ஆடு மாடுகள் மேய்ப்பதும் தான். கிழக்குத் தொடர்ச்சி மலையான எங்கள் மலைகளில் கற்கால மனிதர்கள் வாழ்ந்ததன் அடையாளமாகக் கற்பதுக்கைகளும், கல்வட்டங்களும், கல் பதுங்குகளும் இருக்கின்றன.

எங்கள் கிராமங்களில் சாதிய முறைகளும், கட்டுப்பாடுகளும் நிறைந்துதான் இருந்தன. ஆனால் தென்தமிழகப் பகுதிகளில் அறியப்படுகின்றதைப் போலக் கலவரங்களும், மோதல்களும் இருந்ததில்லை. தலித் மக்களும், பிற்படுத்தப்பட்ட மக்களும், இஸ்லாமிய மக்களும் இங்கு அதிகம் என்பதனால் ஒருவேளை இப்படி இருக்கலாம். இந்து-முஸ்லிம் கலவரங்கள்கூடச் சில நேரங்களில் தலைதூக்கியிருக்கின்றன. ஆனால் அவை நீடித்தது இல்லை.

சாத்துக்கடியிலிருந்து யாராவது ஆதிக்கச்சாதியினர் கள்ளிச் சேரியின் சாலை வழியாக வெளியூர்களுக்குச் செல்லும்போது, அவர்கள் கடக்கின்ற வரைக்கும் தலித் மக்கள் எழுந்து நிற்க வேண்டும் என்ற சாதிய வழக்கம் முன்பு இருந்ததாகச் சொல்லி இருக்கிறார்கள். நான் சாத்துக்கடியில் படிக்கின்ற சமயத்தில் (1972-1976) ஒருமுறை தாகத்துக்குத் தண்ணீர் கேட்டபோது எனக்குக் கையில் தண்ணீர் ஊற்றியுள்ளார்கள். நானே நேரடியாகத் தீண்டாமைக் கொடுமையை அனுபவித்திருக்கிறேன். சில ஊர்களிலே சுடுகாட்டுப் பிரச்சினைகள் இருந்தன. பொதுப் பாதையில் தலித் மக்களின் பிணங்களை எடுத்துச் செல்ல முடியாது. இன்னொரு வகையில் நிறுவனமயப் படுத்தப்பட்ட தீண்டாமை வடிவங்களும் இருந்துள்ளன. அந்த வகையில் ரேஷன் கடைகள், பள்ளிகள், மருத்துவ மையங்கள், மணியக்காரர் அலுவலகம் என எல்லாமே ஆதிக்கச் சாதியினர் வசிக்கின்ற பகுதியில் தான் முன்னர் இருந்தன. இன்றைக்கும் இந்தக் கூறுகளில் சில நீடித்தாலும் பெரும்பாலானவை மாறிவிட்டன. ஆனால் அந்த வடுக்களோ இன்னும் மறையவில்லை.

பீடிசுற்றும் தொழில், தேங்காய் உரிப்பு, விவசாயக் கூலி வேலைகள் எல்லாமே ஒருங்கிணைக்கப்படாத பணிகளின் கீழ் வருபவை. பீடித்தொழில் மட்டும் பின்னர் ஓரளவுக்கு முறைப் படுத்தப்பட்டது. ஆனால் மற்றவை இன்று வரையிலும் அப்படி ஒருங்கிணைக்கப்படவில்லை. இந்தத் தொழில்களின் முதலாளி களாக ஆதிக்கச் சாதியினரே இருந்தனர். தலித்துகளும், பிற்படுத்தப் பட்டவர்களும், சிறுபான்மையினரில் ஏழைகளும் உழைப்பாளி களாக, தொழிலாளிகளாக இருக்கின்றனர். பேரணாம்பட்டு, ஆம்பூரைப் பொறுத்தமட்டில் பீடித்தொழிலையும், தோல்பதனிடும்

தொழிலையும் நடத்தியவர்கள் பணக்கார இஸ்லாமியர்களே. ஆனால் தொழில் என்று வரும்போது எல்லாருமே ஒரே மாதிரியான குணமும் தன்மையும் கொண்ட முதலாளிகள்தான்.

இல-மாங்குப்பம், தேவலாபுரம் கிராமங்களுக்கு எதிரே ஆம்பூரின் மேற்குக்கரையில் பாலாறு ஓடியது. அகலமான ஆறு. நல்ல மணல் வளம். மழைக் காலங்களில் மட்டுமே நீர் வரும். ஆனால் எப்போதுமே நிலத்தடியில் நீர் இருக்கும். பாலாற்றில் வெள்ளம் வந்தால் கரைகளில் இருக்கின்ற கிராமங்கள் எல்லாமே ஆம்பூருடனும், ஏனைய நகரங்களுடனும் முற்றிலுமாகத் துண்டிக்கப்பட்டுவிடும். வெள்ளம் வடிந்து நீரோட்டம் குறைய எப்படியும் ஒன்றிரண்டு வாரங்களாவது பிடிக்கும். அதுவரைக்கும் மக்களுடைய பாடு திண்டாட்டம்தான். அதுவும் எங்களைப் போன்ற மக்களின் பாடுகளைச் சொல்லி மாளாது. நிலைமைகள் சரியாகி வேலைக்குச் செல்கின்ற வரைக்கும் பசியும் பட்டினியும் தான். முருங்கைக் கீரை, குப்பைக்கீரை ஆகியவையே சாப்பாடு. கள்ளிப்பேட்டையில் என்றால், அடைமழைக்காலங்கள்தான் மிகவும் சிக்கலானவை. அந்தச் சமயங்களில் வேலை எதுவும் இருக்காது. மண்குடிசைகளின் சுவர்கள் விழுந்து உயிரிழப்புகளும் நேரிடும். கோடைக்காலங்களில் வேலூரின் தகித்திடும் வெயிலுக்குத் தீவிபத்துகளும் நிறைய அளவில் நிகழ்வதுண்டு. மழையில்லையெனில் குடிநீர்ப் பற்றாக்குறையும், உணவுப் பஞ்சமும் உண்டாகும்.

எங்கள் பகுதிகளில் தலித் மற்றும் பிற்படுத்தப்பட்ட சாதிகளைச் சேர்ந்த பெண்கள் நிறைய பேர் இஸ்லாமியர் வீடுகளில் வீட்டு வேலைக்குச் செல்வார்கள். அது இன்றளவும் தொடர்கிறது. இவர்களை அந்த வீட்டு எஜமானர்களில் பலர் நன்றாகப் பார்த்துக் கொள்வார்கள். அங்கிருந்து உணவு மற்றும் வேறு பொருட்களைக் கொடுத்தனுப்புவார்கள். மாட்டிறைச்சி உணவு எங்கள் கிராமங் களில் மிகச் சாதாரணம். பேரணாம்பட்டு மற்றும் ஆம்பூர் பகுதி களில் நிறைய மாட்டிறைச்சிக் கடைகள் உண்டு. இந்த உணவுப் பழக்கம் இன்று ஒப்பீட்டளவில் மேலும் அதிகரித்திருக்கிறது. இன்று பேரணாம்பட்டில் மட்டும் நூற்றுக்கும் குறையாமல் மாட்டிறைச்சி பிரியாணிக் கடைகளும், வறுவல் கடைகளும் இருக் கின்றன. கள்ளச்சாராயம் காய்ச்சுகிற வழக்கம் பேரணாம்பட்டின்

சுற்றுப்பக்க கிராமங்களில் உண்டு. மலைகள் பாதுகாப்பு அரணாகவும், விறகு மற்றும் ஆதாரப் பொருட்களை வழங்கிடும் வளமாகவும் இருப்பதாலும், பெரிய அளவிலான தொழிற்சாலைகள் ஏதும் இல்லாததாலும் இந்த வழக்கம் இன்னும் தொடர்ந்துகொண்டு இருக்கிறது. அரசால் முற்றிலும் இதைத் தடுக்க முடியவில்லை.

எங்கள் கிராமங்களில் காவடி எடுப்பதும், திருப்பதிக்குச் சென்று முடி இறக்கி வருவதும் அதிகளவில் காணப்படுகின்ற சமயச் சடங்குகளாகும். காட்டாம்பூர், இரத்தினகிரி, வள்ளிமலை, திருத்தணி என வேலூர் மாவட்டத்தில் பல முருகன் திருத்தலங்கள் உண்டு. இந்தக் காலங்களில் பம்பை வாத்தியத்தை வாசித்துக் கொண்டு கூட்டமாகவோ, குடும்பமாகவோ பக்தர்கள் மலைகளுக்குச் சென்று வருவார்கள். குழந்தைகளுக்குக் காது குத்துதலும், பெண் பிள்ளைகளுக்குப் பூப்புச் சடங்கு செய்தலும் மிகவும் விசேடம். திருவிழாக்களுக்கும், கொண்டாட்டமான ஊர்வலங்களுக்கும், திருமணங்களுக்கும் இறப்புக்கும் பறையை வாசிப்பது வழக்கம். தலித் கிராமங்களில் பறையை வாசிக்கிற இளைஞர்கள் நிறைய உண்டு. காமன் கூத்துக்கும் முழுக்க முழுக்கப் பறையை மட்டுமே வாசிப்பார்கள்.

முன்னர் இருந்த கிராம நிர்வாக அமைப்பில் ஊர்ப் பஞ்சாயத்து மிகவும் முக்கியப் பங்கினை வகித்தது. மணவிலக்கு, அறுத்துக் கட்டுதல், திருமணம், தண்டனைகள் என எல்லாமே ஊர் பஞ்சாயத்தார் முன்னிலையில்தான் நடந்தேறின. நாட்டாண்மைக்கும், கோல்காரருக்கும், தோட்டிக்கும் ஊரில் மதிப்பு அதிகம். அதுமட்டுமின்றி ஊர் வண்ணார் என்று துணி வெளுப்பவர்களும் இருந்தனர். மேட்டுக் குடியினருக்குத் தனி வண்ணார்களும், தலித் மக்களுக்குத் தனி வண்ணார்களும் உண்டு. நாவிதர்களும்கூட அப்படியே.

பெரும்பாலான பிரசவங்கள் வீட்டிலேயே நடக்கும். ஊருக்கு நான்கைந்து மருத்துவச்சிகள் பிரசவம் பார்க்க இருப்பார்கள். வீடுகளில் குளியலறைகள் என்று தனியாக இருக்காது. ஓலைத் தடுப்பு கொண்ட புழக்கடைகள்தான். இயற்கை உபாதையைக் கழிப்பதோ திறந்த வெளிகளில்! நோயுற்றவர்கள் மருத்துவமனை

செல்வது அப்போது மிகவும் அரிது. மந்திரம் போடவும், மசூதி களில் ஓதிக்கொள்ளவும்தான் அதிகம் செல்வார்கள். பாம்பே கடித்துவிட்டாலும் மந்திரம்தான்! குழந்தை வளர்ப்புக்கும் நோய்களுக்கும் பெரும்பகுதி கை வைத்தியம்தான்.

திருமணங்கள் வீட்டிலேயே நடக்கும். வீட்டு வாசலில் பச்சை ஓலையால் பந்தல் போட்டு, வாழை மரங்களைக் கட்டுவார்கள். உடன் மாவிலைத் தோரணமும், தென்னங் குலையும், பூத்த தென்னம் பாளையும், பனைக் குலையும் கட்டப்படும். பத்திரிகை அடிப்பதுகூடக் கிடையாது. வெற்றிலையும் பாக்கும் தான் அழைப்பிதழ்! கொஞ்சம் காசிருப்பவர்கள் புனல் கட்டி பாட்டுப் போடுவார்கள். இரவில் அதிக வெளிச்சத்துக்குப் பெட்ரோமாக்ஸ் விளக்கு வாடகைக்கு எடுத்து வரப்பட்டு வைக்கப்படும். மண்ணெண்ணெய்க்கு ஏகப்பட்ட தேவை இருக்கும்.

எங்கள் பெரியவர்கள் கடுமையாக உழைத்தார்கள். பிள்ளை களின் பசியைப் போக்கிடப் பலவகைகளில் பிரயத்தனம் செய்தார்கள். அப்படியும் கடும் பசியும் பட்டினியும் அன்று நிலவின. மக்கள் நிறையப் பேசினார்கள். சிறுவர்களும் இளைஞர் களும் நிறைய விளையாடினார்கள். காலம் பொறுமையாகக் கடந்து சென்றது.

நான் வளர்ந்த அன்றைய கிராமங்களில் மாலையானால் திண்ணைகளில் கதைகளும் விடுகதைகளும் சொல்லப்பட்டன. ஏதேனும் ஒரு வீட்டில் ஒரு கைக்குழந்தைக்குத் தாய்ப்பால் இல்லையெனில் ஏதேனும் ஒரு தாயால் அதற்குப் பால் புகட்டப் பட்டது. ஊரில் ஏதேனும் ஒரு வளர்ந்த பிள்ளைக்குச் சோறு இல்லையென்றால் ஏதேனும் ஒரு வீட்டிலிருந்து சோறு ஊட்டப் பட்டது. நவீனக் காலம் என்று சித்தரிக்கப்படும் இந்தக் காலத்தை விடவும் மேம்பட்ட கூட்டுறவு வாழ்க்கை அன்று கிராமங்களில் இருந்தது. இப்போது அந்தக் காலத்தை நினைத்துப் பார்க்கையில் இழப்புகள் வலிகள் என்பவற்றை விடவும் பிரமிப்பே உண்டாகிறது.

□

5

அனுமந்தன்பட்டி

பச்சைக் கம்பளத்தில் ஒரு வானவில்

ந. இரத்தினக்குமார்

ஊர் என்பது ஒரு மனுஷனுக்கு ஒரு லகரி, ஒரு நினைவு.

-புதுமைப்பித்தன்

தமிழகத்தின் தென்கோடி மாவட்டம் தேனி. தேனியிலிருந்து கம்பம் செல்லும் சாலையில் அமைந்த சிறிய கிராமம்தான் 'அனுமந்தன்பட்டி.' ஊரின் வடகிழக்கே பழைய அனுமார் கோவில் ஒன்று உண்டு. அதனால் ஊருக்குப் பெயர் 'அனுமார் பட்டி' எனத் தோன்றி காலப்போக்கில் 'அனுமந்தன்பட்டி' என மாறியிருக்கலாம். ஊரின் மேற்கே மேற்குத் தொடர்ச்சி மலையும், கிழக்கே மேகமலையும், தெற்கே குமுளி மலைத்தொடர்களும் சூழ அமைந்திருக்கும் ஒரு 'சிற்றூர்.' ஊரின் கீழ்ப் பகுதியில் 'சிற்றாறு' ஒன்றும் இரண்டு மைல் கிழக்கே 'பேராறு' (முல்லை) ஒன்றும் பாய்ந்தோடிக் கொண்டிருக்கும்.

கம்பம் பள்ளத்தாக்கில் ஆயிரம் ஏக்கருக்கும் மேல் நெல் பயிரிடப்படுவதால், அனுமந்தன்பட்டியின் கிழக்குப் பகுதி, பச்சைக் கம்பளம் விரித்தது போன்று காணப்படும். கிழக்கே மலைக்கருகில் தோன்றும் வானவில், பரந்த வயல்களுக் குள்ளிருந்து முளைத்துப் படர்வது போல் காட்சி தரும் ஊரில் உள்ள 'நன்செய்' நிலங்களில் நெல், வாழை, கரும்பு, வெற்றிலைக் கொடிக்கால், தென்னை ஆகிய வேளாண்மை முதன்மையானது. சோளம், துவரை, கம்பு, கடலை போன்ற தானியங்கள் 'புன்செய்'

நிலங்களின் முக்கிய வேளாண்மை. வளமான மண்ணுள்ள பகுதிகளில் 'திராட்சை' சாகுபடியும் நடைபெறும். விவசாயம் தவிர்த்துப் பல்வேறு கூலி முறைகள், வெவ்வேறு துறைசார்ந்த சிறுதொழில்கள் உண்டு. பல்வேறு சமூகங்களும் வாழும் பொதுக் கிராமம். சுமார் இரண்டாயிரம் குடும்பங்கள் அன்று வாழ்ந்து வந்தன. கீரைப்பள்ளி, அம்மாங்க மடம், கள்ளர் பள்ளி ஆகிய தொடக்கப் பள்ளிகளும் சாமியார் மடம் எனும் உயர்நிலைப் பள்ளியும் உண்டு. 'அன்னை' எனும் திரையரங்கம் ஒன்று இருந்தது. மின்சார வாரிய ஊழியரான என் தந்தை நடராஜன், 1978இல் காமாட்சிபுரத்திலிருந்து அனுமந்தன் பட்டிக்குப் பணி மாறியதால் நாங்கள் அங்குக் குடியேறினோம்.

ஐந்தாம் வகுப்பு வரையிலான தொடக்கக் கல்வி 'அம்மாங்க மடத்தில்.' மங்கலான நினைவுகள் அவை. வெள்ளை உடை அணிந்த கன்னியாஸ்திரிகளும் சேலை அணிந்த ஒன்றிரண்டு பெண் ஆசிரியர்களும் அப்படி ஒன்றும் பயத்தை ஏற்படுத்த வில்லை. ஒருநாள் விட்டு ஒருநாள் வழங்கப்பட்ட மஞ்சள் உப்புமாவும் ஈய டம்ளர் நிறைந்த பால்மாவும் பள்ளிக்கூடம் மீதான ஈர்ப்பைத் தந்தன. சரவணன், சுரேஷ், புஷ்பம், பிரியா, சுமதி மறக்க முடியாத நண்பர்கள். ஆறாம் வகுப்பிற்கு உத்தம பாளையம் அரசு மேல்நிலைப்பள்ளிக்குச் சென்றோம். பன்னிரண்டாம் வகுப்புவரை அங்குதான் கழிந்தது. பத்தாம் வகுப்பு வரை தினமும் நடைப் பயணம்தான். குழுவாக, நான்கு கிலோமீட்டர் தூரம் காடு, கரை, தோப்பு, வாய்க்காலின் ஓரம் என நடை குதூகல மாகச் செல்லும். பல்வேறு அனுபவங்களை அந்த நடை கற்றுத்தந்தது.

கதிர் அறுப்புக் காலங்களில், வயலிலிருந்து அனுமந்தன் பட்டிக் களத்திற்குக் கட்டுக்கட்டாக ஆணும் பெண்ணும் நெற்கதிர்களைச் சுமந்து வருவார்கள். கீழே விழும் நெற்கதிர் களைச் சேகரித்து, தெருக்கடை பாட்டியிடம் கொடுத்தால் கொழுக் கட்டை, அதிரசம், முறுக்கு கொடுப்பார். கட்டுச் சுமந்து வருபவர் களில் ஒருவர் சிறுவர்களுக்காக ஒரு கைப்பிடி நெற்கதிர்களைச் சில நடையில் பிடுங்கிப் போட்டுவிட்டுச் செல்வார். எனக்கு அறிமுகமான இரண்டாவது கம்யூனிஸ்ட் அவர். மூன்றாவது கம்யூனிஸ்ட் நடுத்தர வயதுக்காரர் ஒருவர்.

வீட்டில் அடுப்பெரிப்பதற்காக மட்டைகள் வாங்க கனி ராவுத்தர் தோப்பிற்கு மாதம் ஒரு முறை செல்வதுண்டு. அந்தத் தோப்பு ஆற்றங்கரை ஓரமாக நீண்டு காணப்படும். தோப்பிற்குள் சென்று இரவு விழுந்த தென்னை மட்டைகளைச் சேகரித்து, விலைக்கு வாங்கிச் செல்வோம். மட்டை வாங்க வருவார் ஒரு நடுத்தர வயதுக்காரர். தோளில் சிவப்புத் துண்டு போட்டிருப்பார். அவருக்குத் தலைச் சும்மாடும் அதுதான். நெஞ்சிலே சுமப்பவர் தலையில் சுமக்கமாட்டாரா என்ன? பெயரை நினைவுபடுத்திக் கொள்ள இயலவில்லை. தோப்பிற்குள் நீண்ட தூரம் சென்று மட்டை எடுப்பார். விளைச்சல் முற்றியதால் உதிர்ந்து கிடக்கும் தேங்காய்கள் சிலவற்றை, மரங்களுக்குப் பின்பாக நின்றுகொண்டு இடைவெளிவிட்டு ஆற்றிற்குள் எறிவார். நாங்கள் பார்த்த போது சிரித்துக்கொண்டே 'ராவுத்தரு காச குவிச்சு வச்சிருக்காரு, அப்பிராணி சப்பிராணி யாராவது எடுத்துக் கொள்ளட்டும்' என்பார். ஒரு நாள் ஒரு காவல்காரர் பார்த்து ராவுத்தரிடம் சொல்ல, தோப்பிற்குள் பிறகு அவர் அனுமதிக்கப்படவேயில்லை. சில நாட்கள் கழித்துத் தோப்பிற்குள் உதிர்ந்து கிடந்த தேங்காய் ஒன்றைக் கருவேல் முள்செடிகளின் மறைவிலிருந்து நானும் அண்ணனும் ஆற்றில் எறிந்துவிட்டு நாங்களும் கம்யூனிஸ்ட் ஆனோம்!.

அனுமந்தன்பட்டியில் உள்ள தார்ரோட்டின் கடைசியிலிருந்த சின்னக்காளை அவர்களின் சலூன் கடையும் ஊரின் தெற்கே உள்ள சாமுவேலின் தோட்டமும் நண்பர்கள் கூடுவதற்கான இடங்கள். கடைக்கு வரும் சர்ஜ் தெருவைச் சேர்ந்த பதிங்கலம், சிலுவை ஆகியோர் எம்ஜிஆர், சிவாஜி படங்களின் காட்சிகளை நடித்தும் வசனங்களை மனப்பாடமாகவும் சொல்வார்கள். ரசித்துக் கிடப்போம். முனியப்பன், அன்பு, ஆசிர்வாதம், அண்ணாத்துரை ஆகியோர் அங்கு நல்ல நண்பர்களாக இணைந்தோம். இங்குதான் தினத்தந்தி எனக்கு அறிமுகமானது. பாலியல் புத்தகங்கள் கடையில்தான் கைமாறும். ஊருக்குள் நடக்கும் பாலியல் கதைகளும் புகை மூட்டம் போல் சலூன் நாற்காலிகளில் சுழலும்.

எம்ஜிஆரின் மரணத்தின் போது நான்கைந்து தொலைக் காட்சிகள் அனுமந்தன்பட்டிக்கு வந்துவிட்டன. தெருவில் தார்ப்பாய் போட்டு அதற்குள் தொலைக்காட்சியை வைத்து, மக்கள்

திரண்டு பார்த்தனர். அனுமந்தன்பட்டி கிராமம் திமுக ஆதரவு பெற்ற கிராமம். நாயுடு தெரு, கோனார் தெரு, உடையார் தெரு, சர்ஜ் தெரு, ஆசாரித்தெரு, தெற்குத்தெரு எனப் பெரும்பாலான தெருக்கள் திமுக ஆதரவு நிலைப்பாடு கொண்டவை. ஆனால், வடக்குத் தெரு அதிமுக ஆதரவுடையது. எம்ஜிஆர் மறைவிற்கு வடக்குத் தெருவில் பெண்கள் கூடி செம்பு நிறையத் தண்ணீர் வைத்து ஒப்பாரி வைத்தனர். ஆண்கள் பலர் மொட்டை எடுத்தனர். வடக்குத் தெருவில் வாழும் 'பிரமலை கள்ளர்கள்' எம்ஜிஆர் மீது அளவில்லாப் பற்றுக்கொண்டிருப்பர். மோதிரம், செயின், சைக்கிள், பைக், வீட்டின் முகப்பு என எல்லா இடங்களிலும் இரட்டை இலையையோ எம்ஜிஆர் உருவத்தையோ பொறித்து வைத்திருப்பர். சிலர் எம்ஜிஆரின் உருவத்தை நெஞ்சில் பச்சையாகக் குத்தியிருப்பர். 'பரமராஜ்' தனது சைக்கிளையே இரட்டை இலையின் வடிவில் வைத்திருப்பார். ஊரில் பஞ்சாயத்துத் தேர்தல், சாதி அடிப்படையிலே நடக்கும். கோனார், பிரமலை கள்ளர் இருவருக்கும் கடும் போட்டி நிலவும். அதாவது கலைஞருக்கும் எம்ஜிஆருக்கும் போட்டி? இருவரும் மாறி மாறி வெற்றி பெறுவர். அதாவது திமுகவும் அதிமுகவும்! சிவாஜி, எம்.ஜி.ஆர் அரசியல் மன்றங்கள் ஓய்ந்து கமல், ரஜினி ரசிகர் மன்றங்கள் கிராமத்தில் முளைத்தன. அரசியலில் இருக்கும் சாதி, ரசிகர் மன்றங்களில் இருக்காது.

சாதி வேறுபாடின்றி எல்லாத் தரப்பினரும் உறுப்பினர்களாக இருப்பார்கள். நாங்கள் கமல் ரசிகர் மன்றத்தில் உறுப்பினர். அனைத்துத் தெரு ரசிகர்களையும் புதிய படத்திற்குச் செல்லும் ஒரே வேனில் பார்க்க முடியும். கிராமத்தில் எழுபதுகளில் இருந்த 'அன்னை கொட்டகையும்' எண்பதுகளில் தோன்றிய 'பூமாலைத் திரையர'ங்கமும் சினிமாவை எனக்கு அணுக்கமாக்கின. எட்டு, ஒன்பதாம் வகுப்பிலே எனக்குக் கலை, அரசியல் ஈடுபாடு வர தினத்தந்தியும் டீவியும் திரையரங்கமும் முதன்மையான காரணங்கள். அப்பாவும்தான். நான் சந்தித்த முதல் தோழர் அவர்.

அப்பாவின் எளிமை, கடமையைச் செய்வதில் அவர் காட்டும் ஆர்வம், எப்போதும் நியாயத்தை முன் வைக்கும் பண்பு, சமூகம் குறித்த அவரின் திராவிட, இடதுசாரியப் பார்வைகள் என்னுள் பாதிப்பைச் செலுத்தியவை. சிஐடியு தொழிற்சங்கம் மின்சாரப்

பிரிவில் அப்பா முக்கிய பொறுப்புகளில் இருந்தவர். சிறு, சிறு கூட்டம் நடத்துவது, உறுப்பினர்களைத் திரட்டுவது, கோரிக்கைகளை வலியுறுத்தி நடக்கும் போராட்டத்தை ஒருங்கிணைப்பது என்று இயங்கியவர். மும்பையில் 'ஆர். உமாநாத்' ஏற்பாடு செய்திருந்த 'கம்யூனிஸ்ட் தொழிற்சங்க மாநாடு' *(1975?)* ஒன்றுக்கு, குழுவாகப் பேருந்து ஏற்பாடு செய்து, தேனியிலிருந்து மும்பை, கோவா வரை சென்று திரும்பியவர்.

தந்தையை இழந்ததால் எட்டாம் வகுப்புவரை மட்டுமே படித்தவர். கிராம அனுபவங்களிலிருந்தே தன்னை வளர்த்துக் கொண்டவர். தொழிற் சங்கத்தில் இடதுசாரி அரசியலையும் அரசு, நிர்வாக அரசியலிற்குத் திமுகவின் சித்தாந்தத்தையும் நம்பியவர். காமாட்சிபுரத்தில் நாயக்கர் ஒருவரின் தோட்டத்தில் மின்தடை (பீஸாக் கால்) உரிய நேரத்தில் சரிசெய்யப்படாததால் அவரின் கிணற்றில் தண்ணீர் மோட்டார் பகுதிக்கு மேலே வந்துவிட்டது. கோபம் கொண்ட நிலக்கிழார் சன்னாசி எனும் ஒடுக்கப்பட்ட சமூகத்தைச் சார்ந்த மின்சார ஊழியரைத் தோட்டத்தில் கட்டிப் போட்டுவிட்டார்.

கேள்விப்பட்ட அப்பா, சைக்கிள் கேரியரில் விறகுக் கட்டைகளுடன், பிற ஊழியர் இருவரை அழைத்துச் சென்று அங்கிருந்தவரை அடித்துப் போட்டு, ஊழியரை அழைத்து வந்தார். காவல் நிலையத்தில் விசாரணை, கைது எனப் பேச்சுகள் அடிபடத் தொடங்கின. அம்மா, அண்ணன், நான் பயந்து போய் ஸ்டேசன் அருகில் நின்றிருந்தோம். பக்கத்துக் கிராமமான கள்ளபட்டியிலிருந்து உறவினர்கள் திரண்டு வந்து நிலக்கிழாரிடம் பேசி, பிரச்சினையை முடித்து வைத்தனர். சிஐடியுவின் நிகழ்ச்சிக்கும் திமுகவின் கட்சிக் கூட்டத்திற்கும் நேரடியாகச் சென்று நிதி வழங்கிவிட்டு வந்த சில மணி நேரங்களில் மரித்தார். வடக்குத் தெருவில் திருமணத்திற்கு ஜாதகம் பார்ப்பதும் இல்லை; திருமணச் சடங்கு செய்வதும் இல்லை. வளர்பிறையில் திருமணம் நடைபெறும்.

மணமுடித்த அடுத்த நாள் மணமக்கள் மந்தையம்மன் கோவிலுக்குச் சென்றுவிட்டுத் தெருவிலுள்ள 'நல்ல தண்ணீர்' எடுக்கும் கிணற்றுக்குச் செல்வர். மணப்பெண் வெற்றிலைகளை வணங்கி கிணற்றுக்குள் போடுவார். கிணற்றில் இருக்கும்

கடகாவினால் நீர் இறைத்து ஊற்ற, சுற்றி இருப்பவர்கள் கையில் நீரை வாங்கி அருந்துவார்கள். மாப்பிள்ளை வீட்டார் திருமணத் திற்கு அடுத்த நாள் மாமக்கிடாயை வெட்டி, சுற்றத்தாருக்குக் கறி விருந்து வைப்பர். பங்காளி, பகுத்தாளி, மாமன் முறைக்காரர்கள் போன்ற குடும்ப உறவுடையோர் விருந்தில் பங்கேற்பர்.

திருமணத்திற்கு முதல்நாள் பந்தலின் ஒரு பகுதியில் சீட்டு விளையாட்டு, விடிய விடிய நடைபெறும். தெருவின் கடைக் கோடியில் சாராயம் பரிமாறப்படும். ஏதாவது ஒரு வீட்டிலிருந்து கோழிக்கறியும் ஆட்டுக்கறியும் வேகவைத்துக் குடிக்கும் இடத்திற்குச் சென்றுகொண்டே இருக்கும். இரவு வீதியில் திரையைக் கட்டி திரைப்படம் திரையிடுவர். திரைப்படம் பெரும்பாலும் எம்ஜிஆர் படமாக, மங்களகரமான படமாக இருக்கும். எண்பதுகளில் டீவி, டெக் வைத்து நல்லவனுக்கு நல்லவன், காக்கிச்சட்டை போன்ற புதிய திரைப்படங்கள் போட ஆரம்பித்தனர். நாடார் வீடுகளில் நடைபெறும் திருமணங்களில் சிறிய டிரம், வாளி போன்ற ஒன்றில் செம்மண் போட்டு அதில் இலைகளுடன் கூடிய 'ஆலமரக் குச்சி' ஒன்றை நடுவர். ஓரிரு நாட்கள் கழித்து அதைத் தங்களின் தோட்டங்களில் நட்டுவைப்பர்.

ஊரில் உள்ள பொதுக் கோவில்களான மாரியம்மன் கோவில், காளியம்மன் கோவில் ஆகியவற்றில் திருவிழாக்கள் வெகு சிறப்பாக நடைபெறும். மாரியம்மன் கோவிலில் ஆடி வெள்ளிக்குக் கோயிலின் முன் கூழ்க் காய்ச்சி வைத்திருப்பர். ஒரு வீட்டில் கருவாட்டுக் கூட்டு தயாரித்து, கூழின் அருகில் வைத்து, கோவில் முன்பாகச் செம்பில் கூழும் இலையில் கருவாட்டுக் கூட்டும் தருவார்கள். கிராமத் திருவிழாக்களில் ராஜு, நான், புலவர் முருகன், அழகர்சாமி, அன்பு ஆகிய நண்பர் கூட்டணி நாடகம் போடுவோம். நடித்துக்கொண்டிருக்கும் போதே உறவினர்கள் மேடையேறி தங்களின் உறவுக்கார நடிகர்களின் சட்டையில் போட்டி போட்டிக் கொண்டு ரூபாய் நோட்டுக்களைக் குத்தி விடுவர். மேடையில் வசனங்கள் மாறும். காட்சிகள் தடுமாறும். பார்வையாளர் களிடையே சிரிப்பொலி பரவும்.

நாயுடுக்கள் ஐப்பசி அம்மாவாசை, மார்கழி கூடாரவள்ளி இரண்டையும் விமர்சையாகக் கொண்டாடுவார்கள். ஐப்பசி

அம்மாவாசைக்கு 21 நாள் நோன்பு வைப்பர். மூங்கில் பிரம்பால் ஆன புதிய முறம் ஒன்றில் 21 அதிரசங்கள் 21 முறுக்குகளை நெய்யில் தயாரித்து வைத்து, புத்தாடை உடுத்தி முறத்தைப் புதிய வெள்ளைத்துணியால் மூடி பஜனை மடத்திற்குச் செல்வர். அங்கு முறத்தை வைத்து அம்மாவாசை இரவு முழுவதும் பெருமாளைப் பாடி நோன்பை முடிப்பர். ஆண்கள் கோவிலிற்கு வெளியே இருப்பர். சிலர் நாமம் தரிப்பதும் உண்டு. பஜனை முடிந்த அடுத்த நாள் தெருவிலுள்ள மற்ற சமூகங்களுக்கு நெய் அதிரசத்தையும் முறுக்கையும் கொடுத்துவிடுவார்கள்.

கிறிஸ்துமஸ் பண்டிகைக்கு வலம் வரும் சப்பரம் தனித்துவ மானது. வண்ண விளக்குகளும் வண்ணக் காகிதங்களும் மாறுபட்ட உருவச் சிலைகளும் நிறைந்து, சப்பரம், இசை, பாடல் எனக் கிராமத்தின் முக்கிய வீதிகளில் வலம் வரும். பிற சமூகங்களும் சப்பரத்தை வரவேற்பர். இந்துக்களில் சிலர் மெழுகுதிரி வைத்து வேண்டிக்கொள்வார்கள்.

இஸ்லாமியர்கள் சில குடும்பங்களே இருந்தாலும் பண்டிகை களைச் சிறப்பாகக் கொண்டாடுவார்கள். ஊரின் நுழைவாயிலில் இஸ்லாமியர் ஒருவர் தனது வீட்டின் இன்னொரு பகுதியில் சிறிய மசூதியை எழுப்பித் தொழுகை நடத்திவந்தார். அவர் ஊரை விட்டு வெளியேறியவுடன் தொழுகையும் நின்றுவிட்டது; சிறிய மசூதியும் கைவிடப்பட்டுவிட்டது. ஆனால், மக்கள் வழக்காறு களில் அந்த இடத்தை 'அல்லா கோவில்' என்றே அழைப்பர். அந்த இடத்தில் வசித்துவந்த வாத்தியாருக்குப் பெயர் 'அல்லா கோவில் வாத்தியார்.' அவர் இறந்த பிறகு அவரது பையனையும் 'அல்லா கோவில் சுரேஷ்' என்றே ஊரில் அழைப்பார்கள். 'அல்லா கோவில்' முன்பாக இன்று மாலை பொதுக்கூட்டம் நடைபெறும் என்றே அறிவிப்பு வரும். மறைந்துபோன மசூதியை மக்கள் தங்களின் நினைவுகளில் உயிர்ப்பித்துக்கொண்டே இருப்பர். கிராமத்தின் அசைவாக்கங்களில் மற்றமைகளைப் பிரித்துப் பார்ப்பதில்லை. கிராமத்தில் இஸ்லாமியர்கள் நாயக்கர்களை 'பாவா' என்றும் பிரமலை கள்ளர்களை 'சிய்யான்' என்றும் அழைப்பர்.

வடக்குத் தெருவில் திருமணம், காதுகுத்து, வீடு திறப்பு விழா எனக் குடும்ப விழாக்கள் தொடங்குவதற்கு முன்பு கருமாத்தூர்

சென்று தங்களின் குலசாமிகளை வணங்கிவிட்டு வருவர். பத்திரிக்கையைக் குலசாமியின் முன் வைத்து வணங்கி வந்த பிறகே மற்றவர்களுக்குக் கொடுப்பார்கள். கோவில்களுக்குச் சென்று திரும்பும்போது; சிலர் கருமாத்தூரிலே ஆட்டுக்கறி எடுத்து வருவர். அன்று, கருமாத்தூரிலிருந்து ஆட்டுக்கறி எடுத்துவந்து சமைத்துச் சாப்பிடுவதை ஊரில் பெருமையாகச் சொல்வார்கள். மதுரைக்குச் சென்று திரும்பும்போது கருமாத்தூர் வேகத்தடையில் இறங்கிக் கறி எடுத்து, அடுத்த பேருந்தில் ஏறி அனுமந்தன் பட்டிக்கு வந்தவர்களெல்லாம் உண்டு.

கிழக்குச் சீமையான கருமாத்தூர் பகுதிகளிலிருந்து பஞ்சம், நோய் காரணமாக 1860களுக்குப் பிறகு பிரமலைக்கள்ளர் குழுக்கள், பெயர்ந்து மேற்குச் சீமையான தேனி மாவட்டத்திற்குக் காவல், விவசாயம், ஆடு, மாடு மேய்ப்பு எனக் குடியேறியவர்கள்; தங்களின் பூர்வீக நிலமான கருமாத்தூரில் கறியெடுத்து, ஆதியில் நடந்த வேட்டையின் எச்சங்களை, நனவு நிலையில் மீண்டும் நிகழ்த்திக் கொள்கின்றனர். கறி அடிக்கடிப் புழங்காத சில வீடு களில் கணவன், மனைவி இடையே சண்டை நடைபெறும்; சண்டை போடுபவரை 'கறிக்கு வீங்கின பய' என்றே அழைப்பர்.

கிராமத்தில் நடக்கும் மாரியம்மன் காளியம்மன் ஆகிய பொதுக் கோவில் நடவடிக்கைகளில் வடக்குத் தெரு மக்கள் பெரும் பாலானவர்கள் பங்கேற்பதில்லை. தேனி மாவட்டத்தின் பிரதான சாமிகளான 'வீரபாண்டி மாரியம்மன்', 'குச்சனூர் சனீஸ்வரன்', ஆகிய கோவில்களுக்கும் இவர்களுக்கும் சம்பந்தமில்லாமலே அன்று வாழ்ந்து வந்தனர். பிரச்சினைகளின் போது 'முதலக்குளம் கருப்பு கோவில்ல வந்து... சத்தியம் செய்யு... பார்ப்போம்' என்று தான் சொல்வார்களே தவிர 'வீரபாண்டியில வந்து சத்தியம் செய்' என்று சொல்ல மாட்டார்கள். பிற்காலத்தில் இந்த வழக்கம் மாறத் தொடங்கியது. கிராமத்தில் சில சடங்குகள் வேறுபட்டவை.

எங்கள் வீட்டருகில் இருக்கும் பணக்கார நாயுடு வீட்டு அண்ணன் ஒருவர், ஒவ்வொரு மாதமும் அமாவாசையன்று அதிகாலை நான்கு மணிக்கு அயிரைமீன் வாங்க சைக்கிளில் என்னை அழைத்துச் செல்வார். வரமுடியாது என்று சொல்ல முடியாது. பொருளாதார நெருக்கடிகளில் அவரின் அம்மாவிடம்தான் குடம், காசிப்பானையை

அடகுவைத்து, பணத்தேவையைப் போக்கிக்கொள்வோம். நான் தான் பானையைக் கொடுத்து ரூ 50, வாங்கி வருவேன்.

நாயக்கர் தொழுவத்தில் நூற்றுக் கணக்கான தொழு மாடுகள் இருக்கும். காலையில் இருவர் அவற்றைப் பத்திக்கொண்டு காடு, மலை அடிவாரங்களில் மேய்த்துவிட்டு, மாலை பட்டியில் அடைப்பார்கள். அதனால் தேவைப்படும்போது அண்ணன் வீட்டில் மோர் வாங்கிக்கொள்வோம். மேற்கண்ட தொடர்புகளால் தூக்கக் கலக்கத்திலும் அயிரைமீன் வாங்கும் நான்கு மணி பயணத்திற்குச் சென்றுவிடுவேன். உள்ளூரில் மீன் கிடைக்காத போது, விடிவதற்குள் வாய்க்கால்பட்டி கண்மாய்க்குச் சென்று கால்படி அயிரை மீன்களை உயிரோடு வீட்டிற்குக் கொண்டுவர வேண்டும். அந்த மீனை அவர்கள் படையலாக வைத்து வணங்குவர். உண்பதில்லை. உயிருடன் ஆறு, கிணற்றில் விடுவதாக அந்த அண்ணன் சொல்லக் கேட்டிருக்கிறேன்.

ஆடிமாதத்தை வடக்குத் தெருவில் சிறப்பாகக் கொண்டாடுவர். பெண் வீட்டிற்குப் புதுமணத் தம்பதிகளை அழைத்து ஆடிச்சீர் கொடுத்தனுப்புவர். புத்தாடைகள், பாத்திரம் நிறைய பணியாரம் அடங்கியது ஆடிச்சீர். புதுமணத் தம்பதியினர் மூன்று ஆடி களுக்கும் மாமியார் வீட்டிற்குச் செல்வதுமுண்டு. பிற சமூகங் களில் ஆடி மாதத்தில் மணமக்களைப் பிரித்துவைப்பர். ஆனால், வடக்குத் தெருவில் புதுமணத் தம்பதியினரைச் சேர்ப்பதற்கே ஆடிமாதம் சிறப்பாகக் கொண்டாடுவது போல் தோன்றும். முதல் ஆடி, நடு ஆடி, கடைசி ஆடி ஆகிய மூன்றிற்கும் கட்டாயம் கறி எடுப்பர். சிலர் கோழி, ஆட்டுக்கறி எடுத்து வந்து மகள் வீட்டில் கொடுத்துவிட்டுச் செல்வர். 'கிழக்குச்சீமை' என்று சொல்லப்படும் உசிலம்பட்டி வட்டாரங்களில் மூன்று ஆடிக்கும் நாடகம், கூத்து, ஆடல் பாடல், திரையிடல் என ஏதாவது ஒன்று நடைபெறும்.

மதுரைக் கீழக்குயில்குடியில் மூன்று ஆடிக்கும் மதுரை நாடக சபாவிலிருந்து மூன்று நாடகங்கள் இன்றும் நடத்தப்படுகின்றன. சமணமலையின் கீழுள்ள ஆலமரங்களின் அடியில் ஊர் திரண்டு நாடகத்தைப் பார்க்கிறார்கள். உறவுகள் கூடியும் உணவுகளைப் பகிர்ந்தும் கலைகளில் களித்தும் இனக் குழுக்கள் ஆடிமாதத்தை எதிர்கொண்டிருக்கின்றனர்.

ஏழு, எட்டாம் வகுப்பு படிக்கும் சிறு பையன்களுக்கு ஆற்றின் கரையிலோ, குளத்தின் கரையிலோ வைத்து 'மார்க்க கல்யாணம்' நடைபெறும். நாவிதர்கள் இந்தச் சடங்கைச் செய்வார்கள். எதிர் வீட்டில் தியாகு என்ற பையனுக்கு இச் சடங்கு செய்யப்பட்டது. பிறப்புறுப்பில் உள்ள முன்தோலை நீக்கி, மஞ்சள் துணியில் தயாரிக்கப்பட்ட மருந்தைச் சுத்திவிடுவார்கள். ஓரிரு நாட்களுக்குப் பிறகு மருந்து கட்டுவதை அந்தப் பையனே செய்துகொள்வார். ஒரு தட்டில் தேங்காய், பழம், வேட்டி சட்டை, பணம் வைத்து நாவிதருக்கு வழங்கினர். சிறுவனுக்குப் புதுச்சட்டை அணியச் செய்து, புதிய சாமர நிற வேட்டியை உடுத்தி மாலை அணிவித்து நாற்காலியில் அமரவைத்தனர். தாய்மாமன் இரும்புக் கம்பி ஒன்றைத் தயாரித்துக் கைப்பிடியாக வைத்துக்கொள்ள கொடுத்தார். புத்தாடை, பணம், இனிப்புப் பண்டங்கள் போன்றவற்றை உறவுகள் வழங்கினர். அனைவருக்கும் அசைவ விருந்து வழங்கப் பட்டது. ஒரே நேரத்தில் கிராமத்தில் ஆறேழு சிறுவர்களுக்கு வாய்க்கால் கரையில் வைத்து இந்தச் சடங்கு நடத்தப்படுவதும் உண்டு. ஆறேழு சிறுவர்கள் சாமர நிற வேட்டி உடுத்தி கையில் இரும்புக் கம்பியுடன் தெருவில் வரிசையாக நடந்துசெல்வர். மாமன் முறைக்காரர்கள் இவர்களைப் பார்க்கும் போது காசுகள் கொடுப்பார்கள். இஸ்லாமியர்களும் இந்தச் சிறுவர்களைப் பார்த்தால் தின்பண்டங்கள் வாங்கித் தருவதுண்டு.

எண்பதுகளின் இறுதிகளில் இந்தச் சடங்கு படிப்படியாகக் குறையத் தொடங்கி, தற்போது பெரும்பாலும் இல்லை. கம்பம், கூடலூர், வருசநாட்டுப் பகுதிகளில் மட்டும் அருகிக் காணப்படுகிறது. ஆப்ரிக்கப் பழங்குடிகள், இஸ்லாமியர்கள், யூதர்கள் போன்றவர் களிடம் காணப்படும் இந்தச் சடங்கு மதுரை வட்டாரப் பிரமலை கள்ளர்களிடம் காணப்படுவதற்கு அவர்களின் பழங்குடித்தன்மை காரணமாகச் சொல்லப்படுகிறது. இதற்கு இணையான சடங்கு. பெண் பூப்பெய்தும் சடங்கு. இரண்டு நிகழ்வுகளும் ஆண், பெண் திருமணத்திற்குத் தயாராகி வருவதை ஓர் இனக் குழுவிற்குள் வெளிப் படுத்தும் சடங்குகளாகும். 'கல்யாணச் சிறுவர்கள்' என்று பேச்சு வழக்கில் இந்தச் சிறுவர்களை அழைப்பதும் கவனிக்கத் தக்கது.

எண்பதுகளில் அரசு கள்ளுக்கடை நடத்தி வந்தது. சாராயம் முறையாக விநியோகிக்கப்பட்டு வந்த காலம். 'எம்ஜிஆர்'

ஆட்சியில் ஒவ்வொரு தெருவிலும் போர் போட்டு அடிகுழாய்கள் வந்த நேரம். அதனால், சிறிய பிளாஸ்டிக் குடங்கள் புதிதாக அறிமுகமாயிற்று. சிறிய குடங்கள் ஐந்து லிட்டர் பிடிக்கும் என்று நினைக்கிறேன். ஒரு குடம் சாராயம் குடித்தால், ஐம்பது ரூபாய் பரிசு என்று ஒருவர் கோட்டை மந்தையில் கூற, ஐந்தாறு பேர் போட்டி போட்டுக் குடித்தனர். பாண்டி வெற்றி பெற்றார். ஒரு வட்டில் (தட்டு) நிறையச் சோற்றைப் போட்டு அதில் சாராயத்தை ஊற்றிப் பிசைந்து சாப்பிட வேண்டும் என்பது மற்றொரு போட்டி. வாந்தி எடுக்கக் கூடாது என்பது விதி. பாண்டியுடன் செல்லையா, செல்லத்துரை இன்னும் சிலர் கலந்துகொண்டனர். சிலர் ஒரு கட்டத்தில் சாராயத்தில் சோற்றைக் கரைத்துக் குடிக்கத் தொடங்கினர். அனைவரும் தோல்வியடைந்தனர்.

கிராமத்தில் திராட்சைத் தோட்டங்கள் புதிதாக உருவாகி வந்த சமயம். திராட்சை முதல் அறுவடை செய்யும் போது படையலுக்காக 'கிடாவெட்டு' திராட்சைப் பந்தலுக்குள்ளே நடக்கும். திராட்சைப் பந்தலின் உயரம் நிமிர்ந்தால் தலைதட்டும். திராட்சைத் தோட்டத்திற்குள் தலையைச் சிறிது தாழ்த்திக் கொண்டுதான் நடக்க முடியும். தலைக்கு மேல் அரிவாள் சென்றால் தான் கிடாயை வெட்ட முடியும். அரிவாளை நெஞ்சிற்கு மேல் உயரமாகத் தூக்க முடியாது. வலுக் குறைந்துவிடும். ஆனால், சிலர் பந்தலுக்குள் தலையைக் குனிந்துகொண்டே, நெற்றிக்கு நேராக இரண்டு கைகளிலும் அரிவாளைப் பிடித்து, கிடாயை வெட்டி விடுவர். பந்தயம் வைத்து, ஒரு கையில் மட்டுமே அரிவாளைப் பிடித்துக் கிடாயை வெட்டுவதும் உண்டு. வலது கையில் அரிவாளும் இடது கையைப் புறமுதுகில் கட்டிக் கொண்டும் வெட்டுவர். ஆட்டின் உடலில் வலது காது இருக்க, இடது காது ஆட்டின் தலையில் இருக்க ஆட்டை வெட்டினால் 50 ரூபாய் என்று பந்தயம் கட்டுவர். கிராமத்தில் ஓரிருவர் மட்டுமே இதில் வெற்றி பெறுவர். கோவில்கள் தவிர்த்துப் பிற இடங்களில், எந்த வீட்டுக்காரர் கிடா வெட்டுகிறாரோ, அவர்கள் வீட்டில் துணி வெளுக்கும் சலவைத் தொழிலாளிக்கு ஆட்டின் தலை, கால்கள் ஆகியவற்றைக் கொடுக்க வேண்டும் என்பது கிராம வழக்கம். பிற்காலத்தில் அந்த வழக்கம் தேய்ந்து மறைந்து விட்டது.

மந்தையம்மன் திருவிழாவிற்குக் கூறுக்கறி போடுவார்கள். தகரத்தை நன்கு கழுவி நான்கு கற்களின் மேல் கவிழ்த்து வைப்பர். கொழுத்த ஒரு வெள்ளாட்டுக் கிடாயை உரித்துத் தோல், தலை, கால் தவிர்த்து ஆட்டின் மற்ற எல்லாப் பாகங்களையும் வெட்டிப் பகுத்துப் பத்துக் கூறுகளாக்கிக் கொள்வர். தகரத்தில் பத்துக் கூறுகளையும் பிரித்து வைத்திருப்பார்கள். தராசு, எடைக்கல் எதுவும் இருக்காது. ஒவ்வொரு கூறிலும் ஆட்டின் பல்வேறு பகுதிகளும் சிறிது சிறிதாகச் சேர்த்திருப்பதால், கூறுக்கறி மாறுபட்ட ருசியைத் தரும். குறைந்தபட்சம் ஒரு கிலோ வரை ஒவ்வொரு கூறும் சம அளவில் இருக்கும்.

திருவிழா, பண்டிகைகளுக்கு மட்டும் கறி விற்பவர்கள்தான் பெரும்பாலும் இந்தக் கூறுக்கறியைப் போடுவார்கள். விழாவிற்கு உறவினர்கள் வந்திருந்தால், மூன்று கூறுகளை எடுத்துச் சமைப்பவர்களும் உண்டு. விருந்தாளியாக வந்தவர்கள் உணவருந்தி விட்டு கையைக் கழுவி சாக்கில்தான் துடைக்க வேண்டும்; அந்த அளவிற்குக் கொழுப்பு ஏறிய ஆட்டுக்கறி எடுத்து உறவினர்களுக்கு விருந்து வைக்க வேண்டும் என்பார்கள். கறி எடுத்த மறுநாள் பெரும்பாலான வீடுகளில் 'கட்டுத் தண்ணி' வைத்து உண்பார்கள். கொள்ளுபயிரில் வைக்கும் இரசத்திற்கு 'கட்டுத் தண்ணி' என்று பெயர். கானப்பயிறு கொழுப்பைக் கரைக்கும் ஆற்றல் உடையது. கடைக்கு அரிசி, பருப்பு போன்றவற்றை வாங்கச் செல்லும்போது 'அரிசி வாங்கி வருகிறேன்' என்று கூறும் நாம், கறிவாங்கச் செல்லும்போது மட்டும் 'கறி வாங்கி வருகிறேன்' என்று சொல்வதில்லை; 'கறியெடுத்து வருகிறேன்' என்றுதான் கூறுகிறோம். அதாவது கறியை மட்டும் 'எடுத்து வருகிறேன்' என்றே அழைக்கிறோம்.

இது வேட்டைச் சமூகத்தில் வேட்டையாடிய கறியில் தனது பங்கை, உரிமையை எடுத்து வருவதிலிருந்து வரும் பேச்சு வழக்கம். இன்றும் அது தொடர்கிறது. கூறுக்கறியை இனக் குழுக்கள் எடுத்துப் பயன்படுத்துவது வேட்டைப் பண்பாட்டின் எச்சமாகப் பார்க்கலாம்.

கிராமத்துப் பெண்கள் கடும் உழைப்பாளிகள் மட்டுமல்ல, தனித்துவமானவர்களும்கூட. கோட்டை மந்தையில் கிடந்த

இளவட்டக் கல்லை, கோகிலாபுரத்து அக்கா ஒருவர் தூக்கிப் போட்டதாக, குண்டு விளையாடிக்கொண்டிருந்த சிறுவர்கள் செல்வார்கள். அவரிடம் முறைக்காரர்கள் கேட்டால், வெட்கப் பட்டுச் சிரித்துக்கொண்டு 'போங்க மருமகனே' என்று கூறியபடி நடந்துவிடுவார். கம்பம் பள்ளதாக்கு நெல் விளைச்சலுக்காக ஆடி மாதங்களில் சிற்றாறு நிறைய இரு கரையும் மூழ்கத் தண்ணீர் தளும்பத் தளும்ப ஓடும். நீந்தித்தான் கடந்து செல்ல வேண்டும். பெண்கள் வயலில் வேலை செய்துவிட்டு மாடுகளுக்குப் புற்களை ஒரு கட்டாகக் கட்டித் தலையில் வைத்து, அதன்மேல் தூக்கு வாளியைச் சொருகி, வாய்க்காலுக்குள் இறங்கி ஒருவர் பின் ஒருவராக வரிசையாக வருவர். தண்ணீர் பெண்களின் முழங்கால், இடுப்பு, தோல், சில நேரங்களில் கழுத்துவரை முங்கிச் செல்லும். பார்ப்பதற்கு, புல்கட்டுகள் மிதந்து வருவது போல் தெரியும். சில பெண்கள் தண்ணீரை வாயில் கொப்பளித்துத் துப்பிக்கொண்டே சிற்றாறைக் கடப்பர். காவல்காரர்கள் யாராவது அங்கிருந்தால் கரை சேர உதவி செய்வார்கள்.

பச்சைகுத்தும் குறவர்கள் சிலர் கிராமத்திற்கு வந்து செல்வார்கள். வயதான பாட்டிகள் தங்களின் உடலில் தேள், பாம்பு, பூரான், மீன் போன்ற உருவங்களைப் பச்சையாக வரைந்து கொள்வர். ஆண்களில் ஓரிருவர் எம்ஜிஆர் உருவத்தை நெஞ்சில் பச்சை யாகக் குத்திக்கொள்வர். குறவர்கள், ஊசிகள் நான்கைந்தை இணைத்துக் கட்டி, அதைச் சட்டியில் உள்ள பச்சை திரவத்தில் முக்கி எடுத்து முதுகு, தோள்பட்டை, மணிக்கை, கெண்டைக் காலில் குத்தி, குத்தி வரைவார்கள். உருவங்களைக் கட்டையில் அச்சாகவும் வைத்திருப்பர். அந்த அச்சை உடலில் அமுக்கி வைத்து அதில் ஊசியால் குத்தி வரைவர். பெரும்பாலும் இளம் குறவர்கள் இதைச் செய்வார்கள். உடலில் தேள், பூரான், பூச்சி போன்றவை கடிக்காமல் இருக்கவும் தன்னைத் தனித்து அடையாளப்படுத்திக் கொள்ளவும் கிராமத்தவர்கள் பச்சை குத்திக்கொள்வர். சிலருக்கு முழங்கால், தோள்பட்டை வலிகள் குறையும்; ஒற்றைத் தலைவலி நீங்கும் என்பார்கள். பச்சைக் குத்துவது என்பது பழங்குடிப் பண்பாட்டின் எச்சங்கள்.

கிராமத்தில் உள்ள பல்வேறு தொழில்காரர்கள் தங்களின் தொழில் திறன்களைத் தனித்துவமாக வெளிப்படுத்துவர்.

பந்தல்காரர் மூக்கையா, கப்பல்படை கட்டும் சின்னக்காளை, தையல் கலைஞர் ஐயப்பன், ஸ்பீக்கர் செய்யும் மைக்கேல், கண்ணா ரேடியோ செட், லாடங்கட்டுபவர், மரக்கால்காரர் இவர்களின் திறமைகள் அந்தந்த நிகழ்விற்கு ஏற்ப ஊரில் பேசப்படும்.

கண்ணா ரேடியோசெட், ஆர்என்டபுள்யூ, எல்ஜி ரெக்கார்ட் பிளேயரில் பழைய பாடல்களைத் தேர்ந்தெடுத்து ஒலிக்கச் செய்வதில் விற்பன்னர்கள். அதிலிருந்து கிராமத்தை விடுவித்து, இளையராஜாவின் பாடல்களை ஒலிக்கச் செய்தவர்கள். தரமான ஒலியில் கிராமத்தின் மூலை முடுக்கெல்லாம் அவர்களின் ஒளிபரப்பில் பாடல்கள் வலம் வரும். 'நதியோரம்... நாணல் ஒன்று, நாணம் கொண்டு, நாட்டியம் ஆடுது மெல்ல...' என ஊருக் குள்ளிருந்து சன்னமாக வரும் பாடலோடு இணைந்து, முல்லை யாற்றில் குளித்துக்கொண்டே நாங்களும் பாடிக்கொண்டு இருப்போம். உடன் நாணல்களும் காற்றில் ஆடிக்கொண்டிருக்கும்.

கிராமத்தில் சாவு ஊர்வலம் பெரும் விமர்சையாக நடைபெறும். இறந்தவர்களுக்குக் கட்டும் பாடை கிராமத்தில் புகழ்பெற்றது. தெரு, சாதி, பணம் இவற்றைப் பொறுத்து பாடையின் வடிவங்கள் மாறும். தென்னை ஓலைகள், அரளிச் செடிக் கம்புகள், மூங்கில் பிரம்புகள் பாடைக்கு அடிப்படையாக அமையும். குறிப்பாக நாகர் பாடை, கப்பல் பாடை பல்வேறு மலர்களால் அலங்கரிக்கப்படும். பாடை கட்டுதல் என்ற சொல் மாறி, தேர்கட்டுதல் என்று இதை அழைப்பர். கோனார் பாடை, செட்டியார் பாடை தனித்து அமையும். நாடார் யாரேனும் இறந்தால் இரட்டைச் சங்குகளை வைத்து ஊதுவார்கள். கோவிந்தன் இரண்டு சங்குகளை வாய்க்குள் இடுக்கி இரண்டிலிருந்தும் வரும் ஓசையின் அளவை சம அளவில் ஊதி, கிராமம் வியக்கும்படி பெரும் வித்தையைச் செய்வார். அவரின் அசாத்தியமான செயலை ஊரே பேசும்.

நெல் விளைந்து களம் முழுவதும் பரவிக் காணப்படும். எடை மிஷின் இல்லாத காலம் அது. நெல் குவியல்களை அளந்தளந்து மூட்டையாக மாற்றும் நுட்பத்தை மரக்கால்காரர்கள் சாத்தியப் படுத்துவர். இரண்டு மூன்று பேர்தான் இதில் பெயர் போனவர்கள். திடமான உடலும் கணக்கு அறிவும் மட்டுமல்ல, அறமும் வேண்டும் என்பதால் அவர்களுக்குத் தனி மரியாதை உண்டு.

நான்கு படி நெல் பெரிய மரக்கால். இரண்டு படி நெல் சிறிய மரக்கால். பன்னிரண்டு மரக்கால் நெல் அளந்து ஒரு சாக்கில் போட்டு மூட்டையாகக் கட்டப்படும். மரக்கால்காரர் நெல்குவியல் முன்பு, வெற்றிலை பாக்கு வைத்து வணங்கிவிட்டு, முதல் மரக்காலை லாபம் என்று அளக்கத் தொடங்கி, களம் முழுவதும் உள்ள நெல்குவியல்களை நூற்றுக் கணக்கான மூடைகளாக மாற்றி விடும் மாயத்தைச் செய்வார். கூலிகள், காவல்காரர், நீராணிக்கம் என நெல்லைப் பங்கிட்டு அறுவடைப் பணியைச் சுமுகமாக முடித்து வைப்பார்.

நெல்லடிக்கும் களத்தில் மேகம் திரண்டு மழை பொழியத் தாழ நிற்கும். விவசாயிகளும் குடிகளும் கலக்கத்துடன் நிற்பர். மரக் கால்காரர் தலையில் உருமாலை எடுத்துவிட்டுப் பசுஞ்சாணியில் பிள்ளையார் பிடித்துச் சிறிய கூடையால் அதை மூடி வைப்பார்; பின்பு உருமாலைக் கட்டி அளக்கத் தொடங்குவார். பிள்ளை யாருக்கு மேலே கவிழ்ந்து கிடக்கும் கூடையைப்போல், மேகம் தாழ நின்றுகொண்டே இருக்குமே தவிர மரக்கால்காரரின் சக்தியை மீறி தரைக்கு இறங்காது! களத்தில் பணிகள் நிறை வடைந்தவுடன் மரக்கால்காரர் உருமாலை அவிழ்த்துவிட்டு, கூடையைத் திறந்துவிடுவார். மழை, பிள்ளையாரையும் களத்தையும் நனைக்கத் தொடங்க, மரக்கால்காரர் வானத்தை நோக்கி கும்பிட்டிட்டு வீட்டிற்குச் செல்வார்.

இவர்கள் தவிர வெளியிலிருந்து பல்வேறு கலைஞர்கள் ஊருக்குள் வந்து கிராமத்தைப் புதுப்புணருத்தாரம் செய்வார்கள். கம்பம், தேனி ரோட்டில் அனுமந்தன்பட்டி கிராமம் அமைந் திருப்பதால் நாடோடிகள் பலர் கிராமத்திற்கு வந்து செல்வார்கள். 'குடுகுடுப்பைக்காரர்கள்', 'கழைக்கூத்தாடிகள்', 'கரடிக்காரர்கள்', 'பக்கீர்கள்', 'வேஷக்காரர்கள்' என இன்று பார்க்க முடியாத பலரை அன்று பார்த்திருக்கிறேன். 'குடுகுடுப்பை ஒலி'யும் நாய் குரைப்பும் 'குடு குடு ஜக்கம்மா' ஒலியும் இரவில் தெருத் தெருவாகப் பரவும். கழைக் கூத்தாடிகள் கிராமத்தில் தங்கி வித்தை காட்டுவர்.

மக்கள்: கலைதலும் பெயர்தலும்

'காலம் சில சமயங்களில் பறவையைப் போலப் பறக்கிறது, சில சமயங்களில் நத்தையைப் போல மெதுவாக ஊர்ந்து செல்கிறது,

ஆனால், அது வேகமாக அல்லது மெதுவாகச் செல்கிறதா என்று கூடக் கவனிக்காத கணங்களில்தான் மனிதன் மிகவும் மகிழ்ச்சியாக இருக்கிறான்' என்பார் இவான் துர்கனேவ். அனுமந்தன் பட்டியில் அப்படித்தான் இருபது வருடங்கள் கழிந்தன. தொண்ணூறு களுக்குப் பின்பு கிராமத்திலிருந்து தொழில், கல்வி, வேலை வாய்ப்பு, பொருளாதாரத் தேவைகளுக்கு ஏற்ப மக்கள் இடம் பெயர ஆரம்பித்தனர். 1990களில் பழைய பொருளாதாரக் கொள்கை கைவிடப்பட்டுப் புதிய தாராளமய, தனியார்மயக் கொள்கைகள் அறிமுகப்படுத்தப்பட்டன. விவசாயமும் வீழ்ச்சியடையத் தொடங்கிய காலம். கிராமங்களில் வேலை என்பது அரிதானது. முதலில் இஸ்லாமியர்கள் வெளியேறினர். சலவைத் தொழி லாளிகள் துணி தேய்க்கும் தொழிலுக்குக் கேரளாவிலுள்ள கொச்சி, சங்கனாச்சேரிக்குப் பெயர்ந்தனர். நடுத்தெருவில் பல குடும்பங்கள் வண்டிப்பெரியாறு, கட்டப்பனைத் தேயிலை, ஏலத் தோட்டங்களுக்குச் சென்றனர்.

மேலத்தெருவில் சில குடும்பங்கள் திருப்பூர், கோவை பனியன் கம்பெனிகளுக்கு வேலைக்குச் சென்றன. தொண்ணூறுகளில் நடந்த சாதிக் கலவரம் ஒடுக்கப்பட்டோரில் பலரைக் கல்வி, தொழில் பொருட்டுக் கோவிந்தன்பட்டி, உத்தமபாளையம், தேனி, மதுரை எனப் பெயர்த்தியது. தம்பி மோகனின் அகால மரணம், அம்மாவிற்கு ஏற்பட்ட பெருநோய் எங்களைக் கிராமத்தை விட்டு போடிநாயக்கனூருக்கு (1993) நகர்த்தியது. கடைசித்தம்பி, பாட்டி, அம்மா எனத் தொடர் மரணங்கள் எங்களை நிலை குலையச் செய்தன. அப்பாவும் அண்மையில் மறைந்துவிட்டார். கிராமத்தில் பலர் மறைந்துவிட்டனர். நண்பர்கள் சிலர் இருக்கிறார்கள். ஓரிருவர் மதுரை வந்தால், பழைய நினைவுகளில் பேச்சுப் புரளும்.

என் வாழ்வின் ஒரு பகுதி அனுமந்தன்பட்டி. இருபது வயது வரை எனது சந்தோஷம், துக்கம், வளர்ச்சி எல்லாம் அந்தக் கிராமத்தில்தான். இன்று வரை அனுமந்தன்பட்டிக்குள் மீண்டும் நான் செல்லவில்லை. கல்லூரிப் படிப்பு, ஆசிரியர் பணி, குடும்ப வாழ்க்கை என ஐம்பது வயதைக் கடந்து வாழ்க்கை ஓட்டமும் நடையுமாகிவிட்டது.

□

6

எட. அன்னவாசல்

அரச தெய்வம் ஆளும் ஊர்

ம. இராசேந்திரன்

எனக்கு நதி மூலம் எட. அன்னவாசல். தஞ்சை மண்டலத்தில் குளங்களும் கோயில்களும் ஏராளம். ஊரில் கோயில் இல்லையென்றாலும் குளங்கள் இருக்கும். ஓட்டன்குளம், உப்புக்குளம், செக்காணி, பொட்டையன்குளம், அய்யனார்குளம், வெள்ளக் குளம் என்று எங்கள் ஊரைச் சுற்றிலும் ஏகப்பட்ட குளங்கள். சிவன் கோயிலுக்கு முன்னால் ஓமநதிக்குளம். மேல்கரையில் அரசமரம்; கீழ்கரையில் ஆலமரம். தென்கரையில் மாரியம்மன்; வடகரையில் காளியம்மன்.

கோயிலுக்கும் குளத்திற்கும் இடையே இலுப்பைத்தோப்பு. கோயிலைச் சுற்றிய தென்னந்தோப்பில் அரளிக் காடுகள். இலுப்பை மரத்தில் இலைகளாய்க் கிளிகள்: கோபுரத்தில் சுதைகளாய்ப் புறாக்கள். ஆலமரத்திலும் அரசமரத்திலும் வெள்ளைப் பூக்களாய்க் கொக்குகள். தியானத்தில் மீன்கொத்திக் குருவிகள். குளத்து நீரில் கோடு போடும் பாம்புகள். கோடுகளைத் தடுக்கும் பாசிக் காடுகள். திட்டுத் திட்டாய்த் தாமரைகள், அல்லிகள். அவற்றின் இலைகளின் மேலே சின்னஞ் சிறு குருவிகள். குளிப்பவர்களின் கதை கேட்கும் படித்துறைகள். மூக்கை மட்டும் வெளியில் காட்டி, நீச்சலடிக்கும் மாடுகள். முழங்கால் நீரில் தவம்செய்யும் தூண்டில் பொடியன்கள். அவ்வப்போது கோயில் சுவாமிகள் குளக்கரை வரும். குளிக்கும் பெண்கள் ஒதுங்கிக்கொள்ள அய்யர் படித்துறை இறங்குவார்.

மாரியம்மன் கோயில் மணிச்சத்தம் கேட்டதும் ஈரம் சொட்ட தயிர்ப்பட்டைக்காகக் கையேந்த ஓடும் சிறுவர்கள். மாடுகள் மேயப் பட்டினியோடு சாவடியில் படுத்துக்கிடக்கும் பெரிசுகள் என்று ஓமநதி சுற்றிலும் பகல் முழுக்க சுறுசுறுப்புதான். அலறும் ஆந்தைகள், தூரத்தில் குரல் கொடுக்கும் ஆட்காட்டிக் குருவிகள், பாம்பின் வாய்ப்பட்ட தவளைகள், நீர்மட்டத்திற்கு வந்து குதித்துத் திரும்பும் வரால்மீன்கள் முன்னிரவில் ஓமநதியின் அமைதியைக் கிழிக்கும். கோடை முழுநிலவில் படித்துறை மதிலில் தனிமையில் இருந்தால் வானிலும் நீரிலும் நிலா மிதக்கும். எப்போது நினைத்தாலும் மனது முழுக்க சோகம் கவ்வும். கையறுநிலையாய் வாழ்க்கை போகும்.

பொருளாதாரத் தேவைக்கேனும் புலம்பெயர்ந்த சோகம் தாங்க முடியாதது. ஏதேனும் நிர்ப்பந்தத்தில் இடம்பெயர்வதும், பெயர்ந்த இடத்தில் சந்தோஷம் காண்பதும் எவ்வளவு வசதியானாலும் சங்கடமானது என்பதைச் செடிகொடிகளும் பறவைகளும் உணர்த்துகின்றன. வாய்ப்பு கிடைத்தால், புறப்பட்ட இடத்திற்கே போய்ச் சேர மனம் துடிக்கிறது. மனித வாழ்க்கைக்குப் போகிற இடத்தில் எல்லாம் நங்கூரம். புறப்பட்ட இடத்திற்கே திரும்பிவர முடியாத பயணங்கள். அங்கங்கே கழற்றிவிட்டும், சேர்த்துக் கொண்டும் பயணங்கள். இருப்பினும் அவ்வப்போது புறப்பட்ட இடம் சென்று திரும்புகிறது மனது.

என் வாழ்க்கையில் எட. அன்னவாசல் நான் புறப்பட்ட இடம். பிறந்த இடத்திலேயே கட்டுண்டு கிடக்கப் புத்தனான சித்தார்த்த னாலும் முடியவில்லையே. வெட்டிக்கொண்டு வெளியேறியதாய் நினைத்துப் போன இடங்களெல்லாம் புதுப்புதுக் கூண்டுகள். கூண்டுகள் பெரிதாகத் தெரிந்தபோதும் அன்றாட வாழ்க்கையில் சிராய்க்கும் கம்பிகள். எந்தக் கூண்டிலிருந்து எந்தக் கூண்டிற்குப் போவது என்பதே வாழ்க்கைப் போராட்டமாகிவிட்டது.

உணரப்படும்போது உலகம்கூட பெரிய கூண்டுதான். எங்கிருந்து விடுபடுவது என்பது அறியாமல் புறப்பட்ட இடம் நோக்கி அவ்வப்போது போய் மீளுகிறது மனது. கருவறையிலும் சாத்தியமான விடுதலை உணர்வு, தொப்புள் கொடி வெட்டப்பட்ட பின் சாத்தியமாகவே இல்லை.

சித்தார்த்தனுக்கு அரண்மனை. நமக்குப் பிறந்த ஊர். யாதும் ஊர் யாவரும் கேளிர் நமக்கு மட்டுமல்ல ரிஷிகளுக்கும் சாத்திய மில்லை. சந்நியாசம் வாங்கிக்கொண்டவர்களும் ஊரைவிட்டு ஓடிப் போகிறவர்கள்தான்.

ஆயினும் பிறந்த இடத்தை மறக்கமுடியவில்லை. திரும்பிப் போனாலும் நாம் பிறந்த காலத்திய இடமோ நாமோ அங்கிருப்ப தில்லை. அதனாலும் மனது கல்லாகிறது. புறப்பட்ட இடம் நோக்கிய மனதின் பயணத்தில் இடையில் நிகழ்ந்ததும் இடம் நோக்கி நகர்ந்ததும் என்னை எழுத வைக்கின்றன. எழுதாமல் இருப்பதும் எழுதுவது போலவே சந்தோஷம் தருகிறது. ஆனாலும் ரொம்ப காலம் எந்த சந்தோஷமும் நிலைத்து நிற்பதில்லையே. அடுத்தடுத்துப் போக வேண்டியிருக்கிறது.

குழந்தைக்குக்கூட அவ்வப்போது வெவ்வேறு பொம்மைகள் தேவைப்படுகின்றன. பார்த்து, தொட்டு,போட்டுடைத்து, விழுந்து, எழுந்து, நடந்து, அடிபட்டுத் தானும் பொம்மையாய் உடைபடுவதும், உடைப்பதுமான வாழ்க்கை வாழ்நாள் முழுக்கத் தொடர்கிறது. எனவே என்றைக்குமான சந்தோஷம் ஏதோ ஒன்றில் மட்டும் யாருக்கும் இருப்பதில்லை. அடுத்தடுத்து முன் பின்னாக வேணும் மாறவேண்டியிருக்கிறது.

வாழ்க்கை தந்துகொண்டிருக்கிறது. ஆண்டுதோறும் வந்து போகிற கோடையானாலும் வசந்தமானாலும் அடிக்கிற புயலானாலும் அதிர்ச்சிதரும் பூகம்பமானாலும் எதிர்கொள்ள வேண்டியிருக்கிறது.

இவற்றையும் கடந்து வாழ்க்கையில் சந்தோஷம் இருந்து கொண்டே இருப்பது நம்பிக்கை அளிக்கிறது. அந்த நம்பிக்கை தான் கடந்த காலங்களைப் போலவே இனியும் எதையும் எதிர் கொண்டு தலைமுறைகள் வளர சக்தியை அளிக்கிறது.

தனிப்பட்டவர்களின் சுக துக்கங்கள் சமுதாயத்தை வளர்க்கவோ மாய்க்கவோ முடிவதில்லை. சுகமும் துக்கமும் யாருக்கு யார் தர முடியும்? தண்டனை பெற்றவரைவிடவும் தண்டித்தவர்கள் துக்கப்படுவதுண்டு. அடிபட்ட குழந்தை அழுகையை மறந்த பின்னும் அடித்த பெற்றோர் மனதுக்குள் அழுவதுண்டே. வாழ்க்கையும் மனதும் விநோதமானவை.

வாழ்ந்து பார்ப்பதிலும் நினைத்துப் பார்ப்பதிலும் அதன் நேர்த்தி புலப்படும். நினைத்துப் பார்க்க வாய்ப்பளிப்பது எழுத்தும் படிப்பும். எழுதுகிறபோதுதான் எழுதாமல் இருந்ததன் சோகம் புரிகிறது. படிக்கும்போதுதான் படிக்காமல் கழித்த சோம்பல் தெரிகிறது.

சோகம் தவிர்க்க மீண்டும் எழுத நேர்கிறது. இப்படி எழுதியும் எழுதாமலும், படித்தும் படிக்காமலும் காலம் ஓடுகிறது. காலம் எங்கே ஓடுகிறது. நாம்தான் ஓட்டுகிறோம், விரட்டுகிறோம். காலத்தை ஓட்டவும் விரட்டவும் வெல்லவும்கூட எழுத்துத் தேவை யாகிறது. சந்தோஷம் என்பதே சங்கடங்களை உருவாக்குவதுதான். சங்கடங்களை எதிர்கொண்டு மீள்வதிலும் சந்தோஷம் கிடைக்கிறது.

இப்படித்தான் சந்தோஷம்-சங்கடம்-சந்தோஷம் என்று வாழ்க்கை விளையாட்டாய்ப் போகிறது. வாழ்க்கையை விளை யாட்டாகப் பார்க்காவிட்டால், வேதனைகள் மனதை அறுக்கும். குழந்தையின் அன்புக்கும் சிரிப்பிற்கும் பொருள்தேடும். அரும்பின் மலர்ச்சிக்கும் உள்நோக்கம் புலப்படும். நட்புக்கும் உறவுக்குமான நாணயம் தேடும். தாயின் அன்பிற்கும் மனைவியின் பாசத் திற்கும் எதிர்பார்ப்புகள் கண்டறியும். சுற்றிலும் சந்தர்ப்பவாதம் சூழ்ந்து நிற்பது போல் காட்சி தரும். நம்பிக்கைகள் எல்லாம் துரோகமாகத் தெரியும். எனவே வாழ்க்கையை விலகிநின்று விளையாட்டாய்ப் பார்க்கவும் பார்க்கப் பழகவும்கூட எழுத்துத் தேவைப்படுகிறது. இப்படி எனக்குத் தேவைப்படுகிற தருணங் களில் எழுதுகிறேன். அப்படியான தருணங்களில் எழுத்தில் வருவது பெரிதும் எட. அன்ன வாசல் தந்த வாழ்க்கைதான்.

எனது கிராமம் என்றால் எனக்குச் சொந்தமாக எந்தக் கிராமமும் இல்லை. என்னை வளர்த்த கிராமம், எனது கிராமம். சொந்த ஊர் என்று சொல்லும் போதே குரலில் ஓர் அழகு கூடிவருகிறது. ஒருவருக்கு எந்த ஊர் சொந்த ஊர் ஆகிறது? இப்படிச் சொல்லலாம். ஊர் அவரை வளர்த்து இருக்கணும். வளர்த்து இருக்கணும்னா எப்படி? இந்த உடம்புல இரத்தமும் சதையும் எப்படி சேர்ந்திருக்கோ அப்படி. ஊரோட மண்ணும் வாழ்க்கையும் மனசுலே சேர்ந்திருக்கணும்.

என் வாழ்க்கையில அப்படிச் சேந்திருக்கும் ஊர், எங்க பாட்டி ஊரான எடஅன்னவாசல். நான் வளர்ந்த கிராமம், என்னை வளர்த்த கிராமம் திருவாரூர் மாவட்டம், எட. அன்னவாசல்.

இடம் காண் கோட்டை என்பது எட. மேலையூர், எட. கீழையூர், எட. அன்னவாசல்... இந்த மூணு பகுதிகளும் சேர்ந்ததுதான். இடம், எடம் ஆகிப் பிறகு எட ஆகி ஊருக்கு முன்னொட்டு ஆகி இருக்கிறது. இதில், எட. அன்னவாசல்தான் மையப் பகுதி. சுத்துப் பட்டுக் கிராமங்களுக்கு ஒரு தலைநகர் மாதிரி. இங்கு வாழ்ந்த முன்னோர்களும் நாம இப்ப வாழ்ற மண்ணுலதான் வாழ்ந் திருப்பாங்கன்னு என்னை உணரவைக்கும் கிராமம்.

எங்கள் ஊரும் அதைச் சுற்றியுள்ள ஊர்களும் ஒரு போர்க் களமாக இருந்ததற்கான தடயங்கள் நிறைய இருக்கின்றன. எங்கள் ஊருக்குப் பக்கத்திலுள்ள கோயில்வெண்ணியில்தான் கரிகாற் சோழன் இரண்டாயிரம் ஆண்டுகளுக்கும் முன்பு சேர மன்னன் பெருஞ்சேரலாதனைத் தோற்கடித்திருக்கிறான்!

நம்முடைய திணைகள் குறிஞ்சி, முல்லை, மருதம், நெய்தல், பாலை... எல்லாமே தாவரங்கள் அல்லது மரங்கள் பெயரைக் கொண்டவைதான். ஆனால் பாலை மரத்தை நீங்கள் பார்த்திருக்கிறீர் களா? எங்கள் ஊரின் தனி அடையாளம் அது. பாலை என்பது பாலைவனத்தைக் குறிக்கிறது. வறண்ட நிலத்தைக் குறிக்கிறது. ஆனால், அதற்கு நேர் எதிராகப் பச்சைப் பசேல்னு இருக்கும் எங்கள் கிராமம். இங்கே எப்படி இந்த மரம்? பெரிய ஆய்வுக்கான களம் இது!

தெய்வத்தில் மூணு வகை உண்டு. குலதெய்வம், காவல் தெய்வம், அரச தெய்வம். குலதெய்வமும் காவல்தெய்வமும் எல்லா ஊர்களிலும் இருக்கும். அரச தெய்வம் நகரங்களில் இருக்கும். குறிப்பாக, தலைநகரங்களிலே தான் இருக்கும். அந்தக் காலத்தில் அரச தெய்வத்திற்கு எங்கெல்லாம் கோயில் இருந்திருக்கோ, அதை ஒட்டி இருக்கிற இடம் சந்தை கூடும் இடமாக இருந் திருக்கிறது. எங்கள் கிராமத்தில் மூன்று தெய்வங்களும் உண்டு. எங்கள் ஊரில் உள்ள அரச தெய்வம் நாகநாத சுவாமி. வருடத்தில் பத்து நாள் அந்தக் கோயில்ல நடக்கிற கந்தசஷ்டி விழா ஊரோட பெரிய கொண்டாட்டம்.

அய்யரும் தலித்தும் தவிர எல்லாச் சாதிக்காரர்களும் அண்ணன், தம்பி, மாமன், மச்சான்னு வாழ்கிற கிராமம். இப்போதும் எனக்கு நினைவிருக்கிறது... கீதாரிகள், வாத்து மேய்க்கிறவர்கள்,

குறி சொல்கிறவர்கள், குடுகுடுப்பைக்காரர்கள், பாத்திரத்துக்கு ஈயம் பூசுகிறவர்கள், இடைவிடாது சைக்கிள் சுற்றுகிறவர்கள், பொம்ம லாட்டக்காரர்கள் என்று வருடத்தின் ஒவ்வொரு பருவகாலத் திலும் வெவ்வேறு பகுதிகளிலிருந்தும் வெளியாட்கள் வந்து போய்க்கொண்டே இருப்பார்கள். இவர்கள் எல்லோருமே ஒரு குறிப்பிட்ட காலம் வரை இங்கேயே தங்கி இருப்பார்கள். ஒரு கிராமத்துக்குள்ளே இயல்பாக இப்படி வெளியாட்கள் வந்து, பல நாட்கள் தங்கிப்போக வாய்ப்புள்ள இணக்கமான சூழலைக் கொண்டிருக்கும் கிராமம் எனது கிராமம்.

திராவிட இயக்கம் இங்கே பெரிய அளவில் பரவியதற்கு இதுகூட காரணம் என்று சொல்லலாம். பெரியாருக்குத் தஞ்சை மாவட்டத் தளபதியாக இருந்த எட. கீழையூர் மறைந்த க. நல்லதம்பி, திமுகவில் முக்கியப் பங்கு வகித்த சு. நாராயணசாமி, முன்னாள் அமைச்சர் அழகு. திருநாவுக்கரசு, ஒரத்தநாடு சட்டமன்ற முன்னாள் உறுப்பினர் பி. இராசமாணிக்கம்—இவர்கள் எல்லாம் எங்கள் பகுதிக்காரர்கள் தாம்.

செய்திப் பத்திரிகைகள் ஊருக்குள்ளே வராத காலம். அப்போது டீக்கடை வைத்திருந்த மறைந்த திரு சின்னப்பிள்ளை, மன்னார் குடிக்குப் போகிறவர்களிடம் பத்திரிகை வாங்கிக்கிட்டு வரச் சொல்வார். பத்திரிகையை எங்களை மாதிரி பள்ளிக்கூடத்திலே படிக்கிற மாணவர்களைக் கூப்பிட்டுப் படிக்கச் சொல்வார். ஊர்க் காரர்களும் கூடிநின்று கேட்பார்கள். இதே உணர்வும் ஆர்வமும் ஊரிலே உள்ள ஒவ்வொருவர் வீட்டு நல்லது கெட்டதிலேயும் எல்லோருக்கும் இருக்கும்.

கிராமத்திலே இப்போது எவ்வளவோ மாற்றங்கள் நடந்திருக் கின்றன. ஊரைவிட்டு என்னைப் போல எவ்வளவோ பேர் வெளியே வந்துவிட்டார்கள். ஆனாலும், அந்த உணர்வும் ஆர்வமும் அவரவர் செயற்பாடுகளில் இப்போதும் வெளிப்படுகின்றன. எனது எழுத்துக்கும் வாழ்க்கைக்கும் அவைதாம் இப்போதும் ஊற்றுக் கண்கள்.

□

7

பாலம் ராசக்காப்பட்டி
எழுபதாயிரம் பழமொழிகள் வாழுமிடம்

கோ. இராமசாமி

நான் ஒரு பழமொழி ஆய்வாளன். எனக்கு வயது 75. 1965இல் எஸ்எஸ்எல்சி—பெரிய பத்து தேர்ச்சி பெற்றேன். திண்டுக்கல்-பழனி சாலையில் திண்டுக்கல்லிலிருந்து 8 கிமீ தொலைவில் குடகனாறு பாலத்தை ஒட்டி அமைந்துள்ள பாலம் ராசக்காப் பட்டியே எனது கிராமம். நான் பிள்ளைமார் வகுப்பை சேர்ந்தவன். கிராம வாழ்க்கையில் எனது கிராமவாசிகள் அனைவரும் கதாபாத்திரங்களே! கிராமங்களில் சாதி ஆதிக்கம் இன்றளவும் இருந்துகொண்டுதான் உள்ளது. சாதியும் கிராமமும், நகமும் சதையும் போலப் பின்னிப் பிணைந்து உள்ளன.

பழமொழி தேடலில் எனது வழிகாட்டி, பாளையங்கோட்டை சேவியர் கல்லூரிப் பேராசிரியர் தே. லூர்து அவர்கள். அவர் எனக்கு நிர்ணயித்த அளவு ஒரு இலட்சம் பழமொழிகள். ஆனால், இரண்டாயிரம் ஆண்டு முதல் இன்றுவரை நான் சேகரித்தவை சுமார் 70 ஆயிரம் பழமொழிகள். வீட்டில் நாட்டுப்புறவியல் நூலகத்தில் ஆன்மீகம், அரசியல், சிறுகதை, நாவல், சமையல், கவிதை, பேக்கரி, நாட்டுப்புறவியல், பழமொழிகள், வட்டாரச் சொல் அகராதிகள் எனச் சுமார் ஐந்து இலட்சம் ரூபாய் மதிப்புள்ள நூல்கள் உள்ளன.

'கருவாட்டுக் கடைக்காரன் சந்தனம் தேய்த்துக் குளித்தாலும், கருவாட்டு வாடை போகாது' என்பது போல், என் கட்டுரையில் ஆங்காங்கே பழமொழிகள் சரளமாகச் சிதறி விழுகின்றன.

சாதிய பழமொழிகளை ஒதுக்கிவிட்டு, கட்டுரை எழுதினால், அது கறி இல்லாத பிரியாணி போல இருக்கும். எனவே கறிச்சுவையுடன் காரசாரமாய், *திண்டுக்கல் பிரியாணியைப் போல* கட்டுரையைச் சுவையுங்கள்.

கட்டுரையின் களம், 1955 முதல் 1990 வரை. 1990இல் நான் பூர்வீக கிராமத்தைவிட்டு திண்டுக்கல்லில் குடியேறிவிட்டேன். 1955இல் ஊரிலுள்ள வீடுகள்: கோனார் 50, பிள்ளைமார் 30, ரெட்டியார் 10, கவுண்டமார் 2; ஊருக்குச் சற்று தள்ளி நாடார் குடும்பம் 10 என ஆக 102 வீடுகள் இருந்தன.

நாடார்கள் பனைமரத்தை நம்பி வந்தவர்கள். நாடார்களுக்கு நிலபுலம் ஏதும் கிடையாது. ஊரில் பெரும்பாலானவை ஓட்டு வீடுகள். லாகடக் கட்டடம் 5 இருக்கும் ஊரிலுள்ள சிலர் தவிர அனைவருக்கும் புஞ்சை நிலம் இருந்தது. நஞ்சை நிலம், குளத்துப் பாசனம் 10 பேருக்கு இருந்தது. 8 பேருக்கு மின் மோட்டாருடன் கூடிய தோட்ட விவசாயம் இருந்தது; புன்செய் நிலமே அதிகம்.

கோனார் சாதியினர் அதிகம் இருந்ததால், அவர்களின் கை ஓங்கியே இருந்தது. ஆடு, மாடுகள் மேய்ப்பதுடன் விவசாயம் செய்து வந்ததுடன், கூலிவேலைகளுக்கும் சென்றுவந்தனர். அடைமழை காலத்தில் ஆடுமாடுகளை வெளியில் சென்று மேய்க்க முடியாது. தீவனப் படப்புகளிலும் தீவனம் இருக்காது.

'ஆடுமாடு இல்லாதவன், அடைமழைக்கு ராசா;
பொண்டு பிள்ளை இல்லாதன், பஞ்சத்துக்கு ராசா'
என்கிறது பழமொழி. ஆடுகளின் எண்ணிக்கையை வைத்தே கோனார்களின் அந்தஸ்து நிர்ணயிக்கப்படுகிறது. 'ஆடு இருந்தா கோனான்; ஆடு இல்லாட்டி போனான்' என்கிறது சொலவம்.

கோனார்களிடையே சண்டை வந்தால், சீக்கிரம் தீராது. 'கோனான் புத்தி, குறுக்குப் புத்தி', 'கோனான் வழக்கும் குறவன் வழக்கும் கொஞ்சத்தில் தீராது' என்று பழமொழிகள் செப்புகின்றன. கோனார்களின் சம்பந்தம், மதுரையிலும், திருமங்கலம் பகுதியில் கரிசல் பூமியிலும் உள்ளன.

வெள்ளாள சாதியினர் பெரும்பாலும் விவசாயத்தையே நம்பி இருந்தனர். 'வேலிக்குப் பின்னாடி போனாலும், வெள்ளாளன்

பாலம் ராசக்காப்பட்டி ❋ 109

பின்னாடி போகாதே', 'கள்ளன், மறவன், கனத்ததோர் அகம்படியன் மெல்ல மெல்ல வந்து வெள்ளாளன் ஆனான்', 'காயில் கெட்டது கத்திரிக்காய்; சாதியில் கெட்டவன் வெள்ளாளன்' என்கிற பழமொழிகளுக்கு விளக்கம் தேவை இல்லை. பிள்ளைமார்களின் சம்பந்தம் மதுரை, சோழவந்தான், பழனி, திண்டுக்கல்லில் இருந்தன.

அடுத்து, ரெட்டியார்களின் பூர்வீகம் திருமங்கலத்தை அடுத்த சாப்டூர், பேரையூர், மீனாட்சிபுரம் போன்ற கரிசல் பூமி ஆகும். கரிசல் காட்டு புஞ்சை விவசாயத்தில் இவர்கள் கைதேர்ந்தவர்கள். கோனார்கள், பிள்ளைமார் சாதியினருடன் இணக்கமாகவே இருந்து வந்தனர்.

எங்கள் ஊரில் அனைவரும் சாதி வித்தியாசமின்றி, மாமா, அத்தை, பாட்டி, தாத்தா, அம்மா, அப்பா, அண்ணன்-தம்பி, அக்கா-தங்கை என்று உறவு சொல்லியே பழகினர். 1967க்குப் பிறகு கிராமப் பகுதிகளில் திராவிடக் கட்சிகள் காலூன்ற ஆரம்பித்த பிறகு, சாதி என்பது வாக்குகளாகப் பார்க்கப்பட்டது. சாதிப் பிரச்சினைகள் தோன்றின.

ரெட்டியார்களைப் பொறுத்தவரை, தெலுங்கு பேசினார்கள். ஆந்திராவில் தெலுங்குப் பழமொழிகள் ஆயிரக்கணக்கில் உள்ளன. ஆனால், தமிழில் அதிகம் பழமொழிகள் இல்லை.

'காட்டுக்கு ஒரு விட்டி(ல்) பூச்சி, ஊருக்கு ஒரு ரெட்டி'

'எட்டி (மர) நிழலில் நின்றாலும் ரெட்டி நிழலில் நிக்காதே!'

'பேரு பெத்த பேரு; தாகத்துக்கு நீருலேது'

என்னும் எதிர்மறையான பழமொழிகளே எனக்குக் கிடைத்தன. கவுண்டமாரின் இரு வீடுகளில், ஒன்று ஊர் அருகிலும், மற்றது ஊரைவிட்டு விலகியும் இருந்தன. அவர்கள் தோட்டத்திலேயே குடியிருந்து விவசாயம் பார்த்தனர். கொட்டம், சாலை வீடு என்றும் இதை அழைப்பர்.

தமிழ்நாட்டின் விவசாய வளர்ச்சி, குறிப்பாக, தோட்ட வெள்ளாமையில் வன்னியர், கவுண்டர், நாயக்கர் சமுதாயத்தின் பங்கு மெச்சத் தக்கது. கிராமங்களில் பனைமரத்தில் கள் இறக்குவது சாதாரணம். கவுண்டர்கள் ஊரிலிருந்து விலகி வாழ்ந்ததால், அவர்களைப் பற்றி அதிகம் பழமொழிகள் இல்லை.

'காட்டை வித்தும் கவுண்டன் கள்ளு குடிப்பான்'

'கவுண்டன் வீட்டுக்கு காவல் நாய் தேவை இல்லை'

என்ற பழமொழிகள் கவுண்டர்களின் உழைப்பை மதிப்பீடு செய்கின்றன.

ஊரின் கிழக்குப்புறம், குடவனாறு அணையை ஒட்டி சுமார் பதினைந்து நாடாக்கமார் குடும்பங்கள் இருந்தன. இவர்கள் கார்த்திகை (பதநீர் காலம்) முதல் வைகாசி மாதம் (நுங்கு காலம்) வரை கொட்டத்தில் வசிப்பார்கள்.

நான்கு மாதங்கள் சொந்த ஊருக்குச் சென்றுவிடுவார்கள். பதனீர், கருப்பட்டி, நுங்கு இவற்றை திண்டுகல்லுக்குக் கொண்டு சென்று விற்பார்கள். ஊடே 'கள்ளும்' புழங்கும். ஒரு மரத்துக் கள்ளு, 48 நாட்கள் தொடர்ந்து காலை, மாலை சாப்பிட காசநோய் முற்றிலும் விலகும். ஒரு காலத்தில் பொருளாதாரத்தில் பின் தங்கியவர்களாக இருந்த நாடார்கள் இன்று வணிகத்தில், தமிழகத்தில் முதலிடத்தில் உள்ளனர். கல்வியிலும் முன்னேறி, பல கல்வி நிறுவனங்களை நடத்திவருகின்றனர். அடிமை இந்தியாவில், மேல் சீலை போட அனுமதி மறுக்கப்பட்டவர் களின் நிலைமை இன்று நாடே வியக்கும் அளவு மாறி உள்ளது. கடின உழைப்பே காரணம்.

'பதநீர் காலத்தில் நாடார் அம்மா; பதநீர் முடிஞ்சா நாடாத்தி'

'சக்கிலியனைத் தொட்டாத் தீட்டு; சாணானைப் பாத்தாத் தீட்டு'

போன்ற பழமொழிகள் அன்றைய சமூக அவலநிலையைக் குறிக் கின்றன. பனைமரம் பலன் தர சுமார் முப்பது ஆண்டுகள் ஆகும்.

'பனை நட்டவன் பாத்துக்கிட்டு சாவான்,
தென்னை நட்டவன் தின்னுபுட்டுச் சாவான்'

என்கிறது பழமொழி. எங்கள் ஊரிலிருந்து அரை கிலோ மீட்டர் தொலைவில், அணைப்பட்டி என்னும் கிராமம் உள்ளது. அதில் குடும்பமார்கள், பள்ளர்கள் வசித்து வந்தனர். கிராமத்தை ஒட்டி உள்ள பாசனக் குளமும், அதைச் சார்ந்த நஞ்சை நிலங்களும் அவர்கள் வசமே முற்றிலும் இருந்தன. காலப்போக்கில், நஞ்சை நிலங்கள் ஆதிக்க சாதியினருக்கும், உயர் சாதியினருக்கும் கைமாறி விட்டன. *நஞ்சை முதலாளிகள், பஞ்சமத் தொழிலாளர்களாக*

மாறினார்கள். பஞ்சமர்கள் நில வரலாறு இதுதான். குடும்பமார்கள் எங்கள் நஞ்சை நிலத்தில் நீர் பாய்ச்சவும் (தண்ணி கட்டி) பராமரிப்புப் பணிகளையும் செய்துவந்தனர். மேலும், எங்கள் ஊரில் இழவு விழுந்தால் குழிவெட்டல், பாடை கட்டல், ஊர் சொல்லல் போன்ற வேலைகளையும் செய்துவந்தனர்.

'பள்ளம் பாத்து விவசாயம் செய்பவன் பள்ளன்'

'பள்ளி (வயலில்) நெல் விளைந்தால், பாயில் படுக்கமாட்டாள்'

'பள்ளி (வெற்றிலை) பாக்கு போட்டால் 10 விரலிலும் சுண்ணாம்பு'

'நெல்லு வகை எண்ணினாலும், பள்ளு வகை எண்ண முடியாது'

என இன்னும் ஏராளமான, மோசமான பழமொழிகளும் உண்டு.

1973இல் எனது கல்யாணம் எளிமையான முறையில், எனது வீட்டு வாசல்படியில் வீதியில் நடந்தது. 'வீதியை மறிச்சு பந்தல் போட்டால்—வீதியெல்லாம் பிள்ளைகுட்டி' என்கிறது பழமொழி.

எனக்கு ஆண் 3, பெண் இரண்டு, தவறியது 2. பிள்ளைகள் போதும் என்று குடும்பக் கட்டுப்பாடு செய்துகொண்டு வந்த போது, என் அம்மா கேட்ட கேள்வி 'ஏண்டா புள்ள பெத்தா, வளக்க முடியாதா?' எனது தாயாருக்கு என்னையும் சேத்து ஆண் 2, பெண் 2, தப்புக்காய் 2 (தவறியது).

இன்று பிறக்கும் குழந்தைகளுக்கு அண்ணன், அக்கா, தங்கை, தம்பி ஆரும் இல்லை.

'ஒன்றே குலம்; ஒருவனே தேவன் (பிள்ளை)'

'ஒண்டி-நொண்டி-கொண்டி-சண்டி; ஒத்தை-சொத்தை'

'ஒரு மரம் தோப்பாகாது; ஒரு சாட்சி, சாட்சி ஆகாது'

'ஒரு பிள்ளை பெத்தவளும் மலடிதான்!'

என்கின்றன பழமொழிகள். சீர் செய்ய தாய்மாமனும் இல்லை; அத்தையும் இல்லை. இன்றைய நிலைமை இதுதான்!

எனது கல்யாணத்துக்கு, அணைப்பட்டி நண்பர்கள் பத்து பேருக்குக் கிராம வழக்கப்படி வெற்றிலை பாக்குடன் பத்திரிக்கை வைத்தேன். பத்து பேரும் மனைவிமார்களுடன் வந்தனர். பதினோரு மணிக்கு சாப்பாடு, என் வீட்டில் நடந்தது. தாழ்வாரத்தில் அணைப்பட்டிகாரர்களை உட்கார வைத்தேன். அவர்களுக்கு

யாரும் பரிமாற முன்வரவில்லை. என் அம்மா பெரும்போக்கானவர். இலை போட்டு, அப்பளம், வடை பாயாசத்துடன் நானும் என் அம்மாவும் பரிமாறி உபசரித்தோம். அவர்கள் மேல் துண்டில் சோறு வாங்கிச் செல்வதுதான் வழக்கம். கல்யாணம் முடிந்து ஒரு வாரம் வரை ஊரில் யாரும் என்னுடன் பேசவில்லை. நான் அதை பெரிதுபடுத்தவில்லை. அப்புறம் சகஜநிலை வந்தது.

ஆனால், அதற்குப் பின் எங்கள் ஊரில் நடந்த கல்யாணங்களில் அணைப்பட்டி நண்பர்களுக்கு உட்கார வைத்து, இலையில் சோறு போடப்பட்டது.

'முன் ஏர் போன வழி, பின் ஏர்' என்கிறது பழமொழி. நெல் அறுவடையின் போது, தண்ணீர் கட்டுக் கூலி, களையெடுப்புக் கூலி ஆகியவைகளுக்கு அவர்களுக்கு கட்டுக்கதிர், தலையடி நெல், சூத்துக் களம் (களத்து ஓரம்), சூட்டடிநெல், வைக்கோல் ஆகியன வழங்கப்படும்.

எங்கள் ஊரில் வண்ணார் வீடு இரண்டு இருந்தது. ஒன்று ஊரின் ஓரத்திலும், ஒன்று ஊர் நடுவிலும் இருந்தது. ஊரில் ஒதுக்குப்புறம் உள்ள சின்னான்-மருதாயி தம்பதியினர் எங்களுக்கு வெளுத்து வந்தனர். வருடக் கூலி அவர்களுக்கு கெட்டித்தானியம் என்றால் 10½ படியும் (கம்பு, சோளம் போன்ற உமியில்லாதவை கெட்டித் தானியம்) நெல், வரகு போன்ற உமியுள்ள தானியம் (தீட்டினால் பாதி உமி போய்விடும்) 21 படியும் தரப்பட்டது. இது போக, அவர்கள் வெளுக்கும் வீடுகளில் காலை, இரவு சோறு போடப்படும். (குறிப்பிட்ட) சில வீடுகளில், அவர்களுக்கு நெல்லுச் சோறு போடப்படும் வீடுகளில் எங்கள் வீடும் ஒன்று. கூலியாக அவர்களுக்கு 21 படி தலையடி நெல் வழங்குவோம்.

சின்னான் மனைவி துணி வெளுப்பதுடன், கிராமத்தில் ஏற்படும் பிரசவங்களையும் அவரே வீட்டுக்கு வந்து பார்ப்பார். 99% சுகப் பிரசவங்கள்தாம். 'பட்டா பெரிசா, அனுபவம் பெரிசா?' என்றால் அனுபவம்தான் பெரிசு. பிரசவம் பார்ப்பதுடன் ஒரு வாரத்துக்குக் குழந்தைக்கு எண்ணை தேய்த்து குளிப்பாட்டுவ துடன், தீட்டுத் துணிகளையும் துவைத்துக் கொடுப்பார். அவருக்குக் கூலியாக 16 முழ நூல்சேலை (கைத்தறிச்சேலை) வழங்கப்படும். இது தவிர ரூ. 5, 10 சன்மானம் தருவோரும் உண்டு. அது, அன்று

அந்தம்மாளுக்குப் பெரிய தொகை. வசதி குறைவானவர்கள் வீட்டில், எதையும் அவர் கட்டாயப்படுத்த மாட்டார். மனித நேயம்; பெரிய மனசு.

வண்ணார்கள், விசேட வீட்டில் தரையில் பந்திக்கு மாத்து (வெள்ளை வேட்டி) விரிப்பார்கள். சாவுக்குச் சுடுகாட்டு வேலைகளிலும் அம்பட்டருக்கு உதவியாக நிற்பார்கள். ஊரில் திருவிழா காலங்களிலும் ஊருக்கு ஒத்தாசை செய்வர். திருமண வீடுகளிலும், மாத்து விரித்தல், துணி கட்டுதல் போன்ற வேலைகள் செய்வர். துணி இல்லாத கிராமவாசிகள் விசேட வீடுகளுக்கு வெளியூர் செல்லும் போது வண்ணாரிடம் மாற்றுத்துணி (வெளுத்துத் தேய்த்த துணி) ஓசி வாங்கி போட்டுக்கொண்டு செல்வர். அப்புறம் திருப்பிக் கொடுத்துவிடுவர்.

'வண்ணான் வீட்டு மாத்து; எடுத்துப் போட்டு லாத்து' என்கிறது பழமொழி. கிராமத்தில் எந்த விசயம், விவகாரம் ஆனாலும் ஊர் நாட்டாண்மையிடம்தான் சொல்ல வேண்டும். நாட்டாண்மைகளில் பெரும்பாலோர் கோனார் வகுப்பைச் சேர்ந்தவர்களே. ஊரில் ஏற்பட்ட சாதிப் பிரச்சினையில் 1980இல் இரு நாட்டாண்மைகள் காவல் துறையினரால் நியமிக்கப்பட்டவர்களில் நானும் ஒருவன்.

எனக்கு வெளுக்கும் வண்ணார் வீட்டுக்குக் கிழக்குப்புறம் கோனார் ஒருவர் (ஆசிரியர் வேலை பார்ப்பவர், கொக்கி வாத்தியார்) வீடு கட்டினார். அவர் வீட்டினுள் வெள்ளாவி, அடுப்புப் புகை வருகிறது என்று ஆசிரியர், பஞ்சாயத்து ஒன்றிய அலுவலகத்தில் புகார் செய்தார். சுகாதார அதிகாரி என்னிடம் வந்தார். அவரிடம், ஏற்கனவே ரொம்ப காலமாக வண்ணார், அதே இடத்தில் வெள்ளாவி வைத்துள்ளார். வாத்தியார்தான் புதிதாக அந்த இடத்தில் வீடுகட்டி பிரச்சினையைக் கிளப்புகிறார் என்றும், வீட்டுச் சன்னலை மாற்றி வைக்கச் சொல்லுங்கள் என்றும் என் தரப்பு ஞாயத்தை சொன்னேன். அவரும் அதை ஏற்றுக்கொண்டார்.

வெள்ளை வெளுக்கும் போது, ஊரின் முக்கியஸ்தர்களுக்கும், மைனர்களுக்கும் சலவை பளிச்சென்று இருக்கும். கழுதை செழிப்பாக இல்லாவிட்டால், வண்ணான்துறைக்கு அழுக்கு துணி கொண்டு செல்வது சிரமம்.

'கழுதை உழுகப்போவதும் இல்லை; வண்ணான் வரகு விதைக்கப் போவதும் இல்லை.'

'உதைப்பானுக்கு, வெளுப்பான் சாதி வண்ணான்.'

'வண்ணானுக்கு, வண்ணாத்தி மேல ஆசை; வண்ணாத்திக்கு, கழுத மேல ஆசை.'

என்று வண்ணார் சமுதாயத்தைப் பற்றிய பழமொழிகள் உலா வருகின்றன.

இனி, வெளியூரில் இருந்து வரும் மற்ற தொழிலாளிகளைப் பார்ப்போம். உழவு கலப்பைகளைச் சரி செய்யவும், கடப்பாறை, கூந்தாளம், அரிவாள், களைகொத்து, மண்வெட்டி இவற்றைச் செய்து தரவும் அருகில் உள்ள இடையபட்டி என்னும் ஊரில் இருந்து தச்சு ஆசாரி, கொல்லு ஆசாரி என இரு ஆசாரிகள் உண்டு. பணம் வாங்கிக்கொண்டே வேலை செய்தனர். முன்காலத்தில், அவர்களுக்குத் தானியமே கூலியாக வழங்கப்பட்டது. ஆடி மாதத்தில் உழவுக் காலம். உழவுக் காலத்தில், கெஞ்சித்தான் ஆசாரிகளிடம் வேலை வாங்க வேண்டும்.

தை மாதத்தில் தான்யம், தவசம் வாங்க ஆசாரி குடியானவர் களை அண்ட வேண்டும். இதை, 'ஆடி மாதத்தில் ஆசாரியார்; தை மாதத்தில் தச்சப்பயல்' என்கிறது பழமொழி. மண்பானைகள், மறைந்து அலுமினிய பாத்திரங்கள் புழக்கத்துக்கு வந்தன. எனவே, குயவர்களின் மண் பாண்டத்துக்கு மவுசு குறைந்தது. இதை, 'கன்னான் குடி ஏற, குயவன் வெளி ஏற' என்று வரலாறு கூறுகிறது பழமொழி.

ஊரில் குயவர் வீடு ஒன்றே ஒன்று இருந்தது. அவர்களும் விவசாயப் பணியையே செய்துவந்தனர். ஊரில் சாமி கும்பிடும் போது, மண்சிலைகள் செய்துகொடுத்தனர்.

'குயவன் வீட்டில் பானை கேட்க மாட்டார்களா? குடியானவன் வீட்டில் பெண் (இருந்தால்) கேட்க மாட்டார்களா?', 'ஆனைக்கும் பானைக்கும் சரி' என்ற இரு பழமொழிகளே கண்ணில் தென் படுகின்றன. பக்கத்து ஊரில் ஒரு குயவர் 'அக்கி' நோய்க்கு செங் காவியை மயிலிறகு மூலம் தடவி சரிசெய்கிறார். இதை 'அக்கிக்கு எழுதுதல்' என்பார்கள். இது 'தர்ம வைத்திய'மாகவே நடந்தது.

எங்கள் ஊருக்கென்று தனி நாவிதர் கிடையாது. ஊர் பொது இடத்தில், ஒரு மரத்தடியில் வந்து உட்காருவார். பெரும்பாலோர் அங்கு சென்று முடிவெட்டிக் கொள்வார்கள். பெரிய தனக்காரர்களின் வீட்டுக்கு நாவிதர் சென்று, அவர்களுக்கு முடி வெட்டி விடுவார்.

வருடக் கூலியாக 10½ படி கெட்டித் தானியம் அல்லது 20 படி உமித்தானியம் வழங்கப்படும். 1 படி என்பது 1.4 லிட்டர் ஆகும். சாவு நடந்தால் அவர் இழவு வீட்டுக்கு வந்து வேண்டிய காரியங்களைச் செய்வார். 3ஆம் நாள் பால் தெளிப்பு, 16ஆம் நாள் கருமாதி ஆகியவற்றிலும் கலந்துகொண்டு சடங்கு, சம்பிரதாயங்களை முறையாகச் செய்வார். இதற்காக அவருக்கு உணவும், நிர்ணயிக்கப்பட்ட கூலியும் உண்டு. இது அவர்களின் கடமையும் உரிமையும் ஆகும்.

இதுதவிர, நகத்தை ஒழுங்குபடுத்தல், முள்பிடுங்குதல், முள் தைத்த காலில் ஏற்படும் புண்களை ஆற்றல், உடலில் ஏற்படும் கட்டிகளை மருந்திட்டுப் பழுக்க வைத்து, கத்தியால் அறுத்து நீக்குதல், முகத்தில் ஏற்படும் பருக்களை நீக்குதல் போன்ற வேலை களையும் இவர்கள் செய்து வந்தனர். எனவே மருத்துவர், பண்டிதர் என்ற பெயர்களும் இவர்களுக்கு உண்டு. சிவகங்கை மாவட்டம், நாட்டரசன் கோட்டையில் மருத்துவர் தெரு என்று ஒன்று இன்றும் உள்ளது.

'அம்பட்டையன், மருமகனுக்கு மீசை ஒதுக்கியதுபோல்.'

'வேலையத்த அம்பட்டையன் மாமியா தலையை செரைச்ச மாதிரி...'

என்ற பழமொழிகளும், 'நாலு தலைமுறைக்கு முன்னாடி பாத்தா நாவிதனும் சித்தப்பா' என்று சாதிப் பெருமையை சீர் குலைக்கும் பழமொழியும் உண்டு.

மருத்துவர், நாவிதர் ஆன வரலாறு என்று ஒரு புத்தகமும் உண்டு.

எங்கள் ஊருக்கு அருகில், நாச்சக்கோனான்பட்டி என்ற ஊரில் சக்கிலியர்கள் கணிசமாக வசித்து வந்தனர். ஊரில் சாமி கும்பிடு என்றால் ஊர் சாட்டுவதற்கும், தப்பு அடிப்பதற்கும் வந்து விடுவார்கள். அவர்களுக்குக் கூலியுடன் சாராயமும் வழங்கப்படும்.

அப்போதுதான் ஆட்டம் ருசிப்படும், குசிப்படும். அவர்களுடன் கிராமத்து இளைஞர்களும் சேர்ந்து ஆடுவர். அந்த ஆட்டத்துக்கு இணையான ஒரு ஆட்டத்தை, இதுவரை யாரும் பார்க்க முடியாது. கிராமத்தில் மாடுகள் இறந்துவிட்டால், இறைச்சிக்காக அவர்கள் அதை எடுத்துச் சென்றுவிடுவார்கள்.

அடுத்து, எங்கள் ஊருக்கு மேற்குப்புறம் தேவமார்கள் அதிகம் வசிக்கும் ஊர் இடையபட்டி. செம்மண் பூமி ஆகும். எங்கள் ஊர் நஞ்சை நிலங்களுக்கு அவர்கள்தாம் காவல் ஆட்கள். வயலில் விளையும் பொருட்களைக் களவு போகாமல் பாதுகாப்பார்கள். அதற்காக, அவர்களுக்கு நிலத்தின் அளவைப் பொறுத்து தானியம் காவல் கூலியாக வழங்கப்படும். தேவர், கள்ளர் சமுதாயத்தினர் முன் கோபக்காரர்கள். ஆனால், வஞ்சகம் இல்லாதவர்கள், வெள்ளந்தியானவர்கள். இரக்க குணமும் உள்ளவர்கள்.

என் குடும்பத்தினருக்கு, என் தகப்பனாரின் நண்பர், என் தகப்பனார் மறைவுக்குப் பிறகு, கருப்பத் தேவர் என்ற மாமனிதர் செய்த உதவியால்தான் உயிரோடு உள்ளோம் என்பதை மறக்க முடியாது. கள்ளர் சமுதாயம் பற்றிய பழமொழிகள் சில:

'கள்ளனும் அவனே காப்பானும் அவனே.'

'கள்ளன் பெரிதா? காப்பான் பெரிதா?'

'நம்பினால், கள்ளன் உயிரைக் கொடுப்பான்; நம்பாட்டி, கள்ளன் உயிரை எடுப்பான்.'

இவை தவிர 'துப்புக்கூலி' என்ற ஒரு சமாசாரமும் உண்டு. சில நேரங்களில் கட்டுத் தொழுவத்தில் உள்ள ஆடுமாடுகள் காணாமல் போய்விடும். யார் களவாண்டு இருப்பார்கள் என்று தெரியும். ஆனால், நேரடியாக அவர்களிடம் சென்று கேட்க முடியாது. கேட்டால் கிடைக்காது. எனவே, அந்த ஊர் பெரியவரிடம் சென்று முறையிடுவோம். அவர், உங்கள் இடத்திலா கை வைத்தான்கள்? சரி, நீங்கள் போங்கள்! உங்கள் வீட்டுக்கு இரவுக்குள் காணாமல் போன உருப்படிகள் வந்துவிடும் என்பார். அவருக்குத் துப்புக் கூலியாக ரூபாய் பத்தோ, இருபதோ வழங்கப்படும். பெரியவர் சொன்னபடி, உருப்படிகள் வீடு திரும்பிவிடும்.

'சாதி இரண்டொழிய' என்றார் அவ்வையார்.

'1857இல் வர்க்கம் இரண்டு' என்றார் கார்ல் மார்க்ஸ்.

'சாதிகள் இல்லையடி பாப்பா' என்றார் பாரதியார்.

'பிறப்பொக்கும் எல்லா உயிர்க்கும்' என்றார் வள்ளுவர்.

ஆனால் என்னைப் பொறுத்தவரை அவ்வையார் சொன்னபடி இரு சாதிகள். ஆண் சாதி, பெஞ்சாதி. சுதந்திரம் வந்து 75 ஆண்டுகள் ஆனாலும், ஆண்சாதி பெஞ்சாதியிடம் அடிமைப்பட்டே கிடக்கிறது.

'அப்பச்சிக்கு ஊர் அடக்கம்; அப்பச்சி, ஆச்சிக்கு அடக்கம்' என்கிறது பழமொழி.

எங்கள் ஊரில் பொட்டையக் கோனார், இரு கண்களும் தெரியாத நியாயவான் (வயது 60) அவர் தோட்டத்தில் வாழை விவசாயம் நடந்தது. ஊரில் நடைபெறும் விசேடங்களுக்கு அவரிடம் கூறிவிட்டு, தேவையான வாழை இலைகளை அறுத்துக் கொள்ளலாம். காசு வாங்கமாட்டார். வாழை மங்களகரமான பொருள். வீட்டில் வளர்க்கும் வாழையில் அமாவாசை, சடங்கு போன்ற தீட்டு காரியங்களுக்கு இலை அறுக்கமாட்டார்கள்.

'வலுத்தவன் வாழை வை.'

'வேலையத்தவன் வாழை வை.'

'பாடு 10, பண்டிதம் 12 - வாழைக்கு.'

'வாழையடி வாழையாக.'

'தேர் ஓட தென்னை (இடைவெளி); நண்டு ஓட நடவு (நெல்); வண்டி ஓட வாழை'

என்கின்றன பழமொழிகள். பாம்பு கடித்தவரை வாழை மட்டையில் படுக்க வைத்து, வாயில் வாழை மட்டைச் சாறு பிழிதல் சரியான முதல் உதவி. வாழையின் நார், மட்டை, தண்டு, பூ, காய், பழம், பக்க கன்னு (பண்டிகை கட்டு) வாழை மரம் (தோரணம்) என அனைத்துப் பாகங்களும் பயன்படு கின்றன. வாழைத்தண்டு, சிறுநீரக அடைப்புக்குச் சிறந்த மருந்து.

பொட்டையக் கோனார் மாதம் இருமுறை 'கறி' கூறுபோட்டு விற்பார். கூறு என்பது 1 வீசை. சுமார் 1½ கிலோ. ஞாயிறு அன்றுதான் போடுவார். எல்லோர் வீட்டுக்கும் வலியக்க கொடுத்து விடுவார். 10 நாள் கெடு. காசு தராவிட்டால், 'கறியைத் தின்னியா, பீயைத் தின்னியா' என்று தயவு தாட்சண்யமின்றி கேட்பார்.

'மடியைப் பிடித்து, கள்ளை ஊற்றி, முடியைப் பிடித்து, காசை வாங்கு'

என்கிறது முதுமொழி. நடுத்தர வயது கோனார் சாதிக்காரர் ஒருவர். பிள்ளமார் சாதியைச் சேர்ந்த, மணமான பெண் ஒருவரை, கெட்ட நோக்கத்துடன் அணுகினார். அந்த 'அம்மா' கூச்சல் போட்டு ஊரைக் கூட்டிவிட்டது. 'பெண் ஆசை, பொன் ஆசை, மண் ஆசை' எனப் பழமொழி நீள்கிறது. விஷயம், வீதிக்கு வந்துவிட்டது.

ஊர்நாட்டாமை(கோனார்)யிடம் சொல்லி ஊர் கூட்டம் போடச் சொல்ல, அவர் இழுத்தடித்தார். இந்த விஷயத்தைப் பொட்டையக் கோனாரிடம் பிள்ளமார் பையன் முறையிட்ட போது, அவர் பாதிக்கப்பட்டவருக்கு, ஒரு ஓசனை (யோசனை) சொன்னதாகக் கேள்வி.

ஒருநாள், பிரச்சினை செய்த கோனாரின் மனைவி பொதுக் கேணிக்கு தண்ணீர் எடுக்க வந்தபோது, பட்டப்பகலில், நான்கைந்து பெண்கள் முன்னிலையில், பிள்ளமார் ஆள்—கோனாரின் மனைவியை கையைப் பிடித்து இழுத்துவிட்டார். விஷயம் தீப்பற்றிக் கொண்டது.

அன்று இரவே, நாட்டாமை ஊர்க்கூட்டத்தை கூட்டினார். காரசாரமாக விவாதம் நடந்தது. இருவருக்கும் தலா 10 ரூபாய் அபராதம் விதிக்கப்பட்டது.

'ஆனைக்கும் பானைக்கும் சரி' என்ற பழமொழி ஞாபகத்துக்கு வந்தது. அப்போது, பொட்டையக் கோனார் குறுக்கிட்டு, கோனார் பையன், பிள்ளமார் பெண்ணை கெட்ட எண்ணத்துடன், மறைவான இடத்தில் அணுகினார். ஆனால், பிள்ளமார் பையன் தன் மனைவிக்கு ஏற்பட்ட அசிங்கத்தைத் துடைக்க, பொது இடத்தில், நாலு பேர் முன்னிலையில் கையைப் பிடித்து இழுத்தார்.

எனவே, கெட்ட எண்ணத்தில் செயல்பட்ட கோனார் ஆளுக்கு, அபராதம் போடுங்கள். அசிங்கப்பட்டு ஆத்திரத்தில் செயல்பட்ட, பாதிக்கப்பட்ட பிள்ளமார் ஆளை மன்னிப்பு கேட்கச் சொல்லுங்கள் என்று தீர்ப்பு கூறினார். யாரும் வாய்திறக்கவில்லை. அவர், இம்புட்டுக்கும் பள்ளிக்குச் செல்லாதவர். அவர், இறந்த அன்று பிள்ளமார்கள் யாரும் வேலைக்குச் செல்லவில்லை. பிள்ளமார்

பெண்களும் கடைசி வரைகூட இருந்து, பிரேதம் முச்சந்தி செல்லும்வரை, தங்களின் தந்தைக்காக கண்ணீர் சிந்தி அழுதனர்.

அதன் பிறகு, ஊர் விஷயங்களில் தீர்ப்பு சொல்லும் முன், நாட்டாமை ஊராரிடம் கருத்துக் கேட்டு, ஓரளவு நியாயமான தீர்ப்பு வழங்க ஆரம்பித்தார். இன்றைக்கும் ஆட்சியாளர்களின் மோசமான சட்டங்கள் சில, சரியான நீதிபதிகளின் தீர்ப்பால் அரசுக்குச் சங்கடங்களை விளைவிக்கிறது என்பதே உண்மை.

'நல்ல மாட்டுக்கு ஒரு சூடு; நாணயஸ்தானுக்கு ஒரு சொல்.'

இன்றும் கடைகளில் புதுக்கணக்கு போடும்போது, கணக்குப் புத்தகங்களைப் பிள்ளையார் கோவிலில் வைத்துக் கும்பிட்டு விட்டுப் புது கணக்குப் போடுகிறார்கள். நோட்டில் முதல் பக்கத்தில் குழைத்த மஞ்சளால் பிள்ளையார் சுழி போடுகிறார்கள்.

ஞானப்பழம் வாங்க பிள்ளையார் தாய், தகப்பனைச் சுற்றி வந்து வாங்கிக்கொண்டதாக வரலாறு. முருகனுக்கு ஒத்தநாடி (ஒல்லியான) உடம்பு. எனவே உலகைச் சுற்றினார். பிள்ளையார் கனத்த உடம்பு, தொப்பை வயிறு. எனவே, ஓட ஒடியாற முடியாது. எனவேதான் பிள்ளையாரைக் கும்பிடுபவர்கள் உடலைச் சீராக வைத்துக் கொள்ள தோப்புக்கரணம் (உக்கி) போடுகிறார்கள்.

வட நாட்டில் பிள்ளையாரைப் பற்றி செவி வழிக் கதை ஒன்று உண்டு. எந்தக் காரியத்தையும் பிள்ளையாரை முதலில் வேண்டி, அவரை 'தன்னக்கட்டி' வேலையை ஆரம்பிப்பார்களாம். இதுவே பிள்ளையார் முழுமுதற் கடவுள் ஆன கதை. இதுதான் 'பயபக்தி.'

கிராமங்களில் செங்கல் சூளை நடத்துபவர்கள், மழை வந்தால் தொழிலுக்கு இடைஞ்சல் என்று கருதி மூக்கறைப் (மூக்கு உடைந்த) பிள்ளையாரை கொண்டுவந்து கானவாசலில் வைத்து விடுவார்கள். மழை பேயாது என நம்பிக்கை.

'சாமிக்கு ஒரு தேங்காய் உடை, சாத்தானுக்கு ஒன்பது தேங்காய் உடை', 'ஊருக்கு இளைத்தவன் பிள்ளையார் கோவில் ஆண்டி' என்கின்றன பழமொழிகள்.

அரச மரத்தடியில், வெட்ட வெயிலில், எண்ணைகூட இன்றி தவித்துக்கொண்டிருந்த பிள்ளையார்கள், இன்று காவி

உடையாளர்களால் பிள்ளையார்களின் வாழ்க்கைத்தரம் மிகவும் உயர்ந்துவிட்டது. இன்று விநாயக சதுர்த்தி ஊர்வலங்கள் விமரிசையாக, போலீஸ் பாதுகாப்புடன் நடக்கின்றன.

எங்கள் ஊரின் மேற்குக் கடைசியில்—ஊரைவிட்டு விலகி அரச மரத்தின் கீழ் கருங்கல்—சதுக்கமேடையில் பிள்ளையார் இருந்தார்.

ஊரின் கிழக்குப் பகுதியில் பிள்ளைமார் ஒருவர் தனது சொந்த இடத்தில் 1965இல் கெட்டி வீடு (மச்சு வீடு, லாகட வீடு) கட்டினார். முன்பு நடந்த ஒரு செயலுக்குப் பிள்ளைமார்களை அடக்கி வைக்கும் நோக்கத்துடன் ஊரின் மேற்கில் இருந்த பிள்ளையாரை தூக்கிப் பிள்ளைமார் வீட்டுக்கு நேராக வைத்து, வேலி அடைத்துவிட்டனர். தனது வீட்டுக்கு நேரடியாக வர முடியாத பிள்ளைமார் கோர்ட்டுக்குச் சென்று தனக்கு சாதகமாக உத்தரவு வாங்கினார். பிள்ளையாரை பழைய இடத்தில் வைக்கவும், வேலியை அகற்றவும் நீதிமன்றம் ஆணையிட்டது. வேலி அகற்றப்பட்டது. பிள்ளையார் கோவில் புதிதாக வைக்கப்பட்ட இடத்திலேயே இன்றளவும் உள்ளது. காரணம் கோனாக்கமார் பெரும்பான்மை சாதியினர். பிள்ளைமார் உயர்சாதியினர். ஆனாலும் சிறுபான்மையினர்.

'பள்ளர் அதிகம் உள்ள ஊரில், கள்ளர் பள்ளருக்கும் கீழ்' என்கிறது பழமொழி.

'வல்லான் வகுத்ததே வாய்க்கால்', 'வலியாரைப் போற்றும்; எளியாரைத் தூற்றும். வையகம் இதுதானடா' என்கிறது திரைப் படப் பாடல்.

ஊருக்குக் கிழக்குப்புறம் வந்த பிள்ளையாரை ஊர் மக்கள் நன்கு கவனிக்கிறார்கள். ஆனால் பழைய இடத்தில் இன்றும், அதே சதுரக்கல் மேடையும், அரசமரமும் அப்படியே உள்ளது. பெரும் பான்மை சாதியினரிடம், சிறிய சாதியினர் மாட்டிக் கொண்டு விழிப்பது இன்றும் தொடர்கிறது. நான் சாதி பற்றிய பழமொழிகளைப் பதிவு செய்ததில் தவறான நோக்கம் எதுவும் இல்லை.

என்னுடய இரு குழந்தைகள் வேற்றுச் சாதியில், எங்களுடைய சம்மதத்துடன் மணம் முடித்துள்ளனர். என்னுடைய தம்பிக்கு

1982இல் திண்டுக்கல்லில் கல்யாண மண்டபத்தில், கே. எம். முகம்மது காசிம் என்பவரின் தலைமையில் (பத்திரிகையில் அவர் பெயரையும் குறிப்பிட்டு) திருமணம் நடந்தது. நமது முன்னேற்றம், நமது சாதிக்காரர்களால் பொறாமையாகப் பார்க்கப்படுகிறது. என்னுடைய மூத்த பையனுக்கு ஜோதிபாசு என்று பெயர் வைத்துள்ளேன்.

உறவினர்கள், 'உதவி செய்யாவிட்டாலும், உபத்திரம் செய்யாமல் இருந்தால் சரி' என்பதே என் அனுபவம். சாதிகள் ஒழிய ஆரம்பித்தாலும், சாதியை அரசியல்வாதிகள் ஒழியவிடமாட்டார்கள் என்பதே உண்மை.

பாளையங்கோட்டை, ஓய்வுபெற்ற ஜெயிலர் திரு. சண்முக நாதன் அவருடைய ஆசாரி சாதி பற்றிய 115 பழமொழிகளைத் தனி நூலாக வெளியிட்டுள்ளார். அவருடைய துணிவு பாராட்டத் தக்கது. ஊரில் புஞ்சை நிலம் பெரும் பகுதி. கரிசல் நிலமாகவும் ஊரை ஒட்டிய பகுதி 15% சுக்கான் நிலமாகவும் இருந்தது. சுக்கான் காட்டில் ஈரம் தங்காது; பயிர் பச்சைகள் நன்கு வரும்.

சுக்கான் காட்டிலும், கரிசல் காட்டிலும் வரகு பயிரிடப்படும். சுக்கானைவிட கரிசலில் வரகு நன்கு பலன் அளிக்கும். எனினும், வறட்சியான காலத்தில் வரகு கருகருவென வரும். வரகு ஒரு உமித்தானியம் ஆகும். வரகுக்கு மழை அதிகம் தேவை இல்லை. நெல்லுச் சோறுக்கு அடுத்து ஒசத்தியானது வரகஞ்சோறு. ரசத்துக்கும், கெட்டித் தயிருக்கும் வரகஞ்சோறு அம்புட்டு ருசி. வரகுக்கு அதிகம் வேலை இல்லை. களையெடுப்பு ஒன்றுதான்! வரகஞ்சோறு நெய் மணக்கும்.

'வறட்சியானவன் வரகு விதை.'

'பனிக்குப் பலிக்கும் வரகு.'

'வரகஞ்சோறுன்னா, வாயைப் பொழப்பானாம்' (பழமொழிகள்). வரகு விதைப்பில் ஊடு பயிராக, மொச்சை, கானப்பயிறு, பச்சைப் பயிறு, தட்டாம் பயிறு, உளுந்தம் பயிறு, துவரை, கொத்தவரங்காய் ஆகியன உழவு சாலில் பயிரிடப்படுகின்றன.

அடுத்துச் சில நேரங்களில் கம்பு, சுக்கான் நிலத்திலும் பயிரிடப் படுகிறது. கம்மஞ்சோத்துக்கும், கருவாட்டுக் குழம்புக்கும்

அவ்வளவு ருசி. கம்மஞ்சோறு நன்கு ஆறிய பின்தான் சாப்பிட வேண்டும். பருப்புச் சாம்பாருக்கும் கெட்டித் தயிருக்கும் கம்மஞ் சோறு நன்றாக இருக்கும். கம்மங்கூழ் மிகுந்த குளிர்ச்சி.

'கம்மம் பயிர் வளத்தியும் கன்னிப் பெண் வளத்தியும்
கண்மூடி கண்திறக்கும் முன்...'

'கம்புக்கு, களை எடுத்தாப்புலயும் ஆச்சு!
தம்பிக்கு, பொண்ணு பாத்தாப்புலயும் ஆச்சு!'

'கம்மங் கருதைக் கண்டா, கை சும்மா இருக்காது;
அத்தை மகளக் கண்டா, வாய் சும்மா இருக்காது'

என்கிற பழமொழிகள் பொய் ஆகாது.

சுக்கான்காட்டில், சில நேரங்களில் மாட்டுக்குத் தீவனத்துக்கு இருங்குச்சோள நாத்து நெருக்கமாகப் பயிரிடுவார்கள். சில சமயம், நெடுங்காலப் பயிராக அமெரிக்கன் பருத்தி என்னும் பெரிய பருத்தி பயிரிடலும் உண்டு.

'சோம்பேறி சோளம் விதை' என்கிறது பழமொழி. களை யெடுப்பு தவிர வேறு வேளை கிடையாது. வறட்சியிலும் செழிப்பாக வரக்கூடிய பயிர். இதை எல்லா வகையான (சுக்கான், கரிசல், செம்மண்) நிலங்களிலும் பயிரிடலாம். ஈரம் அதிகம் ஆகாது. கருஞ்சோளம், செஞ்சோளம், வெள்ளைச் சோளம், மக்காச் சோளம் என நாலு வகைச் சோளங்கள் பயிரிடப்படுகின்றன.

சோளத்தை ஊறவைத்து உரலில் குத்தி, சோள அரிசி சோளத் தவிடு எனப் பிரித்து, சோள.அரிசியை முதலில் உலையில் போட்டு வெந்தவுடன், சோளத் தவிடு போட்டு கிளறி, அடுப்பிலேயே (தம்) வைத்துவிடுவார்கள். சோளச்சோறு சுடச் சுடத்தான் சாப்பிட முடியும். சுடுசோத்துக்குப் பருப்புச் சாம்பாரும், ஆறின சோற்றுக்குக் கெட்டித் தயிரும் தேவாமிர்தம்.

'அஞ்சு பைசா குடுத்தா அவரைக்காய் சாம்பார், பத்து பைசா குடுத்தா பருப்பு சாம்பார்' என்கிறது 'நிதிநிலை'ப் பழமொழி.

காடுகரைக்கு கஞ்சியாக கொண்டு செல்ல, சோளத்தை நன்கு இடித்து முதல் நாள் இரவே கூழ் தயார் செய்துவிடுவார்கள். மறுநாள், மதிய வேளையில் புளிச்ச தண்ணியிலோ, மோரிலே கரைத்துக் குடிக்க, தேவார்மிதமாய் இருக்கும். பச்சைவெங்காயமும்

பட்ட மொளகாயும்தான் வெஞ்சனம்—தொடுகறி. கூழ், பசி தாங்காது. ஒன்னுக்குப் போய்விட்டால் பசி எடுக்கும். மிகவும் வறியவர்களைப் பார்த்து, 'சோளக் கூழுக்கு சிங்கி அடிக்கிறவன்' என்ற சொல்லாடல் உண்டு.

விவசாயம் என்பது குடும்ப உழைப்பு, கூலி இல்லா உழைப்பு. இதை,

'வீட்டுக்கு ஒரு கிழவியும், காட்டுக்கு ஒரு கிழவனும்.'

'கிழவி இல்லாத வீடும், கிழவன் இல்லாத காடும் வெளங்காது.'

'ஆனை போல மருமக இருந்தாலும், பூனை போல ஒரு மாமியார் வேணும்.'

'மாமியா செத்ததுக்கு அழுகல, மல்லுக்கு ஆள் இல்லையேன்னு அழுகிறேன்.'

என்கிற பழமொழிகள் குடும்பத்தில் பெரியவர்களின் உழைப்பையும் அவசியத்தையும் உறுதி செய்கின்றன.

புஞ்சையில் சில நேரம் எள் விதைப்பது உண்டு. எள் பரவலாக விழவேண்டும் என்பதற்காக மணல் கலந்து, கையில் அள்ளி விதைக்காமல், விரல் இடுக்கில் வீசுவார்கள். அப்படியும் எல்லோரும் எள் விதைத்துவிட முடியாது. எங்கள் ஊரில் சின்னராசுப்பிள்ளை என்பவர்தான் எள் விதைப்பார். எனவே, விதைப்புச் சமயத்தில் அவருக்கு ஏகப்பட்ட கிராக்கி. இருப்பினும் அவர் எள் விதைப்புக்கு யாரிடமும் கூலி வாங்கமாட்டார். அவருக்கு கொஞ்சம் காப்பித் தண்ணி கிடைக்கும்.

எள்ளுக்காடு பூத்துக் குலுங்கும் போது (வெள்ளைப்பூ) கண்கொள்ளாக் காட்சி. எள்ளில் இருந்து எடுக்கப்படும் எண்ணெய்—நல்லெண்ணெய் என்று அழைக்கப்படுகிறது. மருத்துவ குணம் கொண்டது. வயித்துக் கடுப்புக்குச் சாதத்தில் நல்லெண்ணெய்யில் சின்னவெங்காயம் வதக்கிச் சேர்த்துச் சாப்பிட குணமாகும். குடற்புண், வாய்ப்புண் மாற, 3 நாட்கள் காலையில் வெறும் வயிற்றில் பல்விளக்காமல், வாயில் நல்லெண்ணெய் 5 நிமிடம் அதக்கி அப்படியே விழுங்கிவிட வாய்ப்புண் மாறும். எச்சில் விழுங்க முடியாமல், தொண்டை வலிக்கும் போது நல்லெண்ணெய்யை நெருப்பில் காலையில்

3 நாள் துப்ப தொண்டைவலி நீங்கும். குழம்பில் காரம் கூடும் போதும், இட்லி பொடியுடனும் நல்லெண்ணெய் சேர்க்கை உண்டு. வெறும் சோற்றில் நல்ல நல்லெண்ணெய் (உப்பு) சேர்த்துச் சாப்பிடுவதும் உண்டு.

நல்லெண்ணெய்க் குளியல் உடல் சூட்டைத் தணிக்கிறது. முறுக்கு தயாரிப்பில் எள் சேர்க்கப்படுகிறது. எள்ளுருண்டை, எள்ளுச் சாதம் சுவையானவை. கர்ப்பிணிப் பெண்கள் உணவில், பலகாரத்தில் எள் சேர்க்கக்கூடாது. எண்ணெய் சேர்க்கலாம். பழைய முறையில் நல்லெண்ணெய்த் தயாரிப்பில் பனங் கருப்பட்டி, பச்சரிசி சேர்ப்பார்கள். எள்ளுப் புண்ணாக்கு மிகவும் ருசியானது. மருமகன் மாமியார் இடித்து தந்த எள்ளுப் புண்ணாக்கை 'கெத்தாக' வேண்டாம் என்று சொல்லிவிட்டு, அதன் வாசம் இழுக்க பின்பு புண்ணாக்கு இடித்த உரலில், தலையைவிட்டு தலைமாட்டிக்கொள்ள, உரலை உடைத்து மருமகனை விடுவித்தது சுவையான கிராமத்துக் கதை. முன்னோர்களுக்குத் திதி கொடுக்கும் போது, ஓடும் ஆற்றுநீரில் எள்ளும் தண்ணியும் இறைப்பது இன்றளவும் தொடர்கிறது.

நாட்டுச் செக்கு, மரச்செக்கு, செக்கடி, செக்காலை, செக்கான், வாணியன், வாணியச்செட்டி என்ற சொல்லாடல்கள் புழக்கத்தில் உள்ளன. நல்லெண்ணெய்யில் பூண்டு, வறமிளகாய் போட்டுக் காய்ச்சி, காதில்விட காதுக் கொப்புளம், காதுவலி குணமாகும்.

'எள்ளு வெதைக்க, கொள்ளு மொளைக்குமா?'

'கொள்ளுக்கு ஒரு மழை, எள்ளுக்கு ஏழு மழை.'

'இளைத்தவனுக்கு எள்ளு, கொழுத்தவனுக்கு கொள்ளு.'

'எள்ளுதான் எண்ணைக்குக் காயுது? எலிப் புழுக்கையும் ஏன் சேந்து காயுது?'

'வேலையத்த மாமியாளுக்கு, எள்ளும் கல்லும் கலந்து வச்சாளாம்—விசுவாசமான மருமக!'

'எள்ளும் தண்ணியும் எறைச்சாச்சு!' (கை கழுவியாச்சு!)

'வைத்தியனுக்கு கொடுப்பதை, வாணியனுக்குக் கொடு.'

'செக்கான்கிட்ட சிக்குன மாடும், செட்டிகிட்ட சிக்குன ஆளும்' என்ற பழமொழிகள் வரலாறு கூறுகின்றன. அடுத்து முக்கியமான

கரிசல் வெள்ளாமை, சின்ன பருத்தி என்னும் கருங்கண்ணிப் பருத்தியாகும். இது பணப்பயிர். பருத்தியுடன் கொத்தமல்லி கலந்து விதைப்பார்கள். கொத்தமல்லி தைமாதம் முதல் வாரத்தில் விளைந்துவிடும். தைமாதம் பருத்தி வெடிக்க ஆரம்பித்துவிடும்.

'தை மாசம், தடவு பருத்தி; மாசி மாசம், படிப் பருத்தி'

'பருத்திக் காட்டுக்கு பழைய சேலை ஆகாது;
வாழுற கொமரிக்கு, வாய் நீளம் ஆகாது'

எனப் பருத்தி பற்றிய பழமொழிகள் கிடைக்கின்றன.

பருத்தி எடுப்புக்கு, எடுத்த பருத்தியின் அளவைப் பொறுத்து கூலியாக, பருத்தியே பங்கித் தரப்படும். ¼, ½, ¾ என்ற அளவு கூலி இருக்கும். கூலிப் பருத்தியை அன்றே பலசரக்கு கடையில் கொடுத்து வீட்டுச் சாமான் வாங்குவோரும் உண்டு. பருத்தியின் எடை அளவுக்கு வெல்லம், பொட்டுக்கடலை, அவிச்ச மொச்சை (தென் நாட்டில் சேவு) போன்ற திண்பண்டங்கள் தருவார்கள்.

சித்திரை, வைகாசியில் கோடைப் பருத்தி வெடிக்கும். பருத்தியை அம்பாரம் போட்டு வைத்து மொத்தம் சேர்த்து விற்பார்கள். பருத்தி எடுப்பு காலை 6 முதல் 9 மணிக்குள் முடிந்துவிடும். வெயில் ஏறும் போது பருத்தி ஈரம் குறைந்து பஞ்சாகி பறந்துவிடும். காத்தோடிப் போய்விடும். எடையும் குறையும்.

'பகலில் தூங்குனவன், வெள்ளாமை இழந்தான்;
ராத்திரி தூங்குனவன், பொண்டாட்டி இழந்தான்'

'குளிருக்குப் பயந்த பார்ப்பானும்,
வெயிலுக்குப் பயந்த வெள்ளாளனும் வீண்.'

'குண்டி தூக்கி குசுப் போட முடியாதவன்,
தென்னந் தோப்பை, குத்தகைக்கு எடுத்தானாம்!'

'மடை காத்தவனுக்கு, வெவசாயம்
கடை காத்தவனுக்கு, ஏவாரம்.'

'உழுகிற காலத்தில் ஊர் சுத்தீட்டு,
அறுக்கிற காலத்தில அருவாளை தூக்கினானாம்!'

'முறைப் பெண்ணை விட்டாலும்,
முறைத் தண்ணியை விடாதே'

என்று உழைப்பின் பெருமையை உணர்த்துகின்றன பழமொழிகள்.

ஒரு நிலத்தை விவசாயி ஒருவன் விற்கும் நிலை ஏற்பட்டால், சந்தை நிலவரத்துக்குப் பக்கத்து நிலத்துக்காரனுக்குத் தான் விற்க வேண்டும். இதை 'சம்சாரி ஒழுங்கு' என்கிறார்கள். ஏனெனில், நம் நிலத்தையும் சேர்த்துத் தன் நிலம் போல கவனித்துக் கொண்டவன் அவனே! நிலத்தின் விலை சற்று முன்பின் இருந்தாலும், அனுசரித்து வாங்கிவிட வேண்டும். இதை, 'அத்தை மகளையும் பக்கத்து நிலத்தையும் விடாதே!' என்று அழுத்தமாகச் சொல்கிறது பழமொழி.

கரிசல் மண்ணுக்கு, கரம்பை மண், களிமண் என்றும் மாற்றுப் பெயர்கள் உண்டு. கரம்பை மண் (தலையில்) தேய்த்துக் குளிக்க தலைமுடி பஞ்சு பஞ்சாக மாறும். சீயக்காயைவிட ஒசத்தி. ஈரத்தை கரிசல்மண் நன்கு உள்வாங்கக் கூடியது. காலில் ஒட்டினால் அப்பிக் கொள்ளும். சீக்கிரம் விடாது. நீர் ஊற்றி அழுத்திக் கழுவினால் தான் போகும். அழுத்தமான நெருங்கிய உறவைச் சுட்டிக்காட்ட, 'காலில் ஒட்டின கரிசக் காட்டு மண்ணா? சேலயில ஒட்டின செவக்காட்டு மண்ணா?' என்ற பழமொழி உள்ளது.

அடுத்து, களிமண்ணில் சிறுவர், சிறுமிகள் வண்டிகள், வீடு, பொம்மைகள், உரல், உலக்கை, திருகை, சட்டி பானை, கரண்டி போன்று விளையாட்டுச் சாமான்கள் செய்து 'புருஷன் பொண்டாட்டி விளையாட்டு' விளையாடுவார்கள். படிப்பு ஏறாத மாணவர் களை ஆசிரியர்கள் 'மண்டையில் களிமண்ணா இருக்கு?' என வைவார்கள். இன்று ஒரு சில அரசுப் பள்ளிகளைத் தவிர்த்துப் பல பள்ளிகளில் மாணவர்களின் கல்வித் தரம் குறைந்தே காணப் படுகிறது. இதற்கு மாணவர்களை மட்டும் குறை கூற முடியாது. இதை, 'வாத்தியார் நின்னுக்கிட்டு ஒன்னுக்கு அடிச்சா, பையன் ஓடிக்கிட்டு அடிப்பான்' என்று எதார்த்த நிலையை பழமொழி 'நச்' என்று சொல்கிறது.

அடுத்ததாக, தமிழில் 'கரிசல் இலக்கியம்' என்று வறுமை பூமியில் துவங்கியது ஏராளமான இலக்கியங்கள், எண்ணற்ற பொக்கிஷங்கள் தமிழ்மொழியை வளம் பெறச் செய்தன.

கு. ப. அழகிரிசாமி, கி. ரா., சோ. தர்மன், எஸ்.எஸ். போத்தையா, ஜெயப்பிரகாசம், கழனியூரான், பாரததேவி, மேலாண்மை பொன்னுச்சாமி, கோணங்கி, சமுத்திரம், லெட்சுமணப் பெருமாள்,

தமிழ்செல்வன் எனக் கரிசல் எழுத்தாளர்கள் பட்டாளம் நீள்கிறது. பலர், சிறுகதை, நாவல் எனப் பல துறைகளில் எதார்த்த நடையில், வெகுசன மொழியில், கிராமிய நடையில் எழுதி வெற்றிகண்டனர்.

அடுத்து, பருத்தி ஏவாரம் பற்றிய கதையை எழுதாவிட்டால் எனக்கு மனசு கேக்காது, செத்தாலும் நெஞ்சு வேகாது. வைகாசி மாதம் பருத்திய வாங்க கிராமங்களுக்கே வியாபாரிகள் வருவார்கள். ஓரளவு சந்தை நிலவரத்தை அனுசரித்து, குறைந்த இலாபத்தில் கொள்முதல் செய்வார்கள். இதில், சிலநேரம் மோசடிப் பேர்வழி களிடமும் விவசாயிகள் சிக்கிக்கொள்வார்கள். இடையபட்டி என்ற பக்கத்து ஊரில் மிலிடரிக்காரர் ஒருவர் பருத்தி விளைய வைத்து, தராசில் தானே எடை போட்டு 500 கிலோ பருத்தி (5 குவிண்டால்) தனியே எடுத்து வைத்துவிட்டார். மோசடி ஆசாமிகளைக் கூப்பிட்டு விலை பேசினார். பிற ஏவாரிகளைவிட இவர்கள் குவிண்டாலுக்கு ரூபாய் 25 கூடத் தருவதாகச் சொன்னார்கள். குவிண்டால் 275 என்று விலை தீர்ந்தது; எடை போட்டனர். சரியாக 4 குவிண்டால் இருந்தது. 5 குவிண்டால் பருத்தியை 4 குவிண்டாலாக நிறுத்துவிட்டனர். ரூ 25 கூடுதல் விலை என்றாலும், விவசாயிக்கு ஒரு குவிண்டால் பருத்தி நட்டம். முன்கூட்டியே கிராமவாசிகள் இருவரை போலீஸ் ஸ்டேஷனுக்கு அனுப்பி, இரு போலீஸ்காரர்களை அழைத்துவரச் செய்தார். எடைபோட்டு முடியவும், போலீஸ்காரர்கள் வரவும் சரியாக இருந்தது. இனிமேல் (பருத்தி) ஏவாரம் செய்யமாட்டோம் என்று எழுதி வாங்கிக் கொண்டு, மோசடி ஆசாமிகளை மன்னித்து, எச்சரித்து அனுப்பினர். இதுதான் கிராமத்து ஞாயம்.

தோட்டப் பயிர் என்பது நஞ்சை, புஞ்சைப் பயிர் எல்லாம் சேர்ந்தது தான்! கேணிப் பாசனம் முன்பு இறைவைப் பாசனமாக இருந்தது. கமலையில் மாடுகட்டி நீர் இறைக்கப்படும். இன்று பெரும்பாலும் மின்மோட்டார் பாசனமாக மாறிவிட்டது. அதிலும்கூட கரண்டு, ஒரு பூட்டு (வேளை) தான் கிடைக்கிறது. இருப்பினும் இலவச மின்சாரம், விவசாயிக்கு ஒரு வரப்பிரசாதம்.

தோட்டப்பயிர்களில் வாழை, கரும்பு, நெல் ஆகிய நன்செய் பயிர்களும், பருத்தி, சோளம், கம்பு, மிளகாய், வெங்காயம், கத்திரி, தக்காளி என வெள்ளாமை நீள்கிறது.

இதில் வெங்காயம் முக்கியமானது. சின்ன வெங்காயத்துக்கு ஈரங்காயம் என்னும் பெயர் உண்டு. வெங்காயம், தக்காளி இரண்டும் விவசாயிகளை கீழும் கொண்டு செல்லும். மேலும் கொண்டு செல்லும். கிலோ 2 ரூபாய்க்கும் விற்கும் கிலோ ரூ 150க்கும் விற்கும்.

'வெளஞ்சா மண்ணு; வெளையாட்டி பொண்ணு.'

'கத்தரி வெளஞ்சா கடைவீதிக்குதானே வரணும்?'

இதில் வெங்காயத்தைப் பட்டறை போட்டு இருப்பு வைக்கலாம். தக்காளியை வீதியில் கொட்டுவதைத் தவிர வேறு வழியில்லை.

நஞ்சைப் பயிரான நெல் பற்றிய தகவலுடன் கட்டுரையின் நீளம் கருதி முடிக்கிறேன். ஆறு மாத நெல்லுப் பயிர் தற்போது மூன்று மாதப் பயிராக ஆயுள் சுருங்கிவிட்டது. அதை உண்ணும் மனிதர்களின் ஆயுசும் குறைவே. இரசாயன உரங்களினால் மண் மட்டும் கெடவில்லை. மனிதனின் ஆரோக்கியமும் கெட்டு விட்டது. இன்று இயற்கை விவசாயம் பற்றியும், பரம்பரை நெல்லைப் பாதுகாப்பதைப் பற்றியும் நல்ல சிந்தனை உடையவர்கள் செயல்பட்டு வருகிறார்கள்.

அரிசி எனக்குத் தெரிந்து வீட்டு உரலில் குத்திய, கைக்குத்தல் அரிசியே புழக்கத்தில் இருந்தது. அரிசியில் எல்லா வகை பலகாரங்களும் (இட்லி, தோசை, பணியாரம், இடியாப்பம், புட்டு கொழுக்கட்டை, முறுக்கு, அதிரசம்) செய்யலாம். பழைய கஞ்சி, சுடு கஞ்சி, மோர், தயிர், ரசம், புளிச்சாறு, புளிக்குழம்பு, பருப்பு சாம்பார் என எந்த வகையிலும் சாப்பிடலாம். எனவே, முன்பு விசேட வீடுகளில் அரிசிச்சோறு தென்பட்டது. வீடுகளில் அமாவாசை, கார்த்திகை, ஆடி, தீவாளி, பொங்கல் போன்ற நாட்களில் மட்டுமே அரிசி சாதம், இட்லி, தோசை கண்ணில் காண்பிக்கப்பட்டது.

'அனுதினம் கிடைக்குமா, அம்மாசிச் சோறு.'

'ஆடிக்கும் தீவாளிக்கும்தான் அரிசிச் சோறு'

என்ற சொலவடைகள், அன்றைய பொருளாதாரத்தை விளக்கு கின்றன.

விறகு அடுப்பு, மண் பானை, குழைந்த சோறு, கைக்குத்தல் அரிசி என்பது மாறி, மினுமினுப்பான தீட்டிய அரிசி, எவர்சில்வர்

பாத்திரம், கேஸ் அடுப்பு, விசில் குக்கர் என்று சாப்பாடு வேகும் நேரமும் பாதியாகக் குறைந்துவிட்டது. நீண்டநேரம் வெந்த உணவு சீக்கிரம் செரிமானம் ஆகும்.

'வெந்தது திங்க, வினை இல்லை.'

'வெந்ததைத் தின்னு விதிவந்தாச் சா'

என்று உடல்நலம் கூறுகின்றன பழமொழிகள். நாமும், நம் குழந்தைகளும் ஃபாஸ்ட் ஃபுட் (துரித உணவு) என்ற பெயரில் பாதி கூட வேகாத உணவுகளை உண்கிறோம். பாதியில் போய் சேர்ந்து விடுவோம்.

'வெதைக்கிறதை விதைப்போம்
முளைக்கிறது முளைக்கட்டும்'

என்ற சித்தர் வாக்கை ஞாபகப்படுத்துகிறேன். 1957 வரை எங்கள் ஊரை ஒட்டிச் செல்லும் குடவனாற்றில் தண்ணீர் வருடம் முச்சூடும் (முழுவதும்) ஓடிக்கொண்டே இருக்கும். திண்டுக்கல் வாசிகள் சைக்கிளில் துணி மூட்டைகளுடன் வந்து துணிகளைத் துவைத்துக் கொண்டு, ஆனந்தமாக ஆற்றில் நீந்திக் குளித்து விட்டுச் செல்வார்கள். காரணம் திண்டுக்கல்லில் அப்போது கடுமையான தண்ணிப் பஞ்சம். குடிநீருக்கே தட்டுப்பாடு.

'திருடனுக்குப் பொண்ணு தந்தாலும், திண்டுக்கல்லானுக்கு பொண்ணு குடுக்காதே' என்ற சொல் வழக்கு இருந்தது. எனவே, திண்டுக்கல்லுக்கு நீர்ப்பாங்கான ஆத்தூர் என்னும் ஊரில் அணைகட்டி நீரைத்தேக்கி, குழாய் மூலம் தண்ணீர் தர ஆரம்பித்தனர். குடவனாறு அணை வறண்டது. முப்போகம் (3 போகம) நெல் விளையும் பூமி புஞ்சையாக மாறியது. கூட்டுக் குடிநீர்த் திட்டங்கள், குடியானவர்களைக் கோவணாண்டிகளாக ஆக்குகிறது. நானும், வேறு வழியின்றி திண்டுக்கல்லுக்கு வேலை தேடி ஜாகை (வீடு) மாறினேன்.

'கெட்டும், பட்டணம் சேர்' - பழமொழி.

□

8

மஞ்சக்கொல்லை
காட்டுணவுகளின் சீமை

ஆறு. இராமநாதன்

நான் பிறந்து வளர்ந்த ஊர் மஞ்சக்கொல்லை. முன்பு தென் னார்க்காடு மாவட்டம், சிதம்பரம் வட்டத்தில் இருந்தது. தற்போது கடலூர் மாவட்டம், புவனகிரி வட்டத்தில் உள்ளது. சிதம்பரத் திலிருந்து சேலம் செல்லும் நெடுஞ்சாலையில் புவனகிரியி லிருந்து மேற்கே 8 கிமீ தொலைவில் இவ்வூர் உள்ளது; மிகுதியான நஞ்சை நிலமும் நீர்வளமும் கொண்டது.

இந்த ஊரில் காணப்படும் காட்டுணவுகள் குறித்த விவரங்களும் அதற்கான களங்களும் மட்டுமே இங்குச் சுருக்கமாகக் கூறப் படுகின்றன. வீட்டில் சமைத்து உண்ணும் உணவுகளை வீட்டுணவுகள் எனலாம். வீட்டுக்கு வெளியே குளம் குட்டைகளில், தோப்பு துரவுகளில், வயல் வரப்புகளில், காடு கரம்பைகளில் கிடைத்து உண்ணும் உணவுகளைக் காட்டுணவுகள் எனலாம். காட்டுணவுகள் இயற்கையில் கிடைப்பவை. நிலத்தின் தன்மை களோடும் பருவ காலங்களோடும் தொடர்பு கொண்டவை.

ஒவ்வொரு பருவ காலத்திலும் ஒவ்வொரு வகை உணவு கிடைக்கும். இந்த உணவுகள் இங்குக் கூறப்போகும் களம், காலத்தை அடிப்படையாகக் கொண்டு நோக்கினால், வயிற்றை நிரப்புவதற்கானவை என்று கூற முடியாது. விளையாட்டில் ஏற்படும் சோர்வை நீக்கி உற்சாகமாக விளையாட வைக்கவும் ஆடுமாடு மேய்த்தல் போன்ற பணிகளில் ஈடுபடுவோர் சோர்வை நீக்கவும்

உதவுபவை எனலாம். சில வேளைகளில் இவை வயிற்றை நிரப்பவும் பயன்படும். காட்டுணவுகளை இரு வகையாகச் சுட்டலாம். அதாவது வீட்டுக்கு வெளியே வயல்வெளிகளில் அவித்தும், சுட்டும், வாட்டியும் உண்பது ஒரு வகை. சான்றாகச் சிலவற்றை இங்குப் பார்க்கலாம்.

கம்மங்கதிர்களைப் பறித்து, உமிட்டி, கொங்கைகளை நீக்கி அடுப்பு கூட்டி, ஒரு பாத்திரத்தில் நீர் வைத்து, நெருப்பு மூட்டி, நீர் கொதித்ததும் கம்பைக் கொட்டி, சிறிது வெல்லமும் துளி உப்பும் போட்டு வேகவைத்துக் 'கொதிகம்பு' தயாரித்து உண்பதுண்டு. மல்லாட்டையும் வள்ளிக்கிழங்கும் நெருப்பிலிட்டுச் சுட்டுத் தின்பதும், முற்றிய தேங்காயின் கண்ணைத் திறந்து நீரை வெளியே எடுத்து, அத்துளை வழியே பொட்டுக் கடலை, வெல்ல சக்கரையைக் கொட்டி, நெருப்பிலிட்டுச் சுட்டு, தேங்காய் ஓட்டை நீக்கித் தின்பதும் அவ்வப்போது நிகழும். கேவுரு கதிரை நெருப்பில் வாட்டி, உமிட்டி, தூசு போக ஊதித் தின்பதும் உண்டு.

காட்டுணவுகளில் மற்றொரு வகை சமைக்காமல் பச்சையாக உண்பது. இந்தக் கட்டுரை சமைக்காமல் உண்ணும் காட்டுணவுகள் பற்றியது.

முதலில் ஊர் மேலக்குளத்தின் கீழக்கரையிலுள்ள முருகன் கோவில் நந்தவனத்திலிருந்து தொடங்கலாம். நந்தவனத்தில் பூத்திருக்கும் செம்பருத்திப்பூ, கருப்பும் சிவப்பு மாகப் பழுத்துக் கிடக்கும் சற்றே இனிப்பான மணத்தக்காளி, சீமைத்தக்காளிப் பழம் (வெடித் தக்காளி என்றும் கூறுவர்), மூங்கில்படல் வேலியில் படர்ந்திருக்கும் முசுமுசுக்கைக் கொடியில் காய்த்திருக்கும் (மிளகைவிடச் சற்றுப் பெரிதான) வெள்ளரிக்காய் சுவையை ஒத்த சுவையுடைய முசுமுசுக்கைக் காய், கோவைக் கொடியில் தென்படும் பூவோடுகூடிய சிறு பிஞ்சு மற்றும் செக்கச் சிவந்த கோவைப்பழம், துளசி இலைகள், தரையில் படர்ந்து அரை அடி உயரம் தலையைத் தூக்கி நிற்கும் அம்மான்பச்சரிசியின் துவர்ப்பான சிறிய காய், கீழே விழுந்து கிடக்கும் பெருநெல்லிக்காய், வேலியில் நடப் பட்டுள்ள கிளுவை மரக்கிளையில் துளிர்த்திருக்கும் கிளுவைமர இலைத் துளிர்கள் எல்லாம் எங்களின் சிற்றுணவுகள். தாழம்புதரின் நுனிப் பகுதியில் இரண்டு மூன்று மடல்களை ஒன்றாகப் பிடித்து

மெதுவாக இழுத்தால் மடல் அறுந்து வெளிவரும். அதன் அடிப்பக்கக் குருத்துப் பகுதி வெண்மையாக இருக்கும். இது தாழைச்சோறு என்று சுட்டப்படும். கடித்து மென்றால் மொறு மொறுவென்று இருக்கும்; அதுவும் ஒரு சுவைதான்.

கோயிலுக்கு வடபுறம் தொடக்கப் பள்ளியின் கூரைக் கட்டடம். பள்ளிக்கு வடபகுதியில் ஓர் அரசமரமும், அதன் கீழ் குளத்தங் கரைப் பிள்ளையாரும். அரசமரம் பழுக்கும் காலத்தில் மரத்தின் கீழே பாய்விரித்தாற்போலச் சிறுசிறு அரசம் பழங்கள். நல்ல பழங் களாகப் பார்த்து எடுத்து உண்போம். பழுக்கும் காலத்தில் காக்கை களும், குருவிகளும், கிளிகளும், அணில்களும் ஒரே ஆரவாரமாக இருக்கும். அவற்றோடு நாங்களும் மகிழ்ச்சியாக இருப்போம்.

குளத்தின் கிழக்குக் கரை முடிந்து வடக்குக் கரை தொடங்கு மிடத்தில் ஓர் ஆல மரம். இம்மரம் பழுக்கும் காலத்தில் இதன் கிளைகளெல்லாம் நெருப்புப் பிடித்தாற்போல் சிவப்பாகப் பழுத்திருக்கும். அரசமரத்தைப் போலவே பறவை முதலான வற்றின் கீச்சொலிகள் இடையறாமல் ஒலிக்க, கீழே விழும் பழங்களை நாங்கள் பொறுக்குவோம். பழத்தைப் பிட்டு உள்ளே பூச்சி ஏதேனும் உள்ளதா என்று பார்த்து வாயால் நன்கு ஊதிய பின்னர் வாயிலிட்டு உண்போம். விதைகள் நறநறப்பதால் சில நேரங்களில் விதைகளை நீக்கிச் சதைப்பற்றை மட்டும் உண்போம்.

பனைகள் பழுக்கும் காலத்தில் எங்கள் வேட்டை தொடங்கும். பகலில் பழம் விழும்போது அங்கிருப்பவர் யாரோ, அவர் அதனை எடுத்து விடுவார். ஆனால், இரவில் விழும் பழம் பார்ப்பாரற்று வயல் சேற்றில் கிடக்கும். அதனால் விடியற்காலம் எழுந்து மரத்துக்குக் கீழே தேடி, பழத்தை எடுத்து, நீரில் கழுவி, ஆசைதீர வாசனை நுகர்ந்து மேல்தோலைப் பற்களால் கடித்து உறித்து, உள்ளே உள்ள நாரோடு உள்ள பழத்தைப் பற்களால் கடித்து மென்று, சாற்றை விழுங்கினால் சுவையோ சுவை. பனம்பழம் பித்தம் என்பர். கூடவே 'பசிக்குப் பனம்பழம் சாப்பிட்டால், பித்தம் போற வழியே போவும்' என்றும் கூறுவர். இதைப் பற்றி யெல்லாம் நாங்கள் சிந்தித்ததில்லை.

குளத்தின் தெற்குக் கரையிலும் மேற்குக் கரையிலும் நடுவில் வண்டிப்பாதை இருக்கும். இருபுறமும் சரிவான பகுதிகள்.

இங்குத்தான் 'கோட்டிப்புள்' விளையாடுவோம். ஆட்டத்திற்கிடையே களைப்பு ஏற்பட்டால், மேலக்கரையிலுள்ள வன்னிமர நிழலில் ஓய்வெடுப்பதுண்டு (அறுவடை முடிந்து பயறு, உளுந்து பிடுங்கிய பின் சித்திரை வைகாசி மாதங்களில் ஆட்டக்களம் வயலுக்கு மாறிவிடும்). ஏரிக்கரையில் ஆடும்போது குளத்தில் ஆழமற்ற கரையோரப் பகுதிகளில் கையகலப் பச்சை நிற இலைகளைக்கொண்ட செடிகள் நீரில் செழித்து வளர்ந்திருக்கும். ஒவ்வொரு செடியின் நடுவிலும் கடுகளவு வெள்ளைநிறப் பூக்கள் தெரியும். பூக்கள் இருக்கும் பகுதியைப் பிடித்து இழுத்தால், சிறு தண்டுடன் நுனியில் ஒரு காய் வெளிப்படும். அந்தக் காய் இலை மூடிய, சிறிய நீள்வடிவிலான, இரண்டு அங்குல அளவில் இருக்கும். இலை உறையை அகற்றிக் காயைப் பிளந்தால் உள்ளே உறைந்த நெய்போல் (மணல்போல்) இருக்கும். அதனால் அது 'நெய்சட்டி' என்று அழைக்கப்பட்டது. அது வெண்டைக்காயைப் போன்ற சுவையுடன் கொழகொழப்பாக இருக்கும். ஆட்டத்தின் நடுவே அதில் நான்கைந்தைப் பிடுங்கித் தின்பதுண்டு.

குளத்து நீரில்தான் எங்களின் 'ஓரி' ஆட்டம் (நீர் விளையாட்டு) நடைபெறும். நீரின்மேல் கவிழ்ந்து படுத்து இரு கால்களாலும் மாறிமாறி நீரிலடித்து முன்னேறும் 'தம்பட்ட மடித்தல்', நீரின் மேல் அண்ணாந்து படுத்தவாறு கைகளால் துடுப்புப்போட்டுப் பின்னோக்கிச் செல்லும் 'காக்கா நீச்சல்' என்றிவ்வாறு பலவகை நீச்சல்கள் அடிப்போம். குறிப்பிட்ட இடத்திற்குச் சென்று திரும்பும் போட்டியும் நடைபெறும். ஒருவர் நீரில் மூழ்கிச் சென்று குழுவில் உள்ள ஒருவரைத் தொடும் விளையாட்டும் உண்டு. நேரம் போவது தெரியாது.

தாமரைக் கொடிகள் பக்கம் நடந்தால் தரையோடு முளைத்தெழும்பும் தாமரைக்குருத்து காலில் மிதிபடும். நீரில் மூழ்கி குருத்தைப் பிடித்துச் சேற்றைத் தோண்டினால் தாமரைக்கிழங்கு கிடைக்கும். வெண்மையாக இருந்தால் இளங்கிழங்கு. மஞ்சள் நிறத்திற்கு மாறிக்கொண்டிருந்தால், சற்று முற்றிய கிழங்கு. சுவை சற்று மாறுபடும்.

நீண்ட நேரம் 'ஓரி' ஆடிய களைப்புக்குத் தாமரைக் கிழங்கு சுவையாகவே இருக்கும். தாமரை மலரின் நடுவிலுள்ள மஞ்சளான

பகுதியும் உண்ணத்தக்கதே. துவர்ப்பு தொண்டையை அடைக்கும். ஒருவாய் தண்ணீர் குடித்தால் சரியாகவிடும். இதழ்கள் உதிர்ந்து, காயாகி, நீருக்கு மேல் நீட்டிக்கொண்டிருக்கும் தாமரைக் காயை உடைத்தால், உள்ளே வெண்ணிறப் பருப்பு சற்று இனிப்பாக இருக்கும். அல்லி மலரின் உள்பகுதியும் சற்றுத் துவர்ப்பான சுவையுடன் எங்கள் வாயில் அரைபடும்.

நெடுஞ்சாலைக்குச் செல்லும் வழித்தடத்தின் இருபுறமும் வளர்ந்துள்ள காட்டாமணக்குச் செடிகளும் எங்கள் விளை யாட்டுக்கு உதவக்கூடியவை. காட்டாமணக்குக் கிளையை ஒடிக்க வெளிவரும் திரவத்தைக் கொட்டாஞ்சியில் (தேங்காய் ஓடு) பிடித்து இருபுறமும் துளையிருக்குமாறு கிள்ளப்பட்ட வைக் கோலின் ஒரு புறத்தை அந்தத் திரவத்தில் தொட்டு மறுபுறத்தில் வாய் வைத்து ஊத முட்டை முட்டையாக வெளியேறும். குமிழ்கள் பெருமகிழ்வளிக்கும். விளையாடிக்கொண்டே தடத்தின் ஓரத் திலிருக்கும் விளாமரத்தில் காய்த்துத் தொங்கும் பழங்களை நோக்கிக் கற்களை வீச, பழங்களும் காய்களுமாகக் கீழே விழும். செம்பழம், கடும் புளிப்பும் துவர்ப்புமாக இருக்கும். பழம், சற்று இனிப்பும் புளிப்புமாக இருக்கும். எங்களுக்கு அனைத்தும் சுவைதான்.

நெடுஞ்சாலைக்கு வந்தால் சாலையின் இருபுறமும் முதிர்ந்த புளிய மரங்கள் இருக்கும். வெள்ளைக்காரன் காலத்தில் வைக்கப் பட்டவையாக இருக்கலாம். அந்தச் சாலையோரப் புளியமர நிழல்களும் எங்கள் விளையாட்டுக் களங்கள்தாம். அங்கே உள்ள இலந்தைமரம் காய்த்துக் குலுங்கும்போது அதன் பழங்களும் செங்காய்களும் எங்களுக்கு விருந்தாகும். கொத்துக்கொத்தாக இலந்தை முள் உள்ள மரத்தில் ஏற இயலாது. இலந்தை முள்ளை வெட்டி வீட்டிற்கும் சுவருக்கும் இடையிலுள்ள இடைவெளியை மறைத்துக் கட்டுவதுண்டு. வீட்டினுள் வௌவால் வருவதைத் தடுக்க இந்த ஏற்பாடு. இலந்தைமுள் வௌவால் தடுப்பானாகப் பயன்படக்கூடியது. நீண்ட சுரடு வைத்திருப்பவர்கள் சுரடால் இலந்தை மரக்கிளைகளைப் பிடித்து உலுக்கினால்தான் உண்டு. இல்லையெனில் பழத்தைப் பறிக்க, கல்லெறிதல்தான் ஒரே வழி.

நெடுஞ்சாலை ஓரத்தில் ஒரு இஸ்லாமியர் வீடு. வீட்டின் பின்புறம் கொடுக்காப்புளி மரங்கள் வரிசைகட்டி நிற்கும். காய்கள் நன்கு வளைந்து சுருட்டிக் கொண்டிருக்கும் (கொடு + காய் = வளைந்த காய்). பழுத்தால் மேல்தோல் சிவப்பாக மாறிவிடும். வெடித்து உள்ளே உள்ள வெள்ளையும் சிவப்புமான சுளைகளும் அவற்றினுள்ளே உள்ள கருநிறக் கொட்டைகளும் தெரியும். கல்லெறிந்து பழங்களை விழச்செய்து இனிப்பும் துவர்ப்புமான சுளைகளைச் சுவைப்போம்.

ஐந்து ஏக்கரில் அமைந்திருக்கிறது ஐயனார் கோவில். அங்கு தென் கிழக்கு மூலையிலுள்ள ஆலமர நிழலில் கரும்பு பிழிந்து வெல்லம் காய்ச்சுவர். மல்லாட்டை பிடுங்கும் காலத்தில், இன்னொரு ஆலமரத்தின் கீழே மல்லாட்டையைப் பரப்பி விடிகாலை நேரத்தில் வரிசையாக அமர்ந்து தடியால் தட்டித் தட்டி தோலை நீக்கிப் பயற்றைப் பிரிப்பர். இதுபோன்ற காலங்களில் தோப்பில் ஆள் நடமாட்டம் இருக்கும். ஏனைய காலங்களில் ஆடுமாடுகள் மேய்ப்பவர்கள் தவிர யாரும் தோப்பில் தென்பட மாட்டார்கள். அந்தத் தோப்பு சிறார்களுக்கு அச்சம் தரும் இடமாக இருக்கும்.

தோப்பினுள் நுழையும்போது ஒரு குட்டை இருக்கும். அதன் ஓரம் தழைத்து நிற்கும் நாவல் மரம். பூத்து, காய்த்து, பழுக்கும் வரை எங்கள் கவனம் அதில் இருக்கும். பழுத்த பழங்கள் கீழே விழுந்து மண்பூசிக் கிடக்கும். எடுத்து ஊதி மண்ணை நீக்கி உண்போம். 'சுட்ட பழம் வேண்டுமா, சுடாத பழம் வேண்டுமா' என்ற ஔவையிடம் முருகன் கேட்டதான கதையை வாத்தியார் கூறியது நினைவுக்கு வரும். நிறைய பழுத்த பிறகு கூட்டாளிகள் மரத்தில் ஏறி உலுக்குவர். பழமும் செம்பழமும் விழும். வீட்டிற்கு எடுத்துச் சென்று உப்பிட்டுக் குலுக்கி, சற்று நேரம் கழித்து உண்டால் நன்றாக இருக்கும்தான். அந்தப் பொறுமையெல்லாம் எங்களுக்குக் கிடையாது. தொண்டை கமறும். கவலைப்பட்ட தில்லை.

கோடைக்காலத்தில் புளிய மரங்கள் இலைகளை உதிர்த்து விடும். வயதான சிலர் அந்தப் புளியஞ் சருகுகளைக் கூட்டி மூட்டையாகக் கட்டி எடுத்துச் செல்வர். உவர் நிலங்களில் கொட்டி நீர் பாய்ச்சினால் நிலத்தின் உவர் தன்மை நீங்கும் என்பர்.

இலை உதிர்ந்த புளிய மரங்கள் உடனே துளிர்த்துத் தழைக்கவும் தொடங்கும். பூவும் பிஞ்சுமாக மாறும். பசுமஞ்சள் நிறத்திலான துளிர்களும், அவற்றோடு மஞ்சளும் சிவப்பும் பச்சையுமான பூக்களும், சிறு பிஞ்சுகளும் எங்களைச் சுண்டியிழுக்கும். கைக்கெட்டும் கிளைகளை வளைத்துத் துளிர்கள், பூக்கள், பிஞ்சுகளோடு உருவி வாயிலிட்டு மெல்ல, துவர்ப்பும் புளிப்பும் சிறு கசப்புமான சுவை எச்சிலூறச் செய்யும். சிறிது காலத்தில் புளியம்பூக்கள் உதிர்ந்து சிறுசிறு பிஞ்சுகள் இருக்கும். அவற்றைப் பறித்து வாயிலிட்டு மென்றால், சற்றுக் கொழகொழப்பாகவும் புளிப்பாகவும் இருக்கும். மேலும் முற்றிய புளியங்காயோ கடும் புளிப்பாக இருக்கும். வாயிலிட்டு மெல்லும்போது பல்லைக் கூசச்செய்யும். எனவே, காயைப் பறித்து புளியமரத்தின் அடிப் பாகத்தில் பெரிதாக உள்ள சொரசொரப்பான மரப்பட்டையில் தேய்த்து வழித்து வாயிலிட்டுச் சப்பி விழுங்குவோம். அடுத்துச் செம்பழம். ஓடும் பழமும் பிரியாத நிலை. அதுவும் சுவைதான். கடைசியாகப் புளியம்பழம். ஓடும் பழமும் பிரிந்த நிலை. பழுக்கும் காலத்தில் எங்கள் சேக்காளிகளுக்குத் 'தித்திப்புப் புளியமரம்' எது என்பது தெரியும். அம்மரத்துப் புளியம்பழம் அதிகப் புளிப்பில்லாமல் இருக்கும். சிறிது இனிப்பாகவும் இருக்கும். இப்படிப் புளியமரம் துளிர்விட்டுப் பூப்பது தொடங்கி, பழுக்கும் காலம்வரை எங்கள் வேட்டை தொடரும்.

புளியமரம் பற்றிக் கூறும்போது அந்த மரத்தில் எடுத்த தேனடைகள் பற்றிக் கூறாமல் இருக்க இயலுமா? புளி பூத்துக் குலுங்கும் காலத்தில் தேனடைகள் அதிகம் காணப்படும். மரத்தில் துளிர்த்துப் பூத்து இலைகள் அடர்ந்திருக்குமிடத்தை உற்று நோக்கினால் அடம்புக்குள் தேனடை காணப்படும். கோயில் தோப்பு, நெடுஞ்சாலையின் இருபுறமும் உள்ள மரங்களில் எங்களின் தேடுதல் வேட்டை இருக்கும். எங்கேனும், யாரேனும் ஒருவர் தேனடையைப் பார்த்துவிட்டால், மகிழ்ச்சிக் கூச்ச லிடுவார். எல்லோரும் அங்கே ஓடுவர். என்னைத் தவிர ஏனைய அனைவரும் மரம் ஏறுவர் (சேக்காளிகளோடு நானும் மரமேற முயன்றதுண்டு. பத்தடி உயரம் ஏறியபின் கீழே பார்த்தால் தலைசுற்றத் தொடங்கும். அதனால் மரமேறும் முயற்சியைக் கைவிட்டுவிட்டேன்).

சேக்காளிகளுள் ஒருவர் துண்டால் தலை, உடல் பகுதிகளை மறைத்துக்கொண்டு மரமேறி தேனடையைக் காயப்படுத்தாமல் கீழே எடுத்துவருவார். தேனடையின் கீழ்ப்பகுதி புழுவடை. தேனீக்களின் புழுப்பருவம் என்பர். அதையொட்டி மஞ்சள்பொடி திணித்தாற் போன்ற ஒரு பகுதி. இனிப்பாக இருக்கும். கிளையை ஒட்டி உள்ள பகுதி தேன். அனைவருக்கும் பங்கு பிரித்துக் கொடுக்கும் பணி எனக்கு அளிக்கப்படும். நான் அனைவருக்கும் சமமாகப் பிரித்துக் கொடுப்பேன். ஆடையுடன் வாயிலிட்டுச் சப்புக்கொட்டி, தேனைச் சுவைப்போம். மறக்க முடியாத இனிய அனுபவம் அது.

தோப்பில் இலுப்பை மரங்கள் மிகுதியாக இருக்கும். சில நேரங்களில் மரத்தில் ஏராளமான கூடுகள் சிலந்திகளால் கட்டப் பட்டவை போல இருக்கும். அதில் சிவப்பாக வெகு வேகமாக ஓடும் ஒருவகை எறும்பு இருக்கும். அது முசுடு எனப்படும். முசுடு கடிக்குப் பயந்து யாரும் அதில் ஏறப் பயப்படுவர். அதுகுறித்து இங்கு வேண்டாம். மாறாக, இலுப்பைப் பூ, இலுப்பைப் பழம் பற்றிப் பார்க்கலாம். இலுப்பைப் பூ பூத்திருக்கும்போது அந்த இடத்தில் வாசனை அருமையாக இருக்கும். பூக்கள் விழுந்து கிடப்பதைப் பார்ப்பதும் அழகுதான். குண்டு குண்டாக வெண்மை யாக இருக்கும். சுவைத்தால் இனிப்பாக இருக்கும். 'இல்லாத ஊருக்கு இலுப்பைப்பூ சர்க்கரை' என்பர். அதிகம் உண்ண முடியாது. அதனைப் பொறுக்கிச் சென்று உலர்த்தி மிளகாய், உப்பு எல்லாம் சேர்த்து உரலிலிட்டு இடித்து உருண்டையாக்கி உண்பர். பச்சையாக அதிகம் உண்ண முடியாது. ஆனால், எங்கள் சிற்றுணவுப் பட்டியலில் இலுப்பைப் பூவும் உண்டு. காய்த்துப் பழுக்கும்போது அந்தப் பழத்தின் உட்பகுதியைச் சிறிதளவு உண்பது உண்டு.

நுணாமரம் தெரியும்தானே? தமிழகத்தின் தென்பகுதிகளில் அதை 'மஞ்சனத்திமரம்' என்பர். அந்த மரம் பூத்தால் மல்லிகைப்பூ மணம் வரும். நிறமும் வெண்மைதான். அந்த மரத்தில் காய்க்கும் காய்களைப் பறித்துத் தென்னந்துடைப்பக் குச்சிகளைச் செருகித் தேர் தயார் செய்து விளையாடுவதுண்டு. காய்கள் பழுத்தால் பெருநெல்லிக்காய் அளவில் முடிச்சு முடிச்சாகக் கன்னங்கரேல் என்று இருக்கும்—நாவல் பழத்தின் நிறத்தில். பறித்து, வாயிலிட்டு,

சப்பி சதையை விழுங்கிவிட்டுக் கொட்டை களைத் துப்பி விடுவோம். பழத்தைத் தின்றபின் நாக்கெல்லாம் கருப்பாகிவிடும். சற்று இனிப்பும் உரைப்புமான சுவை. அதிகம் சாப்பிட்டால் நாக்கு எரியும். சில நேரங்களில் வைக்கோல்போரின் அடிப்பகுதியில் வைக்கோலை நீக்கிவிட்டு, நுணாக் காய்களை வைத்து வைக் கோலை மூடிப் பழுக்க வைப்போம். பழுத்துவிட்டதா என்று அவ்வப்போது பார்க்கவும் செய்வோம். ஒருவர் அறியாமல் ஒருவர் பார்ப்பதும் உண்டு. இப்போது நினைத்தால் சிரிப்பு வருகிறது.

ஐயனார் கோயில் முன்புறம் வரிசையாகப் பச்சைப்பசேல் என்ற நிறத்துடன் உயர்ந்து நிற்கும் இலவம்பஞ்சு மரத்தில் சரஞ்சரமாகக் காய்கள் தொங்கும். முற்றவிட்டால், நல்ல இலவம்பஞ்சு கிடைக்கும்தான். நாங்களோ கல்லெறிந்து இளங்காய்களை விழச் செய்து உடைத்து உள்ளிருக்கும் விதைகளை உண்போம். இலவு பழுக்குமென்று காத்திருக்க நாங்கள் கிளிகள் அல்லவே!

யாரையேனும் அபூர்வமாகப் பார்த்தால் 'என்ன அத்தி பூத்த மாதிரி இந்தப் பக்கம்?' என்போம். தோப்பிலும் அப்படித்தான். ஒரேயொரு அத்திமரம்தான்—அபூர்வமாக. காய்க்கும் காலத்தில் மரத்தினடியிலிருந்து கிளைகள்தோறும் கொத்துக் கொத்தாகக் காய்க்கும். பழுத்தபின், பழத்தைப் பறித்து, பிட்டு, பூச்சியுள்ளதா என்று பரிசோதித்துவிட்டுத் தின்போம்.

சப்பாத்திக் கள்ளியின் முள்ளை நினைத்தால் பயம் வரும். மஞ்சள் நிறத்தில் இரும்புபோல் வலுவாக இருக்கும். அதில் பழம் பறிப்பது பெரும் போராட்டம்தான். பழம் பறித்து அடிப் பக்கத் திலிருந்து மேல்தோலைக் கவனமாகக் கிழித்து நுனிப் பகுதியில் சக்கரம்போல இருக்கும் 'நா(ய்)முள்ளை' அகற்றி, பழத்தை வாயிலிட்டுச் சுவைப்போம். 'செக்கச்செவேல்' என்று இருக்கும் பழத்தைச் சப்பி, கொட்டைகளைத் துப்பிவிடுவோம். லேசான இனிப்புச் சுவை இருக்கும். வாயெல்லாம் சிவப்பாக மாறிவிடும்.

புளிப்பும் துவர்ப்புமானது கிளாக்காய். இனிப்பான கருப்புநிறக் களாப்பழம். நாவல் பழம்போல் கருநிறத்திலான இனிப்பான காரைப்பழம். சிறிய கருநிற ஈச்சம்பழம் எல்லாம் எங்கள் காட்டுணவுப் பட்டியலில் இடம்பெறும்.

கோயில் தோப்பில் சடுகுடு ஆடிக் களைக்கும்போது பெரிய வாய்க்காலில் குளியல்—ஓரி எல்லாம் நடக்கும். வாய்க்காலைத் தாண்டிச் சென்றால் கரும்பு அல்லது கம்பு அல்லது கேவுரு அல்லது சோளம் அல்லது மல்லாட்டை அல்லது வள்ளிக்கிழங்கு அல்லது கரும்புப் பயிர் வைக்கும் புஞ்சை வயல்கள். 'வாழக் கொட்டான்' என்பது அந்த நிலங்களின் ஒட்டுமொத்தப் பெயர். இப்பகுதியில் மேற்குறித்த பயிர்கள் மாறி மாறிப் பயிரிடப்படும். அறுவடைக்கு முன் அவரவர் வயலில் தேவையானதை எடுத்து உண்பர். வயல் இல்லாதவர்களுக்கு வயல் உள்ளவர்கள் கொடுப்பர். இதில் பெரிய சுவாரசியம் இருக்காது. கம்பு, கேவுரு, சோளம் அறுவடையின்போது கதிர்களை மட்டும் அறுத்துவிட்டுத் தட்டைகளை விட்டுவிடுவர். முற்றாத சில கதிர்களையும் விட்டுவிடுவர். அவை முற்றி, தப்புக்கதிர்களாக இருக்கும். அவற்றைத் தேடி எடுத்து வந்து துண்டை விரித்துக் கதிர்களை உமிட்டி, கொங்கை, தூசு போக ஊதி உண்போம். அதுபோல, கரும்பு வெட்டிய வயல்களில் குவிந்திருக்கும் கருப்பஞ் சோலைகளில் (கரும்புத் தோகைகளில்) மறைந்து கிடக்கும் தப்புக் கரும்பு எங்கள் கண்களுக்குத் தப்பாது. அந்தக் கரும்பு மிக இனிப்பாக இருக்கும்.

அதேநேரத்தில் கரும்பை மெல்லும் போது, அது வாயின் இருபுறத்தையும் கிழித்துவிடும். கரும்பு சாப்பிட்டபின் வீட்டிற்றுச் சென்று காரமாக ஏதேனும் சாப்பிட்டால் வாய் எரியும். கண்களில் நீர் வரும். மல்லாட்டை பிடுங்கிய வயல்களில் பிடுங்கப்பட்ட குழிகளைக் குச்சியால் கிளறினால் நிச்சயம் தப்பு மல்லாட்டை கிடைக்கும். முயற்சிக்கு ஏற்ப பலன் கிடைக்கும். வள்ளிக்கிழங்கு தோண்டிய இடங்களில் நிலத்தில் இத்துப்போன அல்லது தங்கிப்போன கிழங்குகள் துளிர்விடத் தொடங்கி, தம் இருப்பை வெளிப்படுத்தும். குச்சியால் கிளறி, கிழங்கை எடுத்துக் கழுவினால் நிறம் வெளுத்த கிழங்கு அதிக இனிப்புள்ளதாக இருக்கும். இவ்வாறு விளையாட்டாகத் தேடி உண்பதுதான் எங்களுக்கு அதிக மகிழ்வளிக்கும்—உழைப்பால் கிடைத்தவை என்பதால்.

ஊருக்கு வடக்கே உள்ள நஞ்சை நிலப்பகுதி 'வடக்குவெளி' எனப்படும். கோடைக்காலத்தில் எங்கள் ஆட்டக்களம் அறுவடை யான வடக்குவெளி வயல்கள்தாம். விளையாட்டு இடை

வேளையில் பயறு, உளுந்து பிடுங்காத வயல்களில் முற்றிய பயத்தங்காய்களையும், உளுத்தங்காய்களையும் பறித்துக் கால் சட்டைப் பைகளில் நிரப்பிக்கொள்வோம். ஒவ்வொன்றாக எடுத்து நுனியைக் கிள்ளி முன்பற்களுக்கிடையே செருகி, பற்களை லேசாகக் கடித்து மெல்ல வெளியே இழுக்க, பயறு, உளுந்து வாயிலும் தோல் கையிலும் இருக்கும். முற்றாத பிஞ்சுக் காயாக இருந்தால் அப்படியே மென்று விழுங்குவோம். எள் வயல்களைக் கடக்கும்போது முற்றிய எள் காய்களும் பிளக்கப் பட்டு முன்பற்களில் செருகி இழுக்க எள் வாய்க்குள் தங்கும்.

இப்படியாக எங்கள் காட்டுணவு அனுபவங்களை அடுக்கிக் கொண்டே போகலாம். மேலே குறித்தவை எல்லாம் என் ஐந்து வயது தொடங்கி பதினாறு வயது வரை அதாவது 1955 முதல் 1966 வரையுள்ள காலக்கட்ட அனுபவங்கள். இதேபோன்ற அனுபவங்கள் கிராமத்தில் பிறந்து வளர்ந்த பெரும்பாலானவர் களுக்குக் கிடைத்திருக்கும். நிலவியல் தன்மைகளுக்கேற்ப, காட்டுணவுகளில் மாறுபாடுகள் காணப்படும்—அவ்வளவே.

தொல் பழங்கால வாழ்வின் மிச்சசொச்சங்கள் மக்களிடையே காணப்படுகின்றன. காட்டுவாழ்க்கையில் எவற்றை உண்ணலாம்? எவற்றை உண்ணக் கூடாது என்று அனுபவத்தின் அடிப்படையிலும் விலங்குகள் பறவைகளிடமிருந்தும் அறிந்த மனிதர்கள், தாம் அறிந்தவற்றைக் காலங்காலமாகத் தலைமுறைகளுக்குக் கடத்தி வந்துள்ளனர். எங்கள் முன்னோர்கள் எவற்றை உண்ணலாம் என்று எங்களுக்குச் சொல்லித் தந்தார்களோ அவற்றை உண்டுள்ளோம். எங்களுள் விதைக்கப்பட்ட மரபறிவு எங்களுக்கு உதவியுள்ளது. மேற்குறித்த காட்டுணவுகளைப் பின்வருமாறு வகைப்படுத்திக் கூறலாம். தாவரங்களின் இலை, பூ, காய், கனி, கொட்டைகள் மற்றும் கிழங்குகள், தேன், பருப்புகள், தானியங்கள் முதலியன.

எங்களால் சிறு வயதில் உண்ணப்பட்ட இவையெல்லாம் உடலுக்கு நன்மை செய்யக் கூடியவையா என்ற ஐயம் இப்போது எழுகிறது. நாங்கள் உண்ட காட்டுணவுகளின் மருத்துவ குணங்கள் குறித்து அறிந்துகொள்ளும் நோக்கில் கூகுளில் தேடியபோது தாழஞ்சோறு, நெய்சட்டி போன்ற ஒருசில தாவரங்கள் பற்றிய விவரங்களை அறிய முடியவில்லை. அவற்றின் தாவரவியல்

பெயர்கள் தெரிந்து தேடினால் அவற்றின் பயன்களையும் அறியக்கூடும். அவற்றைத் தவிர ஏனைய அனைத்துத் தாவரங்களும் மருத்துவக் குணங்களுடையவை என்பதை அறிய முடிந்தது. அவற்றுள் பலரால் அறிய முடியாத அருகிய சில தாவரங்கள் குறித்து மட்டும் சுருக்க மாகக் கீழே தரப்படுகிறது.

செம்பருத்திப்பூ, இதயத்திற்கு நன்மை செய்யக்கூடியது.

மணத்தக்காளி. பல்வலி நிவாரணி, காசநோயைக் கட்டுப் படுத்தும் ஆற்றல்கொண்டது.

முசுமுசுக்கை. முசு-குரங்கு; முசுமுசு-இரு குரங்கு. இரு குரங்கின் கை என்று சித்த மருத்துவர்களால் சுட்டப்படும் மூலிகை. நுரையீரல் மற்றும் சுவாசக் கோளாறுகளுக்கு மருந்து. சளி, இருமலைப் போக்கும்.

கோவைப்பழம். இரத்த சர்க்கரை அளவைக் குறைக்க உதவுகிறது.

அம்மான்பச்சரிசி. மிகுந்த மருத்துவப் பயன்கொண்டது. காய், சிறு பிள்ளைகளின் வயிற்றுப் பூச்சியை அழிக்க உதவும். (இது குறித்து மேலும் விவரமறிய இந்தக் கட்டுரையாளரின் *தமிழர் கலை இலக்கிய மரபுகள்* என்னும் நூலில் இடம்பெற்றுள்ள கட்டுரையைக் காண்க).

அரசம்பழம். காய்ச்சல், ஆஸ்துமா நோய்களுக்கு மருந்து. வாயிலுள்ள பாக்டீரியாக்களையும் பற்கறைகளையும் நீக்கும். செரிமானத்துக்கு உதவும். இரத்த சர்க்கரையைக் குறைக்கும். மஞ்சள் காமாலைக்கு மருந்து. கருப்பைக் கிருமிகளை அழிக்கும்.

ஆலம்பழம். இந்தப் பழத்திலுள்ள செரசானின் என்னும் பொருள் மன அழுத்தத்தையும், மனச்சோர்வையும் நீக்கும்.

பனம்பழம். உடலிலுள்ள கழிவுகளை அகற்றும்.

தாமரைக்கிழங்கு. நெஞ்சில் கபம், காசநோய்களுக்கு மருந்து. தோல்நோய்களைக் குணப்படுத்தும்.

தாமரைக்காய்விதை, மெக்னீசியம், பொட்டாசியம், பாஸ்பரஸ், புரோட்டீன் நிறைந்தது, நார்ச்சத்து அதிகம். இக்காலத்தில் பொரியாகக் கடைகளில் கிடைக்கிறது.

கொடுக்காப்புளி. வளைந்த காய்களைக்கொண்டது. எலும்புகளை வலுவாக்கும், உள்காயங்களைக் குணப்படுத்தும். கீழ்வாதம், மூட்டுவலி, மூட்டுத்தேய்மானம் இவற்றைக் குணப்படுத்தும்; கால்சியம் அதிகம்.

இலுப்பைப்பூ, பழம், பூ. உடல்வெப்பத்தை அதிகரிக்கும். பசி உண்டாக்கும். மதுமேகத்தைக் குணமாக்கும். விந்தணுக்களின் அடர்த்தியை அதிகரிக்கும். இலுப்பைப்பூ, பழத்தின் சதைப் பகுதியை நொதிக்கச் செய்து மது தயாரித்தனர் தமிழர். இந்தியப் பழங்குடிகள் இன்றும் மது தயாரித்து வருகின்றனர். ஒரு டன் பூவில் எழுநூறு கிலோ சர்க்கரையும், 300 கிலோ எரிசாராயமும் கிடைக்கும்.

நுணாப்பழம். உடல் வெப்பத்தைக் குறைக்கும். மாந்தம், மண்ணீரல், கல்லீரல் நோய்களைக் குணப்படுத்தும். சர்க்கரை நோயைக் குணப்படுத்தும். இரும்புச் சத்தை அதிகரிக்கும். வயிற்றுப் புண்ணைக் குணமாக்கும். மூட்டு வலியைப் போக்கும். புற்றுநோய் வராமல் தடுக்கும்.

சப்பாத்திக்கள்ளிப் பழம். தொடர்ந்து சாப்பிட இதயத்துடிப்பு சீராகும். சருமத்தைப் பாதுகாக்கும். பார்வைத் திறனை மேம் படுத்தும்.

காரைப்பழம். இரத்த அழுத்தம், நரம்புத் தளர்ச்சியைப் போக்கும்.

களாக்காய்/பழம். விட்டமின் ஏ, சி சத்துகள் உள்ள இந்தப் பழங்களில் இரும்பு, தாது சத்துகள் அதிகம். இரத்த அழுத்தம், சர்க்கரை நோய்களைக் குறைக்கும். கண் பார்வையைத் தெளிவாக்கும். பித்த மயக்கத்தால், அவதிப்படுவோருக்குக் களாக்காய் நல்லது.

இவையெல்லாம் கூகுளில் கண்ட விவரங்களில் சில சுருக்க மான செய்திகள் மட்டுமே. மேலும் அறிய விரும்புவோர் கூகுள் மற்றும் சித்த மருத்துவ நூல்களையும், மருத்துவ மூலிகை அகராதி களையும் பார்த்து அறியலாம்.

தாவரங்கள் தவிர கிழங்குகள், தேன், பருப்புகள், தானியங்கள் குறித்து ஓரளவு அனைவரும் அறிவோமென்பதால் அவற்றைப் பற்றி இங்கு எதுவும் கூறவில்லை.

அடுத்த ஐயம், இந்தக் காட்டுணவுகள் பற்றிய மரபறிவு அடுத்தடுத்த தலைமுறைகளுக்குக் கடத்தப்படுமா? மஞ்சக் கொல்லையில் தற்போதுள்ள நிலை என்ன?

ஊரில் கடந்த அரை நூற்றாண்டுகளாக நிலவியல் சூழல் வெகுவாக மாறியுள்ளது. எங்களின் ஆட்டக்களங்கள் பல இப்போது இல்லை. அதுகுறித்துச் சுருக்கமாகக் காணலாம்.

முருகன் கோயில் நந்தவனத்தின் தெற்குக் கடைசியில் குடில் இருந்த இடம் இலவச மனைப் பட்டாவிற்கு எடுத்துக்கொள்ளப் பட்டது. எஞ்சிய இடத்தில் மேல் மருவத்தூர் சக்திபீடக் கோயில் ஒன்று சிறிதாகக் கட்டப்பட்டுள்ளது. நந்தவனத்தின் எஞ்சிய பகுதிகள் வேலியின்றிப் புதர்கள் மண்டிய பகுதியாகக் காணப் படுகின்றன.

மருந்துக்குக்கூட ஒரு பூச்செடி இல்லை. இன்றைய தலை முறையினர் நந்தவனம் பற்றி ஏதும் அறிந்திருக்கமாட்டார்கள். சாமியார் யாரும் கோயிலில் இல்லை. குளத்தங்கரை அரசமரம் காற்றில் விழுந்துவிட்டது. பிள்ளையார் இடம் மாறிவிட்டார். அந்த இடம் இலவச மனைப் பட்டாவிற்கு அளிக்கப்பட்டு வீடாக மாறிவிட்டது.

குளத்தில் ஆண்கள், பெண்கள் குளிக்கும் படித்துறைகள் இடிந்து பாழ்பட்டுக் கிடக்கின்றன. ஆலமரம் தன் பொலிவை இழந்து கடைசிக்காலத்தை எதிர்நோக்கி உள்ளது. ஏரிக்கரைப் பனை மரங்கள் வெட்டப்பட்டுவிட்டன. குளத்தின் தெற்கு மற்றும் வடக்குக் கரைகள் முழுதும் இலவச மனைப் பட்டாவாக அளிக்கப் பட்டதால் வீடுகளாகிவிட்டன. வன்னிமரம் அங்கு இல்லை. ஏரிக்கரை விளையாட்டுக் களமும் இல்லை.

குளத்திற்கு நீர் வரும் வழியும், வெளியேறும் வழியும் ஆக்கிரமிக்கப்பட்டுவிட்டதால் நீர் தேங்கி, குளம் குட்டையாகி விட்டது. தாமரை, அல்லி ஆகியவை அழிந்து விட்டன. தெளிந்த பளிங்கு நீர், பாசி பிடித்த கழிவு நீராகிவிட்டது. குடிக்கவும் குளிக்கவும் பயன்பட்ட குளம் மக்களின் அறியாமை காரணமாக உயிரினங்கள் வாழவும், கால் நனைக்கவும் தகுதியற்றதாகச் சாகடிக்கப்பட்டுவிட்டது.

நெடுஞ்சாலைக்குச் செல்லும் வழித்தடத்தின் இருபுறமும் தூர்க்கப்பட்டு வயல்கள் வீடுகளாகிவிட்டன. விளாமரம் இல்லை. நொச்சி, காட்டாமணக்கு காணாமல் போய்விட்டன. ஒருபக்கம் சீமைக்கருவேல மரங்கள் வளர்ந்திருக்கின்றன.

நெடுஞ்சாலையை அகலப்படுத்த இருபுறமும் இருந்த புளிய மரங்கள் வெட்டி வீழ்த்தப்பட்டன. இலந்தை மரம் வெட்டப்பட்டு விட்டது. கொடுக்காப்புளி மரங்கள் அங்கு இல்லை.

ஐயனார் கோயில் தோப்பு மேல்நிலைப் பள்ளிக்குத் தரப்பட்டு விட்டதால் தோப்பில் பல மரங்கள் வெட்டப்பட்டுவிட்டன. நாவல், அத்தி மரங்கள் இல்லை.

கரும்பு பிழிந்து காய்ச்சிய ஆலமரம் இருந்த இடத்தில் மாணவர் விடுதி கட்டப்பட்டுள்ளது. ஆல மரங்கள் இல்லை. வீரன் சிலை உருமாறிவிட்டது. இலவம்பஞ்சு மரங்களும், சப்பாத்திக் கள்ளியும், களாச்செடி, காரைச்செடிகளும் இப்போது இல்லை. கோயில் மட்டும் புதுப்பிக்கப்பட்டுள்ளது.

கம்பு, கேவுரு முதலியவை விளைவிக்கும் புஞ்சை நிலங்களில் ஆழ்துளைக் கிணறுகள் தோண்டப்பட்டு நெல் மட்டுமே பயிரிடப் படுகின்றன. சில நேரங்களில், மிளகாய், வெண்டை, கத்தரி முதலியன பயிரிடப்படுகின்றன. பழைய புஞ்சைப் பயிர்கள் பயிரிடப்படுவதில்லை.

அறுவடை இயந்திரங்களின் பயன்பாடுகள் மிகுதியால் பயறு, உளுந்து பயிரிடுவது வெகுவாகக் குறைந்துவிட்டது. இதுபோன்ற நிலவியல் மாற்றங்கள் காரணமாக விளையாட்டுக் களங்களும், விளையாட்டுகளும் மாறிவிட்டன. காட்டுணவுகள் கிடைக்கும் இடங்கள் சுருங்கிவிட்டன.

முன்பு ஒவ்வொரு வீட்டிலும் நான்கு, ஐந்து பிள்ளைகள் இருந்தனர். அவர்களை வெளியே சென்று விளையாடப் பெற்றோர் அனுமதித்தனர்.

தற்போது குடும்பக்கட்டுப்பாடு காரணமாக ஒவ்வொரு வீட்டிலும் ஒன்றிரண்டு பிள்ளைகள் மட்டுமே உள்ளனர். அவர்களைச் சுதந்திரமாக வெளியில் சென்று விளையாடப் பெற்றோர் அனுமதிப்பதில்லை.

மஞ்சக்கொல்லை ஊரின் மண் தெருக்களும் வழித்தடங்களும் தார்ச் சாலைகளாக மாறிவிட்டன. மாட்டுவண்டிகளும், சைக்கிள்களும் ஓடிக்கொண்டிருந்த சாலைகளில் இருசக்கர வாகனங்களும், நான்கு சக்கர வாகனங்களும் அதிகமாக ஓடத் தொடங்கிவிட்டன. பிள்ளைகளை வெளியே விளையாட அனுப்புவது பாதுகாப்பாக இருக்காது என்று பெற்றோர் கருதுவது நியாயமே.

ஆங்கிலக் கல்வி மோகம் அதிகமாக உள்ளது. மேல்நிலைப் பள்ளி வரை இலவசமாகப் படிக்க அரசுப் பள்ளிகள் இருந்தாலும் வெளியூரில் உள்ள ஆங்கிலப் பள்ளிகளுக்கே தங்கள் பிள்ளைகளைப் படிக்க அனுப்புகின்றனர். எனவே, காலையிலேயே பிள்ளைகளைப் பள்ளிக்கு அனுப்பிவிடுகின்றனர். பிள்ளைகள் வெளியில் சென்று விளையாட வாய்ப்பில்லை.

பூச்சிக்கொல்லி மருந்துகளை வயல்களில் அதிகம் பயன்படுத்துவதாலும், வயல் நீர் வாய்க்கால்களில் கலப்பதாலும், வயல் வரப்புகளில் உள்ள தாவரங்களை உண்பதும், வாய்க்கால் நீரைக் குடிப்பதும் பாதுகாப்பானதாக இல்லை. எனவே, பெற்றோர்கள் தங்கள் பிள்ளைகள் அவற்றை உண்பதைத் தடுக்கவே செய்வர்.

இதுபோன்ற பல்வேறு காரணங்களால் காட்டுணவுகள் குறித்த மரபறிவு அடுத்தடுத்த தலைமுறைகளுக்குப் பரவுவது குறைகிறது. விளையாட்டினால் கிடைத்த உடற்பயிற்சி, மனப்பயிற்சி, கூட்டு வாழ்க்கை போன்றவையும் காட்டுணவுகளால் கிடைத்த நன்மைகளும் இளந்தலைமுறையினருக்குக் கிடைக்காமல் போய்விட்டன.

தொடக்கக் கல்வியில் நம்மைச் சுற்றியுள்ள தாவரங்கள் பற்றியும், அவற்றின் பயன்பாடுகள் பற்றியும் சொல்லித்தரப்பட வேண்டும். களத்திற்கு அழைத்துச் சென்று இயற்கைத் தாவரங்கள், அவற்றின் பயன்கள் தானியப் பயிர்களின் வேளாண்மை குறித்த மரபறிவைச் சிறார்களுக்குக் கற்றுத் தருதல் வேண்டும். இளைய தலைமுறை அறிய வேண்டிய செய்திகள் இவை.

◻

9

திருவேகம்பத்தூர்
வைகைக்கரை காற்றே நில்லு

நா. கண்ணன்

திருவேகம்பத்தூர் இன்றுகூடச் சிறிய ஊர்தான். கூகுள் வரை படத்தில் வாராத ஊர். அங்குதான் நான் பிறந்தேன். எனக்குப் பிரசவம் பார்த்த மருத்துவர் பேர் கண்ணனாம், எனவே எனக்கு அந்தப் பெயரே நாமகரணமாயிற்று. இல்லையெனில் அந்த ஊர் சுவாமியின் பெயரான ஏகாம்பரம் தேர்வு செய்யப்பட்டிருக்கலாம். அந்த ஊருக்கு அடையாளமே அந்தச் சிவன் கோயில்தான். ஏகாம்பரேஷ்வர் என்பது சிவனின் பெயர். பொதுவாகக் கண்ணன் என்பது செல்லப் பெயர். ஏதாவது வேங்கடராம கிருஷ்ணன் எனப் பெயர் வைத்துவிட்டுச் செல்லமாகக் கண்ணன் என்பர். ஆனால், ஓர் உபரி நாமமே எனக்கு நிலைத்துவிட்டது என்னை வியப்பில் ஆழ்த்தியது. என் பிறப்பைப் பற்றி இன்னொரு கதையுமுண்டு, எங்க அம்மாவிற்கு எட்டுப் பிள்ளைகள் எட்டாவதாக நான் பிறந்ததால் கண்ணன் என்பதாம். நல்லவேளை எனக்கு எந்த மாமாவும் கிடையாது. இருந்தால் கவலைப் பட்டிருப்பார். எட்டில் ஆறுதான் தங்கியது. எனவே ஒரே பிள்ளையெனும் பெருமை எனக்குச் சேர்ந்தது. மிச்ச ஐவரும் அக்காமார்கள். பெரியக்காவுக்குத் திருமணம் ஆகும் போது எனக்கு ஒரு வயதாம். எனவே பின்னால் அக்காவே அம்மா ஆனாள்.

பொதுவாகக் கிருஷ்ணமாச்சாரி எனச் சம்பிரதாயமாகப் பெயர் வைத்துவிட்டுக் கண்ணன் என அழைப்பது வழக்கம். ஆனால்

எவ்வளவு தேடியும் கண்ணன் என்பதைத் தவிர வேறு பெயர் எனக்குக் கிடைக்கவில்லை. ஆறு குட்டிகளை மேய்க்கும் குடும்பத்திற்கு இப்படியெல்லாம் கஷ்டப்பட்டுப் பெயர் வைக்க நேரமிருந்திருக்காது. ஒரு சிவஸ்தலத்தில் பிறக்காமல் திருக் கோஷ்டியூர் போன்ற வைஷ்ணவ ஸ்தலத்தில் பிறந்திருந்தால், நிச்சயம் பெருமாளின் ஒரு சம்ஸ்கிருதப் பெயர் கிடைத்திருக்கும். மூதாதையர் இத்தலத்தின் வாரிசுகளென்று நம்புகிறேன். ஆனால், திருவேகம்பத்தூர் போய் எப்படிச் சேர்ந்தார் தந்தை என்பது இன்றும் கேள்விக்குறியாக நிற்கிறது.

வாழும் போது அக்காமார்களிடம் கேட்டிருந்தால், கதை கிடைத்திருக்கும். ஒருவர் 80 வயதில் இறக்கிறார் எனில் 80 வருடக் கதை அத்தோடு போச்சு என்று அர்த்தம். வாய்வழி சரிதங்கள் இப்படித்தான் காணாமல் போகின்றன. ஆனால் எனக்கு நினைவு தெரிந்தது எல்லாம் மானாமதுரைதான். ஒக்கூர் வெள்ளையன் செட்டியார் பள்ளியில்தான் நான் முதல் வகுப்புப் படித்தேன். அது முடியும் முன்னரே குடும்பம் திருப்புவனம் நகர்ந்துவிட்டது. திருப்புவனத்தில் அம்மாவிற்கு மஞ்சக்காணிச் சொத்தாக ஒரு வீடு அடமானத்தில் இருந்தது. அப்பா அதை மீட்டு எடுத்ததால் திருப்புவனம் போய்ச் சேர்ந்தோம். எனவே எனது மனப்பதிவில் திருவேகம்பத்தூர் பதிவாகவே இல்லை.

இந்த மஞ்சக்காணி சொத்து என்பது சோழர் காலத்துச் சொத்துரிமை வழக்கம். பொதுவாக ஆணாதிக்கத் தமிழக அமைப்பில் பெண்களுக்குச் சொத்துரிமை இல்லை என்பது போல் பட்டாலும், ஒரு விதிவிலக்கைச் சோழர்கள் ஏற்படுத்திவிட்டுப் போயிருக் கிறார்கள். அதுதான் சிறீதனம் (சீதனம்) அல்லது மஞ்சக்காணி முறை என்பது. இதன்படி ஒரு பெண் தான் சம்பாதித்தோ (நம்புங்கள் சோழர் காலத்தில் பெண்கள் வேலைக்குப் போய்ச் சம்பாதித்துச் சொத்து சேர்க்க முடிந்திருக்கிறது) அல்லது பாரம்பரியமாகவோ சொத்தைப் பெற முடியும்.

சிறீதனம் அல்லது மஞ்சக்காணி என்பது அவ்வகையான சொத்துப் பரிமாறல். மதுரை வக்கீல் சுந்தர்ராஜ ஐயங்கார் தன் பெண் பத்மாவதிக்கு மஞ்சக்காணியாக ஒரு வீட்டை எழுதிவிட்டுப் போயிருக்கிறார். அது பெண் வழியில் கோகிலத்திற்கு (என் தாய்)

வந்திருக்கிறது. இப்படிவரும் மஞ்சக்காணியைத் தந்தையோ, சகோதரனோ, கணவனோ, பிள்ளையோ விற்கவோ, வாங்கவோ முடியாது. இல்லையென்றால் என்றோ என் தாத்தா சிறீநிவாசாச்சாரி இதை விற்று சாப்பிட்டுப் போயிருப்பார். நல்லவேளையாக அது கோகிலம் குஞ்சரத்திற்கு வந்து சேர்ந்தது (குஞ்சரம் என் சித்தி). பெரிய குடும்பம் நடுத்தெருவில் நிற்காமல் இருக்க என்றோ ஆண்ட சோழன் வழி வகைச் செய்துவிட்டுப் போயிருக் கிறான் என்பது அதிசயம்.

ஆத்திகமும் நாத்திகமும் சங்கமிக்கும் கோயில்

திருப்புவனம் வந்தவுடன் என்னைப் பள்ளியில் சேர்க்குமாறு என் அக்காவிடம் சொல்லிவிட்டு அப்பா வேலைக்குப் போய்விட்டார். அக்கா, பழம், தேங்காய் வெற்றிலையைத் தட்டில் வைத்து என்னைப் பள்ளியில் சேர்த்தாள். இரண்டாவதுதானே சேர்த்திருக்க வேண்டும்? ஆனால் மீண்டும் ஒண்ணாவது. யாரும் இதற் கெல்லாம் கவலைப்பட்டதாகத் தெரியவில்லை. அந்தப் பள்ளிக் கூடம் சிவன் கோயிலுக்குப் பின்னால் இருந்தது. நாயக்கர் காலத்தில் இடப்பெயர்வு செய்யப்பட்ட ஒட்டர் குடியிருப்புப் பகுதி. இவர்களுக்கு அளிக்கப்பட்ட தொழில் ஊரில் மலம் அள்ளுவது. இவர்கள் தெலுங்கு பேசுவர். நல்ல சிவப்பாக இருப்பர். அதனால் பாப்பாத்தி எனும் பெயர் இந்தக் காலனியில் அதிகம். ஆனால் யாரும் இவர்களை மதிப்பதில்லை.

ஒட்டர் காலனிக்கு அருகிலமைந்ததால், அப்பள்ளி ஒட்டப் பள்ளிக்கூடம் என்றே அழைக்கப்பட்டது. ஆரம்பநிலை மட்டும் என்பதால் சின்னக் கட்டடம்தான். மூடிய வெளியைவிடத் திறந்த வெளி அதிகம். ஒட்டர்கள் பன்றி வைத்திருப்பர். இந்தப் பன்றிகள் இங்கும் அங்கும் அலைந்துகொண்டே இருக்கும். உறுமும், கிரீச்சிடும், அலறும். பன்றியோடு, பன்றியாகத்தான் நடந்தது அந்தப் பள்ளி.

நான் சிறுவனாக இருக்கும் போதே கதைசொல்லியாக இருந்தேன். பாதிச் சொந்தச் சரக்கு மீதி சினிமா என்று போகும். கக்கூஸில் உட்காா்ந்துகொண்டு மண்சுவரில் நீட்டிக்கொண்டிருக்கும் சில்லு, கல்லு என்று பிடுங்கி வைத்துக்கொண்டு கதை சொல்லிக்கொண்டிருப்பேன். வெளியே காத்திருக்கும் அக்கா அதட்டும் வரை! இந்தக் கதை

சொல்லிக்கு ஓர் பெயர் வைக்க வேண்டுமே? கண்ணன் எனும் பெயர் இயற்பெயராயிற்று, எனவே நந்தனின் குமாரன் என்று அழைத்துக் கொண்டேன். சுருக்கமாக நந்து!

திருப்புவனத்தில் இருக்கும் சிவன் கோயிலே பெரிய கோயில். சமயக் குரவர்கள் இறைவனைப் 'பூவணத்தின் புனிதன்' என்கின்றனர். கும்பகோணத்திலிருக்கும் திருபுவனம் எனும் ஊரிலிருந்து பிரித்துக் காட்ட இந்த ஊரைத் திருப்பூவணம் என்கின்றனர். ஆனால் யாரும், அப்படிச் சொல்வதில்லை. திருப்பூனம் என்றுகூட அவசரத்தில் சொல்வதுண்டு. திருப் பூவணம் காசியைவிட வீசம் மடங்கு புண்ணியத்தலம் என்பர். அங்கொருமுறை அஸ்தியைக் கரைத்த போது, அது பூவாக மலர்ந்ததாம். அதனால் ஸ்வாமிக்குப் பெயர் புஷ்பவனேஸ்வர். அவரொரு சித்தர். அந்த ஊரிலிருந்த பொன்னாத்தாள் எனும் தாசிக்கு அருளியிருக்கிறார். அவளுக்கு உற்சவர் சிலையொன்று செய்ய ஆசை. ஆனால் கையில் பொன்னில்லை. இவள் ஏக்கத்தைக் கண்ட சிவன் சித்தர் வடிவில் வந்து வீட்டிலிருக்கும் பாத்திரங்களையெல்லாம் தங்கமாக்கியிருக்கிறார். அதை வைத்து தான் உற்சவ மூர்த்தி அங்கு உருவாகியிருக்கிறது. அதன் அழகைக் கண்டு உச்சி முகரும் போது அவள் கைநகம் பட்ட வடு இன்றும் சிவன் கன்னத்தில் இருக்கிறது.

திருப்பூவணம் திருவிளையாடல் புராணத்திலும் இடம் பெறுவதை நந்துவின் தந்தை மீனாட்சியம்மன் கோயிலில் காமித்துக் கொடுத்திருக்கிறார். ஒருமுறை பாண்டியனுக்குத் தன் தன் தலைநகரின் விஸ்தாரணம் தெரியவில்லை. சொக்கநாதரிடம் முறையிட்டு இருக்கிறான். அவர் பாம்பு வடிவில் வந்து வட்டம் போட்டுக் காட்டியிருக்கிறார். அந்தப் பாம்பின் தலையும் வாலும் இருந்த இடம் கோயிலுக்கு அக்கரையிலிருக்கும் நாவல் மரத்திடல் என்கிறது புராணம். ஆகத் திருப்பூவணம் பழைய மதுரையின் எல்லை எனத்தெரிகிறது. திருவாதயூர் அங்கிருந்து அருகில்தான்.

மாணிக்கவாசகர் சிவனைத் தென்பாண்டி நாட்டானே! எனப் புகழ்கிறார். சில நேரங்களில் பாண்டியனே என்றும் அழைக்கிறார். இத்தகைய புகழுடைய ஊரில் வாழ்வதில் நந்துவிற்குப் பெருமை.

ஊர்ப்பெருமை தன் பெருமை ஆகிறது. தன் பெருமை புகழுக்கு இட்டுச் செல்கிறது. நந்து வகுப்பில் எப்போதும் முதல்வனாகவே இருந்தான். அதற்குச் சிவனும், அவர் அடியார்களும் காரணம் என்பது பின்னால் புரிந்தது!

வைகைக்கரை காற்றே சொல்லு

அங்கொரு பெருமாள் கோயிலுண்டு. அது எங்கள் கோயில். சித்தியாதான் பார்த்துக்கொண்டிருந்தார். 18ஆம் நூற்றாண்டுக் கல்வெட்டொன்று எம் மூதாதையரோடு உறவு கொண்டாடுகிறது. அந்தச் சான்று இல்லையெனினும் நாங்கள் சொந்தம் கொண்டாடுவதை யாரும் கேள்வி கேட்கப் போவதில்லை. ஊருக்கு ஊர் கோயிலிருக்கிறது. கோயில் இல்லா ஊரில் குடியிருக்க வேண்டாம் என்று வேறு ஔவைக் கிழவி சொல்லிவிட்டாள். ஆற்றங்கரை அரச மரத்தில் ஓர் பிள்ளையார்! இவர் ஏண்டா கோயிலைவிட்டு ஆற்றங்கரைக்கு வந்தார் எனக் கேட்டால், அதற்கொரு கதை சொல்கின்றனர். இவரும் பிற ஆடவரைப் போல் ஆற்றுப் பக்கம் போனால் அழகிய பெண்களைக் காணலாம் என எண்ணியிருப்பார் போல. அங்கு வந்து ஒரு அரச மரத்தடியில் உட்கார்ந்துவிட்டார். ஆனால், இவரைத் திருப்திப்படுத்தும் அழகிகள் கண்ணில் படவே இல்லையாம். ஏனெனில் இவர் தன் அன்னை பார்வதி போல் அழகாக இருக்க வேண்டுமென ஒரு அழகியல் குறிப்போடு உட்கார்ந்து இருக்கிறார். அம்பாள் போல் அழகுடனான பெண் கிடைக்கவில்லையென்று அங்கேயே இன்றுவரை உட்கார்ந்து இருக்கிறார்!

நந்துவும் அவனது சகாக்களுக்கும் இந்தக் கதையெல்லாம் ஒரு பொருட்டல்ல. வந்தோமா, ரெண்டு உக்கி போட்டோமா? அப்படியே தாவி ஆற்றில் குளித்தோமா என்றிருப்பர். அப்போது வைகையில் தண்ணீர் வந்தது! தூரத்தே வைகை அணை என்று ஒன்றிருந்தது. அங்குத் தண்ணீர் திறந்துவிடுகிறார்கள் எனும் செய்தி வந்தால் போதும், ஊர் பரப்பாகிவிடும்! வைகை ஆற்றின் இருமருங்கிலும் கால்வாய்கள் இருக்கும். ஒவ்வொரு கால்வாயும் ஒவ்வொரு ஊருக்குப் போகும். அந்த ஊர் இளைஞர்கள் பெரிய பெரிய மண்வெட்டியுடன் அரசமரத்தருகே வந்துவிடுவர். தண்ணீர் கரைபுரண்டு ஓடுமுன் அதை வாய்க்காலில் செலுத்திவிட

வேண்டும். எனவே இவர்களின் கூச்சலும், செயற்பாடும் நந்து போன்ற சிறுவர்களுக்குப் பெரும் வியப்பைக் கொடுக்கும்.

புஜபல பராக்கிரம மிக்க அந்த இளைஞர்களைக் காண்பதே அழகு. இவர்களில் சிலர்தான் சுவாமி புறப்பாட்டின் போது சிறீபாதம் தாங்கிகளாக இறைவனைத் தூக்கி வருவர். நந்து புடைத்தெழும் அவர்கள் புஜத்தையே பார்த்துக்கொண்டிருப்பான். தண்ணீர் வந்து வடிந்தவுடன்தான் ஊர் அழகிகள் குடத்தோடு ஆற்றுக்கு வருவர். வந்து ஆற்றில் மணற்கேணி தோண்டி நீர் எடுத்துச் செல்வர். இவர்கள் ஆற்றில் மணலைத் தோண்டுவது அழகு. தோண்டி சரிந்துவரும் மணல், தட்டை நிரப்புமுன் நீரை மட்டும் சேந்து குடத்திற்குள் இடுவது அழகு. எல்லாம் ஓர் கலை! இதுதான் வள்ளுவன் பேசும், 'தொட்டத்தனைத்தூறும் மணற்கேணி' என்பது பள்ளியில் தமிழ் வாத்தியார் படிப்பித்த போதுதான் தெரிந்தது.

அவ்வப்போது தோளில் ஏர், கலப்பை சுமந்துகொண்டு உழவன் தெருவழியே செல்வதுண்டு. அவனது தோளும் புடைத்து இருக்கும். சில நேரம் மாடுகளை உடன் கூட்டிச் செல்வதுண்டு. நந்து கொஞ்ச தூரம் இவர்களோடு நடப்பான். ஆனால் இவர்கள் ஆற்றைக் கடந்து ஊருக்கு வெளியே இருக்கும் வயற்காட்டிற்குச் சென்றுவிடுவர். இது விவசாயம் நடக்கும் காலங்களில் காணும் காட்சி. ஆனால், ஆற்றில் நீர் இருக்கும் வரை ஊமையன் தோளில் மண்வெட்டியோடு தினம் வருவான். அவனும் தோள்வலி யுடையோன். அவன் ஊருக்காக வைகை ஆற்றில் ஓர் ஊற்றுக் கிணறு தோண்டுவான். அதற்குத் தலை, உடல், வால் இருக்கும். யானையை விழுங்கிய மலைப்பாம்பு போல் தோற்றமளிக்கும் அந்த மணற்கேணியின் நடுவில் மூழ்கிக் குளிக்கும் அளவு ஆழமிருக்கும். நிறையப் பேர் வந்து குளிப்பர். ஆண்களுக்கு மட்டுமான மணற்கேணியது. மண் சரிந்து கொண்டேயிருப்பதால் அதைச் சரிசெய்ய ஊமையன் மண்வெட்டியுடன் செயல்பட்டுக் கொண்டே இருப்பான். ஊர் சனம் ஓரணா, இரண்டணா எனக் காசு கொடுப்பர். அவன் ஊமை என்பதால், சிறுவர் கூட்டம் பின்னாலேயே போய்க் கேலி செய்யும். ஊமைகளுக்கு மூக்கில் விரலை வைத்து சுரண்டிக் காட்டினால் கோபம் வருமென்று ஓர் ஐதீகம். இந்தச் சிறுசுகள் அவனைச் சீண்டிக் கொண்டேயிருக்கும்.

ஊமையன் கோபக்காரன். கோபம் வந்தால் அவன் மூக்கு சிவந்துவிடும். அவன் கொஞ்சம் மாநிறமாக வேறு இருப்பான்.

இவர்கள் போல் தான் அந்தக்காலத்து கண்ணனும் பலராமனும் இருந்திருப்பர் என்று தோன்றுகிறது! பலராமனின் ஆயுதம் ஏர். அதை வைத்து விளையாடும் வலியோனான அவன் வாலியோன் என்றே அழைக்கப்படுகிறான். கண்ணன் கருப்பன். இவன் வெள்ளையன். கிராமத்தில் இத்தெய்வங்களின் பெயர்கள் சகஜம். கருப்பு, கருப்பணசாமி, கருப்புச்சாமி, வெள்ளையன், வெள்ளச்சாமி எனும் பெயர்கள் ஊரில் அதிகம். தொல்காப்பியர் காலத்திற்கு முன்பே கண்ணன், வாலியோன் வழிபாடு இம்மண்ணில் இருந்திருக்கிறது. இவர்கள் கோயிற்கொடி பனைக்கொடி. தொல்காப்பியர் எங்கு ஒற்று மிகும், எங்கு மிகாது எனச் சொல்லுமிடத்து 'பனைக்கொடியை' உதாரணம் காட்டுகிறார். எவ்வளவு பிரபலமாக இருந்திருந்தால் தொல்காப்பியர் பனைக் கொடியை உதாரணம் காட்டுவார்!

ஆயர் தேவின் அழகியல்

பெருமாள் கோயில் சிதலப்பட்டுக் கிடந்தது. அங்கிருந்த ஆழ்வார் சிலைகளெல்லாம் சென்னை எழும்பூர் அருங்காட்சியகத்தில் இருந்தன. இருக்கின்ற மூலவரையும், உற்சவரையும் போற்றிப் பாதுகாக்க நந்துவின் சிறிய தந்தை, சித்தியா முயன்று கொண்டிருந்தார். சிவன் கோயிலை நோக்குங்கால் இது சிறிய கோயில். ஆயினும் பெருமாளுக்கு ஓர் கருவறை அமைத்து ரங்கநாதனை ஏளப் பண்ணி, திருவாராதனை செய்விக்கச் செய்வது செலவான சமாச்சாரம். கோயிலுக்கு என்று நிலங்கள் இருந்தன. அவையெல்லாம் கையாடப்பட்டுக் காணாமல் போய்விட்டன. எனவே கோயிலுக்கு வருமானம் கிடையாது. சித்தியா கோயில் மண்டபத்தில் அமர்ந்து சோசியம் சொல்லுவார். ஒரு ரூபாய், ரெண்டு ரூபாய் வரும். சிறுகச் சிறுகச் சேர்த்து திருப்பணி நடந்துகொண்டிருந்தது.

நந்துவிற்கு ஓடி ஒளிந்து விளையாட இது தோதாக இருந்தது. மதிய நேரம் எல்லோரும் சாப்பிட்டுச் சிரமப்பரிகாரம் எடுத்துக் கொண்டிருக்கும் போது நந்துவும் அவன் தோழிகளும் பெருமாள் கோயில் கட்டுமானங்களில் ஒளிந்து விளையாடுவர். இது பெரிய

ரகசியம் என நந்து நினைத்துக்கொண்டிருந்தான். ஆனால், அவன் அக்கா கமலா இவன் அம்மாவிடம், 'அம்மா! நந்து அக்கிர காரத்துப் பொண்ணுகளோட சேர்ந்து கோயிலில் அம்மா-அப்பா விளையாட்டு விளையாண்டு கொண்டிருக்கிறான்' என்று போட்டுக் கொடுத்துவிட்டாள். நந்து அசடு வழிய நின்றான். நல்லவேளை அம்மா அடிக்கவில்லை, 'போடீ அசடு! இதைப் போய்ப் பார்த்தே யாக்கும். குழந்தைகள் ஏதோ விளையாடுகிறார்கள்!' என்று சொல்லிவிட்டு தன் வேலையைக் கவனிக்கப் போய் விட்டாள்.

அம்மாவின் தேசம் அடுக்களைதான். பெரிய இடமில்லை. சின்ன ரூம்தான். விறகு அடுப்புதான். நந்து சில நேரம் போய் விறகு வாங்கி வருவான். இரண்டு கைகளில் தூக்கி வர வேண்டும். மரத்தின் வெட்டுப்பட்ட பகுதிகள் கையில் குத்தும். சிவந்து விடும் அல்லது சில நேரம் இரத்தம் வரும். இதற்காக அம்மா இவனுக்குத் தனியாகக் கெடிகாரத்தோசை செய்து கொடுப்பாள். நந்துவிற்கு அம்மா சமைப்பதைப் பார்த்துக்கொண்டு இருக்கப் பிடிக்கும். வெங்கலப் பானையில் அரிசி கொதிக்கும். அது வெந்த பின் வடிவாக நீரை வடிகட்டி சோறைப் பிரித்துப் பானைக்குள் இருக்குமாறு செய்ய வேண்டும். இந்த அரிசிக் கஞ்சி மாட்டிற்கு உணவாகும், புண்ணாக்குடன். வீட்டில் இரண்டு மாடுகள் இருந்தன! மாடுகளைப் பராமரிப்பது பெரிய வேலை. இந்த முரட்டு வேலைகளையெல்லாம் பங்கஜம் அக்காதான் செய்வார்கள். மாட்டைக் குளிப்பாட்டுவது, அது போடும் சாணியை வழித்து ஒதுக்குவது, பின் அதை எருவாகத் தட்டுவது, கன்னுக்குட்டியைப் பால்குடிக்க விடுவது. பின் கொல்லையில் விளையாட விடுவது என வேலை இருந்துகொண்டே இருக்கும்.

கோவிந்தக் கோனார் காலையிலும் மாலையிலும் வந்து பால் கறந்து கொடுத்துவிட்டுப் போவார். அவர் வரும்போதுதான் கன்னுக்குட்டிக்குப் பால் கிடைக்கும் என்பதால் கோனார் பின் கதவைத் திறந்தவுடன் கன்றும் பசுவும் பரபரப்பாகிவிடும். பசு லேசாகக் கமறும். ஒண்ணுக்குப் போகும். கோனார் கன்றைப் பால் குடிக்க விடுவது போல விட்டு மடுவைப் பிடித்துவிடுவார். கன்று தொட்ட மடு பால் நிரம்பி நிற்கும். சர், சர்ரென்று பங்கஜம் கொடுத்த சொம்பில் பால் கறந்துவிடுவார். வேண்டிய பாலைக் கறந்த பின் மீண்டும் கன்றை அவுத்துவிடுவார். அது முலையை

முட்டிமுட்டிப் பால் குடிக்கும். பசு சாமர்த்தியமாகத் தன் குட்டிக்கும் பாலை வைத்திருக்கும். நந்து தன்னை மறந்து இதைப் பார்த்துக் கொண்டு இருப்பான்.

இரண்டு மாடுகள் தரும் பால் அந்தக் குடும்பத்திற்குப் போதுமானதாக இருந்தது. ஊரில் தனவந்தர்கள் வீட்டில் தூங்கும் முன் பால் குடித்துவிட்டுத் தூங்கும் பழக்கம் இருந்தது. உபவாச மிருந்தால் பாலும் பழமும் சாப்பிட்டு முடித்துக் கொள்வர். அம்மா, அப்படியெல்லாம் பாலை வீணாக்குவதில்லை. அதிகமுள்ள பாலை இரவு தயிருக்கு உறை ஊற்றிவிடுவாள். மதிய உணவில் தயிர் சாதமுண்டு. மிஞ்சும் தயிரை அம்மா கடைந்து மோராக்கிவிடுவாள். இஞ்சி, கருவேப்பிலை போட்ட மோர் கோடையில் அமிர்தம். அம்மா தயிரு கடையும் அழகு பார்க்கக் கண்கொள்ளாதது. நன்றாகப் புடவையைத் தொடைவரை இழுத்து வைத்துக்கொண்டு, சுவரோடு பானை இருக்க, மத்துக் கொண்டு சர், சர்ரென்று அவள் கடையும் போது தயிர் சிந்தி எழும் வாசம் அறை முழுவதும் நிரம்பும். இந்த மொடை நாற்றம்தான் கண்ணனுக்குப் பிடித்தமாம்.

ஆண்டாள் சொல்கிறாள். அது மட்டுமல்ல, கண்ணனை நாரா யணா! வாசுதேவா! என ஆதிப் பரம்பொருள் பெயர் சொல்லி அழைத்தாள் கோவித்துக்கொள்வானாம். எனவே இனி உனை 'சிறு பேரிட்டு' அழைக்க மாட்டோம் என்பது பாவை நோன்பின் நெறிகளுள் ஒன்று. பின் அவனை எப்படி அழைப்பது? கோவிந்தா! என்று அழைக்க வேண்டுமாம். கோவர்த்தன கிரி வைபவம் முடிந்தவுடன் இந்திரன் கண்ணனுக்கு 'கோவிந்தப் பட்டாபிஷேகம்' செய்கிறான். அதுதான் பரமபத பதவியைவிட உயர்ந்ததாம். அதுவே கண்ணனுக்குப் பிடித்தது என்பது ஆண்டாள் புரிதல். பரம பதத்தில் இருக்கும் ஆண்டவனை தாடியுடன் கூடிய கிழவனாக வாத்திகன் விதானத்தில் மைக்கல் ஆஞ்சலோ வரைந்து வைத் திருப்பது செமத்திய புரிதல். இங்கு அதற்கு வாய்ப்பே இல்லை. பரமபதம் விட்டு பெருமாளை வீட்டுக் கொல்லைக்குக் கொண்டு வைத்துவிட்டனர் தமிழர். இதை நீர்மை என்கின்றனர்.

நந்து அம்மாவின் தொடையைப் பார்த்துக்கொண்டே இருப்பான். அதில் பச்சை நரம்பு ஓடுவது தெரியும். அவ்வளவு சிவப்பு. உடனே இவன் தாவி அம்மாவின் புறம் புல்குவான். அம்மா

சிரித்துக்கொண்டே மத்து கடைவாள். இந்தக் காட்சியை இன்னும் ரசனையோடு பெரியாழ்வார் பாடுவார், 'புறம் புல்குதல்' எனும் பத்துப்பாட்டில்.

வட்டு நடுவே வளர்கின்ற மாணிக்க
மொட்டு நுனையில் முளைக்கின்ற முத்தே போல்
சொட்டுச் சொட்டு என்ன துளிக்கத் துளிக்க என்
குட்டன் வந்து என்னைப் புறம் புல்குவான்
கோவிந்தன் என்னைப் புறம் புல்குவான்

மத்து கடையும் யசோதையைக் கண்ணன் பின்புறமாக வந்து கழுத்தோடு கட்டிக்கொள்கிறான். அதுவே பேரின்பம். ஆனால், அதற்கும் மேலான ஒன்று அங்கு நடப்பதாக ஆழ்வார் சொல்கிறார். கண்ணன் அப்போதுதான் சிறுநீர் கழித்துவிட்டு வருகிறான். ஒரு துளி சிறுநீர் இன்னும் குஞ்சின் நுனியில் மாணிக்கப் பரல் போல் ஒட்டி நிற்கிறது, அத்தோடு வந்து புறம் புல்கிறான் கண்ணன். அந்த ஒரு சொட்டு நீர் யசோதையின் முதுகில் சில்லென்று பட, அவள் மெய்சிலிர்த்துப் போகிறாளாம். என்ன ரசனை! என்ன அழகியல்! இந்த அழகியல்தான் சைவத்தையும், வைணவத்தையும் பிரித்துக் காட்டுகிறது. ஆண்டாள் திருப்பாவை எழுதிய பிறகு மாணிக்கவாசகர் அதுபோல் திருவெம்பாவை செய்கிறார்.

ஆயினும் திருப்பாவை பெற்ற பிரபலத்துவம் திருவெம்பாவை பெறவில்லை; காரணம் ஆண்டாள் ஒவ்வொரு பாடலிலும் காட்சிகள் நிரப்பி ஒரு நாடகமே நடத்துகிறாள். திருவெம்பாவையோ கோடையில் காய்ந்த வயக்காடு போல் இருக்கிறது. காரணம் சிவனது படைப்பு அதிகத் தீவிரம் கொண்ட சுடுகாட்டுப் படைப்பு. அழித்து மிஞ்சிய திருநீரைப் பூசும் மரபு. கைம்பெண்கள் வெள்ளை ஆடை உடுத்தி ஐம்புலனை அடக்கி மீதி நாளை சிவ வழிபாட்டில் கழிக்க வேண்டும் என்பது சைவ வேளாளர் வழக்கு. பிராமணப் பெண்கள் காவியுடை உடுத்தி, மொட்டை அடித்துக் காமத்தை ஒழித்துத் தனலில் தவழும் புழுவெனத் தவக்கோலம் கொள்ள வேண்டும் என்பது சைவம். பக்கத்துவீட்டு அத்தியான பட்டர் வீட்டுப் பாட்டி இப்படியான விதவை. நந்து தெருவில் விளையாடிய புழுதியுடன் அவர்கள் வீட்டிற்குள் போனால், பாட்டி வாசலிலேயே நிறுத்திவிடுவாள்.

மடியாய், ஆச்சாரமாக இருக்கும் அவளுக்கு இது பிடிக்காது. புடவையைத் துவைத்து யார் கையும் படாத இடத்தில் வீட்டுக் கூரையின் அருகில் தொங்கும் கம்பில் மாட்டிவிடுவாள். இதற்கு அவள் படும் சிரமத்தை நந்து பார்த்துக்கொண்டு இருப்பான். ஆனால், புழுதியோடு வரும் நந்து தாராளமாக அவன் அன்னையைக் கட்டிக் கொள்ள முடியும். மடி, ஆசாரமெல்லாம் கிடையாது. இது பெரியாழ்வார் அழகியல்.

கைம்பெண் என்பவள் தவக்கோலத்தில் இருக்க வேண்டிய அவசியமில்லை. பொட்டை அழிக்க வேண்டும் எனும் அவசியமும் இல்லை. காரணம் வைணவத்தில் ஆண், பெண் என இருவருமே கண்ணனுக்கு வாக்கப்பட்டவர்கள். ஜீவன்கள் அனைத்தும் கண்ணனைச் சுற்றி ஆடும் கோபியர். கண்ணனோ நித்திய கல்யாண குணங்களோடு இருக்கும் பரம்பொருள். அவனுக்குப் பிறப்பு, இறப்புக் கிடையாது. எனவே கணவன் இறந்தால் தவக்கோலம் தேவை இல்லை. இவள் இன்னும் கண்ணனுகுத் தான் வாக்கப் பட்டு இருக்கிறாள். வைணவன் இறந்தால் வைகுந்தம் போகிறான். எனவே சாவு அமங்கலமில்லை என்கிறது வைணவம். இது இராமானுசர் அழகியல்.

இராமானுசர் இன்னொன்றும் சொல்லிக் கொடுத்திருக்கிறார். அதுதான் தீண்டாமை கூடாது என்பது. இவர்கள் வீட்டின் கொல்லைப்புரம் முழுவதும் மண்சுவர்தான். கற்சுவர் வைக்கும் வசதி அவர்களுக்கு இல்லை. எனவே மழைக்காலம் முடிந்தவுடன் மண் சுவர் அப்படியே சரிந்துவிடும். கக்கூஸ் சுவர் இப்படிக் கரைந்துவிட்டால் தர்ம சங்கடம். அப்போது கைகொடுப்பவன் கட்டாரி எனும் வலையன். இவன் பூவந்திப் பக்கமிருந்து வருவான். ஏன் அவனுக்குக் கட்டாரி எனப் பெயர் வந்தது, அவனுக்கு வயது என்ன என்பதெல்லாம் அவன் அறியாதது. வெள்ளம் வந்தால் மீன்பிடிப்பான், ஏரியில் வலை வீசுவான். மீதி நேரம் இவர்கள் வீட்டில் பாழாய் கிடப்பான். அம்மாவிற்குத் தம்பி அவன். இட்ட பணி செய்வான். அவன் பிள்ளை பெயர் கூழு. இப்படியெல்லாம்கூடப் பேரு வைப்பரோ? என நந்து வியப்பான்.

கிச்சு ஐயர் என ஊர் அழைக்கும் பாலகிருஷ்ண ஐயங்கார் ஊர் அறிந்த சோசியர். அவர் பெரும்பாலும் நடராஜபட்டர்

திருவேகம்பத்தூர் ✦ 157

வீட்டுத் திண்ணையில்தான் தூங்குவார். எப்போது எழுந்திருப்பார், எப்போது ஆற்றுக்குப் போவார், குளிப்பார், அழகிய பாதத்துடன் கூடிய திருமண் இட்டுக் கொள்வார் என்பதெல்லாம் யாருக்கும் தெரியாது. ஆனால், அவர் தெருவில் வருகிறார் என்றால் ஏதோ இராமானுச மாமுனி வருவது போல்தான் இருக்கும். கூடவே முக்காடு போட்ட முஸ்லிம், கன்னிமேரியைத் தொழும் கிறிஸ்தவர், வயக்காட்டில் வாழும் ஏழை பாளைகள் இருப்பர். இவர்களெல்லாம் பகைவர்கள் அல்ல. ஐயரிடம் சோசியம் கேட்க வருபவர்கள்.

பத்ம நிலையம் வீட்டுத் திண்ணையில் வந்து அமர்ந்ததுதான் தாமதம், முறைப்பாடு ஆரம்பித்துவிடும். குறையுள்ள பெண் கன்னாபின்னாவென்று திட்டத் தொடங்குவாள். ஏக வசனம்தான். பள்ளிக்குத் தயாராகும் நந்து இந்த அமர்க்களத்தைப் பார்த்துவிட்டு அம்மாவிடம் போய்ச் சொல்லுவான், 'அந்தப் பொம்பளை ஏன் நம்ம சித்தியாவை இந்தத் திட்டு திட்டறாள்?' என்று. அம்மா சிரித்துக்கொண்டே சொல்லுவாள், 'அது அப்படி இல்லைடா! அவளுக்கு ஏதோ குறை. சொல்ல முடியாத குறை. அதை யாரிட்ட போய்ச் சொல்லறது? இங்க வந்து கொட்டறா. சித்தியா நல்ல வார்த்தையா ஏதாவது சொல்லுவா பார்' என்பாள். அப்படியேதான் நடக்கும் அவளும் சமாதானம் ஆகிப் போய்விடுவாள். அது ஏதோ உளவியல் மருத்துவமனைப் போல செயல்படும் விநோதம் நந்துவிற்குப் பெரியவன் ஆன பிறகுதான் புரிந்தது. நம்மாழ்வார், 'ஊழி தோறும்' எனும் பாசுரத்தில் 'வாழி மனமே! கைவிடேல்! உடலும் உயிரும் மங்க வொட்டேல்!' என்கிறார். சித்தியா சடகோபனின் வரிகளை மெய்ப்பித்துக் கொண்டிருந்தார்.

தேசாந்திரியின் பிடிப்பு

சித்தியா வெளியே படுப்பதற்குக் காரணம், பத்ம நிலையம் எனும் இவர்கள் வீட்டில் இடம் இல்லாததுதான். நந்து குடும்பத்தில் எட்டுப் பேர். பின் சித்தி, சித்தி பெண், பையன். மொத்தம் பதினொரு பேர் அந்தச் சின்ன வீட்டில் வசிக்கவேண்டும். பெண்கள் எல்லாம் முற்றத்தைச் சுற்றி இருக்கும் இடத்தில் படுத்துக்கொள்வர். இரண்டு பேர் ரேழியில். நந்துவும், சேதுவும் வாசல் திண்ணையில். சித்தியாவிற்கு இடமேது? கல்யாணமாகி

எட்டுப் பிள்ளைகள் பெற்ற பிறகு ஒருநாள் சித்தியா சொல்லாமல் கொள்ளாமல் காணாமல் போய்விட்டார். இதுபற்றி நந்து பின்னால் விசாரித்த போது, வடஇந்தியாவில் சுற்றியதாகச் சித்தியா சொன்னார். 'சாப்பாட்டிற்கு?' என நந்து விசாரித்த போது, கையில் தொழில் இருக்கிறது, என்ன பயம்? என்றார். அவர் தொழில் சோசியம் பார்ப்பது. மொழி என்றபோது அது பொருட்டாகத் தெரியவில்லை. எழுத்தாளர் ஜெயமோகன் இது போல் தேசாந்திரியாக இந்தியாவில் சுற்றியபோது அறிந்து கொண்டது, இவர் போல் லட்சக்கணக்கான மக்கள் உலவுவதாகவும், அவர்களுக்கு அடுத்த வேளை உணவு எப்படியோ கிடைத்துவிடுவதாகவும் சொல்கிறார். சித்தியா நல்ல உதாரணம். ஆனால் கட்டிய பெண்டாட்டி, பிள்ளைகளைத் தவிக்க விட்டுட்டுப் போவதென்பது? நல்லவேளை சித்திக்கு ஒரு புரிதலுள்ள அக்கா இருந்தாள். தன் குடும்பத்துடன் சேர்த்துக்கொண்டாள்!

ஒரு நாள் திடும்மென்று சித்தியா திருப்பூவணம் வந்து சேர்ந்தார். பெருமாள் கோயிலைத் தன் கையில் எடுத்துக்கொண்டார். அதுவரை அழுது வழிந்துகொண்டிருந்த கோயிலில் பூஜை, புனஸ்காரங்கள் வந்தன. ஒரு பட்டாச்சாரியர் நியமிக்கப்பட்டார். சிவன் கோயில் போல் உற்சவங்கள் நடக்கத் தொடங்கின. குதிரை வாகனப் புறப்பாடு நடந்த போது நந்து சித்தியாவையே பார்த்துக் கொண்டு நிற்க அவர் அவனையும் வாகனத்தில் ஏற்றிவிட்டார். பத்துப் பேர் கைதூக்கலாகக் கொண்டுசெல்லும் வாகனத்தில் நிற்பது கழைக்கூத்தாடி கயிற்றில் நிற்பதற்குச் சமம். கரணம் தப்பினால் மரணம் கதைதான்! ஆனால் அதில் நின்றுகொண்டு சித்தியா அம்பு விட்டார். விட்ட அம்பை எடுத்துக்கொண்டு போய் வயக்காட்டில் நட்டால், நன்றாக விளையும் எனும் ஓர் நம்பிக்கை! அந்த வருடம் சொக்கப்பானையெல்லாம் இருந்தது. பனங்கருக்கை வைத்து கிராமத்து இளைஞர்கள் சுழற்றும் தீப்பொறி விளையாட்டு இரவு நேரத்தில் மேஜிக்.

பட்டாச்சாரியர் பிள்ளை ஜெயராமன் ஒரு நாடகாசிரியன். அவனொரு நாடகம் எழுதி அதில் நந்துவை நடிக்க வைத்தான். அந்த நாடகம் பெருமாள் மண்டகப்படி அருகே நடந்தது. அன்று பவள மல்லிகைப் பந்தல் அவ்வளவு அழகாக இருந்தது. அதுபோலொரு நிகழ்வு மீண்டும் அந்தக் கிராமத்தில் நடைபெறவே

இல்லை. ஏதோ ஓரிரவு பெருமாள் சிலை திருடு போய்விட்டது. சித்தியா நிலை குலைந்து போய்விட்டார். வெற்றிலையில் மை தடவிப் பார்த்தனர். அந்தச் சிலை கடத்தப்பட்டிருப்பது தெரிந்தது. ஆனால் இன்னும் கரைதாண்டவில்லை எனப் பிரஷ்ணம் சொன்னது.

கோயிலுக்குக் கும்பாபிஷேகமெல்லாம் நடத்தவேண்டும் எனத் திட்டமிட்டிருந்த சித்தியாவின் கனவு சிதைந்தது. சில மாதங் களுக்குப் பிறகு தமிழகக் காவல்துறை சிலையை மீட்டெடுத்துத் தந்தது. ஆயினும், சித்தியாவிடம் முன்பிருந்த உற்சாகம் காணாமல் போய்விட்டது. சித்தி மட்டும் திருவோண நட்சத்திரத்தன்று பெருமாளுக்கு மாவிளக்கு ஏற்றுவாள். அரிசி மாவை ஊறவைத்து உரலில் குத்தி, சர்க்கரை சேர்த்துத் தட்டில் வைத்து நடுவில் நெய் விளக்கேற்றி பெருமாளுக்குக் காட்டுவாள் சித்தி. மாவிளக்கு மிகவும் சுவையாக இருக்கும்.

திருவோணத்திருவிழவு பற்றிப் பெரியாழ்வார் சிலாகித்துப் பேசுகிறார். கண்ணன் பிறந்ததோ ரோகினி நட்சத்திரத்தில் ஆனால், 'நீ பிறந்த திருவோணம் இன்று' எனப் பாடுகிறார். கண்ணன் நாரணன் அம்சம் என்பது பொருந்தினாலும், வியாக்கியானக் கர்த்தாக்கள் அதை வேறுவிதமாய் வாசிக்கின்றனர். கண்ணன் பிறந்ததிலிருந்து அவனைக் கொல்லச் சதி நடந்துகொண்டே இருக்கிறது. எனவே சுற்றிக் கம்சனின் உளவு எனப் பெரியாழ்வார் காண்கிறார்.

எனவே 'நீ பிறந்த ரோகிணி இன்று' என்று சொன்னால் கண்ணன் கோகுலத்தில் ஒளிந்து இருக்கிறான் என்பது கம்சனின் ஆட்களுக்குத் தெரிந்துவிடுமாம், எனவே 'நீ பிறந்த திருவோணம் இன்று' என்று பாடுகிறார் என்பது வியாக்கியானம். பல நேரங்களில் பாசுரங்களுக்கு வியாக்கியானமா, இல்லை வியாக்கி யானத்திற்குப் பாசுரமா எனும் மயக்கம் வரும் அளவு இவர்கள் அதை ரசிக்கிறார்கள். இந்த ரசனை, உணர்வு, உயிர்ப்பு, அனுபவித்தல் என்பது வைணவத்தின் ஆணிவேர். கண்ணன் பிறந்து வாழ்ந்தது துவாபர யுகம், ஆனால் அவன் பெரியாழ்வார் காலத்தில் வாழ்வது போலவே பாவித்துக் கவிதை செய்கிறார் ஆழ்வார். தமிழுக்குப் பிள்ளைத் தமிழ் தந்த கவி!

சிவனே சாட்சி

இந்தியா சுதந்திரமடைந்து பத்து ஆண்டுகளே ஆன நிலையில் கிராம வளர்ச்சி என்பது மிக மெதுவாக இருந்தது திருப்புவனத்தில். இன்னும் மின்சாரம் வரவில்லை. இருட்டத் தொடங்கும் முன் தெருமுனையிலிருக்கும் ஓர் எண்ணெய் விளக்கை ஓர் ஆள் வந்து ஏற்றுவான். கிராமம் ஆறரை மணிக்கெல்லாம் படுத்துவிடும். நள்ளிரவில் குடுகுடுப்பாண்டி வந்து குறி சொல்லுவான். யாருக்கும் அவனை அவ்விரவில் காண அச்சம். பகலில் வந்து குறி சொன்னதற்கு அரிசி, பருப்புச் சன்மானமாக வாங்கிச் செல்வான். இரவில் கள்வர் நடமாட்டம் இருக்கும்.

திருப்புவனத்தில் பத்தாம் வகுப்புவரை தான் கல்வி. பள்ளி யிறுதித் தேர்விற்கு (எஸ்எஸ்எல்சி) மானாமதுரை போக வேண்டும்! கிச்சாம்பியும், கமலாவும் மானாமதுரை போய்த் தான் பரீட்சை எழுதினர். கொஞ்ச காலத்தில் உயர் கல்வி திருப்புவனத் திற்கும் வந்து சேர்ந்தது. நந்துவும், சில சகோதரிகளும் திருப்புவனத் திலேயே எஸ்எஸ்எல்சி எழுதித் தேர்வுபெற்றனர். மின்சாரமும் வந்தது. ஆயினும் மின்சாரம் பற்றிய விழிப்புணர்வைத் தரக் கோரக்கன் கோயில் மைதானத்தில் சினிமா காண்பித்தார்கள். மின்சாரம் என்பது நெருப்பாக மாறி வீட்டையே எரிக்க வல்லது, உயிரைக் கொல்ல வல்லது எனும் பாடமெல்லாம் சொல்லப்பட்டது. ஊருக்குள் எவரெஸ்ட் டூரிங் டாக்கீஸ் ஒன்று வந்தது. ஊர் எம்ஜிஆர், சிவாஜி எனப் பிரிந்தது. தீபாவளி ரிலீஸ் போது தட்டி கட்டி மாட்டினி ஷோவும் உண்டு. பெரும்பாலும் தரை டிக்கெட் ஆட்களே அதிகம். அரையணா டிக்கெட். ஊரில் ஜோதி கிருஷ்ணய்யர் ஹோட்டல் வந்தது.

அப்பா வருவாய்த்துறை என்பதால் அவ்வப்போது யாராவது கூட்டிப் போய் டிபன் வாங்கித்தருவர். நந்துவும் கூடப்போய் ஸ்பெஷல் தோசை சாப்பிடுவான். பள்ளியில் அப்போதுதான் ஆங்கிலப்பாடம் புகுத்தப்பட்டது. மாணவர்கள் யாருக்கும் ஆங்கிலம் கற்றுக்கொள்ளும் ஆர்வமில்லை.

எனவே மாணவர்களை ஈர்க்க மாலையில் சிறப்பு வகுப்பு வைத்து உச்சிக்குடுமி ஐயர் கடையிலிருந்து லட்டு, மிக்சர் வரவழைத்துத் தரப்பட்டது. அதுவரை இருந்த கூட்டு எழுத்துமுறை

திருவேகம்பத்தூர் | 161

மாற்றியமைக்கப்பட்டு, ஒவ்வொரு எழுத்தாக எழுதிப் பழகும் முறை பயிற்றுவிக்கப்பட்டது.

ஆங்கிலம் வந்தாலும் பொதுக்கல்வி என்பது தமிழிலேயே இருந்தது. கழகங்கள் உருவாகும் காலக்கட்டத்தில் தமிழுக்கு அதிக முக்கியத்துவம் கொடுக்கப்பட்டது. நந்து எட்டாம் வகுப்பு வரும்போது இந்தி எதிர்ப்புப் போராட்டம் வெடித்தது. மாணவர்கள் தீவிரமாகப் பங்கேற்க, இவர்களைக் கட்டுப்படுத்த மதுரையிலிருந்து சட்டி போலீஸ் வரவழைக்கப்பட்டது. இவர்களை ரிசர்வ் போலீஸ் என்றனர். இவர்கள் உடை சாதாரணப் போலீஸ் உடையிலிருந்து மாறுபட்டு இருந்தது.

நாற்பது வருடங்களுக்குப்பின் திருப்புவனம் போன போது, இவனுக்குத் தெருவாக இருந்தது இப்போது சந்து போல் ஆகிவிட்டது. கிருஷ்ணய்யர் கடை இல்லை. உச்சிக்குடுமி ஐயர் கடை இல்லை. ஆண்கள், பெண்கள் சேர்ந்து படித்த திருப்புவனம் பள்ளி இல்லை. கோயிலருகிலிருந்த வேத பாடசாலை இல்லை. சித்தியா உருவாக்கி மகிழ்ந்த பெருமாள் கோயில் மூடியே கிடக்கிறது. ஊரே மாறியிருந்தது. வைகைக் கரையில் இருக்கும் புஷ்பவனேஸ்வரர் ஆலயம் மட்டும் அப்படியே இருக்கிறது. சாட்சியாக உள்ளே சிவலிங்கம் இருந்தது.

□

10

சூளை
காலம் நிகழ்த்தும் பயணம்
கரன் கார்க்கி

கடந்த காலம் பற்றி நினைப்பதும், பேசுவதும், எழுதுவதும் நிகழ்காலத்துக்கு மிக அவசியமான ஒன்று. கடந்த காலத்தில் நூறாண்டுக்கு ஒரு நிகழ்வோ, ஒரு சம்பவமோ, ஒரு புதிய கண்டுபிடிப்போ நடந்தால், குறைந்தது ஒரு பத்தாண்டுக்கு நீடிக்கும். ஒரு கட்டுமானப் பணியில் ஒரு புதிய முன்னேற்றம் ஏற்பட்டால், அது குறைந்தது ஒரு நூற்றாண்டு கடந்து செயல்பட்ட படியே இருக்கும். அந்த நுட்பத்தைத்தான் நீண்ட நெடுங் காலத்துக்குப் பயன் படுத்துவார்கள். ஆனால் இன்றைய நாட்களில் ஒவ்வொரு துறையிலும் புதிய புதிய கண்டுபிடிப்பு வருகிறது.

உலகின் போக்கு சில ஐந்து ஆண்டுகளுக்கு ஒருமுறை மாறிக் கொண்டே இருக்கிறது என்பதை இப்போது பார்க்கிறோம். ஒருவேளை வருங்காலத்தில் கடந்தகாலம் என்ற ஒன்றே நம் நினைவில் இல்லாமல் போய்விடும்; வேகமான சூழல் இருப்பதற்கான எல்லாச் சாத்தியக் கூறுகளும் உண்டு. இந்தக் கடந்தகால ஞாபகமறதி என்பது மானுட சமூகத்துக்கு அவ்வளவு நல்லதல்ல. குறிப்பாக, கடந்தகால நினைவுகளே என் வாழ்வின் இன்றைய அடையாளமாக இருக்கிறது, எப்படி?

மெட்ராஸில் மிக மகிழ்ச்சியான சூழலில் பிறந்து வளர்ந்தவன் என்று சொல்லிக்கொள்ள என்னிடம் எதுவுமில்லை. ஆனால் சென்னையில் மிகவும் அற்புதமான ஒரு பகுதியில் பிறந்து

வாழ்ந்தவன் என்பது தனிப்பட்ட முறையில் எனக்கு மிகுந்த மகிழ்ச்சியே. சென்னையில் சூளை என்ற பகுதியில் பிறந்தவன் நான். 1800களில் அந்தப் பகுதியில் அதிகமான செங்கல் சூளைகள் இருந்ததால், அந்தப் பெயர் வந்திருக்கலாம். அந்தப் பகுதியில் சூலை மில் என்கிற நெசவாலை 1935 வரை ஒரு பார்சி முதலாளியால் நடத்தப்பட்டு, அந்தப் பகுதி மக்களின் வாழ்வாதாரமாக இருந்தது. அந்த மில் சீனாவுக்கு நூல் ஏற்றுமதி செய்திருக்கிறது.

1995 வரை சூளை மில்லின் பிரமாண்ட கிடங்குகள் அரசின் உணவு தானியக் கிடங்காக இருந்தது. அதன் முழுத் தோற்றத் தையும் நான் பார்த்திருக்கிறேன். பிரமாண்டமான அந்த ஆலையின் தோற்றம் இப்போது முற்றிலுமாகத் தகர்க்கப்பட்டு, அந்த இடத்தில் மிக நவீனமான குடியிருப்புகள் உருவாகிவிட்டன. அங்குத் தங்கும் வசதியுடன்கூடிய ஒரு மசூதியும் இருக்கிறது. அந்த இடத்தில் இருபது ஆண்டுகளுக்கு முன்பாக நகரின் புகழ்பெற்ற நடராஜ் சினிமா தியேட்டர் இருந்தது. அந்த இடத்தில் ஒரு பிரம்மாண்டமான நெசவாலை இருந்தது என்பதே இன்றைய தலைமுறைக்குத் தெரியாது. இப்போது அந்தப் பகுதி முழுவதும் வட இந்தியர்களின் தொழிலகங்களாக, குடியிருப்பு களாக மாறிவிட்டது.

அந்த வளாகத்துக்குக் கிழக்கில் ஒரு 25 மீட்டர் தொலை விலேயே சால்ட் கொட்டா என்கிற சால்ட் கொடார்ஸ் என்கிற இறக்குமதியான பொருட்களைப் பாதுகாக்கும் பிரமாண்டக் கிடங்கு இருந்தது. ஒருகாலத்தில் மிகப் பரபரப்பாக இயங்கிக் கொண்டிருந்த ஒரு கிடங்கு. அது வடமாநிலங்களிலிருந்து வரக் கூடிய தானியங்கள் கட்டுமானப் பொருட்களெல்லாம் சரக்கு இரயில்கள் மூலம் வந்து இறங்கும். அதோடு துறைமுகத் திலிருந்து வரக்கூடிய பல பொருட்கள் ரயில்கள் மூலம் அங்கிருந்து வெளி மாநிலங்களுக்கு செல்லும். அந்தப் பொருட் களை ஏற்றி இருக்கக் கூடிய தொழிலாளர்கள் பல்லாயிரம் பேர் பயன்பெற்ற மிகப் பெரிய வளாகம்.

அந்தக் கிடங்கின் எதிரே கண்ணப்பர் திடல் வடக்கு எல்லை முழுக்க லாரி புக்கிங் ஆபீஸ்கள். லாரி எடை மேடைகள் கூடை சோறு விற்கும் வியர்த்து நனைந்த பெண்களின் உரத்த குரலும்

கபடமற்ற சிரிப்பும் நினைவுக்கு வருகிறது. எப்போதேனும் அங்குக் குழம்பு வாங்க என் அம்மா அனுப்புவார்கள். திரைப்பட இயக்குநர் ஜனநாதன் சால்து கொட்டாவில் சுமை தூக்கும் வேலை செய்ததாக கேள்விப்பட்டிருக்கிறேன். அந்தத் தொழிலாளிகளுடன் பழகியிருக்கிறார் என்று அவர் சொன்னது நினைவுக்கு வருகிறது. இப்போது அந்தக் கிடங்கும் பயன்பாடற்றுக் கிடக்கிறது. அதன் எதிரேதான் குத்துச்சண்டை நடக்கும் மைதானமான கண்ணப்பா திடல் இருந்தது. அதன் பின்புறம் உயிர்காலேஜ், மூர் மார்கெட், அல்லிகுளம் எல்லாம் இருந்தன. அந்தப் பிரமாண்டங்கள் எதுவும் இப்போது இல்லை.

எங்கள் குடிசைக்குப் பின்னால் டாடா கம்பெனி மின்சாரக் கேபிள்கள் சேமிக்கும் கிடங்கு ஒன்று இருந்தது. அதுவும் இப்போது பாழடைந்து கிடக்கிறது. எங்கள் குடியிருப்பின் இருநூறு மீட்டர் தொலைவில் பேசின் அனல்மின் நிலையம் ஒன்று இருந்தது. அதுவும் தனது உற்பத்தியை நிறுத்திவிட்டது, அந்த மின் நிலையத்தின் சாம்பலும், புகையும், பயங்கர ஓசையும் எங்களை வாட்டியெடுக்கும்.

உறவினர்கள் வீட்டுக்கு வந்தால், உரக்கக் கத்தி பேச வேண்டியிருக்கும்; காரணம் மின்நிலையத்தின் பயங்கர ஓசை. இயல்பாகப் பேசினால் மற்றவர்களுக்குக் கேட்காது. ஆனால் எங்கள் குடிசைகளில் மின்சாரம் கிடையாது, எண்பதுகளுக்குப் பிறகுதான் மின்சாரம் கிடைத்தது. அதேபோல எங்கள் குடியிருப்பின் மேற்கே பட்டாளம் பகுதியில் பக்கிங்காம் கர்னாட்டிக் என்கிற ஆசியாவின் மிகப் பெரிய நெசவாலை ஒன்று இருந்தது. அதில் ஏறக்குறைய பதினைந் தாயிரம் தொழிலாளர்களுக்கு மேல் வேலை செய்திருக்கிறார்கள்.

வடசென்னையின் உழைக்கும் மக்களின் மிகப்பெரிய வாழ்வாதாரமாக இருந்த ஆலையது. தனக்கான மின்சாரத்தைத் தானே உற்பத்தி செய்துகொள்ளும். இப்போது அதன் தோற்றம் முற்றிலும் மாறி நகரின் மிக உயர்தரக் குடியிருப்புகள் கொண்ட சென்னை நகரின் மிக உயரமான கட்டடங்கள் கொண்ட ஒரு நவீனப் பகுதியாக மாறிவிட்டது.

இப்படி என்னைச் சுற்றி சுமார் ஒரு கிலோமீட்டர் சுற்று வட்டாரத்தில் அத்தனை பிரமாண்டமான பழைய வாழ்வாதார

அமைப்புகள். அத்தனையுமே இப்போது அடையாளம் அற்றுத் தொலைந்துபோய் வேறொரு புதிய நவீனக் குடியிருப்புகளாக, வணிக வளாகங்களாக மாறிவிட்டது. முன்பிருந்த அந்தச் சூழலுக்கும் இப்போதுள்ள நிலைக்குமுள்ள வேறுபாடு முன்பிருந்த அந்த நெசவாலைகள், இறக்குமதி கிடங்குகள், மின்னுற்பத்தி நிலையம் அத்தனையிலும் எங்களுடைய முன்னோர் வேலை செய்து தங்கள் அடுத்த தலைமுறையின் வாழ்வாதாரத்தை உயர்த்தினார்கள். இப்போது அந்த இடங்கள் பெரும்பாலும் வட இந்தியர்களின் குடியிருப்புகளாக மாறிவிட்டன; வட இந்தியர்களின் தொழிலகங்களாக மாறியிருக்கின்றன.

இவ்வளவு மாற்றங்களுக்கு முன்பிருந்த என் பதின் பருவத்தின் வாழ்க்கையை நினைத்துப் பார்க்கிறேன். அப்போது எங்களுக்கு வறுமை, பற்றாக்குறை இருந்தது. ஆனால் மிகவும் அன்பான, சச்சரவற்ற ஓர் அமைதியான குடும்பம் இருந்தது. சுற்றியிருந்த மக்கள் அத்தை, மாமா, மாமி அண்ணன் அக்கா என்கிற உறவு முறையோடு பழகினார்கள். அந்தப் பகுதி ஒரு கிராமம் போல இருந்தது.

நான் வாழ்ந்த அந்தக் குடிசைப் பகுதி புதிய ஜெகநாதபுரம் என்று அழைக்கப்பட்டது. ஏற்கனவே சேத்துப்பட்டில் ஜெகநாதபுரம் என்ற ஒரு புகழ்பெற்ற ஊர் இருந்ததால், எங்கள் பகுதியை உருவாக்கியவர்கள் அதற்குப் புதிய ஜெகநாதபுரம் என்று பெயரிட்டு இருந்தார்கள். அந்தக் குடியிருப்புகள் மொத்தத்துக்கும் நான்கு குடிநீர் குழாய்கள் இருந்தன. அதில் பிடிக்கிற தண்ணீரில் தான் குளிக்கவேண்டும், துவைக்க வேண்டும், சமையல் செய்ய வேண்டும், ஆனால் அந்த நீர் மிகச் சுவையான அற்புதமான புழலேரி நீர். அப்படி ஒரு தண்ணீர் சுவையை இப்போது காசு கொடுத்து வாங்கிக் குடிக்கும் தண்ணீரில்கூடப் பார்க்க முடியவில்லை. காரணம் அந்தச் சுவைக்கு நான் அடிமையாக இருந்தேன். தாம்பரம் தாண்டினால் குடிநீரில் உவர்ப்பு கூடியிருக்கும்.

நகரைவிட்டு வெளியே சென்றால், நகரத்தின் குழாய்த் தண்ணீருக்காக மனம் ஏங்கும் அந்த அளவுக்குச் சுவையானது. இப்போது சென்னை நகரில் வழங்கப்படும் குடிநீரில் அப்படி ஒரு சுவையில்லை என்பது மிகப் பெரிய துயரம். குட்டையாகத் தேங்கி

நிற்கும் தண்ணீருக்கு மேலாக ஒரு முக்கால் இன்ச் குழாய் நீட்டிக்கொண்டு வளைந்து நிற்கும். அதில் வரும் தண்ணீரைத் தான் பிடித்துவர வேண்டும். தண்ணீர் வராத பகல் நேரங்களில்கூட நாங்கள் வீட்டிலிருந்து எடுத்துச் செல்லும் ரப்பர்க் குழாய்களை அதனுள் செலுத்தி உறிந்தால், வரும் தண்ணீரைப் பிடித்துவரும் பழக்கம் அப்போது இருந்தது. பிடிக்க ஆள் இல்லாமல் தண்ணீர் வீணாக ஊற்றிக்கொண்டிருந்ததையும் நான் பார்த்திருக்கிறேன்.

அந்த நாட்களில் பொங்கல், தீபாவளி, அம்மா அப்பாவிற்கான கல்யாணநாள், வருடப்பிறப்பு, பொருட்காட்சி, உறவினர்களைப் பார்க்கப் போவது போன்ற கொண்டாட்டங்கள் அவ்வளவு மகிழ்ச்சியானவையாக இருந்தன. அதெல்லாம் இப்போது நினைவுக்கு வருகிறது. இப்போதெல்லாம் குழந்தைகளிடம் வா அத்தை வீட்டுக்குப் போய் வருவோம், மாமா வீட்டுக்குப் போய் வருவோம் என்றால் அவர்கள் ஆர்வமற்று தொலைக் காட்சியின் முன்பு உட்கார்ந்திருக்கிறார்கள். நான் வரல நீங்க போயிட்டு வாங்க என்று சொல்லுமளவு ஆர்வமற்று இருக்கிறார்கள்.

என் சிறுவயதில் தீபாவளி நவம்பர் அக்டோபரில் வரும் என்றாலும் நான் ஆகஸ்ட் மாதத்தில் இருந்தே தீபாவளி தேதி வரை காலண்டரில் கோடுகள் கிழித்துக்கொண்டு வருவேன். ஒரு மாதத்துக்கு முன்பே பட்டாசுகளின் பட்டியலை எழுதி என் அப்பாவிடம் தருவேன். சாலையில் கருக்கல், கவாபு விற்கும் பாட்டி பட்டாசு விற்க ஆரம்பித்துவிடுவார். கடைகளில் பட்டாசுகள் ஒட்டிய பரிசு சீட்டுக் காலண்டர்கள் தொங்கும். பிறகு சட்டை டவுசருக்குத் துணிகள் எடுத்து தையல்காரரிடம் கொண்டுபோய்த் தருவார்கள். அதை வாங்குவதற்குப் பத்துப் பதினைந்துமுறை நடையாக நடந்து தீபாவளிக்கு முந்தைய நாள் அது கிடைக்கும். இதற்குள் டைலருக்கும் எனக்கும் ஒரு போராட்டமே நடக்கும். பண்டிகை நாள்வரை இருக்கும் பரபரப்பு அம்மாவிடம் வாங்கும் திட்டு, ஒரு வாரத்திற்கு முன்பாகவே அப்பா பட்டாசு வாங்கி வருவார். ஏனெனில் அவர் கம்பெனியில் பட்டாசு சீட்டு போடுகிறவராக இருந்தார்.

சிவகாசியிலிருந்து பெரிய பெட்டிகளில் பட்டாசு வந்து இறங்கும். அதில் பணம் கட்டியவர்கள் எல்லோருக்கும் பங்கு பிரித்தது போக

எங்களுக்கு ஒரு கூறு கிடைக்கும். அந்தப் பட்டாசுகளை நான் தீபாவளிக்கு ஒரு வாரத்துக்கு முன்பாகவே வீதியில் பாய் விரித்து அதில் பட்டாசுப் பெட்டிகளைப் பரப்பிக் காய வைத்துக்கொண்டு இருப்பேன். பிறகு அதை மீண்டும் அடுக்கி பையில்கொண்டு போய் வைப்பதுதான் எனது மிக முக்கியமான வேலைகளில் ஒன்றாக இருக்கும். அதற்காக நான் வீட்டில் வாங்குகிற அடிகள் தனி.

வீட்டில் மூத்தவன் என்பதால், எனக்கு வீட்டுவேலைகள் அதிகம். இப்போதெல்லாம் குழந்தைகளை அவ்வளவு தூரம் பெற்றோர்கள் கடைகளுக்கு அனுப்பமாட்டார்கள். நானே எனது குழந்தைகளை அவ்வளவு தூரம் ஒரு வேலைக்காக அனுப்பியது கிடையாது. ஆனால் அன்று ஒரு கிலோ மீட்டர் தூரத்துக்கும் அதிகமாகக் கடைகளுக்குப் போய்க் காய்கறி, இறைச்சி வாங்கி வருவேன். பதின்மூன்று வயதுக்கு முன்பாக. அன்றைய சூழலில் அப்படித்தான் நடந்திருக்க வேண்டியிருந்தது; வேறு வழியும் இல்லை. அம்மா அவ்வளவு உடல் நலமுடையவரல்ல. பல வேலைகளை நான் செய்யவேண்டியிருந்தது. அம்மாவின் வழிகாட்டுதலின்படி அம்மியில் தேங்காய் தக்காளி மசாலை அறைத்து சமையல் செய்வது உட்பட.

ரேஷனுக்குச் சென்று பாமாயில் சர்க்கரை அரிசி எல்லாம் விடியற்காலை 5 மணிக்குப் போய் வரிசையில் நின்று வாங்கி வருவேன். வீட்டுத் தேவைக்குப்போக மீதிச் சர்க்கரையை டீக்கடையில் விற்பனை செய்துவிட்டு, அந்தக் காசை கொண்டு வந்து அம்மாவிடம் தருவேன்.

அந்த நாட்களில் பிரசவ மருத்துவமனையில் குழந்தைகள் உள்ள தாய்மார்களுக்குப் பால்பவுடர், கோதுமைரவை போன்ற பொருட்களை ஒவ்வொரு வாரமும் தருவார்கள். அதில் ரவையை வீட்டுக்குக் கொண்டுவந்து வைத்துவிட்டு, பால்பவுடரை டீக் கடைகளில் போய் விற்றுவிட்டு வருவேன். அதை வாங்கு வதற்கு என்று சில கடைகள் அப்போது இருந்தன. அதைவிட முக்கியமாக, சிலர் கோதுமை ரவைகளை விற்றுவிடுவார்கள். அதைப் பேரம் பேசி வாங்கிக்கொண்டு வந்து அம்மாவிடம் தருவேன். அதில் அம்மா செய்து தருகிற பிட்டு, மிகச் சுவையானது. பிறகு உப்பு, புளி, மிளகாய் என ஏதாவது வாங்குவதற்கு அப்பாவுக்குச்

சிகரெட் வாங்க வேண்டும் என்றால், இவ்வளவுக்கும் நான் ஒருவன்தான் அந்த நாள்களில் கடைகளுக்குச் செல்ல வேண்டி யிருந்தது.

இதற்கு மத்தியில் என் அப்பாவின் தொழிற்சாலையில் அணியும் ஆடைகளை வாரத்தில் இரண்டு நாளாவது நான் துவைக்க வேண்டும். இரவு நேரங்களில் குழாய் அடியில் இருக்கும் கால்வாய் மீதான சிமென்டு பலகைகள் மேல் துணி துவைத்துக்கொண்டிருக்கும் போது சோப்பு நழுவி மழைநீர் கால்வாய்க்குள் விழுந்துவிடும். அந்த இருட்டில் இறங்கி தேடிப் பிடித்து எடுப்பதற்குள் போதும் போதுமென்றாகிவிடும். அந்த அனுபவத்தை இப்போது நினைத்தால், எனக்கு அவ்வளவு துயரமாக இல்லை. அந்தக் குழாயடியைச் சுற்றி இருள் சூழ்ந் திருக்கும், ஆனால் ஆட்கள் போகவர இருப்பார்கள்.

இருட்டில் தூரத்தில், அருகில் நடக்கும் காதல் பேச்சுகள், சண்டை சச்சரவுகள். இவ்வளவையும் நான் பார்த்தது அறிந்து கொண்டது பதின் வயதில். பலருக்கும் கிடைக்காத அனுபவக் கல்விக்கான வாய்ப்பென்றே நினைக்கிறேன். இப்போது எனது படைப்புகளில் அந்தச் சூழல்களைத்தான் அப்பட்டமாகப் பயன்படுத்துகிறேன். அப்போதெல்லாம் ஏழு மணிக்குப் பின்பான பொழுதுகள் இருட்டாக இருக்கும். முக்கியச் சாலைகள்கூட இன்று போல அன்று ஒளி வெள்ளம் நிரம்பி இருக்காது. தெருவிளக்குகள் நூறு மீட்டர் தொலைவுக்கு ஒன்றுதான் எரிந்துகொண்டிருக்கும். அதுவும் மஞ்சள் குண்டு பல்புகள், டியூப்லைட் போன்றவற்றின் மந்தமான வெளிச்சம், இடைவெளி விட்டு கொஞ்சமாய் இருக்கும்.

பெரும்பாலும் மாலை ஏழு மணிக்கு மேல் சாலைகள் வெறிச் சோடிப் போய்க் கிடக்கும். ஒன்றிரண்டு டிரக் என்று அழைக்கப் படுகிற மாட்டு வண்டிகள், சைக்கிள்கள் செல்லும். அந்தச் சைக்கிள்களில் இருக்கும் விளக்குகள் ட்ரக் வண்டிகளில் தொங்கிக் கொண்டிருக்கும் ராந்தல் விளக்குகள் இவைதான் சாலையில் எப்போதாவது தோன்றும் வெளிச்சம். எங்கள் குடிசைப் பகுதிக்கு எதிர்புறத்தில் ஒரு பெரிய மைதானம் இருந்தது. கேசவப்பிள்ளை பார்க் என்று அதற்குப் பெயர். இரவில் ஆள் நடமாட்டம் இல்லாது

காலியாக இருக்கும். இப்போது அதுவும் வாரிய குடியிருப்புப் பகுதியாகி நெரிசல் மிக்க ஒன்றாக மாறிவிட்டது.

எங்கள் குடிசைகளுக்கு வடக்கே, நாய்களைப் பிடித்துக் கொண்டுவந்து வைக்கப்பட்டு, நான்கு நாட்கள் ஆன பின்னரும் யாரும் உரிமை கோரவில்லை என்றால், நான்காம் நாளில் அந்த நாய்களை மயக்கி மின்சாரம் கொண்டு கொல்லும் மாநகராட்சிக் கிடங்கு இருந்தது. ஆனால் இப்போது, அந்தக் கிடங்கின் தேவையும் முற்றிலும் மறைந்துவிட்டது. இதுகூட கால மாற்றத்தின் ஒரு குறியீடுதான்.

எங்கள் பகுதியில் கள்ளச்சாராயம் மிகப் பிரசித்தம். எனக்குத் தெரிந்து கள்ளச்சாராயப் பலி எதுவும் நடந்ததில்லை. வியாபாரிகள் ஒவ்வொரு குடிசைக்கும் இடையில் இருக்கும் சந்துகளில் தங்கள் சாராயங்களைக் கொண்டுவந்து ஒளித்து வைப்பார்கள். ஆனால் அது அந்தக் குடிசையில் வாழ்பவர்களுக்கே தெரியாது. அவ்வளவு நுட்பமாகப் பதுக்கி வைத்துவிட்டுப் போய்விடுவார்கள். சாராயம் விற்பதற்கென்று நிரந்தரமான சந்துகள் உண்டு. அவர்களை அந்தச் சிகப்புத் தொப்பிக் காவலர்கள் அழைத்துச் செல்கிற காட்சி முதல் இப்போதைய நீலத் தொப்பிகள் காலம்வரை என் நினைவில் வந்து போகிறது.

சாராய வியாபாரிகள் எப்போதும் காவல்துறையுடன் மிகவும் நெருக்கமாக அண்ணன் உறவு முறையோடு பழகுவார்கள். பிறகு அவர்கள் கைகளைப் பின்புறமாகக் கட்டி அழைத்துச் செல்கிற காட்சியையும் நாங்கள் பார்த்ததுண்டு. அந்த வயதில் எனக்கு அது குழப்பமாக இருந்தது. அப்போது எங்கள் பகுதியில் மிகப் புகழ்பெற்ற சாராய வியாபாரிகள் இருந்தார்கள். தட்ஷனா, கர்ணா ஊடு கொளுத்தி என்கிற சிலுக்குச் செல்வம், கோவிந்தம்மாள் போன்ற புகழ்பெற்ற கள்ளச்சாராய வியாபாரிகள் இருந்தார்கள். இதில் தட்ஷனா, கர்ணா போன்றவர்கள் அரசு அனுமதியுடன் கடாமார்கு விற்று மிகப் பெரிய அளவுக்குச் செல்வம் சேர்த்த காலமும் வந்தது. அரசின் வேலைகளுக்குப் போய்விட்டார்கள். அந்தக் காலத்தில் சாராய வியாபாரிகள்தான் புல்லட் வாகனத்தை வைத்து இருப்பார்கள். ஒரு பெரிய குடியிருப்புப் பகுதியில் ஒன்றோ இரண்டோதான் இரு சக்கர வாகனங்கள் இருக்கும்.

புது ஜெகநாதபுரத்தில் மொத்தமாகக் கணக்கெடுத்தால், ஒரு பதினைந்து சைக்கிள்கூட இருந்திருக்காது. இரண்டு மோட்டார் சைக்கிள்கள் இருந்தது. அதில் ஒருவர் ரயில்வேயில் வேலை செய்துகொண்டிருந்த சீராளன் என்பவர். இன்னொருவர் காவல்துறையில் அப்போதுதான் சேர்ந்த சந்திரசேகர் என்கிற எனது உறவினர்.

பெரும்பாலும் என்னைச் சுற்றி இருந்தவர்கள் வெள்ளையர்கள் காலத்திலிருந்து இயங்கிக்கொண்டிருந்த மருந்து கம்பெனிகளில் வேலை செய்தவர்கள், பேசின் அனல் மின்நிலையம் ரயில்வேயில் வேலை செய்தவர்கள், வங்கிகளில் வேலை செய்தவர்கள் எனப் பலரும் இருந்தார்கள். இவர்களுக்கு மத்தியில் மிகப் பெரும் பான்மையாகத் தினக்கூலிகள் இருந்தார்கள்.

என்னுடைய அப்பா ஓர் அலுமினியத் தொழிற்சாலையில் மாத சம்பளத்துக்கு வேலையில் இருந்தார். எங்கள் குடும்பத்தில் நாங்கள் பெற்றோருடன் சேர்த்து ஏழு பேர். எனக்குப் படிப்பில் பெரிய ஆர்வம் இல்லை. ஆனால் எப்படியோ தமிழை மிகச் சரளமாக வாசிக்கவும் எழுதவும் கைவரப் பெற்றிருந்தேன். கணிதம் ஆங்கிலம் எனக்குச் சுத்தமாக வரவே வராது. இப்போது யோசித்துப் பார்த்தால், அதற்கான மூல காரணங்கள் என்னைச் சுற்றியிருந்த அல்லது நான் வாழ்ந்துகொண்டிருந்த அந்தக் காலத்தின் அகப்புறச் சூழல்கள்தான். மிகக் கண்டிப்பான பெற்றோர். எங்களை எப்போதும் இதமாக வைத்திருந்தார்கள். அவர்களுடைய கண்டிப்பு எங்களை எரிச்சலடைய வைத்தது. எங்களுக்கு பொருளாதாரக் குறைபாடு இருந்தது. இதற்கு மத்தியில் நாங்கள் மகிழ்ச்சியாக வாழவேண்டி இருந்தது.

எப்படியோ பொங்கல் தீபாவளி இரண்டுக்கும் எங்களுக்கு ஒரு புத்தாடை கிடைத்துவிடும். அதற்காக என் தந்தை படாத பாடுபட வேண்டி இருந்தது. இதற்கு மத்தியில் அவர் மிக அலங்காரமாக உடை உடுத்துபவராக இருந்தார்.

அதோடு மட்டுமல்ல, அவர் அதைச் சலவை நிலையங் களுக்குப் போய்வந்த உடையை மட்டுமே உடுத்துவார். தொழிற் சாலையில் அவர் அணிகிற உடையை மட்டும்தான் வீட்டில் நாங்கள் துவைத்துத் தருவோம்.

என்னுடைய அம்மா ஒரு தேர்ந்த குடும்பத் தலைவி. அப்பாவின் குறைவான வருவாயை வைத்து ஒரு மாதம் முழுவதும் நகர்த்துவதற்கு அவர் மிகப் பெரிய கணக்குகளைப் போட வேண்டியவராக இருந்தார். என்றாலும் மாத கடைசியில் எங்கள் வீதியிலிருந்த அரசு ஊழியர்களின் வீடுகளுக்குப் போய்க் கடன் வாங்க வேண்டிய சூழல் இருந்தது.

அந்தக் கடனை வாங்கி வரவும் அதைத் திருப்பித் தரவுமான ஆள் நான்தான். இதற்கு மத்தியில் என் அம்மா ஊரிலிருந்து வந்திருந்த அரிசிகளை வீட்டின் பயன்பாட்டுக்கு வைத்துக் கொண்டு ரேஷன் கடையில் போடும் அரிசியை விற்கும் வேலையைச் செய்துகொண்டிருந்தார்.

எப்படியோ கொஞ்சம் காசு மிச்சம் பிடித்து வட்டிக்குத் தருகிற அளவு குடும்பத்துக்காக உழைப்பார். அதைத் தருவதும், வாங்கி வருவதும், இந்த அரிசி விற்ற காசை பெற்று வருவதும், கறிகடைகளுக்குச் செல்வதும், காய்கறிக் கடைகளுக்குச் செல்வதும் என மொத்தமாக எல்லாம் என் தலையில் இருந்த சுமைகள். இந்தக் கதைகள் எல்லாம் நான் சொல்வது 13 வயதுக்கு முன்பாக. எட்டாம் வகுப்பு ஒன்பதாம் வகுப்புப் பத்தாம் வகுப்பு எல்லாம் நான் நகருக்கு வெளியே இருந்த தங்கும் விடுதிகளில் போய்ப் படிக்க வேண்டிய நிலை. அதனால் வீட்டின் எந்த வேலையிலும் எனது பங்களிப்பு இல்லாமல் போய்விட்டது.

பத்தாம் வகுப்புப் படித்துவிட்டுச் சென்னைக்கு வந்த பிறகு நான் எப்போதும் இலக்கியங்கள் வாசிப்பவனாக மாறினேன். எனக்கு அடுத்து இருந்த என் தம்பி தங்கைகள் என் வேலையை எடுத்துக் கொண்டுவிட்டார்கள். எனக்கு ஒரு சுதந்திரம் இருந்தது. அதனால் நான் நிறைய இலக்கியங்கள் படிப்பதற்கும் நூலகங்கள் செல்வதற்குமான வாய்ப்புகள் உருவாகியிருந்தன.

அன்றைய சூழலில் நான் பார்த்த நகரம் இப்போது இல்லவே இல்லை. குறிப்பாக, பல இடங்களில் பழைய டிராம் வண்டி பயணித்த இரும்புப் பாதைகள் அப்படியே இருந்தது. பூங்கா நகரில் இருந்த 116 ஏக்கர் சொர்க்கம். பழைய திறந்தவெளி நேரு ஸ்டேடியம் மற்றும் அதன் சாலையில் இருந்த அழகிய குளங்கள். மூர் மார்க்கெட் கட்டடத்துக்கு எதிரில் இருந்த அல்லிக்குளம்,

செழிப்பான செழிப்பாகப் பூத்துக் குலுங்கிய அந்த அற்புதமான தோற்றம் எதுவுமே இப்போது இல்லை. சின்னச் சின்ன மினியேச்சர்களாக மாறிவிட்ட துயரம். மற்றவர்கள் எப்படி உணர்கிறார்கள் என்பது எனக்குத் தெரியாது. ஆனால் நான் அதை மிகத் துயரத்தோடு உணர்கிறேன்.

கண்ணப்பர் திடல் என்பது மிகப் பெரிய மைதானம். அது அந்த நாட்களில் குத்துச் சண்டைகள் அதிகம் நடக்கும் இடம். சென்னையில் கடந்தகாலச் சர்க்கஸ்கள் அத்தனையும் அங்குத்தான் நடந்திருக்கின்றன. இப்போது அந்த மைதானம் வெவ்வேறு அரசுத் துறைகளுக்கான இடங்களாக மறுவுருவம் பெற்றுவிட்டது. அந்த மிகப் பெரிய திடலின் ஒரு மூலையில் ஒரு சின்னஞ்சிறு கட்டடத்தில் ஒரு ஊரே வாழ்ந்துகொண்டிருக்கிறது என்கிற துயரம்தான் இப்போது மிஞ்சியுள்ள நிலை.

நாங்கள் வாழ்ந்த புது ஜெகநாதபுரம் என்பது ஏறக்குறைய அங்கு வாழ்ந்த மக்கள் ஒரு கிராம மனநிலையில்தான் வாழ்ந்து கொண்டிருந்தனர். மக்கள் ஊர்த் தலைவரை கிராமத்தார் என்றே அழைப்பார்கள். அவர் சொல்லுக்கு மறுவார்த்தை இன்றிப் பெரும்பாலும் கட்டுப்படுவார்கள். அந்தக் கிராமத் தலைவர் மிக நேர்மையானவராக இருந்தார். அவர் தலைவராக இல்லாமல், குடும்ப உறுப்பினர் போல மிக அன்பானவராக இருந்த சூழலை எல்லாம் நான் பார்த்திருக்கிறேன். ஏனெனில் என் ஒரே குடிசையின் கீழ் இரண்டு வீடுகள் இருந்தது. அதில் ஒரு வீட்டில் கிராமத் தலைவர் இருந்தார்.

என் தாத்தாவும் அவரும் இணைபிரியா நண்பர்களாக இருந்தவர்களாம். அதனால் ஒரு கூரையை இரு வீடுகளாகத் தடுத்து வாழ்ந்து கொண்டிருந்தார்கள். இத்தனைக்கும் அவர்களுக்குள் இரத்த உறவு எதுவும் கிடையாது. நண்பர்கள் மட்டுமே. நண்பர்களே இந்த அளவு ஒற்றுமையாக இருந்திருக்கிறார்கள்.

மழைக்காலங்களில் எங்கள் குடிசையின் சுவர்கள் பெரும்பாலும் விழுந்துவிடும். பக்கத்தில் ஓரளவு பாதிக்கப்படாத குடிசைகளில் தஞ்சம் அடைந்துவிடுவோம். இப்போது அந்தப் பகுதியில் வாழ்ந்தவர்கள் எல்லோருமே வெவ்வேறு திசைகளில் சென்றுவிட்டோம். வசதி வாய்ப்புகளும் வெவ்வேறாக

மாறிவிட்டன. ஆனால் எப்போது சந்திக்கும்போதும் அந்தப் பழைய அன்பும் பழைய அரவணைப்பும் இப்போதும் இருப்பதை என்னால் உணர முடிகிறது. ஏனெனில் அந்த நாட்கள் அப்படி.

இப்போது அந்தத் தலைமுறையைச் சேர்ந்தவர்கள் எல்லோரும் அதிகம் படித்துவிட்டு பெரிய பெரிய பதவிகளில் இருக்கிறார்கள். என்னுடன் பழகிய நண்பர்களில் சிலர் வருவாய்த்துறையில் மிகப் பெரிய அதிகாரிகளாக, வங்கிகளில் மிகப்பெரிய அதிகாரிகளாக, தமிழகச் சுற்றுலாத்துறையின் மேலாளராக, சிலர் தொழிலதிபர்களாக, வேறு சிலர் வெளிமாநிலங்களில் அரசு ஆய்வுக் கூடங்களில் பெரிய பதவிகளில் என இப்போது எல்லாமே நிலைமைகள் மாறிவிட்டன. என்றாலும் அன்றைய நாட்கள் இப்போதும் நினைத்துப் பார்ப்பதற்கு மிகவும் அற்புதமாகத்தான் இருக்கின்றன. என்னளவில் அன்று அந்தப் பதிமூன்று வயதிற்கு முன்பாக நான் பார்த்த வாழ்க்கை, நான் அனுபவித்த துயரங்கள், சந்தோஷங்கள், அன்பு, நட்பு, ஏக்கம், கனவு இவைதான் இன்றைய எனது எழுத்து வாழ்க்கையில் அதிகம் இருப்பதாக நான் நினைக்கிறேன். அது என் வாழ்நாள் முழுக்க என்னைப் பின்தொடர்ந்துகொண்டே இருக்கும். அந்த நினைவுகளைப் பராமரிக்கவே நான் விரும்புகிறேன்.

தேவைப்படும் போது அதை நான் ஒவ்வொன்றாக உருவி எடுத்துப் பார்க்கிறேன். அது எனக்கு மிகச் சிறந்த பாடங்களைக் கற்றுத் தருகிறது. அப்படியான நாட்கள் அவை. இந்தத் தருணத்தில் உங்களோடு அதைப் பகிர்ந்துகொள்வதில் நான் மிகவும் மகிழ்ச்சி அடைகிறேன்.

□

11

புங்கவர்நத்தம்

சித்திரையில் உயிர்பெறும் வீடு

க. காசிமாரியப்பன்

பெரும் ஞாபகங்கள் ஏதும் தென்படாத நினைவின் கலங்கலில் என் பாலிய காலம் சிறு மொட்டென மட்டும் துலங்குகிறது. எட்டயபுரத்திலிருந்து கன்னக்கட்டைப் பாதை வழியாகக் குறுக்கே நடந்தால் பத்துக் கல் தொலைவில் நான் பிறந்த புங்கவர்நத்தம் வந்துவிடும்; அது பாடல் பெற்ற ஸ்தலம் அல்ல. இனியும் பெறுமா எனத் தெரியவில்லை. 'புங்கவர்' என்பதற்கு அருகர், புத்தர், முனி என்ற பெயர்களுண்டு. புங்கவர் உறையும் நத்தம். அய்யனார், கருப்பசாமி, பெரியசாமி, காமாட்சி குடியிருக்கும் ஊர். புத்தரின் பரிவாரங்கள்.

அய்யனார், மாரி

பள்ளிக்கூடத்தின் முன் விரியும் எதிரெதிரே ஆறு கடைகள் கொண்ட தெருதான் கடைவீதி. தெருவின் முடிவில் மாரித்தாய் அருள்பாலிக்கிறாள். பக்கத்தில் மந்தை. அதைத்தாண்டி நல்ல தண்ணீர்க்கிணறு. பெருங்காற்றில் சலசலக்கும் வெண்கல மணிகள் சரம்சரமாய்க் கொண்ட அய்யங்கோவில் கருப்பசாமி உடனுறைய கண்மாய்க்கரையில் இருக்கிறது. வெள்ளைக் கருவேல முட்கள் வேலியாய்க் கிடக்கும் கோயிலில் திருட்டுகள் இதுவரை இல்லை. 'திருடியவர் கண் தெரியாது போனார்' என்ற கதை இந்தக் கோயிலுக்கும் உண்டு.

கடைவீதியில் ராயபுரிச் சர்க்கரையை வெள்ளரிப் பழத்தில் தொட்டுத் தின்ற நறுஞ்சுவையும் சேவுக்கடைப் பண்டங்களும் மனத்தில் கிடக்கின்றன. பங்குனிக் கடைசி ஞாயிற்றுக்கிழமையில் மாரியம்மனுக்குத் திருவிழா நடக்கும். கடை வைத்துப் பஞ்சம் பிழைக்கச் சென்ற ஜனங்கள் பேருந்திலும் காரிலும் வந்து குவிவார்கள். கோடீஸ்வரரானவர்களும் சைக்கிளில் விற்றுப் பிழைப்பவர்களும் எல்லாரும் வருவார்கள்.

காலைமுதல் நள்ளிரவுவரை கடையே கதியென்று கிடந்தவர்களுக்குத் திருவிழா ஆசுவாசம் தருகிறது. இரவில் கரகாட்டம் தரும் கிளர்ச்சிக்கு அளவில்லை. பகலில் கண்மாய்க்கரைச் சேற்றைப் பூசி வேப்பிலையைச் சூடி 'ஆகோ அய்யாகோ' என்று தெருவில் சத்தம் போட்டு அளிவேசம் ஆடும் இனக் குழுவாசம் நீங்காதிருக்கிறது.

பங்குனி மாதத்தில் பள்ளித்தேர்வுகள் குறுக்கிடுவதால் திருவிழா சித்திரைமாதக் கடைசி ஞாயிற்றுக்கு மாறிவிட்டது. பங்குனியில் மரபான பூசை நடக்கும். பெருங்கொண்டாட்டம் சித்திரையில்தான். படிப்பைக் கருதியதாலோ ஊர் நினைவைக் குழந்தைகளுக்குப் பதிய வைக்கவேண்டும் என்ற எண்ணத்தாலோ திருவிழா மாற்றம் நடந்ததா எனத் தெரியவில்லை.

முகம் மாறிய நத்தம்

புங்கவர்நத்தத்தின் முகம் மாறிவிட்டதில் வருத்தம் ஏதுமில்லை. இப்போது கூரை, ஓட்டுவீடுகள் இல்லை. பல தெருக்களில் இரும்புக்கிராதி போட்ட இரட்டைமாடி வீடுகள் உண்டு. வருடத்திற்கு முந்நூற்றைம்பது நாட்கள் பூட்டிக்கிடக்கும் வீடுகளின் கேஸ் அடுப்பு, தொலைக்காட்சிப் பெட்டிகளில் படிந்த தூசியைத் திருவிழாச்சமயத்தில் அள்ளித் துடைக்க வேண்டும். வீடுகள் சித்திரையில் உயிர்பெறும். பிறகு தனிமைகொள்ளும்.

கம்பு, பருத்தி, குதிரைவாலி, காக்காச்சோளம், விளைந்த கரிசல்காடுகள் சீமைக்கருவேலமுள் மண்டிக் கிடக்கின்றன. கருவேலமுட்கள் வரப்புகளைத் தூர்த்துவிட்டன. புதிதாக வைத்த ஒரு வேப்ப மரத்தைக்கூடக் கோயில்களிலோ தெருக்களிலோ பார்க்க முடியவில்லை. மரம் எதற்கு?

இப்போது ஊரில் வாழும் ஆட்கள் அதிகமில்லை. நூறு பேருக்குள் எண்ணிக்கை இருக்கும். வேறு ஊர்களுக்குப் பிழைக்கச் சென்றவர்களின் நிலப் பட்டாக்களை மாற்றுவது, நிலங்களைத் திருடி விற்பது சமீபகாலப் புதுத்தொழில்கள். கூட்டங்கூட்டமாகக் குடங்களுடன் பெண்கள் வந்துசேரும் நல்ல தண்ணீர்க் கிணறு பாழ்பட்டுவிட்டது. வீட்டுக்குள் மின்மோட்டார்கள் ஆழ்துளை நீரை அள்ளுகின்றன. குடத்துடன் பேசி நடக்கும் பெண்கள் இல்லை.

வாளி இல்லாதவருக்கு இறைத்துத்தருவது, தலைக்குத் தூக்கி விடுவது, கையளவுத் தண்ணீரை முகத்தில் தெளித்து விளை யாடுவது, கிணற்றில் புதுமணப்பெண்கள் வெற்றிலையை இடுவதெல்லாம் இல்லை. ஊரிலிருந்து கன்னக்கட்டை செல்லும் பாதையில் குடியிருக்கும் குடும்பமார்கள் ஊர்க்கிணற்றுக்கு வருவதில்லை. வந்தாலும் நாடாக்கமார்ப்பெண்கள் செல்லமாகத் தண்ணீர் சிதறி விளையாடுவார்களா எனத் தெரியவில்லை.

குடும்பமார்க் குடும்பப்படம்

கரிமூட்டம் போடும் குடும்பமார்களிடம் வேலிக்கருவையை நிலம் வைத்திருக்கும் நாடார்கள் விற்பார்கள். இப்போது தேநீர்க்கடைப் பாய்லர்கள் கரியை மறந்துவிட்டன. முப்பது ஆண்டுகளுக்கு முன்பு பெருகிய தீப்பெட்டிக் கம்பெனிப் பஸ்கள் குடும்பமார், நாடார் இளம்பெண்களைக் கோவில்பட்டிக்கு அழைத்துச் சென்றபொழுது இணக்கம் ஏற்பட்டது; சாதிக்கலப்புக் கொண்ட பெண்தோழிமார் புகைப்படங்கள் பல வீட்டுச் சுவர்களில் தொங்கின; மணமாலைப் படங்கள் அன்று.

பள்ளியமுதுகள்

ஒன்றாம் வகுப்பு முடித்த கையோடு நெல்சோறு கிடைக்கும் அம்பாசமுத்திர வட்ட, சிவந்திபுரத்துக்குக் கடை வைக்க அய்யாவுடன் வந்துவிட்டோம். பச்சேரி போகும் வழியிலுள்ள காமராஜ் பள்ளியில் வாழ்க்கை தொடங்கியது. நடுநிலைப் பள்ளியும் மேல்நிலைப்பள்ளியும் அறை வாங்கும் வதைக்கூடங் களாயின. தௌலத்கான் என்ற ஆசிரியர் வகுப்பில் சேர மாணவர்கள் விரும்புவார்கள். அவர் அடிப்பதேயில்லை. அடித்தால் படிப்பு வரும் என்று நம்பாதவர். கெண்டைக்கால்

தோல் உரிய அறிவாசான்கள் என்னை வெளுத்திருக்கிறார்கள். தொடக்கப் பள்ளியருகில் விற்ற மஞ்சள்நிறச் சவ்வுமிட்டாய் என் மகன் அறியாதது. உண்பதில் தேர்வு என்பதே எனக்கு இல்லை. அது பிடிக்கும் இது பிடிக்காது என்ற கதைகள் செல்லுபடி ஆகாது. கிடைத்தவை எல்லாம் இனியவையே. கோதுமைக்கஞ்சி, முருங்கைக் கீரை நிறைந்த கூட்டாஞ்சோறு, மக்காச்சோள உப்புமா மதிய நேரப் பள்ளி அமுதுகள்.

காக்கா முட்டைப் பொரியல்

பத்துப் பதினைந்து மரம் ஏறினால் வதக்கும் அளவுக்குக் காக்கா முட்டை கிடைத்துவிடும். மண்சட்டிகளுக்குப் பஞ்சமில்லை. பொங்கல் சமயத்தில் கழித்துப் போட்டவற்றில் ஓட்டை இல்லாததை எடுத்து வைத்திருப்போம். வத்தல், உப்பு, வெங்காயம், கொஞ்சம் எண்ணெய் தேற்றினால் போதும்.

கூன்பொத்தைக் குகையில் சமையல். மரமேறி முட்டை எடுத்தவர்களுக்குப் பங்கு கூடுதல். மூத்த அண்ணன்மார்கள் 'வெந்திருக்கிறதா வெந்திருக்கிறதா' எனப் பார்த்தே பாதியைத் தின்றுவிடுவார்கள். அவர்கள் சகவாசம் இல்லாமல் வதக்குவதே உத்தமம்.

சாணிக்குள் முட்டையைப் பொதிந்து தீயில் போட்டும் எடுக்கலாம். வாய்க்கால் மீனைச் சுட்டுத் தின்ன சாமர்த்தியம் வேண்டும். வெந்துவிட்டதா, வேகவில்லையா எனப் பார்ப்பது சிரமம்.

திகட்டாத பண்டங்கள்

புளியந்தளிர், புளியங்காய், உப்புமிளகாய் போட்டு மையஅரைத்து வழித்து நக்குவது நாவூறும் பண்டம். நனையப் போட்ட புளியங்கொட்டை, வெள்ளைப்பூண்டு, வத்தல் போட்டு இடித்த பனங்கிழங்கு, உப்பும் காரமும் இட்ட சிறுநெல்லிக்காய், பொரிகடலை, கருப்பட்டி சேர்த்துச் சோறு வடித்த கஞ்சி, அவித்த பயறுகள், தேன்மிட்டாய், இலந்தைப்பழம், தங்கரளிப்பூத்தேன், கப்பைமாங்காய் என்ற தீனிகள் வழக்கொழிந்துவிட்டன. பாக்கெட்டில் அடைத்த நறுவிசான பண்டங்கள் தின்னும்

இளந்தலைமுறைக்கு அதிரசம், சுசியம், தேன்குழல், பொரி விளங்காய், எள்ளுப்பிண்ணாக்கு போன்றவை தின்பண்டங்களாகவே தெரியவில்லை.

அடைமழைக்காலத்தில் என்னத்தைத் தின்னலாம் என்றிருக்கும். எதுவுமில்லாவிட்டால், அரிசியை வறுத்தால் பொரியாகிவிடும். தவிட்டுடன் இடித்த கருப்பட்டி நல்ல தின்பண்டம். சீனிக்காப்பி மேலோர்பால்; கருப்பட்டிக் காப்பி எளியோர்பால். இன்று கருப்பட்டிக்காப்பி குடித்து, உயிரை வளர்க்க நகரமெங்கும் ஒளிவண்ண எழுத்துக்கள் அழைக்கின்றன.

புரோட்டாக்களை 'ரொட்டி சால்னா' என்பர். சர்தார்கடைப் புரோட்டாவுக்குக் கூட்டம் நெருக்கி நிற்கும். யாமறிந்த கடைகளில் அதற்கிணை ஏதும் இல்லை. எட்டுமணிக்கு மேல் கடை கிடையாது. இருட்டுக்கடை அல்வா மாதிரி அதைப் பேசப் புலவர் இல்லை. பிய்த்துப்போட்ட ரொட்டியில் சால்னா ஊற்றிச் சாப்பிட்ட கதைகளை நண்பன் லட்சுமணன் விவரிப்பான். அவன் அப்பா தலையாரி. வாங்கிக் கொடுப்பார். நான் எங்குப் போக. அதீத குடி. சர்தார் கடைமுதலாளி இல்லை. அதன் பிறகு அங்குப் புரோட்டா விளங்கவில்லை.

சாதிய உறவும் சாதி மாறிய உறவும்

நாடார்கள் இல்லாத நடுச்சிவந்திபுரத்தில் என் அய்யா கடை போட்டார். பிள்ளைவாள், தேவமார், கோனாக்கமார், ஆசாரிமார், செட்டியார் என்ற ஐந்து பட்டறைகள். சாதிகளுக்குள் மாமன் மச்சான், சின்னையா என்று உறவு வைத்துப் பேசிக்கொள்வார்கள். சாதி மாறிய திருமணங்கள் இல்லை. 'அந்த மாதிரி உறவுகள்' கொலைப்பாதகம் இல்லாமல் கண்டும்காணாமலும் சாதிமாறி நடந்தன. பிராமணப் பெண்ணைக் கூட்டிவந்து கோனார் பையன் குடும்பம் நடத்தினான். சச்சரவு இல்லை. நாடார்கள் பிற சாதிக்காரர்களுடன் உறவுமுறை வைத்துப் பேசுவது கிடையாது. அண்ணன், அக்கா எனலாம்; மைத்துன உறவு இல்லை.

மலைக்கோயிலில் முருகன் அருள்புரிந்தார். மலையல்ல சிறுகுன்றுதான். ஒரே ஓர் அரசமரமும் சுனையும் உண்டு. வேதக்காரர்கள் 'பொத்தைக் கோயில்' என்பார்கள். பத்துநாள்

மண்டகப்படியில் சாதிவாரியாகச் சப்பரம் இழுப்பார்கள். வீதியுலா வரும் முருகனுக்கு எல்லா நாளிலும் என் அய்யா தேங்காய்ப் பழம் உடைத்து வணங்குவார். ஊரிலுள்ள கோயில்களில் என் அய்யாவுக்கு வரி கிடையாது. அதே அளவுக்கு நன்கொடை வாங்கி விடுவார்கள். வரி என்பது சாதி உரிமை.

முருகன் நுழையாத தெருக்கள்

பத்துநாள் மண்டகப்படியில் வெகுகாலமாக நாடார் தெருக்களுக்கு முருகன் போனதில்லை. சமீப காலமாக நாடார் மண்டகப் படியை முன்னிட்டுத் தெருக்களுக்குள் முருகன் நுழைந்து அருள்பாலிக்கிறார். இன்னும் பச்சேரியைப் பார்க்கவில்லை அவர். குறத்தெரு இருந்தாலும் வள்ளியைப் பார்க்க அவருக்கு ஊரார் அனுமதி தரவேண்டியிருக்கும்.

அலங்காரி அம்மன் ஐந்து சாதிகளுக்குப் பொதுவானவள். எப்பொழுதாவது கொடை பார்ப்பாள். மலைமேல் முருகன் சைவப் பிள்ளைமார் வசம். சங்கிலிப் பூத்தானுக்குச் செட்டியார் ஆட சாமிவரும். சப்பாணி மாடனுக்குத் தேவர் கோமரத்தாடி, நாராயணசாமிக்குக் கோனாக்கமார் கொடை தருவர். ஐந்து சாதிகளும் அவரவர் பீடத்திற்குள் நிற்பதால் சண்டைகள் பெரிதாக இல்லை.

மலைக்கோயிலுக்குக் கீழே வயலுக்குப் பக்கத்திலுள்ள ஊற்று என்ற நல்ல தண்ணீர்க்கிணறு மேலச்சிவந்திபுரத்துக்கும் நடுச்சிவந்திப்புரத்துக்கும் நடுவில் இருந்தது. நாடார்களும் ஐந்து பட்டறைகளும் அதில் புழங்கினார்கள். அருகில் பச்சேரி இல்லை. ஊற ஊறக் கோடையில் இறைக்கவேண்டும். தேங்காய்த் தண்ணீர் போன்ற ருசி. பாபநாசத்திலிருந்து குழாயில் ஆற்றுத் தண்ணீர் வந்தபிறகு தேங்காய்த்தண்ணீர்க் கதை முடிந்துவிட்டது.

ஓடும் நீரில் உண்டு சாதி

விளையாடும்போது வாய்க்கால் தண்ணீரைக் குடித்திருக்கிறோம். வாய்க்கால் என்பது நீர்விளையாட்டுத் திடல். கண்சிவக்க ஆடலாம். புதுத்தண்ணீர் வரும்போது மஞ்சளை உரசிவிட்டுக் குளிப்பார்கள். சிறுவீட்டுப் பொங்கலின்போது இலையில் சோற்றை வைத்துக்

கற்பூரம் ஏற்றித் தண்ணீரில் விடுவார்கள். இப்போது அது பெருஞ் சாக்கடை ஆகிவிட்டது; அந்த நீரிலும் செந்நெல் வளருகிறது.

அரசங்கிடங்கு, மாவடிக்கிடங்கு, மடை, ஆம்பிளைவாய்க்கால், பொம்பளை வாய்க்கால் என்ற படித்துறைகள் வாய்க்காலில் உண்டு. பாலத்துக்கு மேற்பக்கம் உள்ளது ஆண்கள் குளிக்கும் துறை. கீழ்ப்பக்கம் பெண்கள் குளிப்பார்கள். தாமிரபரணிக் கல்யாணித் துறை ஆற்றில் கீழ்ப்பக்கம் பச்சேரிக்காரர்களும் தண்ணீர் வருகிற மேல்பக்கத்தில் பிற சாதிக்காரர்களும் குளிக்கலாம்.

ஓடும் உதிரத்தில் சாதி உண்டோ என்ற கவிஞர்கள் இந்த ஓடும் தண்ணீர் அரசியலைக் காணத் தவறினர் போலும். ஆண்கள் குளித்தபின் வரும் தண்ணீரில் பெண்கள் குளிக்கவேண்டும். பிற சாதிக்காரர்கள் குளித்த பிறகு வரும் நீரில் பச்சேரிக்காரர்கள் குளிக்க வேண்டும் என்ற நீர் அரசியல் பின்னாளில்தான் எனக்கு விளங்கியது. படா கில்லாடிதாம் முன்னோர்கள்.

கணக்குக்குப் போடப்படும் தானம்

ஜெவந்தியப்ப நாயக்கர் இனமாகத் திருவாவடுதுறை ஆதினத்துக்குத் தந்த கிராமம் சிவந்திபுரம். ஆற்றுக்கு வடக்கே உள்ள வயல்கள் ஆதினத்துக்கு உரியவை. ஆற்றுக்குத் தாமிரபரணி என்றுபெயர். ஊர்க்காரர் பலருக்கு ஆற்றின் பெயர் தெரியாது. பயிரிடும் விவசாயிகள் விளைந்த நெல்லை மடத்துக்குப் பாட்டம் அளக்க வேண்டும். நெல்லறுப்பின் போது மடத்து இன்ஸ்பெக்டர் கொடி பறக்கும். மடத்துக் காவல்காரர்கள் தேவமார்கள். சைவ மடத்தில் மேலோர் சாதிவாரி ஒதுக்கீடு உண்டு.

அறுத்த நெல்லை அளந்து மடம் எடுத்துக்கொள்ளும். மடத்து வேலைக்காரர் பண்டாரம்பிள்ளை சுழற்றி அளக்கும் வேகத்தில் ஒரு மரக்காலுக்குள் ஒன்றரை மரக்கால் நெல் செருகிக்கொள்ளும் என்பார்கள். இனாம் ஒழிப்புச் சட்டம் வந்தும் உழவர்கள் நெல் அளந்தார்கள். விவசாய எழுச்சி, நீதிமன்றத் தடைக்குப் பிறகு நெல்லளப்பதில்லை. மடத்து அன்னதானத்திற்கு என் அய்யாவின் கடையிலிருந்து மளிகைப் பொருட்கள் போகும். பணம் தந்து விடுவார்கள். கணக்குக்குப் போடப்படும் தானச் சோற்றைக் காவல்காரர்களே தின்று விடுவார்கள்.

இற்றுப்போன மடம்

சேனை பொலிய நடக்கும் மடத்து இன்ஸ்பெக்டர் சைவப் பிள்ளையாகவே இருப்பார். அது மடத்தின் கொள்கை முடிவு. மடம் தொடங்கும் இடத்தில் சப்பரம் ஜோடிப்பார்கள். முதல் வீடு 'ஆண்டியாபிள்ளைவீடு.' எதிரில் தலைமைக் காவல்காரத் தேவர் வீடு. ஆண்டியாபிள்ளை வீட்டுக்கு முன்னால் இருந்த சுப்பையா பிள்ளை இடத்தில் கிறிஸ்தவ நாடார் ஒருவர் வீடு கட்டினார். முதல் வீடு நாடார் வீடாக ஆகிவிட்டது; சாதிய நனவிலிக்கு அது தொந்தரவு தந்தது. வேறு யாருக்கும் எந்தச் சாதிக்கும் பயன்படுத்தாத மடத்து விதியைப் பயன்படுத்தி நீதிமன்றத்தில் மடம் வழக்கு தொடர்ந்தது. என் அய்யா அந்த வீட்டை வாங்கியிருந்தார். அவரும் நாடார். காழ்ப்பு தொடர்ந்தது. வழக்கில் மடம் வென்றது. வீட்டை இழந்தோம். நல்ல வேளையாக வீட்டை இழக்கும்போது அய்யா உயிரோடு இல்லை. பிடுங்கிய வீட்டைப் பராமரிக்காமல் இடிந்துவிழும் சூழலுக்கு மடம் தள்ளிவிட்டது. அறம்பாடத் தெரியாத தமிழாசிரியன் நான்; சாபம் இடும் வல்லமையும் இல்லை. ஆதினமடத்துக்குச் சென்றதாக உவேசா குறிப்பு எழுதியுள்ளார். அந்த மடம் இற்றுப்போய் நிற்கிறது. மகிழ்ச்சி.

சிங்கின் சரக்கு நல்ல சரக்கு

மேலச் சிவந்திபுரத்தில் நாடார்கள் மட்டுமே குடியிருந்தனர். கிறித்தவ நாடார்கள். ஆற்றுக்குப் போகும் வழி அது. சிங்குநாடார் சாராயம் காய்ச்சினார். நல்ல சாராயமாக இருக்கும். செவிவழிச் செய்திதான். கண்டதைக் கலக்கமாட்டார். சற்றுக் குள்ளம். திடமாக இருப்பார். மேலச் சிவந்திபுரத்திலிருந்து பஸ் ஏறவரும் மெயின் ரோட்டுக்கு உள்ள ஒன்றரைக்கல் தொலைவை நிதானமாக ஆரவாரமில்லாமல் நடப்பார். பேசினால் ஒரு சொல் பதில். ஓர் ஆளுக்கு ரெண்டு கிளாஸுக்கு மேல் எவ்வளவு பணம் கொடுத்தாலும் தரமாட்டார் என்ற தொன்மம் அவரைப் பற்றி உண்டு. இளைஞர்களும் அப்போது பழகவில்லை. போதை உச்சந்தலைக்கு ஏறலாம். மனிதர் தலைகுப்புற விழக்கூடாது என்பது அவர் அறம். அவரிடம் சாதிவேறுபாடு காட்டாமல் எல்லாரும் அருந்தினார்கள். ஒருவர் குடித்த கண்ணாடித் தம்ளர் மற்றவர்க்குரியதாயிற்று.

அடாதுடி கிடையாது. போலிசுக்குக் கப்பம் கட்டிவிடுவார். புது இளந்தாரி இன்ஸ்பெக்டர் துரத்தியபோது கேனுடன் ஆற்றில் குதித்து மூச்சடக்கி அக்கரைக்கு ஏறினார். கோடுபோட்ட அன்டிராயருடன் கருத்த உருவம் மேலெல்லாம் தண்ணீர் வடிய ஓடும் காட்சியைக் கண்ணாரக் கண்டுவிட்டு வெறுங்கையுடன் போலிஸ் திரும்ப வேண்டியதாயிற்று. சொல்லிச் சொல்லிச் சிரித்தார்கள் ஊர்க்காரர்கள்.

சிங்கின் மனைவியோடு மல்லுக்கு நிற்க யாராலும் முடியாது. தேவமார் பெண்களே பயப்படுவார்கள். மாமூல் வாங்கிவிட்டுச் சாயங்காலம் சரக்கைக் காலால் எத்திய போலிஸ்காரருடன் சண்டை போட்டார். எதிர்த்துக்கேட்ட அம்மையாரின் கூந்தலைப் போலிஸ் காரர் பற்றியவுடன் மானக்கேடாகப் பேசி அவர் கொட்டையைப் பிடித்து நசுக்கிக் கதறச் செய்தார் சிங்கின் மனைவி. அநியாயம் என்றாலும் நியாயம் இருக்க வேண்டும்தானே? பணம் வாங்கிக் கொண்டு சீதேவியை உதைப்பதை எளிய மனம் எப்படி ஏற்கும்?

பெரும் மீசை ராப்பாடி

ராப்பாடிகள் எனப்படும் சாமக்கோடாங்கிகள் நள்ளிரவில் அரிக்கன் விளக்குடன் பாடி வருவார்கள். குரைத்தோடி வரும் நாய்களுக்கு அஞ்சமாட்டார்கள். தலைப்பிள்ளை மண்டையோட்டி லிருந்து அவர்கள் தயாரிக்கும் மை, வசியத்துக்கு உதவுமாம். இரவில் சொல்வது பலிக்குமாம். ‘அறுப்பு’ முடிந்த காலங்களில் வருவார்கள். வீட்டுக்கு அருகில் வருவதற்கு முன்பே சுளகில் அரிசியை வைத்துவிட்டுப் பார்க்காமல் அவர் போடும் திரு நீற்றைத் தட்டிவிட்டு வருவார்கள். பயம். நான் இரண்டாம் பிள்ளை. கல்லூரிப் பருவத்தில் அருகில் நின்று பணம் கொடுத்துப் பார்த்திருக்கிறேன். அவருடைய பெரியமீசை இருளுக்குள் தெரிந்தது. ராப்பாடிகள் வரும் பின்னிரவு தாண்டியும் தொலைக் காட்சிப் பெட்டி வெளிச்சம் இப்போது கான்கிரீட் சாலைகளில் துலங்குகிறது.

காட்டைக் காப்பாற்றிய எரிவாயு உருளைகள்

என் சிறுவயதில் வசதியுள்ளவர்கள் மண்ணெண்ணெய் அடுப்பு வைத்திருந்தார்கள். மலையிலிருந்து தலைச்சுமையாகப் பலர்

விறகு வெட்டி வருவார்கள். நின்று எரியும் சிறாய்க்கட்டைகள் விரும்பப்படும். கிளுவை பொசுபொசுவென எரிந்து முடிந்து விடும். வனச்சரகருக்குப் பாஸ் என்ற பெயரில் லஞ்சம் கொடுத்துக் காட்டுக்குள் பெரும் மரங்களை வெட்டி வீழ்த்திக் கொண்டு வருவார்கள். அறியாமை நிறைந்த காலம். சிலசமயம் மிளாக் கறிகள் கீழிறங்கும். கொம்பில்லாத மான் இனம் மிளா. இப்போது ஓர் அணிலைக்கூடத் தொட முடியாது.

காடுகளிலிருந்து சிறுவகைப் பழங்கள் பறித்து வருவார்கள். பெரும்பழங்களைக் காடு தரவில்லை. மந்தி சிந்தும் கனிகள் இல்லை. பதநீரில் மாம்பழம், நுங்கு சீவிப் போட்டுக் குடிப்பது தனிச் சுவை; பச்சை ஓலைப்பட்டையில் வாசனையோடு நெஞ்சில் இறங்கும். முக்கால் பதமான பனம்பழத்தைச் சீவி பதநீரில் இட்டு வேகவைத்துக் கொடுப்பார்கள். அதன் பெயர் ஞாபகத்தில் இல்லை. சுவை நாக்கில் நிற்கிறது.

நலிந்துபோன மதுர கோட்ஸ்

விக்கிரமசிங்கபுரத்தில் நூற்றாண்டுப் பழமையான ஹார்விமில் இருந்தது. மதுரா கோட்ஸ் என்று பெயர் மாறியது. ஷிப்டு முடிந்தவுடன் ஐயாயிரம் பேர் சைக்கிளில் சாலையை அடைத்துக் கொண்டு வரும்போது பேருந்துகள் தத்தளித்துச் செல்லும். வெள்ளைக்காரன் காலத்தில் வேலைபார்த்த பாட்டிகள் 'பிஞ்சின்' எனப்படும் பென்சன் வாங்கினார்கள். மில்லில் ஒலிக்கும் சங்குதான் கடிகாரம். அரசு வேலைக்காரர்களைவிட மில்வேலைக் காரர்களுக்கு அதிகச் சம்பளம். போனஸ் சமயத்தில் கையில் பிடிக்க முடியாது. பிற்காலத்தில் விருப்ப ஓய்வு கொடுத்துப் பலரை வீட்டுக்கு அனுப்பினார்கள். பெற்ற பணத்தை வருடம் முடிவதற்குள் பலர் அழித்துவிட்டார்கள். நலிந்துவிட்டன குடும்பங்கள்.

பெயர்மாறி கைமாறி ஆலை உருக்குலைந்து விட்டது. தெருவுக்கு ஐந்தாறுபேர் வேலை பார்த்த மில். பணப்புழக்கம் குறைந்துவிட்டது. இளம்பெண்கள் கான்ட்ராக்டில் இன்று நூல் நூற்கிறார்கள். பருத்திப்பெண்டிர். வேன்கள் பல ஊர்களிலிருந்து அள்ளி ஆலையில் ஆட்களைக் குவிக்கின்றன. ஆலை இல்லா ஊரில் குடியிருக்கவேண்டாம்.

சந்தன மழையில் நனைந்த பக்தர்கள்

காரையாற்றுக்கு மேலேயும் முண்டன்துறை அருகேயும் காணிக்காரர்கள் வாழுகிறார்கள். அரசு கட்டிக் கொடுத்த வீடுகளின் வெக்கை தாளாமல் ஆற்றுப் பாறைகளுக்கு இளவட்டங்கள் படுக்கச் செல்வார்கள். புலிப்பயம் அவர்களுக்கு இல்லை. மலைக்குக் கீழே வாழ்பவர்க்கும் காணிக்காரர்களுக்கும் வேறுபாடு ஏதும் இல்லை; சினிமாக்காரர்கள் காட்டும் வினோத காட்டுவாசி ஒப்பனைகள் அற்றவர்கள்.

அகஸ்தியர் அருவிக்குப் பக்கத்தில் பௌர்ணமிப் பூசைக்குப் பக்திமான்கள் கூடுவதுண்டு. இரவில் சந்தனமழை பெய்யும்; அகஸ்தியர் அருள் கிட்டும் என்பார்கள் பூசைக்காரர்கள். எனக்கு மழையில் நனைந்த பாக்கியமில்லை. காணிக்காரர் பற்றி ஆய்வு செய்த தோழர் அறிவழகன் ஒரு செய்தி சொன்னார். காணிக்காரர்கள் சொல்லியதுதான். சந்தனமழையெல்லாம் பெய்வதில்லை. தேனீக்களின் கழிவு இலேசான பழ மணத்துடன் ஈரமாக மஞ்சள் நிறத்தில் இருக்கும். அது போடும் புழுக்கையைச் சந்தனமழை என்று பக்தகோடிகள் நினைக்கிறார்கள் என்றார். தேனீக்களின் கழிவு மஞ்சள்நிறத்தில் இனிய பழ வாசனையோடு தண்ணீர் கலந்ததுபோல் இருக்கும் என்கிறார் கூகுளார். மலைவாழ் மக்களின் அறிவு இயற்கையின் பாற்பட்டது. சமவெளியார் அறிவு பக்திப்பூர்வமானது.

வனத்தை அழிப்பவர்

காணிக்காரர்களால் வனம் அழிகிறது என்ற நவீன கண்டு பிடிப்புக்கு எதிரானவர்களை உலகம் துச்சமாகக் கருதுகிறது. கூட்டு, குழம்பு, அவியல், பொரியல், பச்சடி, சோறு, பருப்பு, உருக்குநெய், ரசம், மோர், மிதுக்குவத்தல், வடை, பாயாசம் என்ற சமையல் மலைவாழ் மக்களுக்குரியது அல்ல. எனவே அவ்வளவு விறகு வேண்டியதில்லை. விழுந்து கிடக்கும் குச்சிகளே போதும். சமவெளி சார்ந்து இயங்க வேண்டிய தையல், கூடைபின்னுதல், ஊறுகாய் போடுதல் மாதிரியான தொழில்களை இளம்பிள்ளைகளுக்கு அதிகாரிகள் கற்றுக் கொடுத்தார்கள். காலப்போக்கில் கீழே இறக்கிவிடலாம் என்பது மேலோர் கணக்கு.

புதிதாக வனவியல் படித்த அதிகாரி காணிக்காரர்களால் வனச்சூழல் கெடுகிறது; மரம் அழிகிறது. கீழே போய்விடுங்கள் இடம் தருகிறோம் என்றார். மௌனமாகக் கேட்ட காணித்தலைவர் எல்லாரிடமும் பேசிவிடலாம் வாருங்கள் என்றார். பொன்மாலைப் பொழுதொன்றில் புகை கக்கிய ஜீப்பிலிருந்து குதித்து, பூட்ஸ் அதிர பூமியில் இறங்கினார் அதிகாரி. காணிக்காரர் வீட்டில் அவரை அமரச் செய்ய நாற்காலி இல்லை. மரியாதைக் குறைவாகத் தரையில் உட்கார வேண்டியதாயிற்று. காணிக்காரரின் நான்கடி உயர மண்சுவர் வீடு மூங்கில் பிளாச்சுகளில் காட்டுப்புல் வேயப் பட்ட கூரை கொண்டது. வீட்டில் ஒரு மரப்பொருள்கூட இல்லை.

வனம் காக்கும் அதிகாரியிடம் காணிக்காரர் கேட்டார். உங்கள் வீட்டில் உட்கார, படுக்க, துணி வைக்க, உத்திரம் போட மாடியேற எனத் தொட்ட இடமெல்லாம் பத்துப் பதினைந்து பெரு மரங்களை வெட்டிய தடிகளை இழைத்துப் போட்டிருக்கிறீர்கள். மரங்களை அழிப்பவர்கள் நீங்களா நாங்களா? என்றார். வாய் அடைபட்டுவிட்டது அதிகாரி சாருக்கு.

காரையாற்றுப் பட்டவராயன்

சித்திரைவிசு பெரும்விழாவாக இருக்கும். வழியெல்லாம் மிட்டாய்க் கடைகள், உள்ளூர் ஒப்பனைச் சாதனக் கடைகள். சிறுசிறு 'சூதாட்டங்கள், வாணவேடிக்கை, பாட்டுக் கச்சேரி, நாடகம் எல்லாம் உண்டு. சிறப்புப் பேருந்துகளில் கூட்டம் வழியும். அது முடிந்துவிட்டது. ஆடி அமாவாசைக்கு காரையாற்றுக்குச் செல்லும் பாதையிலுள்ள பட்டவராயனைக் கும்பிட மாட்டு வண்டி கட்டிக்கொண்டு வருவார்கள். அருந்ததியப் பெண்கள் பொம்மக்கா, திம்மக்காவைத் திருமணம் செய்வதற்காகச் செருப்புத் தைத்துக் கொடுத்த பெருமை கொண்டவன் பட்டவராயன். பிராமணன். நேர்த்திக்கடனாகச் செருப்புகளைப் பெற்றுக் கொள்வான். காடுமேடெல்லாம் திரியும் அவன் கால்செருப்பு களில் கல்லும் முள்ளும் நிறைந்திருக்கும்; அதைக் கோயிலில் இருக்கும் நேர்த்திக்கடன் செருப்புகளில் பார்க்கலாம். மலையில் இரண்டு மூன்று நாட்கள் மக்கள் தங்குவார்கள். எல்லாம் தேய்ந்து ஜெகஜோதி நிகழ்வுகள் ஓய்ந்துவிட்டன.

சாதியின் உதவி

தொண்ணூறுகளின் இறுதியில் அரசுகல்லூரிப் பணி கிடைத்தது. நகரத்துக்குத் திரும்பிவிட்டேன். என் அய்யாவின் சிறுகடையில் தகராறு செய்து பொருள் வாங்கும் சாதித்திமிர் குடிகாரர்களை அவர் எதிர் கொள்ளாமல் அடங்கிப்போனதால், சுமுகமாகக் காலந்தள்ள முடிந்தது. 'ஒத்தப்புரம் கூட்டாளி நாம் என்ன செய்யமுடியும்' என்பார். நடுராத்திரிகளில் சுக்கு, வெள்ளைப் பூண்டு, சோடா தரச்சொல்லி ஊர்க்காரர்கள் எழுப்புவார்கள். அவசர நோய்களுக்காகக் கடை திறப்பார். மாரடைப்பில் இறந்தார். முப்பதாண்டுக் காலம் ஊரில் இருந்த அவருக்கு ஊர்ச் சுடுகாட்டுக்கு அருகில் இடம்தர முற்பட்ட சிலரைச் சாதி அடித்துத் தள்ளிவிட்டது. வரியோ நன்கொடையோ தராத அய்யாவுக்குப் பக்கத்து ஊர் நாடார் இடுகாட்டில் அவருக்கு இடம் கிடைத்தது; அவர்கள் தரவில்லையென்றால் நூறு கிலோமீட்டர் தூரமுள்ள புங்கவர் நத்தத்துக்குத் தூக்கிப்போக வேண்டியதிருந்திருக்கும். சாதி அடக்கத்துக்கு உதவியது.

இப்போது இல்லை

நான் வேலைக்கு வந்துவிட்டேன். அய்யாவின் சாவுக்குப் பிறகு படித்துக்கொண்டே தம்பியால் கடை நடத்தமுடியவில்லை. வீட்டை வழக்கின் மூலம் மடம் எடுத்துக்கொண்டது. கையறு நிலை. ஓர் அதிகாலைப் பொழுதில் போக்குலாரியில் பொருட்கள், அம்மா தங்கையுடன் திருச்சிக்கு வந்து சேர்ந்தான் தம்பி. நிறை வயல்கள், துடியான தெய்வங்கள், ஆற்றுக்குளியல், நண்பர்கள், மாலையம்மாள் கடை இட்டிலி, சர்தார் கடைப் புரோட்டா, விளையாடிய தெருக்கள், மனதுக்கு இனிய நண்பர்கள் எல்லா வற்றையும் விட்டு நீங்கியது அப்போது வருத்தமாக இருந்தது. இப்பொழுது இல்லை.

□

12

வீரபாண்டி
ஏத்தனக்கடி எறங்கனக்கடி

ம. காமுத்துரை

இந்தியாவின் ஆன்மா கிராமங்களில் இருக்கிறது எனும் மதிப்புமிகு வாக்கியத்தை இவ்வாறு மாற்றிக்கொண்டால், தகும் என நினைக்கிறேன். இந்தியா மட்டுமல்ல, ஒவ்வொரு நாட்டின் ஆன்மாவும் அந்தந்த கிராமங்களில்தான் இருக்கிறது. எளிமையாகச் சொல்வதானால், நகரத்தில் வளருகிற மனிதனைக் காட்டிலும் கிராமத்தில் வளர்ந்த மனிதரே பொறுப்புணர்ச்சி கூடுதலாக இருப்பார். அது அகத்திலும் சரி, புறச் செயல்பாட்டிலும் சரி என்று திண்ணமாகக் கூறலாம்.

நான் பிறந்தது தேனி மாவட்டத்தில் வீரபாண்டி எனும் சிற்றூர். வளர்ந்தது அல்லிநகரம். அல்லிநகரம் பெயரில் மட்டுமே நகரம். அடிப்படையில் அதுவும் கிராமம்தான். ஆனால் எனது பால்ய ஞாபகம் என்றாலே ஏனோ வீரபாண்டியே முன்னுக்கு வருகிறது. ஆறோடுகிற கிராமம் வீரபாண்டி. ஊருக்குள்ளேயே ராஜ வாய்க்கால் வருவதால் செழிப்பும் வனப்புமான ஊர். நான் எனது எழுத்தில் வரையும் கிராமத்தின் சித்திரங்களில் பெரும்பாலானவை வீரபாண்டிதான்.

அதேபோல் மேற்குத் தொடர்ச்சி மலையின் அடிவாரத்தில் அமைந்த ஊர் அல்லிநகரம். தோட்டம், துரவு என இங்கும் கிராமத்து ஜாடை (சாயல்) கள் உண்டு. ஆனாலும் தேனி என்னும் நகரத்தை அண்டி இருப்பதால் நகரத்தின் வீச்சும் இங்கே உண்டு.

இங்கிருந்தே எனது கட்டுரையைத் துவக்கலாமென எண்ணு கிறேன்.

கிராமம் என்றாலே பளிச்சென முன்னுக்கு வருவது அவரவர் பாட்டிமார்கள்தாம். நகரத்தில் பாட்டி, பாட்டிதான். கிராமத்தில் ஆச்சி, அம்மாச்சி, அப்பாயி, அப்பத்தா, அய்யாம்மா, அம்மாம்மா, கிழவி. குறிப்பாக, நகரத்தில் யாரும் கிழவியாக விரும்புவதில்லை. எங்கள் கிராமத்தின் தெருக்களில் சாதாரணமாகவே இப்பவும் தொண்ணூறு வயசைத் தாண்டிய தொண்டு கிழடுகள் ஆங்காங்கே திண்ணைகளிலும், தெருக்களிலும் கூன் வளைந்து கம்பு ஊன்றி ஆட்டுக் குட்டி போல உடம்பை அசைத்து அசைத்துத் தவங்காமல் ஆரோக்கியமாக நடந்துகொண்டிருப்பார்கள். பெருநகரில் அப்படியான மனிதர்களைப் பார்ப்பது சாத்தியமில்லை. ஒரு ஹோமியோ மருத்துவர் சொன்னதுபோல நவீன மருத்துவத்தால் நகரத்தில், மனிதர்கள் எனும் வடிவில் மருந்துப் பெட்டியை (*மெடிக்கல் கிட்*) சுமந்துகொண்டு திரியும் நடைப்பிணங்களே அதிகமாக உலாவிக்கொண்டிருக்கின்றனர்.

இன்றைக்கும் எனது மனசு முழுக்க நிறைந்திருப்பவர் எனது தாயாரைப் பெற்றவர். பெயர் ரத்தினம். ஊருக்குள் அவரை ரட்டுனம் என்றே அழைப்பார்கள். எங்கள் அம்மா அவரை ஆயா என அழைக்க அதையே வழிமொழிந்து நாங்களும் அவ்வாறே ஆயா என்றே அழைப்போம். நாங்கள் அழைக்கக் கேட்டு ஊருக்கே அவர் ஆயாவாகிப் போனார். பதினாறு முழ நூல் சேலையைப் பின்கொசுவம் வைத்துகெண்டடங்கால், தெரிய உடுத்தி இருப்பார். ரவிக்கை அணியும் பழக்கமில்லை.

கறுத்த உடம்பில் கைகளின் புறப்பகுதி, தோள்பட்டை ஆகிய வற்றில் தேள், பாயும்புலி, சிங்கமுகம், காலிங்க நர்த்தனம் செய்யும் பாலகிருஷ்ணன் எனப் பல விதமான உருவங்களைப் பச்சை குத்தியிருப்பார். பேரன், பேத்திகளோடு உரையாடல் நடைபெறுகிற கணத்தில் கண்காட்சியைப் போல எங்களுக்குக் காட்டுவார். அறியாத வயசில் அதை விரல் நகத்தால் சுரண்டிப் பார்ப்போம். கிள்ளி எடுப்போம். வலியில் முகம் சுழித்தாலும் சுரண்டும் கைகளை வாகாய்ப் பிரித்து வாயில் வைத்துக் கொஞ்சுவார். ‘வராதுடி கண்ணு, ஆயாவுக்கு வலிக்கும்ல ஒனக்கும் அதுபோலப்

பச்ச குத்தலாமா?' எனப் பின்பக்கமிருந்து சுழற்றி எடுத்து எங்களை மடியில் போட்டுக்கொள்வார்.

மடியில் படுத்தாலும் அவருடைய காதுகளில் தொங்கி ஊஞ்சலாடும் தண்டட்டியைக் கைகளால் தட்டிவிட்டு ஊஞ்சல் விளையாட்டு நடத்துவோம். தன் காதுகளைப் பற்றியுள்ள கைகளைப் பதனமாய் விலக்கிவிட்டு அப்படியே தாய்க் கோழியாய் மடியில் ஒருசேர இறுக்கிக் கொண்டு கிச்சுக் கிச்சு மூட்டி, கொஞ்சி சிரிக்க வைப்பார். ஒவ்வொரு கொஞ்சலுக்கும் 'இனிக்கிதே இனிக்கிதே என்ன பெத்தாரக் கொஞ்சுனா இனிக்கிதே' என மொச்சு மொச்சு எனச் சத்தம்வர முத்தமிடுவார். அப்படியே சின்னதாய் ஒரு தாலாட்டு பாடினாரென்றால் அவ்வளவுதான் கண்கள் சொருகி உறக்கம் தொட்டுவிடும். இதுவெல்லாம் ஒரு வரம்!

கிராமத்தின் ஒவ்வொரு வீட்டிலும் தாத்தா என்பவர் விலக்கி வைக்கப்பட்ட கனியாக இருப்பார். எல்லாமும் இருக்கும். ஆனால் எதுவுமே இல்லாததுபோலப் பாட்டியும் தாத்தாவும் ஆளுக்கொரு பக்கம் முகத்தைத் திருப்பிக்கொண்டு பேசிக் கொண்டிருப்பார்கள். வீட்டுக்குத் தேவையான அத்தனையும் தாத்தாதான் காலையில் வெள்ளென எழுந்துபோய் வாங்கி வந்திருப்பார். சமையல் முடிந்ததும் தவறாமல் நடக்கும் ஓரங்க நாடகம் இது.

'ஆக்கி வச்சாச்சில்ல, ஒக்காந்து தீனுப்போட்டு போ வேண்டி தான, அதுங்குள்ள கெழக்குப் பக்கம் கவுளி வீச்சு வீச்சுன்னு கத்திக் கூப்பாடு போட்டு கூப்புட்டுருச்சாக்கும்?'

கிழவி எதை மையமிட்டுப் பேசுகிறாள் என்பது கிழவனாருக்குத் (மட்டும்) தெரியும். சொல்லப்போனால், இதை விதைத்து விட்டவரே கிழவனார்தான். கிழக்குத் தெருவில் வைப்பு ஒன்று இருப்பதாகப் பேச்சினை உலாவவிட்டார். அதற்கேற்றார் போலக் குறிப்பிட்ட சமயங்களில் வீட்டில் இருப்பதில்லை.

உண்மையிலேயே கிழவனாரின் தகப்பனாருக்கும், அவருடைய தாத்தாவுக்கும் மட்டுமே அப்படியொரு 'கொடுப்பினைகள்' இருந்தது. கிழக்கு வீடு மட்டுமல்ல, தெக்குவீடு வடக்குவீடு அது தவிர வியாபாரத்துக்காகப் போகும் இடங்களிலெல்லாம்

‘தங்கி’ இருந்து வருவதற்கான சவுகரியங்கள் இருந்தன. அதை அந்த வீட்டுப் பெண்களும் பெருமையாகச் சொல்லி வந்ததும் உண்டு.

‘என்னா, வீட்டு ஆம்பளயக் காணாம், இன்னவரைக்கிமா வேல நடக்கிது?’ யாராவது ஒரு பெண்தான் இந்தக் கேள்வியை எழுப்புவாள். ‘ஆமா, வேல நடக்கிது, இதென்னா ஊரறியாதா ராமாயணமா? ஆம்பள இன்னேரத்துக்குத் தெக்குவீட்ல சாய்மாணம் போட்டுக்கிருப்பாப்ல.’

ஆனால் நமது கிழவனாருக்குச் சாய்மாணம் போட்டு உட்காரும் வாய்ப்பும் வசதியும்—கிழவியின் வார்த்தையில் சொல்வதென்றால்—அக்குசு (பணச் செல்வாக்கு) இருக்காது. ஒரு சம்சாரத்தை இழுத்து வண்டியோட்டவே நாக்குத் தள்ளியது. என்றாலும் கிழவியின் பாராமுகம், ‘இந்த வயசில என்னா வேண்டி கெடக்கு? புள்ளைக வளந்து வாசல முட்டி நிக்கிதுக பேரெம்பேத்திக வந்து தோள்மேல ஏறி வெளையாடுதுக, இன்னம் ஒனப்புத் தட்டுதாக்கும் அசிங்கமில்லாம’ எனத் தட்டிவிடுகிற போக்கை எப்படி ஆற்றிக்கொள்வது! அதனால் தனது பரம்பரை வழக்கத்தைத் தானும் கைக்கொண்டதாகத் தனக்குத்தானே ஒரு பரப்புரை செய்துகொள்வார். அதிலிருந்து இருவருக்குமான நேரடி உரையாடல் நமத்துப் போகும். அந்தச் சமயத்தில்தான் பேரன் பேத்திகள் இணைப்புத் தருவார்கள்.

‘அம்மாச்சீ, இன்னிக்கி முட்டக் கொழம்பு வப்பீகளாம். தாத்தா முட்ட வாங்கித் தந்திருக்காரு’

‘செவ்வாக் கெழமைல என்னா முட்டையும் கருவாடும் கேக்குது?’

‘தாத்தா, கலியாணத்துக்குப் போகணுமாம், சுடுதண்ணி வச்சுத் தரச் சொன்னாரு.’

‘பங்குனி மாசத்துலகூடக் கெழடுக்கு பச்சத் தண்ணில குளிக்க ஏலாதாக்கும்?’

‘சந்தைக்கிப் போறாராம் தாத்தா, ஒனக்குச் சீனிச்சேவு வாங்கிட்டு வரணுமான்னு கேக்கச் சொன்னாரு, திம்பீல்ல!’

‘ஆமாமா, எங்களுக்கு வாயில புண்ணு, ஒங்களுக்கு மட்டும் வாங்கிக்கங்க.’

இந்த அகவயச் செயல்பாட்டில்கூடப் பிறத்தியாரைப் போலப் புறங்கூறித் தள்ளிவைக்காமல் ஒன்றையொன்று ஈர்த்துக் கொள்ளும் காந்தமாய் ஏதோ ஒரு வகையில் உறவுக்கூட்டுக்குள் தம்மை—தனிமைப்படுத்தாமல்—தானே பின்னிய மாய வலைக்குள்தானே சென்று அகப்பட்டுக் கொள்ளும் லௌகீக உத்தியைக் காணலாம்.

பள்ளி விடுமுறை முடிந்து நாங்கள் ஊருக்கு வந்தபிறகு எப்படி நடந்து கொள்வார்கள் என்பது தெரியாது. ஆனால் தாத்தாவின் அந்திம காலத்தில் அவருக்குப் படுக்கையில் பீ மூத்திரம் அள்ளி, வெந்நீர் வைத்து உடல் சுத்தம் செய்து பச்சிளங் குழந்தையைப் போலப் பார்த்துக் கொண்ட அம்மாச்சியை ஊரார் இன்றைக்கும் போற்றிக் கொண்டாடத் தவறுவதில்லை. தம்பதியர் அப்படியொரு வாழ்க்கையை வாழக் கற்றுக் கொடுத்திருந்தது கிராமம்.

***

கோயில்மாடு என்ற ஒரு மாடு ஒன்று ஊருக்குள் சண்டியர் மாதரி தெனாவட்டாகத் தலையை உயர்த்திச் சீத்தியடிச்சபடி (பெருமூச்சு விடுதல்) ஊர்களில் வீதி, வாசல், காடு, மேடு என அது பாட்டுக்குக் கண்டமானக்கித் திரிந்து கொண்டிருக்கும். ஊரிலுள்ள முக்கியக் கோயில்களுக்குப் பால்குடி மறந்த காளங்கன்றை தானமாகக் கொடுத்துவிடுவார்கள். அதுவும் ஒரு நேர்த்திக்கடன் வகையில் அடங்கும். கோயிலுக்குச் சாமிகும்பிட வருபவர்கள் அதற்குத் தீவனம் தருவார்கள். கொஞ்சம் பெரிதாக வளர்ந்ததும் கோயிலைவிட்டு வெளியில் வந்து ஊரைச் சுற்ற ஆரம்பிக்கும்.

வீட்டு மாடுகளைக் கட்டிப்போட்டு வளர்ப்பார்கள். கோயில் மாடு கட்டுக்கும் கவுத்துக்கும் (கயிற்றுக்கும்) அடங்காதது. எனவே கட்டிப்போடவே மாட்டார்கள். இஷ்டத்துக்கு ஊருக்குள் சுற்றிவந்துகொண்டிருக்கும். சாதாரணமாக, அது வீடுகளில் போய் நின்றாலே தெய்வமே வீடுதேடி வந்ததாகப் பாவித்து, அதன் பெயர் சொல்லி அழைப்பார்கள். எங்கள் அல்லி நகரத்தில் வீரப்பய்யனார், 'வாடா வீரய்யா, வா வா' என வரவேற்க, கம்பத்தில் நந்தகோபாலன். வீடுதேடி வரும் 'அவருக்கு' பருத்திவிதை போன்ற தீவனங்களைத் தருவதுண்டு. அதைத் தரையில் போடாமல், சுளகில் வைத்து மரியாதையாகக் கொடுப்பார்கள். வாழைப்பழம்,

பசுந்தீவனம், வடிதண்ணி, கழுநீர்த் தண்ணீர் இப்படி எதையாவது கொடுத்து வணங்கி ஆசீர்வாதம் வாங்கிக்கொள்வார்கள்.

அது (அவர்) கடைவீதிகளில் நடந்து போனால் வழிப்போக்கர்களோ கடைக்காரர்களோ வாழைப்பழம் கீரைகள் வாங்கிக் கொடுத்துக் கும்பிட்டுக்கொள்வார்கள். குழாயடிக்குச் சென்று விட்டால் போதும், பெண்கள் குடிக்கத் தண்ணீர் வைப்பது மட்டுமல்லாது நாலைந்து பேர் சேர்ந்து அதனைக் குளிப்பாட்டியும் விடுவார்கள். குட்டி யானை போன்ற உடலும் அதன் முதுகின் மீது சிறு குன்றாகத் தோன்றும் திமிலும், அதன் ஆகிருதியைக் காட்டும் சீற்றமும் மிகுந்த காளையாக இருந்தாலும் ஊர் மக்களுக்கு எந்தத் தொந்தரவும் செய்யாமல் செல்லப் பிள்ளையாகவே அது அடங்கி நடப்பது அதன் சிறப்பு.

மொத்தத்தில் ஓர் இளவரசனுக்குரிய அரச செல்வாக்கு அந்தக் கோயில் மாட்டுக்குக் கிடைக்கும் என்றால் அது மிகையில்லை. கழுத்தில் சிறிய வெங்கல மணி ஒன்றைக் கட்டிவிட்டிருப்பார்கள். அது நடந்து வரும்போது மணியோசை தனியாகக் கேட்கும். அப்படிக் கேட்டால், 'வீரய்யா வீதிக்குள் வருகிறார்' என அறிந்து கொள்ளலாம். சில நாட்களில் இரவு நேரத்திலும் வீரய்யா தெருக்களில் நடமாடிக் கொண்டிருப்பார். அது இறந்துபோனால் ஊர்மரியாதையுடன் எடுத்துச் சென்று புதைத்துத் துக்கம் அனுஷ்டிக்கும் வழக்கம் உண்டு.

***

கிராமத்தில் இப்போதுபோல டிபார்ட்மெண்டல் ஸ்டோரெல்லாம் அப்போ கிடையாது. காப்பிக்கடை, பலசரக்குக்கடை இருக்கும். காய்கறிகள்கூடத் தத்தம் தோட்டத்தில் விளைவதைப் பங்கிட்டுக் கொள்வார்கள். வேறு எது வேண்டுமென்றாலும் அருகிலுள்ள நகரத்துச் சந்தைக்குப் போக வேண்டும். வாய்ப்பாக வீடுதேடி வரும் பல பொருள்கள் உண்டு.

எண்ணெய் வகைகள், கருப்பட்டி, வெள்ளைப்பூண்டு, நெய், மிளகாய், எள்ளுப் புண்ணாக்கு இப்படியான சமையல் பொருள்களோடு, முகூர்த்த நாள், தீபாவளி, பொங்கல் போன்ற பண்டிகைக் காலங்களை ஒட்டி பெண்களுக்கான சேலை,

பாவாடை போன்றவற்றைச் சின்னாளபட்டி, சக்கம்பட்டியிலிருந்து வரும் நெசவுக்காரர்களும், வளையல்களைப் பொதியாகக் கட்டி தோளில் தொட்டில்போலத் தொங்கவிட்டு வரும் வளையல் செட்டியார்களும், கவரிங் தோடு, ஜிமிக்கி, பாசி மாலை, பிள்ளைகளுக்குச் சீர் அடிக்காமல் இருக்கக் கருப்புக் கயறு, போன்றவற்றோடு, சவுரி முடி, சாந்துப்பொட்டு, சீப்பு, கண்ணாடி, பவுடர் டப்பா போன்றவற்றைப் பெரிய மூங்கில் தட்டுகளில் சுமந்துகொண்டு, இடுப்பில் கைக்குழந்தையுடன் வருகிற நரிக்குறவப் பெண்களும், தனிச்சுமையாகவும், சைக்கிள், கூட்டுவண்டி போன்ற வாகனங்களிலும் வீடுதேடி கொண்டுவந்து தருவார்கள்.

'அன்னக்காவடி தர்மந்தாயி!' என அத்தனை சுத்தபத்தமாய்க் காவடி சுமந்து பிச்சை கேட்டு வரும் பிச்சாந்திகளையும், 'அம்மா தாயே பழசு இருந்தா போடுங்க தாயி' என்ற யாசகக் குரல்களையும் கேட்கலாம். இப்போவெல்லாம் பிச்சைக்காரர்கள் யாரும் சோறு கேட்பதில்லை, எல்லாமே காசுதான்.

இதில் இன்னும் முக்கியமான காட்சி, பாம்பாட்டிகள். குழுவாக வந்து தங்கி விடுவார்கள். பகல் முழுக்க வீடுகளில் சோறு கேட்டு வருவார்கள், தலையில் தலைப்பாகை சுற்றி தெரு முனையில் வருகிறபோதே அவர்கள் ஊதுகிற மகுடிச் சத்தம் கேட்கும். வீட்டுக்குள் இருக்கும் பிள்ளைகள் வாசலுக்கு வந்துவிடுவார்கள். குறிப்பாக அம்மாக்கள் பாம்பாட்டிகளை வாசலைத் தாண்டி வீட்டுக்குள் அடியெடுத்து வைக்க அனுமதிக்கமாட்டார்கள்.

அவர்கள் ஊதுகிற மகுடிச் சத்தத்துக்கு வீட்டுக்குள் பாம்புகள் வந்துவிடும் எனப் பயப்படுவார்கள். அதனால் வீட்டு வாசலுக்குப் பாம்பாட்டிகள் வந்தவுடன், மகுடி ஊதுவதை நிறுத்த சொல்லுவார்கள். ஒருசிலர்தான் வாசலில் உட்கார வைத்து அவர்கள் கொண்டு வந்திருக்கும் பாம்பைக் காட்டச் சொல்வார்கள். வளவிச் செட்டியார் போலத் தோளில் தொங்கும் பைக்குள்ளிருந்து வட்ட வட்டமான நார்ப்பெட்டிகளுக்குள் அடைத்து வைக்கப் பட்டிருக்கும் நாகங்களைத் திறந்து காட்டுவார்கள். பச்சைப்பாம்பு, சாரைப்பாம்பு, மலைப்பாம்பு, மண்ணுளி, நல்லபாம்பு என விதவிதமாகப் பார்க்கலாம்.

சிலர் பாம்புகளைக் கழுத்திலும் கைகளிலும் மாலையாகப் போட்டுக்கொண்டு வருவார்கள். அவர்கள் உட்கார்ந்ததும் கழுத்திலிருப்பது கீழிறங்கி வீட்டுக்குள் ஊர்வதும் உண்டு. அப்போதெல்லாம் அங்கிருக்கும் ஒவ்வொருவருக்கும் ஜிலீரென மயிர்க்கால்கள் உறைவதை உணரலாம். அவர்களுக்கு வீட்டில் பழைய சோறும், காசும் போடுவார்கள். அதோடு பழைய துணி ஒன்றைக் கேட்டு வாங்கிப் போவார்கள். இந்த மாதரி இன்னும் பலர் வந்து தம் தொழில் வித்தைகளைக் காண்பித்துப் பணமோ யாசகமோ பெற்றுச் செல்வார்கள். அந்த வரிசையில், குடுகுடுப்பைக் காரர், கிளி ஜோசியக்காரர், மலைக்குறத்திகள், இப்படிக் குக்கிராமத்தில் உட்கார்ந்த இடத்தில் மனித சமுதாயத்தின் பலவித அடுக்குகளைக் காணமுடியும்.

* * *

வீட்டுவீட்டுக்கு வந்து கிழிந்த துணிகளைத் தைத்துத் தரும் நடமாடும் தையலகத்தை நீங்கள் கேள்விப்பட்டிருக்க முடியாது. கையினால் சுற்றி ஓடவிடுகிற சிறு தையல் இயந்திரத்தை தோள்பட்டையில் வைத்துச் சுமந்தபடி தையல்காரர் ஒருவர் குறிப்பிட்ட கால இடைவெளியில் ஊருக்குள் வருவார். ஒவ்வொரு வீட்டின் திண்ணையிலும் சம்மணம் போட்டு உட்கார்ந்து வீட்டிலிருப்போரது கிழிசல் துணிகள் அத்தனையும் கேட்டு வாங்கித் தைப்பது, கிழிசல் பெரிதாக இருப்பின் ஒட்டுத்துணி போட்டுத் தைத்துத் தருவதுவரை அத்தனை வேலையும் அசராமல் செய்து தருவார். கிழிசலுக்குத் தக்கபடி கூலி வாங்கிக் கொள்ளுவார்.

இதேபோலக் கூடைமுடைவோர், செருப்பு தைப்பவர்கள் எனப் பலவகைப்பட்ட மனிதர்கள் வந்து போவார்கள். வீடு பெருக்கும் ஈச்சமாருக்குக் கைப்பிடி உடையாமலிருக்க, நார் போட்டு இறுக்கிக் கட்டித்தருவது, புடைக்கும் முறம், சொளகு போன்ற வற்றிற்கு அதே நாரால் கட்டித் தருவதுவரை நடக்கும். அம்மியும் ஆட்டுரல்களும் கோலோச்சிய காலம். தேய்ந்துபோன அவற்றைப் புதுப்பிக்கக் கொத்துவைக்கக் கல்தச்சுப் பெண்கள் சுத்தியலும் சிற்றுளியுமாய் 'ஒரலுக் கொத்தலியோ, அம்மி கொத்தலியோ? தாயீ!' என ராகமிட்டுப் பாடியபடி வந்துபோவார்கள்.

இதில் ரெம்பவும் சிறப்பு, பாத்திரங்களுக்கு ஈயம் பூசுவோர். அனேகமாக ஆந்திராப் பகுதியிலிருந்து வருவார்கள் என நினைக்கிறேன். தெலுகு மொழி பேசுவார்கள். குடும்பத்தோடு வருவார்கள். ஊரின் மையமான பகுதியில் கழைகளை ஊன்றி சர்க்கஸ் கூடாரம் போலக் காற்று, மழைக்குச் சேதாரம் இல்லாமல் தரை வரைக்கும் மறைப்புக் கட்டிவிடுவார்கள். கூடாரத்தின் மத்தியில் தரையில் குழி பறித்துத் தங்கள் தொழிலுக்கான ஊது உலை (துருத்தி) தாயார் செய்வார்கள். அவ்வளவுதான் கூடாரத்தின் வலது மூலையில் அவர்கள் குடும்பத்துக்கான தண்ணீர்ப் பானையிலிருந்து தட்டுமுட்டுச் சாமான்கள் விரிப்பான்கள்வரை போட்டு வைத்துக் கொள்வார்கள். எல்லாம் தயாரானதும், பெண்களும் குழந்தைகளும் சாக்கு மற்றும் சோத்துச் சட்டியுடன், ஊருக்குள் நுழைவார்கள், தாங்கள் வந்திருக்கும் செய்தியினை அறிவித்து, வீடுவீடாகச் சென்று முதலில் அடுப்புக் கரி சேகரிப்பார்கள். கூடவே பிள்ளைகளுக்குப் பழைய சோறு கேட்டு வாங்கிக்கொண்டு, ஓட்டை உடைசலுள்ள பாத்திரங் களையும் ஈயம் பூசவேண்டிய பித்தளைப் பாத்திரங்களையும் சேகரித்துக் கொண்டுவருவார்கள்.

அப்பவெல்லாம் எவர்சில்வர் பாத்திரங்கள் கிடையாது. பித்தளை, ஈயப் பாத்திரங்கள் மட்டுமே. உண்டு. கூடுதலாக மண்சட்டி கலயங்கள் புழக்கம் உண்டு. பித்தளைப் பாத்திரங்களுக்கு உள்பக்கம் குறிப்பிட்ட நாளில் ஈயம் பூசாவிட்டால் , களிம்பு ஏறி சமையலுக்கு உதவாது. அதனால் பித்தளைப் பாத்திரங்களை உலையில் வைத்துச் சூடேற்றி, அதன் உள்பகுதியில் ஈயக் கட்டியைப் போட்டதும் உருக ஆரம்பிக்கும். சட்டென நொடிப் பொழுதில் அந்த உருகலை சவுக்காரம் போல எதோ ஒரு பொடியைத் துணியில் தொட்டு மடமடவெனப் பாத்திரத்தின் உள்பகுதி முழுக்கத் தேய்த்துவிடுவார்கள். பாத்திரம் வெளேரென வர்ணப்பூச்சு அடித்த மாதரி ஆகிவிடும். ஓட்டை உடைசல் இருந்தால் அதன் தன்மைக்கேற்பப் பொடிவைத்து ஊதியோ, ஒட்டு வைத்து இணைத்தோ கொடுப்பார்கள்.

ஆணும் பெண்ணும் இணைந்து வேலை செய்வார்கள். உலையில் காய்ச்சுவது, அடித்து நிமிர்த்துவது போன்ற கனமான வேலைகளை ஆண் செய்வார். அடுப்பு எரிக்க ஊருக்குள் போய்

அடுப்புக்கரி சேகரிப்பது, வேலைக்குப் பாத்திரங்களைக் கேட்டு வாங்கி வருவது, நேரநேரத்துக்குக் குறிப்பிட்ட வீடுகளில் போய் நீச்சத்தண்ணி அல்லது உணவு கேட்டு வருவது, ஊருக்குள் சாப்பாடு கிடைக்கவில்லை என்றால் உலையடுப்பிலேயே சோத்துச் சட்டியை வைத்து கஞ்சி காய்ச்சுவது, குழந்தைகளைப் பராமரிப்பது, இதற்கிடையில் கணவனுக்கு உதவியாகத் துருத்தி ஊதுவது, சமயத்தில் சம்மட்டி அடிப்பு வேலையைக்கூடப் பகிர்ந்து செய்வது உண்டு. குழந்தைகள், அம்மா ஊருக்குள் போன நேரம் துருத்தி ஊதுவார்கள். சோறு வாங்கப் போகும்போது அம்மாவுக்கு ஒத்தாசையாக முந்தானையைப் பிடித்து உடன் செல்வார்கள்.

ஒவ்வொரு குழுவும் ஒவ்வொரு கிராமத்திலும் கிட்டத்தட்ட ஒருமாத காலம் குறையாமல் தங்கி வேலை முடித்து எல்லோரின் வீட்டிலும் வேலை இல்லை எனும் திருப்தியில் அடுத்தடுத்த ஊருக்குக் கிளம்புவார்கள். அதற்குள் அவர்களுக்கு அடுத்த ஊரிலிருந்து அழைப்பு வந்துவிடும். 'யேய் யெந்திரிச்சி வாப்பா, சொக்கனுக்குச் சோறு கண்ட எடம் சொர்க்கம்ன கணக்குல இங்கனயே மாசக் கணக்குல பட்டறையப் போட்டுக்கிருப்பவெ. அங்கன அம்ம ஊர்ல ஒன்னிய ஆளக் காணாம்னு லாவிக் கிருக்காங்கெப்பா!' என யாராவது பக்கத்து ஊர்க்காரர் வந்து அழைப்பு விட்டுப் போவார் (பட்டறை போடுதல் எனும் வழக்குச் சொல் இங்குதான் உருவானது போலும்).

அப்புறம், பூம்பூம்மாட்டுக்காரர்கள் கிராமங்களுக்கு வந்து போவதைக் கேள்விப்பட்டு இருப்போம். சாதாரணப் பசுமாடு அல்லது காளை மாட்டுக்கு ராஜ அலங்காரம் செய்வித்து அழகர் அவதாரமாக அதனைப் பாவித்து உருமிக் கொட்டோடு வீடு வீடாகச் சென்று ஆசி வழங்குவதும், யாசகம் பெறுவதும் மிகக் கம்பீரமாக நடைபெறும்.

***

தேனி, அல்லிநகரத்தில் சித்திரை முதல்நாள் ஊர்த்தெய்வமான வீரப்ப அய்யனாருக்கு மலைக்கோயிலில் திருவிழா நடக்கும். காவடி, பால்குடம் எடுத்து நேர்த்திக்கடன் செலுத்துவார்கள். ஒருநாள் திருவிழா என்றாலும் அத்தனை சிறப்பாக, லட்சக் கணக்கில் ஆட்கள் கூடுவார்கள். அதற்கு முந்தின இரண்டு

நாட்களும் உற்சவருடன் காவடி சுமந்து ஊருக்குள் வலம் வருவார்கள். சொல்லப்போனால் ஐந்தாம் நாளில் இருந்தே கலசம் கட்டுதல், ஊர்சுற்றல், வீரப்ப அய்யனாரின் அண்ணன் சோலமலையானைச் சந்தித்தல் என ஒவ்வொரு நாளும் திருநாளாகவே கொட்டு முழக்கோடு அத்தனை மருளாளிகளும் தினசரி காவடி சுமந்துவருவார்கள்.

அந்த ஊர்வலத்தில் கொட்டு முழக்கிற்கு முன்வரிசையில் யானை ஒன்று கம்பீரமாக நடந்துவரும். கேரளாவிலிருந்து செண்டை மேளத்தோடு, யானை ஒன்றையும் வரவழைத் திருப்பார்கள். அந்த யானை சித்திரை ஒன்றாம் தேதிவரை சாமி ஊர்வலத்தில் முன்வரிசையில் வந்து போகும்.

திருவிழா முடித்ததும் எல்லாரும் தங்கள் கூடாரத்தைக் காலிசெய்து போய்விட, யானையும் யானைப் பாகனும் மட்டும் மேலும் பத்துப் பதினைந்து நாட்கள் ஊரில் பட்டறை விரித் திருப்பார்கள். யானையும் பாகனும் கோயிலில் தங்கிக் கொண்டு, முற்பகலில் தோட்டம் துரவுப் பக்கம்போய் யானைக்குத் தேவையான தீவனங்களைச் சேகரித்துக்கொண்டு கோவிலுக்குள் வைத்துவிட்டு, கழுத்துமணி அசைய யானை, வீடுவீடாக ஒவ்வொரு வீட்டின் வாசலிலும் வந்து நிற்கும். வழக்கம்போலக் காணிக்கை போட்டு தும்பிக்கையால், ஆசி வாங்குவார்கள். கைப்பிள்ளைகள் இருந்தால் முகத்தில் தண்ணீர் அடிக்கச் சொல்லி செம்புத் தண்ணியும் கையில் காசுமாக வாசலில் காத்திருப்பார்கள். கொஞ்சம் வளர்ந்த பிள்ளைகளை யானைமேல் அமர்த்தி அம்பாரி நடத்தி இறக்கிவிடுவார்கள். அதற்குத் தனித்தொகை.

யானை மேல் பிள்ளைகளை ஏத்திவிட்டதும், மேலே அமர்ந் திருக்கும் பாகன்களில் ஒராள் இறுகப் பிடித்துக்கொள்வார். பெரும்பாலான பிள்ளைகள் யானையின் உயரம் கண்டு கத்திக் கூச்சலிடும். முதுகில் ஏற்றிய குழந்தைகளுடன் யானை ஏழெட்டு எட்டுகள் முன்னால் நடந்து அதே அளவுக்குப் பின்னாலும் நடந்து ஏற்றிய இடத்தில் பிள்ளைகளை இறக்கிவிடும். இப்படி ஒரு நாளைக்கு ஒருதெரு வீதம் நடக்கும். ஒருவாரம் பத்து நாளில் அனைத்து வீதிகளும் சுற்றி முடித்ததும் ஊரைக் காலி செய்து கிளம்புவார்கள். இதேபோலக் கரடியைக் கூப்பிட்டு வந்து தாயத்து

விற்பவர்கள், குரங்காட்டிகள், ராட்டினம் சுற்றுபவர்கள் என நாளெல்லாம் திருநாளாகவே கிராமம் திகழும்.

***

கிராமங்களில் பெரும்பாலான வீடுகள் கூரைவீடுகள், அல்லது தகரம் போட்ட வீடுகள். அதனால் காத்தடி காலம் (காற்றுக் காலம்) வந்தால் ஊரே பயந்து கிடக்கும். ஆடி மாதம் பிறந்துவிட்டால் ஊருக்குள் அப்படியொரு காற்று அடிக்கும், வீதியில் நிற்க முடியாது. ஆளைத் தள்ளிவிட்டுவிடும். இரவு நேரங்களில் காற்றின் விசை அதிகரித்து, வீடுகளின் மேற்கூரைகள் பறப்பதுண்டு. தகரம் போட்ட வீடுகளில் உறங்க முடியாது. வீட்டின் மேலே வேய்ந்த தகரத்தில் யாரோ சடுகுடு விளையாடுவது போலக் காற்று புகுந்து விளையாடும்.

காற்றுத் தகரத்தைத் தூக்கிப் போய்விடும் என்ற பயத்தில், பெரிய பெரிய கற்களைத் தகரத்தின் மீது ஏற்றி வைத்திருப்பார்கள். ஆனால் அதையும் மீறி கற்களைத் தள்ளிவிட்டுத் தகரங்களைப் பிடுங்கி எறியும் சம்பவங்கள் நடப்ப துண்டு. இரவில் காற்றால் பிடுங்கி எறியப்பட்ட தகரங்கள், ஊரின் மந்தையிலோ, கிணறு களிலோ விழுந்து கிடக்கும். காலையில் அதனைத் தேடிக் கண்டு பிடித்து எடுத்துவரத் தனிக்குழு ஒன்று கிளம்பும்.

அதேபோல் கிராமத்தில் தற்கொலைகள் சர்வசாதாரணமாக நடக்கும். சின்னச்சின்ன விசயங்களுக்குக்கூட உணர்ச்சி வசப்பட்டுக் கொஞ்சமும் யோசிக்காமல் சடாரென முடிவெடுத்து, சேலையை விட்டத்தில் கட்டி, தூக்கிட்டுக்கொள்வது, கண்மாய், கிணறுகளில் குதித்து மாய்த்துக்கொள்வது என்பது உண்டு. இவற்றில் இன்னும் எளிமையாகக் கில்பக் என்ற ஒரு பூச்சிக் கொல்லி மருந்து எல்லா வீடுகளிலும் இருக்கும். விரல் நீள பாட்டிலில் விற்கும். அதை வாங்கி லபக்கெனக் குடித்துப் பொரி கடலையோ, அச்சுவெல்லத்தையோ மென்று குமட்டலை அடக்கிக்கொண்டு படுத்துக்கொள்வார்கள். யாரும் பார்க்காவிட்டால், சிலமணி நேரத்தில் மரணம்தான். சரி, அது என்ன கில்பக்?

அன்றைய நாளில் கொசுக்களுக்கு இணையாக வீடுகளில் மூட்டைப் பூச்சிகள் தொல்லை மிகுந்திருக்கும். கொசுவிடமிருந்து

கூடக் காற்றாடியைச் சுழலவிட்டோ, போர்வை போர்த்தியோ தப்பிக்க வாய்ப்புண்டு. மூட்டைப்பூச்சிகள் தரைப்படை தரை வழியே ஊர்ந்துவந்து கடிக்கும்.

பெரும்பாலும் அவை சுவர்களில் தெரியும் விரிசல், சின்னச் சின்ன பள்ளங்கள், சுவரில் மாட்டப்பட்டிருக்கும், கண்ணாடிச் சட்டங்களின் உள்பகுதி, போட்டோ சட்டங்கள், இப்படிச் சுவரின் அத்தனை இண்டு இடுக்குகளிலும் மூட்டைப் பூச்சிகள் ஒன்றின் மேல் ஒன்றாய் ஏறிப் பதுங்கியிருக்கும், இவைதவிர, தலை யணையின் நாலுபக்க முனைகளிலும் சின்னச் சின்ன துளைகளில் அடைந்திருக்கும், தரையில் விரிக்கும் கோரைப்பாய்களின் இடைவெளியிலும் பொதிந்திருக்கும். இரவில் விரித்துப் படுத்து ஓர் உறக்கம் போடுவதற்குள் பதுங்கு குழியிலிருந்து சாரை சாரையாய் கீழே இறங்கிவந்து உறங்கிக்கொண்டிருப்பவர் களைக் கடிக்க தொடங்கிவிடும், உறங்க முடியது. விளக்கினைப் போட்ட நொடியில் மளமளவென ஓடி ஒளிந்துகொள்ளும். பாயைச் சுருட்டி குத்தினால் பொல பொலவென மூட்டைப் பூச்சிகள் உதிரும். அதேபோலத் தலையணையின் முனைகளைத் தோண்டினால், இரத்தம் குடித்துக் கனத்த உடலுடன் கீழே விழும். ஊசிகள், விளக்குமாத்துக் குச்சிகளுடன் சுவரின் விரிசலைச் சுரண்டினால் அங்கிருந்து தப்பித்து வேறு இடம் சென்று பதுங்கும். அரைமணி நேரம் ஒருமணி நேரம் நர வேட்டையாடி அவைகளை நசுக்கிக்கொன்று ஒழித்துவிட்டு, உறங்க வேண்டும். என்னதான் வேட்டையாடினாலும் அடுத்த நாளும் அதே கதைதான்.

போராடி ஓய்ந்த ஒருநாளில், கடையில் போய்க் கில்பக் வாங்கிவந்து தண்ணீரில் கலந்து தெளிப்பான் வைத்தோ, பிரஸ்சாலோ தொட்டு அது இருக்குமிடமெல்லாம் தெளித்துவிட்டு வீட்டைப் பூட்டிவிட்டால், இரண்டு மூன்று மணிநேரத்தில் வீடுபூராவும் இருங்கச்சோளம் போலச் சிவந்த நிறத்தில் உருண்டை உருண்டையாய் மூட்டைப்பூச்சிகள் செத்து விழுந்து கிடக்கும். வீடும் கில்பக்கின் நெடியில் கமறிக் கிடக்கும்.

சிலர் மருந்தடித்த அதே நாளில் சுண்ணாம்பு வாங்கி ஊறப் போட்டு வீட்டுக்கு வெள்ளையடிப்பும் செய்துவிடுவார்கள்.

மூட்டைப் பூச்சியைச் சுவரில் நசுக்கிய தடம் ரத்தக்கோடாய் வரிவரியாய்த் தெரியக்கூடாதல்லவா! அதன் பிறகு ஓரிரு மாதங் களுக்கு மூட்டைக்கடி இருக்காது. இந்தக் கில்பக் மருந்தைத் தான் சிலபெண்கள் வாங்கிக் குடித்து உயிரைவிடுவார்கள். அத்தனை வீரியமான மருந்து. ஆண்கள் விவசாயத்துக்கு வாங்கும் பூச்சிக் கொல்லியான, ரோகரைக் குடித்தும் மாய்த்துக்கொள்வார்கள்.

***

கிராமத்தின் வீடுகளுக்கு. நகரத்தைப்போல ஏழு லீவர், ஒம்பது பதினொரு லீவர் பூட்டுகள் போடவேண்டும் என்ற கணக் கெல்லாம் அங்கே இல்லாத ஒன்று. சொல்லப்போனால் அனேக வீடுகளில் பூட்டே இருக்காது. கொஞ்சம் பெரிய வீடுகளில் உள்புறத் தாழ்ப்பாள் நாதாங்கி என்ற பெயரில் ஒரு நீள்வளையம் மட்டும் இருக்கும். வெளியே ஒரு கொண்டி, இழுத்துச் சாத்தி விட்டுப்போவார்கள். 'வீட்டப் பூட்டிட்டு வா' என்ற பேச்சே இருக்காது, 'கதவச் சாத்திட்டியா, இழுத்துச் சாத்து நாய் கீய் நொழஞ்சிரும்.' சோத்துச் சட்டியை உருட்டும் நாய்ப் பயம் மட்டும் உண்டு. இதைத்தான் கோயிலில்கூட நடைசாற்றுதல் எனச் சொன்னார்களோ? நடைபூட்டுதல் என்ற வழக்கத்தைக் கேள்விப் பட்டதே இல்லை.

உடைத்துச் சொல்வதென்றால் கிராமங்களில் பல வீடுகளுக்குக் கதவுகளே கிடையாது. மூங்கில் தடுக்குகள், ஓலைத் தட்டிகள், அல்லது கெட்டியான சணல் சாக்குகளைக் கிழித்துத் திரைபோலத் தொங்கவிட்டிருப்பார்கள். அவ்வளவுதான் அப்படியே வீட்டை விட்டுவிட்டுத்தான் வேலைகளுக்கும் சென்றுவருவார்கள். வளர்ப்பு நாய், கோழிகளுக்கு வெளியில் உணவை வைத்துவிட்டுப் போவார்கள். நேரத்துக்கு வந்து அவை தின்றுவிட்டுப் போகும். இவையெல்லாம் நகரத்தில் சிந்திக்கவே முடியாத காரியம்!

எனது சிறுவயசில் தெருவிளக்குகள் தவிர வீடுகளுக்கு மின்சாரம் என்பது கிடையாது. எல்லா வீடுகளிலும் மண்ணெண்ணெய் விளக்குகள்தான். வசதியைப் பொறுத்து சிம்னிவிளக்கு, ஹரிக்கேன் விளக்கு எனப் பல வகைகள் இருக்கும். எல்லா விளக்குகளுமே அந்தியில் அதன் கண்ணாடிச் சிம்னிகளைத் துடைத்துத் திரி கருக்கி மண்ணெண்ணெய் சரிபார்த்து விளக்கேற்ற வேண்டும்.

இது அன்றைய நாளின் தலையாயப் பணி. இதையும் பெண்கள் அல்லது பெண்பிள்ளைகளே செய்வார்கள். ஆண்களோ ஆண் பிள்ளைகளோ செய்தால் தடித்தனமாய்க் கையாண்டு கண்ணாடிச் சிம்ளிகளை உடைத்துவிடுவார்களாம்.

விளக்கு வைத்ததும் சாப்பிட்டுவிட்டு உறங்க வீதிக்கு வரவேண்டும் குறிப்பாக வேனல் காலத்தில் முட்டுவீட்டுப் பிள்ளைகூட வீட்டுக்குள் உறங்காது. காற்றாடி (மின்விசிறி) இல்லாத காலமல்லவா! வீட்டு வாசலில் தண்ணீர் தெளித்துப் பிள்ளை குட்டிகளோடு பெண்கள் உறங்குவதும், ஆண்கள் சாவடிகளில் படுத்து உருள்வதும் உண்டு. அதோடு இரவு உணவு வீட்டுக்குள் யாரும் உண்ண மாட்டார்கள். எல்லாமே வாசலுக்கு வந்துவிடும், பிறகென்ன கூட்டாஞ்சோறுதான். கேப்பக்களி, சாமரிசிச் சோறு, சோளக்களி, அரிசிச்சோறு, தட்டாம் பயத்துக் குழம்பு, புளிச்சாறு, ரசம், வடிகஞ்சி, புளிச்சமோரு, அவியல், பொரியல், துவையல் எல்லாம் ஒரே காக்டெயில் வாசம்தான். இப்படியான வாழ்க்கை இனி கதைகளிலாவது காணக் கிடைக்குமா? தனிமை, தனித் திருத்தல் எனப்படுகிற போக்குப் பரவி வருகிறதே!

இறுதியாகச் சிறுவர் விளையாட்டுகள். அவையெல்லாம் சொல்லி மாளாது. அத்தனை விளையாட்டுகள். காலை எழுந்ததும் சோக்காளிகளோடு சேர்ந்துவிட்டால், இரவு தூங்கும் மட்டும் ஒவ்வொரு நிகழ்வுமே விளையாட்டில்தான் அடங்கும். காலைக் கடன் கழிக்கவே மைல் கணக்கில் நடந்து, மந்தையைத் தேடி மலஜலம் கழித்துவிட்டு, ஊருணி அல்லது கிணறுகளில் குளித்துவிட்டு வீடு வருவதற்குள் எத்தனை எத்தனை விளை யாட்டுகள்.

ஓடிப்பிடிப்பது, பல்லுக்குச்சி ஒடிக்க வேப்பமரத்தில் ஏறுவது, குளிக்கக் கிணறுகளில் குதித்து நீச்சல் அடிப்பது, பள்ளிக்கூடத்தில் பீடீ சார் வைக்கும் பாடத்திட்ட விளையாட்டு. மாலையில் வீட்டுக்கு வரும்போதே எறிபந்து, ஐப்பாக்கல், வீட்டுக்குள் பள்ளிக்கூடத்துப் பையைத் தூக்கி எறிந்ததும், குளத்துப்பக்கம் போய், கால் தாண்டி, பச்சைக்குதிரை, கள்ளன் போலீஸ், கல்லா மண்ணா, தானாப் பேனா தந்திருப்பேனா, குள்ளக்குள்ள வாத்து, குன்னாங் குன்னாங் குர்ர், மாலை மயங்கியதும் வீட்டுப்பக்கம்

வந்தால், வீதிகளில் நிறுத்தி இருக்கும் இரட்டை மாட்டு வண்டிகளின் நேக்காவில் (இரண்டு மாடுகளையும் இணைக்கும் தடி) அவற்றின் இரண்டு முனைகளிலும் எதிரெதிராய் அமர்ந்து கொண்டு ஸீஸா போல மேலும் கீழுமாய் ஏறி இறங்கும் ஏத்தனக்கடி எறங்கனக்கடி விளையாட்டு.

சாப்பாட்டுக்குப் பிறகு திண்ணையில் உட்கார்ந்து தீப்பெட்டி படம்வைத்து விளையாடுவது, பேய்க்கதைகள் சொல்லிப் பய முறுத்துவது. எத்தனையைத்தான் ஞாபகம்வைத்துச் சொல்ல? அத்தனை விளையாட்டுகள். நான்கு சுவர்களுக்குள் முடங்காமல் வெட்ட வெளியே எங்களின் மைதானமாய்க் களமாய் அமைந்த வெய்யிலும், பனியும், எமக்குத் தோழனாய் ஆகியிருந்த காலமது.

அன்னக்காவடி தர்மந்தாயி
ஈயம் பித்தாளைக்கிப் பேரீச்சம் பழம்
சவுரி முடி வாங்கலியோ சவரி முடி ஒரிஜினல் சவுரிமுடி
தாம்புக்கயிறு, கழுத்துக்கயிறு, கம்பிளிக்கயிறு,
பிரிமணை வேணுமா தாயி
காடி பொலங்காத மாடு, காண வந்த மாடு,
தண்ணி குடிக்காத மாடுகளுக்கு மசால் உருண்ட
சீப்பு, சோப்பு, கண்ணாடி, பவுடர், அந்துருண்டை, கேர்
பின்னு, சாந்துப் பொட்டு, சவ்வாதுப் பொட்டு
கல்லுக் கொத்தலியோ கல்லு, தாயீ அம்மி கொத்தலியோ,
ஆட்டொரலு, கொழவி கொத்தலியோ!

இப்படியான பல குரல்களை, மனிதர்களைத் தவறவிட்டிருக் கிறேன் எனும் எண்ணத்தை இந்த எழுத்தின் வழியாகக் கண்ணுற்றேன்!

□

13

கீழூர்

சந்தனம் மணக்கும் ஜவ்வாது மலை

ரே. கோவிந்தராஜ்

ஜவ்வாதுமலை தமிழகத்தில் திருவண்ணாமலை, திருப்பத்தூர், வேலூர் ஆகிய மாவட்டங்களில் உள்ளது. இந்த மலை கிழக்குத் தொடர்ச்சி மலையின் ஒரு பகுதியாகும். இந்த மலையின் பெரும்பகுதி திருவண்ணாமலை மாவட்டத்தில் உள்ளது. இதன் உயரம் 915 மீட்டர். இம்மலை சிறிதும் பெரிதுமான மலைத் தொடர்களையும் மலைஉச்சிகளையும் கொண்டுள்ளது. மலை களுக்கு இடையே உள்ள பள்ளத்தாக்குகள் 1640 அடிவரை செல்கின்றன.

ஜவ்வாதுமலையில் வடமலை, தென்மலை, மேல்மலை, காணமலை என்று நான்கு பகுதிகள் உள்ளன. செங்கம் கணவாய்க்கு வடக்கில் இருப்பது வடமலை.தெற்குப் பகுதியில் உள்ளது தென்மலை. மேற்குப் பகுதியில் உள்ளது மேல்மலை. படவேட்டிற்கு மேற்கிலும் அமர்த்திக்குத் தென்கிழக்கிலும் உள்ளது காணமலை. மேலும் கழுகுமலை, சாமிமலை, துருவமலை, பாண்டவர்மலை, ஒட்டுக்கல்மலை, தேன்கல்மலை, சேப்பிலி மலை, பதிமலை, பெருமலை, நார்ச்சாமலை, சேம்பரை மலை முதலான மலைக்குன்றுகளும் இம்மலையில் உள்ளன.

ஆசியக் கண்டத்தில் அதிகமான சந்தன மரங்கள் விளையும் பகுதி ஜவ்வாதுமலை. இயற்கையாகவே சந்தன மரங்கள் வளர்வதற்கான சூழல், தட்பவெப்பம் இம்மலையில் உள்ளது.

இந்த மரத்திலிருந்து உருவாக்கப்படும் சந்தன திரவியத்தைக் கொண்டு ஜவ்வாது என்ற பெயர் வந்திருக்கலாம். 1980களில் இங்கிருந்த சந்தனமரங்கள் அனைத்தையும் வனத்துறை கையகப் படுத்தியது. குறிப்பாக இம்மலைக் கிராமங்களில் வீட்டிற்கு ஒருமரமென, பிரித்துத் தந்து மரத்தின் வேர் உள்ளிட்ட அனைத்துப் பாகங்களையும் வெட்டி வனத்துறை வாகனங்களில் ஏற்றிச் சென்ற செய்திகளை என் தந்தையின்வழி அறிந்தேன். தற்போது சிறிய மரச் செடிகள் மட்டுமே உள்ளன.

ஜவ்வாது மலையில் ஓடைகள், ஆறுகள், ஏரிகள், நீர்த் தேக்கங்கள் முதலானவை நீர் ஆதாரங்களாகத் திகழ்கின்றன. நாகநதி, கமண்டல ஆறு, வேந்தன் கல்லாறு, ஆரணி ஆறு, பாம்பாறு, ஆண்டியப்பனூர் ஓடை, அகரம் ஆறு, அமர்தியாறு ஆகியன ஜவ்வாதுமலையில் உற்பத்தியாகி சமவெளியை அடைகின்றன. பீமன் நீர்வீழ்ச்சி அகரம் ஆறாக உருவெடுத்துப் பாலாற்றில் கலக்கிறது. மலையின் கீழ்ப்பகுதியில் வடக்குத் திசையிலிருந்து கல்யாண மந்தை ஆறும், தெற்குத் திசையிலிருந்து விளாமூச்சி ஆறும் காட்டாத்தூரில் கூடுகின்றன. இவ்விரு ஆறுகளும் கூடும் இடத்தில் கூட்டாத்தூர் உள்ளது. மேலும் 'வண்ணான்குட்டை' கிளையூர் பண்ரேவ் வழியாகக் கடந்து செய்யாறாக ஓடுகிறது.

புலியூர் ஓடை, மேலூர் ஓடை, கீழூர் ஓடை ஆகியனவும் ஜவ்வாது மலையில் குறிப்பிடத்தக்கவை. இந்த மலையில் உற்பத்தியாகும் ஓடைகள் கிழக்கில் குப்பநத்தம் அணையிலும் வளையாம்பட்டு ஏரியிலும் சேருகின்றன. அவ்வாறே மேற்கில் ஆண்டியப்பனூறு அணையிலும், தெற்கில் பாம்பாறு அணை யிலும் சிங்காரப்பேட்டை ஏரியிலும், வடகிழக்குப் பகுதியில் செண்பகாத்தோப்பு அணையிலும் சென்று சேருகின்றன. ஜவ்வாது மலையில் உற்பத்தியாகும் ஓடைகள் மலைக்குப் பயன்படுவதை விட, மலையடிவார மக்களுக்குப் பயன்படுகின்றன. இந்த மலையிலுள்ள சிறிய நீர்நிலைகள் 'மடு' எனப்படுகின்றன. முதலை மடு, யானைமடு, புலிமடு ஆகியவை குறிப்பிடத்தக்கவை.

ஜவ்வாதுமலையில் கற்கூடாரங்கள், கற்திட்டைகள், வாலியர் மேடு, கற்கோடரிகள், பீமன்மடு, பழங்கோட்டை, முதுமக்கள் தாழி,

நடுகற்கள் முதலான பலவும் முன்வரலாற்று காலத்தின் சான்றுகளாக உள்ளன. மேலும் கீழ்ச்சேப்பிலியில் தொண்ணூருக்கும் மேற்பட்ட கல்கூடாரங்கள் காணப்படுகின்றன. இங்குள்ள மாரியம்மன், பிள்ளையார் கோவில் வீடுகளில் ஏராளமான புதியகற்கால கருவிகள் கடவுளாக வைத்து வணங்கப்படுகின்றன. இவற்றை முறையான ஆய்விற்கு உட்படுத்தினால் தமிழ்நாட்டின் வரலாறு மேலும் தெளிவுபெறும்.

சங்க இலக்கியங்களில் ஒன்றான *மலைபடுகடாமில்* ஜவ்வாது மலை பற்றிய பதிவுகள் உள்ளன. நன்னன்சேய் நன்னன் என்கிற குறுநில மன்னன் செங்கண் மாநகரைத் தலைமையிடமாகக் கொண்டு ஆட்சி செய்தான். அவன் ஆட்சிக்குட்பட்ட பகுதியாக 'நவிரமலை' விளங்கியது. இதனை உறுதிப்படுத்தும் விதமாக புதூர், சேம்பரை, கீழூர், மேல்பட்டு, நெல்லிவாசல் முதலான 12 இடங்களில் கிடைத்த எழுத்துடைய நடுகற்களில் நவிரமலை பற்றிய குறிப்புகள் உள்ளன. நவிரமலை என்பது பிற்காலத்தில் ஜவ்வாது மலையாக மாற்றம் பெற்றிருக்கிறது.

மலைமக்கள்

ஜவ்வாது மலையில் மலையாளிப் பழங்குடியினர் வாழ்கின்றனர். மலையாளி எனும் சொல் மலையை ஆள்பவர்கள் அல்லது மலையில் காலங்காலமாக வாழ்ந்துவருபவர்கள் என்பது பொருள். மலையாளிகள் என்பது பேச்சுவழக்குச் சொல்லாகும். மலையன், மலையான், மலையர், மலைநாடன் என்பது இலக்கிய வழக்காகும். சங்ககாலக் குறிஞ்சிநிலத் தலைவனை மலையன், மலையான், மலையர் என்ற பெயர்களில் அழைத்திருக்கின்றனர். இன்றளவும் நெல்லிவாசல் நாட்டிற்கு உட்பட்ட வலசை கிராமத்தில் மலையான் என்ற குலப்பிரிவினர் உள்ளனர். ஜவ்வாதுமலையில் இன்று பதினெட்டு நாடுகளில் ஏறக்குறைய 350 கிராமங்கள் உள்ளன. எனது ஊர் கீழூர்; புதூர் நாட்டில் உள்ளது.

மலைகளால் சூழப்பட்ட பள்ளத்தாக்குகளில் பெரும்பாலும் ஊர்கள் உள்ளன. மலைகளில் சமவெளியும் சாய்வு நிலங்களும் உள்ளன. இங்கும் குடியிருப்புகள் அமைகின்றன. சமவெளியில் உள்ள கிராமங்களைப் போலத் தெருக்களும் வீடுகளும்

நெருக்கமாக இருப்பதில்லை. மிகச் சில இடங்களில் மட்டுமே மலை ஊர்களில் தொடர்ச்சியான வீடுகளைக் காணலாம். மேலும் மலையில் எங்கெல்லாம் விவசாயம் செய்கிறார்களோ அங்கும் சிறிய குடிசையை அமைத்துக்கொள்வார்கள். ஆடு, மாடுகள், பன்றிகள் ஆகியவற்றை அடைப்பதற்கும் வசதிகள் செய்து கொள்கிறார்கள். பொதுவாக வீடுகள் ஆங்காங்குச் சிதறிக் காணப்படும்.

பெரும்பாலும் சுனை, கிணறுகளில் கிடைக்கும் தண்ணீர் முக்கிய நீராதாரமாகும். வறட்சிக் காலங்களில் சுனை, கிணறு காய்ந்துவிடுவதால் அந்தப் பிரச்சினையைப் போக்க அரசு ஆழ்துளைக் கிணறுகளை அமைத்துக் குடிநீர் வழங்கி வருகிறது. இங்குள்ள வீடுகளில் கழிப்பிட வசதியில்லை. கொல்லைப்புறப் பகுதிகளே கழிப்பிடமாகும். அரசு வழங்கிய திட்டத்தினால் கட்டப்பெற்ற கழிப்பிடங்கள் பெயரளவில் மட்டுமே உள்ளன. மேலும் வீடுகளில் குளிப்பதற்கென குளியலறை ஏதுமில்லை. மலைநிலங்களில் உள்ள சுனை, கிணறுகளின் அருகில் பானை களில் வெந்நீர் வைத்துக் குளிப்பார்கள்.

பாரம்பரியம்

சிறுவனாக இருந்த தருணம் அது. விடியற்காலை சேவலின் முதல் கூவல் மூன்றுமணிக்குக் கூவியது. பொங்கல் முடிந்த இரண்டாவது வாரத்தில் வீட்டிற்கு ஒருவர் என அனைவரும் ஊர் மந்தையில் கூடினார்கள். ஊரிலிருந்து மஞ்சங்காட்டிற்குப் புறப்படவேண்டும். ஏற்கனவே கோல்காரர் ஊர்சாட்டியிருந்தார். நாளை காலை மஞ்சங்காடு சென்று புல்லறுப்பு தொடங்க வேண்டும் என்றார். முதல்நாள் அறுக்கும்புல் ஊர் சாவடிக்கும், ஊர் தொம்பைக்கும் உரியதாகும். எனவே அன்று புல்லறுக்க வரவில்லையெனில் தண்டம் கட்ட வேண்டியிருக்கும். வீட்டிற்கொருவர் மந்தையில் கூடினார்கள். ஊரான் கட்டளைக்கு இணங்க கோல்காரன் ஒருங் கிணைப்பில் கூசிக்கல் அருகிலுள்ள மஞ்சங்காட்டிற்குச் சென்றனர். கஞ்சாளை (காலை உணவு - கஞ்சி குடிக்கும் நேரம்) நேரத்திற் கெல்லாம் புல்லறுத்துக்கொண்டு ஊர்மந்தைக்கு வந்துவிட்டனர்.

அடுத்து ஒருவாரம் அவரவர் தேவைக்கேற்ப மஞ்சம்புல் அறுத்துக்கொள்ளலாம். இப்படியாக அவர்களின் தேவைக்கேற்பப்

புல்லறுத்துக் கொண்டனர். மஞ்சம்புல் அறுப்பு ஏழாவது நாள் நிறைவுபெறும். அன்று குலதெய்வத்திற்குப் பச்சை வைக்கும் நிகழ்வுடன் இரவு தெருக்கூத்தும் நடைபெறும். ஊர்மந்தையில் சாவடி அமைந்திருக்கும். மூன்றாண்டுக்கு ஒருமுறை மஞ்சம்புல் கூரை வேயப்படும். அவ்வாறே தொம்பையின் மேற்பகுதி கூரை மூலம் மூடப்படும். சாவடியில் பறை, துடும்பு, மத்தளம் முதலான ஊரின் பொதுவான புழங்கு பொருட்கள் வைக்கப்படும். ஊருக்கு வரும் புதியவர்களும் வழிப்போக்கர்களும் இங்குத் தங்கிச் செல்வார்கள். சாவடியை ஒட்டி தெருக்கூத்துப் பந்தல் அமைந்து இருக்கும்.

எங்கள் கிராமத்தில் தெருவிற்கு ஒரு பொதுத் தொம்பை இருந்தது. இது மூங்கில் தப்பைகளால் வேயப்பட்டு களிமண், செம்மண், மாட்டுச்சாணம் சேர்த்து மெழுகப்பட்டிருக்கும். ஒவ்வொரு ஆண்டும் அறுவடை முடிந்த பிறகு தை மாதத்தில் வீட்டிற்கு மூன்று மரக்கால் அளவு தினை அல்லது சாமையைத் தெருக்கள் வாரியாக இங்குச் சேர்த்து வைக்கப்படும். இது தொடர்மழை அல்லது வறட்சி காலங்களில் பகிர்ந்துகொள்வதற்கு உதவும். எனவே தொம்பையைப் பாதுகாக்க அதன் மேற் பகுதியில் கூரைவேயப்படும். தொம்பையை அந்தந்த தெரு மக்களே பாதுகாத்துக் கொள்வர். இதைத் தனியொருவர் எடுக்க முயன்றால் தங்கள் குலதெய்வம் தண்டித்துவிடும் என்ற நம்பிக்கை உள்ளதால், தனிப்பட்ட முறையில் யாரும் தொட மாட்டார்கள். வருடத்திற்கு ஒருமுறை மாட்டுச் சாணத்துடன் புற்றுமண் கலந்து தொம்பையை மெழுகிப் பாதுகாப்பர்.

தை மாதம் முதல் ஆனி மாதம் வரை வீடுகளுக்கு மஞ்சம் புல்லைக் கூரைவேய்வார்கள். மூங்கில் கழிகளைக் கொண்டு உருகழி அமைக்கப்படும். அதிலிருந்து தூலத்தோடு இணைப்பு ஏற்படுத்தி மூங்கில் கழி, விளாரி, நெகினி முதலான மரக்கொம்பு களைப் பரண் போன்று அமைத்து அதற்குமேல் மஞ்சம் புல் வேய்வார்கள். இவை கலையாமல் இருக்கக் கலங்கல் தப்பைகளை வைத்துத் தும்புக்கொடி அல்லது கற்றாழை நாரினை மூலபாஞ்சான் வழி செருகி வலிமையாகக் கட்டப்படும். அதன் பின்னர் காட்டுக் கற்களையும் மண்ணையும் கொண்டு சுவர் எழுப்புவர். வீட்டின் சுவர்களும் தரையும், மாட்டுச்சாணம் கொண்டு மெழுகப்படும்.

கூரைவைத்தல், சுவர் எழுப்புதல் முதலான வேலைகளை அருகில் உள்ளதன் இனக்குழுவினர் ஒன்றுசேர்ந்து செய்வார்கள். இதற்குக் கூலி வாங்கமாட்டார்கள். இறைச்சி உணவும் சாராயமும் கொடுத்தால் போதும். இவ்வேலை ‘சோற்றாள் வேலை’ என்று சொல்லப்படும். அல்லது மேற்கண்ட வேலைகளை மாற்றாள் வேலை (ஒருவர் செய்த வேலைக்கு இன்னொரு நாள் அவர் வீட்டுவேலையைச் செய்து கொடுப்பது) மூலமாகவும் செய்து கொள்வர். மாற்றாள் வேலை தற்போதுவரை இருந்து வருகிறது.

வீட்டையொட்டியே ஆடு, மாடுகளுக்கான பட்டி அமைக்கப் படும். இது மூங்கில் தப்பைகளால் படல் பின்னப்பட்டு, அதனைத் தரணி, நெகினி, பொறிச்சை, காசா உள்ளிட்ட மரங்களில் ஏதேனும் ஒன்றில் கூட்டம் அமைத்து தும்புக்கொடி வளையத் துடன் இணைத்துக் கட்டப்பெறும். இந்தப் பட்டியில் ஆடுமாடு களுடன் பன்றியும் சேர்த்து அடைக்கப்படும்.

எனக்கு விவரம் தெரிந்து பன்னிரண்டு வயதுவரை நெல்லு அரிசிச் சோற்றை நான் உண்டதில்லை. சாமை, கோரை, குதிரை வாலி, கம்பு ஆகியவற்றின் மாவினால் செய்த உணவுகளையே சாப்பிட்டிருக்கிறேன். காலை கம்பு அல்லது கேழ்வரகு மாவால் செய்த கூழும், அதற்குத் துணை உணவாகப் பலாரெக்கிரியும் இருக்கும். இரவில் சாமை, கோரை சோறுதான். அதற்குத் துவரை, அவரை, கொள்ளு, பலாக்கொட்டை ஆகியவற்றில் ஏதேனும் ஒன்றால் குழம்பு செய்வார்கள். மதிய உணவு களியாகும்.

இங்குள்ள ஒவ்வொருவருக்கும் பட்டா அல்லது புறம்போக்கு நிலம் கொஞ்சம் இருக்கும். அந்த நிலத்தில் மூன்றில் ஒரு பகுதியை நான்கு அல்லது ஐந்து ஆண்டுகளுக்கு ஒருமுறை புதர், செடி கொடிகளைச் சித்திரை மாதத்தில் வெட்டுவர். பின்னர் காய்ந்த பிறகு கொளுத்துவார்கள். ஆனி அல்லது ஆடி மாதங்களில் தினை, கோரை, சாமை ஆகியவற்றில் ஏதேனும் ஒன்றினை விதைத்துக் காடு கொத்துவார்கள். இந்தப் பணியைச் செய்ய கிராமத்திலிருந்து வீட்டிற்கொருவரை அழைத்துச் செய்வார்கள். இவ்வாறு செய்யும் வேலையை ’கம்மளவேலை’ என்பார்கள்.

கம்மள வேலை செய்கின்ற குடும்பத்தினர் ஒரு பன்றியை ஊருக்குக் கூலியாகத் தரவேண்டும் அல்லது கம்மள வேலை

செய்ய வந்தவர்களுக்குப் பன்றிக்கறியுடன் உணவு தர வேண்டும். மாரியம்மன்வழிபாடுஅல்லது சுத்து முனிகளுக்கு வழிபாடு நிகழ்த்தும் தருணங்களில் ஊர் பொதுவாகப் பன்றி பலியிடப் பெறும். அந்தத் தருணங்களில் கம்பளம் விட்டவர்கள் பன்றி ஒன்றைக் கொடுக்க வேண்டும். அப்பன்றி மேற்கண்ட தெய்வத் திற்குப் பலியிடப் பெறும்.

இந்த விவசாயம் காட்டெரிப்பு விவசாயமாகும். சாமை உள்ளிட்ட தினைப் பயிர்களை விதைக்கின்ற போது ஊடுபயிராக மொச்சை, அவரை, துவரை, முத்து ஆகிய விதைகளையும் சேர்த்து விதைப்பார்கள். சாமையில் பலவகைகள் உண்டு. அவற்றில் வெள்ளை சாமை *3-4* மாதத்தில் விளையும். கொச்சாமையும் கருஞ்சாமையும் ஆறுமாத காலத்தில் விளையும்.

சாமை அறுவடை கம்மளம் மூலம் நடைபெறும். சாமையைக் களத்திலிட்டு மாடுகளின் உதவியால் பிணைகட்டிப் பிரித் தெடுப்பர். களத்தின் நடுவில் மோட்டி (மரக்கொம்பு) நடப் பட்டிருக்கும். இதில் வடகயிறு கட்டி மாடுகளைக்கொண்டு பிணை அடிக்கப்படும். சாமை அடிக்க உதவிய மோட்டிக்குப் பிரித்தெடுத்த சாமையைக் குற்றி அதன் அரிசி மூலம் சோறு பொங்கி கிழங்கு, காய்கறிகளுடன் மோட்டிக்குப் பிணை நடந்துகொண்டிருக்கும் போதே படைக்கப்படும். இவ்வுணவு மிகுந்த சுவையுடையதாக இருக்கும். கம்மளக்காரர்கள் அனைவருக்கும் உருண்டைப் பிடித்துப் பகிர்ந்தளிக்கப்படும். இந்தச் சோற்றை 'மோட்டிச் சோறு' என்பார்கள். பிணையின் மூலம் பிரித்தெடுத்த சாமையை வெயிலில் உலர்த்தித் தங்கள் தொம்பையில் பாதுகாத்து வைத்துக்கொள்வர். மேலும் ஊரின் பொதுத் தேவைக்கு மூன்று மரக்கால் கொடுப்பார்கள்.

ஐப்பசி மாதத்தில் தங்களின் விவசாய நிலத்தில் பயிர்களைப் பாதுகாத்த கொல்லைமுனிக்குப் பன்றியைப் பலியிட்டு வழி படுவார்கள். இந்த வழிபாட்டில் உறவினர்களும் சுற்றத்தாரும் பங்கேற்பார்கள். அப்பொழுது சாமை, கேழ்வரகு, தினை இவற்றின் அரிசிகளில் ஏதேனும் ஒன்றின் மாவு, மஞ்சள்பொடி, அடுப்புக்கரியின் பொடி ஆகிய இவற்றால் கோட்டம் அமைக்கப் படும். பின்னர் சாமைசோறு பொங்கி மூன்று இலைகளில்

உருண்டை பிடித்து, கொல்லை முனிக்குப் படைப்பார்கள். வழிபடும் குடும்பத்தினர் கொல்லை முனியை விழுந்து கும்பிட்ட பிறகு பன்றியின் மீது நீர் ஊற்றப்படும். பன்றி உதறியவுடன் அதன் அல்லையில் குத்தி அதன் இரத்தத்தைப் பொங்கல் வைத்த சோற்றுடன் கலந்து மலை நிலத்தில் எறிவார்கள். அதனைத் தொடர்ந்து குத்திய பன்றியைத் தூய்மை செய்து உப்பு மிளகாயுடன் கறியையும் சாமையரிசியையும் கலந்து கலவைசோறு செய்து அந்த நிகழ்வில் பங்கேற்றவர்களுக்குத் தேக்கு, முத்து (ஆமணக்கு) இலைகளில் பரிமாறுவார்கள். இவ்வாறாகச் சுவையோடு உண்பதையே அனைவரும் விரும்புவார்கள்.

பன்றிக்கறியை இரவில் வேறு இடத்திற்கு எடுத்துச் செல்லக் கூடாது. அவ்வாறு எடுத்துச் சென்றால் பேய், காட்டேரி பிடித்துக்கொள்ளும். எனவே இரவு நேரத்தில் பன்றிக்கறியை வேறொரு இடத்திற்கோ, வெளியூருக்கோ எடுத்துச் செல்வதாக இருந்தால் உடன் அடுப்புக்கரி, மிளகாய்வத்தல், தலைமுடி சேர்த்து எடுத்துக்கொண்டு, கறியில் எச்சிலை சிறிதளவு உமிழ்ந்தும் எடுத்துச் செல்வது வழக்கம். அவ்வாறு செய்தால் பேய், பிசாசுகள் நெருங்காது என்பது நம்பிக்கை.

தன் தேவைக்கு மிஞ்சிய கறியை உறவினர்களுக்குத் தருவார்கள். தன்னிடம் மீதம் இருப்பவற்றை வெல்லப் பாகுடன் உப்பு மிளகாயிட்டுக் கறியைக் கலந்து, வேகவைத்துப் பதப்படுத்துவார்கள். இது சுமார் இரண்டு மாதங்களுக்குக் கெட்டுப் போகாமல் இருக்கும். ஒவ்வொரு வீட்டிலும் உறியில்/பானையில் இதைப் பாதுகாப்பார்கள்.

தங்கள் நிலத்தில் விளைந்த பொருட்களைச் சமவெளி நகரமாகிய செங்கத்திற்குத் தலைச்சுமையாகத் தூக்கிச்சென்று, விற்றுவிட்டுத் தங்களுக்குத் தேவையான பொருட்களை வாங்கிக் கொண்டுவருவார்கள். எங்கள் ஊரிலிருந்து மலையடிவாரம் சுமார் ஒன்பது கிலோமீட்டர். அங்கிருந்து செங்கம் பத்து கிலோ மீட்டர். மலையிலிருந்து இறங்குவதற்குக் கூசிக்கல் வழி, வால்பாறை வழி, பரமனந்தல்வழி என மூன்று வழிகள் உண்டு. அவரவர்களின் வசதிக்கு ஏற்ப அவ்வழிகளில் பயணிப்பார்கள். குறிப்பாகப் பலாப்பழம், சீத்தாப்பழம், மலைவாழைப்பழம், புளி, சாமை உள்ளிட்ட பொருள்களைத் தலைசுமையாகத் தூக்கிச் செல்வார்கள்.

மலைப் பொருள்களுக்குக் கீழ்நாட்டில் நல்ல வரவேற்பு இருக்கும். ஆனாலும் குறைவான விலைக்குக் கேட்பார்கள். கேட்ட விலைக்கு விற்றுவிட்டுத் தேவையான பொருள்களை வாங்கிக்கொண்டு வீடு திரும்புவர். மலைப் பகுதியில் உப்பு அரிதான பொருளாகும். எனவே உப்பு வணிகர்கள் கழுதை மூலமாக உப்பை ஏற்றிவந்து இரண்டு படி உப்பிற்கு ஒருபடி சாமையைப் பண்டமாற்றம் செய்துகொள்வார்கள். தற்போது சிறு கடைகளும் வாரச் சந்தைகளும் இங்கு வந்துவிட்டன. எனவே அந்தச் சந்தைகளில் தங்களின் விளைப்பொருள்களைத் தந்துவிட்டுத் தேவையான பொருட்களை வாங்கிக்கொள்கின்றனர்.

எங்களூரில் பொங்கல் ஏழுநாட்கள் நடைபெறும். ஒருவாரத்திற்கு முன்பே ஊரானின் கட்டளைக்கிணங்க கோல்காரர் ஊர் வேலைப்பாடுகளை வீடுவீடாகச் சென்று அறிவிப்பார். முதல் பணி, மந்தையில் சாவடியை ஒட்டி பந்தல் சீரமைப்பு ஆகும். இதற்கு வீட்டிற்கு ஐந்து மூங்கில் கழிகளுடன் (16 அடிநீளம்) தும்புக்கொடி ஒரு சுரணையும் (12 கொடிகளை வட்டமாகச் சுற்றி வருவதற்குப் பெயர்) கொடுக்கவேண்டும். பந்தல் அமைக்கும் பணிகள் தெருக்கள் வாரியாகப் பகிர்ந்தளிக்கப்படும்.

பந்தல் கட்டியவுடன் பஞ்சீட்டி இலைகளை வீட்டிற்கு ஒரு சுமையளவு காப்புக்கட்டன்று (போகிப்பொங்கல்) கொண்டுவந்து பந்தலின் மேற்பரப்பிலும், கீழிருந்து மேற்பகுதி வரையிலும் சுற்றி செருகுவார்கள். இந்த இலை வெப்பத்தன்மையுடையது. பொங்கல் குளிர்காலமான தை மாதத்தில் வருவதால், பஞ்சீட்டி மரத்தின் இலைகள் குளிரைக் கட்டுப்படுத்தும். மேலும் பொங்கல் தினங்களில் மந்தையில் தங்களின் மரபான கலைகளை நிகழ்த்துவார்கள். எனவே இரவு நேரத்தின் குளிரைப் போக்குவதற்கு வீட்டிற்கு ஐந்து குட்டையும், ஒரு சுமை சுந்தலும் காப்புக் கட்டும் தினத்தன்று மாலை ஏழுமணி அளவில் கொண்டுவந்து சேர்க்க வேண்டும். பனியில் அனல் காய்ந்து (குளிர்காய்தல்) கொள்வதற்குக் குட்டையும், இரவில் நிகழும் கலை நிகழ்ச்சியின் வெளிச்சத்திற்குச் சுந்தலும் பயன்படும்.

காப்புக் கட்டுக்கு முன்பே ஊர்பட்டி கட்டி முடிக்கவேண்டும். எனக்குத் தெரிந்து ஏழு ஊர் பட்டிகள் இருந்தன. காப்புக்கட்டன்று

மாலை ஊரிலுள்ள அனைத்து மாடுகளும் ஊர்ப்பட்டிக்கு வந்துவிடும். பொங்கலின் ஏ ழு நாட்களும் மாடுகள் வரவேண்டும். அவ்வாறு வரவில்லை எனில் அந்த வீட்டிற்குத் தண்டம் விதிக்கப்படும். தை மாதத்தில் தண்டம் கட்டுவதைப் பெரும் குற்றமாகக் கருதுவர். எனவே எல்லா மாடுகளும் ஊர்பட்டிக்கு வந்துவிடும். ஒவ்வொரு பட்டியிலும் மாடுகளின் இனப்பெருக்கத் திற்குப் பொலி எருது மூன்று இருக்கும். அந்தப் பொலிக்காளை களை இரவு நேரத்தில் வடகயிற்றிலிட்டு இருபுறமும் ஆசங்கட்டி (கோபம் அடையச் செய்தல்) எருதுகட்டு நிகழ்வு நடைபெறும். இங்கு இரவு நேர வெளிச்சத்திற்கு மூங்கிலால் கட்டப்பட்ட சுந்தல் பயன்படும். இந்த எருதுக்கட்டு (எருது பிடித்தல்) ஏழு நாட்களும் காலை மாலையென இரு நேரங்களிலும் நிகழும்.

தைப்பொங்கல்

தைப் பொங்கலன்று விடியற்காலை 3 மணியளவில் முறி கட்டுதல் சடங்கு நிகழும். முறியில் பொதுமுறி, ராஜமுறி என இரண்டு வகை உண்டு. பொங்கலன்று பொதுமுறிசடங்கு மட்டுமே நிகழும் (தனி நபரின் பிரச்சினையில் குற்றம் செய்தவருக்கு ஊரான் ராஜமுறி தண்டனையைத் தருவார்). உரலின் மேல் வாழை இலையில் உப்பு கொட்டி அதன்மேல் வெற்றிலை பாக்கு வைக்கப்பட்டிருக்கும். வீட்டிற்கு ஒருவர் வந்து இதன் மேல் தனது இரண்டு கைகளையும் வைத்து ஊரில் நடைபெற்ற ஊர் வேலைகள் அனைத்திலும் நான் பங்குபெற்றேன் என்றும் நல்லது கெட்டது அனைத்துச் சடங்குகளிலும் பங்கேற்றேன் என்றும், கூறி வழிபட்டுச் செல்லவேண்டும். அவ்வாறு செய்ய வரவில்லை எனில் தன் குலதெய்வம் தன்னை தண்டித்துவிடும் என்ற நம்பிக்கையில் வீட்டிற்கு ஒருவர் வந்து இந்தச் சடங்கைச் செய்வர்.

அதைத் தொடர்ந்து தங்களின் புழங்குபொருட்களைத் (கடப்பாரை, மண்வெட்டி, அரிவாள், களைக்கொட்டு, புனாய், சுரக்குடுவை, தொம்பை, ஏணி) தூய்மை செய்து மஞ்சலிட்டுச் சந்தனத்தாலான பொட்டு இடுவார்கள். பின்னர் தங்கள் மலைநிலத்தில் விளைந்த பொருட்களை வைத்து வழிபடுவர். அன்று புழுங்கல் அரிசிச் சோறையும் மிளகுரசத்தையும் உண்ணவேண்டும். அவ்வாறு

சாப்பிடவில்லை எனில் ஆண்களுக்கு விரைவாதம் ஏற்படும். அதனால் புழுங்கல் அரிசிச் சோறு சமைப்பார்கள்.

பட்டிப் பொங்கல்

தைப் பொங்கலுக்கு அடுத்த நாள் பட்டிப் பொங்கல் கொண்டாடுவார்கள். அன்று அவரவர் நிலத்தில் பலாமரத்திற்குக் கீழ் இறந்த முன்னோர்களுக்காக எடுக்கப்பட்ட நடுகல்லிற்குப் பொங்கல் வைக்கப்படும். அப்பொழுது இறந்தவர்களுக்குப் பிடித்தமான உணவுப்பொருட்களான தேன், தினைமாவு, சுருட்டு, சாராயம், வெற்றிலை, பாக்கு முதலான பொருட்கள் படைக்கப்படும். அன்று மாலை சுமார் 4 மணியளவில் ஊரிலுள்ள அனைத்து மாடுகளும் ஊர்ப்பட்டிக்கு வந்துவிடும். மாடுகள் வந்த பிறகு வீட்டிற்கொரு பொங்கல் பானை வைத்து, பட்டியின் முன்புள்ள பந்தலினுள் புற்று பெயர்ந்து வந்து அதற்கு மஞ்சளும் குங்குமம் கொட்டி பட்டிக்குப் பொங்கிய அனைத்துப் பானைகளிலிருந்தும் ஒரு அகப்பை அளவு சோறெடுத்துப் படைக்கப்படும்.

சோறு பொங்கியபோது எடுக்கப்பட்ட வடிதண்ணீரை ஒரு தூக்குவாளியில் சேகரித்து நெல்லிக்காயை இடித்து அதனுள் கலக்கி அந்த நீரை வீட்டிற்கொரு நபர் எடுத்துச் சென்று தன் குலதெய்வத்திற்கு அருகம்புல்லால் தெளிப்பார்கள். பின்னர் ஊர்ப்பட்டியிலுள்ள மாடுகளின் மேல் பொழியோ... பொழியென இறைக்கப்படும். அவ்வாறு இறைப்பதினால் மாடுகளுக்கும் மனிதர்களுக்கும் எத்தகைய தொற்று நோயும் வராது என்கிற கதையை என் தாத்தா சொல்லக் கேட்டிருக்கிறேன். பொங்கல் பானையிலிருந்து எடுக்கப்பட்ட சோற்றுடன் பூசனிக்காய் கூட்டு செய்து நன்கு கலந்து அனைவருக்கும் பகிர்ந்தளிக்கப்படும். இதற்கு 'பலாஞ்சோறு' என்று பெயர். இந்தச் சோற்றை வாங்கி உண்டால் உடலுக்கு நல்லது. இதைத் தன் வீட்டின் பரண்மேல் உள்ள பானையில் யாருக்கும் தெரியாமல் பாதுகாப்பாக வைத்தால் பட்டிமாடுகள் பெருகும் என்ற நம்பிக்கையும் உண்டு.

எருது பொறித்தல்

பட்டிப் பொங்கலுக்கு அடுத்த நாள் எருது பொறிக்கும் நிகழ்வாகும். தன் குலதெய்வமான வேந்தியப்பனிடம், அதிக மாடுகள் இன

விருத்தியானால், ஒரு காளையை உனக்கு நேந்துவிடுகிறேன் என்று வேண்டிக்கொள்வார்கள். அப்படி வேண்டிக்கொண்டவர்கள் ஊர்மந்தையில் அந்தக்காளையைக் கட்டுவதற்கு வலிமையான மரக்கொம்பு ஒன்றை நட்டு வைத்து, அதில் காளையைக்கட்டி, உணவு தராமல் தாங்களும் விரதம் இருப்பார்கள். அன்று மாலை சுமார் 7 மணியளவில் வேந்தியப்பனின் ஆயுதமான வில், அம்பு காளையின் தொடையில் பொறிக்கப்படும். இந்த நிகழ்விற்கு பிற ஊர்களில் இருக்கும் ஊரான்களையும் நாட்டான்களையும் அழைப்பார்கள். இந்தக் குறிகள் பொறிக்கப்பட்ட எருது அன்று முதல் பொலி எருதாகக் கருதப்படும். இந்தக் காளை அன்று முதல் வேந்தியப்பனுக்குரியதாகும். பசுமாடுகள் செ(சி)னையாவதற்கு (கர்ப்பம் தரிப்பதற்கு) காளையிடம் விடுவார்கள். இந்தக் காளை வயதாகி இறந்தால் ஊர் மரியாதையுடன் அடக்கம் செய்யப்படும்.

அடுத்தடுத்த நாட்களில் ஊரைச் சுற்றியிருக்கும் காவல் தெய்வங்களுக்குப் பொங்கல் வைப்பார்கள். ஏழாவது நாள் மாரியம்மனுக்குப் பொங்கல் வைக்கப்படும். அடுத்த ஆண்டு பொங்கல் வரையில் நிகழவிருக்கும் ஊர் வேலைப்பாடுகள் குறித்து ஆலோசிப்பதுடன் வேந்தியப்பன் திருவிழா நடத்துவதற் கான நாளும் குறிக்கப்படும். மாரியம்மனுக்குக் கோலாட்டம் நடைபெறும். அதைத் தொடர்ந்து நரியாட்டம், நரிவேட்டை உள்ளிட்ட சில சடங்குகள் நிகழும். பின்னர் வாழ்ந்து முதிர்ந்த பெரியவர்களின் காலில் இளைஞர்கள், சிறுவர்கள் என அனைவரும் விழுந்து வாழ்த்துப் பெறுவார்கள்.

மந்தையில் பொங்கல் நிகழ்த்திய ஆண்களுக்கு எத்தகைய தீங்கும் வந்துவிடக் கூடாது என்பதற்காக வீட்டிற்கு ஒரு பெண் ஆரத்தி (மஞ்சள் கரைத்து தலைமுடி, மிளகாய்வத்தல், வெற்றிலை பாக்கு இவற்றுடன்) எடுத்துவந்து மந்தையிலுள்ள ஆண்களை மூன்று சுற்றுச் சுற்றிவந்து கண்ணேறு கழிப்பார்கள். அதைத் தொடர்ந்து அம்மனை அனுப்பிவைக்கும் நிகழ்வு நடைபெறும். அம்மனுக்குப் படைத்த அனைத்துப் பொருள்களையும் வாழை இலைகளில் கட்டி அம்மனுக்கு முன்வைத்து, சாமி அழைத்துவிடப்படும்.

உண்மையாகச் சாமி வந்தவரைச் சோதித்து அம்மனை நீர்நிலைகள் நிறைந்த மடுவில் அமர்த்துவதற்குத் தயாராகும்

நிலையில் பன்றி குத்தப்படும். பன்றியின் இரத்தத்தை ஊர்ப் பட்டியில் அடைக்கப்பட்ட மாடுகள் தாண்டியவாறு அவரவர் வீட்டை நோக்கிச் செல்லும். மாடுகளோடு மாரியம்மனும் தனக்குரிய பொருளைத் தூக்கிக்கொண்டு மடுவை நோக்கிப் பறை, உறுமி இசையோடு ஆரவாரத்துடன் ஓடும்.

நிலாசன் வழிபாடு

எமது ஊரில் நிலாவையே நிலாசன் என்கிறோம். பொங்கலைத் தொடர்ந்து தைமாதத்தில் வரும் பௌர்ணமியன்று நிலவிற்கு நிலாசன் வழிபாடு செய்வார்கள். சாமி வீட்டின் முன்பு சுண்ணாம்பு, செம்மண்ணில் கம்மஞ்சக்கையில் கோலமிட்டு அதன் நடுவில் சாமை குத்தும் உரலைத் தலைகீழாக வைத்து, அதன் மேல் வாழையிலையில் தினைச் சோற்றுடன் காய்கறிகளை வைப்பார்கள். மேலும் அவற்றுடன் கிழங்கு, தேன், அவரை உள்ளிட்ட மலையில் கிடைக்கும் பலவிதமான பொருள்களைப் படைப்பார்கள். அந்தத் தருணத்தில் ஊரிலுள்ள அனைத்துப் பெண்களும் குழுவாக ஒன்றுசேர்ந்து, கைகோர்த்துப் பாடல் பாடுவார்கள். சுமார் இரண்டு மணிநேரத்திற்கு மேலாகப் பாடல் பாடப்படும். மேலும் அவரை, முத்து (ஆமணக்கு) உள்ளிட்ட பயிர்களில் கம்பளிப்பூச்சி மிகுந்திருக்கும். அவை பயிர்களை நாசம் செய்வதோடு மனிதர்களுக்கும் பாதிப்பை ஏற்படுத்தும். எனவே பூச்சியினால் ஏற்படும் உடல் (வெப்பம்) உபாதைகள் நீங்கவும் குளிர்ச்சி பெறவும் நிலவிடம் வேண்டிக்கொள்வார்கள்.

குழுவாகச் சேர்ந்து பாடும் பாடலுக்குப் பிறகு வாழையின் சருகு அல்லது வைக்கோல் மூலம் ஆண்கள் தன் உடல் முழுவதும் சுற்றிக்கொண்டு பறை இசையின் இசைக்கேற்ப ஆட்டம் ஆடுவர். இவ்வாட்டத்திற்கு 'ஊமத்தூதன் ஆட்டம்' என்று பெயர். இவ்வாட்டம் சுமார் இரண்டு மணி நேரம் நிகழும். பின்னர் நிலவுக்குப் படைக்கப்பட்ட உணவுப்பொருட்கள் அனைத்தையும் ஒன்றுசேர்த்து அங்குள்ள அனைவருக்கும் பகிர்ந்தளிப்பார்கள்.

குலதெய்வ வழிபாடு

வேந்தியப்பன் எங்களின் குலதெய்வம். இதற்கு ஆண்டுக்கு ஒருமுறை விழா நடத்தப்படும். இவ்விழா நடத்துவதற்குரிய

நாளினைப் பொங்கல் வழிபாட்டின் இறுதிநாளான மாரியம்மா பொங்கலன்று முடிவு செய்யப்படும். குறிப்பாக தை, மாசி, பங்குனி, சித்திரை, வைகாசி ஆகிய மாதங்களில் ஏதேனும் ஒரு நாள் நிகழும். இந்த விழாவிற்கு ஒருவாரத்திற்கு முன்பு தன் சொந்த பந்தங்களுக்குத் தகவல் தெரிவிக்கவேண்டும். அப்போது வீட்டில் இருக்கும் உணவுப் பொருட்களைச் சமைத்து எடுத்துச் சென்று கொடுத்துவிட்டு அவர்களை விழாவிற்கு அழைப்பார்கள். இதற்கு 'சோறு எடுத்துச் செல்லுதல்' என்று பெயர். மேலும் கோல்காரன் வழியாக நாட்டார்கள் மற்றும் ஊரான்களுக்குத் திருவிழாவிற்கான செய்தி தெரிவிக்கப்படும்.

இந்தத் திருவிழாவின் போது மற்றப்பள்ளி, சிங்காரப்பேட்டை, செங்கம், போளூர், ஆம்பூர், கணியம்பாடி, படைவீடு முதலான பேரூர்களில் பெரிய பொங்கல் பானைகளை வாங்கிவந்து அவற்றில் பொங்கல் வைப்பார்கள். பொங்கல் வைப்பதற்குரிய அரிசியை மூங்கிலால் செய்யப்பட்ட கூடையில் எடுத்துச் செல்வார்கள். திருவிழாவிற்கு நாட்டார்கள், ஊரான்களுக்குக் காட்டுமல்லி, ஊசிமல்லி பூக்களால் மாலைக் கோர்த்து மரியாதை செய்வார்கள். அப்போது ஆட்டுக் கிடாய்கள் வெட்டப்படும். குறிப்பாக அருகிலுள்ள ஊர்களிலிருந்து வந்தவர்கள் இவற்றை வெட்டுவார்கள். அவ்வாறு ஆட்டுக்கிடாய் வெட்டியவர்களை மாலை அணிவித்து மேளதாளத்துடன் ஊர் வலமாக அழைத்துச் சென்று சிறப்பிப்பார்கள்.

முத்தைச்சோறு

பன்றி, மான், எருமைக்கிடாய் உள்ளிட்ட விலங்குகளை எங்கள் குலதெய்வத்திற்கு எம் முன்னோர்கள் பலியிட்ட பழம்பெருமை உண்டு. திருவிழா நிகழ்த்துவதற்கு மூன்று தினங்களுக்கு முன்னரே பூசாரியின் கனவில் குறிப்பிட்ட இடத்தில் மான் உள்ளிட்ட ஏதேனும் விலங்கொன்று இருக்குமென்று சொல்ல, அவர் மக்களிடம் சொல்லி கனவில் தோன்றிய இடம் சென்று பார்த்தால், சாமி சொல்லிய விலங்கு இருக்குமாம். அதனை வேட்டையாடி படைப்பார்கள் என்று என் தாத்தா சொல்லக் கேட்டிருக்கிறேன். மேலும் அவர் கூறுகையில் வேட்டையாடிய விலங்கின் இறைச்சி யுடன் சாமை உள்ளிட்ட தினைப் பொருட்களின் அரிசியைக்

கலக்கி, நன்கு வேகவைத்துப் படைப்பார்கள். பிறகு கிராமத்திலுள்ள அனைவருக்கும் பகிர்ந்தளிக்க அவ்வுணவை உருண்டை பிடித்துத் தருவார்கள். அந்த மரபு தற்காலத்தில் திருமால், சிவன், பிள்ளையார், அனுமார் வழிபாட்டில் வந்துவிட்டது. ஊரிலுள்ள ஒவ்வொரு வீட்டிற்கும் குறிப்பிட்ட அளவு அரிசி சேகரித்து அதனைச் சோறுபொங்கி உள்ளூரிலும் பக்கத்துக் கிராமத்திலும் வரவழைக்கப்பட்டுள்ள மக்களுக்கு உருண்டை பிடித்த சோற்றைப் பகிர்ந்தளிக்கும் மரபாகிவிட்டது. இத்தகைய சோற்றுக்கு 'முத்தைச்சோறு' என்று பெயர்.

வேட்டைச்சாமி கும்பிடுதல்

தங்களின் குலதெய்வத்திற்கு அருகில் வேட்டைச்சாமி இருக்கும். வனச் சட்டங்கள் வருவதற்கு முன்பு மழைக்காலத்தில் வேட்டைக்குச் செல்வார்களாம். அவ்வாறு செல்ல வீட்டிற் கொருவர் கட்டாயம் வரவேண்டும். அவர்கள் ஊர் மன்றத்தில் கூடிப் பறை, உருமி இசையுடன் 'ஓ... ஓ... குலிலிலீ...' என்றவாறு குரல் போட்டுக்கொண்டு வேட்டைச்சாமி இருக்கும் இடம் நோக்கி ஓடி, பூவைத்துக் கேட்பார்கள். பூவிழுந்தால் காட்டுக்குச் செல்வார்கள். இல்லையெனில் செல்லமாட்டார்கள்.

காட்டில் வேட்டையாடிய விலங்கினை ஊர் மன்றத்திலிருந்து எவ்வாறு புறப்பட்டார்களோ அவ்வாறே ஆரவாரத்துடன் இசையெழுப்பியவாறு கொண்டுவந்து சேர்ப்பார்கள். அவ்வாறு வேட்டையாடிய விலங்கின் கறியை வேட்டைச்சாமிக்குப் படைப்பார்கள். பின்னர் ஊரிலுள்ள வீடுகளின் எண்ணிக்கைக்கு ஏற்ப இறைச்சியை ஐந்து பங்கு கூடுதலாகப் பங்கிடுவார்கள். முதலாவதாக வேட்டையாடிய வீரருக்குக் கூடுதலாக 5 பங்கு தரப்படும். பின்னர் வீடுவாரியாகப் பங்கு தரப்படும் என்று எனது தாத்தா கூறினார். வனவிலங்குகளை வேட்டையாடக்கூடாது என்கிற தடைச் சட்டம் வந்த பிறகு அது சடங்கியலாக மாற்றம் பெற்றது.

ஆனி, ஆடி அல்லது ஆவணி மாதங்களில் ஏதேனும் ஒருநாள் வேட்டைச்சாமிக்கு ஆட்டுக்கிடாய் அல்லது பன்றிகளைப் பலியிட்டுப் படைக்கும் வழக்கம் ஏற்பட்டது. இதை 'வேட்டைச் சாமிக்கிடுதல்' என்கின்றனர்.

உணவுமுறை

தாத்தா காலத்தில் சாமை, வரகு, தினை, மூங்கிலரிசி, கேழ்வரகு, கம்பு முதலான உணவுகள் இருந்தன. கஞ்சியும் பலாரெக்கிரியும் காலை உணவாகும். களிக்குத் தொட்டுக்கொள்ள அவரை, துவரை, பலாக்கொட்டைகளால் செய்த குழம்பு மதிய உணவில் இருக்கும். இரவு சாமை, தினை சோறு உண்பார்கள். சில தருணங்களில் பலவகைக் கீரைகளுடன் துவரை, கொள்ளு, கொட்டைகளுடன் சாமை அரிசியைக் கலந்து செய்த கீரைச் சோறு முக்கிய உணவாக இருக்கும். அந்தந்தப் பருவகாலங்களில் கிடைக்கும் கிழங்குகள், தேன் உள்ளிட்ட உணவுகளும் இருந்தன.

கோழி, காடை, கௌதாரி, காட்டுக்கோழி, புறா, கொல்லியாங் குருவி, சிவத்தாழை, மைனா, கானாங்கோழி முதலான பறவை களின் இறைச்சியும் இருந்தன. இட்லி தோசை முதலான உணவுகள் எனக்குத் தெரிந்து மலைப்பகுதிக்கு அண்மையில் வந்தன. கீழ்நாட்டிலிருந்து (மலையடிவாரம்) தாளித்த மாவினால் சுட்ட இட்லியை மலைப் பகுதிக்குக் கொண்டுவந்து தந்துவிட்டுப் புளியைப் பண்டமாற்றாகப் பெற்றுச்சென்றார்கள். இம்முறை தற்போது மாற்றத்திற்கு ஆட்பட்டுள்ளது. தற்காலத்தில் சாமை, தினை முதலான தானியங்களைக் கடைகளில் விற்றுவிட்டு ரேசன் அரிசியை வாங்கி உண்கின்றனர்.

வாழ்வியல் சடங்குகள்

தன் இனக்குழுவுக்குள் மட்டுமே பெண் கொண்டு கொடுக்கும் மரபு உள்ளது. சில ஆண்டுகளுக்கு முன்பு வரையில் 20 வயதுக் குள்ளாக இருக்கும் மணமக்களுக்குத் திருமணம் செய்யப் பெற்றது. எனக்கும் 19 வயதில் திருமணம் நடந்தது. அதன் பின்னரே பிஎட், எம்ஏ, முனைவர்பட்ட ஆய்வுகளை நிறைவு செய்து உதவிப் பேராசிரியர் பணியைப் பெற்றேன். 5 கிலோ மீட்டர் தொலைவிற்கு அப்பால் பெண் கொடுக்கமாட்டார்கள். பொருத்தம் பார்க்கும் வழக்கமில்லை. ஆனால் தன் குல தெய்வத் திடம் பூவைத்துக் கேட்பார்கள். அதன் பிறகு ஊர்மந்தையில் மணமக்களின் இருவர் சம்மதமும் ஊரார் முன்னிலையில் கேட்கப்படும்.

திருமணத்தின் போது பரிசமாக மணகள்வீட்டிற்கு மூன்று புட்டியளவு மணமகன் வீட்டார் தானியங்கள் (சாமை, கேழ்வரகு, தினை, குதிரைவாலி ஆகியவற்றில் ஐந்து படி மரக்காலில் 240 அளவு) கொடுக்கவேண்டும். தற்காலத்தில் தானியத்திற்குப் பதிலாக 51 ஆயிரம் பணமாகத் தருகின்றனர். கல்யாணப் பணமாக 1001 ரூபாயை ஊருக்குத் தரவேண்டும். திருமணத்தை ஊர்மக்கள் முன்னின்று நடத்திவைப்பார்கள். திருமண விருந்தில் பன்றி இறைச்சி மிக முக்கியமாகும். மணமகன் வீட்டில் திருமணம் நிகழும். மூங்கில் கொம்புகளை நட்டும் அதன் மேல் பரப்பியும் புங்கன் இலைகளால் மணப்பந்தல் அமைத்து, கூந்தல்பனையால் அலங்கரிக்கப்படும். அப்பந்தலினுள் உரலின் மேல் பெரிய அகல்விளக்கு ஏற்றப்பட்டு மூன்று தினங்கள் எரிந்து கொண்டே இருக்கும். தாய்மாமன் மணமகளைத் தூக்கி மேடையில் அமர்த்துவார். பின்னர் நீண்ட வாளை மணமகள் மடியில் வைத்து ஊர்ப் பெரியவர்கள், ஊரான் முன்னிலையில் மணமகன் தாலி கட்டுவான். தெருக்கூத்துக் கலைஞர்கள் வாழ்த்துப் பாடுவார்கள். அந்தணர்களை வைத்துத் திருமணம் செய்வதில்லை.

இறப்புச் செய்தியை ஊரான், கோல்காரன் மூலமாக உறவுகளுக்குத் தெரியப்படுத்துவார்கள். இறந்தவரை அடக்கம் செய்யும் பொறுப்பையும் ஊர்மக்களே முன்னின்று செய்வார்கள். திருமணத்திலும் இறப்புச் சடங்கிலும் வீட்டிற்கு இரண்டுபேர் கட்டாயம் பங்கேற்கவேண்டும். இல்லையென்றால், தண்டம் விதிக்கப்படும். பங்காளிகள் திருமணத்திற்கு வரவில்லை எனினும் இறப்பு நிகழ்விற்கு வந்துவிடுவதுடன், அனைத்துச் சடங்கிலும் பங்கேற்பார்கள். இந்த நிலை தற்போது மாற்றம் பெற்றுள்ளது. இயற்கை மரணம் அடைந்தவர்களைப் புதைப்பார்கள். புதைத்தவுடன் இறந்தவர் பயன்படுத்திய பொருட்களை அந்தக் குழியில் போடுவர். குழியின்மேல் பெரிய கற்களை நட்டு வைத்துவிட்டுத் திரும்பிப் பார்க்காமல் வருவார்கள்.

தற்கொலை செய்துகொண்டவர்களைக் காட்டிற்கு எடுத்துச் சென்று எரித்துவிடுவார்கள். விபத்துக்கள் வழி இறந்தவர்களையும் எரிக்கும் வழக்கம் உள்ளது. இயற்கையாக இறந்தவர்களின் ஆன்மா அமைதிகொள்ளும் என்றும், தற்கொலை, விபத்து வழி இறந்து போனவர்களின் ஆன்மா அமைதிகொள்ளாது என்றும்

கூறப்படுகிறது. எனவே, அந்த ஆன்மாக்களை அமைதிப் படுத்துவதற்கு 'பாடு கிளப்புதல்' எனும் சடங்கு நிகழ்த்தப்பெறும்.

சில அவதானங்கள்

மலைகளில் வாழும் பூர்வக் குடிகளின் வாழ்வுமுறை தனித்துவ மானது. இருப்பினும் அது இன்று மாறிவருகிறது. புற உலகின் தாக்கம் அதிகம். சாலைவசதிகளும் போக்குவரத்தும் பெருகி விட்டன. கல்வி, வேலை வாய்ப்புகளும் கூடிவிட்டன. இளைஞர்கள் பெருநகரங்களுக்கும் அயல் மாநிலங்களுக்கும் சென்று பிழைக் கின்றனர். சிலர் உயர்பதவிகளையும் அடைந்துள்ளனர். தொலைக் காட்சி, கைப்பேசி போன்றவை வெகுவான மாற்றங்களை ஏற்படுத்தி வருகின்றன. ஜவ்வாதுமலையில் மலையாளி மக்களின் வாழ்க்கை பாரம்பரியத்தையும் மாற்றங்களையும் கொண்டு இரயில் தண்டவாளம் போல் செல்கின்றது.

□

14

ஊர்-சேரி-காலனி
மாற்றத்திற்கான தருணம்
கௌதம சன்னா

பல நூற்றாண்டுகளாக நிகழும் ஓர் அநீதியினைச் சகித்துக் கொள்வதற்கு ஒரு பண்பாட்டுப் பின்புலம் இருக்கும் என்பதை மறுக்க முடியுமா? அல்லது ஒரு நாடே தனது மனசாட்சியினைக் கொன்றுவிட்டு அதைக் கடந்து செல்கிறது என்று எடுத்துக் கொள்ள முடியுமா?

சாதியின் அடிப்படைகளைப் பற்றிப் பேசுவதற்கு ஏராளமான பேர் இருக்கிறார்கள். அதை எதிர்ப்பதன் மூலம் ஒரு முற்போக்கு அடையாளம் கிடைப்பதால் அதற்கு எப்போதும் ஒரு வகை மவுசு இருக்கிறது. இது சமூகவியல் ஆய்வுக்கு மட்டுமின்றி, அரசின் செயல்பாடுகளுக்கும் பொருந்தும். சாதியின் மூலத்தினை ஆய்ந்த டாக்டர் அம்பேத்கர் தொடக்கத்தில் ஒரு பேரதிர்ச்சியைக் கண்டார்.

ஆமாம், அவர் காலத்தில் சாதியை ஆய்ந்த உள்நாட்டு மற்றும் வெளிநாடுகளைச் சேர்ந்த பலர் இருந்தார்கள். ஆயினும் அவர்கள் எல்லோரும் கவனிக்க மறந்த ஒன்று... இந்தியாவில் கிராமங்கள் ஏன் இரண்டாக இருக்கின்றன? நமது சொல்லில் சொல்வ தென்றால் ஊர்-சேரி என ஏன் இரண்டாகப் பிரிந்து இருக்கின்றன? இந்தப் பிரிவினை அமைப்பு எப்படித் தோன்றியது? என்பதைப் பற்றி அவர்கள் கவனம் கொள்ளாததால் அது ஏன் தோன்றியது, எப்படித் தோன்றியது போன்ற கேள்விகளும் தோன்றாமல் போய்விட்டது.

ஆனால் அக்கேள்விகள் டாக்டர் அம்பேத்கருக்குத் தோன்றின. அதனால் அதன் மூலத்தை அவர் கண்டுபிடித்தார். ஆனால் அவருக்குப் பின்னும் ஏராளமான அறிஞர்களையும் தலைவர் களையும் இந்தியா தோற்றுவித்தது. அவர்கள் யாரும் அம்பேத்கரின் கேள்வி குறித்தோ, ஊர், சேரி என்பதன் தோற்றம், அதன் இயக்கம், அதன் ஒழிப்பு பற்றிப் பேசியதாகவோ எனக்குத் தெரியவில்லை. இப்போதுகூட நிலைமை ஒன்றும் மாறிவிட வில்லை. தம்மை முற்போக்கான சிந்தனையாளர்கள் அல்லது எழுத்தாளர்கள், தலைவர்கள் என்று கருதிக் கொள்பவர்கள்கூட இந்த அவலத்தைப் பற்றி யோசிக்கவில்லையே... ஏன் என்பதைச் சமூகத்திற்கான கேள்வியாக முன்வைக்கிறேன்.

தமிழ்நாட்டில் நாட்டுப்புறக் குடியிருப்பைக் கிராமம் என்று அழைக்கிறோம். அச்சொல்லுக்கு மூலச் சொல் 'கிராம' என்னும் வடசொல்தான். சிலர் 'கம்மம்' என்ற சொல்லின் மருவல்தான் கிராமம் என்று வாதிக்கின்றனர். இது ஆய்வுக்குரியதுதான் என்றாலும், மக்கள் சேர்ந்து வாழும் ஒரு நாட்டுப்புறக் குடியிருப் பிற்குத் தூயத் தமிழ்ப் பெயர் இன்னும் இல்லை என்பதை உறுதி யாகச் சொல்லாம். இது எப்போதும் இப்படித்தான் இருந்ததா?

தொல்காப்பியத்தில் 'ஊரும் அயலும் சேரியும்' என மூன்று நாட்டுப்புறக் குடியிருப்புகள் குறிக்கப்படுகின்றன. சங்க இலக்கியங்களில் ஊர் என்றும் சேரி என்றும் அழைக்கப்பட்டது ஒரே பொருளில்தான் என்று ஆய்வாளர்கள் சொல்கிறார்கள். இந்த வரலாறு நீண்டது என்பதால் அதற்குள் போவது இப்போது தேவையற்றது. ஆயினும் கேள்வி என்னவென்றால், ஊர் என்பது இடைச்சாதியினர் வாழும் இடத்திற்கும் சேரி என்பது தீண்டத் தகாதவர்கள் அல்லது தலித்துகள் வாழும் இடத்திற்கான சொல்லாகவும் மாறியது எப்படி, எப்போது? அப்படி நிகழ்ந்ததற் கான காரணத்தை ஆய்வாளர்கள் கவனிக்க வேண்டும் என எதிர்பார்த்தால் அதில் ஏமாற்றமே மிஞ்சியது.

கால மாற்றம் நிகழ்ந்து ஊர் என்பது இடைச்சாதியினர் வாழும் இடமாகவும், சேரி என்னும் தலித்துகள் வாழும் பகுதி 'காலனி' என்றும் வழங்கப்படுகிறது. இதற்கு ஒரு சுவையான பின்னணி உண்டு.

வெற்றி கொள்ளப்பட்ட இந்தியா பிரிட்டனின் காலனியாகக் கருதப்பட்டது. அதாவது இங்கிலாந்தின் காலனி நாடு. இதன் விளைவாக காலனி என்கிற சொல் மீது ஏனோ மோகம் பற்றிக் கொண்டது. சாதியவாதிகளால் புறக்கணிக்கப்பட்ட சாதியற்ற அவர்ண தலித்துகள் அவர்களை வெற்றிகொண்டதைக் குறிக்கும் வகையில் காலனி மக்கள் என்று அழைக்கத் தொடங்கினார்கள். அது தோன்றிய காலத்தைக் குறிப்பாகச் சொல்ல முடியாவிட்டாலும், சேரி என்னும் சொல்லைப் பயன்படுத்துவது கூச்சமளித்ததால் குடியிருப்பு என்று பொருள்தரும் காலனியைப் பயன்படுத்தத் தொடங்கினார்கள். அது இன்றும் கேள்விக்கும் ஆய்வுக்கும் அப்பாற் பட்டே இருக்கிறது. தலித்துகள் வசிக்கும் பகுதியைக் காலனி என்று அழைக்கும் சாதி இந்துக்களை யார்தான் தடுக்க முடியும்? எதிர்த்துக் கேட்டால் அது ஆங்கில வார்த்தை என்று பூசி மெழுகலாம்.

இது ஒருபக்கம் இருந்தாலும், பார்ப்பனர்கள் வசித்த அக்ரகாரம் எனும் சொல் ஒவ்வாத சொல்லாக இருந்துவருகிறது. சமூக அதிகாரத்தின் குறியீடாகக் கருதப்பட்ட அந்தச் சொல்லை கடந்த நூற்றாண்டில் அதிகமாக வெறுத்தார்கள். பார்ப்பன எதிர்ப்பின் குறியீடாக அக்ரஹார எதிர்ப்பும் அங்கீகரிக்கப்பட்டது. அது ஒருவகையில் நியாயமானதுதான். சமூக அதிகாரத்தைக் குவித்து வைத்திருந்த அக்ரஹாரத்தை எதிர்த்தது நியாயம் என்றால், அதற்கு நேர் எதிராக அதிகாரத்தை இழந்து முடக்கப்பட்ட சேரி அல்லது காலனி எனும் கட்டமைப்பும் எதிர்ப்பிற்கு உள்ளாக்கப்பட்டிருக்க வேண்டும். அது நடக்காமல் போனது வரலாற்றின் பெரும் துயரங்களில் ஒன்று. ஏனென்றால் கடந்த ஈராயிரம் ஆண்டுகளாக இந்தச் சொல்லாட்சி நிலைத்து ஒருவகை அதிகாரமற்ற சமூகத்தின் குறியீடாக மாறிவிட்டது.

இந்த நோய் பரவி நகரங்களையும் பற்றிக்கொண்டது. சென்னைப் பெருமாநகரத்தில் குடிசைப் பகுதிகளில் குடியிருக்கும் மக்களைச் சேரி மக்கள் என்று அழைக்கும் போக்கு இன்றும் இருப்பதை மறுக்க முடியுமா? அது 'சேரி பிஹேவியர்' என்று கொஞ்ச காலத்திற்கு முன்புகூட பெரும் விவாதங்கள் சமூக வலைத்தளங்களில் எழுந்தன. சேரி இளைஞர்கள் ஜீன்ஸ், கூலிங்கிளாஸ் போட்டுக்கொள்கிறார்கள் என்று ஒரு தலைவர் அங்கலாய்த்ததும் இப்போது நினைவுக்கு வரலாம்.

இப்போது காலம் மாறிவிட்டது. ஆனால் கிராமப்புறங்களில் சமூக வாழ்நிலை மாற்றம் பெரிதாக நிகழவில்லை. ஊர்-சேரி என்ற பிரிவினையும் அப்படித்தான் நிலைத்துள்ளது. இதை ஒழிக்க வேண்டும் என்ற செயல்திட்டம் எந்த ஓர் அமைப்பிடமோ, கட்சிகளிடமோ இல்லை. குறிப்பாகத் திராவிட இயக்கம், இடதுசாரிகள், காங்கிரஸ் மட்டுமின்றி வலதுசாரிகளிடம்கூட இதுகுறித்து விழிப்புணர்வோ, உரையாடலோகூட இல்லை என்பது அதிர்ச்சியளிக்கிறது. இந்தப் பிரச்சினை இன்னும் இவர்களின் கவனத்தைக் கவராத ஒன்றாகப் பல பத்தாண்டுகளாக இருந்து வருகிறது.

ஜப்பானில் புரோக்குமீன்களுக்கும், அமெரிக்காவில் கெட்டொக் களில் வசித்த கறுப்பர்களுக்கும் அந்நாடுகளில் எழுந்த குரல் ஏன் இந்தியாவில் ஒலிக்கவில்லை என்று கேட்பது தவறாகி விடுமா? இன்னும் எத்தனைக் காலம் கண்டும் காணாமல் இருக்கப் போகிறோம்? உலக வெளிச்சம் பெற்ற இந்த நூற்றாண்டிலும் கண்களை மூடிக்கொண்டிருப்போமா? தமிழ்நாடு அரசாவது பிற மாநிலங்களுக்கு முன்னோடி மாநிலமாக இதில் இருக்க வேண்டும் என்கிற ஆதங்கத்தில்தான் இந்தக் கட்டுரை.

இந்தப் பிரச்சினையின் அவலத்தை முதலில் உணர்ந்தவர் தலைவர்களுள் கலைஞர் கருணாநிதி அவர்கள்தான். கிராமப் புறங்களில் அவர் உருவாக்கிய சமத்துவபுரங்கள் இந்தப் பாகுபாட்டை ஒழிக்க முற்பட்ட புரட்சிகரமான செயல்திட்டம். ஆனால் அத்திட்டம் ஏனோ நிறுத்தப்பட்டது. இனி அதற்கு உயிர் வருமா என்று தெரியவில்லை. ஆயினும் அத்திட்டம் ஏற்கெனவே நிலவி வரும் ஊர்-சேரி அமைப்பிற்கான மாற்று ஏற்பாடல்ல.

அண்மையில் கேரளம் என்ற பெயர் மாற்றத்தின் போது அங்குள்ள தலித் குடியிருப்புகள் சேரி எனும் பொருள்படும் பெயர்களில் அழைக்கப்படக்கூடாது என்று ஓர் அறிவிப்பு வெளியானதைப் பார்த்தபோது, அது சரியான முன்னெடுப்பு அல்ல எனத் தோன்றியது. பெயரை மாற்றுவதல்ல தேவை, அதன் பண்பை மாற்றுவதுதான் முதல் தேவை.

ஒரு பெயரை அழைக்கக்கூடாது எனச் சட்டம் இயற்றுவது மூலம் அதை ஒழித்துவிட முடியாது. நரிகளெல்லாம் குதிரைகளாகட்டும்

என்று அறிவித்தால், அப்படி நடந்துவிடுமா? சேரி, காலனி என்கிற பெயர்களை ஒழிப்பதன் மூலம் எதை அடைய முடியும். ஊர்-சேரி (காலனி) என்கிற சமூக அமைப்பு நில அடிப்படையில் இருப்பதால் அது சாத்தியப்படுமா? அதிகபட்சம் அரசு ஆவணங்களில் காலனி என்றும், சேரிகள் என்றும் இருப்பதை வேண்டுமானால் ஒழிக்கலாம். நடைமுறையில் அப்படி நிகழ்வது சாத்தியமே இல்லை. எனவே மாற்று ஏற்பாடுகள் இதற்குத் தேவை. அதற்குப் பின்வரும் ஆலோசனைகளைத் தமிழ்நாடு அரசுக்கு முன்வைக்க விரும்புகிறேன்.

1. ஊர்-சேரி என்கிற நில அமைப்பை ஒழிக்க முடியாது. ஆனால் அது நிரந்தரமானது அல்ல. இந்தியாவிலேயே விரைவாக நகரமயமாகும் மாநிலம் தமிழ்நாடு. ஒரு நகரம் உள் கட்டமைப்பில் விரிவாகும்போது அருகிலுள்ள கிராமங்களை இணைத்துக் கொள்கிறது. பிறகு நாளாவட்டத்தில் நகரமாக மாறிவிடும்போது ஊர் சேரி என்னும் இடைவெளி குறைகிறது. எனவே நகரமயமாக்கலை விரைவுபடுத்த வேண்டும்.

2. தமிழ் உணர்வு மேலோங்கியுள்ள இந்தக் காலத்தில் கிராமம் என்கிற வடசொல்லை நீக்கி அதற்கு இணையான தமிழ்ச் சொல்லை அறிமுகப்படுத்தி அரசு ஆவணங்களில் அதைப் புழக்கத்திற்கு கொண்டுவர வேண்டும்.

3. சேரி, காலனி ஆகிய சொற்களை அரசு ஆவணங்களில் குறிப்பாக வருவாய் ஆவணங்களிலிருந்து அகற்றுவது முதற்கட்டமாக நடந்தாலும், சேரி மற்றும் காலனிப் பகுதியில் வசிக்கும் மக்கள் அவர்களது வசிப்பிடத்தைத் தனி ஒரு கிராமமாக அறிவிக்க வேண்டும். ஊரும்-சேரியும் இணைந்து வழங்கும் பொதுவான கிராமப் பெயரைப் பெரும்பாலும் ஊர்ப்பகுதியில் வசிப்பவர்கள் விட்டுக் கொடுக்கமாட்டார்கள். எனவே தலித்துகள் தங்களுடைய குடியிருப்பைத் தனிக் கிராம அலகாக அறிவித்துக்கொள்ளவும், அதற்கான தனிப் பெயரைச் சூட்டிக்கொள்ளவும் அதிகாரம் அளிக்கப்பட வேண்டும். காலனிகள் தனி கிராமங்களாகப் பெயர்மாற்றம் பெறும்போது அந்தப் பகுதிக்கே உரிய

வரலாற்றுப் பெயர்களைச் சூட்டிக்கொள்ள அரசு வழிகாட்ட வேண்டும். அவை உடனடியாக வருவாய்த்துறை ஆவணங் களில் இணைக்கப்பட வேண்டும்.

4. தனிக் கிராமம் அல்லது குடியிருப்பாக அறிவிக்கப்பட்ட சேரிப் பகுதிக்குப் பஞ்சாயத்து ராஜ் சட்டப்படி தனிக் கிராம தகுதியை வழங்க முடியும். குறைந்தபட்சம் எழுநூறு பேர் மக்கள்தொகை கொண்ட ஊரகப் பகுதியியைத் தனி கிராமமாக அறிவிக்கப் பஞ்சாயத்து ராஜ் சட்டம் இடம் தருகிறது. இந்த வாய்ப்பை ஏன் தமிழக அரசு பயன்படுத்தக் கூடாது? தனிக் கிராமங்களாக அறிவிக்கப்படுவதன் மூலம் கிராமங்களின் எண்ணிக்கை இரட்டிப்பாகும் என்பது உண்மைதான் என்றாலும், கிராமங்களின் எண்ணிக்கை வளர்ச்சிக்கு ஏற்ப ஒன்றிய அரசிடமிருந்து பெறும் நிதியின் அளவும் இரட்டிப்பாகும் என்பது உண்மைதானே.

5. தனிக் கிராமமாக அறிவிக்கப்பட்ட சேரிப் பகுதிகளில் விரைவான வளர்ச்சியை ஊக்குவிக்க முடியும். ஊரக வளர்ச்சித் துறையின் நிதி உதவியும் ஆதிதிராவிட நலத்துறையின் வழிகாட்டலும் ஓர் ஆரோக்கியமான வளர்ச்சியை உருவாக்கும். ஊர்-சேரி என்கிற பிரிவினை கல்வியாலும் பொருளாதார வளர்ச்சியாலும் படிப்படியாகக் குறைந்து ஓர் இணக்கம் உருவாகும்.

6. நீண்ட காலமாக நிலவிவரும் இந்த அவலத்தை இன்னும் எத்தனை காலத்திற்குக் கண்டும் காணாமல் இருப்பது? தனி மனித உரிமை மற்றும் சமூக நலன் என நோக்கும் போது எவ்வளவு பெரிய தலைக்குனிவு, அவமானம். சேரிகள் அத்தனையும் தனியான ஒரு கிராமத் தகுதியினைப் பெற்று தமது வளர்ச்சியை அவர்களே கவனித்துக்கொள்ள வாய்ப்பு அளிக்கும்போது அவர்கள் திறம்படத் தம்மை நிர்வகித்துக் கொள்ளும் திறமையை வளர்த்துக்கொள்வார்கள். அப்படி நடக்காதெனில் அதற்கான பழியை அவர்களே சுமக் கட்டும்.

இந்த மாற்றத்தை அடுத்த இருபத்தைந்து ஆண்டுகளுக்கு அனுமதியுங்கள். ஊர்-சேரி என்கிற சொல்லும் அதன்

பண்பும் ஒழிந்துவிடும். அதற்குப் பிறகு தனி உதவிகள் ஏதும் அந்தப் பகுதிகளுக்குத் தேவைப்படாது.

நாம் நாகரிக உலகில் இருக்கிறோம். இந்தியாவிற்கே வழிகாட்டும் மாநிலமாக வளர்ந்திருக்கிறோம். ஆனால் பண்பாட்டளவில் ஊர் சேரியென இனியும் பிரிந்திருக்க மாட்டோம் என்பதை இந்தியாவிற்கு மட்டுமின்றி, உலகிற்கே வழிகாட்டும் வாய்ப்பை நாம் ஏன் தவறவிட வேண்டும்?

ஊர்-சேரி என்னும் அவலத்தை இத்தனை நூற்றாண்டுகள் கண்டும் காணாமலிருந்த அனைவருமே இந்த அவலத்திற்குப் பொறுப்பாளிகள். எனவே இவர்கள் தமிழக அரசின் கவனத்தை ஏன் ஈர்க்கக்கூடாது. நாம் இன்னும் சமூக நீதி மண்ணில்தானே வாழ்கிறோம்?

□

15

அய்யம்பாளையம்

மருதாநதிக் கரையில்

சக்தி ஜோதி

அய்யம்பாளையம், இப்போது நான் வாழ்ந்துகொண்டிருக்கும் ஊர். என் பூர்வீகக் கிராமமும் இதுவே. சொல்லப்போனால் கிராமம் என்ற சித்திரம் என்னுள் ஆழப் படியக் காரணமாக இருந்த ஊரும் இதுவே. திண்டுக்கல் மாவட்டத்தில் வத்தல குண்டுக்கு அருகில் உள்ளது இந்த ஊர்.

நான் பிறந்தது என் தாயின் சொந்த ஊரான இன்றைய தேனி மாவட்டத்தின் அனுமந்தன்பட்டி எனும் கிராமம்.தமிழ்நாடு மின்சார வாரியத்தில் இளநிலை கட்டடப் பொறியாளராகப் பணிபுரிந்த அப்பா, நான் பிறந்த வருடத்தில் சுருளியாறு நீர் மின்திட்ட வேலையில் இருந்தார். அனுமந்தன்பட்டியில் ‘மச்சு வீடு’ என்றழைக்கப்படுகிற மாமா வீட்டில் என்னைப் பெற்றெடுத்த அம்மா, ஒரு மாதக் கால ஓய்வுக்குப் பிறகு பசுமையும் குளிர்மையும் போர்த்தியிருந்த அந்த மலை நிலத்திற்குக் கைக்குழந்தையான என்னைத் தூக்கிவந்தார். தவழ்ந்ததும், நடை பழகியதும், ‘அ’வென மொழியின் முதலெழுத்துப் பழகியதும் அந்த ஈர நிலத்தில்தான். அது முதல் ஒன்றாம் வகுப்புப் படித்தது வரையிலும் சுருளியாறு நீர்மின் திட்டப் பணியாளர்களுக்காக மணலார் எஸ்டேட் பகுதியில் தமிழ்நாடு மின்சார வாரியம் அமைத்திருந்த தற்காலிகக் குடியிருப்பில் வளர்க்கப்பட்டேன். அணைக்கட்டுக் கட்டுமானப் பணிகளுக்கென அம்பாரமாய்க்

குவிந்துகிடக்கும் மணல்மேட்டில் கைகள் எட்டும்வரையில் சுரங்கம் அமைத்து சின்னஞ்சிறிய அணைக்கட்டி விளையாடி மகிழ்ந்ததும் அங்கேதான்.

மலையும் தேயிலைத்தோட்டங்களும் அதன் பச்சையம் மாறாமல் மனத்தின் ஆழத்தில் பதிந்துகிடக்கிறது. தேயிலை தொழிற் சாலையின் கடிகாரச் சங்கின் ஓசை காதுகளுக்கு மிகப் பழக்கமான இசைகளுள் ஒன்றாக இருந்தது. எப்போதும் பெய்யும் மழையும் வற்றாது ஓடிக்கொண்டிருக்கிற ஆறும் இப்போது நினைத்தாலும் மனதிற்குள் சலசலத்துக்கொண்டிருக்கிறது. அணைக்கட்டுக் கட்டுமானப் பணிக்காகக் காட்டிலிருந்து அறுக்கப்படுகிற மரங்களை இழுக்கப் பயன்படுத்துகிற யானைகளின் மீதேறி ஆற்றைக்கடந்து சென்ற சின்னஞ்சிறிய பயணங்களே இந்த வாழ்வின் நெடிய பயணத்திற்கு உரம் சேர்த்திருப்பதாக நம்புகிறேன். முள்ளம்பன்றிகள் உதிர்த்திருக்கும் முள்கொண்டு பெண்கள் தங்கள் கூந்தல் உலர்த்தியதுண்டு. அத்தனை எளிதில் ஒடிக்க முடியாத அந்த நீண்ட முட்கள், பார்வைக்கு மிக அழகானது. என்றாலும் கைகளால் தொடும்போது சொரசொரப்பை உணர்த்தும். சிறிதளவு உப்புச்சுவையுடன் அந்த முள்ளின் அடி பருத்துத்திரண்டிருக்க மிகக்கூர்மையாக நீண்டிருக்கும் நுனியில் அன்றன்றைக்குப் பூக்கும் பூக்களைச் சொருகிவைத்து வீட்டை அழகுபடுத்தியதுமுண்டு.

இவ்வாறாகப் பறவைகளும் விலங்குகளும் ஊர்வனவும் அதன் பெயர் தெரிந்தும் தெரியாமலும் நானறிந்த காடு ஒன்று மனதின் அடியாழத்தில் அடர்ந்திருக்கிறது.

எப்போதாவது ஊருக்குப்போகிறோம் என்றால் அது அம்மாச்சி வீடிருந்த அனுமந்தன்பட்டி. ஆனால் பெரியம்மா பிள்ளைகள், தாய்மாமா பிள்ளைகளென எப்போதும் உறவுகளால் சூழப் பட்டிருந்த அந்தத் தினங்களில் ஊரின் நினைவாக ஒரு பெரிய தக்காளித் தோட்டமும், மிக உயரமான தேவாலயமும் அம்மாச்சியின் வீடும் மனதில் பதிந்திருக்கின்றன. பெரியம்மா, பெரியப்பா இருவரும் ஆசிரியர்கள். பெரியம்மா கதைப்பாடல்களையும், பெரியப்பா 'மனக்கணக்கு' பற்றிய பாடல்களைக் கதைகளாக, விளை யாட்டாக எளிமையான முறையில் எங்களுக்குக் கற்பித்துத் தருவார்.

கோயம்புத்தூர் மாவட்டத்தின் காடம்பாறை நீர்மின் திட்டப் பணிக்கு அப்பா மாற்றலானபோது நாங்கள் எங்கள் அப்பாவின் பூர்வீக ஊரான அய்யம்பாளையத்தில் குடிபுகுந்தோம். இங்கும் கூடத் தொடர்ச்சியாக மூன்று ஆண்டுகள் மட்டுமே இருந்தோம். ஆனால் அச்சு அசலான கிராமத்தைக் கண்ணால் கண்டதும், என்னை நான் கண்டடைந்த வாழ்வுக்குள் அடியெடுத்து வைத்ததும் இப்போது நான் வசிக்கும் இந்தக் கிராமத்தில்தான்.

'ஆடி பதினெட்டுக்குச் சாமி கும்பிட' என்றுதான் ஐந்து வயதில் அய்யம்பாளையத்திற்கு முதன்முதலாக வருகிறேன். 'கோவில் வீடு, கோவிலுக்குள் பெரியதும் சிறியது நிறைய அறுவாள்கள், சாமி பெட்டி, சாமியாடி, கடா வெட்டு' என்கிற வார்த்தைகளை முதன் முதலாகக் கேட்கிறேன், பார்க்கிறேன், பெரியப்பா உறவுமுறையில் ஒருவர்தான் கோவிலின் சாமியாடி, கண்கள் துருத்தி, ஓலமிட்டு, நிலம் அதிர இங்குமங்கும் குதித்துச் சாமியாடுவார். எல்லோரும் அவரிடம் திருநீறு பூசிக்கொண்டனர். நான் மட்டும் அப்பாவின் பின்னால் ஒளிந்துகொண்டேன். பக்கத்தில் இருந்தவர்கள் கைப் பிடித்து இழுத்து 'சாமிகிட்ட துண்ணூறு வாங்கிக்க' என்று கட்டாயப் படுத்த, அப்பா 'பரவாயில்லைங்க குழந்தைதானே, பழக்கம் இல்லை, விட்டுடுங்க' என்று அவர்களிடம் மென்மையாகக் கூறினார்.

'சாமி கும்பிடு' நிகழ்வின்போது, மஞ்சள் உடையணிந்து மாலையணிந்து சாமியாடியவர்களின் மீது குடம் குடமாய் ஊற்றிய மஞ்சள் தண்ணீர் தரையெங்கும் வழிந்துகிடந்தது. தரையில் விழுந்து கால்களில் மிதிபட்ட பூக்கள், வாழைப்பழத்தோல், வாழையிலை, உணவுப்பொருட்களின் மிச்சங்கள், சாமி பார்க்கவும், சாமியாடியிடம் நல்வாக்குப் பெற்றுக்கொள்ளவும் முண்டியடித்துக் கொண்ட கூட்டமென எனக்கு எல்லாமே புதிதாக இருந்தன. இவையெல்லாவற்றிற்கும் மேலாகத் திடீர் திடீரெனக் கூட்டத் திலிருந்த பெண்கள் யாராவது சாமிவந்து கூச்சலிட உண்மை யிலேயே பயந்து அப்பாவைக் கட்டிக்கொண்டேன்.

சாமிப்பெட்டியைத் தூக்கிக்கொண்டு ஆற்றுக்குப் போகும் போது, பயத்தோடும் பரவசத்தோடும் இணைந்த கலவையான உணர்வுடன் அப்பாவின் கையைப் பிடித்துக்கொண்டு உடன் சென்றேன். அப்போது, 'சாமியாடி பெரியப்பா தலையில்

வைத்திருந்த பெட்டியில் இருப்பது என்ன? இதை ஏன் ஆற்றில் கொண்டுபோய்விடுகிறார்கள்?' என்பதுதான் என் மனதுக்குள் இருந்த கேள்வி. தாத்தா வீட்டுக்கு வந்தபிறகு அப்பாவிடம் அந்த 'சாமி கும்பிடு' குறித்த கேள்விகளைக் கேட்டுக்கொண்டே யிருந்த நினைவு. என்றும் மறக்காத என் கேள்வியும் அப்பாவின் பதிலும் ஒன்றுண்டு, அது, 'அப்பா, நீங்க ஏன் மத்தவங்களை மாதிரி சாமியாடல, சாமி உங்ககிட்ட வராதா?' என்பதும், அதற்கு அப்பா 'சாமி'ங்கறதே நம்ம மனசுதான்' என்று சொன்னதும்தான். அறியாமல் கேட்ட கேள்விக்கு அப்பாவின் பதில் அப்போது எனக்குப் புரியா விட்டாலும் வளர வளர, கடவுளைப் பற்றியும் அப்பாவைப் பற்றியும் பல்வேறு அர்த்தப் பரிமாணங்களை அடைந்துள்ளது.

இரண்டு, மூன்று, நான்கு ஆகிய வகுப்புகளை இங்கிருக்கும் மெயின்பள்ளியில் படிக்க நேர்ந்தது. 'கோயில் கொடை' முடிந்த பின்பு அப்பாவுடனே காடம்பாறைக்குச் செல்வதுதான் திட்டம். ஆனால் தாத்தாவின் வீடு, நிலம், தோப்பு சார்ந்து அப்பா பெரியப்பாவோடு நிகழ்த்திய உரையாடலில் பெரியப்பாவின் வார்த்தைகள் தடிக்க, அம்மாவும் தலையிடவேண்டிய அவசியம் நிகழ, இதைத் தொடர்ந்து இரண்டு குடும்பங்களுக்கிடையே மன வருத்தம் ஏற்பட, அது எங்கள் குடும்பத்தின் வாழ்க்கைத் தடத்தையும் வேறுதிசைக்குத் திருப்பிவிட்டது. அதன் விளைவாகவே இந்த ஊர் என்னுடைய மனதில் பதிந்த பால்யகால அடையாளமாகவும், இன்றைக்கு நான் வாழ்கிற இந்த வாழ்வுக்கும் அடித்தளத்தையும் அமைத்துவிட்டது.

வேலியோரங்களிலிருக்கும் கள்ளிப் பழங்களைப் பறித்து, புறத்தோலில் கூர்மையாக நீண்டிருக்கும் முட்களைக் கல்லில் உரசி நீக்கிவிட்டு, தகடுபோல ஒரு சிறிய கல்லை கத்தியாகப் பயன் படுத்தி, பழத்தை அறுத்து அதன் சிவந்த நிறத்தை உதட்டுக்குச் சாயமாக இட்டுக்கொள்வதையும், பழத்தின் உள்தூரில் உருண்டு திரண்டிருக்கும் முள்ளை நுட்பமாக ஒதுக்கிவிட்டு திரண்ட சதையை இரசித்துச் சுவைக்கவும் இந்த கிராமத்தில்தான் முதன் முதலாக அறிந்துகொண்டேன்.

மூன்றாண்டு கால ஆரம்பப்பள்ளிப் படிப்புக்குப் பிறகு ஐந்தாம் வகுப்பிலிருந்து விடுதி வாழ்க்கை. விடுமுறைக்கு காடம்பாறை

அணைக்கட்டு நோக்கிய பயணங்களெனத் திசை மாறிவிட்டது. ஆனாலும் முத்தாலம்மன் ஊர்த்திருவிழாவும், குலசாமி கொடையும் இந்த ஊரின் அடையாளங்களாகப் பதிந்து விட்டிருந்தது. செப்டம்பர் மாதத்தில் குறுகியகாலத்தில் அமையும்படியான கால்பரீட்சை விடுமுறைக்கு ஒருமுறை காடம்பாறைக்குச் செல்லாமல் அய்யம்பாளையம் வந்திருந்தோம். அப்போது புரட்டாசித் திருவிழாவுக்கான 'சாட்டுதல்' அறிவித்துவிட, 'சாமி சாட்டிட்டா' வெளியூர் செல்லக்கூடாது, சாமிபார்த்துட்டுதான் போகவேண்டுமென' உறவினர்கள் தடுக்க, 'படிக்கிற பிள்ளை களுக்கு என்ன கணக்கு, அதெல்லாம் சாமி கோவிச்சிகாது' என்று கூறிய என் அம்மா விடுமுறை முடிந்தவுடன் பள்ளிக்கூடம் அனுப்பிவைத்தார்.

காடம்பாறையில் நடைபெற்றது, இரண்டு பெரிய மலைகளுக் கிடையே உருவாக்கப்படுகிற அணைக்கட்டு அதன் பிறகு மலையைக்குடைந்து உருவாகப்படுகிற சுரங்கத்தின் வழியே நீரைச் செலுத்தி மின்சாரம் எடுக்கும் திட்டம் அது. 1986இல் அந்தத்திட்டம் நிறைவுக்கு வர, அப்போதைய தமிழ்நாடு அரசு இதுபோன்ற நீர்மின்சாரத் திட்டங்களுக்கு முற்றுப்புள்ளி வைக்க, அப்பா மாற்றல் கேட்டு வந்த இடம் வத்தலக்குண்டு. எங்களூர் அய்யம்பாளையத்திலிருந்து பதினைந்து கிலோ மீட்டர் தூரத்தில் அமைந்திருந்தது அப்பாவின் பணியிடம். வத்தலக்குண்டு-கட்டகாமன்பட்டி மின்பகிர்மான அலுவலகத்தில் அப்பாவின் மேற்பார்வையில் உருவாக்கப்பட்ட மின்கம்பங்கள் தமிழ்நாடு முழுக்கப் பயணித்தது. பெரியார் லோயர் கேம்ப், அப்பர் பவானி, குந்தா, கோதையாறு, சுருளியாறு, காடம்பாறை, காடம்பாறை பவர் ஹவுஸ் என ஏழு நீர் மின்திட்டங்களில் பயன்பட்ட அறிவும் அவருடைய அனுபவமும் அதன் பிறகு தமிழ்நாடு மின்சார வாரியம் உருவாக்கிய மின்கம்பங்களுக்குக்கோ உதவியது என்பது அவரை அறிந்த பலருக்கும் வருத்தம்தான். ஆனால் அப்பா எட்டு ஆண்டுகள்வரை அங்கேயே மகிழ்ச்சியுடன் பணியாற்றி நிறைவு பெற்றார்.

அய்யம்பாளையம், மேற்குத்தொடர்ச்சி மலையின் அடிவாரத்தில் அமைந்துள்ளது. மூன்று பக்கங்களிலும் மலைகளால் சூழப்பட்டு, குறிஞ்சி நிலமான கொடைக்கானலின் கீழ்மலையைவிட்டு

இறங்கியதும் சட்டெனப் பரந்துவிரிந்திருக்கும் முல்லை நிலமும், அந்த முல்லை நிலம் முடிவதற்குள் மயங்கித் தொடங்கும் மருத நிலமும்தான் இந்தக் கிராமத்தின் நிலவரை. எங்களூரின் உச்சிமலை கிராமங்களான பண்ணைக்காடு, தாண்டிக்குடி, மங்களம்கொம்பு ஆகியவற்றிற்குச் செல்லவும், பூலத்தூர் வழியாகக் கொடைக்கானல் செல்லவும் ஒற்றையடி நடைபாதை இருந்ததுண்டு.

ஆங்கிலேய அரசு காலத்தில் கொடைக்கானல் பகுதியில் இருக்கும் அவர்களைச் சார்ந்தவர்களுக்குச் செய்தி அனுப்பும் ஆங்கில அரசு அதிகாரிகள், அய்யம்பாளையத்தின் உள் கோம்பைக் காட்டில் ஒரு நீர்வீழ்ச்சியுடன் அமைந்த பாறையில் 'அரக்கு' வைத்த கடிதங்களைப் பிரித்துச் சரிபார்த்து, செய்திகளைப் பரிமாறிக்கொண்ட வழக்கம் இருந்ததாகவும் அதனால் அந்தச் சிற்றருவி வழுக்குப்பாறை 'சீல் பாறை' (சீல்) என்று இன்றளவும் வழங்கப்படுகிறது. கொடைக்கானல் கீழ்மலையின் கிராமங்களான பெரும்பாறை, மஞ்சள்பரப்பு ஆகிய பகுதிகளில் மிக அழகிய சிற்றருவியுடன் கூடிய ஆற்றங்கரையில் ஆங்கிலேயர் கட்டிய அழகிய வீடுகளும், உருவாக்கிய காப்பித் தோட்டங்களும் உள்ளன. சற்றே ஆபத்தான 'ஜெரோனியம்' நீர் வீழ்ச்சிக்கு அருகே நூற்றாண்டுகளைக் கடந்த மரத்தாலான தொங்கு பாலம் இன்னமும் இருக்கின்றது. கொடைக்கானல் கீழ்மலை கிராமங்களில் காப்பி, மிளகு, ஜாதிக்காய், இலவங்கம், ஆரஞ்சு, மலைவாழையெனக் கோடைமலையின் வளங்களுக்கும் குறை வில்லை. ஆங்கிலேயர்கள் விட்டுச்சென்றபின் அய்யம்பாளையம், பட்டிவீரன்பட்டி பகுதியைச்சேர்ந்த பலரும் இந்த மலை வேளாண்மையின் மூலமாக வளம் கொண்டவர்களாகினர்.

'சீல்' பாறையின் சிற்றருவியில் பெருக்கெடுக்கத் தொடங்கு கிறது எங்களூரின் 'மருதாநதி.' இந்த நதியின் பாசனத்தில் தென்னையும், பாக்கும், மாவும், வாழையும், கத்தரியும், தக்காளியும், இதர காய்கறிகளும், எள், கடலை போன்ற எண்ணெய் வித்துகளும், பருத்தியும், இலவமும், அனைத்து வகையான பயறுகளும், கம்பும் சோளமும், நெல் வகைகளும் அந்தந்தப் பருவத்தில் விளைந்து செழித்திருந்தன. எப்போதெல்லாம் கொடைக் கானல் மலையில் மழை பெய்கிறதோ அப்போதெல்லாம்

வெள்ளக்காடுதான் இந்தக் கிராமம். பஞ்ச காலமும் இருந்திருக்கிறது. 1972ஆம் ஆண்டில் அப்போதைய தமிழ்நாடு முதலமைச்சர் கலைஞர் மு. கருணாநிதி அவர்கள் மருதாநதிக்குக் குறுக்கே அணை ஒன்றைக் கட்ட அடிக்கல் நாட்டித் தொடங்கி வைத்தார். அணையில் தேக்கி வைத்துப் பயன்படுத்தப்படுகிற நீரினால் அண்மை கிராமங்களான சித்தரேவு பஞ்சாயத்தைச் சேர்ந்த பதினெட்டுக் கிராமங்கள், தேவரப்பன்பட்டி பஞ்சாயத்தைச் சேர்ந்த மூன்று கிராமங்கள், அய்யங்கோட்டை பஞ்சாயத்து, வாடிப்பட்டி எனப் பல கிராமங்களைச் சேர்ந்த மக்களுக்குப் பயன்பட்டு வேளாண்மையும் வளமும் பெருகியது.

பெரும்பான்மையான வேளாண் நிலங்களெல்லாம் தென்னைக்கும் மாவுக்கும் மாற, இந்தப் பகுதியில் பெரிய நிலக் கிழார்கள் உருவாகினர். இதனால் அடுத்த தலைமுறையில் பெரிய ஆபத்தொன்றும் நிகழ்ந்தது. 2004இல் பருவமழை பொய்த்துப் போக இலட்சக்கணக்கான தென்னை மரங்கள் வறட்சி தாங்காமல் பட்டுப்போயின. சிறு விவசாயமும் நடைமுறையை விட்டு விலகியிருக்க, ஆயிரக்கணக்கில் தென்னைமரங்கள் வைத்திருந்த பெரும் பணக்காரர்கள் தவிரப் பலரும் கடுமையான நட்டத்திற்கு ஆளாயினர். இந்தச் சூழலில்தான் எங்களுடைய சிறீ சக்தி அறக்கட்டளை என்கிற சமூகப்பணி நிறுவனத்தின் மூலமாக நபார்டு வங்கி மற்றும் தமிழ்நாடு வேளாண்மைத்துறையின் தமிழ்நாடு நீர்வடித் திட்ட முகமை மூலமாக அய்யம்பாளையம் பகுதியில் நீர்ச் செறிவு மேலாண்மைத் திட்டச் செயல்பாடுகளில் ஈடுபடத் தொடங்கினோம்.

தொழிற்பயிற்சி நிறுவனமாக சிறீ சக்தி அறக்கட்டளையைத் தொடங்கினாலும், எங்கள் ஊரின் தட்பவெப்ப மாறுதல்கள் வேளாண்மை குறித்துச் செயல்படவேண்டிய அவசியத்தை ஏற்படுத்தியது. நீர்ச்செறிவு மேலாண்மையென்பது, வேளாண் நிலங்களில் பண்ணைக்குட்டைகள், நீர் தேங்கு பள்ளத்துடன் கூடிய மண் வரப்புகள் ஆகியனவும், கிணற்றின் ஊற்றுகளை ஊறச் செய்யும் விதமான 'கிணற்று நீர் உறிஞ்சு குழிகள்', ஓடைகளின் குறுக்கே கல்வரப்புகள், தடுப்பணைகள், நீர் அமிழ்வுக் குட்டைகள் போன்றவையும், வறட்சியைத் தாங்கும் மரங்களாக நாட்டு வகை மா, நெல்லி, எலுமிச்சை போன்ற பழமரங்களையும்,

தேக்கு, குமிழ், மலைவேம்பு போன்ற காட்டுமரங்களையும், புங்கன், நாவல், பூவரசு போன்ற மழை மரங்களையும் உருவாக்குவது. இவற்றினால் நிலத்தடி நீர் பாதுகாக்கப்படும். மண் அரிப்புத் தடுக்கப்பட்டு வேளாண்மைக்கு வளமான உகந்த மேல்மண் பாதுகாக்கப்படும்.

இவ்வாறான செயல்பாடுகளின் தொடர்ச்சியாக நபார்டு வங்கியின் நில மேம்பாட்டுத் திட்டத்தின் மூலமாகக் கால நிலைக்கு உகந்த வேளாண் செயல்பாடுகளைக் கிட்டத்தட்ட 2500 ஏக்கர் நிலப்பரப்பிலுள்ள விவசாயிகள் பயன்படும் விதமாகச் செயல்படுத்தியுள்ளோம். தண்ணீர் நிறைய இருக்கிறதென, வாய்க்கால் வழியாகத் தானாகத் தண்ணீர் பாய்ந்த தென்னந் தோப்புகள் சொட்டுநீர்ப் பாசனத்திற்கு மாறின. ஒருங்கிணைந்த பண்ணையச் செயல்பாடுகளும், தென்னைக்கு நடுவே ஊடுபயிர், தரிசு நிலங்களில் சுழற்சி முறையில் வேளாண்மை எனப் பல்வேறு மாற்றங்களுக்கு உட்படுத்தியுள்ளோம்.

தேர்வுநிலைப் பேரூராட்சியான அய்யம்பாளையத்தின் தெருக்கள் எண்களில் 'பதினைந்து வார்டாக' பிரிக்கப்பட்டிருந் தாலும் சாதிப்பெயரால்தான் இன்னமும் குறிப்பிடப்படுகிறது. இந்த ஊர் நானூறு வருடங்களுக்கு முன்பாகக் கன்னிவாடி ஜமீனால் நிர்மாணிக்கப்பட்ட ஊர் என்பதற்கு தெருக்களின் அமைப்பும், கிராம நிர்வாக அலுவலகத்தில் பராமரிக்கப் படுகிற நிலத்தீர்வைக்கான அடங்கல் புத்தகங்களும் சாட்சி.

குறிஞ்சி நிலம் முடிந்தவுடன் சட்டெனத் தொடங்குகிற முல்லை நிலமென்பதால், ஆடுமாடுகளைப் 'பட்டி' போடவும், மேய்ச்சல் நிலத்திற்கு இட்டுச் செல்ல ஏதுவாகவும் மேற்கில் முதலில் அமைந்திருந்தது 'கோனார் தெரு', அடுத்ததாகச் செட்டியார் தெரு, இன்றளவும் இந்தக் கிராமத்திற்கான வியாபாரத்தை மட்டுமே மையமாகக்கொண்ட கோமுட்டி செட்டியார் என்றழைக்கப்பட்ட ஆயிர வைசியர், தென்கிழக்கே மேட்டுப்பகுதியில் பிள்ளைமார் தெரு, நாயக்கர் தெரு மற்றும் நாயுடு தெரு, தெற்கே மேட்டுப்பகுதியில் கவுண்டர் தெருவும், தென்மேற்கே கரடுகளை ஒட்டித் தேனெடுக்கும் விதமாக வலையர் தெரு, கிழக்கே ஊரின் அகலத்தில் பிள்ளைமார், சேர்வை

எனப்படும் அகமுடையார், கள்ளர்கள் எனவும் கிழக்குக் கோடியில் பள்ளர்கள் அதற்கும் அடுத்துச் சக்கிலியர்கள் என்று ஊரின் அமைப்பும் தெருவும் அமைக்கப்பட்டுள்ளது.

மேலும் கடை நிலையினராகக் கருதப்பட்ட மரமேறி நாடார் களின் தென்னங்கூரையால் வேயப்பட்ட குடிசைவீடுகள், குரவர்கள் என்றழைக்கப்பட்ட மலமள்ளும் தொழிலாளர்கள், கயிறு திரிக்கும் குறவர்களும் இந்தப் பகுதியில் இருந்தனர்.

இந்தத் தெருவில் என்னுடைய பால்யகால மூன்று வருடங்கள் கழிந்தன. ஊராட்சி ஒன்றியத்தில் மரங்களால் சூழப்பட்ட அலுவலக வளாகம்தான் எனக்கும் என் அக்கா ஜெயாவுக்கும் விளையாட்டு மைதானம். 'சைக்கிள்' ஓட்டிப் பழகியதும், நீள்குமிழ் பூ என்றழைக்கப்பட்ட 'இரங்கூன் கிரீப்பர்' பூக்களைப் பறிக்க மரங்களில் ஏறுவதும், கோடையில் வேப்ப மரங்களில் ஏறி இனிப்பும் சற்றே கசப்புமாக இருக்கும் கனிந்த அதன் பழங்களைச் சுவைத்துப் பழகியதும் இங்குதான்.

நானும் அக்காவும் இப்படி ஆண்பிள்ளைகள் போல விளையாடித் திரிந்தது அம்மாவுக்கு ஒன்றும் பிரச்சினையில்லை. ஆனால் தெருவில் யாராவது அம்மாவிடம் 'பொம்பளப்பிள்ளைகளப் பார்த்து விளையாடச் சொல்லுங்க கீழ விழுந்து கைகால் முகத்துல அடிபட்டுட்டா உங்களுக்குத்தான கஷ்டம்' என்று ஏத்திவிட, அப்புறம் சொல்லவா வேண்டும் அம்மாவுக்கு, மரத்து மேல இருக்கும் எங்களிடமே அதிலிருந்து ஒரு குச்சியை ஒடித்துக் கொண்டு, கீழ இறங்கி வரச்சொல்லி அடிப்பார். அப்போ தெல்லாம் எங்கள் வீட்டுக்கு எதிர்வீட்டில் குடியிருந்த 'மரமேறி முருகன்' மாமா என்பவர்தான் வந்து தடுப்பார்.

இராமலிங்கநகர் என்பது இப்போது அய்யம்பாளையம் கிராமத்தின் நன்கு வளர்ச்சியடைந்த பகுதிகளில் ஒன்றாக இருக்கிறது. நாடார்கள் தங்களுக்கெனக் கோவில் அமைத் துள்ளனர். கயிறு திரிக்கும் குறவர்கள் தானமாகக் கொடுத்த இடத்தில் தொடக்கப்பள்ளியொன்று இயங்குகிறது. தொண்ணூறு களின் இறுதி வரைக்கும்கூட இந்த ஊரின் சில வீடுகளிலும் கையால் மலமள்ளும் வகையில்தான் கழிப்பறை அமைக்கப் பட்டிருந்தது. முதன்முறையாக நவீனமுறைக் கழிவறையை

எங்கள் அப்பா கட்டியபோது இந்தத் தெருவில் இருந்த பலரும் எதிர்த்தனர். தமிழ்நாட்டை ஆண்ட திராவிடக் கட்சிகளின் தொடர் முயற்சியினால் அனைத்து வீடுகளிலும் நவீன முறைக் கழிவறைக்கான விழிப்புணர்வு உருவாக்கப்பட்டது. மலமள்ளும் தொழிலாளர்கள் கல்விகற்று ஒரு படிநிலை உயர்ந்து பல்வேறு பணிகளுக்குச் செல்கின்றனர். ஒவ்வொரு காலகட்டத்திலும் இந்தக் கிராமத்தின் தேவையை முன்னிறுத்தி எங்கள் நிறுவனத்தின் செயல்பாட்டை விரிவு செய்தோம். எங்களுடைய சிறீ சக்தி அறக் கட்டளை மூலமாகப் பெண்களுக்கான பொதுக் கழிப்பிடம் ஒன்றைக் கட்டிக்கொடுத்துள்ளோம்.

முல்லைநில வாழ்வியலான ஆடுமாடு வளர்த்தல் என்பது இந்தக் கிராமத்தின் ஆதித் தொழில்களில் ஒன்று. கோனார் தெரு, கவுண்டர் தெரு, சின்ன அய்யம்பாளையம் என மூன்று இடங்களில் ஜல்லிக்கட்டு நடத்துகிற வழக்கம் இன்னமும் இருக்கிறது. ஒருகாலத்தில் வீடு தவறாமல் மாடு வைத்திருந்தனர். நாட்டு மாடுகள் குறைந்து 'சீமைப்பசு' என வழங்கப்படுகிற ஜெர்சி பசுக்கள் வளர்ப்பு அதிகரித்துவிட்ட போதிலும் அதிகளவு நாட்டுமாடு வைத்திருக்கும் கிராமங்களில் அய்யம்பாளையமும் ஒன்றாகும். நூறு, இருநூறு, ஐந்நூறு என்கிற எண்ணிக்கையில் இன்றளவும் நாட்டுமாடுகள் வளர்ப்பவர்கள் இருக்கிறார்கள்.

ஜல்லிக்கட்டு நடத்துவதிலிருந்து சற்றே விலகி வடிவேல் செட்டியார் குடும்பத்தின் வாரிசான சேகரன் என்பவர் இந்த ஊருக்கு முதன்முதலாக 'ரேக்ளா ரேஸ்' நடத்துவதை அறிமுகப் படுத்தினார். ஊர்கூடி நடத்தும் ஜல்லிக்கட்டைவிடத் தனிநபர் அடையாளமான ரேக்ளா பந்தயங்கள் கூடுதலான பராமரிப்புச் செலவு பிடிக்கக்கூடியது என்பதால், அந்த சேகரன் என்பவர் அதிகச் செலவாளியானார். ஒருநாள் அவருடைய தோட்டத்தில் மோட்டார் அறையில் மர்மமான முறையில் தூக்கில் தொங்கி இறந்துபோனார்.

எல்லாவற்றிற்கும் மேலாகச் சேகரன் தொடங்கி வைத்த ரேக்ளா பந்தயம் அவரை நினைவூட்டும் விதமாக ஆண்டுதோறும் நடைபெற்றுக்கொண்டிருக்கிறது. ரேக்ளா மாடுகளைப் பராமரிக்கும் சேகரனுடைய ஆடம்பரமான செலவினங்களைப்பற்றிச் சமீபத்தில்

மதுரை ஜெய்ஹிந்த்புரத்தைச் சேர்ந்த முருகன் பகிர்ந்து கொண்டார். இவர் ரேக்ளா மாடுகள் வைத்துக்கொண்டிருப்பதற்கு ஒரு காலத்தில் சேகரன் தன்னோட உயிரைவிட மேலாகக் கருதி, மாடுகளைப் பராமரிக்கும் நேசமே காரணமெனச் சொன்னார். மாடுகளைப் பந்தயத்தில் ஓட வைக்கும் முன்பாக அடுத்தவர்கள் கண்ணில் கூடக் காட்டாமல் பிரத்யேக வாகனங்களில் அழைத்துச் செல்வதும், அதற்கான சிறப்பு உணவு வகைகளும் கிட்டத் தட்ட முப்பது ஆண்டுகள் கடந்த பின்பும் பலராலும் பேசப்படக் கூடியதாக இருக்கிறது.

ஊருக்குக் குறுக்கே பாயும் மருதாநதி ஊரை வளமாகவும் வைத்திருந்தது. சீனாவின் மஞ்சளாறு போலத் துயரமான ஆறாகவும் இருந்தது. பூசாரி ஓடை என்றொரு பெரிய ஓடை கிளை பிரிந்து ஊருக்குள் பாய்ந்தது. ஒரு கடும் மழைநாளில் ஆற்றைக் கடக்க முயன்று திடீர் வெள்ளத்தால், இழுத்துச் செல்லப்பட்டு இறந்துபோன மூன்று பெண்களில் எங்கள் தெருவைச் சேர்ந்த முருகேஸ்வரி அக்காவும் ஒருவர். இரண்டு பெண்குழந்தைகள் ஓர் ஆண் குழந்தையை அவர்களுடைய பாட்டிதான் வளர்த்தார். வெற்றிலைக் கொடிக்காலும் வெள்ளைநிற மிளகாயும் விளைந்து கிடந்த பூமி இது. மொத்தமாக மிளகாய் வாங்கி, தெருவில் கூவி விற்று பேரப் பிள்ளைகளை வளர்த்து ஆளாக்கி, வீரம்மா என்ற பெயருடைய ஒரு பெண் 'மிளகாய்காரம்மா' என்ற பெயரும் பெற்றார்.

அனைத்து வகையான வேளாண்மையும் மலை விவசாயமும் இந்த ஊரின் செல்வச்செழிப்பை அல்லது பசியற்ற வாழ்வை உருவாக்கி வைத்திருந்தது. வேளாண்மை உற்பத்திப் பெருக்கத்தை முன்வைத்து 1972ஆம் ஆண்டு தமிழ்நாட்டிலேயே முதன் முறையாகப் பாரத ஸ்டேட் வங்கி—வேளாண் வளர்ச்சி வங்கியாக அய்யம்பாளையத்தில் தொடங்கியது. இந்த ஊரில் பட்டினிச்சாவு என்பதே இல்லை. பெண்களுக்குத் தொழில் செய்ய வழியில்லை, அதனால் வருமானம் எதுவும் இல்லை என்கிற நிலையும் இல்லை. தென்னையும் தென்னை சார்ந்த தொழிலும் பெண்களுக் கான வேலைவாய்ப்பை வழங்கத் தவறவில்லை. ஆனால் பெண் கல்வியென்பது அத்தனை முக்கியத்துவம் பெறவில்லை என்பதால், பெண்கள் இந்த ஊரிலிருந்து திருமணமாகி

வேளாண்மை அல்லாத வெளியூர்களுக்குச் செல்லும்போது அங்கு இவர்களுக்கான வேலைவாய்ப்பு கிடைப்பதில்லை. இந்த ஊரின் இராசி என்று சொல்லும் அளவுக்கு 'பல பெண்கள் தங்கள் கணவரோடோ அல்லது அவரை விட்டுவிட்டு தனியாகவோ இந்த ஊருக்கு வந்து விடுவதைக் கண்டேன். இதன் காரணமாகவே 2001ஆம் ஆண்டு பெண்களுக்கான பல்வேறுவகையான திறன் மேம்பாட்டுத் தொழிற்பயிற்சி நிறுவனமாக எங்களுடைய சிறீ சக்தி அறக்கட்டளையைத்தொடங்கினோம்.

தேசிய ஆரம்பப் பள்ளி என்கிற தனியார் பள்ளி உட்பட ஆறு தொடக்கப்பள்ளிகள் மற்றும் ஐந்து அங்கன்வாடிகள் திறக்கப் பட்டன. என். பி. ராமசாமிபிள்ளை என்பவர் இலவசமாக வழங்கிய இடத்தில் ஒரு மேல்நிலைப்பள்ளியும் உருவாகியது. நூலகம், பத்திரப்பதிவு அலுவலகம், கிராம நிர்வாக அலுவலகம், ஆரம்பச் சுகாதார நிலையம், கால்நடை பராமரிப்பு நிலையம், வாரச்சந்தை, அரிசி ஆலைகள் ஐந்து, லஷ்மி விலாஸ் வங்கி, பேருந்து நிலையம், கூட்டுறவு பண்டகசாலை, தொடக்க வேளாண்மை கூட்டுறவுச் சங்கம், வட்டார வருவாய் அலுவலகம், வேளாண்மை கிட்டங்கி, பொதுப்பணித்துறை அலுவலகமெனப் பல்வேறு வகைகளில் ஊர் விரிவாக்கம் பெற்றது. என்னுடைய கணவர் என். எஸ். சக்திவேல் ஊருக்குத் தானமாக வழங்கிய இடத்தில் இளைஞர்களுக்கான பூப்பந்து விளையாட்டுக்கூடம் அமைக்கப்பட்டது. கடந்த நாற்பது ஆண்டுகளில் அய்யம்பாளையம் பல்வேறு வகைகளில் விரிவாக்கம் பெற்றாலும் காவல் நிலையம் என்ற ஒன்று இந்த ஊருக்குள் வருவதை முந்தைய தலைமுறை ஊர்ப்பெரியவர்கள் அனுமதிக்கவில்லை. பட்டிவீரன்பட்டி, வாடிப்பட்டி, சித்தரேவு, தேவரப்பன்பட்டி உள்படப் பல்வேறு கிராம மக்கள் இன்றைக்கும் பத்திரப்பதிவு உள்ளிட்ட பல்வேறு அரசு வேலைகளுக்கு அய்யம்பாளையம்தான் வரவேண்டும்.

காலநிலை மாற்றம் காரணமாக இந்த ஊருக்குள் பாய்ந்த மருதா நதி காலப்போக்கில் வற்றிவிட, ஊருக்குள்ளிருந்த ஓடைகள் வற்றிவிட்டன. அணைக்கட்டும் மழைக்காலத்தில் போதிய மட்டும் நீரைத்தேக்கி வேளாண்மைக்குத்தக்கத் திறந்துவிடப் பட்டது. அணைக்கட்டின் வடக்கு வாய்க்கால் மதகு அதிகமான மழைக்காலத்தில் மட்டும் திறக்கிற வழக்கம் ஏற்பட்டது. அதற்கே

மாவட்ட ஆட்சியரிடம் மனுகொடுக்க வேண்டும். தெற்கு வாய்க்காலில் தண்ணீர் வந்தே சில பத்து ஆண்டுகள் ஆகிறது. ஆனாலும் அய்யம்பாளையத்தைச் சுற்றிக் கிட்டத்தட்ட 100 கிலோ மீட்டர் சுற்றளவுக்கு மா, மற்றும் தென்னை வேளாண்மையால் வளமான ஊராகவே இருக்கிறது. ஓடைகள் இருந்த இடங்களில் வீடுகள் உருவாகின. ஓடைகளின் மறைவால் நடந்த நல்ல விஷயம் ஒன்றுண்டு. மழையால் பாதிக்கப்படாத, உயரமான இடத்தில் வீடுகள் உருவாக்கப்பட்ட சாதி ரீதியிலான படிநிலை வீடுகள் என்கிற அமைப்புமுறை மெல்ல மெல்ல காணாமல் போனது.

அய்யம்பாளையத்தின் கிராம தெய்வமான முத்தாலம்மனைத் தவிரவும் சிறு தெய்வங்களின் தொன்மக் கதைகளால் நிறைந்த நிலம் இது. வனதேவதை, அக்காமார் கோயில், சின்னம்மன், சடையாண்டி, சீலைகாரியம்மன், மாந்தேசி அய்யனார் கோயில், சங்கிலிக்கருப்பன், கன்னிமார் கோயில், மாரியம்மன் கோயில், சாத்தாகோயில், சோழீச்வரன் கோயில், பெருமாள் கோவில், பகவதியம்மன், காளியம்மன், கருப்புசாமி கோயில், ராக்காச்சி யம்மன் கோயில், பிள்ளையார் கோயில், பெத்தனாட்சியம்மன் கோயில், அங்காளீஸ்வரி, ஊர்காலச்சாமி கோயில், அழகர் கோயில், பாலமுருகன் கோயில், குட்டிகரடு அருள்முருகன் கோயில் என ஒவ்வொரு கோவிலும் ஒவ்வொரு தொன்மம்.

புரட்டாசியில் நடத்தப்படுகிற சின்ன முத்தாலம்மன், பெரிய முத்தாலம்மன் கோவில் திருவிழாவில்தான் தொடர்ச்சியான நான்கு நாட்கள் ஊரே திருவிழா கோலம் காணும். மார்கழியில் குத்துவிளக்கு பூஜையும் நடக்கும். சிறுதெய்வ வழிபாட்டுடன் சிவனும் அரியும் ஒன்றென வணங்கும் மனதை அய்யம்பாளையம் மக்களிடம் காணலாம்.

மருதாநதி ஆற்றில் அழகர் இறங்கும் சித்திரைத் திருவிழா வெகு சிறப்பாக நடைபெறும். அதோடு மட்டுமல்ல, வியாழன்தோறும் பள்ளிவாசலில் குழந்தைகளை 'அஸ்ரத்'திடம் காட்டி மந்திரித்துக் கொள்வதும், ஞாயிற்றுக் கிழமையில் தேவாலயம் சென்று வழிபடுகிற பொதுமக்களையும் காணலாம். பெரிய முத்தாலம்மன் பட்டதாராக யாகூப் ராவுத்தர் என்பவர் இருந்திருக்கிறார். இவ்வூரில் சாதிவாரியான, மதவாரியான வேறுபாட்டுடன்

தெருவோ மக்களோ அடையாளப்பட்டாலும் மனதுக்குள் ஒருபோதும் பிளவுகளை வைத்துக்கொள்வதில்லை.

இராமலிங்கநகரிலிருந்து மெயின் பள்ளிக்குச் செல்லும் என்னுடைய பள்ளிக்கூடப்பாதை என்னுடைய சிறிய கால்களுக்கு மிக நீண்டதாக இருந்தது ஒருகாலம். இப்போது நிமிடத்தில் எட்டும் தூரம் தான் என்னுடைய பால்யகாலப் பள்ளிக்கூடம். குறிஞ்சியும் முல்லையும் மருதமும் சார்ந்த நிலத்தின் காற்றையும் நீரையும் உணவாகக் கொண்டவளுக்கு அள்ளிக்கொடுத்த ஊர் இது. இந்தச் சிறிய கிராமத்தின் மனிதர்களைப் புரிந்துகொள்ளும் போது இந்த ஊரின் தெய்வங்களையும் அச்சமோ, பரவசமோ எதுவுமின்றி எளிமையாக உணரமுடிகிறது.

அய்யம்பாளையம், எனக்குக் காதலைத் தந்திருக்கிறது. வாழ்க்கை யைக் கற்றுக்கொடுத்திருக்கிறது. போராட்டத்தை, சவாலை, வெற்றியை, அடையாளத்தையென இன்னும் என்னன்னவோ அடைந்திருக்கிறேன். அம்மாவுக்கு ஒருவகையான போராட்டம், எனக்கு வேறுவகையான சவால். அம்மாவைப் போல நானும் தனியாக ஒரு வீடு கட்டிக்கொண்டேன். நதி தன்போக்கில் பயணித்துக் கடலை அடைவது போல எத்தனையோ பயணங்கள். இங்கிருந்துதான் உலகின் பல இடங்களுக்குப் பயணித்திருக் கிறேன். நான் பெற்றதை இந்த ஊருக்குத் திரும்பத் தரவேண்டு மென நினைத்தேன். எங்களுடைய சிறீ சக்தி அறக்கட்டளை மூலமாகப் பல நலத்திட்டங்களைச் செய்துகொண்டிருக்கிறோம். எத்தனையோ நாடுகளுக்குப் பயணித்துக்கொண்டிருந்தாலும் நான் தலை சாய்ந்து ஓயும் இடம்தான் அய்யம்பாளையம். இந்த ஊர் என்னுடைய நேசத்திற்குரிய அடையாளம்.

முள்ளம்பன்றியின் கூரிய முட்களில் பூக்களைச் சொருகி அழகுபடுத்தி மகிழ்ந்ததும், கள்ளிப்பழத்தின் முட்களை அகற்றி உதட்டுக்குச் சாயமிட்டு இரசித்துக்கொண்டதும், அந்தப் பழத்தின் நடுமுள் ஒதுக்கி இனிப்பைச் சுவைத்ததும் இந்த வாழ்நாள் முழுக்க வேறுவேறு எத்தனையோ சூழ்நிலைகளில் முள்ளை விலக்கி விட்டு வாழும் வகைக்குப் பயன்படத்தான் செய்திருக்கிறது.

□

16

கால்கரை
நெல்லைச் சீமையில் ஒரு புதினம்
சு. சண்முகசுந்தரம்

என்னுடைய ஊரின் பெயர் கால்கரை. நெல்லை மாவட்டத்தில் உள்ளது. கால்கரை என்றால் ஓடைக்கரை என்பதுதான் பொருள். கால்கரை குளத்திலிருந்து பாப்பான்குளத்திற்குச் செல்லுவது இந்தக் கல்லோடை. மழைக் காலத்தில் குளம் பெருகினால் இந்தக் காலில் நீர்ப் பெருக்கெடுத்து ஓடும். இல்லாவிடில் மணல் நிறைந்திருக்கும் அல்லது கொஞ்சம் நீர் தேங்கிக்கிடக்கும். இரவு கொல்லைக்குப் போகும் ஆண் பெண்களுக்கு உதவும்.

ஓடைக்குத் தென்புறம் தேவர், கோனார், ஆசாரிமார், ரெட்டியார், வண்ணார், கிறித்தவ நாடார் (வியாபாரி) வீடுகள் இருக்கின்றன. காலுக்கு வடபகுதியில் கரையோரமாக நாவிதரும், ஒரு வண்ணாரும் ஒரு வாத்தியாரும் வீடு கட்டிக் குடியிருந்தனர். அதைத் தாண்டி பறையர்களின் வீடுகளும், சக்கிலியர் வீடு ஒன்றும், பனையேறும் நாடார் குடிசையும் இருந்தன.

மறுகால் திறந்தாலோ, மழை அதிகமானாலோ ஊருக்குள் இரண்டு ஓடைகள் ஓடும். அவற்றில் மழை இல்லாத காலங்களில் மணல் நிறைந்து சடுகுடு விளையாட கிளித்தட்டு மறிக்க ஏதுவாக இருக்கும். ஆக மொத்தம் 200 வீடுகளும் ஆயிரம் பேருக்கு மேல் மக்கள் தொகையும் கொண்ட ஊர். ஒரு கிறித்தவப் பள்ளிக்கூடம் ஊருக்கு மேற்கே, ஒதுக்குப்புறமாக, பிள்ளையார் துணையோடு.

எங்கள் கிராமம் தோன்றி முந்நூறு ஆண்டுகள் ஆகியிருக்கலாம். இதற்குமுன் மேற்கே பெருங்குடி அருகே காட்டான்குளத்தில் குடியிருந்தபோது கள்ளர்களின் தொந்தரவு தாங்க முடியாமல் கிழக்கு நோக்கி வந்து குளத்தின் கீழ்ப்புறம் குடியேறினர் என்பர். இங்குள்ள மறவர் குடும்பங்களுக்குச் சாத்தாங் (சாஸ்தா) கோயில் பெருங்குடியிலேயே உள்ளது.

என் தந்தையின் முன்னோர்களோ இராதாபுரத்திலிருந்து கால்கரைக்குக் குடியேறியவர்கள். இராதாபுரம், சட்டமன்றத் தொகுதி எனும் அந்தஸ்துடன் வட்டாட்சியர் அலுவலகமும் காவல் நிலையமும், பத்திரப் பதிவு அலுவலகமும் கொண்டது.

எனது ஊர் எது? என்று தன் விவரக் குறிப்பில் திருநெல்வேலி மாவட்டத்து 'கால்கரை' என்றே குறித்துள்ளேன். எனது சாதிச் சான்றிதழிலும் 'கால்கரை'தான். ஆனால் நான் பிறந்த ஊர் திருநெல்வேலி மாவட்டத்து இருக்கந்துறை. இது என் அம்மாவின் ஊர். நான் என் தாயின் 'தலை மூத்த' மகன். முதல் பிரசவம் தாயூரில்தான் என்பது நம் வழக்கம். முன்பு ஒரு காலத்தில் இந்த ஊர் துறைமுகப்பட்டினம். அங்குக் கப்பல் வந்து போயிருக்கிறது. சரக்குகள் அங்கு இறக்கப்பட்டதால், சரக்கு இறக்கும் துறையாக இருந்து இப்போது இருக்கந்துறையாகியுள்ளது என்பர். இந்த ஊரில் 3999 வீடுகள் இருக்க, ஓர் அம்மன் இங்கு வந்து கோயில் கொண்டு நாலாயிரத்து அம்மன் ஆகி இன்றுவரை வழிபடப்பட்டு வருகிறாள். இதுவே ஊரம்மன் கோயிலாகியுள்ளது. இங்குள்ள பலருக்கு 'நாலாயிரம்' என்ற பெயர் வைக்கப்பட்டுள்ளது. இங்குள்ள வில்வவன சாஸ்தா, இருபக்கமும் பூர்ணலா புஷ்கலா சகிதமாக இருவருடன் அமர்ந்திருக்கிறார். அவர்கள் அங்குள்ள சுனையில் குளித்துக்கொண்டிருக்கும்போது உயிரோடு எடுத்துக் கொண்டதாக வாய்மொழிக் கதை உண்டு.

இருக்கந்துறையில் பாலுவண்ணத் தேவர் நான்கு தம்பிகளும் ஒரே பெண் பாலம்மாளுமாக வாழ்ந்தார். பாலம்மாள் ஆறடிக் கூந்தலோடு பேரழகியாக விளங்க, அவளுடைய அழகைப் பார்த்து வெள்ளை அதிகாரி ஆசைகொண்டார். கொடுக்கவும் மறுக்கவும் முடியாமல், அன்று இரவே பாலம்மாவை அடுக்களையில் ஆறடி குழி தோண்டி, திருடர் பயத்துக்காகப் புதையல் வைக்க

வேண்டும் என்று பொய்சொல்லி பொன்னும் பொருளும் கொடுத்து ஏணி மூலம் அவளை இறக்கினர். மண்ணைத் தள்ளி மூட முனையும்போது அவளது கண்ணில் மண் விழ கதறி யிருக்கிறாள். அவர்கள் அவளைப் புதைத்துவிட்டு வேறு ஊர் போக, காலப் போக்கில் உயிர் நஷ்டம் அதிகமாகவே அவளுக்கு இங்கே கோவில் கட்டி கன்னிவழிபாடு செய்தனர். இன்றும் இது தொடர்கிறது. இங்கே பிறந்த என் தங்கச்சி பெயரும் பாலம்மாள்தான். அம்மா குடும்பத்தில் பலருக்குக் கண் தெரியாமல் போயிருக்கிறது, என் தாய்மாமன் உள்பட.

2

தொல்காப்பியர் முதல், கரு, உரிப்பொருள் என மூன்று பொருள்களுக்கு விளக்கம் சொல்வார். ஒரு கிராமத்தைப் பற்றி அறிய/ஆராய முதல் பொருளும் கருப்பொருளும் இன்றியமை யாதது. நிலம் என்பதில் கிராமத்தின் மண்ணை உள்ளும் புறமுமாக அறிந்துகொள்ள வேண்டும். கருப்பொருள்களில் தெய்வம், மக்கள், உணவு, விலங்கு, பூ, மரம், பறவை, நீர், தொழில் ஆகிய வற்றைக் காணவேண்டும்.

மாவும் புள்ளும்

எங்களூர் தெருக்களில் ஆடுமாடுகள் வீட்டுத் தொழுக்களிலும் பட்டிகளிலும் மந்தையிலும் பார்க்கலாம். ஆடுகளில் செம்மறி யாடுகள், வெள்ளாடுகள் தவிரப் பள்ளையாடு எனும் ஆடு வகையும் உண்டு. அதை எங்களுடைய கடைவாசலில் கட்டிப்போட்டு வளர்த்தார் அப்பா. வாழைப்பழம், தோல், இலைகள் எனப் போடுவோம். கோழிகளில் நாட்டுக்கோழி மட்டும்தான். ரெட்டியார் வீட்டில் வான்கோழி ஒன்றிருந்தது. வைகுண்டக் கோனார் கிண்ணிக் கோழி வளர்த்தார். பக்கத்தூர் பரதேசித் தேவர் காடை, கவுதாரிகளை வலை வைத்துப் பிடித்துக் கூண்டில் அடைத்து விற்க வருவார். சிலர் வாங்கிக் கறிவைப்பர்.

ஊரில் நாய்களுக்குக் குறைச்சல் இல்லை. எல்லாம் தெருநாய்கள். வேட்டைத்தேவர் மட்டும் வாட்ட சாட்டமான நாய் ஒன்று வளர்த்தார். முயல்வேட்டைக்கு அவர் போகும்போது பள்ளிப் பருவத்தில் அவரோடு நானும் ஓடி இருக்கிறேன். சில நாள்

முயல், சில நாள் எலிகள் எனப் பிடித்து வருவோம். பொங்கலுக்கு மறுநாள் இது தவறாது.

வண்ணாக்குடியில் இரண்டு கழுதைகளைப் பொதி சுமக்க வைத்திருந்தார்கள். முன்னத்திக் கால்களைத் தளர்த்துவிட்டிருந் தால் தத்தித் தத்திப் போகும். இல்லாவிட்டால் பேயோட்டம் ஓடும். நாங்கள் சவாரிசெய்வோம் கழுதைப் பசங்களாக. அல்லது ஓலையை அதன் வாலில் கட்டி விரட்டிவிடுவோம். சேரியில் பன்றி வளர்த்து அடித்துச் சாப்பிடுவர். அவை முள்காடுகளில் பீ தின்று வளரும். குழந்தைகளின் பீயைத் தின்னத் தாய்மார்களே நாய்மார்களை 'தோதோ' என்ற அழைப்பார்கள். சில வீடுகளில் பூனைகள் இருக்கும். எலி வகையான பெருச்சாளியை 'அவையான்' என்போம். குரங்காட்டிகள் வந்தால்தான் குரங்கைப் பார்க்கலாம். குளம் பெருகும்போது கெண்டை, கெளிறு, அயிரை மீன்களும் துள்ளும், தூண்டிலில் சிக்கும். வடக்கன்குளத்து வாத்தியார் ஒருவர் துப்பாக்கியோடு வந்து குயில் வேட்டை ஆடுவார். குயில்கறி நன்றாக இருக்கும் என்பார். முயல்கறியும் அப்படித்தான். அப்பா சில தடவை தோட்டத்தில் அடித்த முயல்களைக்கொண்டு வந்திருக்கிறார்.

இப்போது தோட்டத்தில் மயில்கள் குடியேறியுள்ளன. மயில் தோகைகள் சிதறிக் கிடப்பதைப் பார்த்தேன். வேலிக்காட்டில் ஓணானை (தெண்டல்) வைத்து பல ஆட்டங்கள் போடுவோம். சாமி ஆட்டம் அதில் ஒன்று. காக்காய்களுக்கும் குறைவில்லை. பொங்கல் வந்தால் அழைப்போம். கடலையைத் தின்ன வந்தால் விரட்டுவோம். நாங்கள் காக்காய் முட்டை எடுக்கப்போனால், அவை நம்மை விரட்டும். நரிகள் குளத்துப் பக்கம் ஊளையிடும். ஆந்தை சுடுகாட்டு உடைமரத்திலும் தூக்கணாங்குருவிகள் பனை மரத்திலும் கூடுகட்டின. பாம்புகளில் கட்டுவிரியன், சாரை, பச்சை, நல்ல எனும் வகைகள் திரியும்.

மரம்-செடி-கொடி

எங்கள் ஊரில் உடைமரங்களும் கருவேலமரங்களும், தென்னை, புன்னை, பூவரசு, ஆல், அரசு, அத்தி, வேம்பு, புளி ஆகிய மரங் களும் நிறைந்திருந்தன. இப்போது தோட்டங்களில் மா, தேக்கு, கொய்யா, சப்போட்டா போன்ற மரங்களை வளர்த்து வருகின்றனர்.

சப்பாத்திக் கள்ளியும் திருகுகள்ளியும் வேலிகளாக வளர்க்கப்படு கின்றன. வேலியில் கோவை, காந்தள் போன்றவை படர்ந் திருக்கும். மரங்கள், செடிகள், கொடிகள் எங்கள் வாழ்க்கையோடு பின்னிப் பிணைந்தவை. கோடை முடிந்து பருவ மழை பெய்து புஞ்சைப் பயிர்களை விளங்காடுகளிலும் தோட்டக்காடுகளிலும் உழுது கொள்ளு, உழுந்து, வேர்க்கடலை, சிறுபயறு, பெரும் பயறு, தட்டாப்பயிறு, சோளம், மிளகு, ஆமணக்கு, தக்காளி, வெண்டைக்காய், வெங்காயம், மக்காச்சோளம், சர்க்கரை வள்ளிக்கிழங்கு போன்றவற்றைப் பயிர்செய்வர். குளம் பெருகி விட்டால் நன்செய் பயிரான நெல் நடுவார்கள்.

காடுகளில் சப்பாத்திக்கள்ளிப் பழம், கோவைப்பழம், முறுக்கங் காய் கிடக்கும். கல்லத்தி பழுத்தால் போதும் ஊருக்கே விருந்து. காடுகளில் முளைத்திருக்கும் கொழுஞ்சிச் செடிகள் தோட்டக் காடுகளில் நல்ல உரமாகும். தும்பை, துளசி, கண்பீளைச் செடிகள், வழிபாட்டுப் பொருளாகப் பொங்கல் நாளில் வைத்துக் கொள்வோம். புல்லில் தான் எத்தனை வகை? ஆடுமாடு தின்னும் புல் பச்சைப் பால். பொங்கல் போன்ற விழாக்களிலும் சடங்குகளிலும் அறுகம்புல்லை மண் அல்லது சாணம் அல்லது மஞ்சள் பிள்ளையார் உருண்டையில் செருகி வைத்து வழிபடுவர். இதைத்தவிரச் செத்தவேரு புல்லு, ஐவ்வரவு புல்லு, அரைவு புல்லு என்று சிலவகைகள் உண்டு. கத்தாழை மரம்போல் வளர்ந்து மருந்தாகும்.

காலில் முள்குத்தினால் எருக்கம்பாலைக் குத்தின இடத்தில் வைத்துவிடுவோம். பிள்ளையாருக்குப் பிடித்தது எருக்கமாலை தான். ஊமத்தம்காயைத் தின்றால் பைத்தியம் பிடிக்கும். வேலியில் கண்வலிப்பூவைப் பார்த்தால், கண்பார்வை கெடும். செந்தட்டியைத் தடவிவிட்டால் அரிப்பு அதிகரிக்கும். நெருஞ்சியில் செம்ம நெருஞ்சி, ஆன நெறிஞ்சி எனச் சில உண்டு. எதுவென்றாலும் காலில் குத்திடக் கலங்குவோம். ஒட்டுப்புல்லைச் சேக்காளி சட்டையில் எறிந்து விளையாடுவோம். தொட்டாச் சுருங்கியைத் தொட்டு விளையாடுவோம். ஒரு பூவைத் தொட்டா வெடிக்கும். அதனைப் புடுக்கடிச்சாம் பூவு என்று கேலி செய்வோம். பச்சிலை யைச் சிலேட்டில் தடவுவோம். குன்னிமுத்து விளையாட்டுக்கு உதவும் என்றாலும் விஷமானது என்பர். புளியமுத்துத் தாயம் விளையாட உதவும். ஆடுதின்னாப்பாளையை ஆடு தின்னாது.

வேலிக்கற்றாழையும் ஆவாரம் இலையும் தலைக்குச் சீயக்காய் ஆகும். குப்பைமல்லி, துத்தி, நாகர்கருதி, மொளவுநாறி, வேலிபருத்தி, சீமந்தி, குட்டதக்காளி என எத்தனையோ செடிகள். புளியமரத்துப் பழம், உறைக்காய், பிஞ்சு, பூ ஏன் இலை களைக்கூட விடமாட்டேன், வாயூறும்.

சாதியும் தொழிலும்

நூறு ஆண்டுகளுக்கு முன் இங்கிருந்த சாதியார்களில் சில சாதியினர் ஊரைவிட்டு வெளியேறிவிட்டனர். பிள்ளைமார்கள் பள்ளிக்கூடத்துக்குப் பக்கம் இரண்டு தெருக்களில் குடியிருந்தனர். அவர்கள் விவசாயமும் செய்துள்ளனர். 'பிள்ளைமார் தோட்டம்' உள்ளது. இப்பொழுது ஒரு குடும்பம் தவிர மற்றவர்கள் ஊரை விட்டுச் சுவடு இன்றி வெளியேறிவிட்டார்கள். இதுபோல் கவுண்டன்மார்களும் இடைத் தெருவில் சில இடங்களில் சில குடும்பங்களாக இருந்திருக்கிறார்கள். இப்பொழுது அவர்களும் பணகுடி பக்கம் போயிருக்கிறார்கள். ஊரம்மன் கோவில் கொடை விழாவில் வந்து பங்கு கொள்கிறார்கள். கவுண்டம்மன் கோயி லுக்கும் எப்பொழுதாவது வந்து வழிபாடு செய்கிறார்கள்.

இப்போது ஒரே ஒரு ரெட்டியார் குடும்பம் மட்டுமே உள்ளது. பக்கத்தில் உள்ள பெத்தரெங்கபுரத்திலும் பள்ளிசேரியிலும் ரெட்டியார்கள் குடியேறியுள்ளனர். இவர்கள் மேல தோட்டத்து இசக்கி அம்மனை வழிபட்டு வந்தனர். இப்போது ஊரைவிட்டுப் போய் மதுரை, திருநெல்வேலி போன்ற இடங்களிலிருந்து கொண்டு குலதெய்வமாகக் கருதி வழிபட்டு வருகின்றனர். புதிய கோவில் கட்டி கும்பாபிசேகமும் செய்துள்ளனர். கிறிஸ்தவ நாடார்கள் இவ்வூரில் மூன்று பலசரக்குக்கடை வைத்திருந்தனர். இவர்களும் வெளியேறி வடக்கன்குளம், நாகர்கோவில் போன்ற ஊர்களில் குடியேறியுள்ளனர். இவர்களுக்கு என்று எந்தக் கோவிலும் இல்லை.

ஒரு பிள்ளைவாள் வீடு. அவர்தான் கோவில்களுக்குப் பூசை வைப்பார். சாமிகளுக்கான பூமாலைகளை விதம் விதமாகச் சரம், மாலை, துண்டுமாலை, சடைப்பூ என்று அழகுடன் கட்டுவர். விழாக்காலங்களில் சாமிக்கு அலங்காரம் செய்ய வண்ணத் தட்டிகளைக் காக்காப் பொன்னால் செய்வர். திருமண வீடுகளில் மணமேடை அலங்கரிப்புக்கும் இவற்றைப் பயன்படுத்துவர்.

சேரியில் வாழும் பறையர்கள் விவசாய வேலைகளுக்குக் கூலியாளாக இருப்பர். வண்டி அடித்தல், முதல் உழவு, பாத்தி கட்டல், வரப்பு செய்தல், தண்ணீர் பாய்ச்சுதல் போன்ற பல வேலை களைச் செய்வர். ஊருக்குள் மண்சுவர் வைப்பதும், கோவில் விழாக்களில் மண்சுவரும் குருவித் தலைகளும் காவிப்பட்டை களும் இவர்களால் அழகுடன் திகழும்.

ஆசாரிமார்களில் தச்சாசாரி, கொல்லாசாரி, தங்காசாரி, கொத்தனார் என வகைப்பட்டுள்ளனர். வீடுகட்டவும், விவசாயத் தொழிலுக்கு உதவவும் கதவு, ஜன்னல்,மண்வெட்டி, கலப்பை கொழு செய்வதில் இவர்களுக்குப் பங்குண்டு. தாலி செய்யவும் கம்மல், மூக்குத்தி, சங்கிலி செய்யவும் ஈடுபடுவார் தங்காசாரி.

சக்கிலியர் ஒருவர் விவசாயத்திற்கான தோலாலான வாலையும், செருப்பையும் செய்வர். தமுக்கடித்து ஊர் சேதிகளைச் சொல்வர்.

வண்ணார் வீடு இரண்டு இருந்தது. வெள்ளாவி வைத்து, உவர்மண் வைத்துச் சலவை செய்வர். இஸ்திரி போட்டுத் தருவர். சடங்குகளில் மாற்றுத்துணி தருவர். நீர்மாலைக்கும் நடைபாவாடை யாகவும் வெயில் மறைப்பாகவும் விரிப்பர். கொடை விழாக்களில் அலங்கரிப்பும் செய்வர்.

நாவிதர்கள் முடிவெட்டுவது தொழிலானாலும், மணச் சடங்கில் காப்பு அறுப்பதும், பிணச்சடங்கில் மொட்டை போடுவதுடன் பால் சடங்கு, கருமாதி சடங்கு போன்றவற்றையும் செய்வர்.

வேடிக்கைகளும் விளையாட்டுகளும்

வடக்கன்குளம் பள்ளிக்குப் போகும் வழியெல்லாம் உடை மரங் களும் வேலிகளுமாக இருக்கும். பயிறு, கடலை, எள், கொள்ளு என்று தின்று கொண்டே வருவோம் போவோம். வழியில் பொன் வண்டுகள் கிடைக்கும். அவற்றைத் தீப்பெட்டியில் போட்டு அடைத்து வைப்போம். சத்தமில்லாமல் கிடக்கும் அவ்வப்போது திறந்து பார்ப்போம். இலைகள் போட்டால் போதும், தின்று கொண்டிருக்கும். சின்னதாக, சிவப்பாகப் பட்டு போன்று ஒரு வண்டு. சிறுபாணாற்றுப்படை இந்திரகோபம் என்று குறிப்பிடும். அதையும் வைத்திருப்போம். பள்ளிக்குப் போகாமல்

குரங்காற்றில் கும்மாளம் போடுவோம், மரமேறி மாங்காய் பறித்துத் தின்போம்.

சில்வண்டுகள் உடைமரங்களில் ஒட்டிக்கொண்டு சப்தம் எழுப்பும். படக்கென்று அமுக்கி பிடிப்போம். அதற்கென்று ஒரு தீப்பெட்டி. வகுப்பில் பெட்டியைத் தொட்டால் சத்தமிடும். வாத்தியாரிடம் அடிபடுவோம். தும்பிகளைப் பிடித்து வந்து நூலில் கட்டிப் பறக்கவிடுவோம். பீவண்டுகள் உருட்டிக் கொண்டே ஊர்ந்துபோகும், தொடமாட்டோம். ஆயிரங்கால் அட்டைப்பூச்சி தொட்டால் சுருண்டுவிடும். கம்பளிப்பூச்சியை முருங்கை மரத்தில் கண்டால் தொடமாட்டோம், அரிப்பெடுக்கும். மயில்தோகையைக் குட்டிபோடும் எனப் புத்தகத்திற்குள் வைத்திருப்போம்.

கால்கரை பள்ளிக்கூடத்தில் ஒண்ணுக்கு விட்டால், ஓடிப் போய்ச் சொடக்குகாயைப் பறித்துத் தின்போம், காட்டுப் பிச்சியில் தேன் குடிப்போம். சப்பாத்திக்கள்ளி பழத்தைக் கவனமாகப் பறித்து முள்ளால் கிழித்துச் செந்நிற விதைகளை மாதுளையாகக் கருதித் தின்போம். சோளம் அறுவடையானதும் கரும்பாகச் சோளத்தட்டைகளை உரித்துத் தின்போம். சின்னச் சப்பரம் செய்து அலங்கரித்துச் சின்ன சாமி வைத்து, பேட்டரி செல்லில், பல்பு எரிய வைத்துத் தூக்கிக் கொண்டு தெருத் தெருவாகச் சுற்றுவோம்.

மின்சாரம் இல்லாத காலங்களில் நிலா வெளிச்சத்தில் ஊரே அழகோவியமாக இருந்தது. இன்றைக்கு நிலாவை நிமிர்ந்து பார்ப்பவர்களில்லை. நிலா தொடர்பான விளையாட்டுகளை இரவில் ஆடிக் களித்தோம். நிலா வெளிச்சத்தில் நின்றால் தொடுவதும் நிழலில் நின்றால் விடுவதுமாக ஓடி விளையாடியது ஓர் ஆட்டம். கண்ணாமூச்சி பெண்களிடமும் சடுகுடு ஆண்களிடமும் பிரபலம். ஒரு குடம் தண்ணீர் எடுத்து ஒரு பூ பூத்தது, பூசனிக்காய் விளையாட்டு, குலை குலையா முந்திரிக்கா, மல்லிகையே மல்லிகையே மெல்லவந்து நுள்ளிப்போ-இப்படி ஆடுவார்கள்.

பகலில் பந்து, பம்பரம், பாண்டி, கிளித்தட்டு, கில்லி, கோலிக்கா, வகை வகையாக விளையாடுவோம். பந்தில்தான் பிள்ளையார் பந்து, பேப்பந்து என எத்தனை வகைகள். கால நேரமில்லாமல் 'மாகுத்து மஞ்சக்குத்து, பூகுத்து, பிள்ளையார்

குத்து, புடிச்சாங் குத்து' என்ற புடிச்சு ஆடுவோம். நொண்டி அடித்துக்கொண்டே தொடுவதும் ஒரு ஆட்டம்.

பெண்களும் சிறுமிகளும் வீட்டில் பல்லாங்குழியும், கழற்சி கல்லும், தாயமும் ஆடுவார்கள். இந்த ஆட்டம் குடும்பத்துக்கு நல்லதில்லை என்பது நம்பிக்கை. பொழுதைப் போக்கும் வேலை வெட்டி இல்லாதவர்களின் ஆட்டம் என்பர். ஆண்களும் மரத்தடியிலும் திண்ணைகளிலும் ஆடுபுலி ஆட்டம் ஆடுவர். சிறுவர்களின் கள்ளன்-போலீஸ் ஆட்டம் நிலாக் காலங்களில் நீளும்.

பழக்க வழக்கங்களும் நம்பிக்கைகளும்

இடைநிலைச் சாதிகளான தேவர்களும் கோனார்களும் அண்ணன் தம்பி அக்காள் தங்கச்சி, மாமன் மச்சினன் என்ற உறவுமுறைகளோடு பழகுகின்றனர். பண்டங்களைப் பரிமாறிக் கொள்வதும் பரிசளித்து மகிழ்வதும் உண்டு. இவர்களை நாவிதர்களும் வண்ணார்களும் பறையர்களும் சக்கிலியரும் அய்யா, ஆத்தா என்றும் அழைக்கின்றனர். மறவர்களைப் பாண்டியன் என்றும் அழைப்பர். ரெட்டியார் பண்ணையாரை சாமி என்றும் எசமானுங்க என்றும் அழைத்தனர்.

திருமணத்துக்குப் பெண்ணை அழைத்து வரும்போதும் போகும்போதும் வழியிலுள்ள சாமிகளுக்குத் தேங்காய் விடலை போடுவார்கள். சாமிகளை விரல்களால் சுட்டிக்காட்ட மாட்டார்கள். தவறாகக் காட்டிவிட்டால், அந்த விரலைப் பல்லால் கடித்துத் தலையை 3 முறை சுற்றுவர். இரும்புக்குப் பேய் பயப்படும் என்றும் பூ அல்லது இறைச்சி கொண்டுபோனால் பேய் பின்தொடரும் என்றும் நம்புகின்றனர். பிறரைப் பார்க்க வைத்துச் சாப்பிட்டால் 'கொதி' விழும். அதனால் வயிற்று வலி வரும் என்றும் கொடுத்து தின்றால் 'கொதி' ஏற்படாது என்றும் நம்புகின்றனர். திருஷ்டி சுத்துவது, சகுனம் பார்ப்பது, வலதுகையாலேயே எதையும் கொடுத்து வாங்குவது, பெரியவர்களுக்கு மரியாதை தருவது எனப் பல்வேறு பழக்க வழக்கங்களும் கொண்டுள்ளார்கள்.

நாட்டுப்புறக் கலைகள்

பூவரசு இலையில் பீப்பீயும் பனையோலையில் ஊத்தும் செய்து

இசைத்து மகிழ்வோம். சக்கிலியரின் தப்பட்டை இனிமையானது. கோவில் விழாக்களில் நையாண்டி மேளமும், வில்லுப்பாட்டும், கணியான் கூத்தும் சாமிகளையும் ஆட வைக்கும். கரகாட்டமும் அதனோடு இணையும் மயிலாட்டம், காவடியாட்டம், இராஜா ராணி ஆட்டம் ஆகியவை கண்ணுக்கும் காமத்துக்கும் ஏற்றவை. கொம்பு தப்பு மேளம் என்று சமூகரெங்கபுரம் பரதேசி இசைப்பது தனி ரகம். சாவு வீட்டில் பறை மேளமுண்டு. குடிமகன் ஊதும் சங்கு சடங்கு வீடுகளில் ஒலிக்கும். குலவையும் ஊருக்கான அறிவிப்பு. கல்யாண வீடுகளில் கெட்டி மேளமும் நாதசுரமும்கூட ஓர் அறிவிப்புதான். அறுவடைக் காலங்களில் பாம்பாட்டி, குரங்காட்டி, பூம்பூம்மாட்டுக்காரன், சேகண்டிக்காரன், இராப்பாடி, குடுகுடுப்பைக்காரன், கோடங்கி என இசையோடு வந்து செல்வர். பேயை விரட்ட வரும் உடுக்கடிக்காரனைக் கண்டால் எல்லோருக்கும் பயம்தான்.

எங்கள் ஊரில் பாட்டுக்கும் குறைச்சல் இல்லை. தாலாட்டும், ஒப்பாரியும் இன்னும் செத்துப் போகவில்லை. பொங்கல் கும்மி, முளைப்பாரி கும்மி, மழைக்கஞ்சிக் கும்மி எனத் தெருக்களிலும் முழங்குவர். பள்ளி விழாக்களில் மட்டும் சிறுமிகளின் கோலாட்டமும், பறையர் தெருவில் பிணத்துக்கு முன்னே ஆண்களின் கழியலாட்டமும் ஒலிக்கும்.

முன்பு பாவக்கூத்துக்காரர்கள் வந்து பத்து நாட்கள் தங்கி, இராமன், நல்லதங்காள் கூத்துகளை நடத்துவர். பட்டாபிசேகத்தில், பத்தாவது நாள் மழை பெய்யும். அது நெடுநாள் கொண்டாட்டம். கோவில் சாமியாட்டத்தில் கள்ளசாமி ஆட்டம் உண்மையைவிட ஜோராக இருக்கும். ஒவ்வொன்றும் ஒரு ரகம். தீப்பந்தம் வேறு பாந்தமாக இருக்கும்.

தெய்வங்களும் வழிபாடுகளும்

பள்ளிசேரி அம்மன் பள்ளிசேரி கிராமத்திலுள்ள ரெட்டியார்களுக்கு உரியது. சுடுகாட்டு மாசானம் தேவர்களுக்கு உரியது. மயானம் போய்வர வசதியாகச் சுடுகாட்டுப் பக்கத்திலேயே அமைத்து உள்ளனர். ஒரு முறை மந்திரவாதி இதன் தலையை வெட்டிக் கொண்டு செல்ல முயன்றபோது ஊர் மக்களிடம் பிடிப்பட்டுச் சித்திரவதை செய்யப்பட்டான்.

வடக்கத்தியான் கோவிலும் பெரிய வீட்டு அம்மனும் கோனார்களுக்கு உரியது. வடக்கே ஆந்திராவில் சிக்கச்சில்வன் நாட்டிலிருந்து வந்ததாக ஒரு கதை சொல்கிறார்கள். இடைப்பெண்ணைத் துலுக்கத் தலைவன் பெண் கேட்க அவர்கள் விருப்பமில்லாமல் பெண்ணைப் புதைத்துவிட்டு, நாய்க்குப் பெண் வேஷம் போட்டு கட்டி வைத்துவிட்டு வந்தாங்க. வரும்போது ஆத்துல ஆள் இறங்கா வெள்ளம். ஆனா, ஆத்தாங்கரை மரம் ஒண்ணு வளைஞ்சு பாலமாக உதவியது. மறுகரைக்கு வந்ததும் மரம் நிமிர, துரத்தி வந்த துலுக்கப்படை திரும்பிப்போனது. அவர்கள் தெற்கே வெகுதூரம் வந்து இங்குக் குடியேறினர்.

கோனார்கள் கடுக்கரைக்குக் கிடைபோட போனபோது ஒரு கருப்புக்கிடாவை ஒரு நாடார்க்கு விற்றபின், கிடா திரும்பி வந்துவிட்டது. இவர்கள் வெட்டித் தின்றுவிட்டு மீதி கறியோடு கால்கரைக்கு வந்தபோது மந்திர மூர்த்தியும் கடுக்கரை இசக்கியும் அவர்களோடு வந்துவிட்டார்கள். கோவில் கட்டி வழிபடுகின்றனர்.

கோனார்கள் சாத்தா கோயில்களாகச் சிலருக்கு சிரியத்தூர் (மூலக்கருப்பட்டி) செம்புக்குட்டி சாஸ்தாவும், சிலருக்குக் காரியாண்டியில் உள்ள பொருதிப் பொறுத்த சாஸ்தாவும், இன்னும் சிலருக்குக் கயத்தாறு பக்கமுள்ள சொக்கலார் போத்தி சாஸ்தாவும் உரியதாகின்றன.

சில தேவர் குடும்பங்களுக்குக் காரியாண்டியில் சாஸ்தாவும் சிலருக்கு மானூர் சாஸ்தாவும் உள்ளனர்.

கடுக்கரைக்குப் பக்கமுள்ள நரிப்பாறைக்குக் களவுக்குப்போன மறவர்கள், மிளகு வத்தலோடு ஒட்டிய மணலில் ஒட்டிக்கொண்டு சுடலைமாடன் காக்கரைக்கு வந்துவிட்டான்.

குளத்தாங்கரையில் ஆலமரத்தடியில் மறுகால் செல்லும் கலுங்கில் உள்ள சுடலைமாடன் ஊரின் பொதுக்கோயில். ஊரில் தென்மேற்கில் வேம்படி சுடலையும் நரிப்பாறை சுடலையும் உள்ளது. இது சில மறவர் குடும்பங்களுக்கு உரியது. கோனார், ஆசாரி, பறையர் ஆகியோருக்குத் தனித்தனி சுடலைக் கோவில்கள் உள்ளன. பாப்பான்குளத்துச் சுடலை ஒன்று கிழக்கே குளத்தாங்கரையில் உள்ளது. மறவர்களுக்குப் புலியூரான் மாடசாமியும், நல்லமாடசாமியும், அணைஞ்சமாடசாமியும் உள்ளனர்.

கோனார்களுக்கு என்று வடக்கத்தியான் கோவிலும், பலவேசக் காரன் கோவிலும், மந்திரமூர்த்திசாமி கோவிலும் உள்ளன.

ஊர் அம்மன் கோவில் உச்சிமாகாளி, சந்தனமாரி, முப்பிடாதி ஆகியோருக்குத் தனிப்பீடங்களும் வெளியே சுடலைக்குப் பீடங்களும் உள்ளன. இசக்கி அம்மன் கோவில்கள் ஒவ்வொரு சாதியாருக்கும் தனித்தனியாக உள்ளன. மேல தோட்டத்து இசக்கி ரெட்டியார்களுக்கும், மறவர்களுக்கு அரிகரை இசக்கியும், கோனார்களுக்குக் கடுக்கரை இசக்கியும், பறையர்களுக்கு முப்பந்தல் இசக்கியும், பொதுவாகச் செம்பேறிமேட்டு இசக்கியும் இருக் கின்றனர்.

கோனார்களுக்கு வடக்கு வீட்டு அம்மனும், மறவர்களுக்குப் பிரமசக்தி அம்மனும் இலந்தை மூட்டை அம்மனும், கவுண்டர் களுக்குக் கோணியம்மனும் (பொன்னாச்சி அம்மனும்), பிள்ளைமார் களுக்கு மலையரசி அம்மனும், ஆசாரிமார்களுக்கு உச்சி மாகாளி அம்மனும் தனித் தனியாகக் கோவில் கொண்டு உள்ளனர்.

வண்ணார் வீட்டில் வெள்ளாவி மாடனுக்குப் பீடம் போட்டு வணங்கி வருகிறார்கள். சிலர் வீடுகளில் தொழுமாடனுக்குப் பீடம் வைத்துள்ளனர்.

இவற்றைத் தவிரச் சில பெரியசாமி கோவில்களில் 21 பீடங்கள் இருக்கும். சுடலைமாடனுடன் முண்டனும் சேர்ந்தே இருக் கின்றான். எங்களூரில் சாமிகோவில்கள் என்றால் ஆண் தெய்வங்கள் இருக்கும் கோவில்கள்தாம். ஆடுவோரைச் சாமி கொண்டாடி என்றும் அழைப்பர். அம்மன் கோவில் என்றால் பெண்தெய்வங்கள் இருக்கும் கோவில்களையும் அம்மனுக்கு ஆடுவோரை அம்மன் கொண்டாடி என்றும் அழைப்பர்.

இராதாபுரத்தில்தான் எங்கள் குலதெய்வம் புலிமாடசாமியும் பிரமசக்தி அம்மன் கோவிலும் உள்ளன. சிறீவரகுண பாண்டிஸ்வரர் நித்தியகல்யாணி அம்பாள் போன்ற சோழர்காலத்துத் திருக் கோயில் உள்ளது. சித்திரைத் தேர்த்திருவிழா சிறப்பானது. எங்களது சாத்தாங்கோவில் வெண்ணீறுடையார், களக்காடு அருகிலுள்ள படலையார்குளத்தில் உள்ளது. இராதாபுரம் கோவில் கொடிமரத்திற்காகப் பொதிகைமலையில் மரம்வெட்டி ஆற்றுவழிக் கொண்டுவந்து படலையார்குளத்திருந்து வண்டி மூலமாக

இராதாபுரத்திற்குக் கொண்டுபோனார்கள். மரத்தோடு வந்த வெண்ணீறுடையார் படலையார் குளத்தில் கோயில் கொண்டார்.

இராதாபுரம் பண்ணையாருக்குப் படலையார் குளத்தில் தோட்டம் துரவுகள் இருக்க, அங்கு ஒரு மாட்டுத் தொழுவம் கட்ட பெரியஅணைந்த தேவர் இராதாபுரத்திலிருந்து அனுப்பப் பட்டபோது, அவரோடு குடும்பத்தாரும் சென்றனர். அவர்கள் தங்களோடு இராதாபுரத்திலிருந்து புலிமாடசாமியையும் பிரம்ம சக்தி அம்மனையும் பிடிமண் எடுத்துச் சென்று வழிபட்டனர். இவர்கள் படலையார் குளத்தில் தங்கியபோது பங்குனி உத்திரத் தன்று வெண்ணீறுடையார் சாத்தாவை வழிபட, அது இன்றுவரை தொடர்கிறது.

இராதாபுரத்தின் பழம்பெயர் இராஜராஜசோழபுரம். மரம் வெட்டப் போனபோது அவர்களுக்கு உதவி செய்யச் சிங்கம்பட்டி பெரியணைந்த பெருமாள் தேவரும் வர, பண்ணையார் வீடும் நிலபுலன்களும் தந்து அங்கேயே குடியமர்த்திவிட்டார். அவரும் சொரிமுத்தையன் கோவிலிலிருந்து பிரமசக்தி அம்மனுக்குப் பிடிமண் கொண்டுவந்து இராதாபுரத்தில் பீடம் அமைத்து வணங்கினார். இவருடைய இரு சகோதரர்கள் இவர் மீது பொறாமை கொண்டு சிங்கம்பட்டியிலிருந்து கரங்காட்டிற்குப் போய் அங்கிருந்து பொதிகை மந்திரவாதி மலையரசன் மூலமாகப் புலி மாடசாமியை ஏவிவிட, அது இராதாபுரம் வந்து தொந்தரவு செய்யவே அவருக்கும் அம்மன் அருகில் பீடம் போட்டு வழிபட்டனர். பிறகு அங்கு வந்த தேவரின் சகோதரர்களுக்கும் பண்ணையார் நிலபுலன்கள் கொடுத்து அங்கேயே இருக்க வைத்தார்.

சொரிமுத்தய்யன் கோவிலில் புலிமாடசாமிக்குப் புல்ல கிடாவெட்டி வழிபாடு செய்யும் பழக்கம் இங்கும் தொடர்ந்தது. மூத்தவர் குடும்பத்துக்குப் பிரமசக்தியும், நடுவர் குடும்பத்துக்கு முன்னடி முருகன், இருளமாடன், சிவனணைந்த பெருமாள் போன்ற சாமிகளும், இளையவர் குடும்பத்துக்குப் புலிமாடன், வில்லுமாடன், விடுமாடன், சுடலைமாடசாமி, தவிசுதம்புரான் ஆகிய தெய்வங்களும் உரிமை ஆயிற்று. மாடசாமி, பேச்சி, முப்பிடாதி ஆகியவை பொதுத் தெய்வங்களாயிற்று. கலியாணி

அம்மன் கோவிலிலிருந்து கொடை விழாவிற்கு மானியமாக 2 கோட்டை நெல்லும் பூசைப்பொருட்களும் கொடுக்கும் வழக்கம் இன்றுமுண்டு. கோயில் கொடைக்குப் பாபநாசம், படலையார்குளம் ஆகிய ஊர்களிலிருந்து தீர்த்தம் கொண்டுவந்து அபிஷேகம் செய்வர். குடிஅழைப்பு, சாமிவரத்து, பன்றி வேட்டை, மயானத்துக்குப் போய் ஊனையும் எலும்புகளையும் தின்பர், சாமக்கொடையில் பன்றி, ஆடு, கணியான் ஆகியோரின் இரத்தத்தைச் சாமியாடி குடிப்பர். மஞ்சள் நீராடி விழாவை முடிப்பர்.

என் குடும்பத்துக்குப் படலையார்குளம் வெண்ணீறுடையார் சாத்தா, தாய்க்குடும்பத்துக்கு இருக்கந்துறை வில்வவனசாத்தா, என் மனைவி குடும்பத்துக்குப் பெருங்குடி வீரபாண்டிசாஸ்தா. பெரும்பாலும் பங்குனி உத்திரத்தன்று குடும்பத்தோடு சென்று வழிபடுவது வழக்கம். காலையில் கணபதி ஹோமம் அடுத்து மூலவர் முதல் பரிவாரத் தெய்வங்களுக்கு நீர், எண்ணெய், மஞ்சள், இளநீர், பால் உள்ளிட்ட அனைத்து அபிஷேகமும் செய்து பின்னர் மூலவர், சாஸ்தா, பூதத்தார், சிவனணைந்த பெருமாள், தம்பிரான் ஆகிய பரிவார மூர்த்திகளுக்குச் சைவமும், மாடன், அம்மன் ஆகியோருக்கு அசைவமும் படைத்துப் பலவகை மலர்மாலைகள் சூட்டி சாம்பிராணி வாசத்துடன் பூசை செய்வர். கோவிலில் பொங்கல் வைத்து, படைத்து, பந்தி பரிமாறிச் சாப்பிட வேண்டும். குடும்பத்தோடு சென்று வழி படுவதால், குலத்தெய்வங்களோடு மூதாதையர்களும் மகிழ்ந்து ஆசி வழங்குவர் என்பது நம்பிக்கை.

கடைகளும் சந்தைகளும்

இரண்டு பல சரக்குக் கடைகள் உண்டு. அவற்றில் மசாலா சாமான்கள் முதல் பழவகைகள் வரை விற்கின்றனர். இவர்கள் வள்ளியூர், வடக்கன்குளம், இராதாபுரம் போய் மொத்தமாகச் சாமான்களை வாங்கி வந்து சில்லறையாக வியாபாரம் செய்கின்றனர்.

வள்ளியூர் வெள்ளிக்கிழமைச் சந்தை இங்குப் புகழ்பெற்றது. ஆடு, கோழி முதல் காய்கறிகள் பழவகைகள் வரை சந்தையில் வியாபாரம் ஆகும். கால்கரையில் விளையும் வாழைக்காய்களைக் காவல்கிணறு மண்டிக்கும் மிளகாய்வத்தல்களை நாகர்

கோவில் கோட்டாறுக்கும் கொண்டுபோய் விற்றுவருகின்றனர். மாட்டுவண்டியில் முன்பு கொண்டு போனபோது நானும் சவாரி போய் இருக்கிறேன். இப்போது எல்லாம் டெம்போதான். இங்குள்ள பிச்சிப்பூக்கள் தோவாளை சந்தைக்கு இரு சக்கர வண்டியில் வந்து எடுத்துப் போகின்றனர். மீன், முட்டை, கோழி, மாடு போன்றவற்றை வாங்கவும் விற்கவும் வியாபாரிகள் வந்து போவார்கள். இங்குக் கறக்கப்படும் பாலை கேன்கேனாகச் சொசைட்டிக்கு ஊற்றுகின்றனர். கீரை, காய்கறிகளை உள்ளூரிலே விற்பனை செய்வதும் உண்டு.

விழாக்களும் பண்டிகைகளும்

ஊரென்றால் கொடைதான் முக்கியத் திருவிழா. அம்மன் கோவில்களுக்குத் திங்கள், செவ்வாய், புதன் நாட்களிலும்; சாமிக் கோவில்களுக்கு வியாழன், வெள்ளி, சனி நாட்களிலும் சிறப்பாக நடைபெறும். முதல் நாள் குடியழைப்பும், இரண்டாம் நாள் மயானவேட்டையும், கோழி, ஆடு, பன்றி பலிகளும், மூன்றாம் நாள் பகலில் ஊர்வலம் வந்து சாமி வீடுதோறும் மரியாதை பெறுவதும் (நீராடலும் பாத பூசையும்) சாமி கோவில்களில் நடை பெறும். அம்மன் கோவில்களில் மயான வேட்டை இல்லை, அம்புவேட்டை உண்டு. இரவில் சப்பர ஊர்வலமுண்டு. இறுதி நாளில் அம்மன் கொண்டாடி மஞ்சள் நீர் குளிப்பதுண்டு.

பொங்கல் பண்டிகையில் மக்களுக்கும் மாடுகளுக்கும் ஏன் காக்கைகளுக்கும் உற்சாகம் பொங்கும். கோலம், பூவரட்டி, கும்மி, குளம், கொண்டாட்டம் என விரியும். வடக்கன்குளம் அதிசய விநாயகர் கோவில் தேரோட்டமும் வள்ளியூர் முருகன் கோவில் தெப்பத் திருவிழாவும் கோலாகலமாக இருக்கும்.

காக்கரையான் மூக்கரையான்
கத்தியைக் கொண்டாடா
கட்டக்கிழவன் செத்துகெடக்கான்
தமுறு கொண்டாடா

என்பது எங்க ஊரைப்பற்றி யாரோ பாடிய பாட்டு. இன்றும் பலர் வாயில் பவனி வருகிறது. உங்கள் ஊர் எது என்று கேட்டால் 'முழுக்கரையில் முக்காக்கரை போனால் மீதி என்ன இருக்கும்', என்று கேட்டுப் புதிர் போடுவர். கேட்டவர் 'காக்கரை' என்று

சொன்னால் அதுதான் 'எங்க ஊரு' என்பார்கள்.

காக்கரைக்கும் கருங்குளத்துக்கும்
ஒரேமேனி ரோட்டு, அதோ வாரான் ஏட்டு,
ஏழாணைத் தேவருக்குத் தூசியம்மாள கேட்டு

என்ற ஒரு நாட்டுப்புறப் பாடலில் ஒரு குடும்பத்துக் கல்யாணக் கதை உள்ளது. ஊரைப் பற்றிய சுவாரசியமான கதைகளும் பொதி பொதியாய் உள்ளன.

இப்போது நிறைய மாற்றங்கள். மின்சாரம் வந்ததும் நிலாச் சோற்றோடு விளையாட்டுகளும் போய்விட்டன. வீட்டிற்கு வீடு குடிநீர்க் குழாய்கள் வந்ததும் தெருவும் ஓடைகளும் சாக்கடைகளாக மாறிவிட்டன. வடிவேலு ஒரு படத்தில் கூறுவதுபோல, எங்க ஊரைக் காணோம். அதில் குழந்தைகள் குழந்தைகளாக இல்லை. முதியவர்கள் முதியவர்களாக இல்லை. விவசாயம் விலை பொருட்கானதாக மட்டும் சுருங்கிவிட்டது. இளைஞர்கள் எங்கள் ஊரிலேயே இல்லை. பலர் நகரங்களுக்கு நகர்ந்து போய்விட்டனர். கோவில், சாமி, கொடை விழாக்களுக்கு மட்டும் விருந்தினரைப் போன்று வந்து போகின்றனர். ஒரு திரைப்படத்தில் வடிவேலு கிணற்றைக் காணவில்லை என்று சொன்னது போல, எங்கள் கிராமத்தையே காணோம் என்று கதறத் தோன்றுகிறது. என்றாலும் எங்க ஊர் எங்க ஊர்தான். நான் பொருநை, வைகை, காவேரி, கூவம் கரைகளில் வாழ்ந்தாலும் வளர்ந்தாலும், அவற்றைத் தாண்டி வந்தாலும், கால்கரை மண்ணும் கல்லோடைத் தண்ணியும் தான் என் நெஞ்சுக்குள் நிறைந்திருக்கிறது.

□

17

தேங்காய்த்திட்டு

பாவேந்தரின் தலைமாணாக்கர் வாழிடம்

இரா. சம்பத்

தேங்காய்த்திட்டு புதுச்சேரி கடற்கரையையொட்டி அமைந்துள்ள கிராமம். இது நாற்புறமும் நீர்சூழ்ந்துள்ள ஒரு மண் திட்டாகும். புதுவை நகரப் பகுதிக்கு மக்கள் வந்து செல்வதற்காகத் தேங்காய்த்திட்டு மேற்குத் திசையில் ஒரு சாலை அமைக்கப் பட்டது. மற்ற மூன்று புறமும் நீரால் சூழப்பட்டிருக்கும். நீர்வளமும் நில வளமும் கொண்ட தேங்காய்த்திட்டில் பல்லாயிரக் கணக்கான தென்னைமரங்கள் வளர்ந்திருக்கும். இதனால்தான் இப்பகுதிக்குத் தேங்காய்த் திட்டு எனப் பெயர் அமைந்ததாகப் பெரியோர் சொல்லுவர்.

தேங்காய்த்திட்டுக் கிராமத்திற்கு மேற்கேயுள்ள முதலியார் பேட்டை, உழந்தைக்கீரப்பாளையம், வேல்ராம்பட்டு, நைனார் மண்டபம் போன்ற ஊர்களிலிருந்து வரக்கூடிய மழைநீர், ஏரி நீர், கழிவுநீர் அனைத்தும் தேங்காய்த்திட்டு முகத்துவாரம் வழியே வங்காள விரிகுடா கடலில் கலக்கும். எவ்வளவு மழை பெய்தாலும் வெள்ளம் வந்தாலும் தேங்காய்த்திட்டில் நீர் தேங்காமல் கழிமுகம் வழியாகக் கடலில் சென்று கலக்கும். இதனால்தான் நீர் 'தேங்கா'த்திட்டு என்று பெயர் வந்ததாகவும் பெரியவர்கள் கூறக் கேட்டிருக்கிறேன்.

தேங்காய்த்திட்டு இயற்கையாகவே நீர் வளமும் நில வளமும் கொண்ட ஊர். இங்கு அனைத்து வகையான காய்கறிகளும், கீரை

வகைகளும் ஏராளமாக விளைந்தன. புதுச்சேரி நகர மக்களுக்குத் தேவையான காய்கறிகள் அனைத்தும் இங்கிருந்தே சென்றன. இதை எனது தந்தையாரும், பாவேந்தர் பாரதிதாசனாரின் தலை மாணாக்கரும், புதுவைமுரசு இதழின் ஆசிரியருமாகிய தமிழ்க்கனல் ம. க. இராமகிருட்டினன் அவர்கள் 1940ஆம் ஆண்டுகளில் இயற்றிய பின்வரும் பாட்டு இன்றைக்கு ஒரு வரலாற்று ஆவணமாக விளங்குகிறது.

தென்னையும் மாவும் தேர்ந்த பலாவும்
புன்னையும் பனையும் பூத்த வாழையும்
வளையும் சவுக்கும் வளர்ந்த பூவரசும்
களைமிகு ஆலும் கழிபெரும் அரசும்
கத்தரி வெண்டை களம்வளர் சுண்டை
கொத்தவரை பாகல் கோவை பீர்க்கண்
வெள்ளரி பூசுனை மிளகாய் புளி-சுரை
தள்ளரிய காய்கனி தக்காளி பப்பாளி
அகத்தி பசலை அரை-சிறு கீரை
புகழ்பெறு காசினி பொன்னாங் கண்ணி
முல்லை ரோசா மூக்கைத் துளைக்கும்
மல்லிகை சாமந்தி மணமிலாக் கனகா
இன்னவும் பிறவும் எல்லாம் விளையுதே
தென்றல் தழுவும் தேங்காய்த் திட்டிலே!

'தேங்காய்த்திட்டிலே' என்னும் தலைப்பில் அமைந்த இந்தப் பாடல் அடிகள் தேங்காய்த்திட்டுப் பகுதியில் விளையும் காய்கறி களையும், கீரை வகைகளையும், பழங்களையும், பூக்களையும், மரங்களையும் எடுத்துக்காட்டுவதாக அமைந்துள்ளன.

எனது தந்தை ம. க. இராமகிருட்டினர்; பாவேந்தரின் தலை மாணாக்கர். இவர் 1907 ஜூலை 25ஆம் நாள் பிறந்தார். அவருக்கு இளைய சகோதரர்கள் இருவரும், இளைய சகோதரிகள் நால்வரும் இருந்தனர். இராமகிருட்டின நாயக்கர் இளவயதில் வறுமையின் சிரமம் அறியாமல் மிகவும் செல்வாக்குடன் வளர்ந்தவர்.

முதலில் தேங்காய்த்திட்டுத் திண்ணைப் பள்ளியில் சேர்க்கப் பட்டார். பிள்ளையின் கல்வித் திறனை உணர்ந்துகொண்ட தந்தை கந்தசாமிக் கவுண்டர் உடனடியாகப் புதுச்சேரியில் உள்ள பிரெஞ்சுப் பள்ளியில் சேர்த்துப் படிக்க வைத்தார். ஒற்றைமாடு

பூட்டிய பொட்டி வண்டியில் இரண்டு கிலோ மீட்டர் தொலைவில் இருந்த பள்ளிக்கு நாள்தோறும் இராம கிருட்டினர் சென்றுவந்தார். அப்போது தொடங்கிய இந்த ஒற்றை மாட்டுப் பொட்டி வண்டிப் பயணம் இராமகிருட்டினரின் இறுதிக் காலம் வரை தொடர்ந்தது. அவர் பள்ளியில் பிரெஞ்சு மொழியோடு தமிழும் ஆங்கிலமும் கற்றார். இயற்கையிலேயே அமைந்த அறிவுக் கூர்மையாலும் அறிவுத் தாகத்தாலும் பாடங்களை மிகவும் ஆர்வத்துடன் தெளிவாகக் கற்றார்.

இராமகிருட்டினருக்குத் திருக்குறள்மீது அளவுகடந்த ஈடுபாடு உண்டு. பள்ளிக் கல்விப் பருவத்திலே திருக்குறள் முழுவதும் விரும்பி மனப்பாடம் செய்தார். இதன் காரணமாகப் பிற்காலத்தில் திருக்குறள் முனுசாமியின் நெருங்கிய நண்பராகவும் மாறினார். தமிழிலக்கியத்தின் மீதும் தமிழ்மொழி மீதும் ஈடுபாடு ஏற்பட்டதற்குத் திருக்குறளே இராமகிருட்டினருக்குத் திருப்பு முனையாக அமைந்தது.

புதுச்சேரி நகரப் பள்ளியில் கற்றதன் மூலமாக இராமகிருட்டின நாயக்கருக்கு உலகநடப்புத் தெரியத்தொடங்கியது. தினசரி பத்திரிகை வாயிலாகவும் ஆசிரியர்கள், நண்பர்கள் மூலமாகவும் இந்திய நாட்டில் நடந்துவந்த ஆங்கிலேய ஆட்சியைப் பற்றியும், அவர்களை எதிர்த்தவர்கள் பற்றியும் அடக்குமுறைகள் பற்றியும் அறிந்து கொண்டார். அயலவர் ஆட்சியில் நலிவுற்ற ஏழை மக்கள் வரி கொடுக்க முடியாமல் துன்புற்ற நிலையிலும் அவர்களை நெருக்கி இம்சைப்படுத்தி வரிவசூல் செய்ததைப் பற்றியும் தெரிந்துகொண்டார். இதனால் நாடெங்கும் நடைபெற்ற போராட்டங்களையும் அடக்குமுறைகளையும் நாட்டு நடப்புக்களையும் பற்றித் தெளிவாகப் புரிந்துகொண்டார்.

இதன் விளைவாகப் பிரெஞ்சு, வெள்ளைக்கார மாணவர்களின் ஆளுமைப் போக்கின் மீது இராமகிருட்டினருக்கு வெறுப்பு ஏற்பட்டது. அவர்களின் எண்ணப்போக்கோடு முரண்படலானார். இவருக்கும் அந்த மாணவர்களுக்கும் இடையே அடிக்கடி மொழி, இனம் தொடர்பாகச் சிறு சிறு சண்டைச் சச்சரவுகள் நிகழ்ந்தன. ஒருநாள் இராமகிருட்டினர் பிரெஞ்சுக்கார மாணவர் ஒருவரை அடித்துவிட்டார். இந்த நிகழ்வுக்குப் பிறகு அவர் பிரெஞ்சுப் படிப்பை நிறுத்திவிட்டார்.

தாழ்த்தப்பட்டவர்களை வாழவைத்த இராமர்

பாவேந்தரிடம் பயின்ற இராமகிருட்டினர் தம் செயல்பாட்டால் தேங்காய்த்திட்டு மக்களிடம் நன்மதிப்பைப் பெற்றார். ஊர் மக்களின் அன்பையும் பெற்றார். ஊர்மக்கள் அவரை இராமர் என்றே அழைத்தனர். தேங்காய்த்திட்டுப் பஜனை மடத்தில் தொடங்கப்பட்ட இரவு பாடசாலையில் உயர்ந்தவர் தாழ்ந்தவர் என்ற பாகுபாடு இல்லாமல் எல்லாச் சாதியினருக்கும் கல்வியைக் கற்பித்தார். ஊர்மக்களோடு தாழ்த்தப்பட்டவர்களையும் சரிசமமாக வகுப்பில் அமர வைத்துக் கல்வி கற்பித்தார். எத்தனை எதிர்ப்பு வந்த போதிலும், எதற்கும் அஞ்சாமல் கல்வி கற்பிக்கும் பணியைத் தொடர்ந்தார். இராமகிருட்டினரின் கல்விப் பணியைப் பாராட்டி, 2007இல் புதுவை அரசு, தேங்காய்த்திட்டுப் பள்ளிக்கு அன்னாரின் பெயரைச் சூட்டிப் பெருமை சேர்த்தது.

தாழ்த்தப்பட்ட மக்கள் கல்வி கற்றுக்கொண்டால், விவசாயக் கூலிக்கு வேலை செய்ய வரமாட்டார்கள் என்று தேங்காய்த் திட்டு சாதிவெறி பிடித்த சிலர் புரளியைக் கிளப்பிவிட்டனர். பறையனுக்கு என்ன படிப்பு வேண்டிக் கிடக்கு, இதற்கெல்லாம் காரணம் அந்தக் கருப்பு சட்டைக்காரன்தான், அவனை ஒரு கை பார்த்துவிட்டால், எல்லாம் சரியாகிவிடும் என்று தேங்காய்த்திட்டு சில ரவுடிகள் குமுறிக்கொண்டிருந்தனர். இராமகிருட்டினன் ரவுடிகளின் மிரட்டலுக்கு அஞ்சவில்லை. ஒருநாள் பாவேந்தரைப் பார்த்துவிட்டுக் குதிரைவண்டியில் வந்துகொண்டிருந்தார். மரப்பாலம் அருகே வண்டி வரும்பொழுது சில தேங்காய்த்திட்டு ரவுடிகள் மறைந்திருந்து இராமகிருட்டினரைத் தாக்க முற்பட்டனர். அப்போது சூழலைப் புரிந்துகொண்டு, 'ஏய்' என்ற குரலை உயர்த்திச் சாட்டையால் குதிரையை விரட்டினார். குதிரை வண்டியும் தேங்காய்த்திட்டை நோக்கிப் பாய்ந்தது.

மீன்பண்ணை அருகே வண்டியை மடக்கி, முகமூடி அணிந்த சிலர் தந்தையாரை தாக்கிவிட்டு ஓடிவிட்டார்கள். இந்தத் தாக்குதலுக்கும் அவர் அடிபணியவில்லை. கல்விப் பணியைத் தொடர்ந்துகொண்டே இருந்தார்.

எனது தாத்தா கந்தசாமிநாயக்கர், கொள்ளுத்தாத்தா மஞ்சினி நாயக்கர் ஆகியோர் சூணாம்பேடு ஜமீனில் அடிமைகளாக

இருந்த தாழ்த்தப்பட்ட மக்களை மீட்டு வந்து, வீட்டின் பின்புறத்தில் உள்ள தென்னந்தோப்பில் குடியமர்த்தினர். கந்தசாமி நாயக்கர் மனைவி சிவபாக்கியம் அம்மாள் அதாவது எனது பாட்டிதான் விவசாயப் பணிகளை நேரில் சென்று மேற்பார்வை யிடுவார். நிலத்தில் வன்னியர், பறையர், கிராமணி என எல்லாச் சாதியினரும் வேறுபாடு இன்றி வேலை செய்தனர்.

எனது ஆயா சிவபாக்கியம் அம்மாளின் தம்பி தான் எடையன் சாவடி நாத முனிப்பிள்ளை ஆவார். அவர் சிறந்த தமிழ்ப்பற்றாளர், பகுத்தறிவாளர், பெரியாரின் தொண்டர், பெரிய செல்வந்தர், விவசாயத்தில் மிகுந்த ஈடுபாடு கொண்டவர். நாதமுனி பேசும் பொழுது செந்தமிழிலேயே பேசுவார். அவர் தந்தை பெரியாருக்கு நெருக்கமான அணுக்கத் தொண்டர். நாதமுனிப்பிள்ளை தன் மகளுக்குத் தந்தை பெரியாரின் தலைமையில் 1943இல் சுய மரியாதை திருமணத்தை நடத்தினார். அந்தத் திருமணம் ஒரு சுய மரியாதை மாநாடு போல் நடந்தது. இத்திருமணத்தில் பாவேந்தர் பாரதிதாசன், புதுவை முரசு ஆசிரியர் இராம கிருட்டினன், குயவர் பாளையம் கோவிந்தராசு நாயக்கர் ஆகியோர் கலந்துகொண்டனர்.

தேங்காய்த்திட்டுக் கிராமம் ஊர்க்கட்டுப்பாடு நிறைந்த ஊராக இருந்தது. வன்னியச் சமுதாய மக்கள் நிறைந்த ஊராக இருந்தது. தாழ்த்தப்பட்ட மக்கள் ஊருக்கு அப்பால் தென்னந்தோப்பில் வாழ்ந்து வந்தனர். அவர்கள் ஊருக்குள் வர வேண்டுமென்றால் ஆற்றங்கரை தென்னந்தோப்பு வழியாகத்தான் வரவேண்டும். எங்கள் வீட்டில் எந்த நேரமும் ஒரு மாட்டுவண்டி தயாராக இருக்கும். தலித் பெண்கள் பிரசவவலியால் அவதிப்படுகிறார்கள் என்ற செய்தியைக் கேள்விப்பட்டதும் தந்தையார் அவர்கள் தன்னுடைய மாட்டுவண்டியை எடுத்துக்கொண்டு போங்கப்பா என்று சொல்லுவார்.

அந்தக் காலத்தில் யாரும் மாட்டுவண்டியைத் தாழ்த்தப்பட்ட மக்களுக்குக் கொடுத்து உதவமாட்டார்கள். ஆனால் எனது தந்தையார் தாழ்த்தப்பட்ட மக்களுக்கு ஊரின் எதிர்ப்பையும் மீறி கல்வி கற்பித்தார், புதுச்சேரி நகரில் அமைந்துள்ள மகப்பேறு மருத்துவமனைக்குச் செல்ல தன்னுடைய பொட்டிமாட்டு வண்டியையும் தந்து உதவினார்.

ஒருநாள் கிழக்குச்சேரியில் வசித்துவரும் அஞ்சலை என்ற பெண்மணி, நேரடியாகக் கிழக்குத்தெரு வழியாக ஊருக்குள்ளே எங்கள் வீட்டிற்கு வந்து, நாயக்கர் அய்யா என்னால் பிரசவ வலியைத் தங்கமுடியல பிரசவ ஒப்பித்தாளுக்குப் போக ஏதாவது உதவி செய்ங்கய்யா! என்று கூக்குரலிட்டார். தந்தையார் சிறிதும் தயங்காமல் உடனே அஞ்சலையின் கணவனை அழைத்து, தன் பொட்டிமாட்டு வண்டியை எடுத்துச் சென்று, உன் மனைவியைப் பிரசவ ஒப்பித்தாளில் சேர் என்று கூறி அனுப்பி வைத்தார்.

எங்கள் வீட்டிலிருந்து மாட்டு வண்டி திரும்பியபோது, ஊர்மக்கள் சிலர் வழிமறித்து விட்டனர். வண்டியினுள்ளே பிரசவவலியால் துடித்துக் கொண்டிருந்த அஞ்சலைப் போட்டக் கூச்சலைக் கேட்டுத் தந்தையார் அங்குச் சென்றுவிட்டார். ஏம்பா வண்டியை விடுங்கப்பா சீக்கிரம் போகட்டும் என்று உரத்தக் குரலில் சொன்னார். இருந்தாலும் ராமசாமி என்பவர் வண்டிக்கு வழிவிடாமல் தடுத்துக்கொண்டே இருந்தார். உடனே தந்தையார் ராமசாமி இங்கே வாப்பா. உன்னுடைய மகள் பிரசவ வேதனையில் குழந்தையைப் பெற்றெடுத்து, உன் கையிலே குடுத்துவிட்டு உன் மகள் இறந்துவிட்டாள்.

அந்தக் குழந்தைக்கு உன்னுடைய உற்றார் உறவினர் தாய்ப்பால் கொடுக்கவில்லை. தாழ்த்தப்பட்ட பறையர்குலத்துப் பெண் ஒருவள் தான் உன் பேரப்பிள்ளைக்குத் தாய்பால் கொடுத்துக் காப்பாற்றினாள். இது மறந்துபோச்சா உனக்கு. அப்பொழுது எங்கே போயிற்று உங்கள் தீட்டு. கீழ்ச்சாதிப் பெண் தாய்ப்பால் ஊட்டும் போது தீட்டு ஒட்டிக்கொள்ளவில்லையா என்று சரமாரியாகக் கன்னத்தில் அறைந்தார் போலப் பேசினார். எத்தனைப் பெரியார் வந்தாலும் திருந்த மாட்டீர்களப்பா என்று கோபத்துடன் கூறினார். இதைக் கேட்டவுடன் ராமசாமியும் ஊர்மக்களும் வண்டியைவிட்டு விலகிச் சென்றுவிட்டார்கள். அந்த நிகழ்ச்சியிலிருந்து தாழ்த்தப்பட்ட மக்கள் ஊருக்குள் வர ஆரம்பித்தனர்.

படையல் உண்ணாத காட்டேரி

இருபதாம் நூற்றாண்டின் தொடக்கத்தில் தேங்காய்த்திட்டுக்

கிராம மக்கள் சனாதன மூடப் பழக்கவழக்கங்களுக்கு அடிமைப் பட்டு வாழ்ந்து வந்தார்கள். மின்சார விளக்கு இல்லாத காலத்தில் மண்ணெண்ணெய் விளக்கில் வாழ்ந்துவந்த காலகட்டம். பள்ளத்தெருவில் இராமகிருட்டினர் வாழ்ந்த வீட்டுக்குப் பக்கத்தில் இரண்டு அடுக்குமாடிப் பங்களா ஒன்று இருந்தது. அவ்வீட்டின் மாடியில் காட்டேரி குடியிருப்பதாகவும் அந்தக் காட்டேரிக்குப் பல வகையான தின்பண்டங்களை இரவு நேரத்தில் வைத்துப் படைப்பது நடைமுறையாக இருந்து வந்தது.

பங்களா வீட்டில் வாழும் குடும்பத்தினர் ஒரு நாள் காட்டேரிக்கு உணவுப் பொருட்களைப் படையலிட்டுப் படைத்துவிட்டுக் கதவினைத் தாழிட்டுவிட்டு உறங்கச் சென்றுவிட்டனர். இதனை உன்னிப்பாகப் பார்த்து வந்த இராமகிருட்டினர் தன் நண்பர் களோடு நடுராத்திரியில் பங்களாவீட்டு மாடிக்குத் தோட்டத்து வாயிலாகச் சென்று, அங்கு வைக்கப்பட்டிருந்த தின்பண்டங் களை முடிந்த அளவு தின்றுவிட்டு மீதமுள்ள பண்டங்களை ஒரு துணியில் கட்டிக்கொண்டு வந்துவிட்டார்.

அடுத்த நாள் காலையில் பங்களா வீட்டுக் குடும்பத்தினர் எழுந்தவுடன் மாடிக்குச் சென்று, படைக்கப்பட்ட உணவுப் பொருட் களைக் காட்டேரி உண்டுவிட்டதா என்பதைப் பார்க்க ஆர்வத் தோடுச் சென்றனர். எவ்விதமானப் பொருட்களும் படையலிட்ட வாழையிலையில் இல்லை. காட்டேரி படையலை ஏற்றுக் கொண்டு, உணவுப் பொருட்களை உண்டுவிட்டதாக அந்தக் குடும்பத்தினர் மகிழ்ச்சி அடைந்து பெருமூச்சுவிட்டனர்.

அந்த மகிழ்ச்சி சில நிமிடங்கள்கூட நீடிக்கவில்லை. அப்போது இராமகிருட்டினர் ஒரு பையுடன் அங்கே வந்தார். அந்தக் குடும்பத்தினரைப் பார்த்து, காட்டேரியும் உண்ணவில்லை, முனியும் உண்ணவில்லை. நான்தான் உண்டேன். மீதி உணவுப் பொருள்கள் இங்கே இருக்கிறது என்று தான் எடுத்துச் சென்ற உணவுப் பையைக் காட்டி, அங்கிருந்த அனைவருக்கும் வியப்பை ஏற்படுத்தினார். இப்படியாகத்தான் காட்டேரி, முனி, பூதம், பேய், பிசாசு என்று பலவகையான கற்பனைகளைக் கூறி மக்களைப் பயமுறுத்தித் திருட்டுத் தொழில் செய்துவருகின்றனர் சிலர் என்று தேங்காய்த்திட்டு மக்களுக்கு எடுத்துக்கூறி, மக்களிடையே

நிலவிய அச்ச உணர்வை அகற்றினார். பின்னாளில் பெரியாரின் கருத்துகளைத் தீவிரமாகப் பரப்பிவந்தார்.

நானும் எனது ஊரும்

நான் 1959 டிசம்பர் 7ஆம் நாள் பிறந்தேன். ஐந்து வயது தொடங்கியவுடன் என்னை அரசுப் பள்ளியில் சேர்த்துவிட்டனர். அன்று முதல் இன்று வரை எனது கிராமத்தில் நிகழ்ந்த நிகழ்வுகள், கிராமத்தின் அமைப்பு, அங்கு வாழ்ந்த மனிதர்கள் என அனைத்தும் என் மனதில் பசுமரத்து ஆணி போல் பதிந்துள்ளது. எனது ஆளுமைக்கும் சிந்தனைக்கும் ஆணி வேராக அமைந்தது தேங்காய்த்திட்டு. சுமார் ஆயிரத்து ஐந்நூறு பேர்கள் மட்டும் வாழக்கூடிய சிற்றூராகத் தேங்காய்த்திட்டுக் கிராமம் இருந்தது. வன்னியச் சமூகத்தினர் மட்டும் வாழக்கூடிய ஊர் இது. விவசாயக் கூலிக்காகத் தாழ்த்தப்பட்டவர்கள் வெளியூரிலிருந்து வந்து எங்கள் ஊரில் தங்கியிருந்தனர். அவர்கள் ஊரின் ஒதுக்குப் புறமாகக் கிழக்கில் ஒரு பிரிவினரும் வடக்கில் மற்றொரு பிரிவினரும் வாழ்ந்து வந்தனர். கிழக்கில் வசிப்பவரைக் கிழக்குச் சேரியினர் என்றும் வடக்கில் வசிப்பவரை வடக்குச்சேரியினர் என்றும் ஊர்மக்கள் அழைப்பர்.

எங்கள் ஊரில் பயிர் செய்யப்பட்டிருக்கும் தென்னை மரங் களில் ஏறி 'கள்' இறக்குவதற்கும் தேங்காய் அறுப்பதற்கும் தேவையான சானார்கள் ஒரு சில குடும்பங்களாக வாழ்ந்தனர். அதேபோல் முடிவெட்டி, முகச்சவரம் செய்யக்கூடிய பரியாரி, மகப்பேறு மருத்துவம் பார்க்கக்கூடிய மருத்துவச்சி, கருமான், ஏகாளி, ஆசாரி, பிராமணர் அல்லாத பூசாரி, பத்தர் போன்ற பிரிவினரும் வாழ்ந்து வந்தனர்.

ஆற்றில் மீன்பிடிப்பதற்குரியவர்களான செம்படவர்களும் எங்கள் ஊரில் ஒரு சிலர் இருந்தனர். மக்களின் அன்றாடத் தேவைகளைப் பூர்த்திச் செய்யக்கூடிய அனைத்து வகையான தொழிற் பிரிவினர்களும் தேங்காய்த்திட்டில் இருந்தனர். எனது பள்ளிப் படிப்பு 1964இல் தேங்காய்த்திட்டு அரசு தொடக்கப் பள்ளியில் தொடங்கியது. ஒன்னாம் வகுப்பு முதல் எட்டாம் வகுப்பு வரை தேங்காய்த்திட்டு அரசு தொடக்கப் பள்ளியிலும்,

நடுநிலைப்பள்ளியிலும் கல்விப் பயணம் தொடங்கியது. அந்தக் காலக்கட்டத்தில் பாடம் கற்பித்த பல ஆசிரியர்கள் என் நினைவில் வந்து செல்கின்றனர். இவ்வாசிரியர்களுக்கு இயற்பெயர்கள் உண்டு என்றாலும் குறும்புக்கார மாணவர்கள் வேறு பட்டப் பெயர்களும் அந்த ஆசிரியர்களுக்குச் சூட்டியிருக்கிறார்கள்.

குறும்புக்கார மாணவர்கள் சூட்டும் பெயர்கள் அந்த ஆசிரியர்களின் உருவம், நிறம், செயல்பாடுகள், குணங்கள் முதலான வற்றை விளக்குவதாக அமைந்திருக்கும். நான் எந்த ஆசிரியருக்கும் பட்டப்பெயர் சூட்டவில்லை. அந்த அளவுக்குத் துணிச்சலும் அப்போது எனக்கில்லை. பள்ளிப் பருவத்திலும் கல்லூரிக் காலத் திலும் நல்ல மாணவனாகவே இருந்திருக்கிறேன். குறும்புக்கார மாணவர்கள் ஆசிரியர்களுக்குச் சூட்டிய பெயர்கள் இன்றும் எனக்குப் பசுமையாக நினைவில் இருக்கின்றன. செவுட்டு அக்கா, வழுக்கைமண்டை வாத்தியார், மூக்குத்தி வாத்தியார், செம்பட வாத்தியார், பொட்டை வாத்தியார், முண்டக் கண்ணன் வாத்தியார், கிரியா ஊக்கி, குளோப், செவிடன், சிமெண்ட் சாக்கு, தவக்களை வாத்தியார் முதலான பெயர்கள் அனைத்தும் காரணப் பெயர்களே.

பாம்பே கக்கூசும் தேங்காய்த்திட்டும்

எனக்கு நெனவு தெரிஞ்ச நாளிலிருந்தே நாங்க வெளிக்கி (ரெண்டுக்கு) போவறது அந்தச் சமாதி தென்னஞ்சாலை கழனிக்குத்தான். ஆயாத்தோப்பு, கரண்ட்மோட்டர் கொட்டா கழனி, வாரக்கொல்லி, கட்டுக்காரத்தோப்பு, குளத்துத் தென்னந் தோப்பு ஆகிய இடங்களுக்கும் ரெண்டுக்குப் போவது வழக்கம். இப்படிக் காலையிலே எழுந்திருச்சு தெறந்த வயல் வெளியில் ரெண்டுக்குப் போயிட்டு கொல்லிக்குப் பாயறத் தண்ணியில கால் கழுவிட்டு வர்றதுதான் அன்றாட வழக்கமா இருந்தது. ஏன் எங்கப் பாட்டனுக்குப் பாட்டன் பூட்டன் எல்லாரும் ரெண்டுக்குப் போனதுகூட இப்படித்தான்.

நான் மட்டுமல்ல, எங்க ஊரு நெலத்தல, ஆலையில வேலை செய்யறவங்க முதல் கவர்மெண்ட் பீரோவில, பள்ளிக் கூடத்துல வாத்தியாரா இருக்குறவங்க வரை இப்படித்தான்.

அதிகாத்தால எழுந்து கிளம்பினா ஒவ்வொரு தூங்குற நண்பனையும் வீட்ல போய் எழுப்பிக் கூட்டிட்டுப் போறதுக்குள்ள சவ்வான மில் எழு மணி சங்கு ஒலிக்கும்! எங்கள்ல ஒருத்தன் பல்லுவெளக்க வேப்பங்குச்சியை ஒடிச்சி ஆளுக்கு ஒன்னு கொடுப்பான். அத வாயில வெச்சு, மாடு வக்கில மென்னு அசை போடற மாதிரி நாங்க எங்க கடுவாப் பல்லில் வைத்து மென்னு கிட்டே போவோம். வாய் பூரா ஒரே கசப்பாக இருக்கும்.

எந்தக் கொல்லியில குழா கிணத்துல தண்ணி எறைக்கிதோன்னு பார்த்து அங்க போயி உட்காருவோம். கொல்லியில இருக்கற வரப்பு நிலத்தைவிட ஒயரமா இருக்கும். அதனாலே வரப்பு மேலே உக்கார்ந்து வெளிக்கிப் போவோம். அவ்வளவுதான். ‘உங்களுக்கெல்லா அறிவு இல்ல, சோத்தத்தான திங்கறீங்கலா, இல்ல வேற ஏதாவது திங்கறீங்களா? நெல்லுக் கதுரு வந்துக்குது. இந்தாண்ட தண்ணி பாயுது வரப்பில ஒக்காந்து பேணுகிட்டு இருக்கீங்க எந்திரிங்கடா’ என்று கொள்ளிக்குத் தண்ணிப் பாய்ச்சுரவன் எங்களுக்கும் தண்ணிக் காட்டிடுவான். கடைசியா தண்ணிக் காட்ரவன் தொல்ல தாளாம நெல்லு அறுத்த கழனியை தேடிப்போய் ஒக்காருவோம். ஒக்காரும் போது ஒருத்தன் ஊசி வேணுமா? நூலு வேணுமான்னு கேப்பான். ஊசின்னா கிட்ட ஒக்காந்து பேசிக்கொண்டே வெளிக்கிப் போவது, நூலுன்னா எட்ட உட்கார்ந்து பேசிக்கிட்டே வெளிக்கிப் போவது. எல்லாரும் நூலுன்னு சொல்லிட்டு எட்டப்போய் உட்கார்ந்து, பிறகு கொஞ்சம் கொஞ்சமாக நகர்ந்து ஊசிக்கே வந்துடுவோம். ஆர்வமூட்டும் பேச்சே இதற்குக் காரணம்.

பக்கத்தில் இருக்கரப் பெரியவுங்க ‘ஏண்டா எம்மா நாழிடா உட்கார்ந்துட்டு இருப்பீங்கன்னு’ சொன்னதைக் கேட்டதும்தான் அவனவன் கால்சட்டையைத் தூக்கி எழுந்திருச்சு தண்ணி ஓடற வாய்க்காலுக்குப் போவோம். நாங்கள் இப்படின்னா அந்தப் பக்கம் படிச்ச பீரோவில வேலை செய்றவங்க, இந்தப் பக்கம் ஆலையில வேல செய்யறவங்க எல்லாம் வெளிக்குப் போய் கிட்டுப் பேசிகின்னு இருப்பாங்க.

மாடுபோர வழிப்பாதை, பெரிய கட்டைவண்டிகள் போறப் பாதை. மாடுகள் மந்தையாகப் போர பாதையாக இருப்பதால்,

இந்தப் பாதைக்கு மாடு போர வழி என்ற பெயர் உண்டாயிற்று. அந்தப் பாதையின் ரெண்டுப் பக்கமும் எருக்கஞ்செடி, சப்பாத்திக் கள்ளி, முட்புதர்கள் அடர்த்தியாக இருக்கும். நாங்க அந்தப் பாதை வழியாக முன்னுக்குப் போனதும் ஒவ்வொரு புதரிலிருந்து திடீரெனப் பொம்பளைங்க ஒவ்வொருத்தரா எழுந்து நிற்பாங்க. சாண்பிள்ளையானாலும் ஆம்பிள்ளையில்லையா நாங்க, அவ்வளவு மரியாதை. ஒரு சில பொம்பளைங்க கண்டும் காணாததுமா கழுத்தைத் திருப்பிக்கிட்டு உட்கார்ந்து இருப்பாங்க. அவுங்க கஷ்டம் அவுங்களுக்குத்தான் தெரியும்.

இதுதான் தேங்காய்த்திட்டுக் கிராமத்தில் எங்களுடைய அன்றாடக் காலை நடவடிக்கையாக இருந்தது. இப்படித்தான் ஒரு நாள் நாங்க காலையில வெளிக்கிப் போயிட்டு, வாய்க்கால்ல கால் அலும்பும்போது எங்க ஊரு முன்னாள் மாம்புருகிட்ட ஒருத்தர் 'ஏய்யா மாம்புரு பக்கத்து ஊரு சேரிப்பசங்களுக்குக் கக்கூஸ் பாத்ரூமெல்லாம் கட்டி குடுத்துருக்காங்க. நம்ம ஊரு பெரிய ஊரு. ஒதுங்க ஒண்ணு கட்டித்தர மாட்டானுங்களா கவர்மெண்ட்ல?'

அட இப்படிக் காத்தோட்டமா பேசிக்கிட்டுப் போறது எப்படிக் கக்கூஸ் கட்டி அதுல போறது எப்படி? என்று மாம்புரு சொன்னதும், 'நாம போயிடலாம் சரி. பொம்பளைங்க ஒதுங்க மறைவா ஒரு எடம் வேண்டாமா?' என்றார். 'ஆமா மாம்புரு இதுக்கு ஏதாச்சும் ஒரு வழி செய்யனும். அப்போ வர ஞாத்திக் கிழமை ஊர் பஞ்சாயத்தைப் பிள்ளையார்கோயில்ல கூட்டிட சொல்லுங்க. தலைவரை வெச்சுப் பேசிடலாம்' என்றார்.

தேங்காய்த்திட்டுப் பஞ்சாயத்துத் தலைவருகிட்டச் செய்தியைச் சொன்னதும் அவரு ஊர் சொல்ரவனக் கூப்பிட்டு ஊர் சொல்ல சொல்லிவிட்டார். 'தேங்காய்த்திட்டுப் பஞ்சாயத்துக் கூட்டம் பிள்ளையார் கோயில்ல காலையில பத்து மணிக்குக் கூடும். தவறாம ஊரு மக்கள் எல்லாரும் கலந்துக்குங்கோ' என்று ஊர் சொல்லறவன் பறமேளம் அடிச்சு ஊர் சொல்லிட்டுப் போனான். ஞாத்திக்கிழமை பஞ்சாயித்துக் கூட்டம் பிள்ளையார் கோயில்ல கூடுச்சி, பஞ்சாயித்துத் தலைவர், 'நாம இன்னிக்கு இங்குக் கூடியிறக்கறது, நமக்கு ஒதுங்கறதுக்கு ஒரு எடம் தேவ. அத கவர்மெண்ட் கட்டிக் கொடுக்கணும். நாம் ஆம்பளைங்க எப்படி

வேணுமானாலும் தொறந்த வெளியில வரப்புல உட்காரலாம். பொம்புளைங்க எத்தனை காலத்துக்குத் தான் இப்படிக் கஷ்டப் படுவாங்க. அதனால பொம்பளைங்க்களாவது ஒதுங்கறதுக்கு எடத்தப் பார்த்துக் கட்டிக் கொடுக்கனும்ன்னு கேப்போம்' என்று பேசினாரு.

இப்படிப் பேசினதும் இன்னொருத்தொரு எழுந்து நின்று, 'ஒதுங்கறதுக்கு மட்டும் இருந்தா போதுமா, குளிக்கறதுக்கும் ஒரு எடம் வேணும், எத்தன காலத்துக்குத்தான் பம்பு கொட்டாவில குளிக்கிறது. நல்லாத் தலயில எண்ண தேச்சிக்கிட்டு, சோப்புப் போட்டுக் குளிக்கிறப்போ பம்ப்ப நிறுத்தி கொட்டா சாவியை எடுத்துக்கிட்டு போயிடுவானுங்க. அதனால குளிக்கிறதுக்கும் ஒரு எடம் வேண்டும் தலைவரே' என்று கூட்டத்தல இருந்த ஒருவர் இப்படிச் சொன்னதும், 'ஆமாம், ஆமாம்' என்று எல்லோரும் ஆமோதித்தார்கள்.

'அது சரிங்க கட்டித்தரச் சொல்றது நல்ல விஷயம்தான். ஆம்பளைக்குத் தனி, பொம்பளைக்கித் தனின்னு தெம்மாந்துள குறிப்பிட்டு எழுதுங்க. அதான் முக்கியம்' என்றார் இன்னொருவர். 'யோவ் நான் சொல்றத இந்தத் தெம்மாந்துல எழுதுய்யா' என்று தலைவர் சொல்ல, பக்கத்தில படிச்ச ஒருத்தர் பேனாவைப் புடிச்சிக் கிட்டு எழுத ஆரம்பித்தார். பஞ்சாயத்துத் தலைவரு சொன்னதை எழுதி முடித்ததும், எழுதிய தெம்மாந்தைப் படித்துக் காட்டியதும் தெம்மாந்தில் ஊர் மக்கள் கையெழுத்துப் போட்டாங்க.

'ஏம்பா அந்த வடக்குச் சேரிப் பறையன் காத்தவராயன் எங்க? கூப்பிடுங்கப்பா. பேருக்காக அவங்கிட்ட இதுல ஒரு கையெழுத்து வாங்கணும்' பஞ்சாயத்தார் கூட்டம் கூடி ஊர்ல ஒரு முடிவு எடுத்தாங்கன்னா சர்க்காரு சட்டப்படி தாழ்ந்த சாதிக்காரங்க ஒரு கையெழுத்துப் போடனும். எங்கப்பா அவ. இதோ இருக்காங்க கவுண்டரே வடக்குச்சேரி காத்தவராயன் கையெழுத்துப் போட்டதும் தேங்காய்த்திட்டுப் பஞ்சாயத்துத் தலைவர் காத்தவ ராயனைப் பார்த்து,

'அடே இது நாங்களும் எங்க சாதி பொம்பளங்க குளிக்கிறதுக் காகவும் வெளிக்கிப் போறதுக்காகவும் தான் கவர்மெண்ட்டுக் கிட்டச் சொல்லி ஏற்பாடு பண்ணப் போறோம். கட்டின பிறகு

நீங்கல்லாம் வரக்கூடாது என்ன? நான் சொல்றது புரியுதா' என்றார்.

எங்களுக்கு எதுக்குங்க. இந்தக் கண்றாவியெல்லாம். இப்போது இது ஒன்னுதான் குறச்சல். 'குடிக்கிறது கூழு கொப்புளிக்கப் பன்னீரா' என்றான் வடக்குச்சேரி காத்தவராயன். பஞ்சாயத்துத் தலைவர் ஊர்ப் பெரியவங்க எல்லாரும் சேர்ந்து தெம்மாந்தை மேரியில கொண்டு போய் மேயரிடம் கொடுத்தாங்க. எலெக்சன் வர ஆறு மாசம் இருந்ததால, மூணு மாசத்துல பாம்பே கக்கூசு கட்டி முடிச்சாச்சு. தேங்காய்த்திட்டுப் பஞ்சாயத்து தலைவரு தண்டாரப் போட்டு ஊர் சொல்ல சொல்லிட்டாரு.

தண்டாராவைக் கேட்டதும் எனக்கும் என் நண்பர்களுக்கும் ராத்திரியெல்லாம் தூக்கமே வர்ல. எங்களுக்கு மட்டும் இல்ல பலபேருக்கு அன்னைய ராத்திரி தூக்கமே இல்ல. காலையில எழுந்திருச்சி நேரா புது எடத்துக்குப் போயிட வேண்டியதுதான் என்று நண்பர்கள் அனைவரும் முடிவு செஞ்சோம். எப்போ கால ஆறு மணி ஆகும்ன்னு படுக்கையில ஒவ்வொருத்தரும் புரண்டுக் கிட்டு இருந்தோம். சவான மில்லுச் சங்கு ஊதினதுதான் நாங்க எல்லாரும் சொல்லி வெச்ச மாதிரி ஒவ்வொருத்தரும் தனித்தனியா வேகமா போறோம். எங்களுக்கு முன்னாடியே ஒரு நீண்டவரிசை ஆம்பளைங்க ஒரு வரிசையாகவும், பொம்புளைங்க மற்றொரு வரிசையாகவும் நின்னுகிட்டு இருந்தாங்க.

எங்களுக்கு முன்னாடி ஒருத்தர் போனார். கதவைத் தாப்பால் போட்டார். பத்து நிமிஷம் கழிச்சும் ஆளு வரல. அவர் ஒத்த வயசுள்ள ஓர் ஆள். 'ஏய் என்னடா அங்க பண்ணிட்டு இருக்க. நல்ல சுகமா தூங்கறியா? சீக்கிரம் வாடா' கக்கூஸ் கதவை பட் பட்டென தட்டினார். எரிச்சல் தாளாமல் கதவைத் திறந்துகொண்டு வெளியே வந்தார்.

'என்னடா உள்ளார இவ்வளவு நாழி என்ன செஞ்சுகிட்டு இருந்த'

'அட நீ ஒன்னுப்பா, நானும் முக்கு முக்குன்னு தம்கட்டி முக்கிட்டன் ஒன்னும் வரல. நம்பளக்கு இதெல்லாம் ஒன்னும் சரிபட்டு வராது. பழைய எடத்துக்குப் போகணும்பா' என்று சொல்லிவிட்டு விர்ரென்று கொல்லிப் பக்கம் நடையைக் கட்டினார்.

அடுத்தவர் போனார். போனதும் வழுக்கி விழுந்து முட்டியைப் பேத்துக் கொண்டு வேகமாக முணகிக்கொண்டே வெளியே வந்தார். நாங்களும் ஒருத்தர் பின்னால் ஒருத்தர் போக, எங்களுக்கும் அவர்கள் மாதிரியே ஒரு சங்கடம்.

'நாங்கள் மட்டுமா அப்படி. பொம்பளைங்களும் அடியே இது ஒன்னும் சரிபட்டு வராதுடி, கால இந்த அளவுக்கு அகல விரிச்சிக் கிட்டுச்சே... இதுக்குப் போய் இப்படி நீட்டா நிக்கறீங்க. எப்போதும் போல எருக்கஞ்செடி பக்கத்துல ஒதுங்கிட்டுப் போங்கடி' என்று சொன்னவர் குப்பை மேட்டுப் பின்புறம் உள்ள எருக்கஞ்செடி மறைவில் போய் ஒதுங்கினார்.

தாழ்த்தப்பட்ட சாதிக்காரங்க கட்ன கக்கூசுல போகக் கூடாது. பக்கத்து ஊர் சேரிக்காரங்க அவங்க ஊர் கக்கூசுல போறானுங்க. எங்க ஊர் சேரிக்காரனுங்களும் கக்கூசுக்குப் போகனும் என்று படித்தவர்களின் கவுரவப் பிரச்சினையால் கட்டப்பட்டக் கக்கூசுக் கட்டடம் பின்பு யாரும் பயன்படுத்தாமல் கதவையும் கானையும் கழட்டிப் போனது போக, அம்போவென்று அனாதையாகப் பாழடைஞ்சு போன தேங்காய்த்திட்டுப் பாம்பே கக்கூசுல மனுசங்க ரெண்டுக்குப் போவறதுக்குப் பதிலா தெரு நாய்ங்க ரெண்டுக்குப் போற எடமா மாறிப் போச்சு.

எனது ஆளுமை தேங்காய்த்திட்டு

தேங்காய்த்திட்டுக் கிராமத்தில் நடந்த மிகச்சில நிகழ்வுகளின் தொகுப்பாக இந்தக் கட்டுரை அமைந்துள்ளது. இதில் கூறப்பட்ட செய்திகள் யாவும் நான் கேட்டதும் பார்த்ததுமாகும். மனித வாழ்க்கை என்பது விசித்திரமானது, அழகானது என்பதனை இந்த உரைக்கட்டின் மூலம் உணரலாம். மனிதன் உணர்வும் அறிவும் கொண்டவன். உணர்வுக்கு அடிமையான மனித வாழ்க்கையும் உண்டு. அதுபோல அறிவுக்கு அடிமையான மனிதர்களும் உண்டு. இந்த இரண்டில் எது நல்லது என்பதைக் காலச்சூழல்தான் முடிவு செய்யும்.

மனித வாழ்க்கையில் நம்பிக்கைகளுக்கும் இடம் உண்டு. அறிவியல் தன்மையையும் ஏற்றுக்கொள்வதுண்டு. அறுபத்து நான்கு ஆண்டுக் கால வாழ்க்கையை அனுபவித்த எனக்குள்

மேற்கூறிய இரண்டு தன்மைகளும் உண்டு. எனினும் நான் பிறந்த நாள் முதல் பதினைந்து வயது வரைதான் நம்பிக்கைக்கும் உணர்வுக்கும் அடிமைப்பட்டிருந்தேன். அதன் பிறகு எனது சிந்தனைப்போக்குப் பகுத்தறிவை நோக்கியே சென்றது.

உடம்பார் அழியின் உயிரார் அழிவர்
திடம்பட மெய்ஞானம் சேரவும் மாட்டார்
உடம்பை வளர்க்கும் உபாயம் அறிந்து
உடல் வளர்த்தேன் உயிர் வளர்த்தேனே

என்பது திருமூலரின் திருமந்திரம். காற்று, நீர், மண், நெருப்பு, ஆகாயம் ஆகிய ஐந்து பூதங்களால் ஆனது உடல். இந்த உடல் அண்டத்தில் நிலைத்து இருந்தால்தான் உயிர் இந்த உடலை நிலைக்களனாகக் கொண்டு பூமியில் இயங்கும். எனவே திருமூலர் உடலை முதன்மைப்படுத்துகிறார்.

எனது உடல் உருவாக்கத்திற்கும் வளர்ச்சிக்கும் தேங்காய்த் திட்டு மண்ணும் நீரும் காற்றும் சூரிய ஒளியும்தான் காரணமாக இருந்தன. உடலின் மூளையில் (மனதில்) உருவாகும் கருத்திய லுக்குத் தேங்காய்த்திட்டில் நிகழும் நிகழ்வுகள் கருப்பொருள் ஆகும். மக்கள், விலங்குகள், பறவைக்ள், மரம், செடி, கொடிகள் முதலான வற்றின் வினை நிகழ்வுகள் வித்தாக அமைந்துள்ளன. எனவே, முதற்பொருளால் உருவான என் உடலின் மூளையில் உருவான கருத்தியலுக்கு வித்தாக அமைந்தது தேங்காய்த்திட்டே.

□

18

வெம்பூர்
பனைகள் சரசரக்கும் கரிசல்வெளி
சமயவேல்

என்னிடமிருந்து எங்கள் ஊரைக் கழித்துவிட்டால், என்ன ஆகும்? இப்படி யோசிக்கவே முடியாமல் சிந்தனை திகைத்து நிற்கிறது. என்னிடமிருந்து வெம்பூரை விலக்கிவிடுவதா? இல்லை, அது சாத்தியமில்லை. நான் என்ற கலவை உருவாக்கத்தில் முக்கியப் பங்குவகிப்பது என்னுடைய பெற்றோர்கள், தாத்தா பாட்டிகள், பெரியம்மா சின்னம்மாக்கள், அக்காக்கள், அண்ணன்கள், தம்பிகள், மதினிகள், அத்தைகள், மாமாக்கள் மட்டுமல்ல, எங்கள் ஊரின் அத்தனை மக்களும்; பொட்டல்களும், கண்மாய், நீராவி, ஊருணிகள், ஓடைகள், கிணறுகள், தோட்டங்கள், காடுகள், பயிர்கள், மரங்கள், செடிகொடிகள், சேக்காளிகள், விளையாட்டுகள், பள்ளி, ஆசிரியர்கள், சிறுபிள்ளைக் காதல்கள், ஆடுகள், மாடுகள், கோழிகளும், பனங்காடைகள், செம்போத்து, காசுக்கரட்டி, சதா கத்தித் திரியும் காகங்கள், மைனாக்கள், அணில்கள், கோழிக் குஞ்சுகளைத் தூக்க வட்டமிடும் கள்ளப்பருந்து, பூச்சிகள், சின்னஞ்சிறு கோவில்கள், எளிய திருவிழாக்கள்...

பிறகு, அடிவானம்வரை வட்டமாகப் பார்க்க முடிகிற, எங்கள் கரிசல் வெட்ட வெளியும் மேகங்களற்ற வானமும்... இன்னும் என்னென்னவோ... பட்டியலில் அடங்காத எனது கிராமமான ஊரை விலக்கிவிட்டால், என்னில் எது மிச்சமாக இருக்கிறது?

நகர மனிதர்களுக்கும் கிராம மனிதர்களுக்கும் இடையிலுள்ள பெரிய வேறுபாடு என்பது கிராமத்தில் பிறந்து வளர்பவர்களுக்கு மிக இயல்பாகவே ஒரு 'சமூக நானும்' இயற்கை மீதான ஈடுபாடும் உருவாகிவிடுகிறது. ஒவ்வொரு குழந்தையையும் மொத்த கிராமமும் சேர்ந்து வளர்க்கிறது. சரி தவறுகளைக் கற்பிக்கிறது. தீய பழக்கங்களை அண்ட விடாமல் கண்காணிக்கிறது. ஆனால் இது ஒரு கட்டம் வரைக்கும்தான். பிறகு எல்லாருக்கும் இருக்கும் உரிமையைப் பயன்படுத்தி ஒவ்வொருவரும் ஒவ்வொரு விதமாக மாறுகிறார்கள்.

கிராமம், ஒருவருக்கொருவர் நெருக்கத்துடனும் இயன்றவரை உண்மையாகவும் அன்புடனும் இருப்பது போன்ற நல்ல வற்றையும் சாதியம், பொருளாதாரப் படிநிலைகளுக்கேற்ப நடத்துவது போன்ற தீயவற்றையும் தனது கட்டமைப்பிலேயே கொண்டிருக்கிறது. எனினும் நவீனக் கிராமம் புறநகர்ப்பகுதி போலவே மாறியிருக்கும் உண்மையை ஏற்றுக்கொள்ளத்தான் வேண்டும். ஆனால் தனிமனிதர்கள் எல்லாவற்றையும் மீறிக் கொண்டே, கிராமியக் குணங்களோடு அப்பாவிகளாக வளரும் சாத்தியமும் இல்லாமலில்லை.

எங்கள் வீடு கண்மாய்க் கரைக்கு அருகில் இருந்ததால், எனது வளர்ப்பில் கண்மாய் ஒரு முக்கியப் பங்கை எடுத்துக்கொண்டது. எனது கண்மாய் என்று நானும் எனது பிள்ளை என்று கண்மாயும், நாங்கள் ஒருவருக்கொருவர் கூறிக்கொள்வதுண்டு. வீட்டில், குடும்பத்திலிருந்து கிளம்பும் நெருக்கடிகளின் 'வெக்கை' நம்மைச் சுட்டெடுக்கையில், இயற்கை நமக்குப் பெரிய ஆறுதலாக இருக்கிறது.

கண்மாயில் தண்ணீர் எப்போதும் ஒரே அளவில் இருப்பதில்லை. மழைக்காலத்தில், ஐப்பசி கார்த்திகை மாதங்களில் நிரம்பும் கண்மாய், சித்திரைக் கோடையிலிருந்து வற்றத் துவங்குகிறது. அபூர்வமாகக் கனத்த கோடை மழைகளால், கண்மாய் நிரம்புவதும் உண்டு. அந்த ஆண்டை செழிப்பான ஆண்டு எனலாம். அதி காலையில் எழுந்தவுடன் கண்மாய்க் கரையோரம் உள்ளதொரு வீட்டின் பின்புறச் சுவரின் நிழலில் சாய்ந்து நின்றுகொண்டு கண்மாயை, கிழக்குவானத்தை வேடிக்கை பார்ப்பது ஒரு

வழக்கமாகியது. அதிகாலையில், கீழ்வானம் பற்பல அதிசயங் களையும் அந்த நாளின் தட்பவெப்ப நிலைக்கான தடயங்களையும் உள்ளடக்கியது. மேலும் பரந்த கண்மாய்ப் பரப்பையும் அடி வானத்தையும் பார்த்து நிற்பது ஒருவகைத் தியானமாகவும் அமைகிறது.

நீர்ப்பரப்பு மீதான ஈர்ப்பு எல்லா உயிர்களுக்கும் பொதுவானது. ஏனெனில் நீராகத் தளும்பிக்கொண்டிருப்பது, உயிர்சக்தி அல்லவா? எவ்வளவு தாவரங்களை முளைக்க வைக்கிறது! எவ்வளவு மரங்களை, தாவரங்களைக் காப்பாற்றுகிறது! மீன், நண்டு, தவளை, நீர்ப்பூச்சிகள், பாம்புகள் போன்ற ஆயிரக்கணக்கான உயிர் களைத் தனக்குள்ளேயே வாழ அனுமதிக்கிறது. ஊரின் மரங்களில் வாழும் அவ்வளவு பறவைகளுக்கும் அருந்தத் தண்ணீர் தருகிறது. நீரின் நற்குணங்கள் மனிதனுக்கும் இருக்கவேண்டும் என்று என்னை உணர வைத்தது எங்கள் கண்மாயின் நீர்ப் பரப்பே.

கரை இல்லாமல் கண்மாயா? கண்மாய் எவ்வளவு முக்கியமோ அதைவிடவும் முக்கியம் கண்மாய்க்கரை. கரை, கண்மாய் நீருக்குப் பாதுகாப்பு என்பதைவிட எண்ணிக்கையற்ற மரங்கள், தாவரங்கள், செடிகொடிகள், பறவைகள், பூச்சிகளின் வாழ்விடமாக, அதுவே ஒரு தனிக் கிராமம் போல இயங்குகிறது. என்னுடைய ஒரு நாளின் பல மணி நேரங்களைச் செலவிடும் இடமாகக் கண்மாய்க்கரை ஆகியது. ஊரைவிட்டு மிகவும் தள்ளி, மக்கள் நடமாட்டம் குறைவாக இருக்கும் இடங்களில் உள்ள மரத்தடியில் உட்கார்ந்து நூல்களை வாசிப்பது ஒரு தனித்த அனுபவம். பல முக்கியமான நூல்களைப் பறவை ஒலிகளின் பின்னணியோடு, சிற்றலைகளின் சத்தத்தோடு வாசித்திருக்கிறேன்.

இப்படியான அனுபவம் வெறும் அழகியல் சார்ந்தது மட்டுமல்ல. ஆன்மிகரீதியாக வலுவான இயற்கை உயிரியாக மாறுவதற்கான சாத்தியத்தைக் கிராம வெளிகள் உருவாக்குகின்றன. 'ஆன்மீக ரீதியான வலிமை' என்பது பிற உயிர்கள், மனிதர்கள் மீதான அன்பு, எப்போதும் உண்மையுள்ளவனாக இருப்பது, தீயவை செய்ய அஞ்சுவது, தீயவற்றை எதிர்ப்பது, எதனாலும் அசைக்க முடியாத, சமரசம் செய்துகொள்ளத் தேவையில்லாத நெஞ்சுரத் துடன் இருப்பது—இவையெல்லாம்தான்.

முன்பே கூறியுள்ளது போல, என்னை வளர்த்தவர்கள் என்று என் பெற்றோரை, குடும்பத்தாரை மட்டுமே கூற முடியாது. எனது ஊரும் என்னை வளர்த்தது என்று தைரியமாகக் கூறலாம். உணவு, உடை, உறைவிடம் போக, ஒரு மனிதன் வளர்வதற்குக் கல்வி, கேள்வி, அனுபவங்கள், இசை, நாட்டியம், ஓவியம் என்று மேலும் மேலும் பல தேவைகள் இருக்கின்றன. நான் பிறந்து வளர்ந்து வந்த ஆண்டுகளில் எங்கள் கிராமத்தில் ஒன்றிய ஊராட்சி உயர் தொடக்கப்பள்ளி மட்டுமே இருந்தது. அதாவது எட்டாவது வகுப்புவரை மட்டுமே உண்டு. இரண்டாம் வகுப்பிலிருந்து எனது பள்ளி வாழ்க்கை ஞாபகம் இருக்கிறது. எப்படி என்றால் இரண்டாம் வகுப்பு ஆசிரியைதான் எனக்கு 'முந்திரிக்கொட்டை' என்று பெயர் வைத்தார். எந்தக் கேள்வி கேட்டாலும் எல்லாரையும் முந்திக்கொண்டு எழுந்து பதில் சொல்லியதற்கான பரிசு. 'இனிமேல் நான் உன் பெயர் சொல்லிக் கேட்டால்தான் நீ எழுந்து பதில்சொல்ல வேண்டும்' என்பது டீச்சர் இட்ட கட்டளை.

கட்டளையை ஒருநாள் மீறியதால் உச்சந்தலையில் சரியான தொரு குட்டு விழுந்தது. வலி தலை முழுவதும் பரவி கழுத்துக்கு இறங்கி உடல் முழுவதும் நிறைந்தது. இன்று காலையில் உளுந்தவடை வாங்க, கூட்டத்தில் நிற்கும்போதுகூடப் பத்துப் பேர்வரை வாங்கிய பிறகுதான் வாங்கினேன். அந்தக் குட்டு விழுந்தது என் ஏழாம் வயதில். இப்போது எனக்கு வயது 67. போட்டியில் கலந்திருந்தாலும், முண்டி மோதாமல் ஒதுங்கி நின்று வேடிக்கை பார்ப்பதின் இனிமையை அனுபவித்தால்தான் உணரலாம். கல்வி மகத்தானது என்பதில் ஐயமே இல்லை.

எங்கள் ஊரிலிருந்து சுமார் ஐந்து மைல் தூரத்தில் இருந்த புதூர் அரசினர் உயர்நிலைப்பள்ளிக்குத் தினமும் நடந்துசென்று படித்தோம். நான் எஸ்எஸ்எல்சி தேர்வில் முதல் மாணவனாக வந்ததால்தான் என்னால் கல்லூரிக்குப் போக முடிந்தது. நூலகம் நூலகமாகப் படித்துச் செவ்வியல் இலக்கியங்களைக் கற்க முடிந்தது. உலக ஓவியங்களையும் இசையையும் திரைப்படங் களையும் கற்க முடிந்தது. இந்தியா முழுவதும் கோவில் கோவிலாகப் போய்ச் சிற்பக்கலையில் ஆழ அமிழ்ந்து மூழ்க முடிந்தது. இவை எல்லாவற்றின் தொடக்கமும், எங்கள்

வெம்பூர் பள்ளிக்கூடம் என்பதை என்னால் ஒருகாலமும் மறக்க முடியாது.

மரங்களை உணர்வுப் பூர்வமாக நேசிப்பதைக் கற்றது பள்ளியில் இருந்த பெரிய பாதாம் மரத்தின் மூலம் தான். பெரிய இரும்புக் கதவுகளைத் திறந்தவுடன் நாங்கள் எல்லோரும் ஓடி ஓடிப் பொறுக்குவது பாதாம் பழங்களைத்தான். அந்தப் பாதாமின் பழங்கள் மிகப் பெரியவை. அவற்றின் பளபளப்பான மஞ்சள் தோலோடு கடித்தால், அப்படியொரு சுவை இருக்கும். மேலேயுள்ள சதையைக் கரண்டித் தின்றுவிட்டு கொட்டையைத் தட்டினால், உள்ளே சுண்டுவிரல் நீளத்துக்குப் பருப்பு இருக்கும். பாதாமின் இலைகள் மஞ்சளும் சிவப்புமாகப் பள்ளி முழுவதும் சிதறிக் கிடக்கும். கூடை கூடையாக அள்ளி உரக்குழியில் போட்டு வந்தால் தங்கம் போன்ற தழையுரம் கிடைக்கும்.

மூன்று ஆண்டுகள் தினமும் ஐந்து மைல் தொலைவு நடந்து உயர்நிலைப்பள்ளிக்குச் சென்ற அனுபவம் மிகப்பெரியது. 1969-70 ஆம் ஆண்டில் கரிசல்வெளியின் ஊடாக ஒற்றையடிப் பாதை யாகவும் சில இடங்களில் மாட்டுவண்டித் தடமாகவும் இருந்த காட்டு வழியில்தான் நடந்தோம். கரிசல் வெளியில் நிற்கையில் அடிவானம், முழுவட்ட வடிவில் பூமியுடன் இணைந்திருக்கும் பேரழகைக் காணாமல் இருக்கவே முடியாது. வானவில் தோன்றினால் அரை வட்டத்தில் இருபுறமும் அடிவானைத் தொட்டு நிற்கும். எனக்குள்ளே இருக்கும் அழகியல் இவ்வாறாக உருவாகியது என்பதை நினைத்து மகிழ்கிறேன்.

கோடை விடுமுறையைத் தவிர எல்லாப் பருவங்களிலும் பள்ளிக்குச் செல்ல வேண்டும் என்பதால் பருவ காலங்கள் பற்றிய அனுபவ அறிவு எங்களுக்குக் கிடைத்தது. மழையோ, வெயிலோ, காற்றோ எங்கள் பயணம் அன்றாடப் பயணம். விளைநிலங்களில் பாசிப்பயறு, தட்டாம்பயறுக் காய்களை நாங்கள் சாப்பிடுவதை எவரும் ஆட்சேபித்ததில்லை. நடந்துகொண்டே அங்கொன்றும் இங்கொன்றுமாகப் பிடுங்குவதால், எவருக்கும் பெரிய பாதிப்பு இருக்காது. இலந்தை, மஞ்சணத்தி, சப்பாத்திக்கள்ளி, சொடக்குத் தக்காளிப் பழங்கள் ஆகியவற்றை எவ்வளவு வேண்டுமானாலும் சாப்பிடலாம்.

நமது நிலம், நம்முடைய தாவரங்கள், நம்முடைய குழந்தைகள் என்னும் விரிந்த அனுபவப் பார்வை வெகு இயல்பாக எங்களுக்குக் கிடைத்தது. பள்ளிக்குச் சுமார் அரை மைலுக்கு முன்பாகச் சுப்புலாபுரம் என்றொரு கிராமம் இருக்கிறது. வேக வேகமாக நடந்துபோய்ப் பஞ்சாயத்து போர்டு திண்ணையில் கிடக்கும் நாளேடுகளைப் புரட்டுவதுண்டு. எல்லோரும் வந்த பிறகு மீண்டும் நடை. இந்த ஊர் முடியும் இடத்தில் இருந்த நல்ல தண்ணீர்க் கிணறும் அதைச் சுற்றியுள்ள அரளிமரங்களும் மறக்க முடியாதவை. 'நல்ல தண்ணீர்க் கிணறு' என்று அழைப்பதற்குப் பொருத்தமான வகையில் அவ்வளவு அருமையான தண்ணீர். ஆனால் நாங்களே அங்கிருக்கும் ஏதாவது ஒரு வாளி கொண்டு இறைத்துக் குடிக்கக் கூடாது. ஏனெனில் நாங்கள் ஒவ்வொருவரும் என்ன சாதி என்று அவர்களுக்குத் தெரியாதாம். நாங்கள் எங்கள் புத்தகப் பைக்கட்டுகளை நிழலில் வைத்துவிட்டு ஓர் ஓரமாக நிற்கவேண்டும்.

ஊருக்குள்ளிருந்து பெண்கள் யாராவது வந்து, தண்ணீர் இறைத்து ஊற்றினால் நாங்கள் குனிந்து இரு கைகளையும் குவித்து ஏந்தி நிற்க வேண்டும். தண்ணீரை எங்கள் சிறிய உட்குழிந்த உள்ளங்கைகளில் அவர்கள் ஊற்ற, நாங்கள் குடிக்க வேண்டும். அப்போது அந்த 1969-70களில் எங்களுக்குச் சாதியம் பற்றி அவ்வளவாகத் தெரியாது. ஓ, இதுதான் வழக்கம் போல என்று நாங்களும் வயிறுமுட்ட நீரருந்தி, சிறுபசி போக்கினோம். அடர்பச்சையில் கிறங்கடிக்கும் வாசத்துடன் நிற்கும் அரளி மரங்களுக்கும் எங்களுக்கும் எந்த வேறுபாடும் இல்லை. அரளி என்பதால் அந்த மரங்களுக்கு எதுவும் குறைந்துவிடவில்லை. நாங்கள் பொன்னரளிகள் என்று அவை மஞ்சள் பூக்களுடன் குதூகலித்து ஆடும்; நாங்களும்தான்!

பள்ளி, கல்லூரிக் கல்வியைவிட, எங்கள் கிராமத்து மனிதர் களிடம் நான் கற்ற கல்வியைப் பெரிதும் மதிக்கிறேன். உயர் நிலைப்பள்ளி மாணவனாக இருந்தபோது, கிராமத்தில் பல வகையான மனிதர்களுடன் நெருங்கிப் பழக ஆரம்பித்தேன். கல்லூரிக் காலத்தில் நிறைய விடுமுறை கிடைத்ததால், ஊரில் செய்த பலவகையான பொதுப்பணிகள் வழியாகப் பலரிடமும் பழகும் வாய்ப்புக் கிடைத்தது.

எனது தாத்தா வயதில் இருந்த பெரியவர்கள் பலரும் ஊரின் தட்பவெப்பநிலை, வானியல் உண்மைகள், கோள்கள், விண்மீன்கள் பற்றிய புரிதல்களுடன் இருந்தார்கள். 'எப்போது மழை பெய்யும்?' என்னும் நிரந்தரமான வினாவுடன் வாழ்ந்த கரிசல் மனிதர்கள் வானியல் அறிவுடன் வாழ்ந்ததில் ஆச்சரியம் இல்லை. எடுத்துக்காட்டாக, அதிகாலையில் கிழக்குவானை ஆய்வு செய்வதன் மூலம் அந்த நாளின் வானிலை அறிக்கையைத் தயார் செய்துவிடலாம். இரவு நேரங்களில் வேளாண் நிலங்களில் திறந்தவெளியில் தூங்க நேரிடும் நாட்களில், தூங்குவதற்கு முன்பாக வானத்தில் விண்மீன்களின், கோள்களின் இருப்பையும் நகர்வையும் கவனித்து அவற்றைப் பற்றி உரையாடினார்கள். சிறியவர்களுக்குக் கற்றுக் கொடுத்தார்கள். குறிப்பாக இடையர்கள் ஆடுகளுடன் கிடை அமர்த்தும் இரவுகளில் கீதாரி போன்ற பெரியவர்களிடம் இருந்து கற்பதற்கு அளவில்லை.

உயர்நிலைப் பள்ளிக்குக் காலையில் கிளம்புகையில் தூக்கு வாளியில் கொண்டுசெல்லும் பழையசோற்றுக்குத் தினமும் ஊறுகாய் என்பது அந்தத் தூக்குவாளிக்கே பிடிக்கவில்லை. பார்வதியம்மாள் என்றொரு பாட்டி தினமும் காலையில் சுட்டு விற்கும் ஆமவடை, பழைய சோற்றுக்குச் சரியான கூட்டாளி என்று திடீரெனத் தோன்றியது. அந்தக் கொஞ்ச நேரத்தில் வடை வாங்கி வருவது அவ்வளவு எளிதல்ல. ஏனெனில் பார்வதியம்மா கடையில், காலை நேரத்தில் நல்ல கூட்டம் இருக்கும். ஆனால் எனக்கு வடை கிடைத்துவிடும். பள்ளிக்குப் போகாத நாட்களில் கூடப் பார்வதியம்மா கடைக்குச் சென்று வடைகள், ஓமப்பொடி எல்லாம் வாங்கி வருவேன். ஏன் இதை எழுதுகிறேன் என்றால், பார்வதியம்மாவுக்கு அப்போது வயது எழுபதுக்கு மேல் இருக்கும். நிமிர்ந்து நடக்க முடியாத கூனல் முதுகு. அந்த வயதிலும், அந்த உடல்நிலையிலும் அவர் திடமாகத் தனது கடையை நடத்தி வந்தார். அவருடைய பேரன் பேத்திகளைக் காப்பாற்றினார். உறவு களைக் காப்பதற்கான உழைப்பு என்பது அனைத்தும் கடந்த அர்ப்பணிப்பு. அர்ப்பணிப்பு இல்லாமல் உறவில்லை. குடும்பமில்லை. ஊரில்லை. தேசமில்லை. உலகமில்லை. உழைப்பையும் முதுமையையும் போற்றச் சொல்லிக் கொடுத்தவர் பார்வதியம்மா.

‘வெம்பூர் கவுண்டர்’ என்று அழைக்கப்பட்ட ஊரின் மூத்த மனிதர், என்மேல் கொண்டிருந்த அன்புக்கு அளவில்லை. கல் திண்ணையில் உட்கார வைத்து மணிக்கணக்காகப் பேசுவார். இவ்வளவு வயதானவருடன் இந்தப் பையன் என்ன பேசுகிறான் என்று சிலர் நின்று கவனிப்பார்கள். காற்று, மேகம், தூறல், மழை என்ற சொற்களைக் கேட்டு ஓடிவிடுவார்கள். எங்கள் கிராமம் அமைந்த விதம் குறித்து அவருடைய தாத்தா பாட்டிகள் கூறிய கதைகளை ஒன்றுவிடாமல் கூறுவார்.

நிலவியல், மேடு எது, பள்ளம் எது, மழைபெய்தால் நீர் எங்கிருந்து எங்குப் போகும்? பெரிய அளவில் நீர் எங்கே தேங்கும்? எங்கெல்லாம் ஊருணிகள் அமைக்கலாம்? எங்கே கண்மாய் அமைக்கலாம்? குடிநீர்க் கிணறு எங்கே அமைப்பது? காற்று வீசும் திசைக்கேற்ப வீடுகளை அமைத்தால், வீடுகளிலிருந்து எழும் புகை எந்தப் பக்கம் போகும்? களம் அமைக்க ஏற்ற இடம் எது? தானியங்களைப் பிரித்தெடுக்கும் அளவுக்கான காற்று எங்கே வீசும்? இப்படி அவர்களிடம் ஒரு பரந்த, முழுமையான அறிவு இருந்தது. எங்கள் கிராமத்தில், வேளாண்மையுடன் கால்நடை வளர்ப்பும் முக்கியமான தொழிலாக இருந்தது. எப்போதும் இரண்டாயிரம் ஆடுகளுக்குக் குறையாமல் இருக்கும் ஊராக, கீதாரி முறை, கிடை அமர்த்துதல் எல்லாம் இருந்தன. வெம்பூர் இன ஆடுகள் மிக முக்கியமான ஆடுகளாக அடையாளம் காணப் பட்டிருக்கின்றன. எனவே வாழ்க்கை குறித்த ஒட்டுமொத்தமான அறிவை எங்கள் கிராமம் எனக்கு வழங்கியது.

எங்கள் வீட்டுக்கு அருகில் இருந்த எனது நண்பரின் அப்பா, அரசகுமார் மிக முக்கியமான அற்புதமான மனிதர். எதைக் கண்டும் பயப்படாத, எல்லாவற்றின் மீதும் பேரன்பு செலுத்திய மனிதர். சுமார் 200 மாடுகள் கொண்ட பெரிய தொழுவம் கொண்ட குடும்பம். உழவுக்கும் கமலைக்கும் என்று பெரிய காளைமாடுகள் கொண்ட ஏழனேர் விவசாயி. எவ்வளவு நெருக்கடிகள் எழுந்தாலும் சிரித்த முகத்துடன் அனைத்தையும் கையாளும் பக்குவம் படைத்தவர். இவருடைய பெற்றோருக்குக் குழந்தை இல்லாமல் இருந்தபோது ஒரு பெரியவர் கூறிய ஆலோசனைப்படி அவர்கள் ஓர் அரசமரத்தையும் வேப்பமரத்தையும் சேர்த்து நட்டு வளர்த்தார்கள். குடம் குடமாகத் தண்ணீர் ஊற்றி, மாலை

வேளைகளில் விளக்கு வைத்து வழிபட்டதால், பிறந்த குழந்தை என்பதால் 'அரசகுமார்' என்ற பெயரைப் பெற்றார். இன்றும் இவரது குடும்பம் இந்த மரங்களைப் பேணி வருகிறது.

மிகப் பெரிய மரம் ஒருமுறை பெருங்காற்றில் விழுந்து உடைந்துவிட்டபோதும், எஞ்சிய மரத்தைத் தளிர்க்கவிட்டு வளர்க்கிறார்கள். இவரிடம் இருந்து நான் கற்றுக்கொண்டது சாதியத்தின் வரலாறும் காரணங்களும். அளவற்ற வன்முறை மூலம் உருவாக்கிய நிரந்தரமான பயமே சாதியத்தை நீடிக்கச் செய்கிறது என்று கூறியிருந்தார். விவசாயமும் கால்நடை வளர்ப்பும் இணைந்த கிராம வாழ்வை அனுபவித்து வாழ்ந்தார். பயிர்கள், மரங்கள், ஆடு, மாடுகள் ஆகியவற்றின் மீதான பிரியத்தைச் சகல உயிர்களிடமும் குறிப்பாக மனிதர்களிடமும் கொண்டிருந்த அற்புத மனிதர் அரசகுமார் அய்யா.

இவ்வாறான பெரிய மனிதர்கள் போக, ஊரிலுள்ள ஒவ்வொரு தெருவிலும் ஒவ்வொரு வீட்டிலும் எனக்கு ஏராளமான நண்பர்கள் இருந்தார்கள். எடுத்துக்காட்டாக, பாத்தி கட்டுதல் போன்ற மண்வெட்டி வேலைகளில் கெட்டிக்காரரான பெரியசாமி தற்செயலாக நண்பரானார். அடுத்த தெருவில், ஒரு கிறிஸ்துமஸுக்கு முந்தைய நாள் முன்னிரவில், திடீரென இழுப்பும் வலிப்பும் வந்து இறந்துபோன ஒரு மூன்று வயது சிறுவனை அடக்கம் செய்ய ஆள் கிடைக்காமல் அலைந்து திரிந்தபோது இவர் விஷயம் கேள்விப்பட்டு, மண்வெட்டியுடன் உடனே வந்தார். எங்கள் வீட்டின் பின்வீட்டு நண்பரான பவுன்ராஜ் வீட்டுத் தோட்டத்தில் வேலை செய்து வந்தவர். பவுன்ராஜ் மூலம் தகவல் கிடைத்திருக்கிறது. பவுன்ராஜ் கடப்பாறை கொண்டுவந்தார். ஒரு மணி நேரத்திற்குள், உறவினர்கள் முன்னிலையில் முறைப்படி குழந்தையின் நல்லடக்கம் முடிந்தது. அதிலிருந்து பெரியசாமி நெருக்கமான மனிதராக ஆகினார். பின்னால் பல சமயங்களில் எங்கள் பாரதி இளைஞர் மன்றத்துக்கு வேண்டிய பல வேலைகளைச் செய்து கொடுத்தார்.

'பாரதி இளைஞர் மன்றம்' தொடங்கியதில், பின்வீட்டுச் சகோதரர்களான பால்ராஜ், பவுன்ராஜ் ஆகிய இருவரும் முக்கியமானவர்கள். ஊக்கமளித்ததுடன் வேலைகளையும்

பகிர்ந்து கொண்டார்கள். எனது உயர்நிலைப்பள்ளித் தோழர்கள் கந்தசாமி, ஜெயராமன், சண்முகக்கனி, என் தொடக்கப் பள்ளித் தோழர்கள் ராமகிருஷ்ணன், ஜெகந்நாதன், தங்கப்பாண்டி, கல்லூரி மாணவரான காந்தி ஆழ்வார், கொழும்புக்கார வீட்டைச் சேர்ந்த தங்கையா, மகேஷ், ஆறுமுகம், என்று சுமார் இருபது இளைஞர் களுடன் பாரதி இளைஞர் மன்றம் தொடங்கப்பட்டது. கிராமத்தில் பொதுவான பல பிரச்சினைகளை வெகு எளிதாக எங்களால் தீர்க்க முடிந்தது. ஆயிரராம் மாமா போன்ற பெரியவர்களும் எங்களை ஊக்குவித்துத் தேவையான உதவிகளைச் செய்தார்கள். வெம்பூர் உயர்தொடக்கப்பள்ளி தையல் ஆசிரியர் எங்களுக்கு வழி நடத்துபவராக இருந்தார்.

இந்த மன்றத்தின் முக்கியமான சாதனை 'பாரதி படிப்பகம்' என்னும் வாசகசாலை. நீராவிக்கு அருகில் சுமார் இருபது பேர் உட்காரும் அளவில், பக்கவாட்டுச் சுவர்களில் திறப்புகளுடன் கூடிய ஓர் அறையை மண்சுவர் கொண்டு கட்டினோம். பனை யோலைகள் கொண்டுவந்து கூரை வேய்ந்தோம். தமிழ் ஆங்கிலத் தினசரிகள், வார, மாத இதழ்கள் என ஒன்றுவிடாமல், கிடைக்க ஏற்பாடு செய்தோம். ஒவ்வொன்றையும் வாங்கித்தருவது ஊரிலுள்ள யாராவது ஒருவருடைய பொறுப்பு என்பது பலரையும் படிப்பகத்துடன் இணைத்தது. படிப்பகத்தைப் பலரும் விரும்பினார்கள். பழைய இதழ்களை வீடுகளுக்கு எடுத்துச் சென்று வாசித்தார்கள்.

உயர்தொடக்கப் பள்ளியில் தையல் ஆசிரியராக இருந்த தேவசகாயம் சார், வெம்பூருக்கு உயர்நிலைப் பள்ளி கொண்டுவரச் செய்த முயற்சியில் நானும் இணைந்து கொண்டேன். பள்ளிக்கான இடத்தைப் பெறும் பொறுப்பு என்னிடம் கொடுக்கப்பட்டது. அன்பின் மூலமாகச் சாதிக்க முடியாதது இல்லை. நிலம் கொடுத்த கவுண்ட மக்களின் அன்பு மறக்க முடியாதது. கோவில்பட்டி முதன்மைக் கல்வி அதிகாரியிடம் இருந்து கோப்புகளைப் பெற்றுச் சென்னை கோட்டைக்குச் சென்று தோழர் பா. செயப்பிரகாசம் உதவி யுடன் பள்ளிக்கான அங்கீகார அரசாணையைப் பெற்று வந்தேன்.

'எப்போதும் ஒரு புத்தகத்துடன் அலையும் பையன்' என்று எனக்கொரு அடையாளத்தை வழங்கிய புத்தகங்கள் எவ்வாறு

எனக்குக் கிடைத்தன? எங்கள் கிராமத்துக்கு அருகில் உள்ள பந்தல்குடி கிளை நூலகத்திலிருந்து தினமும் இரண்டு நூல்கள் எடுத்துவந்து கொடுத்த பெருமை எல்லாம் வெம்பூர் தபால்காரர் ஜேக்கப் பிச்சை அய்யாவைச் சேரும். இதைப்பற்றி எனது *புனைவும் நினைவும்* நூலில் விரிவாக எழுதியிருக்கிறேன். சங்கம் முதல் பக்தி இலக்கியம் வரையிலான வாசிப்பைச் சாத்தியமாக்கியது பந்தல்குடி கிளை நூலகமே. மிகக் குறைந்த வாசகர்களால் மட்டுமே பயன்படுத்தப்பட்ட செவ்வியல் நூல்களை ஒரு கிளை நூலகம் மூலம் குறிப்புகள் எடுத்துக் கொண்டே வாசித்தேன் என்பது அதிசயம் இல்லை. முதுகலை (தமிழ்) படிப்பை ஓராண்டில் முடித்துக் கொண்டதற்குக்கூட இந்த வாசிப்பும் ஒரு காரணம். நூலகம் குறித்த விழிப்புணர்வு தமிழகத்தில் தற்சமயம் அதிகரித்திருக்கிறது. வாசிப்புப் பழக்கமும் அதிகரித்து வருகிறது.

எங்கள் கரிசல்வெளி கிராமங்கள் எவ்வளவு வறியவை என்பதற்கு ஒரேயொரு நிகழ்வை மட்டும் கூறுகிறேன். உயர் நிலைப்பள்ளியில் ஒன்பதாம் வகுப்பிலிருந்து பத்தாம் வகுப்புக்குச் சென்றபோது ஒரு சிறிய அதிர்ச்சி ஏற்பட்டது. எனது சீனியர் மாணவர், வெம்பூரைச் சேர்ந்தவர் பத்தாம் வகுப்பில் தோல்வி யடைந்து இருந்தார். நன்றாகப் படிக்கும் அவர் எப்படித் தோல்வியடைந்தார் என்று எனக்குப் புரியவில்லை. எங்கள் இருவரின் விருப்பப்பாடமும் கணிதம் என்பதால், கணித வகுப்பில் ஒரே பெஞ்சில் அமர்ந்தோம். மெல்ல தனது வேதனை களை என்னிடம் பகிர்ந்துகொண்டார்.

பத்தாம் வகுப்புப் படிக்கும்போது அவரிடம் இருந்த ஒரேயொரு சட்டையும் கிழிந்துவிட்டதால், அவரால் பள்ளிக்கே வர முடியாமல் ஆகியது. தற்செயலாக வீட்டுக்கு வந்த மெட்டில் பட்டியைச் சேர்ந்த ஜவுளி மாமா ஒருவர், என்ன தம்பி பள்ளிக் கூடம் போகவில்லையா என்று கேட்க, இவர் காரணத்தைக் கூறியிருக்கிறார். அடப் பாவமே என்று உடனே அவரை மெட்டில் பட்டிக்குக் கூட்டிச்சென்று பிறகு அங்கிருந்து புதூர் சென்று சட்டைத்துணி வாங்கி அங்கேயே உட்கார்ந்து, தைத்து வாங்கி அணிந்து கொண்டு மறுநாளிலிருந்து பள்ளிக்குவர ஆரம்பித் திருக்கிறார். மிகப் பெரிய துயரம். எவ்வளவு அழுதாலும் மறக்க

முடியாத ஏழ்மை எங்களுடையது. இன்று சீருடைகள், காலணிகள், சைக்கிள் எல்லாம் இலவசமாக வழங்கப்படுவதை விமர்சனம் செய்ய யாருக்கும் உரிமை இல்லை. எனது கிராமம் கற்றுக் கொடுத்ததில் மிகவும் முக்கியமானது பொருளாதாரச் சுதந்திரம் உட்பட எல்லா வகைச் சுதந்திரங்களும் எல்லாருக்கும் கிடைக்க வேண்டும் என்பதே.

◻

19

புலியூர்
சுயமரியாதைக்கு ஒரு முன்னத்தி ஏர்
தங்க. செங்கதிர்

ஆடிப்பட்டம் வந்துவிட்டால் போதும். அடுக்குப் பானையின் வெக்கையில் கிடக்கும் நெல்மணிகளை, நெடியேற வாரியெடுத்து வயலில் விதைத்துவிட்டு மழைக்காகக் காத்துக்கிடப்பார்கள் விவசாயிகள். மழை பெய்தால் பயிர் முளைக்கும்; பொய்த்து விட்டால் வறட்சியும் ஏக்கப் பெருமூச்சும்தான் மிஞ்சும். சில ஆண்டுகளில் வானத்தின்மேல் பாரத்தைப் போட்டு இரண்டு தவணை விதைத்தாலும் மண்ணைப் பிளந்துகொண்டுவரும் பயிர்களைப் பார்க்க முடியாது. வெயிலின் தாக்கம் பயிர்களை முளையிலேயே கருகி எரித்துவிடும். ஆனால் இயற்கை கருணை மிக்கது. எல்லா ஆண்டுகளிலும் அப்படி நடக்க அனுமதிப்ப தில்லை. சீரான பருவமழையால் பூமி செழிப்பாகும். அந்தத் தருணங்களில் ஊரெங்குமுள்ள வயல்கள் மட்டுமல்லாது கண்கள் பாயும் இடங்கள் யாவும் பச்சைப் போர்வையாய்க் காட்சியளிக்கும்.

மரங்கள் ஏதுமற்ற பொட்டல் வெளியில், உச்சிகாயும் கத்தரி வெயிலில் மாட்டிக்கொண்டு தவித்தவர்களுக்கு வானம் மந்தார மிட்டால் எப்படியிருக்குமோ, அதைப் போலவே பசுமைப் பொழுதுகளை மனம் பொங்க அனுபவித்திருக்கிறோம். வயலில் நான்கு புறத்திலும் நெல்லுக்குக் காவலாய் விதைக்கப்பட்ட சோளத் தட்டைகளை அங்குலமங்குலமாக ருசித்துச் சாப்பிடுவோம். பசிக்குத் தீனியாகவும் விளையாடும் களமாகவும் அவை விளங்கி யிருக்கின்றன.

ஆரம்பப்பள்ளிப் பருவத்தில் வண்ணத்துப்பூச்சிகளோடும் தட்டான்களோடும் சரிநிகராகப் பறப்போம். அதை மேல் சட்டையாலும் தும்பைப்பூச் செடிகளாலும் இலாவகமாகப் பிடிக்கப் பழகிக்கொண்டோம். சிக்கிக்கொண்ட வண்ணத்துப் பூச்சியை நிறம் கசங்காது மெல்ல எடுத்து அதன் இடுப்பில் நூலைக்கட்டி எதிர்முனையில் ஒரு வெள்ளைத்தாளில் எங்களின் பெயர்களைப் பொறித்து, சேரும் முகவரி தெரியாத தூதுப் பூச்சியாய் அலையவிடுவோம். சேர்ந்து இசைபாடும் சிட்டுக் குருவி களும் அழகாய் சுரமிசைக்கும் குயில்களுமே அதிகாலையில் எங்களை எழுப்பிவிட்டு அன்றைய பொழுதை இனிதாக்கின. எழுந்து கிழக்குத் திசையை நோக்கினால் சூரியன் மறைந்திருந்து செந்நிறத்தில் முகங்காட்டி, சுடர்விடக் காத்திருக்கும். வழி நெடுக இயற்கையன்னையைத் தரிசித்தவாறே பள்ளிக்குச் செல்வோம்.

பள்ளிக்கூடத்தின் முகப்பிலிருந்த அந்தப் பெயரறியாத பூச்செடியின் படர்ந்த இதழ்களுக்குள் புற உலகத்தைக் கட்டமைத்து விளையாடி மகிழ்வோம். 1978இல் கட்டப்பட்ட பள்ளிக்கூடம் அது. அதற்கு முன்பு அந்தப் பள்ளி ஊரின் மேற்குத் தெருவின் வட பகுதியில் மண்சாந்துச் சுவர்களாலான கூரைக் கட்டடத்தில் இயங்கிவந்தது. சுமார் இரண்டாயிரம் ஓலைகள் இருந்தால்தான் வேய முடியுமென்கிற அளவுக்குப் பரப்பளவில் பெரிதாக இருந்தது அப்பள்ளி. கோட்டையூர், சிறுபாலை, பெரும்பாலை உள்ளிட்ட பல்வேறு கிராமங்களைச் சேர்ந்த முந்நூறுக்கும் மேற்பட்ட மாணவர்கள் அதில் படித்திருக்கிறார்கள். தற்போது அந்தப் பள்ளியில் சுமார் 25 மாணவர்களே படித்து வருகிறார்கள் என்பது குறிப்பிடத்தக்கது. ஆனால் அப்போதும் இப்போதும் அது ஈராசிரியர் பள்ளியாகவே இருக்கிறது.

பள்ளிக்கூடம் இடம்பெயர்ந்தபோது பழைய பள்ளியிலிருந்த இரும்பாலான மணியை என் அப்பாதான் மிகுந்த சிரமப்பட்டுத் தூக்கிவந்திருக்கிறார். அது இரயில் தண்டவாளத்தின் ஒரு துண்டு போல இருக்கும். அப்போது அது 15 கிலோ எடை இருந் திருக்கிறது. நாங்கள் படிக்கும்போது அந்த மணியை அடிப்பதற்குக் கடும் போட்டியே நிலவும். அம்மணியின் ஓசை அருகிலுள்ள ஊர்களுக்கும் கேட்கும். விவசாய வேலை பார்ப்பவர்கள்

மணியோசையை வைத்து நேரத்தைக் கணக்கிட்டுக் கொள்வர். மதியம் 2.10 மணிக்கு எங்களுக்கு மாலைநேர வகுப்புகள் தொடங்கும். அவர்களுக்கு வேலையிலிருந்து விடுதலை கிடைக்கும்.

அந்த நாட்களில் வீணாகிப்போனதென மக்கள் வீதியில் எறிந்த பொருட்களைக் கொண்டு, சௌமிட்டாய், காராச்சேவு வாங்கிச் சாப்பிடுவோம். தாய், தந்தையரின் உழைப்பால் விளைவிக்கப் பட்ட செந்நிறத்தில் காய்ந்துகொண்டிருந்த குண்டுமிளகாய் முந்திரிப் பழம் வாங்கப் பயன்பட்டது. ஏதோ பண்டமாற்று முறைக்கு எங்களால் இயன்ற பங்களிப்பு. தேங்காய்ச் சிரட்டைக்குச் சௌமிட்டாய் கிடைத்ததென்பது வியப்பாக இருந்தது. அதிலும் தடித்த ஆளுயரக் கம்பைக் கையில்பிடித்துக்கொண்டு சௌமிட்டாய் தாத்தா கொடுக்கும் அலப்பறை நகைச்சுவையாக இருக்கும். ரொம்ப நளினமாகப் பாடலைப் பாடிக்கொண்டே சௌமிட்டாயில் கேட்கும் உருவங்களைச் செய்துதருவார். கைக்கடிகாரத்தையே அதிகம் விரும்புவோம். அவர் சிற்பக்கலையில் வல்லுநராக இருந்திருக்கக்கூடும். திருவிழா நேரத்தில் இவரைச் சுற்றி ஈக்கள்போல் குழந்தைகள் கூட்டம் மொய்க்கும். இறுதியாகத் தாத்தா வாயில் திணித்துவிடும் சின்னஞ்சிறிய சௌமிட்டாய்த் துண்டு அலாதியான சுவை.

திருவிழாவையும் புத்தாடையையும் பிரிக்க முடியாது. இன்றைக்குப் போல் புதுத்துணி எடுக்க நகர்வலம் போகும் பழக்கம் அன்றைக்கில்லை. திருவிழா காலத்திற்குச் சில நாள்களுக்கு முன்பு துணிக்கடைக்கார அண்ணாச்சி மிதிவண்டியில் கட்டி எடுத்துக்கொண்டு வரும் பெட்டியிலேயே குடும்பத்திலுள்ள அனைவருக்குமான ஆடைகள் அடங்கியிருக்கும்.

குறிப்பாக, இளம்பெண்கள் துணிக்கடைக்காரரிடம்தான் தங்களுக்குத் தேவையான துணிகளை எடுத்துக்கொள்வர். அதற்குள்ளாகத் துணிப்பெட்டி ஒருவழியாகிவிடும். அன்றைக்குப் புதுநெல்லு புதுநாத்து, கும்பக்கரத் தங்கையா போன்ற திரைப் படத்தின் நாயகிகள் உடுத்திய சேலைக்குக் கடும் கிராக்கி. இளம்பெண்கள் சிலர் தங்கள் ஒற்றுமையை ஊருக்குக்குச் சொல்ல 'மேட்ஜாவான' சேலைகளை எடுத்து உடுத்திக்கொண்டு திருவிழாவுக்கு மேலும் அழகு சேர்ப்பர்.

மட்டுமல்ல வைக்கோல் பிரிமனை, கூடைமுடைதல், ஓலைப்பொட்டி, கடகம், மண்பானை, மண்சட்டி போன்ற கைவினைப்பொருட்களைத் தயாரிப்பாளர்களே நடமாடும் வணிகர்களாகக் கிராமத்திற்குள் கொண்டுவந்து கூவிக்கூவி விற்பனை செய்வதைப் பார்த்திருக்கிறோம். அதன் தேவைக்கேற்ப அந்தப் பொருள் கிடைக்கும். இடத்திற்கே சென்று வாங்கி வருவோரும் உண்டு. மக்களிடம் புகுந்த உலகமயப் பண்பாடும் நாகரிக வளர்ச்சியும் இன்று அந்தப் பொருட்களின் பயன்பாட்டை வெகுவாக இல்லாமல் ஒழித்துவிட்டது.

அன்றைய கிராமத்து மக்களின் வாழ்க்கைப்போக்கில் சாதியம் மெல்லியதாகவும் சில நேரங்களில் கடினத்தன்மையோடும் தன் இருப்பைத் தக்கவைத்திருந்ததை இன்று அவதானிக்க முடிகிறது. அது கிழக்கு × மேற்கு எனத் திசை அடையாளத்தாலும் காலனி × தெரு என்கிற அரசின் நிர்வாகத்திற்காக வரையறுக்கப்பட்ட பெயர்களாலும் தனது கட்டுமானத்தை நிலைநிறுத்திக்கொண்டது.

நாங்கள் பயின்ற பஞ்சாயத்து ஒன்றியம் தொடக்கப்பள்ளிக்கு அருகே தற்போது 'மடத்து ஊரணி' என்று அழைக்கப்படும் ஓர் ஊரணி இருக்கிறது. சமத்துவ விரும்பி ஒருவரின் பெரு முயற்சி யால்தான் அது இன்று அனைவர்க்குமான 'சமத்துவ ஊரணியாக' விளங்குகிறது என்கிற வரலாற்று உண்மை இன்றைய தலை முறைக்குத் தெரியாது. தொடக்கத்தில் ஊரில் வாழும் தேவேந்திர குல வேளாளர் தவிர்த்த பிற சமுதாயத்தவர்களின் பயன் பாட்டிற்கானதாக மட்டுமே அவ்வூரணி திட்டமிட்டு வெட்டப் பட்டது.

பல்வேறு சாதியினர் வாழ்கின்ற ஊரில் தேவேந்திரகுல வேளாளர் சமுதாயத்தினரைப் புறக்கணித்துவிட்டு ஊரணி வெட்டுவது சரியாக இருக்காது. அது ஊரின் சமத்துவத்திற்கு ஊறுவிளைவிப்பதாக அமையும் என்பதாகக் கருதிய, பிறப்பால் கோனார் சமுதாயத்தைச் சேர்ந்த வெங்கடாசலம் என்பவரே, சொந்தச் சாதியினருக்கு எதிராகக் கடுமையாகப் போராடி அந்த ஊரணிக்குத் தெற்கே கொஞ்சம் தள்ளி தேவேந்திரகுல வேளாளர் சமுதாயத்திற்கான ஓர் ஊரணியை வெட்டுவதற்குக் காரணமாக அமைந்தார். இரு ஊரணிகளையும் வெட்டுவதற்கான பெருமளவு

உடல் உழைப்பைக் கொட்டியது தேவேந்திரகுல வேளாளர் சமுதாயத்தினரே. அப்போது ஒரு நாளைக்கான கூலி 0. 30 பைசா. பின்னாளில் பெரியவர் வெங்கடாசலம் மதுரை திருப்பரங் குன்றத்திலுள்ள தன் மகனின் இல்லத்தில் இறுதிக்காலத்தைக் கழித்து மறைவுற்றபோது தேவேந்திரகுல வேளாளர் சமுதாயத்தினர் பெருவாரியாகக் கலந்துகொண்டு தங்கள் இரங்கலையும் நன்றியுணர்வையும் வெளிப்படுத்தினர்.

அந்த ஊரணியைச் சுற்றிலும் தென்னை மரங்கள் நிறைந்து காணப்பட்டதால் 'மரத்து ஊரணி' என்று அழைக்கப்பட்டது. காலப்போக்கில் 'மரத்து' என்பதில் உள்ள 'ர'கரம் 'ட'கரமாகத் திரிந்து 'மடத்து ஊரணி'யாக வழக்கத்திலிருந்து வருகிறது.

சாதியப் படிநிலை அமைப்புமுறையில் கடைநிலையிலிருந்த குடும்பங்களில் பறையர்கள் 5, அருந்ததியர்கள் 10, வண்ணார் ஒரு குடும்பம் எனப் பதினைந்துக்கும் மேற்பட்ட குடும்பங்கள் வாழ்ந் திருக்கிறார்கள். அவர்கள் ஊரில் வாழ்ந்த அனைத்துச் சாதி யினருக்குமான விருப்பங்களையும் தேவைகளையும் நிவர்த்தி செய்யும் குடிஊழியம் புரியும் சாதியினராக விளங்கியிருக் கிறார்கள்.

ஊருக்குள் மின்சாரம் தலைகாட்டாத காலத்தில் ஐந்தடி உயரமுள்ள கல்லை நட்டு அதில் கண்ணாடி மூடப்பட்ட விளக்கைப் பொருத்தி எண்ணெய்யை ஊற்றி, விடிய விடிய எரிய விட்டிருக்கிறார்கள். அதன் சிறு வெளிச்சத்தில்தான் ஊரே வாழ்ந்திருக்கிறது. ஊரின் நான்கைந்து இடத்தில் அந்த விளக்குப் பொருத்தப்பட்டிருந்தது. ஊரில் மாரியம்மன் கோவில், கருப்பையா கோவில் முதலான நான்கைந்து இடங்களில் அவ்விளக்குக் கம்பங்கள் இருந்திருக்கின்றன. பறையர் சமுதாயத்தைச் சேர்ந்த ஒருவர் தினமும் மாலையில் அவ்விளக்கில் எண்ணெய் நிரப்பித் திரியைப் பொருத்திவிடும் பணியைச் செய்திருக்கிறார்.

ஊருக்கான பொது நிகழ்வான மீன்பிடித்தல், கண்மாயில் தண்ணீர் திறத்தல், ஊர்க்கூட்டம் முதலானவற்றை அறிவிக்கும் சேவையைப் பறைசாதியினர் செய்தார்கள். அவர்கள் ஊர்த் தெருவின் முச்சந்தியில் நின்றுகொண்டு இடுப்பில் கட்டி யிருந்த தமுக்கு என்கிற கருவியை இசைத்தவாரே, 'இதனால்

சகலமானவருக்கும் சொல்லிக்கொள்வது என்னன்னா' என்று தண்டோரா செய்தியைத் தொடங்கி இறுதியில் 'சாமிமாரே வந்துருங்கோ...' என ராகத்தோடு முடித்துவைப்பது அவர்களுக் கான குறியீட்டுச் சொல்லாடலாக இருந்தது.

மேலும் தேவேந்திரகுல வேளாளர்களில் யாரேனும் மறைந்து விட்டால் அயலூர்களுக்குச் சென்று அவர்களின் உறவினர்களுக்கு இறப்புச் செய்தியைக் கடத்திவரும் சேவையை அருந்ததியர் செய்திருக்கிறார்கள். போக்குவரத்து வசதிகள் இல்லாத அந்த நாளில் பயணத் தேவைக்காக வாடகை சைக்கிளைப் பயன் படுத்தினார்கள். பயணச் செலவு, உணவுச்செலவுக்கான பணத்தை இறப்புவீட்டாரே வழங்குவர். இறப்புச் செய்தியைச் சொல்லுமிடத் திலும் இறப்பு வீட்டாரின் உறவினர்கள் அவர்களுக்குப் பணம் கொடுப்பதை வழக்கமாக வைத்திருந்தார்கள். மேலும் தேவேந்திர குல வேளாளர்கள் வயலில் அறுவடை செய்யும் நேரத்தில் களத்தில் கதிரை அடித்து, மாடுகளைப் பொனயவிட்டு இறுதி யாகக் களத்தைச் சுத்தம் செய்யும்போது மிஞ்சும் நெல்மணி களில் பாதியை அருந்ததியரின் சேவைக்காகக் கொடுப்பார்கள். அனைவருடைய வீடுகளிலும் இப்படி நெல்மணிகள் வழங்கப்படும்.

தொலைத்தொடர்பு சாதனங்களின் வளர்ச்சி இந்த அடிமைத் தனத்தை அடியோடு அகற்றும் அற்புதத்தை நிகழ்த்திக் காட்டி யிருக்கிறது.

ஊரிலிருந்த பறையர் சமுதாயத்தினருக்கான வாழ்வாதாரம் நலிந்துபோன நிலையில் குறிப்பிட்ட காலத்திற்குப் பிறகு, தஞ்சை மாவட்டம் ரெட்டியபாளையத்திற்கு இடம்பெயர்ந்து கரகாட்டம், பறையிசைத்தல் போன்ற நிகழ்த்துக்கலைகளின் வாயிலாகத் தங்கள் பிழைப்பை நடத்திவருகிறார்கள்.

அதே போன்று ஒரு பெண் பருவமடைந்துவிட்டால் அந்தப் பெண்ணின் மாமாவுக்கும் நெருங்கிய உறவினர்களுக்கும் தகவல் சொல்லும் பணியை வண்ணார் சமுதாயத்தினர் செய்தார்கள். அதற்காக அப்பெண்ணின் மாமன்காரர் பணம் கொடுப்பார். அப்பணத்திற்கு 'மாராயம் காசு' என்று பெயர். அதுமட்டுமல்ல, ஊரிலுள்ள அனைத்து மக்களின் உடைகளையும் வாங்கிச்சென்று கண்மாய், குளம் போன்ற நீர்நிலைகளில் வைத்து வெளுத்துத்

தருவார்கள். கண்மாயில் அவர்கள் துவைப்பதற்கென 'வண்ணாந் துறை' என்ற பகுதியே அவர்களுக்காக ஒதுக்கி வைத்திருந்தார்கள். அவர்களுக்கு தேவேந்திரகுல வேளாளர் மக்களின் உழைப்பால் விளைந்த நெல்லை ஊதியமாகக் கொடுப்பார்கள். மேலும் உணவுத்தேவைக்காக இரவு நேரத்தில் வீடுவீடாகச் சென்று 'அம்மா சோறு போடுங்க' என்று உரத்த குரல்கொடுத்து சோற்றையும் வெஞ்சனத்தையும் தனித்தனிப் பாத்திரங்களில் வாங்கிச் சென்று இரவு உணவை முடிப்பார்கள். இதை 'ஊர்ச்சோறு எடுத்தல்' என்று அழைக்கப்படும்.

இரவு உண்டது போக எஞ்சிய உணவைத் தண்ணீர் ஊற்றி காலை உணவுக்காக வைத்துக்கொள்வர்கள். பங்குனிப் பொங்கல் விழாவின்போது ஆடு மற்றும் கோழிகளின் தலையை வாங்கிச் செல்வர். மேலும் இறப்புச் சடங்குகளை வண்ணார் சமுதாயத் தினரே செய்வார்கள். ஊரில் பட்டியல் சாதியில் பிறந்த, தன் சமுதாயத்தாரால் மருந்துக்குக்கூட மதிக்கப்படாத ஒருவர் இறப்புச் சடங்கின்போது அவர்களைச் சுயமரியாதையின்றி நடத்துவதும் ஏளனமாகப் பேசுவதும் சாதிய உளவியலன்றி வேறில்லை.

சிவகங்கை மாவட்டம் இளையான்குடி ஒன்றியத்தில் அமைந்துள்ள சிற்றூரான புலியூர் கிராமத்தின் கடந்தகால நினைவென்பது அந்நகரத்தைச் சுற்றியுள்ள கிராமங்களின் அசைவுகளோடு விரிந்த தொடர்புடையது.

1990களின் தொடக்கத்தில் இந்தப் பகுதியில் எப்போது வேண்டுமானாலும் கலவரம் நேரலாம் என்கிற நிலையில் சாதியம் நீறுபூத்த நெருப்பாய் கனன்று கொண்டேயிருந்தது. எங்கள் கிராமத்திலும் பதட்டத்திற்கும் பதைபதைப்புக்கும் பஞ்சம் இருக்காது. இரவில் எங்கிருந்தாவது வாகன விளக்கு வெளிச்சம் தெரிந்தால்போதும் உடனே அக்கம்பக்கத்தில் இருப்பவர்களுக்குச் சாதியவாதிகள் தாக்க வந்துவிட்டதாய் தகவல் பரவும். அப்போது மக்கள் வீடுகளில் தங்காமல் வயல்வெளியில் ஓடி ஒழிந்துகொள்வர்.

அரையடி உயரத்திற்கு வளர்ந்துநிற்கும் பயிர்களை மிதித்துச் சேதப்படுத்துவதைப் பற்றியெல்லாம் யோசிக்க அப்போது யாருக்கும் தோணுவதில்லை. உயிர்களைக் காக்கும் முயற்சியில்

பயிர்களைப் பற்றி யார் கவலைப்படுவது? 'இப்படிப் பயிர்களை நாசம் செய்கிறார்களே...' என்ற வசைபாடலும் வயல்காரர் களிடமிருந்து ஒலிப்பதில்லை. பக்கத்து ஊரில் வசிக்கும் ஆதிக்கச் சாதியனரிடமிருந்து வரும் திடீர்த் தாக்குதலைச் சமாளிக்க எங்கள் ஊர் இளைஞர்கள் சிலம்பம், கராத்தே போன்ற தற்காப்புக் கலைகளைக் கற்றுக்கொண்டார்கள். பரமக்குடியிலிருந்து கணேசன் என்கிற 'மாஸ்டர்' வருகைதந்து கராத்தே கலையைக் கற்றுக்கொடுத்தார். அதிகாலையில் தொடங்கும் பயிற்சி காலை 8.00 மணியளவில் முடிவடையும். கருத்த தேகமும் கட்டுமஸ்தான உடல்வாகும் ஒட்டிய வயிறுமாக அவர் இருப்பார். இரவுப் பொழுதில் எந்நேரமும் எதிரிகள் ஊருக்குள் நுழையலாம் என்கிற அச்சத்தினால் ஏற்பட்ட முன்னெச்சரிக்கை காரணமாக அன்றைய பெரியவர்களும் இளைஞர்களும் வீட்டுக்குவீடு வரிவசூல் செய்து கிராமத்திற்கு அப்பாலும் கிராமத்திற்குள்ளும் இருந்த மின் கம்பத்தில் குண்டுபல்புகளைப் பொருத்தி வெளிச்சத்தின் வாயிலாக மக்களின் அச்சத்தைப் போக்க முயன்றார்கள்.

கிராம அமைப்பில் எங்கள் ஊருக்கு மிகவும் நெருங்கிய உறவுமுறையைக் கொண்ட இளையான்குடிக்கு வடக்கே அமைந்துள்ள ஊர் அது. அவ்வூரில் தேவேந்திரகுல வேளாளர் சாதியைச் சேர்ந்த பெரியவர் ஒருவரின் இறப்புக்காகச் சென்றவர் களை வழிமறித்து, 'ஊருக்குள் சாமி இருக்கிறது. செருப்பைக் கழற்றி கையில் பிடித்துக்கொண்டு செல்லுங்கள்' என்று அந்த ஊரில் அடர்த்தியாக வாழும் ஆதிக்கச் சாதியினர் அடாவடி செய்திருக்கிறார்கள்.

தங்கள் சாதிய மனோபாவத்திற்குச் சாமியைத் துணைக்கு அழைத்துக்கொண்டார். மக்களும் வேறு வழியின்றி அவ்வாறே செய்து, இறந்தவரை அடக்கம் செய்துவிட்டுத் திரும்பினர். கொஞ்ச நாள் கழித்து ஆதிக்கச்சாதியினரின் உறவினர் ஒருவர் எங்கள் ஊருக்கு அருகே இறந்துபோகிறார். வாய்ப்புக்காகக் காத்திருந்தவர்கள்போல, 'எங்கள் ஊருக்குள் குலசாமி இருக்கிறது செருப்பணிந்து செல்வது சாமி குத்தமாகிவிடும்' என்று தேவேந்திரகுல வேளாளர்கள் கறாராகச் சொல்ல, வந்தவர்கள் நெஞ்சத்தில் நெருப்பாய் வழிந்த வெறுப்பைத் துடைத்தவாறு கையில் செருப்பைப் பிடித்துக்கொண்டு தெருவைக் கடந்தனர்.

அந்த நாட்களில் சிவகங்கை, இராமநாதபுரம் மாவட்டங்களில் மட்டுமல்லாது தென்தமிழகத்தில் எங்கே சாதிவெறி தாக்குதல் நடந்தாலும், அது எங்கள் பகுதியில் தாக்கத்தை ஏற்படுத்தும். நெல்லையில் ஒரு தாக்குதல் சம்பவமென்றால், இங்கே சாலையின் இருபுறத்திலுமிருக்கும் மரங்கள் சாலையில் சரிந்து பேருந்தை மறிக்கும், பிறகு அது கல்வீச்சாக வீரியமடையும். இது அடித்தட்டு மக்களின் சமூக எழுச்சியாகப் பார்க்கப்பட்டது. இதனால் மக்களின் அன்றாடப் பணிகளுக்குப் பாதிப்பு ஏற்படுவதைத் தவிர்க்க முடியாது. காலங்காலமாக அடிமைத்தனத்தைச் சுமந்து கொண்டு திரிந்தவர்கள் வீரியத்தோடு எழுந்தால் இப்படித்தான் வெளிப்படும் என்பதை அப்போதுதான் பொதுச் சமூகம் உணரத் தொடங்கியது.

இளையான்குடியிலிருந்து சாலைக்கிராமம் செல்லும் சாலையில் அமைந்துள்ள பல கிராமங்களுக்கு மையமான ஊர் கோட்டையூர். எங்கள் ஊரிலிருந்து சுமார் ஒரு கிலோ மீட்டர் தொலைவில் உள்ளது. பேருந்துப் பயணத்திற்காகவும் உள்ளூர் பெட்டிக்கடையில் கிடைக்காத பொருட்களை வாங்கவும் அங்குதான் மக்கள் செல்வார். எங்கள் ஊரிலும் அவ்வப்போது தேநீர்க்கடைகள் இருந்திருக்கின்றன. என்றாலும் தேநீர்க்கடைகள் இயங்காத காலங்களில் அங்கு சென்றுதான் தேநீர் குடிப்பர். எங்கள் ஊர்ப் பெரியவர் சிலர் கோட்டையூர் தேநீரகத்தின் தீவிர வாடிக்கை யாளர்களாக இருந்தார்கள். நள்ளிரவிலேயே எழுந்து இருளை விலக்கியபடி நடந்துசென்று அதிகாலைப் பொழுதில் தேநீர்க் கடைக்காரரைத் தூக்கத்திலிருந்து எழுப்பித் தேநீர் போடச்சொல்லி முதல் ஆளாக வாங்கிப்பருகும் வழக்கம் அவர்களுக்கு உண்டு.

அந்தக் காலத்தில் சில தேநீர்க்கடைகளில் வணிக அறத்திற்கு மாறாக இரட்டைக் குவளை முறையைக் கையாண்டார்கள். சாதிய ஆதிக்கத்தை, அராஜகத்தை, அடக்குமுறையை எதிர்ப்பதில் முன்னணிப் படையாய் விளங்கிய எங்கள் கிராமத்தினர் அந்தக் கொடுமையை எதிர்த்துக் கடைகளில் புகுந்து தாக்குதல் நடத்தினார்கள். காவல்துறையில் புகார் செய்து சட்டத்தின் வழி யிலும் அதை இல்லாதொழித்தனர். சில கடைக்காரர்கள் மீது வழக்கும் பதியப்பட்டது. ஒரு கடைக்காரர் ‘பட்டியல் சாதி யினருக்கும் பிற சாதியினருக்கும் ஒரே டம்ளரில் தேநீர்க்

கொடுப்பதா...' என்கிற சாதிய மேலாதிக்க மனநிலையில் தன் கடையிலிருந்த கண்ணாடி டம்ளரை தானே தெருவில் போட்டு உடைத்ததோடு, கடையையும் இழுத்து மூடினார். ஒரு வாரக் காலத்திற்குப் பிறகு வயிற்றுப் பிழைப்புக்கு வேறுவழியின்றி, மீண்டும் தேநீர்க் கடையைத் தொடங்கி, உள்ளத்தில் சாதி உணர்ச்சியை வெளிக்காட்டாமல், அனைத்துச் சமுதாய மக்களுக்கும் ஒரே வகையான குவளையில் தேநீர் வழங்கினார்.

சாதியக் கட்டமைப்பில் 'உயர்' என்று சொல்லக்கூடிய யாருடைய வீட்டிற்காவது சென்றுவிட்டால் போதும், நாம் கேட்பதற்கு முன்பாகவே, 'உங்க ஐயா வீட்டில் இல்லை' என்று அடிமைத்தன 'முறை' சொல்லி தன் தந்தையையோ, கணவரையோ 'ஐயா' என்ற விளிக்க வைக்கச் சாதி இந்துப் பெண்கள் தீவிரமாக மெனக்கெடுவார்கள். பீடித்திருக்கும் சாதிய உளவியல் நோயி லிருந்து அவர்கள் இன்றைக்கும் விடுபட்டதாகத் தெரியவில்லை. சில நேரங்களில் 'எங்க அய்யா செத்து ஒரு வருடம் ஆச்சு...' என்று பட்டியல் சமுதாய இளைஞர்கள் சாதி இந்துக்களின் மூக்கை உடைத்த சம்பவமும் நடந்திருக்கிறது. சாதியத்தின் மீது சிறு துரும்பைக் கிள்ளிப்போட்டால் போதும் தனது கௌரவத் திற்குக் குந்தகம் நேர்ந்துவிட்டதாய் கருதி, 'இவன் முன்னை மாதிரி இல்ல' என்று யாரும் கேட்காமலேயே நன்னடத்தை சான்று தருவார்கள். இந்த வார்த்தையானது இரண்டாயிரமாண்டு காலச் சாதிய மேலாதிக்கப் பிம்பம் மெல்லக் கட்டுடைக்கப் படுகிறது என்பதற்கான சமகாலச் சாட்சியம்.

தங்களைவிட ஓரிரு மடங்கு வயது அதிகமுள்ள பட்டியல் சாதிப் பெரியவர்களைப் பெயர் சொல்லி அழைக்கும் அல்லது ஒருமையில் விளிக்கும் சிறுவர்களை, இளைஞர்களை, நடுத்தர வயதினரைப் பார்த்திருக்கிறேன். அவர்கள் நடுநிலைக் கல்வியோ, உயர்கல்வியோ 'பயின்று' கொண்டிருப்பர் அல்லது பள்ளிக் கல்வியை நிறைவுசெய்திருப்பர்.

பொறுப்பான பணியிலும் இருப்பார்கள். 'பெரியோரை மதிக்க வேண்டும்' என்று பாடப் புத்தகம் புகட்டுவதை அவர்கள் தம் சாதிக்காரப் பெரியவர்கள் என்று பொருள்கொள்வார்கள் போலிருக்கிறது.

இதில் கொடுமை என்னவென்றால், அந்தச் சிறுவர்கள் அப்படிக் கூச்சநாச்சமின்றிப் பேசும்போது அவனின் பெற்றோர் அருகில் இருந்தால்கூட அதைத் தவறென்று சுட்டிக்காட்டிக் கண்டிக்க மாட்டார்கள். குழந்தைகள் செய்வது சரியென்று நினைத்தே இப்படிப் பேச அனுமதிக்கிறார்கள். சாதிப் பித்து அவர்களின் பொதுச்சிந்தனையை முடமாக்கிவிட்டது. கால மாற்றமும் கணினியின் செல்வாக்கும் வளர்ந்த இந்த நாட்களிலும் இதுபோன்ற நாகரிகமற்ற பேச்சுக்களைக் கிராமங்களில் கேட்க முடிகிறது.

ஆனால் அவர்கள்தான் 'இப்பெல்லாம் யாருங்க சாதி பாக்குற, காலம் ரொம்ப மாறிப்போச்சுங்க...' என்று முதல் ஆளாக, சமத்துவத்திற்கான தோற்றுவாய் தாங்களே என்பது போல வியாக்கியானம் செய்யத் தொடங்கிவிடுவார்கள்.

***

இப்போது வெகுவாகக் குறைந்துவிட்ட 'ரெக்கார்டு டான்ஸ்' முன்பு கிராமங்களில் அடிக்கடி நடக்கும். ஒரு குடும்பத்திற்கான அனைத்தையும் ஏற்றிக்கொண்டு மூடப்பட்ட வண்டியில் ஒரு பகல்பொழுதில் வந்திறங்குவார்கள். அதில் தாய், தந்தை, குழந்தைகளோடு மேலுமிருவர் இருப்பார்கள். நாடோடி மனிதர்களாக வாழ்க்கையை ஓட்டும் அந்தக் குழுவினர் ஒவ்வொரு நாளும் ஒரு கிராமமாகத் தங்கள் நிகழ்ச்சியை நடத்துவர். அவர்களைப் பார்த்தவுடன் எங்களுக்கு மனதில் மகிழ்ச்சி பரவத்தொடங்கும். ஏனெனில் தொலைக்காட்சிப் பெட்டிகள் அவ்வளவாக ஊரில் தலைகாட்டாத காலம் அது. ஊர் முழுக்க எண்ணினாலும் நான்கைந்துக்கு மேல் தேறாது. அதுவும் கருப்பு வெள்ளை. அதை அருகிலிருந்து தரிசிக்கவும் வாய்ப்பும் இல்லை.

அக்காலத்திய சினிமா நாயகர்களைத் தரையில் கிடக்கும் செய்தித்தாள் துண்டுச்சீட்டில் மட்டுமே நெருக்கமாகப் பார்த்துப் பழகிய எங்களுக்கு நம் தெருவுக்கே வந்து நடனம் புரியும் இது போன்ற தெருக்கூத்துக் கலைஞர்களின் வரவு எங்கள் சினிமா மோகத் திற்குத் தீனியாக அமையும். ஒருவரே 'ராஜாவுக்கு ராஜா நான்தான்...' என இரஜினிகாந்தாகவும் அடுத்த பாடலுக்குச் சாட்டையைக் கையில் பிடித்துக்கொண்டு 'நான் ஆணை யிட்டால்' பாடலுக்கு எங்க வீட்டுப் பிள்ளை எம்ஜிஆர் ஆகவும்

வருவார். கொஞ்ச நேரத்தில் விஜயகாந்தாக விஸ்வரூபம் எடுப்பார். அவரிடமிருக்கும் ஐந்தாறு சட்டைகளுக்குள்ளேயே அனைத்து நாயகர்களுக்குமான அரிதாரமும் மறைந்திருக்கும். இசைத்தட்டுக் கருவிகளை வைத்து நிகழ்ச்சி நடத்தியதை நாங்கள் பார்த்திருக்கிறோம்.

கிராமமானது ஊர், காலனி என்ற இரண்டு பிரிவுகளை உள்ளடக்கியதாக இருந்தால் முதலில் சாதி இந்துக்கள் வாழும் பகுதியில்தான் இந்த நிகழ்ச்சி நடத்தப்படும். அடுத்த நாள் காலனிக்குள் நிகழ்ச்சி அரங்கேறும். எளிய மனிதர்களின் வயிற்றுப் பிழைப்புக்காக நடத்தப்படும் கடைநிலைக் கலையிலும்கூட சாதி புகுந்து தன் பங்கிற்கு நடனமாடும். அந்த நிகழ்ச்சியின்போது யார் பணம் கொடுத்தாலும் வாங்கிக் கொண்டு தாங்கள் வைத்திருக்கும் கரகரப்பான ஒலிவாங்கியில் அன்பளிப்பாளர் பெயரைப் பெருமையோடு அறிவிப்பார்கள். அது பக்கத்திலுள்ள சில வீடுகளுக்குக் கேட்கும்.

அப்படித்தான் இளையான்குடிக்கு அருகேயுள்ள ஒரு கிராமத்தில் *ரெக்கார்டு டான்ஸ்* நிகழ்ச்சியின் நடுவே, நன் கொடையைக் கொடுத்துவிட்டு, தம் சாதிப் பெயரோடு... தற்கொலைப்படை' என்ற சொல்லை ஒட்டி அறிவிப்புச் செய்யுமாறு வலியுறுத்துகிறது சாதி போதை தலைக்கேறிய ஓர் இளைஞர் கூட்டம். அவர்களும் சிறிது யோசனைக்குப் பிறகு வேறுவழியின்றி ஒலிபெருக்கியில் அறிவிக்கிறார்கள். அடுத்தாக, பட்டியல் சமுதாயத்தைச் சேர்ந்த சில இளைஞர்கள் 'டாக்டர் அம்பேத்கர் நற்பணி மன்றம்' என்ற பெயரில் நிதியளிக்க முற்பட்டபோது, அதைத் தங்களுக்கு ஏற்பட்ட இழுக்காகக் கருதிய சாதிவெறி இளைஞர்கள் அங்கிருந்த பட்டியல் சமுதாய இளைஞர்களைத் தாக்குகிறார்கள். அந்த ஊரில் சாதி இந்துக்கள் கணிசமான அளவில் இருக்கிறார்கள். பட்டியல் சாதியினரின் வீடுகள் ஐந்தாறு இருந்தன. இந்தச் சம்பவத்திற்குப் பிறகு சாதி இந்துக்கள் இருபதுக்கும் மேற்பட்டோர் மீது வன்கொடுமை வழக்குப் பாய்ந்தது. அந்த ஊரிலுள்ள பட்டியல் சமுதாய மக்கள் சுயமரியாதை உணர்வோடு வாழ இந்தச் சம்பவம் ஒரு காரணமாக அமைந்தது.

***

எங்கள் ஊருக்கு அருகே இருக்கிறது அந்தக் கிராமம். அந்த ஊர் பட்டியல் சாதியினர் வளர்க்கும் ஆடுகள் ஊரின் மேற்கே அமைந்துள்ள கண்மாயின் பாதியைக் கடந்து சென்றுவிட்டால், அவ்வளவுதான். ஆட்டைத் தேடிச் செல்ல முடியாது. கண்மாயின் உள்கரைக்கு மேற்கே கணிசமாக வசிக்கும் ஆதிக்கச் சாதியினர் ஆடுகளை அபகரித்துக்கொள்வர். அந்த அளவுக்குச் சாதிவெறியும் ஆதிக்கமும் அந்த ஊரில் தலைவிரித்தாடியது. இதைவிடக் கொடூரங்களெல்லாம் அந்தப் பகுதியில் அரங்கேறியது. அதை யெல்லாம் வார்த்தைகளால் விவரிக்க முடியாது. சட்டம் ஒழுங்கைக் காக்கும் காவல்துறையினராலும் அவர்களின் அராஜகத்தைத் தடுக்க முடியாது என்பதுதான் வேதனையானது.

சாதியத்தின் கோரப்பிடியிலிருந்து விடுபட மக்கள் மத மாற்றத்தை ஆயுதமாகத் தேர்ந்தெடுத்துக்கொண்டிருந்த காலம். தமிழ்நாடு முழுக்க ஒடுக்குமுறைக்குள்ளான பட்டியல் சாதியினர் இசுலாம் மதத்திற்கு மாறி சாதியத்திற்கு எதிராகத் தங்கள் எதிர்ப்பை வெளிப்படுத்தினர். எங்கள் ஊரிலும் உள்ளும் புறமும் சாதியத்தால் நெருக்கடிகளைச் சந்திக்க வேண்டியிருந்தது. ஆதிக்கச் சாதியினரின் தாக்குதலும் அதற்கு முகங்காட்டும் எதிர்த்தாக்குதலும் அன்றாட நிகழ்ச்சி நிரல்களாக இருப்பதை மக்கள் இயல்பாகக் கடந்துபோக விரும்பவில்லை. எனவே சாதிய இழிவிலிருந்து விடுபட வேண்டுமென்கிற எண்ணம் தோன்றியது.

1970களின் மத்தியில் எமது கிராமத்தினர் வேலையின் பொருட்டு இராமநாதபுரத்திற்கு அருகிலுள்ள கிராமங்களுக்குச் சென்றபோது, தேவேந்திரகுல வேளாளர் சமுதாய மக்கள் இசுலாம் மதத்திற்கு மாறி ஏனைய சாதியினரால் சுயமரியாதையோடு நடத்தப்படுவதைக் கண்கூடாகப் பார்க்கிறார்கள். குறிப்பாக, மேல மடை கிராமத்தினரின் மதமாற்றம் இவர்களிடையே கிளர்ச்சியை உண்டாக்கிற்று. வேலைக்குச் சென்ற மக்கள் ஊருக்குத் திரும்பியதும் நாமும் இஸ்லாமிய சமயத்திற்கு மாறவேண்டும் என்று பரவலாகப் பேசிக்கொண்டார்கள். ஆனால் என்ன காரணமாகவோ, மக்களின் அந்த எண்ணம் செயலாக்கம் பெறவில்லை.

நான் சிறுவனாக இருந்தபோது அப்பாவும் நானும் ஆடுகளை விற்பதற்காக அவற்றை ஓட்டிக்கொண்டு இளையான்குடி சந்தைக்கு

நடந்தே செல்வோம். ஆடுகளின் பசிபோக்க ஆங்காங்கே வரப்பு களில் ஒட்டியிருக்கும் அறுகம்புல்லையும் வேப்பந்தழைகளையும் மேயவிடுவோம். வீட்டிலிருந்து கிளம்பினால், குறுக்கு வழியில் இளையான்குடியைச் சென்றடையக் குறைந்தது மூன்று மணி நேரம் ஆகும். எங்கள் ஊர் மக்கள் போக்குவரத்துக்குகாகப் பேருந்தில் செல்லும் காலத்திற்கு முன்பாக இந்த வழியைத்தான் அதிகம் பயன்படுத்தினார்கள். அதற்கான தடமும் வழிநெடுக இருக்கும்.

இளையான்குடி சென்று ஆட்டை விற்ற பிறகு, அப்பா எப்படியும் புரோட்டா வாங்கித் தந்துவிடுவார் என்பதால் இளையான்குடி நெருங்க நெருங்க என் நடையும் வேகமெடுக்கும். எண்ணியவாறே இரண்டு புரோட்டா கிடைக்கும். அந்நாளில் ஒரு புரோட்டாவின் விலை 50 பைசா. அந்தக் காலக்கட்டத்தில் ஆறு மாதத்திற்கொரு முறை இப்படியான பயணங்கள் வாய்க்கும்.

சந்தைக்குக் கொண்டுவந்த ஆடுகளை நல்ல விலைக்கு விற்க வேண்டுமென்கிற முனைப்பில் ஆட்டின் விலையைக் கேட்போரிடமெல்லாம் அதிகபட்ச விலையை ஆட்டின் உரிமை யாளர்கள் சொல்லிக்கொண்டிருப்பார்கள். வாங்க நினைப்பவர்கள் குறைந்த விலைக்குக் கேட்பார்கள். அப்போது சந்தைக் கூட்டத்தின் நடுவே ஏதோ ஒரு திசையிலிருந்து சிறு கத்தியோடு வரும் ஒருவர் சம்பந்தமே இல்லாமல் மூக்கை நுழைப்பார். எந்தவித முதலீடும் இல்லாமல் இடைத்தரகர் என்ற பெயரில் சந்தைக்குள் நுழையும் அவர்களுக்கு ஆடுகள் கை மாறினால்தான் பையில் பணம்.

எனவே வாங்குபவர் அல்லது விற்பவர்களில் யாருக்காவது ஒருவருக்குச் சாதகமாகப் பேசி ஆட்டைக் கைமாற்றத் திட்ட மிட்டமிடுவர். அவர்கள் ஒரே நேரத்தில் விற்பவர்கள், வாங்குபவர்கள் இருவருக்கும் சாதகமாகப் பேசும் 'வல்லமை'யும் அடாவடித்தனமும் கொண்டவர்களாக இருப்பர்.

விலை பேசிக் கொண்டிருக்கும்போதே, 'இந்த ஆடு இவ்வளவு தாங்க போகும்' என்று சொல்லிக்கொண்டே கையில் வைத்திருந்த கத்தியை வைத்து ஆட்டின் தொடைப் பகுதியில் இருந்த ரோமங்களை ஒட்ட நறுக்கிவிடுவார்.

ஆடு விற்றாகிவிட்டது என்பதற்கான அடையாளம் அது. ஓர் ஆடு கைமாறுவதன் வாயிலாக அவர்களுக்குத் தரகுப் பணமாக 20 ரூபாய் முதல் 50 வரை கிடைக்கும். ஆதிக்கச் சாதி உளவியல் மனப்போக்கும் சாதிப் பெரும்பான்மையுமே அவர்களுக்கு உழைக்காமல் பொருளீட்டும் அத்தகைய வாய்ப்பை உருவாக்கி யிருக்கிறது.

கடந்த அரைநூற்றாண்டு காலத்தில் கிராமங்கள் சமூக வளர்ச்சிப் போக்கில் பல மாற்றங்களைக் கண்டுள்ளன. எண்பதுகளில் நடந்த கொடூரங்கள் இப்போது எண்ணிப்பார்க்க இயலாதவை. தொண்ணூறுகளில் இருந்த வீரியம் இன்றில்லை. சாதியம் கிராமங்களில் தனது அசுரத்தனத்தை இழந்து நிற்கிறது என்றால் காரணம், சாதியவாதிகளிடம் நிகழ்ந்த மனமாற்றம் இல்லை. ஒடுக்கப்பட்ட மக்களின் எழுச்சியும் அவர்கள் முன்னெடுத்த சட்டப் போராட்டங்களும் இதில் முன்னணிப் பங்கை வகிக்கின்றன. கிராமங்களின் வீழ்ச்சியின் வாயிலாகத் தான் நிலவுடைமை சாதியக் கட்டுமான அமைப்பில் தளர்வு ஏற்படும் என்பதே கிராமப்புற வாழ்வு நமக்குக் கற்றுத்தந்த அனுபவமாக இருக்கிறது.

□

20

உருளைக்குடி
மாறிய எல்லைகளில் மாறாத ஊர்
சோ. தர்மன்

ஒருங்கிணைந்த நெல்லை மாவட்டத்தின் வடக்கு எல்லையாக இருந்த என் ஊரின் பெயர் உருளைக்குடி. 1986ஆம் ஆண்டு அக்டோபர் இருபதாம் தேதி புதிய மாவட்டமாக திருநெல்வேலி மாவட்டத்திலிருந்து பிரிக்கப்பட்டு வ. உ. சிதம்பரம் பிள்ளையின் பெயர் தாங்கி சிதம்பரனார் மாவட்டம் உருவாகியது. அப்புறம் 1997ஆம் ஆண்டு சிதம்பரனார் பெயரை எடுத்துவிட்டு, தூத்துக்குடி மாவட்டம் என்று அரசு அறிவித்தது.

இந்த தூத்துக்குடி மாவட்டத்தின் இரண்டாம் பெரிய நகரமான கோவில்பட்டி தாலுகாவின் கீழ் இருந்தது என்னுடைய ஊர் உருளைக்குடி. அப்புறம் சில ஆண்டுகள் கழித்து 1998ஆம் ஆண்டு எட்டயபுரம் தனித் தாலுகாவாக ஆக்கப்பட்டபோது, எட்டயபுரம் தாலுகாவில் இணைக்கப்பட்டது. தூத்துக்குடி மாவட்டத்தின் கடைசி எல்லை எங்கள் ஊர்தான். தூத்துக்குடி மாவட்டத்தையும் விருதுநகர் மாவட்டத்தையும் பிரிக்கிறது ஓர் ஆறு. அந்த ஆற்றின் அந்தப் பக்கம் இருக்கிற உப்பத்தூர் என்கிற ஊர் விருதுநகர் மாவட்டம்; இந்தப் பக்கம் இருக்கிற என்னுடைய ஊரான உருளைக்குடி, தூத்துக்குடி மாவட்டம்.

குற்றச் செயல்களில் ஈடுபடுபவர்கள் அந்த மாவட்டத்துக் காவல்துறை வந்தால் இங்கேயும், இந்த மாவட்ட காவல்துறை வந்தால் அங்கேயும் இந்த மாவட்ட காவல்துறை தேடுபவர்கள்

அங்கேயும் சென்று பதுங்கிக்கொள்வதுண்டு. பழங்காலத்தில் எட்டயபுரம் மன்னராக இருந்த எட்டப்ப மகாராஜாவின் ஆளுகைக்கு உட்பட்ட பல ஊர்களில் எங்கள் ஊரும் ஒன்று. அதாவது எட்டயபுரம் சமஸ்தானம் என்று கூறுவார்கள்.

தென் மாவட்டங்களில் ஆட்சி செய்த சமஸ்தானங்களை இரண்டு வகையாகக் குறிப்பிடுவார்கள். அதாவது மறவர்களின் அதிகாரத்தின் கீழ் உள்ளவற்றை 'மேல்படாகை' என்றும், நாயக்கர்களின் ஆட்சிக்கு உட்பட்ட சமஸ்தானங்களை 'கீழ்படாகை' என்றும் அழைத்தார்கள். சமஸ்தானங்களிலேயே மிகப் பெரிய சமஸ்தானமாக விளங்கியது எட்டயபுரம் சமஸ்தானம். அந்த எட்டயபுரம் சமஸ்தானத்தின் மன்னராக இருந்தவர் மகாராஜா எட்டப்பர். இந்த எட்டயபுரம் சமஸ்தானத்தின் கீழ் இருந்த ஏராளமான கிராமங்களில் எங்கள் ஊரான 'உருளைக்குடி'யும் ஒரு கிராமம். பல கிராமங்கள் இருந்தாலும் தொண்ணூறு சதம் கிராமங்களின் பெயர்கள் பட்டி என்றே முடியும், இன்னும் சில கிராமங்கள் 'புரம்' என்று முடியும். இந்த எட்டயபுரம் சமஸ்தானத்திலேயே 'குடி' என்று முடியும் கிராமம் எங்கள் கிராமம் ஒன்று மட்டுமே. 'மங்கலம்' என்றும் 'குடி' என்றும் முடியும் ஊர்கள் காலத்தால் மிகப் பழமையாகத் தோன்றிய ஊர்கள் என்று ஆய்வாளர்கள் கூறுகிறார்கள்.

எட்டயபுரம் அரண்மனைக்கும் எங்கள் ஊருக்கும் இருந்த தொடர்பைப் பற்றி என்னுடைய தாத்தாவும், என்னுடைய அய்யாவும் ஏராளமான சம்பவங்களைச் சொல்லியிருக்கிறார்கள். இந்த எட்டயபுரம் அரண்மனை ஒரு பெரிய சரித்திரத்தைத் தன்னகத்தே அடக்கிக்கொண்டு பாழடைந்து இடிந்து கிடக்கிறது. எட்டயபுரம் சமஸ்தானத்தை ஆண்ட எட்டப்ப மகாராஜாவைப் பற்றி ஏராளமான கதைகள் சொல்லப்படுகின்றன. இவர் ஏராளமான கண்மாய்களை உருவாக்கியிருக்கிறார்.

சூல் நாவலை எழுதுவதற்கான ஆதாரங்களை நான் தேடியலைந்த போது எட்டயபுரம் அரண்மனைக்குள் பல தடவை போயிருக் கிறேன். மன்னர் எட்டப்பர் உருவாக்கிய கிராமங்கள், அவர் உருவாக்கிய கண்மாய்கள், ஊரணிகள், தெப்பங்கள், நீராவிகள், இவைபோக எந்தெந்த ஊர், கண்மாய்களுக்குப் பராமரிப்பு

செலவுகளுக்காகச் செலவு செய்த விபரங்கள் எல்லாவற்றையும் பார்த்தபோது வியப்படைந்தேன். அரண்மனைக்குள் இருக்கும் இருளப்பசாமி கோவில் மன்னர் வமிசாவளியினர் வணங்கும் கோயில் அல்ல. இருளப்பசாமி பெரும்பாலும் பட்டியல் இன மக்கள் வணங்கும் தெய்வம். அப்படியென்றால் எங்ஙனம் மன்னர் அரண்மனைக்குள் கொண்டுவந்து வைத்தார் இதற்கான காரணத்தை என்னுடைய *சூல்* நாவலில் பதிவு செய்துள்ளேன்.

இன்றைக்கும் எங்கள் பகுதி மக்களிடையே வழங்கி வரும் ஒரு விசித்திரப் பழக்கம், எட்டப்ப மகாராஜாவை மக்கள் எந்த அளவுக்கு நேசித்தார்கள் என்பதற்கு ஒரு சிறந்த எடுத்துக்காட்டாகத் திகழ்கிறது. எங்கள் பகுதிகளில் இன்றைக்கும் வியாபாரம் வாங்க வரும் வியாபாரிகள், வத்தல், மல்லி, தானியம், பருத்தி போன்றவற்றைத் தராசுகளில் எடை போடும் போதோ, அளக்கும் போதோ ஒன்று, இரண்டு, மூன்று என்று எண்ணுவார்கள். ஏழுக்கு அடுத்து 'எட்டு' என்று குறிப்பிடாமல் 'நம்ம மகாராசாவுக்கு' என்று சொல்லிவிட்டு, அடுத்து ஒன்பது என்று குறிப்பிடுவார்கள். எட்டு என்பது ராசாவின் பெயர்: எட்டப்பர்.

எங்கள் ஊரைப் பற்றி எழுதும் போது அங்கே இருக்கும் சிஎஸ்ஐ சர்ச் பற்றி கட்டாயம் குறிப்பிட்டே ஆக வேண்டும். 1914ஆம் ஆண்டு தனி நபர் ஒருவரால் கட்டப்பட்டது. இன்று வரை எங்கள் ஊரில் யாருமே கிறித்தவத்தைத் தழுவவில்லை. ஒரு குடும்பத்திற்காக மிகவும் நவீன முறையில் வடிவமைக்கப்பட்டுக் கட்டப்பட்டது. அதுபோக நூறு ஆண்டுகளுக்கு முன்னர் பினாங்கில் காலமான ஒருவரின் உடலைத் தமிழ்நாட்டின் தென் மூலையிலுள்ள ஒரு குக்கிராமமான உருளைக்குடிக்குக் கொண்டு வந்து பத்து ஏக்கர் இடம் வாங்கி வெள்ளை வெளேர் என்று பளிங்கு கற்களாலான கல்லறை கட்டி இங்கே அடக்கம் செய்திருக்கிறார்கள் என்றால் அவருடைய செல்வாக்கை நினைத்துப்பாருங்கள்.

எங்கள் ஊரிலும் சரி, சுற்றுவட்டாரத்திலும் சரி 'கங்காணி' என்றால் தெரியாதவர்கள் இருக்கமாட்டார்கள். தேயிலைத் தோட்டத் தொழிலாளர்களுக்குக் கங்காணியாக இருந்து சம்பாதித்தது இந்தச் சொத்துக்கள். இன்றைக்கு அவரோ, அவருடைய வம்சமோ ஊரில் இல்லை. அத்தனையும் இடிந்து பாழடைந்து கிடக்கின்றன.

'தலக்காசு வாங்கி சம்பாதிச்ச சொத்து வெளங்குமா' தலக்காசு என்பது கங்காணியாக இருப்பவர் தேயிலைத் தோட்டத் தொழிலாளி களிடம் தலைக்கு இவ்வளவு என்று வலுக்கட்டாயமாக வசூல் செய்வது. 'சிங்களத்தி பாவம் சும்மாவிடுமா, கருவறுத்திருச்சு' கங்காணியின் மகன் இங்கே வரும்போது சிங்களப் பெண் ஒருத்தி யையும் கூட்டி வந்து, பாஷை தெரியாத அப்பெண்ணைச் சித்ரவதை செய்ததாகவும், அவள் தற்கொலை செய்துகொண்ட தாகவும் சொல்வார்கள்.

அனைத்துச் சாதியினரும் வசிக்கும் எங்கள் ஊர் ஒரு வித்தியாச மானது. தொண்ணூறு சதம் பேருக்குக் காடுகளும், வயக்காடும் உண்டு. கூலிக்காரர்கள் என்று எவருமே கிடையாது. அந்தப் பகுதியிலேயே மிகப் பெரிய கண்மாய் எங்கள் ஊர் கண்மாய்தான். கூசாலிபட்டி, இலுப்பையூரணி, பெருமாள்பட்டி, லிங்கம்பட்டி, கட்டுராமன்பட்டி, கடலையூர், சென்னையம்பட்டி, வரதம்பட்டி இத்தனை ஊர்க் கண்மாய்களும் பெருகி மறுகால் பாய்ந்து வருகிற தண்ணீர் எல்லாம் கடைசியாக வந்து சேர்கிற கண்மாய் எங்கள் கண்மாய். எங்கள் ஊர் கண்மாய்க்கு அடுத்து கண்மாய் கிடையாது, ஆற்றில் சேர்ந்து வேம்பார் கடலுக்குப் போய்ச் சேரும்.

நெல், வாழை, கரும்பு, நிலக்கடலை, வெள்ளரிக்காய், வெற்றிலைக் கொடிக்கால் என்று வற்றாத தண்ணீரில் எப்போதும் வயல்கள் செழித்திருக்கும். இந்தக் கண்மாயைப் பற்றி நான் எழுதிய நாவல்தான் *சூல்.*

2019ஆம் ஆண்டிற்கான சாகித்திய அகாடெமி விருதைப் பெற்றது. இந்தக் கண்மாயின் கரைகளைச் சுற்றி வரிசையாகப் பனைகள் நூற்றுக்கணக்கில் உண்டு. ஊர்ப் பொதுக் கண்மாய் ஆகையால் இந்தப் பனைகளைக் குத்தகைக்கு விட்டுவிடுவார்கள். பதனீர் இறக்கவும், கள் இறக்கவும் எந்த நேரமும் கண்மாய்க்கரை வெளியூர் ஆட்களால் ஜெஜெ என்றிருக்கும். இந்தக் கண்மாயைப் பற்றிய ஏராளமான கதைகள் உண்டு. எங்கள் ஊர்க் கண்மாய்க் கரை ஆலமரத்தடிக்கு எட்டயபுரம் மகாராஜா எட்டப்பர் இரண்டு முறை வந்திருக்கிறார். பிரிட்டிஷ் படைகள் வந்து தங்கிப் போயிருக்கின்றன. அரண்மனை சார்பாக மல்யுத்தப் போட்டிகள் நடந்திருக்கின்றன.

நடுராத்திரி, பேய் மழை கொட்டுகிறது. கண்மாய் நிரம்பி மறுகால் பாய்கிறது. கலிங்கலுக்கு மேல் தண்ணீர் தத்தி விழுகிறது. மடைகள் எல்லாம் திறந்துவிட்டும் தண்ணீர் குறையவில்லை. பரம்பரை நீர்ப்பாய்ச்சி மடைக்குடும்பன் தலையில் கொங்காணி, கையில் அரிக்கேன் விளக்கு கரையைச் சுற்றிப் பார்க்கிறான். கரைக்கு மேல் தொட்டுக்கொண்டிருக்கிறது தண்ணீர். உடைந்தால், அத்தனை வயல்காடுகளும் ஓடைகளாகிப் போகும். ஊரே அழியும். கொங்காணியையும் அரிக்கேன் விளக்கையும் தூரத் தூக்கி எறிந்தான். ஓடிப்போய் கரையில் காவல் தெய்வமாக நிற்கும் அய்யனார் சாமியின் முன்னால் குப்புற விழுந்தான்.

'அய்யனாரப்பா, உருளைக்குடி ஊர நிய்யிதான் காப்பாத்தணும், கண்மாய் ஒடஞ்சா ஊரே காலி, இத்தனை வருஷமா ஊரோடு ஒன்னய கையெடுத்து கும்பிட்டு, வாரோம், பொங்கல் வைக்கோம், குலவை போடுறோம், கும்மியடிக்கோம், நம்ம மகாராசா வந்து ஒன்னையக் கும்பிட்டுட்டுப் போறாக, நீதான் காப்பாத்தணும் சாமி...'

நெடுஞ்சாண் கிடையாகக் கோயிலின் முன்னால் விழுந்து கிடக்கிறான் மடைக் குடும்பன். ஜல்... ஜல்... ஜல்... என்று வல்லயக் கம்பின் மணியோசை கேட்கவும், மெல்லத் தலை தூக்கிப் பார்க்கிறான் மடைக்குடும்பன். தன் எதிரே அய்யனாரப்பன்.

'டேய்... மடைக் குடும்பா, போடா, போயி ஊருக்குள்ள சொல்லி ஆட்கள தெரட்டிட்டு வா, வந்து எந்தெந்த எடத்துல கரை எழந்து போயிருக்கோ அதையெல்லாம் பலப்படுத்துங்க. நிய்யி ஆட்களக் கூட்டிட்டு கண்மாய்க்கு வர்ர வரைக்கு கரைக்கு மேல பனை ஒசரம் தண்ணி போனாலும் கண்மாயை உடைய விடாம காப்பாத்துறது என் பொறுப்பு.'

ஓட்டமும் பெருநடையுமாகப் போய் ஊர் சேர்ந்த மடைக் குடும்பன் ஊரைச் சத்தங்காட்டி ஆட்களைத் திரட்டினான். ஊராட்கள் அனைவரின் கைகளிலும் கடப்பாரை, மண்வெட்டி, கூடை மேலக்களத்தில் ஊர் திரண்டு நிற்கிறது. அய்யனார் சாமி தன்னிடம் சொன்னதை ஊர்க்காரர்களிடம் விளக்கிச் சொல்லிக் கொண்டிருந்தான் மடைக்குடும்பன். கூட்டத்தோடு கூட்டமாக நின்ற கிழவன் மினுத்தான் முன்னால் வந்து நின்றான்.

‘கடைசியா சாமி உன்கிட்ட சொன்னதைச் சொல்’

‘நீ வருகிற வரைக்குத் தண்ணீர் கரைக்கு மேல பனை உசரம் போனாலும், கண்மாயை உடையவிடாமல் காப்பாத்தி வைக்கிறது என் பொறுப்பு’

‘சரி, இன்னையிலருந்து நீயோ, உன் குடும்ப ஆட்களோ கண்மாய்க்கு வரக்கூடாது. நீர்ப் பாய்ச்சுகிற உரிமையை நீ யாருக்கு மாத்திக் குடுக்கச் சொல்றயோ, அவுகளுக்கு மாத்திக் குடுக்க ஊர் சம்மதிக்குது.’

அதற்குப் பிறகு தண்ணீர் பாய்ச்சுகிற நீர்ப்பாய்ச்சி உரிமை மடைக் குடும்பனின் அண்ணன் மகனுக்கு மாற்றி கொடுக்கப் பட்டது. அன்றைய தேதியிலிருந்து இன்றுவரை மடைக் குடும்பன் வகையறாக்கள் கண்மாய்க்கு வரமாட்டார்கள். எத்தனையோ மழை பெய்திருக்கிறது, பல ஊர்க்கண்மாய்கள் உடைந்து உருத் தெரியாமல் போயிருக்கின்றன. உருளைக்குடி கண்மாய் இதுவரை உடையவே இல்லை. கண்மாய் அழிந்து மீன் பிடித்தால் ஒரு பங்கு மடைக் குடும்பனுக்குக் கொடுப்பார்கள். ஊர் மரியாதை உண்டு. கண்மாய்க்கு மட்டும் வரமாட்டார்கள். இதுவரைக்கும் அய்யனாரப்பன் சொன்ன வாக்கைக் காப்பாற்றி உருளைக்குடி கண்மாயைக் காத்து வருகிறார்.

எங்கள் ஊரைப் பற்றி எழுதினாலும் சரி, பேசினாலும் சரி, எங்கள் ஊரில் முன்னோர்களால் கட்டப்பட்டிருக்கும் ஊர் ‘மடத்தை’ பற்றிக் குறிப்பிடாமல் இருக்க முடியாது. அவ்வளவு பெரிய மடம். கற்தூண்களால் கட்டப்பட்டது. உத்திரங்களும் பாவுமரங்களும் சுத்தமான பர்மா தேக்கால் செய்யப்பட்டிருக் கின்றன. எங்கள் ஊரைச் சுற்றிலும் பல மைல் தூரத்திற்குக் கல் தூண்கள் செதுக்க மலைகள் கிடையாது.

முப்பது நாற்பது மைல்கள் தள்ளி கசவன் குன்று என்கிற ஒரு மலை இருக்கிறது. அந்த மலையிலிருந்துதான் இந்தக் கற்தூண் களைக் கொண்டு வந்திருக்க வேண்டும். அப்படியென்றாலும் இந்தத் தூண்களை எப்படி மாட்டுவண்டிகளில் ஏற்றினார்கள் இறக்கினார்கள் என்று வியப்பாக இருக்கிறது. ஏனெனில் இப்போது இருக்கிற நவீனத் தொழில்நுட்பம் எதுவுமே அப்போது இல்லை.

எப்போது பார்த்தாலும் மடம் கூட்டத்தால் நிரம்பி வழியும். வெயில் காலங்களில் மழைக் காலங்களில் நிறைய உள்ளூர் ஆட்களும் வெளியூர் ஆட்களும் இருப்பார்கள். மனநிலை குன்றியவர்கள், ஊனமுற்றோர், பிச்சைக்காரர்கள், நாடோடிகள் என்று தங்கியிருப்பார்கள். எத்தனை பேர் வந்து தங்கினாலும் யாருமே எங்கள் ஊருக்குள் வந்து சோற்றுக்குக் கையேந்தக் கூடாது என்பது எங்கள் ஊர்க்கட்டுப்பாடு. எங்கள் ஊர் இள வட்டங்களே மூன்று வேளையும் தெருவுக்குள் போய் சோறு வாங்கி வந்து கொடுப்பார்கள். யார் மடத்திற்கு வந்தாலும் வேற்றாள் இருந்தால் பார்த்தவுடன் கேட்கிற முதல் கேள்வி.

'சாப்பிட்டீகளா ஐயா'

இப்பழக்கம் இன்றைக்கும் தொடர்கிறது. நம் முன்னோர்களின் அற உணர்வுகளை நினைத்தால் ஆச்சரியமாக இருக்கிறது.

நம் முன்னோர்கள் படிப்பறிவு அற்றவர்களாக இருந்தாலும் எவ்வளவு யோசனை மிக்கவர்களாக இருந்தார்கள் என்பதற்கு எங்கள் ஊர் ஒரு சிறந்த எடுத்துக்காட்டு. ஊரில் உள்ள பெரும் பாலான வீடுகள் கூரைவீடுகள் அல்லது பனைவோலைகளால் வேயப்பட்ட ஓலைவீடுகள். விறகு அடுப்புக்கள் மூலம் தீ விபத்துக்கள் ஏற்படும் பொழுது தீயை அணைக்க அவர்கள் சில வழிமுறைகளை ஏற்படுத்தி வைத்திருந்தார்கள். எட்டயபுரம் ராஜாவால் அனுப்பப்பட்ட ஆட்கள் வந்து இதைப் பார்வை யிட்டுப் போனதாக என் தாத்தா சொல்லியிருக்கிறார்.

பித்தளையினால் ஆன மிகப் பெரிய அண்டாக்களைப் படப்புகள் உள்ள பகுதிகளிலும், தெருவின் சில குறிப்பிட்ட இடங்களிலும் வைத்து தண்ணீர் நிரப்பி வைப்பது. அடுத்து நீண்ட கம்பி, அதன் முன் கொக்கியுள்ள வளைவு. அடுத்து நனைய வைக்கப்பட்ட சாக்குகள். அண்டாவிலிருந்து தண்ணீரை மோந்து எறிய வாளிகள், இவையனைத்தும் தயார் நிலையில் இருக்கும்.

வீட்டிலோ, படப்பிலோ தீ பற்றிவிட்டால், ஊரிலுள்ள அத்தனை பெண்களும் குடம் குடமாய் சுமந்து ஓடி அண்டாக்களில் தண்ணீரை நிரப்புவார்கள். ஓர் அணி தண்ணீரைக்குடத்தில் நிரப்பிக் கொண்டே இருக்கும். இளவட்டங்கள் கூரை மீதேறி நனைந்த சாக்குகளை வைத்துப் போர்த்தி அடுத்த இடத்திற்கு

தீ பரவாமல் தடுப்பார்கள். இளவட்டங்கள் வரிசையாக நின்று கொண்டு நீண்ட கம்பியைத் தோள்களில் தாங்கி அந்தக் கம்பியின் கொக்கியை தீ எரிகிற வீட்டின் முகட்டில் போட்டு இழுத்து, கூரையைத் தரையில் விழச் செய்வார்கள். யுத்தக்களம் மாதிரி காட்சியளிக்கும்.

எங்கள் ஊரில் பனைமரங்கள் நிறைய உண்டு. கள்ளுக்கும், பதநீருக்கும் பிரசித்தி பெற்ற ஊர். காலையிலும் சாயங் காலமும் பதநீர் இறக்கும் காலங்களில் கள்குடிப்பதற்காக வெளியூர் ஆட்கள் நிறைந்து ஊரே ஜெஜெ என்றிருக்கும். எங்கள் ஊர் கள் எவ்வளவு பிரசித்தம் என்பதற்கு ஒரு சம்பவத்தைக் குறிப்பிடுவார்கள்.

பனைப்பட்டி போகிற பாதையில் மீனாட்சிபுரம் விலக்கு அருகே ஒரு ஆலமரம். அதுதான் கள்ளுக்கடை. சுற்றிலுமுள்ள அத்தனை ஊர்க் கள்ளும் இங்குதான் கொண்டு வரப்பட வேண்டும். ஏலம் எடுத்திருப்பவர் லிங்கம்பட்டி கார்மேகத்தேவர். கூட்டம் அலை மோதும். சண்டை, சச்சரவுகள், சவடால்கள், சவால்கள், கேலி, கிண்டல், சிரிப்பு எப்போதும் ஆலமரக் குருவிகளின் சத்தம் மாதிரிதான். எங்கள் ஊர் நங்கிரியான் பகடைகள் குடிக்கிறான். தேவர் கேட்கிறார்.

‘சரக்கு எப்பிடிடா இருக்கு நங்கிரி’

‘நல்லாத்தான் இருக்கு, ஆனா உருளைக்குடி சரக்கு மாதிரி இல்ல’

மறு நாளும் அதற்கு மறுநாளும் இதே பதில். தேவர் ஒரு தந்திரம் செய்தார். உருளைக்குடிக்கு ஆள் அனுப்பி, தனியாக ஒரு கலயத்தில் உருளைக்குடி கள்ளை வாங்கி வந்து கடையில் தனியே வைத்துக் கொண்டார். நிறையப் பேரிடம் விஷயத்தைச் சொல்ல நங்கிரியான் வருவான், உருளைக்குடி கள்ளை ஊற்றப் போகிறேன், குடித்து விட்டு சரக்கு நல்லாத்தான் இருக்கு, ஆணா உருளைக்குடி சரக்கு மாதிரி இல்லைனு சொல்லப் போறான், எடவார் பூசை வாங்கப் போறான் எல்லாரும் பார்த்திட்டுப் போங்க.

நங்கிரியான் பகடை வந்து பட்டை பிடித்து தேவர் முன்னால் உட்கார்ந்தான். சொல்லி வைத்திருந்தபடியே தேவர் கண்களைச் சிமிட்ட, கடை சிப்பந்தி உருளைக்குடி கள்ளை எடுத்து தேவரிடம் கொடுத்தான். தேவர், கள்கலயத்தை எடுத்து நங்கிரியான் முன்னால் கொண்டுபோனதுதான் தாம்சம்.

'எங்கப்பன் உருளைக்குடியான் வந்திட்டான் சாமி' சொல்லிக் கொண்டே அப்பிடியே தேவரின் முன்னால் மண்டியிட்டான்.

'டேய்... நங்கிரி நீதாண்டா உண்மையான குடிகாரன், இனிமேப்பட இந்தக் கடை இருக்கிற வரைக்கு நீ எவ்வளவு குடிச்சாலும் சல்லிக் காசு குடுக்க வேண்டாம்டா, இது தேவரோட உத்திரவுடா.'

அதன்படி தேவர் காலமான பின்னாலும்கூட தேவரின் உத்தரவை அவருடைய மகன் பின்பற்றி நங்கிரியான் பகடை சாகும் வரை இலவசமாகவே கள் ஊற்றினார்.

அனைத்துச் சாதிக்காரர்களும் சேர்ந்து ஆடக் கூடிய ராமாயணக் கும்மி எனப்படும் ஒயிலாட்டக் கலைக் குழு ஒன்றும், குறவன் குறத்தி ஆட்டம் ஆடக்கூடிய ஒரு குழுவும் இருந்தது. அந்த இராமாயணக் கும்மி ஒயிலாட்டத்தில், என்னுடைய அப்பதான் கதாநாயகன். இராமர் வேசம் கட்டி ஆடுவார். இப்போது இல்லை. அனைத்துச் சாதியினர் வசித்து வந்தாலும் இதுவரை காவல் துறையில் ஒரு எஃப்ஐஆர் பதிவாகாத ஊர் எங்கள் ஊர்.

அனைத்துச் சாதிகள் இருந்தும் இதுவரை எவ்விதச் சண்டை சச்சரவும் இல்லாத ஊர். அனைத்துச் சாதிகளுக்கும் ஒரே சுடுகாடு. இதையெல்லாம் பார்த்துத் தமிழ்நாடு அரசு சிறந்த மாதிரி கிராமமாகத் தேர்ந்தெடுத்து 2022ஆம் ஆண்டு 10 இலட்சம் ரூபாய் விருது வழங்கியது.

◻

21

பூம்புகார்
மீன்கொத்தி உடைத்த கண்ணாடி
ஆ. தனஞ்செயன்

கடந்துபோய்விட்ட எழுபது ஆண்டுகளில், ஏறக்குறைய கால் நூற்றாண்டுக் காலம் மட்டுமே பூம்புகார் என்னை அரவணைத்துப் பராமரித்தது. 'பதியெழு அறியாப் பழம்பெரு மூதூர்' என்று ஊர்ப் பெருமை பாராட்டி உள்ளூரிலேயே உட்கார்ந்துக் கிடக்க முடியாதே? உயர்கல்வி, ஆய்வுக் கல்வி என்னும் இலக்கை நோக்கி முறையே கும்பகோணம்(அரசினர் ஆடவர் கல்லூரி), திருச்சி (தேசியக் கல்லூரி), சென்னை (உலகத் தமிழாராய்ச்சி நிறுவனம்) என்று நகர்ந்த ஒவ்வொரு கட்டமும் அனுபவ எல்லையை விசாலப்படுத்தியது. அமைதிக்கும் பரபரப்பற்ற சூழலுக்கும் இருப்பிடமான ஊரக வாழ்க்கை முறைக்குப் பழகிய எனக்கு, முன்னதற்கு முற்றிலும் நேரெதிரான சென்னையின் பரபரப்பான சூழல் ஒத்துப்போகவில்லை. ஆயினும், முனைவர் பட்டத்திற்கான ஆய்வுப் படிப்பை முடிக்கும் வரையில் தாக்குப் பிடித்தேன்.

நான் ஆய்வேட்டை எழுதும் காலத்தில் கடற்கரைக் கிராமங்களில் மீனவர்களிடையே களப்பணி வாயிலாகச் சேகரித்த வாய்மொழிப் பாடல்கள், ஏனைய பண்பாட்டு மரபுகள் பற்றிய தரவுகள் குறித்த ஒரு சுயமதிப்பீட்டை ஏற்படுத்திக் கொண்டிருந்தேன். ஆகவே, மேற்கொண்டு களப்பணியில் ஈடுபட்டு வாய்மொழி மரபுகளைச் சேகரித்துத் தொகுப்பு நூலொன்றை வெளியிடும் திட்டத்தோடு சொந்த ஊருக்குத் திரும்பிப் போனேன். ஆனால்,

சென்னைக்கே திரும்பினேன். ஒரு நாளிதழ் உதவியாசிரியராக இரண்டாண்டுக் காலம் நகர்ந்தது.

வேலை தேடி நடந்த பாலைவனப் பயண நாட்களில் கடைசியாகப் போய்ச் சேர்ந்த இடமே ஒரு பாலைவனச் சோலையாக அமைந்த அன்றைய பாளையங்கோட்டை தூய சவேரியார் தன்னாட்சிக் கல்லூரியாகும். நாட்டார் வழக்காற்றியல் துறையில் துணைப் பேராசிரியராகப் பணியாற்றக் கிடைத்த வாய்ப்பு என்பது, மீண்டும் எமது பூம்புகார் வட்டாரக் கடற்கரை வாழ் மீனவர்களின் சமய மரபுகளைப் பற்றிய தேடலை மேற்கொள்ளத் தூண்டியது. அதன் விளைவே (1) சுறாமுள் வழிபாடு, (2) ஏழு கன்னிமார் வழிபாடு, (3) குட்டியாண்டவர் வழிபாடு ஆகியவை குறித்து நான் மேற்கொண்ட ஆய்வுத் தேடலாகும்.

காவிரிப்பூம்பட்டினம் அல்லது பூம்புகார் என்னும் எனது ஊரைப் பண்டைய தமிழ் இலக்கியங்களின் விவரணைகளை நினைவிற் கொணர்ந்தவராக, அது நகரமாயிற்றே என்று எவரேனும் நினைத்துவிடக் கூடாது. சிலர் தங்கள் நூலில் அது ஒரு 'குக் கிராமம்' என்று எழுதியது போலவே எங்கள் ஊர் ஒரு கிராமம்தான். ஆனால், சிறியது என்று குறுக்கிச் சொல்ல முடியாத பெரிய ஊர்; சில துணை ஊர்களை உள்ளடக்கியது.

காவிரிப்பூம்பட்டினம் காலந்தோறும் வெவ்வேறு பெயர்களால் அழைக்கப்பட்டது. பூம்புகார், கவேரப்பட்டினம், கோலபட்டணம், காகந்தி, சம்பாபதி, சோழபட்டினம், என்றெல்லாம் முற்காலத்தில் பல பெயர்கள் வழங்கின என்று இலக்கியத் தரவுகளை ஆதாரம் காட்டி அறிஞர்கள் கூறுகிறார்கள். கீழையூர் மற்றும் பல்லவனீசுவரத்தை உள்ளடக்கிய மேலையூர், சாய்க்காடு, சம்பாக்கட்டளை,வெள்ளையன் இருப்பு, பழைய அகரம், மாந்தன்காடு, வீரமேட்டிருப்பு போன்ற ஊர்களை எல்லாம் தன்னில் அடக்கிய பேரூரே காவிரிப்பூம்பட்டினமாகும்.

கடற்கரையை ஒட்டிய மீனவர் குப்பத்திற்கு ஆரிய நாட்டுத் தெரு என்று பெயர். கடந்த காலங்களில் மீனவர்கள் தங்கள் திருமண அழைப்பிதழில் தம்முடைய வசிப்பிடத்தை ஆரிய நாட்டுத்தெரு என்று குறிப்பிடுவதே வழக்கம். ஆரியச் செட்டி அல்லது ஆரிய நாட்டுச் செட்டி என்னும் பெயரில் மீனவர்களின்

சமூகத் தோற்றத்திற்கு வித்திட்ட முன்னோர் ஒருவர் வாழ்ந்தார் என்றும் அவர் முருகன் கோயில் பூசாரியாகவும் இருந்தார் என்றும் மீனவர் வழக்காறுகள் கூறும் செய்தி இங்கு ஞாபகத்திற்கு வருகிறது.

பூம்புகார்க் கடற்கரை நினைவுகளில் குறிப்பிடத்தக்கவை நாங்கள் அவ்வப்போது அரங்கேற்றிய நிகழ்வுகளாகும். எங்கள் கடற்கரைக் கூடுகைக்கு 'இலக்கிய நண்பர்களின் கடற்கரைச் சந்திப்பு' என்ற பெயரில் தனி அடையாளம் கொடுத்தோம். அவரவர் எழுதிக் கொண்டுவந்த கவிதைகளையும் கட்டுரை களையும் வாசிக்கச் செய்து எமக்குத் தோன்றிய கருத்துகளைப் பகிர்ந்து விவாதித்தோம். சில போழ்து, திரை இசைப்பாடல் களையும் பாடுவோம்.

கடற்கரைக்கு வருவதை வழக்கப்படுத்திக் கொண்டிருந்த பூம்புகார்க் கல்லூரிப் பேராசிரியர்கள் சிலரையும் அந்த வட்டத் திற்குள் வரவழைத்துக் கொண்டோம். நான் அங்குப் புகுமுக வகுப்புப் பயின்றவன் என்பதால் அவர்களோடு நட்புறவு இருந்தது. தமிழ்ப்பேராசிரியர்கள் மா. இராமலிங்கம், த. தியாகராசன் போன்றோர் அவர்களில் சிலர். நான் பிஏ தமிழிலக்கியம் படிப்பதற்குக் கும்பகோணம் அரசினர் கல்லூரியில் சேர்ந்த பின்னர் (1974) ஊரில் ஓர் இலக்கிய அமைப்பை உருவாக்க வேண்டும் என்ற யோசனை ஏற்பட்டது. நண்பர்கள் சுந்தரவேலு, விஜயன், பாலு, பார்த்தசாரதி, சபா. ராசேந்திரன் உள்ளிட்டோர் துணையோடு பூம்புகார்த் தமிழ்ச் சங்கத்தைத் தோற்றுவித்தோம்.

பூம்புகாரின் சுற்றுவட்டார ஊர்களில் இருந்த இளைஞர்கள், கல்லூரி மாணவர்கள், தமிழ் இலக்கிய ஆர்வலர்களைச் சந்தித்துச் சந்தா (உறுப்பினர் கட்டணம் ஒரு ரூபாய்) வசூலித்து உறுப்பினர் களைச் சேர்த்தோம். அதன் தொடக்க விழாவைச் சற்று ஆரவார மாகத் தருமபுரம் ஆதீனத் தமிழ்க் கல்லூரி முதல்வர், குருசாமி தேசிகர், பூம்புகார்க் கல்லூரியின், பேராசிரியர்கள் த. அகர முதல்வன், ஆ. செகந்நாதன் போன்றோரை அழைத்து நடத்தினோம். தொடக்க விழாவை அடுத்து நடந்த இலக்கிய நிகழ்வுகள் மாலை நேரத்தில் கடற்கரையிலேயே நடைபெற்றன.

1981ஆம் ஆண்டில் சென்னை உலகத் தமிழாராய்ச்சி நிறுவனத்தில் முனைவர்பட்ட ஆய்வாளனாகச் சேர்ந்ததற்குப் பின்னர், ஊருக்கு வருவதற்கும் தமிழ்ச்சங்க நிகழ்ச்சியை நடத்துவதற்கும் வாய்ப்பில்லாமல் போய்விட்டது. ஆனால், இடையில், கலை இலக்கியப் பெருமன்றத்தின் பூம்புகார்க் கிளையைத் தொடங்கினோம். சென்னையில் தோழர் ஆர். நல்லக்கண்ணு அவர்களை அவ்வப்போது சந்திக்கும் வாய்ப்பு இருந்தமையால், அவரை அழைத்துத் தொடக்க விழாவை நடத்தினோம். மேலையூர் மதுரம் தொடக்கப் பள்ளியில்தான் அவ்விழா நடந்தது. பேராசிரியர் பாரதிப்பித்தன் சிறப்புரை ஆற்றினார். பூம்புகார்க் கல்லூரிப் பேராசிரியர்கள், மாணவர்கள், பள்ளி ஆசிரியர் சிலர், ஆர்வலர்கள் என்று பலரை ஒருங்கிணைத்து நடைபோட்டது பூம்புகார்க் கலை இலக்கியப் பெருமன்றக் கிளை. புலவர் கலியபெருமாளின் அரசியல் கருத்தியலின் தாக்கம் பெற்ற பெங்களூரைச் சேர்ந்த முதுகலை மாணவர் ஒருவரின் தலையீட்டால், தீவிர வண்ணம் பூசப்பட்ட நிலையில், சில வருடங்களிலேயே அதற்கு முற்றுப் புள்ளி வைத்துவிட்டார்கள்.

சிலப்பதிகாரத்தில் நெய்தலங்கானல் என்று குறிப்பிடப்படும், நெய்தவாசல் மற்றும் வீரமேட்டிருப்பு, கடைக்காடு ஆகிய ஊர்களும் ஆண்டிப்பட்டி, புதுக்குப்பம் முதலிய மீனவர் கிராமங்களும் காவிரிப்பூம்பட்டினத்தின் பரந்த எல்லைக்குள் அடங்குவனவாகும். மேற்குறித்த ஊர்களுக்கு இடையே கடலை ஒட்டிய நிலப்பரப்பில்தான் அறுபதாண்டுகளுக்கு முன்பு வரையில் இயங்கிய உப்பளங்கள் இருந்தன. பறையர் சமூகத்தினர் நிறைந்த மாந்தன்காடு என்பது, சாய்க்காடு, கடைக்காடு, திருவெண்காடு ஆகியவற்றுக்கு இணையாகப் பழமரபுத் தன்மை வாய்ந்த பகுதியாகும். அது, தனது இடப்பெயரின் அடிப்படையில்,, வெளிப்படுத்தப்படாத வட்டார வரலாற்றுப் புதிரைத் தன்னுள் புதைத்து வைத்திருக்கலாம் என்பது நமது அனுமானம்.

கடந்த காலங்களில் இவ்வூரைக் கடந்து செல்லும் மண்சாலை வழியாகவே மாட்டு வண்டிகளில் போக்குவரத்து நிலவியது. மரத்தாலும் இரும்பாலும் உருவாக்கப்பட்ட அந்த மாட்டுவண்டி, பாரவண்டி, கட்டைவண்டி என்றெல்லாம் அழைக்கப்பட்டது. அம்மாட்டு வண்டியிலேயே அளத்திலிருந்து உப்பு மூட்டைகளும்,

களத்துமேடுகளிலிருந்து நெல்மூட்டைகளும் உரிய இடங்களுக்குக் கொண்டு செல்லப்பட்டன. பூம்புகாரின் வட்டாரங்கள் முழுவதிலும் பெரும்பான்மையான விவசாயிகளிடம் மாட்டு வண்டிகள் இருந்தன. பாரவண்டிகளை உருவாக்கும் வினைத்திட்பம் மிகுந்த தச்சு மரபைப் பாதுகாத்து வந்த கிருட்டிணமூர்த்தி போன்ற ஆசாரிகள் பலர் இவ்வூரில் இருந்தனர் அப்போது, வெளியூர் செல்வதற்குப் பேருந்து முதலிய வாகனப் போக்கு வரத்து அறிமுகமாகவில்லை. பொறையாறு சக்திவிலாஸ் பஸ் சர்வீஸ் இயக்கிய பேருந்துகள் கருவிழந்தநாதபுரம் வரையில் தான் வந்து போயின. வெளியூர்ப் பயணம் செய்வோர் அங்குச் சென்று தான் பேருந்து ஏறவேண்டும். நாளடைவில் ஒவ்வொரு கட்டமாக, மேலையூர், தருமக்குளம், கடைசியாகப் பூம்புகார் கடற்கரை என்று பேருந்துப் போக்குவரத்து விரிவுபடுத்தப்பட்டது.

ஒரு காலத்தில் நடைப்பயணமாக வெளியூர் சென்று வருவதே பூம்புகார் வட்டாரத்தில் மக்களுக்கு வழக்கமாக இருந்திருக்கிறது. பல ஆண்டுகளுக்கு முன்பு வரையில் சாலைகளின் ஓரங்களில் ஆலமரம், புளியமரம் என்று நடைவழிப் பயணிகளின் நன்மை கருதி நட்டு வளர்த்த முன்னோர் நோக்கமானது, அந்தத் தண்ணிழல் மரங்களைப் போலவே உயர்ந்த ஒன்று. அன்றைய பூம்புகார் சாலைகளில் இருபுறங்களிலும் பெரும் பெரும் மரங்கள் வரிசைக்கட்டி நின்ற தோரணை, இன்று நினைவில் மட்டுமே நிழற்குடை விரிக்கிறது.

அப்போதெல்லாம், வசதிப் படைத்தோர் தங்கள் ஊர்ப் பயணத்திற்கு 'பெட்டி வண்டி' எனப்பட்ட கூண்டு வண்டிகளையே பயன்படுத்தினர். பெரும்பாலும் கொம்பு சீவிய நாட்டுக் காளை மாடுகளையே உழவுக்கும் வண்டி ஓட்டவும் பரவலாகப் பயன்படுத்திய காலம் அது. அப்போது, மிராசுதாரர் தோரணையில் நடமாடிய சிலர் மேற்கத்திய மாடு என்று அழைக்கப்பட்ட கொம்பு மாடுகள் பூட்டிய அலங்காரமான கூண்டு வண்டிகளில் மாட்டின் கழுத்துமணிகள் கலகலத்து ஒலிக்க, சாட்டையைச் சொடுக்கி விரையும் போது சாலையில் நடப்போர் திரும்பிப் பார்ப்பார்கள். உள்ளிருப்போரை நாம் பார்க்க முடியாதவாறு வண்டியின் முன்னும் பின்னும் திரைகள் அலங்கரிக்கும்.

சுறாமுள் வழிபாட்டு எச்சம்

பண்டைய துறைமுக நகரமான காவிரிப்பூம்பட்டினத்தைச் சிறப்பித்துப் பாடும் பட்டினப்பாலை, அந்தக் காலத்திய மரபுச் சமூகங்கள் பலவற்றைப் பற்றி விவரிக்கிறது. அவற்றுள் பரதவர் என்ற மீனவர் சமூகம் குறிப்பிடத்தக்கது. அவர்களுடைய வாழ்க்கை முறையின் ஒரு குறிப்பிட்ட கோணத்தைக் காட்டும் நிலையில், மீன்வேட்டையின் போது, பிடிபட்ட வாட்சுறா மீனின் கோட்டைத் துண்டித்து எடுத்து வந்து கரையில் நட்டு வைத்து, அதன்மேல் வலிய ஆற்றலை உடைய அணங்கை ஏற்றுவித்து வழிபட்ட செய்தியைப் பட்டினப்பாலை எடுத்துரைக்கிறது (78-88).

சுறாமுள் வழிபாட்டைப் பற்றிப் பிற்கால இலக்கிய நூல்களும் பேசுகின்றன. அண்மைக் காலம் வரையில் வெவ்வேறு கடற்கரை ஊர்களில் வாட்சுறாக் கோட்டைப் புனிதச் சின்னமாக எண்ணிப் பாதுகாத்து வந்த வழக்கம் இருந்தது. தரங்கம்பாடி வட்டாரக் கடற்கரை ஊர்களில் மீனவர்கள் அவ்வாறு பாதுகாத்து வைத்திருந்த சுமார் ஐந்து அடி நீளமுடைய சுறா கோடுகள் சிலவற்றைத் தரங்கம்பாடி அருங்காட்சியகத்தில் தற்போது காட்சிக்கு வைத் துள்ளனர்.

சிதம்பரத்தை அடுத்துக் கீழ்த்திசையில் உள்ள பிச்சாவரம் குட்டியாண்டவர் கோயிலில் அத்தெய்வத்தின் பரிவாரத் தெய்வங்களில் ஒன்றான செம்பிருப்பன் சந்நிதியில் பல வாட்சுறாக் கோடுகள் நிறுத்தப்பட்டிருந்தன. பண்டைய பரதவர்கள், கடலில் வாட்சுறாக்களை மிகவும் துணிவுடன் வேட்டையாடிய காட்சிகளைச் சங்க இலக்கியப் பாடல்கள் விவரிக்கின்றன. வாட்சுறாக்களை வலைப்படுத்திய மீனவர்கள், அவற்றின் உடல் தசையை உணவுக்குரியதாக எடுத்துக்கொண்டு, அவற்றின் ஏனைய பகுதிகளைக் கழிவுகளாக விலக்கிவிடுவது போல், கோடுகளை மட்டும் சாதாரணமாக வீசியெறியாமல், (1) கடற்கரையில் நட்டு வைத்து வணங்குவது (2) கோயில்களில் காணிக்கைப் பொருள்களைப் போல் கொடுப்பது (3) தம் வீட்டிலேயே சுறாக்கோடுகளை ஒருவகை வளமை நம்பிக்கையின் அடிப்படையில் வைத்திருப்பது ஆகியவை முக்கியத் தரவுகளாகத் தோன்றின.

பூம்புகார் ஆரிய நாட்டுத் தெருவில் வசித்த திரு. கலிய பெருமாள் என்பவர் தான் பிடித்துக் கொணர்ந்த வாட்சுறா மீனின் முள்ளைத் தம்முடைய வீட்டுப் பூசை அறையில் வைத்திருந்த தகவல் கிடைத்தது. அவருடைய வீட்டுக்குச் சென்று அந்தச் சுறாக்கோட்டைப் பார்த்தேன். சுமார் இரண்டடி நீளம் கொண்ட அந்தக் கோட்டின் அடிப்பகுதி சுமார் ஐந்து அங்குலம் அகலம் உடையதாகவும் நுனிப் பகுதி வரையில் அகலம் குறைந்து சிறுத்துச் செல்வதாகவும் இருந்தது. அதன் இருபுறத்தின் விளிம்புகளிலும் இரம்பத்தில் அமைந்திருப்பன போலவே சற்றுக் கூரிய முட்கள் வரிசையாக இருந்தன. அதனை வீட்டில் பாதுகாத்து வைத்திருப்பதற்குச் செல்வம் பெருகச் செய்யும் என்ற நம்பிக்கை சார்ந்த காரணத்தைச் சொன்னார். அது எனக்கு ஒரு முக்கியத் தரவாகத் தோன்றியது.

சுறாக்கோடு பற்றிய இன்றைய மீனவர்களின் அணுகு முறைகள் யாவும், தொல் பழங்காலத்திய பரதவர்கள் தம்முடைய பண்டைய சமய வடிவமாகக் குலக்குறியியலைப் பின்பற்றியவர் களாக இருந்திருக்க வேண்டும் என்பது பற்றிய அனுமானத்தை எனது ஆய்வில் நிறுவியுள்ளேன் (காண்க: *குலக்குறியியலும் மீனவர் வழக்காறுகளும்*, ஆ. தனஞ்செயன் 2012: 177-202).

கருமைநிறக் கண்ணகி

கடற்கரையில், முன்னர் கரிய உருவில் தெய்வீக அம்சத்தோடு அபய முத்திரை காட்டும் கோலத்தில் அலைந்திடும் கடலை நோக்கியவாறே அமைதியாகக் கண்ணகி நெடிதோங்கிய சிலையாக நின்றிருந்தாள். கோவலன்-கண்ணகி இசைநாடகம், கதைப் பாடல்,சிலப்பதிகாரம் போன்றவற்றின் வாயிலாகப் பூம்புகாரோடு இணைத்துப் பேசப்படும் காப்பியக் கதையின் ஒரே தடயமாக அந்தக் கண்ணகிச் சிலை மட்டுமே அப்போது நிறுவப் பட்டிருந்தது. காங்கிரஸ் ஆட்சிக் காலத்தில் (1964) அப்போதைய முதல்வர் பக்தவத்சலம் அவர்களால் திறந்து வைக்கப்பட்ட அச்சிலையை மீனவர் சமூகப் பெண்கள் தங்கள் தெய்வமாகவே கருதி வழிபட்டனர்.

எழுபதுகளின் முற்பகுதியில், அன்றைய முதல்வர் கலைஞர் மு. கருணாநிதியின் தனிப்பட்ட ஆர்வம் காரணமாகச் சிலப்பதிகாரக்

கதையை அழகிய சிற்பங்கள் வாயிலாக விவரிக்கும் எழுநிலை மாடம் (கலைக்கூடம்), மற்றும் இலஞ்சி மன்றம், பாவை மன்றம், நெடுங்கல் மன்றம் எனப் பல பருமையான கட்டு மான வடிவங்கள் எழுப்பப்பட்டதன் மூலம், வயற்காட்டு வண்டல் சேற்று மணமும், கவிச்சி வாடையும்—அதாவது, மருத மலரும் நெய்தற் பூவும் கமழ்ந்திருந்த காவிரிப்பூம்பட்டினம் என்ற கடற்கரைச் சிற்றூர், தமிழ்நாடு தழுவிய மக்களைக் கவர்ந் திழுக்கும் சுற்றுலாத் தலமாகப் புதுப் பொலிவு பெற்றுப் பூம்புகாராக மாறியது.

பழைய கண்ணகிச் சிலையையும் அப்புறப்படுத்திவிட்டு, இலஞ்சி மன்றத்திற்கு எதிரில், புதிய சுதைச் சிற்பம் ஒன்றை நிறுவினார்கள். அதில் பழைய சிலையின் 'தெய்வப் பண்புக் கூறுகள்' காணப்படவில்லை. மாறாக, சற்றுத் தூக்கலான கொங்கைகளும், துடி இடையும் பிருஷ்டமும் உடைய கவர்ச்சிக் கோலம் கொண்டவளாகக் கண்ணகி தோற்றமளித்தாள். அந்தச் சிலையைப் பார்த்தவர்கள், 'அதை வடித்த சிற்பிக்கு, யாரோ ஒரு கோடம்பாக்க நடிகை முன்மாதிரியாக மனதில் இருந்திருக்க வேண்டும்' என்று பேசிக்கொண்டார்கள்.

சிலப்பதிகாரம் என்ற காப்பியத்தின் கதையை அழகிய சிலைகளின் ஊடாகச் சித்திரிக்கும் பூம்புகார்க் கலைக்கூடம் நிறுவியதன் வாயிலாகக் கலைஞர் வரலாற்றில் என்றும் கலையாத தடயத்தைப் பெற்றார்.

மீன்கொத்தி உடைத்த கண்ணாடி

'சாலி நெல்லின் சிறைகொள் வேலி, ஆயிரம் விளையுட்டாக, கவிரி புரக்கும் நாடு' என்று பொருநராற்றுப்படை (246-248) பண்டைய சோழநாட்டு வேளாண் நிலங்களின் நெல் உற்பத்தியைப் பற்றி எடுத்துரைக்கிறது. ஒரு வேலி நிலமானது, நமது உள்ளூர் வழக்கில் இருபது மாவைக் குறிக்கும். ஒரு மா நிலமானது நூறு குழியைக் குறிக்கும். இருபது மா நிலத்தின் கண்டுமுதல் ஆயிரம் கலம் (ஒரு கலம் =12 மரக்கால்) நெல்லாக இருக்குமானால், ஒரு 'மா' நிலத்தில் விளையும் நெல்லின் அளவு ஐம்பது கலமாகும்.

முற்காலத்திய இந்த அளவை நிலைக்கு இணையானதாகச் சொல்ல முடியாவிட்டாலும், அண்மைக் காலம் வரையில்,

கீழையூர், பழையாரத்தான் வயல்வெளிகளில் மேற்கொள்ளப்பட்ட சாகுபடியில், மாவுக்கு இருபது முதல் இருபத்தைந்து 'மேனி' (கலம்) வரையில் மகசூல் செய்யப்பட்டது என்று பெரியோர் சொல்வார்கள்.

கடந்த எண்பதுகளில் பூம்புகாரின் நன்செய் நிலங்களில் தனியார் நிறுவனங்களின் இறால்பண்ணைகள் புகுந்து நஞ்சை விதைத்துவிட்டன. கர்நாடகாவுக்கும் நமக்குமான காவிரி நீர்ப் பங்கீடு பற்றிய நீண்டநாள் பிரச்சினை காரணமாகக் கடைமடை களுக்கான நீர்வரத்து ஏறக்குறைய அற்றுப்போனதால், வாய்க்கால்கள் என்னும் இரத்த நாளங்கள் சுண்டிப்போய்விட்டன. வேளாண்மைத் தொழிலைப் புரக்கத் தவறிய அரசு சார்ந்த நிர்வாகத்தினர் அலட்சியம் என்பது, விவசாயிகளைத் தொய்வடையச் செய்துவிட்டது. நான்கு வழிச் சாலைகள் அமைத்தல் முதலிய வளர்ச்சித் திட்டங்கள் என்பன நன்செய், புன்செய் நிலங் களிலிருந்து, கர்ப்பப்பையை வெட்டி அகற்றுவது போல், விருத்தி கரமான மண்ணை வெட்டி எடுத்து, நிலத்தாயை அலங்கோலப் படுத்திவிட்டன. போதாதற்கு, வீட்டுமனை வணிகம், விவசாயி களைச் சூழ்ந்து அரவணைத்துக் கொள்வது போல், ஒருவகையில் அவர்களை நிராயுதபாணிகளாக ஆக்கி, நிலமெனும் நல்லாள் நகுதற்கு ஆளாகுமாறு செய்துவிட்டன.

இன்று, எல்லாமும் சேர்ந்து, நாம் மனதில் தேக்கி வைத்திருந்த அன்றைய ஊரின் கிராமிய எழிற்கோலம் தன் உருவிழந்து சிதைந்து போய்விட்டது என்றே கருத வைக்கிறது. சுமார் நாற்பது ஆண்டுகளுக்கு முன்னர், 'எங்கள் கிராமம்' என்ற தலைப்பில் ஒரு நெடுங்கவிதையை எழுதி, திருச்சி வானொலியில் வழங்கினேன் (9. 11. 1981). அதில் பின்வரும் ஒரு கண்ணி(பத்தி) இப்படி இடம்பெற்றிருந்தது:

ஊருக்கு ஒதுக்குப்புறம் பெரிய குளம்
குளக்கரையில் பூமரங்கள் கண்ணாடி பார்க்கும்
கெண்டை மீனைக் குறிபார்த்த மீன்கொத்தி
ஈட்டி எனப் பாய்ந்துக் கண்ணாடியை உடைக்கும்

('மீன்கொத்தி உடைத்த கண்ணாடி', ஒலிக்க மறுத்த தண்டோ ராக்கள்) எனது இளம்பருவத்தில் தனது அன்றைய இயல்பில்

எமது ஊர் என்னுடைய மனதில் பதியச் செய்திருந்த அந்தப் படிமம், மேற்சுட்டிய யதார்த்தக் காரணிகளால், மீன்கொத்தி உடைத்த குளக் கண்ணாடியாய்க் கலைந்துப்போய்விட்டது என்னவோ உண்மை. மாறுவது மரபு, இல்லையேல் மாற்றுவது மரபு என்ற விதியையும் நாம் நினைவிற் கொள்கிறோம்.

குட்டியாண்டவர் கோயில்

மீனவர்களின் விசேடக் கோவில் இது. கடற்கரை வெளியில்தான் குட்டியாண்டவரையும் அவருடைய பரிவாரத் தெய்வங்களையும் முன்னிறுத்தும் சுடுமண் சிற்பங்கள் நிறைந்த திறந்தவெளிக் கோயில் இருந்தது. ஒவ்வொரு ஆண்டும், வைகாசி-ஆனி மாதங்களில் கோலாமீன் பிடிக்கும் 'கோலாவலைப் பருவம்' தொடங்கும் போது, குட்டியாண்டவருக்கும் பரிவாரத் தெய்வங் களுக்கும் உயிர்ப்பலியோடு இணைந்த படையல் போட்ட பின்னரே கோலாவலையை அணைப்பதற்கு, பாய்மரத்தோடு ஆழ்கடல் செல்வார்கள்.

பலி-பூசை செய்யும்முன், குயவர்கள் உருவாக்கிய புதிய சுடுமண் சிற்பங்களைக் கொண்டுவந்து, முறையாகக் கோழி இரத்தத்தால் கண்திறந்த பின்னரே, கோயிலில் நிறுவுவார்கள். வளமான மீன்பாட்டிற்கும் கடலில் தங்கள் உயிர் பாதுகாப்புக்கும் துணைபுரியும் கடவுளாக நம்பி மீனவர்கள் வழிபட்டுவந்த முதன்மைத் தெய்வமாகக் குட்டியாண்டவர் திகழ்ந்தார்.

பிச்சாண்டவர்புரம் என்ற பிச்சாவரத்தில் குடிகொண்டிருக்கும் ஆண்டவரைப் பிடிமண் எடுத்துவந்து, தங்கள் ஊரில் கோயில் அமைத்து அதில் அந்தத் தெய்வத்தை எழுந்தருளச் செய்யும் மரபை அடியொற்றியே கடலோர மீனவர் கிராமங்கள் தோறும் குட்டியாண்டவர் கோயில் நிறுவப்பட்டுள்ளது.

நெய்தலாக மாறிய மருதம்

குட்டியாண்டவர் கோயில் இருந்த கடற்கரைப்பகுதியிலேயே மீனவர்கள் கரைவலையைக் குழுவாகச் சேர்ந்து இழுக்கும் காட்சியைப் பார்த்த தருணமும் எனக்கு நினைவில் இருக்கிறது. பெருவலைப் பருவத்தின் போது, படகுகள் மூலம் ஆழ்கடலுக்குச்

சென்று, நெற்றிலி மீன்களைப் பிடிப்பதற்காக வலையை விரித்துவிட்டு வருவார்கள். பின்னர், கரையிலிருந்து மடியோடு கூடிய வலையைப் பிணைத்திருக்கும் கயிற்றைப் பிடித்துக் கூட்டமாகச் சேர்ந்து இழுப்பார்கள். அப்போது, கரைவலை அம்பா எனப்படும் அம்பாப் பாட்டைப் பாடுவார்கள். காலை வேளைகளில் ஒலிக்கும் அந்தப் பாட்டுக் குரல்கள் நெடுந் தொலைவு கேட்கும்.

குட்டியாண்டவர் கோயில் இடம்பெற்றிருந்த கடற்கரைப் பகுதி எங்கும் முற்காலத்தில்—அதாவது, எனது தந்தையார் போன்ற முன்னோடிகள் வாழ்ந்த காலத்தில் வயல்வெளிகளாக இருந்தன என்று எப்போதோ என் தந்தை சொன்னது ஞாபகத்தில் உள்ளது. அன்றைய தலைமுறையினர் சாகுபடி செய்துவந்த வயல் வெளிகள் கால ஓட்டத்தில் கடலின் அலை ஓங்கல், மண்ணரிப்புக் காரணமாக நிலத்தின் இயல்பு மாறிக் கடற்கரையாக விரி வடைந்தது. மருத நிலமானது, நெய்தலாக வடிவம் மாறிய கோலத்தைப் பார்த்த அனுபவம் முந்தைய தலைமுறையினருக்கு இருந்தது.

காவிரி: புதுப்புனலும் ஆடிப் பெருக்கும்

முன்பெல்லாம் ஒவ்வொரு ஆண்டும் ஜூன் மாதம் 12ஆம் நாளில் மேட்டூர் நீர்த்தேக்கம் திறக்கப்பட்டுக் காவிரியாற்றில் தண்ணீர் விடப்படுவது வழக்கம். பின்னர், கல்லணையில் பலகைகளைத் திறந்தால், ஒரு வாரத்தில் கடைமடைகளுக்கெல்லாம் நுங்கும் நுரையுமாகச் செம்புலப் பெயல்நீர் வந்து பாயும். அதுவெல்லாம் கடந்த காலம். அப்போதெல்லாம், முன்னேற்பாடாக, ஆறு, குளம், வாய்க்கால்களில் தூர்வாரி, வாய்க்கால் வெட்டி மராமத்து வேலைகளைப் பார்த்து நன்றாகப் பராமரிப்பார்கள். நிலச் சொந்தக்காரர்கள் ஒரு மா நிலத்திற்கு இத்தனை ஆட்களை வாய்க்கால் வெட்டுக்கு அனுப்பவேண்டும் என்று விதிமுறை நிலவியது. அது, வைகாசி-ஆனியில் வாய்க்கால், வயல்களில் புதுவெள்ளம் பாய்ந்து, உழவுவேலைகளைத் தொடங்குவதற்கு ஏதுவாக இருந்தது. ஆற்றிலோ வாய்க்காலிலோ தும்பும் தூசுமாக நுரைத்துப் பொங்கிவரும் புதுவெள்ளக் காட்சியைப் பார்ப்பதற்கு மனதில் குதூகலமாக இருக்கும்.

கும்பகோணம் அரசினர் கல்லூரியில் படிக்கும் காலத்தில், (1974-77) அருகிலுள்ள காவிரி ஆற்றில் புதுப்புனல் பாயும் போது, அதன் நுரை பொங்கும் தலைமுகட்டில் தேங்காய், வெற்றிலை—பாக்கு, பூவெல்லாம் வைத்து,சூடம் ஏற்றித் தீபாராதனை காட்டும் பக்தபுரி அக்ரஹாரத்து முதுபெண்டிர், புனல் படிந்த ஆற்று மணலில், சேலை நனைய வணங்கி விழுந்து வழிபட்டுச் செல்வதை ஆச்சரியத்தோடு பார்த்திருக்கிறேன். அவர்கள் தேங்காய்த் தட்டைக் காவிரித்தாய்க்குப் படைப்பதற்கு முன்பே, அங்குக் காத்திருக்கும் சிறுவர்கள் தேங்காய்த் தட்டை வெடுக்கெனப் பறித்துக்கொண்டு ஓடுவார்கள். எங்கள் ஊரில் அம்மாதிரிக் காட்சியைப் பார்த்ததில்லை. ஆனால்,எமது ஊர்க் காவிரிக் கரையில் ஆடிப் பதினெட்டாம் பெருக்கு அன்று, எனது அம்மா உட்படத் தெருவிலுள்ள அனைத்து மகளிரும் மாவிலக்குச் சட்டியோடு, தெற்கே உள்ள கொல்லைக் காடுகள், பழையாரத் தான் வாய்க்கால், வயல்வரப்புகள், குந்திரி மேடு, இடுகாடு, சுடுகாடு என்று ‘பழையாரத்தான் வெளியை’ நடந்தே கடந்துச் சென்று காவிரிக்கரையில் படையலிட்டுத் திரும்புவது வழக்கம்.

அந்நாளில் புதுமணத் தம்பதிகள், காவிரித் தாயை வழிபடுவது தனி ஒரு சடங்கியல் நடைமுறையாகும். திருமண நாளில் மணமகள் கழுத்தில் மணமகன் கட்டிய தாலிக் கயிற்றைப் பிரித்துப் புதுப்பித்துக் கட்டுவது வழக்கம். அதைத் தாலிப் பிரித்துக் கட்டுதல் என்று வழங்குவார்கள். அது,‘தாலிப்பெருக்கு’ என்றும் வழங்கியிருக்கலாம். மணநாளின் போது, தாங்கள் மாற்றிக் கொண்ட மணமாலைகளை வீட்டில் பாதுகாத்து வைத்திருந்து ஆடிப்பெருக்குத் திருவிழா அன்றுதான், படையல் முடிந்து, தம்பதியர் இணைந்து ஆற்று நீரில் விடுவார்கள். நாள்பட்ட இந்நடைமுறை வழக்கமானது, மலர்மாலைகள், தண்ணீர் ஆகியவற்றுக்கு இடைப்பட்ட தொடர்பை நிறுவுவதன் வாயிலாக வளமைப் பெருக்கம் அடையச் செய்யும் நம்பிக்கையை வெளிப் படுத்துவதாக நாம் அனுமானிக்கலாம்.

ஆடி அமாவாசையும் சௌராஷ்டிர மக்களும்

ஆடி அமாவாசையைப் பூம்புகாரில் கொண்டாடும் தமிழர் களிடையே, மொழி, இன அடிப்படையில் வேறுபடும் மற்றொரு

சமூகமும் தனது ஆயிரக்கணக்கான மக்களோடு பங்கேற்பது வழக்கம். சௌராஷ்டிரா மொழி பேசும் பட்டுநூல் அய்யர் என்போர் கும்பகோணம், திருபுவனம் ஆகிய ஊர்களில் கணிசமான எண்ணிக்கையில் வாழ்கின்றனர். நெடுங்காலமாக நெசவுத் தொழிலில் ஈடுபட்டு வருகின்றனர். அந்தச் சமூகத்தினர் ஆடி அமாவாசையைப் பூம்புகாரில் கொண்டாடுவதைப் பல ஆண்டு களாகக் கடைப்பிடித்து வருகின்றனர்.

ஒவ்வொரு ஆண்டும் அவர்களுடைய ஏதோ ஒரு குறிப்பிட்ட அமைப்பின் சார்பில் கீழையூரில் உள்ள தனக்குச் சொந்தமான ஒரு இடத்தில் சௌராஷ்டிரா சமூகத்தின் கூடுகைக்கும், நண்பகல் உணவு விருந்துக்கும் ஏற்பாடு செய்யப்படுகிறது. அமாவாசைக்கு ஓரிரு நாட்களுக்கு முன்னதாகவே சௌராஷ்டிரா மக்கள் குடும்பம் குடும்பமாக வந்து பூம்புகாரில் தங்குவார்கள். அமாவாசை நாளுக்குப் பின்னரும் ஒரு சில நாட்கள் கூடுதலாகத் தங்குவர். ஊரெங்கும் சௌராஷ்டிர மொழியின் பேச்சொலியே ஒலித்துக்கொண்டிருக்கும்.

ஐம்பது ஆண்டுகளுக்கு முன்னர் பூம்புகாரில் கணிசமான எண்ணிக்கையில் கீற்று வேய்ந்த கூரை வீடுகளும் நாட்டு ஓடு வேய்ந்த வீடுகளும்தான் இருந்தன. அவற்றின் உரிமையாளர் களில் விருப்பமுள்ளவர்கள் மட்டுமே தங்கள் வீடுகளில் ஒண்டு குடித்தனமாகக் குறைந்த வாடகையில் தங்குவதற்குச் சௌராஷ்டிரர்களை அனுமதிப்பார்கள். அமாவாசை நாளில் மட்டும்தான் கவிச்சியை விலக்குவார்கள். அவர்கள் அங்கே தங்கும் ஏனைய நாட்களில் வேண்டிய அளவுக்கு மீன்களை வாங்கிச் சமைத்துச் சாப்பிடுவார்கள். கிராமியப் பாங்கான அந்தக் கடற்கரை ஊரில் நடக்கும் அமாவாசைத் திருவிழாவில் பங்கற்கும் பெருந்திரளான மக்களின் கூட்ட நெரிசலை எதிர்கொள்ளத் தேவையான கழிப்பிடங்களே கிடையாது. எனவே, உள்ளூர் மக்கள் நடமாடும் இடங்கள், பாதைகள், குளக்கரைகள் யாவும் திறந்தவெளிக் கழிப்பிடங்களாக மாற்றப்பட்டுவிடும். ஊர் நல்ல காற்றைச் சுவாசிக்கச் சிறிது காலம் எடுத்துக்கொள்ளும்.

சாயாவனமும் அலைகுடிகளும்

சாயாவனம் கோயிலின் தோப்பு ஒன்று மட்டும் அழிந்தவற்றின்

ஞாபகார்த்தமாய்த் தற்போது எஞ்சி இருக்கிறது. பல்லவ னீசுவரன் கோயிலுக்குப் பின்னால், முதன்மைச் சாலையை ஒட்டி, ஆக்கிரமிப்புகளுக்குத் தாக்குப்பிடித்து மூச்சுவிட்டுக் கொண்டு இருக்கும் அந்தத் தோப்பில் இலுப்பை, நாவல், புன்னை, முந்திரி பொன்றவை அங்குமிங்குமாக நிற்கின்றன. அதனுடைய நடுவில் காளியம்மன் கோயில் கொண்டிருக்கும் அத்தோப்புக்கு என்றே ஒரு முக்கியத்துவம் உண்டு. காலங்கால மாகத் தன்னை நாடிவரும் பல்வேறு நாடோடிச் சமூகங்களுக்கு நிழலோடு ஆதரவுக் கரம்நீட்டி, சரணாலயமாக அரவணைத்துக் கொள்கிறது அந்த ஒற்றைத் தோப்பு.

பூம்பூம் மாட்டுக்காரர்கள், நரிக்குறவர்கள்,வீணைச் சோதிடர்கள், குடுகுடுப்பைக்காரர், குறவர்கள், தொம்பர்கள், கழைக்கூத்தாடிகள் என்று பலவகை அலைகுடிச் சமூகங்களுக்குச் சுதந்திரமாக முகாம் அமைத்துக்கொள்ள ஒருபோதும் சாயாவனம் தோப்புத் தடை போட்டதில்லை. ஒவ்வொரு சமூகக் குழுவும் இந்தத் தோப்பில் அமைத்துக் கொள்ளும் 'தங்கலில்' இருந்தே தனது அன்றாடத் தொழிலைச் செய்வதற்குச் சுற்று வட்டார ஊர்களுக்குச் செல்கிறது.

ஒரே காலத்தில் வெவ்வேறு குழுக்கள் அந்தத் தோப்பின் குறிப்பிட்ட பகுதியைப் பகிர்ந்துகொண்டு, கூடாரம் அமைத் திருக்கும். நண்பகலிலோ, மாலையிலோ ஆணும் பெண்ணும் சேர்ந்து அடுப்பு மூட்டிச் சமைப்பதும், உறங்கும் சிறு குழந்தை களோடு மரக்கிளைகளில் தொங்கும் தூளிகளும், கூடி விளையாடும் சிறுவர்களுடையகுதூகலமும் என்று சாயாவனம் தோப்பு உயிரோட்டமானதாகக் காட்சியளிக்கும்.

அந்தச் சூழல்தான் பூம்பூம்மாட்டுக்கரர்களை உற்று நோக்கித் தரவுகள் சேகரித்து, அவர்களுடைய நிகழ்கலைகள் குறித்துக் கட்டுரை எழுதத் தூண்டியது. அவ்வகையில் சாயவனம் தோப்பு இன்றியமையாத ஒன்று. அந்தத் தோப்புகள் எல்லாம் எங்கே போயின? ஏன் புதியனவாகத் தோப்புகள் முளைக்கவில்லை?

1960 களின் பிற்பகுதியும் 1970 களின் முற்பகுதியும் எஞ்சி நின்ற பூம்புகார் வட்டாரக் காடுகளும் தோப்புகளும் அழிக்கப்பட்டதன் காலக்கட்டமாகும். பூம்புகார் வட்டாரம் மட்டுமல்ல, தமிழகத்தின் வெவ்வேறு பகுதிகளிலும் தோப்புகள், காடுகள் அழிக்கப்பட்டமை

பற்றிய வரலாற்றில் பொதிந்திருக்கும் எதிர்மறைகள் குறித்த உணர்கை இல்லாமலேயே நாம் கடந்துபோய்க்கொண்டிருக் கிறோம்.

பௌத்த விஹாரம்

நான்காம் நூற்றாண்டைச் சேர்ந்ததாகக் கருதப்படும் இந்தப் புத்த விகாரம் செங்கற்களையும் சுண்ணாம்புக் காரையையும் கொண்டு கட்டப்பட்ட பல சதுரமான அறைகளை உடையது. சுமார் அறுபது அடி நீளம் உடையது. புத்த மதத் துறவிகள் வாழும் இடத்தைக் குறிப்பதே விஹாரமாகும். புத்த மதம் தமிழகத்தில் செல்வாக்குப் பெற்றிருந்த காலத்தில் அம்மதத்தின் சிந்தனைகளைப் பரப்பும் மையங்கள் பல இடங்களில் நிறுவப்பட்டிருந்தன. அத்தகைய மையங்களில் ஒன்றுதான் பூம்புகார் புத்த விஹாரம் ஆகும். இந்தப் புத்த விஹாரத்தை அகழ்வாராய்ச்சிகள் வாயிலாகக் கண்டு பிடிப்பதற்கு முன்னரே அங்கு அமைந்திருந்த புத்த விஹாரங்கள், அவற்றில் உறைந்து நூலெழுதியும் நூலுக்கு உரையெழுதியும் சமயப்பணி ஆற்றிய புத்தமதத் துறவிகள் என்று பல அரிய தகவல்களை மயிலை சீனி வேங்கடசாமி போன்ற அறிஞர்கள் வெளிப்படுத்தினர்.

அசோக மன்னனின் மரபினரான மகிந்தர் அல்லது மகேந்திரர் என்பவர் இலங்கைக்குச் சென்று பௌத்த சமயப் பரப்புகையை மேற்கொள்ளுவதற்கு முன்னதாகப் பூம்புகாருக்குச் சென்று அங்குத் தங்கியிருந்து, ஏழு புத்த விஹாரைகளைக் கட்டினார். அவற்றையே இந்திர விஹாரங்கள் என்று குறிப்பிட்டனர். அந்த ஏழு விஹாரங்களில் பல்லவனீசுவரன் கோயில் அருகில் கண்டறியப்பட்ட புத்த விஹாரமும் அடங்குமா என்பதை அறிஞர்கள்தாம் உறுதிப்படுத்த வேண்டும்.

இந்த நிலையில், கிபி இரண்டாம் நூற்றாண்டில் அந்தப் புத்த விஹாரைகளின் தலைவராக அறவண அடிகள் இருந்தார் என்றும் கூறுவர். பூம்புகாரில் கண்டறியப்பட்ட விஹாரத்தில் புத்த பீடிகை உள்ளிட்ட பௌத்தச் சின்னங்கள் பல வெளிப்படுத்தப் பட்டன. புத்தத் துறவிகள் தங்கள் சமய நிறுவனரான புத்தரின் உருவப் பதிலியாக அவருடைய பாதமாதிரியான புத்தப் பீடிகையை வணங்கினர். பூம்புகாரில் இருந்த உவவனத்தில்

பளிங்கால் அமைந்திருந்த ஒரு சிறிய கோயிலில் புத்தப் பீடிகை வைக்கப்பட்டு, அதனைக் காவிரிப்பூம்பட்டினத்து பௌத்தர்கள் வணங்கிவந்தனர் என்று இலக்கியச் செய்திகள் கூறுகின்றன. அவ்வாறே, பௌத்தர்களால் போற்றப்பட்ட சக்கரவாளக் கோட்டத்தில் சம்பாபதி என்னும் பௌத்தத் தெய்வத்தின் கோயில் இருந்தது என்று மணிமேகலை கூறுகிறது.

சம்பாபதி கோயில்

இன்று, சாயாவனம் கோயிலுக்கு அருகில், சம்பாபதி என்று அழைக்கப்படும் இடத்தில், சம்பாபதி அம்மன் கோயில் இடிந்து விழும் கோலத்தில், தொல்லியல் துறையினரின் பாதுகாக்கப்பட்ட சின்னமாக உள்ளது. அக்கம் பக்கத்து மக்களின் வழக்கில் பூதக்கோயில் என்னும் பெயரோடு புதிர்கள் விடுவிக்கப்படாத பழமைப் போர்வையைப் போர்த்திக் கொண்டு வடக்கு நோக்கிய கோயிலின், வெளிமுற்றத்தில் பூதங்களாகச் சொல்லப்படும் இருபெரும் சுதைச் சிற்பங்கள் நின்றிருக்க, கருவறை வாயிலின் இருபுறமும் வயிறு புடைத்த இயக்கிகள் இருவர் காவலிருக்க, இற்று விழுந்த கருவறையின் உள்ளே உறைய முடியாமல், வழிபடுவோர் யாரோ வெளியில் அமைத்துக் கொடுத்த உப கோயிலில் வீற்றிருக்கிறாள் சம்பாபதி அம்மன்.

சுமார் ஐம்பது ஆண்டுகளுக்கு முன்னால் சம்பாபதி அம்மன் கோயில் வளாகம் ஒரு பெரும் ஆலமரத்துடன் கூடிய மரங்கள் அடர்ந்த தோப்பாக இருந்தது. பெரும்பாலும் ஆள் நடமாட்டம் இல்லாத, ஒருவகை அச்சம் படர்ந்த சூழலில் மௌனம் கவிழ்ந்த தோற்றத்துடன் விளங்கிய அந்தக் கோயிலை என் பள்ளிக்கூட நண்பர்கள் சிலரோடு போய்ப் பார்த்திருக்கிறேன். அந்தக் கோயியின் சூழல் ஓர் இனம்புரியாத கடந்த காலத்தில் என்னை நிறுத்தியதை உணர்ந்திருக்கிறேன். அந்தக் காலத்தில், சம்பாபதி அம்மன் கோயிலை ஒட்டிய தோப்பும் நிலவெளியும் தனியாரின் ஆக்கிரமிப்புக்கு ஆளாகாமலிருந்தது. ஆனால், நாளடைவில் அந்தச் சூழல் தலைகீழாக மாறிவிட்டது.

இந்திர விழா

சம்பாபதி அம்மன் கோயில் இருப்பிடம் எனக்கு இரண்டு

நிகழ்வுகளை நினைவூட்டும். முதலாவது, கோயிலின் அருகில் இருந்த திடலில் நிறுவப்பட்டிருந்த டூரிங் தியேட்டரில் ஏறக்குறைய 1960களின் தொடக்கத்தில், என்னுடைய சின்ன அண்ணனோடு சென்று முதன்முதலில் சினிமா பார்த்த அனுபவமாகும். சிவாஜி கணேசன் நடித்த காத்தவராயன் படமான அதன் அச்சமூட்டும் ஒரு காட்சியைத் தவிர வேறு எவற்றையும் நினைவில் கொள்ள முடியாத இளம் பருவத்தில் பார்த்தது. அந்தத் திரையரங்கமே பூம்புகாரில் முதன்முதலில் அன்றைய தலைமுறையினரிடம் திரைப்படம் பார்க்கும் அனுபவத்தை ஊட்டியிருக்க வேண்டும்.

அதற்குப் பின்னர் (1968-69) பல்லவீசுவரன் கோயில் எதிரில் இருந்த இலுப்பைத் தோப்பின் ஒரு பகுதியை அழித்து விட்டு அங்கு அண்ணா திரையரங்கம் தோற்றுவிக்கப்பட்டது. உழவுத் தொழிலை முதன்மையாகக்கொண்டு உழைத்து வாழ்ந்த மக்களின் பாரம்பரியக் கலை மரபுகள் சார்ந்த ரசனை அனுபவத்தைப் பின்னுக்குத் தள்ளி, அவர்தம் வாழ்வெங்கும் வெகுமக்கள் ஊடகக் கலையான திரைப்படம் வியாபகம் கொள்வதற்குப் பெரும் பங்காற்றியவையே திரையரங்குகள் என்பதை நாமறிவோம்.

1970களில் சம்பாபதி அம்மன் கோயில் எனக்கு நினைவூட்டும் மற்றொரு நிகழ்வானது அங்கு நடைபெற்ற இந்திரவிழா. முன்பெல்லாம் உள்ளூரைச் சேர்ந்த தமிழறிஞர்களும் இலக்கிய ஆர்வலர்களும் இணைந்து இந்திர விழாவை ஒவ்வொரு ஆண்டும் சித்திரை முழுநிலா நாளில் நடத்தும் வழக்கம் இருந்தது.

மேலப்பெரும்பள்ளம் மாதவி மன்றத் தலைவரான புலவர் நா. தியாகராசன் பூம்புகார் பற்றிய இலக்கியம், தொல்லியல், வரலாற்றுச் செய்திகளைச் சேகரித்து, ஆவணப்படுத்துவதிலும் ஆராய்வதிலும் மிகவும் தீவிரமாக ஈடுபட்டிருந்த முன்னோடி யாவார். அவருடைய ஆர்வத்தின் அடிப்படையில் பூம்புகார்க் கல்லூரி முதல்வராக இருந்த பேராசிரியர் இலக்குவன், பள்ளி ஆசிரியர் பரமசிவம் போன்றோர் மற்றும் ஊராரோடு சேர்ந்து ஏற்பாடு செய்து நடத்திய அந்தக் குறிப்பிட்ட இந்திர விழாவானது, ஏற்கனவே நடத்தப்பட்டு வந்ததன் தொடர்ச்சி என்று கூறுவார்கள்.

தமிழக அரசு சார்பில் இந்திர விழா நடத்தத் தொடங்குவதற்கு முன்பே (சித்திரை முழுநிலா நாள்) உள்ளூர் ஆர்வலர்கள் முயற்சி காரணமாகப் பூம்புகாரில் இந்திர விழா நடத்தப்பட்டு வந்தது. அதை முன்னின்று ஏற்பாடு செய்தவர்களில் ஒருவர் கரும்பாயிரப் படையாட்சி என்பவர். தாசில் பண்ணைத் தெருவின் முனையில் இருந்த தமது வீட்டு முகப்புப் பகுதியில் காஃபி கிளப் நடத்தி வந்த அவரை எனது பள்ளிப் பருவத்தில் பார்த்ததுண்டு. தனது தனிச் சுவை காரணமாக 'கரும்பாயிரம் காஃபி' என்று அவருடைய கடையின் காஃபி தனியொரு அடையாளம் பெற்றிருந்தது.

ஓர் அரை நூற்றாண்டுக்கு முந்தைய காலம்தொட்டே, பூம்புகாரில் இந்திர விழா நடத்தப்பட்டு வந்ததைப் பற்றிய தகவல்களைத் திரட்டி, அதன் வரலாற்றை எழுதுவது அவசியம். முற்காலத்தில் சோழன் கிள்ளிவளவன் ஆட்சியின் போது, பூம்புகாரில் இந்திர விழா நடத்தாமல் விட்டதால், சினமுற்ற மணிமேகலா தெய்வம், கடல்கோளை ஏற்படுத்திப் புகாரை அழிக்குமாறு சாபமிட்டாள் என்று மணிமேகலையின் இலக்கியச் செய்திகள் தெரிவிக்கின்றன.

இந்த நம்பிக்கையை அடியொற்றிப் பின்னர்க் காலந்தோறும் தொடர்ந்து இந்திர விழா நடத்தப்படுவது ஒரு மரபாகியது என்று கருதுவோமாயின், அம்மரபு இடையறாமல் தொடர்ந்ததா? அவ்வாறு தொடர்ந்த ஒன்றின் வெளிப்பாடுதான் கரும்பாயிரம் போன்றோர் நடத்திய இந்திர விழா நிகழ்வுகளா? இந்தக் கேள்விகளை முன்னிறுத்தி விவாதிப்பதற்கு நிறையத் தரவுகள் சேகரிக்கப்பட வேண்டும். இங்கு விவரிக்கப்பட்டவை மிகச் சில அம்சங்கள் மட்டுமே.

□

22

நம்புதாழை
அலைவாய்க்கரை அனுபவங்கள்
தாழை மதியவன்

தமிழகத்தின் கடற்கரை ஆயிரம் கிமீ தொலைவு கொண்டது. அது வடக்கே பழவேற்காட்டிலிருந்து தெற்கே குமரிமுனையைத் தாண்டி நீரோடிவரை நீண்டு கிடக்கிறது.

அது வங்காள விரிகுடாவில் தொடங்கி பாக்ஜலசந்தி பாக் விரிகுடா மன்னார் வளைகுடா இந்தியப் பெருங்கடல் கடந்து அரபுக்கடலை ஏறிட்டுப் பார்க்கும். அதன் கரையில் சென்னைப் பட்டினம், கடலூர், நாகப்பட்டினம், தூத்துக்குடி, குளச்சல் போன்ற துறைமுகப் பட்டினங்களும் ஆயிரக்கணக்கான கடற்புரங்களும் கடல் பாடும் கவிதைகளைக் கேட்டுக்கொண்டுள்ளன.

அவற்றில் தொல்புகழ் படைத்த சில ஊர்களும் உள்ளன. மாமல்லபுரம், பூம்புகார் போலில்லாமல், ஓரளவு வரலாறு படைத்த பேரூர் தொண்டித்துறைமுகம். இதைத் தொட்டுக் கொண்டு தெற்கில் நிற்கும் கடலோரக் கிராமமே என்னுடையது.

அதன் பெயர் நம்புதாழை. நம்புதாழையின் விரிவு நறும்பூந் தாழையாக இருக்கலாம். நெய்தல் நிலத்தின் சிறப்பு மலரான தாழம்பூ பூத்துக்குலுங்கும் தாழம் புதர்கள் ஊரெங்கும் காணப் படுவதால், அதுவே ஊர்ப்பெயராய் உருவாகக் காரணமாகி இருக்கலாம்.

இங்குள்ள பழமையான சிவன் கோவிலுள்ள கடவுளின் பெயர் நம்பு ஈஸ்வரர். ஈஸ்வரனோடு உள்ள நம்பும் தாழை மலரும் சேர்ந்தும்கூட ஊர்ப்பெயராய் உருவாகியிருக்கலாம்.

பாக்ஜலசந்தி பார்ப்பதற்குக் கரை மேடில்லாத வீராணம் ஏரிபோல கண்களுக்கு விருந்தாகக் காட்சி தரும். ஆர்ப்பாட்ட மில்லாத அலைகளும் ஆழமில்லாத நீர்ப்பரப்பும் கடலில் கால் வைப்பவர்களைக் கடலுக்குள் நடக்க வைக்கும்.

பாக் ஜலசந்திக்கான பெயர்க் காரணம் பலருக்கும் குறிப்பாகப் பாமரருக்குத் தெரியாது. இராபர்ட் பாக் எனும் மதராஸ் ஆளுநரின் பெயரைச் சுருக்கியே ஜலசந்திக்கு பாக்ஜலசந்தி எனப் பெயரிட்டிருக் கின்றனர். இராபர்ட் பாக் 1755 முதல் 1763 வரை செயின்ட் ஜார்ஜ் கோட்டையில் ஆளுநராகப் பணி செய்துள்ளார். பாக்ஜலசந்தி என இருப்பதைப் பாண்டியர் ஜலசந்தி எனப் பெயர் சூட்டிவிடலாம்.

என் இளமைக் காலத்தில் நான் கடற்கரையிலேயே பொழுதைப் போக்குவேன். கடற்கரையின் தெற்குப்பகுதியில் மீனவர்களின் குடியிருப்புகள், எல்லாமே குடிசைகள். வடக்குப் பகுதியில் மரவாடியோடு படகுகளும் தோணிகளும் கட்டும் தொழிற்கூடம். அது தென்னந்தோப்புக்குள் சுற்றுச் சுவரோடு அமைந்திருந்தது. அதன் உரிமையாளர் கு. பி. அம்பலம். அவருடைய மூதாதையர் அம்பலக்காரராய் இருந்து இஸ்லாமான பிறகும் விலாசத்தோடு பட்டம் தொடர்ந்திருக்கிறது.

அம்பலம் மிகவும் வித்தியாசமான மாமனிதர். கடலோடு தொடர்பில்லாத குடும்பத்தில் பிறந்தவர். வத்தை, தோணிகள், படகுகளை வைத்து மீன்பிடித் தொழில் செய்தார்.

மீன்பிடித் தொழிலோடு மீன்களைப் பிடிப்பதற்கான மரக் கலங்களையும் கட்டச் செய்தார். இரு தொழில்களோடு அவர் நிற்கவில்லை. மூன்றாவதாகவும் ஒரு தொழிலைச் செய்தார். அது மர வியாபாரம். வியாபாரத்துக்காகவும் கலங்களைக் கட்டுவதற்காகவும் அவர் மலையாளத் தேசத்திலிருந்து மரங் களைக் கொள்முதல் செய்துகொண்டு வந்தார். அவருடைய கணக்கப்பிள்ளை பெயர் குமரய்யா தேவர். இவர்தான் கேரளா சென்று மரங்களை வாங்கி வருவார். நன்றாக மலையாள மொழி பேசுவார்.

படகுத் தொழிற்சாலைக்கு முன்பு, கடலுக்குள் எட்டிப்பிடிக்கும் தொலைவில், மரப்பலகைகளால் இடைவெளிவிட்டுக் கட்டப் பட்ட ஆமைப்பட்டி இருந்தது. அதில் இருபதுக்கு மேலான ஆமைகள் அடைக்கப்பட்டிருக்கும். ஒவ்வொரு ஆமையும் நூறுபடி சோறாக்கும் செம்புச் சட்டி போல் இருக்கும்.

அது ஒரு பொற்காலம். கடல்வளம் மிகுந்திருந்த காலம். பாக்ஜலசந்தி கடலில் செழித்து வளர்ந்த புல்பூண்டுகளை உண்ணும் ஆவுள்யா எனும் கடல்பசுக்களும் நிறைந் திருந்த காலம்.

ஆவுள்யா எனும் பெயரைச் சூட்டிய தமிழக மீனவரைப் பாராட்டியே ஆகவேண்டும். ஆவுள் + யானை = ஆவுக்குள் யானை. பசுவும் யானையும் கலந்தது போல் தோற்றம் தந்த ஆவுள்யா குட்டி போட்டுப் பாலூட்டக்கூடியது. அதன் தசை மீனின் திசுபோல் இருக்காது. மிருகத்தின் திசுபோல் இருக்கும். வான் கோழிக் கறியைவிடச் சுவையாக இருக்கும். இதன் கொழுப்பை உருக்கித் தயாரிக்கும் எண்ணெய் மூலநோயை முற்றிலும் நீக்கிவிடும். அரசுகள் முழு முயற்சிகள் மேற்கொண்டும் ஆவுள்யாக் களையும் ஆமைகளையும் பாதுகாக்க முடியாமல் போய்விட்டது. எண்ணிக்கை குறைந்துவிட்டது.

எப்போதாவது கடலில் மிதந்து வரும் அம்பர்கிரீஸ் ஓர் அதிசயமான பொருள். திமிங்கிலம் ஏதோ ஒரு வகை கடல்பூவை விழுங்க நாளடைவில் அது பெரும் பந்தைப் போலாகி வாய் வழியாக வெளியாகிறது. அதுவே அம்பர் கிரீஸ்; அதை திமிங்கிலத்தின் எச்சில் எனவும் கூறுகிறார்கள். கோடிக்கணக்கான மதிப்புள்ள அம்பர் கிரீஸ் வாசனைப் பொருட்களின் மூலாதாரமாம்.

இவையெல்லாம் இன்று அபூர்வமாகிவிட்டன. நான் சொல்வது எல்லாமே அறுபது ஆண்டுகளுக்குமுன் நடந்தவை; எல்லாமே கனவுபோல் இருக்கிறது.

ஆமைகளை வெளியூர் கொண்டு செல்ல இருவிதமான ஓசைகளோடு கரிலாரி வரும். டீசலை எரிபொருளாக்குவதற்கு முன் வந்ததே கரிலாரிகள். லாரியின் முன்புறம் இடப்பக்கத்தில் நிற்கும் கரி பாய்லர் நீராவியை உருவாக்க வாகனம் இயக்கப்படும். கரியால் இயக்கப்படும் ரயில் போல் கரியால் இயக்கப்பட்ட வாகனங்கள் கரிலாரிகள்.

முற்காலத்தில் கடல்பாசிகளை வீட்டின் வாசற்படியின் கீழும் மேலும் வைத்து வீடுகளைக் கட்டுவார்கள். அவை கரையான், செல்அரிப்பைத் தவிர்க்கும் என்பர். இன்றோ கடல் பாசி யிலிருந்து கடல் அட்டைகள் நட்சத்திரங்கள் என எல்லாமே கண் காணாத தேசங்களுக்குச் செல்கின்றன. வணிக நோக்கங்களால் கடல்வளம் காணாமல் ஆக்கப்பட்டுக் கொண்டிருக்கிறது.

வடக்கில் படகுகள் கட்டும் தொழிற்சாலையும் ஆமைகள் இருக்கும் பட்டியும் இருக்க அவற்றுக்கு வடக்கில் கடையர்கள் எனும் கடலோரக் குடிமக்கள் வாழ்ந்தார்கள். கரையோரங்களில் மட்டும் மீன்பிடித்த அவர்களின் முக்கிய தொழில், சுண்ணாம்புத் தயாரிப்பு ஆகும். கிளிஞ்சல்களைச் சுட்டுத் தயாரிக்கப்பட்ட சுண்ணாம்பு தாம்பூலம் தரிக்கவும் சுவர்களை அழகாக்கவும் பயன்பட்டது.

முதலியார்கள், இடையர்கள், கடையர்கள் எனக் காட்டு விலங்காண்டியாரோ மக்களைப் பிரித்து வைத்திருக்க, இன்று கடையர்கள் கல்வியால் உச்ச நிலைக்கு வந்துவிட்டார்கள். சவால் நிறைந்ததுதானே வாழ்க்கை.

தெற்கில் வாழும் மீனவர்கள் தங்களை வன்னியப் படை யாட்சிகள் என்கின்றனர். படைகளில் பங்கேற்றவர்கள் போரில் ஈடுபடும் வாய்ப்பில்லாமல் கடலோரம் தங்கிவிடக் கடல் தொழில் அவர்களுக்குக் கைகொடுத்திருக்கிறது.

நந்திக் கலம்பகத்தின் நாயகன் மூன்றாம் நந்திவர்மன் (கிபி 846-869). மாமல்லபுரத்திலிருந்து புறப்பட்டு தெள்ளாறு எறிந்து தெற்கே சோழ-பாண்டியப் பேரரசுகளைக் கடந்து தொண்டித் துறைமுகத்தில் படையெடுப்பை முடித்ததாகப் பல்லவ வரலாறு கூறுகிறது. அப்போது வந்து தங்கியவர்களே இங்கே வாழும் படையாட்சிகள்.

கிழக்குக் கடலோரங்களில் பல்வேறு வகை மீனவ இனக் குழுக்கள் வாழ்ந்தாலும் படையாட்சிகள் தொண்டி-நம்புதாழை, முனிவீராம்பட்டினம், கோட்டைப்பட்டினம், புதுக்குடி, தாமோதரன்பட்டினம், நாகப்பட்டினம், ஆறுகாட்டுத்துறை ஆகிய ஊர்களில் மட்டும் வாழ்கின்றனர். மற்ற பரதவர்களை அக வாழ்க்கையில் அகற்றியே வைத்துள்ளனர் படையாட்சிகள்.

நம்புதாழைக் கடலோரத்தின் வடக்கிலும் தெற்கிலும் வாழும் மனிதர்களைக் கண்டோம். இப்போது நடுப் பகுதியைப் பார்ப்போம். வத்தைகளும் தோணிகளும் வரிசையாகக் கடல் குதிரைகளாக நிற்க அவற்றுக்கு மேற்கில் கரைகளில் கருவாட்டுக் கொட்டகைகள் இருந்தன. மீன்களை வாங்கி விற்கும் இடமாகவும் கருவாட்டை உற்பத்தி செய்யும் கூடமாகவும் இருந்த கூரைக் கொட்டகையும் ஓட்டுக் கொட்டகையும் கருவாட்டுக் கொட்டகை என்றே அழைக்கப்பட்டன.

கொட்டகைகளுக்கு மேற்கில் விசாலமான மணல் பரப்பு. அதில் தென்னை, வாவரசி, முருங்கை, பூவரசம் என நிழல் தரும் மரங்கள். அவ்விடத்திற்குப் பெயர் சோம்பேறி மடம். அங்கு உறங்கலாம் ஓய்வெடுக்கலாம் ஊர்க்கதை பேசலாம்.

இளைஞர்கள் சடுகுடு, கிளித்தட்டு என வியர்வை சிந்தலாம். ஆக்கப்பூர்வமாகச் சிந்திக்கும் சிலரையும் அங்குக் காணலாம். அவர்கள் 'தான்' எனும் செஸ் போன்ற காய் நகர்த்தும் விளையாட்டில் கண்ணும் கருத்துமாக இருப்பார்கள். சதுரங்க ஆட்டம் போலவே கறுப்பு வெள்ளைக் கட்டங்கள் இருந்தாலும் 'தான்' ஆட்டம் மாறுபாடு உடையது. பலகைகளால் செய்யப்பட்டிருக்கும் தான் கட்டங்களில் வண்ணங்களில் காய்கள் அமர்ந்து உலவும். காய்கள் அனைத்தும் பெரிய மீன்களின் முதுகுத்தண்டு எலும்புகள்.

கிழக்குக்கரையோர ஊர்களிலும் இலங்கையிலும் புழங்கிய தான் என அழைக்கப்பட்ட சதுரங்க விளையாட்டு இன்று காணாமல் போய்விட்டது.

கடற்கரையை எங்களூரில் யாரும் கடற்கரையெனக் கூற மாட்டார்கள். எல்லோருமே அலைவாய்க்கரை என்றே கூறுவார்கள். அதைச் சிலர் 'பன்னாட்டார் தெரு' என்றே குறிப்பிடுவர். பழங்காலத்தில் பல நாட்டாரும் வாழ்ந்ததால் வந்த பெயர் பன்னாட்டார் தெரு.

அலைவாய்க்கரைக்குச் சென்று நின்றாலே போதும் காலம் கரைவதைக் காணமுடியாது. ஆழமில்லாததால் விளையும் கடல் தாவரங்கள் பழுப்பு நிறமாக மாறும்போது அலைகள் மூலம் கடலோரம் சேர புற்களால் புதுக்கவிதை. கடலிலிருந்த எப்போதாவது வீசும் அடர்த்தியான வாசம். அதை 'அலர்' என மீனவர் அழைப்பர்.

அன்றைய கால கட்டத்தில் கரையில் நிற்கும் எவரும் மணலில் வட்டி போடாமல் இருக்கமாட்டார்கள். வட்டிபோடுதல் என்பது வலது காலை மணலில் அழுத்தமாக வைத்து வட்டமாகச் சுற்றல் ஆகும். அந்தச் சுற்றலில் கரை மணலுக்குள் இருக்கும் மட்டிகள் எனும் சிறிய சிப்பிகள் மணல் மேல் வந்து அசைவின்றிக் கிடக்கும். பின்னர் அலைகள் கரையேற மட்டிகள் உள்ளூறுப்பை அசைத்து மணலுக்குள் சென்றுவிடும்.

இரு ஓடுகள் இணைப்பில் உள்ளிருக்கும் தசைதான் மட்டிகள். அது சரி, ஐம்புலன்களும் இருந்தும் சில மனிதர்களை நாம் ஏன் மட்டி என்கிறோம்.

ஆழமில்லாத நீர் நிலையாக இருப்பதால் கடலுக்குள் செல்ல ஆசை வரும்; ஒரு கிலோ மீட்டர் சென்றாலும் ஜலசந்தி நம்மைத் தலை மூழ்க வைத்து விடாது. அங்கிருந்து இலங்கையின் வல்வெட்டித்துறை இருபது கல் தொலைவுதான்.

தொடுவானம் தொட்டுவிட அழைக்கும். தொடுவானம் தொலைந்து போயிருக்கும் இரவு நேரத்தில் அன்று எம் மக்கள் கள்ளத்தோணிகளில் பயணித்தனர். 1960களில் நம்புதாழை யிலிருந்து வல்வெட்டித்துறை செல்ல தோணிக்கட்டணம் வெறும் இருபத்தைந்து ரூபாய்தான்.

இது கள்ளத்தனமான பயணம். 1930களில் நல்லத்தனமான பயணம் கப்பலில் நடைபெற்றது. அப்போதைய கட்டணம் இரண்டே இரண்டு ரூபாய்தான். தொண்டியிலிருந்து கொழும்பு சென்றுவிடலாம்.

1947க்குப் பின்னர் கடலுக்கு வேலி போட்டுவிட்டனர். அது கள்ளப் பயணங்களைக் கொண்டு வந்தது. காலாதி காலமாகப் பாண்டிய நாட்டினரும் நாஞ்சில் நாட்டினரும் கேரளியரும் கொஞ்சிக் குலாவிய இலங்கை மீண்டும் அவர்களை அழைக்கக் கள்ளத்தோணி உதவியது. நாம்தான் கண்களுக்குத் தெரியாத ஆதிக்கக்காரர்களின் வேலியை உடைக்கும் தோணியைக் கள்ளத்தோணி என்றோம். சிங்களர்களோட அந்தத் தோணியில் பயணித்து வந்தவர்களை மரக்கலமினுசு என்றனர். மரக்கல மனிதர் எவ்வளவு அருமையான சொற்றொடர்.

மேற்கு-கிழக்குத் தெருக்களில் முஸ்லிம்கள் வாழ்கிறார்கள். பத்துக்கு மேற்பட்ட குளங்களும் ரெட்டைக் கண்மாய்களும் வாய்க்கப்பட்ட வயல்வெளிகள் நிறைந்த ஊரின் மறவர் தெருவில் பல்வேறு வகையினர் வாழ்கின்றனர். அவர்கள் அனைவரையும் முஸ்லிம்கள் தமிழர் என்றே குறிப்பிடுகின்றனர். மறவர் தெருவில் மறவரோடு பிள்ளை, கோனார், வாணியர், ஆசாரி எனப் பலரும் கலந்து வாழ்கின்றனர்.

குடிகள் வேறாக இருந்தாலும் இவர்களின் குலதெய்வம் கருப்பண்ணசாமி. ஆண்டுதோறும் நிகழும் திருவிழாவை மறவர் தெருவோடு படையாட்சித் தெருவும் காவடி எடுத்துக் கொண்டாடுகின்றனர். இங்கே பள்ளர் பறையர் தெருக்களும் உள்ளன. அனைவரும் எவ்விதப் பிரச்சினையும் இன்றி ஒற்றுமை யாக வாழ்கின்றனர்.

வண்ணாரும் நாவிதரும் தலா ஒரு குடும்பமே உள்ளது. முஸ்லிம் பாணர்களான பக்கீர்ஷாக்கள் இரு குடும்பமாய்— பக்கீர்களைப் பற்றி தப்புத்தாளங்கள் எனும் குறு நாவலை எழுதி யுள்ளேன். முந்தைய காலத்தில் வீர பாண்டிய கட்டபொம்மன், வள்ளி திருமணம், பவளக்கொடி போன்ற நாடகங்களைக் கடலோர முருகன் கோவில் திடலில் நடத்திக் கண்டுகளிப்பர். வட மாவட்டங்களில் தெருக் கூத்துகள் மக்களை வசப்படுத்திய போது தென் மாவட்டங்களில் மேடைநாடகங்களே இதயங்களை மீட்டின. ஒரு முறையல்ல, சில முறை முஸ்லிம் ஒருவர் தம் வீட்டு மண விழாவின்போது சிறப்பு நிகழ்ச்சியாக மேடை நாடகங்களை அரங்கேற்றினார். அவருக்கு அப்போது இலங்கையில் தேங்காய் எண்ணெய் உற்பத்தி ஆலை இருந்தது. சிறந்த கலா ரசிகர் அவர்.

எனக்கு அப்போது வயது பதினெட்டு. பள்ளியிறுதி வகுப்பைத் தொண்டி செ. மு. கழக உயர்நிலைப் பள்ளியில் முடித்திருந்தேன். எழுத்தார்வம் என்னை நாடகம் ஒன்றை எழுதி மேடையேற்ற வைத்தது. அந்த நாடகத்தின் பெயர் 'சிந்தியதேன்.'

உள்ளூர் நடிகர்களோடு மதுரையிலிருந்து வரவழைக்கப்பட்ட தொழில்முறை நடிகைகளும் சேர்ந்து நடித்த அந்நாடகம் திரைப்படக் கொட்டகையில் அரங்கேறியது. கட்டணம் வசூல்

செய்து நடத்தப்பட்ட அந்த நாடகம் இன்றுவரை பெரும் வியப்பைத் தந்துகொண்டிருக்கிறது எனக்குள்.

அறுபது ஆண்டுகள் கடந்தது தெரியவில்லை. கடந்த காலங்களை எண்ண எண்ணக் கனவுபோல் இருக்கிறது. அந்தக் கனவில் சில கதாபாத்திரங்கள் முக்கியமானவர்கள், அவர்கள் வித்தியாசமானவர்கள் மட்டுமல்லர். ஆழக்கடல் முத்துச் சிற்பியைப் போன்றவர்கள்.

அவர்களில் ஒரு பெருமாட்டி சௌரி மகள் என்பவர். இவர் குஞ்சுங்குளம் எனும் குக்கிராமத்திலிருந்து குடும்பத்தோடு இஸ்லாத்திற்கு வந்து நம்புதாழையில் குடியேறியவர். அவரை நான் பதின்ம வயதில் சந்தித்துள்ளேன். அவருடைய இயற்பெயரும், புதுப் பெயரும் எனக்குத் தெரியாது. ஊரே சௌரிமகள் என அழைத்தது. அவர் சௌரி என்பாரின் செல்வி என்பதால், அவர் சௌரிமகள் என ஆகியிருக்க வேண்டும். அவருடைய இளவல் ஒருவருக்கு என்னுடைய சின்னம்மாவை மணம் முடித்துக் கொடுத்திருந்தனர்.

முந்தைய காலத்தில் பள்ளர்கள் எனக் குறிப்பிடப்பட்ட வகையறாவில் பிறந்த சௌரிமகள் விதவை. ஒரே ஒரு மகனிருந்தார். அவர் பெயர் சேகு சாகிபு.

அம்மையார் அப்பளம், பப்படம் எனத் தயாரித்து ஓலைப் பெட்டியில் வைத்து வீடுதோறும் சென்று விற்பனைசெய்தார். உடன் காசுக் கட்டியும் தாசனாப்பொடியும் தயாரித்து விற்றார். தாம்பூலம் தரித்தபின் சிவப்பு வரவும் வாசனைக்கும் வலம் வந்ததே காசுக்கட்டி. வாயில் எதுவும் இல்லாதபோது பற்களின் வலிமைக் காகத் தீட்டப்படுவதே தாசனாப்பொடி. இன்று இவை இரண்டுமே பயன்பாட்டில் இல்லை. இன்னொருவர் மாதரசு எனும் மாதரசி. மீனவப் படையாட்சிகளில் பெரிய குடும்பத்தைச் சேர்ந்த மாதரசு என் உம்மம்மாவின் தோழி.

அன்று, முஸ்லிம் மீனவர் குடும்பங்களிடையே நல்லதோர் உறவு இருந்தது. மீனவக் குடும்பங்கள் முஸ்லிம் குடும்பங்களுக்கு வேண்டிய கடல்படு பொருள்களை அன்றாடம் வழங்கி வந்தனர். மிகச் சிலரிடம்தான் இவ்வழக்கம் இருந்தது. அந்தச் சிலரில் மாதரசும் எங்கள் உம்மம்மாவும் அடங்குவர். இன்று இவ்வழக்கமும் பழக்கமும் இல்லாமல் போய்விட்டது.

மூன்றாவதாக ஒருவர், அவர் பெயர் காதியார். இயற்பெயர் முகைதீன். இவர் இளவயதில் மன்னார் வளைகுடா கடலிலுள்ள புதுமடம் எனும் ஊரிலிருந்து தனியாக வந்தவர். இவர் மிக மிக வித்தியாசமான மாமனிதராக வளர்ந்தவர்.

முஸ்லிம் மீனவரான முகைதீன் கட்டுமரம், வத்தை, தோணி எனக் கையாண்டு வளர்ந்து பெரும் மீன் வணிகரானார். மீன் அறுவடை மூலம் வளர்ந்த அவர் வயல்களை வாங்கிப் போட்டு நெல் அறுவடையும் செய்தார்.

பேராற்றல் உடையவராகவும் பெரும் முதலாளியாகவும் திகழ்ந்த அவர் இலவசமாக முட நீக்கு வைத்தியமும் செய்தார்.

பள்ளிவாசலுக்குச் செல்லாத அவர் நோன்பு காலங்களில் தன்வீட்டு வளாகத்திலேயே செல்பவர்களுக்கு எல்லாம் நோன்புக் கஞ்சி வழங்கினார். படிக்காத மேதையான காதியார் நபிகளாரின் பிறந்தநாளை வெகு சிறப்பாகக் கொண்டாடினார். ஊர் நடுவில் மேடை போட்டு உள்ளூர்ப் பேச்சாளரைப் பேச வைத்து ஊருக்கே விருந்தளித்தார்.

ஊரின் கடலோரத்தில் வெள்ளை நெய்னார் எனும் அவுலியாவின் தர்கா உள்ளது. இந்தத் தர்காவுக்கு ஆண்டுதோறும் கந்தூரி எடுத்த காதியார் ஆட்டம் பாட்டம் கொண்டாட்டம் என அமர்க்களப்படுத்தினார். இவரைப் போல் மீனவர் தெருவில் ஓர் ஆளுமை இருந்தார். அவர் பெயர் ஆறுமுகப் படையாட்சி. இவர் மீனவர்களின் தலைவர் மட்டுமல்ல, ஊராட்சியின் உறுப்பினர்கூட. மீன்பிடிப்போடு கருவாட்டு மண்டியும் வைத்திருந்த படையாட்சியார் பெருந்தலைவர் கு. காமராசரின் கரம்பிடித்து நடந்தவர்.

அறுபது ஆண்டுகள் கடந்தது தெரியவில்லை; கடந்த காலங்களை எண்ண எண்ண கனவுபோல இருக்கிறது.

எழுத்தாளனாக வேண்டும் என்ற எண்ணம் இருந்தாலும் பயணங்கள் வெவ்வேறு திசைகளில் போய்க்கொண்டிருந்தன. திண்டிவனத்திலிருந்து வெளிவந்த *குயில்* இதழிலும், சென்னை யிலிருந்து வந்துகொண்டிருக்கும் *சமரசம்* இதழிலும் பணியாற்றி னாலும் காலம் கடந்தே படைப்பிலக்கிய வாதியானேன்.

எங்களூரின் முதல் எழுத்தாளர் நானில்லை. தையார் சுல்தான் நொண்டி நாடகத்தை எழுதி தெருநாடகமாக நடத்திய சீனி வாப்பே முதல் எழுத்தாளர். அவருக்குப்பின் இசைத்தேன் எனும் இசைப் பாடல் நூலை எழுதிய நல்லதம்பிப் பாவலர் இரண்டாவது எழுத்தாளர். மெய்ஞானத்திறவுகோல் எனும் நூலை எழுதிய ஞானக்கொடி பாவா மூன்றாவது எழுத்தாளர்.

1965 இந்தி எதிர்ப்புப் போராட்டத்தில் கலந்துகொண்டேன்.

இருபதாண்டுகள் கிராமத்தில் வாழ்ந்த நான் பிறந்த இடத்தை விட்டுப் பிரியா விடைபெற்றேன்.

□

23

வீரநாராயணமங்கலம் ஊருண்டு காணி இல்லேன்!

நாஞ்சில் நாடன்

அன்றைய திருவிதாங்கூர் சமஸ்தானத்தில், நெடுமங்காடு தாலுகாவில், காட்டாக்கடை பகுதியின் பக்கம் ஆரிய நாடு கடந்து, குற்றிச்சல் எனும் சிறு கிராமத்தில் குன்றின் மேல் இருந்தது என்னைப் பெற்ற அம்மை சரசுவதியின் வீடு. அவள் இரண்டாம் தாரத்துக்காரியின் இளைய மகள். ஆரிய நாட்டு வெள்ளாடிச்சி. அப்பா பெயர் கிருஷ்ண மூர்த்தியாபிள்ளை, அம்மா பெயர் மாடிப்பிள்ளை. தன்னிலும் பன்னிரண்டு வயது மூத்த சகோதரி பகவதியம்மையைப் புத்தேரியில் கட்டிக் கொடுக்க நேர்ந்தமையால் சரசுவதி வீரநாராயணமங்கலம் ஊருக்கு வாழ்க்கைப்பட்டு வந்தாள். அம்மைக்குத் திருமணமாகிப் பதினெட்டு வயதில் நாஞ்சில் நாட்டுக்கு வரும்வரை தமிழில் ஓர் அட்சரமும் தெரியாது. அவள் கொடு மலையாளக் குடியிருப்பின் பிறப்பு. பின்பு தமிழ் வாராந்தரிகளில் தொடர்கதை வாசிக்கும் தரத்துக்குத் தயாராகிவிட்டார். இந்தக் கட்டுரை எழுதுபவன் கணபதியாபிள்ளைக்கும் சரசுவதிக்கும் பிறந்த மூத்த மகன். அம்மை ஒன்பது பெற்றாள், சிறுவராக இருவர் மாண்டனர், போக மீதம் எழுவரில் மூத்தவன் நான்.

என்னைப் பெற்று, பாண்ட சுத்தி அல்லது சட்டிபானை தொடுதல், துடுப்புக்குழிக்குச் சோறு போடுதல், பெயர் சூட்டுதல் ஆகியவை பதின்மூன்றாம் நாள் நடைபெற்றது. வள்ளியம்மை

இருந்தாள், மாடிப்பிள்ளை இருந்தாள், ஆனால் அப்பாவைப் பெற்ற, அம்மையைப் பெற்ற பாட்டன்மார் முகம் காண நான் பேறேதும் பெற்றிலேன் காண். எம் பெற்றோரின் திருமணத்துக்கு முன்பே அவர்கள் சாம்பராகிவிட்டனர்.

பாண்ட சுத்தியின் போது கவிழ்த்துப் போட்ட புதுச் சுளவில் என்னைப் படுக்கப் போட்டு, அம்மணமாகக் கிடந்த என் முகத்தில் குளிர்ந்த பழையாற்று நீரைத் தெளித்துக் கதறவிட்டு, அரையில் அரைஞாண் கொடியாகக் கறுத்த கயிறு கட்டி, கைகளில் கருவளையல்கள் போட்டு, மூத்தோர்கள் காதருகே மொழிந்த பெயர் சுப்பிரமணியபிள்ளை. அப்பாவின் அப்பா பெயர். நாங்குநேரித் தாலுகா முனைஞ்சிப்பட்டி கிராமத்திலிருந்து பதினாறு வயதில் புறப்பட்டு வந்த சிறுவனின் பெயர்.

இப்படித்தான் எனக்கு வீரநாராயணமங்கலம் சொந்த ஊர் ஆயிற்று. அதாவது சொந்த ஊர் என்று நான் உரிமை கொண்டாடும் ஊர் எனக்குச் சொந்த ஊரானது நூற்றிருபது ஆண்டுகளுக்கு முன்புதான். நாஞ்சில்நாட்டில் உள்ளது இந்த ஊர்.

இந்த முன்கதைச் சுருக்கத்தில் எத்தனை தற்செயல்கள் என்று பாருங்கள். உறங்கையிலே வாங்குகின்ற மூச்சு சுழி மாறிப் போனாலும் போச்சு என்பதைப் போல. இந்தத் தற்செயல்களை விதி என்பேனோ, முன்வினைப் பயன் என்பேனோ, இறைவனின் சித்தம் என்பேனோ! எதுவாயினும் என் கர்வத்துடன் நான் சொல்லிக்கொள்வது, என் சொந்த ஊர், பிறந்த ஊர் வீரநாராயண மங்கலம்.

இனி ஊர் எல்லை பேசுவேன். 'வடவேங்கடம் தென்குமரி ஆயிடைத் தமிழ் கூறும் நல்லுலகு' என்னுமா போல, வீரநாராயண மங்கலம் தேரேகால் பாலம் தாண்டிக் கிழக்கே ஒரு மைல் தூரத்தில் தாழக்குடி. தாழக்குடி பற்றி அறிய விரும்புவோர் தாழக்குடி சரிதமும் சயந்தீசுவரர் அழகம்மன் கோயிலும் என்னும் நானூற்றுக்கும் மேற்பட்ட பக்கங்கள் கொண்ட நூலை வாசிக்கலாம். நூலாசிரியர் ஆர். பத்மநாபபிள்ளை. முதற்பதிப்பு 1944. மீளச்சு 2010. யோகி சுத்தானந்த பாரதி மதிப்புரை வழங்கிய நூல் அது.

தாழக்குடி அரசினர் உயர்நிலைப் பள்ளியில் ஒன்பதாம், பத்தாம், பதினொன்றாம் வகுப்புகள் படித்தேன். தாழக்குடி குடியிருப்பு

ஒன்றில் ஏற்பட்ட தீ விபத்து ஒன்றைப் பார்வையிட அன்றைய முதலமைச்சர் காமராஜ் மற்றும் போலீஸ் மந்திரி கக்கன் ஆகியோரைப் பள்ளிவாசலில் நின்று ஆறடி தூரத்தில் தரிசித்தோம். அஃதே போல், பூதப்பாண்டி, தாழக்குடி என்று பாதயாத்திரை யாகப்போன காஞ்சிப் பெரியவரை, ஓடிப்போய் நாச்சியார் புதுக்குளத்தின் மேலக்கரையில் இருந்த சாலையில் நின்று தரிசித்தோம்.

அரசு உயர்நிலைப் பள்ளிக்குப் போகவர கால்நடைதான். தாழக்குடி நுழையும்போதே இடக்கைப் பக்கம் பூதத்தான் கோயில், பேச்சியம்மன் கோயில், கள்ளர் மடம், பனந்தோப்பு. பனம்பழ பருவ காலத்தில், காற்றடித்து வீழும் பனம்பழம் பொறுக்க அதிகாலையில் ஓடிப்போவோம். பனம்பழத்தைத் தோலுரித்து அப்படியே தின்பது, சுட்டுத் தின்பது, பனம்பழக் காடி காய்ச்சி உண்பது பெருவிருப்பம்.

வலப்பக்கம் நாச்சியார் புதுக்குளம். வாடைக்கும் கோடைக்கும் வற்றாது. ஆம்பலும் தாமரையும் பூத்துப் பொலிந்து கிடக்கும். புத்தகப் பையைச் சாலையில் வைத்துவிட்டு, குளத்தில் குதித்து ஆம்பல் மலர்க் கொடியுடன் சேர்த்துப் பறித்துச் சக மாணவியருக்குக் கொடுப்போம். அல்லி, ஆம்பல், தாமரை மலர்களின் வேறுபாடு அறிந்தது அப்போது! குளம் வற்றினால், கரிய வண்டலில் புதைந்து கிடக்கும் நீர் முள்ளிக் கிழங்கு பிடுங்கி, முள்கையில் படாமல், கவனமாக உடைத்துத் தின்போம்.

வீரநாராயண மங்கலம் கிராமத்திலிருந்து நடந்து போய்த் தாழக்குடியில் உயர்நிலைப் பள்ளிக் கல்வி பெற்றவன் பதினோராம் வகுப்புப் பொதுத்தேர்வில் பள்ளியில் முதல் மதிப்பெண் வாங்கினேன். மாவட்டத்தில் இரண்டாவது என்றனர். திருவி தாங்கூர் சமஸ்தான வாசிகளான நாங்கள் 1956 நவம்பர் ஒன்றாம் தேதிக்குப் பிறகு மெட்ராஸ் மாகாணத்துடன் சேர்ந்துவிட்டோம். பின்னர் அது சென்னை மாகாணமாகி, தற்போது தமிழ்நாடு ஆனது.

பழையாற்றிலிருந்து கிளை பிரிந்து, வீரநாராயண மங்கலத்தை வடக்கிலும் கிழக்கிலும் வளைத்து ஓடும் தேரேகாலின் மேலக் கரையான சாலையில் தெற்கு நோக்கி ஒன்றரை மைல் நடந்தால்,

திருப்பதிசாரம். வழியில் வலப்பக்கம் வீராணமங்கலம் என்று இன்று அழைக்கப்படுகிற காலனி. தாண்டி நடந்தால் கிருஷிப் பாலம். கிருஷிப்பாலத்தில் கிளைபிரியும் கிழக்கு நோக்கிப் போகும் சாலையில் நடந்தால் வீமநகரி. வீமநகரி போக்கு விட்டுத் தெற்கு நோக்கி நடந்தால் திருநெல்வேலி—நாகர்கோயில் நெடுஞ் சாலையை நாற்கால் மடம் எனும் புள்ளியில் தொடலாம்.

இன்று திருப்பதிசாரம் எனக் குறிக்கப்படும் ஊர் பண்டு திருவண்பரிசாரம் என அழைக்கப்பட்டது. திருப்பதிசாரம் கோயிலுக்கு முன்பு பெரிய தெப்பக்குளம். பழையாறு நீர் வழங்கி அலையடித்துக் கொண்டிருக்கும் கோயில் குளம். நூற்று எட்டு வைணவத் தலங்களில் ஒன்று. பெருமாள் பெயர் திருவாழ் மார்பன். பேச்சு வழக்கில் திருவாழிமார்பன் என்போம்.

உடைய நங்கை என்ற நம்மாழ்வாரின் தாயார் பிறந்த ஊர். திருப்பதிசாரம் குருகூர்ச் சடகோபன், காரிமாறன் என்றெல்லாம் அழைக்கப்பெற்ற நம்மாழ்வார் பாடல் ஒன்று திருவண்பரிசாரத் தையும் திருவாழ்மார்பனையும் பேசும்.

வருவார், செல்வார், வண்பரிசாரத்து இருந்த என்
திருவாழ் மாற்வற்கு என் திறம் சொல்லார்; செய்வதென்

என்பன அந்தப் பாடல் வரிகள். ஏழுமுறை பம்பையில் குளித்து, எரிமேலியில் பேட்டை துள்ளி, கன்னிமூலை கணபதி—நீலி மலையேற்றம்—அப்பாச்சி மேடு—சபரி பீடம் என்று நடந்து ஏறி, பதினெட்டாம்படி சமுண்டி, சபரிமலை ஐயப்ப சாஸ்தாவை தரிசிக்க மாலை போட்டதும், போய்த் திரும்பி மாலை கழற்றியதும் திருப்பதிசாரம் தெப்பக் குளத்தில் நீராடி, நின்ற கோலத்தில் காட்சி தரும் திருவாழிமார்பன் சந்நிதியில் நின்றுதான்.

எமது முன்னோடி எழுத்தாளர்கள் எம்.எஸ். என்று எல்லோராலும் அழைக்கப்பெற்ற எம். சிவசுப்பிரமணியம், அவரது இளைய சகோதரர் மா. அரங்கநாதன், அவர்களுக்கு அடுத்த வீட்டுக் காரரான குமரித்துறைவன் எனும் பெயரில் கவிதைகள் எழுதிய கோலப்ப அண்ணாச்சி ஆகியோர் பிறந்த ஊர் திருப்பதி சாரம். இன்னும் சொன்னால் இன்றைய உயர்நீதிமன்ற நீதியரசர் ஆர். மகாதேவன் சொந்த ஊரும் அதுவே. அவர் மா. அரங்கநாதனின் மூத்த குமாரர்.

வீரநாராயணமங்கலத்தின் தெற்கெல்லை திருப்பதிசாரம் தாண்டினால் நெடுஞ்சாலையைச் சந்திக்கலாம். இடப்பக்கம் திரும்பினால் திருநெல்வேலிக்குப் போகலாம். வலப்பக்கம் திரும்பினால் நாகர்கோயில்—திருவனந்தபுரம் செல்லலாம். நாகர்கோயிலில் இருந்து தெற்கே திரும்பினால் இடலாக்குடி, சுசீந்திரம், கொட்டாரம் வழியாகக் கன்னியாகுமரி போகலாம். வடக்கே திரும்பினால் வடசேரி, புத்தேரி, இறச்சகுளம், நாவல்காடு, ஈசாந்திமங்கலம், துவரங்காடு, திட்டுவிளை, தெரிசனங்கோப்பு, அழகியபாண்டியபுரம் வழியாக வடக்கு மலையடிவாரம் சேரலாம். இறச்சகுளம் ஊரில் இருந்து கிழக்குத் திசையில் ஒரு மைல் நடந்தால், நொண்டிப்பாலம், பழையாறு கடந்து வீரநாராணயமங்கலம்.

அதாவது எங்கள் ஊருக்கு மேற்கில் சில நூறு அடிகள் நடந்தால் பழையாறு. வடக்குமலையில் உற்பத்தியாகி, தெரிசனங்கோப்பு, பூதப்பாண்டி, வீரநாராயணமங்கலம், திருப்பதிசாரம், ஒழுகின சேரி, இடலாக்குடி, சுசீந்திரம் வழியாக மணக்குடி காயலில் சங்கமிப்பது.

பழையாற்றுப் பாலம் கடந்து, பழையாற்றின் கிளையாறு. அதன் குறுக்கே கட்டப்பட்டிருக்கும் நொண்டிப்பாலம் தாண்டி இறச்சகுளம் போகலாம். அங்கிருந்த அரசினர் நடுநிலைப் பள்ளியில்தான் ஆறு, ஏழு, எட்டு வகுப்புக்களில் பயின்றேன். 1958-1962 காலகட்டம். ஆரம்பப் பள்ளி, அரசினர் பாடசாலை வீரநாராயணமங்கலத்தில், 1953-1958 காலகட்டம். பதினோராம் வகுப்புவரை பயிற்றுமொழி தமிழ். மூன்றாம் வகுப்பு முதல் ஆங்கிலம் மொழிப்பாடம். ஆறாம் வகுப்பு முதல் பதினோராம் வகுப்புவரை இந்தியும் கற்றோம். இந்தி தேர்வு எழுத வேண்டும். ஆனால் தேர்ச்சி கட்டாயம் இல்லை. என்றாலும் பதினோராம் வகுப்புப் பொதுத் தேர்வில் இந்தியிலும் நான் தேர்ச்சி பெற்றேன். 1960-61, எட்டாம் வகுப்பில் பயிலும்போது, இறச்சகுளம் நடுநிலைப் பள்ளி மாணவர் தலைவனாகப் பள்ளி வளாகத்தில் நான் நட்ட மருதமரமும், அரசமரமும் இன்று வளர்ந்தோங்கி நிற்கின்றன.

அன்று எமக்கு நேரடியாக ஒன்றாம் வகுப்பு. பிளே ஸ்கூல், ப்ரீ ஸ்கூல், எல்கேஜி, யூகேஜி நாங்கள் அறியாதவை. அதேபோல்

டியூஷன் வகுப்புக்களும் கிடையாது. மருத்துவக் கல்லூரிக் கனவுகளும் இல்லை. இன்று வசதிபடைத்தவர்கள் ஆறாம் வகுப்பில் இருந்தே ஆண்டுக்கு ஒன்றரை லட்சம் பணம் கட்டித் தம் மக்களை நீட் தேர்வுக்குத் தயாரிக்கிறார்கள். அப்படியும் இடம் கிடைக்காவிட்டால் மூன்றாம் மாடியிலிருந்து குதிக்கிறார்கள். எனக்கொரு கேள்வி உண்டு; மருத்துவர் ஆகாவிட்டால் என்ன? வாழ்க்கையின் சகல வாசல்களும் மூடிப்போய் விடுமா?

வீரநாராயணமங்கலம்—இறச்சகுளம் சாலையில், நொண்டிப் பாலத்தில் இருந்து கிளையாற்றின் கீழ்க்கரையோரம் நடந்தால் புத்தேரி நெடுங்குளம் வரும். தொடர்ந்து கீழப்புத்தேரியும் மேலப்புத்தேரியும். தேரூரில் பிறந்த கவிமணி தேசிக விநாயகம் பிள்ளை கடைசிக் காலத்தில் வாழ்ந்த ஊர் புத்தேரி. யோகீசுவரன் எனும் சித்தர் அடங்கிய தலம். ஆண்டுதோறும் வெகு விமரிசை யாகக் குருபூஜையும் உண்டு. கவிமணி பார்த்திருப்பார். நானும் பார்த்திருக்கிறேன். எங்கள் அம்மைக்குப் பன்னிரண்டு வயது மூத்த என் பெரியம்மை பகவதி அம்மை வாழ்க்கைப்பட்ட ஊர் அது. புத்தேரியில் அவள் பெயர் ஆரிய நாட்டு ஆச்சி. பெரியம்மைக்கு ஐந்தும் பெண்கள். மூவர் மூத்தவர், இருவர் எனக்கு இளையவர். அவர்களின் எல்லாச் சடங்குகளிலும் நானே சகோதரன்.

பாரதியை, பாரதிதாசனை, கண்ணதாசனை, வாலியை, வைர முத்துவை அறிந்த அளவுக்குத் தமிழர் நாமக்கல் இராமலிங்கம் பிள்ளையை, கவிமணி தேசிக விநாயகம் பிள்ளையை அறிந்திருக் கிறார்களா என்பதறியேன். அதுபோன்றே கல்கியை, சாண்டில்யனை, சுஜாதாவைப் போன்று புதுமைப்பித்தனையும், ஜானகிராமனையும், எம்வியையும், லாசராவையும், சுந்தர ராமசாமியையும், நகுலனையும், ஆ. மாதவனையும், அசோகமித்திரனையும், சா. கந்த சாமியையும்!

கவிமணியின் பாடல்களை வாசித்தால் தெரியும் அவரது கவி ஆளுமை. மலரும் மாலையும், நாஞ்சில் நாட்டு மருமக்கள் வழி மான்மியம், ஆசிய ஜோதி, உமர்கய்யாம் பாடல்கள் முதலானவை அவருடைய கொடை.

உள்ளத்தில் உள்ளானடி—அதை நீ
உணரவேண்டுமடி

உள்ளத்தில் காண்பாய் எனில் —கோயில்
உள்ளேயும் காண்பாயடி

என்று பாடியவர். கிழக்கும் தெற்கும் மேற்குமென எங்களூரின் எல்லைகள் சொன்னேன். வடக்கு எல்லை பூதப்பாண்டி. பூத லிங்கேசுவரர் அல்லது பூதலிங்க சுவாமி கோயில் அமைந்த ஊர்.

பொதுவுடைமை இயக்கத்தின் மாசுமருவற்ற போராளி, எந்தக் கூட்டணியிலும் சீட்டுகளுக்கும் கோடிகளுக்கும் கையேந்தி நிற்காத தோழர், கவிஞர், எழுத்தாளர், இலக்கியச் சொற் பொழிவாளர், வறியவராகப் பிறந்து வறுமையில் வாடி இல்லாமை யில் இறந்துபோனவர் ப. ஜீவானந்தம் பிறந்த ஊர். அவர் இயற்பெயர் ப. சொரிமுத்துப்பிள்ளை (1907-1963) ஐம்பத்தேழு ஆண்டுக்கால வாழ்க்கையில் பத்து ஆண்டுகள் சிறையில் கழித்தார். வ. வே. சு. ஐயர் நடத்திய குருகுலத்தில் பணி ஏற்றவர். காரைக்குடி அருகே சிராவயல் எனும் ஊரில் காந்தி ஆசிரமம் நிறுவியவர். 1937இல் *ஜனசக்தி* நாளிதழையும், 1959இல் *தாமரை* இலக்கிய இதழையும் தொடங்கியவர்.

தோழர் ப. ஜீவானந்தம் அவர்களை நான் கண்டதில்லை. அதே போல் மூத்த எழுத்தாளர், பூதப்பாண்டியில் வாழ்ந்த கிருஷ்ணன் நம்பி அவர்களையும். முன்னோடி எழுத்தாளர் கிருத்திகா வாழ்க்கைப்பட்ட ஊர். இசையமைப்பாளர் கே. வி. மகாதேவனின் குருநாதர் அருணாசல அண்ணாவியின் சொந்த ஊர். நண்பர், எழுத்தாளர், ஓவியர், திரை விமர்சகர் ஜீவா பிறந்த ஊர்.

பூதப்பாண்டி போக எமக்கு மூன்று வழிகள் உண்டு. தாழக்குடி தாண்டி வீரகேரளப் பேரேரியின் மேலக்கரை வழியாகக் கதிக்க நடந்து, சீதப்பால் கடந்து பழையாற்றின் குறுக்கே பாலம் ஏறி பூதலிங்கசாமி கோயில் வாசல் அடையலாம். அல்லது பழை யாற்றின் மேற்குக்கரையில் இரண்டு மைல் நடந்து, ஆண்டித் தோப்பு தாண்டி கோயிலை எதிர்கொள்ளலாம். ஆற்றங்கரை பூட்டப்பட்ட ஏர்மாடு போகும் அகலத்தில், சக்கடா வண்டி போகும் தரத்தில் சிலாபத்தாக இருந்தது ஒரு காலத்தில். இன்று சட்டம் ஒழுங்கு மேம்பட்டு ஒற்றையடிப் பாதையாகக் கிடக்கிறது.

மூன்றாவது பாதை—நொண்டிப்பாலம் கடந்து, வயல் வரப்பில் ஏறி இறச்சகுளம் கிராமத்தில் புகுந்து, ஊருக்குள் நுழைந்து

நாகர்கோயில்—அழகியபாண்டியபுரம் சாலையில் ஏறலாம். நாவல்காடு, ஈசாந்திமங்கலம், கடந்து வலது பக்கம் போகும் சாலை பூதப்பாண்டி எல்லையில் கொண்டு சேர்க்கும். வலப்பக்கம் திரும்பாமல் நேரே திட்டுவிளை சந்திப்பு சேர்ந்து கிழக்கே திரும்பினால் அதுவும் சென்றடையும் ஊர் பூதப்பாண்டி.

ஊர் எல்லை பேசினோம். தொழில் விவசாயம்; நெல் இரண்டு போகம் விளையும். கன்னிப்பூ, கும்பப் பூ என்போம். நெல் வகைகள் சம்பா, அறுவங் கொறுவா, அரிக்கிராவி, சடையாரி, வாசறு மிண்டான், தட்டார வெள்ளை, ஆனைக் கொம்பன், கல்மணல் வாரி முதலானவை. அடுத்த பயிர் வாழை. மொந்தன், பாளையங் கோடன், பேயன், சிங்கன், செந்துளுவன், வெள்ளைத் துளுவன், ரச கதலி... மூன்றாவது பயிர் தென்னை.

ஆங்காங்கே மனம் போன போக்கில் பனை மரங்கள். வயல் திரடுகளில் வெண்டை, கத்தரி, பாகல், புடலை, அவரை, சீனி அவரை, தடியன், பூசணி, பீர்க்கன், கன்னிப்பூ அறுப்பு முடிந்ததும் இடைப்பயிராக உளுந்து, சிறுபயிறு, பெரும்பயிறு விதைப்பது உண்டு. அநேகமாக எல்லா வீடுகளிலும் இரண்டு தென்னை, ஒரு முருங்கை, ஒரு பப்பாளி, கறிவேப்பிலை, கொய்யா, அருநெல்லி, இரண்டு மூடு வாழை நிற்கும்.

தொழுவத்தில் ஏர் மாடுகள்—காளைகள், எருமைக் கடாக்கள். பால் மாடுகள்—பசு, எருமை எனக் கிடக்கும். பெரும்பாலான வீடு களில் கோழிக் கூடு உண்டு. கோழி என்றால் நாட்டுக் கோழிதான். 1960க்குப் பிறகே வெள்ளை லகான் கோழிகளும், முர்ரா, சிந்தி, கராச்சி எருமைகளும் பசுக்களும் அறிமுகம். பத்துப் பன்னிரண்டு வயதில் கோழி முட்டையும் முருங்கைக் காயும் தெருத் தெருவாய்க் கூவி விற்றிருக்கிறேன். அத்துடன் நீச்சலும் கற்றுக்கொண்டா யிற்று. நாய்க்குப் பயமில்லை, பேய்க்குப் பயமில்லை, வெள்ளத் துக்கும் பயமில்லை. நெருப்புக்கு அஞ்சியே ஆகவேண்டும்—இன்றைய மக்கள் ஊழியத் தொழில் முனைவோர்க்கு அஞ்சுவது போல. ஒரேயொரு வேறுபாடு! தீ, நெருப்பு, எரி, அனல், கனல், அழல், தழல், அங்கி, அக்கினி என அழைக்கப்படும் ஃபையர், நல்லதையும் கெட்டதையும் எரித்துப் பொசுக்கும். ஆனால் மக்கள் சேவைத் தொழில் செய்வோர் தீயனவற்றைப் பேணி நல்லதை எல்லாம் எரிப்பார்கள்.

தேரேகாலில் பழகிய நீச்சல் பழையாற்றுக்குக் கொண்டு சென்றது. நம்மாழ்வார் தேரேகாலில் குளித்திருக்கமாட்டார், ஏனெனில் அது தேரூர் குளத்துக்கு வெள்ளம் கொண்டுபோக, திருவிதாங்கூர் மன்னர் ஒருவர் வெட்டியது. ஆனால் பழையாற்றில் நீந்தி நீராடி இருப்பார்.

இப்போது நினைத்துப் பார்க்கிறேன். பல வெளிநாடுகளில் நதிகள் பார்த்திருக்கிறேன். இரு கைகளிலும் கோரி முகத்தில் இறைத்ததில்லை, உச்சியில் தெளித்ததில்லை. ஆனால் வேலை நிமித்தம் இந்தியா முழுக்க அலைய வாய்த்ததால் இந்திய நதிகள் பலவற்றிலும் நீராடியிருக்கிறேன். அது பற்றித் தனியாக எழுதுவோம்.

திருப்பதிசாரத்தின் மேற்கே ஓடும் பழையாற்றின் கீழக்கரையில் சடையாரம் என்று அழைக்கப்பெறும் ஜடாயுபுரம். அஃதே போல் தாழக்குடி தாண்டி பூதப்பாண்டியை நோக்கிச் செல்லும் போது கிழக்கில் சீதப்பால் எனப்படும் சீதைப்பால். சீதப்பால் இருப்பது தாடகைமலை அடிவாரத்தில். கன்னியாகுமரிப் பக்கம் மருந்து வாழ்மலை. யாவும் இராமாயணம் தொடர்புடைய பெயர்கள். புராணம் வேறு, வரலாறும் பூகோளமும் வேறு என்ற தெளிவு இருப்பது நல்லது.

தாடகை மலை அடிவாரத்தில் ஒருவன் என்பது எழுத்தாளர் நண்பர் ஜெயமோகன் என்னைப்பற்றி எழுதிய நூல். என்னுடைய அகவை அறுபது கொண்டாட்டத்தை முன்னிறுத்தி 2008 ஜனவரியில் தமிழினி வெளியீடாக வந்தது. நூலின் அன்றைய தலைப்பு *கமண்டல நதி!*

நாஞ்சில் நாட்டில், தோவாளை தாலுகாவில், தாழக்குடி பகுதியின் கீழ் வந்த கிராமம் வீரநாராயணமங்கலம். அன்றைய கணக்கில் 120 வீடுகள். அன்றெல்லாம் மறுவீட்டுப் பலகாரம், சீமந்தப் பலகாரம் வீடுவீடாக விளம்பப் போகும் குழுவில் சிறுவனாக நானும் இருப்பேன். பித்தளைத் தட்டத்தில் இரண்டு முறுக்கு, இரண்டு தேன்குழல், இரண்டு முந்திரிக் கொத்து, இரண்டு பாளையில் கோடன் பழம் என்று இருப்பவற்றை வீடு வீடாகக் கொடுக்க வேண்டும். நாலைந்து சிறுவர்கள் இருப்போம். விளம்பியதற்குச் சன்மானமாக எமக்கும் ஒரு தட்டம் பலகாரம்

கிடைக்கும். ஆகவே வீடுகளின் கணக்கு எனக்குத் துல்லியமாகத் தெரியும்.

நாலு தெருக்களும் சில முடுக்குகளும். சுடுகாட்டையும் ஊரின் எல்லைகளையும் காக்கும் சுடலைமாடன், புலைமாடன், சுடலைப் பேய்ச்சி, புலை மாடத்தி. சில வீடுகளின் வளாகத்திலும் அவர்களுக்குப் பீடம் உண்டு.

ஊர் நடுவே வடக்குப் பார்த்து முத்தாரம்மன் கோயில். முத்தாரம்மனுக்கு அடுத்தச் சந்நிதிகள் 'சூலைப்பிடாரி, சந்தனமாரி. எதிரே பூதத்தான். காவல் தெய்வம் வைரவன், அரவணைப் போத்தி. ஐந்தாண்டுகளுக்கு ஒருமுறை, மாசிமாதச் செவ்வாய்க் கிழமையில் நடக்கும் அன்னக் கொடை. திங்கட்கிழமை குடி அழைப்பு, செவ்வாய் காலை பழையாற்றில் இருந்து மேளதாளத் துடன் அபிடேகத்துக்குக் கோமரத்தாடிகள் பித்தளைக் குடத்தில் நீர் கொணர்தல். சாமி சிலைகளுக்கு நீராட்டு, ஆராதனை, அன்ன கொடை. ஊராருக்கும் வருவோருக்கும் பந்திச் சாப்பாடு. இரவு பன்னிரண்டு மணிக்குச் சாமிகளுக்குப் படப்புப் போடுதல், ஆராசனை, ஆடிப் பூ எடுத்தல், மான் வாகனத்தில் முத்தாரம்மன் பிற தெய்வங்களுடன் ஊர் சுற்றி வருதல், திசைபலிகள். கிழமை உச்சிக்கொடை, புதன்கிழமை உச்சிக் கொடை, மாலையில் வாழி பாடுதல்.

கோயில் கொடைக்கு உட்கோயில் மேளம் உண்டு. நையாண்டி மேளமும் கும்பாட்டமும் உண்டு. என் சிறுபிராயத்தில் தோவாளை சுந்தரம் பிள்ளை, புன்னார்குளம் கோலப்ப பிள்ளை வில்லுப் பாட்டு பாடிக் கேட்டிருக்கிறேன். வரத்துப் பாடி, வில்லத்துத் தெய்வங்கள் வந்திறங்கும். வரத்துப் பாடும்போது, எங்கள் தாத்தா வில்பாட்டுக்காரரின் பின்புறம் உட்கார்ந்து அம்மன் வரலாறு குறிப்புரைப்பார் எனச் சொல்லிக் கேட்டிருக்கிறேன்.

பங்குனி, சித்திரை கோடைக் காலங்களில் தாத்தா வீட்டுப் படிப்புரையில் இருந்து இராமாயணம் சொல்வார் என்றும் பத்திருபது பேர் உட்கார்ந்து கேட்பார்கள் என்றும் கூறக் கேட்டிருக்கிறேன். தன்னை ஆதரித்து வாழ்வளித்த குலசேகரப் பெருமாள் பிள்ளையிடம் சோதிடம் கற்றுக்கொண்டார் எனவும், ஊரில் குழந்தைகளுக்கு ஓரடி நீளமும் ஒன்றரை அங்குல

அகலமும் கொண்ட பருவமான பனையோலையில் சாதகம் எழுதிக் கொடுத்திருக்கிறார்.

நல்லப்பம் ஏர் கட்டுதல், நல்லப்பம் விதைத்தல், நாட்கதிர் கொள்ளுதல், புதுவீடு கட்ட கல்போடுதல், நிலைவிடுதல், பால்காய்ச்சும் நாள் பார்த்துக் கொடுத்திருக்கிறார். பிறந்த குழந்தைக்குப் பெயரணிவிக்க, எழுத்துக்கு இருத்த, சமைந்த பெண்பிள்ளைக்குச் சடங்கு நடத்த, கல்யாணம் பேசி உறைப்பிக்க, வெற்றிலை கைமாற, நிச்சயதார்த்தம் செய்ய, மாங்கல்ய தாரணம் செய்ய, நாலாம் நீர்ச் சடங்கு—ஏழாம் நீர்ச் சடங்கு செய்ய, உடன் மறுவீடு போக, மறுவீடு போக, சீமந்தம் நடத்தி பெண்ணை வீட்டுக்குப் பேறு பார்க்கக் கூட்டிவர என அனைத்துச் சடங்கு களுக்கும் நாள் பார்த்துச் சொல்லி இருக்கிறார்.

எவரும் நோயிலோ, விபத்திலோ, மூப்பிலோ இறந்து போனால் அவரை எடுத்துச் சுடுவதற்கும், சாம்பல் கரைத்துக் காடேற்றுவதற்கும், பதினாறாம் நாள் கல்லடுப்பு சடங்குக்கும், ஆண்டு முடித்தபின் திவசம் கொடுக்கவும் நாள் பார்த்துச் சொன்னார். அவரவர் வீடுகளில் காவல் தெய்வங்களாக வாழும் இருபத்தேழு வாதைகளில் ஒன்றுக்கோ இரண்டுக்கோ சிறப்புச் செய்யவோ, பொங்கல் இடவோ, கொடை கொடுக்கவோ நாள் குறித்தார்.

அவரிடம் இருந்து என் அப்பா கற்றுக் கொண்டார். தற்போது என் தம்பியொருவன் செய்கிறான். 1947 டிசம்பர் 30ஆம் நாள், உதயாதி நாழிகை 59-க்கு மகம் நட்சத்திரத்தில் பிறந்த எனக்குத் தனது கையால் பனையோலையில் எழுதிய சாதகம் இன்னும் என் கைவசம் உண்டு. அதுபோலவே தாத்தாவும் அப்பாவும் பயன் படுத்திய எழுத்தாணியும். விஜயதசமி வழிபாட்டின் போது எம் பூசையில் அந்த எழுத்தாணி முன்னிலை வகிக்கும்.

ஈதென்ன மூட நம்பிக்கை எனப் பேசுவார் உளர். அதுபற்றித் தனியாக எழுதுவோம். நான் அரை நிக்கர்கூடப் போடாமல் அலைந்த காலத்திலேயே எங்கள் ஊரில் திராவிட இயக்கம் வேரூன்றிவிட்டது—தொடர்ந்து திமுகவும். வயலை விற்று, தோப்பை விற்றுக் கட்சி வளர்த்தவர்களை எனது பள்ளிப் பருவத்தில் நான் அறிவேன். நாஞ்சில் நாட்டில் இரண்டாவது கிளை

திறக்கப்பட்டது எங்கள் ஊரில். பேராசிரியர் க. அன்பழகனும் நாஞ்சில் மனோகரனும் வந்து உரையாற்றி உள்ளனர். அன்றைய அறிவாலயம் திறக்க நடுமுடுக்குப் பெரியப்பா வீ. அ. கருணாகரன் சென்னை சென்று வந்திருக்கிறார். நான் பெரியப்பா என்றும் தாத்தா என்றும் மாமா என்றும் அழைக்கும் பலரும் இயக்கத்தில் இருந்தனர். கோயில் கொடையிலும் நிற்பார்கள், இயக்கக் கூட்டங்களுக்கும் போவார்கள்.

நான் பதினான்கு வயதிலேயே அனைத்து அரசியல் கட்சிப் பொதுக்கூட்டங்கள் போனதற்கும், பெரிய கோயில்களின் திருவிழாக்களின் போது நடத்தப் பெற்ற சங்கீதக் கச்சேரிகள் போனதற்கும், ஊரைச் சுற்றிய பிற ஊர்களில் எங்கு நம்பிரான் விளையாட்டு, ஊட்டு, கொடை, தேரோட்டம் நடந்தாலும் போனதற்கும் அவர்களே காரணமும் காவலும்.

அன்று அவர்கள் அரசியல் சார்பு காரணமாகக் கொணர்ந்த தடைகளும் மறுப்புக்களும் இன்று முற்றாகச் சிதைந்து போய் விட்டன. முத்தாரம்மன் அல்லாது ஊரின் மேற்கு எல்லையில் நீர்நிலை காவு கண்டன் சாஸ்தா கோயில். இயல்பாகச் சாத்தாங் கோயில் என்போம். சபரிமலை மணிகண்ட சாஸ்தா குடும்பத் தினரே தென்தமிழ்நாட்டின் நூற்றுக்கணக்கான சாஸ்தாக்களும். சாஸ்தாவுக்குப் பங்குனி உத்திரம் அன்று கொடியேறி, ஆறாம் நாள் நம்பிரான் விளையாட்டு. மாலையில் நம்பிரான் விளையாட்டு என்றால் மதியம் சுடுகஞ்சியும் கூட்டுக்கறியும். அன்று காலை முடைந்த பச்சைப் பனையோலைப் பட்டைகளில்.

சாத்தாங்கோயிலை அடுத்துத் தெற்குத்தெரு தொடங்கும் இடத்தில் பிள்ளையார் கோயில். அதன் உள்ளே சிவனுக்கும் சந்நிதானம். வீரநாராயணமங்கலம் எனும் பெயரை ஆராய உட்புகுந்தால் இந்தப் பாரம்பரியம் அர்த்தமாகும் எவருக்கும்.

வேளாளர்கள் அதிகம் வாழும் ஊர். அவர்களுள் மூன்று பிரிவினர், எல்லா இனத்தவரிலும் உள்ள ஏற்ற தாழ்வுகளுடன். சைவ வேளாளர், மக்கள் வழி வேளாளர், மருமக்கள் வழி வேளாளர். அவர் பற்றிய புரிதலுக்கு, நான் இருபதாண்டுகள் முன்பு எழுதிய *நாஞ்சில் நாட்டு வெள்ளாளர் வாழ்க்கை* வாசிக்கலாம்; பல பதிப்புகள் கண்ட காலச்சுவடு வெளியீடு.

வேளாளர் வீடுகள் தவிர, தெற்குத் தெருவில் யோகீசுவரர் அல்லது வைராவி என்றொரு இனம். பண்டாரம் இனத்தவர் நான்கு வீடுகள். தச்சு ஆசாரிகள் குடும்பம் இரண்டு. நாவிதர் குடும்பம் ஒன்று. ஊர்க்காவல் தேவர், பால்கறவை தேவர் என இரு குடும்பங்கள். அவர்கள் கள்ளரா, மறவரா, கனத்த அக மடியாரா என்பதறியேன்.

ஊரைச் சுற்றிலும் தென்னந் தோப்புகள், வாழைத் தோட்டங்கள், வயற்காடு. வயற்காட்டை நாங்கள் பத்து என்போம். வடக்குப் பத்து, கீழப்பத்து, தெற்குப் பத்து, மேலப்பத்து, மடத்தாம்பத்து, படுவப்பத்து என்போம். வயல்களுக்கும் பேருண்டு. ஊரடி வயல், தோப்படி வயல், நந்தவனத்தடி வயல், முப்பது மரக்கால் பாதி, கரையாந்திரட்டு வயல், வேதக் கோயில் வயல் எனப் பல. வயலுக்குப் போகும்போது மண்வெட்டிகூட வேண்டாம். காலால் வெள்ளம் விலவலாம். 'உழுபடைக் கொழுமுனை தொடுமுனம் கூசி' என்பது பாடல் வரி.

இரண்டு போகம் நெல் விளையும். போகத்தை நாங்கள் பூ என்றோம். கன்னிப் பூ, கும்பப் பூ. கன்னிப்பூவில் சம்பா அல்லது அதன் உட்பிரிவுகள். கும்பப்பூவில் வாசறுமிண்டான் அல்லது அதன் கிளைகள். கன்னிப்பூவில் மண்ணின் பருவம்— ஈரப்பதம் பார்த்து தரிசடித்து, மறுத்து, முச்சால் வைத்து, மரம் அடித்து விதைப்பார்கள். 'சித்திரை பத்தாம் உதயத்தில் வித்து விழ வேண்டும்' என்பது சொலவம். கும்பப்பூவில் நாற்றுப் பாவி வைத்திருந்து பிடுங்கி நடுவது. இந்தப் பருவத்தில் தொழி உழவு. மரமடித்து மொழுக்கி, பொழித் தட்டுப் பலகையால் சீர் பார்த்துப் பிறகு நடவு. நடவுக்கு, களைபறிப்புக்கான கூலியைக் கொத்து என்றனர். நடவு கொத்து, களைபறிக் கொத்து, அறுப்புக் கொத்து, அடிப்புக் கொத்து என.

நல்லப்பம் ஏர் பூட்டி, நல்லப்பம் உழுது, நல்லப்பம் விதைத்து, நல்லப்பம் நாற்றுப் பறித்து நட்டு, நாட்கதிர் கொண்டு, கதிர் நிறைத்து, புத்தரிசி பொங்கிக் களித்திருந்தோம். வறுமையும் வாட்டமும் இருந்தது, ஆனால் தாங்கவும் ஆள் இருந்தது. பிள்ளைக்குச் சோறும், பிள்ளைக்குப் பசும்பாலும் மறுக்கப்பட்டதே இல்லை. பசித்திருந்தவனுக்குப் பழஞ்சித் தண்ணியோ, சோறுவடித்த

கஞ்சித் தண்ணியோ கிடைத்தது. கடித்துக் கொள்ள, நெல்லிக்காய் ஊறுகாயோ, பனங்கருப்பட்டித் துண்டோ வாய்த்தது.

உள்ளூரில் அரசினர் ஆரம்பப் பாடசாலை இருந்தது. நீளமான, கொல்லம் ஓடு வேய்ந்த கூரையின் கீழிருந்த கூடத்தில் ஐந்து வகுப்புகள். இடையே தடுப்புக் கிடையாது. ஐந்து ஆசிரியர்கள். அன்று பயின்ற ஆத்திசூடியும், கொன்றை வேந்தனும், பன்னிரண்டாம் வாய்ப்பாடும் பதினாறாம் வாய்ப்பாடும் இன்றும் நினைவில் உண்டு.

பள்ளிக்குச் செல்வது, படிப்பது, வீட்டுப்பாடம் செய்வது மட்டுமே அல்ல எங்கள் பள்ளிப் பருவத்து வாழ்க்கை; தொழுவத்துச் சாணம் வழிக்க வேண்டும். ஆற்றுக்குப் பத்திக்கொண்டு போய் மாடு குளிப்பாட்ட வேண்டும். மாடுகளுக்குப் புல்லறுக்க வேண்டும். ஓரேர் உழவனான சம்சாரித் தகப்பனுக்கு வயலுக்குக் கஞ்சி கொண்டுபோக வேண்டும். கஞ்சி குடிக்கும் நேரத்தில் அவர் கை ஏர் பிடிக்க வேண்டும். அடுப்பெரிக்கச் சுள்ளி, ஓலை மடல், மட்டை பொறுக்க வேண்டும். அதிகாலை எழுந்து போய்ப் புன்னைக்காய் பொறுக்க வேண்டும். புளியம்பழம், வேப்பமுத்து பொறுக்க வேண்டும். முதல் பொடி உழவில் ஏர் பின்னால் நடந்து குழைக்கம்பு பொறுக்க வேண்டும். வயல் அறுத்துக் கதிர் வாரும்போது தப்புக்கதிர் பொறுக்க வேண்டும்.

அறுவடையான வயல் அறக் காய்ந்தபின் தாள் பொறுக்கிச் சாலையோரத்திலிருந்து வயலுக்குச் செம்மண் சுமக்க வேண்டும். வண்டல்மண் உரம் சுமக்க வேண்டும்.

நெல் அறுத்துச் சூடடிக்கும்போது பிணையல் அடித்து அரை ஆள் கொத்து வாங்கவேண்டும்.

இதுதான் ஐயா! இதுவேதான் ஐயா, எங்கள் ஊர்!

வடக்கிலிருந்து ஓடிவரும் பழையாறு, எங்களூர்ப் பாறைகளில் முட்டி மோதி கிழக்கே திரும்பி மேலும் தெற்குப் பார்த்தே பாயும். நாங்கள் அதனைப் பாறையாறு என்றோம். உயரத்திலிருந்து தடுப்பணை தாண்டி கிழக்கே விழுமிடத்தில் நிலைக்காத ஆழம். அதனைக் கசம் என்றோம். கயம்தான் கசம் ஆனது. குயவர் குசவர் ஆனதும், வயம் வசம் ஆனதும், நேயம் நேசமானதும் போல.

வீரநாராயணமங்கலம் ✦ 351

கயத்தில் ஆழம் அதிகம். அதிலும் மூச்சுப் பிடித்து, முக்குளி போட்டு, கையில் மண் எடுத்து வருவோம். ஆழம் நிலைக்காமல் சிலர் 'கொக்குப் பிடித்ததும்' உண்டு. இரண்டு வேளை தீவனம் கிடைத்தாலும் கிடைக்காமற் போனாலும், இரண்டு வேளையும் ஆற்றில் குளியல் உண்டு. குளிப்பது என்பதே எமக்குத் தலைக் குளிப்பதுதான். உடம்புக்கு ஊற்றிக்கொள்வது அல்ல.

பெருவெள்ள காலத்து, ஆற்றங்கரைகளில் வளர்ந்து சாய்ந்து நின்ற ஆலமரம், புன்னைமரம் கிளைகளில் ஏறி ஆற்றில் குதித்தோம். குளித்துக் கரையேறும்போது மொந்தைக் கள் குடித்தவன் போல் கண்கள் சிவந்திருக்கும். கைவிரல்கள் வெளிறிச் சுருங்கி இருக்கும்.

பழையாறு பற்றியதோர் கட்டுரை எழுதினால், அதில் நீராடியவர்கள் என ப. ஜீவானந்தம், கிருஷ்ணன் நம்பி, கிருத்திகா, கவிமணி, சுந்தர ராமசாமி, செய்குத்தம்பி பாவலர், தொண்டர் குழாம் ஆறுமுகம் பிள்ளை, *கன்னியாகுமரி* ஆசிரியர் பி. எஸ். மணி, பேராசிரியர் தாயம்மாள் அறவாணன், *நாஞ்சில் மலர்* ஆசிரியர் கி. தானப்பன், பேராசிரியர் மா. இளையபெருமாள், எம். சிவசுப்பிர மணியன், குமரித்துறைவன், மா. அரங்கநாதன், சிறீ சாரதா ஆயுர்வேத வைத்தியசாலை மருத்துவர் இல. மகாதேவன் எனப் பலரைக் குறிக்கலாம்.

எங்கள் ஊரைப்பற்றி எனக்கு எத்தனை எழுதினாலும் தீராது. நாவல்களில், சிறுகதைகளில் நிறையப் பேசி இருக்கிறேன். என்றாலும் நிறைய மாட்டேன் என்கிறது. சந்தைவிளைப் பனங்காட்டிலிருந்து காலையில் தாயர் தலைச்சுமட்டில் மண் குடத்தில் கொண்டுவரும் பதனீரைச் சொல்லவா; அதைப் பருக முடைந்து தரும் பனங்குருத்துப் பட்டையைச் சொல்லவா; தலையெடுத்த பிறகு சேக்காளிகளுடன் நடந்துபோய், பனை மூட்டில் நின்று மாலைப் பதனீரில் நுங்கு வெட்டிப் போட்டுக் குடித்ததைச் சொல்லவா; தாழக்குடி சுடுகாட்டுச் சுடலைக்கு ஆடுவெட்டி அதை உரித்துச் சமைத்து, ஆற்றங்கரையில் அமர்ந்து வாழை இலை போட்டு நள்ளிரவு இரண்டு மணிக்குப் பொங்கிய சூடு பச்சரிசிச் சோற்றில் ஆட்டு இறைச்சிக்கறி ஊற்றிப் பிசைந்து தின்றதைச் சொல்லவா; முத்தாரம்மன் கோயில் கொடைக்கு

மட்டுமே கிடைக்கும் படப்புச் சோற்றைச் சொல்லவா; கல்யாணம் நடந்த மறுநாள் மீந்துபோன கறிகளை எல்லாம் சேர்த்து வெண்கல உருளியில் போட்டுச் சூடாக்கி, மீந்துபோன சோற்றில் நீரூற்றி வைத்திருந்த பழையதுடன் சேர்த்து உண்ட பழங்கறியைச் சொல்லவா; திருமாங்கல்யக் காடியைச் சொல்லவா; இரவு ஔவையாரம்மனுக்கு விரதம் இருந்து அவித்த விரதக் கொழுக் கட்டைகளை மறுநாள் அதிகாலை அம்மா பித்தளைச் சருவத்தில் கொணர்ந்த கொழுக்கட்டைகளின் சுவையைச் சொல்லவா?

முனைஞ்சிப்பட்டியில் இருந்து பஞ்சம் பிழைக்கப் பால்யத்தில் வந்தடைந்த தாத்தா வீடு ஊரின் ஈசான மூலையில் இருந்தது. இன்னும் இருக்கிறது. முத்தாரம்மன் கோயிலுக்கு முதன் முறையாகக் கொடைக்கு வரி எழுத முனைந்தபோது, முதல் வரி எங்கிருந்து தொடங்குவது என ஊர்க்கூட்டத்தில் சலசலப்பு எழுந்தது. ஈசான மூலையிலிருந்து வரி எழுதத் தொடங்க உத்தரவு கிடைத்ததன் காரணமாகத் தாத்தா முதல் வரி. அவர் காலத்துக்குப் பிறகு அப்பா முதல் வரி. அப்பாவுக்குப் பிறகு, 1974இல் இருந்து நானே முதல் வரி.

ஊத்துக்காடு வேங்கட கவி எழுதிய காபி ராகப் பாடல், 'என்ன தவம் செய்தனை?' என்று தொடங்கும். பலர் பாடி இருக்கிறார்கள். எனக்குச் சுதா ரகுநாதன் பாடல் பிடிக்கும். அவர் இசைமேதை எம். எல். வசந்தகுமாரி அவர்களின் சீடர். எனக்கு நானே சொல்லிக் கொள்கிறேன்—வீரநாராயணமங்கலம் ஊரில் பிறந்து வளர்ந்து படித்து ஆளாகி வாழ என்ன தவம் செய்தேன் என்று!

1953 யூன் முதல் 1958 மார்ச் வரை, ஒன்று முதல் ஐந்தாம் வகுப்புவரை நான் பயின்ற வீரநாராயணமங்கலம் ஆரம்பப் பாடசாலை எனக்குத் தொடக்கப் பள்ளி அல்ல பல்கலைக்கழகம். நல்ல மணி அடித்தால், வீட்டுக்குச் சாப்பிடப் போகலாம். கள்ளமணி அடித்தால் ஒன்றுக்குப் போகலாம். ஆற்றில் இறங்கி நீர் பருகலாம். போத்தலில் பள்ளிக்குத் தண்ணீர் சுமந்த கோலம் இல்லை. சென்ற ஆண்டு, நான் பயின்ற பள்ளிக்கு மேல்நிலை தண்ணீர்த் தொட்டி அமைத்து வழங்கினார் எனது இலக்கியக் குருக்கன்மாரில் ஒருவரான சுந்தர ராமசாமியின் துணைவியார் கமலா அம்மா, தனது எண்பதாவது அகவை நிறைவின்போது.

விழாவுக்கு அவரும், அவர்கள் மகன் காலச்சுவடு கண்ணனும் சென்றிருந்தனர்.

இன்று கூகுளில் போய் எவரும் வீரநாராயணமங்கலம் என்று தட்டச்சு செய்தால் உடனே நாஞ்சில் நாடன் பெயர் தோன்றுவது எனக்குப் பெருமை அன்றி வேறென்ன?

புறநானூற்றின் கோப்பெருஞ்சேரன் பாடல் வரி கூறும்—
யானை வேட்டுவன் யானையும் பெறுமே;
குறும்பூழ் வேட்டுவன் வறுங்கையும் வருமே

என்று. யான் எனை யானை வேட்டுவனாக உணர்பவன். காரணம் முன்வினைப் பயனோ, இறையருள் நிமித்தமோ, எனக்கமைந்த சொந்த ஊர் வீரநாராயணமங்கலமோ!

□

24

கோபாலபுரம்
எம்முள் நிறைந்த கரிசல்
ந. நாராயணசாமி

கோபாலபுரம் எனது ஊர். அன்றைய ஒருங்கிணைந்த திருநெல்வேலி மாவட்டத்தில், கோவில்பட்டி வட்டத்தில் இந்தக் குக்கிராமம் உள்ளது. புகழ் பெற்ற கரிசல் எழுத்தாளர் கி. ராஜநாராயணனின் இடைசெவல் ஊருக்கு வடமேற்கே சுமார் இரண்டு கிலோ மீட்டர் தொலைவில் உள்ளது. முழுவதும் கரிசல் நிலம் சூழ்ந்துள்ளது. வானம் பார்த்த பூமி. வேளாண்மையே முதன்மைத் தொழில். உழைப்பே மூலதனம்.

கோபாலபுரத்தில் அதிகம் வாழ்பவர்கள் கம்மவார்கள். இன்று நிலைமை வேறு. இதுபற்றி இறுதியில் சொல்கிறேன். கம்மவார் மக்கள் மதுரை நாயக்கர் மன்னர்கள் காலத்தில் ஆந்திராவிலிருந்து இங்குக் குடியமர்ந்தவர்கள். இந்தப் பதிவில் அதிகம் கம்மவார் வாழ்வியலையே கவனப்படுத்துகிறேன். அதிலும் மிகச் சில முக்கியமான வாழ்வியல் அம்சங்களை மட்டுமே இங்குப் பதிவு செய்துள்ளேன். மிக விரிவாக அறிய விரும்புவோர் நான் எழுதியுள்ள *எம்முள் மறைந்த கரிசல்: ஒரு கரிசல் கிராமத்தின் வரலாறும் வாழ்வியலும்* (2023) எனும் பெரிய நூலை வாசிக்கலாம்.

கரிசலும் தெலுங்கு மக்களும்

இந்தியாவின் மொத்த நிலப்பரப்பில் ஆறில் ஒரு பகுதி கரிசல்

மண் நிறைந்த பகுதி. தமிழ்நாட்டைப் பொறுத்தவரை, மொத்த நிலப்பரப்பில் 15 சதவீதம் கரிசல் மண்ணால் ஆனது.

ஆந்திராவிலிருந்து கரிசல் பகுதிக்கு இடம்பெயர்ந்த கம்ம இனத்தவரின் மொழியும் வாழ்வியல் முறைகளும் உள்ளூரில் வாழ்ந்து வந்த தமிழர்களின் வாழ்வியல் முறையிலிருந்து வேறுபட்டிருந்தன. ஆரம்பக் காலத்தில் தமிழர்கள் வாழ்ந்த பகுதியில் 'குடிபுகல்' சற்றே கடினமாக இருந்திருக்கலாம்; எதிர்ப்பும் இருந்திருக்கலாம்.

ஆந்திராவிலிருந்து வந்த இவர்களுக்கு வளம் நிறைந்த பகுதிகளில் குடியேற வாய்ப்பில்லை. இடம்பெயர்ந்து வரும் போது யாரும் பயன்படுத்தாத நிலங்கள், குடியிருப்புகள் இல்லாத நிலங்கள், யாரையும் எதிர்பார்க்காமல் தங்களுடைய தேவை களைத் தாங்களே பூர்த்தி செய்துகொள்ளக்கூடிய வகையில் அமைந்த இடங்கள், யாரையும் பகைக்காமல், யாரையும் எதிர்க்காமல், யாரையும் பலவந்தமாக வெளியேற்றாமல் அமைந்த இடங்கள் ஆகியவற்றைக் கருத்தில்கொண்டு கரிசல் நிலத்தைத் தேர்ந்தெடுத்திருக்கலாம். விரோதிகளும் விரும்பாத கரிசல் பூமியைத் திருத்தி, நாடாக்கி வளம் பெருக்கினர். தமிழகம் முழுவதும் பெரும்பாலும் இவர்கள் வானம் பார்த்த பூமியில்தான் வாழ்கிறார்கள்.

கரிசல் மக்கள் சிறுதானியப் பயிர்களாகிய மானாவாரிப் பயிர்களை பயிரிட்டனர். தங்களுக்கு மிகவும் பழக்கப்பட்ட மண், தங்களோடு உறவாடிய தட்பவெப்ப நிலை, தாங்கள் விளைவித்த பயிர் வகைகள் எவ்வித இன்னலின்றி, பயிரிடுவதற்குக் கரிசல் பூமியைத் தேர்ந்தெடுத்திருக்கலாம்.

தமிழ்நாட்டில் அன்றைய ஆந்திராவிலிருந்து தெலுங்கு பேசும் பல சமூகத்தவர்கள், சாதியினர் பல்வேறு காலகட்டங்களில் பல்வேறு காரணங்களினால் குடியேறினர். இவ்வாறு குடியேறிய சாதியினர், இன்றும் தமிழ்நாட்டில் பல்வேறு பகுதிகளில் வாழ்வதைக் காணலாம். கம்மவார், காப்பு, கவரா, வெலமா, பலிஜா, ராஜுலு, காஜுலு, பலிஜா, ரெட்டியார், சாலியச்செட்டி, தெலுங்கு யாதவர், 24 மனை தெலுங்கு செட்டியார், வைசியர், பக்தார்கள், சம்சலா, ஒட்டர்கள், தாசரி, தொட்டிய நாயக்கர்,

கம்பளத்து நாயக்கர், தெலுங்கு பிராமணர், அருந்ததியர், தொம்மரி ஆகிய சாதியினைச் சார்ந்தவர்கள் அவ்வாறு குடியேறியவர்களே.

அவர்களுள் கம்மவார் நில உடைமையாளர்கள். பெரும்பாலும் சிறு விவசாயிகள். விவசாயத்தை மட்டுமே நம்பி வாழ்ந்தார்கள். நகர வாழ்க்கையில் நாட்டமில்லாதவர்கள். அவர்களோடு உடன் வந்தவர்கள் சக்கிலியர்கள்/அருந்ததியினர். தோல் பதனிடுதல், செருப்பு செய்தல், கமலையின் தோல் பகுதியிலான வால் பகுதியைச் செய்தல், தோல் சம்பந்தப்பட்ட பொருட்களைச் செப்பனிடுதல், விவசாய வேலைகள் அனைத்தும் செய்தல், இறந்த உடலை எரியூட்டுதல் போன்ற செயல்களைச் செய்து வந்தனர். இவர்களது வாழ்வும் வாழ்வாதாரமும் தெலுங்கு பேசும் நில் உடைமையாளர்களை முற்றிலும் சார்ந்திருந்தது. ஒட்டர்கள் பூமியில் நீரோட்டம் பார்த்தல், கிணறு தோண்டுதல் போன்ற வற்றில் கைதேர்ந்தவர்கள். காஜுலு பலிஜா வளையல் வியாபாரம் செய்பவர்கள். கம்பளத்து நாயக்கர்கள் ஒரு காலத்தில் படை வீரர்கள். இந்த இனத்தைச் சார்ந்தவர்கள் நாயக்கர் ஆட்சிக் காலத்தில் ஏற்படுத்தப்பட்ட பெரும்பாலான பாளையங்களுக்குத் தலைவர்களாக இருந்தனர். சான்றாகப் பாஞ்சாலங்குறிச்சிப் பாளையத் தலைவராகக் கட்டபொம்மனும், எட்டையபுரம் பாளையத் தலைவராக எட்டப்பனும் செயல்பட்டுத் தத்தம் பாளையங்களை ஆண்டமையைக் கூறலாம்.

மனையும் வீடும்

கரிசல் ஊரில் மண்சுவர்களில் நீண்ட வெடிப்புகள் ஏற்படக்கூடிய வாய்ப்புகள் அதிகம். பாதுகாப்பற்ற மண் ரகம். எனவே, வீடு கட்டுவதற்கு வெள்ளை மண்ணைப் பயன்படுத்தினார்கள். அது ஒரு வகையான 'வெண் கரிசல்' மண். அதை 'நத்தைமண்'எனச் சொல்வதுண்டு. மழைக்கு எளிதில் கரையாது. இத்தகைய மண் ஊருக்கு மேற்கே மூன்று கிலோ மீட்டர் தொலைவில் கிடைக்கும். இந்த மண்ணோடு குறிப்பிட்ட அளவு மணலைக் கலந்து தண்ணீர் ஊற்றி, மண்வெட்டியால் மாறிமாறிக் கொத்தி, பின்னர்க் காலால் நன்றாக மாறிமாறி மிதித்து, மண்சாந்தை உண்டாக்குவார்கள். வீட்டின் சுவர் எழுப்ப இத்தகைய மண் சாந்து பெரும்பாலும் பயன் படுத்தப்பட்டது. ஊருக்கு மேற்கே அமைந்துள்ள உப்போடையில்

தேவையான மணல் கிடைத்தது. மணலின் நிறம் கூட ஒரு வகையான சாம்பல் நிறமே.

சில வீடுகளின் கூரைகள் இலகுவான பனை ஓலையால் வேயப்பட்டன. அவற்றின் ஆயுட்காலம் இரண்டு அல்லது மூன்று வருடங்களே. கம்மந்தட்டை கூரை போல் வெப்பத்தைத் தடுக்கும் சக்தி பனை ஓலைக் கூரைக்கு இல்லையெனக் கூறலாம். இருப்பினும் வெயிலுக்கு உகந்ததாய் வசிப்பதற்கு இதமாய் இருந்தது. கம்மந்தட்டைக் கூரையின் ஆயுள்காலம் இரண்டிலிருந்து மூன்று வருடங்கள் மட்டுமே. கூரையை மாற்ற வேண்டுமானாலும் பிரச்சினை இல்லை. வேண்டிய அளவு தட்டை கிடைத்தது. சற்று வசதியான வீடுகளில் கூரைக்கு ஓடுகளைப் பயன்படுத்தினர். சில வீடுகளில் தகரமும் பயன்படுத்தப் பட்டது.

பெரும்பாலான வீடுகளில் தரை மண்ணாலானது. ஒவ்வொரு வாரமும் மண் தரைகளைச் சாணத்தால் மெழுகி, தரை பெயர்ந்து விடாமல் நேர்த்தியாகப் பாதுகாத்தனர். இன்றுகூடச் சில வீடுகளில் அத்தகைய மண் தரைகள் எவ்வித வெடிப்புமின்றிப் பெயர்ந்து போகாமல் உறுதியாக இருப்பதைக் காணலாம். சில வீடுகளில் தரைப் பகுதியானது தட்டோடுகளால், அமைக்கப் பட்டிருக்கும். சில வீடுகளில் சிமெண்ட் தரைகளைக் காணலாம். கதவையொட்டியுள்ள படிக்கட்டுகள் மற்றும் நிலைகள் பெரும் பாலும் நன்றாக வடிவமைக்கப்பட்ட கற்களால் ஆனவை. வீடுகளை ஒட்டிய மாட்டுத் தொழுவங்களின் தரைகள் நல்ல தரமான பலகைக் கற்க்ளால் பரவப்பட்டிருந்தன. மாடுகள் வழுக்கி விழாமல் உறுதியாக நிற்பதற்கும், படுப்பதற்கும் அத்தகைய பலகைக் கற்கள் உறுதுணையாக இருந்தன. ஊருக்கு வடமேற்கே அமைந்துள்ள கழுகுமலை (15 கிமீ) வடகிழக்கே இருக்கும் கோவில்பட்டி (10 கிமீ) ஆகிய ஊர்களில் தேவையான பலகைக் கற்கள் கிடைத்தன.

ஊரில் சில வீடுகள் செங்கல்லால் கட்டப்பட்டவை. கட்டுமானத் திற்குச் சுண்ணாம்பு, மணல் கலந்த கலவையைப் பயன் படுத்தினர். கட்டுமானத்திற்குச் சுண்ணாம்பையும் மண்ணையும் கலக்கும்பொழுது அவை ஒன்றுடன் ஒன்று சரியாக ஒட்டிக்

கொள்ளாது. எனவே சுண்ணாம்பு, மணல், தண்ணீர் ஆகியவற்றைச் சரியான விதத்தில் கலந்து காளைமாடுகள் பூட்டிய பெரிய 'ரோதையில்' போட்டு நீண்ட நேரம் ஆட்டி அரைத்துச் சுண்ணாம்புச் சாந்தை உருவாக்கினர். அத்தகைய சாந்தினைப் பயன்படுத்திச் செங்கல் சுவர்கள், கற்சுவர்கள் எழுப்பினர்.

வீட்டின் உட்புறம் பூசுவதற்குச் சுண்ணாம்புச் சாந்துடன் கடுக்காய், கருப்பட்டி ஆகியவற்றைச் சேர்த்து ஆட்டுக் கல்லில் ஆட்டி மிகவும் மென்மையான சாந்துக் கலவையை உண்டாக்கினர். இத்தகைய சாந்தினை வீட்டின் உட்புறச் சுவர்களைப் பூசுவதற்குப் பயன்படுத்தும் பொழுது வீட்டின் சுவர்கள் பளிங்கு போலப் பளபளப்பாக இருந்தன. காரைவீடுகளின் மேற்பரப்பு அல்லது கூரை 'மதராஸ்' மேற்கூரை என்ற தொழில்நுட்பத்தைப் பயன் படுத்தி அமைக்கப்பட்டது. சுவர்களுக்கு இடையே ஒரே சீரான இடைவெளியில் மரவிட்டங்கள் பொருத்தி, இரண்டு விட்டங் களுக்கிடையே செங்கற்களைப் பரப்பிச் சுண்ணாம்புச் சாந்தால் செங்கற்களைப் பிணைத்து வீட்டின் மேல் தளத்தை உருவாக்கினர். இத்தகைய வீடுகள் காரைவீடுகள் எனப்பட்டன. ஊரில் வசதியானவர்கள் என்பதற்கான அடையாளமாகக் காரை வீடுகள் திகழ்ந்தன.

சமயமும் வழிபாடும்

கோபாலபுரத்தில் அனைத்துக் குடும்பத்தினரும் வைணவச் சமயத்தைப் பின்பற்றினர். இவர்கள் தீவிர வைணவர்கள். நெற்றியில் திருநீறு இட்டுக்கொள்ளமாட்டார்கள். வைணவ மார்க்கத்தைத் தழுவிய அனைவரும் 'தாசாங்கவாளு' என அழைக்கப்பட்டனர். பக்கத்து ஊர்களான இடைசெவல், சத்திரப் பட்டி முதலிய ஊர்களில் வாழ்ந்தவர்கள் சிவன், முருகனை வழிபட்டார்கள். அவர்களைத் தீவிரச் சைவர்கள் அல்லது வீரசைவர்கள் என அழைக்க முடியாது.

ஏனென்றால், பெருமாளும் அவர்களுக்கு விருப்பமான கடவுளே. வைணவத்தை விடுத்துச் சைவத்தைத் தழுவியதால் அவர்களை 'பருத்தினா வாளு' (ஓடிப்போனவர்கள்) அல்லது 'பைத்தியவாளு' (பைத்தியக்காரர்கள்) என வைணவர்கள் அழைத்தனர்.

தாசாங்கவாளு என்று அழைக்கப்பட்ட பிரிவினர் ஒரு கால கட்டத்தில் 'பருத்தினாவாளு' அல்லது 'பைத்தியவாளு' என்ற பிரிவினரோடு எவ்விதத் திருமண உறவும் வைத்துக் கொண்டதில்லை. அவர்களுக்குச் செம்பில் தண்ணீர் கொடுக்க மாட்டார்கள். கையை ஏந்தித் தண்ணீர் பெற்றுக் குடிக்க வேண்டும். தாசாங்க வாளு கொஞ்சம் சாதுக்கள். பைத்தியவாளு கொஞ்சம் முரட்டுச் சுபாவம் உடையவர்கள். கோபாலபுரத்தில் ஒரே ஒரு தசாங்கக் குடும்பத்தைச் சேர்ந்தவர், பைத்தியவாளு குடும்பத்திலிருந்து (வரகனூர்) பெண் எடுத்தார். அவர்கள் வீட்டில் சிவனும், முருகனும், விநாயகரும் தஞ்சமடைந்தனர். நீரில்லா நெற்றி பாழ் என்பதற்கேற்பக் குடும்பத்திலுள்ள அனைவரும் நெற்றியில் திருநீறு தரிக்க ஆரம்பித்தார்கள். முருக பக்தர்கள் ஆனார்கள். அறுபடை வீடுகளுக்குச் செல்ல ஆரம்பித்தார்கள்.

தாசாங்கவாளு வைணவத்தை ஒரு காலத்தில் தீவிரமாகப் பின்பற்றுவதற்கு முக்கியமான காரணம், அவர்களுடைய 'குருக்கள்' அல்லது 'ஆச்சாரியர்கள்' தீவிர வைணவர்களான ஐயங்கார் இனத்தவராக இருந்ததே எனலாம். அவர்களுடைய தாக்கம் 'தாசாங்கவாளு' மீது அதிகமாகவே இருந்தது. ஆண்டு தோறும் குருக்கள் ஊரில் முகாமிட்டு வைணவ விழுமியங்களைப் பரப்பினர். 'வைணவமாயிருங்கள்; அந்த வைராக்கியம் கைக் கொள்ளுங்கள்' என வலியுறுத்திச் சென்றனர். ஊரிலுள்ளவர்கள் அனைவருடைய பெயர்களும் வைணவப் பெயர்களே. ஊரில் பெரும்பாலான ஆண்களுடைய பெயர்கள் ரெங்கசாமி, நாராயண சாமி, கோபால்சாமி, இராமசாமி, வெங்கிடராமானுஜம், நம்மாழ்வார், பெரியாழ்வார் என்றுதான் இருக்கும். வீடு தவறாமல் 'சீனிவாசன்' இருப்பார்.

பெண்களுடைய பெயர்கள் பெரும்பாலும் ஆண்டாள், ஆழ்வாரம்மாள், சீனியம்மாள், வெங்கிடம்மாள், விஜயலட்சுமி, ரெங்கம்மாள், ரெங்கநாயகி, நாச்சியார் என அமைந்திருக்கும். அல்லது விஷ்ணு மற்றும் அவரது தேவியின் பல்வேறு நாமங் களை ஊரிலுள்ளவர்கள் பெயராயிடுவார்கள். மறந்தும் சிவனோ அவரது தேவியோ, முருகனோ அல்லது அவருடைய தேவியர் களோ குடும்பத்தில் புகாத வண்ணம் கட்டிக் காத்தார்கள்.

அம்மன் கொண்டாடிக் கொடுக்கும் திருநீற்றைக்கூட வீட்டுக்குள் வருவதைத் தவிர்க்கும் வீர வைணவப் பெரியவர்கள் மறந்தும் புறந்தொழா மாந்தர்கள் எனப் பெயரெடுத்தனர்.

கடவுளையே மதம் மாற்றிய பெருமை ஊருக்குண்டு. ‘விநாயகர்’ சைவக்கடவுள். ஊருக்குத் தெற்கே விநாயகருக்கெனச் சிறு கோவில் எழுப்பி அந்த விநாயகருக்கு ‘தும்பிக்கை ஆழ்வார்’ எனப் பெயரிட்டனர். இந்தக் கோவிலை நிறுவியதில் முனைப் போடு செயல்பட்டு பெரும் பங்காற்றியவர் (சுச்சால) சாத்தூரப்பன். சாத்தூரப்பன் என்ற பெயரும் ஊரில் நிறைய உண்டு. சாத்தூரில் எழுந்தருளியுள்ள பெருமாள் நினைவாகச் சாத்தூரப்பன் என்ற பெயர் தாசாங்கக் குடும்பங்களில் பரவலாக வைக்கப்பட்டிருந்தது.

முத்திரை பெறுதல் (சம்பாஷணை)

வைணவத்தில் மூழ்கித் திளைத்து மிகத் தீவிரமாக ஈடுபட்டவர் களிடையே சில பழக்கவழக்கங்கள் இருந்தன. திருமண மானவர்கள் வைணவ ஆச்சாரியர்களை அணுகி, முத்திரை அல்லது சம்பாஷணை பெறுவார்கள். ‘முத்திரை பெறுதல்’ அல்லது தெலுங்கில் ‘பெத்தலு படினவாளு’ என்பது தாசாங்கக் கம்பவாரிடையே முக்கிய இடத்தைப் பெற்றுள்ளது. ஊரிலுள்ள தாசாங்கக் குடும்பங்களுக்குத் திருவில்லிப்புத்தூரில் வாழ்கின்ற அய்யங்கார் இனத்தைச் சார்ந்தவர்கள் குருக்கள், ஆச்சாரியார்களாக விளங்கினர். இவர்களிடம் தான் முத்திரை பெற வேண்டும். சங்கு சக்கரம் முத்திரையுடன் கூடிய ஐம்பொன்னாலான உலோகத்தைப் பழுக்கக் காய்ச்சி, முத்திரை பெறுவதற்குத் தன்னைத் தயார் செய்து கொண்ட நபரின் வலது புயத்தில் சக்கரத்தையும், இடது புயத்தில் சங்கினையும் ஆச்சாரியார் பொறிப்பார். பின்னர் முத்திரை பெற்றவருக்குச் சில மந்திரங்களை உபதேசிப்பார்.

முத்திரை பெற்றவர்கள் முன்னோர் வணங்கும் மாரியம்மன், பூவாடைக்காரி, முத்தாலம்மன், காளி, வயிரவன் போன்ற தெய்வங்களை வணங்கக்கூடாது. கண்ட கோவில்களுக்கெல்லாம் போகக்கூடாது. பண்டாரப் பாட்டுக் கேட்கக்கூடாது. பரத்தையரைக் கண்ணாலும் பார்த்துப் பேசக்கூடாது. அக்கம் பக்கம் செல்லலாகாது. அவரையும் தொட்டுக் கொள்ளலாகாது. அவர் கொடுத்ததை

உண்ணலாகாது. அவர் நேசத்தைக் கொள்ளலாகாது. பரதிரவியம், பாதாரம், மணச்சோறு, கூலிச்சோறு, புகழ்ச்சோறு, எச்சில் சோறு, மாமிசச்சோறு எதையும் தொடக் கூடாது. வைணவ ஆசாரத்தைக் கடைப்பிடிக்க வேண்டும். தக்க வைணவர் என்றால் அவரைத் தாழ்ந்து வணங்கிப் போற்ற வேண்டும்.

குலதெய்வம்

கம்மவார் சாதியில் குல தெய்வ வழிபாடு தொன்று தொட்டு இருந்து வருகிறது. கோபாலபுரத்தைப் பொறுத்தவரை, தாசாங்கக் கம்மவாரில் பால்குடி, கொரிசல் என்ற இரு பிரிவினர் உண்டு. பால்குடியினரின் குலதெய்வம் லிங்கம்மா. ஆலயம், கோவில் பட்டி பசுவந்தனை சாலையில் கோவில்பட்டியிலிருந்து தென் கிழக்கே சுமார் 24 கிலோ மீட்டர் தொலைவிலுள்ள அச்சங்குளம் என்ற ஊரில் அமைந்துள்ளது. 1950, 60களில் புதர்கள் மண்டிய இடத்தில் கல் ஒன்று (சிலையில்லை) உண்டு. வீட்டில் பிறந்த முதல் குழந்தை ஆண் மகவாக இருந்தால் ஓராண்டு முடிவதற்குள் கோயிலுக்குச் சென்று தலைமுடி இறக்குவதுண்டு.

அந்தக் காலத்தில் ஊரிலிருந்து வாகனப் போக்குவரத்துக் கிடையாது. மாட்டு வண்டியில் தான் கோயிலுக்குச் செல்ல வேண்டும். முடியிறக்கும் பொழுது ஆடு, கோழிகள் பலியிட்டுப் பொங்கலிட்டுக் குழந்தைக்கு முடி இறக்கி, காது குத்தி வரும் பழக்கம் இருந்தது. முடியிறக்கும் நிகழ்ச்சியில் உறவினர்கள் பங்கு பெறுவார்கள். அதன் பின்னர்க் குலதெய்வக் கோயிலுக்குச் செல்வது அரிது. இப்பொழுது நடப்பது போல் சிவராத்திரி திருவிழாக்கள் அன்று கிடையாது. கொரிசல் வீட்டாருடைய குல தெய்வம் சித்தம்மாள் பெருமாள்சாமி. இந்தக் கோவில் தாராபுரம் அருகே உள்ள தாசரிப்பட்டி என்ற ஊரில் அமைந்துள்ளது.

குலதெய்வம் மட்டுமின்றி முன்னோர்களைத் தெய்வமாக்கி வணங்கும் பழக்கமும் இருக்கின்றது. தங்களது முன்னோர்களில் குறிப்பாகப் பெண்களை வணங்காமல் வீடுகளில் திருமணம் போன்ற நற்காரியங்கள் நடைபெறாது.

கம்மவார் முற்றிலும் வைணவர்களாக இருந்த நிலைமாறி, ஸைவ சமயக் கடவுள்களையும் வழிபடத் தொடங்கியுள்ளனர்.

அனைத்துக் கோயில்களுக்கும் செல்கிறார்கள். எனினும் வைணவத் திருத்தலங்கள் மீது பற்று அதிகம். ஆண்டுதோறும் திருவில்லிபுத்தூரில் நடைபெறும் ஆடிப்பூரத் திருவிழாவில் பெருமளவில் பங்கெடுக்கின்றனர். ஊரை விட்டு வெளியேறி வேறு நகரங்களில் குடியிருக்கும் குடும்பங்களும் விழாவில் கலந்து கொள்கின்றனர். வெளியூர்களில் குடியிருக்கும் ஊர் மக்களைச் சந்தித்து, பணம் வசூல் செய்கின்றனர். அவ்வாறு வசூல் செய்த பணத்தை 'மண்டகப்படி' செலவுகளுக்கும், வெளியூர்களிலிருந்து வந்து மண்டபத்தில் தங்கும் ஊர் மக்களுக்கு அன்னதானம் வழங்குவதற்கும் செலவழிக்கின்றனர்.

குலதெய்வ வழிபாடு மிகவும் வலுவடைந்துள்ளது. குல தெய்வம் கோயிலில் பதிவு செய்துள்ள மொத்தக் குடும்பங் களின் எண்ணிக்கை 1347. அவற்றில் 66.67% (898) பால்குடி கோத்திரத்தைச் சார்ந்தவர்கள்; 26.95% (363) பயிண்டி கோத்திரத்தைச் சார்ந்தவர்கள். மீதமுள்ள 6.38% (86) கோடூர் கோத்திரத்தைச் சார்ந்தவர்கள்.

குலதெய்வம் மீது உள்ள நம்பிக்கை குறையவில்லை; தொடர்கிறது. ஆண்டுதோறும் சிவராத்திரி விழா மிகச் சிறப்பாகக் கொண்டாடப்படுகிறது. சென்னை, கோவை, பெங்களூர் முதலான நகரங்களில் குடியேறிய ஊர் மக்கள் சிவராத்திரி அன்று குலதெய்வக் கோயிலில் கூடுகிறார்கள். அன்று கோயில் வளாகத்தில் கூட்டம் நிரம்பி வழிகிறது. மக்கள் கோயில் வளர்ச்சிக்காகத் தாராளமாக நிதி வழங்குகிறார்கள். ஒரு காலத்தில் முட்புதர் களுக்குள்ளே மறைந்திருந்த குலதெய்வம் இன்று சகல அலங்காரங் களுடன் நாற்புறமும் சுற்றுச்சுவருடன் கூடிய கோயில் மண்டபத்தின் கருவறையில் கம்பீரமாக அமர்ந்து மக்களுக்கு அருள்பாலித்துக் கொண்டிருப்பதைக் காணலாம்.

ஒரு காலத்தில் எவ்வித வசதியும் இல்லாமல் முட்செடிகளும், புதர்களும் மண்டிக்கிடந்த இடத்தில் இன்று தங்குமிடம், பொருட்கள் வைப்பதற்கான காப்பறைகள், சமையலறை, உணவு அருந்த விசாலமான அரங்கங்கள், ஆழ்குழாய்க் கிணறுகள், மேல் நிலை நீர்த்தேக்கத் தொட்டி, கழிப்பறைகள், சமைப்பதற்கும் பரிமாறுவதற்கும் போதிய பாத்திரங்கள், உட்காருவதற்குத்

தேவையான நாற்காலிகள் ஆகிய பல வசதிகள் உள்ளன. பிறந்த குழந்தைகளுக்கு முடியிறக்குதல் இங்கே தவறாமல், நடை பெறுகிறது. வெளிநாடுகளில் குடியேறி, அங்கேயே குழந்தைகள் பெற்று, அக்குழந்தைகள் அந்த நாட்டுக் குடிமக்களாக ஆகிவிட்ட நிலையிலும் கூடக் குலதெய்வம் கோயிலுக்கு வந்து முடியிறக்கும் சடங்கை, வழக்கத்தை விடாது தொடர்கின்றனர்.

குலதெய்வக் கோயிலில், நிச்சயதார்த்தம், திருமணம் முதலான சுப நிகழ்ச்சிகளும் நடக்கின்றன. அதற்குத் தேவையான வசதிகள் கோயிலில் உள்ளன. திருமணத்திற்காக முதல் அழைப்பிதழ் குலதெய்வத்திற்கே வைக்கப்படுகிறது.

கம்மவாரும் கால்நடைகளும்

உழவு மாடுகள் அனைத்தும் சந்தையில் வாங்கப்பட்டன. அந்நாட்களில் உழவு மாடுகள் விற்பதற்கும், வாங்குவதற்கும் கழுகுமலை, எட்டையபுரம், கன்னிசேரி, முத்துலாபுரம், சீவலப் பேரி, சங்கரன்கோயில் முதலான ஊர்களில் மாட்டுச் சந்தைகள் நடைபெறும். மேற்கூறிய ஊர்களில் குறிப்பிட்ட மாதங்களில் மட்டுமே சந்தை கூடும். கழுகுமலை மாட்டுச்சந்தை தை, மாசி, பங்குனி ஆகிய மாதங்களிலும், எட்டையபுரம், கன்னிசேரி மாட்டுச்சந்தைகள் வைகாசி மாதத்திலும், சீவலப்பேரி சந்தை சித்திரை மாதத்திலும், முத்துலாபுரம் சந்தை ஆனி மாதத்திலும், சங்கரன்கோவில் சந்தை ஆடி மாதத்திலும் கூடும்.

சந்தைக்குச் செல்லும்பொழுது மாடுகளைத் தேர்ந்தெடுப்பதில் தேர்ச்சிபெற்ற விற்பன்னரான பெருமாள்சாமி நாயக்கரை உடன் அழைத்துச் செல்வார்கள். அவர் ஒரு பிரம்மச்சாரி. தம்முடைய வாழ் நாளில் பெரும்பகுதியை மடத்தில் கழித்தவர். அதிக நடமாட்டம் கிடையாது; அவரில்லாமல் சந்தைக்கு யாரும் செல்வது கிடையாது.

மாடுகள் வாங்கும்பொழுது விவசாயிகள் முக்கியமாகப் பார்ப்பது மாட்டின் நிறம், மாட்டிலுள்ள சுழிகள், மாட்டின் கொம்புகள், மாட்டின் பல், வயது, மாட்டின் நிறம் ஆகியவை யாகும். மாட்டின் நிறம் ஒரே மாதிரியாக இருப்பதில்லை. பல நிறங்களில் இருக்கும். கி. ராஜநாராயணன் பின்வரும் நிற வகைகளைக் குறிப்பிடுகிறார். அவை:

1. அத்திக்காய்ப்புல்லை, *2.* கரிசமால், *3.* கருஞ்சிவலை, *4.* கருத்தச் செம்பரை, *5.* கருப்பு, *6.* கருமயிலை, *7.* கருவெள்ளை, *8.* காரி, *9.* கருங்குரால், *10.*குரால், *11.*சந்தனப்புல்லை, *12.* சுத்த வெள்ளை, *13.* செந்தாரை, *14.* செந்தாமரை மயிலை, *15.* மயிலை, *16.*கண்ணாடி மயிலை, *17.* செம்பரை, *18.* செவலைச் செம்பரை, *19.* புளியம்போர்ச் செம்பரை, *20.* செவலை, *21.* வெள்ளை, *22.* நாவெள்ளை, *23.* மஞ்சக் கல்யாணி.

ஊரில் பெரும்பாலும் சுத்த வெள்ளை, வெள்ளை, நாவெள்ளை மாடுகளையே வாங்கினார்கள். சில வீடுகளில் செவலை, மயிலை மாடுகளை வாங்கியதுண்டு. சுத்த வெள்ளை மாடுகள் தெருவில் நடந்து வரும்பொழுது தெருவே வெண்மையாய் பளிச்சிடுவது போன்ற உணர்வு ஏற்படும்.

சுழிகள்

மாட்டிலுள்ள சுழிகளைக் கி.ராஜநாராயணன் பின்வரும் வகையாகப் பிரிக்கிறார்.

அசைவுச்சுழி. திமில் உச்சியில் இருப்பது அசைவுச்சுழி என அழைக்கப்பட்டது. இத்தகைய சுழியுள்ள மாடுகளைக் குற்றமுள்ள மாடுகள் என வகைப்படுத்தினர்.

அஞ்சுசுழி. முன் மண்டையிலிருந்து வால்வரை நடு முதுகை யொட்டி ஐந்து சுழிகள் இருந்தால் அது அஞ்சுசுழி மாடு என அழைக்கப்பட்டது. இத்தகைய சுழிகளுள்ள மாடுகள் விசேடம் நிறைந்த மாடுகள் எனப்பட்டன. 'அஞ்சு சுழி மாடுகள் கெஞ்சினாலும் கிடைக்காது' என்பது முதுமொழி.

இடிமேல் இடி, கொடிமேல் கொடை. இத்தகைய சுழி நெற்றியில் மேலும் கீழுமாக இருக்கும். இத்தகைய சுழியுள்ள மாடு வைத்திருப்பவர்கள் சிலருக்கு இன்னலுக்கு மேல் இன்னல் தொடர்ந்து வரும் என மக்கள் நம்பினர். சிலருக்கு அதிர்ஷ்டத்திற்கு மேல் அதிர்ஷ்டம் வந்து குவியும் என்பார்கள்.

கால்விலங்கு. முன் முழங்காலில் அடிப் பாகத்தில் இருக்கும் சுழிக்குக் கால்விலங்கு எனப்பெயர்.

டமானசுழி. முதுகில் இரண்டு சுழிகள் இட, வலப்புறமாக

இருந்தால் அதற்கு டமானசுழி எனப் பெயர்.

நச்சுழி. முதுகிலுள்ள சுழி. இது நல்ல சுழி எனக் கருதப்படுகின்றது.

பட்டரைச் சுழி. திமிலுக்குப் பின்பக்கம் இருக்கக்கூடிய சுழிக்குப் பட்டரைச் சுழி எனப் பெயர். இந்தச் சுழியுள்ள மாடுகளைத் தேர்ந்தெடுக்கலாம்.

பறவைச்சுழி. மாட்டின் முன்கால்களின் தோள் புஜத்தில் இரு புறமும் இருக்கும் சுழிக்குப் பறவைச் சுழி எனப் பெயர். இத்தகைய சுழிகளுள்ள மாடுகள் சற்றுத் துடிப்பாய் வேகமாய் இருக்கும் எனச் சொல்லப்படுகிறது.

பாசிப்பந்து. கொம்பிற்குப் பின்னால் பிடரியில் ஒரு சுழி இருப்பது இயற்கை. அதில் இரண்டு சுழிகள் இருந்தால் அது பாசிப் பந்துச்சுழி என அழைக்கப்படும்.

பாடைச்சுழி. முதுகில் முன்னும் பின்னுமாக இரண்டு சுழிகள் இருந்தால் அவை பாடைச்சுழி என அழைக்கப்படும்.

பிடரிச்சுழி: கொம்பிற்குப் பின்னால் இருக்கும் இயற்கைச் சுழிக்குப் பிடரிச் சுழி எனப் பெயர்.

பிடரிவிலங்கு. கொம்பிற்குப் பின்னால் முன்னும் பின்னும் இரண்டு சுழிகள் இருந்தால், அது பிடரி விலங்கென அழைக்கப்படும்.

பூரான்சுழி -1. முதுகில் வலது புறம் ஒரு சுழியும், நச்சுழியும் இருப்பதற்குப் பூரான்சுழி எனப் பெயர். இந்தச் சுழியில் எவ்விதக் குற்றமும் இல்லை எனக் கூறப்படுகிறது.

பூரான்சுழி -2. முதுகின் இடதுபுறம் ஒரு சுழியும், நச்சுழியும் இருந்தால் அது பூரான்சுழி 2 எனப்படுகிறது. இது குற்றமுள்ள சுழி எனச் சொல்லப்படுகிறது.

பெண்டிழந்தான். வாசலின் அடியில் தானவாய் ஓரத்தில் இருக்கும் சுழிக்குப் பெண்டிழந்தான் சுழி எனப்பெயர். இத்தகைய சுழியுள்ள மாடுகளைத் திருமணமாகித் தாரமிழந்தவர் வாங்கினால் குற்றமில்லை எனக் கூறப்படுகிறது.

மண்டைவிலங்கு. முன்நெற்றியில் இடவலமாக இருசுழிகள் இருந்தால் மண்டைவிலங்குச் சுழியென அழைக்கப்படுகிறது.

முளைபிடுங்கி. முன்கால்களில் ஒன்றிலோ, இரண்டிலோ குளம்பிற்கு மேலே சுழி சுழித்து மேல்நோக்கி இருந்தால், அதற்கு முளை பிடுங்கிச் சுழி எனப் பெயர். இத்தகைய சுழி குற்றமுடையது.

மேக்காச்சுழி. திமிலுக்கு முன்பக்கம் இருக்கக் கூடிய சுழி மேக்காச் சுழி எனப் பெயர் கொண்டுள்ளது.

தொம்மரிவாளு (காட்டுநாயக்கர்)

இவர்கள் தெலுங்கு பேசக்கூடியவர்கள். சமுதாயக் கூட்டமைப்பில் மிகவும் பின்தங்கியவர்கள். ஊரில் இத்தகைய பிரிவினர் இல்லை. ஊருக்கு வடக்கே அமைந்துள்ள வானரமுட்டி, தேவர்குளம் ஆகிய ஊர்களில் ஐந்தாறு குடும்பத்தார் வாழ்ந்துள்ளனர். இவர்கள் குடும்பத்தோடு ஊருக்கு அவ்வப்பொழுது வருவதுண்டு. கற்றாழை நாரைச் சேகரித்து அவற்றைப் பயன்படுத்திப் பிரிமணைகள் செய்வார்கள். கரிசல் காட்டில் கிடைக்கக்கூடிய புற்களைப் பயன்படுத்தி விளக்குமாறு, சோறு வடிப்பதற்கான வடிப்பான் (தெலுங்கில் சுப்பிகட்ட எனப் பெயர்) போன்றவற்றை விற்று அதற்குண்டான தானியத்தைப் பெற்றுக்கொள்வார்கள். ஒவ்வொரு வீட்டிலும் உணவை யாசகமாகப் பெற்றுக் கொள்வார்கள். உணவைப் பெறுவதற்குச் சுரைக்குடுவையைப் பெரிதும் பயன்படுத்தினார்கள். பன்றிகள் வளர்ப்பது இவர்களது முக்கியத் தொழில்.

வலசலாளு (தற்காலிகக் கூலிகள்)

அறுவடைக் காலங்களில் ஊருக்கு மேற்குப் பகுதியிலிருந்து குறிப்பாக வன்னிக்கோனேந்தல், ஆவுடையாள்புரம், புதுப்பட்டி, மீன்துள்ளி போன்ற கிராமங்களிலிருந்து வேலை தேடி கோபால புரத்திற்கு வருவார்கள். அவர்கள் வாழ்ந்த நிலம் செம்மண் வகையைச் சார்ந்தது. ஏரிப்பாசனம் உண்டு. எனவே பெரும்பாலும் நெல், நிலக்கடலை வேளாண்மை செய்தனர். ஏரிகளில் தண்ணீர் இல்லாத காலங்களில் விவசாயம் இல்லை. நெல், கடலை தவிர வேறு பயிர்கள் பயிரிடுவதில்லை. மார்கழி, தை, மாசி, பங்குனி ஆகிய மாதங்களில் விவசாயக் கூலிகளுக்கும், மிகக்குறு விவசாயிகளுக்கும் அப்பகுதியில் போதிய வேலைவாய்ப்பு

கிடைப்பதில்லை. கரிசல்காட்டில் அறுவடை செய்யும் பருவத்தில் வேலையாட்களுக்கான தேவை அதிகம். உள்ளூரில் போதிய வேலையாட்கள் கிடைப்பதில்லை. எனவே தற்காலிகமாக இடம்பெயர்ந்து வேலை தேடி வரும் மேற்குப் பகுதி விவசாயக் கூலிகளை (ஆண்களும் பெண்களும்) வரவேற்று, தங்களுடைய வீடு மற்றும் தொழுவங்களில் தங்கவைத்து வேலை கொடுத்தனர்.

பெரிய சம்சாரிகள் வீட்டில் ஐந்து பேருக்கு மேல் வேலை செய்வார்கள். சிறிய சம்சாரிகள் வீட்டில் ஒன்றிரண்டு பேர் ஊழியம் செய்வார்கள். இவர்கள் விவசாய வேலைகளோடு வீட்டு வேலையும் செய்வார்கள். அவர்கள் செய்த வேலைக்கு ஏற்ற கூலியாகத் தானியம், பருப்பு, பருத்தியைக் கொடுப்பார்கள். வீட்டிலேயே தங்கி, அடுப்புக்கூட்டி, உள்ளூரில் கிடைக்கும் விறகைப் பயன்படுத்தி, சமையல் செய்து சாப்பிடுவார்கள். சம்சாரிகள் தங்கள் வீட்டில் சமைத்த பருப்பு, குழம்பு கொடுத்து உதவுவதுண்டு. மிகவும் ஏழைக்குடும்பங்களைச் சார்ந்த இவர்களுடைய வாழ்வு மிகவும் எளிமையானது.

அறுவடைக் காலம் முடிந்த பின்னர், இவர்கள் அனைவரும் தாங்கள் கூலியாகப் பெற்ற தானியங்கள், பருப்பு வகைகளைச் சொந்த உபயோகத்திற்காக எடுத்துச் செல்வர். வந்தவர்களில் ஒன்றிரண்டு பேர் (ஆண்கள்) ஊரிலுள்ள பெரிய சம்சாரிகள் வீடுகளில் நிரந்தரமாகத் தங்கி வேலை செய்வதுண்டு. அறுவடைக் காலங்களில் இத்தகைய விவசாயக் கூலிகள் தொடர்ந்து வந்து கொண்டிருந்தார்கள். ஊர் இவர்களுக்குக் குறிப்பாக, பெண் களுக்குப் போதிய பாதுகாப்பு வழங்கி மரியாதையுடன் நடத்தியது.

கி. ராஜநாராயணன் அவர்கள் வலசைக்காரர்கள், குறிப்பாகப் பெண்கள் குறித்துத் தமது சிறுகதை ஒன்றில் பின்வருமாறு பதிவு செய்திருக்கிறார்.

மேகாட்டிலிருந்து பருத்தி எடுக்கும் காலத்தில் நூற்றுக் கணக்கான வலசைப் பெண்கள் கிராமத்துக்கு வருவார்கள். அவர்களில் சிலர் சம்சாரிகள் தெருக்களில் தங்கிக் காய்ச்சிக் குடிப்பார்கள். இடம் கிடைக்காதவர்கள் பொது இடங்களில் வசிப்பார்கள். பகிர்ந்து கொண்டு வருகிற பருத்தியில் சம்சாரிகள் வீடுகளிலேயே ஒரு சாக்கில் போட்டுக் கட்டி

வைத்துவிட்டு, மீதிப் பருத்திக்குக் கடைகளில் சீனிக்கிழங்கும், மொச்சைப் பயிறும், கருப்பட்டியும் வாங்கித் தின்பார்கள். முக்கிய உணவு அவர்களுக்கு மூன்று வேளையும் சீனிக் கிழங்குதான். அவர்கள் குளித்து யாரும் பார்த்ததில்லை. பருத்தி எடுத்துக்கொண்டு வெயிலோடு வெயிலாக வந்ததும், தெருக்களிலிருந்து கொண்டு மாராப்பு சேலையை மட்டும் நீக்கி, இடுப்பில் சுற்றிக்கொண்டு ஒரு போகிணி தண்ணீரால் முகம், கக்கம், முதுகு, மார்பு, கைகள் முதலியவற்றை மட்டுமே கழுவிக் கொள்வார்கள். போகிணியில் மீந்த தண்ணீர் இருக்கு மானால், பாதங்களை நனைப்பது உண்டு.

தலாயத்து

அந்தக் காலத்தில் (250 ஆண்டுகளுக்கு முன்னர்) போலீஸ்காரர் களுக்குப் பதிலாகத் தெலுங்கில் 'மெட்டுக்காண்டு'என வழங்கப் படும் 'தலாயத்து' ஊர்களில் வந்து கண்காணிப்பதுண்டு. வீடுகளின் மண்சுவர்கள் கரிசல் மண்ணை வைத்துக் கட்டப்பட்டு இருந்தமையால், சுவர்களில் வெடிப்புகள் பாளம்பாளமாக ஓடி யிருக்கும். வாசலுக்குக் கதவுகள் கிடையாது. பருத்திமார், நொச்சிமார் ஆகியவற்றாலான படல்களே கதவுகளாகப் பயன்படுத்தப் பட்டுள்ளன. தலாயத்து நீலநிற உடை உடுத்தியிருப்பார். சுவரில் உள்ள வெடிப்புகள் வழியே தலாயத்து வருவதைப் பார்த்து விட்டால், ஊரிலுள்ள அனைவரும் வெளியே போய் ஒளிந்து கொள்வார்கள்.

தலாயத்தைப் பார்த்தால், அவ்வளவு பயம். ஊருக்குள் வந்த தலாயத்து, ஊரில் யாரும் இல்லாததை அறிந்துகொண்டு கோழி, ஆடு மற்ற பொருட்களைக் கொள்ளையடித்துச் செல்வதுண்டு. தலாயத்துதான் அந்தக் காலத்துப் போலீஸ். வேலியே பயிரை மேயும் கதை. இவ்வாறு, தம் முன்னோர்கள் ஊரில் குடியேறி அனுபவித்த சோகத்தை விவரித்தார் ஊரைச் சார்ந்த பெரியவர் (ரெங்கசாமி நாயக்கர்—உள்ளூர் நாட்டு மருத்துவர், ஜோதிடர்).

வாழ்வாதாரம்

ஊரில் வாழ்ந்த குடும்பங்களில் 90 சதவீதத்திற்கு மேற்பட்டோர் வேளாண் தொழிலையே நம்பி வாழ்ந்தனர். எனவே, பெருத்த

பொருளாதாரச் சிக்கல்கள் ஏற்பட்டன. நான்கு மாதங்களுக்கு மட்டுமே வேலை; அதில்கூடத் தேவைக்கு அதிகமான எண்ணிக்கையில் விவசாய வேலைகளில் ஈடுபட்டனர். குறைந்த உற்பத்தித் திறன், இணை, உபதொழில்கள் இல்லாத சூழல்; குறைந்த கூலி; வாய்க்கும் கைக்குமான வாழ்க்கைப் போராட்டம். பசி இருந்தது; பட்டினி இருந்தது; அனைவருக்கும் மூன்று வேளையும் முழுமையான உணவு கிடைக்கவில்லை. இது போன்ற காரணங்களால், சிலர் வேலை தேடி நகரங்களுக்கும், வடமாநிலங்களுக்கும், அயல் நாடுகளுக்கும் நகர ஆரம்பித்தனர். சிலர் பஞ்சாலைகளில் கூலித் தொழிலாளியாகச் சேர்ந்தனர். சிலர் இராணுவத்தில் சேர்ந்தனர்; சிலர் கப்பலில் கடைநிலை ஊழியர்களாகப் பணியாற்றினர்; சிலர் வடமாநிலங்களில் மின் கம்பங்கள் நடும் பணியில் ஈடுபட்டனர்; சிலர் பால் விற்பனையில் ஈடுபட்டனர். இவ்வாறு வேலை செய்யச் சென்றவர்களின் எண்ணிக்கை மிகக் குறைவு.

ஊரில் இருந்தால் இருக்கின்ற கரிசல் நிலத்தைக் கட்டிக் கொண்டு மாரடிக்க வேண்டிய நிலைமைதான் நீடிக்கும்; வாழ்வில் விடியல் வராது; எவ்வித முன்னேற்றமின்றி, குழந்தைகளுக்கும் சரியான எதிர்காலத்தைக் கட்டமைக்க முடியாது என்பதை உணர்ந்த படிக்காத, கூலி வேலை பார்த்து வந்த சிலர், பெரு நகரங்களை நோக்கி நகர ஆரம்பித்தனர். அவ்வாறு சென்றவர்கள் அங்கேயே சிறு தொழில் தொடங்கி, ஓரளவு வெற்றி கண்டு, தம்முடைய குடும்பத்திலுள்ள பிற உறுப்பினர்களையும், பெரு நகரங்களுக்கு இட்டுச் சென்றனர். அவ்வாறு சென்றவர்கள் அங்கேயே நிரந்தரமாகக் குடியேறவும் செய்தனர். இடம்பெயர்வு ஒரு காலகட்டத்தில் குறிப்பாக, எழுபதுகளில் மெதுவாக ஆரம்பித்து, 1990களில் வேகமெடுத்து, 2000க்கு மேல் அசுர வேகமெடுத்தது என்றால் அது மிகையாகாது.

ஊரைவிட்டுச் சென்றவர்கள் யாரும் திரும்பவில்லை. சென்ற இடத்தில் வீடுகள் அமைத்து நிரந்தரமாகக் குடியேறிவிட்டனர். ஒருசிலர் (வயதானவர்கள்) அந்திமக் காலத்தில் ஊரிலேயே தங்கிவிடலாம் என்ற நோக்குடன் வீடுகளைப் புதுப்பித்து, திரும்பி வந்து தங்கினர். ஆனால் ஊரோ ஒரு கைவிடப்பட்ட கிராமம் போல் தோற்றமளித்தது. இன்னும் சொல்லப்போனால், சில

தெருக்கள் தடயங்களின்றிக் காட்சியளித்தன. எனவே திரும்பி வந்த சில வயதானவர்களும் ஊரைவிட்டு வெளியேறிவிட்டனர். தற்பொழுது ஊரில் வாழும் சில வயதானவர்கள் மறைந்து விட்டால், கம்ம மக்கள் வாழ்ந்த தெருக்கள், வீடுகள் நினைவுச் சின்னங்களாக விளங்கக்கூடிய சூழ்நிலை உருவாகும் என்பதில் ஐயமில்லை. எதிர் காலத்தில் தரைமட்டமான, கைவிடப்பட்ட வீடுகள் அகழ்வாராய்ச்சிக்கு உகந்த இடமாகக்கூட மாறலாம்.

வேளாண் முறைகளில் மாற்றம்

வேளாண்மையிலும் பெருத்த மாற்றங்கள் நிகழ்ந்துள்ளன. அறுபது ஆண்டுகளுக்கு முன்னர் ஊரே வேளாண்தொழிலில் ஈடு பட்டிருந்தது இன்று பத்து விவசாயிகள் மட்டுமே விவசாயம் செய்கின்றனர். மற்ற நிலங்கள் குத்தகைக்கு விடப்பட்டுள்ளன. பல பயிர்செய்த இடத்தில் ஒற்றைப் பயிர் ஆக்கிரமித்துவிட்டது. கம்பு, குதிரைவாலி, தினை, பருத்தி, உளுந்து, பாசிப்பயறு, தட்டைப் பயறு, மொச்சை, கொத்துமல்லி, ஆமணக்கு, அவுரி முதலான பயிர்கள் விளைந்த நிலத்தில் மக்காச் சோளம் நீக்க றப் பயிரிடப்படுகிறது. பருத்தி விளைந்த நிலத்திலும் கம்பு விளைந்த நிலத்திலும் ஊடுபயிர்கள் உண்டு. இன்று அது போன்ற ஊடுபயிர் செய்யும்முறை அறவே கிடையாது. சில நிலங்களில் அவ்வப்போது அங்கொன்றும் இங்கொன்றுமாக உளுந்து, பாசிப் பயறு, பருத்தி ஆகியன பயிரிடப்படுகின்றன. அவைகூட ஒற்றைப் பயிராகத்தான் பயிரிடப்படுகின்றன. பயிர்ச் சுழற்சிமுறை முற்றிலும் பின்பற்றப் படுவதில்லை.

மக்காச்சோளம் மாறிமாறிப் பயிரிடப்படுகிறது. ஊரில் மக்காச் சோளத்தை முதன் முதலில் அறிமுகப்படுத்தியவர் வடக்குத் தெரு ச. ரங்கசாமி குடும்பத்தினர் (பண்ணை). பின்னர் கொஞ்சம் கொஞ்சமாகப் பிற விவசாயிகளும் மக்காச்சோளம் பயிரிடுவதை வழக்கமாகக் கொண்டனர்.

பற்பல பயிர்கள் விளைவிக்கும் பொழுது பல்வேறு நிலை களில் கூலியாட்கள் அதிகம் தேவை. கூலி ஆட்கள் உள்ளூரில் கிடைப்பதில்லை. வெளியூரிலிருந்து கூலி ஆட்களை வரவழைக்க வேண்டும். கூலி அதிகம்; அறுபது ஆண்டுகளில் பெண்களுக்கான

கூலி ரூ. 2-லிருந்து 300ஆக உயர்ந்துள்ளது (150 மடங்கு). ஆண்களுக்கான கூலி ரூ. 3-லிருந்து 600ஆக உயர்ந்துள்ளது (200 மடங்கு). கூலி மட்டுமல்ல, வேலை செய்ய வருவோருக்குக் காலை, மாலை ஆகிய இரு நேரங்களில் தேநீர், வடை வழங்கும் பழக்கம் ஏற்பட்டுள்ளது. வேலை செய்யும் நேரம் குறைவு. மனித உற்பத்தித் திறனும் குறைவு. எனவே, ஒற்றைப் பயிர்முறைக்குப் பெரும்பாலான கரிசல்நில விவசாயிகள் மாறிவிட்டனர்.

நிலமுள்ள விவசாயிகளில் சிலர் உளுந்து, எள் விதைக்கவும் செய்கின்றனர். உளுந்து பிரதானப் பயிர். எள் ஊடுபயிர். இவ்வாறு பயிர் செய்வதிலும் விவசாயிகளுக்கு ஓரளவு வருமானம் வரக்கூடிய வாய்ப்பு இருப்பதாகச் சொல்கிறார்கள். மேற்கூறிய பயிர்கள் தவிர, சூரியகாந்தி, பாசிப்பயறு போன்ற பயிர்களும் சிறிய அளவில் பயிர் செய்யப்பட்டு வருகின்றது.

இடப்பெயர்வு, இயந்திரமயமான வேளாண்மை போன்றவை வேளாண்மையிலும் அதைச் சார்ந்த தொழில்களில் மேலும் பல மாற்றங்களை உருவாக்கியுள்ளன. ஊரில் இப்போது முற்றிலும் உழவு மாடுகளில்லை. மரக்கலப்பைகள் காணாமல் போய் விட்டன. அனைத்து வகைப்பட்ட வேலைகளை இயந்திரக் கலப்பைகள் செய்கின்றன. சித்திரை, ஆனி, ஆடி மாதங்களில் மழை விழுந்த பின்னர், நிலத்திலுள்ள தாவரக் கழிவுகளோடு முதல் உழவு சட்டிக் கலப்பை கொண்டு செய்யப்படுகிறது. பின்னர் மண் கட்டிகளை உடைத்து, புழுதி ஆக்குவதற்கு இயந்திரக் கலப்பையில் பொருத்தப்பட்ட சுழல் கலப்பை கொண்டு உழப் படுகிறது. விதைப்பதற்கு இயந்திரக் கலப்பை, களை வெட்டு வதற்கு இயந்திரக் கலப்பை என வேளாண் நடவடிக்கைக்கு ஏற்றவாறு இயந்திரக் கலப்பைகளில் மாற்றங்கள் நிகழ்ந்தன. மாற்றங்களை விவசாயிகள் முழுமையாகப் பயன்படுத்த தொடங்கிவிட்டனர்.

விளைவித்த பொருட்களை அறுவடை செய்வதற்கும், பதர்களை நீக்கி, விளைச்சலை எடுக்கவும் இயந்திரங்கள் வந்துவிட்டன. காடுகளிலிருந்து விளைச்சலை வீட்டிற்கு எடுத்து வருவதற்கு டிராக்டர்கள் பயன்படுத்தப்படுகின்றன. எனவே, மாட்டு வண்டிகளுக்கு ஊரில் வேலை இல்லை. கலப்பை செய்வதற்கும்,

கலப்பைகளைச் செப்பனிடுவதற்கும், மாட்டு வண்டியில் ஏற்படும் பழுதுகளை நீக்குவதற்கும் செயல்பட்டு வந்த தச்சாசாரி, அவருடைய குடும்பத்தினர் எங்குச் சென்றார்கள் எனத் தெரிய வில்லை.

உழவு மாடுகள், பசு, எருமை மாடுகள் இல்லாது போனதால், தீவனப் பயிர்கள் பயிர் செய்யும் முறை இல்லாமல் போய்விட்டது. அதனால் ஊரில் ஒரு காலத்தில் பெரிய வீடுகள் போலத் தோற்றமளித்த தீவனப் படைப்புகள் ஒரு மாதிரிக்குக் கூடக் கண்ணில் தென்படாமல் போய்விட்டது.

அதிகாலையில் உழவு மாடுகள் மற்றும் பசுமாடுகளுக்குத் தீனியாக வழங்க ஊறவைத்த பருத்தி விதைகளை ஆட்டும் ஆட்டுரல்கள் அநாதையாக ஆங்காங்கே கிடக்கின்றன. பருத்தி விதை ஆட்டும் ஆட்டுக்கல்லின் சத்தம் நின்று போய்விட்டது. மாடுகள் அறவே இல்லாது போய்விட்டது.

இருப்பினும் காடுகளில் ‘கிடை’ போடும் பழக்கம் தொடர்ந்து நடைபெறுகிறது. புளியங்குடி போன்ற ஊர்களிலிருந்து கீதாரிகள் ஊருக்கு வந்து நிலங்களில் ‘மாட்டுக்கிடைகள்’ போடுகிறார்கள். ஆட்டுக் கிடையும் போடுகிறார்கள்.

இயற்கை உரங்கள் மட்டுமே உள்வாங்கிய கரிசல் மண் இன்று இரசாயன உரங்களைப் பெருமளவில் உண்ண ஆரம்பித்துவிட்டது. பூச்சிக்கொல்லி மருந்துகளைப் பார்த்திராத வேளாண் பயிர்கள் இன்று பூச்சிக்கொல்லி மருந்துகளைப் பெருமளவில் சுவாசிக்கத் தொடங்கிவிட்டன.

கைத்தெளிப்பான், இயந்திரத் தெளிப்பான் மூலம் மருந்தடித்த காலம் போய், மின்கலத்தில் இயங்கும் ட்ரோன் மூலம் மருந் தடிக்கும் நவீன யுக்தி கரிசல் காட்டிற்குள் நுழைந்துவிட்டது. சிலருக்கு அது வருமானம் ஈட்டும் தொழிலாகவும் மாறிவருகிறது.

களைக்கொல்லி மருந்துகளைப் பெருமளவில் பயன் படுத்துவதால், ‘களைகள்’ மிகவும் கட்டுப்பாட்டில் இருக்கின்றன. நீக்கவே முடியாது என்ற நிலையிலிருந்த அறுகம்புல் ஒரு கட்டுப்பாட்டிற்குள் வந்துவிட்டது. ஆனால் நிலம் மாசுபட்டு விட்டது.

அறுவடை முழுவதும் நிலத்திலேயே நிகழ்த்தப்பட்டுத் தாவரக் கழிவுகள் அனைத்தும் நிலத்திலேயே வீழ்ந்துவிடுவதால், ஊருக்குள் தாவரக் கழிவுகள் வருவதில்லை. பருத்தி எடுத்த பின்னர் பருத்திமார்களை வேரோடு பிடுங்கி பருத்திமார் படப்புகளை உண்டாக்கி, அவற்றை எரிபொருளாகப் பயன் படுத்தும் பழக்கம் முற்றிலும் இல்லை. பருத்திப் பயிர் செய்தலும் இல்லை. பருத்தியும் இல்லை. பருத்திமாரும் பருத்திமார் படப்பும் இல்லை. ஊர் முழுவதும் இயற்கை எரிவாயு பயன் பாட்டிலுள்ளது. விறகு அடுப்பில் சமைப்பதற்குப் பெண்களும் தயாராக இல்லை. கிராமத்தில் நகர வாழ்க்கை வந்துவிட்டது.

அறுவடை செய்த தானியங்களைச் சேகரித்துச் சேமித்து வைக்கப் பயன்படுத்திய குலுக்கை/களஞ்சியங்கள் இருந்த இடம் தெரியாமல் போய்விட்டன. களஞ்சியங்கள் செய்வதற்கு அவ்வப்பொழுது ஊருக்கு வரும் குயவர்களுக்கு ஊரில் வேலை இல்லை. குயவர்கள் வேறு வேலைக்குப் போய்விட்டார்கள். பழைய கோபாலபுரம் பெரிதும் மாறிவிட்டது; மாற்றம் சரியா என்பதைக் காலந்தான் உறுதி செய்யவேண்டும்

◻

25

தமிழ்நாடு
தீராக் கடனும் குடியும்
க. பழனித்துரை

இன்று நம் ஏழைகளுக்குத் தேவை நம்பிக்கையூட்டல், வழி காட்டுதல். இவை இரண்டும் கிடைத்தால், மாற்றங்களைக் கொண்டு வந்துவிட முடியும். அதை நம் பெண்களிடமும், இளைஞர்களிடமும், குழந்தைகளிடமும் உருவாக்க வேண்டும்.

சமீபத்தில் சுய உதவிக் குழுக்களின் தலைவர்களைச் சந்திக்கும் வாய்ப்பை, அந்தக் குழுக்களை உருவாக்கிய உயர்ந்த மனிதர் ஒருவர் உருவாக்கித் தந்தார். பொதுவாக சுய உதவிக்குழு என்றாலே கடன்தான் பிரதானம். கடன் என்ற சொல் தவறானது அல்ல. ஏழைகளைக் கடன் கொடுத்து, செயல்பட வைப்பதன் மூலம் வறுமையிலிருந்து விடுவிக்கலாம். மிகப் பெரிய மாற்றங்களைக் குடும்பத்தில் சமூகத்தில் இதன் மூலம் கொண்டுவரலாம். அப்படிப்பட்ட மாற்றங்கள் வந்திருப்பதையும் நாம் கண்டுள்ளோம்.

இன்று இது ஒரு உலக மகா இயக்கம். இந்தப் பணி எங்கிருந்து ஆரம்பித்து, எங்கு சென்றிருக்கிறது என்பதைச் சற்றுக் கவனித்தால், நமக்கு ஒரு மிகப் பெரிய பிரமிப்பு உண்டாகும். அது துவங்கிய இடம் பங்களாதேஷ். அங்கு ஆரம்பித்த இந்தப் பணி இன்று அமெரிக்காவரை சென்றுவிட்டது. அமெரிக்காவில் இருக்கின்ற அமைப்புக்கள் செல்வந்தர்களை உருவாக்குமேயன்றி, ஏழைகளை வறுமையிலிருந்து வெளியேற்றாது. ஆனால் பங்களாதேஷில் இதற்காகத் தனித்துவத்துடன் உருவாக்கப்பட்டதுதான் கிராமின்

வங்கி. இது வங்கி என்பதற்கு புதிய விளக்கம் கொடுத்தது. வங்கியைக் கட்டடத்திலிருந்து வெளியேற்றி, ஏழைகள், வறுமையில் வாடும் மக்களுடனே இருந்து, தன்னார்வலர்கள் மூலம் செயல்பட வைத்தது. இதன் மூலம் உலகிற்கே ஒரு புதிய கோட்பாட்டை உருவாக்கித் தந்திருக்கிறது.

உலக வங்கி அதுவரை ஒரு கோட்பாடு வைத்திருந்தது. 'ஏழைகளுக்கும் ஒழுக்கத்திற்கும், நியாயத்திற்கும், வாழ்க்கை விழுமியங்களுக்கு எந்தத் தொடர்பும் இல்லை. காரணம் வறுமை அவர்களை அப்படி செயல்பட வைக்கிறது' என்பதுதான் அந்தக் கோட்பாடு. அதை உடைத்தது இந்த வங்கி தன் வறுமை ஒழிப்புச் செயல்பாட்டினாலே. ஏழைகளை மரியாதையுடைய வாழ்க்கை வாழ வழிவகை செய்தால் அவர்களும் மேன்மைமிக்க மக்களாக வாழ்ந்து ஒழுக்க நியதிகளுடன் வாழ்வார்கள் என்று இந்த ஏழை முஸ்லிம் பெண்கள் மூலம் செய்து காட்டியது அந்த வங்கி. அதுதான் கிராமின் வங்கி. இதன் செயல்பாடுகளால் இந்த வங்கியைத் தொடங்கி, நடத்தியவருக்கு நோபல் பரிசை பெற்றுத் தந்தது.

சுயஉதவிக் குழுப் பெண்களுக்குத் தரும் கடன் அவர்களை மேம்பாடு அடையச் செய்கிறது. அதே கடன் பல குடும்பத்துப் பெண்களின் வாழ்வைச் சீரழித்துள்ளது என்பதனையும் நம்மால் மறுக்க இயலாது. காரணம் எந்த வாய்ப்பும் வரும்போது அந்த வாய்ப்பைப் பயன்படுத்தும் மக்கள் புரிந்துகொண்டு அதைப் பிடித்து நுணுக்கமாக நிபுணத்துவத்துடன் செயல்பட்டால், அது நல்ல விளைவுகளைத் தந்திடும். இல்லை என்றால் எதிர் பார்ப்புக்கு மாறாக, விளைவினை ஏற்படுத்திவிடும். எனவே இந்த சுயஉதவிக் குழுக்களை உருவாக்கி அவர்களிடம் பணம் தரும் போது, அது அவர்களின் வறுமைக்கும் தீர்வாக அமைந்துள்ளது. அதேபோல் அவர்களைக் கடனாளியாக்கி சிரமத்திற்கு ஆளாகவும் நேரிடுகிறது. அதையும் நாம் களத்தில் கண்டுவருகிறோம்.

பொதுவாக, சுயஉதவிக்குழுக் கூட்டம் என்றால் அதுவும் அவர்களுடைய தலைவர்களின் ஒருங்கிணைப்புக் கூட்டங்கள் என்றால் முழு விவாதமும் பணம் பற்றியதாக, பங்குத்தொகை பற்றியதாக, வைப்புநிதி பற்றியதாக, கடன் தொகை பற்றியதாகத்

தான் இருக்கும். இவற்றில் குழுக்கள் அடைய வேண்டிய இலக்கு போன்றவை பற்றித்தான் இருக்குமே தவிர மேம்பாட்டு விவாதங்கள் இருக்கும் என்று நாம் எதிர்பார்க்க முடியாது.

இந்த அமைப்புகளும் பணத்தில்தான் தோய்ந்துள்ளன. இருந்தாலும் இந்த உள்ளூர் அமைப்பை உருவாக்கிய நிறுவனர் ஒரு கத்தோலிக்கப் பாதிரியாராக இருந்த காரணத்தால், இந்தச் சங்கங்களின் கூட்டுச் செயல்பாட்டில் வெளிவர வேண்டிய அடிப்படை சமூக மாற்றங்களைக் குடும்பங்கள் கொண்டுவர வேண்டும்; அதைச் செய்வதற்கு என்ன செய்யலாம் என்று விவாதிக்க வேண்டும் என்று கேட்டார்.

அதுமட்டுமல்ல, அந்தக் கூட்டத்தில் இருந்த பெண்மணி ஒருவர் தன் அனுபவப் பகிர்வை செய்தபோது ஒரு கேள்வியை அனைவரிடமும் முன்வைத்தார். குடி என்பது குடும்பத்தை அழித்துக்கொண்டே உள்ளது. அதை அரசாங்கமே செய்கின்றது. அரசு எங்களைப் பாதுகாக்கும் என்றால், அதற்கு நேரெதிர் திசையில் பயணிக்கின்றது. அந்த தீய கிருமி இன்று பள்ளிக் குழந்தைகள்வரை இளைஞர்வரை வந்து நிற்கின்றது. இந்த அழிவிலிருந்து நாம் ஏழைகளை எப்படிக் காப்பது என்பதைப் பற்றி இன்று நாம் விவாதிக்க வேண்டும் என்று தீப்பொறி பறக்கும் விதத்தில் பேசி, அனைவரின் பாராட்டுதலைப் பெற்றுக் கொண்டார்.

இறுதியாக எனக்குப் பேசுவதற்கு வாய்ப்பு வந்தது. நான் துவங்கும் போதே தெளிவாக ஒன்றை குறிப்பிட்டேன். நான் உங்களுக்குப் பணம் செய்வது எப்படி, உங்கள் வருமானத்தை உயர்த்துவது எப்படி என்னும் உத்திகள் பற்றிப் பேசப்போவது இல்லை. மாறாக, நாம் ஏழையாக இருந்தாலும் எப்படி ஒரு மரியாதை யுடைய வாழ்வை வாழலாம் என்பது பற்றி ஒரு சில கருத்துகளை மட்டும் முன்வைக்கப்போகிறேன் என்று கூறிவிட்டு என் உரையைத் தொடர்ந்தேன்.

பொதுவாக, மனிதர்கள் அல்லது குடும்பங்கள் மேம்பட, முன்னேற குடும்பத்தில் உள்ளவர்களுக்கு ஒரு சிந்தனைச் சூழலை உருவாக்க வேண்டும். உலகில் நடந்த எல்லா மாற்றங்களுக்கும் அடிப்படைத் துவக்கம் சிந்தனைச் சூழலை உருவாக்கியதுதான்.

அந்த சிந்தனை என்பது உயர்வாக இருந்தால், மானுடத்திற்கு உயர்வைத் தரும். அது தாழ்வாக இருந்தால், மானுடத்தைத் தாழ்நிலைக்குக் கொண்டு செல்லும்.

இன்று நம்மிடம் ஒரு சிந்தனைச் சூழல் இருக்கின்றது. அது நம் வாழ்க்கையை மேம்படுத்துவதற்குப் பதில் சீரழிக்கின்றது. எதுவென்றால், அதுதான் நுகர்வுக் கலாச்சாரம். அதனால் நாம் மற்றவர்போல் வாழ ஆசைப்படுவது. எதையும் நுகர ஆசைப் படுவது. 'அனைத்துக்கும் ஆசைப்படு' என்று யாரோ கூறுகிறார்கள். இன்னும் விவரித்துச் சொல்ல வேண்டுமென்றால் ஆடம்பரமாக வாழ ஆசைப்படுவது. பணக்காரர்கள் போல வாழ ஆசைப் படுவது. அப்படி ஆசைப்படுவதால், நம் அமைதியைக் குலைத்து சிக்கலில் வாழ்கின்றோம்.

நாம் நமக்கான சுயத்துடன் வாழ நாம் சிந்திப்பதில்லை. இன்றைய சந்தைப் பொருளாதார வாழ்வு என்பது நுகர்வுக்குத் தீனி போட்டு, பொருள்கள்மேல் மோகம் கொள்ள வைப்பது. நம் உடை, உணவு, கலை, இலக்கியம், இசை அனைத்தும் சிதில மடைகின்றன. இதிலிருந்து மக்களை எப்படி வெளியில் கொண்டுவருவது என்பதுதான் மிகப் பெரிய சவாலாகும்.

கடன் வாங்கித் தொழில் செய்து, வறுமையிலிருந்து மீள்வதற்குச் சங்கம் உருவாக்கப்பட்டது. வறுமையிலிருந்து வெளியேறிய வுடன் நாம் என்ன செய்ய வேண்டும், நம் தேவைகள் என்னென்ன? நம் அத்தியாவசியத் தேவைகள் என்னென்ன? ஆடம்பரத் தேவைகள் என்னென்ன என்று ஒரு புரிதலை நாம் ஏற்படுத்திக் கொண்டு, தேவைக்கு வாழத் தேவையான சூழலை உருவாக்கிக் கொள்ள வேண்டும். அதற்கான சிந்தனையை உருவாக்கித் தெளிவு பெற வேண்டும். அப்படி நம் சுய உதவிக்குழு பெண்களை உருவாக்கிச் செயல்பட வைத்துள்ளோமா என்று கேட்டால், ஆம் என்று கூற இயலாது. உழைத்துச் சேர்த்த பணத்தை விரயம் செய்வதைத்தான் பண்பாடாக வைத்திருக்கின்றார்கள்.

ஏழைகளுக்கு முதலில் தெரிய வேண்டியது எளிமையான வாழ்க்கையை எப்படி நடத்துவது? சிக்கனமான வாழ்க்கையை எப்படி நடத்துவது? அப்படி எளிமையான வாழ்க்கை சிக்கனமான வாழ்க்கையை வாழும்போது எவ்வளவு சேமிக்க முடியும்? அதை

எப்படிச் செய்வது என்பதைச் சிந்திக்க பழக்க வேண்டும். எப்படி செலவு செய்வது, எதற்காகவெல்லாம் செலவு செய்யலாம், எவற்றுக்கெல்லாம் செலவு செய்யக்கூடாது என்பதையும் கற்றுக் கொடுக்க வேண்டும்.

இன்றைய வாழ்வு முறையைத் தீர்மானிப்பது உலகமயம், மேற்கத்தியமயம், நவீனமயம். காரணம் இன்று மக்களின் புலன்களுக்குத் தீனி இட்டு கட்டுப்பாடற்ற நுகர்வில் தோய பழக்கப்படுத்தப்பட்டுவிட்டனர். இந்த வாழ்வில் நாம் நம்மை யறியாது ஒரு வித்தியாசமான வாழ்வியல் சூழலில் சிக்குண்டு வாழ்கின்றோம். இதற்கு மற்றுமொரு காரணம் வாழ்வியலுக்கான கல்வி என்பது நம் கல்வித் திட்டத்தில் இல்லாத காரணத்தால், மானுட வாழ்க்கையை எப்படி மதிக்கத்தக்க மரியாதையுடைய வாழ்க்கையாக வாழ்வது என்பது தெரியவில்லை. எனவே இந்த வாழ்க்கை முறைதான் நாம் இன்று சந்திக்கின்ற அனைத்துப் பிரச்சினைகளுக்கும் காரணமாக விளங்குகின்றது.

இதிலிருந்து விடுபட வேண்டும் என்றால் நாம் மாற்று வாழ்க்கைக்குச் செல்ல வேண்டும். அந்த மாற்றுமுறையின் முதல்படி என்பது நம் வாழ்வுமுறையைத் தேடுவது. அடுத்து எளிமையாக வாழ்வது. சிக்கனமாக வாழ்வது. இதற்குக் குடும்பத் திலுள்ள அனைவருக்கும் ஒரு புரிதலும் பார்வையும் வேண்டும். எந்தப் பொருள் வாங்கினாலும் அது நமக்கு அத்தியாவசியத் தேவையா என்ற பார்வை இருக்க வேண்டும். உணவு நம் வீட்டில் தயாரித்து நமக்குத் தேவையான உணவை எடுத்துக் கொள்ளலாம். இதற்குச் சில எடுத்துக்காட்டுகளைப் பார்த்தால், புரிந்து கொள்ளலாம்.

ஒரு வசதியான குடும்பம், இருவர் ஒரு வீட்டில் வாழ்கின்றனர். அவர்களுக்குச் சமையல் செய்துதர ஆள் வைத்துச் சமைத்துக் கொள்ளலாம். அவ்வளவு வசதி அவர்களுக்கு இருக்கிறது. மாறாக, அவர்கள் இல்லத்திற்குப் பக்கத்திலிருக்கும் ஒரு உணவுச் சாலையில் உணவு தேவையான அளவு வாங்கிக்கொள் கிறார்கள். அவர்கள் சொல்லும் விளக்கம், எங்கள் இல்லத்தில் செய்வதற்கு ஆகும் செலவைவிட இது சிக்கனமானது என்று கூறுகிறார்கள். அத்துடன் அவர்களிடம் நாங்கள் வாங்குவது

அவர்களுக்கும் உதவியாக இருக்கிறது. எங்கள் விருப்பமும் நிறைவேறுகிறது. எனவே அதைச் செய்கிறோம் என்று கூறு கின்றார்கள்.

இதற்கு நேரெதிர்த் திசையில் ஒரு ஏழைக் குடும்பம் பயணிக் கிறது. அந்தக் குடும்பத்திற்கு மோட்டார் பைக் தேவையே கிடையாது; அது வேண்டும் என அடம்பிடித்து ஒரு இளைஞர் வாங்குகின்றார். அந்த இளைஞர் சம்பாதித்து அதை வாங்க வில்லை. அதற்கு நகையை அடகு வைத்துவிட்டு அவருடைய தாய் வாங்கிக் கொடுக்கிறார். கையில் அப்படி ஒரு வாகனம் இருக்கும் போது மாலையிலோ, காலையிலோ அதை எடுத்துக்கொண்டு பக்கத்திலிருக்கும் நகரம் செல்கின்றார் அந்த இளைஞர். அதற்குப் பெட்ரோல் போடவும் பணம் தரவேண்டியது தாய் தந்தையின் கடமையாக மாறிவிட்டது.

அந்த இளைஞர் அத்துடன் இருப்பதில்லை. வெளிநாட்டின் உணவு பர்கர், பிசா அனைத்தும் அந்த நகரத்தில் கிடைக்கிறது. இவரின் நண்பர்கள் வாங்கி உண்ணும்போது, இவருக்கும் ஆசை வருகிறது. அதை வாங்கிவந்து வீட்டில் உள்ளவர்களுக்கும் கொடுக்கின்றார். இவ்வாறு செலவுக்கும் வீட்டிலிருந்து பணம் தரவேண்டியிருக்கிறது. அந்த இளைஞரின் தாய் வீட்டுவேலை செய்கிறார். அத்துடன் சுய உதவிக்குழுவில் இருந்து கடன் பெற்றுக் கொடுக்கின்றார். இருந்தும் எதைப் பற்றியும் கவலை இல்லாது நுகர்வில் தோய்ந்து இருக்கின்றார் அந்த இளைஞர்.

வீட்டில் தான் வசிக்கும் வீடு சீர் செய்யவேண்டி இருக்கிறது. வீட்டில் அரசு கட்டிக் கொடுத்த கழிப்பறை இடிபாடுடன் இருக்கிறது. தெரு சுத்தமாக இல்லை. பஞ்சாயத்திலிருந்து குடி தண்ணீர் வருகிறது. ஆனால் அதைக் குடிக்கவில்லை. மாறாக கேன் தண்ணீர் குடிக்கின்றனர். வீட்டுக்குப் பக்கத்தில் வீட்டில் பயன் படுத்துகின்ற தண்ணீர் ஓடுகின்றது. அதைப் பயன்படுத்தி சில காய்கறிச் செடிகளை வளர்க்கலாம். ஒரு பப்பாளிமரம் வளர்க்கலாம். ஒரு முருங்கை மரம் வளர்க்கலாம். கொடியில் வளரும் ஒரு கீரைச் செடியை நட்டு வளர்க்கலாம். எதுவும் செய்ய வில்லை. இரண்டு மூன்று ஆட்டுக்குட்டி வளர்க்கலாம், அனைத்துக்கும் இடம் இருக்கிறது. ஆனால் எதையும் வளர்க்க வில்லை.

அந்த இளைஞர் எதாவது ஒரு ஐடீஐ அல்லது பாலிடெக்னிக் கல்லூரியில் எதாவது ஒரு திறன் வளர்த்திருந்தால் எதாவது ஒரு வேலை கிடைத்திருக்கும். குறைந்தபட்சம் ஒரு தட்டச்சு நிலையத்தில் தட்டச்சு பழகி கணினியை இயக்கத் தெரிந்தால் பக்கத்து நகரத்தில் உள்ள கடையில் பில் போடும் பணியிலாவது சேர்ந்து பத்தாயிரம் ரூபாயை மாதம் சம்பாதித்துவிடுவார். அதைப் பற்றியும் யோசிக்கவில்லை. அடுத்து அதே வீட்டில் ஒரு பெண் ஒரு தனியார் பள்ளியில் படிக்கின்றாள். அதற்கும் அந்தப் பெண் பணம் கட்டுகிறார்.

அந்தப் பெண்மணிக்கு என்ன தெரியவில்லை என்றால், அவர் அரசுக்குக் கட்டுகின்ற கல்வி வரி, ஒரு பக்கம் வரி செலுத்தி விட்டு இன்னொரு பக்கம் தன் மகளைப் படிக்கவைக்கப் பணம் கட்டுகிறார். அவர் வீட்டுக்குப் பக்கத்தில் ஒரு அரசுப் பள்ளி இருக்கிறது. அந்தப் பள்ளியில் தகுதியான ஆசிரியர் இருந்தும், அதைப் பற்றி புரிதல் இல்லாமல், தனியார் பள்ளி தரமானது என எண்ணி, தான் உழைத்துச் சேர்த்த பணத்தை விரயம் செய்கின்றார். அடுத்து அந்த வீட்டுக்கு அருகாமையில் ஒரு ஆரம்ப சுகாதார துணை நிலையம் இருக்கின்றது. யாரும் பயன்படுத்துவதில்லை. அதற்குப் பதில் சிறு உடல் உபாதைக்குக் கூட பக்கத்து நகரம் சென்று அங்குள்ள தனியார் மருத்துவ மனையில்தான் உழைத்துச் சேர்த்த பணத்தை விரயம் செய்கின்றனர். தன் கணவர் தனக்கு வேண்டும் என்று எண்ணுகின்ற போது வெளியில் தினக்கூலியாக பணிக்குச் செல்கிறார்; சம்பாதிக்கின்றார். தனக்கு வேண்டிய மீன்கறி வாங்கிவந்து சமைத்து உண்ணுகின்றார்.

குடிப்பது என்பது தினமும் வழக்கமாகிவிட்ட நிலையில் அதற்கு அவர் பெற்ற சம்பளத்தைச் செலவு செய்துவிடுவார். வீடு, குடும்பம் பற்றி எந்தச் சிந்தனையும் இல்லாமல் செயல் படுகிறார். மகனுக்கு வயது வந்துவிட்டதே தவிர, பொறுப்பு உள்ளவனாகத் தயாராகவில்லை. தன் கணவன் தனக்குக் காசு வேண்டும் போது தினக் கூலிக்கு சென்று சம்பாதித்துக் கொள்கிறார். மற்ற நாள்களில் அவர் நேரத்தை எங்காவது சாவடியில் கழிப்பதும் குடிப்பதுமாக காலத்தை கழித்து ஒட்டுமொத்த குடும்ப பாரத்தை ஒரு பெண்மணியின் தலையில் வைத்து செயல்படும் குடும்பத் தைப் பார்க்கிறோம்.

அதே ஊரில் இன்னொரு குடும்பம் இருக்கிறது. கணவன் தச்சு வேலை செய்யக்கூடியவர். தினமும் வேலைக்குச் செல்கிறார். நாள் ஒன்றுக்கு ரூபாய் ஆயிரம் சம்பாதிக்கின்றார். பக்கத்து நகரத்தில் இருக்கின்ற ஒரு வீட்டு அலங்காரப் பொருள் செய்கின்ற கம்பெனிக்குச் சென்று தன் வீட்டுக்கு ஒரு பொருள் வாங்க முயலும்போது, அதன் விலையைக் கேட்டுவிட்டு வாங்க வில்லை. அந்த அளவுக்கு விலை உயர்வாக இருக்கின்றது. அதை நாமே செய்து கொள்ளலாம் என்று பக்கத்து மரக்கடையில் மரம் எடுத்துக்கொண்டு வந்துவிட்டார். அந்த மரத்தைப் பக்குவமாகக் கடைந்து அழகுற ஒரு பொருளைச் செய்ய ஒரு இயந்திரக் கடைக்குச் செல்கின்றார். அங்கு விதவிதமான வீட்டுக்குத் தேவையான மரச்சாமான்கள் செய்கின்றனர். அதைப் பார்த்து விட்டு அங்குப் பணியில் சேர முடியுமா என்று கேட்கிறார். ஒரு மாதம் பயிற்சி பெற்று இந்த இயந்திரங்களை இயக்க தெரிந்து கொண்டால் நாங்களே பயிற்சியும் தந்து வேலையும் தந்து விடுவோம் என்கின்றனர். உடனே அந்தப் பணியில் சேர்ந்து அந்த இயந்திரங்களை இயக்கக் கற்றுக்கொண்டு தேர்ச்சி பெற்று அந்த நிறுவனத்தில் வேலைக்குச் சேர்ந்து நாள் ஒன்றுக்கு 1500 ரூபாய் வாங்க ஆரம்பித்தார்.

அன்றாடம் வீட்டிலிருந்து மதியம் உணவும் கட்டிக்கொண்டு வந்துவிடுவார். தன் மனைவி ப்ளஸ் டூ வரை படித்தவர். அவரை ஒரு பயிற்சி நிறுவனத்தில் ஒரு பயிற்சிக்காக 15 நாள் அனுப்பி வைத்தார். அந்தப் பயிற்சி மூலம் முதியோர் இருக்கும் வீடுகளுக்கு உதவியாளராகப் பணியாற்றுவதற்குத் தேவையான திறன்களை வளர்த்துக்கொண்டார். எனவே மாதம் 15,000 ரூபாய் சம்பளம், இரண்டு வேலை உணவு என்று பேசி ஒரு வயதான தம்பதியர் வீட்டுக்குப் பணி செய்ய அனுப்பிவிட்டார். கணவனும் மனைவியும் சேர்ந்து முடிவெடுத்தனர். அதாவது தாங்கள் வாங்கும் சம்பளத்தில் 50 விழுக்காட்டிற்குக் குறையாமல், சேமித்துவிடுவது என்று. அதேபோல் இருவரும் பணி செய்வது, சேமிப்பது என்பதுதான் அவர்களின் செயல்பாடாக இருந்தது. தன்னுடைய இரண்டு குழந்தைகளையும் பக்கத்தில் இருக்கும் ஒரு பொதுப்பள்ளியில் சேர்த்து படிக்க வைத்துவிட்டனர். தன்னுடைய தாய் அந்த வீட்டைப் பாதுகாத்துக்கொள்வது. அத்துடன் ஒரு பால்மாடு

வளர்த்து, பால் கறந்து விற்பது என்பதனையும் செய்துவந்தார். அதுமட்டுமல்ல, மூன்று வெள்ளாடுகளையும் வளர்த்து வந்தார். வீட்டில் யாருக்காவது உடல்நிலை சரியில்லை என்றால் அருகில் இருக்கும் சித்த வைத்திய சாலைக்குச் சென்று மிகக் குறைந்த செலவில் உடல்நலம் தேற்றுவார்கள்.

பஞ்சாயத்து வினியோகம் செய்யும் தண்ணீரை சுடவைத்து பருகுவார்கள். ஆர்ஓ தண்ணீர் வாங்குவதில்லை. தங்களின் சேமிப்பு ஒருநிலை வந்தவுடன், ஒரு வங்கி மேலாளரை அணுகி நான் ஒரு பர்னிச்சர் செய்யும் இயந்திரம் வாங்கி மரச்சாமான்கள் தயாரிக்கப் போகிறேன் என்றார். இவரும், மனைவியும் செய்த சேமிப்பு நன்னம்பிக்கையை ஏற்படுத்திவிட்டது.

ஒரு மாத காலத்தில் மரச்சாமான்களைத் தயாரிப்பதற்குத் தேவையான ஆயத்தப் பணிகளை மேற்கொண்டுவிட்டார். தன் மனைவியைத் தனக்கு உதவுவதற்கு அழைத்துக்கொண்டார். நான்கே ஆண்டுகளில் பக்கத்து கிராமங்களில் நடக்கும் திருமணத் திற்குச் சீதனமாகக் கொடுக்கும் கட்டில், மேசை, நாற்காலி, அலங்கார மேசை, ஸ்டூல் செய்து மிகவும் குறைந்த விலையில் கொடுக்கலானார். கிராமங்களில் இவருடைய தரமான தயாரிப்பு குறைந்த விலை என்பது மக்கள் மத்தியில் பதிந்து திருமணத்தன்று எடுத்துச் சென்றுவிடுவர். நான்கு ஆண்டுகளில் ஒரு தொழிலுக்கு சொந்தக்காரராக மாறிவிட்டார். இதற்கு ஒரு அடிப்படை இருக்கின்றது. ஒன்று வறுமையிலிருந்து விடுபட வேண்டும். வாழ்க்கையில் முன்னேற வேண்டும் என்ற வெறி அவர்களைச் சூழ்ந்து அவர்கள் மேம்பட பணிசெய்ய வைத்துவிட்டது. அடுத்து சிக்கனமும் சேமிப்பும் அவர்களது கண்கள். சேமித்த பணத்தை எந்த ஆடம்பரச் செலவும் இல்லாமல் பாதுகாத்தனர். தன்னுடைய தொழிலில் கிடைத்த லாபத்தில் ஒரு வீட்டை தேவைக்கு ஏற்ற அளவில் ஆடம்பரம் இல்லாமல் கட்டிக்கொண்டார்கள். வீட்டில் எந்த ஆடம்பரச் செலவும் இல்லை.

வீட்டில் ஒரு சிறிய காய்கறித் தோட்டம் போட்டு காலையில் அதை பராமரித்துவிட்டுத்தான் தன் தொழிற்சாலைக்கு இருவரும் செல்வர். அந்தத் தோட்டத்தில் இரண்டு தென்னை, நான்கு-ஐந்து வாழைமரம், முருங்கைமரம், ஒரு மாமரம், ஒரு பலாமரம்,

ஒரு பப்பாளி என அத்தனை மரங்களையும் வைத்து வளர்த்தார். வீட்டைச் சுற்றி உயிர்வேலி வைத்து வேலியில் படரும் சுரைக்காய், பரங்கிக்காய் செடி கொடிகளை வளர்த்தார். அத்துடன் நல்ல பூச்செடிகளையும் நட்டு வளர்த்தார்.

வீட்டுக்குப்பின் ஒரு சிறிய குப்பைக்குழி ஒன்றை உருவாக்கி மக்கக்கூடிய அவ்வளவு குப்பைகளையும் அதில் போட்டு மக்கவைத்துத் தன் செடிகளுக்கு போட்டுவிடுவார். ஐந்து ஆண்டுகளில் வங்கியில் வாங்கியிருந்த கடன் அடைபட்டது. அதேபோல் தான் வைத்த மரங்கள் அனைத்தும் காய்ப்புக்கு வந்தன. ஒரு கூலி வேலைபார்த்த ஆசாரி ஒரு தொழிலதிபர் ஆனார். தன் குழந்தைகளை உட்கார்விங் பயிலவைத்து, தன் தொழிலை விரிவுபடுத்தி, கிராமங்களில் கட்டும் வீடுகளுக்கு ஜன்னல்களும் கதவுகளும் குறைந்த விலையில் செய்து கொடுத்து விரிவு படுத்திக்கொண்டார்.

தினக்கூலிக்குச் சென்றுவந்த ஆசாரியால் எப்படி ஒரு பெரிய நிறுவனத்தை உருவாக்க முடிந்தது என்ற கேள்விக்கு அவர் தரும் பதில், முன்னேற வேண்டும் என்ற அவா தீபோல் ஒவ்வொருவ ரிடமும் இருக்க வேண்டும். அதை நிறைவேற்ற கணவனுக்கு ஒத்துழைக்க நல்ல வாழ்க்கைத் துணை வேண்டும். அத்துடன் அப்பா அம்மாவின் கஷ்டங்கள் புரிந்த குழந்தைகள் வேண்டும். அனைவரும் ஒருமுகமாக இணைந்து செயல்படும் பக்குவம் வேண்டும். அதுமட்டுமல்ல, நாம் செய்யும் தொழில் புரிந்து, அதை புனிதமாகப் போற்றிக் கடினமாக உழைத்து நியாயமாக தொழில் செய்ய வேண்டும். இவை எல்லாவற்றுக்கும் மேலாக எளிய வாழ்க்கை வாழ நாம் முதலில் செயல்பட்டு நம் குழந்தைகளுக்கு அதிலுள்ள சிறப்பைக் கற்றுக் கொடுத்துவிட வேண்டும்.

சிக்கனத்தின் வலிமை பற்றியும், சேமிப்பின் ஆற்றல் பற்றியும் நம் வீட்டில் உள்ள அனைவருக்கும் புரிய வைத்து அப்படி வாழ பழக்கிவிட்டால், நம் வாழ்க்கை இன்பமானது மட்டுமல்ல, தெய்வீகமானதுகூட. அதேபோல் அரசாங்கம் உருவாக்கித் தருகின்ற சேவைகளை நாம் பயன்படுத்த பழகிக்கொள்ள வேண்டும். ரேஷன்கடை அரிசி வாங்கிச் சாப்பிடுவதில் ஒன்றும் தவறு இல்லை. அதை வாங்கி விற்பது நல்லமுறை அல்ல.

நல்ல அரிசி இல்லை என்றால் அதைத் தட்டிக் கேட்க வேண்டும். அதேபோல் நம் ஊரில் பஞ்சாயத்து தருகின்ற தண்ணீரை காய்ச்சி குடிக்க வேண்டும். தண்ணீருக்காக நாம் காசு செலவழிக்கக் கூடாது. உடல்நலம் சரியில்லை என்றால் நம்ம ஊரில் உள்ள சித்த மருத்துவரிடம் சென்று பார்த்துக்கொள்ள வேண்டும். சாதாரண நோய்களுக்கு வானளாவிய கட்டடம் வைத்திருக்கின்ற மருத்துவ மனைக்குச் சென்று நாம் கடினமாக உழைத்த பணத்தை விரயம் செய்துவிடக்கூடாது.

தேவைக்காக மட்டுமே பொருள்களை வாங்கும் மனப் பக்குவத்தை நாமும் வளர்த்துக்கொள்ள வேண்டும். நம் குழந்தை களுக்கும் வளர்க்க வேண்டும். இன்று எவரிடமும் சிக்கனத்தைப் பார்க்க முடியவில்லை, ஒழுக்கத்தைப் பார்க்க முடியவில்லை, நியதியைப் பார்க்க முடியவில்லை. ஆடம்பரமாக வாழ்பவரைப் பார்த்து, அப்படி வாழ ஆசைப்பட்டு நாம் நாமாக வாழவில்லை. குடும்பம் சிக்கலைச் சந்திக்கிறது. இவற்றுக்கெல்லாம் மேலாக ஏழைகள் என்று குடிக்க ஆரம்பித்தார்களோ அன்றே அவர்கள் குடும்பத்தை குலைக்க ஆரம்பித்துவிட்டார்கள். அதுமட்டுமல்ல, குடும்ப அமைதியைக் குலைத்துவிட்டார்கள். குடும்பத்துக்கு இருக்க வேண்டிய மேம்பாட்டுக் கனவை சிதைத்துவிட்டார்கள். ஏழையின் ஏழ்மையை பலவீனப்படுத்தி, குடும்பத்தை சிதிலமடைய வைத்துவிடுகிறது இந்த கொடிய குடி என்ற நோய்.

ஒரு காலத்தில் முன்னேற வேண்டும், நாமும் படிக்க வேண்டும், ஒரு மதிக்கத்தக்க வாழ்க்கையை வாழ வேண்டும், உழைத்துச் சம்பாதிக்க வேண்டும் என்னும் வேகம், கனவு, தாகம் பெரும் பான்மை மக்களிடம் இருந்தன. இன்று அந்தச் சூழல் மாறி நுகர்வின் போதையில் அனைவரும் தோய்ந்துள்ளனர்.

இந்த நுகர்வுக் கலாச்சாரம் காட்டாற்று வெள்ளம்போல் சமூகத்தை அடித்துச் சென்று கொண்டுள்ளது. குடித்தவர் மட்டுமல்ல, அனைவரும் இந்த நுகர்வு மயக்கத்தில் இருக் கின்றனர். கணவன்மார்கள் குடிமயக்கத்தில் இருந்தால், பெண்கள் சந்தையில் விற்கும் பொருள்கள் மயக்கத்திலும், சின்னத்திரையில் வரும் தொடர்களிலும், சினிமாவின் மயக்கத் திலும் இருக்கின்றனர்.

இதை நம் அரசாங்கமோ அரசியல் கட்சிகளோ ஏழைகளை இதிலிருந்து காப்பாற்றிவிடுவார்கள் என்று நாம் வாளா இருக்க முடியாது. இது ஒரு சுதந்திரப் போராட்டம் போல்தான் நடத்திட வேண்டும். அது துவங்க வேண்டிய இடம் குடும்பம். கிராமங்களில் சிறு குழுவாக இதற்கான சிந்தனையைப் பொதுமக்களிடம் வளர்க்க வேண்டும். முதலில் ஒரு கிராமத்தை மாற்றவேண்டும். இனிமேலும் எங்கள் ஊருக்குச் சமுதாயக்கூடம் வேண்டும், பஸ் நிறுத்தும் இடத்தில் நிழற்குடை வேண்டும், தடுப்புச்சுவர் வேண்டும், சாலை வேண்டும் என்று கட்டுமானப் பணிகள் சார்ந்து அரசுக்கு விண்ணப்பம் வைப்பதற்குப் பதில், எங்கள் ஊரில் உள்ள மதுபானக் கடைகளை அகற்றுங்கள், குடியில் பாதிக்கப்பட்டோரை குடிமீட்பு மையங்களில் சேர்த்து அவர்களைக் குடியிலிருந்து வெளியேற்றுங்கள், குடியை விடவேண்டும் என்று எண்ணினாலும் அதை விடமுடியாமல், தவிப்பவர்களுக்கான மருந்துகள் வந்துவிட்டன அவைகளைத் தந்து, மது இல்லா கிராமமாக மாற்ற நாம் முனைய வேண்டும்.

கிராமங்களின் மேம்பாட்டுக்கு அதிகாரிகள் தலைமையேற்று செயல்பட மாட்டார்கள். எழுபத்தைந்து கால வரலாற்றில் அதிகாரிகளால் உருவாக்கப்பட்ட ஒரு மாதிரிக் கிராமத்தை இந்தியாவில் உள்ள எந்த அரசாங்கத்தாலும் காட்ட இயலாது. கிராமம் மாறுவதற்கு, முன்னேற, மேம்பாடு அடைய தேவை கிராம மக்களின் முன்னெடுப்பு, பங்கேற்புச் செயல்பாடுகள்தான். நம் உடல் நம் பொறுப்பு, நம் உணவு நம் பொறுப்பு, நம் ஊர் நம் பொறுப்பு, நம் சாலை நம் பொறுப்பு, நம் பள்ளி நம் பொறுப்பு, நம் நீர்நிலைகள் நம் பொறுப்பு, நம் காடு, நம் பொறுப்பு; நம் நிலம், நம் பொறுப்பு; நம் இயற்கை வளம், நம் பொறுப்பு. இவை அனைத்தையும் பாதுகாக்க நம் அரசு நமக்கு உதவிட வேண்டும். அதற்கு நம் மக்கள் பொறுப்புமிக்கவர்களாக மாறவேண்டும். அதுதான் இன்றைய தேவையாக இருக்கின்றது.

கிராமங்களில் குடிப்பழக்கம்

மதுரையிலிருந்து நத்தம் செல்லுகின்ற சாலை இருமருங்கிலும் விருந்தினர்கள் தங்கும் ரிசார்ட்டுக்கள் இருக்கும். அவைகளுக் கிடையே தரமான பயிற்சி நிறுவனங்களும், விருந்தினர்

விடுதிகளும், ஆசிரமங்களும் இருக்கின்றன. எங்கு பார்த்தாலும் பசுமைச் சூழல், மலை சார்ந்த இடங்கள். பார்ப்பதற்கே மிகவும் ரம்யமாக இருக்கும். தவச் சூழலை உருவாக்கித்தரும் எழில்மிகு இயற்கையின் வனப்புக்கள் மிகுந்த பகுதி. தற்போது சாலை விரிவாக்கம் என்ற பெயரில் மலைகளுக்கிடையில் காட்டு மிருகங்கள் சுதந்திரமாகக் கடக்க இயலாத சூழல் உருவாக்கப் பட்டுள்ளது.

அங்குள்ள பயிற்சி நிறுவனங்களில் எதாவது ஒரு பயிற்சி நடைபெற்றுக்கொண்டிருக்கும். அதில் ஒரு பயிற்சி நிறுவனம் செசி என்பது. அது லாரிபேக்கர் சூழலியல் கட்டடக்கலை கொண்டு கலை நயத்துடன் கட்டப்பட்ட ஒரு விடுதி. அதை உருவாக்கித் தந்தவர் ஒரு பெல்ஜிய நாட்டுப் பெண்மணி. அந்த இடத்தில் பயிற்சி நடைபெறும்போது குரங்குகள், மயில்கள், விதவிதமான பறவைகள் வந்து போவது வாடிக்கையாக இருக்கும். எளிய தங்குமிடம், எளிய வகை சைவ உணவுகள். இவற்றையே பயிற்சியாளர்களுக்குத் தருவார்கள்.

பெரும்பாலான பயிற்சிகள் இளைஞர்களுக்கும் நாட்டுப்புறக் கலைஞர்களுக்கும் நடைபெறும். அங்குப் பயிற்சி வகுப்புகளை நடத்த பங்குபெற மேற்கத்திய நாடுகளிலிருந்து பேராசிரியர்களும், இளைஞர்களும், தன்னார்வலர்களும் வருவதுண்டு. இதன் தலைவராக இருப்பவர் கேரளத்தைச் சேர்ந்த பி. வி. ராஜகோபால் என்பவர். இந்தியாவிலிலே ஆதிவாசிகளுக்காகத் தன்னை அர்ப்பணித்து அவர்களின் மேம்பாட்டுக்காக, ஓர் இயக்கம் நடத்துபவர். அதன் தலைமையிடம் மத்திய பிரதேசத்தில்தான் இருக்கிறது. அந்த அமைப்பின் பெயர் ஏக்தா பரிஷத் என்பதாகும். அவர்தான் ஒரு லட்சம் ஆதிவாசிகளை டெல்லிக்கு அணிவகுக்கச் செய்து, அரசாங்கத்தை நிர்ப்பந்தித்து வன உரிமைச் சட்டத்தை பாராளுமன்றத்தில் இயற்ற வைத்தவர். அவர் உலகறிந்த ஒரு காந்தியப் போராளி.

அவர் இந்த நிறுவனத்தின் தலைவராக இருப்பதால் அந்த நிறுவனம் இயங்கும் இடத்திற்கு அருகில் இருக்கும் கிராமங் களில் வசிக்கும் ஏழைக் குடும்பங்களின் மேம்பாட்டுக்காகவும் செயல்பட்டு வருகிறது. குறிப்பாக கிராமத்திலுள்ள பொதுப்

பள்ளிக்கூடங்களில் படிக்கும் மாணவர்களின் மேம்பாட்டுக்குச் சில பணிகளைச் செய்துவருகின்றது. இந்த நிறுவனத்தின் தலைவர் ஒரு காந்திய செயல்பாட்டாளராக இருப்பதால், நிறுவனம் என்பது மக்களுடன் இணையவில்லை என்றால் அது ஒரு கட்டடம் மட்டுமே என்று கூறுவார். எனவேதான் அந்த சுற்று வட்டார கிராம மாணவர்களுடன் குறிப்பாக ஏழை மாணவர்களுக்கு ஒருசில பாதுகாப்புகளை ஏற்படுத்திச் செயல்பட்டு வருகிறது அந்த நிறுவனம்.

நான் அந்த நிறுவனத்தில் நடந்த இளைஞர்களுக்காக தலைமைத்துவப் பயிற்சிக்கு மாற்றுப் பாதை, மக்கள் அரசியல், மாற்றுத் தலைமை என்ற தலைப்புக்களில் கலந்துரையாட அழைக்கப்பட்டிருந்தேன். அங்கு வந்த இளைஞர்கள் வருகின்ற உள்ளாட்சித் தேர்தலில் கிராமப் பஞ்சாயத்துத் தலைவர் பதவிக்கு போட்டியிடத் தயாராகி வருபவர்கள். எனவே அந்த இரண்டு நாள் பயிற்சியில் வகுப்புகளை எடுத்துவிட்டு என் இல்லம் வருமுன் அந்த செசி நிறுவனத் தலைவர் இங்கு ஒரு சிறு நிகழ்வு இருக்கிறது. அதைப்பார்த்துச் செல்லலாம் என என்னிடம் வேண்டினார். அதனை ஏற்று அந்த நிறுவனத்திற்குள் ஒரு சிறு திறந்தவெளி கலையரங்கம் இருக்கிறது, அங்கு என்னை அழைத்துச் சென்றார்கள். அங்கு என்னுடன் சுவீடன் நாட்டிலிருந்து வந்த இருவர், கனடா நாட்டைச் சேர்ந்த ஜில் என்ற பெண்மணி (இவர் பி. வி. ராஜகோபால் அவர்களின் துணைவியார்) மத்திய பிரதேசத்திலிருந்து வந்த ஒரு தொழில் அதிபர் அனைவரும் இணைந்தனர். அந்தக் கலையரங்கிற்கு ஒரு மாணவர் குழு வந்தது. அவர்கள் மிகவும் ஏழைக் குடும்பங்களிலிருந்து பொதுப் பள்ளியில் படிக்கும் மாணவர்கள். 'நாங்கள் தற்போது உங்களுக்கு ஒரு சிறு நாடகத்தை நடத்திக் காண்பிக்க உள்ளோம்' என்றனர்.

வெளிநாட்டிலிருந்து வந்தவர்களுக்கு மொழிபெயர்க்க ஏற்பாடுகள் செய்துவிட்டு நிகழ்ச்சியை ஆரம்பித்து நடத்தினர். குடியினால் வரும் தீமைகள் பற்றியதுதான் அந்த நாடகம். அதை மூன்றாவதிலிருந்து பத்தாவதுவரை படிக்கும் அந்த ஏழை மாணவர்கள் செய்து காட்டினர். அதில் பாடலும் வசனங்களும் அடங்கி இருந்தன. அந்த மாணவர்களின் தனித்திறன் என்பது முழுக்க முழுக்க முகத்தில் காட்டும் உணர்வுகள்தான்.

அடுத்து, அவர்கள் பாடும் பாடல்களும், பேசிய வசனங்களும் அனைவரையும் கவர்ந்தன. ‘எங்கள் குடும்பங்கள் சுதந்திர நாட்டில் அடிமைப்பட்டுக் கிடப்பதை ஏன் எவரும் கண்டுகொள்ள வில்லை. சுதந்திரம் அடைந்த நாட்டில் எங்களுக்கு மட்டும் ஏன் இந்த அடிமை வாழ்க்கை. எங்கள் தந்தையரைக் குடிபோதைக்கு அடிமையாக்கிவிட்டீர்கள். அவரால் எங்கள் குடும்பம் அமைதி இழந்து ஒவ்வொரு நாளும் ஒரு போராட்டக்களம்போல் இருக்கிறதே. அங்கு எங்களால் எப்படிப் படிக்க முடியும்?

எங்கள் தந்தையர்கள் எங்களையும் காப்பாற்றவில்லை, எங்களைக் காப்பாற்றிப் படிக்க வைக்கும் எங்கள் தாய்மார்களை எல்லையில்லா துன்பத்திற்கு ஆளாக்குகின்றனரே! கடைசியில் அவர்கள் எங்களை அநாதையாக்கிவிட்டுச் செல்கின்றனரே! எங்கள் அம்மா மாதம் ஆயிரம் ரூபாயை உரிமைத் தொகையாக வாங்குவதாக அரசாங்கம் கூறுகிறது.

எங்கள் அம்மா அரசு பேருந்தில் இலவசமாகப் பயணம் செய்கிறார் என்று அரசாங்கம் பெருமையாகக் கூறுகிறது. ஆனால், உரிமைத் தொகை மட்டுமல்ல, எங்கள் அம்மாக்கள் உழைத்துக் கொண்டு வரும் பணத்தையும் எங்கள் தந்தைமார்கள் தாங்கள் குடிப்பதற்கு அடித்துப் பிடுங்குகின்றார்களே. குடும்பமே அமைதியற்று வாழ்கிறது. எங்களுக்கு எப்போது விடுதலை. இதை யார் போராடிப் பெறப்போகிறார்கள். நாங்கள் பள்ளிக்கச் செல்லும் குழந்தைகள் படும் துயரங்களை யாரிடம் கூறுவது. இதற்கான போராட்டத்தை இன்றைய கட்சிகள் செய்யாத நிலையில் இனிமேல் எங்கள் தாய்மார்களும் குழந்தைகளாகிய நாங்களும் தான் நடத்த வேண்டும். ‘இதுதான் எங்கள் வாழ்க்கை’ என்று அந்தச் சிறு நாடகத்தின் மூலம் சித்தரித்தனர். அவர்கள் இந்த நாடகத்தில் கீழ்க்காணும் பாடலை உணர்ச்சிவயப்பட்டு பாடி அனைவரையும் கவர்ந்தனர்.

ஊரெல்லாம் சாராயம்
உற்சாக வியாபாரம்
ஒரு சிலர்க்கு ஆதாயம்
அழியுது இங்கு சமுதாயம்
படிக்கிற வயசுப்பையன்
குடிக்கிற ஆசையிலே

போரானே பாருக்குள்ளே
கேட்க இங்க ஆளும் இல்லே
குடியின் மயக்கத்தில்
குடும்பத் தலைவன்
குப்புறக் கிடக்கிறான் வீதியில்
பசி மயக்கம்
அவன் குடும்பம் முழுவதும்
சுருண்டு கிடக்குது
நாட்டுக்கும் கேடு என்றார்.
வீட்டுக்கும் கேடு என்றார்
உயிருக்கும் கேடு என்றார்
ஆனாலும் விற்கின்றார்.
தலைமுறை ஒன்று அழிகின்றதே
நமது உள்மனம் அழுகிறதே
தடுக்க வேண்டிய அரசாங்கம்
தடவித் தடவி வளர்க்கிறதே
பயிர் நடுவே களைகள் போலே
மதுக்கடைகள் ஊருக்குள்ளே
உயிர்குடிக்கும் நஞ்சை வாங்க
போகின்றார் பாருக்குள்ளே

அடுத்தது செல்போனை அனைவருக்கும் வாங்கித் தந்து விடுகின்றனர் பெற்றோர்கள். ஆனால் அந்த அலைபேசியின் பயன்பாட்டை யாருக்கும் கற்றுத் தராத காரணத்தால், எங்களைப் போன்ற குழந்தைகள் பைத்தியம் பிடித்து அலைகின்றனர் என்பதை கண்முன் தங்கள் நடிப்பின் மூலம் கொண்டுவந்து காண்பித்தனர்.

இந்த இரண்டு நிகழ்வுகளையும் மிக்க கவனமாக 30 நிமிடங் களில் நடத்திக் காண்பித்தனர். அது முடிந்தவுடன் அங்குச் சுவீடன் நாட்டிலிருந்து வந்தவர் கூறினார், 'இவர்கள் நடித்தது போலவே இல்லை, வாழ்ந்தே காட்டியதுபோல் இருந்தது. ஒரு வேளை இவர்கள் இந்தச் சூழலில் வாழ்கிறார்களோ என்றுதான் எண்ணத் தோன்றுகிறது' என்று கூறினார். இவர்களை இந்த நிகழ்வுக்குத் தயார் செய்த ஆசிரியர் கூறினார். அன்றாடம் இந்தச் சூழலை கண்முன் பார்க்கின்றனர். ஆகையால்தான் களத்தை

அப்படியே கொண்டு வந்து அவர்களால் காண்பிக்க முடிகிறது என்றார்.

குடும்பத்தைச் சிதிலமடையச் செய்யும் குடிகாரர்களை அரசு மதித்துப் போற்றுகிறது. அவர்களைக் குடிகாரர்கள் என்று கூறக்கூடாது மதுப்பிரியர்கள் என்றுதான் கூறவேண்டும் என்று குடிகாரர்களை மதித்துப் போற்றுவதை என்னென்று கூறுவது என்று இந்த மாணவர்கள் பேசிய வசனம் அனைவரின் கவனத்தையும் ஈர்த்தது. அந்த வசனத்தை இந்த மாணவர்கள் பேசிய போது அது அரசை அறம்பாடிக் கொல்வதுபோல் இருந்தது.

மத்தியப் பிரதேசத்திலிருந்து வந்திருந்த தொழிலதிபர் இவர்களுக்குத் தேவையான உடைகளை தன்னுடைய நிறுவனத்திலிருந்து அனுப்புவதாக உறுதியளித்தார். நானும் என் பங்கிற்கு ஒரு தொகையைக் கொடுத்துவிட்டு, அவர்களின் குடும்பச் சூழலைப் பற்றியும், கல்விச் சூழலைப் பற்றியும் கேட்டேன். அப்போது அவர்கள் கூறினார்கள். நாங்கள் வங்கியில் இந்தக் குழுவில் உள்ள அனைவரும் ஒரு சேமிப்புக் கணக்கு வைத்து 'காந்தி சேமிப்பு வங்கி' என்ற பெயரிட்டு சேமித்து வருகிறோம். இதற்கு செசி நிறுவனம் பேருதவியாக இருக்கிறது. எங்கள் பணம் எங்கள் கல்லூரிப் படிப்புச் செலவுக்காக உதவிடும் என்று நினைக்கிறோம் என்றனர்.

இவர்களின் ஆசிரியர் கூறினார். இவர்களுடைய சேமிப்பு ஆர்வத்தை ஊக்கப்படுத்த இந்த நிறுவனம் பேருதவி செய்கிறது. ஒவ்வொருவர் கணக்கிலும் குறைந்தது ரூபாய் எண்பதாயிரத்திலிருந்து ஒரு இலட்சம்வரை இருக்கிறது என்றார். அந்த மாணவர்களிடம் ஒரு தன்னம்பிக்கை தெரிந்தது. தங்களின் எதிர்காலம் பாதுகாப்பாக இருக்கிறது. படித்தால் நல்ல கல்லூரிகளில் இடம்பிடித்து வெற்றி பெறலாம் என்ற நம்பிக்கை துளிர் விட்டுக்கொண்டிருப்பதைப் பார்க்க முடிந்தது.

இவர்கள் நடத்திக் காண்பித்த நிகழ்வில் நம் தலைவர்கள் எவராவது குடிப்பவர்கள் எங்கள் கட்சியில் உறுப்பினராக இருக்க முடியாது என்ன கூறுகின்றார்களா என்பதைத்தான் அவர்கள் மையப்படுத்தினார்கள். அடுத்து இந்தக் குடிப்பழக்கத்தை ஏழைகளிடம் உருவாக்கி, அடிமைப்படுத்தத்தானே இதைச்

செய்கின்றார்கள் என்ற கேள்வியையும் முன்வைக்கின்றார்கள். இதில் என்ற வினோதம் என்றால் அவர்களைக் குடிக்கு அடிமை யாக்குவதன் மூலம் எங்கள் குடும்பங்களை அனாதையாக்கு கின்றார்களே இந்த நாட்டில் என்று கூறும்போது நம் நெஞ்சு கனக்கத்தான் செய்கிறது. இந்த சிறுவர்கள் நிகழ்த்தும் குறு நாடகத்தைக் கிராமங்கள் தோறும் கிராமசபையில் நடத்தினால் ஒரு குறைந்தபட்ச விழிப்புணர்வை மக்கள் பெறுவார்கள்.

இந்த நிகழ்வு கூறும் செய்தி ஒன்றே ஒன்றுதான். நாங்கள் சுதந்திரமாக வாழ மதுவை ஒழியுங்கள். மதுக்கடையை மூடுங்கள் என்பதுதான். மதுவை ஒழிப்பதற்குப் பதில் அரசு அதை வலுவாக ஊக்குவிக்கின்றதே என்பதுதான் இந்த மாணவர்களின் குமுறலாக இருந்தது. குழந்தைகளையும் தாய்மார்களையும் கிராமசபையில் விவாதிக்க வைத்துத் தீர்மானம் நிறைவேற்றக் கேட்டுக் கொண்டால், தமிழ்நாட்டில் இருக்கும் அத்தனை கிராம சபைகளிலும் மதுக்கடைகளை மூடுவதற்கான தீர்மானத்தை முன்மொழிந்துவிடுவார்கள். மதுக்கடைகளை கிராமங்களிலிருந்து அப்புறப்படுத்துங்கள் என்பதுதான் இந்தச் சிறுவர்களின் முழக்கமாக இருந்தது. இது உரைக்குமா நம் ஆட்சியாளர்களுக்கு? நம் அரசியல் கட்சித் தலைவர்களுக்கு!

□

26

தல்லாகுளம்
நினைவுகள் மிதக்கும் நீர்
ஆ. பாப்பா

மண்ணின் மைந்தர்கள் என்கிற மொழி ஆழமானது, பொருள் பொதிந்தது. தமது மண்ணை நேசிப்பவர்கள் தமது நேசத்திலிருந்து சிறிதும் விலகமாட்டார்கள், விட்டுக்கொடுக்கமாட்டார்கள். அம்மண்ணின் பண்பாட்டோடு ஒன்றிணைந்து பெருமையுடன் வாழ்ந்திருப்பார்கள். அதே வாழ்வியலை அடுத்தவர்களுக்கு முழுமையாகத் தரவேண்டுமென்று நினைப்பார்கள், அதற்கேற்பச் செயல்படுவார்கள். இதுவே பண்பாட்டைக் கடத்துதலாகும். இது கல்வி போன்று தனியானதொரு கற்றல் கிடையாது. நம் வாழ்வியல் நடைமுறைகளோடு கலந்து நம்முள் இயைவது. ஆனால் இப்போது இத்தகைய இணைப்பு நடைபெறாததால், அதன் தேவையை நமது அனுபவத்தின் மூலமாகத் தெரியப்படுத்த விழைகிறோம். நான் வாழ்ந்த மண்ணாகிய தல்லாகுளம் கிராமத்தில் நான் பெற்றதை இங்குத் தருகிறேன்.

மதுரை மாவட்டம், தல்லாகுளம் கிராமம் மதுரை மத்தியத் தொகுதி, வடக்கு சட்டமன்றத்தொகுதி, மதுரை மாநகராட்சிக்கு உட்பட்டது. இன்றும்கூட மதுரை மாநகராட்சி வரைபடத்தில் தல்லாகுளத்தைச் சுற்றியுள்ள பகுதிகளும் (3 கிமீ வரை) நாங்கள் குடியிருக்கும் பகுதியாகிய கோ. புதூர் உட்படத் தல்லாகுளம் கிராமமாகத்தான் குறிப்பிடப்பட்டுள்ளது.

இந்தப் பகுதி காந்தி மியூசியம், தமுக்கம் மைதானம், அரசு விருந்தினர் மாளிகை, இன்றைய உலகத் தமிழ்ச் சங்கம், எம்ஜிஆர் விளையாட்டுத்திடல் (பழைய பெயர்: ரேஸ் கோர்ஸ்), அமெரிக்கன் கல்லூரி, டோக் பெருமாட்டி கல்லூரி ஆகிய முக்கியமான இடங்களை அருகிலேயே கொண்டுள்ளது. சொல்லப்போனால், இன்றும் மதுரையே மிகப்பெரிய கிராமம் என்றுதான் அனைவராலும் சொல்லப்படுகிறது.

மதுரை மாநகரத்தினுடைய சிறப்பைச் சொல்லுகின்ற போது 'மதுரையைச் சுற்றிய கழுதைகூட வெளியூருக்குச் செல்ல விரும்பாது' என்றொரு பழமொழி உண்டு. நானும் அப்படித்தான். நான் கழுதையாகவே இருந்துவிட்டுப் போகிறேன். உள்நாடோ, வெளிநாடோ எந்த ஊருக்குச் சென்றாலும் மீண்டும் மதுரை மண்ணை மிதித்தவுடன் மனதில் ஏற்படுகிறதொரு மகிழ்ச்சி எதற்கும் ஈடாகாது. சிறுவயதில் ஏப்ரல், மே மாதங்களில் திருநெல்வேலி, தூத்துக்குடிக்குப் பாட்டிவீட்டுக்கு அழைத்துச் செல்வார்கள். அங்கு 15-30 நாட்கள் இருப்போம். மீண்டும் மதுரைக்கு வந்ததும் முதலில் எங்கள் கண்கள் தேடுவது அந்த அலுமினிய நிறத்தினாலான பேருந்தைத்தான். அந்தக் காலத்தில் நகரப் பேருந்துகளுக்கு வண்ணம் கிடையாது. எல்லாமே அலுமினிய நிறத்திலிருக்கும். எதைப் பார்க்கிறோமோ, இல்லையோ அலுமினிய நிறத்தினாலான பேருந்தைப் பார்த்ததும் மனம் பட்டாம்பூச்சியாய்ப் பறக்கும். நம்ம ஊருக்கு வந்து விட்டோம் என்கிற நிம்மதி ஏற்படும். காரணம் சொல்லத் தெரியாது. மண்ணின் மகிமையாக இருக்க வேண்டும்.

தல்லாகுளம் கிராமப் பின்னணி

1. சித்திரைத் திருவிழாவுக்குப் பெயர் போன பகுதி. இங்குள்ள கோவிலிலுள்ள பெருமாள் இந்தப் பகுதியில் கள்ளழகரை எதிர்கொண்டு சேவித்து (எதிர்சேவை) வரவேற்கிறார். இந்தக் கோவிலிலிருந்துதான் கள்ளழகர் தங்கக்குதிரையில் கிளம்பிச் சென்று வைகையாற்றில் இறங்குகிறார்.
2. தல்லாகுளம் பெருமாள் கோவிலுக்கு எதிரில் மிகப் பெரிய திறந்தவெளி ஒன்று உண்டு. பொட்டல் என்று

அழைக்கப்படும் இந்தப் பகுதியிலும் கூட்டங்கள் நடைபெறும். இந்தப் பகுதியில் அனைத்துக் கட்சிகளுக்கும் மன்றங்கள் உண்டு. அதனால் ஒரு தலைவருக்குப் பிறந்த நாள், நினைவு தினம் அல்லது அந்தக் கட்சியைச் சார்ந்த பிரமுகர்கள் வருகிறார்கள் என்றால் பாட்டு போட்டு எப்பொழுதும் தூங்கா நகரமாகச் சுறுசுறுப்பாக இயங்கிக் கொண்டே இருக்கும். திராவிடக் கட்சிகளின் பாடல்கள் இப்படித்தான் மனப்பாடமாயின.

3. அரசு விருந்தினர் மாளிகை அருகிலிருப்பதால், அரசியல் மற்றும் முக்கியப் பிரமுகர்கள் இந்த வழியாகத்தான் மாளிகைக்குச் செல்லவேண்டும். இந்தப் பகுதியின் இருபுறங்களிலும் இருக்கின்ற தமுக்கம் மற்றும் ரேஸ்கோர்ஸ் மைதானங்கள்தான் அந்தக் காலத்தில் அரசியல், அரசுக் கூட்டங்கள், விழாக்கள் நடைபெறுவதற்கென்று மதுரை யிலிருந்த இடங்கள். அதனால் தல்லாகுளம் தவிர்க்க முடியாதது.

4. தல்லாகுளம் பகுதியிலிருந்து 17 கிமீ தொலைவில் அழகர் கோவில் உள்ளது. தல்லாகுளம் சாலை நேராக அழகர் மலையில் சென்றுதான் முடியும். அழகர் கோவிலைச் சார்ந்த சொத்துக்கள் இன்றும் தல்லாகுளம், தமுக்கம்வரை அமைந்துள்ளன.

5. தல்லாகுளத்தின் பின்புறத்தில் கரும்பாலை என்கிற மிகப் பெரிய குடியிருப்புப் பகுதி உண்டு. இந்தப் பகுதிக்கு அரசியல் கட்சித் தலைவர்கள் வந்திருக்கிறார்கள். கரும்பாலை யின் ஒரு பகுதியில்தான் இன்று உலகத் தமிழ்ச் சங்கம் கட்டப்பட்டுள்ளது.

6. இன்றைக்குக் கட்டப்பட்டுள்ள கலைஞர் நூற்றாண்டு நூலகம் தல்லாகுளம் பகுதிக்கு அருகில்தான் அமைந் துள்ளது.

நான் பன்னிரண்டாம் வகுப்பு படிக்கும்வரை நாங்கள் தல்லா குளத்தில் குடியிருந்தோம். நான் பிறந்த மண், அதாவது அந்தப் பகுதியில் இருக்கக்கூடிய மருத்துவமனையில் நான் பிறக்க வில்லை. எங்களுடைய வீட்டில்தான் பிறந்தேன். அதனால்

அது நான் பிறந்த மண். மண்ணின் மைந்தர்கள் என்பது எங்களுக்குத் தான் பொருந்தும் போல. எங்கள் வீட்டில் நாங்கள் ஆறு பிள்ளைகள். நான்கு பேர் வீட்டில்தான் பிறந்தோம். பத்தாம் வகுப்பு வரையிலும் பள்ளி நேரம் போக வீட்டில் இருந்ததைவிடப் பொட்டல் பகுதியில் விளையாடியதுதான் அதிகம். வெயில், மழை, காற்று, சேறு எதுவானாலும் அந்தப் பொட்டலே எங்களுக்குச் சகலமும். அந்தப் பொட்டலும் என்னுடன் விளையாடிய விளையாட்டுப் பருவத் தோழமைகளும் குடியிருந்த மக்களும் இன்றும் மறக்க முடியாத அளவிற்கு, நாளும் கடைப்பிடிக்கிற வகையில் எனக்கு நிறையக் கற்றுக்கொடுத்தவை. அதைத்தான் நான் இங்கே பகிர்ந்து கொள்ளவிருக்கிறேன்.

எங்கள் குடும்பம்

எங்கள் குடும்பம் வறுமையானது. உணவு அளவாகத்தான் கிடைக்கும். அரைவயிற்றுக்குத்தான் சாப்பிட்டோம். வீட்டு வேலைகள் அனைத்தையும் செய்தோம். அதற்குச் சமமாக விளையாடவும் செய்தோம். இந்த விளையாட்டே பசியை மறக்கச் செய்தது. பசியோடு வீட்டிற்கு வந்தாலும் இருப்பதைச் சாப்பிட்டோம்.

நாங்கள் ரேஷன்கடையில் அரிசி, மண்ணெண்ணெய், சீனி போன்ற பொருட்களை வாங்கித்தான் சாப்பிட்டோம். ரேஷன் கடையில் நாங்கள்தான் வரிசையில் நிற்போம். சாமான் வாங்குகிற சமயத்தில் அம்மாவை ஓடிப்போய் அழைப்போம். அவர்கள் வந்து வாங்கிக் கொள்வார்கள். வரிசையில் நிற்கின்ற நேரம், பொழுது போக்கிற்காக நாங்கள் விளையாடுவோம். அடுத்ததாகக் கோடைக் காலத்தில் தண்ணீர்த் தட்டுப்பாடு அதிகமாக இருக்கும். அந்த நேரத்திலும் தண்ணீருக்காக வரிசையில் நிற்போம். குழாயருகில் எங்கள் பானை வந்தவுடன் அம்மா வந்து பிடித்துக்கொள்வார். ஏப்ரல், மே மாதம் எங்களுக்கு விளையாட்டோடு தண்ணீர் பிடிக்கும் வேலையும் உண்டு. இந்த வரிசையிலும் நாங்கள் விளையாடுவோம். இப்படியாக விளையாட்டும் வாழ்க்கையும் எங்களோடு இரண்டறக் கலந்தவைதான். அதனால்தான் வாழ்க்கையை நாங்கள் ஒருபொழுதும் சுமையாகவே நினைக்க வில்லை. இப்பொழுது எங்கள் கல்லூரி, தமிழ்த்துறை ஆசிரியர்கள்

சிங்கப்பூருக்குச் சுற்றுலா சென்றோம். அங்கு யுனிவர்சல் ஸ்டுடியோ சென்றபொழுது ஒவ்வோரிடத்திலும் நாங்கள் 30-50 நிமிடங்கள் வரிசையில் நிற்க நேர்ந்தது. அப்போது கால்வலி தெரியாமல் இருப்பதற்காக நாங்கள் பாட்டுக்குப் பாட்டு போட்டி வைத்து விளையாடினோம். இது சிறுவயதுப் பழக்கத்தை மலரும் நினைவுகளாக்கி என்னை மகிழ்வித்தது.

வீட்டிலிருந்து அடிக்கடி திரைப்படத்திற்கு அழைத்துச்செல்ல மாட்டார்கள். வருடத்திற்கு ஒரு படம். அதுவும் தெய்வம் தொடர்பானது. திரையரங்கிற்கும் நாலைந்து குடும்பங்களாகச் சேர்ந்துதான் செல்வோம். தல்லாகுளத்திலிருந்து தூரம் அதிக மிருந்தாலும் திரையரங்கிற்கு நடத்தியேதான் அழைத்துச் செல்வார்கள். கையில் பொரிகடலை அல்லது வேர்க்கடலை வாங்கிக் கொடுத்துவிடுவார்கள். அதைத் தின்றுகொண்டே நடந்து செல்வோம். அப்பொழுதெல்லாம் நடந்து செல்வது பெரிதாகத் தெரியாது. ஏனென்றால் நாங்கள் சினிமாவுக்குச் செல்கிறோம் என்கிற மகிழ்ச்சிதான். மகிழ்ச்சி அனைத்துச் சுமைகளையும் பின்னுக்குத் தள்ளிவிடும்.

அண்டை வீட்டார்

நமது பண்பாட்டில் உறவுகளைத் தாண்டிப் பழகியவர்களையும் அக்கா, அண்ணா, மாமா என்று கூப்பிடுவது உறவுகளை மேன்மைப் படுத்துவதற்குத்தான். பக்கத்து வீட்டுக்காரர் என்று சொல்லாமல் பக்கத்துவீட்டு மாமா, பக்கத்துவீட்டு அக்கா என்றுதான் அழைப்போம். இந்த உறவு குடும்பத்தினுள் ஒருவரை அங்கீகரிப்பது போன்றது. என்னைப் பள்ளியில் சேர்த்துவிட்டது பக்கத்துவீட்டு மாமாதான். நாங்கள் பள்ளிக்கு நடந்துதான் செல்வோம். 20 நிமிட நடையில் பள்ளிக்கூடம். காலுக்குச் செருப்பு கிடையாது. மதிய வெயிலில் செருப்பில்லாமல் நடக்கவேண்டும் என்பதால், சனிக் கிழமைகளில் பள்ளி வேலை நாளானால் அழுகையாக வரும். ஓடிவந்து ஒரு மரநிழலில் நின்றுவிட்டுப் பிறகு அடுத்த மரநிழலுக் காக ஓடுவோம். இப்படிப் பழகிய வெயிலும் மழையும் கரடு முரடான கற்களும் வீட்டு வேலைகளும்தான் இன்றும் ஆரோக்கியத் தைக் கொடுத்திருக்கின்றன. முனைவர் பட்டத்திற்கான களப் பணியில் சோர்வடையாது தகவல்களைச் சேகரிக்க உதவின.

எங்கள் வீட்டிற்கு எதிரில் ஒரு குடும்பம். அந்தப் பாட்டியை நாங்கள் அவ்வா என்று கூப்பிடுவோம். அவருக்கு மூன்று மகன்கள், இரண்டு பெண்கள். நல்லவர்கள்தான் என்று எண்ணினோம். முதல் மகனுக்குத் திருமணம் ஆனதும் அந்த மருமகளை அவர்கள் படுத்திய கொடுமை தாங்காது. அவருடைய பிறந்தகத்திற்குப் போவதோ, அவர்கள் வருவதோ கூடாது. சரியான சாப்பாடு கிடையாது. இப்படிப் பழங்காலத் திரைப்படம்போல் ஏகப்பட்ட கெடுபிடிகள். நாங்கள் நன்றாகப் பழகியதாலோ என்னவோ எங்களுடைய வீட்டிற்கு மட்டும் அவ்வப்பொழுது மருமகள் வருவார். அவர்களுக்குக் குழந்தை பிறந்தது. அந்தக் குழந்தையை எங்கள் வீட்டில் விட்டுவிட்டு வேலையைப் பார்ப்பார். அதற்கு அந்த வீட்டார் எதுவும் சொல்லவில்லை போலும்.

அந்தக் குழந்தையால் எங்கள் வீட்டிற்கு மருமகளின் வருகை அதிகரித்தது. பிறந்தகத்திற்குக் கடிதம் எழுத இன்லண்ட் லெட்டர் வாங்கித்தரச் சொல்வார். அவர் அந்த ஒரு கடிதத்தை எழுதுவதற்குக் குறைந்தது பத்து நாட்களாவது ஆகும். எங்கள் வீட்டில் குழந்தையை விடும்போது இரண்டுவரி, மீண்டும் தூக்கிச் செல்லும்போது இரண்டுவரி, அவர்கள் வீட்டில் கழிவறையில் இரண்டுவரி என்று இப்படியாகப் பத்து நாட்கள் கழித்து அந்தக் கடிதம் என்கைக்கு வருகின்ற போது ஈரமும் கசங்கலுமாக இருக்கும். நான்தான் அதைத் தபாலில் சேர்ப்பேன். அந்த அவ்வாவுக்கும் இரண்டு பெண்பிள்ளைகள். ஏன் அவர்கள் இதையெல்லாம் யோசிக்கவில்லை? இன்றும் அந்த மருமகள் அடிக்கடி என்னுடைய தமக்கையைச் சந்திக்கிறார். அவரிடம் பாசமாகப் பேசுவதோடு என்னை மிகவும் அதிகமாக விசாரித்தாகத் தமக்கை சொல்லும்போது அன்று நான் செய்த செயலினுடைய மதிப்பு இப்பொழுது எனக்குப் புரிகிறது.

தல்லாகுளத்தில் நாங்கள் குடியிருந்த தெருவின் பெயர் மூக்கப்பிள்ளை தெரு. எங்கள் வீட்டிற்கு எதிரே ஓர் ஆச்சி இருந்தார். அவருடைய வீட்டு வளாகத்திற்குள் ஐந்து வீடுகள். ஆச்சி படித்தவரில்லை, தைரியமானவர், துணிச்சலானவர், எவரிடமும் தாட்டியமாகப் பேசக்கூடியவர். மீனாட்சியம்மன் கோவிலை, திருவிழாவை நான் முழுமையாகப் பார்த்தது, புரிந்துகொண்டது அவரால்தான். சிறுவயதில் தன்னுடைய கைகளுக்குள் என்னை

இறுகப் பிடித்துக்கொண்டு திருவிழாவைக் காண்பித்தவர். கோவிலில் நடக்கும் உபன்யாசம், கதாகாலட்சேபங்களை, புராணக்கதைகளைக் கேட்கச்செய்தவர். கிருபானந்த வாரியாரின் உரையை நான் அதிகமாகக் கேட்டதும் அவரைப் பார்த்ததும் அங்குதான். நான் எம்ஃபில் (1991) படித்து முடித்ததும் ஒருநாள் எங்களுடைய தெருவிற்குச் சென்றேன். அந்த ஆச்சியையும் பார்த்தேன். அவருக்கு வயதாகிவிட்டது. ஆனால் குரலும் மனமும் தாட்டியமாகவே இருந்தன. என்னைக் கண்டதும் மகிழ்ச்சியோடு 'என்ன செய்கிறாய்' என்றார். நான் பெருமையாக எம்ஃபில் படித்திருக்கிறேன் என்று சொன்னேன். உடனே 'டேய் ஒரு சாக்பீஸ் கொண்டுவா, இந்தத் தரையில் எம்ஃபில்னு எழுது. அதன்மீது சீனியைத் தூவு. அந்த எருமை மாட்டைக் கொண்டுவந்து இங்கே விடு, அதன் நாக்கால் அதை நக்கட்டும். உன்னுடைய படிப்பு அதற்குத்தான் லாயக்கு' என்று சொல்லிவிட்டார். அவர் ஏன் அப்படிச் சொன்னார் என்றுதான் யோசித்தேன்? ஒருவருடைய படிப்பு என்பது அவருடைய வாழ்க்கைக்கு எவ்வளவு தூரம் உதவுகிறது? இவ்வளவு படித்திருக்கிறோம் என்கிற மமதை வரக் கூடாது என்பதற்காகவே அவர் அவ்வாறு கூறுகிறார் என்பதாக நான் எடுத்துக்கொண்டேன்.

என்னுடைய தம்பி பிறக்கும் போது வீட்டில் மின்சாரம் இல்லை. அதனால் மருத்துவச்சி பிரசவம் பார்க்க முடியாது என்று சொல்லிவிட்டார். மின்சாரம் வருவதாகத் தெரியவில்லை. என் தந்தையும் வீட்டிலில்லை. அதனால் கீழ்வீடு, பக்கத்து வீட்டுக் காரர்கள் என்னுடைய தாயை அருகிலிருந்த மருத்துவமனையில் சேர்த்துவிட்டனர். தம்பி பிறந்தான். என்னுடைய தந்தை வீட்டிற்கு வந்ததும் அதைக் கேள்விப்பட்டு என்னைக் கேட்காமல் மருத்துவ மனைக்குச் சென்றது தப்பு. நான் பார்க்க மாட்டேன், பொறுப்பு ஏற்கமாட்டேன் என்று சொல்லிவிட்டார். யாரெல்லாம் கொண்டு போய் மருத்துவமனையில் சேர்த்தார்களோ, அவர்களே மூன்று நாட்களும் உணவு கொடுத்து, எங்களையும் கவனித்து என் தாயை வீட்டில் கொண்டுவந்துவிட்டனர். இப்படி அக்காலத்தில் அருகிலிருப்பவர் எல்லாரும் ஒருவருக்கொருவர் உதவி மனப் பான்மையோடு பிரிவினை இல்லாமல், உறவுகளாகவே வாழ்ந்தோம்.

தீபாவளி, பொங்கல், திருக்கார்த்திகை போன்ற பண்டிகைகளின்போது எல்லா வீடுகளுக்கும் பலகாரங்கள் கொடுப்பதே பெரிய வேலை. காலையில் புத்தாடை அணிந்ததும் தட்டுகளில் பலகாரங்களை வைத்து இலையால் மூடி அம்மா தயாராக வைத்திருப்பார். ஒவ்வொரு வீடாகச் சென்று கொடுப்போம். சில வீடுகளில் நம்மைச் சிறிதுநேரம் நிற்கச் செய்து அந்தத் தட்டிலேயே அவர்கள் வீட்டுப் பலகாரங்களை வைத்துக் கொடுப்பார்கள். இதற்கே 12 மணியாகிவிடும். வெடி வெடிப்பதற்கு நேரமிருக்காது என்று சொன்னால் நீதான் வண்டி ஓட்டுவேல்ல, அப்படியே போய்விட்டு வந்திரு என்பார் அம்மா. வண்டி ஓட்டுவதென்பது வாயால் டுர்ர் என்கிற சத்தத்துடன் கைகளை ஹான்பார் போல வைத்துக்கொண்டு ஓடுவதுதான். நாங்களும் மகிழ்ச்சியாக ஓடுவோம். அம்மாக்கள் நம்மிடம் இப்படித்தான் வேலை வாங்கியிருக்கிறார்கள் என்பது இப்போது புரிகிறது.

தமுக்கத்திற்குப் பின்னால் யானை வளர்க்கும் வீடு ஒன்று இருக்கிறது. இப்போதும் பார்த்த நினைவு. என்னுடைய தமையனுக்கு யானையின் மீது காதல் வந்தது. பள்ளிக்குச் செல்லாமல் யானையுடன் இருக்க ஆரம்பித்தார். என் பெற்றோருக்கு வருத்தமும் கவலையும். யார் சொல்லியும் தமையன் கேட்கவில்லை. ஆனால் தமையன் சொல்லியதையெல்லாம் யானை கேட்டது. இருவரும் ஒன்றிவிட்டனர். யானை மீதேறி எங்கள் வீட்டிற்கருகில் வரும்போது வேண்டுமென்றே அதைச் சத்தமிடச் செய்வார். நாங்கள் ஓடிச்சென்று பார்ப்போம். பெற்றோருடன் தெருவே வருத்தப்பட்டது. கடைசியில் வீட்டைவிட்டுச் சென்று யானை கூடவே தங்கிவிட்டார். பல வருடங்களுக்குப் பிறகு ஒரு யானை அவரைக் குத்தித் தூக்கியெறிந்ததும் நாங்கள் வைத்தியம் பார்த்து அழைத்து வந்தோம். இது எங்களுக்கு யானையின் மீதான பயத்தை அதிகப்படுத்தியது.

சித்திரைத்திருவிழாவும் நானும்

தல்லாகுளம் சித்திரைத்திருவிழாவில் முக்கியப்பங்கு வகிக்கும் பகுதி. ஆண்டுதோறும் நடைபெறும் திருவிழா என்றாலும் நாங்கள் ஆவலோடு எதிர்பார்க்கின்ற விழா. உறவினர்களால் வீடு நிறைந்திருக்கும். தல்லாகுளம் பெருமாள் கோவிலின்

முன்பு அழகருக்காக வேடம் அணிந்தவர்கள், திரி எடுப்பவர்கள் சித்திரை பௌர்ணமியன்று காலையில் நடனமாடுவர். இப்போது அது இல்லை. ஆடுபவர்கள் எல்லோரும் ஒருவரையொருவர் அறியாதவர். ஆனால் ஒரே மாதிரியாக ஆடுவர். நாங்கள் வேடிக்கையும் பார்ப்போம்; அவர்களோடு சேர்ந்தும் ஆடுவோம். எங்களுக்கும் சொல்லித் தருவார்கள். எல்லோரும் ஆண்கள்தான். இந்தக் காலத்தைப் போல ஆண்களிடம் பயமில்லை. இப்போது என் பிள்ளைகளை நான் அப்படி விடுவேனா? நிச்சயமாக மாட்டேன்.

பௌர்ணமிக்கு முதல்நாள் இரவு முழுவதும் பொட்டலில் நாட்டுப்புறக்கலைகள் நிகழ்த்தப்பெறும். அவற்றை நாங்கள் வேடிக்கை பார்ப்போம். எப்படியும் வீட்டிற்குச் செல்வதற்கு இரவு இரண்டு மணியாகிவிடும். வீட்டிற்குச் சென்றதும் இரவு முழுவதும் இப்படிச் சுற்றுவாயா என்று அடிவிழும். பெரும்பாலும் உறவினர்கள் தடுத்துவிடுவர். ஆனாலும் அடுத்த வருடம் அதேமாதிரி பொட்டலில்தான் போய் நிற்போம். இந்தத் திருவிழாவில் தான் நாட்டுப்புறக் கலைகளின் அறிமுகம் கிடைத்தது.

சித்திரைத்திருவிழா என்னால் மறக்கமுடியாத விழா. முதுகலை படிக்கும் போது, மிக்கேல் பக்தீனுடைய கோட்பாட்டை ஆசிரியர் நடத்தினார். நாட்டுப்புற விழாக்களும் சடங்குகளும் மனதிற்குக் குதூகலத்தை அளிப்பவை, குதூகலம் என்பது விழாவில் பங்குகொள்கின்ற அனைவருமே மகிழ்ச்சியாக இருப்பதுதான் என்பது பக்தீனின் கோட்பாட்டில் முக்கியமானது. இக்கோட்பாட்டைப் படிக்கின்ற போது என்னுடைய திருவிழாக் கால அனுபவங்களை நினைத்துக்கொண்டேன். பக்தீனின் கோட்பாட்டுக்குச் சான்று நான்தானே.

வாழ்க்கைக்கான பயிற்சிக்களம்

விளையாட்டு எதிர்கால வாழ்க்கைக்கான பயிற்சிக்களம் என்பது எனக்குப் பொருந்தும். விளையாட்டு, விளையாட்டுத் தோழமை மூலம் நான் கற்றுக்கொண்ட நடத்தை முறைகள் என்னை வார்த்தெடுத்தன என்று சொல்லுவேன். தலைமைப் பண்பு, விட்டுக்கொடுத்தல், உதவிசெய்தல், வெற்றி, தோல்வியைச் சமமாகப் பாவித்தல், கீழ்ப்படிதல், பொறுமை... இன்னும் நிறைய

நடத்தை முறைகள் எனக்குப் பழக்கமாயின. நிறைய நண்பர்களும் அந்த நட்பு வருடக்கணக்கில் தொடர்வதும் இங்குக் கிடைத்த நற்பண்புகளாலேயே என்று நான் நிச்சயமாகக் கருதுகிறேன்.

தல்லாகுளம் பொட்டல், பெருமாள் கோவில் என்பதைத் தாண்டி அருகிலுள்ள பார்க் முருகன் கோவில், (இப்போது ராஜாஜி பூங்கா), அங்கிருந்து சுவரேறிக் குதித்து மருத்துவக் கல்லூரி, அங்கிருந்து சுவரேறிக் குதித்து அமெரிக்கன் கல்லூரி, பிறகு தமுக்கம் மைதானம், ஓசிபிஎம் பள்ளி, டோக் பெருமாட்டி கல்லூரி என்று எங்களது விளையாட்டு மைதானம் பரந்துபட்டதாக இருந்தது. அந்தக் காலத்தில் நாங்கள் விளையாடுவதை, எங்கு, யாருடன் விளையாடுகிறோம் என்று எங்களுடைய பெற்றோர் கேட்டதில்லை. அதைப் பற்றிக் கவலைப்பட்டதும் இல்லை. இதை அக்கறையின்மை என்று எடுத்துக்கொள்ள முடியாது. எங்கள் மீதுள்ள நம்பிக்கை என்றுதான் எடுத்துக்கொள்ள வேண்டும். ஒருநாளும் சித்திரைத் திருவிழாவின்போது தமுக்கத்தில் நடைபெறும் சித்திரைப் பொருட்காட்சிக்குக் காசு கொடுத்துச் சீட்டு வாங்கி நாங்கள் சென்றதில்லை. காசு கொடுப்பாருமில்லை. இப்படியே பக்கச் சுவரேறிக் குதித்து உள்ளே சென்றுவிடுவோம்.

என்னுடைய முனைவர்பட்ட ஆய்வேட்டில் குதித்தல், ஓடுதல் போன்ற அசைவுமிகு விளையாட்டுக்கள் பெண் பிள்ளைகளுக்கு உரியதல்ல என்று நான் எழுதும்போது எனக்கு அது பொருந்த வில்லை என்றாலும் களப் பணித் தரவுகளை வைத்து எழுத வேண்டியதாயிற்று. ஏனெனில் சுவரேறிக் குதிப்பது எனக்குப் பழக்கம்தானே.

நாங்கள் எங்களுடைய தெருவில் விளையாடிக் கொண்டிருக்கும் போது தினமும் கதர் வேட்டி, சட்டை அணிந்த ஒருவர் அந்த வழியாக நாங்கள் விளையாடுவதைப் பார்த்துச் சிரித்துக் கொண்டே செல்வார். பிறகு இருவரும் பேச ஆரம்பித்தோம், நட்பானோம். அவர் காந்தி மியூசியத்தில் பணி செய்கிறேன் என்றார். உடனே காந்தி மியூசியத்தை எங்களுக்குச் சுற்றிக் காட்டுவீர்களா என்று கேட்டோம். அவரும் ஒருநாள் எங்களை அழைத்துச் சென்றார். எங்களுக்கு எவ்வளவு புரிந்தது என்று தெரியாது.

ஆனால் காந்தி மியூசியம் முழுவதையும் சுற்றிக் காண்பித்து அனைத்தையும் விளக்கினார். எளிதில் அனைவரிடமும் பழகிவிடும் என்னுடைய குணமே காந்தி மியூசியத்தை அந்த வயதிலேயே பார்க்கச் செய்ததென்று நினைக்கிறேன். அவரைப் பற்றி வேறொன்றும் தெரியாது. ஆனால், இன்றும் எனக்கு அவருடைய முகமும் உருவமும் நினைவில் உள்ளன. எளிதில் அனைவரிடமும் பழகிவிடும் இந்த பண்பே பிற்காலத்தில் நான் களப்பணி செய்யும் ஊர்களில் அனைவரிடமும் எளிதாக பேச உதவுகிறது.

இருப்பதை வைத்துக்கொண்டு வாழவேண்டும். நமது தேவை நம்மை மீறியதல்ல என்கிற இரண்டு குணங்களும் விளையாட்டுத் தோழமையால் கிடைத்தவை. அக்காலத்து விளையாட்டுப் பொருள்கள் இயற்கையானதும் பெரியவர்களால் வேண்டா மென்று ஒதுக்கப்பட்டவையும்தான். களிமண், மணல், குச்சிகள், இலைகள், தேர்வு முடிந்ததும் நோட்டு அட்டைகள், தாள்கள், சிறிய சட்டிகள் இன்ன பிற. இக்காலத்தைப் போல் விளை யாட்டுப் பொருள்களுக்குச் செலவுகள் கிடையாது—அவற்றைப் வாங்கித் தருபவர்களும் இல்லை. இன்று, 'பயனற்ற பொருள்களிலிருந்து கலை' எனக் கல்வி நிறுவனங்களில் ஒரு கலையாகக் கற்றுத் தருகிறார்கள். ஆனால், அப்போது எங்களுக்கு அந்தக் கலை இயல்பாகவே இருந்தது.

எனக்கு மிகவும் தாமதமாகவே அரசுப்பணி கிடைத்தது. ஊதியமும் இன்னும் முறையாகப் பெறவில்லை. அதைப் பற்றி நான் யோசித்ததும் இல்லை. இருப்பதை வைத்துச் செம்மையாக வாழ்கிறேன். பார்ப்பவர்களும் கேட்பவர்களும் நான் எல்லா வற்றையும் தொலைத்துவிட்டதாகச் சொல்கிறார்கள். என்னளவில் நான் மகிழ்ச்சியாகவே வாழ்கிறேன். வாழ்க்கையை அதன் போக்கிலேயே ஏற்றுக்கொள்வது என்பது இதுதான் என்றும் உணர்கிறேன். இதைக் கொடுத்தது கிராம வாழ்க்கைதான்.

எங்கள் விளையாட்டிலும் விளையாட்டுத் தோழமையிலும் பாலினப் பாகுபாடு இருந்ததே இல்லை. எல்லா விளையாட்டுக் களையும் நாங்கள் விளையாடினோம். இருபாலரும் சேர்ந்துதான் விளையாடினோம். என்னடா, என்ன புள்ள, வா, போ இதுதான் எங்களுக்கிடையிலான வார்த்தையாடல்கள். இன்றும் அந்த

நண்பர்களைப் பார்த்தால், இந்த வார்த்தைகள்தாம் முதலில் வருகின்றன.

அரசியல்

அரசியல், ஆட்சி, கட்சி, தேர்தல் ஆகியவை பற்றி அறிந்துகொண்டது இங்குதான். இந்தப் பகுதியில்'மனிதச் சங்கிலிகள், போராட்டங்கள் அதிகம் நடைபெறும். நாங்கள் விளையாடிக் கொண்டு இருக்கும் போது இடையில் ஓடிப்போய் அவர்களோடு இணைந்துகொண்டு முடிந்தவுடன் மீண்டும் விளையாட்டைத் தொடர்வோம்.

தேர்தல்காலங்களில் தெருத்தெருவாகக் கட்சிகள் ஓட்டுக் கேட்கும்பொழுது நாங்களும் அவர்களோடு சேர்ந்து போடுங் கம்மா ஓட்டு என்று கத்திக்கொண்டே செல்வோம். யாருக்கு? எதற்கு ஓட்டுப்போடவேண்டும் என்றெல்லாம் எங்களுக்குத் தெரியாது. ஆனால் அதுவும் எங்களுக்கு விளையாட்டு, பொழுது போக்குதான். ஆனால் அரசியலை அறிந்து கொள்ளுதல் என்பது என்னுள் ஏற்பட்டது. இன்றுவரை அரசியல் பேசுவதற்கு இதுவே அடித்தளமிட்டது.

எம்ஜிஆர், கலைஞர், ஜெயலலிதா, இந்திராகாந்தி, அன்பழகன் என்று இன்னும் அரசியல்வாதிகள் பலரையும் நான் இங்கு நேரில் கண்டிருக்கிறேன். ஒரு சில கூட்டங்களில் அவர்களது பேச்சுக் களையும் கேட்டிருக்கிறேன். இவையும் அரசியல் அறிமுகத் திற்குக் காரணமாயின.

மதுரை வந்த எம்ஜிஆர் தல்லாகுளம் கரும்பாலையில் தனது காரிலிருந்து இறங்கியது, அப்பகுதி மக்களிடம் பேசியது, அவர்களைத் தொட்டுப் பேசியது என எல்லாவற்றையும் மிக வியப்புடன் பார்த்ததும் அவரைத் தொடர்ந்து பின்னால் சென்றதும் இன்றும் அழியாமல் நினைவில் இருக்கின்றன. எம்ஜிஆரை எனக்கு மிகவும் பிடிக்கும். இன்றுகூட அவருடைய திரைப்படங் களைப் பார்ப்பதுண்டு. ஒருவேளை சிறுவயதில் அவரை இப்படி அருகிலிருந்து பார்த்ததுகூடக் காரணமாக இருக்கலாம்.

பாகுபாடு

மாலை முழுவதும் விளையாட்டு என்று பாரதி எனக்காகத்தான்

பாடியிருக்கிறார். தல்லாகுளம் பொட்டலில் இரவு 9:15மணி வரையிலும் விளையாடுவோம். அந்நேரம் பெருமாள் கோவிலில் கொட்டடிப்பார்கள். இரவு சாமிக்குப் படைத்துவிட்டுப் பொங்கல் தருவார்கள். அதை வாங்கிச் சாப்பிட்ட பிறகுதான் வீட்டிற்குச் செல்வோம். பள்ளி முடிந்து 5 மணியிலிருந்து விளையாட்டுதான். ஒருநாள் பொட்டலில் விளையாடிக் கொண்டிருந்தபோது என்னுடைய தந்தை என்னைத் தேடிவந்தார். எனக்கு மனதில் பல எண்ணங்கள். ஏன் தந்தையே நம்மைத் தேடிவருகிறார்? அடிப்பதற்காகவா? இல்லை. ஒருநாளும் அவர் என்னை அடித்ததில்லை. எதற்காக இருக்கும் என்று ஓடிப்போய்க் கேட்டேன்? நீ கர்நாடக சங்கீதம் கற்றுக்கொள்வதற்காகச் சேர்த்துவிடத்தான் வந்தேன் என்று கூட்டிக்கொண்டு போனார். தல்லாகுளத்திலுள்ள சத்குரு சங்கீத சமாஜத்தில் சேர்த்தும்விட்டார். சங்கீதம் கற்றுக் கொள்ள ஆரம்பித்தேன். மூன்று மாதங்கள் கற்றலில் பிரச்சினை இல்லை.

பிறகு கொஞ்சம் கொஞ்சமாக அவர்கள் மேட்டுக் குடிகளுக்கே அதிகம் கற்றுக்கொடுக்க ஆரம்பித்தார்கள். எங்களைக் கை விட்டார்கள். இது எனக்குப் பிடிக்கவில்லை. கற்றலே இல்லாமல் நான் எதற்காக அங்குச் செல்ல வேண்டும், எனது நேரத்தை வீணடிக்க வேண்டும்? அப்போதிருந்து எனக்கு அவர்களிடம் ஒட்டுதல் இல்லாமல் போனது; வெறுப்பு ஏதுமில்லை. இது எனக்குப் பெரிய விசயமாகவும் தோன்றவில்லை. தந்தையிடம் சொல்லிவிட்டேன். என்னுடைய தந்தையும் வற்புறுத்தவில்லை. பதிலாக எனது தந்தையும் அவரது நண்பரும் எனக்குச் சங்கீதம் கற்றுக் கொடுத்தார்கள்.

தல்லாகுளம் பெருமாள் கோவிலில் தினமும் மாலைநேரம் பஜனை நடக்கும். மார்கழி மாதம் திருப்பாவை, திருவெம்பாவை சொல்லிக் கொடுப்பார்கள். விளையாட்டுக்கிடையே நாங்கள் இவற்றையும் கற்றுக்கொண்டோம். மார்கழி மாத முடிவில் திருப்பாவை, திருவெம்பாவையில் போட்டி நடத்துவார்கள். அவர்கள் சொல்லிக் கொடுத்த பாடல்களை இசையோடு பாடுதல், ராகம் சொல்லல், பாடலுக்குப் பொருள் சொல்லுதல் என்கிற வகையில் போட்டிகள் நடைபெறும். மூன்று ஆண்டுகள் இந்தப் போட்டிகளில் தொடர்ந்து முதல் பரிசு எங்களுக்குக் கிடைத்தது.

அடுத்த வருடம் எங்களில் யாருக்கும் முதல் பரிசு கிடைக்கவில்லை. நாம் பாடியதிலும் பொருள் சொல்லியதிலும் குறை இருந்தது போலும் என்று நான் நினைத்துக்கொண்டேன். அதற்குப் பிறகுதான் தெரிந்தது—பெருமாள் கோவிலில் நடத்தப்பெறும் போட்டிகளில் மேல்தட்டு மக்களுக்குப் பரிசுகள் கிடைக்க வேண்டும் எனப் பரிசு மாற்றப்பட்ட விசயம். பிறகு அந்தக் கோவில் பஜனை மற்றும் போட்டிக்கு நான் செல்லவில்லை. மேல்தட்டு பற்றிப் பெரிதாக நினைக்கவுமில்லை.

பெருமாள் கோவிலைச் சுற்றிலும் ஐயர் வீடுகள்தான். அந்தப் பிள்ளைகள் எங்களோடு விளையாடுவார்கள். அவர்கள் எங்களிடம் எந்தப் பாகுபாடும் காட்டியதில்லை. விளையாடுகின்ற போது தண்ணீர் கேட்டால் கொடுப்பார்கள். அதனால் அப்போதும் எனக்கு அது பெரிதாக மனதில் நிற்கவில்லை.

மதுரை காமராசர் பல்கலைக்கழகத்தில் முதுகலைப்பட்டம் முடித்ததும் வேலைவாய்ப்பு அலுவலகத்தில் பதிவு செய்தேன். நான் முதுகலையில் 74 விழுக்காடு மதிப்பெண் எடுத்திருந்தேன். பல்கலைக்கழகத்தில் இரண்டாம் இடம். என்னுடைய தந்தை பிற்படுத்தப்பட்ட வகுப்புச் சான்றிதழ் வாங்கிக் கொடுத்திருந்தார். நான் முற்படுத்தப்பட்ட வகுப்பு. இந்த மேல்தட்டுப் பாகுபாடு சிறுவயதில் என்னுள் பெரிதாகப் பாதிப்பை ஏற்படுத்தாவிட்டாலும் இந்த இடத்தில் அதன் வெளிப்பாடு இருந்தது. என்னுடைய சான்றிதழை—நான் என்ன சாதியோ, அதற்கு என்ன கிடைக்குமோ... அதுவே கிடைக்கட்டும் என்று கிழித் தெறிந்துவிட்டேன்.

தல்லாகுளம் கோவில்கள்

பெருமாள் கோவிலின் முன்புள்ள பொட்டல் தவிர, கோவிலும் எங்களுடைய விளையாட்டு மைதானம்தான். கோவிலினுள் விளையாடக்கூடாது என்று யாரும் சொல்லியதே இல்லை. உள்ளே பெரிய தண்ணீர்த்தொட்டி வைத்திருப்பார்கள். தண்ணீர் சுத்தமாக இருக்கும். அதில் தண்ணீர் குடித்து, முகம் கழுவிக் கொள்வோம். விளையாடும் பொழுதே கோவிலை நாங்கள் சுத்தம் செய்வோம், தண்ணீர் தெளிப்போம்.

இப்படி எல்லா வேலைகளையும் கோவிலுக்கும் செய்வோம். சிறுவயதிலேயே எங்களை அறியாமல் உழவாரப் பணி செய்திருக்கிறோமே என்று இந்தக் கட்டுரை எழுதும்போது எனக்குத் தோன்றுகிறது.

தல்லாகுளத்தில் கருப்பணசாமி கோவில் ஒன்று உள்ளது. அந்தக் கோவில் சாலைமீது இருக்கும். அதனால் அந்தச்சாலை சிறிது வளைந்து செல்லும். அந்த வளைவினால் எதிரில் வண்டி வருவது தெரியாது. அதனால் அங்கே வாகன விபத்துகள் அடிக்கடி நிகழும். நாங்கள் விளையாடும்பொழுது ஓடிச்சென்று விபத்துகளையும் அடிபட்ட மனிதர் இறப்பதையும் பார்ப்போம். நாங்கள் ரோட்டுக்குச் செல்லக்கூடாது என்பதற்காக வீட்டில்—அந்தக் கருப்பணசாமி இரத்தத்தைக் குடித்துவிடும்—அருகில் நீங்கள் நின்றாலும் உங்களையும் அது கொன்றுவிடும். நீங்கள் போகக் கூடாது என்று எங்களுக்குச் சொல்லப்பட்டது. மனிதனுடைய இரத்தம் உடலைவிட்டு வெளியேறிய சிறிது நேரத்தில் உறைந்து விடும் என்பது வளர்ந்த பிறகுதான் தெரியும். சிறுவயதில் கருப்பணசாமி குடித்ததாகவே நாங்கள் நம்பிக்கொண்டிருந்தோம். இப்படிச் சிறுவயது வாழ்க்கையில் சில சுவாரசியங்களும் உண்டு. இந்த ஆர்வமூட்டும், மீவியல்புகளுடன் கூடிய கதைகளும் நம்பிக்கைகளும் இல்லாமல் இருந்தால் வாழ்க்கை சுவாரசியம் இல்லாமல் போகும். இப்போதும் பேருந்தில் அந்த இடத்தைக் கடக்கின்ற போது என்னையறியாமல் நான் சிரிக்கத்தான் செய்கிறேன்.

தல்லாகுளத்தில் தெருவுக்குள் மாரியம்மன் கோவில் ஒன்றுண்டு. செங்குந்த முதலியார் இனத்தவருக்குச் சொந்தமானது. அங்குப் பத்து நாட்கள் திருவிழா நடைபெறும். முளைப்பாரி வளர்ப்பார்கள். நாங்கள் அந்த விழாவிற்குச் செல்வோம். இரவு நேரத்தில் பெண்கள் அனைவரும் கும்மியடிப்பார்கள். நான் அங்குதான் கும்மியடிக்கக் கற்றுக் கொண்டேன். இரவு 9 மணிக்கு மேல் வேலைக்குச் சென்று வந்த ஆண்களெல்லாம் ஒயிலாட்டம் ஆடுவார்கள். அது ஆண்களுக்கு மட்டுமே. பயிற்சியின்றி ஒரே மாதிரியாக, அழகாக எப்படி ஆடுகிறார்கள் என்பது எனக்கு வியப்பாகவே இருக்கும். இப்போதெல்லாம் மாரியம்மன் திருவிழாவில் கலைஞர்கள் கலைகளை நிகழ்த்துகிறார்கள் என்று கேள்விப்பட்டேன்.

நிறைவாக

எல்லாரும் எல்லாமும் எப்போதும் நன்றாகவும், மகிழ்ச்சியாகவும், ஒற்றுமையாகவும் இருந்த காலத்திலேயே நாம் வளர்ந்து விட்டோம் என்று எண்ணுகிறேன். இந்தத் தலைமுறை நிறைய இழந்துவிட்டதோ என்று எனக்குத் தோன்றுகிறது. ஆனாலும் நாம்தான் அவர்கள் இழந்ததாக நினைக்கிறோம்; அவர்கள் சொல்லவில்லையே. அவர்களுக்கு இந்தக் காலத்தைய வாழ்க்கை தான் தெரியும், அதுவே பழக்கமாகிவிட்டது. அதனால் அவர்கள் அதை இழப்பாகக் கருதவில்லை என்றும் தோன்றுகிறது. இத்தகைய எண்ணங்களை எனது கிராமம் எனக்குக் கொடுத்தது.

நிறைவாக இந்தக் கட்டுரை எழுதும்போதுதான் என்னுடைய நினைவாற்றலின் சக்தி எனக்குத் தெரிகிறது. வயதாகிவிட்டது, மறதி வந்துவிட்டது என்று நினைத்தேன். இல்லை, நான்... நான் தான்.

□

27

மதுரை

ஊர் அல்ல உருவகம்!

ஆர். பாலகிருஷ்ணன்

நான் ஒரு பயணி. தமிழ் நெடுஞ்சாலை என்னை உலகமெங்கும் அழைத்துச் செல்லும் ஒற்றைப் பாதை. 'யாதும் ஊரே, யாவரும் கேளிர்', 'எத்திசைச் செலினும் அத்திசைச் சோறே' என்பதெல்லாம் என் மட்டில் இலக்கிய வரிகள் அல்ல. வாழ்வின் பெரும் பகுதியைத் தமிழ்நாட்டின் மண்ணுக்கு வெளியே வாழ்ந்திருக்கும் எனக்கு, சொந்தமான அட்சரேகை என்றும் தீர்க்கரேகை என்றும் எதை நான் அடையாளப்படுத்துவேன்?

வியப்புச் சரிவிகிதம் கலந்த இந்த வினாவை இன்னொரு கோணத்தில் கேட்டால், 'உன் சொந்த ஊர் எது?' என்பதுதானே? அதுவும் நியாயமான கேள்வியும்தானே. 'ஊரும் பெயரும் உடைத்தொழிற் கருவியும்...' என்று தொல்காப்பிய மரபியல் இடும் பட்டியலில் முதலிடம் பெறுவது 'ஊர்' அல்லவா?

நான் பிறந்த இடம் நத்தம், வளர்ந்தது படித்தது எல்லாம் மதுரை, குடியேறியது திண்டுக்கல். நத்தம் அப்போது ஒருங்கிணைந்த மதுரை மாவட்டத்தின் ஒரு பகுதியாக இருந்தது. இப்போது திண்டுக்கல் மாவட்டத்தில் உள்ளது. நான் ஒடிசாவில் பல்வேறு இடங்கள், புதுதில்லி, சென்னை என்று பல ஆண்டுகள் வாழ்ந்தவன்; வாழ்கிறவன் என்றாலும் உணர்வுப்பூர்வமாக என்னை நான் மதுரையோடுதான் அடையாளப்படுத்திக் கொள்கிறேன்.

இன்றுகூட, இலக்கிய மேடைகளில் பேசும்போதும், சிந்துவெளி பற்றியும், சங்க இலக்கியம் பற்றியும் பேசும்போதுகூட 'சொன்னாய்ங்க', 'வந்தாய்ங்க', 'போனாய்ங்க' என்று மதுரைத் தமிழில் என்னையும் அறியாமல் பேசிவிடுகிறேன். பேசும் ஒவ்வொரு மேடையிலும் ஏதோ ஒரு வகையில் நான்: 'மதுரைக்காரன்' என்ற பெருமையைப் பேசிவிடுவதால், என்னை அறிந்தவர்கள் என்னை மதுரையோடு மட்டும்தான் தொடர்புபடுத்திப் பார்க்கிறார்கள். மதுரைக்கென்று ஏதோ ஒரு மாயவசீகரம் இருப்பதாகவே எனக்குத் தோன்றும்.

பின்னோக்கி நடக்கிறேன். எவ்வளவு பின்னோக்கிச் சென்று மதுரை பற்றிய எனது நினைவுகளை எவ்வளவு ஆழமாகச் சென்று தோண்டிப் பார்க்க முடியும் என்று யோசிக்கிறேன். மதுரையில் நரிமேட்டில் சோனையார் கோயில் தெருவில் வசித்த வீடு. முதலாம் வகுப்பு முதல் ஆறாம் வகுப்புவரை படித்த ஜோதி ஸ்கூல் ஒன்றும் அவ்வளவு தூரமில்லை. மெயின் ரோட்டில் இறங்கி நடந்தால் கொஞ்சம் தூரம். பின்வாசல் வழியாகக் குறுக்குப் பாதையில் சென்றால் மிக அருகே பள்ளிக்கூடம்.

இப்போதும் நினைத்துப் பார்த்தால்கூட அந்தத் தெருக்கள், குடி தண்ணீர்க்குழாய்கள், அந்த மாவுமில், எண்ணெய்ச்செக்கு, மெயின் ரோட்டில் எழுதியிருந்த சினிமா விளம்பரம், துவரைக் களம், சைக்கிள் ரிப்பேர் கடைகள், டீக்கடைகள், சலூன் என்று ஒவ்வொன்றும் அப்படியே நினைவிருக்கிறது. கற்பனையில் ஒவ்வொரு தெருவாகவும், ஒவ்வொரு தெருவிளக்கு கம்பியையும் மனசில் கடந்து போக முடிகிறது. காலையில் என்ன சாப்பிட்டோம் என்பது மறந்துவிடுகிறது; பள்ளி நாட்கள் அங்குலம் அங்குலமாக நினைவுக்கு வருகிறது என்பது 'வயதாகிறது' என்பதன் அறிகுறி என்பதை நான் அறிவேன்.

சில மாதங்களுக்கு முன்னால் (செப்டம்பர் 2024) மதுரையில் ஒரு கருத்தரங்கிற்குச் சென்றவன், நான் படித்த பள்ளிக்கூடம் எப்படி இருக்கிறது என்று பார்ப்பதற்காக அந்தத் தெருவுக்குச் சென்றேன். அடையாளமே தெரியாமல் மாறிப்போயிருந்தது.

திடீரென்று தெளிவான நினைவுகள் மறைந்து குழப்பம் சூழ்ந்தது போல இருந்தது. இருந்தாலும் என் கண்முன் பார்ப்பதை

‘அழிரப்பரால்’ அழித்துவிட்டு எனது நினைவுச் சிலேட்டு பலகையைப் பழையபடி ஆக்கிக்கொண்டு திரும்பினேன். அந்தப் பழைய வாசம் எனக்குப் பிடித்திருந்தது. இப்போதுதான் எங்குப் போனாலும் ஒரு வாகனம் தேவைப்படுகிறது. அப்போதெல்லாம் வெறும் கால்கள் மட்டும்தான். நரிமேட்டிலிருந்து மீனாட்சி புரத்திற்கு வீடுமாறிச் சென்றோம். மீனாட்சிபுரத்தில் வீட்டு வாடகை குறைவு என்று அம்மா காரணம் சொன்னதாக நினைவு. நரிமேட்டிற்கும் மீனாட்சிபுரத்திற்கும் இடையே இருபது முப்பது வயக்காடுகள்தான் என்றாலும் துருவ இடைவெளி போலத் தோன்றும். நகரத்திலிருந்து கிராமத்துக்குப் புலம்பெயர்ந்ததைப் போல ஓர் உணர்வு.

மழைக் காலங்களில் பாதி மூழ்கிய வரப்புகளில் அனுமான மாகத்தான் நடந்துபோவோம். வழுக்கி விழுவது சர்வ சாதாரணம். தல்லாகுளத்தில் அமெரிக்கன் கல்லூரி உயர்நிலைப்பள்ளியில் படிக்கும் காலத்தில் ‘தண்ணீர் பாம்பை’ நேரில் கண்டிராத, ‘டவுன்காரப் பயல்களுக்கு’ தீப்பெட்டியில் எடுத்துச்செல்வது உண்டு. ‘டவுன் பயல்கள்’ தண்ணீர் பாம்பைப் பார்த்துப் பயப்படுவதைப் பார்த்தால் மகிழ்ச்சியாக இருக்கும்.

தண்ணீர் பாம்பைத்
தொந்தரவு செய்ததை
இப்போது நினைத்தாலும்
வருத்தமாக இருக்கிறது.
ஆனால் அது அந்த வயது.

மதுரை மீனாட்சிபுரம் ஒரு தனி உலகம். மீனாட்சிபுரம் எனக்குக் கற்றுக்கொடுத்த வாழ்க்கையை நரிமேடும், தல்லாகுளமும் கற்றுக்கொடுத்திருக்குமா என்பது சந்தேகம்தான். மீனாம்பாள்புரம் என்றும் அழைப்பார்கள். தத்தநேரிக்கு போகும் வழியில் எல்ஐசி கட்டடம். அதைத்தாண்டி ஐயனார் கோயில், செல்லூர் கண்மாய் ஒரே சாலை, ஓடை மதகைத் தாண்டி உள்ளே வந்தால் மீனாட்சி புரம் பஸ் ஸ்டாப். அந்தத் தெரு முனையில்தான் வாழ்க்கையை நான் வாசித்திருக்கிறேன் என்று தோன்றுகிறது.

சர்க்கரை செட்டியார் படிப்பகம், என்எஸ்கே படிப்பகம் என்று கட்சி வாரியாகப் படிப்பகங்கள் இருக்கும். தேநீர்க் கடைகளிலும்

முடிவெட்டும் கடைகளிலும் செய்தித்தாள்கள் இருக்கும். மதுரையின் புறநகர்ப்பகுதி. பழமையிலிருந்து நவீனத்திற்குக் கொஞ்சம் கொஞ்சமாக மாறிக்கொண்டிருந்த குடியிருப்பு. சத்தியமூர்த்தித் தெருவில் வீடு. இந்த மீனாட்சிபுரம்தான் எனக்கு அரசியல் சொல்லிக்கொடுத்தது. பள்ளிப் படிப்புத் தொடங்கிக் கல்லூரி படிக்கும்வரை நடந்து செல்வதும், நகரப் பேருந்தில் செல்வதுதான் அன்றாட அனுபவம்.

திராவிட இயக்கம் ஆட்சிக்கு வந்திருந்த காலகட்டம், நான் அங்கே குடியிருந்த போதுதான் திமுக இரண்டாக உடைந்து அண்ணா திமுக தோன்றியது. எங்கள் குடும்பம் காங்கிரஸ் குடும்பம். நான் காங்கிரஸ் கட்சியின் மேடைப் பேச்சாளன். தினமும் நடந்து கடக்கும் தெருமுனையில் கட்சிக்கூட்டம் நடக்கும்போது வெளியிலிருந்து வந்த பேச்சாளர்களோடு மேடையேறி முழங்குவதுகூட அந்த வயதில் ஒரு பெருமிதம்தான்.

நாங்கள் வசித்த பகுதியில் பலவித வாழ்வியல் அனுபவங்கள். படித்தவர்கள், படிக்காதவர்கள், அலுமினியம் தொழிற்சாலையில் வேலை பார்ப்பவர்கள், நெசவுத் தொழில் பார்ப்பவர்கள், கஞ்சா போதையில் நடமாடிக்கொண்டிருக்கும் சிலர் என வாழ்க்கை அப்போதுதான் சிலரை அடையாளம் காட்டியிருந்தது. நான் சிறுவயதிலேயே மேடை ஏறிப்பேசி அனைவருக்கும் பெரும் பாலும் அறிமுகமானவன் என்பதால் என்னைக் கொஞ்சம் கூடுதல் அன்போடு நடத்தினார்கள் அக்கம் பக்கத்தினர். பள்ளி, கல்லூரியில் படிக்கும்போதே தெருமுனைகளில் கட்சிக்கொடி ஏற்றிவைத்த அனுபவம்கூட உண்டு.

மாநகராட்சித் தேர்தல் வாக்குப்பதிவின் போது, வாக்குப்பதிவு ஏஜெண்டாகவும், வாக்கு எண்ணிக்கை ஏஜெண்டாகவும்கூட இருந்திருக்கிறேன். வாக்காளராகப் பதிவுபெறும் வயதை அடையாதவன் ஏஜெண்டாக இருக்க முடியாது என்பது எனக்குத் தெரியாது; யாரும் சொல்லவும் இல்லை. டில்லியில் இந்தியத் துணைத்தேர்தல் ஆணையராகப் பல புதிய வழிமுறைகளை வகுத்து ஆணைகளை வெளிக்கொணரும்போது, நான் அரைக் கால் டவுசரில் வாக்குச்சாவடியில் முகவராக அமர்ந்திருந்ததை நினைத்து எனக்குள் சிரித்தேன்.

நான் பிறந்த ஊரான நத்தம் எனது தாய்வழித் தாத்தா பாட்டியின் ஊர். என்னுடைய உறவினர்கள் பலரும் நத்தத்தில் மளிகைக் கடை, உணவு விடுதி என்று தொழில் செய்து வந்தார்கள். எனது தாத்தா நத்தத்தைச் சுற்றியுள்ள ஆவிச்சிப்பட்டி, ஊராளிப்பட்டி போன்ற கிராமங்களில் கரும்பு விவசாயம், அச்சுவெல்லம் செய்யும் கரும்பு ஆலை, உணவுக்கடை என்று தொழில்கள் செய்துவந்தார்.

அப்போது காலாண்டு, அரையாண்டு என்று எல்லா விடு முறைக்கும் நத்தத்துக்கும், மேற்சொன்ன கிராமங்களுக்கும் செல்வதுதான் எனக்கான கிராம அனுபவம். நத்தத்திலிருந்து ஊராளிபட்டிக்கு நடந்தே செல்வோம். வயல்களில் வேலை செய்கிற பெண்கள் எங்களுடன் பிரியமாகப் பேசுவார்கள். மதுரையிலிருந்து வெறும் 30 கிமீ தாண்டி வந்தவனை 'சீமை யிலிருந்து' வந்திருப்பவன் என்று அவர்கள் சொன்னதை இப்போது நினைத்தாலும் மிகவும் வியப்பாக இருக்கிறது. 'சீமைக் காரப் பயல்' என்றும் என்னைக் கூறுவார்கள். அதுமட்டுமல்ல, 'சீமையில் நீங்க எல்லா நாளும் அரிசிச் சோறு சாப்பிடுவீங்களாமே' என்றுகூட என்னை விசாரித்துள்ளார்கள்.

பல்கலைக்கழகத்தில் தமிழ் இலக்கியம் படிக்கும்போது,
கருங்கால் வரகே இருங்கதிர் தினையே
சிறுகொடிக் கொள்ளே பொறிகிளர் அவரையொடு
இந்நான் கல்லது உணாவும் இல்லை...
கல்லே பரவின் அல்லது
நெல்உகுத்துப் பரவும் கடவுளும் இலவே.

என்ற மாங்குடி கிழாரின் பாடலைப் பாடமாகத் தான் படித்தேன். ஆனால், இந்தப் பாடல் பேசும் சமூகப்பொருளாதார எதார்த்தம், உற்பத்தி உறவு, பண்பாட்டு, வழிபாட்டு அரசியல் அனைத்தையும் போகப்போகக் காலம்தான் எனக்குப் புரியவைத்தது.

இந்திய ஆட்சிப்பணிக்குச் சென்று ஒடிசாவில் நிதிச் செயல ராகவும், வளர்ச்சி ஆணையராகவும் பணியாற்றும் காலத்தில் ஒடிசா சிறுதானிய இயக்கம் (ஒரிசா மில்லெட் மிஷன்) என்ற பெயரில் பலநூறு கோடி ரூபாய் முதலீட்டில் கேழ்வரகு, தினை போன்ற சிறுதானியங்களின் மேம்பாட்டுக்காக ஒரு சிறப்புத் திட்டத்தைத் தீட்டினோம். அப்போதுகூட 'தினமும் நீங்க

அரிசிச்சோறு சாப்பிடுவீங்களாமே' என்று என்னிடம் கேட்ட அந்தப் பெண்கள்தான் நினைவில் வந்துபோனார்கள்.

மீண்டும் மதுரைக்கு வருகிறேன். 'மதுரையைச் சுற்றிய கழுதை வேறு எங்கும் போகாது' என்பார்கள். எங்கே வசித்தாலும் மனசு என்னவோ மதுரையைத்தான் சுற்றிச் சுற்றிவருகிறது. சென்ற மாதம் விமானநிலையத்திலிருந்து தல்லாகுளம் பகுதிக்குப் போகும் வழியில் தெற்கு மாரட்டு வீதிக்குள் சென்றுவிட்டார் டிரைவர். வேறு மெயின்ரோட்டில் போகாமல் இங்கே வந்து விட்டாரே என்று தோன்றியது.

இருந்தாலும், நாற்பது நாற்பத்தைந்து ஆண்டுகளுக்குப் பின்னால் அந்தத் தெருவுக்குள் போகிறோம் என்ற நினைப்பு என்னை ஆக்கிரமித்தது. ஒன்றுமே மாறவில்லையோ என்று தோன்றியது. அதேமாதிரியான கடைகள், அதே மாதிரியான தகர டப்பாக்கள். அதே மாதிரியான காய்கறிக் கடைகள், அதே தாய்மார்கள், அதே மனிதர்கள், அதே தெருப்புழுதி. மதுரையின் வாசம்கூட மறக்கவில்லை எனக்கு. கூகுள் மேப்தான் இப்போ தெல்லாம் குழப்பிவிடுகிறது. எதுவுமில்லாமல் என்னை இறக்கி விட்டால்கூட எந்தத் தெருவையும் மறந்துவிடாமல் செல்ல வேண்டிய இடத்திற்குச் சென்றுவிடுவேன் நான். அந்த அளவுக்கு மனப்பாடமாய் இருக்கிறது எனக்குப் பழைய மதுரை.

புதிய கட்டடங்கள், புதிய தெருக்கள், புதிய மார்க்கெட்டுகள், கூடுதல் எண்ணிக்கையில் ஜிகர்தண்டா கடைகள், ஆனால் உடல்மொழி என்னவோ இன்னும் மாறவில்லை என்றுதான் தோன்றுகிறது. மதுரை சங்க இலக்கியம் பேசும் மதுரை, பாறையில், தமிழ்க் கல்வெட்டில் குறிப்பிடப்படும் மத்திரை, நெடிதுயர்ந்த மீனாட்சியம்மன் கோயில் கோபுரம், திருமலை நாயக்கர் மகால் என்று தொடர்ந்து இயங்கும் மதுரை பற்றிய புரிதலைப் புரட்டிப்போட்ட கீழடி.

பெருநகரம் என்பதெல்லாம் அளவு குறித்த சொல்லாடல்தான். மற்றபடி மதுரை என்மட்டில் ஒரு பெரிய கிராமம்தான். இந்த மதுரைதான் எனக்குப் பேச கற்றுக் கொடுத்தது, எழுதக் கற்றுக்கொடுத்தது. இந்த மதுரைதான் நான் வசித்த இடமும், வாசித்த இடமும். என்னை வளர்த்து ஆளாக்கிய இந்த மதுரைக்கு

வரும்போதெல்லாம் நான் பழைய நினைவுகளுக்குள் ஆட்பட்டு விடுகிறேன்.

சித்திரைத் திருவிழா, எதிர்சேவை, மண்டகப்படிகள், மதுரைக் காரர்களின் பழைய அலப்பறைகள் என்று மீள்நினைவில் ஒவ்வொன்றாக வந்து போகிறது. சித்திரைத் திருவிழாவில் தண்ணீர் பீய்ச்சும் கூட்டத்தில் புகுந்து சட்டை ஈரமாகி, வெளியேறி நடந்து 40 ஆண்டுகளுக்கும் மேலாகிவிட்டது. ஓய்வாக ஒருமுறை மீண்டும் மதுரைக்குப் போகவேண்டும்.

மாநகரப் பேருந்துகளில் ஏறி நரிமேடு, கரிமேடு, தல்லாகுளம், கோரிப்பாளையம், ஆரப்பாளையம், அனுப்பானடி என்று சுற்றித் திரிய வேண்டும். கால் போன திசையில் நடக்கவேண்டும். ரீகல் டாக்கீஸூக்கு எதிரே பிரேமா விலாஸில் 100 கிராம் அல்வாவும் கொஞ்சம் மிச்சரும் வாங்கிச் சாப்பிட்டுவிட்டுக் காலாற நடக்க வேண்டும். கட்டபொம்மன் சிலையை மீண்டும் ஒருமுறை ஏறெடுத்துப் பார்க்க வேண்டும். சர்வோதய இலக்கியப் பண்ணையில் புத்தகம் வாங்க வேண்டும். காந்தி மியூசியம் அப்படியேதான் இருக்கிறதா?

தேர்வுக் காலங்களில் ராஜாஜி பூங்காவில் சிமெண்ட் பெஞ்சில் உட்கார்ந்து படித்ததை அங்கே சென்று மீள்நினைவில் மீண்டும் உணர்ந்து உள்வாங்க வேண்டும். இப்படி ஒருநாள் மதுரையைச் சுற்றித்திரிந்து ஞாபகங்களால் மனசை நிரப்பிக்கொண்டு சென்னை திரும்பவேண்டும். நான் மதுரையைச் சுற்றிய கழுதை.

ஏழெட்டு ஆண்டுகளுக்குமுன், ஒருமுறை மதுரை சென்ற போது, விமான நிலையத்திலிருந்து ஐஜி மெஸ்ஸிற்குக் காரில் செல்லும் போது, முன்னிருக்கையில் அமர்ந்து, சாம்சங் நோட் பேடில் நான் எழுதி, காரில் இருந்தபடியே முகநூலில் சுடச் சுடப் பதிவிட்ட ஒரு கவிதையை மீள்பதிவு செய்து இந்தக் கட்டுரையை முடிப்பதுதான் 'முறை செய்வதாக' இருக்கும் என்று நினைக்கிறேன்.

சித்திரைத் திருவிழா எதிர்சேவை!
தல்லாகுளம்
முழுவதும் தலைகள்.

மண்டகப்படிகளின்
உள்ளும்புறமும்
முறைகாரர்களும்
'முறையை'
வம்படியாக
எடுத்துக்கொண்டவர்களும்...

சுந்தர்ராஜப் பெருமாள் கோயில்
வெற்றிடங்களில்
பாமரர்களின்
அனந்தசயனம்.

இளவட்டங்கள்
குறிப்பிட்ட சில
'தாவணிகளை'
குறிவைத்துத் திரிந்தார்கள்.

மண்டகப்படிக்கு உரிய
தாவணியை அங்கேயே
வைத்து
'அளவெடுப்பது'
கிட்டத்தட்ட
ஏறு தழுவுதல் போலத்தான்.

பங்காளிகள்
முறைப்பையன்கள்
பார்த்தால்
'கொத்து புரோட்டா'

தோல்பையிலிருந்து
தண்ணி பீச்சுவோர்
தரையிலும் பீச்சுவார்
தலையிலும் பீச்சுவார்

வாய்விட்டுக் கேட்டு
'பீச்சு' வாங்கும்
பக்தர்களும் உண்டு
'பார்ட்டி மீது' பீச்ச சொல்லும்

'நேயர் விருப்ப'
பயல்களும் உண்டு.

எதிர் சேவை...
மதுரையின்
'ஏழரை' கலந்த
'பக்தியின்'
ஆண்டுமலர்
இலவச ஆயுள் சந்தா.

பக்தியும் பரவசமும்
கலந்த திருவிழா.

சித்திரைக் கோடையிலும்
கூடல் நகரின்
'மனசு' குளிரும் மந்திரம் இது.
பொதுவெளியில் 'ஜிகர்தண்டா...'

அழகருக்கான எதிர்சேவையை
மண்டகப்படிகளும்
உள்ளூர் அழகிகளுக்கான
எதிர்சேவையை
மந்திரப்பொடிகளால்
மந்திரித்து விடப்பட்ட
எளந்தாரிகளும்
'எடுத்து' நடத்துகிறார்கள்.

பஸ் ஸ்டாப்பில்
படியாதது
எதிர்சேவையில்
நனைந்து நாணுவது
சர்வ சாதாரணம்.

இதையெல்லாம்
கண்டும் காணாமல்
நகரும் கள்ளழகர் குதிரை!

கள்ளழகருக்கென்றொரு
ஒரு கணக்கு வழக்கு.

அது தனி!
அது வண்டியூர்
கிளைக்கதை...

வைகைக்கரை...
கடவுளை மனிதனாய்
கரை சேர்க்கும் கரை.

ஆறு என்பது வெறும் நீர் அல்ல! வைகை என்பது எப்போதா வரும் வெள்ளப் பெருக்கா? இல்லவே இல்லை! அது பரிபாடல் சொல்வது போல, 'தமிழ் வையைத் தண்ணம் புனல்.' அது வெறும் ஆறு அல்ல; வரலாறு. அது போலத்தான் மதுரையும். அது தமிழ் மதுரை! ஊர் அல்ல உருவகம்!

□

28

வளவனூர்
மண்வாசத்தின் ஆன்மா
பாவண்ணன்

நான் பிறந்த ஊர் வளவனூர். விழுப்புரத்திலிருந்து புதுச்சேரிக்குச் செல்லும் சாலையில் பத்தாவது கிலோமீட்டரில் உள்ளது. என்னுடைய அப்பாவின் பெயர் பலராமன். புதுச்சேரியைச் சேர்ந்த கோர்காடு என்னு சிற்றூரில் பிறந்து வளவனூரி வளர்ந்தவர். கடைத் தெருவில் வாடகைக் கட்டடத்தில் தையல்கடை வைத்திருந்தார். என் அம்மாவின் பெயர் சகுந்தலா. புதுச்சேரியில் பிறந்தவர். அப்பாவைத் திருமணம் செய்துகொண்ட பிறகு வளவனூருக்கு வந்தவர். எனக்கு ஐந்து வயதான போது பெற்றோர்கள் என்னை ஊராட்சி ஒன்றியப் பள்ளியில் முதலாம் வகுப்பில் சேர்த்தார்கள். அது 1963ஆம் ஆண்டில் நடந்தது. முதல் வகுப்பும் இரண்டாவது வகுப்பும் மட்டும்தான் நான் அந்தப் பள்ளியில் படித்தேன். மூன்றாம் வகுப்புக்கு வந்த பிறகு கோவிந்தையர் பள்ளிக்கு மாற்றி விட்டார்கள்.

ஐந்தாம் வகுப்பு வரை நான் அந்தப் பள்ளியில் படித்தேன். அதற்குப் பிறகு அரசு ஆண்கள் உயர்நிலைப் பள்ளியில் சேர்ந்தேன். 1974ஆம் ஆண்டில் பள்ளியிறுதித் தேர்வை எழுதும் வரைக்கும் அந்தப் பள்ளியில் படித்தேன். விழுப்புரம் அரசுக் கல்லூரியில் சேர்ந்து புதுமுக வகுப்பைப் படித்தேன். பிறகு கல்லூரிப் படிப்புக்காகப் புதுச்சேரிக்கு வந்துவிட்டேன். புதுச்சேரி தாகூர் கல்லூரியில் கணிதவியலில் பட்டப்படிப்பை முடித்தேன்.

அதற்குப் பிறகு ஓராண்டு விழுப்புரத்தில் அஞ்சல் நிலையத்திலும் அடுத்த ஓராண்டு புதுச்சேரியில் தொலைபேசி நிலையத்திலும் வேலை செய்தேன். தொடர்ந்து அதே தொலைபேசித்துறையில் இளநிலை பொறியாளர் பணிக்காகத் தேர்ந்தெடுக்கப்பட்டுக் கர்நாடகத்துக்கு வந்துவிட்டேன்.

பள்ளி மாணவனாக 1963 முதல் 1974 வரைக்கும் வளவனூரில் நான் வாழ்ந்த காலத்தை ஒரு பொற்காலம் என்றே சொல்ல வேண்டும். நடை வழியாகவே நான் ஒவ்வொரு தெருவையும் அறிந்துகொண்டேன். நூலகத்துக்கும் தமிழாசிரியரான கண்ணன் ஐயா வீட்டுக்கும் நண்பர்கள் வீட்டுக்கும் நடந்துதான் செல்வேன். ஆறாம் வகுப்பில் படிக்கும்போதே என் அம்மா என்னை வீட்டு வேலைகளில் பழக்கிவிட்டார். கடைத்தெருவுக்குச் சென்று அரிசி, மளிகைச்சாமான்கள், காய்கறிகள் வாங்கி வருவது, அடுப்பெரிக்க விறகு, சவுக்கை மிளார், எருமுட்டை வாங்கி வருவது, கேழ்வரகு அரைக்க மில்லுக்குச் செல்வது என எல்லா வேலைகளும் என்னுடைய பொறுப்பில் இருந்தன. அந்த இடங்களுக்குச் செல்லக்கூடிய நேர்வழிகளையும் குறுக்குவழிகளையும் நடந்து நடந்து நானே தெரிந்துகொண்டேன். தனியாக நடப்பது ஒரு அனுபவம். கூட்டமாக நடப்பது இன்னொரு அனுபவம்.

வேடிக்கை பார்த்தபடி நடக்கும்போது பாதையோரத்துச் சுவர்களில் ஒட்டப்பட்டிருக்கும் அல்லது எழுதப்பட்டிருக்கும் வாசகங்களைப் படிப்பதும், அவற்றிலிருக்கும் ஏதேனும் ஒரு சொல்லிலிருந்து புதிதாகக் கதைகளை உருவாக்கி அதில் திளைப்பதும் எனக்கு எப்போதும் பிடிக்கும். நண்பர்களைச் சந்திக்கப் புதிய புதிய தெருக்கள் வழியாக நடந்துபோவதும் வேடிக்கை பார்ப்பதும் வழங்கும் பரவசத்துக்கு ஈடு இணையே இல்லை.

விழுப்புரத்தையும் புதுச்சேரியையும் இணைக்கும் நெடுஞ் சாலை எங்கள் வளவனூரை இரண்டு துண்டுகளாக மாற்றி யிருந்தன. தோராயமாக ஒவ்வொரு பக்கத்திலும் இருபது முதல் முப்பது தெருக்கள் இருக்கும். ஒரு பகுதி மட்டும் குமாரகுப்பம் என்றொரு தனிப்பெயரைச் சூட்டிக்கொண்டிருந்தது. யாரோ ஓர் அரசனின் காலத்தில் குமாரகுப்பமும் வளவனூரும் தனித்தனி சிற்றூர்களாக இருந்ததாகவும் வேறொரு அரசனின் காலத்தில்

இரு ஊர்களும் வளவனூர் என்னும் ஒரே பெயரில் இணைக்கப் பட்டுவிட்டதாகவும் பேசிக்கொள்வதைக் கேட்டிருக்கிறேன்.

அவற்றையெல்லாம் கற்பனை என்றே வெகுகாலம் நம்பிக் கொண்டிருந்தேன். ஒருநாள் எங்கள் அப்பாவின் நண்பரொருவர் வீட்டுக்கு வந்திருந்தார். அவர் பெரிய முருகபக்தர். விழுப் புரத்தைச் சேர்ந்தவர். ஒரு நேர்த்திக்கடனைச் செலுத்திவிட்டு வருவதற்காகப் பழனியில் இருக்கும் முருகன் கோவிலுக்குச் சென்றுவந்திருந்தார். அங்கிருந்து வாங்கிவந்த பஞ்சாமிர்தத்தைக் கொடுப்பதற்காகத்தான் வீட்டுக்கு வந்திருந்தார். சிறிது நேரத்துக்குப் பிறகு புறப்படுவதற்காக விடைபெறும்போது 'சரி, நான் கௌம்பறேன். குமாரகுப்பம் சுப்பிரமணியர் கோவில் வரைக்கும் போய்ச் சாமியைப் பார்த்துட்டுப் பஸ் பிடிக்க சரியா இருக்கும்' என்று சொன்னார்.

குமாரகுப்பம் என்னும் சொல் காதில் விழுந்ததும் எப்படியோ அதைப் பற்றிய உரையாடலும் சந்தேகமும் விளக்கமும் தொடங்கி விட்டன. தாமதத்தைப் பொருட்படுத்தாமல் அவர் விரிவாக எங்கள் சந்தேகங்களுக்கு விளக்கங்களை அடுக்கினார். 'எல்லாமே உண்மைதான். கதை கிடையாது. இன்னைய தேதியில நமக்கு ஒரு விஷயம் தெரியலைங்கறதுக்காக அப்படி ஒரு விஷயமே நடக்கலைன்னு நினைக்கறது பெரிய தப்பு' என்று நிதானமாகச் சொன்னார். அவர் சொன்னதையெல்லாம் குறுக்குக்கேள்வி கேட்காமல் நாங்கள் அமைதியாகக் கேட்டோம்.

அவர் சொன்ன செய்திகளின் சாரம் இதுதான். வண்ணச்சரபம் தண்டபாணி சுவாமிகள் மிகப்பெரிய முருகபக்தர். பத்தொன்பதாம் நூற்றாண்டின் நடுப்பகுதியில் வாழ்ந்தவர். எல்லா நேரங்களிலும் முருகனின் திருப்புகழைப் பாடிக்கொண்டே இருந்ததால், அவருக்குத் திருப்புகழ் சுவாமிகள் என்றொரு பட்டப்பெயரும் உண்டு. முருகன் மீது ஏராளமான துதிப்பாடல்களை எழுதி யிருக்கிறார். தமிழ்நாட்டில் அவர் காலடி படாத முருகன் கோவிலே இல்லை. எல்லாக் கோவில்களுக்கும் சென்று தரிசனம் செய்து, முருகன்மீது பாடல்களைப் பாடியிருக்கிறார். அவர் வளவனூரில் உள்ள சுப்பிரமணியர் கோவிலுக்கும் வந்து, 'கந்த நாயக மாலை' என்ற பெயரில் முருகன் பாடல்களை எழுதியிருக்கிறார்.

கொந்தலர்ச் சோலை மலியத் திகழும் குமாரபுரிக்
கந்தனுக்குச் சொன்ன செந்தமிழ் மாலைக் கவிதையென
வந்தவை முப்பதிற்றாறும் கருது மனத்தினருக்கு
அந்தமிலானந்த வாரியிற்றேறியும் அமுதெய்துமே

என்பது அவருடைய பாடல்களில் ஒன்று. அந்தப் பாடலில் குமாரபுரி என்று குறிப்பிடுவதுதான் இன்றைய குமாரகுப்பம்.

ஒரு காலத்தில் தென் தமிழகத்தில் பாஞ்சாலம் என்கிற ஊர் இருந்தது. எதிர்பாராமல் தாக்கிய பஞ்சத்தால் அந்த ஊர் சிக்கித் தவித்தது. மக்கள் உணவுக்கு வழியின்றித் தவித்தார்கள். அவர்கள் எல்லோருமே முருகனை தெய்வமாக வழிபடக்கூடியவர்கள். முருகனை நினைத்து வாழ்வதற்கு வழிதேடி அந்த ஊரைவிட்டு வெளியேற முடிவெடுத்தார்கள். ஆனால் அதுவரை நாள்தோறும் வணங்கிய முருகனை அங்கேயே விட்டுவிட்டு அவர்களால் அங்கிருந்து வெளியேற அவர்களுக்கு மனம் வரவில்லை. அதனால் மூலவரை மட்டும் தம்மோடு எடுத்துக்கொண்டு வடக்கு நோக்கிப் புறப்பட்டார்கள்.

பகலெல்லாம் நடப்பது, இரவில் பாதுகாப்பான இடத்தில் தங்கி ஓய்வெடுப்பது என நடந்துகொண்டே இருந்தனர். அவ்வாறாக, அவர்கள் இந்த ஊருக்கு ஒருநாள் வந்துசேர்ந்தனர். இரவாகி விட்டதால் இங்கேயே தங்கி ஓய்வெடுத்தார்கள். காலையில் புறப் படுவதற்குத் தயாரானார்கள். ஆனால் மூலவரைச் சுற்றி வைத்திருந்த துணிமூட்டையை அவர்களால் எடுக்கமுடிய வில்லை. மண்ணில் வேரூன்றியதுபோல அசைக்கமுடியாமல் உறுதியாக இருந்தது. அந்த ஊரில் தங்குவதற்கு முருகன் வழங்கும் ஆலோசனையாக அதை அவர்கள் நினைத்தார்கள். ஊரும் செழிப்பாகவும் வாய்ப்பு வசதிகளோடும் இருந்தது. அதனால் முருகனின் விருப்பப்படி அங்கேயே வாழத் தொடங்கினர்.

செஞ்சியில் தேசிங்கு ராஜா ஆண்டுகொண்டிருந்த காலம் அது. வளவனூரை அடுத்தச் சிற்றூரான நறையூர் அவருடைய கட்டுப் பாட்டில் இருந்த இடம். நடைபெற்ற நிகழ்ச்சிகளையெல்லாம் தெரிந்துகொண்ட அவர் தம் ஆட்கள் வழியாக அந்தக் குடிமக்களுக்குத் தேவையான உதவிகளைச் செய்யும்படி கட்டளையிட்டார். அதை ஒரு தொடக்கமாகக் கொண்டு அவர்கள் அனைவரும்

அங்கேயே மகிழ்ச்சியுடன் வாழ்ந்தனர். பாடுபட்டு உழைத்துத் தம் வாழ்க்கையை வளமாக்கிக்கொண்டனர். தமக்கு வழிகாட்டிய முருகனுக்கு அங்கேயே ஓர் ஆலயத்தை எழுப்பி வழிபடத் தொடங்கினர். குமரக்கடவுளின் பெயராலேயே அந்தப் பகுதிக்கு குமாரபுரி என்று பெயர்சூட்டினர். அவர்களுடைய உழைப்பால் அந்தப் பகுதி மேலும் செழித்தது. அந்தச் செழிப்பு இன்னும் பல ஊர்களிலிருந்து பலர் வந்து அங்குக் குடியேற வழிசெய்தது.

குமாரபுரி என்னும் சொல்லே பிற்காலத்தில் குமாரகுப்பமானது. இதன் மறுபுறத்தில் குலோத்துங்க சோழனின் கொடிவழியினரின் ஆட்சிக்குட்பட்ட வளவனூர் வற்றாத ஏரிப்பாசனத்தால் விவசாயத்தில் செழித்து வளமோடு விளங்கியது. காலப்போக்கில் இரு பகுதிகளும் இணைந்து, பெரும்பான்மையினர் வசித்த பகுதியின் பெயரிலேயே வளவனூர் என்னும் பெயரைத் தாங்கி ஓங்கி வளரத் தொடங்கியது.

இயற்கை வகுத்துவைத்திருக்கும் எல்லைகளைப் பற்றி யெல்லாம் எதுவும் தெரியாத என் பிள்ளைமனம் அக்காலத்தில் வளவனூரை வேறொரு கோணத்தில் வகுத்துக்கொண்டது. பெரிய கீற்றுக்கொட்டகையில் திரைப்படங்கள் திரையிடப்பட்ட காலம் அது. ஒரு பெரிய புளியந்தோப்புக்கு நடுவில் பிரபாத் என்னும் பெயரில் இயங்கிவந்த கீற்றுக்கொட்டகைதான் கிழக்கு எல்லை. நீத்தார் சடங்குகள் செய்வதற்கு ஏற்ற வகையில் எழுப்பப்பட்ட ஒரு சின்னதொரு கூரையும் படித்துறையும் கொண்ட புதுக் குளத்தைக் கடந்த தோப்பையொட்டி குமரன் என்னும் பெயரில் இயங்கிவந்த கீற்றுக்கொட்டகைதான் மேற்கு எல்லை. சுற்றி யிருக்கும் பதினெட்டு சிற்றூர்களுக்குப் பாசனவசதியை வழங்குவதற்காக அரசர்கள் காலத்தில் உருவாக்கப்பட்ட பெரியதொரு ஏரி தெற்கு எல்லை. அங்காளம்மன் கோவிலும் அதைத் தாண்டியிருக்கும் அரசு பெண்கள் உயர்நிலைப்பள்ளியும் வடக்கு எல்லை. இதற்கு நடுவில் தோராயமாக ஐம்பது தெருக்கள் இருந்தன. ஏறத்தாழ பத்தாயிரம் பேர் வசித்துவந்தனர். அதுதான் வளவனூரின் முகம்.

எப்போதும் நடமாட்டமுள்ள ஒரு பெரிய கடைத்தெரு, ஒரு போலீஸ் ஸ்டேஷன், ஒரு நூலகம், ஒரு பெரிய மருத்துவமனை, கால்நடைகளுக்கென மற்றொரு தனி மருத்துவமனை, ஒரு பெரிய

காட்டுபங்களா போலக் காட்சியளிக்கும் ரயில்வே ஸ்டேஷன், பேருந்து நிலையம், அஞ்சல் நிலையம், நிலப்பதிவு அலுவலகம், காய்கறிக்கடைகள், மீன்கடைகள், இறைச்சிக்கடைகள், உணவுக் கடைகள், இரும்புக்கடைகள், கோவில்கள், மசூதிகள் எல்லாமே இருந்தன.

திமுக சார்பில் உருவாக்கப்பட்ட எம்ஜிஆர் மன்றமும் காங்கிரஸ் சார்பில் உருவாக்கப்பட்ட காங்கிரஸ் படிப்பகமும் பிரதான சாலையில் சாலையோரத்துக் கால்வாயை ஒட்டி இருந்தன. பெரிய கட்டடமெல்லாம் இல்லை. மண்சுவரோடு கூடிய கூரைக்குடிசை. அவ்வளவுதான். எம்ஜிஆர் மன்றத்துச் சுவரில் பெரியார், அண்ணாதுரையின் படங்களை வைத் திருப்பார்கள். ஒரு பெரிய மேசையில் *தினத்தந்தி, முரசொலி, சமநீதி, காஞ்சி* பத்திரிகைகள் இருக்கும். காங்கிரஸ் படிப்பகத்துச் சுவரில் காந்தியடிகள், நேரு, காமராஜர் ஆகியோரின் படங்களை வைத்திருப்பார்கள். ஒரு நீளமான பெஞ்சில் *தினமணி, நவசக்தி, தினத்தந்தி* பத்திரிகைகள் இருக்கும். பள்ளிக்கூடம் போகிறபோது கொஞ்ச நேரம் அந்த மன்றத்துக்குள்ளும் படிப்பகத்துக்குள்ளும் சென்று தொடர் கதைகளை ஒரு வேக வாசிப்பில் படித்துவிட்டு ஓடிவிடுவோம்.

பிரபாத் டாக்கீஸ், குமரன் டாக்கீஸ் இரண்டும் கீற்றுக் கொட்டகைகள், ஒரே சமயத்தில் அதிகபட்சமாக ஆயிரம் பேர் உட்கார்ந்து படம் பார்க்கும் வகையில் அமைந்திருந்தன. அந்த அளவுக்கு உயரமும் பருமனும் கொண்ட பனைவாரைகளை நிறுத்தி அதைக் கட்டியிருப்பார்கள். முற்றிலும் கீற்றுகளால் வேயப்பட்ட கொட்டகை. காற்று வீசினாலும் மழை பொழிந்தாலும் படம் பார்க்கலாம், ஒரு பிரச்சினையும் இருக்காது.

கொட்டகைக்குள் வண்டிவண்டியாக ஆற்றுமணலைக் கொண்டு வந்து நிரப்பிவைத்திருப்பார்கள். ஒருபக்கம் படம் திரையிடு வதற்கு ஏற்ற வகையில் வெள்ளைத்திரை நிறுவப்பட்டிருக்கும். அதற்கு நேர் எதிரில் ப்ரொஜெக்டர் ரூம் அமைக்கப்பட்டிருக்கும். ப்ரொஜெக்டர் ரூமுக்கும் வெள்ளைத் திரைக்கும் நடுவில் மூன்றடி உயரத்துக்குச் சுவர் எழுப்பப்பட்டிருக்கும். சுவருக்கு ஒரு பகுதி ஆண்களுக்குரியது. மற்றொரு பகுதி பெண்களுக்கு

உரியது. அங்கு செல்வதற்கான நுழைவாயிலும் தனித்தனியாக இருக்கும்.

திரைப்படம் தொடங்கும் வரைக்கும் பகல்போல வெளிச்சம் விழும் வகையில் எல்லாப் பக்கங்களிலும் விளக்குகள் எரியும். திரைப்படம் தொடங்கியதும் எல்லா விளக்குகளும் அணைந்து விடும். அப்போது திரையில் தோன்றும் மனிதர்களின் நடமாட்டம் எல்லாமே உண்மையான நடமாட்டத்தைப் போல இருக்கும். சண்டைக் காட்சிகள் எல்லாமே உண்மையான சண்டைபோலவே இருக்கும்.

ஒருமுறை எம்ஜிஆர் படம் பார்க்க என் அம்மாவும் நானும் சென்றிருந்தோம். திரையில் சண்டைக்காட்சி ஓடிக் கொண்டு இருந்தது. எம்ஜிஆர் யாரோ ஒருவருடன் நேருக்கு நேர் மோதிக் கொண்டு இருக்கும் காட்சி. அப்போது எம்ஜிஆரை முதுகுக்குப் பின்னாலிருந்து கத்தியால் குத்தி வீழ்த்துவதற்கு வேறொரு பாத்திரம் அடிமேல் அடிவைத்து முன்னேறிக்கொண்டிருந்தது. அந்தக் காட்சியைப் பார்த்ததுமே சில பெண்களும் ஆண்களும் 'ஐயோ, படுபாவி. குத்தப் போறானே. ஐயா சாமி. ஒரு நிமிஷம் திரும்பிப் பாரேன். திரும்பி அவன் மூஞ்சியிலயே ரெண்டு போடு' என்று உரத்த குரலில் எச்சரிக்கை விடுத்ததை நான் பார்த்திருக் கிறேன். படம் பார்க்கும் சமயத்தில் அந்த அளவுக்கு அவர்கள் அந்தத் திரைக்கதையோடு ஒன்றிவிட்டனர் என்பது ஒரு விஷயம். திரையில் நடப்பவை அனைத்தும் உண்மையானவை என்று நம்பினார்கள் என்பது இன்னொரு விஷயம்.

அப்போதெல்லாம் ஒவ்வொரு திரைப்படமும் நான்கு பகுதி களாகப் பிரிக்கப்பட்டிருக்கும். ஒரு பகுதி முடிந்து அடுத்தப் பகுதியைத் தொடங்குவதற்குச் சிறிது நேரம் பிடிக்கும். அது வரைக்கும் இருண்டிருந்த கொட்டகையில் அந்த நேரத்தில் வெளிச்சத்தால் நிறைந்துவிடும். உடனே முறுக்கு, எள்ளடை, கடலை உருண்டை போன்ற நொறுக்குத் தீனிகளை வட்டமான தட்டு நிறைய அடுக்கியெடுத்துக்கொண்டு 'முறுக்கே முறுக்கே' என்று குரலெழுப்பியபடி ஓடி வருவார்கள். உட்கார்ந்திருக்கும் இடம் தேடி வரும் தின்பண்டத்தைப் பலரும் சில்லறை கொடுத்து ஆவலோடு வாங்கித் தின்பார்கள். விளக்குகள் மீண்டும் அணைக்கப் பட்டு, படம் தொடங்கும்வரை அரங்கமே அவர்களுடைய

கட்டுப்பாட்டில் இருக்கும். படம் தொடங்கியதும் அனைவரும் சிட்டுக்குருவி போலப் பறந்துபோய்விடுவார்கள்.

கீற்றுக்கொட்டகைகளுக்கு அப்போதெல்லாம் எண்ணற்ற நிபந்தனைகளுடன்தான் உரிமம் வழங்கப்படும். அவற்றுக் கெல்லாம் கட்டுப்பட்டால்தான் கொட்டகையை நடத்த முடியும். இரண்டு ஆண்டுகளுக்கு ஒருமுறை அந்த உரிமத்தைப் புதுப்பிக்க வேண்டும். புதுப்பிப்பது என்றால், கொட்டகையை முழுமையாகப் பிரித்துவிட்டு முற்றிலும் புதிதாகக் கீற்றுகளை வேய்ந்து கட்ட வேண்டும். அவசரப்படக் கூடாது என்பதற் காகவே இரண்டு மாத இடைவெளி விடப்படும்.

கொட்டகையைப் பிரித்த பிறகு ஒரு சில நாட்கள் வரைக்கும் நாங்கள் குட்டிச்சுவராக வானம் பார்த்தபடி இருக்கும் ஆப்பரேட்டர் அறையைச் சுற்றிச்சுற்றி வருவோம். ஆப்பரேட்டர் வெட்டிப் போட்ட துண்டு ஃபிலிம்கள் அங்கங்கே இறைந்து கிடக்கும். அவற்றைச் சேகரிப்பது அந்தக் காலத்தில் ஒரு சாகச விளையாட்டு. நூறு ஃபிலிம்கள், இருநூறு ஃபிலிம்கள் எனக் கணக்கில்லாமல் சேர்த்து வைத்திருப்பவர்களைச் சுற்றிப் பத்து இருபது சிறுவர்கள் எப்போதும் சுற்றிக்கொண்டே இருப்பார்கள். சேகரிப்பாளரின் குற்றேவல்களையெல்லாம் நிறைவேற்றுவார்கள். அப்போதுதான் அந்த ஃபிலிம்களை அவர்கள் ஒவ்வொன்றாக, வெளிச்சத்தில் தூக்கிப் பிடித்துப் பார்க்கும் வாய்ப்பு கிடைக்கும். ஒரு ஃபிலிம் வழியாக ஒரு முழுப்படத்தையும் நினைவுக்குக் கொண்டுவந்து உரையாடுவது சுவாரசியமான அனுபவம்.

திண்ணை வைத்த வீட்டில் வசிப்பவர்களிடம் இப்படி எண்ணற்ற, ஃபிலிம் துண்டுகள் சேர்ந்திருந்தால், அவர்களுக்கு இன்னும் கூடுதலான மதிப்பு கிடைக்கும். விடுமுறை நாட்களில் அவர்கள் தம் வீட்டுத் திண்ணையையே ஒரு சின்னஞ்சிறு திரையரங்கமாக மாற்றிவிடுவார்கள்.வேட்டியையோ புடவை யையோ கொண்டுவந்து திண்ணையில் வெளிச்சம் விழாமல் மறைத்துக் கட்டிவிட்டால், அது ஒரு திரையரங்கமாக மாறிவிடும். சிறுவர்கள் உள்ளே சென்று அமர்ந்துகொள்வார்கள். விதம் விதமான கண்ணாடிகளையும் லென்ஸ்களையும் பயன்படுத்தி ஃபிலிம்காரார் படம் காட்டுவார்.

பிரபாத் கொட்டகையை நடத்தியவர் நடராஜ முதலியார். அவருக்குச் சொந்தமாகக் கடைத்தெருவில் ஒரு கடை இருந்தது. குமரன் கொட்டகையை நடத்தியவர் மணி என்கிற இராஜ ரத்தினம். அவர் அரசியலில் வளர்ந்துவரும் ஆளுமையாக இருந்தார். பிரபாத் கொட்டகை இயங்காத சமயத்தில் குமரன் கொட்டகை இயங்கும். குமரன் கொட்டகையைப் பிரித்துப் புதுப்பிக்கும் வேலை நடைபெறும்போது பிரபாத் இயங்கும். அதனால் திரைப்படக் காட்சிகள் எப்போதும்போல நிகழும். இரண்டும் இயங்கும்போது பார்வையாளர்களை இழுப்பதற்காக இரு அரங்கினருக்கும் இடையில் ரகசியமான போட்டியே நிகழும்.

வெள்ளிக்கிழமைதான் திரைப்படம் மாற்றும் நாள். அன்று காலை வரைக்கும் எந்தப் படம் போடப்போகிறார்கள் என்பது ஒருவருக்கும் தெரியாது. ஒன்றிரண்டு புதுப்பித்தல் களுக்குப் பிறகு பிரபாத் டாக்கீஸைப் புதுப்பிப்பதில் நடராஜ முதலியார் ஆர்வ மிழந்துவிட்டார். கடை வியாபாரம் மட்டும் போதும் என்று ஒதுங்கிவிட்டார். மணி மட்டும் குமரன் டாக்கீஸைத் தொடர்ந்து நடத்தி வந்தார். அவருக்கு என்ன தோன்றியதோ தெரியவில்லை, டாக்கீஸைப் புதுப்பித்த போது குமரன் என்னும் பெயரை சரவணன் என்று மாற்றிவிட்டார். சரவணன் டாக்கீஸ் மட்டும் வளவனூரில் தனி ஆட்சி புரிந்தது.

வளவனூரின் முக்கியத்துவத்துக்குக் காரணம், தெற்குத் திசையை அடைத்தபடி பிரும்மாண்டமாகக் காட்சியளிக்கும் ஏரி. அந்த ஏரிக்கும் தென்பெண்ணையாற்றுக்கும் கால்வாய் இணைப்பு உண்டு. அதனால் சித்திரை, வைகாசி, ஆனி மூன்று மாதங்களைத் தவிர மற்ற எல்லா மாதங்களிலும் ஏரியில் தண்ணீர் இருக்கும். சில மாதங்களில் கரையை முட்டி முட்டி இடிக்கிற அளவுக்குத் தண்ணீர் நிறைந்திருக்கும்.

இன்னும் சில மாதங்களில் அரையடி உயரத்துக்குத் தரையைத் தொட்டுக்கொண்டு நிற்கும். உலர்ந்து வறண்டிருக்கும் காலத்தில் விவசாயிகள் வண்டி வண்டியாக வண்டலை அள்ளிக்கொண்டு செல்வார்கள். சிலர் நடு ஏரியில் செங்கல் அறுத்து சூளை வைத்து சுட்டு ஆறவைத்து வண்டிவைத்து ஏற்றிக்கொண்டு செல்வார்கள். ஏரிக்குள் ஒரு துண்டு நிலத்தை வளைத்து ஏரோட்டி, மானாவாரிப்

பயிரான கம்பும் தினையும் தூவி, வளர்ந்த பிறகு கதிரறுத்துச் செல்லும் சாமர்த்தியம் உள்ளவர்களும் இருந்தார்கள்.

நீர்வளத்தை நாடிவரும் பறவைகளை ஏரியைச் சுற்றி எப்போதும் மரக்கிளைகளில் பார்க்கலாம். எந்தப் பக்கம் நடந்தாலும் குயில், காடை, கவுதாரி, அக்காக்குருவி, இரட்டை வால் குருவி, கானாங்கோழி, கொக்கு போன்ற பறவைகள் கண்ணில் தென்பட்டுக்கொண்டே இருக்கும். சில சமயங்களில் மோதிரக்கழுத்துக் கிளி, கருப்புக்கழுத்து முக்குளிப்பான், செவ்வரிக்கொண்டைக் குயில் போன்ற அபூர்வமான இனத்தைச் சேர்ந்த பறவைகளையும் பார்க்கலாம்.

குளத்திலிருந்து சிறிது தொலைவில் மதுரைவீரனுக்கும் ஐயனாருக்கும் வழிபாடு செய்யும் இடங்கள் இருந்தன. அண்ணாந்து பார்க்கும் அளவுக்கு மூன்று ஆள் உயரத்துக்கு அந்தச் சிலைகள் இருக்கும். படர்ந்து விரிந்த மார்போடும் கரியமீசை யோடும் அந்த உருவங்களைப் பார்க்கும்போதே மிரட்சியாக இருக்கும். அந்த உருவங்களைவிட உயரமான கம்பங்களை நட்டு விளக்குகளைப் பொருத்தியிருப்பார்கள். இரவு நேரத்தில் அந்த உருவங்கள் மீது அந்த வெளிச்சம் விழுந்திருப்பதைப் பார்க்கும் போது அச்சமூட்டுவதாக இருக்கும். இரவில் சரவணன் டாக்கீஸில் சினிமா பார்க்கச் செல்லுபோது தொலைவில் ஒரு துண்டுச் சித்திரம் போலத் தெரியும் அந்தக் காட்சியைக் கண்டு பல நேரங்களில் நடுங்கியிருக்கிறேன்.

சத்திரத்தின் பின்பக்கம் ஒரு பன்னீர் மரத்துக்கு எதிரில் திரௌபதை அம்மன் கோவில் இருக்கிறது. கோவில் வாசலை யொட்டி ஒரு பெரிய அரசமரம் இருக்கிறது.இரண்டு மரங் களுக்கும் இடைப்பட்ட இடம் பெரிய திடல் போல இருக்கும்.

கோவிலை ஒட்டிய பகுதியில் ஒரு பெரிய திண்ணையின் அமைப்பில் ஒரு மேடை உண்டு. பொதுவாக வெயில் காலத்தில் சற்றே கால்நீட்டி அமர்ந்து ஓய்வெடுக்க நினைப்பவர்களும் வெகுதொலைவு நடந்து வந்தவர்களும் அந்த மேடையில் நிறைந்திருப்பார்கள். ஆனால் திரௌபதை அம்மன் கோவில் திருவிழா அறிவிக்கப்பட்டதும், அந்த மேடைக்கு ஒரு புனிதமான மதிப்பு கிடைத்துவிடும். சாதாரணமானவர்கள் அங்கே ஒதுங்க

முடியாது. அந்த இடம் பாரதக்கதை படிக்கும் மேடையாக மாறிவிடும்.

ஒவ்வொரு நாளும் இரண்டு அல்லது மூன்று மணி நேரம் ஒரு பெரியவர் பாரதக் கதையை உணர்ச்சிப்பூர்வமாகப் படித்துக் காட்டுவார். கதைநிகழ்ச்சிகளைச் சுவாரசியமாகச் சொல்லிக் கொண்டே செல்வார். நடுநடுவே முக்கியமான பாடல்களை ராகம் போட்டுப் பாடுவார். பிறகு அந்தப் பாடல்களுக்குப் பொருள் சொல்லி விளக்கமும் கொடுப்பார். பாடலும் விளக்கமும் இணைந்த கலவையாகக் கதாகாலட்சேபத்தைப் போல இருக்கும். திடலில் சில சமயங்களில் மிகவும் குறைவான பார்வையாளர்களே நிறைந்திருப்பார்கள். வேறு சில சமயங்களில் எதிர்பாராதபடி அதிக எண்ணிக்கையில் வந்து சேர்ந்திருப்பார்கள். ஆனால் ஆட்களின் எண்ணிக்கையைப்பற்றிய கவலையே இல்லாமல் அந்தப் பெரியவர் மிகவும் உற்சாகமாகக் கதை சொல்வார். அப்போது அவரைப் பார்க்கும்போது உற்சாகமாகக் கதை சொல்வதற்காகவே பிறந்தவர் என்று தோன்றியது.

எல்லாத் தெருக்களிலும் நடந்து திரிந்த அனுபவத்தில் நான் தெரிந்துகொண்ட உண்மை ஒன்றுண்டு. எல்லாக் கோவில்களும் இரண்டிரண்டாக இருந்தன. இரண்டு பெருமாள் கோவில்கள். இரண்டு சிவன் கோவில்கள். இரண்டு அங்காளம்மன் கோவில்கள். மக்கள் தொகை குறைவாக இருந்தாலும் ஒவ்வொரு வகைமையிலும் இரண்டு கோவில்களுக்கான தேவை என்னவாக இருந்திருக்கும் என்ற புதிரை என்னால் விடுவிக்க முடிந்ததில்லை. இரண்டு விதமான கோவில்களுக்கும் நான் சென்று வந்திருக்கிறேன். எந்த வேறுபாடும் என் கண்களில் தென்பட்டதில்லை இரண்டுமே ஊர்மக்களால் சிறப்பாகப் பராமரிக்கப்படுகின்றன.

கோவில்கள், குளங்கள், சத்திரங்கள், ஏரி ஆகியவற்றுக்கு அப்பால் வளவனூருக்கெனத் தனித்த அடையாளமாகத் திகழ்பவர் கோவிந்தையர் என்னும் தனிமனிதர். அவருக்கு வணிகத்தில் நல்ல ஈடுபாடு இருந்தது. நிலக்கடலையை வாங்கிச் செக்கிலிட்டு எண்ணெயாக்கி விற்பனை செய்வதை ஒரு விருப்பத்தொழிலாகச் செய்து வந்தார். சொந்தமாகவே செக்கு வைத்திருந்தார். தாது வருஷத்தில் ஏற்பட்ட பஞ்சத்தால் பாதிக்கப்பட்ட மக்களுக்கு தன்

சொந்தச் செலவில் கஞ்சித்தொட்டியை ஏற்படுத்திப் பசியின்றி வாழ வழிவகுத்தவர் என்பதால் பொதுமக்களிடையில் அவர் நற்பெயர் பெற்றிருந்தார்.

ஒருநாள் பத்திரிகையில் வெளிவந்திருந்த விளம்பரம் அவருடைய பார்வையில் விழுந்தது. கல்கத்தாவிலிருந்து எண்ணெய் வணிகரொருவர் அவ்விளம்பரத்தைக் கொடுத்திருந்தார். பர்மாவுக்கு ஏற்றுமதி செய்யச் சில பீப்பாய்கள் கடலை எண்ணெய் தேவைப்படுவதாக அதில் குறிப்பிடப்பட்டிருந்தது. அப்போது வளவனூரைச் சுற்றியிருந்த பகுதிகளில் நிலக்கடலை விளைச்சல் குறைவாகவே இருந்தது.

எல்லோருமே நெல்லும் கரும்பும் பயிரிடும் விவசாயிகளாக இருந்தனர். அதனால் மாவட்டத்தில் உள்ள எல்லாக் கிராமங்களுக்கும் பயணம் செய்து நிலக் கடலையைச் சேகரித்தார் கோவிந்தையர். அவரால் நான்கு பீப்பாய் எண்ணெய் அளவுக்கு மட்டுமே நிலக்கடலையைச் சேகரிக்க முடிந்தது. அவற்றை மட்டும் கல்கத்தாவுக்கு அனுப்பி வைத்தார் கோவிந்தையர். அவருடைய ஆர்வத்தைப் புரிந்துகொண்ட கல்கத்தா வணிகர் அவரிடம் தொடர்ந்து எண்ணெய் வாங்கி வந்தார். இலாபத்தில் ஒரு பகுதியை எப்போதும் பொதுமக்கள் சேவைக்காக ஒதுக்கிப் பயன்படுத்தினார் கோவிந்தையர்.

ஒருமுறை அந்த வணிகருக்கு நூறு பீப்பாய்களுக்கும் மேல் எண்ணெய் தேவைப்பட்டது. வழக்கம்போலக் கோவிந்தையரின் உதவியை நாடினார். கோவிந்தையருக்கு கூடுதலான நிலக் கடலையும் தேவைப்பட்டது. பீப்பாய்களும் தேவைப்பட்டன. பீப்பாய்களைச் செய்விக்கும் பொருட்டு மரவேலை தெரிந்த ஆசாரிமார்களை அழைத்துவந்து வளவனூரிலேயே குடியிருக்க வசதி செய்து கொடுத்தார். தடையின்றி எண்ணெய் ஆட்டுவதற்கு ஏதுவாகச் செக்கு இயக்கத் தெரிந்த ஊழியர்களையும் அழைத்து வந்து தங்குவதற்கு வசதி செய்துகொடுத்தார். தமிழ் மாகாணம் முழுக்க அலைந்து திரிந்து நிலக்கடலைகளைத் திரட்டிக்கொண்டு வந்து குவித்தார் கோவிந்தையர். வீரியக் கடலை விதைகளை ஆப்பிரிக்காவிலிருந்து வரவழைத்து விவசாயிகளிடம் கொடுத்து நிலக்கடலை பயிரிட ஊக்கமளித்தார்.

குறுகிய காலத்தில் பயிர் செழிப்புடன் விளைந்ததைப் பார்த்த பிற விவசாயிகளும் தானாகவே நிலக்கடலையை வாங்கிப் பயிரிடத் தொடங்கினர். அதன் விளைவாக, கல்கத்தா வணிகரின் தேவைக்கேற்ப நூறு பீப்பாய் எண்ணெய்யைக் குறிப்பிட்ட தேதிக்குள் அனுப்பி வைத்தார். நாளுக்கு நாள் அவருடைய எண்ணெய் வணிகம் செழித்தது. மக்களுக்காற்றும் சேவையும் வளர்ந்தது.

அவரால் குடியேற்றப்பட்ட மக்கள் வீடுகட்டி வாழ்வதற்கு ஏதுவாக நிலமொதுக்கிக் கொடுத்தார் கோவிந்தையர். அவர்கள் ஊரெங்கும் பல வீதிகளில் பரவி வாழ்ந்தனர். அவர்களுடைய குழந்தைகள் கல்வியறிவில்லாமல் போய்விடக்கூடாது என்பதற்காக அரசாங்க அனுமதியோடு 1908ஆம் ஆண்டில் ஒரு தொடக்கப் பள்ளியைத் தொடங்கினார். அதுதான் அந்த வட்டாரத்திலேயே ஆரம்பிக்கப் பட்ட முதல் பள்ளிக்கூடம்.

பள்ளிக்கூடத்தைக் கட்டுவதற்கான நிலம் வேறெங்கும் இடம் கிடைக்காதபோது அக்கிரகாரத்தில் தனக்குச் சொந்தமான இடத்திலேயே அந்தப் பள்ளிக்கூடத்தைத் தொடங்கினார் அவர். சாதி, மத வேறு பாடில்லாமல், அனைத்துப் பிரிவினரும் சேர்ந்து படிக்கும் வகையில் அமைத்தார். பிரிட்டன் மன்னரை நன்றியுடன் நினைவு கூரும் வகையில் அந்தப் பள்ளிக்கூடம் ஜார்ஜ் ஸ்கூல் என்றே அழைக்கப்பட்டது. நாடு விடுதலையடைந்ததும், கோவிந்தையரின் நினைவாக அவருடைய பெயரே பள்ளிக்குச் சூட்டப்பட்டது.

ஆங்கிலேய அரசாங்கத்துக்கும் பிரெஞ்சு அரசாங்கத்துக்கும் இடையில் ஏற்பட்ட ஒப்பந்தத்தின் விளைவாகச் சென்னை யிலிருந்து விழுப்புரம் வரைக்குமான ரயில் போக்குவரத்து புதுச்சேரித் துறைமுகத்தையும் இணைக்கும் வகையில் நீட்டிக்கப் பட்டது. எண்ணெய்ப் பீப்பாய்களையும் கடலை மூட்டை களையும் வளவனூரிலிருந்தே அனுப்பும் வகையில் விழுப்புரம்— புதுச்சேரித் தடத்தில் வளவனூரில் ஒரு ஸ்டேஷன் அமைக்க வேண்டும் என்று கோவிந்தையர் முன்வைத்த கோரிக்கையை அரசாங்கம் ஏற்றுக்கொண்டதால், வளவனூரில் ஸ்டேஷன் உருவானது.

வளவனூர் கடைத்தெரு என்பது நான்கு சாலைகள் கூடுகிற ஒரு முக்கியமான சந்திப்பு. அங்காளம்மன் தெரு, குமாரகுப்பம் தெரு, தக்கா தெரு ஆகிய தெருக்களிலிருந்து ஊரை நோக்கி வருவது ஒரு சாலை. மடுகரையிலிருந்து வளவனூரை நோக்கி வருவது ஒரு சாலை. விழுப்புரத்திலிருந்து புதுச்சேரியை நோக்கிச் செல்லும் ஒரு சாலை. புதுச்சேரியிலிருந்து விழுப்புரம் நோக்கிச் செல்லும் ஒரு சாலை. பொழுது விடிந்து பொழுது அடைகிற வரை, அந்த நாலு சாலைச் சந்திப்பில் மக்கள் கூட்டம் ஏதோ திருவிழாக் கூட்டம் போல ஜே ஜே என்று இருக்கும். முக்கியமான எல்லாக் கடைகளும் அந்தக் கடைத்தெருவில்தான் இருந்தன. துணிக் கடைகள், மருந்துக்கடை, நகைக்கடை, பலசரக்குக்கடை, காய்கறிக்கடை, பழங்கள் விற்கும் கடை, ஓட்டல்கள் எல்லாமே கடைத்தெருவில் அடுத்தடுத்து இருந்தன.

கடைத்தெருவில் இன்னொரு முக்கியமான கடை செந்தில் விநாயகம் செட்டியார் கடை. ஒரு பெரிய கூட்டுக்குடும்பத்தைச் சேர்ந்த சகோதரர்கள் இணைந்து அந்தக் கடையை நடத்தினர். அவர்கள் தொட்டதெல்லாம் பொன்னான காலம் அது. துணிக்கடை, இரும்புக்கடை, நோட்டுப்புத்தகக் கடை என அவர்கள் தொடங்கிய எல்லா வணிக முயற்சிகளும் வெற்றி கண்டன. ஊராட்சி ஒன்றியப் பள்ளி, கோவிந்தையர் பள்ளி, உயர்நிலைப்பள்ளி என எந்தப் பள்ளிக்குச் செல்லவேண்டுமென்றாலும் அந்தச் சந்திப்பைக் கடந்துதான் செல்லவேண்டும். அந்தப் பிள்ளைகளுக்காகவே காலையில் எட்டு மணிக்கே செட்டியாரின் கடை திறக்கப்பட்டு விடும். செட்டியார் கண்களில் சற்றே ஓரப்பார்வை கொண்டவர். வெள்ளைவெளேரென்ற ஆடைகளுடன் நெற்றி நிறையச் சந்தனமும் திருநீறும் துலங்க கடைக்கு வந்து உட்கார்ந்து விடுவார். அந்தக் காலத்தில் தொடக்க வகுப்புப் பிள்ளைகள் சிலேட்டில்தான் எழுதவேண்டும். சிலேட்டில் எழுதுவதற்கான பலப்பக்குச்சிகளைப் பாதுகாப்பாக வைத்துக்கொள்ளத் தெரியாத விளையாட்டுச்சிறுவர்கள் அடிக்கடி பலப்பத்தைத் தொலைத்து விடுவார்கள். 'ஐயா, பலப்பம்' என்று அந்தப் பிள்ளைகள் கடைக்கு முன்னால் வந்து நிற்பார்கள். அவர்கள் சொல்லி முடிக்கும் முன்பே ஒரு துண்டு பலப்பத்தை எடுத்து அந்தப் பிள்ளையிடம் அவர் கொடுத்து விடுவார்.

இலவசமாகக் கொடுக்கிறோம் என்கிற எண்ணத்தின் நிழலே செட்டியாரின் முகத்தில் இருக்காது. இலவசமாக வாங்கு கிறோம் என்கிற வெட்கத்தின் நிழல் பிள்ளைகளின் முகத்திலும் இருக்காது. ஒரு தாத்தாவுக்கும் பேரப்பிள்ளைகளுக்கும் இடையில் நிகழும் உரையாடலைப்போலவே அந்தக் காட்சி இருக்கும். பலப்பங்களைப் பயன்படுத்தும் வயதைக் கடந்து பேனாவைப் பயன்படுத்தும் சிறுவர்கள் கடையின் முன்னால் வந்து நின்று அதன் மூடியைக் கழற்றிவிட்டு நீட்டுவார்கள். அங்கே அதற்கெனவே உட்காரவைக்கப்பட்டிருக்கும் ஊழியர் மைப் புட்டியிலிருந்து உறிஞ்சியால் ஒருமுறை மையை எடுத்து அந்தப் பேனாவை நிரப்பிக் கொடுப்பார். இது அன்றாடக் காட்சி.

அரசன் அதியமானைப் பற்றி ஔவையார் பாடியிருக்கும் ஒரு பாடலில் அவனுடைய குணத்தைக் குறிக்கும் விதமாக, 'ஒருநாள் செல்லலம் இருநாள் செல்லலம் பலநாள் பயின்று பலருடன் செல்லினும் தலைநாள் போன்ற விருப்பினன்' என்ற வரிகள் இடம்பெற்றிருக்கும். அதியமானைப் போலச் செட்டியாரும் தலைநாள் போன்ற விருப்பினராகவே இருப்பார்.

செட்டியாரைப்போலவே தலைநாள் போன்ற விருப்பினராக இருந்தவர் நடராஜமுதலியார். பிரபாத் டாக்கீஸை சில ஆண்டுகள் மட்டும் நடத்திப் பார்த்துவிட்டு, ஒதுங்கி கடையோடு நின்று விட்டவர் அவர். அவருடைய கடை செட்டியாரின் கடைக்கு எதிர்ப்புறத்தில் இருக்கும். அந்தப் பக்கமாக வரும் பிள்ளைகள் அவருடைய கடையில் நின்று, துண்டு பலப்பங்களையும் மையையும் வாங்கிச் செல்வார்கள்.

வளவனூரில் முதன்முதலாக ஓர் இலக்கிய அமைப்பை ஏற்படுத்தி இலக்கிய ஈடுபாடு கொண்டவர்களை ஒருங் கிணைத்தவர் ராஜாராமன். சிதம்பரத்தில் படித்துக்கொண்டிருந்த அவரை, பாதியிலேயே நிறுத்தி ஊருக்கு அழைத்துவந்த அவருடைய அப்பா கடைத்தெருவிலேயே சின்ன அளவில் ஒரு துணிக்கடையை வைத்துக் கொடுத்தார். ஆனால் அவர் எதிர் பார்த்த அளவுக்கு அந்த வணிகம் வெற்றியைக் கொடுக்க வில்லை. சில ஆண்டுகள் தோல்வி நிறைந்த வாழ்க்கைக்குப் பிறகு நண்பர்களோடு கூட்டு சேர்ந்தும் 'வளவன் சவளி வணிகம்' என

இன்னொரு கடையைத் தொடங்கினார். கெடுவாய்ப்பாக, திருமணத்துக்கான மொத்த துணிமணிகளையும் கடனுக்கு வாங்கிச் சென்றவர்கள், கடைசிவரைக்கும் பணத்தைக் கொடுக்கவே இல்லை. கடன் சுமையால் கடையைத் தொடர்ந்து நடத்த முடியாமல், அவர் மூடும்படி நேர்ந்தது. 'யாராவது வந்து ரெண்டு திருக்குறள் சொல்லி கதை சொன்னா, நீங்க சிரிச்சிகிட்டே ரெண்டு மீட்டர் துணிய கடனா கொடுத்துட்டு நிப்பீங்க. உங்களுக்கும் வியாபாரத் துக்கும் ஒத்தே வராது' என்று பங்குத்தொகையைப் பறிகொடுத்த நண்பர்கள் இடித்துரைத்தார்கள். அதற்கிடையில் அவர் படித்த இலக்கியம் அவரை வெகுதொலைவு வேறு திசையில் இழுத்துச் சென்றுவிட்டது.

திருக்குறளும் கம்பராமாயணமும் அவரைக் கொள்ளை கொண்டன. திருக்குறள் கழகம் என்னும் பெயரில் ஓர் இலக்கிய அமைப்பை உருவாக்கினார். ஊருக்குள் வெவ்வேறு வேலைகளில் ஈடுபட்டிருந்த அவருடைய சம வயதுக்காரர்களாக இருந்த அ. ப. சுப்பிரமணியன், சா. வே. இராமச்சந்திரன், துரை. சுந்தர மூர்த்தி, துரைக்கண்ணு, தி. பழனிச்சாமி, இராசேந்திரன், பழனி, தா. மு. கிருட்டிணன், சா. கணேசனார், இராமகிருஷ்ணன், ந. க. காந்தி அனைவரும் அதில் இணைந்துகொண்டனர். திருக் குறள்தான் அனைவரையும் ஒன்றிணைத்தது. இலக்கியம் வாசிப்பதையும் தமிழ் வளர்ப்பதையும் நோக்கமாகக் கொண்டு ஒன்றிணைந்து செயல்பட்டனர். மாதந்தோறும் கூட்டங்கள் நடத்தி, ஊராரிடையில் திருக்குறள் புகழைப் பரப்புவதற்கு முயற்சி செய்தனர். பள்ளிச்சிறுவர்களிடையிலும் இலக்கிய ஆர்வத்தை விதைக்கும் முயற்சியாக, ஒவ்வொரு மாதமும் திருக்குறள் ஒப்பித்தல் போட்டி நடத்தி பரிசு கொடுத்து ஊக்க மளித்தனர். மாதாந்திர நிகழ்ச்சிகளையும் பட்டிமன்றங்களையும் ஆண்டு விழாக்களையும் சிறப்பாக ஏற்பாடு செய்தனர்.

விடுதலைக்குப் பிறகு கல்விக்கூடங்களுக்கு வந்து கல்வி கற்ற கிராமத்தைச் சேர்ந்த முதல் தலைமுறையினருக்குக் கல்லூரிக்குச் செல்வது என்பது எட்டாக்கனவாகவே இருந்தது. அப்போதெல்லாம் கல்லூரிப்படிப்புக்குச் சென்னை அல்லது சிதம்பரம் செல்வதுதான் ஒரே வழியாக இருந்தது. செல்ல முடியாதவர்கள் தட்டுத்தடுமாறி தட்டச்சுப் பயிற்சியும் சுருக்

கெழுத்துப் பயிற்சியும் பெற்று எங்காவது வேலைவாய்ப்பைத் தேடி இடம்பெயர்ந்தார்கள்.

அந்தப் பயிற்சிகளுக்கும் அவர்கள் விழுப்புரத்துக்கோ புதுச்சேரிக்கோ ஓடவேண்டும் என்கிற நிலையே இருந்தது. அந்த நிலையை மாற்றுவதற்காகவே, வளவனூருக்குள்ளேயே 'ஜோதி தட்டச்சு நிலையம்' என்னும் பெயரில் தன் உறவினர் வீட்டுத் திண்ணையிலேயே ஒரு தட்டச்சுப் பயிற்சி நிலையத்தை இராம கிருஷ்ணன் என்னும் பட்டதாரி தொடங்கினார். கிட்டத்தட்ட திருக்குறள் கழகமும் ஜோதி தட்டச்சு நிலையமும் சில மாத இடைவெளியில் உருவானவை. பகல் நேரத்தில் தட்டச்சுப் பயிற்சி நிலையமாக இயங்கும் இடம் மாலைக்குப் பிறகு திருக்குறள் கழகம் நடத்தும் இலக்கிய நிகழ்ச்சிக்கான அரங்கமாக மாறிவிடும்.

இப்படித்தான் என் நினைவுகள் மனிதர்களாலும் நிலக்காட்சிகளாலும் நிறைந்திருக்கின்றன. ஒரு பழைய புகைப்படத் தொகுப்பைப் போல நான் அவற்றையெல்லாம் பாதுகாத்து வைத்திருக்கிறேன். வளவனூரைவிட்டு வெளியேறி ஏறத்தாழ ஐம்பது ஆண்டுகள் பறந்துவிட்டன. இப்போதும் வளவனூருக்குப் போய்வந்துகொண்டுதான் இருக்கிறேன். எல்லாத் தொடர்புகளும் இன்னும் அப்படியே உள்ளன. ஊருடன் தொடர்பில் இருப்பது என்பது வேறு, ஊரிலேயே வாழ்வது வேறு என்பதை என் மனம் உணர்ந்தே இருக்கிறது. இனி, ஊருக்குத் திரும்ப முடியுமா, முடியாதா எனத் திட்டவட்டமாகத் தெரியாத நிலையில், நான் கண்ட வளவனூரை மீண்டும் மீண்டும் அசைபோட்டு, அந்த இனிமை நிறைந்த நினைவுகளில் திளைப்பதன் வழியாக ஊரை என்னை நோக்கி கொஞ்சம்கொஞ்சமாக இழுத்துவந்து நிறுத்திக்கொள்கிறேன்.

□

29

கூடலூர்

வறுமை போக்கும் வளமையூர்

பாவெல் பாரதி

தேனி மாவட்டம் கம்பம் பள்ளத்தாக்கில், தமிழ்நாடு கேரள எல்லையில் எழிலோடு மிளிரும் மலையோரத்துக் கிராமமே எங்கள் கூடலூர். ஐம்பதாயிரத்திற்கும் மேலான மக்கள்தொகையுடன், இரண்டாம் நிலை நகராட்சியாக இருந்தாலும் கிராமத்தின் கூறுகளையே மிகுதியாகப் பெற்ற ஊர். வனம் வயல் காடு என இயற்கையின் நவிற்சியும், மனித உழைப்பும் கூடிச் செழித்த விவசாயக் கிராமம். பல மதங்களும் சாதிகளும் சகோதரத்துவத்தோடு கலந்துறையும் தனித்துவமான ஊர்.

எல்லைத் தெருவை மையமாகக்கொண்டு கீழக்கூடலூர், மேலக்கூடலூர் என இரண்டு வருவாய் கிராமங்களாகப் பிரிக்கப்பட்டுள்ளது. அதேபோல், கடை வீதியை மையமாகக்கொண்டு கூடலூர் வடக்கு, கூடலூர் தெற்கு என இரண்டு காவல் வட்டங்களாகவும் சீரமைக்கப்பட்டுள்ளது.

என் சிய்யா (அப்பாவின் அப்பா) முத்தையன் (1882-1984) என் தந்தை பரந்தாமன் (1948-2019) உள்ளிட்ட குடும்பத்தார்கள், உறவினர்கள், தெருவார், ஊரார் வழியாகவும், 1981 முதலான எனது நினைவுகளினூடாகவும், என்னளவில் உள்வாங்கி என் மனதில் பதிந்து கிடந்த கிராம வாழ்க்கையின் சித்திரமே இந்தக் கட்டுரை.

பெரும்பாலான தமிழகக் கிராம வாழ்க்கையின் குறுக்கு வெட்டுத் தோற்றங்களில் ஒன்றே என்னுடைய அனுபவங்களும். வாசிக்கிற உங்களையும் உங்கள் கிராமத்தைகூட இந்தக் கட்டுரையில் அடையாளம் கண்டுகொள்ளலாம். எல்லோரையும் போலச் சிறுவயதில் ஊரோடு தொடர்புடைய எங்கள் குடும்பம் குறித்த செய்திகளே ஊர் பற்றிய எனது தொடக்ககால அறிதல் களாகும். அதிலிருந்தே இந்தக் கட்டுரையைத் தொடங்குகிறேன்.

சிய்யானின் நினைவு வழி

எங்கள் ஊரை ராஜா ஆண்டபூமி என்பார்கள். பதினோராம் நூற்றாண்டில் மதுரையின் மீதான சோழப்படையெடுப்பின் போது பின்வாங்கிச் சேர நாட்டுக்குள் குடியேறிய பாண்டியர் களின் பிந்தைய கால வாரிசான பூஞ்சையாற்று ராஜாவைத்தான் அப்படிக் கூறுவார்கள். அவர் கட்டிய கிணறு இன்றும் ராஜா கிணறு என்றே அழைக்கப்படுகிறது. ராஜா கட்டிய கோட்டைதான் தொடக்ககால ஊரின் மையம். கோட்டை இடிந்துபோய் மேடிட்டுக் கிடந்ததால் கோட்டைமேடு என்று அழைக்கப்பட்டது. தொடக்ககாலத்தில் நாடகம் பொதுக்கூட்டம் போன்றவை அங்குதான் நடக்கும். அங்கு 1950களில் காமராஜர் பேசியதை நினைவுகூர்வார்கள். எங்கள் தந்தை தலைமுறை வரையில் கோட்டை மேடென்றும், எங்கள் தலைமுறையில் பூங்கா என்றும் அழைக்கப்பட்ட இடம் இன்று ஊராட்சி ஒன்றிய நடுநிலைப் பள்ளியாகவும் கூடலூர் தெற்கு காவல்நிலையமாகவும் இருக்கிறது.

1882இன் ஓர் இரவில் கோட்டைமேட்டில் நடந்த நாடகத்தைப் பார்த்துவிட்டு வந்து உறங்கச் சென்ற என் பாட்டனார் (சிய்யாவின் அப்பா) கோம்பைப் பெருமாள் திரும்ப எழுந்திருக்கவேயில்லை. சின்ன வயது பெண்குழந்தையையும் வயிற்றில் எட்டுமாதச் சிசுவாக இருந்த என் சிய்யாவையும் வளர்த்து ஆளாக்கி யிருக்கிறார் பாட்டி ஒச்சாயி. பாட்டனாரின் இறப்புச் செய்தியின் வழி மனதில் பதிந்ததுதான் ஊரின் கோட்டையும் கோட்டைமேடும்.

முல்லைப் பெரியாறு அணை கட்டி முடித்த நிலையில் (1895) பொறியாளர் பென்னிகுக், அணையில் தேங்கிய தண்ணீருக்குள் இரண்டு பவுன் எடையுள்ள மோதிரத்தைப் போட்டு, இதனை

எடுத்துவருபவர்களுக்கு உரிய பரிசு வழங்கப்படும் என்று அறிவித்துள்ளார். கூடியிருந்த ஆண்கள் தயங்கிய நிலையில் என் சிய்யாவின் அத்தை பின்னாயி தண்ணீருக்குள் குதித்து எடுத்து வந்து பென்னிகுக் அவர்களிடம் கொடுத்து பரிசு வாங்கியதாகப் பெருமையாகக் கூறிக்கொள்வார்கள். இப்படிப் பின்னாயி பாட்டியின் வழி முல்லைப்பெரியாறு அணையின் அறிமுகம் கிடைத்தது.

எங்கள் சிய்யா வீட்டின் நினைவுகளின் வழி என் நினைவில் நிலைத்த சொல் 'கூப்பன்கடை' கூடலூர் வடக்கு ரத வீதியில் 1920இல் கட்டப்பட்ட அந்த வீட்டில் இருந்த இரண்டு கடைகளில் தான் ஊரின் முதல் கூப்பெங்கடை இருந்தது. அன்று ரேசன்கடை கூப்பன்கடை என்றே அழைக்கப்பட்டது. இரண்டு பெரிய அறைகளும், வராண்டாவின் இருபக்கமும் இரண்டு காமிராக்களும் நடுவில் மதில் சுவரில் பதிக்கப்பட்ட அலமாரியும் வரண்டாவில் இரண்டு ஊஞ்சல்களும் கொண்ட தேக்குக் கட்டை சட்டம் போட்ட கிழக்குப்பார்த்த காரவீடு. வெங்கலப் பூண் போட்ட நான்கு தோதகத்தி கதவுகள் இருக்கும். தரையிலிருந்து ஐந்தடி உயரத்தில் நல்ல தூக்கமாக இருக்கும். மாடியின் கிழமேல் மூலையில் குதிரை வடிவ வளைவோடுகூடிய அழகிய முகப்பு இருக்கும். கடைகள் நம்பர் பலகைக் கதவால் ஆனவை. அகலமான கடைவாசலின் மேலும் கீழும் உள்ள பட்டியக் கற்களின் காடியில் பலகைகளை எண்வரிசைப்படி சரியாக வைத்து இரும்பு பட்டா தாழ்ப்பாள் போட்டுப் பூட்ட வேண்டும். கதவை அடைப்பதற்கே தனித்திறமை வேண்டும்.

செட்டிகடன் என்ற சொல் என் சிய்யாவின் வாழ்க்கை வழி எனக்கு வந்து சேர்ந்தது. சிய்யா விவசாயத்துடன் தவசம், தானிய வியாபாரமும் செய்துள்ளார். கூடுதலாக 1940களில் கூடலூரில் இப்பொழுது திருவள்ளுவர் பள்ளி இருக்குமிடத்தில் நாடகக் கொட்டரை அமைத்து நாடகக் கம்பெனிகளை வைத்து நாடகம் நடத்தியுள்ளார். அதற்கு நாட்டுக்கோட்டைச் செட்டியார்களிடம் நிலங்களை ஈடுவைத்து கடன்பெற்றுள்ளார். தொழிலில் நட்டம் ஏற்படவே செட்டி கடனுக்காக ஒரு பகுதி நிலத்தை விற்றுள்ளார்.

ஊரின் நுழைவாயிலில் காளியம்மன் கோவிலில் உள்ள புளியமரமொன்று அக்கால சமூக வரலாற்றைச் சுமந்து நிற்கிறது.

புளியமரத்தில் சார்த்திவைக்கப்பட்ட பிணம் ஒன்றை என் அம்மத்தாவோடு சென்று ஐந்து வயதில் பார்த்துவந்த அனுபவத்தை என் அம்மா அடிக்கடி கூறுவார். அது ஊரின் முதல் தூக்குத் தண்டனை பெற்ற பெரியாண்டியின் பிணம்தான். விடுதலை பெற்ற தமிழ்நாட்டின் தொடக்கக் காலமான ஐம்பதுகளின் நடுவில் நடந்த மரணதண்டனைகளுள் ஒன்று. அந்த மரணம் அந்தக் காலத்து விவசாயிகள், வியாபாரிகள், கமிசன் கடைக்காரர்களின் நிலைமையை விளக்கும் சாட்சியமாகும்.

பருத்தி, கடலை போன்ற விளைபொருட்களைக் கூடலூர் விவசாயிகளிடம் வாங்கித் தேனியிலுள்ள கமிசன் கடை வியாபாரி களிடம் கொஞ்சம் லாபத்துக்குக் கொடுத்து வாங்கும் இடைத் தரகர்தான் பெரியாண்டி. அப்படிக் கொடுத்த விளைபொருட் களுக்குரிய தொகையைக் கொடுக்காமல் இழுத்தடித்துள்ளார் தேனியைச் சேர்ந்த சிதம்பர நாடார். பலமுறை கேட்டும் அவரிட மிருந்து பணம் வரவில்லை. வந்துவிடுமென்ற நம்பிக்கையும் இல்லை. இங்கே விவசாயிகளுக்கு உரிய பணத்தைக் கொடுக்க முடியவில்லை. சொந்தப் பணத்தைக் கொடுக்க நில புலன்களும் இல்லை. எனவே ஆத்திரத்தில் சிதம்பர நாடாரைக் கத்தியால் குத்தி கொலை செய்துவிடுகிறார். அங்கேயே பிடிபட்ட பெரியாண்டி சிறையிலடைக்கப்பட்டுக் கொலை வழக்கில் தூக்கிலிடப் படுகிறார். விவசாயிகளுக்கும் பணம் வந்து சேரவுமில்லை. தேனி சென்ற பெரியாண்டி வீடு திரும்பவுமில்லை. சின்னஞ் சிறிசு களைத் தவிக்கவிட்டு இளவயதிலேயே அகாலமாய் மாண்டு போனார். அதே காலத்தில் அதே போன்றொரு திண்டுக்கல் வியாபாரியிடம் வியாபாரம் செய்து நட்டப்பட்ட என் சிய்யா மீதமிருந்த காடு கரைகளின் ஒரு பகுதியை விற்று விவசாயி களுக்குக் கொடுத்து ஆள் தப்பித்திருக்கிறார்.

ஐந்தாவது குழந்தையான என் தந்தை பிறந்த காலத்தில் தான் வியாபாரத்தில் நட்டத்திற்கு மேல் நட்டம் வந்துள்ளது. அதற்கான அன்றைய கால அரசியல் பொருளியல் காரணங்கள் விவாதத்திற்கு வராமல், 'அஞ்சாவது ஆம்பள பிள்ள பிறந்தா சொத்தெல்லாம் பஞ்சாப் பறந்துபோகும்' என்ற சொல்வழக்குக்குள் புதைந்துபோனது.

நிலமும் வளமும்

மூன்று பக்கமும் மலையும் வனப்புமிக்க வனமும் பச்சை போர்த்திய வயலும் தென்னந்தோப்புகளும், வாழை திராட்சை காய்கறித் தோட்டங்களும், வானம் பாத்த செவக்காடுகளும், கரிசல் காடுகளும் ஊரின் தெற்கே வளைந்து நெளிந்து ஓடும் முல்லைப் பெரியாறும், அதன் கிளை வாய்க்கால்களும், மலை அருவியும் நீரோடைகளும், ஊற்றுகளும், ஒட்டாங்குளமும் ஊரின் மேற்கே செல்லும் 18ஆம் கால்வாயும் ரம்மியமான இயற்கையும் ஊரின் பேரழகு. ஜூன் முதல் ஆகஸ்ட் வரை ஆண்டுக்கு மூன்று மாதம் பெய்யும் தென்மேற்குப் பருவமழை ஊருக்கு இயற்கை கொடுத்த கொடை. கேரளாவுக்குள் பேருருவம் எடுக்கும் இந்தப் பருவமழை கூடலூருக்குள் நுழையும்போது சிறுத்துக் கம்பம், உத்தமபாளையம், சின்னமனூர் பகுதிகளில் கொஞ்சம் கொஞ்ச மாகத் தேய்ந்து தேனிக்குள் ஈரக்காற்றாய் நுழையும். இவ்வளவு அழகையும் பள்ளிக்காலத்தில் நாங்கள் அனுபவித்ததுமில்லை. உணர்ந்ததுமில்லை. கல்லூரிக் காலத்திலும் வேலையின் பொருட்டும் ஊரைவிட்டு வெளியூருக்குச் சென்றதன் பிறகே ஊரின் அழகை உள்வாங்கி உணர முடிந்தது.

பெருவிவசாயிகள், சிறுவிவசாயிகள், விவசாயக் கூலித் தொழிலாளர்கள் என வேளாண்மையைச் சார்ந்தும், பால்மாடு, உழவுமாடு, வண்டிமாடு, பாரம் சுமக்கும் கூடார வண்டிமாடு எனக் கால்நடையைச் சார்ந்தும் மரம்வெட்டுதல், விறகு பொறுக்குதல், புல்லறுத்தல் என வனத்தைச் சார்ந்தும் உழைப்பை மூலதனமாகக் கொண்டது எங்களூர் வாழ்க்கை. ஊரின் நான்கு திசை களிலுமுள்ள ஊரடித்தோட்டங்களிலும், மேற்கிலும், தெற்கிலும், மலை யடிவாரம் வரையுள்ள காடுகளிலும், கிழக்கிலும், தெற்கிலும் உள்ள வயல்களிலும் பரபரப்பான வேளாண்மை நடை பெறுகிறது.

வனம் - பணமும் பொணமும்

அது ஒரு பேக்காலம் என்பார்கள். எழுபதுகளில் சோள அரிசி ஒருபடி 4 அணா, நெல் 1 படி 10 அணா, சோளக்குருணை 3 அணா, ஒரு வீசை ஆட்டுக்கறி 6 அணா, ஒரு கோழி 6 அணா, ஒரு வீசை பன்றிக்கறி 4 அணா, ஒரு படி பால் 1 அணா. விவசாயக்

கூலிக்களுக்கு சம்பளம் ஆண்களுக்கு 10 அணா, பெண்களுக்கு 6 அணா என இருந்த காலம்.

எண்பதுகளின் தொடக்கம் வரை ஊரைச் சுற்றிலுமுள்ள வனங்கள் தான் நிலமற்ற பெரும்பாலானவர்களின் வாழ்வாதாரம். கொஞ்சம் வாலிப்பானவர்கள் திருவாங்கூர் கூப்புக்காடுகளைத் தாண்டிச் சென்று தேக்கு, தோதகத்தி மரங்களை வெட்டி கன கச்சிதமாகச் சதுரித்துத் தலைச் சுமையாக்கொண்டு வந்து விற்பார்கள். கேரளா அன்று திருவாங்கூர் சமஸ்தானத்தில் இருந்ததால், கேரள வனப்பகுதியை திருவாங்கூர் காடு என்றுதான் மக்கள் அழைப்பார்கள். பெரும்பாலும் வீடுகளில் தேக்கு தோதகத்தி மரங்கள் இயல்பாகப் புழங்கும். கூரைவீடுகளின் விட்டங்களுக்குக்கூடத் தேக்குக் கட்டைகளைத்தான் பயன்படுத்தியிருப்பார்கள்.

கூடலூருக்குத் தெற்கே வேலாங்காட்டைக் கடந்து கேரள எல்லைக்குள் உள்ள நெல்லிக்காமுட்டி பகுதியிலும் தமிழ்நாட்டு எல்லையிலுள்ள செல்லிக்குடி பகுதியிலும் சென்று மரங்களை வெட்டிக்கொண்டு வருவார்கள். கொண்டுவந்த மரங்களை அங்கிருந்து இரண்டு கிலோ மீட்டர் தொலைவிலுள்ள கிடாச்சி மாமரப் பகுதியில் வைத்து தேவையான அளவு நீள அகல கனத்துக்கு வெட்டிச் சதுரித்துத் தலைச்சுமைக்குத் தயார் செய்வார்கள். வனத்துக்குள் சென்று வெட்டிக் கொண்டுவர ஏறத்தாழ இரண்டு முழு நாள்கள் செலவாகும். இரண்டு மூன்று மலைகள் ஏறி இறங்க வேண்டியிருக்கும். பளியங்குடிக்கு மேற்காகப் பாப்பானோடைப் புலமும் கண்ணகி கோவிலுக்கு மேற்குப்புலத்தில் இருந்த கேரளத் தமிழ்நாடு வனப்பகுதியும் மரவெட்டுக்குத் தோதான பகுதிகள்தான்.

திருவாங்கூர் காட்டின் வனத்தையும் அணையின் நீர்ப்பிடிப்புப் பகுதியையும் கடந்துதான் செல்வார்கள். இரு மாநில வனத் துறையின் துப்பாக்கிக்கும், வனவிலங்குகளுக்கும், பாம்புக்கும், பெருகிக்கிடக்கும் தண்ணீருக்கும் தப்பித்துத் திரும்பினால் தான் உண்டு. அப்படி இறந்துபோனவர்களின் உடலை அங்கேயே எரித்துவிட்டு, வீடு வந்து சேர்ந்திருக்கின்றனர். எனவே,

'வனத்துக்குள்ளே போனா பொணம், மீண்டு வந்தா பணம்'

'துணுஞ்சவனுக்குச் சமுத்திரம் தண்ணி மொளங்கால் அளவு'

என்பது மக்கள் வழக்கு. போகும்போது கட்டுச்சோற்றைக் கட்டிக்கொண்டு நல்ல சகுனம் பார்த்துச் செல்வார்கள். போகும் வழியில் சகுனம் சரியில்லையென்றால் பாதியிலேயே திரும்பி விடுவார்கள். தேவையான அளவுக்குக் கட்டுச் சோற்றை எடுத்துக் கொண்டு மீதிச் சோற்றைச் செல்லும் வழியில் ஆங்காங்கே ஒளித்து வைத்துவிட்டு வரும் வழியில் சாப்பிட்டுக்கொள்வார்கள். பலர் அங்கேயே தங்கி இருப்பு இருந்து மரம் வெட்டுவார்கள். 20 கிலோ முதல் 60 கிலோ வரை வயதுக்குத் தகுந்தாற் போல் சுமந்து வருவார்கள். ஆறடி முதல் 12 அடி நீளம் வரையுள்ள கட்டைகளாகத் தயார் செய்வார்கள். ஒரு கட்டை சுமந்துவந்தால் 3 லிருந்து 5 ரூபாய் வரை கிடைக்கும்.

அதேபோல வனத்துக்குள் இருக்கும் இலவங்க மரங்களின் பட்டைகளை உரித்துத் தலைச்சுமையாகக் கொண்டுவந்து வியாபாரிகளிடம் விற்பார்கள். எண்பதுகளில் எங்கள் வயதொத்த மாணவர்கள் கூடப் பெரியவர்களுடன் சேர்ந்து பட்டை சுமக்கச் சென்று, வனத்துறையினரின் துப்பாக்கிச் சூட்டுக்கும் தப்பித்து வந்த திகைப்பான அனுபவங்களைப் பள்ளிக்கூடத்தில் சொல்லிக் கொண்டிருப்பார்கள்.

கூப்புக்காட்டுக்குள் சென்று மரம்வெட்ட இயலாதவர்கள் வனத்தின் அடிவாரத்தில் விறகுவெட்டி கட்டுக்கட்டி தலைச் சுமையாகக் கொண்டுவந்து பள்ளிவாசல் தெரு சந்தையில் வரிசையாக விறகுக்கட்டைச் சார்த்தி வைத்திருப்பார்கள். ஒரு கட்டு ஆறு முதல் பத்து அணாவுக்கு விற்கும். கூறு விறகு ஒரு அணாவுக்கு கிடைக்கும். அந்த விறகு வித்தால்தான் அன்று அவர்கள் வீட்டு அடுப்பெரியும். விறகுச் சுமையோடு வரும் அப்புராணிகள் பலர் வனத்துறையினரிடம் சிக்கிச் சித்திரவதைப் படுவதும் உண்டு.

மரவெட்டுக்கோ, விறகுக்கோ போக முடியாதவர்கள் தோட்டம், காடு, வயல்களுக்குச் சென்று புல் அறுத்து புல்லுக் கட்டுத் தெருவில் வைத்து விற்பார்கள். ஒரு புல்கட்டு நாலு முதல் எட்டு அணாவிற்கு விற்கும். பிள்ளையார் கோவில் அருகிலுள்ள வேப்பமரத் தெருதான் புல்லுக்கட்டு தெரு. அரிசிச்சுமை என்பதும் முக்கியமான வாழ்வாதாரமாக இருந்தது. கூடலூரிலிருந்து

கேரளாவுக்கு மலைப்பாதை வழியாக அரிசியைச் சுமந்து சென்று கொடுப்பார்கள். மச்சக்கல் பாறை வழியாகக் கொச்சரவு என்ற இடத்துக்கும், கல்லொடைச்சான் பாறை கத்தாழைப்பாறை வழியாகச் சல்லார் கோயில் மெட்டுக்கும், கழுதை மேட்டுப் பாதை வழியாகப் பாண்டிக்குழிக்கும் சென்று கொடுப்பார்கள். ஒரு மரக்காலுக்கு முக்கால் ரூபா வீதம், நான்கு மரக்கால் கொண்ட சுமைக்கு மூன்று ரூபா கிடைக்கும். நான்கு கிலோ மீட்டர் ஒத்தையடி வரப்புப்பாதையிலும் நான்கு கிமீ மலைப்பாதையிலும் செல்ல வேண்டும். கொஞ்சம் கைகால் தெம்புள்ளவர்கள் காலை 4 மணிக்குத் தொடங்கி இரண்டு நடை சுமப்பார்கள்.

ஒரு நடை போதும் என்பவர்கள் அரிசிச் சுமையை இறக்கி வைத்துவிட்டுத் திரும்பும்போது விறகு எடுத்துச் சுமந்துகொண்டு வீட்டுக்கு வருவார்கள். கேரளாவிலிருந்து கப்பைக் கிழங்கு வாங்கி தலைச்சுமையாகக்கொண்டு வந்து ஊரில் விற்பார்கள். ஆள் ஒன்றுக்கு 5-லிருந்து 10 வீசை வாங்கி வருவார்கள்.

எழுபது எண்பதுகளில் மக்களின் பற்றாக்குறையான வாழ்க்கையையும், வனத்துறையினர் விறகு சுமப்பவர்களின் விறகையும், அரிவாளையும், கையில் வைத்திருக்கும் சில்லறைக் காசுகளையும் பறித்துக்கொண்டு வழக்குப்போடும் கொடுமைகள் பற்றியும் பொதுவுடைமைக் கட்சியைச் சார்ந்த என் தந்தையார் தோழர் பரந்தாமன் அவர்கள் எழுதிப்பாடிய பாடல் அக்காலத்தில் மேடையெங்கும் எதிரொலித்தது.

மாயாண்டி வீரனே ஒச்சாத்தேவா
ராமாயி வீராயி கருப்பாயக்கா
வெறகுக்குப் போகனும் எந்திரிங்க
கெழக்காம பாருங்க வெளுத்துப் போச்சு
அரிவாலும் சும்மாடும் எடுத்துக்கோங்க

பங்குனி சித்திர வெயிலுக்குள்ளே
மாட்டாமலே வெரசா போய் வருவோம்
பாரஸ்ட் கார்டுகள் கூட்டத்தோட
நூத்துக்கணக்கான போலீசாரும்
காட்டுக்குள்ளே நம்ம கண்டாங்கென்னா
லாரிக்குள்ளே தூக்கிப் போட்டுக்கிட்டு

ஜெயிலுக்குள்ளே போட்டுப் பூட்டிடுவான்
சிக்காமலே வெரசா போய் வருவோம்

என்று தொடங்கும் பாடல் இந்தப் பகுதியில் பரவலாக அறியப்
பட்டதாகும். தமிழ்நாட்டில் கலை இலக்கியப் பெருமன்ற
மேடைகளெங்கும் முழங்கியது. வனத்துறையின் கெடுபிடி
சின்னச் சின்ன மரவெட்டிகளிடமும், சுள்ளி பிறக்க வந்த
பெண்களிடமும்தான் இருந்தது. அதிகாரிகளின் ஆதரவோடு
பெரும் வியாபாரிகள் பெரும் பெரும் டிம்பர் மரங்களைப்
பாதுகாப்பாக வெட்டிக் கடத்திக்கொண்டுதான் இருந்தார்கள்.

காலி செய்யப்பட்ட மலைத் தோட்டங்கள்

ஊரின் தென்கிழக்கே வண்ணாத்தி பாறையில் வட்டத் தொட்டி
உச்சிக்காடு வனப்பகுதி எஸ்டேட்டுகளுக்கு உணவுப் பொருட்
களைச் சுமந்து கூட்டம் கூட்டமாகச் செல்லும் கழுதைகள்
பார்ப்பதற்காக அழகாய் இருக்கும். எண்பதுகளின் தொடக்கத்தில்
வனத்துறை அந்தப் பகுதிகளில் விவசாயம் செய்வதற்குத்
தடை விதித்து வெளியேற்றிவிட்டது.

இந்த வனப்பகுதிகளுக்குக் கீழேதான் 1917களில் பிரிட்டிஷ் அரசு
பிறமலைக் கள்ளர்களுக்கான கட்டாயக் குடியேற்ற முகாம்களை
ஏற்படுத்தி உசிலம்பட்டியிலிருந்து கொண்டுவந்து அடைத்து
வைத்து கட்டாய வேளாண்மைக்குப் பயன்படுத்தியது. அங்கு பரவிய
மலேரியா தொற்றால் பலர் இறந்துபோனதால், முகாம் கைவிடப்
பட்டது. காவல் கோட்டம் புதினமும் இதைப் பதிவு செய்துள்ளது.

ஊரின் தென்மேற்கே உள்ள மலைகளில் அமராவதி, பாண்டி
குழி ஆகிய எஸ்டேட்டுகள் உள்ளன. அங்கு கூடலூர் மக்கள்
நீண்ட நாட்களாக மிளகு பயிரிட்டு விவசாயம் செய்து வந்தனர்.
ஒன்னாம் மயிலில் இறங்கி அமராவதிக்கும் ஆறாம் மயிலில் இறங்கி
பாண்டிக்குழிக்கும் நடந்து செல்ல வேண்டும்.

வழியில் நடந்து செல்லும் எங்களைப் பார்க்கும் கேரளக்
குழந்தைகள் பாண்டிக்காரர்! பாண்டிக்காரர் என்று சொல்லிவிட்டு
ஓடுவார்கள். 90களில் தமிழ்நாடு அரசு பின்பற்றிய வனக்
கொள்கையால் அந்தப் பகுதியில் இருந்த நூற்றுக்கும் மேற்பட்ட
விவசாயிகளின் நிலங்கள் 1993-94களில் பறிக்கப்பட்டதோடு

வனத்துறை கொலை வழக்குத் தொடுத்து முப்பது ஆண்டுகளுக்கு மேலாக கொலை வழக்கும் நடத்திவருகிறது.

ஒரே வனத்தில் ரோட்டுக்கு மேற்கே இருப்பது கேரளா, கிழக்கே இருப்பது தமிழ்நாடு. கேரள அரசு வனப்பகுதியில் மக்களைக் குடியேற்றி விவசாயத்தை ஊக்குவித்தது. அங்குக் குடியேறிய குஞ்சுமோனையும், ஜேம்சையும் கேரள அரசு நில உரிமையாளராக மாற்றியது.

தமிழ்நாட்டு எல்லையில் விவசாயம் செய்த மாயாண்டிகளும் முனியப்பன்களும் நிலங்களைப் பறிகொடுத்து முப்பது ஆண்டு களுக்கும் மேலாக வழக்கில் உழன்று வாழ்வு சிதறிக்கிடக் கிறார்கள்.

எங்களுக்குச் சொந்தமான நான்கு ஏக்கர் மிளகுக் கண்டத்தில் தான் வனத்துறை தற்போது அலுவலகத்தைக் கட்டிவைத்து இருக்கிறது. பலாவும், மிளகும், வாழையும், பருத்தியும், பீன்சும் விளைந்த நிலம் இன்று வெற்று வனமாயிருக்கிறது. கூடலூரி லிருந்து பாண்டிக்குழிக்குச் செல்லும் பழமையான கழுதை மேட்டுப்பாதை தூர்ந்து கிடக்கிறது.

கருதறுப்பும் காதலும்

ஊருக்குத் தென் கிழக்கிலும் கிழக்கிலும் உள்ள ஒட்டாங்குளம், கப்பாமடை, ஒன்பது செய் வட்டம், ஒழுகுகுலி, தாமரைக்குளம், விதைப்பண்ணை, முனிக்கரை, பாரவந்தான், சட்ரஸ் ஆகிய புலங்களில் வயல்வெளிகள் உள்ளன. முல்லைப் பெரியாற்றுப் பாசனத்தால் நேரடியாகப் பயன்பெறும் பாசன நிலங்கள் இவை. இவைதான் ஊரின் விலை மதிப்பான சொத்துக்கள். போக்கு வரத்துக்கு எளிதான பாதை வசதிகள் கொண்டவை.

வயல்களில் கருதறுப்புக் காலத்தில் அதிகாலையில் வீடுவீடாக எழுப்பிக் கொண்டு வரும் கொத்துக்கார கல்யாணியின் குரலும், உழவு காலத்தில் தரையில் உரசிக்கொண்டு செல்லும் ஏர்க் கலப்பையின் உரசல் சத்தமும் நாள்தோறும் பால்பண்ணைக்கு ஓட்டிச் செல்லும் பால்மாடுகளின் சத்தமும், அல்லா கோயில் தொழுகைச் சத்தமும்தான் எங்களைக் காலையில் படிப்பதற்காக எழுப்பிவிடும் கடிகாரங்கள்.

ஆண்டுக்கு ரெண்டு போகம் நெல்லும் ஒரு போகம் மாற்றுப் பயிருமாக மூனு போகமும் வயலில் வெள்ளாமை இருக்கும். கருதறுப்புக்கு முதல் நாள் இரவு தெருக்களில் வைக்கோலைக் கொண்டு கருதுகட்டுக்கான வைக்கோல் பிரியைத் திரித்துக் கொண்டிருப்பார்கள். அதிகாலையில் கூட்டம் கூட்டமாக ஆண்களும் பெண்களும் கையில் அரிவாள் மனையுடன் கருதறுப்புக்குச் சென்றுகொண்டிருப்பார்கள். வயல் வரப்புகளில் குறுக்கு வலிக்கச் சுமந்து பாத்திகளில் தேங்கி நிற்கும் கலங்கிய தண்ணீரில் துணியை விரித்து வாய்வைத்து உறிஞ்சிக் குடித்து விட்டு அவசர அவசரமாக அடுத்த கட்டு தூக்கப் போன அனுபவம் எனக்கும் உண்டு.

ஒவ்வொரு கருதறுப்புக் காலத்திலும் பல காதல் ஜோடிகள் உருவாகியிருப்பார்கள். கருதறுப்பு முடியும் போதும் பல திருமணங்கள் நடந்திருக்கும். பெருங்கூட்டமான ஆட்களைக் கண்டால், 'என்னாப்பா ஒரு கருதறுப்பு ஆளுக வந்திருக்கீங்க' என்று கூறும் வழக்கம் உண்டு. இன்று வந்த ஒரு கருதறுப்பு மிசின் அவ்வளவு பேரையும் காலி செய்துவிட்டது.

மேலக்காடும் தெக்காடும்

ஊருக்கு மேற்கிலும், தெற்கிலும் உள்ள மலையைச் சார்ந்த வேளாண் புலங்களான ஏகலூத்து, வன்னித்துண்டு, கன்னிமார் ஊத்து, மச்சக்கல் பாறை, கல்லொடைச்சான்பாறை, கொங்கச்சி பாறை, கத்தாழைப்பாறை, பெருமாள்கோவில் மொட்டை, உள்ளு மனை, சுரங்கனாறு, கழுதைமேடு, தகுலோடை, தம்மணம்பட்டி, மொட நாறி, வைரவனாத்துப் புலம் ஆகியவை வானம்பாத்த நிலங்கள்தான். இந்த நிலங்களுக்கு ஒத்தையடி வரப்புகள் வழியாக நடந்தும் ஓடைகள், ஒழுகால் வழியாக மாட்டுவண்டிகளிலும் டிராக்டர்களிலும் செல்லலாம்.

வெள்ளாமைக் காலத்தில் பாரங்களைச் சுமந்து வரும் வண்டிகள் குடைசாய்ந்து மூடைகள் கொட்டிப்போய் மீண்டும் ஏற்றி வீடுவந்து சேர்க்கும்வரை விவசாயிகள் பாடு பெரும் திண்டாட்டம்தான்.

ஊருக்குத் தெற்கே பாப்பானோடை, மணிகட்டி ஆலமரம், பழியன் குடிசை, நாயக்கர் தொழு, காஞ்சி மரத்துறை, வேலாங்காடு,

வெட்டுக்காடு, பெருமரத்துக்காடு, ஊமையன் தொழு, எள்ளுக் கரட்டுப் பாறை ஆகிய புலங்களுக்குச் செல்ல முல்லைப் பெரியாற்றைக் கடக்க வேண்டும். மரத்துப்பாலம், தாண்டுபாலம், காஞ்சிமரத்துறை, புதுரோடு ஆகியவற்றின் வழியாகச் செல்லலாம். ஐந்து கிலோ மீட்டர் நடந்து சென்று எந்த நேரமும் விழலாம் என்று அத்துவானமாகத் தொங்கிக்கொண்டிருக்கும் மரத்துப்பாலத்தின் வழியாகச் செல்வது ஓரளவு பாதுகாப்பானது. முழு ஆறும் இரண்டு பாறைகளுக்கு நடுவே ஒடுங்கிச் செல்லும் ஓரிடத்தில் அந்தப் பாறைகளைத் தாண்டிச் செல்வதுதான் தாண்டுபாலம். வாலிப்பான இளைஞர்களும் பெரியவர்களும் மட்டுமே செல்லக்கூடிய பாதை இது. காஞ்சிமரம் இருந்த ஆற்றுத்துறையில் ஆற்றில் இறங்கிக் கடந்து செல்வதுதான் காஞ்சிமரத்துறை பாதை. ஆற்றில் தண்ணீர்ப்பெருக்கு அதிக முள்ள காலங்களிலும் எதிர்பாராமல் பெரியாறு அணையில் தண்ணீர் திறந்துவிடும் காலங்களிலும் உயிர்களைக் காவு வாங்கும் பாதை இது.

ஊருக்கு மேற்கே கூடலூர் குமுளி நெடுஞ்சாலை வழியாகச் சென்று சுருளியாறு மின்நிலையம் செல்லும் வழிதான் புது ரோட்டுப் பாதை. இது தலையைச் சுற்றி வாயைத் தொடுகின்ற பாதை. ஆற்றில் பெரும் வெள்ளம் ஏற்படும் போது இந்தப் பாதையில் தான் செல்லவேண்டும். மாட்டுவண்டி, டிராக்டர் மூலமாக மட்டுமே செல்ல வேண்டியிருப்பதால், பொருள் செலவும் நேரச் செலவும் ஏற்படும்.

வடகிழக்கு, தென்மேற்கு ஆகிய இரண்டு பருவமழைகளாலும் மழை பெறும் பகுதி என்பதால், வருடத்தில் ஆறு மாதம் மழை இருக்கும். எண்பதுகளில் இன்று இருப்பது போல ஊருக்குள் தார்ச் சாலைகள் இல்லை. தெருவெங்கும் சகதிதான். மழையில் நனைந்துகொண்டும் சகதியில் விழுந்து எந்திரித்தும் பள்ளிக்கும் தோட்டங் காடுகளுக்கும் சென்ற அனுபவம் அயற்சியானது.

விவசாயிவீட்டுப் பிள்ளைகள் வாரத்தில் பெரும்பாலான நாட்களில் பள்ளி வேலை நாட்களில் காலை மாலையில் நடந்தோ, சைக்கிளிலோ; சுமையோடோ சுமை இல்லாமலோ காட்டுக்குச் சென்றுவிட்டு பள்ளிக்கும் செல்ல வேண்டியிருக்கும். விடுமுறை

நாட்களில் பெற்றோர்களோடு சேர்ந்து விவசாய வேலை செய்யவும் வேண்டியிருக்கும். ஆடு, மாடு வளர்க்கும் வீட்டுப் பிள்ளைகள் பாடு இன்னும் திண்டாட்டம்.

சீமத்தண்ணி (மண்ணெண்ணெய்) ஊத்தி துணித்திரி சொருகிய கண்ணாடி பிராந்தி பாட்டில் விளக்கைக் கையில் பிடித்துக் கொண்டு நான்கு ஐந்து கிலோ மீட்டர் நடந்து சென்று காட்டிலேயே இருப்பு இருந்து வேலை செய்யும் பெற்றோர்களுக்கு இரவுச் சாப்பாடு கொடுக்கச் சென்றதும், காட்டின் களத்துமேட்டுக்கடை களில் தேக்கிலையில் வைத்து விற்கும் உப்புமாக்களுக்கு ஆசைப் பட்டு அம்மத்தாவுடன் இரவில் மொச்சக்காய் காட்டில் தங்கிக் காவல் காத்ததுமான பயம் கலந்த அனுபவங்கள் அலாதியானவை.

சுரங்கனாறு அருவிக்குக் கீழே இருந்த உள்ளுமனைக் காட்டில் பீன்ஸ் பயிரிட்டிருந்தோம். அங்கு குரங்கு தொல்லை அதிகம். விடுமுறை நாட்களில் ஒரு கையில் பாடப்புத்தகமும் இன்னொரு கையில் படாங்கு வேட்டுமாகச் சென்று குரங்கு விரட்டிய அனுபவமும், காஞ்சிமரத்துறை ஆற்றைக் கடக்கும்போது இழுத்துச் செல்லப்பட்டுப் பருத்தி, மொச்சைக்காய் மூடைகளைத் தண்ணீரில் விட்டுவிட்டு உயிர் தப்பித்து வந்த அனுபவங்களும் உண்டு. இன்று நினைத்துப் பார்க்கையில் நினைவுகள் சாகசமாத் தெரிந்தாலும் அந்த வயதில் அவ்வளவு உவப்பானதாக இல்லை.

ஆனால் தெற்குப் புலங்களில் 1990களில் போடப்பட்ட காஞ்சி மரத்துப்பாலமும், தார்ச்சாலைகளும் இன்று பயணத்தை எளிமைப் படுத்தி விட்டன. மானவாரி நிலங்கள் பெரும்பாலும் போர் போட்ட தோட்டங்களாகிவிட்டன. தோட்டத்துக்கே காரில் வந்து செல்ல முடியும். இடதுசாரிகளின் பெரும் போராட்டங் களுக்குப் பிறகு மேலக்காடுகளில் 2010 களிலிருந்து உருவான கூடலூர் கம்பத்தை இணைக்கும் ஏகலூத்து—பெருமாள்கோயில் மொட்டை தார்ச்சாலை அந்த நிலங்களுக்கான போக்குவரத்தை ஓரளவு எளிமைப்படுத்தியுள்ளது. எழுபது விழுக்காடு மானாவாரி நிலங்கள் போர் போட்ட தோட்டங்களாகிவிட்டன. பைக்கிலும் காரிலும் நினைத்தவுடன் செல்லும் வாய்ப்பு ஏற்பட்டுள்ளது. விளைபொருட்கள் பாதுகாப்பாக வந்து செல்கின்றன. இன்றும் காஞ்சிமரத்துறை பாலம் வழியாகக் காரிலோ, பைக்கிலோ

செல்லும் போதெல்லாம் காட்டில் உழுதுவிட்டு ஆற்றைக் கடக்கையில் வகுத்து வலி பேயத்தேவனும் அவனது பொண்டாட்டி யும் இரண்டு ஏர் மாடுகளோடு அடித்துச் செல்லப்பட்ட அவலக் காட்சி கண்ணுக்குள் வந்துபோகும்...

விவசாய சங்கங்களின் தொடர் போராட்டத்தால் தெற்குப் புலத்திலும் மேற்குப் புலத்திலும் உருவான பாலங்களும் தார்ச் சாலைகளும், இலவச மின்சாரத் திட்டமும், போர் வசதிகளும் மானாவாரிக் காடுகளைத் தோட்டங்களாக மாற்றிவிட்டன. நிலங்களின் மதிப்பு உயர்ந்துள்ளது. ஒரு காலத்தில் விலை மதிப்பு மிக்கதாக இருந்த வயல்களைவிடத் தற்போது மானா வாரிக் காடுகளுக்கு மவுசு கூடிவிட்டது. ஆனால் என்ன நாலு குழி அஞ்சு குழி வைத்து அரும்பாடுபட்டு வைராக்கியமாகக் காட்டைக் கட்டி உழுத அந்தப் பழைய விவசாயிகளிடம் நிலங்கள் தங்க வில்லை. நிலங்கள் பெரு விவசாயிகளிடம் நகன்றுகொண்டிருக் கின்றன.

கேரளத்தைச் சேர்ந்தவர்கள் விரும்பி குவியல் குவியலாக நிலங்களை வாங்கினர். 2010க்குப் பிந்தைய முல்லைப் பெரியாறு அணைப் போராட்டங்களுக்குப் பிறகு வாங்கிய நிலங்களின் பெரும்பகுதியை விற்றுவிட்டனர். அதேபோல கூடலூர் பெரு விவசாயிகளும் சிறுவிவசாயிகளும் இடுக்கி மாவட்டத்து ஊர்களில் சொந்தமாக ஏலக்காய் எஸ்டேட்டுகள் வாங்கும் நிலை உருவாகியுள்ளது.

கடலை, பருத்தி, மொச்சை ஆகிய மானாவாரிப் பயிர்களுக்கு எங்கள் ஊர் பிரபலம். கடலை சீசனில் தூரம் தொலைவு களிலிருந்து வெளியூர் சனங்கள் கூட்டம் கூட்டமாகக் குடும்பத் துடன் ஓரிரு மாதம் இருப்பு இருந்து கடலைக்காட்டில் வேலை செய்துவிட்டுப் போவார்கள். ஊரின் தெற்கே கூலிக்காரன் பாலத்திலிருந்து வடக்கே பிஎஸ்சி தியேட்டர் வரை ஊருக்கு அன்னியமான பல புதுமுகங்கள் அலைந்து திரிவார்கள். பஜாரில் கூட்டம் அலைமோதும். இசைஞானி இளையராஜா அவர்களின் தாயார் குடும்பத்தோடு ஒவ்வொரு ஆண்டும் கடலையெடுப்புக்கு வருவாராம். குருவனத்துப்பாலத்துக்கு அருகில் ஒரு புளிய மரத்தில் பிள்ளைகளுக்குத் தொட்டில் கட்டி படுக்கவைத்துவிட்டு,

கடலை பிடுங்குவார் என்று ஊரில் பெரியவர்கள் சொல்லக் கேட்டிருக்கேன். அந்த இடத்தைத்தான் முப்பது ஆண்டுகளுக்கு முன்பு இளைய ராஜா அவர்கள் விலைக்கு வாங்கிப் பங்களா கட்டியுள்ளார். தன் தாய் சின்னத்தாயையும் மகளையும் அங்கு தான் அடக்கம் செய்துள்ளார்.

கடலை விவசாயிகள் காய்ந்த கடலை மூடைகளை வாங்கி அவற்றை ஏப்ரல், மே மாதங்களில் கடலை உடைத்து விதைப் பருப்பு ஆக்குவார்கள். சிறுவர்களும் பெண்களும் விவசாயிகளின் வீடுகளுக்குக் கடலைப் பருப்பு உடைப்பதற்குச் செல்வோம். ஒரு மரக்கால் கடலையைப் பருப்பாக உடைப்பதற்கு 1985களில் 75 பைசா கிடைக்கும். ஒரு நாளில் குறுணிபருப்பு உடைப்பவர் களெல்லாம் இருப்பார்கள். சில நேரங்களில் வீட்டிற்குக் கொண்டு வந்து இரவெல்லாம் உட்கார்ந்து உடைத்துக் கொடுப்போம். குறுக்கு வலிக்கும் பெருவிரலும் ஆள்காட்டி விரலும் காய் காய்த்துப் பொத்துப்போகும். உடைக்கும் போதே ஆசைப்பட்டுக் கடலைப் பருப்பு தின்று வயிற்றாலை வந்து கிடப்பவர்களும் உண்டு. அதனால் கடலை உடைத்துவிட்டு, அச்சுவெல்லத்தைத் தின்று விடுவோம். கோடைவிடுமுறையில் அப்படிச் சேர்த்த காசுகளைக் கொண்டு சித்திரை 1-க்கு சுருளித் தீர்த்தத்துக்கும் வீர பாண்டித் திருவிழாவுக்கும் செல்வதுண்டு. பலர் அதை மிச்சப்படுத்தி, பள்ளிக்கூடம் திறந்ததும் பேனா பென்சில் வாங்க வைத்துக் கொள்வோம். பேனாவுக்குள் இருக்கும் மை தெரியும்படி இருக்கும் கண்ணாடி பேனா வாங்குவது பெரும் லட்சியமாக இருக்கும்.

அதேபோல ஊரெங்கும் பருத்தி விளையும் தெருவெங்கும் பருத்திக்கடை இருக்கும். 1980களில் எல்ஆர்ஏ என்ற கம்பெனி பருத்தி பிரபலம். பருத்தி விதைகளை வாங்கி வந்து அவற்றைக் கரைத்த மாட்டுச் சாணத்துக்குள் ஊற வைத்துக் காயப்போட்டுக் காட்டில் விதைப்பார்கள். இடது இடுப்பைச் சேர்த்துக் கையில் ஒரு விதைப்பெட்டியைப் பிடித்துக்கொண்டு சால்சாலாக ஒரே அளவு இடைவெளியில் கால்களை எட்டுவைத்து நடந்து விதைப் பட்டிக்குள் விதையை எடுத்துக் குறிப்பிட்ட கால இடைவெளியில் கையை வீசி நடந்து சென்று எங்கள் அப்பா பரந்தாமன் விதைக்கும் முறை பார்ப்பதற்கு அழகாக இருக்கும். ஓரிரு நாட்களில் பருத்திச் செடி விளைந்ததும் பார்த்தால், கோடு போட்டு ஊன்றியது போல

இருக்கும். பருத்திமூட்டைகளை மாட்டுவண்டியிலோ தலைச் சுமையாகவோ கொண்டுவந்து பருத்திக் கடைகளில் விற்போம். சில தொலான்கள் முதல் சில குவிண்டால் வரை எடை இருக்கும்.

என் வயதொத்த சிறுவர்கள் பருத்திக் கடைகளில் பருத்தித் தாட்டு போடச் செல்வோம். திங்கள் முதல் சனி வரை மாலை நேரங்களில் தள்ளுவண்டியைத் தள்ளிக்கொண்டு பருத்தி இருக்கும் வீடுகளுக்குச் சென்று எடைபோட்டு கடைக்குக் கொண்டு வரவேண்டும். புதன், சனி என வாரத்தில் இரண்டு நாட்கள் பருத்திகளைப் பெரிய தாட்டுகளுக்குள் அமுக்கி தைத்து மூடை போட்டுக் கடையின் முகவரி, இனிசியல் எழுதி தயாராக வைத்திருக்க வேண்டும். அந்த வேலை முடிய இரவு இரண்டு மணி ஆகும். தேனியிலிருந்து வரும் லாரி ஒவ்வொரு கடையாக ஏற்றிக்கொண்டு வருவார்கள். நாங்கள் தாட்டுப் போடும் கடைக்கு வர கோழிகூப்பிட்டுவிடும். அதாவது காலை 4-5 மணியாகி விடும்.

உழைப்புக் கூலியாகக் கடை வீதியில் இருந்த தங்கராசு கடையில ஜீரா தோசையோ அதிக வேலை இருந்தால் மாணிக்கம் கடையில் புரோட்டாவோ வாங்கித் தருவார்கள். சம்பளமாக ஒரு ரூபாயோ ஒன்னரை ரூபாயோ கொடுப்பார்கள். தீபாவளிக்குத் துப்பாக்கி வாங்கித் தருவார்கள். சங்காலும் சின்னாத்தேவனும் தான் நூற்றுக்கும் மேற்பட்ட பருத்தித் தாட்டுகளை அனுப்பும் பெரிய ஏவாரிகள். முத்துச்சாமி, சேது, கர்ணன் போன்றவர்கள் கொஞ்சம் சின்ன ஏவாரிகள். பெரிய கடையில் தாட்டுப் போட வேண்டும் என்ற ஆவல் நிறைவேறவே இல்லை... பரீட்சை நேரங்களில்கூட (1986-1987) விடிய விடியத் தூங்காமல் தாட்டுப் போட்டுவிட்டு, காலையில் படித்தும்விட்டு பரீட்சைக்கும் சென்று வந்திருக்கிறோம். சிறுவர்களாக இருந்த போது இவற்றை யெல்லாம் வறுமைக்காக அல்லாமல் ஆசைப்பட்டுச் செய்தோம். பெற்றோர்கள் குழந்தைகளுக்குக் கொடுத்த சுதந்திரமும் நெருக்கடி இல்லாத கல்விமுறையும், அன்றைய வாழ்க்கை முறையும் இன்று நினைத்தாலும் வியப்பாக இருக்கிறது.

இன்று எங்கள் வட்டாரத்தில் கடலையோ, பருத்தியோ விவசாயப் பட்டியலில் இல்லை. தேனியில் செல்வாக்காக இருந்த

ஜின்னிங் பேக்டரிகளும், டெக்ஸ்டைல் மில்களும் இல்லை. வருசத்துக்கு ஒரு புதுத்துணி மொத்தத்தில் நான்கு ஐந்து ஜோடி உடுப்புகள் வைத்திருந்தாலே பெரிது என்றிருந்த காலத்தில், பெருகியிருந்த பருத்தி விவசாயமும், பருத்திமில்லும், இன்று நினைத்தால் புதுத்துணி, பல ஜோடி உடுப்புகள் வைத்திருக்கும் காலத்தில் இல்லாமல் போனது. இந்த முரண்பாட்டைத் தெரியாமலே மறைந்துபோனார்கள் கட்ராசு கடையில் டீக் குடித்துக் கொண்டு, 'மாஸ்கோவுல மழை பேஞ்சா மதுரையில கொட புடிப்பாங்கெ' இவைங்களுக்கு வேற வேலையே இல்லப்பா' என்று சொன்ன சம்சாரிகள். உலகின் எந்த மூலையிலோ விளைந்த கடலையும் பருத்தியும் கூடலூர் விவசாயத்தைக் காலி செய்தது தெரியாதது போலவே இன்று உலகின் ஏதோ ஒரு மூலைக்குச் செல்வதற்காக வளர்ந்துகொண்டிருக்கின்றன வாழைமரங்கள் எங்கள் ஊரின் நிலத்தடி நீரை உறிஞ்சி...

உண்மையில் கூடலூரில் குண்டுமல்லியெல்லாம் இல்லை. கூடலூர் மொச்சைதான் தமிழ்நாடு முழுவதும் பிரபலம். மார்கழி தைமாதத்துப் பனியைக் குடித்து வளரும் மொச்சக்காட்டின் வாசம் அலாதியானது. நெருங்கிப்போய் மொச்சக்காயைப் பறிக்கும் போது சட்டையில் ஒட்டிய எண்ணெய் பிசுக்குடன் கூடிய வாசம் இரண்டுநாள் கழித்தும் நீடிக்கும். மொச்சக்கா குழம்பு கறிக் குழம்பைவிட ருசியாய் இருக்கும். இன்றும் மொச்சைக்காய் பயிரிடப்படுகிறது. ஆனால் பழைய நாட்டுமொச்சை இல்லை. ஹைபிரட் மொச்சை... இது பழைய சுவையைக் கொஞ்சம் கொஞ்சமாக நாக்கைவிட்டு நகட்டிக்கொண்டே இருக்கிறது.

பின்னுரையாக

தமிழ்நாடு கேரள எல்லையோர வனத்தை மட்டும் நம்பி வாழ்ந்த கூடலூர்காரர்களைக் கேரள வனத்துறை வனக்குற்றவாளியாக அறிவித்து அவர்களுக்குத் தேக்கடி புலிகள் சரணாலயத்தில் வேலை வாய்ப்பை வழங்கி மடைமாற்றம் செய்துள்ளது. தமிழ்நாடு வனத்துறை எத்தகைய மாற்று ஏற்பாடும் செய்யவில்லை.

இன்று வனத்திற்குள் மனித நடமாட்டம் குறைந்துவிட்டது. வனமும் வனவிலங்கும் பெருகிவிட்டன. காஞ்சிமரத்துறை வேலாங் காட்டுப் பகுதி விவசாய நிலங்களுக்கு வனவிலங்குகளால்

ஆபத்து அதிகரித்துள்ளது. வேளாண் நிலங்களின் மதிப்பு உயர்ந்திருக்கிறது. அன்றாடம் உள்ளூர் பெண்கள் நூற்றுக் கணக்கில் கேரள இடுக்கி மாவட்டத்து ஏலம், தேயிலைத் தோட்டங்களுக்குச் சென்று திரும்புகிறார்கள். உள்ளூர் வேளாண் பணிகளுக்கு வடகிழக்கு மாநிலத் தொழிலாளர்கள் வரத் தொடங்கியிருக்கிறார்கள்.

ஊரில் அறுபது எழுபதுகளில் இருந்த கடினமான வாழ்க்கை மாறியிருக்கிறது. மொய், வரவு செலவுப் பண்பாட்டின் தார்மீகம் மாறியிருக்கிறது. போதை வேய்ந்த கூரை, தகர, ஓட்டு வீடுகளும், படல் அடைப்புகளும், மண் சாலைகளும் மறைந்துவிட்டன. ஊரின் வடக்கு எல்லையில் அந்நியர்கள் வருகையை நோட்டம் பார்க்கும் நோட்டக்காரன் தங்கிச் செல்லும் தோப்பான நோட்டக் காரன் புளியந்தோப்பு, நோட்டக்காரன் புளியமரத் தெருவாகி, இரண்டு ஆண்டுகளுக்கு முன்பு அதன் இறுதிப் புளியமரமும் வெட்டப்பட்டு இன்று பெயரில் மட்டுமே புளியமரம் இருக்கிறது. ஊரின் தெற்கு எல்லையில் கூலிக்காரன் பாலம் என அழைக்கப் பட்ட இடம் வழக்கொழிந்து பெட்ரோல் பங்க் ஸ்டாப் என வழங்கிவருகிறது. ஊருக்கு மேற்கே நான்காம் எண் தரிசு நிலங் களில் உருவான குடியிருப்புப் பகுதிகள் நாலா நம்பர் ஏரியா எனப் பெயர் பெற்று இன்று கன்னிகாளிபுரமாக மாறியிருக்கிறது.

அண்ணாக்கயிறு விற்கும் காசிம்பாய், நடுவீட்டுக் கிறுக்கி ஆத்தா, வாக்கொளத்து ஆசாரி, ஒரு நேரச் சோத்துக்கு ஒரு குவிண்டல் விறகு வெட்டும் தொத்தன், கரச்சல் பார்ட்டி சின்னிவீரன், அலெக்ஸ் பாண்டியன், சவ்வுமிட்டாய் தாத்தா, விளக்கெண்ணெய் விட்டுக் கண்அழுக்கை எடுக்கும் காமாயி, பொலம்பாடி என நாங்கள் அழைக்கும் நடமாடும் பல்மருத்துவர், ஆர்'எம்பீ மருத்துவர் களான இப்ராஹிம், வஹாப், மந்தையம்மா, மலையாளி டாக்டர், சித்த வைத்தியர் சண்முகம் என யாவரும் இன்று இல்லாமல் போனாலும் எங்கள் உலகத்தில் வாழ்ந்து கொண்டு தான் இருக்கிறார்கள். கடந்த காலத்தின் அசைவியக்கத்தை நினை வூட்டிக்கொண்டே இருக்கிறார்கள்.

□

30

பறக்கை

நாஞ்சில்நாட்டு மரபின் மையக்கோடு

அ. கா. பெருமாள்

எனது ஊர் கன்னியாகுமரி மாவட்டம் அகஸ்தீஸ்வரம் வட்டம் ராஜாக்கமங்கலம் ஒன்றியத்தில் அடங்கியது. நாகர்கோவிலுக்குத் தெற்கே மணக்குடி கடற்கரைக்குச் செல்லும் சாலையில் ஐந்து கிலோ மீட்டர் தொலைவில் உள்ளது. உத்தேசமாக 1300 ஏக்கர் பரப்புடையது.

நாஞ்சில் நாட்டின் 12 பிடாகைகளில் பறக்கை ஊர் முக்கிய மானது. நாஞ்சில் நாட்டின் பிடாகை வழக்காறு இப்போது இல்லை. என்றாலும் பழம்பெருமை பேசுபவர்கள் இன்றும் இதை விட்டுவிடவில்லை.

எங்களுடைய ஊருக்குப் பிரிந்து செல்லும் சந்திப்பில் நின்று சுற்றுமுற்றும் பார்த்தேன். முக்கியச் சாலையிலிருந்து கிழக்கே பிரிந்து செல்லும் சாலையோரத்தில் ஆட்டோக்கள் நின்றன. எழுபது வருடம் பாரம்பரியம் உடைய மூத்தபிள்ளையின் உணவகம் இன்றும் இருக்கிறது. இங்கே சூடான ரசவடையும் இட்டலியும் பிரசித்தம். அந்தக் காலத்தில் சட்டினியும் வறுத்து அரைத்த குழம்பும் (தீயல்) தருவார்கள். இட்லிப்பொடி செக்கில் ஆட்டிய நல்லெண்ணெய் சுவை பொருத்தத்திற்காகச் சேர்த்துக்கொள்வது உண்டு. இதற்காகவே பக்கத்து ஊர் களிலிருந்து வருவார்கள். அப்போது காலை நான்கு மணிக்கே கடை திறந்துவிடுவார்கள்.

இந்தச் சாலையில் ஊர் ஆரம்பிக்கும் பகுதியில் புதிதாகக் கட்டப்பட்ட நடுத்தரப் பள்ளி உள்ளது. பார்த்ததும் பழைய நினைவுகள் வந்தன. நான் படித்த பள்ளி, 1920 வரை அது மலையாளப் பள்ளி. 'ட' வடிவில் ஒரு கட்டடம், வெளிச் சுவரில் கறுப்புத் தார் பூசியிருப்பார்கள். ஓட்டுக் கட்டடம் ஐந்தாம் வகுப்பு வரை இருந்தது. என்னுடைய 9 வயதில் காமராசரைப் பார்த்தது இங்குதான்.

எங்கும் காங்கிரீட் வீடுகள். ஐம்பதுகளில் நான் இருந்த கீழரத வீதியில் இரண்டு ஓலை வீடுகள் இருந்தன. மீதி ஓட்டு வீடுகள். இப்போது ஓலை, ஓட்டு வீடுகள் இல்லை. பல வீடுகளின் முன்னே சிறிய புதிய கார்கள் அங்கங்கே உயரமான மின்கம்பங்கள் எல்இடி விளக்குகள் நிறைந்து கிடந்தன. இப்போது இரவு 8 மணிக்கு ஊரே அடங்கிவிடுகிறது. தெருவில் விளையாடும் சிறுவர்களைப் பார்க்க முடியவில்லை.

கோவில் தெப்பக்குளத்தில் தண்ணீர் நிறையவே கிடந்தது. அலையடித்தது. ஆனால் குளிப்பவர்களின் எண்ணிக்கை குறைந்துவிட்டது. அபூர்வமாய்ச் சிலர் குளித்துக்கொண்டிருந் தார்கள். குளமும் குளிக்கும்படியாக இல்லை. இதே குளத்தில் என் சிறுவயதில் குளித்த போது தண்ணீரில் மூழ்கி, கண்விழித்துப் பார்த்திருக்கிறேன். கண்ணாடி மாதிரி தெரியும்.

இப்போது பஞ்சாயத்துத் தண்ணீருக்குப் பஞ்சம் இல்லை. கோவில்வாசலில் காலை நான்குமணிக்குப் பக்திப் பாடல்கள் கேட்கின்றன. பிரகாசமான விளக்குகள், கீழ ரத வீதியே தெரியும்படி ஆகிறது. 65 ஆண்டுகளுக்கு முன்பு நான் பார்த்த கிராமம் அல்ல இது.

என் ஊரின் பழைய அமைப்பு முற்றிலும் மாறிவிட்டது. இதை வீழ்ச்சி என்று நான் சொல்லமாட்டேன். என்னுடைய சிறுவயதில் ஓயாமல் பெய்த மழை இப்போது இல்லை. அப்போது மழைக்காலத்தில் தெருக்களிலும் தோட்டங்களிலும் வீட்டின் பின்வாசலிலும் சுற்றுக்கட்டு வீட்டின் நடு முற்றத்திலும் அடுக்களை அங்கணத்திலும் தண்ணீர் கெரட்டிக் கிடக்கும். வயதான பெண்கள் மழையைப் பழித்துக்கொண்டே தண்ணீரை இறைத்துவிடுவார்கள். பெரும்பாலும் ஒவ்வொரு வீட்டின் பின்பகுதியிலும் கொஞ்சம் இடம் இருக்கும் வயல் கதிரை

தலையடி அடிக்கவோ, சூடடிக்கவோ வசதியான பரந்த இடம் (களம்) கொண்ட வீடுகளும் உண்டு. இங்கே உரம் சேகரிப்பதற்குக் குழிதோண்டி இருப்பார்கள். இந்த உரக்குண்டில் அடுப்புச் சாம்பலையும் அழுகிய காய்கறிகளையும் கொட்டுவார்கள். பெரும்பாலும் எல்லா வீடுகளிலும் ஒரு பசு இருக்கும். அதன் சாணத்தை அந்த உரக்குண்டில் (உரக்குழியில்) போடுவார்கள். அந்த வீட்டுப் பெண்கள் சிறுநீர் கழிப்பதும் காலை உபாதையைக் கழிக்கும் இடமும் அந்த உரக்குண்டுதான்.

காலைக் கடன்தீர்க்கும் தோட்டம் என்பது சிறுவர்களுக்கு விச்சுராந்தியாய் உரையாடும் இடமாகவும் இருந்தது. ஐம்பதுகளில் எனது கிராமத்தில் கிழக்குத் தெருவை அடுத்தத் தென்னந் தோப்பு, நெடுந்தெருவில் ஆற்றங்கரையில் இருந்த மறைவான பகுதி, பெரிய ஏரியின் கரையில் இருந்த குட்டிச்செடிப் புதர்கள் எல்லாமே ஊர் ஆண்கள் காலைக்கடன்கள் தீர்க்கும் இடம். பெண்களுக்கு என்று ஓர் இடமும் இருந்தது.

சிறுவர்கள் தென்னந்தோப்புகளில் வட்டமாக உட்கார்ந்து கொண்டு மலம்கழிப்பார்கள். பேசிக்கொண்டே விடுகதை போட்டுக்கொண்டே. பள்ளிக்கூட ஆசிரியர்களை விமர்சித்துக் கொண்டே மலம்கழிப்பார்கள். யாராவது வயதானவர்களோ சிறுவர்களின் உறவினர்களோ அந்த வழி போகும்போது 'ஏலே குண்டி காஞ்சி போகும்லே, உங்க அம்மாதான் கத்தி வச்சுப் பறண்டனும். குண்டி கழுவப் போங்கலே' என்பார்கள்

அறுபதுகளில்கூட தோட்டங்களிலும் பெரிய மைதானங் களிலும் நூற்றுக்கு மேல் ஊர்மாடுகள் மேய்ந்து கொண்டிருந்த காட்சி நினைவிருக்கிறது. சந்திரமௌலீஸ்வர அய்யர் வீட்டு தொழுவத்திலிருந்து 26 மாடுகள் வெளியே வருவதை எண்ணி யிருக்கிறேன்.

காலை நேரத்தில் தெருவில் உழவுக்குச் செல்லும் காளை மாடுகள், எருமை மாடுகள் கழுத்துமணியை அசைத்துக்கொண்டு செல்வது ஓர் அழகு. அதன் பின்னே லங்கோடு மட்டுமே உடுத்த விவசாயி ஏரைத் தோளிலே வைத்துக்கொண்டு வேகமாக நடந்து செல்வதும் அழகு. பால், தயிர், மோர்,வெண்ணெய் என்பதெல்லாம் ஊரில் வீடுகளிலேயே விலைக்கு வாங்கிக் கொள்ளலாம்.

இந்தக் காட்சிகள் எல்லாம் இப்போது நினைவில் மட்டுமே உள்ளன. தெருவில் முழுதுமாய்ச் சிமென்ட் தரை. மண்தரையை ஆக்கிரமித்துக்கொண்டிருக்கும். இந்தத் தரை மழைநீரை மண்ணில் விடாமல் கடலுக்குக் கொண்டுசேர்த்துக்கொண்டிருக்கின்றது.

இன்று எப்போதும் ஓடிக்கொண்டிருக்கும் இருசக்கர மூன்று சக்கர நான்கு சக்கர வாகனங்கள் புகைமண்டலமாகச் செல்வதை யாரும் குறைகூறுவதில்லை. இந்த ஊரில் உழவர்கள் இல்லை. உழவுத் தொழில் தெரியாது. பெரும்பாலானோர் மாதச் சம்பளத்தில் வாழ்கின்றவர்கள். சாக்கு (கோணிப்பை) அரிசியை விலைக்கு வாங்கிப் பயன்படுத்துவது குறைவு என்றிருந்த காலம் உண்டு. இப்போது இதைப் பெருமையாகச் சொல்லுகிறார்கள். கடையில் அரிசி வாங்குவது கேவலம் என்று பேசியதை இளைஞர்கள் இப்போது நம்பமாட்டேன் என்கிறார்கள்.

என் கிராமம் பாரம்பரியம் உடையது. 1857இல் எழுதப்பட்ட சுசீந்திரம் தலபுராணத்தில் (முத்தமிழ்க்கவிராயர்) என் ஊரின் பெயர் பட்சிராஜபுரம், வேதவனம் எனக் குறிப்பிடப்படுகிறது. 1882இல் அச்சில் வந்த கன்னியாகுமரி தலபுராணம் என் ஊரை வில்வவனம் எனக் கூறுகிறது. கல்வெட்டுகளில் பிரம்மதேய கிழார் மங்கலம் அபிதான மேரு சதுர்வேதிமங்கலம் எனப்படுகிறது. இந்த ஊரைப் பட்சிராஜபுரம் வாய்மொழியாக என்று அழைத்திருக்கலாம்.

கன்னியாகுமரி தலபுராணமும் சுசீந்திரம்கோவில் தல புராணமும் பட்சிராஜபுரம் என்பதற்கு விளக்கமும் கொடுக்கின்றன. கரியமாணிக்கப்புரம் ஊர்க் கல்வெட்டு பறவைக்கரசு (பட்சிராஜபுரம்) என்று குறிப்பிடுகிறது. இந்தப் பெயர் மருகி, பறக்கை என ஆயிருக்கலாம். பறவைக்கரசு என்ற பெயர் ஆள் பெயராகக்கூட இருந்திருக்கிறது. களியலாட்டம் என்னும் நாட்டார் கலை நிகழ்வில் பாடப்பட்ட பாடல் ஒன்று:

இருக்கப் பறக்கை என்று
பிடாகைகள் பல கூறும்
கருடன் கால் தூக்கி
காத வழி வட்டமிடும்

> வயல் வரப்பு ஓரமெல்லாம்
> நண்டு துளை எடுக்கும்
> பறக்க குளமருகே
> பவிசாக வாழ்ந்தோம் அய்யா
> பறக்க குளமும் வெட்டி
> பத்து மடையும் வச்சு
> வாழ்ந்தம் அய்யா
> சிலகாலமாக

என்று கூறும். இந்த ஊர், கோவில் கல்வெட்டுகளில் பறக்கை என்னும் பெயர் 1134இல்தான் முதலில் வருகிறது. பிற்காலச் சோழ அரசனான விக்ரமசோழன் என்பவனின் (1120-1135) சுசீந்திரம்கோவில் நிபந்தக் கல்வெட்டு தென்பறக்கை என்ற பெயரைக் குறிப்பிடுகிறது. இதற்கு முற்பட்ட கல்வெட்டுகளில் பறக்கை என்னும் பெயர் வரவில்லை.

பறக்கை மதுசூதனப்பெருமாள் கோவிலிலுள்ள வட்டெழுத்துக் கல்வெட்டு ஒன்று பறக்கையை நாஞ்சில் நாட்டுப் பிரம்ம தேயமான கிழார் மங்கலம் என்று கூறுகிறது. இது சடையன் மாறன் என்னும் முற்காலப் பாண்டியனின் பத்தாம் நூற்றாண்டு கல்வெட்டு. கிழார்மங்கலம் என்ற பெயர் 1694ஆம் ஆண்டு வரையுள்ள கல்வெட்டுகளில் அடிக்கடி வருகிறது. இதனால் இந்த ஊர் ஆரம்பகாலத்தில் கிழார்மங்கலம் என்று அழைக்கப் பட்டிருக்கலாம்.

இந்த ஊர் நான்கு வேதங்கள் ஓதிய பிராமணர்களுக்குத் தானமாக வழங்கப்பட்ட சதுர்வேதி மங்கலம் ஆகும். சின்னமனூர் செப்பேட்டில் அபிதானமேரு சதுர்வேதிமங்கலம் என்ற பெயர் குறிப்பிடப்படுகிறது. இது பறக்கை ஊரை என்று ஊகிக்கலாம். இங்குக் குறிப்பிடப்படும் அபிதான மேரு என்னும் தொடர் மூன்றாம் ராஜசிம்மன் சடையமாறன் என்னும் முற்காலப்பாண்டிய மன்னனின் (கிபி 10 நூ.) அடைமொழி ஆகும். அதனால் முற்காலப் பாண்டியன் ஒருவன் உருவாக்கிய ஊர் இது என்று எடுத்துக் கொள்ளலாம்.

பறக்கை கிராமம் திட்டமிட்டு வடிவமைக்கப்பட்டது. ஊரின் நடுவே மதுசூதனப்பெருமாள் கோவில் உள்ளது. இதன் எதிரே

ஒன்றரை ஏக்கர் பரப்புள்ள தெப்பக்குளம். கோவிலைச் சுற்றி பிராமணர்கள் வாழ்ந்த அக்ரகாரங்கள். இந்த வீடுகளைச் சுற்றி தேரோடும் வீதிகள்; பெரிய இரண்டு தேர்கள் ஓடுவதற்கு வசதியான அகன்ற வீதிகள். ஊரின் தெற்கு எல்லையில் 6 ஏக்கர் பரப்புள்ள பெரிய மைதானத்தின் நடுவே சுடுகாடு. இங்கே சுடலை மாடன் கோவில் உண்டு

வணிகச் செட்டிகள், யாதவர்கள், விஸ்வகர்மாக்கள், குயவர்கள் ஆகிய சாதியினர் வாழ்கின்ற குடியிருப்புகள் ஊரின் வடபகுதியில் உள்ளன. இவர்கள் ஒவ்வொருவருக்கும் தனித்தனியே முத்தாரம்மன் கோவில் உண்டு. வணிகர் தெருவில் உள்ள துர்காதேவி துடிப் பானவள் என்பது காலங்காலமான நம்பிக்கை.

ஊரின் கிழக்கே தெப்பக்குளத்தை ஒட்டி நீண்ட பெரிய ஏரி. இந்த ஏரியின் தொடக்கம் சுசீந்திரம் ஊரில் ஆரம்பிக்கிறது. ஏழு கிலோ மீட்டர் நீளமுள்ள இந்த ஏரி தெங்கன்புதூர் என்ற ஊரில் முடிகிறது. அங்கு மறுகால் பாயும் நீர் மணக்குடி கடலில் கலக்கிறது. இந்த மறுகால் அருகே ஒரு சாஸ்தா கோவில் உள்ளது. இது ஆயிரம் ஆண்டுகளுக்கு முற்பட்டது. இந்த ஏரியில் இப்போதும் தண்ணீர் வற்றவில்லை. பெரும்பாலும் நிரம்பிக் கிடக்கும் என்பது நல்ல செய்தி. இந்த ஏரியை யாரும் இன்னும் பட்டா போடவில்லை.

பறக்கை கிராமத்தில் மதுசூதனப் பெருமாள் (விஷ்ணு) கோவில், காசி விஸ்வநாதர் கோவில், வடக்கு தெரு மகாதேவர் கோவில், அக்கரைசிவன் கோவில், காசி விஸ்வநாதர் கோவில், பெரிய ஏரியின் கரையில் இருக்கும் வலி கொல்லி அம்மன் கோவில் (காளிகோவில்) ஆகிய முக்கியமான கோவில்கள் உள்ளன. இவை இந்து அறநிலையத்துறையின் கட்டுப்பாட்டில் இருப்பவை.

இந்தக் கோவில்கள் தவிர நடுத்தெரு சந்தனமாரி அம்மன் கோவில், தெற்குத் தெரு முத்தாரம்மன் கோவில், நெடுந்தெரு முத்தாரம்மன் கோவில் யாதவர்களின் சந்தனமாரியம்மன் கோவில், வணிகச் செட்டியார்களின் துர்காதேவி கோவில், சுடுகாட்டில் சுடலை மாடன் கோவில் ஆகிய நாட்டார் தெய்வக் கோவில்களும் உள்ளன.

பறக்கை கிராமத்தில் உள்ள மதுசூதனப் பெருமாள் கோவில் தொடர்பான தலபுராணம் வாய்மொழி மரபில் உள்ளது. இதே கதையின் மாற்று வடிவம் அச்சு வடிவிலுள்ள சுசீந்திரம் தலபுராணத்திலும் கன்னியாகுமரி தலபுராணத்திலும் உள்ளது. மதுசூதனன் வழிபாடு இந்த ஊரில் எப்படி வந்தது என்று தெரியவில்லை.

இவ்வூரில் ஒரு தெருவில் நான்கு மதுசூதனன் இருந்தார்கள். அவர்களை வேறுபடுத்தி அடையாளம் காண மாங்கொட்டை மதுசூதனன், பனையேறி மதுசூதனன், நாய்க்குட்டி மதுசூதனன் என்று சொன்னார்கள். இப்போது சாமி பேரை யாருக்கும் விடுவதில்லை. பட்டப்பேர்களும் அடைமொழி ஆவதில்லை.

காஞ்சிபுரம் ஊரில் வாழ்ந்த சிற்பி ஒருவன் கருடனின் உருவத்தைச் செய்து கொண்டிருந்தான். தத்ரூபமாக அமைந்த அந்த மர உருவத்தைப் பார்த்துச் சிற்பிக்கு ஆசை வந்தது. அது முழுமையடைந்தால், அரசன் கேட்டுவிடுவான் என்று நினைத்து கருடனின் சிறகில் உளியால் தட்டி குறைப்படுத்தினான்; குறைப் பட்ட சிற்பத்தை அரசன் கேட்க மாட்டான் என்பது சிற்பியின் எண்ணம்.

அந்த உருவம் திடீரெனச் சக்தி பெற்று தெற்கு நோக்கிப் பறந்து சென்றது சிற்பியும் அதன் பின்னே ஓடினான். பல நாள் பறந்த களைப்பால் கருடன் ஒரு மரத்தில் அமர்ந்தது. அங்கே ஒரு கோவில் இருப்பதைக் கண்டு அந்த மரத்தில் குடியேறியது. கருடன் குடியேறியதால் பட்சிராஜபுரம் என்று அந்த ஊர் வழங்கப்பட்டது. அந்த ஊரை அடையாளம் கண்ட சிற்பி அங்கே குடியேறினான். இந்தக் கதையின் மாற்று வடிவமும் உண்டு.

சுசீந்திரம் ஊர் தலபுராணத்தில் அகத்தியர் கருடனைத் தொழுத வரலாறு என்ற அத்தியாயம் உள்ளது. அத்திரிமுனிவர் அகத்தியரிடம் வில்வம் நிறைந்த வேதவனம் ஒன்று இருக்கிறது; அங்கு மதுசூதனன் இரண்டு தேவியருடன் உறைகின்றான். அந்த ஊர் நீர் நிறைந்த செழிப்பான ஊர்; வில்வமும் புன்னை மரங்களும் நிறைந்தது; நீ அங்கே போ என்று கூறுகிறார். சுசீந்திரம் தலபுராணம் சமஸ்கிருதம், மலையாளம், தமிழ் ஆகிய மூன்று

மொழிகளில் உள்ளன. சமஸ்கிருதத் தலபுராணம் பதினெட்டாம் நூற்றாண்டின் ஆரம்பத்தில் எழுதப்பட்டது என்கின்றனர்.

இந்த வேதவனம் பறக்கை ஊராகும் என்னும் செய்தி கன்னியாகுமரி தலபுராணத்தில் விரிவாகக் கூறப்படுகிறது. வேதங்கள் ஓதியவர்கள் என்னும் பெயரில் இது வந்திருக்கலாம். கன்னியாகுமரித் தலபுராணம் பதினெட்டாம் நூற்றாண்டில் எழுதப்பட்டது.

கன்னியாகுமரி மாவட்ட வைணவக் கோவில்களில் பறக்கை மதுசூதனப்பெருமாள் கோவில் முக்கியமானது. மதுசூதனார் கோவிலின் பெயர் கல்வெட்டுகளில் பெருமாள் கோவில், மதுசூதனார் விண்ணகர், எம்பெருமாள், அமரப் பெருமாள், கிருஷ்ணன் கோவில் எனக் குறிப்பிடப்படுகிறது.

இந்தக் கோவிலில் உள்ள பழைய கல்வெட்டின் காலம் பொஆ பத்தாம் நூற்றாண்டு. இந்தக் கோவில் கருவறைப் பகுதி பத்தாம் நூற்றாண்டில் கட்டப்பட்டுப் பன்னிரண்டாம் நூற்றாண்டில் மாற்றி அமைக்கப்பட்டது. இந்தக் கோவில் இரண்டு பிரகாரங் களையும் இருபது அடி உயரமான பெரிய கோட்டை மதிலையும் உடையது.

இந்தக் கோவில் கருவறை அர்த்தமண்டபம் வாத்திய மண்டபம், செண்பகராமன் மண்டபம், முகமண்டபம் இரண்டு பிரகாரங்கள் என்னும் அமைப்புடையது. பிரகாரத்தில் நாகரின் மேல் சங்கு சக்கர அபய முத்திரை கூடிய பெருமாள் இருக்கிறார். மேலும் சாஸ்தா, விநாயகர், முருகன் கருடன், மங்கை மணவாளன், திருமங்கையாழ்வார் ஆகிய தெய்வங்களும் பரிவாரத் தெய்வங் களாக உள்ளன. நடராஜருக்குத் தனியாக ஆலயம் உள்ளது. இவர் சிவகாமியுடன் தெற்கே பார்த்து இருக்கிறார்.

கருவறை மண்டப தேவகோஷ்டம் முற்காலப் பாண்டியரின் பாணி. கருவறையில் நிலைபெற்ற மதுசூனப்பெருமாள் நான்கு கரங்களை உடையவர். சங்கு, சக்கரம், அபய கடஹஸ்த முத்திரையுடன் நின்ற கோலம் உடையவர். இவருடைய இரு புறங்களிலும் பூதேவி, சிறீதேவி உள்ளனர். கோவிலின் மண்டபங் களில் அழகிய சிற்பங்கள் உள்ளன.

பறக்கை ♦ 461

பறக்கை ஊரில் வடக்குப் பகுதியில் காசிவிஸ்வநாதர் கோவில் உள்ளது. இதன் தெற்கில் வயல் வெளியும் தென்னந்தோப்புகளும் உள்ளன. வடக்குப்பகுதி மூன்று கிலோ மீட்டர் நீண்டு கிடக்கும் பெரிய ஏரி இதன் மேற்கே ஓடும். பழையாற்றின் கிளை ஆறு இந்தக் கோவிலுக்குப் பொலிவைத் தருகின்றது. இந்தக் கோவிலில் விஸ்வநாதருக்கும் விசாலாட்சிக்கும் தனித்தனிக் கோவில்கள் உள்ளன. விஸ்வநாதனின் உருவம் சாளக்கிராமத்தால் ஆனது.

பறக்கை வடக்குத் தெரு மகாதேவர் கோவில் பதினாறாம் நூற்றாண்டில் கட்டப்பட்டது. இங்கு வேணாட்டு அரசன் பூதல வீர கேரள வர்மனின் 1558ஆம் ஆண்டு கல்வெட்டு உள்ளது. அக்கரை மகாதேவர் கோவில் ஊரின் கிழக்கே பிரம்மாண்டமான ஏரியின் கரையில் உள்ளது. இந்தக் கோவிலின் அருகே உள்ள வலிகொலி அம்மன் (வள்ளீரம்மன் அம்மன்) காளியாகக் கொள்ளப்படுகிறாள். இந்தக் கோவில் பதினைந்தாம் நூற்றாண்டில் கட்டப்பட்டது.

பறக்கை ஊரில் கிழக்குத் தெருவில் திருவாவடுதுறை மடம் உள்ளது. இது மடம், நடராஜர் கோவில் என இரண்டு பகுதி களைக் கொண்டது. கன்னியாகுமரி மாவட்டத்தில் சைவத்தைப் பரப்புவதற்குத் திருமலைநாயக்கர் காலத்தில் எடுத்த முயற்சி களில் சைவ மடங்களின் உருவாக்கமும் ஒன்று. பறக்கை ஊர் சைவமடமும் பதினாறாம் நூற்றாண்டில் கட்டப்பட்டது. இங்கு நடராஜருக்கு உரிய தனிக் கோவிலில் காரைக் காலம்மையாரின் பஞ்சலோகப் படிமம் உள்ளது. எழுபதுகளின் பாதிவரை இங்கே சைவ அடியவர்கள் இருந்திருக்கின்றனர்

கிழக்கு ரத வீதியிலுள்ள திருவாவடுதுறை மடத்தின் நேர் எதிரே என் வீடு உள்ளது. இந்த மடத்தில் என்னுடைய இருபது ஆண்டுகால வாழ்க்கை கழிந்திருக்கிறது. இந்தக் காலத்தில் முழு நேரமும் இங்கேயே இருந்தேன். அப்போது முருகலிங்கத் தம்பிரான் என்னும் சைவத் துறவி இருந்தார். சைவ சாத்திரங்கள் மட்டுமல்ல, சோதிடம், மருத்துவம் எனவும் அறிந்தவர்; தஞ்சாவூர்க்காரர்.

தம்பிரானைத் தேடி வரும் 80 வயதுக்கு மேற்பட்ட முதியவர் களின் உரையாடலைக் கேட்டு வளர்ந்தவன் நான். அறுபதுகளில்

நான் பார்த்த அந்தப் பெரியவர்கள் நாஞ்சில் நாட்டுத் தேவதாசி களைப் பற்றியும் அவர்களின் சமூக நடைமுறை பற்றியும் பேசிய பல பேச்சுக்கள் எனக்குப் புதிய செய்திகளை அறிய வைத்தன.

இந்த முதியவர்களில் நாகேந்திர பிள்ளை என்பவர் 90 வயதைத் தாண்டியவர். இவர் சுசீந்திரம் தாணுமாலயன் கோவில் கோபுரக் கட்டுமானத்தைச் சிறுவயதில் பார்த்தவர்; கோவில்களில் நடந்த விழாக்களில் தேவதாசிகள் ஆடிய நடனத்தை நேரில் பார்த்தவர். அவர்களின் நடைமுறைகளை அறிந்தவர்.

இவருடைய 55 வயதில்தான் தேவதாசி ஒழிப்புச் சட்டம் வந்தது. 61 வயதில் கோவில் நுழைவு அனுமதி வந்தது. இந்த விஷயங்களைச் சுவராஷ்யமாக அவர் சொல்லுவார். அப்போது என் கிராமத்தில் 80 வயதைக் கடந்த இரண்டு தேவ தாசிகள் இருந்தனர். இவர்களுடன் நான் உரையாடியிருக்கிறேன் இந்தக் காலகட்டச் செய்திகளைக் கட்டுரையாக்கியிருக்கிறேன்.

என் ஊரில் மிகப் பிரபலமான தமிழ் அறிஞர்களோ கலைஞர் களோ பிறக்கவில்லை. என்றாலும் ஒரு சிலரை நினைவு படுத்தமுடிகிறது. பதினாறாம் நூற்றாண்டில் கோவில்களில் கற்சிற்பங்கள் செய்த திறமையான சிற்பிகள் இந்த ஊரில் வாழ்ந்திருக்கின்றனர். இவர்கள் பெரும்பாலும் சுசீந்திரம் கோவில் கைமுக்கு மண்டபத்தைக் கட்டியவர்களாக இருக்கலாம்.

மதுசூதனப் பெருமாள் கோவிலின் பொஆ 1544ஆம் ஆண்டு கல்வெட்டுக் கொம்மண்டை நயினார் என்னும் சிற்பிக்குச் சிற்பப் புரந்தரன் என்னும் பட்டம் வழங்கி நிலம் நிபந்தமாக விட்டதைக் கூறும்.

வயலின் வாசிப்பதில் வல்லவரான தாண்டவமூர்த்தி, கர்நாடக இசை வல்லவரான ராகவ அய்யர், நாதஸ்வரக் கலைஞர் நாலாயுதக் கம்பர் ஆகியோர் இந்த ஊரைச் சார்ந்தவர்கள். நாலாயுத கம்பர் காளி கோயிலில் பூசகராக இருந்தவர், மதுசூதனார் கோவிலில் நாதஸ்வரம் வாசிப்பவராக இருந்தார். இவருடைய தந்தை சுப்பிரமணிய பாரி சைவர் உன்னதமான நாதஸ்வரக் கலைஞராக இருந்தவர். ஆங்கில இந்து நாளிதழில் பண்பாடு, கலை, சங்கீதம், வரலாறு, இலக்கியம் குறித்து எழுதிக்கொண்டிருக்கும் ப. கோலப்பன் இந்த ஊரைச் சார்ந்தவர்.

எனது கிராமம் வயல்களும் குளங்களும் நிறைந்த ஊர். அதனால் உழவுத்தொழில் ஈடுபட்ட பெரிய செல்வந்தர்களும் வாழ்ந்தனர். இதன் காரணமாகவே என் ஊருக்குக் கழைக்கூத்தாடிகள், தோற் பாவைக் கூத்துக் கலைஞர்கள், நாழிமணிகாரர் (சித்தோசி,) சாட்டையடிக்காரர் என்னும் கல்லுள்ளிமாங்கன், சங்கூத்துப் பண்டாரம், காவடிப் பண்டாரம், தேவாங்குகாரன், இரவில் வந்து பாடிய ராப்பாடி என்னும் கலைஞர்களான யாசகர்கள் வந்தார்கள்.

அறுபதுகளில் இவர்களின் வருகை கொஞ்சம் கொஞ்சமாக நிற்க ஆரம்பித்தது. எழுபதுகளின் இறுதியில் முழுதுமாக நின்று விட்டது. முக்கியமாக நில உடைமையாளர்களின் வயல்கள் வேறு ஊரைச் சார்ந்த வேறு சாதியினருக்குக் கைமாறியது ஒரு காரணம். இந்தக் கலைஞர்களைப் பாதுகாக்கும் புரவலர்கள் நடுத்தர வாழ்க்கையை நடத்தியவர்கள் ஆகிவிட்டார்கள். கலைஞர் களுக்கு என்ற பார்வையாளர்கள் இல்லாது போனதும் ஒரு காரணம்.

எங்கள் ஊர்க் கோவில் திருவிழா போன்றதுதான் உழவு காலத்தின் நிகழ்வுகளும். கன்னிப்பூ (சித்திரை மாதம்) கும்பப்பூ (கார்த்திகை மாதம்) அறுவடைக் காலங்களில் தெருவில் நடக்க முடியாது. நான்குரத வீதிகளிலும் வைக்கோல் காயப்போட் டிருப்பார்கள். தெருவழிச் செல்பவர்கள் வீட்டின் ஓரமாக நடப்பார்கள். யாரும் யாரையும் வெறுத்ததில்லை, பழித்ததில்லை. நிலமே இல்லாதவர்கள்கூடக் கோபிப்பதில்லை.

அப்போதெல்லாம் என்றைக்காவது ஒரு நாள்தான் காரோ லாரியோ வரும். மாட்டுவண்டிகள் வைக்கோலின் மீது கடந்து செல்வதில் பிரச்சினை இல்லை. இரண்டு மணி நேரத்திற்கு ஒருமுறை வைக்கோலை மாற்றிப் போடுவதற்குத் தொரண்டி யோடு (நீண்ட கழியில் உள்ள கொக்கி) வேலையாட்கள் வருவார்கள். பறக்கை ஊர் வயல்வெளி 800 ஏக்கர் பரப்புடையது என்று சொல்வதைக் கேட்டிருக்கிறேன். இதில் திருவனந்தபுரம் பத்மநாபசுவாமிக்கும் திருவட்டாறு ஆதிகேச பெருமாளுக்கும் சுசீந்திரம் தாணுமாலயனுக்கும் சொந்தமான நிலங்கள் அதிகம்.

சொந்த நிலங்கள் உள்ளவர்களில் 40 ஏக்கர் நிலம் உரிமையாளர் மிகக் குறைவு. ஒரு ஏக்கர் இரண்டு ஏக்கர் வயல் வைத்திருந்தவர் களும் தங்களைப் பண்ணையார் என்று சொல்லிக்கொண்டார்கள்.

40 ஏக்கர் நிலங்கள் வைத்திருந்த வேளாளர்கள் எல்லாவற்றையும் இழந்து ஊரைவிட்டே குடிபெயர்ந்துவிட்டார்கள்.

ஐம்பதுகளிலும் அறுபதுகளிலும் பறக்கை ஊர் விவசாய நிலங்களில் தாரா கோழிகளை மேய்ப்பதற்குக் கம்பெனிக்காரர்கள் வருவார்கள். இதற்காக ஊருக்குப் பெரும் பணம் கொடுப்பார்கள். இந்தப் பணம் வலிகொல்லி அம்மன் கோவில் விழாவிற்கு (ஊட்டு) செலவழிக்கப்படும். காளிவூட்டு என்ற இந்த விழா செவ்வாய்க்கிழமையில் நடக்கும். ஞாயிற்றுக்கிழமையிலேயே ஊர் கலகலப்பு ஆகிவிடும். காளி மான் வாகனத்தில் பவனி வருவாள். கரகாட்டம், நையாண்டி மேளம், பொய்க்கால் குதிரை என வகை வகையான ஆட்டங்கள் வாகனத் துடன் வரும். இப்போது இவை கனவு போல் ஆகிவிட்டது.

நாஞ்சில் நாட்டில் நாட்டார் தெய்வங்களின் விழாக்களைக் கொடை என்று கூறுவது வழக்கம். இது ஒரு பொதுச் சொல் ஆனால் குறிப்பிட்ட ஊர்களிலுள்ள காளியின் விழாவை ஊட்டு என்னும் சொல்லால் குறிக்கின்றனர். வலிகொலி அம்மன் கோவிலில் உள்ள காளியின் விழா ஊட்டு என்று அழைக்கப்படுகிறது.

நாஞ்சில் நாட்டில் நடக்கும் காளி ஊட்டு விழாவின் ஒரு கூறாக நடக்கும் மதுப்பொங்கல் நிகழ்வு நாஞ்சில் நாட்டில் ஆறு இடங்களில் மட்டுமே நடக்கிறது. அவற்றில் எங்கள் ஊரும் ஒன்று.

மதுசூதனார் கோவில் திருவிழா பத்து நாட்கள் நடக்கும். இன்றும் அதன் ஆடம்பரம் குறையவில்லை. ஆனால் முந்திய காலங்களில் கோவிலுக்கும் மக்களுக்கும் இருந்த உறவு இன்று அன்னியோன்னியமாகிவிட்டது. விழாவைத் தங்கள் வாழ்க்கை வட்டச் சடங்குகளில் ஒன்றாகக் கருதினார்கள்.

ஐந்தாவது நாள் விழா முக்கியமான நிகழ்வு. மரத்தாலான கருடனுக்கு வர்ணம் பூசி கண் திறப்பது ஒரு சடங்காக நிகழும். இந்த வேலையைச் செய்வதற்கென்றே நானூறு ஆண்டுகள் பாரம்பரியமுள்ள விஸ்வகர்மா குடும்பம் உள்ளது.

இந்த விழாவின் இரவில் கருட வாகனம் கோவிலின் பிராமண வீதியைச் சுற்றி வரும் போது தென்மேற்கு மூலையில் ஆயிரக் கணக்கான தேங்காய்களை நேர்ச்சைக்காக எறிவார்கள். இன்றும்

அதில் மாற்றமில்லை. இப்படித் தேங்காய் எறிகின்ற மூலை பகுதியைக் கருடமுக்கு என்று சொல்லுகின்றனர்.

ஒன்பதாவது நாள் தேரோட்டம். பறக்கை ஊரைச் சுற்றிய கிராமங்களிலிருந்து சிறுவர்களும் சிறுமிகளும் நிறையவே வருவார்கள். *வெங்கலராசன் காவியம் (17 நூ.)* எனும் வில்லுப் பாட்டு நூலில் ரவிவர்மா என்ற அரசன் பறக்கை கோவில் தேர்த் திருவிழா பார்க்க வந்தான் என்ற குறிப்பு வருகிறது.

இப்போது தேர்த்திருவிழாவில் தெருவெங்கும் போடப் பட்டிருக்கும் கடைகள் அறுபதுகளில் இல்லை. அப்போது மின் விளக்குகள் எல்லா வீடுகளிலும் கிடையாது. மண்ணெண்ணெய் விளக்கு எரியும். விழா இருட்டில்தான் நடக்கும். கோவிலின் முன்னே பெட்ரமாக்ஸ் விளக்கு ஒன்று தொங்கிக்கொண்டிருக்கும். கலைநிகழ்ச்சிகளுக்குப் பார்வையாளர்கள் குறைவாகத்தான் இருப்பார்கள். நாற்பதுகளில் கோவில் முகமண்டபத்தில்தான் விழா நிகழ்ச்சிகள் நடந்திருக்கின்றன.

ஐம்பதுகளில் பரமார்த்தலிங்கம்பிள்ளை கம்பனைப் பாடுவார். கோபாலய்யர் உரை சொல்லுவார். திருவிழாவின் பத்து நாட் களிலும் மாலை நாலு முதல் ஆறு மணிவரை இந்த நிகழ்ச்சி நடக்கும்; நான் கேட்டிருக்கிறேன். ஒரு நாளைக்கு 70 முதல் 100 பாடல்கள்வரை பாடுவார். பத்து நாட்களிலும் ஒரு காண்டத்தை முடித்துவிடுவார்.

கோபாலய்யர் ஆறு ஆண்டுகளில் மொத்த இராமாயணமும் முடித்துவிடுவார். மறுபடியும் பாலகாண்டத்திலிருந்து தொடங்குவார். என்னுடைய ஊர்ப் பெரியவர்களில் சிலரை நான் 1970களில் சந்தித்த போது, இது பற்றிக் கேட்டேன். அவர்கள் கம்பன் பாடல் களை ஆழமாக அறிந்திருந்ததை உணர்ந்தேன். ஆனால் அவர்கள் கம்பனின் நூல்களைக் கண்ணால் பார்க்காதவர்கள்.

கோபாலய்யருக்கு முன்பு குமரேசபிள்ளை என்பவர் எங்க ளுடைய ஊரில் கம்பனுக்கு விளக்கம் சொல்லியிருக்கிறார். இவர் தமிழ் அறிஞர் கே. என். சிவராஜ்பிள்ளையின் அண்ணன்.

1920களில்கூட நாஞ்சில் நாட்டுப் பள்ளிகளில் மலையாளம் கட்டாய பாடமாக இருந்தது. அதே சமயத்தில் மலையாளத்தைப்

பள்ளியில் படித்தவர்கள் கோயிலிலே கம்பனைக் கேட்டு அதில் ஈடுபாடுகொண்டிருக்கிறார்கள்.

எனது கிராமத்திற்கு மின்சாரம் வந்தது 1958 இல் இருக்கலாம். காமராசர் முதலமைச்சராக இருந்த காலம் அது. கன்னியாகுமரி மாவட்டம் தமிழ்நாட்டோடு இணைந்த புதிது. எனக்கு வயது 10. எங்கள் ஊருக்கு மின்சாரம் வந்ததே தவிர எல்லா வீடுகளுக்கும் மின்விளக்கு வரவில்லை.

ஒரு லட்ச ரூபாய்க் கொடுத்தால், மாருதி கார் வாங்கலாம் என்ற விளம்பரம் வந்தபோது, யாரோ ஒரு சிலர் மட்டும் வாங்கியது மாதிரிதான் எங்கள் ஊர் மின்சாரமும்; அது எல்லோருக்கும் போய்ச் சேரவில்லை. ஊரில் தெருக்களும் மனிதர்களும் இருட்டிலிருந்து நிரந்தரமாய் விடுதலை அடையவில்லை.

மின்சாரம் வருவதற்கு முன்பு ஊர்மக்கள் இருட்டில் பரிமாறியதை மாணவர்கள் வீட்டில் படித்ததை இன்றும் என்னால் ஓர்மிக்க முடிகிறது. எங்கள் வீட்டிலிருந்த ஒரு மண்ணெண்ணெய் விளக்கில் மூன்று பேர்கள் சுற்றி இருந்து படிப்போம். புன்னக்காய் எண்ணெய் வார்த்த கைவிளக்கு வீட்டின்முன் மாடக்குழியில் நீண்டு எரிந்துகொண்டிருக்கும். அந்த அடையாளத்தை வைத்து கல்படியில் 30 வயது தாண்டிய என் அம்மா லாவகமாகக் கடந்து செல்வாள்.

மதுசூதனப் பெருமாள் கோவிலின் எதிரே இருந்த கல்தூணில் மண்ணெண்ணெய் விளக்கு ஒன்று எரிந்துகொண்டிருக்கும். கோவில் இருப்பதன் அடையாளம் அதுதான். கோவில் முக மண்டபத்தில் தொங்கிய பெட்ரோமாக்ஸ் விளக்கின் ஒளி கோவில் மணிமண்டபத்தைத் தாண்டி கோவில் முன்பகுதியில் இலேசான கீற்றாய் விழும். இந்த ஒளிக்கதிர்களை அடையாளமாக வைத்துக் கொண்டுதான் கோவிலில் அத்தாளப் பூசைக்கு (இரவு இறுதி பூசை) வருவார்கள்.

தொண்ணூறு வயதைத் தாண்டிய நாகேந்திர பிள்ளை இருட்டில் அடி பிசகாமல் நடந்து கோவிலுக்கு வருவார். அப்போது எல்லோருக்கும் இருள் பழகி இருந்தது. அமாவாசைகூட ஒரு பொருட்டல்ல. முன்நிலவுக் காலங்களில் இரவு 8 மணிக்கு தெரு அல்லோகலப்பட்டுக் கிடக்கும்.

என் கிராமத்தில் ஜவஹர் நூல் நிலையம் இருந்தது. தினமணி, தினத்தந்தி, தினமலர் எனச் சில பத்திரிகைகள் வந்தன. தனியார்கள் பத்திரிகைகள் வாங்கியதாய் நினைவில்லை. அறுபதுகளின் ஆரம்பத்தில் 40 ஏக்கர் வயலுக்குச் சொந்தக்காரர் ஒருவரின் வீட்டிற்கு கல்கி, குமுதம், ஆனந்தவிகடன் வந்தன. அவர் என் உறவினர். அதனால் அந்த இதழ்களைப் படிக்கும் வாய்ப்பு எனக்குக் கிடைத்தது.

ஊரில் ஏர்வாடிக்காரி ஆத்தாவிற்கும் கொச்சு வள்ளியம்மைக்கும் எப்போதும் பயம் கலந்த மரியாதை உண்டு. ஊர் நல்லது கெட்டது பற்றி அவர்கள் உடனுக்குடன் சொல்லிவிடுவார்கள். கொஞ்சம் மிகைப்படுத்தல் இருந்தாலும், சுவராஸ்யமாகச் சொல்லுவார்கள். ஊரில் வயதானவர்கள் இறந்தால் ஒப்பாரி பாட வருவார்கள். அம்மாடி, தாயாரே என்று சொல்லிக்கொண்டே மார்பில் வேகமாக இரண்டு கைகளையும் அடித்துக்கொண்டு பாடுவதற்கு இவர்களால் மட்டுமே முடியும். அந்த வகையில் இவர்களுக்கு ஒரு மரியாதை இருந்தது.

முழுநிலவுக் காலங்களில் சிறுவர் சிறுமியர் விளையாடும் இடமாகத் தெருக்கள் மாறிவிடும். கல்லா மண்ணா, இருட்டா வெளிச்சமா, பூப்பறிக்க வருகிறோம், குலை குலையாய் முந்திரிக்காய் என்னும் விளையாட்டுகளைச் சிறுவர் சிறுமியர் என்னும் வேறுபாடு இன்றி விளையாடிக் கொண்டிருப்பார்கள். வயதான பெண்கள் வீட்டின் முன்னே கூடிக் கூடிப் பேசுவார்கள்.

எல்லோருடைய வீட்டின் முன்னே நான்கு பேர் அமர்ந்து அல்லது படுத்துக்கொண்டு பேசுவதற்கு வசதியான திண்ணை இருக்கும். திண்ணை இல்லாத வீடுகளே அப்போது கிடையாது; அப்படி வீடு கட்டுவது வீட்டுக்குக் கேடு என்ற நம்பிக்கை இருந்தது.

இந்தத் திண்ணையின் சுவரில் மாடக்குழி இருக்கும். இதில் பித்தளை அல்லது மண்ணால் செய்யப்பட்ட விளக்கு நிரந்தரமாக இருக்கும். இதில் புன்னக்காய் எண்ணெய் விடப்பட்டிருக்கும். மாலை நேரத்தில் இந்த விளக்கை ஏற்றுவார்கள். இப்படி எல்லா வீடுகளிலும் ஏற்றப்பட்ட விளக்கின் ஒளி வீதியில் செல்பவர்களுக்கு அடையாளம் காட்டும். முன்னிலவு காலங்களில் இந்தத் திண்ணைகளில் ஆட்கள் நிறைந்துவிடுவார்கள். பெரும்பாலும்

இன்று வீடுகளில் திண்ணைகள் இல்லை. தெருக்களில் குழந்தைகள் விளையாடவில்லை. முன்நிலவைப் போல எப்போதும் பிரகாச மான விளக்குகள் எரியத்தான் செய்கின்றன. ஆனால் தெருக்களில் ஆட்களே இல்லை. எட்டு மணிக்கு மேல் ஊரே நிசப்தம் ஆகிவிடுகிறது. இது அமைதி அல்ல.

எல்லோரும் தொலைக்காட்சி பெட்டியின் முன்னே அமர்ந்து விடுகிறார்கள். குழந்தைகள் மெதுவாகப் படிக்கின்றன. சிறுவர் சிறுமியர் என்ற அன்னியோன்னியம் இன்று எங்கேயோ சென்று விட்டது. மனிதர்களுக்குள்ள உறவுகள்கூட கொஞ்சம் கொஞ்சமாக நகர ஆரம்பித்துவிட்டது.

நாஞ்சில் நாட்டில் அறுபதுகளின் ஆரம்பத்தில்தான் கல்யாண மண்டபம் என்ற அரங்கு வந்தது. அதற்கு முன்பு கல்யாணம் என்பது ஊர் கூடிச் செய்கின்ற விழா. வீட்டின் முன்பகுதியிலோ வீட்டுப் பின்பகுதியிலோ உள்ள பரந்த இடத்தில் ஓலைப் பந்தல் போடுவார்கள். வீட்டு முற்றத்தில் திருமணம் நடக்கும். ஓலைபந்தலில் சாப்பாடு திருமணத்திற்கு முந்திய நாளிலே காய்கறி வெட்டுவதற்கு ஆண்களை அழைப்பார்கள். ஊரில் ஆண்களுக்கு முறையாகக் காய்கறி வெட்டத் தெரியும். திருமணத் திற்குத் தனி அழைப்பு உண்டு. எல்லாம் முறையாக நடந்தது, சமையல் செய்பவர்கள் மிகக் குறைவாக இருப்பார்கள்.

ஊர்க்காரர்கள் சமையல்காரர்களின் ஆலோசனைப்படி உதவி செய்வார்கள். அப்போது திருமணம் என்பது கூட்டு முயற்சியில் நடக்கும் விழா. இன்று அதை நினைத்துப் பார்க்க முடியவில்லை. எங்கள் ஊரில் இரண்டு பெரிய திருமண மண்டபங்கள் வந்து விட்டன. திருமணத்திற்குச் செல்வது என்பது சடங்காக எத்தனையோ நிகழ்வுகளில் ஒன்றாக மாறிவிட்டது.

என் கிராமத்தில் இறப்பு நிகழ்வில் எல்லோரும் கலந்து கொண்டு ஒன்றாக இணைந்து வேலை செய்யும் வழக்கம் இப்போதும் மாய்ந்து போகவில்லை. எங்கள் ஊர் சுடுகாடு விசால மானது. ஆறு ஏக்கர் பரப்பு உடையது. எல்லா இடங்களையும் ஆலமரங்கள் ஆக்கிர மித்துக்கொண்டிருக்கின்றன. பகலா, இரவா என்று தெரியாது. இருள் அப்பிக்கிடக்கும், கவ்விக் கிடக்கும். ஒருமுறை நண்பர் நாஞ்சில்நாடனையும் ஜெயமோகனையும்

எனது ஊர்ச் சுடுகாட்டுக்கு அழைத்துச் சென்றபோது, நாஞ்சில் நாடன், 'இந்த ஊரிலேயே சாவது நல்லது போலிருக்கு' என்றார்.

அந்தக் காலத்தில் எங்கள் கிராமத்துப் பூமியின் ஈரம் வெளியே தெரியும். தெருக்களில் ஈரமண்ணில் வெறுங்காலுடன் நடப்பவர்களுக்கு சேத்துக்கடி (சேற்றுப்புண்) என்னும் தோல்நோய் கால்விரல் இடுக்குகளில் வரும். இந்த நோய் மண்ணின் ஈரத்தின் அடையாளம். இப்போது எங்கள் கிராமத்துப் பூமியில் ஈரம் இல்லை; சேத்துக்கடி இல்லை. பூமி மட்டுமா மனிதனிடம்கூட ஈரம் போக ஆரம்பித்துவிட்டதே!

□

31

வன்னிப்பட்டு
இலுப்பை பூ பூக்கும்
இளங்கிளிகள் பாட்டிசைக்கும்

சி. மகேந்திரன்

சிறகடித்துச் சத்தமிட்டு, வானத்தில் வட்டமிட்டுப் பறந்து திரியும் கிளிகள், என் மனதை மீட்டுகின்றன. அவற்றின் பச்சை வண்ணமும் ஒளிரும் மூக்கின் சிவப்பு நிறமும் என் கண்களில் நிழல் ஓவியங்களாக நிற்கின்றன. இலுப்பமர பொந்துகள் பெருந்தச்சரால் வடிவமைக்கப்பட்ட சிற்பங்களைப் போன்ற தோற்றத்தைத் தருகின்றன. கிளிக்குஞ்சுகளில், சில குஞ்சுகள் முடிமுளைத்திருக்க, இன்னும் சில இளந்தேசிய கண்களால் உலகத்தை ஆராய்வது என்னை ஈர்க்கின்றது. என் எண்ணம் அவற்றின் எண்ணிக்கையைக் கணக்கிடுவதற்குச் செல்கின்றது.

இலுப்பமரக் கூட்டத்தின் அடியில், அதன் பூக்களால் வீசும் மெல்லிய வாசனை மாயமாகப் பரவுகின்றது. அந்த மணம், ஒரு மழைக்கால நினைவின் வாசலாக மாறுகிறது. அம்மாவின் எச்சரிக்கைகள் நெஞ்சில் ஒலிக்கின்றன: 'இலுப்ப மரத்தடியில் நீண்ட நேரம் இருக்காதே, பூவாசனையால் தலவலி வரும்' என்ற கண்டிப்பு அதில் இருந்தது. அந்த மணத்தின் நடுவே, இலுப்பைப் பழம் என் நினைவில் புதிய சுவையை ஏற்படுத்தி விட்டது. சப்போட்டா பழத்தோடு இதை ஒப்பிடும் வேடிக்கை எனக்குள் உருவாகிறது.

இலுப்பமரத்தைப் போலவே வேப்பமரத்தையும் என்னால் மறக்க முடியாது. அவை பூ பூத்து, காய் காய்த்து, பழம் பழுக்கும் காலம் குதூகலத்தைத் தரும். அதன் கொட்டைகள் விற்பனைக் குரியவை. பக்கத்து ஊர் ஒக்கூர். கடைகளையும் மக்கள் தொகை யையும் கூடுதலாகக் கொண்ட ஊர். அங்கு மாடிக்கடைக்குச் சென்று கொட்டைகளை விற்றுப் பைசா நாணயங்களைக் கால்சட்டை பைக்குள் பத்திரப்படுத்தி, 'செருவாடு' சேர்க்கும் சுகம் பிள்ளைப் பருவத்தில் எல்லோரிடமும் இருந்தது.

என் மண்ணின் வாசனை என்னை என் கிராமத்திற்கு அழைத்துச் செல்கிறது. என் வாழ்க்கையின் அந்த அழகிய தருணங்களை நான் ஞாபகப்படுத்திப் பார்க்கிறேன். பச்சை வயல்வெளிகளில் ஓடிய என் கால்கள், குளங்களில் நீந்திய என் கைகள், மழைக் காலங் களில் ஏரிக்கரையில் கூடிய கொக்குக் கூட்டங்களைப் பார்த்த கண்கள், திரௌபதை அம்மன் கதைப் பாட்டுக் கேட்ட காதுகள் என்று எல்லா உடல் உறுப்புகளும் உணர்வுகளும் அப்படியே என்னிடம் இருக்கின்றன. ஆனால் என் ஊர் வாசனையில் மாறுதல் தெரிகிறது.

என் கிராமம் ராஜகிராமம் என்று அழைக்கப்படுகிறது. கல்லூரிக்குச் சென்ற பின்னர்தான் அதன் வரலாறு முழுவதையும் தெரிந்தகொண்டேன். தஞ்சையில் கடைசிச் சோழமன்னனும் ஆட்சியை இழந்த போது, யார் யாரோ படையெடுத்து ஆட்சியை எடுத்துக்கொண்டார்கள். நாயக்கர், இஸ்லாமியர், மராட்டியர் என்று ஆட்சி கைமாறிக்கொண்டேயிருந்தது.

கடைசியாக வந்தவன் சரபோஜி. இவனது ஆட்சியில் பல வரலாற்றுச் சிறப்புகளும் இருந்தன. அதில் ஒன்றாக அவனுடைய காதலி முத்தம்மாளின் நினைவாக ஒரத்தநாட்டில் கட்டப்பட்ட சத்திரம். முத்தம்மாளின் மரணம் மர்மம் நிறைந்தது. மறைவு மன்னனை நிம்மதி இழக்க வைத்துவிட்டது. சத்திரம் கட்டுவதன் மூலம் நிம்மதியைப் பெற முயன்றான் சரபோஜி. ஒரத்தநாடு, சிலரால் 'ஒருத்திநாடு' என அழைக்கப்படுகிறது. முத்தம்மாள் தான் அந்த ஒருத்தியா?

இதன் பராமரிப்பிற்காக நான்கு கிராமங்களை சரபோஜி மன்னன் ஒதுக்கினான். இதில் எங்களுடைய வன்னிப்பட்டு

கிராமமும் ஒன்று. கண்ணதங்குடி, தென்னவநாடு, புதூர் ஆகியவை பிற கிராமங்கள். ராஜகிராமம் என்னும் பெருமை இன்னமும் என் கிராமத்தில் வாழ்ந்துகொண்டிருக்கிறது.

என் கிராமம் மருதமா, முல்லையா என்று கண்டுபிடிக்க முடியாத கலவையிலானது. மருதத்தின் இயல்பையும், முல்லையின் இயல்பையும் இந்த மண்ணில் மணமாக கமழ்ந்து இன்றும் கொண்டிருக்கிறது. ஒருகாலத்தில் இது காவிரிக்கரையிலிருந்து தொலைவில் இருக்கும் மேட்டுநிலப் பகுதி. முழுவதும் முல்லை நிலமாக இருந்திருக்க வேண்டும். அந்தக் காலத்தில் இந்த மண் காவிரி நீரைப் பார்த்ததே இல்லை. 1935ஆம் ஆண்டு வரை அந்த வாய்ப்பு அதற்குக் கிடைக்கவில்லை. அதற்குப் பிறகு, வெள்ளையர் குதிரையில் வந்து, நிலத்தைச் சர்வே செய்து, கல்லணை கால்வாய்த் திட்டத்தைத் தொடங்கினார்கள்.

கால்வாய் திறந்து, காவிரி தண்ணீர் ஊருக்குள் நுழைந்தது. ஆனால், எங்கள் கிராம மக்கள் அந்தத் தண்ணீரைத் தொடர்ந்து சில ஆண்டுகள் பயன்படுத்தவே இல்லை. 'கும்பெனிக்காரன் அந்தத் தண்ணீரை சும்மாவிடுவானா?' என்ற மனச்சந்தேகம், அவர்களுக்குள் வந்துவிட்டது.

இருப்பினும், கல்லணைக் கால்வாய்த் தண்ணீர் எங்கள் மண்ணின் ஒரு பகுதியைப் புஞ்சையிலிருந்து நஞ்சையாக மாற்றியது. இதன் பின்னர், பட்டுக்கோட்டை, ஒரத்தநாடு தாலுகாக்களில் நெல் கூடுதலாக விளையத் தொடங்கியது. மழையை மட்டுமே நம்பிய மானாவாரி நிலங்கள், பருவம் தவறாது விளைச்சல் தரும் நெல் விளையும் வயல்களாக மாறின. கல்லணைக் கால்வாய்த் திட்டத்திற்குப் பிரிட்டிஷ் அரசு பெரும் செலவு செய்திருந்தது. ஊர்கள் தோறும் சிற்றாறுகளும் வாய்க்கால்களும் உருவாக்கப்பட்டன. இதுவரை சுய உரிமையோடு செயல்பட்டு வந்த கிராமங்கள், பிரிட்டிஷ் வருவாய்த்துறையின் முழுக் கட்டுப்பாட்டுக்குள் கொண்டுவரப்பட்டன.

கிராமமணியகாரரும் கணக்கப்பிள்ளையும் பிரிட்டிஷாரின் ரெவின்யூ முறைகளும் வந்தன. மன்னர் காலத்தில் இருந்த ஆறில் ஒரு பங்கு வரி முறையை மாற்றி, நில அளவுக்கு ஏற்ற வரி விதிக்கப்பட்டது. 'ஏக்கருக்கு இவ்வளவு, செண்டுக்கு

இவ்வளவு' என்று கணக்கிடும் முறையில் வரி விதிப்பு முறை வந்தது.

வரி செலுத்த முடியாதவர்களை மிரட்ட, கிராம மணியத்தின் மூலம் போலீசார் வந்தனர். இதற்குப் பல கிராம மக்கள் பயந்து போனாலும், சிலர் தலைநிமிர்ந்து எதிர்த்தனர். 'நிலவரி கட்ட முடியாது' என்று கிளர்ந்தெழுந்த தமிழ்நாட்டின் சில கிராமங்களை காவலர்களால் அடக்க முடியவில்லை. இராணுவம் துப்பாக்கி யுடன் வருகை தந்தது. மக்களைக் கூட்டம் கூட்டமாகச் சுட்டுத் தள்ளியது. பிரிட்டிஷ் ஆட்சியின் சுயநலத்திற்கு மக்களின் உழைப்பு இவ்வாறு ஒட்ட உறிஞ்சப்பட்டு, உலகப்போரில் பிரிட்டிஷ் ராணுவத்தின் தேவைகளுக்குக் கொண்டு செல்லப் பட்டது.

இன்று, என் ஊரின் எளிய மக்களின் 'கும்பெனிக்காரன் தண்ணிய சும்மா விடுவானா?' என்ற சொல்லின் ஆழமான அர்த்தம் இப்பொழுதுதான் புரிந்துகொள்ள முடிகிறது. அவர்களின் அனுபவம் அத்தனை நிதர்சனமானது.

ஊரின் அழகு ஏரிக்குள் இருக்கிறது; கடும்கோடையில்தான் அதன் பயன்பாடு என்ன என்பதை ஒவ்வொருவரும் உணர்ந்து கொள்வார்கள். அதன் மேற்குக் கரையில் புதர்க் காடுகள் மண்டிக் கிடக்கும். இதில் பழுத்திருக்கும் ஈச்சம் பழத்தின் சுவை எனக்கு எங்குமே கிடைத்ததில்லை. ஏரிக்கரைக்குச் சிறிது தூரம் நடந்து சென்றால், மேலவாய்க்கால் வந்துவிடும். காட்டாற்றின் அனைத்து இயல்புகளையும் கொண்டது மேலவாய்க்கால். மழைக்காலம் தான் இதற்குக் கொண்டாடும் காலம். அது ஒரு மீன்பிடிக் காலம்.

ஆற்றைக் குறுக்காக மறித்து அதில் 'சாரம்' கட்டி மீன்பிடிப்பது ஒரு தனிக் கலை. அதிலே பயிற்சி பெற்றவர்கள் பலர் இருந்தனர். ஆற்று வெள்ளம் நிதானமாக வரும் காலங்களில், சாரத்தில் மீன்கள் கூட்டம் கூட்டமாகப் பிடிபடும். இந்தத் தருணங்களில் மழைத்தூறலைப் பற்றிக் கவலைப்படாமல், ஒரு பக்கம் மக்கள் கூட்டம் மீன் வாங்கச் சிறு பைகளுடன் காத்திருக்கும். மறுபுறம் காக்கைகளின் கூட்டம் சிறு தந்திரங்களுடன் காத்திருக்கும். நேரத்தைக் கணக்கிட்டுக் கண்மூடித் திறக்கும் அந்தச் சிறு தருணத்தில் காகம் மீனைக் கவ்விச் சென்றுவிடும். வெள்ளம் நிதானம் கொண்டு வந்தால், சாரத்தில் மீன்கள் குவிந்துவிடும்.

வெள்ளம் பெருக்கெடுத்தால், சாரம் உடைந்து, எல்லாம் முற்றாக மாறிவிடும்.

மழைக்காலங்களில் எனது கிராமத்து மக்களுக்கு மீன் உணவு அடிப்படை உணவு. ஊரில் எல்லோருக்கும் விவசாயம் செய்யத் தெரிந்திருந்ததைப் போல மீன்பிடிக்கவும் தெரிந் திருக்கும். பறி, ஊத்து, வலை போன்ற கருவிகள் ஒவ்வொரு குடும்பத்திற்கும் இருந்தன. 'பறி' என்பதைப் பொறி என்று புரிந்துகொள்ளலாம். மீனைப் பிடித்துவிடும் 'பொறி.' ஆறு குளங்களில் வலை போட்டும் ஊத்துக் குத்தியும் மீன்பிடிப்பார்கள். வயல்களில் பறிவைத்து மீன்பிடிப்பார்கள்.

வயல்வெளிகள் பசுமையைப் போர்த்திக்கொண்ட காலங் களில், நீர் நிரம்பிய வயல்கள் எத்தனையோ உயிரினங்கள் கூட்டு வாழ்க்கையை நடத்திக்கொண்டிருந்தன. அதில் மீன் கூட்டங் களில் எத்தனை வகை உண்டு என்று யோசித்துப் பார்க்கிறேன். பல பெயர்கள் எனக்கு இப்போது மறந்துவிட்டது. அந்த மீன்களும், அன்று வயல் நீரில் வாழ்ந்த உயிரினங்களும் இன்று உயிரோடு இல்லை. எல்லாவற்றையும் பசுமைப்புரட்சியின் இரசாயன உரங்கள் அழித்துவிட்டன.

மழை சிந்தும் பகல் பொழுதை வேடிக்கை பார்க்கும் பிள்ளைப் பருவத்தில், நான் என் ஊரில் குடைகளைப் பார்த்ததாக எனக்கு ஞாபகம் இல்லை. கொடலைகளைப் பார்த்திருக்கிறேன். கொடலைகள் பச்சை தென்னைமட்டையை வெட்டி, கீற்றாகப் பின்னி அதில் உருவாக்கப்படுபவை. கொடலையைப் போட்டுக் கொண்டு கொட்டும் மழையில் சென்ற அந்தக் காலத்தை ஞாபகப்படுத்திப் பார்க்கிறேன். குடை பயன்பாடு வந்த காலங்களில் பெரும் மழைக்காற்று என் குடையைப் பிடுங்கிச் சென்று முறித்துப் போட்டதுண்டு. ஆனால் என் கொடலையை எந்தக் காற்றாலும் பிடுங்கிச் செல்ல முடிந்ததே இல்லை. பெருமழை, சிறுமழைத் தூறல் என்று எல்லாவற்றையும் எதிர் கொண்டுவிடும். ஆடு, மாடு மேய்ப்பவர்களுக்கு இந்த மழைக் காலக் குடியிருப்பு இந்தக் கொடலைதான்.

நிலம் தந்த வாழ்க்கையில் நாற்றங்கால், களத்துமேடு இரண்டும், இரண்டு தத்துவப் புள்ளிகள். நாற்றங்கால் பயிர்

களுக்கு உயிர் கொடுக்கிறது. களத்துமேடு நெல்லைப் பிரித்தெடுத்து நெல்வயலின் வாழ்வை நிறைவு செய்து வைக்கிறது. இரண்டும் இரண்டு வகையான வாழ்க்கைமுறை. அது ஒவ்வொன்றிலும் எத்தனைக் கதைகள், எத்தனை வாழ்க்கை இருக்கின்றன. அனைத்தும் கிராமத்துப் பண்பாட்டை நினைவுபடுத்தி இன்றும் மகிழ்ச்சியைத் தருகிறது.

ஆடிமாதத்தில் வயல்கள் வறண்டு கிடக்கும், மேட்டூர் அணை திறக்கப்பட்டுத் தண்ணீர் திறந்துவிடப்படும். கடைக்கோடி பாசனத்தைக் கொண்ட என் வன்னிப்பட்டுக் கிராமத்திற்கு இது போராட்ட காலம். நள்ளிரவில் மண்வெட்டியோடு கூட்டமாகச் செல்வோம். சில ஊர்களில் மடைக்காரர்கள் கருணையற்று நீரை நள்ளிரவில் தேக்கி அனைத்தையும் தன் வயலுக்குக் கொண்டு போய்ச் சேர்ப்பார்கள். அதைத் தடுத்து தண்ணீரை மீட்க படை புறப்படும். செல்லுமிடம் அடுத்த ஊர். இதில் ஏற்படும் மோதலில் சிலர் மண்வெட்டியால் வெட்டப்படுவதும் உண்டு. அந்தக் காலத்தில் மண்வெட்டியால் வெட்டிக் கொலை செய்யப்பட்டதை நான் அறிவேன். அரிவாளால் வெட்டப்பட்டதைவிட மண் வெட்டியால் வெட்டப்பட்டுதான் கூடுதலாகக் கொலைகள் அந்தக் காலத்தில் நடந்துள்ளன. ஏழாம் வகுப்பு படிக்கும் போது நானும் அந்தக் கூட்டத்தில் சென்றிருக்கிறேன்.

தைப் பிறந்தால் வழி பிறக்கும் என்ற சொல்லிலே எத்தனை மகிழ்ச்சியிருக்கிறது. மார்கழி மாதம் விவசாயிகளின் அறுவடை ஆண்டின் கடைசி மாதம். அன்றைய தற்சார்பு விவசாயத்தின் பற்றாக்குறை மாதம் மார்கழிதான். பெரும்பாலான குடும்பங்களில் அரிசிசோறு கிடைக்காது. சோளம் கலந்த கேப்பைக் கூழ் அல்லது கேப்பைக் களிதான். பெண்கள் நாளில் பெரும் பகுதி நேரத்தைத் திருகைகளில் அமர்ந்து கேழ்வரகு மாவை அரைத்துக் கொண்டிருப்பார்கள். பீடை நிறைந்த மார்கழி கழிந்து போகட்டும் என்ற வார்த்தைகள் ஒவ்வொருவருடைய வாயிலிருந்தும் வந்து கொண்டேயிருக்கும்.

தைப் பிறந்தால் புதுநெல் வந்துவிடும். மனிதர் மட்டுமல்ல, ஆடுமாடு கோழி என்று அனைத்தின் பசியையும் தைமகள் தீர்த்து வைத்துவிடுவாள். இதையொட்டியே பொங்கல் விழாவும்

வந்துவிடும். புதுப்பானை சட்டி மஞ்சள் கொத்து, கரும்பு வாங்கு வதைப் பற்றிப் பேச்சுகள்தான் எல்லா இடங்களிலும் இருக்கும்.

மனிதருக்குத் தைப் பொங்கல் என்றால் மாட்டுக்கு அடுத்த நாள் மாட்டுப் பொங்கல். மாட்டுக்குச் செய்யும் அலங்காரங்களில் எத்தனையோ உண்டு. இன்று எல்லாம் செயற்கை. மனிதருக்கான தைப்பொங்கலைப் போலவே, மாட்டுப் பொங்கல் நடை பெறும். தெருவில் பங்காளிகள் ஒன்றுகூடி, மாட்டுக்குப் பயபக்தியோடு சர்க்கரைப் பொங்கல் வைத்து, மாட்டுக்குச் சோறு ஊட்டுவார்கள். பொங்கலை ஊட்டிய பின்னர் மனிதர் வாயைக் கழுவிக் கொள்வதைப் போல, மாட்டுக்கும் கழுவிவிடுவார்கள். வாய் கழுவிய பின்னர் கொம்பை ஆட்டி மாடு சிலுப்பிக் கொள்ளும். சிலுப்பு இன்னமும் என் மனக்கண் முன்னால் வந்து வந்து செல்கிறது.

போகிப் பண்டிகை, தைப் பொங்கல் மாட்டுப் பொங்கல் என்று மூன்று தினங்கள் கழித்து வருவது கன்னிப் பொங்கல். இந்தப் பொங்கல் ஒவ்வொரு ஊரிலும் ஒவ்வொருவிதமாக நடைபெறும். வன்னிப்பட்டுக் கிராமத்தில் இது வேறுவிதமாக நடைபெறுகிறது. ஊர் மக்களுக்கு இது நீதி சார் நியாயம் வழங்கும் நாள். இதன் ஆழத்தை என்னால் இன்னமும் புரிந்துகொள்ள முடியவில்லை. இதைக் குறித்த மானிடவியல் ஆய்வு ஒன்றை எதிர்காலத்தில் நடத்த வேண்டும்.

கன்னிப் பொங்கல் அன்று ஊர்ப் பெரியவர்கள் அனைவரும் ஊர் பொது இடத்தில் கூடியிருப்பார்கள். எதிரில் பெயர் எழுதப் பட்ட பனைவோலைச் சுவடியின் கட்டு ஒன்று இருக்கும். இதுதான் ஊர் மக்களின் குடிமை ஆவணம். பாகம் பிரித்துத் தனிக் குடும்பமாக வாழும் எல்லாக் குடும்பத் தலைவர்களின் பெயரும் இந்த ஓலையில் தனித்தனியாக எழுதப்பட்டிருக்கும்.

புதிதாகத் திருமணமாகி பாகப் பிரிவினை செய்துகொண்டவர்கள் யாராவது இருந்தால், அவர்களின் பெயர் ஓலையில் தனியாக எழுதிச் சேர்த்துக் கொள்ளப்படும். ஓலையைப் பயபக்தியுடன் கோயில் பூசாரி குலுக்கிப் போட, சலவைத் தொழில் செய்பவர் அந்த ஓலையை எடுக்க வேண்டும். அந்த நாளில் ஏகாலி என்று அழைக்கப்படும் சலவைத் தொழிலாளி மிகுந்த முக்கியத்துவத்தைப் பெறுகிறார்.

மாடுகளுக்கு மாட்டுப் பொங்கலன்று இரவில் கொடுத்த தீனியைத் தவிர மறுநாள் கன்னிப் பொங்கலன்று எந்தத் தீனியும் தரப்படமாட்டாது. சீட்டுக் குலுக்கிய பின்னர்தான் கட்டுத்தறி யிலிருந்து மாடுகள் அவிழ்த்து விடப்படும். இதில் ஒவ்வொரு ஆண்டும் ஒரு பிரச்சினை வந்துவிடுகிறது. கடந்த ஓராண்டில் அந்த ஊர்மக்களுக்கு ஏதாவது பிரச்சினை இருந்தால், சீட்டுக் குலுக்கிப் போடுவதற்கு முன்னரே அதை ஊர்ப் பஞ்சாயத்து தீர்த்து வைக்க வேண்டும். அப்படித் தீராத பிரச்சினை உள்ளவர்கள் 'எங்கள் பிரச்சினை தீர்க்கவில்லை என்றால் எங்கள் சீட்டை எடுத்து எங்களிடம் கொடுத்துவிடுங்கள். நாங்கள் இந்த ஊர் குடிமக்கள் என்பதிலிருந்து விலகிக் கொள்கிறோம்' என்ற சொல்லிவிடுவார்கள்.

ஊர்ப்பஞ்சாயத்தார் தொடர்ந்து சமரசத்திற்கு முயன்று கொண்டேயிருப்பார்கள். பிரச்சினை தீராமல் சில நேரங்களில் பல மணி நேரங்கள் சமரசப் பேச்சு தொடர்ந்துகொண்டேயிருக்கும். நீரின்றி, ஆகாரம் இன்றி மாடுகள் கத்தி கதறத் தொடங்கிவிடும். அந்தக் குரல் கேட்டு, 'பாருங்கள் வாயில்லா ஜீவன்' என்று ஊர் மக்களின் குரல் எல்லாத் திசைகளிலும் ஒலிக்கத் தொடங்கி, நிர்ப்பந்தம் ஒன்று உருவாகிவிடும். பிரச்சினைகளுடன் தொடர்புடையவர்கள் உணர்ந்துகொள்வார்கள். பிரச்சினை தீர்ந்துவிடும். சீட்டு விழுந்தவர்கள் மாட்டை அவிழ்த்துச் செல்ல மற்ற மாடுகளும் மேய்ச்சலுக்காகப் புறப்பட்டுவிடும். ஊர் மக்களின் பிணக்குகளை நியாய அடிப்படையில் ஆண்டுக்கு ஒரு முறை தீர்த்துக்கொள்ள இப்படி ஓர் ஏற்பாட்டை என் ஊர் மக்கள் இன்றுவரை கடைப்பிடித்து வருகிறார்கள்.

கொல்லைக் காடுகளை முல்லை நிலம் என்று கூறலாம். கடலை, சோளம், கேழ்வரகு முல்லை நிலத்தின் செல்வங்கள். நெல்லு சோறு கிடைக்காத காலங்களில் பசிக்கு உணவையும் உடலுக்கு வலிமையையும் தந்தவை இந்தப் புஞ்சைப் பயிர்களான கேழ்வரகும் சோளமும்தான். புஞ்சைக்கு அழகு தரும். கேழ்வரகைக் கேப்பை என்று அழைப்பார்கள். குறக்கன் என்று இது இலங்கையின் வடகிழக்கு மாகாணங்களில் சொல்லப் படுகிறது.

சோளம் விளைந்த காலங்களில் மனிதர்களைவிட பறவை களுக்குத்தான் கொண்டாட்டம் அதிகம். கூட்டம் கூட்டமாகப் பறவைகள் படையெடுத்து வந்துவிடும். அந்தப் பறவைகளில் எந்த வகை, அந்தப் பறவை இனத்தில் எத்தனையை மனிதர் உயிரோடு விட்டுவைத்திருப்பார்கள் என்பதை சிந்திக்கும் போது, என் கிராமத்து உறவுகளில் சிலவற்றை இழந்த துயரம் மனதுக்குள் வந்துவிடுகிறது. சோளக்காட்டுப் பொம்மையும், பறவைக் கூட்டத்தைக் கண்காணிக்கும் பரண்களும் ஞாபகத்திற்கு வருகிறது. நானும் சோளக்காட்டுக் காவலில் இருந்திருக்கிறேன். கையில் கவண்வைத்து ஒரு வீரனாக நினைத்துக் கொண்டதுண்டு. ஆனாலும் கவண் வீசிப் பழகுவது அத்தனை எளிதானது அல்ல. காலப்போக்கில் எனக்கு அது பழக்கத்திற்கு வந்துவிட்டது. எல்லாவற்றையும்விடப் பால்ய காலங்களில் சாகசம் நிறைந்தது. சோளக் கதிர்களைத் திருடி யாருக்கும் தெரியாமல் சுட்டுச் சுட்டுச் சாப்பிடுவதுதான்.

கடலைக் குறித்த தரவுகளை மன ஆழத்திலிருந்து தேடிப் பிடித்துப் பார்க்கிறேன். கடலை விவசாயத்தில் விதைக்கடலைகள் முக்கியமானவை. இரவுபகலென்று பாராமல், விதைப்புக் காலத்தில் கடலை உடைத்துத் தோல் அகற்றி, விதைகளை அகற்றுவார்கள். இதில் யாருக்கும் கூலி கிடையாது. ஆனாலும் ஒரு கூலி கிடைத்தது. அது முளைப்புத் திறனற்ற நச்சுக் கடலைகள். நச்சு என்பதைச் சிறியது என்று பொருள் கொள்ளலாம். இது பளபளப்பு இல்லாமல் சிறுத்துச் சுருங்கிப் போயிருக்கும். இது விதைக்கடலையைவிட, சுவையோடு இருப்பதை இப்போது நான் யோசித்துப் பார்க்கிறேன்.

கொடிக்கடலை, கொத்துக்கடலைப் பற்றி இங்குக் குறிப்பிடுவது அவசியம் என்று கருதுகிறேன். கொத்துக்கடலை சென்ற நூற்றாண்டின் அறுபதுகளில் பயிரிடுவதற்கு வந்திருக்க வேண்டும். அறுபதுகளில் வெளிவந்த விவசாயக் கண்டுபிடிப்புகளில் இதுவும் ஒன்றாக இருக்க வேண்டும். கொத்துக்கடலைகளை அறுவடை செய்வது மிகவும் எளிதானது. அதைப் பிடுங்கினால், கொத்தாக வந்துவிடும். கொடிக்கடலையின் காம்புகள் வலிமை இல்லாதவை. பிடுங்கினால் கடலைக்கொட்டைகள் மண்ணில் அப்படியே தங்கிவிடும். இதனை அறுவடை செய்வதற்குக்

களைக்கொட்டு தேவைப்படும். கடலையை எடுத்த பிறகு கொல்லையில் களைக்கொட்டோடு சிறுவர் கூட்டம் அலைந்து கொண்டிருக்கும். அதில் தப்பிய கடலையை 'தப்புக்கடலை' என்பார்கள். தப்புக்கடலையை விற்றுப் பணம் சேர்த்து சினிமா வுக்குச் செல்லும் சகாசமும் சிறுவர்களிடம் இருந்தது. புஞ்சைப் பயிரிடலில் மற்றொன்று மிளகாய், கத்தரிக்காய், கீரைத்தண்டு பயிரிடல். பச்சைமிளகாய் சிவப்பு மிளகாயாக மாறும் காட்சி, கத்திரிக்காய்களின் ஊதா நிறம், வளர்ந்து செழித்த கீரைத்தண்டு இவை எல்லாம் என் மனக்கண்முன் வந்து வந்து செல்கின்றன.

புஞ்சை விவசாயம் கடினம் நிறைந்தது. அது பம்பு செட்டுகள் இல்லாத காலம். கை இறவை, கமலை இறவை. இதில் தேர்ந்த இறவைக்காரர்களை உள்ளங்கை பார்த்துச் சொல்லிவிடலாம். உள்ளங்கை இரும்பைப் போலக் கடினமாகி தன் ஆயுள் ரேகையை இழந்திருக்கும். குழந்தைப் பருவத்தில் நான் பலருடைய கையைத் தடவிப் பார்த்திருக்கிறேன். இது உடல் உழைப்பின் மகத்துவம் என்பதை அப்போது என்னால் புரிந்த கொள்ள முடியவில்லை.

கையிறவை—பூட்டை, பூட்டைக் கயிறு, துளையிடப்பட்ட பாறாங்கல் என்ற மூன்றை உள்ளடக்கியது. 'பூட்டை' என்பது உருளை போன்றது. இதையும் கயிற்றையும் பயன்படுத்திக் கிணற்று நீரை இரும்புவாளியின் மூலம் வெளிக்கொண்டு வருவார்கள். இரும்புவாளி பார்க்க மிகவும் வித்தியாசமாக இருக்கும். இதில் நீர் இறைத்துப் புஞ்சைநிலத்திற்கு நீர் பாய்ச்சுவார்கள். எனது அப்பாயி அம்மாளுக்கிழவி தேர்ந்த கையிறவைக்காரி. அவளுடைய தோள்பட்டைகள் ஒவ்வொன்றும் பார்க்க எனக்குப் பிரமாண்டத்தைத் தந்திருக்கிறது. நீர் இறைப்புக் கையிறவை பாட்டு அவர்கள் இறைக்கும் கிணற்று நீரைப் போலவே, நிலப்பரப்பெங்கும் பரவிச் செய்து தனி உற்சாகத்தைத் தந்துகொண்டேயிருக்கும்.

கமலையை, கவலை என்று ஊர்க்காரர்கள் அழைப்பார்கள். கமலை மாடும் மனிதனும் இணைந்து நடத்தும் இறவை முறை இது. இதில் மனிதனின் பங்கைவிட மாட்டுக்குக் கூடுதல் சுமை. இது பூட்டை, சால், பூட்டைக்கயிறு, உருளைக்கட்டை, வால்கயிறு,

வால்பை என்ற ஆறு பகுதிகளைக்கொண்டது. இவை ஆறும் ஒன்றோடு ஒன்று இணைக்கப்பட்டு நீர் வெளியேற்றப் படும். கை இறவையைவிடக் கமலை கொஞ்சம் முன்னேறிய முறை. தேர்ந்த கமலை இறைவையாளரால் ஒரு நாளைக்கு அரை ஏக்கர் நிலத்திற்கு நீர் பாய்ச்சிவிட முடியும். இப்படிப்பட்ட எம் குடும்ப உழைப்பாளி களின் உழைப்பில் பிறந்த உணவை உண்டு வளர்ந்தவன் என்பது இன்றும் எனக்குரிய பெருமைகளில் ஒன்று.

ஆரம்பக் கல்வி வாழ்க்கையும், உயர்நிலைப் பள்ளியில் ஏழாம் வகுப்பு வரை, எனது வாழ்க்கையும் கிராமத்தில்தான் கழிந்தது. என் கிராமத்திற்கு மின்சார விளக்குகள் வந்ததை நான் அறிவேன். அதற்கு முந்தைய காலம் மண்ணெண்ணெய் விளக்குதான்—மண்ணெண்ணெய் சிமினிவிளக்கு, அரிகேன் விளக்கு. சிம்னி விளக்கு எல்லா வீடுகளிலும் இருக்கும். சில வீடுகளில் அரிகேன் விளக்கும் இருக்காது. அன்றைய காலத்தில் பெரும்பாலும் காசு கொடுத்து வாங்கும் அத்தியாவசியப் பொருட்கள் இரண்டு மட்டுமே. ஒன்று உப்பு, மற்றொன்று மண்ணெண்ணெய். பல குடும்பங்கள் இதை வாங்குதற்கு அன்று பட்ட பாட்டை நான் பார்த்திருக்கிறேன்.

எப்படியும் படித்து முன்னேற வேண்டும், வகுப்பில் முதல் மதிப்பெண் பெறவேண்டும் என்ற வெறி இளம்வயதிலேயே எனக்கு ஏற்பட்டுவிட்டது. தேர்வுக்காலங்களில் எனது தலை மாட்டில் புத்தகம், மண்ணெண்ணெய் விளக்கு, தீப்பெட்டி ஆகியவை இருக்கும். சில நேரங்களில் தீப்பெட்டியை எடுத்து விளக்கை ஏற்றி வாசிக்கத் தொடங்கிய சிறிது நேரத்தில் மண்ணெண்ணெய் இல்லாமல் விளக்கு நின்றுவிடும். அந்த நேரத்தில் அழுதுகொண்டே தூங்கிப் போனதெல்லாம் நினைவுக்கு வருகிறது. நான் பிரமித்துப் போன விளக்குகளில் ஒன்று 'பெட்ரோமக்ஸ் லைட்.' இந்த விளக்கு கிராமங்களுக்குச் சிங்கப்பூரிலிருந்து வந்தவர்கள் கொண்டு வந்ததாக இருக்கும்.

அன்றைய காலத்தின் வாழ்க்கை, கூட்டுச் சமுதாயம், கூட்டுக் குடும்ப வாழ்க்கை. வளவுவீடுகள் இருந்தன. வளவுவீடுகளைக் கொண்ட காலம் எனக்கு முந்தைய காலம். இந்த வீடுகள் எனக்குச் சரிவர நினைவில் இல்லை. செவ்வகமாகவும், கொஞ்சம்

சதுரமாகவும் இருந்திருக்க வேண்டும். வளவுவீடுகளின் சுவர்களை அது இடிந்தநிலையில் பார்த்திருக்கிறேன். சுவர்கள் மண்ணாலானது.

வளவுவீடுகள் மாறி தனிவீடுகள் வந்த பின்னரும் இதே வகையில் மண்சுவர் வைக்கும் வழக்கம் இருந்தது. இதற்கான செம்மண் சில இடங்களில் கிடைக்கும். அங்குச் சென்று, அந்த மண்ணை மாட்டு வண்டியில் எடுத்து வருவார்கள். இந்த மண்சுவர் வைக்கும் இடத்தை ஒட்டிப் பள்ளம் வெட்டி அந்த மண்ணைக் கொட்டி, இரண்டு நாள் ஊற வைப்பார்கள். அதில் சுவர் பிடிமானத்திற்கென்று வரகு 'வைக்கோலை' போட்டு மிதிப்பார்கள். சிமெண்ட் கலவையைவிட உறுதிமிக்க மண் கலவை அதில் கிடைத்துவிடும். இதனை வைத்துத்தான் அந்த வீடுகளைக் கட்டுவார்கள்.

அந்தக் கூட்டுக்குடும்ப வாழ்க்கையில் குழந்தைகளின் உலகம் தனியானது. பெண்களின் அரவணைப்பில் குழந்தைகள் வளர்வார்கள். இந்தச் சூழலில் பல தாய்மார்களிடம் பால் குடித்து வளர்ந்த குழந்தைகளை நான் பார்த்திருக்கிறேன். இதன் மகத்துவத்தை இன்றும் நினைத்துப் பார்க்கிறேன்.

எங்கள் ஊர் முக்கியத் திருவிழா இரண்டு தெய்வங்களுக்கானது. ஆனால் திருவிழா ஒன்றாக நடத்தப்படும். இது அய்யனார், அம்மனுக்கான திருவிழா. அம்மனின் பெயர் கொங்கலம்மன். திருவிழாவில் ஊரிலுள்ள சாதிகள் அனைத்தையும் இணைத்துச் செயல்படும் முறை யோசிக்கத்தக்கதாகும்.

திருவிழாகாலங்களில் சாதிகளுக்கு இடையில் அமைந்த வெறுப்பற்ற நிலை மற்ற காலங்களில் இருப்பதில்லை. கோயில், தேர் எல்லாச் சாதிகளும் சேர்ந்து அமைப்பார்கள்.

ஒவ்வொரு ஆண்டும் பச்சைமரங்களை வெட்டித் தேர் அமைப்பார்கள். திருவிழா முடிந்தவுடன் அந்தத் தேரைப் பிரித்து மரங்களை ஏலமிட்டுக் கோயில் வருமானத்தில் அதைச் சேர்த்துவிடுவார்கள். ஆனால் தேரை இழுத்துச் செல்லும் சக்கரத்துடன் கூடிய பட்டறை அப்படியே நிரந்தமாக இருக்கும். பழுதுபட்டால், அதைச் சரி செய்துகொள்வார்கள்.

ஒடுக்கப்பட்ட மக்களின் வீரம் எங்கோ ஓரிடத்தில் வெளிப் பட்டுச் சமூக அசைவுகளை உருவாக்கிவிடுகின்றன. எங்கள் கிராமத்தில் இது திருவிழா நிகழ்வின் மூலம் வெளிப்படுகிறது. இதற்குக் காப்புகட்டுதல் என்று பெயர். காப்புக் கட்டியவர் திருநீறு பூசி, பட்டை போட்டுக்கொண்டு ஒரு சிவபக்தரைப் போலக் காட்சி தருவார். உயர்சாதி சமூகம் என்று கூறிக்கொண்டவர்கள் அவருக்கு மதிப்பளிக்க வேண்டும்.

மூன்று தினங்கள் விழாக்கள் நடைபெறும். முதல் பந்தல் காட்சி என்னும் திருவிழா, இரண்டாம் நாள் முளைப்பாரி திருவிழா, மூன்றாம் நாள் துள்ளும் சோறு படையல். மூன்றாம் நாள் நடைபெறும் துள்ளும் சோறு படையலில் இதன் முக்கியத்துவம் வெளிப்படுகிறது.

சோறும் எத்தனை காய்கறிகள் உண்டோ அனைத்திலும் ஒரு பொரியல் அல்லது கூட்டுச் செய்து, கூடையில் எடுத்துச் சென்று கோயிலுக்கு அருகிலுள்ள ஒரு திடலுக்குச் செல்வார்கள். இரண்டு பக்கமும் துணி விரிக்கப்பட்டிருக்கும். அதன் மீது இலை விரித்து, சோறும் காய்கறிகளும் வைத்துப் படையல் செய்யப்படும். படையல் வைத்த மக்கள் எதற்காகவோ காத்திருப்பார்கள்.

தப்புச்சத்தம் முழங்கக் காப்பு கட்டிய தீண்டத்தகாதவர் என்று இவர்களால் ஒதுக்கி வைக்கப்பட்டவர் வந்து நீர் தெளித்த பின்னர்தான் இவர்களின் படையல் நிறைவு பெறும். இது பல நேரங்களில் என்னைப் பெரிதும் யோசிக்க வைத்திருக்கிறது. இதில் ஒடுக்கப்பட்ட மக்களின் தொலைதூரப் போராட்டம் ஒன்று இருக்க வேண்டும்.

எனது ஊர் எத்தனை ஆண்டுகளுக்கு முன்னர் எப்படி உருவானது என்ற வரலாறு எனக்குக் கிடைக்கவில்லை. அதில் அமைந்த பொதுவுணர்வும் அதைக் காப்பாற்ற அமைந்த நடைமுறை களும், இதைத் தொன்மையான கிராமம் என்பதை எனக்கு உணர்த்துகிறது.

அந்தப் பொதுவுணர்வுதான் என்னை நிரந்தரப் பெதுவுடைமை கொள்கைக்காரனாக வைத்திருக்கிறதா என்று நான் பல நேரங் களில் யோசித்துப் பார்த்ததுண்டு. என் ஊரை என் தாயைப் போல

நன்றியுடன் நினைத்துப் பார்க்கிறேன். என் ஊரைப் பற்றி நான் எழுதியது:

இலுப்பை பூ பூக்கும்
இளங்கிளிகள் பாட்டிசைக்கும் -
வந்தாரை வாசல் திறந்து வைத்து
வரவேற்கும் வன்னிப்பட்டு.

□

32

சிலமலை

காத்தடி பூமியின் காட்சிகள்

ஓ. முத்தையா

'மண்ணிலிருந்து பிறந்தவன் மனிதன்' என்பதற்கான ஒரு பழங்கதை உண்டு. 'மண் திணிந்த நிலன்' என்று கூறுகின்றது புறநானூறு. 'மண்ணுத் தின்(னி)னும் மாயாண்டி' என்பது கிராமத்து வழக்கு. 'என் மண், எனது உரிமை' என்று சிலர் எழுச்சி முழக்கமிடுவது உண்டு. இவையெல்லாம் மண்ணுக்கும் மனிதனுக்கும் அதாவது அவன் பிறந்த ஊருக்குமான பிணைப்பையும், கட்டை காடுபோகும் வரை மண் மீதுள்ள பிரிக்கமுடியாத நேசத்தையுமே காட்டுகின்றன.

பணி நிமித்தம் காரணமாக வெளியூர்களில் வாழ்ந்துவிட்டு இறுதிக் காலத்தில் பிறந்த மண்ணில் வந்து காலம் கழிக்கும்போது தவழ்ந்து விளையாடிய வயதில் தாய்மடியில் அரவணைப்போடு படுத்துக்கிடந்த ஒரு சுகமான நினைவே மனதின் ஆழத்திலிருந்து மேல் எழும்பும். இந்த மாதிரியான உணர்வுகளை, மணல்சார்ந்த, மணல்மேடுகள் நிறைந்த காத்தடி பூமியான சிலமலை மணலில் (மண்ணில்) என்னுடைய கால்கள் பதித்த தடங்களை இந்தக் கட்டுரையின்வழி உங்களோடு பகிர்ந்துகொள்ள விழைகிறேன்.

ஊரெல்லாம் பட்டி தொட்டி
பேரெல்லாம் குப்பன் சுப்பன்
சோறெல்லாம் கூழுங் கஞ்சி
உடுத்துறது ஒட்டுக் கோவணம்

என்ற ஒரு நாட்டுப்பாடலைப் பெரியவர்கள் வேடிக்கையாகப்

பாடுவது உண்டு. இதுதான் கிராமத்து மக்களின் அந்தக் காலத்து இயல்பு வாழ்க்கை.

தேனி மாவட்டம், போடிநாயக்கனூர் வட்டத்தில் மேற்குத் தொடர்ச்சி மலையடிவாரத்தில் மணல் சூழ்ந்த பகுதிதான் நான் பிறந்து உருண்டு புரண்டு வளர்ந்த சிலமலைக் கிராமம். எனது ஊருக்குச் சிலமலை என்ற பெயர் எப்படி வந்தது? பள்ளியில் பயிலுகின்ற காலத்திலேயே என்னுள் இந்தக் கேள்வி எழுந்தது. பல பெரியவர்களின் வாயைக் கிண்டினேன். 'செல்வமலை என்பது தான் திரிந்து சிலமலை ஆயிற்று' என்றார் ஒருவர். ஊரைச் சுற்றிலும் சில மலைகள் இருப்பதால் சிலமலை என்றாகியது . இது மற்றொரு பெரியவர் சொன்னது. எனது ஊருக்கு முன்னதாக அதாவது போடிநாயக்கனூரிலிருந்து வந்தால் இருக்கும் ஊரின் பெயர் சில்லமரத்துப்பட்டி (இங்குதான் நான் எட்டாம் வகுப் பிலிருந்து பன்னிரண்டாம் வகுப்புவரை படித்தேன்). இப்போது ஊர்ப் பெயர்க் காரணத்திற்கு வருவோம்.

சில்லமரத்துப்பட்டியின் உண்மையான பெயர் சில்வமரத்துப் பட்டி. அதாவது சில்வ மரங்கள் நிறைந்த பகுதி என்பது பொருள். இதுவே பின்னாளில் சில்லமரத்துப்பட்டியாக மாறிவிட்டது. (உசிலை மரத்துப்பட்டி உசிலம்பட்டி என்று ஆனது போல). இதைத் தான் எனது ஊருக்கும் பொருத்திப் பார்த்தேன். சில்வ மலை என்பதுதான் சிலமலையாக மாறியிருக்கின்றது என்ற முடிவிற்கு வந்தேன். எனது ஊருக்கு மேற்கே வானுக்கும் பூமிக்கும் அரணாய் நிற்கும் கரட்டுப் பகுதியில் சில்வ மரங்கள் ஒரு காலத்தில் அரிதாக அல்லது அபரிமிதமாக வளர்ந்திருந்திருக்க வேண்டும். அதனடிப் படையில் சில்வமலையும் சில்வமரத்துப் பட்டியும் சிலமலை, சில்லமரத்துப்பட்டி என்று பேச்சு வழக்கில் மாறியிருக்க வேண்டும்.

எனது பாட்டையா (அப்பாவின் அப்பா, அப்பப்பா) ஒருமுறை கூறியது நினைவிற்கு வருகின்றது. அவர், 'செலமலைக்குக் கிழக்கே ஒரு பெருமாள் கோவில் இருக்கில்ல. அதுக்குக் கிழக்கே தான் முதலில் ஊரு இருந்திச்சு. அதுக்குப் பேரு சொ(சு)ரைக் காய்ப்பட்டி. பெருமாளோ நேர்ப் பாய்ச்சல். அதாவது நேர்ப் பார்வை இருந்ததால ஊரு ஒன்னும் விருத்தியாகல. அதனால பெருமாள்

கோயிலுக்கு மேற்க வந்து எல்லாரும் குடியேற ஆரம்பித்தார்கள். அப்படி உருவானதுதான் நம்ம செலமலை' என்றார். (பேச்சு வழக்கில் செலமலை என்றுதான் வரும்). 'ஏழு ஊரைக் கெடுத்த பெருமாளு சொ(சு)ரைக்காய்ப்பட்டியையும் அழிச்சிட்டாரு' என்று இன்றும் பலர் பழித்து நினைவு கூர்வதுண்டு.

மேற்குத் தொடர்ச்சிமலை அடிவாரம்வரை எங்குப் பார்த்தாலும் மணலும் மணல் சார்ந்த நிலப்பகுதிகள்தான். 'மணலிலே கயிறு திரிக்கும்' மாய வித்தை போன்ற கடுமையான உழைப்புச் சார்ந்ததுதான் எங்கள் ஊர் மக்களின் வாழ்க்கை. கால மழை ஒழுங்காகப் பெய்தால் கடலை, மொச்சை, தட்டைப் பயறு, சாமை, வரகு, ஆமணக்கு வீடு வந்து சேர்ந்துவிடும். எனது பாட்டனார் ஒருவருடக் கடலை வருமானத்தில் ஒரு மாடி வீட்டையே கட்டி முடித்தார் என்றால் பார்த்துக் கொள்ளுங்கள். ஊர் மக்கள் அயராத உழைப்பாளிகள். பாரதி கேட்டதுபோல் காணி அளவு நிலமாவது ஒவ்வொருவருக்கும் கட்டாயம் இருக்கும். அவ்வளவு பெரிய நிலப்பரப்பு.

எங்கள் ஊரில் பாடல்கள், பழமொழிகள், கதைகள், கதைப் பாடல்கள், வழிபாடுகள், சடங்குகள், புழங்கு பொருட்கள், நம்பிக்கைகள், விழாக்கள், கலைகள் இவற்றிற்குப் பஞ்சமில்லை. தாலாட்டு, ஏற்றப்பாட்டு, இறவை பாட்டு, காட்டுப்பாட்டு, களத்துப் பாட்டு, வண்டிப்பாட்டு, விளையாட்டுப் பாட்டு, கும்மிப்பாட்டு, முளைப்பாரிப் பாட்டு, பேய்ப்பாட்டு என்று கணக்கற்ற பாடல்களை ஊர்க்காரர்கள் பாடுவர். ஊர்க்கிழவிகளின் அறிவுக் களஞ்சியத்தில் பழமொழிகளுக்கு முக்கியப் பங்கு உண்டு.

'கூறுகெட்ட மாடு எட்டுக்கட்டுப் புல்லுத் தின்னுச்சாம்.' 'அரிசி யின்னு அள்ளிப் பாப்பாரில்ல, உமியின்னு ஊதிப்பார்க்க நாதி யில்லை.' 'அடடா அடடா அநியாயமே எங்க அப்பத்தா சுட்ட பணியாரமே' இது மாதிரி ஏராளமான சேகரிப்புகள் என்னிடம் உண்டு.

எனது நாட்டுப்புறப் பாடல் களஞ்சியம், நாட்டுப்புறக் கதைகள் களஞ்சியம், சந்தனம் பாட்டு, தேவராட்டம், சேவையாட்டம் போன்ற நூல்களுக்கெல்லாம் ஆதாரமாக இருந்தவர்கள் சிலமலை மக்கள்தான். சிலம்பாயி கிழவி, பொன்னுத்தாயம்மாள், உடுக்கடித்

தங்கராசு, பொன்னுச்சாமி மணியம் இவர்களெல்லாம் ஏடறியாமல் எழுத்தறியாமல் பாட்டுக்கட்டும் மேதைகள். 'தாயோடு போனது சீர்' என்ற பழமொழியைப்போல் இவர்களோடு பாடல்களும் காற்றில் கரைந்துபோய்விட்டன என்றுதான் சொல்ல வேண்டும்.

'ஆடிக்காத்து அம்மியையும் புரட்டும்' என்ற பழமொழி எங்கள் ஊரில்தான் தோற்றம் பெற்றிருக்க வேண்டும். ஏனென்றால் அப்படிக் காற்று அடிக்கும். சூறாவளிக் காற்றை எங்கள் ஊர் மக்கள் ஆண்டுதோறும் அனுபவிப்பார்கள். அதற்கெல்லாம் சற்றும் அஞ்சாமல் காடுகரைகளில் வேலைசெய்துகொண்டிருப்பார்கள். ஒரு காலத்தில் இரவில் யாரும் சமையல் செய்யக் கூடாது என்று தெருவில் சாட்டிக் கொண்டு அதாவது கிடிமுட்டி அடித்து அறிவிப்புச் செய்துகொண்டு வருவார்கள். ஏனென்றால் அடுப்பில் உள்ள நெருப்பு பலத்த காற்று அடிப்பதால் கூரைகளில் பட்டுத் தீப்பற்றிவிடும். அப்பொழுதெல்லாம் கூரை வீடுகள்தான் அதிகம். தகரம் போட்ட வீடு என்றால் தகரம் எப்பொழுது பிய்த்துக் கொண்டு பறந்துபோகும் என்று சொல்ல முடியாது.

எங்கள் ஊரில் வேடிக்கையான பழமொழி ஒன்று உண்டு. 'நல்லவன் வாயிலையும் மண்ணு பொல்லாதவன் வாயிலயும் மண்ணு' என்பதுதான். எப்பொழுதும் காற்று அடித்துக்கொண்டு இருப்பதால் இயல்பாகவே எல்லோரது வாயிலும் புழுதி மண் விழுந்துகொண்டே இருக்கும். வாயில் மட்டுமல்ல கண், காது, மூக்கு என்று உடலின் எல்லாப் பகுதிகளிலும் மண்வாசம்தான். காற்றிலிருந்து தப்பித்துக்கொள்வதற்காக எங்கள் மக்கள் செய்யும் முன்னேற்பாடுகள் நிறைய உண்டு.

கூரைகளை வைக்கோல் பிரியால் இறுக்கிக் கட்டுவது, தகரங்களின்மேல் பெரிய பெரிய கற்களைத் தூக்கி வைப்பது ஆண்கள் உருமால் கட்டியும் பெண்கள் முக்காடு போட்டுக் கொண்டும் அலைவது, பகலில் மட்டுமே உணவு சமைப்பது, வாசல் கதவுகளைப் பூட்டியே வைத்திருப்பது என்று பல பாதுகாப்பு ஏற்பாடுகளைச் செய்வதுண்டு. மணற் பாங்கான பகுதி என்பதால் காற்று மட்டுமல்லாமல் மணலையும் அள்ளிக்கொண்டு வந்து மண்மேடுகளை உருவாக்கிவிடும். வள்ளுவர் கூறுவதைப் போல அடிக்கடிக் கேணிகளைத் தூர் வாரிக்கொண்டே இருக்க

வேண்டும். அதனால்தான் எங்கள் ஊரைக் காத்தடி பூமி என்று அழுத்திச் சொன்னேன்.

மணல் காற்றில் மூழ்கி, மறைந்து, புதைந்து புரண்டு, தூக்கி வீசப்பட்ட பல அனுபவங்கள் எனக்கு உண்டு. எங்கள் மக்களைக் காற்றிலிருந்து பாதுகாக்கக் கர்மவீரர் காமராசர் முதல்வராக இருந்தபோது 450 ஏக்கரில் குதுவல் (மரத்தோப்பு) உருவாக்கப் பட்டது. ஆயிரக்கணக்கான மரங்கள் வளர்க்கப்பட்டுக் காற்றின் வேகம் தடுக்கப்பட்டது.

காமராசர் இரண்டுமுறை எங்கள் ஊருக்கு வந்து தரையில் அமர்ந்து மக்களுக்கு ஆறுதல் சொல்லிச் சென்றிருக்கின்றார்.

குதுவல் வந்தும் காற்றின் பாதிப்புகள் குறைந்தபாடில்லை. பலநூறு மைல் அளவிற்கு அரசு மீண்டும் காற்றுத் தடுப்புச் சாலைகளை உருவாக்கிக் காற்றின் வேகம் மட்டுப்படுத்தப் பட்டது. இப்பொழுது குதுவலும் இல்லை, காற்றுத் தடுப்புச் சாலைகளும் இல்லை. காடுவெட்டிகள் மரங்களையெல்லாம் கொள்ளையடித்து வாயில் போட்டுக்கொண்டார்கள். அது மட்டுமா? மணல்கொள்ளை, கரடுகளில் குவாரிகள் என்று இயற்கையை அழிப்பதில் கைதேர்ந்தவர்களாகிவிட்டார்கள். ஊரில் இருந்த பல நீர் நிலைகள் ஓடை, ஒழுக்கால், குளம், குட்டை, மணல்மேடுகள் கபளீகரம் செய்யப்பட்டிருக்கின்றன.

அந்தக் குதுவலும், காற்றுத் தடுப்புச் சாலைகளும்தான் பள்ளி விடுமுறைக் காலங்களில் எங்களுக்குச் சரணாலயம். மரங்களில் ஏறிக் கொடிக்காய்ப் பறிப்பது, கொட்டை முந்திரிகளைப் பறித்து உண்பது, கத்தாழைப் பழம் எடுப்பது, புளியங்காய்ப் பறிப்பது, மரங்களில் ஏறி ஏறிக் குதித்துக் காக்காய்க் குஞ்சு விளையாட்டு விளையாடுவது, வாய்ப்புண் வந்தால் கட்டாப்பில் (வேலி) உள்ள காட்டாமணக்குச் செடியின் பாலை வாயில் விட்டுக் கொப்பளிப்பது, வேல மரத்துக் குச்சியில் பல் துலக்குவது என்று அத்தனைக்கும் இவை இடம் கொடுத்தன. இன்று அந்த நிகழ்வுகள் உரையாடலாக மட்டுமே உலா வருகின்றன.

பல்வேறு இனத்தவர்கள் உறவுமுறை சொல்லி இணக்கமாக வாழும் பண்பு சிலமலையில் உண்டு. கிராமத்துக்குத் தேவையான அத்தனை வசதிகளுடன் மக்கள் இங்கு வாழ்கின்றனர். குறிப்பாக

நாவிதர்கள், ஏகாலிகள் இவர்களைச் சொல்லலாம். நான் சிறுவனாக இருந்த போது 'ஏகாலி' என்ற சொல் பெருவழக்காக இருந்தது. பூப்பு, திருமணம், இறப்பு போன்ற சடங்குகளில் இவர்களின் பங்களிப்புத் தவறாமல் இருக்கும்.

முட்டுத்துணி, தீட்டுத் துணி, ஊர்ச்சோறு, வெள்ளாவி அடுப்பு, வெள்ளாவிப் பானை, மாத்துவிரித்தல், குறிமை, குறியிடுதல், கஞ்சிபோடுதல் போன்ற சொல்வழக்குகள் இவர்களுக்கே உரியவை. ஒவ்வொரு ஊரிலும் வண்ணார்குட்டை, வண்ணார் குளம், வண்ணாத்திப் பாறை என்பது தவறாமல் இருக்கும். ஆறு ஓடும் ஊர்களில் வண்ணார் படித்துறை இருக்கும். கிராம சமுதாயத் திற்கு வண்ணார் மக்களின் கொடுக்கல் வாங்கல் உறவு நீண்ட நெடிய மரபுத் தொடர்ச்சி. இது இன்று அற்றுப்போய்விட்டது.

அழகுக்கு அழகு சேர்ப்பவர்கள் அழுக்கை வெளுக்கும் இந்த அப்பாவி மனிதர்கள்தான். கழுதைகளின் பயன்பாடும் இன்று அற்றுப் போய்விட்டது.

கழுதை கெட்டா குட்டிச் சுவரு. இன்று குட்டிச்சுவர் என்றால் எவருக்கும் தெரியாத நிலைதான், மானங்கெட்ட கழுத மஞ்சக் குளிக்கிதின்னு ஈனங்கெட்ட கழுத எட்டி எட்டிப் பாத்துச்சாம். இது கழுதைக்கான பழமொழி அல்ல, மனிதனுக்கானது.

சென்னையில் உள்ள வண்ணாரப்பேட்டைக்குப் பின்னால் ஒரு மிகப்பெரிய வரலாறு உண்டு. வெள்ளாவியோடு போராடிய அந்த வெள்ளந்தி மனிதர்களின் வாழ்வியலுக்குக் காலம் கெடு வைத்து விட்டது. இதே போல்தான் நாவிதர் மக்களும். முத்து நாகுவின் *சுளுந்தீ* புதினம் இதை நன்றாகவே பதிவு செய்திருக்கும். மனித அழகில் ஆள் பாதி ஆடை பாதி என்பதுதான் யதார்த்தம்.

இயற்கை வளத்திற்கும் கால்நடைச் செல்வங்களுக்கும் சிறப்புச் சேர்க்கும் விழா பொங்கல். பொங்கலுக்கு முந்தைய நாள் காப்புக் கட்டுவதற்கான செடிகொடிகளைத் தேடி மூலிகைகள் தேடும் படலத்தில் இறங்கி காடு குளத்தங்கரைப் பகுதிகளில் அலைந்து திரிந்து ஆவாரம் பூ, பூளைப் பூ, வேப்ப இலை, நொச்சி, பிரண்டை, முடக்கத்தான், கற்றாழை போன்றவற்றைச் சேகரித்து வந்து அவற்றை இணைத்துச் சிறுசிறு கட்டாகக் கட்டி அவற்றை விளைநிலங்களில் கட்டி வருவது நல்ல அனுபவமாக இருக்கும்.

மேய்ச்சலுக்கான தரிசு நிலங்கள் மிகுதி என்பதால் கால்நடை வளர்ப்பும் இங்கு அதிகம். காடு மலைகளில் தான்தோன்றித் தனமாகத் திரிந்துகொண்டிருந்த காட்டு மாடுகளை அடக்கித் தனது கட்டுக்குள் கொண்டுவந்ததுதான் மனிதனின் ஆதி வீரம். அந்த மாடுகளைத் தனக்கான செல்வமாக மாற்றி இணக்கமாகப் பழகியது அந்த வீரத்துடன்கூடிய விவேகம். மனிதனுக்கும் மாடுகளுக்குமான உறவும் பிணைப்பும் நீண்ட நெடிய மரபுத் தொடர்ச்சி கொண்டது. மாடு சார்ந்த பயன்பாடும் அது தொடர்பாக நடைபெறும் பண்பாட்டுச் செயல்பாடுகளும் ஏராளம், ஏராளம். 'பட்டி பெருகிப் பால்பானை பொங்க' மனித வாழ்வின் மேம்பாட்டிற்கான அழியாச் செல்வமாகக் கால்நடைகள் மாறின. எங்கள் ஊரில் கால்நடைகள் அதாவது ஆடு மாடும் அதிகம்.

இன்றும் அதன் தன்மையைக் காணலாம். மாடுகளுக்குத்தான் எத்தனை பெயர்கள். (காரிக்காளை, செவலைக்காளை, மயிலைக் காளை, புல்லைக்காளை, கட்டைக்கொம்பன், விரிகொம்பன், குட்டைச்செவியன், பட்டிக்காளை, மலைமாடு, உழவு மாடு, வண்டிமாடு, பொதிமாடு, கமலைமாடு, இறவைமாடு, பால்மாடு, பட்டிமாடு, கிடைமாடு, பூம்பூம்மாடு, சாமிமாடு, கோயில்மாடு, தம்பிரான் மாடு, அடிமாடு, பிடிமாடு என்று மக்களால் பராமரிக்கப் பட்டு வரும் மாடுகளும் வகைகளும் மிகுதிதான். 'கன்று வீட்டைக் காக்கும், கோயில்காளை ஊரைக் காக்கும்' என்ற பலமான நம்பிக்கை இன்றும் கிராமத்து மக்களிடம் உண்டு. கோயில் காளைகள் எந்த நிலத்தில் புகுந்தாலும் வெள்ளாமையை அழித்தாலும் விவசாயி வருத்தப்படுவதில்லை. மேய்ந்து கொழுக்கும் முழுச்சுதந்திரம் இந்தக் கோயில் காளைகளுக்கு உண்டு.

மாட்டுப் பொங்கல் நாளை நன்றாகவே அனுபவித் திருக்கிறேன். மாடுகளைத் தெப்பத்தில் (மாடுகளைக் குளிப்பாட்டும் இடம்) கொண்டுபோய்க் குளிப்பாட்டுவது, மாடுகள் நீச்சலடிப்பதைக் கண்டு மகிழ்வது என்பது மிகவும் பிடித்த ஓர் உற்சாகச் செயல்பாடு. பட்டிப் பொங்கல், தொழுப்பொங்கல், மாட்டுப் பொங்கல், மாடு ஓட்டம், மாடு மறித்தல், தம்பிரான் வழிபாடு, மாட்டுப் பந்தயம், வண்டிப் பந்தயம், காயடித்தல், லாடம் கட்டுதல், ஜல்லிக் கட்டு, மஞ்சுவிரட்டு, எருதுகட்டு, வாய்ப்பூட்டு, குறிசூடு, மாட்டு வாகடம், நாளேர் பூட்டுதல், மாடு ஆட்டம், கன்று காணிக்கை

என்று மாடு சார்ந்த பண்பாட்டுப் பழக்க வழக்கங்களின் பட்டியலும் நீண்டுகொண்டே போகும். மேய்ச்சலில் ஈடுபடும் பலரும் புல்லாங்குழல் இசைப்பதை இன்றளவும் காணமுடியும்.

மேய்ச்சல் தொழிலை மரபுவழியாகச் செய்து வரும் இனத்தார் களுக்குப் புல்லாங்குழல் மாடுகளை வசியப்படுத்தும் கலைக் கருவியாகவே பயன்பட்டு வந்திருக்கின்றது. புல்லாங்குழலின் இசைக்கும் காளைகளுக்கும் இப்படியானதொரு சொந்தம், பந்தம் எப்படி ஏற்பட்டது என்பது அந்த மாயக்கண்ணனுக்கே வெளிச்சம். கம்பளத்து நாயக்கர்களுக்குக் கோயில் மாடுகளின் மேல் மிகுந்த பக்தியும் நம்பிக்கையும் உண்டு. அவர்கள் மாட்டுப் பொங்கலின் போது கோயில் காளைகளுக்கு முன்னால் நீளமான புல்லாங் குழல்களை ஊதிக்கொண்டு ஆட்டம் ஆடிக்கொண்டு காளைகளை அழைத்துச் செல்லும் வழிபாட்டு முறையை இன்றும் காணலாம். புல்லாங்குழலை இசைத்துக்கொண்டு அவர்கள் ஆடும் பில்ல கொய்லு ஆட்டத்தை வேறு எங்கும் எவரிடமும் காண இயலாது.

மாட்டுப் பொங்கல் நாளன்று கையில் மூங்கில் பிரம்புகளை வைத்துக்கொண்டு தொழுவம் தொழுவமாக (மாட்டுப்பட்டி) அலைந்துகொண்டிருப்பேன். என்னைப் போன்ற சிறுவர்கள் பலரும் கையில் மூங்கில் பிரம்புகளைத் தயாராக வைத் திருப்பார்கள். தொழுவத்தில் பட்டிப் பொங்கல் வைத்து மாடுகளுக்கு ஊட்டி அதை வெளியே ஓட்டிவிடுவார்கள். நாங்கள் அந்தத் தொழு மாடுகளை விரட்டிக்கொண்டு ஓடுவோம். ஊர் எல்லை தாண்டியதும் மாடுகள் திக்குத் தெரியாமல் திசைக்கு ஒன்றாக மிரண்டு ஓடும். நாங்கள் மீண்டும் அடுத்த தொழுவத்தை நோக்கிப் படையெடுப்போம். மாலையில் ஊர் மந்தைப் பகுதியில் வடமாடு (வடக்கயிற்றில் பிணைக்கப்பட்ட காளை) விளையாட்டு நடக்கும். இந்த இடத்தில் நாங்கள் பார்வையாளர்கள் மட்டும்தான். இங்கு இளைஞர்களுக்குத்தான் முன்னுரிமை.

மாட்டு மருத்துவர்கள், லாடம் கட்டுவோர், மாட்டு நோய் களுக்குச் சூடுபோடுபவர்கள், காதை அறுத்துவிடுவோர், காயடிப்பவர்கள், மாட்டுத் தோளில் வேளாண் பொருள்களைச் செய்வோர் என்று தனித்தனித் திறனாளர்கள் இருந்தார்கள். இன்று அவர்களைக் காண முடியவில்லை. தமிழரின் வீரம் செறிந்த

மாடு தொடர் பண்பாட்டை மீட்டெடுக்கத் தமிழ் இளைஞர்கள் நடத்திய ஜல்லிக்கட்டுப் போராட்டம் (மெரினா புரட்சி) அறுபடாத ஒரு தொல்பண்பாட்டு மரபின் உச்சம் எனலாம். ஆநிரைகள் மானுடப் பண்பாட்டோடு பிரிக்கமுடியாத, பேசா மனிதனாக, இரத்த உறவாகப் பயணித்து வருவதுதான் மாட்டுப் பொங்கல் விழாவின் உயர் தனிச்சிறப்பு, உயிர்ம நேயம் என்று நான் கருதுகிறேன்.

ஊரின் குறுக்கு நெடுக்குமாக வலம் வந்த கோயில் மாடு இறந்துவிட்டால் ஊரே கூடிப் பெண்கள் வைக்கும் ஒப்பாரியில் வெளிப்படும் துக்கம் சொல்லி மாளாது. மனித இழப்பிற்கு மேலாக மக்கள் அதனைத் துக்கம் அனுசரிப்பார்கள். மக்களும் மாக்களும் ஒன்றுசேரும் அன்பின் மையப்புள்ளி இதுதான்.

மாட்டுப்பொங்கல் வெறுமனே பண்பாட்டு எச்சமாக மாறி விடாமல் பயன்பாட்டு உச்சத்தைத் தொடவேண்டும், பரவலாக்கம் பெறவேண்டும் என்பதே இயற்கை ஆர்வலர்கள் பலரும் வைக்கும் அழுத்தமான வேண்டுகோளாக உள்ளது.

சிலமலையில் கோயில்களுக்கும் வழிபாடுகளுக்கும் திரு விழாக்களுக்கும் பஞ்சமில்லை. ஊர்க்கோயில், சாதிக்கோயில், கும்புக் கோயில், வீட்டுக் கோயில் என்று வழிபாடுகள் தொடர்ந்து கொண்டே இருக்கும். இவற்றில் சிறப்பிற்குரியது அருள்மிகு சீனிவாசப் பெருமாள் கோவில். தங்க விக்கிரகத்தில் உலாவரும் பெருமாள் திருவிழா சிறப்பாக இருக்கும்.

தேவராட்டம் சேவையாட்டத்துடன் பெருமாளை அழைத்து வருவது. முளைப்பாரி போட்டுக் கும்மியடிப்பது, மாவிளக்கு எடுத்து ஊர்சுற்றி வருவது, கரகாட்டம் ஆடல் பாடல் என்று திருவிழா களைக்கட்டும். பெருமாள் சாமி அழைப்பில் தவறாமல் இடம்பெறும். நான் சிறுவனாக இருந்து கண்டு இரசித்த தேவராட்டம் பின்னாளில் எனது ஆய்வுப் பொருளானது, முனைவர் பட்டமும் தந்தது. ஓர் இனம் தான் ஆடும் ஆட்டத்தைத் தனது அடையாளமாக இன்றளவும் போற்றிப் பாதுகாத்து வருகின்றது என்றால் அது கம்பளத்து நாயக்கர் இனமாகத்தான் இருக்கும். ஜக்கம்மாள், சிவபாலம்மாள், பொம்மையசாமி வழிபாட்டிலும் சரி, திருமணத்திலும் சரி (தேவதுந்துபி) உருமி

இசைக்கேற்ப இலாகவமாக ஊரே திரண்டு ஆடும் தேவராட்டமும் அதன் ஆட்டமுறைகளும் வியப்பை ஏற்படுத்தும். அதேபோல சேவையாட்டமும். இராமாயணக் கதையைத் தெலுங்கில் இட்டுக்கட்டிப்பாடும் இவர்களது திறமை அபாரமானது. பெண் களும் ஆட்டத்தில் சளைத்தவர்கள் இல்லை என்பதைப் போலப் பெண்கள் ஆடும் 'கெப்பியாலோ கும்பி' அரிதான ஒரு கலை. கலை சார்ந்த மக்களோடு வாழும் வாய்ப்பும் எனக்குக் கிட்டியது.

கிராமத்தில் சமூக உறவுகளுக்குள், சாதிப் பிரிவுகளுக்குள் சிக்கல்கள், முட்டல்கள், மோதல்கள் இருந்துகொண்டே வந்தாலும் அதன் அடிநாதமாக ஓர் இறுக்கமான பிணைப்பு இருந்து கொண்டுதான் வருகின்றது. கிராமத்தின் ஆன்மாவை, அதன் ஒட்டுமொத்தமான உயிரோட்டத்தை மரபுத் தன்மையை அவ்வளவு எளிதில் அகற்றிவிட முடியாது என்பதே உண்மை. கிராமத்து மக்களின் அயராத உழைப்பை, வெள்ளந்தியான பாசத்தை, ஆர்ப்பாட்டமில்லாத எளிமையான வாழ்க்கை நகர, ஏக்கதாரி களுக்கு ஒரு முன்மாதிரிதான் என்பதை மறுக்க இயலாது.

மாற்றம் ஒன்றே மாறாதது கிராமங்கள் மாறிவருகின்றன. மக்கள் நாகரிகமான வாழ்க்கையை நோக்கி நடை போடுகின்றனர். கால ஓட்டத்தில் இது தவிர்க்க இயலாததுதான். இது எங்கள் கிராமத்திற்கு மட்டுமான தனிப்பட்ட வளர்ச்சியோ, வீழ்ச்சியோ அல்ல. ஒட்டுமொத்த இந்தியக் கிராமங்களின் வாழ்வும் வளர்ச்சியும் வீழ்ச்சியும் இதுதான்.

இந்த மாற்றங்கள் இழந்துவரும் மானிட உறவுகளை, இணக்கத்தை, மண் சார்ந்த வாழ்வியலை, பண்பாட்டை மீட்டெடுக்குமா? என்பது வினா. மணலோடு உறைந்து, கரைந்து வாழ்ந்த, புழுதி படிந்த கிராமத்தை, மண்ணை, பூமியை, அனுபவித்த பொழுதுகளை, மாற்றங்களை வருங்காலச் சந்ததி யினருக்குப் புரியவைக்க வேண்டும், குறைந்தபட்சம் தெரிய வைக்கவாவது வேண்டும் என்ற சீரிய இலட்சியம் மனித மனத்தில் எழுந்தாக வேண்டும் என்பதே எனது விருப்பம்.

பண்பாட்டு வேர்களை இழந்து, விட்டு விலகி, அதை நீர்த்துப் போகச் செய்து, ஒற்றைமயத்தை உயர்த்திப் பிடிக்கும் சமகாலச் சூழலில்தான் இழந்துபோன பண்பாட்டை, அடையாளங்களைக்

கண்டறிய வேண்டும், உணரச்செய்ய வேண்டும் என்ற நோக்கில் சேவையாற்ற வேண்டியிருக்கின்றது.

இந்தியாவில் இலட்சக்கணக்கான கிராமங்கள் உள்ளன. ஒவ்வொரு கிராமத்திற்கென்றும் தனித்த வரலாறும் பண்பட்ட வாழ்க்கைமுறையும் இருக்கத்தான் செய்கின்றன. கிராமங்களில் நீண்டகாலம் வேரிட்டு வளர்ந்த ஆலமரங்களும் அரசமரங்களும் வேப்ப மரங்களும் புளியமரங்களும் அவற்றைத் தெரிந்து கொள்வதில் என்ன பயன் விளையும். அந்த வரலாறு, வாழ்க்கை, பண்பாடு எதிர்காலச் சந்ததியினரின் வாசிப்பிற்குக் கடத்தப்பட வேண்டும். இழந்துபோனதை அசைபோடத் தூண்ட வேண்டும். குறைந்தபட்சம் எவற்றையெல்லாம் இழந்துவிட்டோம், மீண்டும் அவை நமக்குத் தேவைதானா? தேவையென்றால் அவற்றை மீட்டெடுக்க முடியுமா? என்ற சிந்தனையையாவது கிளர்ந்தெழச் செய்ய வேண்டும். இதற்கான உந்துதலுக்கு இந்தக் கட்டுரை உரமூட்டும் என்று நம்புகிறேன்.

மகாத்மா காந்தியடிகள் தனது அனுபவத்தின் சாரமாக முன்மொழிந்த 'இந்தியாவின் ஆன்மா கிராமங்களில்தான் வாழ்கின்றது' என்ற மறைமொழியை உணர வைப்போம்.

◻

33

சமயநல்லூர்

அதிகாரம் ததும்பிய நிலவெளி

ந. முருகேசபாண்டியன்

நான் பிறந்தது மதுரை நகரம் என்றாலும், எனக்கு நினைவு தெரிந்த நாள் முதலாகச் சமயநல்லூர் கிராமத்தில்தான் என்னுடைய புழங்கு வெளி விரிந்திருக்கிறது. மதுரை நகரிலிருந்து 12 கிமீ தொலைவில் இருக்கிற சமயநல்லூர் கிராமம், எனது ஆளுமை உருவாக்கத்தில் முக்கியப் பங்கு வகிக்கிறது. கடந்த அறுபதாண்டுகளில் எங்கள் கிராமத்தில் நடைபெற்ற பல்வேறு நிகழ்வுகளுக்குச் சாட்சியமாக நானிருக்கிறேன். அண்மையில் சமயநல்லூர் கிராமத்திற்குப் போயிருந்தபோது, எண்பது வயதிற்கும் கூடுதலான பெரியவர் என்னிடம் 'நீங்க ரைஸ்மில்காரர் வடிவேலு பேரன்தானே? அவர் சாடை தெரியுது' என்று என்னிடம் சொன்னார்.

1977ஆம் ஆண்டில் தனது 96வது வயதில் இறந்த எனது அப்பச்சி இன்றைக்கும் ஒருவரின் நினைவில் இருப்பது எனக்கு ஆச்சரியமாக இருக்கிறது. கிராமத்தில் ஒவ்வொருவரும் இன்னாரின் பேரன் அல்லது இன்னாரின் மகன் என்றே அறியப்பட்டனர். பச்சைப் பசேலென்ற கிராமத்து வெளி சுதந்திரமானது என்ற பொதுப் புத்திக்கு மாறாக அங்கே ஒவ்வொருவரும் சாதி, சமய அடையாளத் துடன் அடையாளப்படுத்தப்படுகின்றனர். சுருங்கக்கூறின், ஒவ்வொருவரின் நெற்றியிலும் இன்ன சாதியைச் சார்ந்தவர் என்பது கண்ணுக்குத் தெரியாத முறையில் பச்சையாகக்

குத்தப்பட்டுள்ளது. கிராமங்களில் ஒருவிதமான கண்காணிப்பு அரசியல், இன்றளவும் செயல்படுகிறது. வெளியே இருந்து கிராமத்திற்குள் நுழைகிற புதியவரின் ஒவ்வொரு செயலும் கண்காணிக்கப்படுகிறது.

அறுபதுகள் காலகட்டத்தில் விளையாட்டும் கொண்டாட்டங்களும் எனக் கழிந்த கிராமத்து வாழ்க்கையில், எனக்கான உலகம் கவர்ச்சியுடன் விளங்கியது. அங்குக் கழிவிரக்கமோ, சுய வதையோ இல்லை. இயற்கையின் அங்கமாகவும் இயற்கையை நேசிப்பதுமான வாழ்க்கைச் சூழலில், ஒவ்வொரு நாளும் பொழுதும் அர்த்தம் மிக்கவனாக விளங்கின. சமூக இருப்பிலிருந்து என்னை அந்நியப்படுத்திக்கொள்ளும் சூழல், என்னைச் சுற்றிலும் இல்லை. கிராமியச் சமூகம் தொடர்ந்து அதிகாரத்தைச் செலுத்த முயன்றாலும், நானும் என்னுடைய நண்பர்களும் மைய நீரோட்டத்திலிருந்து மெல்ல நழுவினோம், பூனையைப் போல. ஒவ்வொரு கணமும் ஈரத்துடன் ததும்பிய காலத்தை இப்பொழுதும் என்னால் நினைவுகொள்ள முடிகிறது.

என் பள்ளிப் பிராயத்தில் என்னைச் சுற்றியிருந்தவர்கள் பல்வேறு விஷயங்களைத் தொடர்ந்து என்னிடம் கூறிக்கொண்டே யிருந்தனர். தாது வருடத்துப் பஞ்சத்தினால், நிகழ்ந்த மரணங்கள் பற்றிய என் அம்மாவின் பேச்சு, பொதிமாட்டில் ஏற்றப்பட்ட சாமான்களுடன் கூடக்கோவில் என்ற ஊரிலிருந்து 1880ஆம் ஆண்டில் புலம்பெயர்ந்தது குறித்த என் அப்பச்சியின் நினைவுகள், 1940களில் சைக்கிள் ஓட்டிப் போனதற்காக ஆதிக்கச் சாதியினரால் தாக்கப்பட்டது பற்றிய என் தந்தையாரின் துயரம்... இப்படிப் பல்வேறு சம்பவங்கள் தொடர்ந்து எனக்குள் பதிவாகியுள்ளன. அவற்றில் பல என்னுடைய நினைவுப்புலத்தில் இல்லை; காற்றில் கரைந்துபோய்விட்டன.

கிராமத்து வாழ்க்கை என்றாலே மேன்மையானது என்ற புனைவு சரியல்ல. பொதுவாகக் கிராமத்து வாழ்க்கையைக் கண்மூடித்தனமாகப் போற்றிப் புகழ்ந்திட என்னால் இயலாது. ஆனால் ஊரைவிட்டு வெளியே வந்து, நாற்பத்தைந்து ஆண்டுகள் கடந்த பின்னர், இன்று யோசிக்கும் வேளையில் பல்வேறு கிராமத்துக் காட்சிகள், மங்கலாக மனதில் தோன்றுகின்றன.

சமயநல்லூர் ✦ 497

அவை, மனித இருப்பின் மேன்மையையும் இழிவையும் முதன்மைப்படுத்துகின்றன. சராசரியான கிராமத்தினர் வாழ்ந்த வாழ்க்கைக்கும் எனக்கும் பெரிய அளவில் வேறுபாடு இல்லை. என் இளம்பிராயத்தில் கிராமத்தில் சாதாரணமாக இருந்தவை, எல்லோராலும் அறியப்பட்டவை இன்று மறைந்துவிட்டன. இழந்தவை குறித்து ஏக்கமோ, துக்கமோ பெரிய அளவில் எனக்கு இல்லை. கடந்தவை கடந்தவைதான். ஆனால் இயற்கை வளத்துடன் செழிப்புடன் விளங்கிய மண்ணும், பல்வேறு உயிரினங்களும் சுழித்தோடும் வைகை ஆறும்கூட என் கண் முன்னர் சிதிலமாகிப் போனதைப் பதிவு செய்யும்போது, மனம் கனத்துப் போகிறது.

மூதாதையர் வளமுடன் நமக்குத் தந்த பூமியை மாற்றுக் குறையாமல் அப்படியே நமது குழந்தைகளுக்கும் பேரப் பிள்ளைகளுக்கும் தர முடியவில்லையே என்று வருத்தமாக இருக்கிறது. காணாமல்போன சிட்டுக்குருவியும் பச்சைத் தவளையும் தண்ணீர்ப்பாம்பும் உழுவைமீனும் வெறுமனே தகவல்கள் மட்டுமல்ல. கடந்த இருபதாண்டுகளுக்கு முன்னர் கூடச் சுதந்திரமாகச் சுற்றிப் பறந்து எங்கள் வீட்டின் முன்னர் இருக்கின்ற ஓட்டுத் தாழ்வாரத்தில் கூடுகட்டிக் குடும்பம் நடத்திய சிட்டுக்குருவிகள், இன்று காணாமல் போய்விட்டன. அவை, கடந்த பல நூறாண்டுகளாக மனிதர்களுடைய குடியிருப்பை யொட்டி வாழும் இயல்புடையன. ஏதோ சிட்டுக் குருவிகள் அழிந்தால் என்ன என்று ஒதுங்கி இருக்க முடியாது. இயற்கைச் சங்கிலியில் மனிதனுக்கும் சிட்டுக்குருவிக்கும் சம இடம்தான்.

பள்ளிக்கூடத்தில் வரலாற்றுப் பாடப் புத்தகத்தில் நதிக்கரை, நாகரிகத்தின் தொட்டில் என வாசித்தபோது வியப்பாக இருந்தது. வளமான நஞ்சை நிலத்தில் தென்னந்தோப்புகள், வெற்றிலைக் கொடிக்கால்கள், நெல்வயல்கள் எனப் பசுமை படர்ந்திருந் திருக்கிற சமயநல்லூர் கிராமம், வையை ஆற்றங்கரையில் பழைய கற்காலம் முதலாக நிலைத்து இருக்கிறது. தோப்புகளும் துரவுகளும் நிரம்பிய எங்கள் கிராமத்து நிலவெளி, கார் காலத்தில் எழிலாகக் காட்சியளிக்கும். கோடைக்காலத்தில்கூட வையை ஆற்று மணலில் சிறிய அளவில் தோண்டப்பட்ட ஊற்றுக்களின் வழியே வழிந்தோடிய தெளிந்த நீர், எல்லோருக்குமானதாக இருந்தது.

ஓரிரு ஆண்டுகளுக்கொரு முறை ஆற்றில் சீறிப் பாய்ந்திடும் வெள்ளம், குறைந்தபட்சம் இரு வாரங்களுக்காவது அலை புரண்டு பாயும். ஆற்றின் அக்கரைக்குச் செல்ல வேண்டுமானால், பத்து மைல்கள் சுற்றிப் பயணிக்க வேண்டும். எண்பதுகளில்கூட கிராமத் திற்கு வளம்சேர்த்த வையை ஆறு முழுக்க மணல் பரந்திருந்தது. கிராமத்தினர் குளிக்க, துணி துவைக்க, மாடுகளைக் குளிப்பாட்ட என ஆற்றுநீரைப் பயன்படுத்தினர். நண்பர்கள் ஒன்றாகச் சேர்ந்து நடந்துபோய் இரவுவேளையில்கூட வையை ஆற்றுக்குப் போய் வெண்மணல் திட்டில் அமர்ந்து பேசிக்கொண்டிருப்போம். இன்று மணல் கொள்ளையர்களால் ஒட்டச் சுரண்டப்பட்ட வையை ஆறு, மேடும் பள்ளமுமாகச் சீமைக் கருவேல மரங்களால் கண்றாவி யாகக் காட்சியளிக்கிறது. எல்லாம் பொய்யாய்ப் பழங்கதையாய்.

எங்கள் கிராமத்து ஊராட்சி ஒன்றியத் தொடக்கப் பள்ளிக்கூட வகுப்பறைகள் தென்னங்கீற்றுகள் வேய்ந்த கொட்டகைகளில் நடைபெற்றன. சில வகுப்புகள் நிரந்தரமாகப் பள்ளிவளாகத் தினுள்ள மரத்தடி நிழலில் நடைபெறும். நான் மூன்றாம் வகுப்பை முழுக்க அரச மரத்தடியில் மண்தரையில் அமர்ந்து படித்தேன். மரத்தின் நிழலுக்கேற்ப வகுப்பு, இடம் மாறிக்கொண்டிருக்கும். ஆசிரியர் பாடம் நடத்தும்போது, அங்குமிங்கும் வேடிக்கை பார்க்கின்ற சௌகரியமிருந்தது. மழைக்காலம் முழுக்க ஒரே கொண்டாட்டம்தான். அடைமழைக் காலத்தில் நிரந்தரமாக விடுமுறைதான். மாலையில் மூன்று மணியளவில் வானம் கருங்கும்மென்று மேகமாக இருந்தால் பள்ளியில் 'ஓவர் பெல்' அடிக்கப்படும். எல்லோரும் 'ஓ'வென்று கத்திக்கொண்டு உற்சாகமாக வீட்டுக்கு ஓடுவோம்.

பெரும்பாலான பள்ளி மாணவர்கள் மதிய உணவு சாப்பிடு வதற்காகப் பள்ளிக்கூடம் வந்தனர் என்பதுதான் உண்மை. அம்மாவும் அப்பாவும் காலையில் வயல் வேலை அல்லது ஆடு, மாடுகளை மேய்ப்பதற்குப் போய்விட்ட சூழலில், பகல் முழுக்கக் குழந்தைகள் பத்திரமாக இருப்பதுடன் மதிய உணவும் பள்ளியில் தரப்பட்டது அற்புதமான விஷயம் அல்லவா?. அறுபதுகளில் கடுமையான உணவுப் பஞ்சம் நிலவியது. பள்ளிக்கூடத்தில் மதிய உணவுத் திட்டம், அன்றைய முதலமைச்சர் காமராசரால் ஏற்படுத்தப்பட்டது என்பதைப் பதின்பருவத்தில் அறிந்தபோது,

அவர்மீது மதிப்பும் மரியாதையும் ஏற்பட்டன. அது, இன்றைய தலைமுறையினர் அறியாதது. எங்கள் கிராமத்தில் பல மாணவர்கள் பள்ளிக் கல்வியைச் சிறப்பாக முடிப்பதற்கு மதிய உணவுதான் முதன்மைக் காரணம்.

பெரும்பாலான ஆசிரியர்கள் கையில் பிரம்புடன் கண்டிப்பாக இருந்தனர்; சின்னத் தவறுக்குக்கூட அடி வெளுத்து விடுவார்கள். அறுபதுகளில் தினமும் பள்ளிக்கூடம் தொடங்கும்போது, பள்ளிக்கூடம் வராத மாணவர்களின் பட்டியலைத் தயாரிக்கும் ஆசிரியர், அவர்களைப் பிடித்துக்கொண்டு வர இரண்டாம் வகுப்பு மாணவர்களாகிய எங்களை ஏவுவார். நாங்கள் சிட்டாகப் பறந்து போய், தெருவில் விளையாடிக் கொண்டிருக்கும் மாணவர்களை இழுத்து வருவோம்.

எட்டாம் வகுப்பில் பள்ளிக்குப் புதிதாக வந்த தமிழாசிரியர் எஸ். எஸ். வாசன் என்றும் மறக்கவியலாத ஆளுமை எனக்கு. ஆசிரியர் என்றால் இறுக்கமானவர் என்ற பிம்பத்தைச் சிதைத்து எப்பொழுதும் இயல்பான நகைச்சுவை உணர்வுமிக்கவரான அவர், அடிப்படையில் பகுத்தறிவுவாதி. சூத்திரன் வேதத்தைக் கேட்டாலே, அவனுடைய காதுகளில் ஈயத்தைக் காய்ச்சி ஊற்ற வேண்டும் என்று மநுதர்மம் சொல்கிறது எனத் தமிழாசிரியர் கூறியது, எனக்கு அதிர்ச்சியைத் தந்தது. மூடநம்பிக்கைகளைப் பகடி பண்ணுவதில் கில்லாடியான அவர், 'எதையும் நம்பாதே எல்லாவற்றையும் கேள்வி கேள்' என்று எனக்குள் அதிர்வை ஏற்படுத்தினார்.

நான் விடுமுறை நாளில்கூட அவருடைய அறையில்தான் இருந்தேன். அவர் என்னைச் சிறுவனாகக் கருதி ஒதுக்கிப் பேசிடவில்லை; எப்பவும் எந்தவொரு விஷயத்தையும் விமர்சனக் கண்ணோட்டத்துடன் உற்சாகம் பொங்கிட விளக்குவார். பாரதி, பாரதிதாசன் போன்ற கவிஞர்களையும் பெரியாரையும் அவரின் மூலமாகவே அறிந்தேன். அவர், வகுப்பறையில் நகைச்சுவை ததும்பிடப் பாடங்களை எளிய முறையில் நடத்துவார். பார்ப்பனியம் எப்படிச் சாதிய ஏற்றத்தாழ்வுக்குக் காரணம் என்று எனக்குள் கலகப்பார்வையையும் நாத்திகத்தையும் உருவாக்கிய வாசன் ஐயாவை இன்றும் பெருமையுடன் நினைத்துக்கொள்கிறேன்.

அறுபதுகளில் பெரும்பாலான கிராமத்து வீடுகள் தென்னங் கிடுகு வேய்ந்த கூரைவீடுகள் அல்லது பனைவோலை வேய்ந்த மண்சுவர் வீடுகள்தான். ஆங்காங்கே சீமை ஓடு வீடுகளும் அக்கிரகாரத்தில் நாட்டு ஓடு வீடுகளும் இருந்தன. மெட்ராஸ் தார்ஸ் வீடுகள் எனப்பட்ட காரை வீடுகள் தெருவுக்கு இரண்டு அல்லது மூன்று இருந்தன. பெரும்பாலான விளிம்புநிலையினர் வீடுகளில் சிம்னி விளக்குகள்தான். ஓரளவு வசதியானவர்கள் வீடுகளில் ஹரிக்கேன் விளக்குகள் ஒளிர்ந்தன. மின்னிணைப்பு காரை வீடுகளில்தான் இருந்தது. இத்தகைய சூழலில் பெரும் பான்மையான பள்ளி மாணவர்கள் இரவுவேளையில் பாடம் படிப்பது இயலாத விஷயம்.

எங்கள் ஊரில் நெல் விளைந்தாலும் பெரும்பான்மையான உழைக்கும் மக்களின் வீடுகளில் கேப்பைக் கூழ், களி, கம்பஞ் சோறு, சோளக்கூழ்தான் உணவாக இருக்கும். நெல்சோறு, இட்லி உண்ணுவது ஆடி, தீபாவளி, பொங்கல் போன்ற பண்டிகை நாட்களில்தான். வசதியான குடும்பமான எங்கள் வீட்டில் எப்பவும் அரிசிச் சோறு இருக்கும். பள்ளிக்கூடத்தில் மாணவர்கள், 'சோறு சாப்பிடுகிறவர்கள் சோதா பயல்கள், கூழ்தான் உடம்பை இரும்பு மாதிரி வச்சிருக்கும்' என்று என்னைக் கேலி செய்வார்கள். எனக்கு ஒரே வருத்தமாக இருக்கும். எனவே சோறு சாப்பிடுவது சரியல்ல, கூழ் குடிப்பதுதான் நல்லது என்று நம்பினேன். என் நண்பர்களுடன் ஒப்பிடும்போது, என்னால் யாருடனும் ஆவேச மாகச் சண்டையிடவோ அடிக்கவோ முடியாது. நான் இயல்பிலே சின்னத் தவறு செய்வதற்குக்கூடப் பயப்படுவேன்; கொஞ்சம் பயந்த சுபாவமும்கூட.

நிலத்தை முன்வைத்து நடைபெற்ற வேளாண்மையினால் கிடைத்த வருமானம் அல்லது விவசாயக் கூலியினால் கிடைத்த வருமானத்தினால் நடைபெற்ற கிராமத்து வாழ்க்கையில் கூட்டுக் குடும்ப அமைப்பு வலுவாக விளங்கியது. 'தந்தை சொல் மிக்க மந்திரமில்லை', 'தந்தை சொல் கேளாத பிள்ளை குலத்திற்கு ஹீனம்' போன்ற சொலவடைகள் தந்தையின் இருப்பை உறுதிப்படுத்தின. தந்தை பேசும்பொழுது, பிள்ளைகள் அவருடைய முகத்தை நேருக்கு நேராகப் பார்த்துப் பேசும் வழக்கமில்லை. பேரன் பேத்தி எடுத்த 50 வயதான மகன் எனினும் தந்தையிடம்

சமயநல்லூர் ❋ 501

ஏதாவது சொல்ல வேண்டுமெனில், முகத்தைப் பார்த்துப் பேசுதல், மரியாதைக் குறைவாகக் கருதப்பட்டது. என்னுடைய தந்தையார் (வயது 58), சித்தப்பா (வயது 51) ஆகிய இருவரும் அவர்களுடைய அப்பாவிடம் (வயது 94) பேசும்பொழுது, வேறு எங்கோ பார்த்துக்கொண்டு பேசுவார்கள். எங்க அப்பச்சியும் தனது மகன்களை விவரம் அறியாத சிறுவர்கள் என்பதுபோல அறிவுரை சொல்லுவார். சற்றுத் தள்ளி நின்று பார்க்கும் எனக்கு எல்லாமே வேடிக்கையாக இருக்கும். உடன்பிறந்த அண்ணனும் தம்பியும் பேசும்போதுகூட, இருவரும் வேறுவேறு திசைகளில் பார்த்துக்கொண்டு பேசுவதைப் பார்த்திருக்கிறேன்.

அண்ணன் என்பவர் பெரியவர், மரியாதைக்குரியவர், குடும்பத் தலைவர் என்ற மதிப்பீடு நிலவியதால், மறுப்புச் சொல்வது தவறாகக் கருதப்பட்ட காலம் அது. பொதுவாகக் குடும்பத்தில் மூத்தவர் சொல்வதற்குப் பதில் அல்லது வேறு கருத்துச் சொன்னால், அது 'அதிகப் பிரசங்கித்தனம்' என்று கருதப்பட்டது. ஒருவிதமான அடிமைத்தனம் குடும்ப உறவுகளில் அழுத்தமாக நிலவியது. இத்தகைய போக்கினுக்கு எதிராகக் குரலெழுப்பும் பெண்கள், சரியான கருத்து அல்லது நியாயத்தை, தங்கள் கணவன்மூலம் தெரிவிப்பது கண்டிக்கப்பட்டது. 'ராத்திரி புருஷனுக்குத் தலையணை மந்திரம் போட்டு விடுகிறாள்' என்று மருமகளைத் திட்டும் மாமியார் கிழவிகள் எங்கள் ஊரில் ஏராளம். ஆண் தன்னுடைய மனைவி சொல்லும் நியாயமான கருத்தைத் தனது தாயிடம் அல்லது தந்தையிடம் அல்லது அண்ணனிடம் தெரிவித்துவிட்டால் போச்சு. வீட்டில் குழப்பம்தான். 'அவன் பெண்டாட்டி பேச்சைக் கேட்டுவிட்டு நடக்கிறான். பொம்பளை பேச்சைக் கேட்கிறவன் உருப்படுவானா? பொண்டுகப் பய' என்று வசவு கிளம்பும்.

என்னுடன் பள்ளிக்கூடத்தில் படித்த பெரும்பாலான மாணவிகள் எட்டு அல்லது ஒன்பதாவது வகுப்பில் படிக்கும்போது திடீரெனப் பள்ளிக்கு வராமல் நின்றுவிடுவார்கள். தன்னுடன் ஒரே வகுப்பில் படித்த பொம்பளைப் பிள்ளைக்கு என்ன ஆச்சு? என்று ஆம்பளைப் பசங்களுக்குக் குழப்பமாக இருக்கும். அந்தப் பிள்ளை பெரிய பிள்ளையாயிடுச்சு என்று பின்னர்த் தெரிந்தாலும் அப்படின்னா என்ன? என்று இன்னும் குழப்பம் அதிகமாகும்.

அறுபதுகளில் 16 வயதில் பெரும்பாலான இளம் பெண்களுக்குத் திருமணமாகிவிடும். வீட்டுக்கு ஏழெட்டுக் குழந்தைகள் இருக்கும்போது, பெண்ணைக் கட்டிக்கொடுத்துவிட்டால், பிரச்சினை முடிந்தது என்று பெரும்பாலான பெற்றோர் கருதினர். திருமணமாகிப்போன வீட்டிலும் இளம்பெண்ணுக்கு முடிவற்ற வீட்டு வேலைகள் காத்திருக்கும். புருஷன் வேறு பெண்ணுடன் தொடர்பு வைத்திருப்பது தெரிந்தாலும் மனைவியால் பெரிதாக ஒன்றும் செய்ய முடியாது.

பெண்கள் பற்றிய மதிப்பீடு ஆண்கள் பொதுப்புத்தியில் கேவலமாக இருந்தது. தெருவில் கணவன் நடந்து போனால் அவனுக்குப் பின்னர் இருபது அடிகள் தள்ளி, மனைவ் குனிந்த தலையுடன் நடந்து போவாள். கிராமத்துச் சாவடியில் உட்கார்ந்து வெட்டி நியாயம் பேசுகின்ற பெரிசுகள், ‘பொம்பளை சொல்ற தெல்லாம் ஒரு பேச்சா? கால்வழியாக மூத்திரம் பெய்யுற பொம்பளை’ என்று சப்தமாகப் பேசுவார்கள். எல்லா வழிகளிலும் பெண்ணைக் கேவலப்படுத்த முயலுவது கிராமத்தில் சாதாரணமாக நடைபெற்றது. ஆற்றில் பெண்கள் குளிக்கும் இடத்திலிருந்து முன்னாடி ரொம்பத் தொலைவு தள்ளிப்போய் ஆண்கள் குளிப்பார்கள். ‘வந்துட்டாளுக நாத்தச் சிறுக்கிக! வந்து கழுவிட்டுப் போயிடுவாளுக. சீ கருமம்! கண்றாவி’ என்று பெரிசுகள் கேட்பதைக் கேட்டால், ஒன்றும் புரியாது. ஆம்பளைப் பசங்களுக்குத் தங்களிடம் பிரியமாக இருக்கிற அம்மா, பெரியம்மா, அக்காக்களைப் பெரிசுகள் ஏன் எப்பவும் கேவலமாகப் பேசுகிறார்கள் என்று குழப்பமாக இருக்கும். அந்த மாதிரிப் பேச்சுகளை அடிக்கடி கேட்டுக் காலப்போக்கில் அதை உண்மை என்று நம்புகின்ற மனநிலை, பதின்பருவ இளைஞனுக்கு உருவாகிவிடும்.

சின்னக்கூரை வீடுகளில் ஐந்தாறு குழந்தைகளுடன் வாழ்ந்த பெண்கள் அன்றாடம் வயலில் களைபறித்தல், நாற்று நடுதல் போன்ற விவசாய வேலைகள் செய்வதுடன் கிணற்றுக்குப் போய்த் தண்ணீர் தூக்கிவருதல், சமையல் செய்தல் போன்ற வேலை களுடன் குழந்தைகளையும் வளர்க்க சிரமப்பட்டனர். சாயங் காலம் பெண்கள் வீட்டு வாசலில் அமர்ந்து தங்களுடைய சொந்தக் கதையைப் பேசி மனதைத் தேற்றிக்கொள்வார்கள்.

கிராமத்தில் குடும்பக் கஷ்டம் தாங்காமல் பெண்கள் எதிர் கொண்ட துயரங்கள் ஏராளம். புகுந்த வீட்டில் தாங்கமுடியாத பிரச்சினை என்று பிறந்த வீட்டுக்குப் போனால், அங்கே ஆறுதல் சொல்வதற்குக்கூட ஆள் இருக்காது. ஆயிரம் இருந்தாலும் புருஷன் வீட்டில்தான் பொம்பளை இருக்கணும் என்று 'கட்டப் பஞ்சாயத்து' செய்து புருஷன் வீட்டுக்கு மீண்டும் அவளை வம்படியாக அனுப்பி வைப்பார்கள். பெண் மனதின் துயரத்தைப் புரிந்துகொள்ள யாரும் இல்லாத சூழலில் அவள் 'இருப்பதா? இறப்பதா?' என்று தத்தளிப்பாள். தனிமனிதச் சுதந்திரம் அர்த்தம் இழக்கிற சூழலில் வாழாவெட்டியாக வாழ்வதைவிட மரணம் அவளுடைய தேர்வாகிவிடும். ஓடும் ரயிலின் முன் பாய்ந்து இறத்தல், மூட்டைப்பூச்சி மருந்து எனப்படும் விஷத்தைக் குடித்து இறத்தல், அரளி விதையை அரைத்துக் குடித்தல், கிணற்று நீரில் விழுந்து இறத்தல்... என்று பெண்களின் தற்கொலைகள் கிராமத்தில் அடிக்கடி நிகழும். காவல் நிலையத்தில் எப்படியோ சரிக்கட்டி, உடனடியாகப் பிணத்தை எரித்துவிடுவது சாதாரணமாக நடைபெறும். ஒரு பெண் ஏன் தற்கொலை செய்துகொண்டாள் என்று யாரும் தீவிரமாக யோசிப்பது இல்லை. இறந்த பெண்களின் வலிகளும் துயரங்களும் இன்றைக்குக்கூட கிராமத்து நில வெளியில் மிதக்கின்றன.

எங்கள் கிராமத்தில் வாரியல் ஓடைக்கு அருகில் எப்பொழுதும் நீர் நிரம்பியிருக்கிற வட்டக் கிணற்றில் அவ்வப்போது பெண்கள் குதித்துச் சடலமாக மிதந்தனர். ஊரில் ஏதாவது ஒரு பெண்ணைக் காணவில்லை என்றால் கிணறுகளைத் தேடிப்போய் எட்டிப் பார்ப்பது சாதாரணமாக நிகழும். இறந்து ஓரிரு நாட்கள் எனில் தண்ணீரில் ஊறிய பெண்ணின் உடல் மிதக்கும். சடலம் எதுவும் மிதக்காதபோது, காணாமல்போன பெண்ணின் உடல் கிணற்றுக்குள் இருக்கலாம் என்று சந்தேகம் ஏற்பட்டால், கிணற்று நீருக்குள் கயிற்றுநுனியில் கட்டப்பட்ட பாதாளக் கரண்டியைவிட்டுத் துளாவிப் பார்ப்பார்கள். சிலவேளைகளில் நீருக்குள் மூழ்கி யிருக்கும் பெண்ணின் உடல் அல்லது சேலை, பாதாளக் கரண்டியில் சிக்கி வெளியே வரும். அப்பொழுது கிணற்றைச் சுற்றிக் கூடியிருக்கிற பெண்ணின் உறவினர்கள் கத்துகிற கதறல், எல்லோரையும் உலுக்கிவிடும். நல்லதங்காள் கதை, எழுபது

களிலும் தொடர்ந்ததை இப்பொழுது நினைத்தாலும் வருத்தம் அளிக்கிறது. என்னவொரு கொடூரமான சமூகத்தில் வாழ்ந்திருக் கிறேன் என்று கசப்பாக இருக்கிறது.

துடியான தெய்வங்களும் கோபக்கார முனிகளும் கொடூரமான பேய்களும் எங்கள் கிராமத்து வெளியெங்கும் சுற்றித் திரிந்தன. பெரியவர்கள் சொல்கிற கதைகளின் வழியாகப் பேய்கள், எல்லோருடைய மனங்களிலும் உருவெடுத்தன. துணிச்சலாகப் பகலெங்கும் சுற்றித்திரியும் சிறுவர்களான எங்களுக்கு இரவு வேளையில் பயத்தையும் நடுக்கத்தையும் தந்தது 'பேய்' என்ற சொல்தான். எங்கள் ஊரில் பேய்கள் ஒவ்வொரு மூலைமுடுக்கு எங்கும் தாராளமாக உலவி வந்தன.

பற்றாக்குறைக்குக் கோபக்கார 'முனிகள்' வேறு. களத்துமேடு, புளியமரம், கிணறு, சந்துகள், வைக்கோல் படப்பு... எல்லா இடங்களிலும் பேய்கள் ஆக்கிரமித்திருந்தன. இன்னும் சொன்னால் ஊர்க்காரர்களின் எண்ணிக்கையைவிடப் பேய்களின் எண்ணிக்கை அதிகம் என்று எனக்குத் தோன்றியது. அமானுடசக்திகளின் ஆதிக்கத்தால், ராத்திரி ஏன் வருகிறது என்று மிகவும் வருத்தப் படுவேன். ஊர்ப் பெரிசுகள் பேயை நேரில் கண்டதாகச் சொல்லும் கதைகளை விலாவாரியாகக் கேட்கும்போது, மனசு திடுக்கென அடித்துக்கொள்ளும். இடுப்பில் கறுப்புக் கயிறு கட்டியிருப்பவர் களைப் பேய் ஒன்றும் செய்யாது என்று நம்பினாலும், பேய் பற்றிய பயம், என்னை விடாமல் துரத்திக்கொண்டேயிருந்தது.

எங்கள் ஊரில் அடிக்கடி நடைபெறும் சம்பவம் 'பேயோட்டுதல்' தான். யாருக்காவது ஒரு பொம்பளக்கிப் பேய் பிடிச்சிருக்கும். அப்புறம் மூன்று நாட்கள் 'டுவிங் டுவிங்' என்று கோடாங்கிச் சத்தம் இடைவிடாமல் கேட்டுக் கொண்டேயிருக்கும். அதுவும் இரவில் தூங்கும்பொழுது எங்கோ தொலைவில் ஒலிக்கும் கோடாங்கிச் சத்தம் கேட்டவுடன், உடம்பு நடுங்கத் தொடங்கும். கண்களை இறுக மூடிக் குப்புறப் படுத்துக்கொள்வேன். எனக்கு அப்பொழுது ஒன்பது வயது இருக்கும். எங்க வீட்டுக்குப் பின்னாடி கோடாங்கி அடிக்கும் சத்தம் கேட்டது. பகலில் போய் எட்டிப் பார்த்தேன். அங்கு ஒரே கூட்டம். கறுத்துக் குட்டையானவர் கோடாங்கியை அடித்துக்கொண்டிருந்தார். பின்வீட்டுப் பாப்பக்கா,

தலைமுடியை விரித்துப்போட்டு தலையை ஆட்டிக்கொண்டு இருந்தார். எனக்கு ஒரே பயம்

கிராமத்தில் மனித முயற்சிகள் முழுக்க இயற்கையிகந்த பேராற்றலுடன் சம்பந்தப்பட்டிருந்தன. மனிதர்களின் கையில் எதுவுமில்லை. ‘கடவுள் இல்லை... கடவுள் இல்லவே இல்லை’ என்று பெரியாரின் குரல், கறுப்புச் சட்டைக்காரர்களின் குரலாக ஓரளவு அறியப்பட்டிருந்தது. என்றாலும் மக்களுக்கு அதியற்புத சக்தி குறித்துப் பெரும் பிரமை இருந்தது. நோயால் மனிதனுக்குத் திடீரெனச் சாவு ஏற்பட்டால் புரிந்துகொள்ளலாம். நல்ல திட காத்திரமான ஆள்! ஒரு மூட்டை நெல்லை, தானாகத் தூக்கி முதுகில் வைத்துக்கொண்டு கையை வீசி நடக்கிற பலசாலி, எந்த இருட்டிலும் துணிந்து நடக்கக்கூடியவர், மதியம் உச்சி வெயிலடிக் கிறப்ப வயலுக்குப் போனவர் வீட்டிற்குள் நுழைந்து, அப்பாடா என்று உட்கார்ந்து பெருமூச்சுவிட்டவர், அப்படியே இறந்து போனால் என்ன நினைப்பது? ஒருத்தருக்கும் கெடுதல் நினைக்காத நல்ல மனுஷன் ராத்திரி தூங்கிறப்ப நல்லாத்தான் இருந்தார். காலையில் எழுந்திரிக்கிறப்ப ஒரு கை, கால் சுத்தமாக விளங்க வில்லை என்றால் என்ன செய்வது? கன்று ஈனப்போகிற பருவத்தில் மாட்டுக்காடியில் கட்டியிருந்த நாலு தலைமுறை யாகப் பல்கிப் பெருகிவந்த பசு, கீழே விழுந்து நுரைதள்ளிச் செத்துப் போனால் எப்படி எதிர்கொள்வது? செய்வினைதான் கெட்ட செயல்களுக்குக் காரணம் என்று கிரமத்தினர் நம்பினர். மனிதனின் சின்ன மூளைக்கு விளங்காத விஷயங்களை அமானுட சக்தியின் மூலம்தான் தீர்த்துக்கொள்ள வேண்டிய சூழல் நிலவியது.

‘செய்வினை’ என்ற சொல் எழுபதுகளில்கூட கிராமத்தில் பிரபலமாக இருந்தது. அந்தச் சொல்லைக் கேட்டவுடன் பலருக்கும் குலை பதறி நடுக்கமேற்படும். ஒருக்கால் செய்வினை என்று தோன்றிவிட்டால் அதை எடுத்திட மாயமந்திர வேலைகள் செய்வதில் கில்லாடியான ஆட்களைத் தேடிப்போவார்கள். பத்திருபது கிராமங்களுக்கு ஓர் ஆள் பில்லி, சூனியம், ஏவல், செய்வினை செய்வது அல்லது எடுப்பது என்று புகழ் பெற்றிருப்பார். அவரைத்தான் கூட்டி வரவேண்டும். அவருக்குக் கட்டுப்பட வில்லை என்றால் மலையாளத் தேசத்து மாந்திரிகனைத்தான் கூப்பிட வேண்டும்.

பங்காளிதான் நிச்சயமாகச் செய்வினை வைத்திருப்பார் என்ற நம்பிக்கையுடன் பங்காளிக்கு எதிராகச் செய்வினை வைக்க ஆள் தேடி ஊர் ஊராக அலைவார்கள். யாருக்குச் செய்வினை வைக்க வேண்டுமோ அவரின் தலைமுடி, காலடி மண், உடுத்திய ஆடையின் நூல் மூன்றும் கட்டாயம் தேவை. ஆளை ஒரேயடியாகக் காலி செய்தல், தீராத வயிற்று வலி, கைகால் விளங்காமல் செய்தல், தீராத நோயால் மெல்ல இறத்தல், கால்நடைகள் திடீரென இறத்தல்... இப்படி எது வேண்டுமானாலும் செய்வினையால் செய்ய முடியும் என்ற நம்பிக்கை கிராமம் முழுக்க நிலவியது.

தங்களுக்கு நல்லது செய்ய வேண்டியது கடவுளின் கடமை என்று கிராமத்தினர் நம்பினர். பகல் முழுக்க வயலில் கிடந்து வாடிவதங்கி வீட்டிற்கு வரும் உழைப்பாளிகளுக்குக் கடவுள் பற்றிய பெரிய உருக்கம் எதுவும் இருப்பதில்லை. இன்னும் சிலர் 'செடி வைத்தவன் தண்ணீர் ஊற்றாமல் போவானா' என்று உரிமையுடன் பேசுவார்கள். வருடந்தோறும் ஆட்டுக்கிடாய் அல்லது சேவல் பலியை வாங்கிக்கொண்டு சுகத்தைக் கொடுக்காத கடவுளுக்குத் திட்டு கிடைக்கும்.

ஏதாவது சண்டை அல்லது அநியாயமாகப் பிறரால் தான் ஏமாற்றப்பட்டுவிட்டோம் என்று கருதுகிறவர்கள் எங்கள் கிராமத்துக் கோவிலான வீரய்யா கோவில் வாசலின் முன் நின்று 'வீரய்யா நீதான் கேட்க வேண்டும்' என்று சொல்லி, மூன்று முறை மண்ணை அள்ளித் தூற்றிவிட்டுப் போவார்கள். இன்னும் சிலர், 'பார், கோயிலில் போய்க் காசை வெட்டிப் போடுகிறேன். அந்தச் சாமி கேட்டுக்கொள்ளட்டும்' என்று எதிராளியைப் பார்த்துச் சாபமிடுவார்கள். குளித்துச் சுத்தபத்தமாகக் கோயிலுக்குப் போகிற பெண், பழைய செம்புக்காசினை அரிவாளால் வெட்டிப் போட்டு விட்டு, திரும்பிப் பார்க்காமல் வீட்டுக்குப் போவார். தவறு செய்தவர்களை நிச்சயம் வீரய்யா தண்டிப்பார் என்ற நம்பிக்கை மக்களிடம் வலுவாக இருந்தது.

துடியான சாமிகளில் கிராமத்தில் 'கருப்பன்' முக்கியமானவர். அவருக்குச் சாராயம், சுருட்டு வைத்துப் படைக்க வேண்டியது அவசியம். வழிபாட்டின் முடிவில் கருப்பண்ணசாமி ஆடுகிற சாமியாடி, சாராயத்தைப் பருகிவிட்டு ஆட்டம் போடுவார்.

சாமிக்கு என்று விசேஷமாகப் படைப்பது என்பது பெரும்பாலும் நாட்டுப்புற தெய்வங்களுக்குக் கிடையாது. கிராமத்தினர் தங்களுக்குப் பிடித்த அசைவ உணவு வகையையே கடவுளுக்குப் படைத்து வழிபட்டனர்.

அன்றைய காலகட்டத்தில் உடலுழைப்பாளிகள் மட்டுமின்றிக் கிராமத்தினர் எல்லோருமே வயிற்றுக்கு வஞ்சனை இல்லாமல் நிரம்பச் சாப்பிட்டனர். பானை நிரம்பச் சோறு ஆக்கி, 'வேண்டாம்' என்று தடுத்தாலும் இலையில் சோற்றைக் கொட்டுவது என்பது கிராமத்துப் பெண்களின் இயல்பாக இருந்தது. சுவையான உணவு கிடைக்கும்போது 'ஒருகை' பார்த்துவிட வேண்டும் என்பது பொதுப்புத்தியாக நிலவியது.

கோயில்களில் ஆடு வெட்டி, விருந்து போட அழைப்பு வந்தால், கிராமத்தினர் உற்சாகமாகக் கிளம்பி விடுவார்கள். சாமிக்குப் பலியிடப்பட்ட ஆட்டுக்கிடாயைச் சமைத்துக் கறியைப் பெரிய அகப்பையில் அள்ளி, இலையில் போடப்பட்ட சோற்றின் மீது ஊற்றுவார்கள். 'உஸ்... உஸ்' என உறைப்புத் தாங்க முடியாமல், வாயினால் ஊதிக்கொண்டே, சூடான சோற்றையும் கறியையும் அள்ளி வாயினுள் திணிப்பார்கள். சாப்பிட்டு முடித்தவுடன் மனத்திருப்தியுடன் வெற்றிலை பாக்கை மென்றுகொண்டு, உடலை அசைத்துக்கொண்டு மரத்தடியில் ஓய்வெடுப்பார்கள்.

கிராமத்திலிருந்து தொலைவிலுள்ள ஊர்களிலுள்ள கோயில் களுக்குப் பயணமாகும்போது 'கட்டுச்சோறு' கொண்டு செல்லும் வழக்கமிருந்தது. செல்லுமிடங்களில் அல்லது வழிப்பயணத்தில் உணவு கிடைக்காது அல்லது செலவு மிச்சம் என்ற நோக்கில் உணவைச் சமைத்துக் கையோடு எடுத்துச் சென்றனர். பெரும் பாலும் 'புளியோதரை'தான் தயாரிக்கப்பட்டது. புளிக்கரைசலைக் காய்ச்சி, அரிசிச் சோற்றில் கலந்து கிண்டப்பட்ட புளிச் சோற்றுக்குத் தொட்டுக்கொள்ள முருங்கைக்காய், கத்திரிக்காய் போட்டுச் சமைக்கப்பட்ட புளிக்குழம்பு பயன்படுத்தப்பட்டது.

புளியோதரையைச் சிறிய அண்டா அல்லது குத்துச்சட்டி யிலிட்டு, தட்டினால் மூடி, வெள்ளைத் துணியினால் சுற்றித் தூக்கிச் செல்வார்கள். பயணத்தின்போது உணவுப் பாத்திரத்தின்

மீது கால் பட்டுவிட்டால், புளியோதரை நொந்துபோய்க் கெட்டு விடும் என்று கவனமாக இருப்பார்கள்.

மூன்று நாட்களுக்குக்கூட மூன்று வேளைகளும் புளியோதரை யைப் புளிக்குழம்பில் புரட்டிச் சாப்பிடுவார்கள். வெளியூர் களிலுள்ள கோவிலுக்குச் செல்லும்போது, ஓட்டல்களில் சாப்பிடாமல் கையில் எடுத்துச் செல்லும் கட்டுச்சோற்றைச் சாப்பிட்டதற்குச் செலவு குறைவு என்பது முக்கியமான காரணம்.

எங்கள் கிராமத்தினரைப் பொருத்தவரையில், 'திருட்டு' என்பது மிகவும் மோசமானது. குடிக்க 'கஞ்சி' இல்லாவிடினும் பிறருடைய பொருளை 'திருடுதல்' சமூக விரோதச் செயலாகக் கருதப்பட்டது. சுமார் 40 மைல்கள் தொலைவில் இருக்கிற கிராமங்களிலிருந்து இரவுவேளையில் கமுக்கமாக வருகின்ற களவாணிகள், வயல் வெளியில் கிணற்றிலிருந்து நீர் இறைக்கப் பயன்படும் மின்சார மோட்டாரைத் திருடி, சற்றுத்தள்ளி எங்காவது மறைவாக மண்ணில் புதைத்து வைத்துவிட்டுத் 'துப்புக் கூலி' கேட்பது வழக்கிலிருந்தது. வீட்டுத் தொழுவத்தில் கட்டப்பட்டிருக்கும் மாட்டினை அவிழ்த்து, இரவோடு இரவாகப் பல மைல்கள் கொண்டு சென்று மறைத்து வைத்துவிட்டு, அதை மீண்டும் தருவதற்குத் துப்புக் கூலி கேட்கும் திருடர்களும் இருந்தனர்.

'ஆநிரை கவர்தல்' என்ற பெயரில் பிறருடைய மாட்டைக் கடத்திக்கொண்டு வருவதைச் 'சமூக அறம்'எனக் கருதிய தமிழ்ச் சமூகத்தில், மாட்டைக் களவாடிப் போனவனைக் கேவலமாகக் கருதியது, காலமாற்றம்தான். வயலில் விளைந்த நெல்லை இரவோடு இரவாகக் கசக்கி எடுத்துச் செல்கிற திருடர்கள், எப்பொழுதாவது கிராமத்திற்கு வந்தனர். ஒருமுறை எங்கள் காணி நிலத்தில் விளைந்த நெல்லைத் திருடர்கள் கசக்கிக்கொண்டு சென்றுவிட்டனர். மற்றபடி பிறருடைய தோப்புகளில் தேங்காய் திருடுதல் போன்ற சிறிய திருட்டுகள் கிராமங்களில் நடை பெற்றன. பொதுவாக வீடுகளில் திருட்டு என்பது எங்கள் கிராமத்தில் இல்லை என்றுதான் கூறவேண்டும். வெயில் காலத்தில் வீட்டுக் கதவைத் திறந்து வைத்துக்கொண்டு தூங்கு கிறவர்கள் இருந்தனர். ஒரு பொருள் காணாமல் போகாது. மற்றபடி, தெருக்கள்தோறும் ஏழெட்டு நாய்கள் தெருவில்

படுத்துக்கிடக்கும். ஏதாவது புதிய ஆள், இரவு வேளையில் ஊருக்குள் நுழைந்துவிட்டால், போச்சு குரைத்து ஊரையே எழுப்பிவிடும். அப்புறம் எங்கே போய்த் திருடுவது?

அதிகார மையம் என்பது கிராமங்களில் பல மட்டங்களில் நிலவியது. ஊர்க்காவல்காரர் அல்லது பெரிய மனுஷனின் பங்காளிகள் அல்லது மகன்கள் செய்யும் அடாவடித்தனம் எங்கும் பரவியிருக்கும். குறிப்பாக ஆதிக்கச் சாதியினர் செய்த சண்டியர்த் தனம் அளவற்றது. சின்ன விஷயத்தில்கூட யாரையும் சாதிப் பெயரைச் சொல்லித் திட்டுவதுடன், 'வந்தேறிப் பயலுக எல்லாம் பேசுகிற மாதிரி ஆகிப்போச்சு... உன் சங்கைக் கடிச்சுத் துப்பினால் என்ன ஆகும் பார்...' என்று கத்திக் கலாட்டா செய்வார்கள். சிலவேளைகளில் அவனுடைய சாதிக்காரர்கள் சிலரும் சேர்ந்து 'உங்களை எல்லாம் என்ன பண்றோம் பாரு' என்று அசிங்கமாகப் பேசி அடிப்பார்கள். ஏற்கனவே ஊருக்குள் கௌரவமாக வாழ்ந்துகொண்டிருக்கும் மனிதர்களால் இத்தகைய பேச்சுகளைத் தாங்குவது மிகவும் கஷ்டம். 'அடுத்த வேளை சோற்றுக்கு வழியில்லாமல், எவனாவது சிக்கினால் சிட்டையைப் போடலாம்' என்று காத்திருக்கும் சண்டியர் கும்பலுக்கு அன்றைய பொழுதுக்குப் பட்டைச் சாராயத்துக்கு வழி பிறந்தால் சரிதான். அதுவரையிலும் 'மாமன், மச்சான், மதினி, சின்னம்மா' என்று உறவு பாராட்டிப் பேசி வந்ததை மறந்து எடுத்த எடுப்பிலேயே 'ஒக்காலி...' என ஆரம்பிக்கும் பேச்சுகளைக் கேட்டுச் சின்ன வயதில் என் காதுகள் கூசியிருக்கின்றன.

எனது பள்ளிப்பருவத்திலே ஒருவரை அடையாளப்படுத்தவும் இழிவுபடுத்தவும் பயன்படுத்தப்பட்ட சாதிப் பெயர்கள் குறித்து யோசித்திருக்கிறேன். எங்கள் கிராமத்தில் வசதியான குடும்பப் பின்புலத்தில் வளர்ந்த என்னை ஆதிக்கச் சாதியினர், 'சாணாப் பயலே' என்று சாதியின் பெயரால் கேவலப்படுத்த முயன்றபோது ஏன் இப்படித் திட்டுகின்றனர் என வருத்தப்பட்டு இருக்கிறேன். என்னுடைய தந்தையார் உள்ளிட்ட நெருங்கிய உறவினர்களின் பெயர்களுக்குப் பின்னால் 'நாடார்' என்ற சாதிப் பெயர் பின்னொட்டாக இருக்கையில், ஏன் சாணார் என்ற பெயரைச் சொல்லி எப்பொழுதும் கேவலமாகப் பேசுகின்றனர் என்று தோன்றும்.

காலையில் எழுந்து வையை ஆற்றில் குளிப்பதற்காக நண்பர்களுடன் செல்லும்போது, எதிரில் குளித்துவிட்டு வருகிற மொட்டைத்தலைப் பார்ப்பனத்திகள், 'சூத்திரா ஒதுங்கு' என்று பதற்றத்துடன் சொல்வதைக் கேட்டு வெறுப்படைந்திருக்கிறேன். எங்கள் அப்பச்சியின் மாவு அரைக்கிற மில்லில் தானியத்தை அரைக்க வருகிற பார்ப்பனப் பெண்கள், அரவைக் கூலியைக் கையைத் தொடாமல் தூக்கிப்போடுவதைப் பார்த்திருக்கிறேன். சமயநல்லூர் கிராமத்தில் தந்தையார் வைத்திருந்த ஸ்டேஷனரி கடையில் கடன் கேட்டுத் தரமறுத்தபோது, 'சாணாப் பயலுக்குத் திமிரைப் பாரு' என்ற ஆதிக்கச் சாதிக்காரர்களின் ஆணவக் குரலை வெறுத்தேன். ஊருக்குள்ளும் வெளியிலும் எங்கே போனாலும் பிறப்பின் அடிப்படையிலான சாதியின் அடையாளம், என்னைத் துரத்தி வந்தது.

நிலம், கடை, அரிசி ஆலை, காரைவீடு என்ற மச்சுவீடு என வசதியாக வாழ்ந்த எனது அப்பச்சி (தந்தையின் தந்தை), தந்தையார், சித்தப்பா, தாய்மாமா போன்றவர்கள் திராவிட இயக்கப் பின்புலத்தில் சாதி மறுப்பை நடைமுறையில் செயல் படுத்தினர். அறிஞர் அண்ணாவின் *திராவிட நாடு* பத்திரிகைக்கு முகவராக இருந்த எனது தாய்மாமா கருப்பணன் 1949ஆம் ஆண்டு அண்ணாவை அழைத்து எங்கள் கிராமத்தில் திமுக கூட்டம் நடத்தியிருக்கிறார். என்னுடைய அப்பச்சி மூ. வடிவேல் அடிப்படையில் மூடநம்பிக்கைகளை எதிர்க்கும் நாத்திகர்; பெரியாரின் கருத்துகளால் ஈர்க்கப்பட்டவர். அவர் 96ஆம் வயதில் இறக்கும் வரையிலும் கடவுள் மறுப்புச் சிந்தனையுடன் செயல்பட்டார். ஒருவகையில் எங்கள் அப்பச்சிதான் எனக்கு முதல் ஆசான்.

எங்கள் குடும்பத்தினர், சாதியைச் சொல்லித் திட்டுகிறவர் களைப் புறங்கையால் ஒதுக்கித் தள்ளினர். *தினத்தந்தி, முரசொலி, விடுதலை* போன்ற நாளிதழ்களை எங்கள் வீடுகளில் வாங்கியது, ஒருவகையில் எனக்கு அரசியல் விழிப்புணர்வு ஏற்படக் காரணமாக இருந்தது. நான் ஏழு வயதில் வாசிக்கத் தொடங்கிய நாளிதழ்களும், பத்து வயதில் வாசித்த காந்தியின் *சத்திய சோதனை* புத்தகமும், எங்கள் வீட்டுக்கருகில் நடைபெற்ற திக, திமுக அரசியல் கூட்டங்களில் பேசப்பட்ட பேச்சுகளும் பன்னிரண்டு

வயதிலே என்னைச் சாதி, மத எதிர்ப்பாளனாகவும் நாத்திக னாகவும் மாற்றிவிட்டன. சாதி என்ற சொல், பள்ளி மாணவனாக இருக்கும்போதே எனக்கு வெறுப்பைத் தந்தது. சாதியினால் உருவாக்க முயன்ற இழிவைப் பொருட்படுத்தாமல் கடந்து போனேன்.

பார்ப்பனர்கள், சௌகரியமாகக் கிராமத்து அக்கிரகாரத்தில் தங்கியிருக்க, ஆதிக்கச் சாதியினர், சாதியின் பெயரால் யாரையும் திட்டுவதும், அடிப்பதும் சாதாரணமாக நடைபெற்ற சூழல், இன்றைய தலைமுறையினர் அறியாதது. சாதியைச் சொல்லி ஒருவரை இழிவுபடுத்துகிற ஆதிக்கச் சாதியினரின் வன்முறை செயல்கள், எழுபதுகளில்கூடத் தமிழகக் கிராமங்களில் நீக்கமறப் பரவியிருந்தன. சாதியை முன்வைத்து ஆதிக்கச் சாதியினர் செய்த அடாவடிச் செயல்கள், அக்கிரமங்கள் காரணமாக விளிம்பு நிலையினர் எப்பொழுதும் அடங்கியொடுங்கி இருந்தனர். அதிலும் பட்டியல் இனத்தினர் எவ்விதமான உரிமையும் இல்லாமல், கொத்தடிமைகள்போல நடத்தப்பட்டதுடன், எப்போதும் வன்முறையை எதிர்கொண்டிருந்தனர்.

எங்கள் ஊரில் ஆதிக்கச் சாதியினரின் சாதித்திமிரால் அராஜகம் எங்கும் வலுவாக இருந்தது. இதனால் பட்டியல் இனத்தினர் பட்ட பாடுகளை எழுதினால் பெரிய நாவலாக விரியும். எழுபதுகளில்கூடக் கிராமங்களில் சாதிவெறியும், ஆதிக்கச் சாதியினரின் அக்கிரமும் எங்கும் நீக்கமற இருந்த நிலையில், அதிலிருந்து வெளிவர விளிம்புநிலையினர் பட்ட பாடுகள் முக்கியமானவை. உடல்ரீதியில் அடக்கியொடுக்கப்பட்ட பட்டியல் இனத்தினர் மீது செலுத்திய வன்முறையின் எச்சம், மறைமுகமாக இன்றும் ஏதோ ஒருவிகிதத்தில் தொடர்கின்றது.

தமிழர்களின் வாழ்க்கையில்தான் சாதியரீதியில் எத்தனை பேதங்கள்? எத்தனை கொடூரங்கள்? காலப்போக்கில் பெரியாரின் பகுத்தறிவுக் கருத்துகள் பிரச்சாரமும், காமராசர் ஏற்படுத்திய தொடக்கப்பள்ளிகளும், மதிய உணவுத்திட்டமும், திமுக, கம்யூனிஸ்ட் கட்சிகளின் செயல்பாடுகளும் ஒடுக்கப்பட்டோர் மத்தியில் விழிப்புணர்வு உருவாகிடக் காரணமாக அமைந்தன. விளிம்புநிலையினரின் விழிப்புணர்வு காரணமாகச் சாதிய

ஒடுக்குமுறை எண்பதுகளில் மெல்லக் குறைய ஆரம்பித்தது, தனிக்கதை.

கிராமத்து வாழ்க்கையில் கடின உழைப்பு ஒருபுறம் உண்டெனில், இன்னொருபுறம் கோடைக்காலத்தில் நீண்ட ஓய்வு இருக்கும். பகல் முழுக்க வயலில் அல்லது களத்துமேட்டில் உடலுழைப்பில் ஈடுபடுகிறவர்கள் மாலைவேளையில் ஓய்வாக அமர்ந்து கேலி பேசிக்கொண்டிருப்பார்கள். சிறிய ஓலை வீடு அல்லது ஓட்டு வீட்டில் ஏழெட்டுக் குழந்தைகள், வயதான பெற்றோருடன் வாழ நேரிடும்போது, சாப்பாட்டு நேரம்தவிர மற்ற நேரங்களில் மந்தை, மரத்தடி, சாவடி போன்ற பொது இடங்களில் பொழுதைக் கழிப்பார்கள்.

சில வயதானவர்கள் தெருவில் போகும் சிறுவர்களை அழைத்து, எத்தனாவது படிக்கிறே? என்று கேட்டுவிட்டு, தான் சொல்வதை வேகமாக மூன்று தடவைகள் சொல்ல வேண்டும் என்பார்கள். வேறு வழியின்றிச் சிறுவன் ஒத்துக்கொள்வான். 'கொள்ளை வறுத்துக் கிழவி குதியில் கொட்டு' என்ற வார்த்தை யைச் சரியான உச்சரிப்புடன் மூன்று தடவைகள் வேகமாகச் சொல்ல வேண்டும் என்பதுதான் நிபந்தனை. சிறுவன் வேகவேக மாகச் சொல்லும்போது குதி என்ற சொல்லில் வரும் 'கு' என்ற முதல் எழுத்து நெடிலாக ஒலிக்கும். 'போய் அதைச் செய்' என்று கிழவர் சொல்லும்போது, சுற்றியுள்ளவர்கள் உரத்த குரலில் சிரிப்பார்கள்.

எங்கள் ஊரில் மில் தொழிலாளி ஒருவர்—நடுத்தர வயதினர்— அடிக்கடி எங்கள் கடைக்கு வருவார். அவர் மூக்கின்மீது எட்டணாக் காசை வைத்து, தலையை வானத்தைப் பார்த்தவாறு வைத்துக்கொண்டு, இன்னொரு எட்டணாக் காசை வானத்தை நோக்கிச் சுண்டிவிடுவார். அது காற்றில் எழும்பி, மெல்லக் கீழே வந்து சரியாக அவருடைய மூக்கின் மீது வைக்கப்பட்டிருக்கும் காசின்மீது மோதி, அதைக் கீழே தள்ளிவிடும். இதுபோல் பதினைந்து தடவைகள் தொடர்ந்து வெற்றிகரமாகத் தன்னால் செய்யமுடியும். இல்லை, முடியாது என மறுப்பவர்கள் எனது சவாலை ஏற்றுப் பத்து ரூபாய் பணம் பந்தயம் கட்ட முடியுமா என்பார். பலர் மௌனம் காப்பார்கள். சிலர் சவாலை ஏற்றுப் பத்து ரூபாயை இழந்திருக்கின்றனர். ஓரிருவர் பத்து ரூபாயைப்

பெற்றிருக்கின்றனர். இந்த மாதிரியான வேலையைச் செய்ய அவருக்குத் தோன்றியது எப்படி என்பதுதான் வியப்பானது.

குடும்ப உறவுகளில் முதன்மையானது 'பங்காளி' உறவுதான். கோவில் திருவிழா, குலதெய்வம் சாமி கும்பிடுதல், மரணம் போன்ற நிகழ்வுகளில் பங்காளிகள் முக்கியமானவர்களாக நடத்தப் பெற்றனர். ஒரே தந்தையின் கீழ் வந்த வாரிசுகள் எல்லாக் குடும்பங் களிலும் கௌரவிக்கப்பட்டனர். நல்லது, கெட்டது ஆகிய இரண்டுமே பங்காளிகள் இல்லாமல் நடக்காது. நிலத்தை மூலமாகக்கொண்டு வாழ்ந்த நிலமான்ய அமைப்பில் அவ்வப்போது ஏற்படும் சண்டை, சச்சரவுகளில் பங்காளிகள் ஒரே அணியில் திரண்டு நின்றது, ஒருவிதமான சமூகப் பாதுகாப்பு என்றுதான் சொல்ல வேண்டும். பங்காளிக்காக, தனது உயிரைக்கூட சண்டையில் இழந்தவர்கள் உண்டு. அதேவேளையில் பங்காளிகளுக்கிடையில் ஏற்பட்ட சண்டையினால் மூன்று தலைமுறையாகப் பேச்சு வார்த்தை இல்லாத குடும்பங்கள் எங்கள் கிராமத்தில் இருந்தன.

ஐந்து வயது சிறுவனிடம்கூட 'பங்காளி' எதிரியாகக் கற்பிக்கப் பட்டு, அந்த வீட்டுப் பையன்களுடன் சேர்ந்து விளையாடுவது தண்டனைக்குரியதாகக் கருதப்பட்டது. 'பரம்பரைப் பகை' என்று ஏதோ ஒன்றை ரோஷமாகப் பிடித்து வீராப்புடன் திரிந்தவர்கள் அன்று பலர் இருந்தனர். வெளியூர்களில் இருந்த வீட்டிற்கு மருமகளாக வந்த இளம்பெண்களுக்குப் பிரச்சினை புரியா விட்டாலும், விரோதம் கொள்வார்கள். பெரிசு 'மண்டை'யைப் போட்டபிறகு ராசியான பங்காளிகளும் எங்கள் ஊரில் உண்டு. மூத்த பங்காளியின் முன்னிலையில் சமரசம் பேசி, வெற்றிலை பாக்கு மாற்றிக்கொள்வதுடன். வீடுகளிலிருந்து வரும் தண்ணீரையும் மாற்றிமாற்றிக் குடிப்பதுடன் எல்லாம் ராசியாகிவிடும். ஏற்கனவே ஒளிவு மறைவாகப் பேசிக்கொண்டிருந்த பெண் களுக்கும் சிறுவர்களுக்கும் மிகுந்த மகிழ்ச்சி ஏற்படும்.

கிராமத்துக்கு நடுவில் மந்தை எனப்படும் பெரிய திடல், எங்கள் வீட்டிலிருந்து 200 அடி தொலைவில் இருந்தது. மந்தையின் நடுவில் இரு பெரிய ஆலமரங்களும் ஓரத்தில் பெரிய வேப்ப மரமும் இருந்தன. அந்தத் திடலின் வடக்கில் எங்கள் அப்பச்சிக்குச் சொந்தமான காரைவீட்டின் முன்னர்ப் போடப்படும் பெரிய

மேடையில்தான் அவ்வப்போது அரசியல் கூட்டங்கள் நடை பெற்றன. எல்லா அரசியல் கூட்டங்களுக்கும் அப்பச்சியின் வீட்டிலிருந்து மின்சாரத்தை இலவசமாக எடுத்துக்கொள்வார்கள். கூட்டம் நடைபெறும் நாளில் காலையிலிருந்தே ஒலிபெருக்கிக் குழாய்கள் மூலம் கட்சிப் பாடல்கள் ஒலிக்கத் தொடங்கும். 'ஓடி வருகிறான் உதயசூரியன்' என்ற பாடல் எனில் 'திராவிட முன்னேற்றக்கழகம்', 'புரட்சி ஓங்குக' என்ற பாடல் எனில் கம்யூனிஸ்ட் கட்சிக் கூட்டம் என எல்லோருக்கும் தெரியும்.

எங்கள் கிராமத்தின் இரு முனைகளிலும் சிவகாமி மில், மீனாட்சி மில் என இரு பஞ்சாலைகள் இயங்கின. ஒவ்வொரு மில்லிலும் சுமார் ஆயிரம் தொழிலாளர்கள் வேலை செய்தனர். எனவே தொழிலாளி-முதலாளி, வர்க்கப் போராட்டம், ஊதிய உயர்வு, வேலைநிறுத்தம் போன்றவை பற்றிய அறிதல் மூலம் இடது சாரிக் கருத்துகள், கிராமத்தினரிடையில் பரவியிருந்தன. இன்னொரு புறம் வீச்சாகப் பரவிய திமுகவுடன் பெரும்பான்மை யினர் இணைந்து செயல்பட்டனர். எண்பதுகளில் கூம்பு வடிவ ஒலிபெருக்கிக் குழாயில் 'பட்டம் பெற்ற அம்பேத்கர்' என்ற பாடல், கிராமத்து வெளியில் ஒலிபரப்பானது, மாறிவரும் சூழலை முன்னறிவித்தது.

எண்பதுகளின் தொடக்கத்தில் எனது அண்ணன் மகேஸ்வர பாண்டியனும் அவருடன் ஒத்த கருத்துடைய நண்பர்களும் சேர்ந்து திராவிடர் கழகத்தைக் கிராமத்தில் தொடங்கி, மந்தையில் கூட்டங்கள் நடத்தினர். திருச்சி செல்வேந்திரன் போன்ற திராவிடர் கழகப் பேச்சாளர்கள் கடவுள் மறுப்புச் சிந்தனையைப் பேசி, பரபரப்பை ஏற்படுத்தினர். திராவிடர் கழகத்தின் செயலாளராக எனது அண்ணன் செயல்பட்டபோது மூடநம்பிக்கைக்கு எதிராக நடத்திய போராட்டங்களில் நானும் கலந்துகொண்டேன். பசுவதைத் தடைச் சட்டம் கொண்டுவரப் பூரி சங்கராச்சாரி ஒன்றிய அரசை வலியுறுத்தியபோது அதற்கு எதிராக மாட்டுக்கறி உண்ணும் போராட்டத்தை எங்கள் கிராமத்தில் நடத்தினோம்.

ஒருநாள் இரவு ஏழு மணியளவில் நான்கு திராவிடர் கழகத்தினர் கையில் தீச்சட்டியை ஏந்திக்கொண்டு, 'கடவுள் இல்லை, கடவுள் இல்லவே இல்லை' என்று கோஷமிட்டவாறு ஊருக்குள்

ஊர்வலமாகப் போயினர். கிராமத்தினர் ஆச்சரியத்தில் உறைந்து போயினர். பல்லாண்டுகளாக மூடநம்பிக்கையில் தோய்ந்திருந்த கிராமத்தினரிடம் விழிப்புணர்வை ஏற்படுத்திய திராவிடர் கழகத்துடன் சேர்ந்து செய்த செயல்கள், என்னைப் பொருத்த வரையில் முக்கியமானவை.

எனது இருபது வயதில் சிபிஎம் கட்சியின் இளைஞர் அமைப்பான 'சோஷலிஸ்ட் வாலிபர் முன்னணி' என்ற அமைப்பில் சேர்ந்து செயல்பட்டேன். பின்னர் 'சமூகச் சிந்தனை மன்றம்' என்ற அமைப்பைத் தொடங்கி, முப்பது இளைஞர்களைத் திரட்டி, அவ்வப்போது இடதுசாரி சிந்தாந்த வகுப்புகள் நடத்தியது, 'மக்கள் கலை இலக்கியக் கழகம்' அமைப்பைக் கிராமத்தில் தொடங்கி மார்க்சிய லெனினியத் தத்துவத்தைப் பரப்பியது என எனது அரசியல் செயல்பாடுகள் தொடர்ந்தன.

எனது 26ஆவது வயதில் பணியின் காரணமாகக் கிராமத்தை விட்டுக் கிளம்பினேன். அப்புறம் தொடர்ந்து வெவ்வேறு ஊர்களில் வாழ்ந்து, தற்சமயம் மதுரையில் வசிக்கிறேன். எங்கள் அப்பச்சி எனது தந்தையாருக்குக் கிராமத்தில் கட்டித்தந்த காரை வீடு *(1956)*, பாகப்பிரிவினையின்போது எனது பங்கிற்குக் கிடைத்தது. சமயநல்லூரில் சொந்த வீடு என்ற பெருமையைவிட என் தந்தையும் தாயும் குலாவி இருந்த வீடு என்ற நினைப்பு மகிழ்ச்சி அளிக்கிறது.

கடந்த நாற்பதாண்டுகளில் எங்கள் கிராமத்தில் ஏகப்பட்ட மாற்றங்கள். யாரும் சாதியின் பெயரைச் சொல்லி யாரையும் இழிவாகத் திட்டிடும் சூழல், இன்று இல்லை. நாங்கள் ஆண்ட பரம்பரையின் வாரிசுகள் என்று பீற்றலுடன் சுவரொட்டி அடித்து ஒட்டுகிறவர்கள்கூடத் தங்களுடைய பெயர்களுக்குப் பின்னொட்டாகச் சாதியின் பெயரைச் சேர்த்துக்கொள்வது இல்லை. வெளியூர் களிலிருந்து ஊருக்குள் குடியேறியவர்களின் எண்ணிக்கைக் கணிசமாக அதிகரித்துள்ளதால், 'வந்தேறிப் பயலுக' என்று யாரும் சொல்வது இல்லை. எங்கள் கிராமத்திலிருந்து மருத்துவர்கள், காவல்துறை அதிகாரிகள், பேராசிரியர்கள், பொறியாளர்கள், அரசு உயர் அதிகாரிகள் எனப் பலர் உருவாகியுள்ளனர். 1999 ஆம் ஆண்டு நூலகம், தகவல் அறிவியல் துறையில் முனைவர் பட்டம் பெற்ற

நான்தான் எங்கள் கிராமத்தின் முதல் பிஎச்டி பட்டதாரி என்பதில் எனக்குப் பெருமை. சரி, இருக்கட்டும்.

கடந்த காலத்தில் எங்கள் கிராமத்திலும் என்னைச் சுற்றிலும் ஏகப்பட்ட பிரமாண்டமான மாற்றங்கள். மாறிவரும் கிராமத்தைப் போலவே எனக்குள்ளும் கருத்தியல் ரீதியில் எவ்வளவோ மாற்றங்கள். என்றாலும் பள்ளிப் பிராயம் தொடங்கி, பதின்பருவம் வரை எனக்குள் உறைந்துள்ள 'நான்' எங்களுடைய கிராமப் பின்புலத்தில்தான் உருவாகியுள்ளது. யோசிக்கும்போது தமிழர்/தமிழ்ப் பண்பாட்டு மரபின் வேர்கள் இன்றைக்கும் கிராமத்தில் வலுவாக இருக்கின்றன என்று என்னால் உறுதியாகச் சொல்ல முடியும்.

□

34

பதினாறு வயதினிலே
நான் சென்ற கிராமம்
ராஜன்குறை

நான் சென்னையில் பிறந்து, முதன்முறையாக என் தாய்வழி மூதாதையர் கிராமத்திற்குச் சென்ற பதினாறு வயதுவரை நகரச் சூழலில் வளர்ந்தேன். ஓரிரு ஆண்டுகள் தாராபுரம் என்ற சிறு நகரத்தில் வசித்தாலும், அங்கும் நகரம் போன்ற அமைப்புகளில் தான் வாழ்ந்தேன். கிராமத்தைப் பற்றிப் புனைகதைகளில் படித்துதான் தெரியும். எனக்குப் பதினாறு வயதாகும் போதுதான் பாரதிராஜாவின் *பதினாறு வயதினிலே* படம் வந்தது. பள்ளி இறுதித் தேர்வுகான மும்மரத்தில் இருந்ததால், *அன்னக்கிளி*, *பதினாறு வயதினிலே* போன்ற படங்களையும் பார்க்கவில்லை.

எனவே, 1978 கோடையில் முதன்முறையாக கிராமம் ஒன்றிக்குச் சென்றது உண்மையிலேயே மிகப்பெரிய அனுபவ மாகத்தான் இருந்தது. அந்தக் கிராமத்தில் ஏறக்குறைய நூறு நாட்கள் வசித்திருப்பேன். வாழ்க்கை குறித்த, சமூகம் குறித்த என்னுடைய முகிழ்ந்துவந்த பார்வைகள், சிந்தனைகள் அனைத்திலும் மிகப் பெரிய தாக்கத்தை ஏற்படுத்திய நாட்கள் அவை. அந்தக் கிராமத்தில் மட்டும் சில மாதங்கள் வசிக்காமலிருந்தால், நான் எப்படிப்பட்ட மனிதனாக இருந்திருப்பேன், எப்படிச் சிந்தித் திருப்பேன் என்பதை நினைத்துப் பார்க்க முடியவில்லை. அந்த அளவு மிகப் பெரிய திறப்புகளை அந்தக் கிராமத்து அனுபவம்

எனக்குத் தந்தது. அந்தப் பதினாறு வயதின் கோடைக் காலத்தில் நான் பின்னால் மானுடவியல் பயில்வேன் என்றுதெரியாது. ஆனால் கொலம்பியா பல்கலைக்கழக மானுடவியல்துறையில் எவன்ஸ் பிரிட்சார்ட், விக்டர் டர்னர், கிளிஃபர்ட் கீர்ட்ஸ் என்ற மானுடவியல் செவ்வியல் பிரதிகளைப் படித்தாலும், வால்டர் பெஞ்சமின், ஹைடெக்கர் என்ற தத்துவவாதிகளைப் படித்தாலும் அந்தக் கிராமத்து அனுபவங்களே எனக்கு முக்கியமான உரை கற்களாக இருந்தன.

நான் சென்ற அந்தக் கிராமம் 'என்'னுடைய கிராமமா என்று உறுதியாகச் சொல்ல முடியவில்லை. ஏனெனில் அங்குத் தங்கிய சில மாதங்களைத் தவிர எனக்கு அந்தக் கிராமத்துடன் தொடர் பில்லை. என் வாழ்க்கையின் ஆகப் பெரிய துயரச் சம்பவமான என்னுடைய தந்தையின் அகால மரணத்தால், முடிவுக்கு வந்த அந்தக் கிராமத்து வாழ்க்கை என்னை முற்றிலும் அந்த இடத் திலிருந்து துண்டித்துவிட்டது. எந்தக் கிராமத்து அழகில் என் மனதைப் பறிகொடுத்தேனோ, அந்த அழகின் அங்கமான ஆபத்து ஒரு விஷக்கடியாக என் தந்தையின் உயிரைப் பறித்துவிட்டது. அந்தக் காரணத்தாலும் என் மனதில் அந்தக் கிராமத்து அனுபவங்கள் நீங்கா நினைவுகளாகப் பதிந்துவிட்டன.

பள்ளி வயதிலேயே நிறைய நாவல்களைப் படிக்கும் பழக்கமும் கொண்டிருந்த என்னிடம், அந்தக் கிராமத்து அனுபவங்களை நாவலாக எழுதமுடியுமா என்று கேட்டு சவால்விட்டிருந்தார் என் தந்தை. ஆனால் அதற்கு அவசியமில்லை. என் எழுத்துகள் அனைத்தின் அடித்தளமாகவும், என்னுடைய சிந்தனையின் ஊற்றுக் கண்ணாகவும் அந்தக் கிராமத்து அனுபவம்தான் அமைந்துள்ளது. ஏனெனில் அங்கே நான் அறிமுகம் கொண்டது இயற்கையோடு இணைந்த மானுட வாழ்க்கையின் தொன்மையான பரிமாணம். இன்றைக்கு அந்தக் கிராமத்தில்கூட அது சாத்தியமாக இருக்க வாய்ப்பில்லை. இடையில் கடந்துவிட்ட நாற்பத்து நான்கு ஆண்டுகள் கிராம வாழ்வில் நிகழ்த்திவிட்ட மிகப் பெரிய மாற்றங்களை எத்தனையோ பிற கிராமங்களில் ஆய்வு செய்வதன் மூலம் அறிவேன். ஆனால் என்னுடைய 1978ஆம் ஆண்டு அனுபவமில்லாமல் எது மாறியது என்பதைப் புரிந்துகொள்ள வழியில்லாமல்தான் இருந்திருப்பேன்.

என் அம்மாவழி பாட்டியின் தாத்தா (நான்கு தலைமுறைக்கு முன்) அந்தக் கிராமத்தில் கிட்டத்தட்ட ஐந்நூறு ஏக்கர் நிலம் வைத்திருந்ததாகச் சொல்லப்பட்டது. அது அவருடைய தந்தைக்குச் சரபோஜியின் மனைவிகளில் ஒருவர் மானியமாக வழங்கியது என்ற செய்தி உண்டு. அவர் அந்தக் கிராமத்தில் சிறிய கோயில் ஒன்றைக் கட்டினார். மிக எளிமையான சிறிய கட்டடம். சில தெய்வச் சிலைகள். ஆனால் ஓரிரு தலைமுறைகளில் குடும்பம் பல கிளைகளாகப் பிரிந்ததில் நிலமும் பிரித்து விற்கப்பட்டு அனைவரும் அந்தக் கிராமத்திலிருந்து இடம்பெயர்ந்து விட்டார்கள்.

இந்தியா சுதந்திரம் அடைந்தபோது அந்தக் கோயிலின் பராமரிப்பு மட்டும் என் பாட்டியிடம் இருந்தது. அவர் அவ்வப் போது அங்கே போய்ச் சுத்தம் செய்துவருவார். அந்தக் கிராமத்தினர் தரும் கடலையை என் அம்மாவைப் பார்க்க வரும் போது கொண்டுவருவார். அந்தக் கடலையிலோ, அந்தக் கிராமத்தைப் பற்றிய பேச்சிலோ நான் பெரிதாக ஆர்வம் காட்டியதில்லை.

ஆனால் சந்தர்ப்பவசமாகத் திருச்சிக்குச்சென்ற என் அம்மாவும், சிறுவயதினரான என் தம்பிகளும் பாட்டியுடன் அந்தக் கிராமத்திற்குச் சென்றனர். என் அம்மாவிற்குச் சிறுவயதில் அங்கே சென்ற நினைவுகளால் செல்ல ஆர்வம். அவர்கள் சென்றதை அறியாமல் அவர்களைப் பார்க்க திருச்சிக்குச் சென்ற என் தந்தையும், அவர்களைத் தேடி கிராமத்திற்குச் சென்றார். அவருக்கும் அதுதான் முதல்முறை. சென்றவர் அந்தக் கிராமத்தில்தான் இனி வாழ வேண்டும் என முடிவு செய்துவிட்டார்.

தனியார் ஆங்கிலப் பள்ளிகளில் ஆசிரியராகப் பணியாற்றிய அவர், ஒரு சிறுதொழில் துவங்கும் முயற்சியில் ஏற்பட்ட இடையூறுகளால் பொருள் இழப்பு ஏற்பட்டு நலிவடைந் திருந்தார். மீண்டும் சென்னையில் ஒரு பள்ளியில் பணி ஏற்பதாக இருந்தார். இடையில் அந்தக் கிராமத்திற்குச் சென்றவர் வாழ்ந்தாலும், இறந்தாலும் அந்தக் கிராமம்தான் எனத் திடீர் முடிவு எடுத்து விட்டார். அங்கேயே சிறுதொழில் தொடங்கத் திட்டமிட்டார். வாழ்ந்திருக்கலாம்; துரதிர்ஷ்டவசமாக எதிர்பாராத விதமாக நள்ளிரவு விஷக்கடியில் இறந்துவிட்டார்.

என் தந்தையும் அந்தக் கிராமத்திற்குச் சென்ற பிறகு, கோவையில் கல்லூரி புகுமுக வகுப்புத் தேர்வுகளை முடித்த நான் குடும்பத்தைக் காண அந்தக் கிராமத்திற்குச் சென்றேன். நானும் அந்தக் கிராமத்துச் சூழலில் மனதைப் பறிகொடுத்தாலும், என் தந்தையின் முடிவை ஏற்கவில்லை. நான் நகரத்தில் கல்லூரியில் படிப்பைத் தொடர நினைத்தது ஒரு புறம், அவர் கிராமத்தில் தொழில் துவங்க எதற்காகக் குடும்பமே அங்கே தங்க வேண்டும் என்ற கேள்வி மறுபுறம். அவர் நான் வேண்டுமானால் விடுதியில் தங்கிப் படித்துக்கொள்ளலாம் என்றும், மற்றபடி குடும்பமும் அவரும் இனி கிராமத்தில் தான் வாழப்போவதாகவும் கூறினார்.

கோயில் வயல்கள் சூழ வெட்ட வெளியில் இருந்தது. எதிரே ஒரு பெரிய புளியமரம் இருந்தது. அதனடியில் அமர்ந்துகொண்டு நகரம், கிராமம், பொருளாதாரம், அரசியல், தத்துவம் என்று மணிக்கணக்கில் விவாதிப்போம். புகுமுக வகுப்பில் நான் கணிதம், பொருளாதாரம், வணிகவியல் பாடங்களைத் தேர்வு செய்திருந்தேன். பள்ளி இறுதியாண்டுகளில் இருந்தே எனக்குப் பொருளாதாரம் பயில ஆவல். சமூக ஏற்றத் தாழ்வுகளை எப்படி அகற்றுவது, நேருவின் கலப்புப் பொருளாதாரம், ஜனநாயகச் சோஷலிசம் போன்றவை பலன் அளிக்காமல் போகின்றனவா, இந்திரா காந்தியின் கரீபி ஹடாவோ (ஏழ்மை ஒழிப்பு) எந்த அளவு சாத்தியமானது, ஏழ்மைக்கு எது முழுமையான தீர்வு என்கிற பல கேள்விகள், ஆர்வங்கள். என் தந்தையார் ராஜாஜி ஆதரவாளர், சுதந்திரவாத சந்தை பொருளாதார ஆதரவாளர். எனக்கு மார்க்சியத்தின் மீது கவர்ச்சியும் சோஷலிசத்தில் நம்பிக்கையும் இருந்தது. ஆனால் எங்கள் இருவருக்கும் கிராமங்கள், காந்தியின் கிராமியப் பொருளாதாரச் சிந்தனை ஆகியவற்றில் பரிச்சயம் இல்லை. நாங்கள் இருவரும் முதன் முறையாகக் கிராமத்தைத் தரிசித்து அதை எப்படி எங்கள் சிந்தனைகளில் உள்வாங்குவது என்று அந்தக் கிராமத்தில் வாதிட்டோம்.

அந்தக் கோயிலுக்கு ஒரு கிலோ மீட்டர் தூரத்தில் இருந்த கிராமத்தில் தலா பத்து, பன்னிரண்டு வீடுகளைக் கொண்ட இரண்டு தெருக்கள்தான் இருந்தன. ஒன்று பிற்படுத்தப்பட்ட வகுப்பினர் தெரு. மற்றொன்று பட்டியலினத்தவர் தெரு. பட்டியல்

இனத்தவர் தெருவின் கடைசிக் கூரை வீடொன்றில் தான் நாங்கள் இரவில் தங்குவோம். ஆண்கள் திறந்த வெளியில் கயிற்றுக் கட்டிலில் உறங்குவோம். பகல் நேரத்தில் கோயிலுக்கு வெளியே இடப்பட்டிருந்த கல்தரையில் சமைத்துச் சாப்பிடுவோம். மொத்தக் கிராமத்திற்கும் திறந்தவெளி கழிப்பறை; குளியல் கிணறுகளில் அல்லது பம்ப்செட்டில். இரண்டு சிறிய ஏரிகள் இருந்தாலும் சேறு நிறைய இருக்கும் என்பதாலோ என்னவோ யாரும் ஏரியில் குளித்துப் பார்த்ததில்லை.

திறந்த வெளி அற்புதம்

முதன்முதலில் அந்தக் கிராமத்திற்குச் செல்வதற்காக நெடுஞ் சாலை பேருந்து நிறுத்தத்தில் இறங்கினேன். சாலையிலிருந்து ஐந்து கிலோமீட்டர் உள்ளே செல்லவேண்டும். வழி கேட்டுக் கொண்டு நடக்கத் தொடங்கினால் சற்றுநேரத்தில் ஆள் அரவமே இல்லை. நானாகக் குத்துமதிப்பாக அவர்கள் காட்டிய திசையில் சென்றேன். ஆங்காங்கே புதர்கள்; பனைமரங்கள் எனப் பாதை நீண்டது. ஒரு மேட்டில் ஏறியது. அந்த மேட்டில் ஏறியதும் என் கண்முன் விரிந்த காட்சி என்னைப் பெரும் அதிசயத்தில் ஆழ்த்தியது. மிகப் பெரிய வெளி. கண்ணுக்கு எட்டியவரை ஆங்காங்கே வயல்கள்; இடையில் கொஞ்சம் வீடுகளின் கூரைகள், கோயில், ஏரிக்கரைகள், மேலே மேகம் மிதக்கும் வானம் என விரிந்த காட்சி. பானாரொமிக் சீன் என்று கூறுவது போல. நகரத்தில் கடற்கரையில், நதிக்கரையில், மைதானங் களில் திறந்த வெளியைப் பார்க்கலாம். ஆனால் அவ்வளவு பெரிய நிலப்பரப்பைத் திறந்த வெளியாகக் கண்டபோது மனம் பரவசமடைந்தது. ஒரே குதூகலம். அங்கிருந்த நாட்க ளெல்லாம் அந்தத் திறந்தவெளி மோகனத்தில் கட்டுண்டு இருந்தன.

அந்த வெளியில் வீசும் காற்றுப் பரவசமாக இருக்கும். ஏரிக் கரையில் ஏறி பத்து நிமிடம் நடந்தால், ஏகாந்தமான இடத்திற்குச் சென்றுவிடலாம். உச்சிப் பகலில் பம்ப்செட்டிலோ, கிணற்றிலோ ஏகாந்தமாகக் குளிக்கலாம். தனிமையில் யாரும் அற்ற வெளியில் நடப்பதும், குளிப்பதும் ரம்மியமாக இருக்கும், தற்செயலாக யாரும் எதிர்ப்பட்டால் அன்பும், பிரியமும் ஊற்றாகப் புறப்படும். 'என்ன குளிச்சிட்டு வரீங்களா?' 'என்ன வயலுக்குப் போறீங்களா?' பொருளற்ற கேள்விகளில் அன்பின் வெளிப்பாடு.

திறந்த வெளியில் பெரும்பாலும் காற்று வீசிக்கொண்டிருக்கும். சில வயல்களில் பம்ப்செட் இருந்தாலும், பலவற்றில் ஏற்றம் இறைத்து நீர் பாய்ச்சிக்கொண்டிருந்தார்கள். ஏற்றம் இறைப்பதை வேடிக்கை பார்த்தால் பொழுது போவதே தெரியாது. மேலே தெளிக்கும் நீர்த்துளிகளும், வீசும் காற்றும், பசுமையும் மனோரம்மியமாக இருக்கும். முதல்முறையாகக் காலத்தின் அனுபவப் பரிமாணம் எவ்வளவு உள்வயமானது என்று புரிந்து கொண்டேன். காலத்தை நிகழ்வுகளால் இட்டு நிரப்பாமல், வெளியில் கரைத்தால், அது காற்றுப்போன பலூன் போல, நீர் தெளித்த பஞ்சுமிட்டாய் போலச் சுருங்கிவிடும். ஆனால் அதற்கு வெளியில் இலயிக்கும் மனம் வேண்டும். நிகழ்வுகளை எதிர் நோக்கிச் சலிக்கும் மனதிற்குத்தான் 'போர்' அடிக்கும்; பொழுது போகாது. ஆனால் வெளியில் மனம் லயித்தால் பொழுது போவதே தெரியாது. பின்னாளில் மெல்ல நகரும் கதையாடலைக் கொண்ட கலைத் திரைப்படங்களின் அழகியலில் லயிப்பதற்கான பயிற்சி அந்தக் கிராமத்து வெளிகளில் கைகூடியதோ என்று எனக்குத் தோன்றுவதுண்டு. காலமும், நிகழ்வுகளும் குறித்த தத்துவ ஆக்கங்களைத் தொடர்ந்து பரிசீலித்து வருகிறேன்.

மின்சாரம்

அந்த இரண்டு மாதங்களின் முக்கியமான பரிமாணம் என்ன வென்றால், மின்சாரம் இல்லாமல் வாழ்ந்தது. பம்ப்செட்டிற்கு ஜெனரேட்டர் வைத்திருந்தார்கள். கோயிலுக்கோ வீடுகளுக்கோ மின்சாரம் இருக்கவில்லை. நகரத்தில் வளர்ந்த எனக்கும் மின்சாரம் இல்லாமல் வாழ முடியும் என்பதே பெரிய அதிசயமாக இருந்தது. படிப்பதற்குச் சில நூல்களைக் கையில் வைத்திருந்தோம். விடிந்த பிறகு பகல் நேரத்தில் படிப்போம்.

மாலை ஆறு மணிக்கெல்லாம் இரவு உணவு அருந்திவிட்டு நாங்கள் தங்கியிருந்த வீட்டிற்கு போய்க் கயிற்றுக்கட்டிலில் படுத்துவிடுவோம். ஒரு டிரான்ஸிஸ்டர் ரேடியோவில் ஒலியை மிகவும் குறைத்துவைத்துக் கொஞ்ச நேரம் பாடல்களைக் கேட்போம்.

ஏ. எம். ராஜா அந்தக் கிராமத்து வெளியை நிரப்பவே பாடியது போலத் தோன்றும். ஏதாவது பேசிக்கொண்டிருந்துவிட்டுத்

தூங்கிவிடுவோம். விடிந்தபின் எழுந்திருப்பது தாமதம். வயலுக்குச் செல்லுபவர்கள் விடியற் கருக்கலிலேயே சென்றுவிடுவார்கள்.

அந்தத் தெருவில் என் வயதொத்த இளைஞர் சிறிய நிலத்தில் விவசாயம் செய்துகொண்டிருந்தார். அவரிடம் விடியலில் வயலுக்குப் போகும்போது என்னையும் எழுப்பிக் கூட்டிப் போகச் சொல்லி அடம்பிடித்தேன். அவர் அப்படியே ஒரு நாள் என்னை எழுப்பிக் கூட்டிச் சென்றார். இருள் விலகாத நேரத்தில் அவர் பின்னால் கவனமாக வரப்புகளில் நடந்து சென்றேன். அவர் முன்னால் பேசியபடியே சென்றார். பேச்சுக்குரலுக்கு விஷ ஜந்துக்கள் அகன்றுசென்றுவிடும் என்பதும் காரணம்.

அப்படிச் சென்றுகொண்டிருந்தபோது திடீரென்று அடி வானத்தில் ஓர் ஆரஞ்சுப் புள்ளி தோன்றக் கண்டேன். எனக்கு என்னவென்று சட்டென்று புரியவில்லை. ஏதோ மரங்களில் தீப்பிடித்துவிட்டதோ என்று தோன்றியது. அது ஓர் ஆரமாக மாறத் தொடங்கியவுடன்தான் நான் எந்தத் தடையும் அற்று, வளி மண்டல மாசுகளற்று, வேறு மின்சார ஒளிச்சிதறல்கள் குறுக்கிடாத 'தூய' சூரிய உதயத்தைப் பார்க்கிறேனென்று புரிந்தது. அதிசயத்தில் உறைந்துப் போய் நின்றுவிட்டேன். என் முன்னால் பேசிக் கொண்டே சென்றவர், நான் பின்தொடரவில்லை என்றதும் கவலையடைந்து என்னாயிற்று என்று கேட்டபடி திரும்பிவந்தார். வியப்பில் ஆழ்ந்த நான் பேச்சு வராமல் கையை அடிவானத்தை நோக்கி நீட்டினேன். அதைப் பார்த்த அவர், 'அட, சூரியன்! வாங்க' என்று அலுத்தபடி நடந்தார். அவர் என் வியப்பை, மகிழ்ச்சியைப் புரிந்துகொள்ளவில்லையே என்று வருத்தப்பட்ட நான், அந்தக் காட்சியின் அழகை அவர் ரசிக்கவில்லையோ என்று அச்ச மடைந்தேன். அவரிடம் என் மகிழ்ச்சியை, ரசனையை எடுத்துக் கூறியபோதும் அவர் பெரிதாக எதிர்வினை புரியவில்லை. இது அழகியல், ரசனை ஆகியவை குறித்த கேள்விகளை என் உள்ளத்தில் எழுப்பின. மனதின் ஓரத்தில் தொடர்ந்து அசை போட்டுவந்தேன்.

இந்த நிகழ்வை முப்பதாண்டுகளுக்குப் பிறகு ஓர் அமெரிக்கப் பல்கலைக்கழகக் கருத்தரங்கில் வால்டர் பெஞ்சமின் திரை அழகியல் குறித்த கட்டுரை ஒன்றில் குறிப்பிட்டு எழுதியிருந்தேன்.

காட்சிப்பிழை திரை இதழில் வெளியான 'கன்னியாகுமரியில் வால்டர் பெஞ்சமின்' என்ற கட்டுரையிலும் இடம்பெற்றுள்ளது. எனது கதாநாயகனின் மரணம் என்ற கட்டுரைத் தொகுப்பிலும் காணலாம். அந்த விவசாய இளைஞரின் வாழிடத்தின் ஒரு பகுதி அது. அவர் புலனுலகின் அங்கம். அதைத் தனியாக நின்று ரசிக்க வேண்டிய தேவை அவருக்குக் கிடையாது என்பதைப் புரிந்துகொள்ள வெகு காலம் ஆயிற்று.

இன்னொரு சந்தர்ப்பத்தில் என் நியூயார்க் வாழ்க்கையில் இந்தக் கிராம அனுபவம் கிளர்ந்து மேலெழுந்தது. நர்மதை அணை கட்டுவது ஆகப் பொது நன்மைக்கு என்ற வாதத்தைக் கேள்விக்கு உட்படுத்தி அருந்ததி ராய் எழுதியிருந்த கட்டுரை ஒன்றை ஒரு பார்ட்டியின் போது நண்பர்கள் விவாதித்தார்கள். அப்போது ஒருவர் அணைகள் கட்டாமல் மின்சாரத் தேவையை எப்படிப் பூர்த்தி செய்ய முடியும் என்றார். நான் மனிதர்களின் வாழ்க்கைக்கு மின்சாரம் இன்றியமையாதது என்று கூற முடியாது என்றேன். மின்சாரம் பயன்படலாம். ஆனால் அது இல்லாமல் வாழ முடியாது என்ற நிலைப்பாட்டிலிருந்து பேசுவது சரியல்ல என்பதே என் கருத்து. ஏனெனில் அந்தச் சில மாதக் கிராம வாழ்க்கையில் மின்சாரம் இல்லாமல் வாழ்வது சாத்தியம் மட்டுமல்ல, அழகானது கூட என்ற எண்ணத்திற்கு வந்திருந்தேன். இது மின்சாரத்தின் பயனை மறுப்பதல்ல. ஆனால் அது இல்லாவிட்டால், மானுடம் என்னவாகும் என்று நினைக்குமளவு அது இன்றியமையாததல்ல என்பதையே வலியுறுத்தினேன். விவாதம் சூடு பிடித்ததில் நண்பர் ஒருவர் எழுந்து சென்று விளக்குகளை அணைத்துவிட்டார். நான் அதனைப் பொருட்படுத்தாமல் தொடர்ந்து இருளில் பேசிக் கொண்டிருந்தேன். மற்ற நண்பர்கள் என் உறுதியான நிலைப் பாட்டை ரசித்துச் சிரித்தார்கள்.

மின்சாரம் பயன்பாட்டிற்கு வந்து நூற்றுச் சில்லறை ஆண்டுகள் தான் ஆகின்றன. மானுடப் பண்பாட்டின் மகத்தான சாதனை களெல்லாம் மின்சாரம் இல்லாத காலத்திலேயே நடந்துவிட்டன. வள்ளுவர், காளிதாசன், ஷேக்ஸ்பியர் ஏன் கார்ல் மார்க்ஸ்கூட மின்சாரப் பயன்பாட்டைக் கண்டதில்லை. தஞ்சை கோயிலும், தாஜ்மஹாலும் மின்சாரம் இன்றித்தான் கட்டப்பட்டன. உண்மை இப்படியே இருக்கும்போது ஆடம்பர நுகர்விற்காக, வணிகப்

பயன்பாட்டிற்காக மின்சாரத்தை இயற்கையை அழித்து அணைக் கட்டுகள் கட்டியும், நிலக்கரியை எரித்து வளிமண்டலத்தைப் பாழ்படுத்தியும், அணுவைப் பிளந்தும் உற்பத்தி செய்வோம் அதுதான் வளர்ச்சி என்று கூறுவதைக் கேள்வியின்றி ஏற்றுக் கொள்வது அறிவுடைமையல்ல என உறுதிப்பட நம்புகிறேன். மிகவும் தேவையான பயன்பாட்டிற்குமட்டுமே மின்சாரத்தை உற்பத்தி செய்யவேண்டும் என்ற எண்ணம் எனக்குண்டு. என்றாவது ஒரு நாள் என்னைப் போலப் பெரும்பாலோர் நினைக்கும் போது மானுடம் தன்னைச் சூழலியல் அழிவிலிருந்து காத்துக்கொள்ளும் சாத்தியம் உருவாகும். இந்த விமர்சனப் பார்வை எனக்குத் அந்தக் கிராம வாழ்க்கை அனுபவம் உருவாக்கிய சாத்தியம் என்று சொல்லலாம். அந்த வகையில்தான் நான் இப்போது காந்தியின் இந்து சுயராஜ்ஜியம் நூலையும், அவருடைய நுகர்வு மறுப்பு தத்துவத்தையும் புரிந்துகொள்ளத் தலைப் படுகிறேன்.

கருப்பு பொங்கல்

அந்தக் கிராமத்தில் அனைவரும் அனேகமாகத் தினமும் கருப்பைக் குறிப்பிடுவார்கள். அவர்கள் செயல்களுக்கு ஆதரவாக, துணையாக இருப்பது கருப்புதான். கருப்பு என்பது சாமி. கருப்பு சாமி என்றும் சொல்வார்கள் என்று நினைக்கிறேன். ஆனால் பெரும்பாலும் கருப்பு என்றுதான் கேட்ட நினைவு. பலருக்கும் கருப்பு காட்சி கொடுத்திருப்பதாகச் சொல்வார்கள். அந்தக் கிராமத்து வெளிகளில் கருப்பு நீங்காமல் நிறைந்திருப்பதாகத் தோன்றும். என் மூதாதையர் கட்டிய கோயில் அங்கிருந்தாலும், அவர்களைப் பொறுத்தவரை கருப்புதான் அவர்களின் வாழ்க்கை யுடன் பிணைந்த தெய்வீகச் சக்தி. பின்னாளில் தொலைக்காட்சி தொடரில் வந்த 'விடாது கருப்பு' போலத்தான். தவறு செய்பவர் களை ஏதோ ஒரு வகையில் கருப்பு தண்டித்துவிடும்.

ஒருநாள் கருப்புக்குப் பொங்கல் வைக்கப் போகிறோம், வந்துவிடுங்கள் என்று கூப்பிட்டார்கள். நான் எங்கே என்று கேட்டேன். அவர்கள் ஏரிக்கரையைச் சொல்லி அதில் குறிப்பிட்ட தூரம் வந்த பிறகு என்று அடையாளம் சொன்னார்கள். அங்கே எந்தக் கருப்பு சிலையையோ, கோவிலையோ நான் கண்டதில்லை

என்பதால் எனக்கு வியப்பு. சரி என்ன என்று பார்ப்போம் என்று நான் மட்டும் தான் போனேன். அங்கே சென்று பார்த்தால் ஏரிக்கரையில் புதையுண்டு இருந்த ஒரு சாதாரணக் கல்லிற்குப் பொட்டு வைத்து அதற்கு முன்னால் அடுப்பில் பொங்கல் வைத்திருந்தார்கள். நான் பயந்து போய்விட்டேன். ஏனெனில் அந்தப் பகுதியில் நடக்கும்போது அந்தக் கல்லின் மீது நான் உட்கார்ந்திருக்கவோ, காலை வைத்திருக்கவோ நிறைய வாய்ப்புகள் உண்டு. நான் என் விவசாயி நண்பனிடம் என் பிரச்சினையைச் சொன்னேன். அவன் அதற்கெல்லாம் கருப்பு கோபிக்காது; தப்பு செய்தால்தான் கோபிக்கும் என்று சொன்னவுடன் ஆறுதலாக இருந்தது. என்னதான் இருந்தாலும் அவ்வளவு சக்திவாய்ந்த கருப்பை எந்த அடையாளமும் இல்லாத கல்லாக விட்டு வைத்திருப்பது சரியா என்று வியப்பாக இருந்தது. அடுத்த அதிர்ச்சி அவர்கள் இலையில் பொங்கலை வைத்துக் கொடுத்த போது ஏற்பட்டது. ஏனெனில் எந்த இனிப்பும் சேர்க்காமல் வெறும் அரிசிச் சோற்றைத்தான் கொடுத்தார்கள்.

அவர்கள் பெரும்பாலும் கம்பு உருண்டைகளையே நீரில் போட்டு உண்பதால் அரிசியை வேகவைப்பதையே பொங்கல் என்று குறிப்பிட்டார்கள் என்று தோன்றியது. மரியாதைக்காக வெறும் அரிசிக் கவளத்தைச் சாப்பிட்டுவிட்டேன். பின்னாளில் தர்கைமின் எலிமென்டரி ஃபார்ம்ஸ் ஆஃப் ரிலீஜஸ் லைஃப் படித்த போது இந்த அனுபவம் நினைவிற்கு வந்தது. எலிமென்டரி என்ற சொல்லில் எனக்குப் பிரச்சினை இருந்தாலும், ரிலீஜஸ் லைஃப் என்பதன் முக்கியக் கூறுகளைப் புரிந்து கொள்வதற்கு இந்த அனுபவமும் விதையிட்டது.

முதலீட்டிய நுகர்வு கலாசாரத்தின் கோரப்பிடி

நான் நூறு நாட்கள் வாழ்ந்த அந்தக் கிராம வாழ்க்கையைப் பொன்னான வாழ்க்கை என்றெல்லாம் கொண்டாடவில்லை. அது இலட்சிய உலகம் என்றோ, உன்னத வாழ்க்கை முறை என்றெல்லாமோ சொல்லமாட்டேன். சாலை வசதியும், போக்கு வரத்து வசதியும் இல்லாததால் விஷமுறிவுக்கு வைத்தியம் செய்ய முடியாமல் என் தந்தையை இழந்த எனக்குக் கிராம வாழ்க்கை யைக் கற்பனாவாத நோக்கில் கொண்டாட முடியாது. அந்தக்

கிராமத்தில் இருந்தவர்களும் எல்லா விதமான மனமாச்சரியங்களுடன் தான் இருந்தார்கள். ஒவ்வொருவருக்கும் பிறரைப் பற்றிக் குறைசொல்ல நிறைய இருந்தது. சாதி அடிப்படையிலான பிரச்சினைகள் எதையும் என்னால் அவதானிக்க முடியவில்லை அல்லது தெரியவில்லை என்றாலும் பல கொடுக்கல் வாங்கல் பிரச்சினைகள் இருந்தன.

என் விவசாய நண்பன் ஒரு நாள் நாங்கள் மரத்தடியில் செஸ் விளையாடுவதைப் பிரமிப்புடன் பார்த்தான். அவனுக்கு அது ஏதோ பில்லிசூனியம் போலத் தோன்றியதோ என நினைத்தேன்.

அவனிடம் அந்த விளையாட்டைச் சிறிதே விளக்கிவிட்டு, அவன் எவ்வகையான விளையாட்டுகளை ஆடியுள்ளான் என்று கேட்டேன். அவனுக்கு விளையாட்டு என்ற அனுபவமே கிடையாது என்று சொன்னான். ஒரே பிள்ளையான அவன் பள்ளிக்குச் செல்லாமல் சிறு வயதிலிருந்து தந்தையுடன் விவசாயம் பார்க்கச் சென்றான், தந்தை இறந்ததிலிருந்து அவனே விவசாயம் செய்யத் தொடங்கிவிட்டான்.

என் பள்ளிப் பருவத்தை இன்டோர் கேம், அவுட்டோர் கேம் என் வகைவகையாக விளையாடிக் கழித்திருந்த எனக்கு அவன் விளையாடியதே இல்லை என்று சொன்னதும் மிகப் பெரிய அதிர்ச்சியாக இருந்தது. ஆனால் என்னைவிடப் பலமடங்கு திடமான ஆரோக்கியமான உடலுடன் அவன் இருந்ததும், கவலையோ மன வருத்தமோ இல்லாமல் நிறைவாக வாழ்ந்ததும் என்னைச் சிந்திக்க வைத்தது. எப்படியானாலும் ஆடுபுலி ஆட்டமோ, சொக்கட்டானோ கூட விளையாடாமல் வாழ்வதை என்னால் ஏற்றுக்கொள்ள முடியவில்லை. தற்செயலாக அந்தக் கிராமத்தில் அவன் வயதொத்தவர்கள் இல்லாததால் தனிமைப் பட்டுவிட்டான் என்று தோன்றியது. எந்தக் காரணமாக இருந்தாலும் எந்தவொரு குழந்தையும் கல்வியும், விளையாட்டும் இல்லாமல் போவது ஏற்கத்தக்கதல்ல. அப்படி நிகழக் காரணமான கிராமச் சூழலும் கொண்டாடத்தக்கது அல்ல.

நான் அந்தக் கிராம அனுபவத்தைக் கொண்டாடுவது நுகர்வு கலாசாரத்திற்கு மாற்று உண்டு என்பதைச் சிந்திக்கத்தான். சூழலியல் சீர்கேட்டின் பரிமாணங்களைக் கற்றபோது, எந்தளவு நாம்

முதலீட்டிய நுகர்வு கலாசாரத்தை வாழ்க்கையின் இன்றியமையாத பண்பாகக் கருதத் தொடங்கியுள்ளோம் என்பதைச் சிந்திக்காமல் இருக்காமல் இருக்க முடியவில்லை. வளிமண்டலத்தில் கார்பன் அளவு அதிகரிக்கிறது, புவி வெப்பமடைகிறது என்று அறிவியல் திட்டவட்டமாகச் சொன்னாலும், மானுடத்தால் அந்தப் போக்கைத் தடுத்து கார்பன் வெளியேற்றத்தைக் குறைக்க முடியவில்லை. கிரேட்டா துன்பர்க் என்ற சிறுமி எதிர்காலச் சந்ததியின் சார்பாகப் பேசினால், கைதட்டிவிட்டு, விருது கொடுத்துவிட்டு முடித்துவிடுகிறார்கள்.

மானுட வாழ்க்கைக்கு இன்றியமையாதவை எவை என்பதை மானுடம் அவசியம் சிந்திக்க வேண்டும். லெவிஸ்டிராஸ் போலப் பூர்வ குடியினர் வாழ்க்கையை ரொமாண்டிசைஸ் செய்ய, அதாவது கற்பனாவாத நோக்கில் கொண்டாடத் தேவையில்லை. ஆனால் அவர் பதிவு செய்த பழங்குடி வாழ்க்கை, நான் அனுபவித்த கிராம வாழ்க்கை ஆகியவற்றை மனதில் கொள்ளும் போது, மானுட வாழ்க்கையை மீள்கட்டமைப்பு செய்வதைக் குறித்துச் சிந்திக்க வேண்டும். அப்படிச் செய்யாமல் மேலும் மேலும் உற்பத்தி வளர்ச்சி நுகர்வு என்று கண்மூடித்தனமாக வாழ்ந்தால் இன்னும் எத்தனை பத்தாண்டுகள் பூமி மானுடத்தை அனுமதிக்கும் என்று சொல்ல முடியவில்லை. மானுடம் சூழலை அளவுக்கு மீறி தொந்தரவுச் செய்தால் சூழல் மானுடத்தை அப்புறப்படுத்திவிட்டுத் தன்னைப் புதுப்பித்துக்கொள்ளும் என்கிறார் லவ்லாக். என்னைப் பொறுத்தவரை நாற்பத்து நான்கு ஆண்டுகளுக்குமுன் நான் அப்படி ஒரு கிராமத்தில் சில மாதங்கள் வாழ்ந்தேன் எனப் பதிவு செய்வது அவசியம் என்று நினைக் கிறேன். அதற்கு மேல் கருப்பு விட்ட வழி.

□

35

வடகரை
கிராமம் கண்டெடுத்த சமூக வரலாறு
மு. ராஜேந்திரன்

என்னுடைய பிறந்த ஊரின் பெயரைக் கேட்பவர்கள் முகத்தில் பிரகாசம் தோன்றும், 'வடகரை தானே? நல்லாத் தெரியுமே சார்? வடகரையைத் தெரியாமல் யாராவது இருப்பார்களா? எங்கள் ஊரிலிருந்து இருபது கிலோ மீட்டர் சார்' என்பார்கள். எனக்குத் தர்ம சங்கடமாகிவிடும். அவர்கள் நினைக்கும் ஊர் என்னுடைய தில்லை என்று அடுத்ததாக நான் சொல்லப்போகும் பதிலிலிருந்து தெரிந்து கொள்வார்கள். எங்கள் ஊரைப் பற்றிய பெருமிதங்களில் ஒன்று தமிழ்நாட்டின் அநேக இடங்களிலுள்ள பெயராக எங்களுடைய ஊர் இருப்பது. ஏனோ தெரியவில்லை. வடகரைகள் அதிகம். தென்கரை என்ற பெயரில் அதிக ஊர்கள் இருப்பதில்லை. எங்கள் வடகரை குண்டாறு நதிக்கரையின் வடக்கில் உள்ளது. ஆற்றின் தெற்கில் நடுக்கோட்டை என்ற ஊர்தான் இருக்கிறது; தென்கரை என்ற ஊர் இல்லை.

வடகரை என்ற பெயரிலான ஊர்கள் பிரபல ஊர்களாகவும் இருக்கின்றன. உதாரணத்துக்குத் தென்காசி மாவட்டத்தில் சாம்பவார் வடகரை என்றொரு ஊர் உள்ளது. அது மிகப் பெரிய ஜமீன். தமிழிசை அறிஞர் ஆபிரகாம் பண்டிதர் பிறந்த ஊர்தான் சாம்பவார் வடகரை. அங்குகூட வடகரைக்கு எதிரில் தென்கரை என்ற பெயரில் ஊர் இல்லை. பெரியகுளம் தாலுகாவில் வடகரை என்ற ஜமீன் இருந்தது. அந்த ஜமீனின் கீழ்தான் பெரியகுளம்,

கொடைக்கானல் பகுதிகள் இருந்தன. 1750களில் ஆங்கிலேயர் களின் அதிகாரத்தின்கீழ் தென் தமிழகத்தின் 73 பாளையங்கள் வந்தன. கீழ்ப்படியாமையையோ, வரி செலுத்தாதையோ காரணமாகக் காட்டி பெரியகுளம் அருகிலுள்ள வடகரை ஜமீனும், சாம்பவார் வடகரை ஜமீனும் ஆங்கிலேயர்களால் பறிமுதல் செய்யப்பட்ட ஜமீன்கள்.இதிலிருந்தே தெரிந்து கொள்ளலாம் வடகரை என்ற பெயரின் வீச்சை.

எனது ஊரான வடகரை கிராமத்தில் தற்போது வெறும் அறுபது வீடுகள்தாம் இருக்கின்றன. மூன்று துணைக் கிராமங்கள். ஊரை அடுத்து வடக்கே பள்ளர் தெரு, கிழக்கே ஒரு கிலோ மீட்டருக்கு அப்பால் சக்கிலியர் தெரு, மேற்கே ஒரு கிலோ மீட்டருக்கு அப்பால் முத்தையாபுரம் என்று ஊர்க்காரர்களாலும் மற்றவர்களால் புதூர் என்று அழைக்கப்படும் சிற்றூர். இந்தப் புதூரில் வலையர் இனத்தைச் சேர்ந்தவர்கள் மட்டுமே இருக்கிறார்கள். எங்கள் ஊருக்கு வடக்கே இரண்டு கிலோ மீட்டர் தாண்டி சுங்கிராம் பட்டி என்ற ஊர் உள்ளது. இங்கு ஆயிரம் பள்ளர் குடும்பங்கள் இருக்கும். ஒன்றிரண்டு ஆசாரி வீடுகள் இருக்கின்றன.

புதுச்சேரி ஆனந்தரங்கம் பிள்ளை காலத்தில் (1726-61) சுங்கு ராம செட்டி என்ற பிரபல்யம் மெட்ராஸில் இருந்துள்ளார். அவர் பெயரை ஒத்த ஒருவர் பெயர் எப்படி எங்களது துணைக் கிராமத்திற்கு வந்தது என்று தெரியவில்லை. துணைக் கிராமங் களைவிட மக்கள் தொகையில் மிகக் குறைவான வடகரை எப்படி ஆங்கிலேயர் காலத்தில் தாய்க் கிராமமாகியது என்பதும் வியப்புக்குரியது. பெருந்தனக்காரரின் இருப்பிடத்தை அனுசரித்து வடகரை தாய்க் கிராமமாகத் தெரிவு செய்யப்பட்டிருக்கலாம்.

கிராமத்தைப் பற்றிச் சொல்லும்போது சாதியைப் பற்றிச் சொல்வதைத் தவிர்க்க முடியாத அளவுக்குத் தமிழகத்தின் கிராமங்கள் சாதியடிப்படையில்தான் அமைந்திருக்கின்றன. சமூகத்தின் ஒரு நிறுவனமாய்ச் சாதி ஆழமாய் நிலைகொண்டுள்ளது.

அறுநூறு ஆண்டுகள் பழமைக்கு ஆதாரமாக எங்கள் ஊரில் நான்கு கற்சிலைகள் உள்ளன. ஒன்று சப்த மாத்திரிகா எனப்படும் ஏழு கன்னிகள் சிலை. வடகரை கிராமத்தில் முதன்முதலில் குடியேறிய எங்களது முன்னோர்களான நல்லமூக்கன், சோழ

மூக்கன் சகோதரர்களின் சிலை. மூன்றாவது சகோதரர் கிளி மூக்கன் என்பாரும் உண்டு. அவர் திருமணமாகாமல் இறந்து விட்டதால், அவருக்குச் சிலை இல்லை. அண்ணன்-தம்பி சிலைகளின் வலதுகையில் வாள் இருக்கும். ஒருவரின் வாள் உயரத்தூக்கி யிருக்கும். அவர் அண்ணன் நல்லமூக்கன். தம்பி சோழமூக்கனின் வாள் தரை நோக்கியிருக்கும். இருவருடைய இடது கைகளிலும் வளரி எனும் ஆயுதம் இருக்கிறது (தோதகத்தி மரத்தில் செய்த வளரி இன்றும் எங்கள் வீட்டில் உள்ளது).

அடுத்ததாகக் காசிக்குச் செல்லும் ஒரு பிராமணனின் கற்சிலை. அது மூன்றே பிராமண வீடுகள் உள்ள தெருவில் இருக்கிறது. நான்காவதாய், ஊருக்கு வெளியில் இரண்டு பெண்களுக்கு நடுவில் அமர்ந்திருக்கும் அய்யனார் சிலை. பொதுவாக அய்யனார் திருமணமாகாதவர் என்பார்கள். ஆனால் எங்கள் ஊர் அய்யனார் இரண்டு பெண்டாட்டிக்காரராக இருக்கிறார்.

எனது கிராமத்தின் துணைக் கிராமமான புதூர் தோன்றிய வரலாறு சற்று வினோதமானது. எண்பது வருடங்களுக்கு முன்பு எங்கள் ஊரில் நான்கு பிராமண, ஒரு பிள்ளைமார், இரண்டு செட்டியார், நான்கு ஆசாரி குடும்பங்கள், இரண்டு ஏகாலி குடும்பங் களோடு, இருபது வலையர் குடும்பங்களும் இருந்தன.

வலையர் குடும்பத்தினர் எனது சிறிய பாட்டனாரான அங்கப்பத்தேவரை, 'அப்புச்சி' என்று கூப்பிடுவார்கள். ஊரில் அவருக்கு நடுவுளவர் என்று பெயர். அண்ணன் வீரத்தேவன், தம்பி நீலமேகத்திற்கு நடுவில் பிறந்ததால் நடுவுளவர் என்று அழைக்கப்பட்டார். அங்கப்பத் தேவன் 1947ஆம் ஆண்டுத் தனது 90 வயதில் இறந்தார். இவருக்கு மூன்று மனைவிகள் இருந்தும், ஒருவருக்கும் குழந்தையில்லை. இவரை அறிந்தவர்கள் இவரை மிகுந்த கண்டிப்பும் கருணையும் கொண்டவர் என்பார்கள். அண்ணன் வீரத்தேவன் விவசாய வேலை பார்க்க, தம்பி நீலமேகம் பரம்பரையாக இருந்து வந்த கிராம முன்சீப் வேலை பார்க்க, நடுவுளவருக்குப் பொதுப் பணிதான். பஞ்சாயத்து செய்தல், ஒரு மரத்துக் கள்ளை அருந்துதல், செருப்புப் போட்டுக்கொண்டு ஊரைக் கடக்கும் ஆள்களைப் பிடித்து வந்து ஊமத்தங்காய் கலந்த கஞ்சா தயாரிக்க வைத்தல் என்பவை இவருக்கு உபரி வேலைகள்.

நடுவுளவரின் இறுதிக்காலம் சுகமாகயில்லை. மூப்பின் இயலாமை பெரும் சுமை. ஒருநாள், பகல் 11 மணியளவில் இவருக்கென்று தயாரிக்கப்பட்ட கூரை வேய்ந்த சவுக்கில் (பர்ணசாலை) தூங்கியிருக்கிறார். வாய்த் திறந்திருந்திருக்கிறது. ஊரில் குடியிருந்த வலையர் குடும்பத்தைச் சேர்ந்த சிறுவன் ஒருவன், திறந்திருந்த இவரது வாயில் மண் அள்ளிப் போட்டிருக் கிறான். பதறி எழுந்த நடுவுளவர், 'என் வாயில் மண் அள்ளிப் போட்டவன் ஒருவாரத்தில் துள்ளத் துடிக்கப் போவான்' என்று சாபமிட்டுள்ளார். சம்பவம் நடந்த நான்காவது நாள் முதலியார் உத்திக்கு எதிரிலுள்ள மேலக்கோட்டை ஜமீன்தாரின் தென்னை மரத்தில் ஏறி விளையாடியபோது கீழே விழுந்து இறந்து விட்டான் அந்தச் சிறுவன். ஊர்ச் சனங்களுக்குப் பெரும் அதிர்ச்சி. நடுவுளவர் வாக்குப் பலித்துவிட்டதே என்று.

வலையர்கள் இறந்த பையனை அடக்கம் செய்துவிட்டு நடுவுளவரிடம் வந்திருக்கிறார்கள். 'அப்புச்சி, எங்கப் பிள்ளைய இழந்துட்டோம். அவன் பண்ணுனது தப்பு. நம்ம அப்புச்சின்னு நினைக்காம உங்க வாயில மண்ணள்ளிப் போட்டுட்டான். நீங்களும் நம்ம பேரன்தானே, சின்னப்பயல், விளையாட்டுத் தனமா பண்ணிட்டான் என்று யோசிக்காம சாபம் கொடுத் துட்டீங்க. இனிமே நாங்க இந்த ஊர்ல இருக்கல. பக்கத்துலயே எங்கனா மொத்தமாப் போயிடுறோம்' என்று சொல்லி, ஊருக்கு மேற்கே ஐந்து ஏக்கர் நிலத்தை வாங்கி முத்தையாபுரம் எனப் பெயரிட்டுக் குடியேறிவிட்டனர். அதுதான் புதூர் என்று அழைக்கப்படும் முத்தையாபுரம். ஊரைவிட்டுச் சென்று விட்டாலும், வலையர்களுக்கென்று தனிக் குலதெய்வமான சின்னக்கருப்பு இருந்தாலும் வடகரையின் குலதெய்வமான முத்தையா கோயிலுக்கு வழிபாடு செய்ய வலையர்கள் இப்போதும் வருகிறார்கள். சின்னக்கருப்பனை முத்தையா சாமியின் தம்பி என்கிறார்கள் வலையர்கள்.

எங்கள் ஊர் முத்தையா சாமியைக் கரைசாமி என்போம். கண்மாய்க் கரையில் இருப்பதால் அந்தப் பெயர் ஏற்பட்டு இருக்கலாம். கோயில் நிர்மாணம் செய்து அறுநூறு ஆண்டுகள் ஆகி யிருக்கலாம். முத்தையா கோயிலின் அமைப்பு, ஆதி வழிபாட்டின் கோயில் அமைப்பில்தான் இன்றுவரை இருக்கிறது. மேற்கூரை

கிடையாது. தெய்வ உரு கிடையாது. படையல் போடுமிடமும் சுற்றுச் சுவரும் மட்டுமே உண்டு. முத்தையா காவல் தெய்வமாய் இருக்கிறார் என்பதன் அடையாளமாக, வெள்ளைக் குதிரையில் கையில் வாளுடன் அமர்ந்திருப்பது போன்ற சிலை. இந்தச் சிலைகூட எங்கள் காலத்தில் வைக்கப்பட்டதுதான்.

கண்மாய்க் கரையில் இருக்கும் முத்தையா கோயிலை அடுத்த இரண்டு ஏக்கர் நிலமும் கோயில் பூசாரி என்ற அங்கீகாரமும் எங்களது மூதாதையரானஅங்கப்பத் தேவர் மகன் அய்யம் பெருமாள்தேவருக்கு *14. 06. 1863* அன்று வில்லியம் ராபின்சன் என்ற இனாம் கமிசனரால் சன்னத்தாக வழங்கப்பட்டது. அன்றிலிருந்து இன்றுவரை வீட்டில் பிறக்கும் முதல் ஆண் குழந்தைக்கு அய்யம் பெருமாள் என்று பெயர் வைப்பதுதான் வழக்கம். அய்யம் பெருமாள் என்ற பெயர் வைக்கப்பட்டவரே கோயிலின் பூசாரியாக இருந்து வருகிறார். மூத்த மகனுக்குக் குடும்பத்தின் பொறுப்பு வழங்கப்படும். இந்தியக் குடும்பங்களின் மரபுபோல், எங்கள் கிராமத்தில் முத்தையா கோயிலுக்குப் பூசாரியாவதும் குடும்பத்தின் மூத்த ஆண் வாரிசுதான். குடும்பத்தின் மூத்த மகனான எனது பெயரும் அய்யம்பெருமாள்தான். தற்போது நான்தான் முத்தையா கோயிலின் பூசாரியாக உள்ளேன்.

வடகரை ஊர் தோன்றியதே ஒரு கலாபக் காலத்தில்தான்.*1311* ஆம் ஆண்டு மார்ச், ஏப்ரல் மாதங்களில் மாலிக்காபூரின் படை ஜலகண்டாபுரம், தர்மபுரி, உளுந்தூர்பேட்டை, திருச்சி, மதுரை என நீண்டது. செல்லும் வழிகளில் கொலை, கொள்ளை, கோயில் விக்கிரகங்களைப் பின்னப்படுத்துதல், கட்டாய மதமாற்றம் ஆகியவை நடந்தேறின. நடுவில் சோரா வாரியும் உண்டு. சோரா வாரிக்குப் பயந்த இளம் பெண்பிள்ளைகளின் பெற்றோர் பெண் பிள்ளைகளைக் காவு கொடுத்துவிட்டு ஊரைவிட்டு ஓடிவந்திருக் கின்றனர். எங்களுடைய முன்னோர்கள் மைசூரிலிருந்து தஞ்சாவூர் வரும் வழியில் ஏதோ ஒரு இடத்தில் நிலபுலன்களோடு வாழ்ந் துள்ளனர். மூன்று அண்ணன் தம்பிகள். நல்லமூக்கன், சோழ மூக்கன், கிளிமூக்கன். ஒரே தங்கை கருப்பாயி.

மாலிக்காபூருடன் வந்த ஒரு முஸ்லிம் தளபதியின் பார்வையில் பட்டாள் கருப்பாயி. தளபதி, கருப்பாயியை விட்டுவைக்க

மாட்டான் என்பதைப் புரிந்துகொண்ட மூன்று அண்ணன்களும் தங்கையைக் காப்பாற்ற முடிவு செய்கிறார்கள். காப்பாற்றுதல் என்றால், மானம் காப்பதுதான். மானம் காப்பது, உயிரைக் காப்பதைவிடத் தலையாயம்.

அண்ணன்கள் மூவரும், வீட்டின் நிலவறையில் உள்ள கம்பு தானியப் பொதிக்குள் தங்கையை இறக்கி, ஒரு மூங்கில் கூடையில் கம்பு தானியத்தை எடுத்து வரச் சொல்கிறார்கள். இளம் பெண்ணான கருப்பாயி கையில் மூங்கில் கூடையுடன் நில வறைக்குள் இறங்குகிறாள். கம்பு பொதி மெதுவாக இளம் பெண்ணை உள்ளிழுத்துக் கொள்கிறது. கருப்பாயிக்கும் அண்ணன் களின் நோக்கம் தெரிந்துவிட்டது. குரல் எழுப்பாமல், கம்பு பொதிக்குள் அமிழ்ந்தாள். தங்கையின் ஜீவசமாதிக்குப் பிறகு மூன்று அண்ணன்களும், கம்பு பொதிக்கு முன்பாக ஒரு விளக்கை ஏற்றிவைக்கின்றனர்.

நிலவறைக்கு முன்பிருந்த இடத்தில் கையளவு மண்ணைச் சேகரித்து ஒரு மரப்பெட்டியில் வைத்துக்கொண்டு ஆயுதங் களுடன் தென்திசை நோக்கி ஓடிவருகின்றனர். சிலநாள் பயணத்தில் அழகர்கோயிலை அடைகிறார்கள். அங்கு, 'நீங்கள் தங்கப்போகும் இடம் வரப்போகிறது. உங்கள் தங்கச்சி கம்பங்குழி கருப்பாயியைத் தெய்வமாக வழிபடுங்கள்' என்று ஒரு அசரீரி கேட்கிறது. அழகர்கோயிலிலேயே இரண்டு சங்கல்பங்கள் செய்து கொண்டனர். தங்களுக்குத் திருமணம் நடந்து குழந்தைப் பேறு உண்டாகும்போது பிறக்கும் மூத்த ஆண்பிள்ளைக்கு அய்யம் பெருமாள் என்று பெயரிடுவது என்றும், குழந்தைக்கு முதல் முடி இறக்குவதை அழகர்கோயிலில் நடத்துவது என்றும் சங்கல்பம் செய்துகொள்கின்றனர்.

அழகர் கோயிலிலிருந்து தெற்கு நோக்கிப் பயணித்த மூவரும் மதுரை, திருப்பரங்குன்றம், திருமங்கலம் தாண்டி கிழக்கு நோக்கி ராமேஸ்வரம் செல்லும் வழியில் நடந்துள்ளனர். திருமங்கலம் தாண்டும்போது கையிலிருந்த சோற்று மூட்டையில் ஆகாரம் குறைந்ததால் கண்மாய்க் கரையில் சாப்பாடு செய்ய நெருப்பு மூட்டியிருக்கிறார்கள். அப்போது அழகர்கோயிலுக்குக் காணிக்கை செலுத்துவதற்காக ஒரு பள்ளர் சிறுவன் மாடு மேய்த்துக்

கொண்டிருந்திருக்கிறான். சமைத்த உணவை மூவரும் சாப்பிட்டு விட்டு சிறுவனுக்கும் கொடுத்திருக்கிறார்கள். நான்கு பேரும் களைப்புத் தீர தூங்கி எழுந்திருக்கின்றனர். சிறுவன் மாட்டைப் பிடித்துக்கொண்டு அழகர் கோயிலுக்குச் செல்லவேண்டும். மூன்று சகோதரர்களும் பயணப்படவேண்டும்.

கம்பங்குழி கருப்பாயியின் பிடிமண் தாங்கிய மரப்பெட்டியைத் தூக்கும்போது அதைத் தூக்கமுடியவில்லை. மூவரும் ஒன்று சேர்ந்து தூக்க முயன்றும் முடியவில்லை. அப்போது அசரீரி, 'தெற்கே ஒன்றிரண்டு நாழிகை (ஒரு நாழிகை என்பது 24 நிமிடம்) நடக்க வேண்டியிருக்கும். நடக்கும்போது மண்வெட்டியில் மண்ணை வெட்டி அதே குழியில் போடுங்கள். எந்த இடத்தில் வெட்டிய குழியில் மண் அதிகமாகக் கிடைக்கிறதோ அதுதான் நீங்கள் நிரந்தரமாகத் தங்க வேண்டிய இடம்' என்கிறது.

உடனிருந்த பள்ளர் சிறுவனையும் அழைத்துக்கொண்டு மூன்று அண்ணன் தம்பிகளும் தெற்கே நடக்கின்றனர். அரை நாழிகை நேரத்தில், வெட்டிய குழியில் மண் மிச்சமாகிறது. கம்பங்குழி கருப்பாயி பெட்டியைக் கீழே வைத்துப் பார்த்தால், அந்த இடம் செடிகொடி மண்டிய காடாகத் தெரிகிறது. அருகில் குண்டாறு நதி ஓடுவதைப் பார்க்கின்றனர். மண்டிக் கிடக்கும் காட்டைச் சுத்தப் படுத்தும் போது மீண்டும் அசரீரி கேட்கிறது. 'இந்த இடத்தில் பூச்சி, பாம்பு உங்களை அண்டாது. உங்கள் வாரிசுகளையும் அண்டாது.' அன்றிலிருந்துதான் வடகரை ஊரானதாகவும், ஊரைச் சுற்றிப் பனங்காடு, செடி, வயல்வெளி எனப் பல இருந்தாலும்இதுவரை ஊர்க்காரர்களைப் பூச்சிப்பட்டை, பாம்பு, பல்லி தீண்டியதில்லை என்றும் என் அய்யா அய்யம்பெருமாள் தேவர் சொல்லியிருக்கிறார்.

வடகரையில் குடியேறிய மூத்த அண்ணன் நல்லமூக்கன் தனது சாதியான அகமுடையர் குலத்திலேயே திருமணம் செய்து ஊரில் தங்கிவிடுகிறார். அடுத்தத் தம்பி சோழமூக்கன் வெள்ளாளர் இனத்தில் திருமணம் செய்துகொண்டு எங்கள் கிராமத்திலிருந்து 3 கிமீ தூரத்திலுள்ள திருமங்கலத்துக்குச் சென்றுவிடுகிறார். மூன்றாவது தம்பியான கிளிமூக்கன் திருமணம் செய்துகொள்ள வில்லை.

திருமங்கலம் சென்ற சோழமூக்கனின் வழியில் வந்தவரான மேகநாதன் பிள்ளையுடன் எனது அய்யா அய்யம்பெருமாள் தேவருக்குத் தொடர்பிருந்தது. எங்கள் வீட்டு விசேசங்களுக்குத் தகவல் தருவோம். அவர்கள் மரியாதையோடு தகவலைப்பெற்றுக் கொள்வார்கள். தங்களை வெள்ளாளர்களாக முழுவதுமாக வரித்துக்கொண்டதால், எங்கள் வீட்டு விசேசங்களுக்கு வருவதில்லை. இதில் ஒரு வியப்பு, எங்கள் குடும்பத்தில் ஒவ்வொரு தலைமுறையிலும் ஒரு வெள்ளாள குடும்பத்துடன் திருமண உறவு நடைபெற்றுவருகிறது. எனது அய்யா, அப்பா, சகோதரன், மகள் என வெள்ளாளருடனான உறவு சங்கிலித் தொடராகத் தொடர்கிறது.

மேகநாதம்பிள்ளை பற்றி எனது பால்யகாலத்தில் எனது அய்யா சொல்லியதற்குப்பின் ஐம்பது ஆண்டுகளுக்கும் மேலாக நான் அவர்களைப் பற்றிக் கேள்விப் பட்டதில்லை. 2014ஆம் ஆண்டு நான் எழுதிய, வடகரை: ஒரு வம்சத்தின் வரலாறு என்னும் நூலில் மேகநாதன்பிள்ளையுடனான எங்களது குடும்பத் தொடர்பு பற்றி எழுதியிருக்கிறேன். இந்த நாவலைத் தமிழின் முதல் 'இனவரைவியல் நூல்' என நாஞ்சில்நாடன், பக்தவசல பாரதி போன்ற பெருமக்கள் சிலாகித்தனர். 2018ஆம் ஆண்டுச் சாகித்ய அகாதெமியின் இறுதிப் பட்டியலில் வடகரை புத்தகம் இடம் பெற்றிருந்தது.

2022-க்கான சாகித்ய அகாதெமி விருது பெற்றமைக்காகத் திருமங்கலத்தில் உள்ள அனைத்துப் பொது நலச்சங்கங்களும் சேர்ந்து முன்னாள் சட்டமன்ற, மற்றும் நாடாளுமன்ற உறுப்பினர் என். எஸ். வி. சித்தன் தலைமையில் எனக்குப் பாராட்டு விழா நடத்தினர். அந்த விழாவில் வரவேற்பு நிகழ்வாகச் சித்ரா கௌரி என்ற இளம் பெண்ணின் பரத நாட்டிய நிகழ்ச்சி நடைபெறுவதாக அழைப்பிதழில் இருந்தது. விழா மண்டபத்திலும் அந்தப் பெண்ணின் புகைப்படம் இருந்தது. நிகழ்ச்சி நடப்பதற்குச் சிறிது நேரத்திற்கு முன்பாகவே என். எஸ். வி. சித்தனும் நானும் வந்துவிட்டோம்.

விழாமேடைக்குக் கீழே அமர்ந்து பேசிக்கொண்டிருந்த போது, சித்ரா கௌரியை அழைத்துக்கொண்டு அவருடைய தகப்பனார்

வந்து சித்தனிடம் தன்னை அறிமுகப்படுத்திக்கொண்டார். ‘சார், என் பெயர் பழனிக்குமார், இவள் என் மகள் சித்ரா கௌரி. நாங்கள் இந்த ஊரில்தான் தலைமுறை தலைமுறையாக இருந்தோம். இப்போது திருநகர் போய்விட்டோம்’ என்று சொல்லிநிறுத்தியவர், சொன்ன அடுத்த வார்த்தை என்னை நிலைகுலைய வைத்தது. ‘சார் உங்களுக்குத்தெரிந்திருக்கும், நான் மேகநாதம் பிள்ளையின் பேரன்’ என்றார். தொன்னூறு வயதைக் கடந்த என். எஸ். வி. சித்தனுக்கு மேகநாதம் பிள்ளை தெரிந்திருக்கும் என்று அவரிடம் சொல்லியிருக்கிறார். ஆனால் எனக்குப் பளீச்சென்று புரிந்துவிட்டது.

பாராளுமன்ற உறுப்பினரிடமும், பழனிக்குமாரிடமும் மேகநாதன் பிள்ளைக்கும் எங்கள் குடும்பத்துக்குமான பந்தம் பற்றிச் சொல்லிய நான் எனது வடகரை புத்தகத்தை எடுத்து வரச்சொல்லி, பக்கம் 139-லிருந்து 143 வரையான பக்கங்களைக் காண்பித்தேன். நல்லமூக்கனின் வழித்தோன்றலான எனக்கு நடக்கும் மிகமுக்கியமான பாராட்டு விழாவில் சோழமூக்கனின் வாரிசுகளைச் சந்தித்ததை என்ன வென்று சொல்வது?

இதுமட்டுமல்ல, எங்கள் ஊர் மிகச் சிறியது, என்றாலும் அங்கு நடக்கும் பல விசயங்களை எங்கள் ஊரைப் பற்றி அறியாதவர்கள் புரிந்துகொள்ளவது கடினம். கடந்த முப்பது ஆண்டுகளாக நான் கிராமத்திற்குச் செல்கிறேன். அதற்கு முன்பு நான் திருமங்கலத் திலிருந்தபடியே என்னுடைய பணியிடங்களுக்குச் சென்று விடுவேன். எனது தாயாரும் தங்கையும் எங்களுடைய திருமங்கலம் வீட்டில் வைத்து, தங்கையின் திருமணத்திற்கு 14 நாட்களுக்கு முன்பு 1993 பிப்ரவரி 15இல் கொலை செய்யப்பட்டுவிட்டனர். கடந்த 30 வருடங்களாக அந்தக் கொடுஞ் செயலைச் செய்தவர்கள் யார் என்று கண்டுபிடிக்கப்படவில்லை. ஆனால் எனது காயத்திற்கு மருந்திடுவது போல எனது தங்கை, தாயார் இறந்த இரண்டாவது வருடம் அதே பிப்ரவரி 15இல் எனது தங்கையின் சாயலில் எனக்குப் பெண்குழந்தை பிறந்தது. எனது தங்கையின் பெயரையே மகளுக்கும் வைத்திருக்கிறேன்.

அடுத்ததாக, எனது தம்பிக்கு இரட்டைப் பெண் குழந்தைகள் பிறந்தன. எங்கள் வீட்டில் இரட்டைக் குழந்தைகள் பிறந்ததில்லை.

அதுவே முதல் முறை. எனது தாயார் ஜெயலட்சுமி, தங்கை கலை வாணி பெயரை இந்தக் குழந்தைகளுக்கு வைத்துள்ளோம்.

எனது பேரன் திரேன் ராஜே. எனது தகப்பனார் ராஜா பிறந்த ஆடிப் பெருக்கு தினத்தன்று பிறந்தவன். எனது தகப்பனாருக்கும் பேரனுக்கும் ஒரே பிறந்த நாள்.

எனது தாயார், தங்கை, தகப்பனார், அப்பத்தா, அய்யா, பாட்டனார், பாட்டிக்கு வடகரையில் அவர்களை அடக்கம் செய்த இடத்தில் நினைவிடம் கட்டியுள்ளோம். நான் ஊருக்குள் நுழைந்தவுடன் எனது முன்னோர்களின் நினைவிடத்திற்குச் சென்று தரையில் விழுந்து வணங்குவேன். ஊரைவிட்டுக் கிளம்பும் போதும் நினைவிடத்திற்குச் சென்று மரியாதை செலுத்துவேன். நினை விடம் அமைத்த கடந்த முப்பது வருடங்களாக நான் ஊருக்குச் செல்லும் பெரும்பான்மை நேரங்களில் கிராமத்தில் மழையோ சிறு தூறலோ இருக்கும்.

வடகரையில் நிகழ்ந்த சில சம்பவங்களைக் கூறுவதற்கு முன்பு, கிராமங்களிலிருக்கும் நம்பிக்கைகளைத் தெளிவுபடுத்த வேண்டும். எனது மாமாவின் ஊர் நாகமலை புதுக்கோட்டை. அங்கு நான் முதன்முதலாகச் சென்ற சமயம் அரசுப் பணியில் சேர்வதற்கான முயன்றிருக்கிறேன். அவர் அந்த ஊரின் புதுப் பணக்காரர். அந்த ஊரில் பெரியவீடு, சின்னவீடு என்று இரு குடும்பங்கள் இருந்தன. இருவரும் எனது மாமாவைவிட வசதியில் குறைந்தவர்கள். நான் நடந்துவரும் பாதையில் அவர்கள் தட்டுப்படுவார்கள். அவர்களை நான் கண்டுகொண்ட தில்லை.

இந்த விசயம் தெரிந்து மாமா சொன்னார், 'மாப்பிள்ளை, நீங்கள் பெரும் முயற்சியில் இருக்கிறீர்கள், நீங்கள் பெரிய வீட்டு, சின்ன வீட்டு முக்கியஸ்தர்களைப் பார்க்கும்போது வணக்கம் செலுத் துங்கள். எப்படி உங்கள் ஊருக்கு நீங்கள் பெரிய குடும்பமோ அதேபோல எங்கள் ஊருக்கு இவர்கள். கிராமத்தில் முக்கியஸ்தர் களுக்கு வாக்கு தத்து இருக்கும். அவர்கள் வாக்கு பலிக்கும். அவர்கள் நம் நடவடிக்கையைப் பார்த்து மகிழ்ந்தால், நல்லது நடக்கும்' என்றார். அன்றிலிருந்து அவர்களைச் சந்திக்கும் போது வணக்கம் வைத்துவிடுவேன்.

எங்கள் ஊரில் சிறுவயதில் நானறியப் பார்த்த சில நிகழ்வு களைச் சொல்லுகிறேன். யார் வீட்டிலாவது கோழி நிறைய குஞ்சு களுடன் திரிந்து, அது என்னுடைய அய்யாவின் பார்வையில் பட்டு, அதுகுறித்து அவர் சிலாகித்துப் பேசினால், அந்த வீட்டி லிருந்து ஒருகோழியை எங்கள் வீட்டுக்குத் தந்துவிடுவார்கள். தராதவர்களுடைய கோழிக்குஞ்சுகள், காகம், பருந்துகளிடம் சிக்கிவிடும். தாய்க்கோழி தனியாகத் திரியும்.

ஒருமுறை எனது பூர்வீக வீட்டுக்கு எதிரில் உள்ள கோயில் புறம்போக்கில் மன்று அண்ணனின் மகன் ராஜேந்திரன் (எங்கள் ஊரில் எங்கள் குடும்பப் பெயர்களைப் பல வீட்டில் வைப்பது உண்டு) என்பவன் கடை வைத்தான்.தேமுதிக கட்சியில் சேர்ந்து மாவட்டப் பொறுப்புப் பெற்றான். கார்கூட வைத்திருந்தான். அவன் நடத்திய கடையில் எங்களுக்குப் பிடிக்காத ஒருவர் உட்காருவார். நாங்கள் ஊருக்கு வரும்போது கடையில் இருப்பவர்கள் எழுந்து நிற்பார்கள். எங்களுக்குப் பிடிக்காதவர் அந்தக் கூட்டத்தில் இருந்தால், வேறு பக்கம் பார்ப்பதுபோல உட்கார்ந்திருப்பார். ஒருமுறை அந்த நபரின் தூண்டுதலில் உட்கார்ந்திருந்த மற்றவர்களும் எழுந்து கொள்ளவில்லை. நானும் எனது தம்பி ரவிச்சந்திரனும் அந்தக் கடையை உற்றுப் பார்த்து விட்டுச் சென்றுவிட்டோம். அடுத்த நான்கு நாளில் சம்பவம் நடந்துவிட்டது.பேரிடி ஒன்று தாக்கி அந்தக் கடையும் கடையை அடுத்து இருந்த புளியமரமும் தீப்பற்றி எரிந்தது. கடை காலி யானது. கடை நடத்தியவனும் நொடித்துப்போய் அனைத்தையும் இழந்துவிட்டான்.

சில ஆண்டுகளுக்கு முன்பு எங்கள் ஊர் அங்கம்மாள் கோயிலில் கும்பாபிசேகம் நடந்தது. ஊரில் பல காலமாக, 'ஒத்தை வீடாக' இருந்தவர்களில் ஒருவர் எப்படியோ பெரும் பணம் சேர்த்து விட்டார். பணத்தைக் காட்டி ஒத்தை வீடு என்ற நிலையை மாற்ற முயன்றார். என்னுடைய உறவினர்கள் சிலர் அவரிடம் பெருந் தொகை பெற்றுக்கொண்டனர். 'ஒத்தை வீட்டு நிலையை மாற்றி ஒண்ணுமண்ணாயிரலாம்' என்றனர். எங்களுடைய ஒத்துழைப்பைக் கேட்டபோது மறுத்துவிட்டோம். 'ஏதோ ஒரு பெரும் காரணத்திற் காக நம்முடைய முன்னோர்கள் அழகர் கோயில்வரை சென்று அன்னந் தண்ணீப் புழங்க மாட்டோம்

என்று சத்தியம் செய்திருக் கிறார்கள். அது மட்டுமில்லாமல், அழகர்கோயிலிலிருந்து வடகரை வரையான 15 மைலுக்கும், மைலுக்கு ஒருமுறை கற்பூரம் பொருத்தி அணைத்துச் சத்தியம் செய்திருக்கிறார்கள். நமது முன்னோர்களின் கருத்துக்கு விரோதமாக நான் நடக்கமாட்டேன். ஒத்தை வீட்டுக்காரர் வெளியூர் சென்று எப்படியோ பணம் சம்பாதித்திருக்கிறார். அவரின் பணத்திற்காக நடைமுறைகளை மாற்றமுடியாது' என்று என் குடும்பத்தார் சொல்லிவிட்டோம்.

நாங்கள் சொந்த ஊரில் நிலையாகக் குடியில்லாமல் வெளியூர் களில் வேலைபார்ப்பது அவர்களுக்கு வசதியாகப் போய்விட்டது. அங்கம்மாள் கோயிலைப் புதுப்பித்து ஒத்த வீட்டை விழாவிற்கு அழைக்க ஏற்பாடு ஆயிற்று. கும்பாபிசேசத்துக்கு முன்பு ஒவ்வொரு வீட்டிலும் நீச்சத்தண்ணி வாங்கி அதை ஒத்த வீட்டுக்குக் கொண்டு போய் அங்கும் நீச்சத்தண்ணி வாங்கிக் கலந்து எல்லோரும் குடித்து, 'இனி நீங்க ஒத்தவீடு இல்லை' என்று சொல்லியிருக் கிறார்கள்.

அங்கம்மாள் கோயில் கும்பாபிசேகம் நாள் வந்தது. கலசத்தில் தண்ணீர் ஊற்றும் போது ஒத்தை வீட்டில் ராமசாமி அண்ணனின் 35 வயதுடைய மருமகன் திடீரென மரணமடைந்தான். கும்பாபிசேகம் கலகலத்தது. அங்கம்மாள் கோயில் இன்றும் பூட்டித்தான் கிடக்கிறது.

அதே கோயில் சம்பந்தப்பட்ட இன்னொரு நிகழ்வு. அந்தக் கோயிலிலிருந்த நகைகள் களவாடப்பட்டிருந்தன. ஆனால் அதுகுறித்து யாரும் காவல் துறையில் புகார் செய்யவில்லை. நாங்கள் ஊருக்குச் சென்றபோது எங்களுக்குத் தகவல் தெரிந்து, எனது தம்பி ரவிச்சந்திரன் காவல் துறையில் புகார் செய்தான். காவல் ஆய்வாளர் ஊருக்கு வந்து விசாரித்தார்.

அப்போது எங்கள் உறவினரான பாக்கியலட்சுமியின் மகன் 25 வயது இளைஞன் சக்தி என்பவன் அத்தனை பேர் மத்தியில், 'வெளியூர்காரங்க சொல்றத கேட்டு வந்திருக்கீங்க. கோயில்ல திருட்டு எதுவும் நடக்கவில்லை' என்று தேவையில்லாமல் வக்காலத்து வாங்கினான். மூன்றாவது நாள் அவனுக்கு வயிற்று வலி வந்தது. மூன்று லட்சம் வரை செலவு செய்தும், அவன் பிழைக்கவில்லை.

கிராமங்களில் காலங்காலமாக இருக்கும் நம்பிக்கைகளை நினைவில் வைத்திருக்கும் சிலரில் நானும் ஒருவன். எனது அப்பத்தா கருப்பாயி, 'நம்ம முத்தையாசாமி ராத்திரி வெள்ளக் குதிரையில வந்து ஊரக் காவக்காக்கும். ராத்திரி கனவுல போலீசு வர்ற மாதிரியிருந்தா, அது நம்ம கரைச்சாமிதான்' எனச் சொல்லும்.

இன்றும் ஊருக்குள் நடக்கும்போது நான் செருப்பு அணிவ தில்லை. முத்தையாசாமி மீது பயபக்தி. வீட்டின் முன்னோர்கள் மீதான மரியாதை. முத்தையா மேற்கூரைகூடயில்லாத எளிய இடத்தில் வாழும் தெய்வம் என்றாலும் அவருக்கு வீச்சு அதிகம் என்பதை என் வாழ்வில் பலமுறை உணர வைத்திருக்கிறார். காதால் கேட்ட பல சொற்களை நடத்திக்காட்டியிருக்கிறார்.

கல்லூரியில் சேருவதற்கு என் தகப்பனாரோடு போனபோது வெள்ளைச்சாமிநாடார் கல்லூரி முதல்வர் பேராசிரியர் சக்தி வேலு எனது அப்பாவிடம் சொன்னார், 'நீ வில்லேஜ் முன்சீப்பா யிருக்கே. இவனைப் பிஏ இங்கிலீஸ் லிட்டரேச்சர்ல சேர்த்துவிடு, இவன் பிஏ முடிக்கையில் நம்ம காலேஜ்லயே எம்ஏ இங்கிலீஸ் வந்துரும். டைரக்டா டிப்டி கலெக்டர் ஆயிருவான்' என்றார். பணம் கட்டிய பின்புதான் தெரிந்தது, பிஏ இங்கிலீசுக்குப் போதுமான அளவு மாணவர்கள் கிடைக்கவில்லை என்று. நான் பிஏ முடித்த சமயம் எம்ஏவும் அந்தக் கல்லூரிக்கு வரவில்லை. இருந்தாலும் அவர் சொன்னபடி எதிர்காலத்தில் குரூப் 1 தேர்வில் தேர்ச்சிபெற்று, டெபுடி கலெக்டராகி, பின்னாளில் கலெக்டராகவும் ஆனேன்.

நான் எழுத வந்ததே காலதாமதமாகத்தான். ஆனால் அடுத்த பத்து வருடங்களில் சாகித்திய அகாதெமி விருது சாத்தியமானது கரைச்சாமியின் அருளால் என்று நம்பத் தலைப்படுகிறேன்.

வடகரை எனும் சிற்றூரில் கொட்டுச் சத்தம், குலவைச் சத்தம் கேட்காத கண்மாய்க் கரையில் எளிய இடத்திலிருக்கும் கரைச் சாமியும், கம்பங்குழி கருப்பாயியும் அவர்கள் பெருமை அறிந்தவர் களை வழிநடத்தும் அழகே தனிதான்.

□

36

பள்ளம்துறை
மணக்கும் நெய்தல் வாசனை
வறீதையா கான்ஸ்தந்தின்

'வெளியூர்க்காரனுக்குத் தண்ணீரில் கண்டம்; உள்ளூர்க்காரனுக்கு இருட்டில் கண்டம்.' இப்படியொரு சொலவடை புழங்குகிறது. இதில் முதல்வகைப் பயம் ஊர் குறித்த பரிச்சயமின்மை காரணமாக எழுவது; இரண்டாவது வகை, தவறான அறிவினால் முளைப்பது.

ஓர் ஊரின் சித்திரத்தை இயல்பாக மனதில் எப்படிப் பதிய வைத்திருக்கிறோம்? பகலில் பாதி தெரிந்தால் அதிசயம்! பர்தா அணிந்திருக்கும் பெண் போல, எல்லா மனிதருக்கும் ஊர் தன்னை வெளிக்காட்டிக் கொள்வதில்லை. இலைமறை காயாக இருக்கின்ற பலவற்றையும் நீங்கள் காத்திருந்துதான் காண வேண்டும்; நுட்பமான அவதானிப்பு வேண்டும். பட்டறிவும் பண்பாட்டறிவும் உங்களுக்குத் தேவைப்படலாம்.

ஓர் ஊரின் அழகை நீங்கள் முழுமையாக அனுபவிக்க விரும்பினால் இரவுத் தங்கல் இன்றியமையாதது. ஊரின் அழகு என்பது புறக்காட்சிகள் மட்டுமல்ல, ஒலிகளும் வாசனைகளும் ஒருங்கமைந்தது. சாலையில் அதிவிரைவாய்க் கடந்துசென்று விடுகிற ஒருவருக்கு அந்த அனுபவம் வாய்க்காது. இருள் கவிந்து, மனிதச் சந்தடிகள் முற்றாக ஓய்ந்து, வாகனங்களின் இரைச்சல்கள் தேய்ந்து, ஊர் கொஞ்சம் கொஞ்சமாய் அடங்கிய பிறகு, பிற உயிர்ச் சலனங்களை உணரலாம். கூடுகளைக் கரிசனமாய் இரவுக் காவல் காக்கும் பறவைகள் உண்டு. நடு இரவு, இரண்டு மணி,

நான்கு மணி என்று, அலாரம் வைத்தது போல, துல்லியமாய் ஒலி எழுப்பிக்கொண்டிருக்கும். பின்னிரவு வரை எழுத்தில் மூழ்கி யிருக்கும் நாட்களில் அவற்றுக்கும் எனக்கும் இடையில் ஓர் உறவு இழை நீடிப்பதை உணர்வேன். மின்விசிறியைத் தவிர்த்து, சன்னல்களை முழுவதுமாய்த் திறந்து விட்டபடி வேலை செய்கிற எனக்காகவே அப்பறவைகள் பாடுவதாய்த் தோன்றும். இரவு உங்களைத் தழுவிக்கொள்வதை அனுபவித்து அறிவீர்கள்.

இரவின் தாளம்

நீங்கள் தங்கியிருப்பது ஒரு கடற்கரை ஊர் என்றால், இரவில் அலைகளின் தாளம் உங்களை அசைத்துக் கொண்டேயிருக்கும். முதலில் சில நாட்கள் உங்களுக்குத் தூக்கம் பிடிக்காது. போகப் போக, அதற்குப் பழகிக்கொள்வீர்கள். 1970களின் இறுதியில் இளம் பாதிரியார் மாற்கு கோடிமுனை (கன்னியாகுமரி) கடற்கரைக்குப் போனபோது, அலைகளின் பேரிரைச்சல் அவரைத் தூங்கவிடவில்லை. 'பிறகு அது எனக்குப் பழகிப்போய்விட்டது' என்கிறார். கிராமத்துப்பெண் அயலூரில் தங்கினால் தூக்கம் வரவில்லை என்பாள். அலையின் தாளம் செவியில் வீழ்ந்து கொண்டிருக்கவில்லை என்றால் ஒரு கடலோடியின் தூக்கம் நிறைவு பெறாது என்பான். இரயில் பாதைக்கு அருகிலுள்ள வாழ்க்கை போல, ஆற்றங்கரை, அருவிக்கரை, கடற்கரை வாழ்வும் தாளங்களால் நிறைந்தது.

இரவுத்தங்கல்

கடற்கரை ஊருக்குப் போனால், முதல் வேலையாகக் கடற் கரைக்கு ஓடிச்சென்று, அவ்வூர்க் கடலைப் பார்த்துக்கொண்டு நிற்பேன். இப்போது நான் பிறந்த ஊரில் அடிக்கடி தங்கிக்கொள் கிறேன். அங்கு என் இருப்பிடம் கடல் பார்வையில் இருக்கிறது. மாலைவேளைகளில் கடற்கரையில் உட்கார்வேன். சலிக்காமல் அலைக்கரம் நீட்டி என்னை அழைத்துக்கொண்டிருக்கிற கடலைப் பார்த்துக்கொண்டிருப்பேன்.

விடலைப் பருவ இரவுத் தங்கல்களாக என் நினைவில் நிற்பது கடியப்பட்டினம், மண்டைக்காடு புதூர், பூத்துறை கடற்கரை ஊர்கள். வள்ளியாறு கடலோடு இணையும் ஊரான கடியப்பட்டினம்,

கழிமுகமும் பாறைகளும் கடலோடு காதல் கவிதை பாடும் கடற்கரை. எழிலுக்கும் வளத்துக்கும் பஞ்சமில்லாத ஊர். முக்கியமாக என் தாயின் ஊர். ஐந்து வயதில் ஓராண்டு அங்கே வாழ்ந்திருக்கிறேன்.

என் ஊர்

இளம்பருவ நினைவுகள் அலாதியானவை. அந்நினைவுகளைக் கிளர்த்தும் எதுவும் நம்மை ஈர்த்துவிடுகிறது. என் நினைவுகளில் உயிர்த்திருக்கும் பிறந்த ஊரான பள்ளம்துறை என் உயிர்த் திருப்பின் கூறாகிவிட்டுள்ளது.

என் ஊர் எழில் மிக்க ஊர். பெயருக்கு முரணாக, அது அமைந்திருப்பது மேட்டில். 2004 சுனாமியில் தென்கிழக்கிலுள்ள கீழமணக்குடி, மணக்குடி ஊர்களில் நிறையப் பேர் மரணத்தைத் தழுவிய போதும் பள்ளம் ஊரில் ஒருவர்கூட பலியாகவில்லை.

என் கிராமத்தின் கிழக்கிலும் மேற்கிலும் அமைந்துள்ள கடற்கரைகளான ஆராட்டு ரோட்டிலும் சங்குதுறையிலும் அமைந்திருந்த உயர்ந்த மணல் குன்றுகள் மணல் கொள்ளையால் ஒட்டு மொத்தமாய்ச் சிதைக்கப்பட்டுவிட்டன. ஆராட்டு ரோட்டில் 20 பேரின் உயிரைச் சுனாமி காவுவாங்கியது.

ஊரில் அன்றைக்கு மூன்றே தெருக்கள்—தெற்குத் தெரு, கோவில் தெரு, வடக்குத்தெரு. தெருக்களின் இருபுறமும் வீடுகள். மேற்கு விளிம்பில் கல்லறை. வடபுறம் தென்னஞ் சோலைகள். மேற்கிலும் கிழக்கிலும் நீண்ட மணல் வெளிகள். மீன் உலர்த்த, வலை உலர்த்த, பழுதுபார்க்க, அவற்றைப் பத்திரப் படுத்தும் கூடாரங்கள் அமைக்க ஏராளம் திறந்த வெளிகள் இருந்தன. வண்ணான்மாத்து, கிட்டிப்புள், உப்புக்குச் சப்பாணி, மட்டைப் பந்து, ஓடுபந்து, கிளியாந்தட்டு, வட்டோலை, உப்படுக்கு, ஐஸ்பால் ரெடி என்று நாங்கள் வகை வகையாய் விளையாடுவதற்கு இயற்கை வஞ்சனையில்லாமல் வழங்கிய பரப்பு.

நிலா வெளிச்சம் பூசிய இரவுகளில் ஆடுவதற்கும் ஆட்டங்கள் இருந்தன. விடலைப் பருவத்தில் தோழமையையும் பசியையும் பகிர்ந்துகொண்ட இடம் ஊர். பருவகாலத்துக்கேற்பக் கடல் குளியல், தூண்டில் வீசுதல், குந்தம் போடுதல் போன்றவற்றிலும்

ஈடுபடுவதுண்டு. பஞ்சகாலங்களில் காமராசரின் இலவச மதிய உணவுத் திட்டம்தான் பள்ளிச் சிறுவர்களின் நம்பிக்கையாக இருந்தது.

பனை வாசனைகள்

கடல் நீரோட்டங்களும் அலைகளும் கரைக்குக் கொண்டுசேர்க்கும் மணலை, காற்று நகர்த்திக் குன்றுகளை உருவாக்கியிருந்தது. இந்தக் குன்றுகளைப் பனை, தாழை, அடும்பு, இராவணன் மீசை போன்ற தாவரங்கள் பாதுகாத்து நின்றன. நெய்தல் வாழ்வோடு இரண்டறக் கலந்த ஒரு தாவரத்தைக் குறிப்பிட வேண்டுமென்றால், அது பனைதான். ஊரில் பனை சார்ந்த புழங்கு பண்டங்களைப் பெரும்பாலும் அவரவர் தேவைக்கேற்றபடி உருவாக்கிக்கொள்வதே வழமையாக இருந்தது.

கடலுக்குக் கொண்டுசெல்லும் ஓமல் என்னும் மீன் கடகம் செய்வதற்காகப் பனையேறும் நாடாரிடமிருந்து அப்பா வாங்கி வந்து முற்றத்தில் விரித்து உலரவிட்டிருக்கும் குருத்தோலையின் வாசனை; பனங்காயை அடுப்பிலிட்டு சுடும் வாசனை, அறுதொலிப் பனங்காயாக அறுத்து, கருப்புக்கட்டிக்கூழ் ஊற்றி, பானையில் அவிக்கும் வாசனை; அதை மறுநாள் காலையில் எடுத்துச் சுவைக்கும் போது வெளிப்படும் வாசனை; சுட்ட பனங்கிழங்கின் வாசனை—இப்படி வகை வகையான வாசனைகளாலான பனை குறித்த சிறு வயது நினைவுகள் இன்றும் பசுமையாய் இருக்கின்றன.

பனைக்கணியம்

எங்கள் ஊர் மீனவர்களுக்குப் பனைமரங்கள் வேறொரு வகையில் உதவியிருக்கின்றன. நவீனத் தொழில்நுட்பம் ஏதும் இல்லாத அந்தக் காலத்தில் கடலில் குறிப்பிட்ட இடங்களில் சென்று தூண்டில் வீசுவதற்கும், முன்தினம் விரித்துவைத்த வலையை மறுநாள் போய் எடுத்து வருவதற்கும் கரை அடையாளங்களின் அடிப்படையில் கணியம் குறிப்பார்கள். கன்னியாகுமரி மீனவர்களுக்கு மருந்துவாழ்மலை, மகேந்திரகிரி மலை, சுங்கான்கடை மலை போன்றவை முக்கியமான கரைநில அடையாளங்கள். போலவே, கோவில்களின் உயர்ந்த கோபுரங்கள், பனைமரக் கூட்டங்களைக் கணியக் குறிப்பாகப் பயன்படுத்துவார்கள்.

எங்களுடைய ஊருக்கு வடக்கே ஓனாச்சிக்கிடங்கு, ஒத்தப்பனை போன்ற நிலக் கணிய அடையாளங்கள் இருந்தன.

என் ஊர் மீனவர்கள் மீன்பிடித்து வந்த மடைகளில் ஒன்று, நாகர்கோவில் பகுதியிலுள்ள ஏழு பனைகளைக் கணியமாய்க் கொண்டிருந்தது. நகர வளர்ச்சியை முன்னிட்டு அந்தப் பனைகள் வெட்டி வீழ்த்தப்பட்டபோது அம்மடையின் கணியக் குறிப்பும் இழப்பாகியது. இன்றைக்கு கணிய மரபறிவை ஜிபிஎஸ் என்னும் நவீன இடங்கணிப்பான் தின்றுவிட்டது.

கட்டுமரம்

பண்பாட்டியல் வரலாற்றில் மனிதன் கண்ட அற்புதமான கலைப்படைப்புகளில் ஒன்று கட்டுமரம். உலகின் மூன்று இலட்சம் கிலோமீட்டர் கடற்கரை நெடுக வாழ்ந்துவரும் கடற்குடிகள் சில ஆயிரம் ஆண்டுகளாக செதுக்கிச் செதுக்கி உருவாக்கிய கடற்கலன். தெப்பத்திலிருந்து படிமலர்ச்சி பெற்ற கட்டுமரம், புழங்கும் கடலின் பண்புகளுக்குத் தகவமைத்து தன்னை மெருகேற்றிக்கொண்டது. பகுதி சார்ந்தும், பருவம் சார்ந்தும், அறுவடை முறையில் காலந்தோறும் நேர்ந்த மாற்றங்களின் விளைவாகக் கட்டுமரத்தின் கனபரிமாணத்திலும் மாறுதல்கள் நேர்ந்துள்ளன.

அரபிக்கடலில் சீற்ற மிகுந்த அலைகளை எதிர்கொள்வதற்கு ஏற்ற ஒடுகலான 'திருவிதாங்கூர் வகை'; முத்துக்குளித்துறையின் ஆழிக்கடலை எதிர்கொள்ள பரந்த விசாலமான 'கோடா வகை'; வடதமிழ்நாட்டுக் கடல் சூழலில் மாரியாவைச் சமாளிக்க அணியம் உயர்ந்து வளைந்த, அண்டை அமைப்பு கொண்ட 'ஆந்திரா வகை.' பேராசிரியர் வேதசகாயகுமார் குறிப்பிடுவது போல, (பார்க்க: *அணியம்,* வறீதையா கான்ஸ்தந்தின், தமிழினி, 2009) 'இயற்கையின் சக்தியைத் தனதாக வரித்துக்கொள்ளும் பழங்குடி அறிவின் அற்புதமான வெளிப்பாடு கட்டுமரம்.'

கட்டுமரத்தின் பலம் அதன் எளிமை. நிலையற்று நகர்ந்து கொண்டிருக்கும் மணற்பாங்கான கடற்கரைகளில் கரைபிடிக்கும் எளிமை. தூண்டில்மீன்பிடி, வலைத்தொழில், இரண்டு கட்டு மரங்கள் இணைந்து மீன்பிடிக்கும் பெருவலைத் தொழில்—

எதுவானாலும் கட்டுமரத்தின் இலாவகம் ஈடு இணையற்றது. படுவோட்டு, நெய்மீன்கெட்டு, செம்மீன்கெட்டு, சண்டாளக் கெட்டு போன்ற சுறாப்பாரிலுள்ள இடங்களுக்குப் போகும் கடல் தங்கல் தொழிலுக்கும் கட்டுமரம் கைகொடுத்தது. முத்துக் குளித்துறையிலும் திருவிதாங்கூரிலும் வாழுகிற பரவர்களும் முக்குவர்களும் 1980கள் வரை கட்டுமரங்களில் தொலைவுக் கடல் மீன்பிடித் தொழிலுக்கு கட்டுமரங்களிலும் வள்ளங்களிலும் சென்று கரை திரும்பியுள்ளனர்.

ஓடாவிகள்

ஒரு கட்டுமரத்தை, உருவாக்குவது உணர்வு கலந்த செயல்பாடு. கட்டுமரத்தைச் சேர்வை செய்து கொடுக்கும் கலைஞரான ஓடாவிக்கு ஊரில் முக்கியமான இடம் உண்டு. வெட்டுமரத் தடிகளைத் தேர்வு செய்வது தொடங்கி பருவெட்டு, தெப்பமிடல், சிறுசேவை, மிதப்புச் சோதனை, கடியால் என்னும் வாரிக்கல் வைத்தல், மந்திரித்தல், கடலில் இறக்குதல் என்பதான சில சடங்குகளும் உட்படும். ஓடாவி நின்று நிதானித்து, வியூகம் வகுத்து, சேல் பார்த்து செதுக்கி சேர்வை செய்யும் எழிலைக் கண்டு இரசிக்க கொல்லணியில் கூட்டம் கூடி நிற்கும். புதுவலை இறக்கும் முறைமையும் அவ்வாறே. வலைபின்னும் இயந்திரங்கள் வந்த பிறகும் ஊர்தோறும் மடிக்கெட்டிகள், வலைக்கெட்டிகள் இருந்தனர். புலமைவாய்ந்த மடிக்கெட்டிகளையும் ஓடாவிகளையும் வெளியூர்க்காரர்கள் அழைத்துச் செல்வார்கள்.

புதுவலைச் சடங்கு

ஊரில் புதுவலை இறக்கும் சடங்கு அலாதியானது. வெள்ளடி, காவமாட்டு, அங்காப்பெரத்தோடு முழுமைப்படுத்திய வலை பொதுவாக மாலை வேளையில் பாதிரியாரால் புனித நீர் தெளித்து மந்திரிக்கப்படுகிறது. பிறகு அவ்வலையின் மீது வாழையிலைகள் பரப்பப்பட்டு, அதன் மேல் சுடச்சுட பாச்சோறு (பால்சோறு) கொட்டப்பட்டு, தேங்காய்த்துருவல் தூவப்படுகிறது. பாச்சோறு என்பது பெரும் பயிறு, அரிசி, கருப்புக்கட்டி சேர்த்துத் தயாரித்த சர்க்கரைப் பொங்கல். பாற்சோற்றின் மணம் தெருவையே ஈர்க்கும். தெருவிலுள்ள சிறுவர்கள் எல்லோரும் காய்ந்தமாடு

கம்பில் விழுந்ததுபோல் பொங்கலை அள்ளியள்ளித் தின்பார்கள். பசித்தவன் உணவின் மீது வெறியோடு பாய்வது போல மீன்கள் வலையில் பாயும் என்பது நம்பிக்கை குறியீடு.

கரைவலை

கரைவலை (கரைமடி) என்பது பெருமுதலீட்டு உபகரணம். பொருளாதாரப் பின்புலமும் மிகையான மனித வளமும் தேவைப் படும் தொழில். பொதுவாகக் கரைமடி உரிமையாளர்கள் கடற்கரை ஊரில் செல்வாக்கும் பொருளாதார பலமும் கொண்டவர்களாய் இருந்தனர். கிராமத்தின் அதிகார மையங்களுக்கு நெருக்க மானவர்களாகவும் இருந்தனர். ஒரு கரைமடியை இயக்குவதற்கு வள்ளம் (பெரிய படகு) அல்லது கட்டுமரம் வேண்டும். இருபது ஆட்களாவது வேண்டும். உரிமையாளர் ஒருவர் இருக்க, மடியை முன்னின்று நடத்தும் மும்பன் (தலைவன்) ஒருவர் இருப்பார்.

பருவம்தோறும் பலவகை மீன்களை இலக்கு வைத்துக் கரைவலை இழுப்பார்கள். நெத்திலி, காரப்பொடி, கூனிப்பொடி, சூடைச்சாளை தொடங்கிச் சாவாளை, சள்ளைமீன், கெளிறு, வேளா, ‘சூரையினங்கள் வரை. பருவத்தைப் பொறுத்து அதிகாலை நான்கு மணிக்கும்கூட தொழிலைத் தொடங்க வேண்டியிருக்கும். பகல் வேளைகளில் மீன் மண்டல்களைக் கரையில் இருந்தவாறு பார்வையிட்டு மடியை இறக்கி வளைப்பதும் உண்டு.

பகிர்தல்

மீன்பாடு மிகுந்த காலங்களில் கரைமடி கரையேறும் காட்சியே ஒரு திருவிழாவாக இருக்கும். யாசிக்கும் எல்லோருக்கும் மீன் கிடைக்கும். விதவையர், ஆதரவற்றோர், சிறுவர்கள், முதியவர்கள் எல்லோருக்கும். அறுவடை ஏலமிடப்பட்டு, பணமாகி உரிமை யாளரின் கையில் வந்தபிறகு, அதைப் பங்கிட்டு எல்லோருக்கும் வினியோகிப்பது நுட்பமான கலை. மும்பன், கடல் புகுந்தோர், கரையில் நின்று மடி இழுத்தோர், மடி உபகரணங்களை உலர்த்திப் பராமரித்து மறுநாள் தொழிலுக்கு வள்ளத்தைத் தயார் படுத்துவோர், தனித்திறனாளர்கள்—இப்படி ஒவ்வொருவருக்கும் அவரவர் திறன், பங்களிப்பின் அடிப்படையில் அறுவடைப் பணத்தை மும்பன் பங்கிடுவார். அது அவ்வளவு எளிதல்ல.

இது தவிர, சிலருக்குத் தனியாகக் கைப்பணம், பவுலத்த (பகல் படி) கொடுப்பார்கள். யாருக்கு எவ்வளவு கொடுக்கப்பட்டது என்பது இரகசியமானது. இவை எல்லாவற்றுக்கும் மேலாக அண்மைக் காலங்களில் 'குடிபடி'யும் கொடுக்கிறார்கள். முன்னணியில் நின்று வேலை செய்யும் திறனாளர்கள் மது அருந்துவதற்கான படி.

அம்பாப் பாடல்

மீனவர்கள் பகல் நேரப் பாடுகளின் போது, கடும் வெய்யிலில் உழைப்பின் சோர்வைத் தணிப்பதற்கு அம்பாப் பாடல்கள் (ஏலேலோ/அய்லசா) பாடுவார்கள். கிராமத்து வாழ்க்கையைப் பிரதிபலிக்கும் நக்கல் நையாண்டிகள், இறை வேண்டல்கள், கற்பனைகள், பழங்கதைகள் எல்லாம் கலந்து அவர்களே உருவாக்கிக் கொள்ளும் பாடல்கள் அவை. சில பாடல் களில் வசைமொழியும் ஆபாசமும் சற்று தூக்கலாக இருக்கும். இந்தப் பாடல்களுக்கு எவரும் உரிமை கோருவதில்லை. சமுதாயத்தின் பண்பாட்டுச் சொத்து அது.

அம்பாப் பாடல்கள் காலத்தையும் வாழ்க்கையையும் பிரதிபலிப்பதைக் காணலாம். மீனவர் வாழ்வியல் ஆய்வுகளுக் கான நம்பகமான மூலப்பொருளாக அம்பாப் பாடல்கள் அமைந்துள்ளன. ஸ்டீபன் சாம் (1994) என்னும் ஆய்வாளர் கன்னியாகுமரி மீனவர்களின் அம்பாப் பாடல்களைத் தொகுத்து வெளியிட்டுள்ளார்.

இன்று கடலும் கடற்கரையும் பாரம்பரிய மீனவர்களுக்கு அன்னியமாகி வருகிறது. கன்னியாகுமரிக் கடற்கரையின் முக்கால் பங்கைக் கரையில் கொட்டப்படும் தடுப்புச்சுவர் கற்கள் அடைத்துக்கொண்டன. கடலுக்கும் மீனவர்களுக்கும் இடையில் காலங்காலமாக நீடித்துவந்த தாய்-பிள்ளை உறவைத் தடுப்புச் சுவர்கள் நிரந்தரமாய்ப் பிரித்துவிட்டன. அத்தோடு பாரம்பரிய மீனவர்களின் பண்பாட்டு அடையாளமான கரைமடித் தொழிலும் அழிந்துகொண்டிருக்கிறது.

மால் பின்னும் தொழில்

பஞ்சகாலத்தில் வீடுகளில் பின்கட்டு வளைவு, வீடுகளுக்கு

இடையேயுள்ள சந்துகள், வீட்டருகேயுள்ள தென்னஞ் சோலை களில் பெண்கள் கூட்டமாய் உட்கார்ந்து பகல் பொழுதைக் கழிப்பதைப் பார்க்கலாம். பசித்த வயிற்றை ஆற்ற மும்முரமான மால் பின்னுதலும் (மீன்வலை) கும்மிப் பாட்டுகளுமே துணை. பெண்கள் பாடும் சிந்துகள் தெருவெங்கும் எதிரொலிக்கும். பசியையும் பகலையும் பாட்டால் துரத்தி விரட்டும் காலம்.

கடல் தொழிலுக்கான பெரும்பான்மைக் கருவிகள் சமூகத்தால் உருவாக்கப்படுபவை. அவற்றைப் பழுது நீக்குவதும் பராமரிப்பதும் புற இடையீடு ஏதுமின்றி உள்ளேயே நிகழ்கின்றன. கச்சாவலை, சாளாவலை, வழிவலை, இறால்வலை, மடிவலை வகைகளுக்கு எல்லாம் அந்தக் காலத்தில் பருத்தி நூலால் வலை பின்னுவார்கள். ஒட்டுமொத்த வலைகளையும் பின்னுபவர்கள் பெண்கள்தான். வலையை சிறு சிறு துண்டுகளாகத் தயாரிப்பார்கள். அதற்கு மால் என்று பெயர். மூங்கில் துண்டுகளை வலைகளுக்கான மாறுபட்ட கண்ணிகளுக்கு 'பலகை' அளவாகச் செதுக்கிக் கொள்வார்கள். வலைபின்னும் ஊசிகூட மூங்கில்தான். கண்ணிகள் நீள நீள, மால் முடிப்பவர்கள் பின்னால் நகர்ந்து போய்க் கொண்டிருப்பார்கள்.

நைலான் இழைகள் வந்த பிறகே இயந்திரவலை பின்னுதல் அறிமுகமானது. வலைபின்னுதல் என்னும் நெய்தல் குடிசைத் தொழில் ஒழிந்துபோனது. இன்று நரம்புவலை நைலானைத் துரத்திவிட்டது. புழங்குபொருட்களின் பழுது நீக்குதலுக்கோ மறுசுழற்சிக்கோ வாய்ப்பில்லாமல் போய்விட்டது.

பிள்ளை அடகு

கடும் பஞ்சகாலத்தில் தங்கள் வீட்டுச் சிறுவர்களை மடிக்காரர்கள் வீட்டில் அடகுவைத்து 50, 100 ரூபாய் பெற்றுக்கொள்ளும் வழக்கம் சில கிராமங்களில் இருந்திருக்கிறது. அடகு வைக்கப் படும் சிறுவர்கள் மடிக்காரர் வீட்டில் கூலியின்றி வேலை செய்து, அங்கேயே தங்கிக்கொள்வார்கள். அங்கு அவர்களுக்கு உணவு கிடைக்கும். பெற்றோர்களைப் பொறுத்தவரை பஞ்சகாலத்தில் அவர்களுக்குச் சோறு போடுகிற சுமை குறையும். அடுத்த மீன்பாடு காலத்தில் பிள்ளைகளை மீட்டு வீட்டுக்கு அழைத்து வருவார்கள்.

நிறைய பிள்ளைகள் பிறந்த, வறுமைப்பட்ட குடும்பங்கள் பையன்களை அயலூர்களிலுள்ள நெருங்கிய உறவினர் வீடு களுக்கு அனுப்பி வைப்பார்கள். போகிற ஊரில் பள்ளிக்கூடம் இருந்தால் அதில் சேர்ந்து படிப்பார்கள். இத்தற்காலிகமான தங்கலை 'நிற்கிறான்' என்பார்கள். வீடு எப்படிக் கடற்குடியின் பெருமைமிகுந்த அடையாளமாய் இருக்கிறது என்பதை, 'கடல்சார் மக்களின் இருக்கை' என்கிற கட்டுரையில் மானிட வியலாளர் ஜெயபதி பேசுகிறார். பிள்ளைகள் தலையெடுத்து விட்டால் உழைக்கும் உறுப்பினர்களின் எண்ணிக்கை உயர்ந்து, அந்தக் குடும்பம் செல்வாக்குப் பெற்றுவிடும்.

விருந்துச்சோறு

புதுமணத் தம்பதிகளுக்கு உறவினர் வீடுகளில் விருந்துச் சாப்பாடு கொடுக்கும் வழக்கம் கடற்கரைக் கிராமங்களில் நிலவி வந்துள்ளது. பஞ்சகாலத்தில் புதுமாப்பிள்ளை-பெண்ணுக்குச் சத்தான உணவு கொடுக்க வசதியற்ற நிலையில், இந்த வழக்கம் தோன்றியதாய் ஒரு கருத்துள்ளது. முத்துக்குளித்துறைக் கடற்கரை களில் மாசிக்கருவாடு சேர்த்த சிறப்பு வகை உணவாக 'விருந்துச் சோறு' கொடுப்பார்கள். அயலூர்களிலுள்ள சொந்தங் களோடு நெருக்கம் பேணுவதற்கும் இந்தச் சிறு பயணங்கள் உதவியாக இருந்தன. ஊரின் பாதுகாவல் புனிதர் விழாவுக்கு நெருங்கிய வெளியூர் உறவினர்களை விருந்துக்கு அழைப்பது உண்டு. புதுமணத் தம்பதிகளுக்குத் தேனிலவு என்றால் திருத்தலப் பயணம்தான். வேளாங்கண்ணி, உவரி, புளியம்பட்டி, எடத்துவா போன்ற ஊர்களுக்கு திருப்பயணம் மேற்கொள்வார்கள். போகும் போது உலைமாவு உருண்டை, பண்டங்களைக்கொண்டு போவார்கள்.

உலைமாப்பண்டம்

பச்சையரிசி மாவில் தேங்காய்த் துருவல் சேர்த்து வறுத்து, கருப்புக்கட்டிப் பாகு சேர்த்துத் தயாரிக்கும் பண்டம் உலைமாவு. சில நாட்கள் கெடாமல் வைத்துக்கொள்ளலாம். பயணங்களில் காலை நேரம் பசியாற ஓர் உருண்டை போதுமானது. நேர்த்திக் கடன் கழிப்பதற்குக் கடற்கரையோரமாகத் திருத்தலங்களுக்கு

நடைப்பயணம் போகிறவர்களும் உண்டு. அவர்களுக்குக் கட்டுச்சோறும் உலைமாவு உருண்டைகளுமே துணை. சுட்டவற்றல், மிளகு, உப்பு கலந்த புளிக்கரைசலில் வடித்த சோற்றைக் கலந்து துணியில் கட்டித் தொங்கவிடுவார்கள். மிகையான ஈரம் வடிந்து, பந்து போல கெட்டியாகிவிட்ட கட்டுச்சோறு சில நாட்கள் கெடாதிருக்கும். கடல் தங்கலுக்கும் இது கைவந்த உணவு.

நெத்திலிக்கருவாடு

அந்தக் காலத்தில் மீனைப் போலன்றி, உலர் மீன்களுக்கும் உப்பங்கருவாட்டுக்கும் தொலைதூரச் சந்தைகள் இருந்தன. ஊரில் பெரும்பான்மையான வீடுகளில் வாளை, மொரல், சாளை, நெத்திலிக்கருவாடு இருப்பு வைத்திருப்பார்கள். பஞ்ச காலத்தைக் கடக்க உலர் மீன்தான் நெய்தல் மக்களுக்கு வங்கி. அவர்களைப் பொறுத்தவரை, மீன்தான் உணவிலேயே மலி வானது. உப்பின்றி உலர்த்திப் பாடம் செய்யும் உலர் மீன்களில் முக்கியமானது நெத்திலி. மீனாகவும், கருவாடாகவும், பத்திய உணவு நோயாளிகளுக்கும் ஏற்றது. அதில் புரதமும் சுண்ணாம்புச் சத்தும் மிகுதி என்பதும், எளிதில் செரிக்கும் என்பதும் உவப்பான செய்தி.

குழியுப்பங் கருவாடு

வெள்ளைமணலில் தெளித்து வெய்யிலில் உலர்த்துவது நெத்திலிக்குப் பொருத்தமான பாடமுறை. இராமேஸ்வரம் -தனுஷ்கோடி பகுதியில் நவர, காரைப்பொடி மீன் வகைகளை இன்றும் இந்த முறையில் உலர்த்தியெடுக்கிறார்கள். வெய்யில் தரும் வரம். எல்லா மீன்களுக்கும் இம்முறை பொருந்தாது. வாளை மீன் வரவாகும் காலத்தில் மலைபோல் குவிந்துகிடக்கும். உடனடியாகக் கொள்முதலைப் பதப்படுத்த வியாபாரிகள் 'குழியுப்பு' முறையைத்தான் நம்பியிருந்தார்கள்.

தென்னங்கன்று நடவு செய்யத் தோண்டுவது போல, ஆனால் அதிகப் பரப்பாகவும் ஆழமாகச் சதுரக் குழிகளைத் தோண்டி, அதில் ஓலைப்பாய் அல்லது தென்னங் கிடுகுகளைப் பரப்புவார்கள்; அதில் குறுக்கும் நெடுக்குமாக மீனை பரல் உப்புடன் அட்டியிட்டுப் புதைத்து மூன்று மாதக் காலத்துக்கு அப்படியே விட்டுவிடுவார்கள்.

பாடம் செய்த இந்தக் குழியுப்பங் கருவாடு மாதக் கணக்கில் கெடாமலிருக்கும். கோயில்பட்டி, சங்கனாச்சேரி சந்தைகளைக் கலக்கும் சரக்கு!

மரவள்ளி மாப்பண்டம்

ஓட்டைக் காலணா வழக்கொழிந்து ரூபாய், பைசா அறிமுகமான காலத்தில் நான் சிறுவனாயிருந்தேன். ஒரு காசு, இரண்டு காசுக்கெல்லாம் அப்போது தின்பண்டம் கிடைக்கும். பதினைந்து காசுக்கு ஒரு கிலோ மரவள்ளிக் கிழங்கு கிடைக்கும். இரண்டு கிலோ கிழங்கும் கொஞ்சம் நெத்திலிக் கருவாடும் இருந்தால் குடும்பம் ஒரு பகலைத் தாண்டிவிடலாம். வெட்டுக் கிழங்கு (நறுக்கி உலர்த்திய மரவள்ளிக்கிழங்கு) அந்தக் காலத்தில் முக்கியமான உணவுப் பொருள். சில மணி நேரம் ஊறவிட்டு, வேகவைத்து எடுத்தால், பசி தீர்க்கும் உணவு. நொறுக்குத் தீனியாகத் தேங்காயுடன் அருமையான சேர்மானம் அது. அரைத்து மாவாக்கி, உப்பிட்டுப் பிசைந்து பொரித்தால், சுவையான கிழங்கு முறுக்கு. சர்க்கரை வெல்லம், தேங்காய்த் துருவல் கலந்து கொழுக்கட்டையாக, மணிப்பிட்டாகச் சமைத்து உண்ணலாம். உரம் தரும் உணவு—இந்த உலர் மரவள்ளிக்கிழங்கு.

ஆமை முட்டை

கோடைக்காலத்தில் அலைவாய்க்கரை மணல் தேரிகளில் ஆமைகள் இட்டுச் செல்லும் முட்டைகளைச் சேகரித்து வீட்டுக்குக் கொண்டு வருவோம். பறவைகளின் முட்டைகளில் காணப் படுவது போன்ற வலுவான தோடு ஆமை முட்டைகளில் இராது, சவ்வு போன்ற உறைதான் உண்டு. மணல்வெளியின் வெது வெதுப்பில் முட்டை பொரித்துக் குஞ்சுகள் வெளியேறி கடலுக்குத் திரும்பிச் செல்லும். வேகவைத்த ஆமைமுட்டை சுவை மிகுந்த புரத உணவு. கோழிமுட்டை போலப் பச்சையாகவும் குடிப்பார்கள்.

சுறா முட்டை கிடைக்கும்போது முட்டைதோசை செய்வார்கள். நறுக்கிய சிறு வெங்காயம், வற்றல் மிளகு, தேங்காய்த் துருவல், உப்புத்தூள் கலந்து ஆம்லெட் போன்று தயாரிப்பார்கள், கெளிறு மீனின் இனப்பெருக்கக் காலத்தில் பிடிபடும் முதிர்ந்த பெண்

மீன்களின் வயிற்றுக்குள் பெரிய பச்சைத் திராட்சை அளவில் உருண்டையாகக் கொத்தும் குலையுமாக முட்டைகள் இருக்கும். குழம்பிலிட்டு வேகவைத்த கெளிறுமீன் முட்டையின் மணமும் சுவையும் தனித்துவமானது.

நாட்டுமருத்துவம், வசதியானவர்களின் உணவு என்பதாக ஊர்ப்புறங்களில் நாட்டுக்கோழி முட்டைக்குப் பலவகையான தேவை எழும். 'முட்டையிருக்கா, முட்டே' என்று வாரத்துக்கு ஒருமுறையாவது ஒரு நாடார் தாத்தாவோ பாட்டியோ தெருக்களில் வருவதைப் பார்க்கலாம். பதனீர், கைக்குற்றல் அரிசி, பனங் கிழங்கு, பனம்பழம் விற்க வருபவர்கள் திரும்பிச் செல்லும் போது நாட்டு முட்டை கொள்முதல் செய்து போவார்கள். நான்கைந்து முட்டை விற்றால், பிள்ளைகளின் பகல் பசியைப் போக்க மரவள்ளிக் கிழங்குக்கோ, இராப் பட்டினியைத் தவிர்க்க ஆழாக்கு அரிசிக் கஞ்சிக்கோ ஆயிற்று. சில கடற்கரை ஊர்களில் ஆடு, பன்றி வளர்ப்பது உண்டு.

உப வருவாய்

வீடுதோறும் நாட்டுக் கோழிகள் வளர்ப்பார்கள். சேவலென்றால் மாதா விண்ணேகிய ஆகஸ்ட் பதினைந்துக்கோ, ஈஸ்டருக்கோ, கிறிஸ்துமஸுக்கோ அது கொண்டாட்ட உணவாகும். பெட்டை யென்றால் முட்டையும் ஓர் உப வருவாய். முட்டைகளைச் சேர்த்துக் குஞ்சு பொரிக்க வைத்துக் கோழிகளின் எண்ணிக்கையைப் பெருக்குவது ஓர் உபதொழில். தாய்க்கோழி கொத்தி விரட்டும் பருவத்தை எட்டிய விடலைக் குஞ்சுகளை விற்பது தனி வருவாய். நாள்தோறும் சமைக்கும் அரிசியிலிருந்து கைப்பிடி அரிசியைச் சேமிக்கும் அம்மாக்கள் உண்டு. கை காய்ந்து போகிற நேரத்தில் அந்தச் சேமிப்பு ஒருநாள் பொங்கலுக்கு ஆகும். அந்தச் சேமிப் பிலிருந்து தர்மம் போடுவதும் உண்டு.

பெருவலை

மடிவலை, கரைவலைக் காலம் ஒட்டுமொத்த மீனவக் கிராமத் துக்கும் கொண்டாட்டக் காலம். எல்லா வீடுகளிலும் தாராளமாய் மீன் சமையல் இருக்கும். அந்தவகையில், 'வேளா ஏறப்பிடிப்பு' கன்னியாகுமரிக் கடற்கரையில் பெரும் கொண்டாட்டம்தான்.

மடி தாங்காத வேளாமீன் பாடு! மடிகிழிந்து போய்விடாதிருக்க, இன்னொரு மடிவலையைப் பின்னால் வளைத்து வருவார்கள். அதை 'புறமடி' என்பார்கள். கடல், கணக்குப் பார்க்காத பெரும் வங்கி. நாளையைக் குறித்துக் கடல் மீது நம்பிக்கையைச் சேமித்து வைத்திருக்கிறவன்தான் கடலோடி.

மாறிப்போன இரசனைகள்

வாழ்க்கையின் போக்கும் இரசனைகளும் மாறிவிட்டன. சிறு வயதில் மீன்குழம்பு இல்லையென்றால் சோறு வேண்டாமென்று அடம்பிடித்ததுண்டு. வீட்டில் உப்பங்கருவாடு இல்லையென்றால் அம்மா நாலைந்து வீடுகளில் தேடிப்பிடித்தாவது காரைக்கருவாடு வாங்கி வந்து சுட்டுத் தந்து பழையசாதம் தின்ற நாட்கள் நினைவுக்கு வருகிறது. அப்பாவுடன் போட்டி போட்டுக்கொண்டு மஞ்சத்தண்ணீர் வைத்த சள்ளைமீனை மரச்சீனிக் கிழங்குடன் தின்றொழித்த நாட்கள்; ஊறம், குதிப்புக்கார, குதிப்பு, கிளச்சி என்று வகை வகையாய் ருசி பார்த்து, மீன்மேல் மிதந்த நாட்கள்... கோழிமுட்டை மஞ்சள் கருவின் ருசியை மிஞ்சும் பண்டிவாளை மீனை மஞ்சள் உப்புடன் அவித்துத் தின்ற காலம்...

நாகர்கோவில் கல்லூரியில் புகுமுக வகுப்பில் சேர்ந்த புதிதில் விடுதியில் சாப்பிடவே தோன்றவில்லை. நாக்கு மீன் ருசிக்கு ஏங்கியது. வாரயிறுதியில் வீட்டுக்கு ஓடுவதற்குக் காரணம் தேடியது. வெள்ளையரிசிச் சோறு சுத்தமாய்ப் பிடிக்கவில்லை, மரக்கறிப் பதார்த்த வகைகளுக்கு வயிறு அவ்வளவாகப் பழகி யிருக்கவில்லை.

கடன் சுறா

வலைக் கெட்டிகள் பஞ்ச காலத்தையே மால் கொள்முதலுக்குத் தேர்ந்தெடுப்பார்கள். இருதரப்புக்கும் இது நன்மை தரும். இலாபகரமாகக் கொள்முதல் செய்யலாம். விற்பவர்கள் பஞ்சத் திலிருந்து ஓரளவு நிவாரணம் பெறலாம். மருத நிலத்தில் பஞ்சமும் வறுமையும் நில அடிமைகளை உருவாக்கின. நெய்தல் நிலத்தில் மீன்வியாபாரிகளும் மடிவலை முதலாளிகளும் பஞ்ச நிவாரணத்துக்குப் பணத்தைக் கடனாய்க் கொடுப்பார்கள். அதற்கு வட்டி இல்லை. மீன் செழித்த காலத்தில் அந்தக்

கடனை அடைத்துவிடலாம் என்றால், கொடுத்தவன் ஏற்க மாட்டான். 'பஞ்ச காலத்திலல்லவா பணம் வாங்கினாய்? அடுத்த பஞ்ச காலத்தில் திரும்பப் பெற்றுக்கொள்கிறேன்' என்பான்.

பணம் கொடுத்தவன் வியாபாரி என்றால், அவன் வைத்த விலைக்கு மீனவன் தன் அன்றாட அறுவடையைக் கொடுத்துவிட வேண்டும். மடிவலை முதலாளி என்றால், கடன் பெற்றவன் அவனது மடிவலை/கரைமடி வலையில்தான் சேவகம் செய்ய வேண்டும். புதிதாக வலை, கட்டுமரம் வாங்கிக்கொள்வதற்கும் வியாபாரிகள் நிபந்தனையின் பேரில் வட்டியில்லாக் கடன் கொடுப்பார்கள். ஒரு கடலோடி வாழ்நாளில் மீண்டு வரமுடியாத கிடுக்கிப்பிடி இந்தக் கடன்சுறா.

கார்பொரேட் சுறா

உள்ளூர் வியாபாரிகள் நிகழ்த்திய சுரண்டல் இப்போது கார்ப் பொரேட் சுரண்டலாக வடிவ மாற்றம் பெற்றுள்ளது. ஏற்கனவே சில்லறை மீன்வணிகத்தை அவை கையிலெடுத்துவிட்டன. படகு, வலைகளுக்கு மட்டுமின்றி, வீடு கட்டிக்கொள்வதற்கும் கார்ப்பொரேட்டுகள் கடனளிக்க முன்வந்துள்ளன. பதிலுக்குத் தங்கள் அறுவடைகளை மீனவர்கள் கம்பெனிக்கு எடை போட்டுக் கொடுத்துவிட வேண்டும்.

உள்ளூர்ச் சந்தைப் பிணைப்புகளை இழந்ததும் மீனுக்கு விலை நிர்ணயிக்கும் உரிமையை இழந்ததும் பாரம்பரிய மீனவர்களுக்குப் பெருத்த அடிதான். உற்பத்திக் கருவிகள் மீது மட்டுமின்றி, கடலின் மீதான உரிமையையும் அவர்கள் இழந்து கொண்டிருக்கிறார்கள் என்பது வேதனையான செய்திதான்.

'மச்சம் பிடித்தவனுக்கு மிச்சம் இல்லை' என்னும் பழமொழி பண்பாட்டு ரீதியாகப் பொருள் செறிந்தது. தொழில்நுட்பங்கள் வந்தன, மீன் அறுவடை பெருகியது, மீன்வளம் வளர்ந்தது, மீனவனுக்குத்தான் வளர்ச்சி எட்டாக் கனியாகிவிட்டது.

□

37

உவரி

பட்டுமணல் படர்ந்த ஓபீர் பட்டினம்

ஆர். என். ஜோ டி குருஸ்

பிறந்த மண்ணை நேசிக்காதவர்கள் பெரும்பாலும் இல்லை என்றே சொல்ல முடியும். இன்றைய நுகர்வுக் கலாச்சாரத்தில் ஊறித் திளைப்பவர்களிடமும் பிறந்த மண்ணைப் பற்றிய உணர்வும் நேசமும் இருக்கத்தான் செய்கிறது. ஊணோடும், உயிரோடும் கலந்துவிட்ட அந்த உணர்வு; பொருள் தேடல் நிமித்தம் பிறந்த ஊரைப் பிரிந்தவர்களையும், சமூக அநீதியால் சொந்த மண்ணைவிட்டு வெளியேறியவர்களையும்கூட, இன்று பிறந்த மண்ணை நோக்கித் திருப்பி இருக்கிறது. இது மக்களிடம் ஏற்பட்ட ஓர் ஆரோக்கியமான மனநிலை என்றே சொல்லத் தோன்றுகிறது.

காலச்சக்கரத்தில் பயணித்து, மனதளவில் ஏறக்குறைய அரை நூற்றாண்டு காலத்தைக் கடந்ததால், பசுமையான நினைவுகளே என் ஆழ்மனதில் அப்பிக் கிடக்கின்றன. பாலறாவாயனாக, பள்ளிச்சிறுவனாகத் துள்ளித் திரிந்த காலத்தில் உவரி என்ற அன்றைய ஓபீர் பட்டினம் உறவுகளால் நிறைந்திருந்தது. தாயான கடலும், கடற்கரையுமே உலகம், இந்த உறவுகளே உலகின் மொத்தக் கூட்டம் என மகிழ்ந்திருந்த காலம் அது. கானலம் பெருந்துறையின் கவினிமாநீர் முன் வியாபித்த குடிசை வீடுகள், திண்ணை விரிந்த காரை வீடுகளில் நிறைந்திருந்த உறவுக் கூட்டத்தில் பாச நேசத்துக்குப் பஞ்சமில்லாமல் இருந்தது.

பிரமிப்பூட்டும் ஆளுமைகளாய் தாத்தா தந்தைமார், பாசத்தை அள்ளித் தந்ததோடு பழங்கதைகளும் சொல்லி மகிழ்வித்த பாம்படப் பாட்டிமார், அன்பை உருக்கித் தந்து நிலவு காட்டி பால்சோறு ஊட்டி வளர்த்த ஆத்தாமார், அத்தைமார், ஆஜானு பாகுவாய் பங்காளிக் கூட்டம். எமது இளம் பருவச் சேட்டை சில்மிஷங்களைப் பொறுத்துக்கொண்டு எம்மை மார்பிலும், தோளிலும் தூக்கி வளர்த்த சின்னையா, சித்திமார், மாமா, மாமிமார் இன்னும் மச்சான்மார், மதினிமார் எனக் கடற்கரை எல்லைக்குள்ளேயே விரிந்து வியாபித்திருந்தது உறவு. உடங் காடுகளில் முள்ளடித்துக் கட்டுவிறகு சுமந்ததும் போதாதென்று கைவலிக்க, இடுப்பு நோக வலைமால் பின்னி குடும்பங்களைச் சுமந்த அக்காமாரையும், இரவிலும் பகலிலும், வெயிலிலும் மழையிலும் கடலோடு போராடிய அண்ணன்மாரையும், நாம் எப்பாடுபட்டாலும் பரவாயில்லை எனக் குடிகாட்டுக்குத் தலைச் சுமையாய் மீன் விற்கப்போன ஆத்தா ஆச்சிமாரையும், தோளெலும்பு தேயத்தேயப் பேரப்பிள்ளையைப் பள்ளிக்குத் தூக்கிச் சுமந்த தாத்தாமாரையும் நினைத்தாலேயே நெஞ்சில் ஒரு பாரம் வந்து அப்பிக்கொள்கிறது.

அன்றைய உவரியில் பால்நிலா இரவுகளில் தெற்கே கட்டு மரங்களுக்குப் பணியே இறங்கினால், வெள்ளியை உருக்கி விட்டார்போல் தெரியும் கீழைக்கடல், அள்ளிப் பருகலாம் போலிருக்கும். முன்னிரவு வேளைகளில் குத்துவலை வைத்து மீன் கொண்டுவருவார் சின்னய்யா. துடிக்கத் துடிக்க மதனமும், ஓராவும், குறுவலயும், வெங்கணையும், தேளியும் கரையேறும். வேட்டை, கடல் வேட்டை.கொதிக்கக் கொதிக்க அவியல் வைத்து பழையசோற்றில் ஊற்றித் தருவாள் சித்தி. இளம் புளிப்புச் சுவையில் கைக்குத்தலரிசிக் கஞ்சியும் அவியலும் தேவாமிர்தம் போலிருக்கும்.

ஆரம்பக் கல்வி காலத்தில் மூரைமீன் முள்ளைத்தான் கரும் பலகைகளில் எழுதுவதற்காகப் பயன்படுத்தினோம். மூரைமீன், முள்ளம்பன்றி போல உடம்பெல்லாம் முள்ளாக இருக்கும். பாறைகளில் வசிக்கும் இந்த வகை மீன்களை முத்துக் குளிப்பது போல் மூழ்கி எடுத்து வருவார்கள். பந்துபோல் உருண்டையாய் இருக்கும் மூரை மீன்களின் உடம்பில் முட்கள்தான் பாதுகாப்புக்

கவசம். முட்டையின் மஞ்சள் கருவைப்போல் கொழகொழவென இருக்கும் அதன் உடல் முழுமையான புரதச்சத்து.

உவரி நடுத்தெருவில் கடற்கரைவரை நீண்டு, கூரையில் ஓடு வேய்ந்து கிழக்கு நோக்கிய வாசலோடு இருக்கும் பாட்டியின் பழம்வீடு எங்களுக்குச் சொர்க்கம். கடல் வாங்கல் நேரங்களில் அலைகள் தென்புறத்துச் சுவரில் மோதும். ஒருநாளும் பயந்ததாய் ஞாபகம் இல்லை. வீட்டின் எதிரிலேயே தலவிருட்சம்போல் பெரிய வேப்பமரம், பெரும்பாலும் பிசின் வடிந்தபடியே இருக்கும். வேப்பமரம் தாத்தாவுக்குத் தாத்தா வைத்ததாம். மரம் நெடுநெடுவென வளர்ந்து, கிளைபரப்பி, இலைகள் அடர்ந்து வீட்டுக்குக் குடைபிடித்தபடி இருக்கும்.

பெரும்பாலும் வீட்டு முற்றத்தில் வேப்பமர நிழலில் மற்ற கிழவிகளோடு அமர்ந்திருப்பாள் பாட்டி. அகத்தின் அழகு முகத்தில் தெரியும் என்பார்களே அதுபோல வடக்கத்தியார் பேத்தியான பாட்டிக்கு அப்படி ஒரு பிரகாசமான வட்ட முகம். காதுகளில் பாம்படம் அணிந்திருப்பாள். ஆள் கொஞ்சம் குள்ளம் ஆனால் பனைமரத்தின் நுனிக்குருத்து போலப் பழுப்பான சரீரம். பாட்டி அவளுடைய சிறுபிராயத்தில் உவரியின் அழகு தேவதையாக இருந்திருக்க வேண்டும்.

வீட்டின் தலைவாசலில் நின்று பார்த்தாலே கடலில் ஆழி பொங்குமிடமும் அதன் பின்னாலேயே தொடுவானும் தெரியும். பக்கத்திலேயே இருக்கும் தாழயாம் பேரன் சந்தியா வீட்டிற்கும் பாட்டி வீட்டுக்கும் இடையே உள்ள இடுக்கில் ஓடிவரும் கரைக்காற்று ஆளை அப்படியே அசத்திவிடும் சக்தி வாய்ந்தது. பாட்டியின் மடியில் படுத்தபடியே இரவெல்லாம் கதை கேட்டிருக்கிறேன். காற்றடி காலங்களில் பட்டம்விடுவதும், நவம்பரில் வாடைக்காற்றில் படையெடுக்கும் வண்ணத்துப்பூச்சி களைச் சுளவுகளால் மடக்கிப் பிடிப்பதும், கிறிஸ்மஸ் கொண்டாட்டங் களுக்காகக் காடுமேடாய் சவுக்கு மரத்துக்கும், சப்பாத்திக் கள்ளிக்குமாக அலைவதும், கோடை விடுமுறையில் மேற்குத் தேரிமேட்டு கல்வெட்டான் குழியில் கூட்டாஞ்சோறு பொங்கி விளையாடியதும், குருவித் தேரியில் தலைகீழாக உருண்டு பிறண்டு சறுக்கி விளையாடியதும் இன்னும் மறக்காத இனிய நினைவுகள்.

சாளைவலை தொழில் நடக்கும் காலங்களில் வெள்ளாப்பு வைக்கக் கட்டுமரங்கள் கரைபிடிக்க ஆரம்பித்துவிடும். கருப்பட்டி, கஞ்சிக் கலயம் சகிதமாகத் தாத்தாவை எதிர்நோக்கி கரையோரம் தெம்மாந்து நின்றிருப்பாள் பாட்டி. அவள் முந்தானையை வாயில் கவ்வியபடியே நானும். கடலில் ஆழியைக் கட்டுமரங்கள் கடந்து வரும்போது கரையிலிருப்பவர்களுக்குப் பதற்றம் பற்றிக்கொள்ளும். ஆனால் பாட்டி பதற்றப்பட்டு நின்றதாய் நான் பார்த்ததேயில்லை. காரணம், தன் தலைவனின் கடலாளுமையிலுள்ள அசைக்க முடியாத நம்பிக்கை. வெலங்கி லிருந்து கரைநோக்கி ஓடிவரும் கட்டுமரங்களின் ஓட்டத்தை வைத்தே, மீன்பாடு உண்டா, இல்லையா எனக் கணித்துவிடுவாள்.

புறக்காற்றில் ஓடிவரும் கட்டுமரம், தாமானை இழுத்து மருக்கை குழையவிட்டு தண்ணியோடு தண்ணியாக வந்தால், பிந்தலையில் வலையோடு மீன்வாங்கி வைத்திருக்கிறார்கள் என்பது கணக்கு. தாமானையும் மருக்கையையும் இழுத்துக் கட்டி அணியம் தூக்கி ஆழ்கடல் விரளத்தை அனாசயமாய்க் கடந்து வருகிறார்களென்றால், ஓமல் நிறைய மீன் கழித்து வைத்திருக் கிறார்கள் என்பாள் பாட்டி. கட்டுமரம் நேர் ஓட்டில் ஓடிவராமல் அங்குமிங்குமாய் அலைபாய்ந்தபடி வருகிறதென்றால் வலையில் மச்சமில்லை.

ஆறாவது படித்துக் கொண்டிருந்ததாய் ஞாபகம். கடுமையான டைபாயிடு காய்ச்சல். உவரியின் பிரதான கம்பவுண்டர் அமலதாஸ் பாட்டி வீட்டிற்கே வந்து ஊசி போட்டும் காய்ச்சல் இறங்கிய பாடில்லை. பக்கத்தூர் திசையன்விளை கற்பகம் மருத்துவ மனையில் டாக்டர் முத்துக்கருப்பனிடம் கூட்டிப் போனாள் பாட்டி. மருந்து ஒருபுறமென்றால், மறுபுறம் பாட்டி பக்தியோடு கொண்டுவரும் புனித அந்தோனியார் கோவிலின் வேப்பிலைத் தண்ணீர். காய்ச்சல் குறைய, சோறு சாப்பிடலாம் எனச் சொல்லி யிருந்தார் டாக்டர் முத்துக்கருப்பன். அன்று இரவே செக்கலில் வந்த வரிக்காரலும், மதனமும் அவியலாய் என்முன் தயார். இத்தனை நாளும் காய்ந்த ரஸ்க்கைக் கடித்துத் தொண்டை விக்கும் போது, பாலைக் குடித்தவனுக்குச் சுடுசோறும் அவியலும் தேவாமிர்தம் போலிருந்தது. அள்ளி அள்ளி வைக்கிறாள் பாட்டி, அவியலை சோற்றில் ஊற்றி, ஊற்றி சாப்பிடுகிறேன். அருகே

அமர்ந்து முதுகைத் தடவியபடியே இருந்தாள், பேரன் ஏப்பம் விடவேண்டும் என்பதற்காக.

தாத்தா செட்டியரன் பேரன் சேனா பீனா தொம்மந்திரை. அவருடைய கல்லறையில் 'தேக்குமரத் தேகம் அதில் தேங்கி நிற்கும் வீரம், தாக்குகொள்ளாப் பகைவர் வீரத்தில் சிங்கமிவன்' என எழுதி வைத்திருக்கிறார்கள். தாத்தாவின் கைகள் காமராசரைப் போல் கால் முட்டிவரை நீண்டிருக்கும். தலைமுடியை பிசுறு தட்டாமல் பின்னோக்கி வாரியிருப்பார். நீண்ட சதுர முகம். அகன்று விரிந்த மார்பு. கழுத்தில் முத்துமாலையும், வலது புஜத்தில் தேவதூதன் உருவமும், இடது புஜத்தில் சிலுவையும் பச்சை குத்தியிருப்பார். உள்ளங்கைகளைத் தேய்த்தால் சொர சொரவெனச் சத்தம் வரும். காற்றுக்கடலில் வலைவாங்கிக் காய்த்துப்போன கைகள்.

தாத்தா பெரிய ஓடாவி. அந்தக் காலத்தில் உவரிக் கடலில் இறங்கிய அனைத்துக் கட்டுமரங்களும் தாத்தாவின் ஏவல்படியே பெருவெட்டும், சிறு வெட்டும் வெட்டி மினுக்கி அழகு பார்த்த பிறகே இறங்கின. அவர் வலைபோகாமல் இருக்கும் கோடை நாட்களில்கூட ஓமல் முடைந்தபடியோ, வலைக்கு மடங்கு வைத்தபடியோ இருப்பார். கடலின் விதவிதமான நீரோட்டங்கள், காற்று வகைகள், கணியங்கள் எல்லாமே தாத்தா சொல்லித் தந்தவை. இரவு நேரங்களில் நட்சத்திரக் கூட்டத்தைப் பார்த்து நாழிகை சொல்வார் தாத்தா.

உவரியின் நடுத்தெருதான் பழைய ஊர். அங்கிருந்தே இப்போதிருக்கும் ஊர் மேற்காகவும், கிழக்காகவும், வடக்காகவும் விரிந்து வியாபித்திருக்கிறது. நடுத்தெரு நான் பிறந்து வளர்ந்த இடம். அன்றிலிருந்து இன்றுவரை என் நண்பர்களாய்த் தொடர்பவர்களும் இந்த நடுத்தெருக்காரர்களே. சிறுபிராயத்தில் ஒருநாள் சுட்டெரிக்கும் மணலில் காலில் செருப்பில்லாமல் நான் தவிப்பதைப் பார்த்த என் பள்ளித் தோழன் எட்டான், தன் வீட்டிலிருந்து ஓடிவந்து தனது செருப்பை எனக்குத் தந்துவிட்டுத் திரும்பச் சுடுமணலில் ஓடினான். அந்தக் காட்சி என் மனத் திரையிலிருந்து இன்னும் அகல மறுக்கிறது. அவன் குடும்பத்தில் அவனது தாத்தாவிலிருந்து எல்லோருமே நல்ல உயரம், எட்டாத

மரக்கிளையைக்கூட அவர்கள் எட்டிப்பிடித்து விடுவதால் அவர்களுக்கு அப்படி ஒரு வர்க்கப்பெயர் வந்ததாகக் கேள்விப் பட்டிருக்கிறேன். உவரியில் இதுபோல வர்க்கப் பெயர்கள் ஏராளம். குடும்பத்தில் பாட்டனோ, பூட்டனோ யாரோ ஒருவருக்கு ஏதோ ஒரு காரணத்தால் இட்ட பெயர் அப்படியே தலைமுறை களைத் தாண்டி வர்க்கமாய் நின்று நிலைத்து விடுகிறது.

இதுபோல வர்க்கப் பெயராக நிலைத்தவைதான் தீப் பெட்டிப்புள்ள, மண்ணெண்ணப்புள்ள, லாம்புப்புள்ள, கறிச் சட்டியார், உருட்டியார், கொள்ளியார், கெவுளியார், தீக் கொளுத்தியார், சேந்தியார், திடீர்புழுவர், பட்டியார், மட்டையார், கிண்ணிமுத்தார், கள்ளமுத்தார், வீசானத்தார், வடக்கத்தியார், படுக்காளியார், பொரியரிசியார், குருசடியார், நரியப்புள்ள, குடிகாரப்புள்ள, சரவல்புள்ள, குட்டியாண்டியார், குடுத்திக்காரர், வங்கப்புள்ள, போட்டாப்புள்ள, பொக்குப்புள்ள, மக்காப்புள்ள, சிறாமடையப்புள்ள, பொய்யப்புள்ள போன்றவை. கத்தோலிக்கக் கிறிஸ்தவர்களான இந்த மக்கள் ஞானஸ்நானத்தில் பெற்ற பெயரைவிட இந்த வர்க்கப் பெயரே, அவர் இன்னார் என்று அறிந்துகொள்ள உதவுகிறது. இவர்கள் கொண்டாடும் வர்க்கம் பொருளாதாரம் சார்ந்தது அல்ல, அவர்களின் பூர்வீகம் சார்ந்தது. ஆய்வாளர்கள் கவனத்தில் கொள்ள வேண்டிய முக்கியமான சமூக உண்மை இது.

தென் கடலோரப் பகுதிகளில் பதினாறாம் நூற்றாண்டின் முன் பகுதியில் அறிமுகமான கத்தோலிக்கம், பரதவர்களுக்குக் கொடுத்த அடையாளப் பெயர்களான அல்குய்ஞங்களுக்கு முன்பே இவர்களுக்கு வர்க்கப்பெயர்கள் இருந்திருக்கின்றன. அந்தப் பெயர்களே குடும்பப் பாரம்பரியத்தைச் சொல்லும் ஆணி வேராயும் விலாசமாகவும் இருந்திருக்கிறது. கடலோரங்களில் இன்றும் இந்த வர்க்கமுறை உயிர்த்துடிப்போடு இருக்கிறது. தனிநபரின் பெயரைக் காட்டிலும், இன்னார் பெயரன், பெயர்த்தி என்று அழைக்கப்படுவதே கடலோடிகளிடம் வழமையாக இருக்கிறது.

சிறுபிராயத்தில் ‘பாலைப் பார்ப்பதா, பால் பானையைப் பார்ப்பதா’ என்றொரு சொலவடையைக் கேட்டிருக்கிறேன்.

ஊர்க்கூட்டங்களில் பிரச்சினைகளுக்குத் தீர்வு சொல்லும் போது, குற்றம் சாட்டப்பட்டவரைப் பார்ப்பதா அல்லது அவருடைய பூர்வீகம் பார்ப்பதா என்றால் பெரும்பாலும் பூர்வீகம் பார்த்தே முடிவுகள் எடுக்கப்பட்டன. இந்த நடைமுறையே தொடர்ந்த சமூக உட்பூசல்களுக்கும் காரணமாகி இருந்தது என்பதும் மறுக்க முடியாத உண்மை. மனை சிறுத்து மக்கள் பெருத்து என்று வாழ்ந்த இனக்குழுவில், வலுத்தவன் சொல்தான் சபையேறும் என்ற நிலை இருந்திருக்கிறது. 'எளியோரை வலியோர் தாக்கினால், வலியோரை வாசல்படி தானே கேட்கும்' என்ற சொலவடை எதிர்க்க வலுவற்றோரின் ஆற்றாமையின் வெளிப்பாடாகவே உருவானதாக இருக்கலாம்.

வர்க்கம் என்பது ஒரு கொடி போலப் பின்னோக்கிப் படர்ந்து பாட்டன், முப்பாட்டன், ஒட்டன் ஏன் அதையும் தாண்டி விரிவடைவது. ஒரு பிரச்சினையின் ஆணிவேர் எது என அறியவும், குடும்பப் பாரம்பரியம் பண்பாடு அறியவும் இந்தப் பழக்கம் உதவும். கடலோடிகள் பழங்குடிகளாதலால், அவர்களிடம் இந்த வர்க்கம் நோக்கும் பண்பு இயல்பாகவே இருக்கிறது. தனிமனிதனை, அவனது சமூக உறவை வேர்களின் மூலமாகவே தெரிந்துகொள்ள விரும்புகிறார்கள். ஒவ்வொரு வர்க்க வேருக்கும் தனித்துவமான குணங்குறிகளும், பண்புகளும் இருக்கிறது. மானிடவியல் ஆய்வில், கூர்ந்து நோக்கக்கூடிய மிக முக்கியமான விடயமாக இந்த வர்க்கத்தை மதிக்கத் தோன்றுகிறது.

உதாரணமாக இராமேஸ்வரம் தீவில் பரவி வாழும் பரதவர்கள், தங்களை மூக்கையூர்ப் பாரம்பரியம் என்றே அறிந்துகொள்ள விரும்புகிறார்கள். பொருள் தேடல் நிமித்தம் புலம்பெயர்ந்தவர்கள், தங்களுடைய அடையாளங்களைத் தொலைத்துத் திரும்பி நடப்பட்ட இடத்துக்குச் சொந்தக்காரர்களாய் மாறி, தன் மொழியை, பண்பாட்டை இழந்து தவிப்பது இன்றைய உலக யதார்த்தம்.

ஆனால் இராமேஸ்வரம் தீவுப் பரதவர்கள், தங்களுடைய சொல்லிலும், செயலிலும், நடை, உடை பாவனைகளிலும் இன்றும் தம் பூர்வீகம் காட்டி வாழ்கிறார்கள் என்பதே நான் அங்குக் கண்ட ஆச்சரியமான உண்மை. மூக்கையூரே பாரம்பரியத்தின் ஆணிவேராக இருந்தாலும், அங்கும் ஏறக்குறைய நூறு

வருடங்களுக்கு முன்னால் ஏற்பட்ட ஒரு சமூகச் சிக்கலில், இராமநாதபுரம் மாவட்டம் கன்னிராசபுரத்திற்குத் தெற்காக இருக்கும் மங்களா என்ற ஊருக்கு மூக்கையூரிலிருந்து பிரிந்து போனவர்கள்கூட இன்றும் அந்தப் பிரிவையும் மறக்கவில்லை.

மங்களா என்ற ஊர் இந்தக் காலகட்டத்துக்கு முன் இருந்ததில்லை. பிரிந்தவர்கள் புதிதாய்க் குடியேறிய அந்தப் பகுதியில் யாரோ ஒரு வெள்ளைக்காரரின் பங்களா பாழடைந்து கிடந்ததாகவும் அதுவே பெயர்க் காரணமாகிப் பிறகு மருவி மங்களா ஆனதாகவும் சொல்கிறார்கள். கத்தோலிக்க விசுவாசப் பற்றால், பின்னாளில் அது தூத்துக்குடியில் மேற்றிராணியாராக இருந்த திபூர்சியுஸ் ரோச் பெயரில் 'ரோச் மாநகர்' என்று அழைக்கப்பட்டதாகவும் செவிவழிச் செய்தி இருக்கிறது. இராமேஸ்வரம் தீவுப் பரதவர்கள் தங்களை மூக்கையூர்ப் பரம்பரை என்று சொல்லிக் கொண்டாலும், ஆழ்மனதில் மூக்கையூரிலிருந்து பிரிந்த மங்களாக்காரர்களுக்கு, தாங்கள் மங்களாக்காரர்கள் என்ற நினைப்பு மட்டும் நீறுபூத்த நெருப்பாய் அப்படியே அடிமனதில் இன்றும் மாறாமல் இருக்கிறது.

சமூகப் பிரச்சினைகளின் உச்சத்தில், அதன் உள்ளார்ந்த தாக்கத்தை உணரமுடியும். பெண் கொள்வதிலும், கொடுப்பதிலும் மட்டுமல்ல இறப்பு, பிறப்பு நிகழ்வுகளிலும், தொழில் செயல்பாடுகளிலும் வர்க்கம் சார்ந்தே அத்தனையும் நடக்கின்றன. கடலோடிகள் பழங்குடிகள் என்பதைச் சொல்லாமல் சொல்லும் இந்த வர்க்க சார்பு, இவர்களது சமூக, ஆன்மீக, அரசியல் மற்றும் பொருளாதார வாழ்வில் முக்கிய அங்கம் வகிப்பதை யாராலும் மறுக்க முடியாது.

தூத்துக்குடியில் ஏழுகடற்துறை என்று கொண்டாடப்படும் துறைகளில் மூக்கையூர் நிச்சயமாக இல்லை. ஆக ஏழுகடற்துறை கொண்டாட்டங்களுக்குப் பின்னான காலத்தில்தான் மூக்கையூர் குடியேற்றமே ஏற்பட்டிருக்க வேண்டும். இந்த நிலையில் 1603ஆம் ஆண்டு ஏற்பட்ட கடற்கரைப் போர், பெரிய வரலாற்று முக்கியத்துவம் பெறாவிட்டாலும் வலுவான சமூக முக்கியத்துவம் வாய்ந்தது. பிற்காலப் பாண்டியர்களைக் கருவறுக்க மதுரையிலிருந்து புறப்பட்ட வடுகர்கள், பாண்டியரின் வேர்தேடி வந்து

சேர்ந்த இடம் தென்பாண்டிக் கடற்கரை. பாண்டியரின் இன்றைய எச்சங்களாகிய கடற்கரைப் பரதவர்களை ஒழித்துவிட்டால், பின்னாளிலும் பாண்டியர்களைத் தலைதூக்க விடாமல் செய்து விடலாம் என்பது அவர்களுடைய தீர்க்கமான நம்பிக்கையாய் இருந்தது. இன்று யார் யாரோ தாமே பாண்டிய வழித்தோன்றல்கள் என்று கூறிக் கொள்கிறார்கள். வரலாற்றை மாற்றி எழுதும் பணியும் அங்கங்கே நடக்கிறது. மீன் கொடி, மீனாட்சி, கொற்கை முத்து எனத் தொப்புள் கொடி கடற்கரையிலே நீண்டு கிடக்கிறது என்று, அன்று படையெடுத்து வந்த வடுகருக்குத் தெளிவாய்த் தெரிந்திருக்கிறது. அதனால்தான் பரதவர் ஒருவரின் தலைக்கு மூன்று பணம் விலைவைத்துக் கொன்றிருக்கிறார்கள்.

மதுரை நாயக்கனின் பெரும் படை, உதவிக்கு ஞானாதிக்கப் போட்டியால் விளைந்த வன்மத்தில் கொச்சின் பிரான்சிஸ்கன் சபை கத்தோலிக்க ஆயர், வெலவெலத்துப் போனது கடலோரம். போர்ச்சுக்கீஸ் மிஷனுக்கும், பிரான்சிஸ்கன் மிஷனுக்கும் நடந்த ஞானாதிக்கப் போட்டியின் உள்ளரசியல், வெள்ளேந்தியான கடற்கரைப் பரதவர்களுக்குப் புரியவில்லை. பரதவர்கள், தங்களது சமூகப் பிரச்சினையில் தோளோடு தோளுரசி நின்ற சேசுசபைக் குருக்களோடு இணங்கி இருந்தது, ஆட்சி அதிகாரம் செய்யத் துடிக்கும் பிரான்சிஸ்கன் சபைக்குப் பிடிக்கவில்லை. தாங்கள் மேய்த்த ஆடுகளையே கொல்லத் துணிந்தது கத்தோலிக்கம். இது ஒருவகையில் நம்பிக்கைத் துரோகம்.

கடுமையான போர்ச் சூழலில் பரதவர்கள் சிதறி ஓடுகிறார்கள். கடல்வழி மார்க்கமாகக் கட்டுமரங்களில் தப்பியவர்கள் காற்றுப் போக்கில் இலங்கையின் மன்னார் பகுதியை அடைகிறார்கள், சிலர் மூக்கையூர்ப் பக்கம் ஒதுங்கிக் கரை சேர்கிறார்கள். மூக்கையூரில் கரைஒதுங்கியவர்கள், காலப்போக்கில் அங்கு வாழ்ந்திருந்த பணிக்கர் சமூக மக்களோடு கலந்து விட்டதாகவும் ஒரு வாய்வழிச்செய்தி உண்டு. அந்தப் பகுதியில் வாழ்ந்த மறவர்கள், சகோதரப் பாசத்தோடு வடக்கே நகர்ந்து பரதவர் களுக்குக் குடியேற இடமளித்ததாகவும், அந்தப் பாச உணர்வே இன்றுவரை நிலைத்து நீடிக்கிறது என்றும் பெரியோர்கள் சொல்லக் கேட்டிருக்கிறேன். தூத்துக்குடியில் 1914ஆம் ஆண்டு பாண்டியபதி இறப்பில் அவருக்காகப் போடப்பட்ட முதல்

பங்காளிக் கச்சை, ஆப்ப நாட்டு மறவர்களுக்கு உரியது என்பது வரலாறு.

மூக்கையூரிலும் ஆதியில் ஏழு மரக்காரர்கள் வந்த ஊரு என்ற நினைவிலி இன்றும் தொடர்கிறது. தெற்கிலிருந்து கட்டுமரமேறி வந்தவர்கள் அனைவரும் மூர்க்கமான இளைஞர், நடுத்தர வயதுக்காரர், வயோதிகர்களாகவும் இருந்திருக்கலாம்.குடும்ப இணைப்பில்லாமல் வந்திருந்த இளையோர் மூக்கையூரில் ஏற்கனவே இருந்த பணிக்க மக்களோடு கலந்திருக்கலாம். கீழக்கரை, முத்துப்பேட்டை போன்ற கடற்கரையூர்களில் நடந்தது போல இந்த இணைப்பு புதிய சமூகமாக உருவாகவில்லை. காரணம், அந்தக் காலத்தில் மூக்கையூரில் நிலவிய ஆணாதிக்கச் சிந்தனை.

கடந்த காலங்களில் பரதவர்களின் முக்கிய வணிகக் கேந்திரமாக விளங்கிய கீழக்கரையில், அந்தக் காலங்களில் திருமண உறவுக்கு முன்னால் பிறந்த வாரிசுகளைப் பள்ளீயர் என ஒதுக்கி வைக்கும் வழக்கம் இருந்திருக்கிறது. இது அவர்களின் நம்பிக்கைசார் கத்தோலிக்க மதத்தின், ஒழுங்குமுறை நடவடிக்கையாகக் கூட இருந்திருக்கலாம். கீழக்கரையில் பரவர்களுக்கான பெரிய அந்தோனியார் கோவிலும், பள்ளீயர்களுக்கான சின்ன அந்தோனியார் கோவிலும் இருப்பது அதற்கான இன்றைய சான்று. தோற்றத்தில் அழகான பள்ளீயர், பிற்காலத்தில் பன்னாட்டாராக மாறி, தங்களை மறுதலிக்கும் கீழக்கரை பரவர்களைத் தவிர்த்து தொண்டி, திருப்பாலக்குடி மீனவ படையாட்சிகளோடும், தொழில் தேடி கீழக்கரை பகுதிக்கு வந்த நாஞ்சில் நாட்டு முக்குவரோடும் மணஉறவுவை வளர்த்துக்கொண்டார்கள்.

தூத்துக்குடியின் வடக்கே இருக்கும் தருவைக்குளம் பகுதியில் அந்தக்காலத்தில், 1926இன் தூத்துக்குடி மேற்றிராசன சென்சஸ் குறிப்புப்படி, 120 பரவர் குடும்பங்கள் இருந்திருக்கின்றன. அவர்களை இன்று காணவில்லை. ஒருவேளை தொழில் தேடி அப்பகுதிக்கு வந்த நாடார் மக்களோடு அவர்கள் இரண்டற கலந்திருக்கவும் வாய்ப்பு உண்டு. இன்று தென்கிழக்குக் கடற் கரையின், ஆழ்கடல் மீன்பிடிப்பில் தருவைக் குளத்துக்காரர்களே கோலோச்சுகிறார்கள்.

ஆக, வர்க்கம் என்பது தனிநபர் பெயர்கள் வழக்கத்தில் இல்லாத காலத்தில், இன்னார் பெயரன் என்று தெரிந்துகொள்வதற்காக நடைமுறையிலிருந்த வழக்கம். போர்ச்சுக்கீசியர்கள் வழங்கிய அல்குய்ஞுங்களை ஏற்றுக்கொள்ளாத குடும்பங்கள் இருந்திருக் கின்றன என்பது இன்றுவரை தொடரும் வில்லவராயர், கலிங்கராயர், பூபாலராயர், வல்லவராயர், சீதாதி போன்ற குடும்பப் பெயர்கள் சொல்லாமல் சொல்லும் செய்தி. நான் அறிய உவரியில் வசிக்கும் எங்களுடைய பங்காளிகள், டி குருஸ் என்ற அல்குய்ஞுத்தைப் பயன்படுத்தாமல், தங்களுடைய பூர்வீகப் பெயரான வீரச்சந்திரா என்று அழைக்கப்படுவதையே விரும்பு கிறார்கள்.

என்னைப் பொறுத்தவரையில் போர்ச்சுக்கீசியர்களிடமிருந்து, அல்குய்ஞுங்களை அறியாமல் ஏற்றுக் கொண்டது பரதவர்களான தமிழாதிகளின் வீழ்ச்சியின் அடையாளம். உவரியிலும் கூட்டப் புளியான், இடிந்தகரையான் பேரன், கோவளத்தான், கூத்தங் குழியான், தாழையான், மணப்பாட்டான், ஆலந்தலையான் போன்ற வர்க்கப் பெயர்கள் உண்டு. உவரியில் பெண் கொண்டவர்கள் தொழில், குடும்பச் சூழல் காரணமாக உவரியிலேயே தங்கிவிட அதுவே காரணப்பெயராகிப் பிறகு வர்க்கமாய்த் தொடர்கிறது.

அந்தக் காலத்தில் உவரியில் மீன் எடுப்பதற்காகப் பேரூர், இறைச்சகுளம், பறக்கை, கற்காடு, புத்தேரி, கோட்டாறு பகுதி களிலிருந்து குட்டைக்காரர்கள் வருவார்கள். நான் அறிய மிதி வண்டிகளில் வருபவர்கள், அதற்கு முந்தின காலத்தில் நடந்தே வந்தார்களாம். வேகம் தடைப்பட்டு விடக்கூடாது என்பதற்காகச் சுடுமணலில் செருப்புகூட இல்லாமல் பயணம் செய்திருக் கிறார்கள். ஏறக்குறைய ஐந்நூறு வருடங்களுக்கு முன்னால் ஒட்டுமொத்த பரதவரினமும் கத்தோலிக்கத்தைத் தழுவிக் கொண்டது.

கடற்கரையில் கத்தோலிக்கம் தழுவாத ஒரு பரதவன்கூட இல்லை என்ற நம்பிக்கை இருக்கிறது. அது தவறு என்பதைச் சில ஆண்டுகளுக்கு முன்னால் அந்தக் குட்டைக்காரர்களைப் பறக்கை ருக்குமணியம்மன் கோயிலில் சந்தித்தபோது அறிந்து கொள்ளும் வாய்ப்புக் கிடைத்தது. இவர்கள்தான் பூர்வீக

இந்துப் பரதவர்கள். இன்று நான் என்னை எங்கு இனங்காண விரும்புகிறேனோ அங்கு இவர்கள் இருக்கிறார்கள். என் மகிழ்ச்சிக்கான காரணம், நான் என் சொக்காரனை, பங்காளியை இனம் கண்டு கொண்டேன் என்பதுதான். என் பங்காளி இன்றும் ஆத்தா குமரியையும், மாபரத்தி மீனாட்சியையும், சந்தனமாரியையும், ருக்குமணியையும் வணங்குகிறான். அவனிடமிருந்து அந்த உறவை, கலாச்சாரத்தை மீட்டெடுப்பது தூரத்தில் இல்லை.

சமீபத்தில் மும்பைத் தொழிலதிபரான நண்பரோடு உவரி செல்லும் வாய்ப்பு கிடைத்தது. கடந்த 1993இல் எனது திருமண நிகழ்வுக்காக உவரி வந்தவர், திரும்பவும் வந்திருந்தார். ஊரில் நடந்திருக்கும் மாற்றங்களை அவரால் நம்பமுடியவில்லை. ஊர் முகப்பில் மொட்டப்புளி இருந்த இடத்தில், பெரிய மருத்துவ மனை வரவேற்றது. ஊரெங்கும் நல்ல சாலைவசதிகள், நேர்த்தியான கட்டடங்கள், விளையாட்டு மைதானங்களோடு பள்ளிகள். ஆலயத்தின் அருகிலேயே பெரிய உயர் தேக்கக் குடிநீர்த் தொட்டியும், மருத்துவமனையும், வங்கியும், திருமண மண்டபமும், பெரிய நூலகமும், தபால், கொரியர் அலுவலகங் களும் இருந்தன. பழைய குடிசை வீடுகள், பெரிய பங்களா வீடுகளாய் மாறியிருந்தன. காரணம், இன்றைய படிப்பும், கப்பல் மற்றும் மேல்நாட்டு வேலை வாய்ப்பும்.

பொருளீட்டுவதில் மீன்பிடித்தல் தாண்டி உச்சத்தைத் தொட்டு நிற்கும் இளைய தலைமுறை, உள்நாட்டில் அரசியல் மற்றும் அதிகாரப் பதவிகளை நோக்கி நகரவில்லை என்பது வருத்தம் அளிக்கும் உண்மை. ஊருக்குள் நுழைந்து ஆத்தா, அய்யா, தாத்தா, பாட்டி கல்லறைகளைப் பார்க்கப் போனால் அங்குப் புதைக்க இடம் இல்லாமல் கல்லறைத்தோட்டம் நிறைந்து வழிகிறது. கடந்த இருபது ஆண்டுகளில் பெரும்பாலான உறவுகளை இழந் திருக்கிறோம், எல்லோருமே கதிரியக்கத்தால் உருவான புற்று நோயால், உப்பு மற்றும் சர்க்கரை நோயால் உயிரிழந்தவர்கள்.

மதிய உணவுக்காக அக்கா பாறைமீன் குழம்பு செய்து, தலைவாழை இலையில் பரிமாறினாள். ருசித்துச் சாப்பிட்டார் நண்பர். உணவுக்குப் பின்னான சிறிய உறக்கத்துக்குப் பிறகு மாலையில் அனைவரையும் அழைத்துக்கொண்டு, தெருக்களில்

நடந்தேன். மக்கள் சண்டை சச்சரவு இல்லாமல், அவரவர் வேலைகளில் ஈடுபட்டிருந்தது மகிழ்வாய் இருந்தது. சுத்தமான தெரு முனைகளில் குப்பைத் தொட்டிகள் வைக்கப்பட்டிருந்தன. புனிதரின் ஆலயமோ, மரங்கள் அடர்ந்த சோலையாய்க் காட்சி யளித்தது. ஆலயத்தின் வடபுறம் இருக்கும் மேட்டுநிலம் ஒருகாலத்தில் கலகத்துக்குப் பெயர்போன இடம், இப்போது நிழற்குடை அமைப்போடான பேருந்து நிலையமாய் மாறி யிருக்கிறது. ஆனால் தெற்கே உவரியின் அழகுக்கு அழகு சேர்த்த கடற்கரையைக் காணவில்லை, காரணம் கடலில் பாதுகாப்புக்காக அமைந்த அலைத் தடுப்புச்சுவர்.

நாங்கள் மேற்குப் பகுதிக்கு வந்தோம். எங்கும் பட்டுமணல் விரிப்பு. கடலுள்ளே துருத்திக்கொண்டிருந்த தடுப்புச்சுவர் வழியாக ஆழ்கடலுள்ளே வந்து பார்த்தால், மொத்த ஊருமே கண்கொள்ளாக் காட்சியாய் எங்கள்முன் விரிந்திருந்தது. ஆலயக் கோபுரங்களுக்கு இணையாக ஊர் மக்களின் மாடிவீடுகள். ஊர் மேற்காயும், கிழக்காயும் பரந்து விரிந்திருந்தது. அலைகள் தாலாட்ட, கச்சானும் வருடியபடி இருந்தது. ஊர் அழகில் மயங்கிய நண்பர், மனைவியோடு ஒரு பாறையில் அமர்ந்து, பின்புறத்தில் ஊர்த்தோற்றம் தெரியுமாறு புகைப்படம் எடுத்துக் கொண்டார்.

'ஸ்பெயின் தேசத்துக் கடற்கரையூர் போலிருக்கிறது' என்று மெச்சிக்கொண்டார்.

சூரியன் மேற்கில் சாய, கடலெங்கும் கருநீலமாய் மாறியது. கரையெங்கும் நாரிழைப் படகுகளின் அணிவகுப்பு. அவற்றில் மீன்பிடிப்புக்குத் தயாராய் அடுக்கி வைக்கப்பட்டிருந்த வலைகள் பல்வேறு வண்ணங்களில் அழகு காட்டின. தொடுவானில், கிழக்குக் கடற்புரமிருந்து மேற்காய் பயணிக்கும் கரைக்கடல் கப்பலோட்டம் தெரிந்தது. காற்றுவாக்கில் மாலை ஆராதனைக் கான ஆலய மணியோசையும் கேட்க, நாங்கள் கரைநோக்கி நடந்தோம். தடுப்புச்சுவர் மண்மேட்டுச் சரிவில் பழைய கட்டுமரமொன்று மண்மூடிக் கிடந்தது. அந்தக் கட்டுமரத்தின் அருகே வந்த நான். வெளித்தெரிந்த அதன் அணியத்து வாரிக் கலைத் தடவி முத்தமிட்டேன். பக்கத்தில் வந்த நண்பர்,

'ஏன் முத்தமிடுகிறாய்?' எனக் கேட்க, நானோ 'இதுதான் பலநூறு ஆண்டுகளாய் எங்கள் வாழ்வாதாரமும், பாரம்பரியமும் காத்த கட்டுமரம். இன்று வரலாறாய் மண்மூடிக் கிடக்கிறது' என்றேன்.

விரிந்திருந்த கடற்புரத்துப் பாதை வழியாகக் காலாற நடந்து நடுத்தெருவைக் கடந்த வேளையில், எங்கள் எதிரே வந்த ஒரு மூதாட்டி என்னை உற்றுப் பார்த்தாள். ஓடிவந்து என் கைபற்றி 'எங்க ராசா... எப்படி இருக்கிய, இது எங்க ராசாவோட குடும்பமா?' எனக் கேட்டாள். கண்களில் அரும்பிய கண்ணீரோடு 'ஆம்' எனச் சொன்னேன். பாசப் பூரிப்பில், என்னால் மேற்கொண்டு பேச முடியவில்லை. கிழக்கு நோக்கி நடந்து பங்கு ஆலய வளாகத்தில் மாதா கெபியைக் கடந்து, ஆலயத்துள் வந்திருந்தோம். இருக்கை வசதிகளோடு, ஆலயம் அழகாய்ப் பராமரிக்கப்பட்டிருந்தது. காணிக்கைப் பெட்டிகளை ஊர் நிர்வாகத்தார் பூட்டிச் சீல் வைத்திருந்தார்கள். பீடச்சுவரின் மேல் பகுதியில் இரு கைகளையும் விரித்தபடி இருந்த பிதாவாகிய சர்வேஸ்வரனை வைத்தகண் வாங்காமல் வெகுநேரம் பார்த்தபடியே நின்றிருந்தேன். ஆலயத்தில் அந்த நாளின் இறுதியான இரவு மணி அடித்தது. கெபியில், ஊர்மக்கள் பாடுவது கேட்டது, வெளியே வந்து மக்களோடு சேர்ந்து நானும் பயபக்தியோடு பாடினேன்: ஆவே மாரி ஸ்டெல்லா, தெயி மாக்தர் ஆல்மா...

□

38

முன்னூர்மங்கலம்

தமிழக அரசியலில் ஒரு முன்மாதிரி

ஸ்டாலின் ராஜாங்கம்

முன்னூர் மங்கலம் இது நான் பிறந்து வளர்ந்த கிராமத்தின் பெயர். பழைய வட ஆற்காடு மாவட்டம், இன்றைய திருவண்ணாமலை மாவட்டம். செங்கத்திலிருந்து போளூர் செல்லும் சாலையில் ஆறாவது கிலோ மீட்டரில் இருக்கிறது. ஊருக்குப் பின்னால் வடக்குப்புறமாகக் காடு, காட்டின் தொடர்ச்சியில் மலை, மலையின் மேற்குப் பக்கத்தில் ஏலகிரி மலையும், கிழக்குப் பக்கத்தில் பர்வத மலையும் இருக்கிறது. மலைக்கு மேலிருக்கும் ஊரின் பெயர் ஜமுனாமத்தூர். அங்கிருப்போரை மலையாளிகள் என்றே கீழிருப்போர் குறிப்பிடுவர்.

ஊரிலிருந்து மலைகளைப் பார்க்கும்போது மலையின் ஒரு பகுதி யானையின் முகம் போலிருக்கும். மலைபடுகடாம் நூலில் சொல்லப்படும் யானையின் முகபடாம் இதுவே என்று சொல்வர். இவ்வாறு பழைய இலக்கியத்தோடு மட்டுமல்ல, நவீன இலக்கியத்திலும் முன்னூர்மங்கலத்தின் பெயர் இடம் பெற்று இருக்கிறது. எங்களூரிலிருந்து 12 கிமீ தொலைவிலுள்ள கொட்டாவூரைச் சேர்ந்தவர் எழுத்தாளர் ஜீ. முருகன். அவர் 1980களின் இறுதியில் எழுதிய முதல் நாவல் *மின்மினிகளின் கனவுக் காலம்*. இந்த நாவலைத் தமிழின் தொடக்ககால மேஜிகல் ரியலிச நாவல்களில் ஒன்றாகக் குறிப்பிடுவதுண்டு.

நான் பதினொன்றோ பன்னிரண்டோ படிக்கும்போது அந்த நாவலைப் படித்தேன். அந்த நாவலில் என்னுடைய ஊர் குறிப்பிடப்பட்டிருப்பதோடு ஊருக்கான பெயர்க் காரணத்தைக் கூற இரண்டு பக்கமும் ஒதுக்கப்பட்டிருந்தது. அதே கதையை என் தந்தையும் பிறரும் வெவ்வேறு சூழ்நிலைகளில் சொல்லிக் கேட்டு வளர்ந்திருக்கிறேன். வெவ்வேறு ஊர்களிலிருந்து அழைத்து வரப்பட்ட ஜமாவினால் ஊரில் தெருக்கூத்து நடத்தப்படும் போதெல்லாம் முதலில் வரும் கட்டியங்காரன் எங்கள் ஊர்ப் பெயருக்கான காரணத்தைக் கூறி பயபக்தியோடு புகழ்வார்.

தொன்மக்கதை

அந்தக் காலத்தில் இந்த ஊரில் முந்நூறு பார்ப்பனர்கள் வாழ்ந்தார் களாம். அதனால்தான் முன்னூர்மங்கலம் என்றழைக்கப் பட்டதாம். ஆனால் ஊருக்குப் பின்னாலுள்ள மலையில் இருந்த பகாசுரமுனி இவர்களைத் தொடர்ந்து அச்சுறுத்தி கையில் கிடைப்பவர்களையெல்லாம் தின்றுவந்ததாம். பிறகு ஊரில் இருப்பவர்கள் ஒன்றுகூடி முனியோடு ஓர் ஒப்பந்தம் போட்டார்கள். இனி ஊருக்குள் வரவேண்டாம். நாங்களே ஒரு நாளைக்கு ஒரு வீட்டிலிருந்து ஒருவரை அனுப்புவோம். தினமும் கிராமத் திலிருந்து ஒருவர் மாட்டுவண்டியில் உணவு கொண்டு வருவார். மாட்டோடு உணவை மட்டுமல்ல, அவரையும் சாப்பிட்டுக் கொள்ளலாம் என்று அந்த ஒப்பந்தம் நடந்துமுடிந்தது.

இதன்படியே ஒவ்வொரு நாளும் நடந்துவந்தது. இந்நிலையில் வனவாசக் காலத்தின்போது இந்த ஊரின்வழியே வந்தார்கள் பாண்டவர்கள். ஐவரும் தன்தாய் குந்தியோடு ஊரின் கடைசி வீட்டில் நிழலுக்காக ஒதுங்கினராம். அந்த வீட்டில் ஒரேயொரு கிழவி மட்டும் இருந்தார். நிழலுக்கு இடம் கொடுத்த அக்கிழவி அழுதுகொண்டிருந்ததைக் குந்தி பார்த்துவிட்டுக் காரணம் கேட்டாராம். முனியோடு ஊரார் போட்ட ஒப்பந்தத்தைக் கூறிய கிழவி, அந்த ஒப்பந்தத்தின்படி நாளை என்னுடைய முறை. எனக்கிருக்கும் ஒரே மகனை முனியிடம் அனுப்பவேண்டும். அவனை இழந்துவிட்டு நான் என்ன செய்வேன்? என்று புலம்பினாளாம். மனமிறங்கிய குந்தி அந்தக் கிழவியின் கண்ணீரை மாற்ற என் மகன்களில் ஒருவன் பீமன்; அவன் பலமானவன்.

அவனை அனுப்புகிறேன் என்றாளாம். அய்யோ உங்கள் மகன் இல்லாமல் போனால் என்ன செய்வீர்கள் என்றாளாம் கிழவி. எனக்கு ஒருவன் போனால் மற்ற நால்வர் இருக்கின்றனர் என்றாளாம்.

மறுநாள் கிழவியின் மகனுக்குப் பதில் வண்டியில் சோற்றை ஏற்றிக்கொண்டு பீமன் காட்டை நோக்கிச் சென்றானாம். குறித்த நேரத்திற்குச் செல்லாமல் முனியைக் கோபப்படுத்த வேண்டும் என்பதற்காகவே தாமதமாகச் சென்றானாம். கோபத்தோடு இருந்த முனி பல்லுக்குச்சி ஒடித்துவரச் சொன்னபோது பனைமரத்தைப் பிடுங்கிக் கொடுத்தானாம். தண்ணீர் கேட்டபோது, காலின் பெருவிரலால் கோடுபோட்டுத் தண்ணீர் வரவழைத்தானாம். இறுதியில் இருவருக்கும் மோதல் வர மாமன் கிருஷ்ணனின் வழிகாட்டலில் பீமன் முனியை வானத்தை நோக்கிக் கிழித் தெறிந்தானாம். முனியின் ஒவ்வொரு உறுப்பும் ஒவ்வொரு இடத்தில் போய் விழுந்து அந்த உறுப்புகளின் பெயரால் ஊர்கள் உருவானதாம்.

ஒரு மேஜிகல் ரியலிச நாவலில் இந்தக் கதை சேர்க்கப் பட்டதற்கான காரணம் இப்போது புரிந்திருக்கும். ஆனால் நாவலைவிடத் தெருக்கூத்தில்தான் கதையின் மேஜிக் இன்னும் புலப்படும். ஒருமுறை எஸ். ராமகிருஷ்ணனிடம் இந்தக் கதையைச் சொன்னபோது இதேபோலப் பாரதத்தைத் தொடர்புப்படுத்தும் ஊர்க்கதை ஒரிசா பக்கம் இருப்பதாகக் கூறினார்.

ஊருக்கு வடக்கே உள்ள காட்டில் பீமனும் முனியும் சண்டை யிட்டதாக ஒரு பாறையை மக்கள் இப்போதும் நினைவுகூர்வர். அது சமணப் படுக்கையோடு தொடர்புடைய குகை என்பதை இப்போது அறியமுடிந்தது. சமண-பௌத்தக் குகைகளைப் பஞ்சபாண்டவர் குகை என்று கூறியிருப்பதோடு இதனை ஒப்பிடத் தோன்றுகிறது. அதேபோல ஒரிசா பழங்குடிகளால் சூர் என்ற பெயரில் காட்டு விலங்குகள் வணங்கப்பட்டதாக அறிகிறோம். இந்த வகையில் ஊர் பற்றிய கதையைப் பலவாறு விரிக்க முடியும் என்றுதான் தோன்றுகிறது.

இவ்வாறு மரபான கதையோடு தொடர்புப்படுத்திச் சொல்லப் பட்டாலும் நான் நேரில் பார்த்து வளர்ந்த என் கிராமம் நவீன

அரசியல் நம்பிக்கைகளோடு தொடர்புடைய ஊர். ஊரில் சமபலத்தில் பறையர்களும், பள்ளிகளும் வாழ்கின்றனர். சேவை சாதியினர் என்று இரண்டொரு அருந்ததியர் குடும்பங்களும் ஒரு குயவர் குடும்பமும் உண்டு. அவர்களும் பள்ளிகளான வன்னியர் பகுதியைச் சார்ந்தே வாழ்ந்தனர்.

கிராம அமைப்பு

ஊரில் பெரும்பான்மையும் விவசாயமே. ஊருக்குத் தெற்கே ஏரி. ஏரியின் கீழே கழனிக்காடு (வயற்காட்டை இவ்வாறுதான் கூறுவோம்). பெரும்பாலும் இரண்டு போகம் நெல்விளையும். மூன்று போகம் விளைந்ததும் உண்டாம். தெற்கே கழனிக்காடு முடியுமிடத்தில் மீண்டும் ஒரு குறுங்காடு தொடங்கும். நிலப்பகுதி கழனிக்காடு, கொல்லைக்காடு அல்லது கொல்லைமேடு என்று இரண்டாக அமைந்திருக்கும். கழனிக்காடு முழுவதும் வயல்கள். நீர்ப்பாசன வசதியால் நெல்விளையும் பகுதி. கொல்லமேடு என்பது ஏரிநீர் ஏறாத மேடான பகுதி.

ஊருக்கு வடக்கே இருக்கும் காட்டை ஒட்டியும் தெற்கே இருக்கும் காட்டை ஒட்டியும் கொல்லமேடுகள் இருக்கும். அதில் பம்புசெட்டு துணையோடும் மானவாரியாகவும் விவசாயம் புரிவோர் வீடுகள் கட்டி வாழ்வர். வீடென்பது ஒரு வசதிக்காகத் தான். குடிசைகள் என்பதுதான் சரி. கீற்றோ, கூரையோ வேய்ந்த இந்தக் குடிசைகளைக் கொட்டா(ய்) என்போம். எங்கள் குடும்பம் தெற்கு காட்டோரத்திலிருந்த கொல்லை மேட்டில் இருந்தது. எந்தத் தேவைக்கும் நான்கு கிமீ தூரத்திலிருக்கும் ஊருக்கு வந்து செல்லவேண்டும். ஓரிரண்டு பங்காளிகள் தவிர பிற உறவினர்கள் ஊருக்குள்ளேயே வாழ்ந்தனர். காட்டுக் கொல்லையில் எங்கள் குடியிருப்புகளுக்கு அருகில் பழங்குடி தன்மை கொண்ட ஒட்டர்கள் வாழ்வர். இவ்வாறு பக்கத்துப் பக்கத்துக் கொல்லைகள் என்ற முறையில் பல்வேறு சாதிகளுடனான பழக்கமும் இணக்கமும் நிலவியது. பறையர் பள்ளி சாதியினர் பெரும் பான்மையாக வாழ்ந்தாலும் ஊரில் தெலுங்கு பேசும் செட்டியார் குடும்பங்கள் ஒன்றிரண்டு உண்டு. அவர்கள் தாம் பண்ணையார்கள் போல. தலித்துகளும் வன்னியர்களும் அவர் களின் வீடுகளிலும் நிலத்திலும் வேலை செய்தனர்.

வட்டாரப் பண்போடு சாதி

என்னுடைய கிராமம் அரசியல் விழிப்புணர்ச்சி கொண்ட ஊராக இருந்தது. அருகில் இருந்த கிராமங்களாலும் எங்கள் ஊர் அப்படித்தான் பார்க்கப்பட்டது. சாதிய வேறுபாடுகள் துல்லியமாக நிலவினாலும் வன்னியர்களோடு சமபலத்தில் இருந்ததாலும், அரசியல் விழிப்புணர்ச்சி இருந்ததாலும் சாதிய மோதல்கள் நடந்ததில்லை. இன்னும் சொல்லப்போனால் தலித்துகளுக்கு வன்னியர்கள் பயப்படும் நிலைதான் பொதுவாக இருந்தது. 'அடிக்கிற சாதி' என்கிற எண்ணம்தான் தலித்துகள் மீதிருந்தது. இதன் பொருள் சாதியோ அதன் பெயரிலான ஏற்றத்தாழ்வோ இல்லை என்பதல்ல. அவை வெளிப்பட முடியாமல் இருந்தன என்று சொல்லலாம்.

சாதி என்பது வட்டாரத்தைப் பொறுத்தது. எங்கள் ஊரிலும் எங்களைச் சுற்றியிருந்த சில கிராமங்களிலும் எண்ணிக்கை பலம் காரணமாக இந்த நிலை நீடித்தது. எங்களூரிலிருந்து இரண்டு, மூன்று ஊர்களைத் தாண்டிவிட்டாலே நிலைமை வேறாக இருந்தது. இந்த வேறுபடும் பண்பினால் எங்கள் ஊருக்குத் தனியடையாளம் இருந்தது. இன்னும் சொல்லப்போனால் ஊரில் தலித்துகளும் வன்னியர்களும் கழனிகளிலும், காடுகளிலும் சேர்ந்து உழைப்பவர்களாக இருந்தனர். வன்னியர்களில் சில குடும்பத்தினருக்கு நிலபுலன்கள் இருந்தன என்றாலும், பின்னாட்களில் தலித்துகளும் நிலங்களை வாங்கத் தொடங்கினர்.

அம்பேத்கரிய அரசியல்

என்னுடைய கிராமத்து அரசியல் விழிப்புணர்ச்சியின் தொடக்கம் எதுவென்று தெரியவில்லை. ஆனால் அத்தகைய விழிப்புணர்ச்சிக்கு பாபாசாகேப் அம்பேத்கரின் இந்தியக் குடியரசுக் கட்சி காரணமாக இருந்தது. எங்கள் செங்கம் வட்டாரத்தின் இந்தியக் குடியரசுக் கட்சியின் முக்கியஸ்தர்களாக எங்கள் ஊர்ப் பெரியவர்கள் இருந்தனர். இந்தப் பெரியவர்களில் சிலர் முற்றிலும் படிக்காதவர்கள். சிலர் மூன்றாவது, நான்காவது வரை மட்டுமே சென்றவர்கள். இவர்கள் தொடக்கத்தில் காங்கிரஸ்காரர்களாக இருந்து இந்தியக் குடியரசுக் கட்சிக்கு வந்தவர்களாக இருந்தனர். குடியரசுக் கட்சிக் கூட்டங்கள், மாநாடுகள் சென்னை, வேலூர்,

பெங்களூர், தர்மபுரி, கோலார் தங்கவயல் போன்ற ஊர்களில் நடக்கும்போது அங்கெல்லாம் சென்று வரக்கூடியவர்களாக இருந்தனர். முதலிலேயே சொன்னேன், எங்களூர் பழைய வட ஆற்காடு மாவட்டம் என்று.

அம்பேத்கரிய அரசியலைப் பொறுத்தவரை தமிழகத்தின் மகாராஷ்டிரா என்று இம்மாவட்டத்தைச் சொல்லுவார்கள். தமிழகத்தில் அம்பேத்கர் சிலைகள் அதிகம் உள்ள பகுதியென்று பழைய வட ஆற்காடு மாவட்டத்தைச் சொல்லலாம். எல்லாக் கிராமங்களின் சேரிகளிலும் அம்பேத்கர் சிலையை இப்போதும் பார்த்துவிடலாம். இதுவே இந்தப் பகுதியில் நிலவிய அம்பேத்கர் அரசியலின் செல்வாக்கை உணர்த்திவிடும்.

வட ஆற்காட்டுப் பகுதியைச் சேர்ந்த தலித்துகளே கோலார் தங்கவயலில் அதிகம் இருந்தனர். அயோத்திதாசர் காலத்திலிருந்து கோலாரில் நிலவிய அரசியல் வட ஆற்காட்டுக் கிராமங்கள்வரை தாக்கம் கொண்டிருந்தது. வேலூர் பகுதியில் ஏ. பி. பெரியசாமி புலவர், ஜே. ஜே. தாஸ், பள்ளிகொண்டா கிருஷ்ணசாமி, தசரதன், ஜி. மூர்த்தி, உலகநாதன், ஏ. டி. வேலாயுதம், சுப்பிரமணி, தாமோதரன், கரியமால், செ. கு. தமிழரசன் என்று ஏராளமான தலைவர்கள் இருந்தனர். தடுக்கி விழுந்தால் தலைவர்கள்தான்.

இந்தியக் குடியரசுக் கட்சி திமுகவோடு கூட்டணியமைத்து, தேர்தலைச் சந்தித்தபோது என். சிவராஜ் அவர்கள் போட்டி யிட்டது வேலூரில்தான். அதேபோல நீண்டகாலமாக இந்தியக் குடியரசு கட்சியினர் போட்டியிட்டு வந்தது வந்தவாசி, பெரண மல்லூர் தொகுதிகளில்தான். பெரணமல்லூர் காட்பாடி தொகுதி களில் எம்எல்ஏக்களாகவும் இருந்தனர். கட்சி பல பிரிவுகளாகச் செயற்பட்டாலும் அம்பேத்கர் அரசியலைப் பேசுவதில் இவர்கள் ஒன்றாயிருந்தனர். பேச்சாளர்கள் மட்டுமல்ல பாடகர்களும் நாடகர்களும் ஊர் ஊராக அம்பேத்கர் புகழைப் பரப்பிவந்தனர்.

எங்கள் ஊரில் ராமசாமி என்றொரு பெரியவர் இருந்தார். இந்தியக் குடியரசுக் கட்சியின் வட்டாரத் தலைவராக இருந்தார். அவரோடு எங்களூரில் பலர் சேர்ந்து இருந்தனர். அவர் ஐந்தாவது வரை படித்திருந்தார். குடியோ புகைப்பழக்கமோ கிடையாது. என் தந்தை அவருடைய நண்பராக இருந்தார். ஆனால் என்

தந்தைக்குக் குடிப்பழக்கம் இருந்தது. இதற்கிடையில் பத்து பேரோடு பிறந்த குடும்பத்தில் என் தந்தையின் தம்பி— என்னுடைய சித்தப்பாதான் முதலில் பள்ளிக்கூடம் சென்று படித்தார். பத்தாவதுவரை படித்திருந்தார். சின்னவனே என்று அழைக்கப்பட்டு வந்த அவர், அந்தக் குடும்பத்தில் முதலில் பள்ளிக்கூடம் போனதால், 'பள்ளிக்கூடத்தான்' என்று அழைக்கப் பட்டார். இப்போதும் ஊரில் அவர் வீட்டை இந்தப் பெயரால் குறிப்பிடும் நிலை இருக்கிறது. அவரைப் பள்ளிக் கூடத்தில் சேர்த்தபோதுதான் அவர் ஆசிரியர் தான் ஜெயக்குமார் என்று பெயர் சூட்டினார். கடைசிவரை அதுவே அவர் பெயராக நீடித்தது. அவர் இளைஞராக இருந்த போது மார்க்சிஸ்ட் கம்யூனிஸ்ட் கட்சி யிலிருந்து இருக்கிறார். கட்சியின் இளைஞர் அமைப்பான இந்திய ஜனநாயக வாலிபர் சங்கத்தில் (டை.ஃபி) ஊர் ஊராகப் பிரச்சாரம் செய்திருக்கிறார்.

நான் மூன்றாவது, நான்காவது படிக்கும் வரையிலும் என் சித்தப்பா வீட்டில் மார்க்ஸ் லெனின் ஸ்டாலின் படங்கள் மாட்டப்பட்டிருந்ததையும் சிறு வெளியீடுகள் இருப்பதையும் பார்த்திருக்கிறேன். பின்னாளில் அவர் திமுகவுக்குச் சென்று விட்டிருந்தார். அவர் குடும்பம் ஓரளவு வசதியான நிலையை எட்டியதைப் பார்க்கும்போது அதுகூட நல்லதுதான் என்ற எண்ணம் இப்போது வருகிறது.

திருவண்ணாமலையில் பவாசெல்லத்துரையை முதன்முதலாகச் சந்தித்து அறிமுகமான போது ஊர்ப்பெயரைச் சொன்னேன். நான் வாலிபர் சங்கத்தில் இருந்தபோது அந்த ஊரில் ஜெயக்குமார் என்பவர் இருந்தார். நாங்கள் இணைந்து பிரச்சாரத்திற்கெல்லாம் போவோம் என்றார். ஜெயக்குமார் என் சித்தப்பாதான் என்று சொன்னேன். உடனே அவர் ஸ்டாலின் நீங்கள் ஒரு நாவல் எழுதவேண்டும். அதற்கு முன்னூர்மங்கலம் என்று பெயரிட வேண்டும்; நூலை உங்கள் சித்தப்பாவுக்குச் சமர்ப்பணம் செய்யவேண்டும், அதை நான் வம்சி சார்பாகப் பதிப்பிக்க வேண்டும் என்றார். நான் தலையாட்டி வைத்து இருக்கிறேன்.

ஒரேயொரு விசயத்தை மட்டும் சொல்லிவிட்டால் போதும். ஊரின் அரசியல் பின்புலத்தைச் சொல்லுவதை நிறுத்திக்

கொள்ளலாம். அம்பேத்கர், பெரியார், லெனின், சிவராஜ், ஜெக ஜீவன்ராம், ஸ்டாலின், யஷ்வந்த்ராவ், கோபுரகடே, வீரமணி, ரமாபாய் என்கிற பெயர்களைக் கொண்டவர்கள் ஊரிலுண்டு. 40 வயதிலிருந்து 65 வயது வரை இருப்பவர்கள் இந்தப் பெயர்களைக் கொண்டவர்களாக இருக்கிறார்கள். எங்களூரில் நிலவிய அரசியல் விழிப்புணர்ச்சியைக் காட்ட இந்தப் பெயர்களே போதுமானது. இதன் காலம் கிட்டத்தட்ட எழுவது ஆண்டு காலம். இதன்படி எங்களூரின் அரசியல் விழிப்புணர்ச்சிக்கு ஆயுள் இதுவென்று கூறலாம். இந்தப் பின்புலத்தில்தான் நான் வளர்ந்தேன். மட்டுமல்ல, இதன் தாக்கம் என்மீதும் இருந்தது.

மரபின் 'நவீனம்'

இந்தப் பெயர்களைச் சூட்டியவர்கள் தலைவர்கள் அல்ல. மாறாக எம் தந்தையர்களாலேயே சூட்டப்பட்டன. இவர்கள் யாரும் தலைவர்களோ ஏன் படித்தவர்கள்கூட கிடையாது. அந்த அளவிற்கு அரசியல் விழிப்புணர்ச்சியோடு தொடர்பு கொண்டிருந்தவர்களாக இருந்தனர். இத்தகைய தந்தையர்களுள் ஒருவர்தான் என் தந்தையும். அவர் முற்றிலும் படிக்காதவர். மனித வாழ்வின் சகல பல—பலவீனங்களைக் கொண்ட சராசரி மனிதர்.

எங்கள் வீட்டில் நான் இளையவன். அண்ணன்கள் இருவர். மூத்தவர் பெயர் யஷ்வந்த்ராவ். அடுத்தவர் பெயர் கோபுரகடே. ஸ்டாலின் என்பது என்னுடைய பெயர். மூன்று பெயர்களும் என் தந்தை சூட்டியவை. இவை அரசியல் தலைவர்கள் பெயர்களே ஆனாலும், ஸ்டாலின் தவிர மற்ற இரண்டு பெயர்களும் பிரபல மானவை அல்ல. இருந்தும் என் அப்பா சூட்டியிருக்கிறார். யஷ்வந்த்ராவ் என்பது அம்பேத்கர் மகன் பெயர்.

வட ஆற்காடு தர்மபுரி பகுதிகளில் அக்காலக் குடியரசு கட்சியினர் வீடுகளில் இந்தப் பெயரைப் பார்க்க முடியும். ஆனால் கோபுரகடே என்ற பெயரைப் பார்க்க முடியாது. அது அம்பேத் கருக்கு பின்பு குடியரசு கட்சியின் ஒரு பிரிவின் தேசியத் தலைவராக இருந்தவர் பெயர். கட்சியினர் அவரைப் பாரிஸ்டர் கோபுரகடே என்று அழைப்பார்கள். அந்தப் பெயரை வைத்திருக் கிறார் என்றால் பார்த்துக்கொள்ளுங்கள்.

படிக்காதவராக இருந்தபோதும் என் தந்தையாருக்கு அரசியல் அறிவு உண்டு. சரித்திரத் தகவல்களை ஆண்டு, பெயர், இடம் சார்ந்து சொல்லக்கூடியவர். அக்காலகட்டத்தில் இவ்வாறான மனிதர்கள் நிறைய பேரைப் பார்க்கலாம்; படிக்கத் தெரியா விட்டாலும் சேரும் கூட்டாளிகளின் உரையாடல், கூட்டங்கள், பாடல்கள் போன்றவற்றின் மூலம் அரசியல் அறிவை உருவாக்கிக் கொண்டவர்கள். இவர்கள் கேட்ட வரலாற்றுக் கதைகளில் லட்சியவாதத்தோடு தொடர்புடைய மனிதர்களையே அறிந் திருக்கிறார்கள். எனவே அத்தகைய லட்சியவாதத்தின் ஊடாகவே வரலாற்றைப் புரிந்து கொண்டு மற்றவர்களுக்கும் அவ்வாறே சொல்லுவார்கள். இந்தப் பெரியவர்களின் மாபெரும் லட்சியவாத பிம்பம் அம்பேத்கர். அவரின் கதைகளை—வெற்றியைத் தங்க ளுடைய உரையாடல்களில் சொல்லிக்கொண்டே இருப்பார்கள்! வாதிடுவார்கள். என் தந்தை அப்படிப்பட்டவர்.

இப்போதும் என் அப்பாவுக்குப் படிப்பென்றால் அது சட்டப் படிப்புதான். ஏனெனில் அது அம்பேத்கர் படித்தது. இப்போதும் பெரிய படிப்பிற்கான உதாரணம் சொல்லுவதென்றால் 'ஆமாம். பெரிய பார்-அட்-லா படிச்சுட்டான்' என்பார். ஏனெனில் அது அம்பேத்கர் படித்த படிப்பு. எல்லாவற்றுக்கும் அவர்களுக்கு உச்சம் என்றால் அம்பேத்கர்தான். என் அண்ணன்கள் இருவரையும் பார்-அட்-லா படிக்கவேண்டும் என்று அடம்பிடித்தார். ஆனால் அடுத்தத் தலைமுறையினரான அண்ணன்கள் அவரை வெற்றிகர மாகத் தோற்கடித்துவிட்டார்கள் என்பது வேறு விசயம். படித்தால் முன்னேற முடியும் என்ற நவீனக் கல்வி பற்றிய நம்பிக்கை கொண்டிருந்தனர். எளிய மக்கள் தங்களைப் போலத் தங்கள் குழந்தைகள் கஷ்டப்படக்கூடாது. கலெக்டர் ஆகவேண்டும், டாக்டர் ஆகவேண்டும் என்று மனப்பூர்வமாக விரும்புகிறார்கள், அதற்காக உழைக்கிறார்கள்.

ஆனால் இம்மக்களுக்கும் பெரியவர்களுக்கும் அதற்கான ஸ்தூலமான உதாரணமாக அம்பேத்கர் இருந்தார். அம்பேத்கர் போல் படிக்கவேண்டும் என்று சொல்லிவிட்டார்கள். அதற்குள் எல்லாம் அடங்கிவிடுவதாக நினைத்தார்கள். என் தந்தை என்னிடம் அம்பேத்கர் படிப்பு போலப் படிக்கவேண்டும் என்று கூறிக்கொண்டே இருப்பார். இப்படித்தான் ஊரை எழுதினால்,

ஊர்க் கதையாகவும், தந்தை பற்றி எழுதினால், தந்தை கதையாகவும் மாறிவிடுகிறது. எனவே, நான் என்னைக் கட்டுப்படுத்திக் கொண்டு தலைப்புக்குத் திரும்பியாக வேண்டும்.

நவீனத்தின் வழக்காறு

சிறுவயதிலிருந்தே என் தந்தை அம்பேத்கர் பற்றிய கதைகளைச் எனக்குச் சொல்லத் தொடங்கிவிட்டார். அம்பேத்கர் சந்தித்த தீண்டாமைக் கொடுமைகள், அதை மீறி அவர் படித்துப் பெரியா ளாகியது, காந்தியோடு 'சண்டைபோட்டு' பூனா ஒப்பந்தம் போட்டது, அரசியல் சட்டம் எழுதியது என்கிற அம்சங்களே திரும்பத் திரும்ப அவர் சொன்ன சரித்திரக்கதைகளில் வரும். என் தந்தையிடம் மட்டுமல்ல, அன்றைக்கு அம்பேத்கர் பற்றிக் கேட்ட எல்லாப் பேச்சுகளிலும் அவரின் கல்விமேதைமையே சொல்லப்படும். எளிய மக்கள் படித்து முன்னேறு வதன் மூலமே தங்கள் மீதான சாதி இழிவை மாற்றிக்கொள்ள முடியும் என்று நம்பியதற்கான சான்றுகளே இவை. அதை இந்த மக்களிடம் ஊட்டிய அம்பேத்கரே அதற்கான எடுத்துக் காட்டாகவும் இருந்தார்.

அந்தக் காலத்தில் இந்தியக் குடியரசுக் கட்சியின் முக்கியமான பணி களாகச் செத்தமாடெடுக்க மறுப்பு, பிணக்குழி தோண்ட மறுப்பு, பறையடிக்க மறுப்பு போன்றவை இருந்திருக்கின்றன. கிராம அளவில் பலரும் இந்த மறுப்பில் ஈடுபட்டிருக்கின்றனர். அப்போராட்டங்களில் ஈர்க்கப் பட்டு, ஈடுபட்டிருந்த என் தந்தை எனக்கும் அந்தப் போராட்டங்களைப் பற்றிச் சொன்னார். அவையெல்லாம் நாம் செய்யக்கூடாத பணிகள் என்றார். இவற்றை மொத்தமாகச் சேர்த்து யோசிக்கும் போது அவற்றில் ஓர் அரசியல் புரிதல் இருப்பதைப் பார்க்கலாம். ஒரு புறம் சாதிரீதியாகச் சுமத்தப்பட்ட இழிவுகளைக் கைவிடவேண்டும். மறுபுறம் அவ்விடத்தில் கல்வி உள்ளிட்ட நவீன விசயங்களைக் கையாண்டு மேலேற வேண்டும். இந்த எளிய புரிதலையே முதல் தலைமுறை பெரியவர்கள் அம்பேத்கரிடமிருந்து பெற்றுக் கொண்டிருந்தார்கள்.

நாங்கள் காட்டுக்கொல்லை என்ற கொல்லைமேட்டில் குடியிருந்தோம் என்று முன்பே சொன்னேன். பன்னிரண்டாம்

வகுப்பு முடித்து ஊரிலிருந்து வெளியேறும் வரையில் வீட்டில் மண்ணெண்ணெய் விளக்குதான். நான் பள்ளியைவிட்டு வரும் போது பெரும்பாலும் அப்பா வீட்டில் இருக்கமாட்டார். இரவு குடித்துவிட்டு வருவார். அவர் எனக்குச் சொன்ன கதைகள் பெரும்பாலும் குடிபோதையில் இருந்தபோதுதான். காந்தியை வில்லனாகவும் அம்பேத்கரை நாயகனாகவும் விளக்கி அவர் பேசுவார். அதுமட்டுமல்லாது அலெக்சாண்டர், கென்னடி, லெனின், காமராஜர், நேரு, அண்ணா, பெரியார், கருணாநிதி, பசவலிங்கப்பா, சி. எம். ஆறுமுகம் போன்றவர்களின் பெயர்களை முதலில் கேள்விப்பட்டது இத்தகைய குடிப் பேச்சுகளில்தான். ஆண்டு, பெயர்கள் துல்லியமாக இருக்குமே தவிர மொத்த சொல் முறையும் அவருடையவை. படிப்பினால் அல்லாமல் கேட்ட நினைவிலிருந்து சொல்லும்போது நாளடைவில் உருப்பெற்ற சொல்முறை அது. சரித்திரங்கள் எல்லாம் வாய்மொழி வழக்காறாக மாறி வெளிப்படும். நானும் என் பாடநூல்களில் படித்தவற்றை அவருக்குச் சொல்வேன். படித்தும் காட்டுவேன்.

பேச்சாகும் எழுத்து

சிறுவயதிலிருந்தே செய்தித்தாள் படிக்கும் பழக்கம் இப்படித் தான் உருவாகியிருக்கும் என்று நினைக்கிறேன். ஊர்ப் பஞ்சாயத்துச் சார்பாக இரண்டு செய்தித்தாள்கள் வரும். தினத்தந்தி ஏழேமுக்கால் மணி பேருந்திலோ தவறினால் ஒன்பதே கால் பேருந்திலோ வந்துவிழும். ஒரே பேருந்து நிலையம். பேருந்து நிலையத்தில் இருந்த டீக்கடையில் மதியம்வரை செய்தித்தாள் இருக்கும். நான் கொல்லையிலிருந்து கிளம்பி ஊருக்குள் இருந்த பள்ளிக்கு வர வேண்டியிருந்ததால் பெரும்பாலும் செய்தித்தாள் படிக்க முடிவதில்லை. ஆனால் மதிய உணவு இடைவேளைக்கு முன்பு 11 மணிக்குக் கால் மணிநேரம் இடைவேளை விடுவார்கள். நான் நேராக ஓடிச்சென்று முதல் வேளையாகச் செய்தித்தாள் படித்துவிட்டு வருவேன். *தினத்தந்தி* வேலூர் பதிப்பு என்பதால் காலையிலேயே வந்துவிடும். *தினமணி* சென்னை பதிப்பு என்பதால் 11 மணிக்குத்தான் அந்தச் செய்தித்தாள் வரும். இரண்டையும் படித்துவிடுவேன். மிச்சமிருந்தால் மதியம் வந்து படிப்பேன்.

ஒரு கட்டத்தில் பேப்பர் படிப்பதில் பெரிய மனிதர்கள் வரிசையில் வாடிக்கையாளர் ஆனேன். இன்று வரையிலும் காலையில் செய்தித்தாள் படிக்காமல் வேறெந்த வேலையும் செய்வதில்லை. என்னுடன் படித்தவர்களில் சிலர் சில நாட்களில் உடன்வந்து பேப்பர் படித்தனர். ஆனால் அவர்கள் அதைத் தொடர வில்லை. அப்போது தினத்தந்தி தான் பிடிக்கும். விளம்பரங்கள், திரைப்படச் செய்திகள் என்று வண்ணமயமாக இருக்கும். இன்று வரையிலான என் திரைப்பட அறிவின் அடிப்படை தினத்தந்தி வாசிப்புதான். வெள்ளிக்கிழமையில் வெள்ளிமலர், குருவியார் பதில்கள், பண்டிகை நாட்களில் நடிகர் ஒருவரின் வாசகர் கேள்வி பதில் இருக்கும். செவ்வாய்க்கிழமை சினிமா பக்கம்— அதில் வரும் படப்பிடிப்பினிலே என்ற பகுதி எல்லாம் நினை விருக்கிறது. தினத்தந்தி சினிமா செய்திகளைப் படிப்பதிலும், அதை முதலில் பகிர்வதிலும் பெரும் போட்டியே எங்கள் கூட்டாளிகளிடையே நடக்கும். ஆனால் அவர்கள் *தினமணி* பக்கம் வருவதில்லை. ஏனெனில் அதில் சினிமா செய்திகள் வருவ தில்லை. ஆனால் நான் தினமணி படிப்பேன்.

என் பள்ளி நாட்களோடு தினத்தந்தி படிப்பதை விட்டு விட்டேன். *தினமணியின்* அரசியல் தெரிந்த பின்னாலும் இன்றுவரை *தினமணியின்* வாசகனாக இருக்கிறேன். பகலெல்லாம் படிக்கப்பட்ட பேப்பர் மாலையில் டீக்கடைக்காரர் போடும் வடைக்கான பொட்டலமாக மாறிவிடும். ஆனால் சில நாட்களில் தாமதமானால் பேப்பரை எனக்காக எடுத்துப் பாதுகாக்கும் அளவிற்குப் பேப்பர் படிப்பது பற்றிய அடையாளம் வந்துவிட்டது. இவ்வாறு படித்த—நகர்ப்புற நடுத்தர வாழ்க்கையின் அம்சமாகப் பார்க்கப்பட்ட பேப்பர் படிப்பது, எளிய—கிராமப்புற வாழ்வில் இணைந்ததற்கு ஊரிலும், குடும்பத்திலும் இருந்த அரசியல் விழிப்புணர்வுதான் காரணம் என்று தோன்றுகிறது. நவீன வாழ்வம்சம் கிராமப்புற வாழ்வில் இந்த வழியிலும் நுழையும் போல.

என் அப்பா இரவுகளில் சரித்திரக்கதைகள் சொல்லும்போது நானும் நிகழ்காலச் சரித்திரமாகப் பேப்பரில் படித்தவற்றைச் சொல்வேன். ஒரு கட்டத்தில் பேப்பர் செய்தியை முதலில் அப்பாவிடம் சொல்லவேண்டும் என்பது ஒரு சாகசமாகவே

மாறியது. நான் பேப்பர் படிக்கிற ஆள் என்று ஊரில் சொல்லப் படுவதை அவரும் ஒரு பெருமையாக எடுத்துக்கொண்டிருப்பார் என்று நினைக்கிறேன். அண்ணன்களால் முடியாத பார்-அட்-லாவை நான் படித்து முடித்துவிடுவேன் என்ற நம்பிக்கை அவருக்கு முளைவிடத் தொடங்கியது.

கடவுள் மறுப்பு என்னும் 'திருப்தி'

என் அப்பாவைப் பற்றிச் சொல்லும்போது மற்றொரு முக்கியமான அடையாளத்தைச் சொல்லவேண்டும். அவர் தீவிர கடவுள் மறுப்பாளர். பெரியாரைப் பற்றிய கதைகளை அம்பேத்கருக்கு இணையாகச் சொல்லுவார். போதையில் இல்லாத சமயங்களில் பகலில் வேலைத்தளங்களில் அவரின் இவ்வகையான பேச்சு களுக்குப் பெரும் ரசிகர் பட்டாளமே உண்டு. அவருக்கு பெரியாரிடமிருந்து கடவுள்மறுப்பைத் தவிர வேறெதுவும் தென்பட்டதில்லை. எங்கள் ஊர்ப் பெரியவர் ராமசாமியும் தீவிர கடவுள்மறுப்பாளர். அம்பேத்கரையும் பெரியாரையும் இணையாக ஏற்றவர். அவர் தொடர்பில் என் தந்தையும் பெரியாரிஸ்டாக மாறியிருக்க வேண்டும் என்று நினைக்கிறேன்.

கரடுமுரடான நாத்திகர் என்பதால் நான் பிறந்ததிலிருந்தே வீட்டில் சாமி கும்பிட்டதில்லை. எந்தப் பண்டிகையும் கொண்டாடியதில்லை. என் அம்மா சிரத்தையெடுத்துச் செய்யும் பண்டிகை அலங்காரங்களை நாத்திக அகங்காரத்தில் குடித்து விட்டுவந்து குலைத்தவராகவே என் தந்தையைப் பார்த்திருக் கிறேன். நான் என் அம்மா பக்கம்தான் என்றாலும் நாத்திகம் என்ற கருத்தின் மீது ஆரம்பத்திலிருந்து கவர்ச்சி கொண்டவனாக இருந்தேன். என் சித்தப்பா மகன்களோடு கோயில், திருவிழா வெல்லாம் போய்வந்திருக்கிறேன் என்றாலும் கடவுள் எனக்குள் நுழையவே இல்லை. என் தந்தை அவரின் இளமைக் காலத்தில் தெருக்கூத்து ஆடியவர். எனவே புராணக்கதைகளும் அவருக்கு அத்துப்படி.

பெரியார் சொன்ன கடவுள்மறுப்பு செய்திகளோடு இந்த உள்ளூர்ப் புராணக்கதைகளின் பொருத்தமின்மையை அவர் இணைத்தும் சொல்லுவார். இந்தப் பேச்சும்கூட வாய்மொழி பண்புகொண்டதுதாம். நவீனக் காலத்தால் ஊட்டம் பெற்ற நாத்திக

கருத்துகள் உள்ளூர் மொழியில் உள்ளூர் சமாச்சாரங்களையும் சேர்த்துக்கொண்டு வெளிப்பட்டன எனலாம். இவ்வகை விவரணை யிலுள்ள கேலியும் சுவாரஸ்யமும் அவரின் அடையாளங்களாயின. அது அவருக்குத் தனிப் போதையாகிவிட்டன என்று தான் கூற வேண்டும். இப்போதும் ஊரில் ஒரு மரத்தடியில் நான்கு பேர் சூழ இவ்வகைக் கதைகளை அவர் சொல்ல பிறர் கேட்டுக் கொண்டிருப்பார்கள். எது எப்படியிருப்பினும் இந்த வகையில் நான் என் தந்தையின் மகன்தான்.

பெரியவர் ராமசாமி வீடு ஊரின் நடுத்தெருவில் இருந்தது. இந்தியக் குடியரசுக் கட்சி நிர்வாகி என்றாலும் பெரியார்மீது பற்றுகொண்டிருந்த காரணத்தால் தாடிவைத்திருந்தார். ஊரில் தாடிக் காரர், தாடிக்காரர் வீடு என்று சொன்னால்தான் பலருக்கும் தெரியும். அவரைப் பார்த்தாலே சிறுவர்கள் தெறித்து ஓடுவார்கள். சிறுவர்கள் விளையாடுவது அவருக்குப் பிடிக்காது. சில சமயங் களில் விளையாடும் இடத்திற்குக்கூட அவர் தேடிவந்து விடுவார். அவர் இந்தத் தெருவில் வந்தால் சிறுவர்கள் அந்தத் தெருவில் ஓடுவார்கள். பிள்ளைகள் படிக்க வேண்டும், படிப்புக்கு (படித்தால்தானே அம்பேத்கர் ஆக முடியும்) விளையாட்டு எதிரி என்று அவரால் கருதப்பட்டது. பெரும்பாலும் கோலி, கோட்டிப் புல்தான் விளையாடுவார்கள்.

அவர் அந்தப் பக்கம் எதேச்சையாக வந்தால்கூட அவற்றை அப்படியே விட்டுவிட்டு ஓடிவிடுவார்கள். கோலிகளைக் கண்டால் எடுத்துக் கிணற்றில் போட்டுவிடுவார் என்பார்கள். சிறுவர்கள் அகப்பட்டுக் கொண்டால், 'படிச்சியா, படிச்சியா?' என்று காதைப் பிடித்துத் திருகுவார்.

தாடிக்காரர் கொள்கைகள் பிடித்ததோ இல்லையோ குழந்தை களைப் படிக்கச் சொல்லி மிரட்டுவதை எந்தப் பெற்றோரும் கேள்வி கேட்டதில்லை. இவ்வாறு விளையாட்டுக்கு எதிரான மனோபாவம் ஊராரின் மௌனமான ஒப்புதலோடு அவர் காலத்தில் இருந்தது.

இந்தப் பெரியவர்களைப் பொருத்தவரையில் அம்பேத்கரை 'போலாக்கம் செய்யும்' நடைமுறை என்று கருதி செய்யப் பட்டன.

விளையாட்டை விட்டுவிடு

நான் மூன்றாவது படித்துக்கொண்டிருந்தேன். மதியம் பள்ளி சத்துணவைச் சாப்பிட்டுவிட்டு விளையாடுவதற்காக என் சித்தப்பா வீட்டை நோக்கி நான்கு பேரோடு சென்றுகொண்டு இருந்தேன். செல்லும்போது தாடிக்காரர் வீட்டைத் தாண்டித்தான் செல்லவேண்டும். தெருவைப் பார்த்தவாறு திண்ணையில் படுத்துக்கொண்டிருந்தார் அவர். அவர் எங்களைப் பார்த்தார். நாங்களும் அவரைப் பார்த்துவிட்டோம். முதலில் சென்றவனை ஆட்காட்டிவிரலைக் காட்டி அழைத்தார். பிடித்தான் ஓட்டம். அடுத்தவனையும் அவ்வாறே அழைத்தார். அவனும் ஓடி விட்டான். மூன்றாமவன் ஓடிவிட்ட பிறகு வரிசையில் நான்காவ தாகச் சென்ற என்னை அழைத்தார். என்ன தோன்றியதோ தெரியவில்லை. நான் சென்று அவர் முன்னால் நின்றுவிட்டேன். படிப்பில் சில கேள்விகளைக் கேட்டார். நான் அளித்த பதில்கள் அவருக்குத் திருப்திகரமாக இருந்ததாக நினைக்கிறேன். பெயரைக் கேட்டார். அப்பா பெயரைக் கேட்டார். 'ஓ நீ ராஜாங்கம் மொவனா?' என்றார். அன்றிரவு என் அப்பாவிடம் சொன்னேன். அவரால்தான் எல்லாவற்றையும்தான் கற்றுக்கொண்டதாகச் சொன்னார்.

அன்று முதல் எல்லா நாளும் ராமசாமியைச் சந்திக்கத் தொடங் கினேன். அவரைப் பார்க்கச் செல்லும்முன் பேப்பர் படித்துவிட்டுச் சென்றுவிடுவேன். பேப்பரில் படித்ததைக் கேட்பார், நான் சொல்லுவேன். இண்டர்வல் நேரத்திற்கே சென்றுவிடுவேன். அவர் ஒவ்வொரு ஆண்டும் ஊரில் அம்பேத்கர் பிறந்த தின விழாவைப் பெரியளவில் கொண்டாடி வந்தார். வெளியூரிலிருந்து பிரமுகர்கள் வந்து கலந்துகொள்வார்கள். நான் மூன்றாவது படித்துக்கொண்டிருந்தபோது அம்பேத்கர் பிறந்தநாள் விழாவில் முதன்முறையாக மேடையில் பேசினேன். ஊரிலிருந்த மற்றொரு அம்பேத்கரிய, பெரியாரியவாதியான பழனி எழுதிக் கொடுத்த உரையை நன்றாகப் படித்துவிட்டு கோவையாக்கிப் பேசினேன்.

பொதுவாகவே சிறியவயதில் யார் இவ்வாறு பேசினாலும் மற்றவர்கள் வியப்போடு தான் நோக்குவர்; பாராட்டப்படுவர். எனக்கும் அது நடந்தது. அடுத்தடுத்த ஆண்டு அம்பேத்கர்

விழாக்களிலும் பேசினேன். அதேபோல எங்களூரின் அரசியல் விழிப்புணர்ச்சி காரணமாக நாங்கள் பிறப்பதற்கும் முன்பிருந்தே சுயமரியாதை திருமணங்கள்தாம் நடந்துவந்தன.

குடும்பத்தினருக்கும் மணமக்களுக்கும் கடவுள் நம்பிக்கை இருந்தாலும் கடவுள் படங்களோ அய்யரோ இல்லாமல் பந்தலின் கீழ் அம்பேத்கர் படமும் பெரியார் படமும் மாட்டப்பட்டுத் தாலி கட்டப்படும். தாலி கட்டப்படும்போது ஒருவர் மணமக்கள் என்று சொல்வார். கூட்டத்தினர் வாழ்க என்று திரும்பச் சொல்வார்கள். பிறகு திருமணத்திற்கு வந்திருக்கும் இந்தியக் குடியரசுக்கட்சி பெரியவர்கள் வாழ்த்திப் பேசுவார்கள். மூன்றாவது படிக்கும்போது மேடையில் பேசியதற்குப் பிறகு நானும் இந்தப் பிரமுகர்களோடு சேர்ந்து திருமண விழாக்களில் பேசுபவன் ஆனேன். பேச்சு என்றால் என்ன? அம்பேத்கர் பற்றித்தான்.

நான் நான்காவது படிக்கும்போது என் மூத்த அண்ணன் யஷ்வந்த் ராவ்-க்குத் திருமணம் நடந்தது. அவர்களையும் வாழ்த்திப்பேசும் பிரமுகராய் இருந்தேன். அதேபோல அந்த விழாக்களின் நோட்டீஸிலும் என் பெயர் இருந்தது. என் வயதில் ஒருவரின் பெயர் நோட்டீஸில் இருந்தது என்றால் அது என் பெயர்தான். இத்தகைய சூழல்தான் என்னை இட்டுச்சென்றது.

மூன்று விசயங்களை இங்குக் குறிப்பிட விரும்புகிறேன். ஒன்று நான் நான்காவதோ ஐந்தாவதோ படிக்கும்போது வேலூரில் நடந்த அம்பேத்கர் பிறந்ததின மாநாட்டிற்கு லாரிவைத்து சென்றோம். வேலூரில் நீண்ட பேரணி வந்தது. எந்தெந்தப் பிரமுகர்கள் வந்தார்கள் என்று தெரியவில்லை. பேரணி வரிசைக்கிரமத்தில் நடந்தது. நானும் எங்களூர் பெரியவர்களோடு பேரணி வரிசையில் நின்றேன். வேலூரின் முக்கிய வீதிகள் வழியாகச் சென்ற பேரணி கோட்டையில் முடிந்தது. மறுநாள் ஊருக்கு வந்த பின்பு பேரணிக்கு வந்த லாரி ஒன்று கவிழ்ந்து விபத்து என்ற செய்தியைப் படித்தேன்.

சேரியிலிருந்து சீர்திருத்தம்

இரண்டாவதாகப் பெரியவர் ராமசாமி பெரியார் பற்றாளர் என்றாலும் அவருக்குக் கி. வீரமணி தலைமையிலான திராவிடர்

கழகத்தோடு தொடர்பு இருந்திருக்கவில்லை. ஒருநாள் ஊரிலிருந்து அவர் தலைமையில் பத்துபேர் அன்று மாலை செங்கத்தில் நடக்க இருந்த ஒரு கூட்டத்துக்குக் கிளம்பினார்கள். வயதானர்களும் வாலிபர்களும் இருந்தார்கள். என்னையும் கிளம்பச் சொன்னார்கள். அநேகமாக நான்காவது படித்திருப்பேன். சென்றவர்களில் என்னைவிடப் பதினைந்து வயதுக்கு மேற் பட்டவர்களே இருந்தனர். செங்கம் ராஜவீதியில் பொதுக்கூட்டம் நடந்தது. செங்கம் பகுதியிலிருந்த தீத்தாண்டப்பட்டு, சென்ன சமுத்திரம், காயம்பட்டு ஆகிய ஊர்களில் திராவிடக் கழகத்தினர் இருந்தனர். அவர்களாலேயே இந்தக் கூட்டம் ஏற்பாடு செய்யப் பட்டிருந்தது. அதில் இந்தியக் குடியரசுக் கட்சி செங்கம் வட்டார செயலாளராக ராமசாமி கலந்துகொண்டிருந்தார்.

பெரியார்காப்பாளர்கள் என்றாலும் கூட்டம் நடத்திய அமைப்பின் பெயர் மார்க்சிய, பெரியாரியப் பொதுவுடைமைக் கட்சி. கட்சி சார்பாக மாநில அளவிலிருந்து ஒருவர் வந்து பேசினார். அவர் பெயர் வே.ஆனைமுத்து. அவர் பின்னாட்களில் அறியப் பட்டது போல் தாடி மீசையோடு இருக்கவில்லை. முழுக்க மழித்த முகம். அவர் அப்போது வடநாடு சென்று திரும்பியதை மேடையில் கூறினார்கள். பிற்படுத்தப்பட்டவர்களுக்கான இடஒதுக்கீட்டிற்கான பொதுக்கருத்தை உருவாக்க அவர் வட மாநிலங்களில் பயணப்பட்டதையே அவர்கள் கூறினார்கள் என்பதைப் பின்னாட்களில் தெரிந்துகொண்டேன்.

பொதுக்கூட்ட மேடையருகே விற்ற 5, 7 ரூபாய் சிறுநூல்கள் சிலவற்றை யாரோ எனக்கு வாங்கித்தந்தார்கள். மறுநாள் கொல்லையிலிருந்த என் வீட்டில் படுத்துக்கொண்டு அந்த நூல்களைப் படித்துப் பார்த்தேன். புரிந்தது என்று சொல்ல மாட்டேன். ஆனால் சில பெயர்கள் மட்டும் இன்றும் நினை விருக்கின்றன. காரல்மார்க்ஸ், சமதர்மம், பிற்படுத்தப்பட்டோர் போன்ற சொற்களே அவை.

மற்றொரு நாளில் ஒரு துண்டு நோட்டீஸ் ஒன்றைப் பெரியவர் ராமசாமி என்னிடம் கொடுத்தார். குடியரசுக் கட்சி சார்பாக அச்சடித்த நோட்டீஸ் தான் அது. அதுவரை பார்க்காத புத்தரின் படத்தை அந்நோட்டீஸில் பார்த்தேன். நோட்டீஸின் ஒருபுறத்தில்

அம்பேத்கர் படமும் மறுபுறத்தில் புத்தர்படமும் இருந்தது. அந்த நோட்டீஸிலிருந்த செய்தி இப்போதும் நினைவிலிருக்கிறது. ஜெகன்நாதர் கோயிலில் தாழ்த்தப்பட்ட மக்கள் நுழையக் கூடாது என்று கூறிய பூரி சங்கராச்சாரியாரைக் கண்டித்து அந்த நோட்டீஸ் அச்சடிக்கப்பட்டிருந்தது. இந்தியக் குடியரசுக் கட்சி நாடு முழுவதும் இந்தப் பிரச்சினையைக் கையிலெடுத் திருந்ததும் அதனை ஒட்டி செங்கம் வட்டார குடியரசுக் கட்சி சார்பாக இந்த நோட்டீஸ் அச்சடிக்கப்பட்டிருந்தது. இதேபோன்ற அரசியல் விழிப்புணர்வு எங்களூரின் ஊர்த்தெருவிலோ, பக்கத்து ஊர்களிலோ இல்லை என்பது குறிப்பிடத்தக்கது. இந்த விழிப்புணர்வின் நேரடித் தாக்கம் என் மீதிருந்தது.

இந்த நிலையில் நான் ஐந்தாம் வகுப்புப் படித்துக் கொண்டு இருக்கும் போது ராமசாமி அவர்களுக்கு அடிக்கடி உடல்நலம் இல்லாமல் போனது. சில மாதங்களில் அவருடைய உடல்நிலை மோசமாகி வேலூர் சிஎம்சி மருத்துவமனையில் சேர்க்கப் பட்டிருந்தார். சற்று தேறி வீடு திரும்பியபோது அவரைப் பார்க்கப் போயிருந்தேன். அவர் படுத்த படுக்கையாக இருந்தார். பெரிய ஆட்கள் வந்தால் போய்ச் சொல்வதைப் போல நான் வந்திருப்பதாக அவரிடம் ஒருவர் சொல்கிறார். அவர் கையசைத்தார். நான் அருகில் சென்றதும் கட்டிப் பிடித்துக்கொண்டு அழுதார். எங்களுக்கு அப்படியொரு பிணைப்பு இருந்தது. இரண்டொரு நாட்கள் போயின. கொல்லையில் வீட்டுக்கு அப்பால் எங்கோ சென்றிருந்தேன்.

என் அம்மா குரலெடுத்து நான்கைந்து முறை அழைத்தார். நான் போனதும் தாடிக்காரர் செத்துட்டாராம் என்றார். நான் என் அம்மாவை கட்டிப்பிடித்துக்கொண்டு அழுதேன். என் அம்மாவும் அழுதார். மாலை அடக்கத்தின்போது இந்தியக் குடியரசுக் கட்சி ஒரு பிரிவின் தலைவரும் முன்னாள் எம்எல்ஏவுமான ஜி. மூர்த்தி வருகை தந்திருந்தார். ராமசாமியின் கொல்லையிலேயே புதைக்கப்பட்டார். புதைவிடத்தில் ஜி. மூர்த்தி உள்ளிட்டோர் நினைவுரை ஆற்றினர். எங்கள் கிராமத்தில் ஐந்தாம் வகுப்பு வரை யிலான பள்ளிக்கூடம்தான் இருந்தது. சில மாதங்களில் ஐந்தாம் வகுப்பை முடித்த ஆறாம் வகுப்பு அருகிலிருந்த புதுப்பாளையம் என்ற ஊரில் சேர்க்கப்பட்டேன். என்னுடைய ஆர்வம் திராவிடர்

இயக்க வாசிப்புப் பக்கம் சென்றது. திமுகவின் மேடைகள் ஒன்றிரண்டில்கூடப் பேசினேன். பிறகு வைகோ நீக்கப்பட்டபோது வைகோ ஆதரவாளர் ஆனேன். ஐந்தாவதிற்குப் பிறகு தாடிக் காரரும் இல்லை; ஊரில் நானும் இல்லை.

பொதுவாகத் தலித் மேம்பாடு பற்றிப் பேசும்போது கிராமங் களிலிருந்து வெளியேறுவது பற்றி வலியுறுத்தப்படுவதுண்டு. கிராமத்தின் சாதிய அமைப்பும் இறுக்கமும் மாற்றத்திற்கு எதிராக இருப்பதால் இவ்வாறு கூறுவார்கள். அடிமைத்தனமும் சுரண்டலும் கொண்ட கிராமப்புறங்களைப் பொறுத்தவரை இது உண்மையாக இருக்கலாம். என் விசயத்தில் இதுவொரு விதி விலக்கு. என்னுடைய பிற்காலத் தேடல்களுக்கு என் கிராமத் திலிருந்தே அடிப்படைகளை எடுத்துக்கொண்டேன். என் கிராமத்திலிருந்த அரசியல் விழிப்புணர்வே இதற்குக் காரணம்.

◻

39

ஒலுவில்
ஓர் இஸ்லாமியப் பண்பாட்டு உயிரி
எஸ். எம். அய்யூப்

இலங்கையின் கிழக்கு மாகாணத்தில் அம்பாறை மாவட்டத்திலுள்ள ஒரு கிராமமே ஒலுவில். தென்கிழக்குப் பல்கலைக் கழகம் இந்தக் கிராமத்தில்தான் அமைந்திருக்கிறது. பொதுவாக இப்பிராந்தியங்களில் காணப்படுகின்ற ஊர்கள் கிராமத்தின் பண்புகளையும், நகரத்தின் பண்புகளையும் ஒருங்கே கொண்டு காணப்படுகின்றன. அதேபோல் இங்குள்ள கிராமங்கள் தமது மக்களுக்கான அடிப்படைத் தேவைகள் அனைத்தையும் பூர்த்தி செய்யக்கூடிய ஆற்றலைக் கொண்டுள்ளன. விவசாயம், மீன்பிடி, வியாபாரம், கூலித் தொழில், அரசதொழில், சுயதொழில் எனப் பல மூலங்களிலிருந்து இந்தக் கிராமமக்கள் வருவாயைப் பெற்றுக்கொள்கின்றனர். முஸ்லிம்களைப் பெரும்பான்மையாகக் கொண்ட கிராமம் இதுவாகும்.

நீர்நிலைகள்-மீன்கள்-அனுபவங்கள்

இலங்கையின் மிக முக்கியமான நதிகளுள் கல்லோயா நதியும் ஒன்று. கல்லோயா நதியின் ஒரு கிளைக்கு 'களியோடை' ஆறு என்று பெயர். களியோடை ஆறு தென்கிழக்குப் பல்கலைக் கழகத்தை அரைவட்டத்தில் சுற்றிய பிறகு ஒலுவில் கடலில் கலக்கின்றது. இந்த ஆற்றில் குறட்டை, பனையான், யாவா, விரால், பொட்டியான், கெளுத்தி, சுங்கான், மசறி, கொக்கிசான், மீசக்கிடா, சள்ளல்

போன்ற மீன்கள் அதிகமாகவே காணப்படுகின்றன. ஆங்காங்கே இறாலும் காணப்படுகின்றது. பனிக்காலங்களில் இறாலின் சிறு வடிவமான கூனி இவ்வாற்றில் பிடிக்கப்படுகின்றது. இவ்வாற்றில் முதலைகளும் காணப்படுகின்றன. மீன்பிடிக்கச் சென்றவர் களையும் அவ்வழியே சென்ற கால்நடைகளையும் முதலைகள் தின்று ஏப்பம் விட்டிருக்கின்றன. முதலைகளைத் தந்திரமாக எப்படிப் பொறிவைத்துப் பிடிப்பது, அதிலிருந்து எப்படித் தப்பிக்கலாம், மேலும் முதலைகள் தாக்கியவர்களுக்கு உடனடி மருத்துவ உதவிகளைச் செய்து அவர்களை எப்படிக் காப்பாற்றுவது போன்றவற்றில் பல்வேறு நுணுக்கம் மிகுந்த ஒரு கலையாக இந்தப் பிராந்தியத்தில் வளர்ச்சியடைந்ததற்கு முதலைகளே முக்கியக் காரணமாக உள்ளன. மட்டுமின்றி யானைகள், ஆமைகள், மற்றும் மீன்கள் குறித்த அடிப்படைத் தகவல்களை நான் ஊரின் முதியவர்கள் மூலம் அறிந்துகொண்டேன்.

களியோடை ஆறு கடலில் கலக்கும் முகத்துவாரப் பகுதி மிக அழகாகக் காட்சிதரும். வைரமுத்து சொல்வது மாதிரி தண்ணீரைத் துவைத்துக் காயப்போட்டது மாதிரி இருக்கும். இந்த இடத்தைப் பார்வையிடுவதற்காகப் பலர் வந்துபோவதுண்டு. இளைஞர் களின் பொழுதுபோக்கு இடமாகவும், குளித்து விளையாடும் நீச்சல் தடாகமாகவும் இந்த இடம் காணப்படுகின்றது. நிலத்தில் இருக்கும் சிறு சிப்பிகளும் சின்னச்சின்ன மீன்களும் கண்களுக்குத் தெரியும் வண்ணம் கண்ணாடிபோல், இந்த முகத்துவாரம் தெளிவாகத் தெரியும். நான் பேருவளையில் கற்றுக்கொண்டிருந்த காலத்தில் மொத்தமாக என் நண்பர்கள் வீட்டிற்கு வந்ததாலும், அந்த அத்தனை பேரையும் மொத்தமாகக் குளிக்க வைக்கும் வசதி வீட்டில் இல்லாததன் காரணமாகவும் அப்போது எனக்குக் கைகொடுத்து உதவிய கொடையாளி இந்த முகத்துவாரம்தான். முகத்துவாரத்தில் குளித்த என் நண்பர்கள் மனநிறைவோடு சென்றார்கள் என்பதை அவர்கள் எனக்கு எழுதிய 'ஓட்டோகிராப்' எழுத்துகள் வெளிப்படுத்தின.

இந்த முகத்துவாரப் பகுதிகளில் வீச்சுத்தோணியில் நின்று வலைவீசுபவர்களும், கரையில் நின்று கையினால் வலைவீசி எறிபவர்களும் தூண்டில் போடுபவர்களும் அதிகமாகக் காணப் படுவார்கள். மணலை, ஊடகன், சிலிந்தன்,கிழக்கன் போன்ற

மீன்கள் இங்கு அதிகமாகப் பிடிக்கப்படும். இத்தகைய மீன்கள் இந்தப் பகுதி மக்களால் 'மிளகாணம்' காய்ச்சி உண்ணப்படும். எனது தாய் உயிரோடிருந்த காலத்தில் சமைத்துக் கொடுத்த மிளகாணம் (குளம்பு) இன்னும் நாக்கில் ருசிக்கிறது.

களியோடை ஆற்றிலிருந்து வெட்டப்பட்ட ஒரு வாய்க்கால், ஊருக்குள் நுழைந்து ஒரு ஆறு போல ஓடுகின்றது. ஒரு ஈக்கிலை எடுத்து அதில் ஒருதென்னந் தும்பை கட்டித் தொண்டு செய்து ஆற்றின் உள்ளே இருக்கும் இறாலின் கண்களில் போட்டு இறுக்கி இறாலைப் பிடித்ததாக முதியவர்கள் கூறுவார்கள். அவ்வளவு தெளிவாக இருந்த இந்த ஆற்றின் ஓட்ட வேகம் இன்று குறைந்து விட்டது; ஆத்துவாளைகளாலும் இதர புற்களாலும் மூடப்பட்டுக் காணப்படுகின்றது.

ஒலுவில் கிராமத்தில் பெண்கள் பலர், நீச்சல் கற்றுக்கொள் வதற்கான வாய்ப்பைக் கொடுத்தது இந்த ஆறுதான். பெண்கள் குளிப்பதற்கான பாதுகாப்பையும், ஆண்களின் கழுகுப்பார்வை யிலிருந்து மறைந்துகொள்வதற்கான அடர்த்தியான மரங்களையும் இந்த ஆறு கொண்டுள்ளது.

நகரத்து மக்கள் இயற்கையுடனான தொடர்பையும் நேசத்தையும் துண்டித்து நிற்கும்போது கிராம மக்கள் இப்படித்தான் இயற்கையோடு நேசம் கொள்கின்றார்கள். இயற்கையை வென்று விட்டதாய் அவர்கள் நினைப்பதில்லை. காரணம் இயற்கை அவர்களுக்கு எதிரியில்லை.

ஊருக்குள் ஓடிவரும் ஆற்றுநீரின் காரணமாக இங்குள்ள தென்னைகள் செழித்து வளர்கின்றன. தமிழ்நாட்டில் பொள்ளாச்சிக் காய் பெற்ற மகத்துவத்தை ஒலுவில் தேங்காய்கள் இந்தப் பகுதியில் பெறுவதற்கு இந்த ஆறு கொடுக்கும் நீரே காரணமாய் அமைகின்றது.

இந்த ஆறு கைமீனுக்கு (கயல்மீன்) பிரபல்யமானது. அம்பாறை, ஹிங்குறாணை பகுதியில் செய்கை பண்ணப்படும் கரும்புக்குப் பாய்ச்சப்பட்ட கரும்புக்காலத் தண்ணீர் இந்த ஆற்றுக்குள் நுழையும்போது இவ்வாற்றிலுள்ள மீன்கள் மயக்கம் போட்டு மேலே மிதக்கத் தொடங்கும். இதன்போது மக்கள் மீன்களை அள்ளி அள்ளி எடுப்பார்கள். ஒருமுறை ஒரு மாட்டுவண்டி நிரம்பும்

அளவுக்கு மீன்களை அள்ளி ஏற்றியதை நான் சிறுவயதாக இருந்தபோது கண்டிருக்கிறேன்.

நூஹூ மனேஜரின் கேணி ஒரு குளம் போல ஒலுவில் திராய்க் கேணி பகுதியில் காணப்பட்டது. மாரிகாலத்தில் நீர் நிறையும் போதெல்லாம் பாடசாலை மாணவர்களின் கட்டணம் செலுத்தப் படாத நீச்சல் தடாகம் அது. எனக்கும் நீச்சல் கலையைக் கற்றுத் தந்த தண்ணீர் ஆசான் இந்தக்கேணிதான். நட்புகள் உருவாகும் இட மாகவும் இந்தக் கேணி காணப்பட்டது. பக்கத்துக் கிராமத்தில் வசித்த தமிழ் இளைஞர்களும் இங்குக் குளிப்பதற்காக வருவார்கள். சாதி, மதம், இனம் கடந்து தண்ணீரிலே எல்லோரும் 'பரிசுத்தம்' அடைந்தார்கள் இந்த இடத்தில். இந்தக் கேணிக்கு உடலை மட்டுமல்ல, மனதையும் கழுவிவிடும் மாயச்சக்தி இருந்தது போலும். சலவைத் தொழிலாளர்களும் இங்கு வருவார்கள்.

இன்று இந்தக் கேணி இல்லை. கிறவல் மண்ணால் மூடப்பட்டு சிறுசிறு துண்டாகத் துண்டாடப்பட்டு முள்கம்பி வேலிகளால் நிறைந்து காணப்படுகின்றது. இந்தக் கேணியை நம்பி வாழ்ந்த சலவைத் தொழிலாளர்கள் பலரும் இறந்துவிட்டார்கள். இளைய தலைமுறையும் வேறுவேறு தொழிலுக்குச் சென்றுவிட்டார்கள். என் போன்ற இளைஞர்களுக்கு நீச்சலைக் கற்றுத்தந்த இந்தக் கேணி இருந்தமைக்கான எந்த தடங்களும் இன்று இல்லை. கிறவல் மண்ணுக்குக் கீழே நீள்துயில் கொள்கின்றது.

ஊருக்குள் இருக்கும் பாலங்களுள் 'உறவு' பாலமும் ஒன்று. பெயரைப் போலவே அது உறவையும் ஏற்படுத்துகின்றது. இந்த உறவுப் பாலத்திற்குக் கீழேதான் ஆமைகளின் ராஜ்யம் காணப் படுகின்றது. இந்த ஆற்றில் விளையும் வெள்ளியாய் பொட்டியான், வாளைக்காய் பொட்டியான், சலங்கை பொட்டியான் போன்ற சிறு மீன்களை உண்டுகொண்டும், சுற்றியிருக்கும் கிண்ணம் பழங்களை உண்டுகொண்டும் ஜீவிக்கின்றன இந்த ஆமைகள். இந்த ஆமை களை யாரும் உண்பதுமில்லை; துன்புறுத்துவதும் இல்லை.

இரவு நேரங்களில் இந்த ஆமைகள் ஆற்றைவிட்டு வெளியேறிச் சுற்றியிருக்கும் வீடுகளுக்கு வந்து வாசலில் கிடக்கும் உணவுகளை உண்டுவிட்டு மீண்டும் ஆற்றுக்குள் செல்கின்றன. உயிர்களுடன் இவ்வாறுதான் ஜீவகாருண்யத்துடன் இந்த மக்கள் நடந்து

கொள்கின்றனர். ஆமைகளைப் பாதுகாப்பதற்காக உலகம் முழுவதும் எத்தனையோ நிறுவனங்கள் தொழிற்படுகின்றன. ஆனால் இம்மக்கள் ஏனைய உயிரினங்களுடனும், ஆமைகளுடனும் அன்பாகவே நடந்து கொள்கின்றனர். நகரங்கள் தொலைத்த இந்த ஜீவகாருண்யத்தை இத்தகைய கிராமங்களில் கண்டுகொள்ள வேண்டியிருக்கின்றது.

இந்த உறவுப் பாலம் அமைந்துள்ள பகுதி தென்னை மரக் கிடுகுக்கு பிரபல்யமான இடமாகும். இந்த ஆற்றில் போடப்பட்ட ஓலைகளே பெண்களால் இழைக்கப்படுகின்றன. இந்தத் தொழில் பெரும்பாலும் பெண்களாலேயே பகுதிநேரத் தொழிலாகவும் முதன்மைத் தொழிலாகவும் செய்யப்பட்டு வருகின்றன. இந்தப் பிரதேசப் பெண்கள் சொந்தக் காலில் நிற்பதற்கும், தன் குழந்தைகளைக் கல்வி கற்கச் செய்வதற்கும் இந்தத் தொழில் பிரதான மூலமாக இருந்துவருகின்றது. எனினும் மாடி வீடுகளும் சீமெந்துக் கல்வேலிகளும் கிராமங்களை ஆட்கொண்டுவரும் இன்றைய சூழலில் கிடுகின் ஆதிக்கம் குன்றி வருகின்றது.

ஒலுவில் கிராமம் பன்பாய்க்கு பிரபல்யமான இடமாகும். ஒலுவில் ஆற்றங்கரையைச் சூழ பன்களைப் பயிரிடும் பன் அல்லைகள் காணப்பட்டன. 'பாயிழைத்து உன்னைப் படிப்பித்தேன்' எனும் மரபுத்தொடர் கஷ்டப்பட்டுப் படிப்பித்தேன் என்பதனை வலியுறுத்தக் கூறப்படும் மரபுத் தொடராகும். ஏழைகளின் வருமான மூலங்களில் ஒன்றாக ஒருகாலத்தில் இது காணப்பட்டது. தோட்டுப் பாய், மெத்தப்பாய், சப்புப்பாய், குத்துப்பாய் எனப் பல பன்பாய்கள் அப்போது காணப்பட்டன.

ரப்பர்பாய்களின் வருகையும், தரையில் உட்கார்வதற்கான தேவைகளின் குறைவும், பன்களின் தட்டுப்பாடும் பாய்களின் உற்பத்தியைக் குறைத்துவிட்டன. ஆனால் தொழுகை நடத்துவதற்காக மரணித்தவர்களை மசூதிக்குள் கொண்டுசெல்லும் போது மட்டும் மையித்தை பன்பாயில் சுற்றிக்கொண்டு போகும் வழக்கம் இன்னும் நடைமுறையில் உள்ளது. மரணித்தவர்கள் தான் பன்பாயை வாழவைக்கின்றார்கள்.

நெல்வயல் பகுதிகளில் காணப்படும் சிறுகுளங்கள், தெரவு, பூவல், மடு மற்றும் வாய்க்கால் போன்ற நீர்நிலைகளில்

பொட்டியான், குறட்டை, பனையான், கெழுத்தி, சுங்கான் போன்ற 'வட்டை மீன்களை' அத்தாங்குகள் கொண்டு வடித்தும், கைவலைகள் கொண்டுவீசியும் மீனவர்கள் பிடிப்பார்கள். இந்தப் பகுதி உணவில் வட்டை மீன்களுக்குத் தனி மவுசு காணப்பட்டது. பனையான் மீன்கறியும், குரக்கன் களியும் பிரபல்யமான உணவாகும். உடம்போடுஒட்டிவிடும் இந்த உணவை நான் சிறுவயதில் இருந்தபோது என் தாய் எனக்குச் சமைத்துக் கொடுத்திருக்கின்றார். இன்றைய இளைய தலைமுறையின் உணவுப்பழக்கங்களிலிருந்து இந்த வட்டைமீன் விடைபெற்று விட்டது. வட்டைமீன்களின் வரவும் குறைந்துவிட்டது.

ஒலுவில் கிராமம் மீனவக் கிராமமாகவே நான் சிறுவனாக இருந்தபோது புகழ்பெற்று காணப்பட்டது. பல ஊர்களிலிருந்தும் மீன்களை மலிவுவிலையில் வாங்கிக்கொள்தற்காகவும், வியாபாரத்திற்காக மீன்களைக் கொள்வனவு செய்வதற்காகவும் ஏராளமான மீனவர்கள் இங்கு வருகை தருவார்கள். ஆழ்கடல் மீன்களான தோறா, அறுக்குளா, பாரை போன்ற மீன்களைக் கரையிலிருந்து சற்றுத் தொலைவில் பிடித்துக்கொள்வதற்கான குடா போன்ற அமைப்பு ஒலுவில் கடலில் காணப்படுவதாக மீனவர்கள் சிலாகித்துச் சொல்வார்கள். எனது தந்தைக்குக் காரல் மீன் என்றால் கொள்ளை விருப்பம். அறுக்குளாகாரல், பச்சைத் தண்ணீர்க்காரல், பப்படக்காரல் எனக் காரல்மீனில் பலவகை உண்டு. பச்சைத் தண்ணிக்காரல் மட்டும் பெயரைப் போலவே சுவை குறைவு. சின்னதாக இருந்தாலும் காரலைக் கண்டால், என் தந்தை வாங்கிக் கொண்டுவந்துவிடுவார். அதன் 'ஆணம்' சுவையாக இருக்கும் எனக் கூறுவார். செயற்கை சுவையூட்டிகள் ஆதிக்கம் பெறாத அக்காலத்தில் என் தந்தையின் தீர்மானத்தில் எந்தத் தப்பும் கிடையாது என்று இன்று உணர்கிறேன். விரைவு உணவு (ஃபாஸ்ட் ஃபூட்) மீதான குறைவான எனது ஆர்வத்திற்கு இவ்வாறு நான் வளர்க்கப்பட்ட விதம்தான் காரணமாக அமைகின்றது.

அதேபோல் சினையுற்ற கெளித்தி மீனின் வயிற்றில் நிறையவே முட்டைபோன்ற அமைப்பில் சினை காணப்படும். இதை 'கெழுத்தி முட்டை' என்று கிராமத்து வழக்கில் அழைப்பர். என்னுடைய தாய் இதை வண்டுகட்டி உப்பிட்டு, ஆவியில் அவித்துக்

கொடுப்பார். இப்போதும் அதன் சுவை நாக்கில் ஊறுகின்றது. அதேபோல் சுங்கான் மீனின் சினையை சீமெந்தி கடதாசியினுள் வைத்து நெருப்பிலே சுட்டுக் கொடுப்பார். புறய்லர் கோழியும், பாபிகிவ்வும் கிராம உணவுமுறைக்குள் நுழையாத தூய காலம் அந்தக் காலம்.

நான் சிறுவனாக இருந்த காலங்களில் மீன்கள் பங்குகளாகவே விற்கப்பட்டன. இன்று நிறுத்து விற்கும் நிலைவந்துவிட்டது. சில ஆற்றுமீன்கள் மட்டுமே 'கோர்வைக்' கணக்கில் விற்கப் படுகின்றன.

கடலாமை முட்டைக்கு பிரபல்யமான இடமாகவே ஒலுவில் காணப்பட்டது. இடிமுழக்கம் நிலவும் காலங்களில் ஆமை முட்டைகளைப் பெற்றுக்கொண்டனர். ஆமை முட்டைகளைக் கண்டறியும் கலையையும் அவர்கள் தெரிந்துவைத்திருந்தனர். கடலாமை ஒருதரத்தில் நூற்றுக்கணக்கான முட்டைகளை கடற்கரையைத் தோண்டி குழியாக்கி அதனுள்ளே இட்டுவிட்டு மீண்டும் மூடிவிட்டு கடலினுள் சென்றுவிடும். குறிப்பிட்ட காலத்திற்குப் பிறகு மண்ணுக்குள் இருந்து குஞ்சுகள் வெளியே வந்து கடலுக்குள் சென்றுவிடும். இந்தக் குஞ்சுகளைக் கடுவன் கண்டால் கடித்துச் சப்பிவிடும் என மீனவர்கள் கூறுவார்கள்.

ஆமை முட்டைகளைச் சிறுவயதில் உண்டிருக்கிறேன். ஏனைய முட்டைகளைப் போல் அல்லாது அதன் ஓடுகள் அசையும் தன்மை கொண்டவை. பொலித்தீன் பைக்குள் வைத்துக் கட்டப்பட்ட தண்ணீர் மாதிரி இருக்கும் கடலாமை முட்டைகள். இப்போ திருக்கும் தலைமுறையினர் இவற்றிலிருந்து முற்றாக விடுபட்டுக் காணப்படுகின்றனர். அவர்களுக்கு ஆமையையும் தெரியாது. ஆமை முட்டையையும் தெரியாது. நாட்டுக்கோழி முட்டையையே காணாத பலர் கிராமங்களிலேயே காணப்படுகின்றனர்.

ஒலுவில் கடல் அருள்களின் உறைவிடமாகவே காணப்பட்டது. சிறு வீச்சுத்தோணி கொண்டுவீசியும் தூண்டில் மூலமாகவும் கரைவலை (கிட்டிய தூரத்தில் மீன்பிடித்தல்), மாயாவலை (ஆழ்கடல் மீன்பிடித்தல்) மூலமாகவும் மீன்பிடி இடம்பெற்றது. கடலிலே போடப்பட்ட வலையை இழுக்கும் செயற்பாடே கரைவலை மீன்பிடி. இது தேர் இழுப்பதுபோல் இடம்பெறும்.

இது கூலி வழங்கும் அமைப்பில் இல்லாமல் பிடிக்கப்படும் மீனின் அளவுக்கேற்ப ஊதியம் கிடைக்கும். பெரும்பாலான தோணிவலைகள் கல்முனை முதலாளிமார்களுக்குச் சொந்தமாகவே காணப்படுகின்றன. உள்ளூர் தரகர்களை வைத்து இதை நடத்தி வருகின்றனர். இதில் பல ஊழல்களும் இடம் பெறுவது உண்டு. மீனவர்களின் இத்தகைய தங்கியிருப்பு குண்டர் பிராங் சொல்வது மாதிரி அவர்களது வறுமைக்குக் காரணமாக அமைகின்றது.

சனி, ஞாயிறு மற்றும் விடுமுறை நாட்களில் பாடசாலை மாணவர்களும் தமது பணத்தேவைக்காகவும், வீட்டு வறுமையிலிருந்து சற்று தள்ளிச் செல்வதற்காகவும் வலை இழுக்கப் போவதுண்டு. 'கறிக்குவலை' போடச் சொல்பவர்களும் உண்டு. அதாவது 'மீன்மடி' கரையை நெருங்கும் போது வலை இழுப்பவர்கள் இவர்கள். இவர்களுக்குப்பணம் வழங்கப்படாமல், சமையலுக்கு மீன்கள் மட்டும் வழங்கப்படும்.

அதிகமாக மீன்பிடிக்கப்படும் காலங்களில் பார்வையாளர்களுக்கும் கடந்துசெல்பவர்களுக்கும் தோணிக்காரர்கள் மீன்களை இலவசமாக வழங்குவார்கள். கடலில் மீன்படும் போதும், வேளாண்மை அறுவடையின் போதுமே ஊர் செழித்துக் காணப்பட்டது.

பள்ளிவாசல்கள், பாடசாலை, மதரஸா மற்றும் இதர சமூக நிறுவனங்களுக்கு மீன்பிடிப்பவர்களின் பணம் பலவகையிலும் உதவியிருக்கின்றது. ஒலுவில் பெரிய ஜும்ஆ பள்ளிவாசல் கட்டடவேலைகளுக்கு மீனவத் தோணிக்காரர்களின் பணம் பலவகையிலும் உதவியுள்ளது.

பல்கலைக்கழகமும் (தென்கிழக்கு பல்கலைக்கழகம்) துறைமுகமும் (ஒலுவில் துறைமுகம்) ஒன்றாக இருக்கும் அரிதான இடங்களில் ஒலுவில் கிராமமும் ஒன்று. இவை இரண்டு நிறுவனங்களும் இணைந்து ஒலுவில் மற்றும் அயல் மீனவக் கிராமங்களின் வாழ்வியலை விருத்தி செய்வதற்கான வேலைத் திட்டங்களை முன்னெடுக்க முடியும் எனப் பலராலும் சுட்டிக் காட்டப்படுகிறது.

மரங்கள்

கிராமத்தில் அக்கரைப்பற்று-கல்முனை பிரதான வீதியிலிருந்து ஒதுங்கியிருக்கும் ஒலுவில் கிராமம் வாகனங்கள் உருவாக்கும் புகைகளிலிருந்தும், இரைச்சல்களிலிருந்தும் தூரமாகி இருக்கின்றது. பிரதான பாதையிலிருந்து ஊருக்குள் செல்லும் வெளிச்ச வீட்டுவீதியின் இருமருங்கும் மரங்கள் புடைசூழ்ந்து காணப் படுகின்றன. ஏனைய ஊர்களைவிட அதிகளவான தென்னை மரங்கள் இங்குதான் காணப்படுகின்றன. பூமரம், நறுவுளி, ஆலை, இத்தி, காட்டுத்தேங்காய், காஞ்சிரம், விண்ணாங்கு, வேப்பை, பனை போன்ற மரங்கள் ஊருக்குள் நுழைகின்றவரை கைநீட்டி வரவேற்கும். இவையல்லாமல் காரை, சூரை, பனிச்சை, கருங்காலி, பாலை, ஒலிய, மஞ்சுணா, பூவரசு, வாகை, வம்மி என ஒலுவில் கிராமத்தில் காணப்படும் மரங்களின் எண்ணிக்கை அதிகமாகும். ஒலுவில் மக்கள் மரங்களோடு ஒன்றித்தே வாழ்ந்திருக் கிறார்கள்.

பஞ்சகாலங்களில் பனிச்சமரத்தின் பழக்கோதுகள் காய வைக்கப்பட்டு மீண்டும் அவை இடிக்கப்பட்டு, பிட்டுச்சுடும் வழக்கம் அப்போது காணப்பட்டதால், பனிச்சமரம் ‘பஞ்சமரம்’ என்று ஒலுவில் மக்களால் அழைக்கப்பட்டது. நொக்கட்டான் மரத்தின் காயைச் சவர்க்காரமாக பாவித்திருக்கிறார்கள். இப்படி மரக்கதைகள் பல புழக்கத்தில் பேசப்படுகின்றன.

இன்று இந்த மரங்கள் குறைந்துகொண்டுபோகின்றன. ஊரின் அடையாளமாக இருந்த அத்திமரம் தறிக்கப்பட்டு விட்டது. ஆலமரங்கள் குறைந்துகொண்டுசெல்கின்றன. ஊரின் அடுத்த பகுதிக்குச் செல்லும் வீதிகளிலுள்ள மதுரமரங்களும் கணக்கில்லாமல் வெட்டப்படுகின்றன அல்லது திட்டமிடப்பட்டு எரிக்கப்படுகின்றன.

மரங்களை நடவேண்டும், அவற்றைப் பாதுகாக்கவேண்டும் என்ற எண்ணம் எனக்கு வரக் காரணம் எனது ஊர்தான். ஊரிலும் வெளியிடங்களிலும் நான் பலமரங்களை நாட்டியிருக்கிறேன். யாரும் கண்டுகொள்ளாமல் கிடந்த புங்கைமரங்களை எடுத்து, பல இடங்களில் நட்டுவைத்திருக்கிறேன். என் கிராமத்தின் அழகுக்கு மேலும் அழகு சேர்க்கும் முயற்சி இது.

உணவு-பழம்-பானம்

இப்போது போல் அல்லாமல் நான் சிறுவனாக இருந்த காலத்தில் மூன்று நேரமும் எல்லோர் வீட்டிலும் சோறும் கறியும்தான். இரவில் எஞ்சிக் கிடக்கும் சோறு காலையில் ஒரு நாட்டு முட்டைப் பொரியலோடு காலைச் சாப்பாடாகிவிடும். இன்றிருக்கும் *பிரைட் ரைஸ்* என்பதுகூடப் பழையசோற்றுக்கு முட்டை சேர்க்கும் ஏற்பாடுதான். நோயுற்றிருப்பவர்கள்தான் அப்போது பாண் சாப்பிட்டார்கள். செயற்கைப் பதார்த்தங்களில் மூழ்கடிக்கப் பட்டபுரியாணி இருக்கவில்லை.

ஆனால் தேங்காய்ப் பாலும், அரிசியும், சிறிதளவு மஞ்சளும் சேர்ந்த 'மஞ்சச்சோறு' காணப்பட்டது. உம்மா மஞ்சச்சோறு சமைக் கிறார் என்பது வீட்டிலே தலைப்புச் செய்தியாக அங்கத்தவர்கள் மத்தியில் பரவும். நாட்டுக்கோழிக்கறி, முட்டையும் பருப்பும் போன்ற கறிகள் (குளம்பு) உன்னத உணவாக அப்போது கருதப்பட்டன. எல்லோர் வீடுகளிலும் இன்று வெள்ளிதோறும் புரியாணியோ, பிரைட்ரைசோ சமைக்கப்படுகின்றது அல்லது உணவகங்களிலிருந்து வாங்கப்படுகின்றது. ஆனால் மஞ்சச் சோறு எப்போதாவது ஒரு தினத்தில்தான் அப்போது சமைக்கப் பட்டது. 'பாலாணம்' கிழக்கு மாகாணத்துக்குரிய தனித்துவமான சமையல் முறையாக இன்றுவரை தொடர்கின்றது.

ஆடம்பர துரித உணவுகள் எப்பொழுதும் நகரங்களோடும், பலகாரங்களும் இலகுவான உணவுகளும் பெரும்பாலும் கிராமங் களோடு தொடர்புபட்டுவந்திருக்கின்றன. பலகாரங்கள் என்பது வெறுமனே உணவு என்பதைத் தாண்டி அதற்குள்ளே ஒரு கூட்டுமுயற்சி, ஒரு கூட்டு உழைப்பு இருக்கின்றது. அன்பையும், பாசத்தையும் பரிமாறிக்கொள்ளும் ஒரு உறவுமுறை இருக்கிறது. பெரும்பாலான பலகார வகைகளில் கிராமத்தின் வாசனையும், நெடியும் வீசிக்கொண்டே இருக்கும். காலனித்துவத்தின் உணவு முறைகளும் நகரங்களின் உணவுப் பழக்கங்களும் கிராமத்துக்குள் நுழையாத எனது பால்யகால வயதில் பலகாரங்களே பெரும் பாலும் பந்திகளிலும், திருமண வைபவங்களிலும், சிறப்பு நிகழ்வுகளிலும், பெருநாள் தினங்களிலும் தயார் செய்யப்பட்டுப் பரிமாறப்பட்டன.

இன்று வீட்டுக்கு வரும் விருந்தினர்களைக் கவனிப்பதற்கு வேறுவேறு உணவுகள் ஒலுவில் கிராம உணவுப் பண்பாட்டுக்குள் நுழைந்துவிட்டன. ஆனால் அந்தக் காலத்தில் வீட்டுக்கு வரும் உறவினர்களும் விருந்தாளிகளும் பால் கலக்காத தேநீரும் இனிப்பான பலகாரங்களும் கொடுத்தே கவனிக்கப்பட்டார்கள். பெண்பிள்ளை வைத்திருப்பவர்கள் மாப்பிள்ளை தேடி ஆண் தரப்பினர் வீட்டுக்குச் செல்கின்ற போதும் திருமணம் முடித்த பிறகு 'செப்பு' என்ற பெயரில் மாப்பிள்ளை வீட்டாருக்கு இனிப்புப் பண்டங்கள் பரிமாற வேண்டி ஏற்படும் போதும் பலகாரங்களே முன்னிலைப்படுத்தப்பட்டன.

சோவி, பணியாரம், சீனிமா, அலிவா, முறுக்கு, குலுக்கச்சி, புல்லடை, வாடா போன்ற பலகாரங்கள் வீட்டுக்கு வருகின்றவர்களுக்குவழங்கப்பட்டன. தேன்குழலும், பூந்தியும், கல்லு மிட்டாசுகளும் பெரும்பாலும் கடைகளில் வாங்கியே உண்ணப் பட்டன. பெருநாள் தினங்களில் இதற்கான ரெடிமேட் கடைகள் முளைத்துக் காணப்படும். இந்தக் கடைகளைக் காணும் போது அன்றைய குழந்தைகள் அழத் தொடங்கிவிடும். இன்றைய நாட்களில் இந்தக் கடைகளைக் காணும் குழந்தைகள் அழுவதில்லை.

அப்போதெல்லாம் பெருநாட்கள் நெருங்குகின்றபோது பலகாரங்கள் செய்வதற்குத் தயாராகிவிடுவார்கள். அனேகமானோர் பெருநாள் வருகின்ற போது அல்வாதான் செய்வார்கள். தேங்காய்ப் பாலும், அரிசிமாவும், சீனியும் சேர்க்கப்பட்ட இந்த அல்வா வுக்கும் ஒரு தனி மவுசும் ருசியும் இருந்தது. இன்று பெருநாள் தினத்தில் வீட்டுக்கு வருகின்ற விருந்தினருக்கு அதிகமாக கேக் மற்றும் வாழைப்பழம் வழங்குகின்றார்கள். ஆனால் அப்போ தெல்லாம் வீட்டுக்கு வருகின்றவர்களுக்குப் பிரதானமாக அல்வாதான் வழங்கினார்கள் கிராமத்துவாசிகள். பெரும்பாலான பலகாரங்களின் மூலங்கள் தேங்காய் எண்ணெய்யும் அரிசிமாவு மாகவே இருந்தது. எனது தாய் எனக்குத் தெரிந்து பலகாரங்கள் சுடுவதில் கைதேர்ந்தவராக இருந்தார்.

என்னுடைய மூத்த சகோதரிக்கு மாப்பிள்ளை கேட்டுச் சென்றபோது பணியாரங்கள் நிறைக்கப்பட்ட பெரிய பெரிய பனையோலைப் பெட்டிகளை மாப்பிள்ளைக்காகக்கொண்டு

சென்றதாக என்னிடம் என் தாய் கூறியிருக்கின்றார். எடுத்துச் செல்லும் பணியாரப்பட்டிகளின் தொகை மாப்பிள்ளையின் தராதரத்தை அறிந்து கொள்வதற்கான ஓர் அளவு கருவியாக அப்போது காணப்பட்டது. எமது ஜும்ஆ பெரியபள்ளிவாசலில் மௌலூது ஓதப்பட்ட காலங்களில் அந்த நிகழ்விற்கு சமூகம் தருகின்றவர்கள் வெள்ளைத்துணியால் கட்டப்பட்டு இருக்கும் ஓலைப்பெட்டிகளின் மீது கண்வைத்திருப்பார்கள். அவற்றி னுள்ளே இருப்பவை மௌலூது ஓத வந்திருப்பவர்களுக்கு கொடுக்கப்படுவதற்கான நிய்யத் பணியாரங்கள். இவற்றைத் தவிர, காக்கொத்து பணியாரம், அரைக்கொத்துப் பணியாரம், ஒரு கொத்துப் பணியாரம், எண்ணெய்ப் பணியாரம், குழல் பணியாரம், சீப்புப்பணியாரம், பயித்தம்பணியாரம், குலுக்கச்சிப்பணியாரம் என்று பணியாரங்களினுடைய வகைகளும், பருமனும்,செய்யும் முறைகளும் வித்தியாசப்பட்டுக் காணப்பட்டன.

அத்தோடு பச்சரிசியை இடித்து செய்யப்படும் துள்ளுமா, நெல்லை ஊறவைத்து உரலில் போட்டு இடித்துச் செய்யப்படும் அவல்,கொழுக்கட்டை, இடியப்பம், வண்டப்பம், வாரப்பம், பாலப்பம், ஒட்டப்பம், பிட்டு, புக்கை, ஆபத்துரொட்டி, குருனல் ரொட்டி போன்ற உணவுப் பொருட்களும் அப்பொழுது பாவனை யில் இருந்தன.

இன்றைய நவீன காலத்தில் கிராமத்தின் பலகாரங்கள் தனது இறுதி மூச்சை விட்டுக்கொண்டிருக்கின்றன. பலகாரங்கள் செய்வதும் அதற்கான ஆட்களை தயார்படுத்துவதும் தேவையற்ற விசயங்கள் என்றாகிவிட்டன. பலகாரங்கள் மீதான கிராமத்து மக்களின் ஆவலும் குறைந்துவிட்டது. ஆரோக்கியப் பலகாரங் களிலிருந்து விடுபட்டு நோய்களை அள்ளிக்கொண்டு வரும் துரிதஉணவுகளின் மீதான நாட்டம் மக்களுக்கு அதிகரித்து விட்டது. ஒலுவில் கிராமத்தைச் சுற்றி ஏராளமான துரிதஉணவுக் கடைகளும், மரவள்ளிக்கிழங்கைப் பொரித்து செய்யப்படும் 'டெஸ்ட்' கடைகளும் அதிகம் முளைத்துவிட்டன.

நான் சிறுவனாக வளர்ந்த காலம் ஆப்பிளும், ஒரேஞ்சும் ஆக்கிரமிப்பு நடத்தாத காலம். பச்சைத் தோடங்காய் சந்தையை விட்டும், மக்கள் மனங்களைவிட்டும் துரத்தப்படாத காலம்.

வாழைப்பழம், மாம்பழம், பப்பாசி, கொய்யாப்பழம், பலாப்பழம், விளாம் பழம் மற்றும் பனம்பழம் போன்றவைதான் மக்களின் விருப்புக் குரிய பழங்களாக காணப்பட்டன. பனம்பழம் பாணி யையும், கிண்ணம் பழத்தையும் சோற்றோடு சேர்த்துக் கரைய லாகச் சாப்பிடுவது எல்லோர் வீட்டு வழக்கமாகக் காணப்பட்டது. வீட்டிலே அதிகளவான தோடை, மா, கொய்யா போன்ற மரங்களை எனது தந்தை உருவாக்கியிருந்தார். அவற்றின் பழங்கள்தான் எனது விருப்புக்குரிய பழங்கள். காரைப்பழம், சூரைப்பழம், வேலிகளில் படர்ந்து கிடக்கும் தண்ணிச்சோத்துப் பழம், மஞ்சள் நிறத்திலான லாவுள்பழம் போன்றவை இளைஞர்களின் சிறுபசி யைப் போக்கும் பழங்கள். இவை இன்று முற்றாக அழிந்துவிட்டன.

பானம் என்றுவரும்போது இளநீர்தான் மக்களின் விருப்பை வென்றிருந்தது. எலுமிச்சை, தோடை போன்றவை மூலம் மக்களின் தாகம் தீர்க்கப்பட்டன. 'யானை மார்க்' சோடாவைத் தவிர வேறெந்த மென்பானங்களும் அதிகளவில் சந்தைக்கு வர வில்லை. இந்த இயற்கையான பானங்கள்தான் எனது தாகத்தைத் தீர்த்தன. குளிர்சாதனப் பெட்டியில்லாத எனது வீட்டில் என்னுடைய தாய் எலுமிச்சை சாறுதான் தரும் தாகத்தைத் தீர்க்கும் உச்சாகப் பானம். ஒரு கிராமத்துவாசி சொன்னது போல் எலுமிச்சம் பழம் பிழியப் பிழியச் சாறு தரும். பிழிந்து குடித்தால் ஆறுதல் தரும்.

குடி

உலக சமுதாய அமைப்புகள் தாய்வழிச் சமூகம், தந்தைவழிச் சமூகம் எனும் இரு அடிப்படைகளைக் கொண்டு காணப்படு கின்றன. குடிமுறை என்பது தாய்வழி சமுதாய அமைப்புமுறை யாகும். தென்கிழக்கு முஸ்லிம்களிடம் காணப்படுகின்ற தனித்துவ மான பண்பாட்டு அடையாளங்களில் ஒன்றுதான் குடிவழி மரபு முறையாகும். தமிழர்களிடம் காணப்பட்ட குடிமரபே முஸ்லிம் களிடமும் வந்து சேர்ந்தது என்ற கருத்தே பொதுவாக நிலவு கின்றது. எனினும் இலங்கை வாழ் முஸ்லிம்களிடம் குடி மரபு ஆரம்பம் முதலே அவர்களிடம் காணப்படுகின்றது என்ற கருத்தும் பலரால் முன்வைக்கப்படுகின்றது.

முஸ்லிம் கிராமங்களில் காணப்படுகின்ற குடிகளை மொத்தமாக ஒன்று சேர்க்கின்றபோது கிழக்கு மாகாணத்தில் 45 குடிகள்

காணப்படுவதாக அப்துல் றாசிக் முஸ்லிம்கள் மத்தியில் குடிவழிமுறை என்னும் நூலில் குறிப்பிடுகிறார். ஒலுவில் கிராமத்தில் 13 குடிகள் காணப்படுகின்றன.

பள்ளிவாசல்களை நிர்வகிப்பதற்கு இலங்கையில் பல ஊர் களில் பல்வேறு முறைகள் பின்பற்றப்பட்ட போதிலும் கிழக்கு மாகாணங்களில் குறிப்பாக, தென்கிழக்குப் பிராந்தியங்களில் பள்ளிகளை நிர்வகிப்பதற்குக் குடிமரபை அடிப்படையாகக் கொண்ட 'மரைக்கார் சபை' முறையே தெரிவு செய்யப் படுகின்றது. ஒரு குடிக்கு ஒரு மரைக்கார் எனும் கணக்கில் நிர்வாகச் சபை உறுப்பினர்கள் தெரிவுசெய்யப்படுகின்றனர். ஒரு குடிவழி யிலுள்ள அங்கத்தவர்கள் சகோரத்துவ உறவைகொண்டிருப்பதன் காரணமாக அங்கு ஒற்றுமையும் தலைமைத்துவக் கட்டுப்பாடும் இயல்பாகவே வந்து சேர்கின்றது. இதன் காரணமாகவே ஒரே குடிக்குள் விவாகத் தொடர்புகள் பெரும்பாலும் தவிர்க்கப் படுகின்றன. அமெரிக்கச் சமூகவியலாளர் மேட்டனின் தொழிற் பாட்டு கண்ணோட்டத்தில் பார்க்கும்போது குடி மரபானது பிறப்பு, திருமணம், இறப்பு போன்ற சடங்குகளில் பங்கெடுத்தல், பிணக்குகளைத் தீர்த்துவைத்தல், சமூக ஒழுங்குகளை ஏற்படுத்தல், பள்ளிவாசல்களை நிர்வகித்தல் போன்ற வெளித்தெரிகின்ற தொழிற்பாடுகளையும் ஊர்வாசிகளை அதிகாரத்தின் கீழ் கொண்டுவருதல் எனும் மறைமுக தொழிற்பாடுகளையும் செய்து வருகின்றது. எல்லாச் சமூக நிகழ்வுகளிலும் சமய நிகழ்வுகளிலும் குடிமரபின் ஆதிக்கம் அதிகமாகவே ஒருகாலத்தில் காணப் பட்டது.

குடியை மையமாக வைத்துப் பள்ளி நிர்வாகச் சபை உறுப்பினர் களின் தெரிவு இடம்பெறுவதால் சிறந்த அனுபவம் உள்ள கற்றவர்கள் இந்த முறைமைக்குள் உள்வாங்கப்படாமலே போகிறார்கள் எனும் கருத்துப் பரவலாக இன்று காணப்படுகின்றது. அதேபோல் ஒருகுடியின் உறுப்பினர்கள் அந்தக் குடியில் உள்ளவர்களாலேயே அறியப்படாமல் போகும் சூழலும் இன்று காணப்படுகின்றது. அதேபோல் மரைக்காராய் மாறி, குடியின் பிரதிநிதியாய் இருக்கவேண்டும் எனும் ஆவல் இளைஞர்கள் மத்தியில் குறைந்துகொண்டுசெல்கின்றது. இந்தக் காரணிகள் குடியை ஆதிக்கசக்தி எனும் பாத்திரத்திலிருந்து கீழே இறக்கி

விட்டிருக்கின்றது. ஒரு காலத்தில் குடிமரைக்காராக வேண்டும் எனும் ஆவல் பல முரண்பாடுகளையும் சண்டை சச்சரவுகளையும் தோற்றுவித்திருக்கின்றன. இன்று குடிக்கான பிரதிநிதியைத் தேடித்தேடியே கண்டுபிடிக்க வேண்டிய சூழல் ஒலுவில் கிராமத்தில் உருவாகியுள்ளது.

விருத்தசேதனம்

முஸ்லிம் ஆண்பிள்ளைகளுக்கு விருத்தசேதனம் செய்வது சமய ரீதியான ஒரு கடமையாகும். இது முஸ்லிம்கள் பரிபாஷையில் சுன்னத்துக் கல்யாணம் அல்லது கத்னா வைபவம் என்று அழைக்கப்படுகின்றது. இப்போதெல்லாம் இந்தச் சடங்கு குழந்தை பிறந்தவுடன் 40 நாட்களுக்குள் வைத்தியசாலையில் யாருக்கும் தெரியாமல் இடம்பெற்றுவிடுகிறது. முப்பது ஆண்டுகளுக்கு முந்திய இந்த வைபவம் ஒரு பெரும் நிகழ்வாக ஒலுவில் கிராமத்தில் இடம் பெற்றது.

சுன்னத்துக் கல்யாணம் நடப்பதற்குச் சுமார் ஒரு பத்து நாட்களுக்கு முன்னரே வீட்டைத் துப்புரவு செய்து, வேலி கட்டி, வளவுக்குள் கடற்கரையிலிருந்து மாட்டுவண்டியில் தூரிமண் ஏற்றிக் கொட்டி அழகுபடுத்திவிடுவார்கள். பின்னர் சுன்னத்துக் கல்யாண மாப்பிள்ளைக்கு தத்தியாக (குழுவாக) சேர்ந்து பெண்கள் மருதவெண்டி (மருதாணி) எடுத்துவந்து போட்டு விட்டு காசும் வைத்து கொப்பியில் எழுதச் சொல்வார்கள்.

இப்படிப் பல குழுக்கள் வந்து இந்தச் சடங்கைச் செய்வார்கள். மாப்பிள்ளைக்கு மருதாணி போடும் போது பெண்களின் குரவைச் சத்தமும் பட்டாசுவெடிச் சத்தமும் அரங்கை அதிரச் செய்யும். பெண்கள் தங்கள் குரல்களால் மாயம் செய்வார்கள். இந்த மருத வெண்டித் தத்திகள் வரும்போது பாவாக்களின் றபான் சத்தமும் கஸீதா பாட்டுச் சத்தமும் சேர்ந்தே வரும். பாவாக்களுக்கு இதற்காக ஊதியமும் வழங்கப்படும். மாப்பிள்ளைக்கு விருத்த சேதனம் செய்யும் அந்தக் கடைசி நாளில்தான் நிகழ்வுகள் எல்லாம் மொத்தமாகக் களைகட்டும். வாசலிலிருக்கும் தென்னை மரத்தில் பெரிய ஒலி பெருக்கிகள் கட்டப்பட்டு அவற்றின் வழியே சத்த மாகப் பாட்டுச் சத்தம் தெருவெங்கும் ஒலிபரப்பப்படும்; சலவைத் தொழிலாளிகள் சேலைகளால் அழகுப்பந்தல் போடப்படும்.

உறவினர்களுக்கும் சொந்தபந்தங்களுக்கும் நண்பர்களுக்கும் பகல் போஜனம் தடபுடலாக வழங்கப்படும். மாலையில் மாப் பிள்ளையைப் பள்ளிவாசலுக்கு அழைத்துச் சென்று பள்ளி உண்டியலில் காசு போட்டுவிட்டு மீண்டும் அழைத்து வருவார்கள். அந்திசாயும் தருவாயில் 'ஒய்த்தா மாமா' வந்து மாப்பிள்ளையின் ஆண்குறியில் இருக்கும் முன்தோலை வெட்டி எடுப்பார். மாப்பிள்ளைக்கு வலிமிகுந்த இந்தத் திண்டாட்டம் ஏனையோருக்கு கொண்டாட்டம் மிக்கதாகக் காணப்படும். கொண்டாட்டச் சத்தத்தின் கனத்த ஓசையில் மாப்பிள்ளையின் அழுகைச் சத்தம் அமிழ்ந்து போய்விடும். மாப்பிள்ளை இரவில் தூங்கினால் புண்ணில் ஏதும் சேதாரம் ஏற்பட்டுவிடும் என்ற அச்சத்தில் இரவு முழுவதும் பஜனா இசைக்கச்சேரி நடக்கும்.

இந்த நிகழ்வுக்காகவே காத்துக்கொண்டிருக்கும் உள்ளூர் பாடகர்கள் பலர் இருந்தார்கள். ஒரு சுன்னத்துக் கல்யாணம் நடந்து முடிந்த பிறகு உறவில்லாமலிருந்த பல குடும்பங்கள் ஒற்றுமையாய் மாறியிருக்கும். இன்று இந்த முறைமை மாறி விட்டது. ஒய்த்தா மாமாக்கள் யாரும் இன்று இல்லை.

விருத்தசேதனம் செய்வது அறுவை சிகிச்சை நிகழ்வு என்றும் அதனை வைத்தியர்கள் மட்டுமே செய்ய வேண்டும் என்றும் கூறப்படுகின்றது. எனக்கு விருத்தசேதனம் செய்த அந்த மாமா என்னோடு அன்போடு நடந்துகொண்டார். என்னை அரவணைத்தார். எனக்குப் புத்தாடை அணிவித்து, பள்ளிவாசலுக்குப் பொடி நடையாகவே அழைத்துச் சென்றார்கள். சமூக நிகழ்வுகளும், சமய நிகழ்வுகளும் ஒன்றாகக் கைகோர்த்த நிகழ்வாக அப்போதைய சுன்னத் கல்யாணம் காணப்பட்டது.

விவசயம்

விவசாயமும் மீன்பிடியும் வர்த்தகமுமே ஓலுவில் கிராமத்தின் பிரதான வருவாய் மூலங்களாக ஆதிமுதல் இருந்துவருகின்றன. சிறிய அளவிலும் பெரிய அளவிலுமாகப் பெரும்பாலானோருக்கு நெற்காணிகள் இருந்துவந்திருக்கின்றன. நெல் விவசாயம் மக்களின் வாழ்வோடும் அவர்களுடைய பண்பாட்டோடும் பிணைந்துவந்திருக்கின்றது.

தென்கிழக்கு மக்களின் அன்றைய விவசாயிகள் வழிபாட்டுத் தலமொன்றினுள் நுழையும் பரிசுத்தத் தன்மையுடனே வயல் வெளிகளினுள் காலடியெடுத்து வைத்தனர். அதேபோல் அறுவடை முடிந்த பின்னர் வைக்கோலிலிருந்து நெல்லை வேறாக்குவதற்காக 'சூட்டை' தயார் செய்யும்போதுகூட மூத்தவர் ஒருவர் உழு (அங்கத்தூய்மை) செய்துகொண்டு சூட்டின் மீது ஏறி நின்று 'பாங்கு' (தொழுகைக்கான அழைப்பு) சொல்லியே இந்தப் பணியைத் தொடங்கும் பழக்கம் அவர்களிடம் காணப்பட்டது என முஹியித்தீன் குறிப்பிடுகிறார்.

அதேபோல் அந்த நெல்லிலிருந்து அரிசியை வேறாக்கி எடுத்து அதற்குள் எருமைப்பால் சேர்த்து அடுப்பில் வைத்து, 'புக்கை' ஆக்கி, பாத்திஹா ஓதி பக்கத்தில் உள்ளவர்களுக்கும் ஏனை யோருக்கும் வழங்கும் ஒரு சமய நிகழ்வும் அப்போது நிகழ்த்தப் பட்டது. சூடு போடுவதற்காக ஆட்களைத் திரட்டும் படலம் ஊரில் இடம்பெறும் போது எனது தந்தையும் சேர்ந்துகொண்டு அதற்குரிய கூலியாக நெல்லைக் கொண்டுவருவார். பெரும்பாலும் அடுத்த அறுவடைக்காலம் வரும்வரை அந்த நெல் உணவுக்குப் போதுமானதாக இருக்கும்.

விதைப்புக் காலம் தொடங்கி அறுவடைக் காலம்வரை பெரும்பாலும் விவசாயிகளின் வாழ்வு வறுமையுடன்தான் கழியும். அறுவடைக்காலம் உழவர் வாழ்வில் கொண்டாட்டக் காலம். அறுவடைக் காலத்தில் ஊருக்குள் உள்ள தேநீர்க் கடை களும் வட்டை பிரதேசத்துத் தேநீர்க் கடைகளும் அதிகாலை வேளையிலேயே களைகட்டதொடங்கிவிடும். பாலப்பம், வண்டப்பம், ஓட்டப்பும், புளிச்சபணியாரம் போன்ற உணவுகளும் ஆவிபறக்கும் நன்னாரித்தேநீரும் அதிகாலையிலே தயாராகி விடும். அறுவடைக் காலத்தில்தான் பெரும்பாலும் சுன்னத்துக் கல்யாணம், வாழ்வு கல்யாணம், வீடுகட்டும் வைபவங்கள் போன்ற நிகழ்வுகள் இடம்பெறும். இந்தக் காலத்தில் ஊரின் வறுமை கொஞ்சம் ஓரங்கட்டி நிற்கும். போடிமார்களின் வீடுகளுக்கு மட்டும் நெல் செல்வதில்லை. போடிமார்களின் வயல்களைச் செய்கை பண்ணிய முல்லைக்காரர்களின் வீடு களுக்கும் நெல் செல்லும். அதேபோல் அறுவடை முடிந்த பிறகு வயல்களில் ஆங்காங்கே கிடக்கும் நெற்கதிர்களை ஒன்றுசேர்த்து

அவற்றிலிருந்து நெல்மணிகளைப் பொறுக்கிச் செல்லும் ஏழைகளுக்கும் வாழ்வு கிடைக்கும். அறுவடைக் காலத்தில்தான் அதுவரைக்கும் பட்ட கடன்களை விவசாயிகள் திருப்பிச் செலுத்துவதால் சில்லரைக் கடைக்காரர்கள் மற்றும் தேநீர்க் கடைக்காரர்களின் முகத்திலும் புன்சிரிப்பு தெறித்துவிடும்.

ஒலுவில் கிராம மக்களுக்கு நிறையவே வயல்காணிகள் இருந்தன. ஆனால் அவற்றை அவர்கள் பல்வேறு காரணிகளின் நிமித்தம் இழந்துவிட்டுப் பரிதவிக்கின்றனர். நாட்டில் தோன்றிய இன முரண்பாடுகளும் அவற்றில் ஒரு காரணி. எனது தந்தைக்கும் விசாரை,பொன்னன் வெளி, ஆலிம் சேனை போன்ற பகுதிகளில் வயல்காணிகள் இருந்தன. விசாரை வயல் காணி இருந்த பிரதேசத்தைச் சுற்றி நிறையவே சிங்களச் சகோதரர்கள் இருந்தார்கள். எனது சகோதரர் ஒருவர் பூரணமாகச் சிங்களத்தை அவர்களிடமிருந்து தான் கற்றுக்கொண்டார். அப்படி ஓர் அன்னியோன்ய உறவு சாதி, மதம், இனம் கடந்து அப்போது காணப்பட்டது. விவசாய உறவு ஈட்டிக்கொடுத்த பன்மைத்துவ உறவு அது.

வேளாண்மை அறுவடைக் காலத்தில் இலங்கையின் பல பாகங்களிலிருந்தும் பலமொழி பேசுபவர்களும் பல சமயத்தவர்களும் இங்கே வந்து அறுவடைக்கு உதவுவார்கள். இவர்களைத் 'தத்தி' என்று அழைப்பார்கள். இந்தத் தத்தியின் அங்கத்தவர்கள் அறுவடை முடிந்து வீடுகளுக்குத் திரும்பும் போது காசுடன் மட்டும் செல்வதில்லை. உறவுடனும் செல்கின்றார்கள். வெளியூரிலிருந்து வந்தவர்கள் இங்கேயும் இங்கிருந்து சென்றவர்கள் வெளியூரிலும் திருமணங்களை ஏற்படுத்திக்கொண்டிருக்கிறார்கள். இது விவசாயமுறை ஏற்படுத்திய உறவு விருத்தியாகும்.

நெல் அறுவடை இயந்திரங்கள் அறிமுகப்படுத்தப்பட்ட பிறகு அறுவடைக் காலத்தின் விழாக்கோலம் அப்படியே மங்கிப் போய்விட்டது. அறுவடைசெய்யப்படும் நெல் மணிகள் வீட்டுக்கு வராமல் அங்கிருந்தே அரிசி ஆலைகளுக்குச் சென்றுவிடுகின்றன. எனது பால்ய காலம் தொடங்கிய போது விவசாயக் குடும்பம் எனும் நிலையிலிருந்து வர்த்தகக் குடும்பம் எனும் நிலைக்கு எனது குடும்பம் மாறி இருந்தது.

இதே காலத்தில் சேனைப் பயிர் செய்கையிலும் எனது தந்தை ஈடுபட்டதாகவும் மரவள்ளி, சுரைக்காய், கத்தரிக்காய், வத்தாளைக் கிழங்கு, சோளம் போன்றவற்றைப் பயிரிட்டதாகவும் எனது சகோதரர்கள் எனக்குச் சொல்லி இருக்கிறார்கள்.

தென்கிழக்குப் பிராந்தியத்தில் வாழ்ந்த முஸ்லிம்கள் ஆரம்ப காலத்தில் அதிகமான பிள்ளைகளைப் பெற்றுக்கொண்டமைக் கான காரணங்களில் ஒன்று அவர்களுக்கு நெற்பயிர் செய்கையின் போது அதிகமானவர்கள் தேவைப்பட்டமையே! இன்று விவசாயத்தில் ஈடுபடுகின்றவர்களின் தொகை குறைந்தது போலவே ஈன்று கொள்ளும் பிள்ளைகளின் தொகையும் குறைந்துவிட்டது.

திருமணம்

தென்கிழக்குப் பிராந்திய கிராமங்கள் பெரும்பாலும் வெளியூர் திருமணங்களை ஊக்குவிப்பதில்லை. ஊருக்குள் பெண் எடுத்து திருமணம் செய்வதையே ஏற்றமாகப் பார்க்கின்றன. வெளி யூரிலிருந்து அவ்வப்போது மாப்பிள்ளைகள் இங்கே வந்து திருமணம் செய்தாலும், வெளியூர் பெண்களின் வருகையும் இங்கிருக்கும் பெண்கள் திருமணம் முடித்து வெளியூர் செல்வதும் ஒப்பீட்டு ரீதியில் குறைவாகவே காணப்படுக்கிறது. திருமணத்திற்குப் பிறகு ஆண்வீட்டில் பெண் வாழும்முறை இலங்கையின் தெற்குப் பிரதேசங்களில் காணப்படுகின்றது.

எனினும் கிழக்கு மாகாணத்திலுள்ள கிராமங்களில் பெண்கள் வீட்டில் ஆண்கள் தங்கும் மரபே பெரும்பாலும் தொடர்கின்றது. இந்த மரபின் தொடர்ச்சியை ஒலுவில் கிராமத்திலும் காணலாம். ஒருதார மணமுறையே சில விதிவிலக்குகளைத் தவிர ஒலுவில் கிராமத்தில் கடைப்பிடிக்கப்படுகின்றது. ஒருவளவுக்குள் ஒரே பெற்றோரின் பல சகோதரிகளின் வீடுகளை அமைத்து வாழ்வதால் அவ்விடத்தில் ஒருபலம் உருவாகின்றது. ஆணாதிக்கத் தினுடைய இராட்சச கரங்கள் பெரும்பாலும் பெண்களை இங்கே தீண்டுவதில்லை.

குடும்ப வாழ்க்கையைத்தொடக்கி வைக்கும் இந்தத் திருமண நிகழ்வு பல சம்பிரதாயங்களினதும் சடங்குகளினதும் கூட்டு மொத்தமாகவே காணப்படுகிறது. பெரும்பாலான திருமணங்கள்

ஆரம்ப காலங்களில் வீட்டிலேயே இடம்பெற்றது. இன்னும் அதுவே தொடர்கின்றது. திருமணம் மாலை நேரத்திலேயே பெரும்பாலும் இடம்பெறுகின்றது. சிற்றுண்டியோடு திருமணம் முடிந்துபோகின்றது. ஆனால் இன்று இடம்பெறும் திருமணங்களில் 'வலிமா' விருந்து வழங்கப்படுகிறது. பெண்வீட்டில் தங்கிவிடும் மாப்பிள்ளைக்கு மூன்று மாதமோ, ஆறு மாதமோ பெண் தரப்பினர் சாப்பாடு கொடுக்கவேண்டும் எனும் நியதி அப்போது காணப்பட்டது. இன்று இந்த நடைமுறை மலையேறி விட்டது.

பெண்களிடம் சீதனம் வாங்கித் திருமணம் முடிக்கவேண்டும் எனும் கருத்தியலிலிருந்து அநேக இளைஞர்கள் 'மஹர்' கொடுத்துத் திருமணம் முடிக்கும் நிலைக்குமாறி இருக்கிறார்கள். ஒப்பிட்டு ரீதியில் காதல் திருமணங்களின் எண்ணிக்கையும் ஓடிப் போய்த் திருமணம் முடிப்பவர்களின் எண்ணிக்கையும் குறை வாகவே காணப்பட்டது. அதேபோல் ஏனைய சமயத்தவர்களோடு திருமணம் செய்யும் முறையும் குறைவாகவே காணப்பட்டது. இந்த நடைமுறை ஒலுவில் கிராமத்திலும் தளர்ந்துகொண்டு செல்கிறது.

சமூக நிறுவனங்கள்-ஆளுமை உருவாக்கம்

சுமார் நான்கு அல்லது ஐந்துவயதாக இருக்கும் போது என்னை அல்குர்ஆனை ஓதக் கற்றுக்கொள்வதற்காக வேண்டி மத்ரசதுல் இலாஹியாவில் சேர்த்துவிட்டார்கள். அந்தக் காலத்தில் அல்-மதரஸதுல் இலாஹியா, அல்-மதரஸதுல் புர்கானியா எனும் இரு குர்ஆன் மதரஸாக்கள் பிரபல்யமடைந்து காணப்பட்டன. கொஞ்ச காலம் அல்-மதரஸதுல் புர்கானியாவில் ஓதினாலும் அல்-மதரஸதுல் இலாஹியாவில்தான் அதிகக் காலம் நான் ஓதினேன்.

மீலாதுவிழா குறித்து இப்போது நிலவும் வாதப் பிரதிவாதங்கள் அப்போது இல்லை. நபிகளாரின் பிறந்தநாள் வந்துவிட்டால், ஒரே குதூகலம்தான். கம்புகளில் கொடிகளைக் கட்டிக்கொண்டு நபிகளார் பிறந்த தினத்தில் ஊர்வலம் வருவோம். பின்னர் கொடி சுற்றிய மாணவர்களுக்கு ஜூஸ் கொடுத்து வீட்டுக்கு அனுப்பி வைப்பார் ஓதித் தரும் உஸ்தாத் (சமய ஆசிரியர்). இத்துடன்

பெரிய மேடை போடப்பட்டு மாணவர்களின் ஆற்றல்களின் அரங்கேற்றமும் நடைபெறும். எல்லா மீலாது விழாக்களிலும் பேச்சு ஒன்றை எழுதித் தந்து, அதை மனனமிடச் செய்து பலமுறை ஒத்திகை பார்த்து என்னைப் பேசவைப்பார் மம்மாசன் ஹஸரத். பேச்சாற்றல் எனக்குள் வளர்ந்தமைக்கு எனது ஊரில் போடப்பட்ட மீலாத் விழா மேடை களுக்குக் கணிசமான பங்குண்டு.

என்னுடைய 12-13வயதுக்கு உட்பட்ட காலம் எனது சகோதரரின் கடையின் பின்னால் இருந்த அறையில்தான் கழிந்தது. அங்கிருந்து தான் பாடசாலை சென்றேன். ஒலுவில் ஜும்ஆ மசூதிகூட அருகில்தான் அமைந்துள்ளது. அந்த மசூதியில் இடம்பெறும் சமயம்சார் உரைகள் என்னை வளப்படுத்தியிருக்கின்றன. அப்போது எனது ஊருக்கு வந்து சமயப் பணிசெய்த பலருள் ஹனீபா மௌலவியின் பக்குவமான நடத்தைகளும், காதுகளுக்குள் கலகம் செய்யாத அவர் பேச்சு முறையும், அவர் தகவல்களைத் தொகுத்து முன்வைத்த பாங்கும் என்னைக் கவர்ந்திருக்கின்றன, என்னைத் தட்டித்தட்டி சிற்பம் செய்திருக்கிறன. அவரைப் போல் என்னையும் நான் கட்டமைத்துக் கொள்ளவேண்டும் எனும் எண்ணம் எனக்குள் உதித்ததை இப்போதும் ஞாபகப்படுத்திப் பார்க்க முடிகின்றது.

நோன்பு காலம் வந்துவிட்டால், எல்லா முஸ்லிம் ஊர்களைப் போலவே, எனது ஊரும் சுறுசுறுப்படையவும், அலங்கார மடையவும்,கொண்டாட்டங்களை ஆரம்பிக்கவும் தொடங்கி விடும். சாதாரணமாக இரவு எட்டு மணியோடு உறங்கத் தொடங்கிவிடும் மசூதிகள் தமது தூக்கத்தை உதறிவிடத் தயாராகிவிடும். இரவுகாலத் தொழுகைக்காகப் பெரியவர்கள், சிறியவர்கள், பெண்கள் எனப் பலரும் மசூதிக்குள் வந்து தொழுகைக்காகத் தயாராகிவிடுவார்கள்.

அப்போதெல்லாம் இரவுநேரத் தொழுகை தொடங்கும்முன் நபிகளார் மீது ஸலவாத் சொல்வார்கள். ஒரு புத்தகத்தை எடுத்து விரித்து ஒருவர் நபிகளார் புகழ்பாட ஏனையவர்கள் ஸலவாத் சொல்வார்கள். ஒலிவாங்கி முன்னால் நடைபெறும் இந்த நிகழ்வு ஒலிபெருக்கி மூலம் ஊர் முழுவதும் ஒலிபரப்பாகும். இந்த

நிகழ்வுக்கு தவறாது செல்வேன். கோரஸ் குழுவில் ஒருவராக இருந்த நான் புத்தகம் பார்த்து நபிகளார் புகழ்பாடும் ஒருவராகப் பின்னர் மாறினேன். இன்று இதுபோன்ற மசூதிகளில் மக்களுக்குச் சமயம்சார் உரைகளை வழங்கும் ஒருவராக மாறுவதற்கு இதுபோன்ற மேடைகள்தான் எனக்குக் களம் அமைத்து உதவி யிருக்கின்றன.

எனது ஊரில் நிறைய அவ்லியாக்களின் அடக்கஸ்தலம் காணப்படுகின்றது. அவற்றை அடையாளப்படுத்திய குறிகளும் அன்று காணப்பட்டன. வெளியூரிலிருந்து பலர் ரொட்டிகளைச் சுட்டுக் கொண்டு 'புதுப்பள்ளி அவ்லியா' வைத் தேடிவருவார்கள். காலவோட்டத்தில் இந்த மரபு மறைந்துவிட்டது. அதேபோல் கந்தூரி வைபவங்கள் எமது ஊரில் களைகட்டியதாகவும், எனது தாயின் தந்தை கந்தூரி வாணவேடிக்கை நிகழ்த்துவதில் வல்லவராக இருந்ததாகவும் என் தாய் என்னிடம் பலதடவை கூறியிருக்கிறார்.

நோன்புகால நிகழ்வுகளில் 'கஞ்சி' குடிக்கும் நிகழ்வு முக்கிய மானது. கஞ்சிகுடிப்பதற்கு இன்று யாரும் மசூதிக்குச் வருவது இல்லை. கஞ்சியை வாங்கிக்கொண்டு வீடுகளுக்குச் சென்று விடுகிறார்கள். அப்போதெல்லாம் மசூதியில்தான் பெரும் பாலானவர்கள் கஞ்சி குடிப்பார்கள். கஞ்சி குடிப்பதற்கென்று தனியாக அமைக்கப்பட்ட 'குடில்' காணப்பட்டது.

சமயத்தோடு ஒட்டிய இந்தச் சமூக நிகழ்வு அங்கத்தவர் களிடையே மகிழ்ச்சி, கூட்டுணர்வு, சகோதரத்துவம், உதவி மனப் பான்மை போன்ற பண்புகள் மலர காரணமாகின. இந்த நோன்புக் கஞ்சி பல நண்பர்களை உருவாக்கித் தந்திருக்கிறது. என்னுடைய நண்பர்களில் பலர் மசூதியில் சந்தித்த நண்பர்கள்தாம்.

இன்று கஞ்சிகளின் நிறமும், மணமும், சுவையும் மாறி விட்டன. அன்றைய கஞ்சி தேங்காய்ப்பாலில் பச்சை அரிசி சேர்ந்த கலவையாகக் காணப்பட்டது. செயற்கைச் சுவை யூட்டிகளோ, இறைச்சிகளோ கஞ்சியில் சேர்க்கப்படுவதில்லை. பள்ளிக்கு நோன்புதிறக்க வருகின்றவர்களுக்குக் கஞ்சியும் ஈச்சம்பழமும் மட்டும்தான். இன்று நோன்பு திறக்கும் நிகழ்வு ஆடம்பர நிகழ்வாக மாறிவிட்டது.

இன்று நான் சமூகவியல் பேராசிரியராகக் கடமை புரிந்தாலும் சமூகம்சார் பணிகளில் ஆர்வத்துடன் ஈடுபடுவதற்கு என்னைத் தூண்டியது ஒலுவில் பெரிய ஜும்ஆ பள்ளிவாசல்தான். பள்ளி வாசல் சுற்றுச்சூழல், மையவாடி போன்ற இடங்களைச் சுத்தப் படுத்தும் பணிகளில் சிறுவனாக இருக்கும் போதே பங்கெடுத் திருக்கிறேன். மசூதியால் அமைக்கப்படும் பல குழுக்களில் இணைந்து பொதுப் பணிகள் பல புரிந்துள்ளேன்.

எனக்கு ஆரம்ப கல்வியைக் கற்றுத் தந்த பாடசாலை ஒலுவில் அல்ஹம்றாதான். பாடசாலை நாட்கள் ஒருபோதும் எனக்குக் கசந்ததில்லை. அற்புதமான ஆசிரியர் பலரும் தோழமையான நண்பர்கள் பலரும் எனக்கு அப்போது கிடைத்தார்கள்.

தமிழ் தினம், ஆங்கில தினம் எனப் பல போட்டிகளில் பங்கேற்றிருக்கிறேன். பேச்சுப் போட்டி, சிறுகதை, கவிதை, கட்டுரை எனப் பலவற்றிலும் வெற்றிபெற்றுள்ளேன். ஓட்டம், நீளம்பாய்தல், உயரம்பாய்தல் போன்ற விளையாட்டுக்களில் பாடசாலை மட்டத்திலும் அதற்கு வெளியேயும் பங்கேற்று வெற்றிகளையும் பெற்றிருக்கின்றேன். நான் பேராசிரியரான போது பாடசாலை அதிபர் யூ. கே. அப்துல் றஹீமும், இதர ஆசிரியர்களும், மாணவர்களும் சேர்ந்து மிகப் பெரியதொரு விழாவை ஏற்பாடு செய்து என்னைக் கௌரவித்தார்கள். இதனால் மாணவர்களுக்கு நான் அறிமுகமானேன்.

தென்கிழக்குப் பல்கலைக்கழகம் ஒலுவில் கிராமத்தில் தான் அமைந்துள்ளது. ஜாமியா நளீமியாவில் இஸ்லாமியக் கலைகள் தொடர்பான கற்கையை முடித்த கையோடு தென்கிழக்குப் பல்கலைக்கழகத்தில்தான் எனது உயர் கல்வியைத் தொடர்ந்தேன். இங்கு வேறுபட்ட நண்பர்களையும் வேறுபட்ட அனுபவங் களையும் பெற்றுக்கொண்டேன். அங்கேயே பேராசிரியராகும் வாய்ப்பையும் பெற்றேன். இப்போது சமூகவியல் துறையின் தலைவராகக் கடமையாற்றிக் கொண்டிருக்கின்றேன்.

என் கிராமத்தில் எனக்கு வாய்த்த நண்பர்கள் என்னை மதிப்பவர்கள்; என்னை ஊக்கப்படுத்துபவர்கள். எனக்குள் இருக்கும் விவாதத் திறமையை வளர்த்துக் கொள்வதற்கும் சுமார் நாற்பதுக்கு மேற்பட்ட விவாதங்களிலும் பட்டிமன்றங்களிலும்

பங்கெடுப்பதற்கும் காரணமாய் அமைந்தவர்கள். பல்வேறு கவியரங்குகளில் கவிதை வாசிப்பதற்கும் என்னைத் தூண்டியவர்கள்.

ஒலுவில் கிராமம் என்னைத் தட்டித்தட்டிசெதுக்கிய கிராமம் மட்டுமல்ல, எனக்குச் சிறப்பான கௌரவம் தந்த கிராமமும் தான். ஜாமியா நளீமியாவில் சமயம்சார் கற்கைகளை முடித்து விட்டு வெளிவந்த போது மசூதியின் மிம்பர் மேடையைக் கொடுத்து உரையாற்ற வைத்து என்னை மதித்தது என் கிராமம். தென்கிழக்குப் பல்கலைக்கழகத்தில் சமூகவியல் விரிவுரையாள ராகத் தெரிவு செய்யப்பட்டபோது, 'ஊரின் முதலாவது விரிவுரை யாளர்' எனக்கூறி வாழ்த்தியது. இந்தியாவில் கலாநிதிப் பட்டம் பெற்றபோது மனநிறைவோடு மீண்டும் வாழ்த்தியது. நான் பேராசிரியரான போது, 'ஒலுவிலின் முதலாவது பேராசிரியர்' எனும் அடையாளம் தந்து, இதர நண்பர்களோடு என்னையும் சேர்த்து மிகப் பெரிய விழாவெடுத்துக் கொண்டாடியது. என் கிராமத்தின் புழுதி என்னுடைய எழுத்திலும், என்னுடைய கிராமத்தின் ஜீவன் என்னுடைய இரத்தத்திலும் குதித்தோடிக் கொண்டிருக்கிறது.

என்னை உருவாக்கிய, என்னைப் பட்டைதீட்டிய எனது கிராமம் அதனுடைய பல தேவைகள் பூர்த்தி செய்யப்படாமலே காணப் படுகின்றது. முழுமையான ஒரு சந்தை, சிறுவர்களுக்கான ஒரு பூங்கா, விளையாட்டு மைதானம், இளைஞர்களைக் கல்வி ரீதியாகவும், ஒழுக்க ரீதியாகவும் நேரிய பாதைக்கு அழைத்துச் செல்வதற்கான ஒரு மையம், மீனவத் தொழிலை நவீனமாக்கு வதற்கான ஏற்பாடு, விவசாயிகளை வலுப்படுத்துவதற்கான ஒழுங்குகள் எனக் கிராமத்தின் தேவைகள் நீண்டுகொண்டே செல்கின்றன. இந்தத் தேவைகளை நிறைவேற்றுவதில் பூரண ஒத்துழைப்பை வழங்க வேண்டும் எனும் ஆர்வமும் ஆசையும் எனக்குள் இருக்கிறது. நல்லதொரு இயக்கமுள்ள இளைஞர் குழுவும் சமூக நிறுவனங்களின் ஒத்துழைப்பும் வாய்க்கின்றபோது, என் கிராமத்துக் கனவுகள் மெய்ப்பட மும்முரமாக உழைப்பேன்.

நிறைவாக

இந்தக் கட்டுரையானது என்னை உருவாக்கிக்கொள்ளும் முயற்சியில் எனது கிராமம் எவ்வாறு காரணமாகவும், பின்புலமாகவும்

இருந்துவந்திருக்கிறது எனத் தெளிவுபடுத்து கிறது. அவற்றினூடே எனது கிராமத்தின் பண்பாடுகளையும் மனிதர்களையும், சூழலில் காணப்படும் கடல், ஆறு, ஓடை, முகத் துவாரம் போன்ற வற்றையும் விவரித்துக் காட்டியுள்ளேன். உணவுமுறையெல்லாம் மாறிப்போயுள்ள இன்றைய சூழலில் தனித்துவமான கிராமத்தின் உணவுகளை அடையாளம் காட்டியுள்ளேன். நிறைவேற்றப்பட வேண்டிய எத்தகைய தேவைகளோடு கிராமம் பயணிக்கின்றது எனச் சுட்டிக்காட்டியிருக்கிறேன்.

□

40

இணுவில்

இசை வளரும் நிலம்

ஆதிலட்சுமி சிவகுமார்

'யாரை வணங்கிடவேண்டும்? பிள்ளையாரை வணங்கிட வேண்டும்?' சிறுவத்தில் அதிகாலை நான்கு மணிக்கு ஒலிபரப்பி யூடாக (ஸ்பீக்கர்) காற்றில் ஏறிவரும் இப்படியான பாடல்கள் தான் நாள்தோறும் என்னைத் தட்டி எழுப்பிவிடும். கண்களைச் கசக்கிக்கொண்டு படுக்கையைவிட்டு எழுந்துகொள்வோம். பின்னர், 'மண்ணானாலும் திருச்செந்தூரின் மண்ணாவேன்...' எனத் தன் பங்கிற்கு ரீஎம்எஸ் தொடங்கிவிடுவார்.

அந்தளவுக்குக் கோயில்களால் நிறைந்தது எங்களுடைய ஊரான இணுவில். எங்களுடைய இணுவில் கிராமம் இலங்கை யின் யாழ் மாவட்டத்தில் யாழ்ப்பாண நகரத்திலிருந்து 5 கிமீ தொலைவில் இருக்கின்றது.

எங்கள் ஊரில் பெரும்பாலானவர்கள் சைவ உணவுண்ணி களாகவே இருந்தார்கள். திருவிழாக்காலம் தொடங்கிவிட்டாலே காய்கறிகளின் விலைகள் அதிகரித்துவிடும். தேர் மற்றும் தீர்த்த நாட்களில் மட்டும் பாடசாலை விடுமுறை தரும். வேர்க்கடலை வறுக்கும் வாசனையும், வண்ண வண்ணமாய்க் கண்ணாடிப் பெட்டிகளில் ஈர்க்கும் சிற்றுண்டிகளும் வகுப்பறைவரை நுழைந்து எங்களைப் படிக்கவிடாமல் தடுப்பன. தண்ணீர்ப் பந்தல்களில் மோர்த்தண்ணீர் குடித்த நினைவுகளும் பசுமை பரப்பி நிற்கின்றன.

திருவிழாக்கள் ஓய்வடைந்த நாட்களில், அதிகாலையில் நாதஸ்வரம் பயிற்சி செய்யும் கலைஞர்களின் இன்னிசை எம்மைத் துயிலெழுப்பும். கண்களை மெல்ல மூடிக்கொண்டு, காற்றிலேறி, எம்முடைய செவிநுழையும் அந்த மென்னிசை பூபாளமாய் மனதுள் வழியும். அவை ஆனந்தமான காலைப் பொழுதுகளாக மலரும். நாதஸ்வர வித்துவான் கோவிந்த சாமியும் தவில்வித்துவான் சின்னராசாவும் எங்கள் கிராமத்தின் புகழ்பூத்த நாதஸ்வரக் கலைஞர்கள். இவர்கள் எங்கள் கிராமத்தின் புகழை உலகெங்கும் எடுத்துச் சென்றவர்கள். இவர்களின் வழி தொடர்ந்து இவர்களின் வழித்தோன்றல்களும் இன்னும் பலரும் இந்தக் கலையை வளர்த்து வருகின்றனர்.

ஒலிபெருக்கிகள் ஓய்ந்த நேரத்தில் அப்பாவின் 'பிலிப்ஸ்' வானொலியில் தியாகராஜபாகவதர், பி. யூ. சின்னப்பா, சுந்தராம்பாள் பாடல்கள் ஒலிக்கும். விசேட நாட்களில் கவியரங்கம், பட்டிமன்றம், நாடகங்கள் கேட்போம். உறவுகளாக அயலவர்களாகவும் நாங்கள் பலர் சேர்ந்திருந்து களித்த நாட்கள் இன்றைக்கும் என்னை ஏக்கமுறச் செய்கின்றன.

எனது தாயும் தந்தையும் இணுவில் கிராமத்தைப் பிறப்பிடமாகக் கொண்டிருந்தபோதிலும், பிற்காலத்தில், நிர்வாக நிலப் பிரிப்பால் எங்கள் வீடு இணுவில் எல்லையில் கோண்டாவில் பிரிவுக்குள் கொண்டுவரப்பட்டுவிட்டது.

எங்கள் தந்தையார் பண்டிதர். நா. இராசையா அவர்கள். தமிழையும் சைவத்தையும் இருகண்களாகப் போற்றி வாழ்ந்த பேராசான். தமிழ்ப் பண்டிதராகவும் தமிழ் ஆசிரியராகவும் பெருமைபெற்றவர். தந்தை செல்வா என்கிற எஸ். ஜே. வி. செல்வநாயகம் காலத்தில் தமிழரசுக் கட்சியின் கொள்கை பரப்புப் பேச்சாளராகத் தமிழர் நிலமெங்கும் முழங்கியவர். எனது தாயாரும் தந்தையாரும் அக்கா, தம்பியின் பிள்ளைகள். என்ன பிரச்சினை ஏற்பட்டாலும், இருவரும் இணைபிரியாது அன்றில் பறவைகளாய் வாழ்ந்தவர்கள். இறக்கும்வரை ஓர் இனிப்புத் துண்டைக்கூட இருவரும் பகிர்ந்தே உண்டவர்கள். தந்தையின் அன்பைச் சிறுவயதிலேயே இழந்த என் தந்தையார் எங்களுக்கு நல்லாசானாய், வழிகாட்டியாக வாழ்ந்து காட்டியவர்.

இணுவில் ✦ 617

எங்கள் தந்தையாரைப் போலவே பல பண்டிதர்களைப் பெற்றது எங்கள் கிராமம். சிறுவயதில் எனக்குத் தமிழ் கற்பித்தவர் களில் பண்டிதர். க. இராசலிங்கம் அவர்கள் எனக்கு மிகவும் விருப்பத்திற்குரியராக இருந்தார். தமிழ் கற்றுத்தந்த நல்லாசான். அதேபோன்று இன்றும் கனடாவில் வாழ்ந்துகொண்டிருக்கும் எனது உறவினரான இணுவையூர் பண்டிதர். ச. வே. பஞ்சாட்சரம் அவர்களும் எனது கவியார்வத்தை மினுக்கியவர். இவருடைய கவியரங்கக் கவிதைகள் எளிமையாகவும் ஊடுருவிச் சிந்திக்கவும் வைப்பவை.

இணுவில் கிராமத்தில்தான் நான் கற்றதும் வளர்ந்ததும். இந்தக் கிராமம் தமிழுக்கும், சைவத்துக்கும், கலைகளுக்கும், பண்பாட்டுக்கும் இன்றும் பெருமை பகர்ந்துகொண்டிருப்பது. பல கைத்தொழில் நிறுவனங்களையும் பெருந்தோட்டங்களையும் தன்னகத்தே கொண்டது. ஒருகாலத்தில் எங்கள் கிராமத்தில் சுருட்டுக் கைத்தொழில் கொடிகட்டிப் பறந்தது. எனது தகப்பனாரும் சுருட்டுத்தொழிலுக்குப் போய், அந்தச் சொற்ப பணத்திலேயே படித்ததாக அடிக்கடி சொல்வார்.

அரசபணியில் இருந்தாலும்கூட, விவசாயத்தைக் கைவிடாது தொடர்ந்த மனிதர்களைத் தன்னகத்தே கொண்ட கிராமம் எங்களது என்பதில் எனக்குப் பெருமை உண்டு. பெண்கள் பலர் ஆசிரியப் பணியில் இருந்தார்கள். அவர்கள் பெரும்பாலும் எனது உறவினர் களாக இருந்ததால் பாடசாலைக்காலம் பிரச்சினை களற்றுக் கழிந்தது. அம்மாவும் என்னை ஓர் ஆசிரியையாக்கிப் பார்க்க ஆசைப்பட்டார். ஆனால் காலம் ஒடுக்குமுறைகளுக்கு எதிராகப் பொங்கும்படி எழுத்தாணியை என் கையிற் தந்தது. எழுத்து சோறிடாது எனினும், மனதுக்கு மகிழ்வைத் தருகிறது.

எங்குப் பார்த்தாலும் பச்சைப்பசேலெனப் புகையிலை, வெங்காயம் எனப் பொலிந்திருக்கும் பேரழகு கொண்டது இந்த ஊர். வேலிகளில் கட்டுக்கட்டாக வெயிலில் காயும் புகையிலை மணமும், மாடுகளின் கழுத்துமணி ஓசையும் இன்னமும் என்னுள் இருக்கின்றன. ஊரின் குச்சு ஒழுங்கைகளும் வேலிகளுக்கு உள்ளிருந்து ஓடவிரட்டும் நாய்களும் கனவில் இப்போதும் வருகின்றன.

இரட்டை மாட்டுவண்டிகள் தான் அன்று எம் கிராமத்து வாகனங்கள். கூரான கொம்பு வளைந்த மாடுகளும், அவற்றின் கழுத்துமணி ஓசையும் தான் எமக்குச் சங்கீதமாக இருந்தன.

எங்கள் ஊரை ஊடறுத்து யாழ்தேவி என்னும் தொடர்ந்து நாள்தோறும் கூவிச் செல்லும். என்னுடைய இருபதாவது வயதில் முதன்முதலாக அந்த யாழ்தேவியில் சிறுகதைப்போட்டியில் பரிசு வாங்குவதற்காகக் கொழும்புக்கும் சென்றிருக்கிறேன். தோட்ட வெளியில் நின்று வியந்து பார்த்த அந்த யாழ்தேவியில் பயணித்தது பேரானந்தமாக இருந்தது எனக்கு.

நான் தொடக்கக் கல்வியைக் கற்றது எங்களூரின் சின்னப் பள்ளிக்கூடத்தில்தான். இதனை அம்பிகைபாகர் பாடசாலை என்றும் அழைத்தனர். அங்கே தம்பிவாத்தியார் என்று எல்லோராலும் அழைக்கப்பட்ட, எங்கள் தந்தையாரின் குருநாதரான அமரர் அ. வை. கதிர்காமநாதன் அவர்களே எனக்கும் ஏடு தொடக்கினார். அங்கே நான் தரம் 5 வரை கல்வி கற்றேன். அங்கேதான் எனது முதலாவது சிறுகதைத்தொகுதி வெளியீடு கண்டது. இன்று அந்தப் பாடசாலை இணுவில் இந்துக் கல்லூரியாகத் தலை நிமிர்ந்துள்ளது. இந்தப் பாடசாலை மட்டுமல்ல, இணுவில் மத்திய கல்லூரியும் எமது ஊருக்குள் மின்னும் வைரமாக இருக்கிறது.

நான் பாடசாலை போகும் வழியில் குளக்கரை என்கிற ஒரு தாழ்நிலப் பகுதி இருந்தது. மாரிகாலத்தில் அந்தக் குளக்கரை நிரம்பி வழியும். அதற்குள் பெருகும் தவளைகள் எழுப்பும் வெவ்வேறு விதமான ஒலிகள் எனக்கு இன்னிசையாக இனிக்கும். கோடைக்காலத்தில் அது வறண்டிருக்கும்.

பாடசாலை விட்ட பின்னர் குறுக்குப்பாதை என்று குளக்கரை யூடாக வீட்டுக்கு வருவோம். வரும்வழியில் விளாத்திமரம், மாமரம், புளியமரம் என்று கல்லெறிந்து நேரம்போவது தெரியாமல் விளையாடிவிட்டு வீட்டுக்கு வந்து திட்டு வாங்கிய நாட்களும் உவப்பானவையாக இருந்தன. இப்போது. அந்தத் தாழ்நிலம் ஒப்புரவு செய்யப்பட்டு, வீடுகள் வந்துவிட்டன.

இங்கே இன்னுமொரு விடயத்தை நான் பதிவுசெய்தே ஆகவேண்டும். எங்கள் கிராம மக்களின் குடும்ப அமைப்புமுறை தனித்தன்மையுடன் இருந்தது. நான் வளர்ந்த காலத்தில் ஆண்

பிள்ளைகளுக்கும் பெண்பிள்ளைகளுக்கும் கட்டுப்பாடுகள் இருந்தன.

அதில் பெண்பிள்ளைகளுக்குக் கொஞ்சம் அதிகக் கட்டுப் பாடுகளிருந்தன. பெரும்பாலும் உறவுமுறைக்குள்ளேதான் திருமணங்கள் இருந்தன. காதலித்தல் என்பது மருந்துக்கும் அனுமதிக்கப்பட்டிருக்கவில்லை. வயது வந்த பெண்கள், குடும்ப உறவில்லாத வயதுவந்த ஆண்களுடன் பேசுவதற்குத் தடை யிருந்தது. சினிமாப் படங்களைப் பார்க்கவும் கட்டுப்பாடுகள் இருந்தன. பெற்றோர் மட்டும் திரையரங்குகளுக்கு அழைத்துச் செல்வார்கள். அதுவும் கந்தன் கருணை, துணைவன், சரஸ்வதி சபதம், தசாவதாரம் போன்ற பக்திப் படங்களுக்கு மட்டுமே செல்ல முடியும்.

என்னுடைய பதினெட்டாவது வயதில்தான் முதல் தடவையாக 'கனிமுத்துப் பாப்பா' என்ற திரைப்படத்தைப் பார்க்க முடிந்தது. அதுவும் எமது கணிதபாட ஆசிரியை, கணித பாடத்தில் சித்தி யடைந்தவர்களை இந்தப் படத்திற்கு அழைத்துச் சென்றதாலேயே அது சாத்தியமாயிற்று. நாற்பது ரூபாவிற்கு அம்மாவால் வாங்கித்தரப்பட்ட கைமணிக்கூட்டை அன்றுதான் முதன் முதலாக அணிந்தேன்.

ஆனால், எங்கள் வீடு என்னைக் கட்டிப்போடவில்லை. காலச் சுழற்சியில் எங்கள் குடும்பத்தில் எங்களுக்குப் பிடித்ததைச் செய்யவும், பிடித்த வாழ்வை வாழவும், காதலிக்கவும் சுதந்திரம் இருந்தது. இதற்காக என் பெற்றோருக்கு நன்றி கூறவேண்டும்.

எங்களுக்கு வீட்டோடு ஒரு கடையிருந்தது. சிறுவயதில் கடையின் வாசலில் அமர்ந்திருந்து தெற்கே செல்லும் ஊர்திகளை அண்ணனும் வடக்கே விரையும் ஊர்திகளை நானும் எண்ணிக் கொள்வோம். இதுவொரு மகிழ்ச்சியான பொழுதுபோக்காக இருந்தது எமக்கு. எழுபதுகளில் தேர்தல் காலங்களில், சாலையில் பயணிக்கும் மகிழுந்தின் உள்ளிருந்து, தமிழரசுக்கட்சியின் வெற்றிக்காக அப்பா பரப்புரை செய்துகொண்டு செல்வார். அப்பாவின் மகிழுந்து வீட்டருகே வந்து சில நிமிடங்கள் தரித்துநிற்கும். அப்பாவின் குரலைக் கேட்பதற்காகச் சனங்கள் குழுமி நிற்பார்கள். அது எனக்கு மிகப் பெரிய பெருமிதத்தை ஏற்படுத்தும்.

நான் படித்த பாடசாலைக்கு அருகில்தான் எங்கள் கிராமத்தின் வரலாற்றுப் புகழ்பெற்ற பரராசசேகரப் பிள்ளையார் கோயில் இருக்கின்றது. இணுவில் தெற்குப் பகுதியில் இணுவில் சந்தியிலிருந்து மானிப்பாய்ச் செல்லும் சாலையில் இக்கோயில் அமைந்திருக்கிறது. 13-17ஆம் நூற்றாண்டுகள் வரை யாழ்ப்பாணத்தை ஆட்சிசெய்த மன்னர்களில் ஒருவனான பரராசசேகர மன்னன் இந்தக் கோவிலைக் கட்டுவித்ததாக வரலாறு உள்ளது. சிற்பங்களும் ஓவியங்களும் நிறைந்த தொன்மைமிகு கோவிலாக இது திகழ்கின்றது.

இதேபோன்று, இணுவிலின் புகழ்பூத்த கோயில்களாக இணுவில் கந்தசுவாமி கோவில், சிவகாமி அம்மன் கோவில், செகராசசேகரப்பிள்ளையார் கோவில், காரைக்கால் சிவன்கோயில், பரமானந்தவல்லி அம்மன், அருணகிரிநாதர் கோயில் என்பன விளங்குகின்றன. இணுவில் கந்தசாமி கோயிலின் திருமஞ்சம் உலகில் மிகப்பெரிய திருமஞ்சமாகப் பெருமை பெற்றது.

என் கிராமத்தின் நெற்றிப்பொட்டாக அமெரிக்க மிஷனால் நிறுவப்பட்ட மகப்பேற்று மருத்துவமனை உள்ளது.

நான் சிறுமியாக இருந்த ஈழப்போருக்கு முந்தைய காலங்களில் எங்களூர் கோவில் திருவிழாக்களின்போது, தமிழ்நாட்டிலிருந்து புகழ்பூத்த சீர்காழி கோவிந்தராஜன், ரீ. எம். சௌந்தரராஜன், சூலமங்கலம் சகோதரிகள், பித்துக்குளி முருகதாஸ் போன்ற பல பாட்டுக் கலைஞர்கள், சங்கீத வித்துவான்கள் வந்து பாடியிருக்கிறார்கள். மண்தரையில் அமர்ந்து வேர்க்கடலையைக் கொறித்தபடியும், தூங்கி வழிந்தபடியும் அந்த நிகழ்ச்சிகளைப் பார்த்த நினைவுகள் மனதுள் புரள்கின்றன.

பல சித்தர்கள் தோற்றம் பெற்ற மண் எங்களது. அவர்களில் குடைச்சாமியார் என்று மக்களால் அழைக்கப்படும் கந்தசுவாமிச் சித்தர் என்னால் மறக்க இயலாதவர். கற்றோர்க்குச் சென்ற இடமெல்லாம் சிறப்பு என்று எண்ணும் குடும்பப் பின்னணியால், சின்ன வயதில், பரீட்சை எழுதியபின், அவருக்குப் பின்னால் ஓடியோடி, 'நான் பாஸ் பண்ணுவனா சாமி?' என்று கேட்டலைந்த நாட்களை இப்போது எண்ணும்போது நகைக்கத் தோன்றுகிறது.

எங்களுக்கு உடல்நலம் குன்றினால், அம்மா முதலில் சதாசிவப்பா என்கிற சித்தரிடம்தான் அழைத்துச்செல்வார். அவர் விபூதி இடுவார். காய்ச்சல் மாறிவிடும். இல்லையென்றால், செல்லப்பா பரிகாரியாரிடம் (சித்த மருத்துவர்) அழைத்துச்செல்வார். ஆங்கில மருந்துகள் அறிமுகமற்ற காலமாக அக்காலம் இருந்தது. பிற்காலத்தில் முதலுதவி நிலையம்போல ஒரு சிறு மருத்துவமனை வந்துதித்தது. இணுவில் காரைக்காலில் மிகவும் பெருமைக் குரியவராக, 'காரைக்கால் மணியம்' என்கிற சித்த வைத்தியர் இருந்தார். இவர் எமது தந்தைவழி உறவினர். குறிப்பாக மனநிலை பாதிக்கப்பட்டவர்களுக்கு மருத்துவம் பார்த்தார்.

சிற்றூரான எமது கிராமம் வெளியுலகிற்கு அறியப்பட்டது கலைகளால் என்றால் அது மிகையானதல்ல. நான் வாழ்ந்த கிராமத்தின் கலைமுகிழ்ப்பு என்பது இணுவில் சின்னத்தம்பி புலவர் காலத்தில் தொடங்குகிறது. இவர் பதினெட்டாம் நூற்றாண்டில் வாழ்ந்தவர். தமிழ்ச் சிற்றிலக்கியச் சிறப்பாகப் பஞ்ச வண்ணத்தூது என்னும் நூலையும் இன்னும் சிலவற்றையும் படைத்தவர். என்னுடைய ஊரில் கூத்துகளும், ஆடல்களும், பாடல்களும், காவடியாட்டமும், மணவறை கட்டுதல் என்பனவும் சிறப்புவாய்ந்தவை.

திருமண வீடுகளுக்கு மணவறைகளாலும் மாலைகளாலும் ஒப்பனை செய்யும் கலையிருந்த காலத்தில், உறவினர்களின் அந்தத் திருமண நிகழ்வுகளில் உடைந்துகொட்டும் பாசிமணி களைப் பொறுக்கிச்சேர்த்து தோழிகளுடன் சேர்ந்து மாலை கட்டும் பொழுதுபோக்கு எனக்கு இருந்தது.

கிராமத்தில் எனக்குப் புவனேசுவரி என்ற தோழி இருந்தாள். என்னைவிடச் சில வயதுகள் மூத்தவள். சிறுவயதிலே தாயை இழந்ததால் எங்களுடன் சேர்ந்தே இருப்பாள். உறங்குவதற்கு மட்டுமே வீட்டிற்குச் செல்வாள். எனக்குத் தலைவாரிக் கட்டிவிடுவது அவளது பணியாக இருந்தது. பற்றைகளில் பழங்கள் பிடுங்கினால் கைகளிற் பொத்திக்கொண்டு வந்து எனக்கும் தருவாள்.

எங்கள் குடும்பத்தில் பெரியப்பா ஒருவர் கூத்துக் கலைஞர்களுக்கு முகமூடி செய்யும் கலைஞராக இருந்தார். இன்னொரு உறவினர் கிழவி வேடம் புனையும் சிறந்த கலைஞராகத் திகழ்ந்தார்.

அந்தக் காலத்தில் ஆண்கள்தான் கூத்துகளில் பெண்வேடம் கட்டுவார்கள், எங்கள் தந்தையாரும் 'சகுந்தலை' என்ற நாடகத்தில் சகுந்தலையின் தந்தையாராக நடித்துப் பாராட்டுகள் பெற்றவர்.

இதன் வழியாக நானும் பின்னர் கொக்குவில் இந்துக் கல்லூரியில் படித்துக்கொண்டிருந்த காலத்தில், இராமாயணம் நாடகத்தின் காட்சி ஒன்றில் 'கூனி' என்ற பாத்திரத்தில் நடித்துப் பாராட்டுகளைப் பெற்றுக்கொண்டேன்.

நானும் வளரவளரப் போரும் வளர்ந்துகொண்டிருந்தது. போர் பல பயங்கரங்களை நிகழ்த்திக்கொண்டிருந்தது. தமிழ் இளைஞர் களையும் இளம்பெண்களையும் போர் குறிவைத்தது. அழுகையும் வலிகளும் நிரந்தரமாகிப் போயின. இளையவர்கள் வீடுகளில் வாழ முடியாதளவு கொடுமைகள் நிறைந்த காலமாயிற்று. பெற்றவர்களின் மனம் அச்சத்தாலும் ஏக்கத்தாலும் நடுக்கமுறத் தொடங்கியது. இரவுகளில் இரையும் ஊர்திகள் அச்சம் தருவனவாக இருந்தன. வீட்டு நாய்கள் அவலமாக ஊளையிட்டு அச்சத்தைக் கூட்டின. அம்மாக்களின் மடிகளில் நெருப்புக் கனன்றுகொள்ளத் தொடங்கியது.

தொலைவில் கேட்டுக்கொண்டிருந்த பேரொலிகள் எங்கள் வாசலுக்கும் வந்தன. எமக்கு நல்லதே செய்யும் என நம்பி, மாலைகள் போட்டு, திலகமிட்டு இந்திய அமைதிகாக்கும் படையை நாங்கள் வரவேற்றோம். ஆனால், 1987 ஒக்ரோபரில் இந்திய அமைதிப்படை எங்கள் வீட்டை இரண்டு குண்டுகளால் தரைமட்டமாக்கியது. அப்போது ஓடத்தொடங்கி, ஒவ்வோரிடமாக அலைந்துலைந்து, முள்ளிவாய்க்காலில் படாதபாடுபட்டு, உயிர் மட்டும் மிச்சம் வைத்து என்னை விரட்டியடித்திருக்கிறது போர்.

எங்களுடைய ஊரில் முழுமையாகத் தாய்வழிச் சமுக அமைப்புமுறைதான் நிலவியது. குறிப்பாக, குடும்பத்தில் நிகழும் மஞ்சள் நீராட்டு,திருமணம் போன்றவற்றில் தாய்மாமன்களுக்குச் சிறப்பான பங்கு உண்டு. ஆனால், அவர்கள் கட்டாயம் சீர் செய்துதானாக வேண்டுமென்ற விதிமுறை இல்லை. எனினும், தமது அன்பின் அடையாளமாக அவர்கள் ஏதாவது செய்துதான் ஆவார்கள். அதேவேளையில் குடும்பங்களில் ஏதாவது பெரிய தீர்மானங்கள் எடுக்கப்படும் போது, தாய்மாமனையும் கலந்தாலோ

சிக்கும் நிலையும் இருக்கிறது. பெற்றோருக்கு அடுத்தபடியான உரிமை பெரும்பாலும் மாமன்மாருக்கே உரியதாக உள்ளது.

திருமணத்தின் போது சீதனத்தை வலியுறுத்தும் நிலை தற்போது பெரியளவில் குறைந்திருக்கிறது. என்றபோதும் அது வேறு வடிவங்களில் கொஞ்சம் இருக்கத்தான் செய்கிறது. ஏறத்தாழ நாற்பது ஆண்டுகளுக்கு முன்னர் சீதனம் பெண்களின் திருமண விசயத்தில் செல்வாக்குச் செலுத்தியது. காதலித்த பெண்ணை மணம் முடிப்பதற்குக்கூடச் சீதனம் கேட்டு, சிக்கலுண்டாகி தடைப்பட்டுப்போன திருமணங்களும் உண்டு. அவ்வாறான நம்பிக்கைத் துரோகங்களால் தற்கொலை செய்துகொண்ட அல்லது தற்கொலை முயற்சிவரை சென்ற பெண்களும் உள். ஆனால் அவை வெளித் தெரிந்தால், அவமானம் என அஞ்சி குடும்ப உறவுகளால் மூடிமறைக்கப்பட்டன.

மேற்குறித்த சம்பவங்களால் பெண்கள் ஒரேயடியாக விழிப்புணர்வு பெற்றார்கள் என்று சொல்வது மிகைமொழி தலாகும். ஆனால், அந்தத் துர்நினைவுகள் அவர்களது முடிவுகளில் தாக்கம் செலுத்தியிருக்கின்றன. ஆனால்,எங்கள் குடும்பத்தில் எங்கள் தந்தையார் தன்னுடைய மாமன் மகளைத் திருமணம் செய்ய விரும்பியபோது, இருதரப்பைச் சேர்ந்தவர்களும் மனமொப்பித் திருமணம் செய்துவைத்தனர். அப்பாவின் வழிகாட்டலில் வளர்ந்த அவருடைய பிள்ளைகளான நாங்கள் சீதனம் வாங்கவுமில்லை, கொடுக்கவும் இல்லை.

எங்கள் ஊரின் திருமணங்களில் ஒரு சிறப்பான நடைமுறை இருந்தது. திருமணக் கொண்டாட்டங்களின் பின்னர், நான்காவது அல்லது ஐந்தாவது நாள் மணமக்களை நாள்கடைக்கு அழைத்துச் செல்லும் வழக்கம் இருந்தது. புதிதாகத் திருமணமான மண மக்களின் வாழ்வுக்குத் தேவையான வீட்டுப்பொருட்களைத் தாய்மாமன் உள்ளிட்ட உறவினர்கள் கடைகளில் புதிதாக வாங்கிக் கொடுக்க இந்த வழக்கம் வழிவகுத்தது. புதியதோர் வாழ்வைத் தொடங்கவிருக்கும் மணமக்களுக்கு இது மிகத் தேவையான தாகவும் இருந்தது.

ஆனால்,இன்றைய சூழலில் இத்தகைய நடைமுறைகள் குறைந்துள்ளதுடன், பண்பாட்டுக் கலப்புகளும் நிறையவே

ஏற்பட்டுவிட்டன என்றுதான் சொல்லவேண்டும். எனது திருமணத் திற்குப் பிறகும் நானும் என் கணவரும் எனது பெற்றோருடந்தான் வசித்து வந்தோம். எமது ஊருக்கு மட்டும் உரிய வழக்கமாகக் கூட்டுக்குடும்ப அமைப்புமுறை இருக்கவில்லை. தமிழர்களின் பொதுவான வாழ்வியல் முறையில் ஒன்றாகக் கூட்டுக் குடும்ப அமைப்புமுறை இருந்தது. இதில் பல நன்மைகளும் இருந்தன. வேலைக்குப் போகும்போது, தனிக்குடித்தனத்திலுள்ள பெண் களைப்போன்று கூட்டுக்குடித்தனத்திலுள்ள பெண்கள் மன வழுத்தத்திற்கு உள்ளாகத் தேவையில்லை. பிள்ளைகளை வீட்டிலுள்ள பெரியவர்களே பார்த்துக்கொள்வார்கள். பிரச்சினைகள் வரும்போது பெரியவர்கள் அவற்றைத் தீர்த்துவைக்கப் பாடு படுவார்கள். நோய்வாய்ப்படும் போது பெரியவர்களின் அரவணைப்பும் அக்கறையும் இருக்கும். இதனால், ஊரில் என்னைப் போல பலரும் கூட்டுக்குடும்ப வாழ்வியல் முறையை ஆதரிப்பவர்களாகவே இருந்தனர்.

ஆனால், சாதி வேறுபாடுகள் இருக்கவே செய்தன. சாதியினால் காட்டப்பட்ட பாரபட்சங்களோடுகூட, ஏழை-பணக்காரன் என்ற வர்க்கபேதங்களும், செய்யும் தொழில்களாலும்கூட மனிதர்கள் தரம்பிரித்து ஒதுக்கப்பட்டார்கள். இப்படியான சாதி, வர்க்க, தொழில் தீண்டாமையை மீறி திருமண உறவுகள் கொள்வோரைச் சமூகம் ஒதுக்கிவைக்கவும் செய்தது. அவர்களைத் தள்ளி வைத்து, அவர்களின் தன்மானத்திற்கு இழுக்கு ஏற்படுத்தியது. ஆனால், ஆணவக்கொலை என்று இந்தக் காலத்தில் விளிக்கப் படும் கொலைவெறி அளவுக்குக் கீழிறங்கவில்லை. இது எங்கள் ஊரை அடிப்படையாகக்கொண்டு நான் கூறுவது. வேறிடங்களில் நிகழ்ந்திருக்கலாம். விடுதலைப் போராட்டத்தின் வளர்ச்சிப் போக்கில் தீண்டாமையை ஊக்குவித்தல் குற்றத்துக்குரியதாக அறிவிக்கப்பட்டு, அதை மீறுவோருக்குக் கடுமையான தண்டனை களும் வழங்கப்பட்டன. அதேபோல், போராட்டக் காலத்தில் சீதனத்துக்கு எதிராக மணக்கொடைத் தடைச்சட்டம் நடை முறையில் இருந்தது.

ஆயுதந்தாங்கிய போராட்டம் முள்ளிவாய்க்காலுடன் முடிவுக்கு வந்த பின்னர், ஈழத்தமிழர்களின் ஒற்றுமையைக் குலைக்கவும், வேறுசில அரசியல் நலன்களுக்காகவும் 2009க்குப்

பின்னரான காலங்களில் சிலரால் தீண்டாமையானது தூண்டப் படுகிற நிலைமையையும் அவதானிக்க முடிகிறது.

என் கண்களுக்கு முன்னால் நடந்த போரின் பட்டுணர்வுகளை, நானும் என் மக்களும் பட்டுத்துடித்த வலியை எனது நான்காவது படைப்பாக, *புள்ளிகள் கரைந்த பொழுது* என்றொரு நாவலாகப் படைத்துள்ளேன். சென்னையிலுள்ள தோழமை பதிப்பகத்தின் வெளியீடாக, 2018இல் இந்த நாவல் வெளிவந்துள்ளது.

முள்ளிவாய்க்காலில் அலைந்துலைந்து, போரில் உயிர் பிழைத்து, நான் வந்து விழுந்தபோது, தன்மடி தந்து என்னைத் தாங்கிக்கொண்ட அழகிய நாடு சுவிற்சர்லாந்து. மனிதாபிமானம் நிறைந்த நாடாக சுவிற்சர்லாந்து உள்ளபோதும் இங்கேயும் எனது பெயர் அகதிதான்!

அப்போதும் சரி, இப்போதும் சரி எங்கள் குடும்பத்தில் நாங்கள் தமிழர்கள் என்கின்ற உணர்வுமட்டுமே இருந்தது. இருக்கிறது. எங்களுடைய குடும்பத்தின் மூத்தவர்கள் தீண்டாமையை எங்கள் மனதில் பதியமிடவில்லை என்பதையிட்டு நான் பெருமிதம் அடைகிறேன்.

எங்களுடைய ஊரைப் பொறுத்தமட்டில், ஆண்கள்தான் உழைப்பாளர்களாகவும், குடும்பப் பொருளாதாரத்தைத் தனித்துத் தோளில் ஏற்றிச் சுமப்பவர்களாகவும் இருந்திருக்கிறார்கள். ஒப்பீட்டளவில் பெண்களில் குறைந்த எண்ணிக்கையிலானவர்கள் அரசாங்க உத்தியோகத்தர்களாகவும், கைத்தொழிற்சாலைகளில் பணியாற்றுகிறவர்களாகவும் இருக்கின்றனர். எனினும், பெண் உழைப்பின் வழியாகக் கிடைக்கப் பெறும் வருமானம் என்பது குடும்பத் தலைவனுக்கு இழுக்கென எண்ணும் மனநிலையே வெளிப்படுத்தப்படாது உள்ளூறைந்திருந்தது. பெண்ணுக்கான முடிவுகளைத் தந்தை, துணைவன், சகோதரன் போன்றவர்களே தீர்மானிப்பவர்களாக இருந்தார்கள்.

எடுத்துக்காட்டாக, எனது அப்பாவின் சகோதரி முறையான ஒருவர் தன்னுடைய வாழ்க்கைத்துணையைத் தாலி கட்டும் நேரத்தில்தான் தன்னால் பார்க்கமுடிந்தது என்று சொல்வார். கணவன் இறந்தபின் உடன்கட்டையேறும் வழக்கம் என்னுடைய ஊரில் இருந்ததில்லை. மறுமணத்துக்கு அஞ்சிய சில பெண்கள்

தனித்து வாழ்ந்தனர். மறுமணம் செய்ய விரும்பியவர்கள் அவ்வண்ணமே செய்து மகிழ்வோடு வாழவும் செய்கின்றனர்.

எல்லா இடங்களிலும் போல, குடும்ப வன்முறைகள் எங்கள் ஊரிலும் இருக்கவே செய்தன. ஆனால், ஒப்பீட்டளவில் குறைவு என்று சொல்லலாம். சமூகத்தின் அடிப்படைக் கட்டமைப்பில், ஆண் என்றால் இப்படித்தான் இருக்கவேண்டும், பெண் என்றால் அப்படித்தான் இருக்கவேண்டும் என்ற கற்பிதங்களால் அத்தகைய முரண்பாடுகள் உண்டாகின. இப்போது ஆண்கள் அளவுக்குப் பெண்களும் கல்வி, பொருளாதாரம் என்றளவில் வலிமையுடன் இருக்கின்ற நிலையில், பெண்கள் மீதான வன்முறைகள் முற்றாக ஒழியாவிட்டாலும் கணிசமானளவில் குறைந்திருக்கின்றன.

பிறகான காலங்களில் பெண்களின் பெருமுயற்சியின் விளைவாக, பெண்கள் உயர்கல்வி கற்கவும், தூர இடங்களில் பணி செய்யவும், குடும்பத்தைத் தோள்களிற் சுமக்கவும் வாய்த்திருக்கிறது. ஆண்களால் செய்யக்கூடிய பணிகள் அனைத்தையும் செய்யக் கூடியவர்களாகப் பெண்கள் இருக்கின்றனர். பெண்கல்வியின் முக்கியத்துவம் இப்போது உணரப்பட்டுவிட்டது.

எங்களுடைய ஊருக்கெனச் சிறப்பான பண்பாட்டு விழுமியங்கள் இருக்கின்றன. ஊரின் எழுபத்தைந்து விழுக்காடு மக்கள் சைவ உணவை உண்பவர்களாக இருந்தார்கள். இப்போது அந்த முறைமையில் விகிதாசார ரீதியில் சிறிது மாற்றம் ஏற்பட்டிருக்கிறது. ஆனால், முற்றிலும் மாறிவிடவில்லை. யாழ்ப்பாணம் நல்லூர் ஆறுமுகநாவலர் என்னும் மிகப்பெரிய சைவசமயத் தொண்டரின் அடிபற்றி வாழும் மக்களைப் பெரும்பான்மையாகக் கொண்டது எமது இணுவைத் திருவூர். இறைவனுக்கு உகந்த அறச்செயல்கள் நிறைந்த இந்த ஊரில் ஆறுமுகம் திருமுருகன் என்கின்ற அறப்பணியாளர் மக்களுக்கு நிறைந்த தொண்டாற்றிக் கொண்டிருப்பவர். நன்கு திட்டமிடப்பட்டு, எமது நிலமும் வழிபாட்டு உரிமைகளும் பறிபோய்க்கொண்டிருக்கின்ற நிலையில் இத்தகைய அறப்பணிகள் நம்பிக்கை தருவனவாக உள்ளன.

◻

41

தேவரையாளி
மரபில் கலந்த உறவின் களம்

இ. இராஜேஸ்கண்ணன்

அந்தக் கிராமத்துப் பெண்கள் எல்லோருமே ஆண்களுக்கு இணையான முயற்சியாளர்கள்; உடலுறுதியும் உள்ளத்து உத்வேகமும் மிஞ்சியவர்கள். பெரும்பாலான குடும்பங்களில் அதிக எண்ணிக்கையான பிள்ளைகளைப் பெற்றெடுப்பதைப் பெண்கள் பெருமையாகக் கருதியிருந்தனர். இரண்டுக்குமேல் பிள்ளைகளைப் பெற்றெடுத்தாலே குடும்பம் சிதைந்து போய் விடும் என்று கருதும் இந்தக்காலத்து 'நவயுக' மனிதர்களுக்குக் கேட்டால் வியப்புத்தரும் செய்தி அது.

எங்கள் அம்மம்மாவுக்கு ஒன்பது உடன்பிறப்புகள். எல்லாமாகப் பத்துப் பிள்ளைகளைப் பெற்றுவிட்ட கர்வம் என் பூட்டிக்கு இருந்ததாம். ஐந்து பெண்கள். ஐந்து ஆண்கள். பத்துப் பிள்ளைகளும் வளர்ந்து தனித்தனிக் குடும்பங்களானபோது, ஆண்களில் ஓரிருவர் அயல் ஊர்களில் திருமணம் முடித்துப் பெண்வீட்டில் சென்று வாழவும் தலைப்பட்டனர். ஏனையோர் எங்கள் பூட்டியும் பூட்டனும் சேர்ந்துவைத்த வளமான காணித்துண்டுகளில் புதியக் குடும்பங்களாக வாழ்ந்தனர். வாழும் வீடுகள்தான் தனித்தனி. எலிவளையானாலும் தனிவளை. வாழ்வு ஏதோ எல்லாம் இணைந்த ஒரு முற்றமாகத்தான்.

பெரியம்மா, சின்னம்மா, சீனியம்மா, இளையம்மா, ஆசையம்மா என்றுதான் அம்மம்மாக்களை எங்கள் மாமன்மார்களும்

சித்திமார்களும் உறவுசொல்லி அழைப்பர். பேரப்பிள்ளைகளான நாங்களோ பெரியம்மம்மா, சின்னம்மம்மா, சீனியம்மம்மா, இளையம்மம்மா, ஆசையம்மம்மா என்று அழைத்துவந்தோம். எங்கள் அம்மாவின் தாயாரைத்தான் ஆசையம்மா என்றும் ஆசையம்மம்மா என்று அழைத்துவந்தார்கள். அவரின் கணவன் ஆசையையா (ஆசை- ஐயா). எங்கள் மாமன்மார்களுக்கும் சித்திமார்களுக்கும் பெரியம்மாவின் கணவன் பெரியையா; சின்னம்மாவின் கணவன் ஐயையா; சீனியம்மாவின் கணவன் சீனியையா; இளையம்மாவின் கணவன் இளையையா. இந்த உறவுமுறைச் சொற்கள் விசித்திரமானவை!

எங்கள் அம்மம்மாவுக்கும் ஐயாவுக்கும் (எங்கள் தாய்வழிப் பேரனார்) ஒன்பது பிள்ளைகள். ஒரு பிள்ளை பிறப்பின் போதே இறந்துவிட, வாழ்ந்தவர்கள் எட்டுப் பேர். எங்கள் அம்மா மூன்றாவது பிள்ளை; மூத்த பெண்பிள்ளை; மேலே இரண்டு ஆண்கள்; கீழே ஒரு பெண்ணும் ஐந்து ஆண்களுமாக ஆறு பிள்ளைகள். எங்கள் சித்திக்கும் மாமன்மாருக்கும் எங்கள் அம்மா இன்னொரு தாயே!

எங்கள் பேர்த்திமார்கள் கடின உழைப்பாளிகள். பனையோலை கொண்டு பாய், பெட்டி பின்னுதல் (பன்னம் இழைத்தல்), பனங்கட்டி காய்ச்சுதல் அவர்களின் பிரதான தொழிலாயிருந்தது. சொந்த நிலங்களில் உப-உணவுப் பயிர்களும் செய்தனர். ஐம்பது, அறுபது அடிகள்வரை ஆழத்தோண்டப்பட்டுச் சலவைக் கல்லால் கட்டப்பட்ட தூலா போட்ட வெட்டுக்கிணறு ஒன்றிலிருந்து இழுக்கப்பட்ட வாய்க்கால் ஒன்றினால்தான் எல்லாப் பிள்ளை களின் தோட்டங்களுக்கும் நீர்பாய்ச்சப்பட்டது. ஒத்துக்கரும மாற்றுதல், சகிப்புத்தன்மை அந்தளவுக்கு இருந்தது. ஒரு வீட்டில் சுடப்பட்ட தோசை ஒன்பது வீட்டுக்கும் பரிமாறப்பட்ட காலம் அது. இனிமையானது!

எங்கள் பூட்டியின் கணவனான எங்கள் அம்மாவின் தந்தையார் குடும்பத்தின் மூலவர்-மூத்தவர். மூத்தவி என்று பட்டப்பெயரால் அழைக்கப்பட்டார். அதனால் அந்தக் குடும்பமே 'மூத்தவி குடும்பம்' என்று அயலூரவர்களால் அழைக்கப்பட்டு வந்தது. மூத்தவி என்பது ஓர் அடையாளமாயிற்று!

இப்படியான பட்டப்பெயரோடு கூடிய நான்கைந்து 'கொடிகளின்' உறவுகளால் பின்னப்பட்ட சேர்மானமாகவே அந்தச் சிறிய கிராமம் நீண்டதொரு வரலாற்றுடன் நிலைபெற்றிருந்தது.

தேவரையாளி!—அந்தக் கிராமத்தின் பெயர்.

கந்தபுராணக் கதையுடன் தொடர்புப்படுத்தி அந்தக் கிராமத்தின் பெருமையை விதந்துரைப்பர்! தேவர்கள் ஆண்ட இடமாம்! முருகனோடு வந்த படையாம்!

அந்தக் கிராமத்திற்கு நெருக்கமான அயலூர்களில் ஒன்று 'குறநங்கைவாழி' என்று பெயர் பெற்றதை இந்தக் கிராமத்தின் பெயருடன் இணைத்தும் விதந்துரைப்பர்!

இடப்பெயர் ஆய்வாளர்களின் கரிசனை!

இது அந்த ஊரவர்களின் வழிவந்த பெருமை.

கண்ணகையம்மன் கோயிலில் ஆண்டுதோறும் விடிய விடிய நடைபெற்றுவந்த காத்தவராயன் கூத்தை எனது பதின்ம வயதுவரை பார்த்து வந்திருக்கிறேன். பங்குனி, சித்திரை மாதங்களில் நடைபெற்றுவந்த 'நீர்ப்பாளயம்' ஊர்கூடிச் செய்யும் போது பனையோலையில் வடிவமைக்கப்பட்ட 'பிளா'வில் கஞ்சி குடித்த ஞாபகம் இன்னும் மூக்கில் மணத்தபடியுள்ளது. இதை 'சித்திரைக் கஞ்சி' என்று ஊரார் சொல்வார்கள். நரசிம்மர் கோயிலிலிருந்து அருகிலுள்ள சுடலை (இடுகாடு) வரை பூசகர் கலையாடியபடி 'வழிவெட்டும்' கழிப்புவைக்கும் சடங்கின் பறையொலி காதில் இன்றும் கேட்டபடியுள்ளது. விடிய விடிய மடைபரவிய மோதகம், பலாப்பழம், வாழைப்பழம், பொங்கல் கூடி உண்டுகளித்த இனித்த நினைவுகள் நினைவிடை தோய வைக்கும்!

கண்ணகையம்மனுக்குக் கரகம் எடுக்கும் அந்த ஊர் கரகாட்டக் கலைஞர்களின் பயிற்சியும் ஆட்டமும் உடுக்கைச் சத்தமும் இதயத்தின் லயத்தோடு இணைந்தேயிருக்கும்!

பின் எல்லையில் கண்ணகை அம்மன். முன் எல்லையில் 'நரசிம்ம-கதிர்காமர்' கோயில். இந்தக் கோயில்களோடு தொடர்புடைய சடங்குகளே அவர்களின் கிராமத்து நம்பிக்கைகளைக் காவிச்செல்லும் வழக்குகளாக நிலைத்துப்போயின. இன்றுவரை அந்தக் கிராமத்தில் நிலவுகின்ற வழக்காறுகள், நம்பிக்கைகள்,

சடங்குகள், கலைகள் யாவற்றுக்கும் நிலைக்களமாக அந்த இரண்டு தெய்வ வழிபாடுகளுமே காரணமாக அமைந்தன.

நாட்டுக்கூத்துக் கலைஞர்கள், நாட்டுப்புறப் பாடல்காரர்கள், கோயிலில் பறைமேளம் இசைக்கவல்ல கலைஞர்கள், உடுக்கைக் கலைஞர்கள், கரகாட்டக்காரர்கள், பரிகாரிகள் (நாட்டுப்புற வைத்தியர்கள்) நிறைந்துவாழ்ந்த அந்த ஊர் கற்பித்த பாடங்கள் ஆயிரமாயிரம்.

கிராமத்தின் கூட்டுமனமும், கூட்டுவாழ்வும், கிராமத்து நம்பிக்கைகள், கிராமத்து உறவுகள், கிராமத்துச் சடங்குகள், கிராமத்துக் கலைகள், கிராமத்துப் பிறழ்வுகள், கிராமத்துத் தொழில்கள், கிராமத்து உணவு, கிராமத்து மொழி, கிராமத்து 'திருகு தாளங்கள்', கிராமத்து நக்கல்கள், கிராமத்துக் காதல், கிராமத்துச் சேமிப்பு என்று எவ்வளவோ பயிற்சிகளைத் தந்த என்னுடைய தாய்வழி முற்றமாக அந்தக் கிராமம் இருந்த காலத்தின் நினைவுகள் அலாதியானவை.

அந்தக் கிராமத்துப் பெண்களின் மனவுறுதி மலையாய் நிற்பது. உடலுறுதி பனைமர வச்சிரம். குடும்ப உறவுப் பிணிப்பு வலைப்பின்னல். உள்ளுறைந்த தியாகம் ஆழத்தோண்டிய நல்லதண்ணீர்க் கிணறு.

இவை அத்தனையும் என் மூதாதையர் வழி என் தாயிடம் சுவறியது, செறிந்தது, சேகரமானது.

என் தாயைத் தந்தவர் என் பேர்த்தி 'வள்ளிப்பிள்ளை!'

காரல்மீன் வாங்கி, புளிமாங்காய்த் துண்டு போட்டு, வெண் காயத்தோடு தூக்கலாக முழுப் பச்சைமிளகாய் பிளந்து போட்டு, மண்சட்டியின் அடியில் மீன் பொரிந்து ஒட்டுமாறு எண்ணெய் சேர்த்து, மீன் எரிந்துவர 'பொடுபொடுக்கை'யாகத் தீயல் வைத்து, கஞ்சி வடித்துத் தணலில் பெருகவிட்ட சிவப்பரிசி சோற்றுப் பானையில் சோற்றின் மேல் தூவி அவிக்கப்பட்ட ஒடியல்மா பிட்டை மண்பானொடியில் (பானை-வடி) சுடச்சுடக் கொட்டி, அதன்மேல் 'பொடுபொடுக்கை' தீயலை போட்டு, தவிட்டு மணம்கலந்த சோற்றுவாசம் தொற்றிய ஒடியல்மா பிட்டை காரல்மீனோடு பிசைந்து தரும் எங்கள் அம்மம்மாவின்

கைப்பக்குவமும் ஊட்டிவிடும் பக்குவமும் கிடைக்காமல் போனது கனவு போலாயிற்று.

மண்பற்றை ஊட்டிவிட அவர்களால் முடிந்தது. அன்பை ஊட்டமாக்க அவர்களால் முடிந்தது. செழுமையைச் சேகரமாக்க அவர்களால் முடிந்தது. செய்நேர்த்தியைப் பண்படுத்த அவர்களால் முடிந்தது. செயல்வீரத்தைத் தகுதியாக்க அவர்களால் முடிந்தது. வாழ்வுக்குள் அறிவைத் தேட அவர்களால் முடிந்தது. இடர் வெல்லும் அருமருந்து அவர்களிடமிருந்தது. இன்னலில் உறுதி பெற அவர்களால் முடிந்தது.

எப்போதுமே ஐயா(எங்கள் அம்மாவின் தந்தையார்) மனை விக்குப் பவ்வியமாக நடந்து காட்டுபவர். உழைத்து வந்த நாட் கூலியை அப்படியே மனைவியிடம் ஒப்படைத்துவிட்டுத் தப்பித்துக்கொள்ளும் பேர்வழி. பிள்ளைகள் படித்திருக்கிறதோ இல்லையோ பசித்திருக்கக்கூடாது என்பதில் சிரத்தையாக இருப்பவர். எங்கள் பேர்த்தியின் நான்கு சகோதரிகளின் பிள்ளைகள் எல்லோரும் தன்பிள்ளைகள் என்று கருதி வாழ்ந்தவர். எப்போதும் வெள்ளை வெளேரென ஆடையுடுத்தித் திரியும் எங்கள் பேரன் அந்தக் கிராமத்து வெளிக்கு அப்பாலுள்ள உலகத்தைக் காண்பித்தார்.

'உன்வாழ்வில் உள்ள உன்னதங்களைத் தேடி அறிவதே உயர்ந்த அறிவு' என்பதைப் போதிக்காமல் போதித்தவர்கள் அவர்கள்தான்!

அம்மம்மாவின் பிரதி விம்பமாக அம்மா. அந்தக் கிராமிய வாழ்வின் அத்தனை அம்சங்களாலும் பண்படுத்தப்பட்டவர். உறுதிமிக்க ஒரு குடும்பத் தலைவி. படித்த எங்கள் அப்பாவுக்கு வாழ்க்கைக் குருச்சேத்திரத்தில் அதிகம் படிக்காத பார்த்த சாரதியாக அம்மாதான்!

அப்பாவின் கிராமம் அடுத்துள்ள கிராமம்தான். அந்த நாட் களிலேயே கல்வியாலும் பிற சமுதாயத் தொடர்புகளாலும் கல்வியிலும் பொருளாதாரத்திலும் மிளிர்ச்சி பெற்ற கிராமம் அது. எந்தத் தொழிலுக்காகவும் யாரிலும் தங்கியிருந்தவர்கள் அல்ல. தமக்கான தொழிலைத் தாமே உருவாக்கியவர்கள்; உற்பத்தியும் வணிகமும். நாட்டின் பல பாகங்களிலும் வியாபாரம் செய்தவர்கள்.

வதிரி என்னுடைய அப்பாவின் கிராமம். வதிரித்தேவன் என்றொரு சோழப் பிரதானியின் ஆட்சியோடு தொடர்புப்படுத்தி ஒரு வரலாற்றைச் சொல்ல முனைவர் சில இடப்பெயர் ஆய்வாளர்கள்.

அந்தப் பிரதேசத்துக் கல்வி வளர்ச்சியின் முன்னோடிகள் பலரில் அந்த ஊரின் மூத்தவர்கள் இருந்தார்கள்.

சூரன் என்றொரு சைவாசாரியார் 1914இல் அயலூரில் வாழ்ந்த மணியகாரர் உதவிபெற்று சைவப் பள்ளிக்கூடம் ஒன்றை நிறுவியவர். அந்தப் பிரதேசத்தின் சமுதாய அசைவியக்கத்திற்குக் கல்வியால் வித்திட்ட மூலவர்—முன்னோடி. அந்தச் சைவ வித்தியா சாலை தேவரையாளியில் அமைந்ததால், தேவரையாளிச் சைவ வித்தியாசாலை ஆயிற்று.

அந்தப் பிரதேசத்துக் கல்வி வளர்ச்சியின் ஊற்றுக்கண் அந்தப் பாடசாலைதான். சாதாரண மனிதர்களைச் சமூகத்தின் தலைவர் களாக்கிய வல்லமை அந்தக் கிராமத்து முன்னோடிகளுக்கும் அந்தப் பாடசாலைக்கும் இருந்தது. எங்கள் அப்பாவின் முன்னோர் படித்த அதே பாடசாலையில் அப்பாவும் படித்தார், நானும் படித்தேன் என்பது வெறும் பெருமையல்ல, வரலாற்றுப் பெருமை!

நூற்றாண்டைத் தாண்டிய பெருமை!

கல்வியே சமுதாய மாற்றத்தின் அச்சாணி என்பதை உணர வைத்த அந்த ஊரின் முன்னோடிகளின் பெருமைகளை என் தந்தை வழியால் உணர்ந்து போற்றும் ஒருவனாக இன்றும் இருக்க முடிகிறது.

தோற்றப் பொலிவு, பழக்கவழக்கம், உணவுப்பழக்கம், சடங்குகள் சம்பிரதாயங்கள், பாவனைகள் என்பவற்றால் தங்களை மேனிலைப்படுத்திக் காட்டிய மூத்தகுடிகள் வாழ்ந்த கிராமம் என்பதால், எளியவர்களிடம்கூட யாருக்கும் 'தலை வணங்கா மிடுக்கு' ஒன்று இருந்தே வந்தது. ஆசாரங்களால் அவையத்து முந்தியிருப்பவர்களாக அறியப்பட்டவர்கள்!

பண்டிதத்தனம் மிக்க ஆசிரியர்கள்(சட்டம்பிமார்கள்), சைவப் புலவர்கள், சமூகச் சீர்திருத்தவாதிகள், கவிஞர்கள், நாடகர்கள், விளையாட்டு வீரர்கள், அரசியல்வாதிகள் என்று பலர் அந்தப் பாட சாலையால் உருவாக்கப்பட்டார்கள். அயலூர்களில் பிரமுகர்களாக

உருவெடுத்த முன்னோடிகள் பலர் அந்தப் பாடசாலைவழி வந்தார்கள் என்பது வெளிப்படையான வரலாறு.

அந்தப் பாடசாலை இன்றுவரை தங்களின் தனித்துவங்களை வேறுபடுத்திக் காணுகின்ற ஐந்துக்கும் மேற்பட்ட கிராமங்களை ஒருங்கிணைத்து அடையாளப்படுத்தும் சமுதாயச் சின்னமாக கருதப்பட்டே வருகின்றது.

அந்தக் கிராமத்துப் பள்ளி எங்களைப்போலப் பலரை வளர்த்தெடுத்தது.

அப்பா வாழ்ந்த கிராமத்தின் அந்தப் பெருமைமிக்க சூழல் எப்போதும் ஒரு மிதப்பைக் கொடுத்தபடியிருக்கும். வாழ்வில் உயர்வதற்கான அவாவை கொடுத்தபடியிருக்கும்.

முன்னோர் பெருமை பேச எங்கள் முதுகெலும்பு நிமிரும்!

அன்பின் ஆற்றல், உறவைப் போற்றுதல், கொண்டு கொடுத்தல், ஒறுத்து வாழ்தல், சிறுகச் சேர்த்தல், உறவுள் தோற்றல், கலையில் காமுறல், பட்டுத் தெளிதல், பழையது போற்றல், நல்லதை நாடுதல், நயம்பட உரைத்தல், ஒத்து உணர்தல், ஒன்றாய் செயற்படல், ஓர்மம் ஓம்புதல், உழைப்பை நம்புதல், ஊணை விரும்புதல், உயர்வை உள்ளுதல், தன்னைக் கொடுத்தல், தக்கது செய்தல் என்பதெல்லாம் ஆத்திசூடியல்ல; அந்த ஊர்கள் கற்றுத்தந்த உறுதியான நம்பிக்கைகள்.

ஒரு தனிமனிதனின் முன்னேற்றம் அவனுக்கானது மட்டுமல்ல, ஊருக்கானது, உறவுக்கானது. இந்த உண்மையை உணரவைத்தது நான் வளர்ந்த கிராமத்து புழுதிப் பூமி.

கிராமங்கள் தரும் வாழ்வின் அனுபவங்கள் தனித்துவமானவை. கிராமத்து மனிதர்களின் கதைகளுக்குள் காவியங்கள் உள்ளன; கனதிவாய்ந்த ஆய்வுக்கான கருந்தனமும் உண்டு.

அம்மாவின் மண்ணும் அப்பாவின் மண்ணும் தந்த அனுபவங்களும் அறிவுத் தேட்டமும் அளவில் அடங்காதவை. அவை எனக்குள் உள்ள என்னை வடிவமைத்த அற்புதத்தை வியக்கின்றேன்!

□

42

களுவன்கேணி
உத்தியாக்கள் தேசம்
வி. கமலநாதன் பத்திநாதன்

ஒருவர் மட்டக்களப்பு நகரிலிருந்து வடக்கே 11 மைல் தொலைவில் வந்தாறு மூலைக்கு வந்தடைந்து, பின்னர்க் கிழக்கே 3 மைல் வந்தால் இரு மருங்கிலும் முதுரை மரங்கள் சூழ்ந்த பயணமானது வங்கக்கடற்கரையில் முடியும். அவருடைய பயணம் முடியும் கிராமமானது, வடக்குத் தெற்காக 1. 4 கிலோ மீட்டர் அகலத்தையும் கிழக்கு மேற்காக 5 கிமீ நீளத்தையும் கொண்டது. மட்டக்களப்பு திருமலை வீதியுடன் இணைக்கும் பிரதான வீதி மார்க்கங்கள் இந்தக் கிராமத்திற்கு உண்டு. ஒன்று வந்தாறுமூலை—களுவன் கேணிவீதி மற்றது முறக்கொட்டாஞ்சேனை—களுவன் கேணி வீதி என்பன அவையாகும். இந்த இரண்டு வீதிகளும் கடலி லிருந்து சுமார் 400 மீட்டர் தூரத்தில் ஒன்றிணைந்து வங்கக் கடற்கரையில் முடிகிறது. அந்தக் கிராமம்தான் உத்தியாக்களின் முன்னோர் தேசம் களுவன்கேணி ஆகும். இதுவே எனது ஊர். வாருங்கள் கிராமத் திற்குள் செல்லலாம்.

களுவன்கேணிக் கிராமம் மிக நீண்ட ஆதிகால வரலாற்றைக் கொண்ட கிராமமாகும். இதற்கு இக்கிராமத்தின் பெயரே தக்க சான்றாக அமைகின்றது. அதாவது களுவன் என்ற சொல் இந்தப் பிரதேசத்தைத் தமது ஆதிக்கத்தின் கீழ் வைத்திருந்த வேடுவ குலத் தலைவனைக் குறிப்பதாகும். கேணி என்பது இந்தக் கிராமத்தின் ஊடாகப் பாய்ந்து கடலில் கலக்கும் வாய்க்காலை

(சிறு கேணி) குறிக்கின்றது. இவ்வாறு ஆறு கேணிகள் கிராமத்தைச் சுற்றிலும் ஓடுவதாலும், களுவனின் ஆதிக்கத்தின் கீழ் குறித்த நிலப்பகுதி இருந்ததாலும் இந்தக் காரணப் பெயரை களுவன் கேணி கிராமமானது பெற்றது.

நீர்வாழ் உயிரினம் மலிந்த இந்தக் கேணிப்பகுதியில் ஒட்டிக் கிழங்கு, கவலக்கிழங்கு, நேரைக்கிழங்கு, ஒல்லிக்கிழங்கு தாமரைக்கிழங்கு, அல்லைக்கிழங்கு முதலான நீர்சார் கிழங்கு தரும் தாவரங்களும், கீலி, கண்ணா, கிண்ணை, தாழை முதலிய தாவரங்களும் வளர்ந்திருக்கும். நீர்வாழ் உயிரினங்களான நண்டு, இறால், ஆமை மற்றும் மீன்வகையும், கிண்ணையின் பழமும், பறவைகளின் உறைவிடமாகத் திகழும் கேணிக்கரை மரங்களிலிருந்து பறவைகளின் முட்டையும் இந்தப் பிரதேசத்தில் வாழ்ந்த வேடுவர்களின் உணவுத்தேவையின் ஒரு பகுதியை நிறைவு செய்தது.

பழங்காலக் களுவன்கேணி

தீவின் கிழக்குக் கரையோரத்தை அண்டியே பெரும்பாலான கடலோர வேட்டுவக்குடிகள் இன்றும் காணப்படுகின்றனர். ஆரம்ப காலக் கடலோர வேட்டுவக்குடிகளின் ஆதிக் கிராமமாக இன்று மட்டக்களப்புத் தமிழகத்தின் செங்கலடிப் பிரதேசப் பிரிவுக்குள் காணப்படுகின்ற களுவன்கேணி எனும் மீன்பிடிக் கிராமமானது திகழ்கின்றது. இந்தக் கிராமமானது பழங்காலத்தில் கரையோரமாக மட்டக்களப்பு திராய்மடு தொடக்கம் வாகரை (60 கிமீ) வரையும், தெற்கே சித்தாண்டியை அண்மித்துள்ளதும் வேடுவர்களால் செல்லாபத்து என அழைக்கப்பட்ட மோட்டுக் காட்டுப் பிரதேசம் (25 கிமீ) அடங்கலாகப் பரந்த ஒரு நிலப் பரப்பைக் கொண்டமைந்துள்ளது.

இதற்கு வேடுவர்களால் அழைக்கப்படும் இடப்பெயர்கள் சான்றாக உள்ளன. உதாரணமாக மட்டக்களப்பு கருவப்பங்கேணி தொடக்கம் பாலையடித்தோணா வரை பனுவளக்குடி எனவும், மட்டக்களப்பு சித்தாண்டி தொடக்கம் பேரிலாவளியை அண்டிய பிரதேசம் ‘செல்லாப்பத்து’ எனவும், மட்டக்களப்பு கல்குடா மற்றும் கல்மடு வரையான பகுதி ‘கல்கோடா’ எனவும், மட்டக்

களப்பு தளவாய், சவுக்கடி வரையிலான பகுதி 'கிரிமட்டி' எனவும், மட்டக்களப்பு திராய்மடு தொடக்கம் கருவப்பங்கேணி வரைக்குமான பகுதி 'திருக்காக்கேணி' எனவும், மட்டக்களப்பு வாகரை மற்றும் மாங்கேணி வரையிலான பகுதி 'ஆக்கமது' எனவும் அழைக்கப்படுகின்றன. அவ்வாறே இப்பிரதேசத்தில் இருந்த வேடுவக்குடித் தலைமைகளுக்கெல்லாம் பிரதானத் தலைவராகக் களுவன் எனப்படுபவரே மதிக்கப்பட்டார். இவரின் பெயராலும் மேற்குறிப்பிட்ட பிரதேசங்களில் காணப்பட்ட பல இயற்கையான கேணிகளையும் (சிற்றோடை) கொண்ட காரணப் பெயராகவே களுவன்கேணி எனும் ஊர்ப்பெயர் வழங்கப் பெறலாயிற்று என்பது வேட முதுசங்களின் வாய்மொழி வரலாறு.

மேற்கண்டவாறு இயல்புகளுடன் காணப்பட்ட களுவன் கேணி கிராமத்திலே வணக்கமுறை, வணங்கும் உத்தியாக்கள் (மூதாதையர்) மற்றும் வாழும் இடத்தின் இயல்புகளின் அடிப்படையில் பல குடிப் பிரிப்புகள் காணப்படுகின்றன. அவை இன்றும் பல சாதக, பாதக விளைவுகளைக் கொண்டதாக வேடுவர்களிடையே புழங்கப்படுகின்றன. ஒவ்வொரு வேடுவக் குடிக்குமென வேடுவத் தலைமையால் குறிப்பிட்ட தெய்வம்தான் உரித்துடையது என ஆரம்ப காலத்தில் நிர்ணயிக்கப்பட்டதே இன்றும் பின்பற்றப்படுகின்றது. அவை பின்வருமாறு:

பனுவளக்குடி - மாறாய்த் தெய்வம்
செல்லாப்பத்துக் குடி - குடா நீலி
திருக்காக்கேணிக் குடி - மாநீலி
வெல்லாயன் குடி - தெய்யநாச்சி
ஆக்கமதும குடி - கன்னிமார் (பட்டு)
வெல்லம்பாலைக் குடி - பூச்சாண்டி
வெரிகடிகத்தோ குடி - கிரியம்மா

தற்காலக் களுவன்கேணி கிராமம்

தற்போதைய களுவன் கேணிக் கிராமத்தின் எல்லைகளாக வடக்கே பறங்கியாமடுக் கிராமமும், தெற்கே ஐயன்கேணி, தளவாய் ஆகிய கிராமங்களும், மேற்கே வந்தாறுமூலை எனும் கிராமத்தையும், கிழக்கே வங்காள விரிகுடாக் கடலையும் எல்லை யாகக் கொண்டுள்ளது. தற்காலக் களுவன்கேணி கிராமத்திற்குள்

மேலும் சில குக்கிராமப் பிரிவுகளும் உண்டு. அவை சம்புக்கேணி, சாப்பைக்கேணி, சிங்காரத்தோப்பு, சேனைக்கண்டம், சிரட்டையன் குடா நெடியமடு, மாவடிப்பற்று, அடுப்புக்கேணி, குரங்குமூலை, கொலனி, அக்கரை என்பனவாகும்.

1882ஆம் ஆண்டுவாக்கில் கிறிஸ்தவ மிசனரிகள் தொடங்கிய மெதடிஸ்த் மிசன் தமிழ்க்கலவன் பாடசாலை தற்போது களுவன்கேணி விவேகானந்தா வித்தியாலயம் என்ற பெயரில் இங்கு இயங்குகின்றது (இதுவே கடலோர வேடர்களுக்காகப் பிரித்தானியரால் தொடங்கப்பட்ட முதலாவது பாடசாலையாகும்). பின்னர் 1996இல் தொடங்கப்பட்ட சிங்காரத்தோப்பு சரஸ்வதி வித்தியாலயம், 2012இல் தொடங்கப்பட்ட அரசினர் தமிழ்க் கலவன் பாடசாலை ஆகியனவும் இங்கு இயங்கிவருகின்றன.

1900 காலப்பகுதியில் மெதடிஸ்த் மிசன் திருச்சபையினால் அமைக்கப்பட்ட கிறிஸ்தவ தேவாலயமும் 1968ஆம் ஆண்டு அமைக்கப்பட்ட கத்தோலிக்கத் தேவாலயமும் உள்ளது. அதுபோல் 1958இல் தொடங்கப்பட்ட கண்ணகிஅம்மன் ஆலயம், 1978ஆம் ஆண்டு உருவான முருகன் ஆலயம் முதலான பல ஆலயங்களும் இன்று காணப்படுகின்றன. கடந்த 1978ஆம் ஆண்டுக்கு முன்னர் மொத்தம் 47 வேடுவச் சடங்கு மையங்கள் இந்தக் கிராமத்தில் இருந்தன. இன்று 15ஆகக் குறைந்துள்ளன. இவற்றில் முடமாரியர் சடங்கு, பால்குடியரின் சடங்கு, உக்குள்மாவரின் சடங்கு, பல்லங்களைப் பதியரின் சடங்கு என்பன விசேடமானவை. வேடுவப் பரம்பரையினரின் பெயர்களிலே இந்தச் சடங்குகள் இன்றும் அழைக்கப்படுவதும் முக்கிய விடயமாகும்.

இங்கு இரண்டு கிராமசேவகர் பிரிவுகளிலும் சுமார் 1500 மேற்பட்ட குடும்பங்கள் வசிக்கின்றன. இவர்களில் 90 விழுக் காட்டினர் வேடுவப் பரம்பரையினர். இவர்கள் அனைவரும் மீன்பிடித் தொழிலையே பிரதானமாகச் செய்கின்றனர். நூற்றெண்பதுக்கும் குறைவான அரச ஊழியர்களே இங்கு உள்ளனர். பெரும்பாலும் ஆண்கள்தான் மீன்பிடித் தொழிலில் ஈடுபடுகின்றனர்.

பெண்களில் மிகச் சிறிய தொகையினர் கரைவலை இழுத்தல், கருவாடு விற்றல் முதலான தொழில்களில் ஈடுபடுகின்றனர்.

தற்காலத்தில் ஆண், பெண் என இருபாலாரும் பல்கலைக்கழகம் சென்று பட்டதாரிகளாகப் பலர் திரும்பிக்கொண்டிருக்கின்றனர்.

வாழ்வியல் நெறி

எமது வாழ்க்கை முறை இயற்கைக்கு மிகவும் நெருக்கமானதாகும். நித்திரைவிட்டு எழும்பினால், உடனே சுடவச்ச உப்புத்தண்ணி இருக்கும். அத எடுத்து வாயைக் கொப்பளித்துவிட்டு கமகமெண்டு மணக்கும் தேநீரைக் குடித்தால், சூட்டக்கிளப்பி நெஞ்சை எரித்துப் போகும். காரணம் அம்மா தேநீருக்குள் சேர்த்த நன்னாரி வேர். அந்தச் சுவையுடன் வெனிலாவும் தோற்றுவிடும். பின்னர் வேப்பங்குச்சியை உடைத்தெடுத்து அதைப் பல்லால் கடித்து இழைகள் உண்டாக்கிப் பல்லைத் துலக்குவோம். பல்லில் இருக்கும் சிலும்பலெல்லாம் கழன்று, வேம்புச்சுவை அப்படியே வாய்க்குள் எச்சிலுடன் கலந்து ஊறி நிற்கும். குச்சியைக் கீழே போட்டாலும் எந்தப் பிரச்சினையும் இல்ல. அது தானாக உக்கி மண்ணொடு கலந்து உரமாகும். ஆனால் இப்போது? எல்லாம் பிளாஸ்ரிக். எல்லாவற்றுக்கும் பிரச்சினை.

சில நேரம் அம்மா அடுப்புச் சாம்பலும் கரித்துண்டும் வச்சிருப்பாங்க. அதை எடுத்து பல்லு விளக்கினால் அப்பிடியே பளபளக்கும் பல். அதைத்தான் இப்போது வரும் எல்லாப் பற்பசையிலும் சேர்க்கிறார்கள் (கரித்துண்டு என்றால் கூடாது, நாகரிகம் இல்லாதது. ஆனால் சார்கோல், உப்பு சேர்த்த பற்பசை என்றால் நல்லது. உயர்தரமான தயாரிப்பு). நீரோடைக்குள் குளிக்கப் போனால் சில நேரம் சவர்க்காரம் இருக்காது. இரவு உணவுக்குப் பிழிந்த பனைவிதைதான் இருக்கும். அதை உடம்பில் போட்டு, தேய்தேய் என்று தேய்த்தால் சவர்க்காரத்திற்கு இணையாக நுரை நன்றாக வரும்.

பெரும்பாலும் காலை உணவு தண்ணிச்சோறு—பழஞ்சோறு தான் (இரவில் மீதமாகும் சோற்றினுள் நீரை ஊற்றி வைப்பதால் இக்காரணப்பெயர்பெற்றது). அம்மா தண்ணிச்சோற்றினுள் பழம், பால் மர முந்திரி விதை, தேன் எல்லாம் போட்டுப் பிசைந்து தரும் சுவையைச் சொல்ல வார்த்தைகள் உருவாக்க வேண்டும். நீண்ட நேரம் பசிக்குத் தாக்குப் பிடிக்கும் அருமையான சாப்பாடு (இப்போதெல்லாம் அதுதானே குடற்புண்ணுக்கு மருந்து). சில

நாட்களில் பழஞ்சோற்றை, நன்றாக வெயிலில் உலரவைத்த மங்குக் கருவாட்டை (மீனின் சிறிய பருவம்) அடுப்புக்கரிக்குள் சுட்டெடுத்து, அதனுடன் சின்னவெங்காயம், சேனைமிளகாய், தேங்காய்ப்பூ ஆகியவற்றையும் சேர்த்துச் சாப்பிடும் சுவை யிருக்குதே, அதைச் சொல்லி மாளாது.

சில நேரம் குஞ்சப்பாட (தாத்தா) சேனைக்குப் (சிறு விவசாய நிலம்) போனால் அங்கு விதம் விதமான உணவுவகைகள் இருக்கும். எடுத்துக்காட்டாக, தண்ணிச்சோற்றுப்பழம், புளியம் பழம், பாலப்பழம், வீரப்பழம், சொரவணப்பழம், கறுக்காப் பழம், கிழாத்திப்பழம், கிண்ணம்பழம், பிரம்புப்பழம், நாவல் பழம், காரைப்பழம், உண்ணிப்பழம், பனம்பழம், மோதிரக் கன்னிப்பழம், மருங்கைப் பழம், ஈச்சம்பழம், பளாக்காப்பழம், லாக்கடப்பழம், சூரைப்பழம், கொவ்வம்பழம், நாயுருவிப்பழம், மயிர்க்கொட்டிப்பழம், துவரம்பழம், கடுபுளியம்பழம், கூளாப்பழம், விளாம்பழம், குருவிச்சம் பழம் முதலான இன்னும் பல பழவகைகள் அங்குக் கிடைக்கும். அடுத்து ஒல்லிக் கிழங்கு, ஒல்லி அரிசி (ஒல்லித்தாவரத்தின் விதையிலிருந்து பெறுவது), கொசுவலங்கிழங்கு, தாமரைக்கிழங்கு, கவலக்கிழங்கு, பண்டிக் கிழங்கு, வள்ளிக்கிழங்கு, பறங்கிக்கிழங்கு போன்ற இன்னும் பெயர் தெரியாத பல்நிறைக் கிழங்குகளும் கிடைக்கும். அவை ஒவ்வொன்றும் ஒவ்வொரு விதமான சுவை, மணம், சத்து நிறைந்து காணப்படும்.

குஞ்சப்பா சில சமயம் இவ்வாறு சொல்லுவார். 'மனே இந்தப் பாவிகள் எல்லாம் என்னவோல்லாம் செய்றானுகள். அதுகள பொறுத்துக் கொண்டாளும், இந்தக் காடுகள, குளங்கள, கடல் சொத்த படுத்துற பாடுகளத்தாண்டா பாத்தும், கேட்டும் வாழ ஏலுதில்ல. வெள்ளக்காரன் இருக்கக்குள்ளகூட இப்புடி அத்துறு மங்கப்படுத்தல் இல்ல.' இவ்வாறான ஏக்கமும் துக்கமும் நிகழ்காலத்தில் வாழ்ந்துகொண்டிருக்கின்ற எங்கள் முதுசங் களிடம் இருக்கின்றன.

அவர்களின் காலத்தில் பிரித்தானியர் எம்மைச் செவ்வனே நிர்வகித்துக் கொள்வதற்காக பட்டாங்கட்டி எனும் பதவி கொடுத்த ஒரு நபரை எங்கள் வேடர் சமூகத்துள்ளேயே நியமித்திருந்தனர்.

அவர்களுக்கு மாத சன்மானமும் கொடுத்து வந்தனர். எமது நாட்டின் முன்னாள் அதிபர் சிறீமாவோ பண்டாரநாயக்க அவர்களின் காலம் வரைக்கும் இந்தப் பண்பாடு நீடித்தது. பின்னர் அவருடைய காலத்தில் ஏற்படுத்தப்பட்ட பல ஒப்பந்தங்களால் இந்தப் பதவி பறிக்கப்பட்டது. பதவி மட்டுமல்ல எமது இன அடையாளம் பிடிவாதமாக இலங்கைத் தமிழர் என்று பிறப்பு அத்தாட்சிப் பத்திரங்களில் மாற்றப்பட்டன. இப்போது வரைக்கும் அதுதான் நடைமுறை. 1970களுக்கு முன்னர் பிறந்தவர்களின் பிறப்புச்சான்றிதழில் மட்டுமே 'வேடர்' எனும் இன அடையாளம் காணப்படுகின்றது.

காட்டில் கிழங்கு வகைகளை எடுக்கும் பருவகாலம் வந்தால் எம்மையும், எமது சூழலையும் பாதுகாக்கும் பொறுப்பு எங்களின் வாழும் முதுசங்களிடமே இருக்கும். என்ன வகையான கிழங்குகளை ஒருவரோ அல்லது அவரது குடும்பமோ காட்டில் எடுக்கப் போனாலும் குறித்த கிழங்கு தரும் தாவரத்தினை, அதன் வேர்ப்பகுதிகளைச் சேதப்படுத்தாது மண்ணிட்டு, மூடி தண்ணீர் ஊற்றிவிட்டு வரவேண்டும். அவ்வாறு ஒருவர் செய்யாது விடின், அவர் அந்தப் பருவம் வரைக்கும் கிழங்கு எடுக்கக் குறித்த காட்டுக்குள் செல்ல முடியாது. ஆனால் அந்தக் குற்றத்தைச் செய்தவர்களுக்குக் கிழங்கெடுக்கப் போகும் மற்றவர்கள் ஒவ்வொரு பங்கு கிழங்கு கொடுக்க வேண்டும் என்பது தலைமையின் கட்டளை. இதே நடைமுறைதான் காட்டுமரங்களில் பழங்களைப் பெறுவது என்றாலும் மரத்தைச் சேதமாக்கக் கூடாது.

குளத்தினுள் மீன்பிடிப்பது என்றாலும் சில வேட்டை நியதிகள் காணப்படும். குளமொன்றில் மீன்பிடிப்பதென்றால் அக்குளத்தில் உள்ள மீன்குஞ்சுகள் சரியான பருவம் வளரும் வரைக்கும் எந்தவொரு நபரும் அங்கு மீன் பிடிக்க அனுமதியில்லை. சரியான பருவம் வந்து குளத்துமீன்கள் எல்லாம் பெரிதாகிய பின்னர் முதுசம் ஒன்றின் அறிவித்தலின் பின்னர்தான் அனைவரும் அங்குச் செல்ல வேண்டும். ஒரு முயற்சியிலே அநேக மீன்களைப் பெற்றுக்கொள்ளலாம். ஒவ்வொரு மீனும் இரண்டு கிலோவிற்குக் குறையாமல் இருக்கும். இவ்வாறு காடும் மேடும் எங்கள் உறவுகளாகவே இருக்கும். நாங்கள் அவற்றை எங்களிலிருந்து

பிரித்துப் பார்த்ததில்லை. ஆனால் கடந்த பத்து ஆண்டுக்குள் அபிவிருத்தி, நாகரிக வாழ்வு என்ற போர்வையில் எங்கள் வாழ்வியல் நிலை அல்லோலகல்லோலப் பட்டுக்கொண்டிருக்கிறது.

உத்தியாக்கள் (மூதாதையர்) வழிபாடு

வேடர்களின் வழிபாட்டு முறைகளில் உத்தியாக்களின் (முன்னோர்) வழிபாடு என்பது மிகத் தோழமையுடனும், உறவுமுறையுடனும் ஆற்றுகை செய்யப்படுகின்றதோர் வழிபாடு ஆகும். இந்தச் சடங்கிலே காணப்படுகின்ற குணமாக்கல் தன்மை என்பதும் மிகவும் தனித்திறம் கொண்ட இயல்புகளினைக் கட்டமைத்துக் காணப்படுகின்றது. அதாவது இவர்களின் கடவுளர் என்பது கண்ணுக்குத் தெரியாத மாயை உருவங்களோ, உண்மையற்ற கருத்துத் திரிபுகளோ கிடையாது. மாறாகத் தாம் ஒன்றாகக் கூடி வாழ்ந்த, வளர்ந்த, நல்ல-கெட்ட நிகழ்வுகளுடன் ஒன்றித்துப் போன தமக்கு முந்தைய உறவுகளினை ஆவி நிலையில் கடவுளராக வழிபாடு செய்பவையாகவே காணப்படுகின்றன.

அவ்வகையில் ஆதிகால உத்தியாக்கள், இடைக்கால உத்தியாக்கள், அண்மைய உத்தியாக்கள் என மூன்று நிலையில் உத்தியாக்கள் வழிபடப்படுகின்றனர். ஒரு சடங்கு மையத்தில் குறைந்தது ஐந்நூற்றுக்கும் மேற்பட்ட உத்தியாக்கள் அருவநிலையில் வணங்கப்படுவர். இந்த எண்ணிக்கை சடங்கு நடத்துபவர்களின் வசதி மற்றும் கால வர்த்தனமானங்களுக்கு அமையக்கூடிக் குறையும்.

மூதாதையர் தான் இவர்களின் சடங்கில் முதன்முதலாக அருவுரு நிலையில் வருவர். கப்புறாளையில் சன்னதங்கொண்டு தனது பரம்பரையினரின் குற்றங்குறை பற்றியும், அவர்கள் செய்ய வேண்டிய சடங்கு நடைமுறைகள் பற்றியும் உத்தியாக்கள் எடுத்துக் கூறுவர். பாட்டுக்காரன் (வேட்டுவச் சடங்குப் பாடல் களைப் பாடும் நிபுணர்) உத்தியாக்கள் தெய்வத்திற்குரிய பாடலை இசைக்க, அதற்குரிய தாளத்தைக் கொட்டுக்காரன் (வாத்தியக் காரர்) கொட்டில் (ஒருவிதப் பறை) வாசிப்பார். அப்போது தேவாதி (தெய்வமாடுபவர்) இரண்டு கையாலும் லேஞ்சியைப் பிடித்து (துணியை) வானம் பூமி எனச் சகல திசைகளிலும் மன்றாடுவார். அப்போது அவரிலே திடீரெனத் தெய்வம் வெளிப்பட்டு,

'ஆய' என்ற சத்தமுடன் கையிலுள்ள லேஞ்சியைத் தலையில் கட்டும். அப்போது பந்தலின் முன் சுமார் ஏழு அடி நீளமான வில் இருக்கும். அந்த வில்லை நிலத்தில் ஊன்றி வில்லில் ஏறி இறங்கும். இறங்கியதும் ஈட்டியைக் கையில் எடுத்து மிகவும் வேகமாகச் சடங்கு நடைபெறும் இடத்தை வளைத்துத் தண்ணீர் எறிந்து குற்றம் நீக்கியும், அதன் பிறகு மூன்று வெற்றிலை அல்லது தாமரை இதழ்களைத் தனது தலையைச் சுற்றி வானில் எறியும். அந்த மூன்று வெற்றிலையும் நேராக விழுந்தால் கப்புறாளையார் (வேட மதகுரு) 'கொஞ்சி' என்பார். இதன் அர்த்தம் நல்லது என்பதாகும்.

அதன் பிறகு எவ்வாறு சடங்கு நடை பெற வேண்டும், எப்படிச் செய்ய வேண்டும் என்பன போன்ற கட்டளைகளைச் சொல்லும். சொன்ன பிறகு அதே இடத்தில் ஈட்டியைக் காவலுக்கு நிறுத்தி விடும். இந்த உத்தியாக்கள் தெய்வத்திற்குப் பாடப்படும் வேடுவ மொழிப்பாடல் வருமாறு:

கண்டா பெடியாப்பா
கமகமளு பனுவனளு
ஏக் மந்த்ரயே ரயனமோ
ரயனமல் ஏ...கமந்த்
வெல்லாயன் வெல்லம்பாளன்
வெரிகடிகத்தோ
உஸட சாயனட உன்னும் பாணன்
கட்டாங்கரியோ
ஓ கமர்தரயோ தயங்

இவ்வாறே வேட்டுவ மக்களிடம் காணப்படுகின்ற குடிவழமை களுக்கு அமைவாகக் குறித்த பாடலில் வித்தியாசம் காணப்படும். எனினும் இவர்களின் வழிபாட்டில் களுவனுக்குத் தனியிடம் உண்டு. பெரும்பாலான வேடுவச் சடங்குகளில் களுவனுக்குத் தனியாக மடை(படையல்) கட்டப்படும் வழக்கம் உள்ளது. இந்த வழிபாட்டு முறைக்குப் பாடப்படும் வேடுவ மொழிப்பாடல் வருமாறு:

களுப்பங் கறானி
களுட்ட தேவன்
பிட்ட கெங்க நானி

பிட்டக்கத் தேவன்
அம்மயரின் சந்தேகட்டோ
துண்ணை வறமாக்குமோ

என்றவாறு அமையும் பழங்காலத்து வேடுவ சமூகத்தினர் நடத்திவந்த சடங்கில் தற்காலம் பயன்படுத்தப்படுவது போல் வெற்றிலையோ, வாழைப்பழமோ, சாம்பிராணியோ, கற்பூரமோ, ஊதுபத்தியோ என எதுவுமே பயன்படுத்தப்படவில்லை. அந்தக் காலத்தில் இவற்றுக்குப் பதிலாக இயற்கையில் கிடைத்த வளங் களையே பயன்படுத்தியுள்ளனர். எடுத்துக்காட்டாக, குருவிச்சம் இலை மற்றும் நாவல்மரத்தின் மொக்கு (நாவல்மரக் கிளையின் பாக்குடன் ஒத்த பகுதி) என்பவற்றை வெற்றிலை பாக்கிற்குப் பதிலாகப் பயன்படுத்தி உள்ளார்கள். வாழைப்பழத்திற்குப் பதிலாக வேடர்கள் பயன்படுத்திய பிரதான பழம் கரசாமணிப்பழம் எனப்படும் கடுஞ்சிவப்புநிறக் காட்டுத்தாவரப் பழமாகும். இதைவிட மருங்கைப்பழம், நாவல்பழம், கடலாஞ்சிப்பழம், சுரவணைப் பழம் முதலிய பழங்களும் பயன்படுத்தப்பட்டுள்ளன.

குமாரர் வழிபாட்டு முறைமை

இவ்வழிபாட்டு முறையானது ஆதியில் களுவன்கேணியில் இருந்தே ஏனைய இடங்களான தளவாய் முதலிய இடங்களுக்குப் பரவியுள்ளமையினை ஆய்வின் ஊடாக அறிய முடிந்தது. 'இஞ்ச இருந்த குமாரரத்தான் களுவர் ஆக்கள் தளவாய்க்குக் (களுவன் கேணிக்கு அருகிலுள்ள கிராமம்) கொண்டு போனவங்க. இஞ்ச இருக்குறவங்க இத வழிபட மாட்டாங்க எண்டு' (களுவன்கேணி வேட்டுவ மதகுரு) இந்தத் தகவல் அதை உறுதிப்படுத்தும். இவ்வாறு விரிவுபடுத்தப்பட்ட குமாரர் வழிபாடு எவ்வாறு வேடர் வழிபாட்டிற்குள் நுழைந்தது என்பது பற்றிய பல புராணக்கதைகள் உலாவுகின்றமையும் குறிப்பிடத் தக்கதாகும்.

குமாரர் வழிபாட்டில் பல வகைகள் காணப்படுகின்றன. அவை: செல்லக்குமாரர், வீரக்குமாரர், காலிக்குமாரர், கொழும்புக் குமாரர், கண்டிக்குமாரர், சங்கிலிக்குமாரர், முத்துக்குமாரர், வதனக்குமாரர், புள்ளிக்குமாரர், பொல்லுக்குமாரர், ஆதிக்குமாரர் முதலிய குமாரர் கலைகள் ஆகும்.

ஆய்வுக்காக எடுத்துக்கொள்ளப்பட்ட இந்த வழிபாட்டுச் சூழலில் நம்பமுடியாத வண்ணம் குணமாக்கல் திருப்தியைக் கொடுக்கும் விதமாக இந்தக் குமாரர் வழிபாடானது காணப் படுகின்றமையைக் கள ஆய்வின் ஊடாக அவதானிக்க முடிந்தது. அதாவது பிள்ளைப் பேறுக்கான மிகவும் ஆத்மார்த்தமாக நம்பப்படுகின்ற சடங்கு முறையாக இது காணப்படுகின்றது.

ஒரு தம்பதியினர் பல காலமாகத் தமக்குக் குழந்தைப் பாக்கியம் இல்லாமல் வைத்தியசாலை, ஏனைய பல முறைகளை எல்லாம் தம்மில் நடைமுறைப்படுத்திப் பார்த்துவிட்டு, குழந்தைக் கான வாய்ப்பு குறைவாக உள்ளது என்னும் மனக் கசப்பான தகவல் அவர்களுக்குக் கிடைக்கின்றது. தமது உறவுகள், அயலவர்கள் உட்பட அனைவரின் வசையினாலும் உச்சக்கட்ட மனஅழுத்தத்திற்கு உள்ளாகித் தவிக்கின்ற வேளை யிலே குமாரர் வழிபாடு பற்றி அறிந்து இங்கு வருகின்றனர். பலனும் அடை கின்றனர்.

> தங்களுக்குப் புள்ள இல்லண்டு தம்பதியள் வந்தால், உடனே நான் பெரிய சாமிக்குள்ளால (சிவன்) குறி பாப்பன். அதுல சொல்லும் என்னால முடியாது குமாரருக்கு உள்ளால வேல செய்யனும் எண்டு. புறகு நான் தம்பதிகளுட்ட எத்தின புள்ள வேணும் எண்டு கேட்பன். ஒண்டா, ரெண்டா எண்டு. ஏனெண்டால் குமாரருட்ட முதல் தரம் கேட்குற மாதிரிதான் புள்ளையள் புறக்கும். ஒண்டு எண்டால் ஒண்டுதான், ரெண்டு எண்டால் ரெண்டுதான். கேட்டுத்து குமாரருக்கு உள்ளால அஞ்சி வாழப் பழத்த அந்தப் பொண்ணுக்குக் ஓதிக்குடுப்பன்.
>
> நான் ஓதிக்குடுக்குற அஞ்சி பழத்தையும் காலையில பச்சத் தண்ணியும் குடிக்காம சாப்புடனும். அப்புடி செஞ்சா அடுத்த மாதம் துவால (மாதவிடாய்) மாறி மாறி வரும். அதாவது முன்னுக்கு வரும், பின்னுக்கு வரும், பட்டும் படாத மாதிரி வரும் (அதாவது குறித்த அந்தப் பெண்ணின் மாதவிடாய் ஆனது வழமைக்கு மாறாகச் சிறு அளவு வெளியேறல்). அதுதான் புள்ளைக்கான முதல் அறிகுறி. அதோட சேந்து அந்தப் பொண் ணுக்கு உடலுறவு சார்ந்த கனவுகளும் வரும். அத அந்தப் பொம்புல ரகசியங் காத்து என்னட்ட சொல்லனும். அப்படிச் சொன்ன புறகு நான் உடலுறவுகொள்ள அவங்களுக்கு

விருப்பம் சொல்லுவன். அதுவரைக்கும் கூடாது. அப்படி அவங்க உடலுறவு செய்யக்குள்ள அந்த ஆண்ட ரூபத்துல குமாரர் போவாரு. இப்படிச் செய்தால் அடுத்த வருடம் இந்த ஆலயத்துக்குப் புள்ளயோட வருவாங்க. இதுக்குச் சடங்கு காலத்துலதான் வரணும் எண்டில்ல. எப்ப வந்தாலும் குமாரர் செய்து கொடுப்பாரு.

இவ்வாறாக, குமாரர் வழிபாட்டினூடான குணமாக்கல் செயல் முறையை அந்த மதகுரு விளக்கினார். இங்குப் பல விடயங்கள் தீவிர ஆய்வுக்கு உட்படுத்த வேண்டியவையாகும்.

மனித மனங்களின் ஒருமித்த சக்தி, ஒன்றை அடைய வேண்டும் என்ற தீவிரச் செயற்பாடு, தமக்குத் தம்மை மிஞ்சிய சக்தி பாதுகாப்பு அளிக்கின்றது என்ற அசைக்க முடியாத நம்பிக்கை முதலான குணமாக்கல் உத்திகள் என்பன குறித்த பாதிப்படைந்தவர்களிடம் இந்த வழிபாட்டின் மூலம் ஈடேறிவிடுகின்றமையே இங்குக் கவனிக்கப்பட வேண்டிய குணமாக்கல் நிலைமையாகும். அதுவரை காலமும் வைத்தியசாலைகள், இதர பல இடங்களிலும் சிகிச்சை பெற்றுக்கொண்டு, அங்கிருந்து சாத்தியம் இல்லை என்று கைவிட்ட பின்னர் இது எவ்வாறு சாத்தியம் ஆகின்றது என்பது வியப்புக்குரிய விடயமாகும்.

இன, மதப் பேதங்கள் கடந்தும் இவ்வழிபாட்டு முறையில் குணமாக்கல் விளைவு பரவியிருந்ததை அறிய முடிந்தது. நம்பிக்கை என்னும் கூட்டுணர்வு என்பதற்கு முன்னால் இவர்களிடம் எதையும் கொண்டு செல்ல முடியாது. காரணம் இந்த வழிபாட்டு முறைகள் மிகவும் ஆழ்ந்த, மரபுசார் உணர்வுப் பூர்வமான, அதியுச்ச நம்பிக்கை நடவடிக்கையாகும். இவ்வாறான சடங்குகளுடன் பேயோட்டல், திருநீறுபோடல் (உடற்சோர்வு முதலியவற்றிற்கு), தண்ணீர் ஓதிக்கொடுத்தல் (செரிமானப் பிரச்சினை, தலைவலி முதலியவற்றிற்கு), நூல்கட்டுதல், கூடு போடுதல் (கெட்ட ஆவிகள் நெருங்காமல் இருக்க), குறிபார்த்தல் முதலான வழிபாட்டுவழி குணமாக்கல் நடைமுறைகளும் களுவன்கேணி வேடர் வழிபாட்டில் அவதானிக்கக் கூடியவை.

குணமாக்கல் விளைவுகள் மற்றும் ஆற்றுப்படுத்தல் முறைகள் என்பன மேற்கத்திய உளவியல் செயற்பாடுகளிலேயே

தோன்றி வளர்ந்துள்ளது என்பது பலருடைய நிலைப்பாடு ஆகும்.

ஆனால் எமது பாரம்பரிய சடங்காற்றுகைகள் மற்றும் அரங்க முறைமைகளில் இவ்வாறான செயற்பாடுகள் பல நூறு ஆண்டு களுக்கு முன்னே இருந்துள்ளமையைக் குறித்த வழிபாட்டுச் சடங்கு நிகழ்வுகள் வலுவாக எடுத்தியம்புகின்றன.

சக்தியற்ற ஓர் உணர்வையும், ஒரு சக்தியுள்ள உணர்வையும், இயற்கையின் மீது அச்சத்தையும், அதனோடு சேர்ந்து இயற்கை யைக் கட்டுப்படுத்துகின்ற திறனையும் ஒரு சேர உருவாக்குகின்ற, மானுட வாழ்க்கையின் அடிவேரிலேயே இருக்கின்ற மாறாத தனித்துவங்கள் சடங்கு நடவடிக்கைகள் ஊடாக வெளிக் கொணரப்படுகின்றன. இயற்கையிலிருந்து ஒரு பொருளைப் பிரித்தெடுத்து, ஓர் அடையாளத்தின் மூலமாகப் பெயரிட்டு, அந்த மொழியுருவத்தை ஒரு சக்தி ஆயுதமாக மற்ற மனிதர்களுக்கும் கொடுப்பதான வேலையில் அமைந்ததாகவே வேட்டுவச் சடங்கும், அது சார்ந்த ஆற்றுகைகளும் அமைந்துவிடுகின்றன எனலாம்.

இவ்வாறான நடைமுறை மாற்றங்களுடன் காணப்படுகின்ற தற்காலக் களுவன்கேணி வேடர் சமூகத்தின் வழிபாட்டு முறை களில் பலவகையான வணக்கமுறைகள் காணப்படுகின்றன. அவை ஆதிகால நடைமுறைகளுடன் காலத்திற்குக் காலம் ஈடேறிய வணக்கமுறைகளாகவும் காணப்படுகின்றன. அவ்வகை யில் பின்வரும் வழிபாட்டு முறைகளை இன்றைய காலத்தில் அடையாளம் காணமுடியும்.

அதாவது உத்தியாக்கள், மாதெடுத்தன், பாலைக்க தெடுத்தன், குறுணாகலதெடுத்தன், கடல்பகுதித் தெய்வம், குடாநீலி, மாதெலிக்காயே, வட்டமுகரி, கப்பல்தெய்வம், குறுமுந்தன், மாறாதெய்வம், கரைதெய்யா, கிரியம்மா, பத்தினிதெய்யோ, குமாரர், கன்னிமார், கரடித்தெய்வம், பின்னைய கால இடைச் சேர்கைகளாக வந்த கங்கைகாளி, கங்கைவைரவர், சுடலை வைரவர், சனைவைரவர் முதலான வணக்க முறைகளும் இன்றைய களுவன்கேணி வேடர் வழிபாட்டில் இணைந்ததாகக் காணப் படுகின்றன.

வேடர் வழிபாட்டில் பெண்கள்

ஆதிகாலம் தொட்டு இன்று வரைக்கும் வேடர்களின் வழி பாடானது பெண்மயப்பட்டதாகும். வழிபாட்டு முறைகளில் பெண்களின் ஆதிக்கம் மிக அதிகமாகக் காணப்படுவதாகவே உள்ளது. முன்னோர்களின் வழிபாட்டில் இருந்து அடுத்தபடியாக வேடர்கள் மாறிக்கொண்ட வழிபாடானது பெண்தெய்வங்களை மையப்படுத்தியே நிகழ்ந்துள்ளமையை வரலாற்றின் நெடுகிலும் கண்டறியலாம். அவ்வகையில் வேடர் சடங்கு மையங்களின் பிரதான தெய்வமாகச் சம்ப நாச்சி, செம்பு நாச்சி, கொம்பு நாச்சி, தெய்ய நாச்சி, அந்தன் குமாரி, மொக்காட்டுத் தெய்வம், மாநீலி (நூற்றுக்கு மேல்), குடாநீலி (நூற்றுக்கு மேல்), கிரியம்மா, பூச்சாண்டி முதலானவற்றையும் (இவை எதற்கும் உருவம் இல்லை) பிற்காலத்தில் வந்துசேர்ந்த பத்தினித் தெய்யொ (கண்ணகி), மாரி, காளி, பேச்சி முதலான வழிபாட்டையும் இங்குக் குறிப்பிடலாம்.

இடத்திற்கு இடம் இவற்றில் மாறுபாடும் காணப்படும். இதில் இன்னும் அழுத்தமாகப் பார்க்கப்பட வேண்டிய விடயம் யாதெனில் குறித்த வழிபாடுகளிலே ஆண் தெய்வங்களாகக் கொள்ளப்படுபவைகள் அனைத்தும் பெண் தெய்வங்களுக்கான துணைப் பரிவாரங்களாகவே இன்றளவும் கொள்ளப்படுகின்றன.

இன்றும் கிழக்கிலங்கையிலே வேடர் வழிபாட்டை முன்னின்று நடாத்தும் வேடர் சமூகப் பெண் மதகுரு ஒருவரின் கருத்து இவ்வாறு அமைந்தது.

களுவோ வித்தனம்மா தொழுவோ வித்தனம்மா
களுவன்னீ... தொழுவன்னீ... லே பூஞ்சி தப்புரம்மா
பூனொச்சிமுனையோ....
கல்குடாவோ...
தொப்பிகலையோ...ஓ...
சீம்பிலாகல் மாப்பாரே தெய்யநாச்சி...

வேட்டுவ வழிபாட்டுப் பாடல் ஒன்று.

நாங்க தெய்யநாச்சியதான் (பெண் தெய்வம்) தலைத்தெய்வமா வெச்சிருக்கம். எங்கட அப்பா இறந்த பிறகு நான்தான் இந்தச் சடங்க செய்து வாரன். அப்பாக்கு முதல் அப்பாட அம்மாதான்

செய்து வந்தவ. அவட பூட்டி முறையான குடற்புரி ஆச்சிதான் இந்தத் தேவாதி முறைகள இந்த ஊருக்குள்ள கணகாலமா ஆதரிச்சு வந்ததாம் எண்டு அப்பா சொல்லுவாரு. இப்ப நான் ஒரு பொம்புளையா சடங்கு கருமங்கள் எல்லாத்தையும் செய்து வாரன். இந்தச் சடங்கு மையத்தின் பிரதான தேவாதியும் (உருவாடுபவர்) நான்தான் (மட்டக்களப்பு-களுவன்கேணி-நடராசா ஜெயராணி).

இரண்டாம் நூற்றாண்டுக்குப் பின்னர் வேடர் வழிபாட்டு முறைகள் ஒரு சில இடங்களில் பத்தினிதெய்யோ என்ற பதத்துடன் உருவ வழிபாட்டுடன் இணைந்துகொள்கின்றன. இதன் விளைவாக வேடர்சடங்கு அம்சங்களுடன் பத்ததிமுறை எனப்படுகின்ற கிராமிய வணக்கமுறைகளும் இணைந்து கொள்கின்றன. இவ்வாறு இந்தச் சடங்காற்றுகைகள் காலத்திற்கு ஏற்றால் போல் மாற்றமுற்றாலும், பெண்களைச் சடங்கோடு இணைத்துக்கொள்ளுதல் என்பதில் எந்தவித மாற்றங்களும் இல்லை. மடைப்பெட்டி எடுத்துவரல், நெல்லுக் குற்றுதல், கன்னிமார் பிடித்தல் முதலான சடங்கின் பிரதான அம்சங்கள் யாவும் பெண்மையப்பட்டதாகவே இன்றும் காணப்படுகின்றன.

வழிபாட்டு அம்சங்களில் எவ்வாறு பெண்கள் தனித்துவமாகக் காணப்படுவார்களோ, அதுபோலவே வேறு துறைகளிலும் அவர்கள் நிகரற்ற நிபுணத்துவம் கொண்டோராக, தனித்த சிறப்பு உடையவர்களாகவே காணப்படுவர். எடுத்துக்காட்டாக, ஒரு வேட மதகுருவாகக் காணப்படும் பெண்ணொருவர் கைதேர்ந்த மருத்துவச்சியாகவும் காணப்படுவார். சிறந்த கூத்துப்பாடல், காவியப்பாடல், காவடிப்பாடல் முதலானவற்றையும் பாடக் கூடியவராகவும் கலையம்சம் நிறைந்தவராகவும் காணப்படுவார். அதே சமயம் கைமருந்து, சித்தவைத்தியம், நாட்டுவைத்தியம், மருத்துவ மந்திர நடவடிக்கைகள் முதலானவற்றிலும் சிறந்து விளங்குவார். இவ்வாறு மேற்சொன்ன சகல துறைகளிலும் தாடனம் கொண்ட வேட மருத்துவிச்சி மூதாட்டி ஒருவரின் கருத்துகள் (லட்சுமி) இவ்வாறு அமைந்திருந்தன.

மன! எங்கட காலம் வேற, உங்கட காலம் வேற. இப்ப எல்லாத்துக்கும் இங்கிலீசு மருந்து. எல்லாரும் வருத்தம் தாற நோவுக்கு மருந்து தேடுராங்களே ஒழிய வருத்தத்த அடியோட

ஒழிக்க மருந்து தேடுறாங்க இல்ல. வெறும் வருத்தத்தோட நோவ மட்டும் இல்லாமலாக்கி, என்ன நன்ம கிட்டப் போகுது? நான் ஒரு புள்ளைக்குச் சுகமில்லாம (மாதவிடாய்) நிண்டு பொயித் தெண்டால், அடுத்த மாதம் இருந்தே வைத்தியத்தத் தொடங்கிடுவன். புள்ள புறகு கண்ட கண்ட மாதிரி எல்லாத்தையும் தின்ன ஏலாது. அவக்கெண்டு சில பத்தியச் சாப்பாடுகள் இரிக்கி. அதத்தான் குடுக்கனும். மூணு மாசம் கழிய மட்டும் புள்ளைய கவனமா பார்க்கம். ஆறு மாசத்துக்குப் புறகு நான் எண்ட வேலையத் தொடங்கிடுவன். தாயும் சேயும் நலமா இரிக்கிறது நாம கவனிக்குறதுலதான் இரிக்கி. முதலாவது வேலையா ஆமணக்கு எண்ணெய்யப் போட்டு இரண்டு நாளைக்கு ஒருக்கா நல்லா நீவி (*மசாஜ்*) விடுவன். பெறு மாசம் வர மட்டும் இந்த வேலையை செய்யனும். அப்ப தான் தாய்ட வயிறு நல்லா இழகி புள்ள இறுக்கமில்லாமல் புறக்கும்.

இப்படி எண்ட காலத்துல நான் 650 பிரசவம் பார்த்து இரிக்கன். ஆனால் போன பத்து வருசத்துக்கு முதல் ஆஸ்பத்திரியால வந்து எனனை இனிமேல் மருத்துவிச்சி வேல பாக்கக்கூடாது எண்டு போட்டாங்க. மீறி செய்தா மறியலுக்குப் போக வரும் எண்டாங்க. ஆனா மனே நான் இடைக்கிடைக்க அவசரம் எண்டு ஆரும் வந்து கூப்பிட்டா போறதுதான். ஆரு வந்து என்ன தண்டன தந்தாலும் பரவால்ல. ஆனா மனே இவங்க எல்லாரும் எங்கட மருத்துவம் இனி சரிவராது எண்டு சொல்லுறாங்க. ஆஸ்பத்திரியில என்ன தான் புதுப்புது மருத்துவம் வந்தாலும் தாயும் சாகுது, புள்ளையும் சாகுது. ஆயுதம் போட்டு புள்ளைய எடுக்கக்குள்ளையே கொல்லுதுகள், வவுறு நோகத்தொடங்கி உடனயே வெட்டு, புள்ளயையில கொடி சுத்திக்கிடந்தா வெட்டு, அதவிடப் புதினம் நாள் பார்த்து திகதி பாத்து வெட்டி எடுக்குதுகள்.

இப்படியான புறப்பெல்லாம் இந்தப் பூமி தாங்குமா மனே? ஆனா இதெல்லாம் குத்தமில்ல. நாம பூமியோட வானத்தோட சேர்ந்து பாக்குற மருத்துவம் குத்தம். இத ஆரிட்ட சொல்லுற? இந்தா நீ கேக்குறதால எல்லாம் சொல்லுறன். நான் ஒருமுற வைத்தியம் பார்க்கக்குள்ள தாய்க்கு ரெண்டு புள்ள. அது ரெண்டும் தலகால் மாறிக் கிடக்கு. தாய்க்கு பன்னீர் குடமும்

உடைஞ்சித்து. நான் ஆமணக்கு எண்ணெய்யப் போட்டு நீவி நீவி ரெண்டு புள்ளையையும் வெளில எடுத்தன். ஒண்டு தலையால புறந்திச்சி, இன்னொண்டு காலால புறந்திச்சி. இப்ப ரெண்டுக்கும் கல்யாணம் நடந்து புள்ள இரிக்கி. அதான் சொன்னனே எங்கட காலம் வேற, உங்கட காலம் வேற.

இவ்வாறான பல விடயங்களை ஒரே மூச்சில் கதைத்து முடித்தார் அந்த 90 வயது மூதாட்டி. அவர் மருத்துவிச்சியாக மட்டும் இல்லாமல் வேடர்களின் மதகுருப் பெண்ணாகவும் இருந்துள்ளார். இன்றும் தனியாக ஒரு சடங்காற்றுகையை வழி நடத்தும் திறன் வாய்க்கப் பெற்றவர். அவருடைய கிராமத்தின் சடங்கு நிகழும் காலங்களில் அனைத்துச் சடங்கு மையங்களுக்கும் ஒரு முதுசமாக அழைக்கப்படுகிறார்.

இவற்றைப் போலவே தமது வேடர் மரபின் சகல விடயங் களை உள்வாங்கிக்கொண்டும், நவீன சிந்தனையைத் தகுந்த விதத்தில் பயன்படுத்திக் கொண்டும் தமது சமூகத்திற்குச் சேவை புரிந்து வருகின்ற பல பெண்கள், வேடர் சமூகங்களில் இன்றும் உண்டு. அவ்வாறான ஒரு பெண்தான் விமலாதேவி. அவர் தனது சமூகத்தில் ஒரு யுகசந்திப் பெண்ணாக உள்ளார். தம் சமூகத்தின் சகல வழிபாட்டு நடைமுறைகளையும் நன்கறிந்தவர், நாட்டு மருத்துவம் தெரிந்தவர், மந்திரமுறைகளும் மருத்துவ மந்திர முறைகளும் அறிந்தவர், சிறுகுழந்தை வைத்தியம் அறிந்தவர். கூத்துப் பாடல்கள், சடங்குப் பாடல்கள், கும்மிப் பாடல்கள் முதலான நாட்டார் கலைகளில் தேர்ச்சிகொண்டவர். சமுர்த்தி, மாதர் சங்கம் முதலான சமூக அமைப்புகளில் அங்கத்துவம் வகிப்பவர். அவர் கூறும் போது,

நான் வேடப் பொம்புளதான். நிறைய பேருக்கு வேடர் எண்டால் கொத்துக் கட்டித்து, அம்பும் வில்லும் கொண்டு திரியுற ஆக்கள் எண்டுதான் நினைப்பு. ஆனா இப்ப அப்பிடி இல்ல. நான் ஒரு வேடப்பெண். ஓஎல் வரைக்கும் படிச்சனான். வன்செயல் காலம் அதுக்கு மேல படிக்க விடல. எங்கட குஞ்சம்மா, குஞ்சப்பா மாருட்ட இருந்து எங்கட நடைமுறைகள படிச்சுக் கொண்டனான். நான் ஒரளவுக்குப் படிச்சன் எண்டதால எங்கட நடைமுறைகள் மறந்து போற ஆளில்ல. இப்பையும் என்னால சடங்குல எல்லாக் காரிய கருமங்களையும் செய்ய ஏலும்.

நான் உருவம்தான் மாறி இருக்கேனே தவிர நானொரு வேடப் பெண். உருவம் காலத்துக்கு ஏற்ற மாதிரி மாறலாம் தம்பி. ஆனால் வறுகத்தனம் (பரம்பரை இயல்பு) எப்பயுமே மாறாது.

என்கிறார். இந்த நிலைமை, இலங்கையின் கிழக்குப் பிரதேசம் எங்கும் வாழும் வேடர் சமூகங்களிடையே இன்றும் பரவலாகக் காணப்படுகின்றது. இவர்களின் சமூகக் குழுக்களில் இடையே ஒரு மங்கல நிகழ்வாக இருந்தாலும் சரி, அமங்கல நிகழ்வாக இருந்தாலும் சரி அந்த நிகழ்வை ஆரம்பம் முதல் இறுதிவரைக்கும் வழி நடத்தும் தலைமைத்துவப் பண்பும், அதிகாரமும் அந்தக் குழுக்களிடையே வாழும் வயதான மூதாட்டிகளுக்கே உண்டு. அவர்கள் இருந்த இடத்தில் இருந்தே நிகழ்வுக்கான சகல கட்டளைகளையும் பிறப்பித்துக்கொண்டே இருப்பார்கள். அவரின் கட்டளையை ஏற்று ஆண்களும், பெண்களும் எனச் சகலரும் செயற்படுவர்.

குறித்த நிகழ்வும் திட்டமிட்டபடி நடந்து முடியும். நிகழ்வின் இடையே ஏதும் பிரச்சினைகள், முரண்பாடுகள் ஏற்படின் அதைத் தீர்த்து வைக்கும் நபராகவே அம்மூதாட்டி காணப்படுவார். வேடர் சமூகம் அல்லாத சமூகக் கட்டமைப்புகளிலும் இந்தப் பண்பு உண்டு. நாம் உலகில் மூலைமுடுக்கெல்லாம் பெண்ணியம் என்று தேடித்திரிகிறோம்; பேசுகிறோம்; அவற்றைச் சிலாகிக் கிறோம். ஆனால் நம்முடன், நமக்கு அருகில் இருக்கும் இந்த விடயங்களைப் பார்க்க, பேச ஏன் முற்படுவதில்லை?

நாங்கள் இயற்கையிலிருந்து தம்மை வேறுபடுத்திப் பார்க்கும் குணம் கொண்ட மடமை மாந்தர் அல்ல. நாங்கள் அனைவரும் இயற்கையின் ஓர் அங்கமே. அவ்வாறுதான் எங்கள் வீட்டின் கறுப்பி நாய்க்குட்டியும், முற்றத்தில் நிற்கும் ஆயிரங்கால் ஆலமரமும். எங்களை தினப்பொழுதும் அசைப்பதும், இயற்கை யோடு இசைய வைப்பதும் எங்கள் உத்தியாக்கள்தான். ஆதலால் தான் இது அன்றும், இன்றும், என்றும் உத்தியாக்கள் தேசம்.

□

43

ஈழம்
சொல்லில் ஊறும் தொல்தமிழ் மரபு
வி. இ. குகநாதன்

இந்தக் கட்டுரை ஈழத்திலுள்ள ஊர்களின் பெயரிடலில் எமது பழமையான மரபு எவ்வாறு பேணப்படுகின்றது என்பதைக் கூறுகிறது. ஊர்ப்பெயர்களுக்கான வேர்ச்சொற்களை விளக்கிய போதிலும், அதில் மட்டும் ஆழ்ந்து போகாமல், அந்த பெயரிடலின் வழியாக எத்தகைய மரபுகள் வாழ்த்தப் பெறுகின்றன என்பதையே முதன்மையாக விவரிக்கிறது. தமிழரின் பண்பாடு, ஆதித் தொழில்கள், திணைநில வாழ்வியல், மொழி ஆகிய பல்வேறு கூறுகள் அடிப்படையில் ஈழத்தின் ஊர்ப்பெயர்கள் அமைந்துள்ளன. இவ்வூர்ப் பெயர்கள் சில தமிழ்நாட்டின் ஊர்ப்பெயர்களுடன் ஒற்றுமை கொண்டிருந்தாலும், மற்ற சில தனித்தன்மையுடனும் காணப்படுகின்றன.

இலங்கைத் தீவில் நடைபெற்று வந்த தமிழ்த் தேசிய விடுதலைப் போராட்டத்தால், 'ஈழம்' என்ற சொல் தற்போது தீவின் வடக்கு, கிழக்குப் பகுதிகளைக் குறிப்பதாகக் கருதப்பட்டாலும், ஆதியில் அது முழு இலங்கைத் தீவையே குறித்தது. அந்த வகையில், முழுத்தீவையும் சார்ந்த தமிழ் பெயரிடல்களையே இந்தக் கட்டுரை ஆய்வு செய்யவுள்ளது. நான் பிறந்து வளர்ந்த ஊர் சார்ந்த பகுதிகள் மீது சிறிது கூடுதல் கவனம் செலுத்தினாலும், ஈழம் முழுவதிலும் உள்ள தமிழ்ஊர்களின் பெயரிடலைப் பற்றிய பெருமையையும் இந்தக் கட்டுரை வெளிப்படுத்தும்.

ஈழம்

ஈழம் என்ற சொல்லானது இயல்புச் சொல்லா, வேற்று மொழி யிலிருந்து வந்து திரிபடைந்த சொல்லா என்ற வாதம் இலங்கையில் உண்டு. சிஹலம் அல்லது கெல என்ற வேற்று மொழிச் சொல்லின் திரிபே 'ஈழம்' என்போருள்ளனர். சிங்களத்திலிருந்து வந்து மருவிய சொல்லே 'ஈழம்' என்போரும் உள்ளனர். இவர்களின் கருத்துகளை முறியடித்து, 'ஈழம்' என்ற சொல் இயல்பான தமிழ்ச் சொல்லே என்பதனை நிறுவ எம்மிடம் கல்வெட்டுச் சான்று, இலக்கியச் சான்று, வேர்ச்சொல் விளக்கம் என்பன போதியளவில் இருக்கின்றன. தமிழில் ஈழம் என்ற சொல்லானது பட்டினப்பாலை என்ற சங்க இலக்கியத்திலேயே காணக் கிடைக்கின்றது.

 ஈழத்து உணவும் காழகத்து ஆக்கமும்
 அரியவும் பெரியவும் நெரிய ஈண்டி (பட்டின. 191-192)

மேலுள்ள பாடலில் 'ஈழத்து உணவு' எனக் குறிக்கப்படுவது 'பனாஅட்டு' (பனாட்டு) எனப்படும் பனங்கள்ளியிலிருந்து செய்யப்படும் ஓர் உணவுப்பொருளாகும். பனைவெல்லத்தில் செய்த வெல்லத்தைத் தொல்காப்பியம் 'பனாஅட்டு' எனச் சொல்வதும் நோக்கத்தக்கது. இன்றும் ஈழத்திலிருந்து பனாஅட்டு புலம்பெயர் தமிழர் வாழும் நாடுகளுக்கு ஏற்றுமதி செய்யப் படுகின்றது என்பது ஒரு பெரும் மரபின் தொடர்ச்சியாகும்.

ஈழத்துப் பூதந்தேவனார் என்றொரு சங்ககாலப் புலவரே உண்டு. இவர் ஈழத்திலிருந்து மதுரைக்குச் சென்று பாடல்களைப் பாடியுள்ளார். இவருடைய பாடல்களாக அகநானூறு 88, 231, 307, குறுந்தொகை 189, 343, 360, நற்றிணை 366 என்பன சங்க இலக்கியத் தொகுப்பினுள் இடம்பெற்றுள்ளன.

மதுரை மாநகருக்குத் தெற்கே ஐந்து கல் தொலைவிலுள்ள திருப்பரங்குன்ற மலையிலுள்ள குகையிலுள்ள கல்வெட்டிலுள்ள வரியொன்று பின்வருமாறு அமையும்.

 எருக்கோடூர் இழ குடும்பிகன் போலாலையன்
 செய்த ஆய்சயன நெடு சாதன(ம்)

இதற்கு இலங்கை (ஈழம்)யிலிருந்து வந்து எருக்கோட்டூரில் வசிக்கிற குடும்பிகனான போலாலையன் இந்தக் குகையின் கற்படுக்கைகளை அமைத்தான் என்று டி. வி. மகாலிங்கம் என்ற

அறிஞர் பொருள் கூறுகின்றார். மேற்கூறிய சான்றுகளிலிருந்து 'ஈழம்' என்ற சொல்லானது சங்க காலத்திலிருந்து புழங்கி வருகின்ற ஒரு தமிழ்ச் சொல்லேயாகும் என்பது தெளிவாகின்றது. இனி ஈழம் என்ற சொல்லானது எவ்வாறு பிறந்தது எனப் பார்ப்போம்.

ஈழ்தல் என்றால் இறங்குதல் என்றொரு பொருளுண்டு. தமிழ்நாட்டிலிருந்து பார்த்தால் இலங்கைத் தீவானது கீழே இறங்கியே இருக்கின்றது. 'இழிவு' என்ற சொல்லும் இறங்கி யிருத்தல் என்ற பொருளிலேயே ஆதியில் வழங்கப் பெற்று வந்தது (எடுத்துக்காட்டாக, 'குன்று இழி அருவியின் வெண் தேர் முடுக' = குன்றிலிருந்து இறங்கும் அருவியைப் போன்று வெண்மையான தேர் விரைந்து செல்ல-குறுந். 189: 2). 'நீரிழிவு' என்ற நோயின் பெயரும் 'நீர் இறங்குதல்' என்ற பொருளிலேயே அமைவதையும் நோக்குக.

இழிவு > ஈழ் > ஈழம்

இதுவே ஈழம் என்ற சொல்லுக்கான வேர்ச்சொல் விளக்கமாகும். கேரளத்தில் (சங்ககாலத்துச் சேர நாட்டில்) மரங்களிலிருந்து கள்ளு இறக்குபவர்களை இன்றும் ஈழவர் என அழைப்பதை நாம் இந்த வேர்ச்சொல் விளக்கத்துக்கான சான்றாகக் காட்டலாம். பிற்காலச் சோழர்களின் (இராசராச-இராசேந்திர சோழர்களின்) அரசாணைகளில் பல்வேறு வகையான குடியிருப்புப் பகுதிகள் சொல்லப்படுகின்றன. அதாவது ஊர்நத்தம், பறைச்சேரி, கம்மாணச்சேரி போன்ற குடியிருப்புப் பகுதிகள் சொல்லப் படுகின்றன, அவ்வாறான குடியிருப்புப் பகுதிகளில் *ஈழச்சேரி* என்பதும் ஒன்றாகக் காணப்படுகின்றது.

கள் இறக்குவதைத் தொழிலாகக் கொள்வோர் வாழ்ந்த ஊர்ப் பகுதியே *ஈழச்சேரி* என அரசாணை குறிப்பிடுகின்றது. இதுவும் ஈழம் என்ற சொல்லின் சொற்பிறப்பை மேலும் உறுதிப் படுத்தும். எனவே இறங்கியிருத்தல் என்பதன் பொருளிலேயே ஈழம் என்ற சொல் உருவாகியுள்ளது என்பது தெளிவாகின்றது. ஈழத்தின் பெயரிடலே எவ்வாறு புவியியல் அறிவைக்கொண்டு சங்க காலத்திலேயே தோன்றியுள்ளது எனப் பார்த்தீர்களா!

ஈழத்தின் கிளிநொச்சி மாவட்டத்தின் பூநகரிப் பிரதேச செயலாளர் பிரிவிலுள்ள ஊர் ஒன்றின் பழைய பெயரும் இங்கு நோக்கத்தக்கது. அந்த ஊரின் பழைய பெயரானது 'ஈழவூர்' என்பதாகும் (இன்று 'வேரவில் ' என அழைக்கப்பட்டாலும் அதன் ஆதிப் பெயர் 'ஈழவூர்' என்பதே). ஈழவூர் என்ற ஊர் அமைந்துள்ள பூநகிரிப் பகுதியானது தொல்லியல் முதன்மை வாய்ந்த ஊராகும். குறுங் கற்காலப் பண்பாட்டுக்குரிய எச்சங்களை நாம் யாழ்ப்பாணத்தில் காண முடியாது, மாறாகப் பெருங் கற்காலப் பண்பாட்டையே யாழ்ப்பாணத்தில் காணலாம். யாழ்ப் பாணத்துக்கு மிகவும் அருகிலேயே குறுங்கற்காலப் பண்பாட்டு எச்சங்களை இந்த 'ஈழவூர்' அமைந்துள்ள பூநகிரிப் பகுதியில்தான் காணக்கூடியதாகவுள்ளது. இதைப் போன்ற பல தொன்மைகள் மிக்க இந்த ஈழவூரின் பெயரின் முன்னொட்டான 'ஈழம்' என்ற பெயரினையும்; பின்னொட்டான 'ஊர்' என்ற பெயரினையும் உலகின் தொன்மைவாய்ந்த சுமேரிய நாகரிகத்தின் இரு பகுதிகளின் பெயர்களாகவும் காணலாம் என நீங்கள் அறிந்தால் வியந்து போகக்கூடும்!

Elam (ஈலம்-ஈழம்), *Ur* (ஊர்) ஆகிய இரண்டும் சுமேரிய நாகரிகத்தின் முதன்மையான இரு பகுதிகளின் பெயர்களாகும். இத்தகைய 'ஈழவூர்' (ஈழம்+ஊர்) என்ற ஊரானது கிளிநொச்சி மாவட்டத்தில் பூநகரிப் பகுதியில் தொல்லியல் முதன்மை வாய்ந்ததாக இருப்பதில் வியப்பேது. இங்கு ஈழவூர் சார்ந்து மக்களிடையே வழக்கிலுள்ள இரு செவிவழிக் கதைகளையும் குறிப்பிட வேண்டும். முதலாவதாக, நாம் இந்தக் கட்டுரையில் ஏற்கனவே பார்த்த 'ஈழத்துப் பூதந்தேவனார் ' என்ற சங்க காலப் புலவர் இந்த ஊரைப் பிறப்பிடமாகக் கொண்டவர் என்பது ஒரு கதையாகும். மற்றையது பொஆமு 205 -161 வரை அனுராத புரத்தைத் தலைநகராகக் கொண்டு இலங்கையை ஆட்சி செய்த தமிழ்மன்னனான எல்லாளன் பிறந்த ஊர் இதுவென்பதாகும்.

எல்லாளன் தமிழ்நாட்டிலிருந்து இங்கு வந்து அரசாண்ட சோழ மன்னன் என மகாவம்சம் குறிப்பிடும் போதும், இங்குள்ள மக்களில் பலர் எல்லாளன் ஈழவூரினைப் பிறப்பிடமாகக் கொண்டவன் எனவும், அதற்குச் சான்றாக வவுனிக்குளத்தை அவன் குறுநில மன்னனாக இருந்தபோது கட்டியதையும்

கூறுவர் வவனிக்குளம் ஈழவூருக்கு அருகிலேயே உள்ளது. இங்கு எல்லாளன் எனும் அரசனாலேயே வவுனிக்குளம் தொடக்கத்தில் கட்டப்பட்டதாகப் பார்க்கர் என்ற ஆங்கில அறிஞர் கூறுவதும் நோக்கத்தக்கது. இந்தச் செவிவழிக் கதைகள் எவ்வாறாயினும் 'ஈழவூர்' என்ற ஊர் தொன்மையானது என்பதுடன் அந்த ஊரின் பெயரிடல் ஆழமான பொருள் கொண்டது என்பதிலும் ஐயம் இல்லை.

'ஈழம்' என்ற சொல்லினைக் குறிக்கும் 'இலங்கை' என்ற சொல்லும் இயல்பான தமிழ்ச் சொல்லே! இதுவும் இத் தீவின் புவியியல் சார்ந்த பெயரிடலே. நட்ட நடுக் கடலுக்கு நடுவே மாங்காய் போல இலங்குவதால் (மின்னுவதால்) இலங்கை எனப் படுகின்றது. 'இலங்கு எயிற்று ஏஎர் இன் நகை மகளிர்' என்ற நற்றிணைப் பாடலின் (நற்றிணை 267: 3) பொருளான 'ஒளிரும் பற்களையுடைய அழகிய இனிய நகையினை உடைய மகளிர்' என்பதனை ஆழ்ந்து பார்த்தால், 'இலங்குவதால்' ஏற்பட்ட இலங்கை என்ற சொற்பிறப்பு விளங்கும். புறநானூற்றுப் பாடல் வரியொன்றில் 'இலங்கை' (மாவிலங்கை என்றும் சொல்வர்) என்ற ஒரு நிலத்தின் பகுதியாகத் தமிழ்நாட்டிலுள்ள ஒரு நிலப்பகுதி குறிப்பிடப்படுவதும்; இலங்கை என்ற சொல் தமிழ்ச்சொல்லே என்று எமக்குத் தெளிவாகக் காட்டும் (புறம் 379:6, நெல் அமல் புரவின் இலங்கை கிழவோன்...) வழமை போலவே 'இலங்கை' என்ற சொல்லானது 'லங்கா' என்ற பிற மொழிச் சொல்லின் வழிவந்ததே என அடம் பிடிப்போருண்டு. அவர்களை விட்டுவிடுவோம். 'ஈழம்', 'இலங்கை' என்பன ஆழமான மரபு சார்ந்த தமிழ்ப் பெயரிடல்களே என்பதில் நாம் ஐயம்கொள்ளத் தேவையில்லை.

யாழ்ப்பாணம்

அடுத்ததாக ஈழத்திலுள்ள யாழ்ப்பாணம் என்ற பெயரிடலைப் பார்ப்போம். ஏனெனில் யாழ்ப்பாண மாவட்டத்தைச் சார்ந்தவனே நான். யாழ்பாடி எனும் கண்பார்வையற்ற பாணன் ஒருவன் யாழில் இசைபாடிப் பரிசாகப் பெற்ற ஊர் என்றபடியால், யாழ்ப்பாணம் பெயர் வந்தது எனப் பதினெட்டாம் நூற்றாண்டின் இறுதிப் பகுதியில் இயற்றப்பட்ட *யாழ்ப்பாண வைபவமாலை*

என்னும் நூல் கூறுகின்றது. பொது ஆண்டு 1736 அளவில் அந்தக் காலத்திலிருந்த ஒல்லாந்த அதிகாரி என நம்பப்படும் மேக்கறூன் என்பவரின் வேண்டுகோளுக்கிணங்க மயில்வாகனப் புலவர் என்பவரால் எழுதப்பட்டதே *யாழ்ப்பாண வைபவ மாலை.*

'பாவலர்கள் வேந்தன் பகருமி யாழ்ப்பாணன், காவலன் தன் மீது கவிதை சொல்லி...' எனக் கைலாயமாலையும் பாடும். ஆனால் இது ஒரு புனைகதைதான் என்று சொல்வோரும் உள்ளனர். யாழ்ப்பாண வைபவமாலை இதற்குமுன் சொல்லும் புராணக் கதைகள் (இராம-இராவணப் போர், விசயன் கதை...) போலவே இதையும் கொள்ள வேண்டியுள்ளது. ஞானப்பிரகாசர் போன்றவர்கள் இன்னொரு கதையைச் சொன்னார்கள். அவர் 'யாப்பானே' அல்லது 'யாப்பான பட்டனே' என்ற சிங்களச் சொல்லிலிருந்து வந்ததே 'யாழ்ப்பாணம்' எனச் சொல்லிவிட்டார் (ஞானப்பிரகாசர் பல தமிழ் ஊர்ப்பெயர்களையும் இவ்வாறு சிங்களத்தின் வழி வந்ததாகக் கூறுவார். தமிழ்நாட்டில் வையாபுரிப்பிள்ளை பலவற்றில் வடமொழியைத் தூக்கிப் பிடிப்பது போன்றே, ஈழத்தில் ஞானப்பிரகாசரின் ஆய்வுகள் சிலவற்றையும் கொள்ள வேண்டியுள்ளது). இந்தக் கதைகளை ஒரு புறம் வைத்துவிட்டு, 'யாழ்ப்பாணம்' என்ற சொல் பழந்தமிழ் இலக்கியங்களில் எங்கெல்லாம் பயன்படுத்தப் பட்டுள்ளது எனப் பார்ப்போம்.

எவ்வி இழந்த வறுமை யாழ்-பாணர்
பூ இல் வறும் தலை போலப் புல்லென்று (குறுந். 19: 1-2)
(எவ்வி என்ற வள்ளலை இழந்ததால் வறுமையுற்ற யாழ்ப்பாணரின்)
பொற்பூ இல்லாத வெறும் தலை போல, பொலிவின்றிநீ
முல்லை நல் யாழ்ப்பாண மற்று எமக்கே மேல்
சொல்லு-மதி பாணச் சொல்லு-தோறு இனிய (ஐங்குறு. 478-479)
முல்லைப்பண்ணை இனிதாகப் பாடும் நல்ல யாழையுடைய பாணனே! மீண்டும் எனக்குச் சொல்லுவாய் பாணனே! ஒவ்வொரு முறை சொல்லும்போதும் அது இனிக்கிறது!

தொல் இயல் புலவ நல் யாழ்ப்பாண
மாலை செல்வ தோலா கோட்ட (பரிபா. 3: 86-87)
(தொன்மை இயல்புகளை அறிந்தவனே! நல்லமுறையில் யாழிசைக்கும் பாணனே!)

குறிப்பாக 'யாழ்ப்பாண் மகனே' என்ற சொல்லாடலானது திணைமாலை எனும் பதினெண்கீழ்கணக்கு நூலில் பல இடங் களில் காணப்படுகின்றது.

பாலையாழ்ப் பாண்மகனே! பண்டுநின் நாயகற்கு
மாலையாழ் ஓதி வருடாயோ? - காலையாழ்
செய்யும் இடமறியாய் சேர்ந்தாநின் பொய்ம்மொழிக்கு
நையும் இடமறிந்து நாடு *(133-1)*

மேலும் *124-1, 125-1, 126-1, 136-1, 150-1, 151-3* ஆகிய பாடல்களில் திணைமாலையில் 'யாழ்ப்பாண் மகனே' என்ற சொல்லாடல் இடம்பெறுகின்றது.

'கொளை புணர் சீர்வல்ல நல்லி யாழ்ப் பாணர் - தம் முன்றில் நிறைந்தன!' எனச் சிலம்பும் யாழ்ப்பாணர் என்ற சொல்லினைப் பதிவு செய்கின்றது. இவ்வாறான காலப்பகுதிகளில் சிங்களம் என்றொரு மொழியே தோற்றம் பெற்றிருக்கவில்லை என்பது நோக்கத்தக்கது. அதேவேளை மேலுள்ள பாடல்கள் எதிலும் *யாழ்ப்பாணம்* என்பது ஒரு இடத்தின் பெயராகக் குறிப்பிடப் படவில்லை என்பதும் நோக்கத்தக்கது. பதினைந்தாம் நூற்றாண்டு அளவில் அருணகிரிநாதர் எழுதிய திருப்புகழிலேயே குறித்த ஓர் இடம் *யாழ்ப்பாணம்* என்ற சொல் இடம் பெற்றுள்ளது.

ஏற்போர் தாம்வந்து இச்சையின் மகிழ்வொடு
வாய்ப்பாய் வீசும் பொற்பிரபை, நெடுமதிள்
யாழ்ப்பாணாயன் பட்டினம் மருவிய பெருமாளே.

இங்குக் குறிப்பிடப்படும் பட்டினம் எது? பட்டினம் என்பதால் அது ஒரு கடற்கரையைக்கொண்ட துறைமுக நகராகவே இருந்திருக்க வேண்டும் 'பட்டினம் = கடற்கரை ஓரத்து நகரம், பட்டணம் = வள நகரம், வேறுபாடு உண்டு.' இது தமிழ் நாட்டிலிருந்த ஒரு கடற்கரையோர நகராகவே இருந்திருக்கும் என்பது அறிஞரின் கருத்தாகும்.

பதினேழாம் நூற்றாண்டிற்குரிய திருமாணிக்குழிக் கல் வெட்டில் தென்னிந்தியாவில் *யாழ்ப்பாணம்* என்ற இடப்பெயர் பொறிக்கப்பட்டுக் காணப்படுகின்றது. இத்தகைய தொன்மை வாய்ந்த கல்வெட்டுச் சான்று எதுவும் யாழ்ப்பாணம் என்ற பெயர் குறித்து ஈழத்தில் இல்லை. எனவே தமிழ்நாட்டிலிருந்த இந்தப்

பெயர் ஒருவேளை ஈழத்துக்கு வந்திருக்கலாம். அவ்வாறு தமிழ் நாட்டிலிருந்து ஈழத்துக்கு வந்த ஊர்ப்பெயர்ப் பட்டியல் ஒன்றேயுண்டு (திருநெல்வேலி, நல்லூர் முதல் கிளிநொச்சி யிலுள்ள இராமநாதபுரம்). இவ்வாறு மக்கள் இடப்பெயர்வின் போது ஊர்களின் பெயர்களையும் காவி செல்வதற்குத் தமிழரிடம் மட்டுமன்றி, பிற இனங்களிடம்கூடச் சான்றுகளைக் காணலாம். அவ்வாறாயின், தமிழ்நாட்டிலுள்ள அந்த ஊர்ப்பெயர் எவ்வாறு வந்திருக்கும்? உறுதியாக யாழ் இசைத்துப் பாடும் பாணர் நிறைந்திருந்த ஊர் என்பதாலேயே ஏற்பட்டிருக்கக்கூடும்.

தமிழ்நாட்டிலிருந்து அப் பெயர் வந்திருப்பதற்கே வாய்ப்புகள் அதிகம். இல்லாதவிடத்து, யாழ் இசைத்துப் பாடும் பாணர் நாகநாட்டில் வாழ்ந்தமையாலும் அந்தப் பெயர் ஈழத்தில் ஏற்பட்டுப் பின்னர்த் தமிழ்நாட்டுக்குப் போயிருக்கலாம். எது எப்படியோ யாழ் இசைத்துப் பாடும் பாணர் நிறைந்திருந்தமை யாலேயே 'யாழ்ப்பாணம்' என்ற பெயர் ஏற்பட்டிருந்தது. 'பாணர்' என்ற சிறந்த குடியானது பிறகு தோன்றிய சாதியடுக்குகளில் கீழே வைக்கப்பட்டதால், தமது மூதாதையர் பாணர் என்பதை மறைக்க 'யாழ்பாடி' கதை புனையப்பட்டிருக்கலாம்.

யாழ்ப்பாணம் என்ற பெயர் பிற்காலத்தைச் சார்ந்த ஒன்றாக இருக்கலாம். ஆனால் இங்குப் பெருங்கற்காலம் முதல் தமிழர் வாழ்ந்து வந்துள்ளனர். இப் பகுதியானது மணற்றி, நாகநாடு நாகநாடு-நாகதீவு-நாகபூமிநீ, மணிபுரம், மணி நாகபுரம் எனப் பல்வேறு பெயர்களில் அழைக்கப்பட்டிருந்தமை குறிப்பிடத் தக்கது. இத்தகைய பெயர்களில் நாகர்களோடு தொடர்புடைய பெயர்கள் முதன்மையானவை. ஏனெனில் நாகர் என்ற பழங் குடியினரே இன்றைய தமிழர் என்பது பல ஆய்வாளர்களின் முடிவாகும்.

வலிகாமம்

யாழ் மாவட்டத்தில் வலிகாமம் என்ற பகுதியைச் சேர்ந்தவன் நான் என்ற வகையில் *வலிகாமம்* என்ற பெயரைப் பார்ப்போம். வலிகாமம் (வலி+காமம்) என்ற பெயரின் முன்னொட்டான 'வலி' என்ற சொல்லினை முதலில் பார்ப்போம் . 'வெலி' என்ற சிங்களச் சொல்லில் இருந்தே 'வலி' வந்தது எனப் பலர்

சொல்வார்கள். அது தவறு என்றே நான் நினைக்கின்றேன். தமிழில் வாலுகம் என்றொரு சொல்லுண்டு.

வாலுக மீது வண்ட லோடிய காலில் வந்து (திருப்பு. 82) (பொருள்: வெண்மணலின் மீது வண்டல் ஓடிய வாய்க்கால் வழியாக வந்து). 'வால்' என்றால் வெண்மை என்றொரு பொருளுமுண்டு (குறள் 1121: பணிமொழி வாலெயிறு) மண்ணினை (ஆற்று கடல்) நீர் கழுவி, வெண்ணிறமாவதால், மணலானது 'வாலுகம்' எனத் தமிழில் அழைக்கப்படுவதும் நோக்கத்தக்கது. இந்த வால் பின்வருமாறு திரிபடைந்து சிங்களத் துக்குச் சென்றது.

வாலி > வலி > வெலி (பாரிய > பெரிய என்பது போன்று). எனவே 'வலி' என்ற முன்னொட்டுத் தமிழே, அதன் பொருள் மணல் என்பதாகும். இங்கு மணற்றி என்ற பழைய இவ்விடத்தின் பெயரும் எமது வாதத்துக்கு வலுச் சேர்க்கும்.

காமம் என்ற பின்னொட்டு மிகவும் முதன்மையானது என்பதால், அதைத் தனியே பின்னர் ஒரு துணைத் தலைப்பினுள் விரிவாகப் பார்ப்போம். இப்போதைக்கு 'காமம்' என்ற சொல் இங்கு மக்கள் சேர்ந்து வாழுமிடம் என்ற பொருளில் வழங்கப் பெறுகின்றது என்பதனை மட்டும் குறித்துக் கொள்வோம்.

தெல்லிப்பழை

நான் வலிகாமம் பகுதியிலுள்ள தெல்லிப்பழை எனும் பேரூர்ப் பகுதியைச் சேர்ந்தவன். *பழை* என்ற சொல் *பழனம்* என்ற பழந்தமிழ்ச் சொல்லிருந்து வந்திருக்க வேண்டும். 'பழன மஞ்ஞை உகுத்த பீலி' (புறம். 13:10) எனப் புறநானூறு பாடும். இதன் பொருள்: வயலிடத்து மயில் உதிர்த்த பீலி என்பதாகும். இங்குப் பழனம் என்பது 'வயல்' என்பதைக் குறிக்கும்.

பழனம் என்பது நீர்நிலை என்ற பொருளில் வரும் *(குறுந் தொகை 8: 2:)* 'பழன வாளை கதூஉம் ஊரன்' = 'பொய்கையின் வாளைமீன் கவ்வும் ஊரையுடைய தலைவன்.' 'தெல்லு' என்பதற்குப் பலவாறு பொருள் கொள்ளலாம். எனினும் நெடும் பாத்தி என்ற விளக்கமே பொருந்திப் போகிறது. எனவே நெடும் பாத்தி களையுடைய வயலைக்கொண்ட ஊர் என்பதே 'தெல்லிப் பழை'

எனலாம். இங்குத் தெல்லிப்பழை என்ற பேரூரின் அருகேயுள்ள இரு சிற்றூர்களின் பெயரிடல்கள்கூட வயல்சார்ந்து இருப்பதை நோக்கலாம்.

முதலாவதாக, *அம்பனை* என்ற ஊரை நோக்குவோம். இன்று பொதுவாக *அம்பனை* எனச் சொல்லப்படும் ஊரின் உண்மையான பெயர் *அம்பணை* (மூன்று சுழி 'ண') என 'இடம்பெயர் ஆய்வு' ஒன்றில் பேராசிரியர் இ. பாலசுந்தரம் கூறுகின்றார். 'அம்பண்ணை என்பதே இடைக்குறையாய் அம்பணையாயிற்று. 'அம்=அழகு' பண்படுத்தியதால், அப்பண்ணை நிலம் அழகு பொருந்த பெற்று 'அம்பண்ணை' என வழங்குவ தாயிற்று என மேலும் கூறுகிறார். இங்குப் பின்வரும் புறநானூற்றுப் பாடலும் நோக்கத்தக்கது. 'பெரும் தண் பணை பாழ் ஆக' (புறம் *16:16*) என்ற பாடலில் பணை என்ற சொல் மருத நிலம் என்ற பொருளில் வருகின்றது.

ஆம், உண்மையில் இந்த ஊர் அழகிய (அம்) வயல்களை (மருத நிலம்) உடைய ஊர்தான். இங்குதான் நான் படித்த பள்ளிக்கூடம் (மகாசனக் கல்லூரி) உள்ளது. அழகிய வயல் சூழ அமைந்த பள்ளிக் கூடம். இரண்டாவதாக 'அளவெட்டி' என்ற ஊரை எடுத்தால், அளவாக (வாய்க்கால்/கால்வாய்/வடிகால்) வெட்டப்பட்ட ஊர் 'அளவெட்டி' என்றபொருளில் அந்தப் பெயரிடல் அமையும்.

மழைக் காலங்களில் காணிகளிலே தேங்கி நிற்கும் மழைநீர், வடிந்தோடும் பொருட்டுப் பல அளைகள் (கால்வாய்கள்) இங்கு வெட்டப்பட்டு, அவை வழுக்கியாற்றுடன் தொடுக்கப்படுதல் வழக்கம். அந்த வகையிலேயே 'அளவெட்டி' என்ற பெயரிடல் அமைந்துள்ளது. மேற்கூறிய வகையில் வேளாண்மைத் தொழில் மற்றும் நீர்ப்பாய்ச்சல் முறைகளை அடிப்படையாகக்கொண்டு இந்தப் பகுதியின் பல ஊர்களின் பெயர்கள் அமைந்துள்ளன.

விழிசிட்டி

விழிசிட்டி என்பதே எனது சிற்றூரின் பெயராகும். தெல்லிப்பழை என்ற பேரூரின் ஒரு பகுதியாக விழிசிட்டி அமைந்துள்ளது. இப் பெயருக்கும் வழமை போல ஒரு புராணக்கதை உருவாக்கி விட்டார்கள்: அந்தக் கதையின்படி, 'இவ்விடத்தில் வாழ்ந்த

ஒரு மூதாட்டி ஒருவர்க்குக் கண்பார்வை குறைந்துபோயிற்று, அதனால் அவர் சில காலமாக வைரவப் பெருமானை மெய்யன் போடு வணங்கி வந்தார். வைரவர் திருவருளால் அவருக்குக் கண்பார்வை மீண்டும் கிடைப்பதாயிற்று. அதனால் அவர் வழிபட்ட அருள்மிகு வைரவப் பெருமானுக்கு 'விழிதீட்டி ஞானவைரவர்' என்ற பெயரும் சூட்டப்பட்டது. காலகதியில் கோயிலைச் 'சூழ்ந்து ஊர்ப் பகுதி முழுவதும் விழிதீட்டி என வழங்கப்பட லாயிற்று' எனப்படுகின்றது.

இந்தப் புராணக்கதை பகுத்தறிவுக்குப் பொருந்தாது. இங்கு ஊர்ப்பெயரின் பின்னொட்டைப் பிற ஊர்களுடன் தொடர்பு படுத்திப் பார்ப்பது எமக்கு ஒரு விளக்கத்தைத் தரும். இ. பால சுந்தரம் அவர்கள் பின்வருமாறு கூறுகின்றார்.

> *இட்டி, சிட்டி* என்பன ஈற்றுப் பெயர்களாகும். இடு, இட்டி ஆயிற்று. இடு = தங்குதல், இட்டி= தங்கி வாழும் இடம் என்ற பொருளில் வந்தது. மயிலிட்டி, பேர்சிட்டி, குரும்பசிட்டி, தம்பசிட்டி, களைசிட்டி எனவாயிற்று. அதாவது இட்டி/சிட்டி என்பது 'இடுதல்' என்ற பொருளில் தங்கி வாழுமிடத்தைக் குறிக்கும். இந்த வகையிலேயே விழிசிட்டியையும் பார்க்க வேண்டும் என்பது எனது கருத்தாகும்.

இப்போது 'சிட்டி' என்ற பின்னொட்டுத் தெளிவானது (வாழு மிடம்). 'விழி' என்பதையே பார்க்க வேண்டும். 'விழி' என்பதற்கு ஞானம் என்ற பொருளுமுண்டு. 'விழக்கண்டும் தேறார் விழியிலா மாந்தர்' (திருமந். 177). எனவே 'அறிவுடையோர் வாழுமிடம்' என்ற பொருளிலே எமது சிற்றூர் *விழிசிட்டி* என்ற பெயர் பெற்றுள்ளது.

இங்கு எமது சிற்றூருக்கு அருகேயுள்ள மற்றொரு சிற்றூரான 'பன்னாலை' என்ற ஊரின் பெயரினையும் பார்த்துவிடுவோம்.

> பன்னல்/ பன்னு + ஆலை >>> பன்னாலை

'பன்னல்' என்றால் 'பஞ்செஃகுகை' என்ற பொருளுண்டு. எடுத்துக்காட்டாக, பின்வரும் பாடலைச் சொல்லலாம்.

> பன்னலம் பஞ்சிக் குன்றம்
> படரெரி முகந்த தொப்பத் (*சீவக சிந்தாமணி*)

பருத்தி நெய்யும் தொழிற்சாலையுள்ள ஊர் என்ற வகையில்

எமது அயலூர் 'பன்னாலை' எனப்படும். இங்குப் புகழ்பெற்ற பருத்தி நெய்யும் ஒரு தொழிற்சாலை இருந்ததாக மக்களிடம் ஒரு செவிவழிக் கதையுமுண்டு. எனவே வேளாண்மைக்குப் புறம்பாகக் கைத்தொழில் சார்ந்த தொழில்களை அடிப்படையாகக் கொண்ட பெயரிடல்களும் உண்டு என்பதற்குச் சான்றாக 'பன்னாலை' என்ற ஊரின் பெயர் அமைந்துள்ளது.

இனி பொதுவாக ஈழத்து ஊர்ப்பெயர்களின் பின்னாலுள்ள சில முதன்மையான மரபு சார்ந்த செய்திகளைப் பார்ப்போம். அந்த வகையில் ஈழத்தில் பல ஊர்களின் பெயர்கள் 'காமம்' என்ற பின்னொட்டுடன் முடிவுறும். அதைச் சற்று விரிவாகப் பார்ப்போம்.

கமம் > காமம்

கதிர்காமம், கொடிகாமம், வீமன்காமம், பனங்காமம், வலிகாமம் எனப் பல ஊர்களின் பெயர்கள் 'காமம்' என்ற பின்னொட்டுடன் முடிவுறுவதைக் காணலாம். இந்தக் 'காமம்' என்ற சொல்லானது கமம் என்ற சொல்லின் அடி வந்தது (கொள் > கோள், மின் > மீன் போன்று குறில் நெடிலாகி கமம் > காமம் ஆகியது). கமம் என்பது 'கம்' என்ற வேர்ச்சொல்லின் வழிவந்தது. இங்கு 'கம்' என்ற சொல்லுக்கு நீர் என்பதே பொருளாகும். கமலை எனும் பறிகட்டி நீர் இறைக்கும் பழைய நுட்பம் மற்றும் கம்மாய் எனும் நீர் பாய்ச்ச உதவும் நீர்நிலை என்பன 'கம்' என்ற வழி வந்தது. 'கம்' என்ற நீரினைக் குறிக்கும் வேர்ச்சொல்லுடன் 'அம்' எனும் அழகு விகுதி பெற்றுக் கமம் என்ற சொல் பிறக்கின்றது.

கம் + அம் = கமம்

இந்ததக் கமம் என்பதற்கு வேளாண்மை/உழவு என்ற பொருள் உண்டு. நீரை அடிப்படையாகக் கொண்டதுதானே வேளாண்மைத் தொழில். அந்த வகையிலேயே உழவுத்தொழிலினைக் கமம் என்பர். நாம் சிறுவர்களாகவிருந்தபோது ஈழத்தில் 'கமம்' என்ற சொல்லே பரவலடைந்திருந்தது. ஆவணங்களில்கூட, 'கமக் காரன்', 'கமத்தொழில்' என்ற சொற்களே பரவலடைந்திருந்தன. 'கந்தன் நல்ல கமக்காரன், காய்கறித் தோட்டம் செய்திடுவான்' என்பது குழந்தைகளுக்கான பாடலில் ஒன்றாகும். இப்போ தெல்லாம் 'விவசாயம்' என்ற பிற மொழிச் சொல்லானது கமம் என்ற அருந் தமிழ்ச் சொல்லை ஈழத்திலும் மறைத்துவிட்டது.

கமம் என்பதற்கு வேளாண்மைக்குப் புறம்பாகச் சேருதல்/ முழுமையாதல் என்ற பொருளுமுண்டு. 'கமஞ்சூல் மாமழை' எனச் சங்க இலக்கியப்பாடலும் (திருமுருகாற்றுப்படை 7), 'கம நிறைந்தியலும்' எனத் தொல்காப்பியமும் (தொல்காப்பியம் 2-8-58: கமம் நிறைந்து இயலும்) பாடுவது இதன் பொருளில் தான். நீர்நிலைகளிலுள்ள இடங்களில்தானே மக்கள் சேர்ந்து வாழுவர், ஆற்றங்கரையோரங்களில்தானே நாகரிகங்கள் பிறந்தன. அந்த வகையிலேயே 'கமம்' என்பது மக்கள் வாழுமிடங் களையும் குறிக்கும். பின்பு ஏற்கனவே சொன்னது போல குறில் நெடிலாகி, கமம் என்பது காமம் ஆகி, மக்கள் வாழுமிடங் களைக் குறிக்கும். இந்தக் காமம் என்ற சொல்லே சமற்கிரதத்தில் 'கிராமம்' எனவும், பாளி மொழியில் 'காம' எனவும் வழங்கப் படுகின்றது. பாளி மொழிவழியே சிங்களத்திலும் இந்தக் 'கம' என்ற சொல் புழங்குகின்றது. *வெலிகம, பியகம, நொச்சியா கம* எனப் பல்வேறு சிங்கள ஊர்களின் பெயர்கள் 'கம' என முடிவுறுகின்றது. இவற்றின் மூலமும் தமிழே!

ஏற்கனவே பார்த்தபடி ஈழத்தின் பல ஊர்களின் பெயர்கள் கதிர்காமம், கொடிகாமம், வீமன்காமம், பனங்காமம், வலிகாமம், பழுகாமம் என முடிவுற்றாலும், திருக்கோணமலையிலுள்ள தம்பலகாமம் என்ற ஊரின் பெயரானது சிறப்புமிக்கது. *தம்பல காமம்* என்பதிலுள்ள 'தம்பல்' என்ற முன்னொட்டுக்குப் பண் படுத்தப்பட்ட வயல் என்பது பொருளாகும். தம்பலடித்தல் என்பது கடுமையான நிலத்தை மழைக்குப் பிறகு உழுது பண்படுத்து கின்ற ஒரு செயலைக் குறிப்பது இங்கு நோக்கத் தக்கது. இப்போது இந்தத் 'தம்பல்' என்ற முன்னொட்டுடன் 'காமம்' என்று ஏற்கனவே நாம் பார்த்த பின்னொட்டினையும் இணைத்து, 'தம்பலகாமம்' என்ற ஊரின் பொருள் பொதிந்த பெயரிடலை எண்ணிப் பாருங்கள்!

ஊர்ப் பெயரிடலினூடாக எத்தகைய மரபைப் பேணி வந்திருக் கிறோம் என எண்ணிப் பார்த்து வியந்துபோகிறேன்.

திணை நிலங்களில் ஊர்ப் பெயர்கள்

இயல்பாகத் தமிழர் நிலங்கள் நான்குதான். காடும், காடு சார்ந்த

நிலமும் முல்லைத் திணை எனவும், மலையும் மலைசார்ந்த இடமும் குறிஞ்சித் திணை எனவும், வயலும் வயல்சார்ந்த நிலமும் மருதம் எனவும், கடலும் கடல் சார்ந்த இடம் நெய்தல் எனவும் அழைக்கப்படும் என்பது தெரிந்ததே. இவற்றில் குறிஞ்சியும் முல்லையும் முறைமையிற் திரிந்தால், அது பாலை எனப்படும். அதாவது காட்டுத் தீயால் காட்டின் ஒரு பகுதி எரிந்து போனாலோ அல்லது மலை சார்ந்த பகுதி மண் சரிவால் இடிந்து போனாலோ, அது பாலை நிலமாகும். ஈழத்தில் இந்த இயல்பான நான்கு நிலங்களும் குறித்த திணைப் பண்பாடுகளும் இருந்தமைக்கான சான்றுகளாக இன்றும் சில ஊர்ப்பெயர்கள் காணப் படுகின்றன.

முல்லைத் திணையைக் குறிக்கும் ஊர்ப் பெயராக 'முல்லைத் தீவு' என்ற பெயர் இன்றும் காணப்படுகின்றது . இன்றும் காடும், காடுசார்ந்த இடமாக முல்லைத்தீவின் ஒரு பகுதி காணப் படுவது குறிப்பிடத்தக்கது. யாழ்ப்பாணத்திலுள்ள இடைக்காடு, கள்ளியங் காடு என்பனவும் முல்லைத்திணையினை நினைவு படுத்தும் பெயர்களாகவே காணப்படுகின்றன.

குறிஞ்சித் திணையைக் குறிக்கும் மலைசார்ந்த இடப் பெயரிடல் மரபாக அம்பாறையினைச் சொல்லலாம். அம்பாறை எனும் ஊர்ப்பெயரின் பின்னொட்டான 'பாறை' என்ற சொல் குறிஞ்சித் திணையுடன் தொடர்புடையது (பாறை = மலை). அப் பகுதியில் பல மலைகள் உள்ளன. திருக்கோணமலை என்பதும் குறிஞ்சித்திணை சார்ந்த இன்னொரு சிறப்பான பெயரிடலுக்குச் சான்றாகவுள்ளது. இந்தப் பெயரிடலைக் கொஞ்சம் விரிவாகப் பார்ப்போம். இதிலுள்ள பின்னொட்டான 'மலை' என்பது எல்லோரும் அறிந்ததே, இந்த ஊர் மலைகள் நிரம்பிய ஊரே. அதே போன்று 'திரு' என்ற முன்னொட்டுச் சிறப்புக் கருதிப் பின்னர்ச் சேர்த்துக் கொள்ளப்பட்டது. இடையில் எஞ்சியிருக்கும் 'கோண' என்ற பகுதியே சிக்கலானது. சேரநாடு சங்ககாலத்தில் குடமலை நாடு, குணமலை நாடு என இரு பகுதிகளாகப் பிரிக்கப் பட்டிருந்தது என்பதனை அறிவோம்.

குணதிசை என்பது கிழக்குத் திக்கையும், குடதிசை என்பது மேற்குத் திக்கினையும் குறிக்கும் பழந்தமிழ் சொற்களாகும்;

அந்த வகையில் கிழக்குத் திசையிலிருக்கும் சேர நாடு 'குணமலை நாடு' எனப்பட்டது. இதே போன்று இலங்கையின் கிழக்குப் பகுதியில் (குண திசை) இருப்பதால் 'குணமலை' என்றே அழைக்கப்பட்டிருந்தது. இன்றும் சிங்களத்தில் 'திருக்கோண மலை' எவ்வாறு அழைக்கப் படுகின்றது தெரியுமா? திருக் குணாமலய. 'குணமலய' என்ற ஒலிப்பைக் காண்க. சிங்களம் இன்றும் தக்க வைத்துள்ள 'குண' என்பதை நோக்குங்கள். தமிழில் 'குணமலை' எவ்வாறோ 'கோணமலை' எனத் திரிந்துவிட்டது.

குணமலை > கோணமலை

இதற்குப் பிறகே திருஞானசம்பந்தர் பாடலில் இந்த ஊர் பாடப்படுகின்றது. 'குரை கடலோத நித்திலங் கொழிக்குங் கோணமலை அமர்ந்தாரே...' (திருஞான. தேவாரம்). அப்போதுகூட 'திரு' என்ற முன்னொட்டு வந்து ஒட்டவில்லை. அதற்குப் பின்னரே ஏதோ ஒரு காலப்பகுதியில் 'திரு' என்ற சிறப்பு அடைமொழி வந்து சேர்ந்துகொள்கின்றது. சரி, திரு+கோண+ மலை ஆகிவிட்டது, இப்போது இன்னொரு சிக்கல் வந்து சேருகின்றது. 'திரு' என்பதற்கும் 'கோணமலை' என்பதற்கு மிடையே 'க்' வருமா? இல்லையா? தமிழ்ப்புணர்ச்சி விதிகளின் படி வரும். திரு+கோணமலை = திருக்கோணமலை ('க்' நோக்குக).

திரு+செந்தூர் = திருச்செந்தூர்
திரு +கேதீச்சரம் = திருக்கேதீச்சரம்
தெரு + கோடி = தெருக்கோடி
திரு + கோகர்ணம் = திருக்கோகர்ணம்

என ஆகுவது போலவே திரு + கோண மலை = திருக்கோண மலை.

பன்னிரண்டாம் நூற்றாண்டில் இரண்டாம் குலோத்துங்க சோழனின் முதலமைச்சராக இருந்த அருண்மொழித் தேவர் எனப்படும் சேக்கிழார், 'க்' என்ற மெய்யெழுத்துச் சேர்த்தே 'திருக் கோணமலை' என்று எழுதியுள்ளார் என்பது எமது வாதத்தை வலுப்படுத்தும்.

அந்நகரில் அமர்ந்து அங்கண் இனிது மேவி
ஆழிபுடை சூழ்ந்து ஒலிக்கும் ஈழம் தன்னில்
மன்னு திருக்கோண மலை மகிழ்ந்த செம் கண்

மழவிடையார் தமைப் போற்றி வணங்கிப்பாடி...

திருக்கோணமலை என்ற பெயரானது இன்றும் 'குணதிசை' எனும் பழந்தமிழ்ச் சொல்லினைக் காவி நிற்கின்றது. யாழ்ப் பாணத்தில் பார்த்தால் குறிஞ்சிநிலம் சார்ந்து கீரிமலை (இங்குச் சிறு குன்று ஒன்று உண்டு) என்றொரு ஊருண்டு. ஆனையிறவுப் பகுதியில் 'குறிஞ்சித்தீவு' என்றொரு இடமுள்ளது என்பதும் குறிப்பிடத்தக்கது.

மருதநிலம் சார்ந்து பார்த்தால், யாழ்ப்பாண மாவட்டத்தில் மருதங்கேணி என்ற பகுதி உண்டு. இப் பகுதிப் பெயரின் முன்னொட்டு (மருதம்) மருத நிலத்தினையும், பின்னொட்டு (கேணி) வயல்களுக்கான நீர் வழங்கல் மூலத்தினையும் காட்டும். இவ்வாறு நீர்நிலைகளை அடிப்படையாகக்கொண்ட பல ஊர்களின் பெயர்களை வன்னியில் காணலாம். வவுனிக்குளம், அக்கராயன்குளம், இரணைமடு, தாண்டிக்குளம், நெடுங்கேணி என இவ்வாறான நீர்நிலைகள் சார்ந்த மருதநிலப் பெயர்களை அடுக்கிக்கொண்டே போகலாம்.

நெய்தல் திணை எனப்படும் கடல்சார்ந்த நிலத்தைக் குறிக்கும் பல ஊர்கள் தங்களது பெயர்களின் பின்னொட்டாக *துறை* (துறைமுகம்), *ஆறு* என்பனவற்றைக் கொண்டுள்ளன. எடுத்துக் காட்டாக, பருத்தித்துறை, வல்வெட்டித்துறை, காங்கேசன்துறை, தொண்டமானாறு.

பாலைநிலம் இங்கில்லாத போதும் இருபாலை என்றொரு ஊர் யாழிலுண்டு. புறத்திணைகளில் ஒன்றான நொச்சியைக் குறிக்கும் கிளிநொச்சி, நொச்சி மோட்டை (வவுனியா மாவட்டம்), நொச்சிய கம (ம்) ஆகிய ஊர்ப் பெயர்களையும் இங்குக் காணலாம்.

இயற்கை சார்ந்த ஊர்ப் பெயரிடல்

இந்த மண்ணில் இயற்கையாகக் காணப்படும் விலங்குகள், பறவைகள், மரங்கள் போன்றவற்றின் பெயர்களை அடிப்படை யாகக் கொண்ட ஊர்கள் பலவற்றினைக்கூட ஈழத்தில் காணலாம். ஈழத்தில் மயில் சென்ற நூற்றாண்டு வரை அதிகமாகக் காணப் பட்ட ஒரு பறவையினமாகும். அந்த வகையில் மயிலிட்டி, மயிலங்கூடல் போன்ற சில ஊர்களைக் காணலாம். இங்கு

மயிலங்கூடல் என்ற ஊரிலேயே எங்களது குல தெய்வக் கோயிலுண்டு, மயிலங்கூடல் வைரவர்கோயில் என்பதே அதன் பெயராகும். மயில்கள் கூட்டமாக வாழ்ந்த ஊர் என்ற பொருளில் அவ்வூர்ப் பெயர் அமைந்துள்ளது.

எனது பூட்டன் (கொள்ளுத்தாத்தா) வழியில் என்னுடைய முன்னோர்கள் அங்கு வாழ்ந்ததனடிப்படையில் எமக்குக் குல தெய்வக் கோயிலாக மயிலங்கூடல் வைரவர் கோயில் அமைந் திருந்தது. இங்குக் குலதெய்வம் தொடர்பான இன்னொரு செய்தியையும் குறிப்பிடலாம். இலங்கையின் கிழக்குப் பகுதியில் திருக்கோணமலை மாவட்டத்தின் மூதூர் பிரதேச செயலகப் பிரிவுக்குட்பட்ட 'சந்தோசபுரம்' போன்ற பகுதிகளில் வாழும் தமிழ்பேசும் வேடுவர்கள் இன்றும் காடுகளில் சென்று தேன் சேகரிக்கும் தொழிலை மேற்கொண்டு வருகின்றனர். இவர்கள் குஞ்சுபாப்பாசாமி அல்லது கப்பல் தெய்வம், பெரியசாமி, மேனாட்சியம்மன் (மீனாட்சியம்மன் அல்ல), கோம்பனாட்சி போன்ற குலதெய்வங்களை வணங்கி வருகின்றனர். இந்தக் குல தெய்வங்களின் யாவும் தமது மூதாதையர் என்பது அந்த வேடுவர்களின் அசைக்க முடியாத நம்பிக்கை. இவ்வாறுதான் எமது குலதெய்வங்கள்கூட எமது முன்னோர்கள் என்பதும், அந்தத் தெய்வங்கள் நிறுவனமயப்படுத்தப்பட்டு, சமயத்துக்குள் உள்வாங்கப்பட்டதால், இன்று உருமாறியுள்ளன என்பதும் எனது நீண்டகாலப் புரிதல். இதை மெய்ப்பிக்கும் வகையில் அண்மை யில் ஒரு நிகழ்வு நடந்தது.

எமது குலதெய்வக் கோயிலுக்கு மிகத் தூரத்திலிருந்து ஒரு குடும்பம் வழிபடுவதற்கு வருவார்கள். ஆனால் அவர்களுக்கு மயிலங்கூடல் ஊருடன் என்ன தொடர்பு என்பது தெரியாது, உறவினர்களும் அங்கில்லை. அது ஒரு புதிராகவே இருந்தது. இது நடந்து முப்பத்தைந்து ஆண்டுகளுக்கு மேலாகின்றன. இப்போது நான் இங்கிலாந்தில் வாழுகிறேன். இங்குச் சில தனியார் நிறுவனங்கள் மரபணுச்சோதனை மூலம் உலகெங்குமுள்ள உங்களுடைய உறவினர்களைக் கண்டுபிடித்துத் தருவதுடன், உடல்நலன் சார்ந்த தரவுகளையும் தருகின்றன (உங்களுடைய உறவினரும் நீங்களும் மரபணுச் சோதனை செய்திருந்தால் மட்டுமே, பிணைப்பைக் கண்டுபிடிக்க முடியும்). இந்த வகையில்

எனது உறவினராக எனக்குப் பழக்கமில்லாது ஐரோப்பாவில் வாழும் ஈழத் தமிழர் ஒருவரைக் குறித்த நிறுவனம் எனக்கு அடையாளம் காட்டியது. அவருடன் தொடர்புகொண்ட போது, ஏற்கனவே நான் கூறிய எமது குல தெய்வக் கோயிலுக்கு நெடுந் தூரத்திலிருந்து வரும் குடும்பத்தின் வழிவந்தவர் அவர் என்பது தெரிந்தது. அந்த வகையில் எமது மூதாதையரே எமது குல தெய்வம் என்ற புரிதல் சரியானது என நான் உணர்ந்துகொண்டேன்.

'பலாலி' என்ற ஊரை வானூர்தி நிலையம் சார்ந்து பலரும் அறிந்திருப்பர். பல மயில்கள் ஒன்றாகக் கூடி ஆலிக்கும் இடம் என்பதால் 'பலாலி' என்ற பெயர் ஏற்பட்டது (இங்கு 'ஆலித்தல்' என்றால் ஒலித்தல் என்ற பொருளில் வரும். 'ஓடுவார், விழுவார், உவந்து ஆலிப்பார், நாடுவார்...' (பெரியாழ்வார் - நாலாயிரம் திவ்யப் பிரபந்தம்). அதாவது பல மயில்கள் ஒன்றாகச் சேர்ந்து ஒலியெழுப்புமிடம் 'பலாலி' (பல்+ஆலி) என்ற வகையில் ஏற்பட்ட பெயராகும். பலாலிக்கு அருகேயுள்ள மற்றொரு ஊரின் பெயர் 'மயிலிட்டி' என்பதாகும்.

யானையை அடிப்படையாகக் கொண்ட பெயர்களை '*ஆனை விழுந்தான் குளம், ஆனையிறவு, ஆனைப்பந்தி, ஆனைக்கோட்டை* என அடுக்கிக் கொண்டே போகலாம். *கீரிமலை, பன்றிக்கெய்த குளம்* போன்ற பிற விலங்குகளை அடிப்படையாகக்கொண்ட ஊர்ப்பெயர்களுன் உண்டு. அதே போன்று மரங்களைக்கொண்ட ஊர்ப்பெயர்களும் உண்டு (புளியங்குளம், புளியந்தோப்பு, ஆவரங்கால், நெல்லியடி...).

யாழ்ப்பாணத்தின் கரையோர ஊரான *மாவிட்டபுரம்* என்ற ஊரின் பெயரும் நோக்கத்தக்கது. மாவிட்டபுரம் என்ற ஊருக்குச் சொல்லப்படும் மாருதப்புரவீகவல்லி என்பவளின் குதிரை முகம் நீங்கிய புரம் (மா+விட்ட+புரம்) என்ற புராணம் அறிவிய லுக்கோ இயற்கைக்கோ கொஞ்சம்கூடப் பொருந்தாது. 18ஆம் நூற்றாண்டில் யாழ்ப்பாண வைபவமாலையை இயற்றிய மயில் வாகனப் புலவர் உக்கிரசிங்கன் என்னும் அரசன் பற்றிக் குறிப்பிடுகிறார். அந்த உக்கிரம சிங்கனை மணந்தவளே மாருதப் புரவீகவல்லி எனச் சொல்லப்படுகின்றது. இந்த உக்கிரமசிங்கன் பற்றித் தமிழ்நாட்டு நூல்களோ, சூளவமிசம், இராசவலிய

போன்ற சிங்கள வரலாற்று நூல்களோ, கல்வெட்டுக்களோ எதுவும் கூறாமை நோக்கத்தக்கது. மகாவம்ச விசயனின் புனைவுக் கதையினை ஒட்டியே இந்தப் புனைவுக்கதையும் அமைக்கப் பட்டது என்பது சில அறிஞர்களின் கருத்து. புராணத்தை விடுத்து 'மாவிட்டபுரம்' என்பதைப் பார்ப்போம்.

மாவிட்டம் + புரம் = மாவிட்டபுரம்

'புரம்' என்றால் காவலையுடைய நகர். குறிப்பாக வணிகர்கள் தங்கியிருக்கும் ஊர் 'புரம்' எனப்படும்.

'புல் > புர் > பர் > பரு > பெரு என்ற திரிவு, பருத்தல், பெருத்தல் வினைகளையும் புல் > புர் > புரம் என்பது பெருத்த, உயரமான வீடுகளையும், அவை நிறைந்த நகரையுங் குறிக்கும். கவாடபுரம், திருவனந்தபுரம், காஞ்சிபுரம் என்ற சொல் ஆட்சிகளை எண்ணிப் பாருங்கள்' எனச் சொல்லுவார் வேர்ச்சொல் ஆய்வாளர் இராம. கி. மாவிட்டம் என்றால் என்ன? மாவிட்டம் என்றால் கடனுரை (கட்டில் போன்). 'மாவிட்டபுரம்' எனும் இந்த ஊர் கடற்கரையினை அடுத்துள்ள ஓர் ஊரே ஆகும். இதற்கு அருகிலுள்ள துறைகளில் வந்திறங்கும் வணிகச் சாத்துக் கூட்டம் கடற்கரையில் வந்து இறங்கி அருகிலுள்ள ஊருக்கு வரும்போது, கடனுரைகளும் அவர்களது கால்களோடு ஒட்டி வரும். இவ்வாறு மாவிட்டத் துடன் வந்து தங்கியிருக்கும் 'புரம்' (காவலையுடைய நகர்) என்பதாலேயே 'மாவிட்டபுரம்' என்ற பெயர் ஏற்பட்டது.

மட்டக்களப்பிலுள்ள இரு ஊர்களின் பெயர்களையும் பார்க்க வேண்டும். எழுவான்கரை, படுவான்கரை என்பனவே அந்த ஊர்களாகும். இங்குக் கதிரவன் எழும் கிழக்குத் திக்கை 'எழுவான்' என்ற பெயரும், கதிரவன் மறையும் மேற்குத் திக்கை 'படுவான்' என்பதும் குறிக்கின்றது. அந்த இரு பகுதிகளும் முறையே கிழக்கு மற்றும் மேற்குத் திசைகளில்தான் அமைந்து உள்ளன. இவ்வாறு ஈழத்திலுள்ள பல ஊர்களின் பெயர்களை மீட்டுருவாக்கம் செய்யலாம்.

□

44

கட்டுவன்

அற்றைத் திங்கள் அவ்வெண் நிலவில்

என். சண்முகலிங்கன்

ஒரு சமூகவியல் பேராசிரியனாக, எங்கள் செழுங்கலை நியமமான யாழ்ப்பாணப் பல்கலைக்கழகத்தின் துணைவேந்தராக, ஆக்க இசைக் கலைஞனாக நான் கண்ட மேன்மைகள் யாவினதும் மூலாதாரமாக இளமைக்கால முதலாய் எனக்கு வாய்த்த எங்களூரின் அனுபவப் பாடங்களை நினைந்து போற்றாத நாளில்லை என்பேன். கிராமிய மேம்பாடும் தலைமைத்துவமும் வீட்டுப் பாடங்களாகவே எனக்குக் கிடைக்க என்ன தவம் செய்தேனோ...

பூவார் தண்டலைகொளலவத்தை
நகராதிபத்திரை புகர் மணாளன்
நாவாற் செந்தமிழ் வீரபத்திரன் மேல்
வசந்த நாடகம் நான் பாட
கோவார் சந்திர மௌலி கோடீரன்
தந்த ஒற்றைக் கொம்பனான
தேவாதி தேவனங்கைப்பிள்ளை பொற்றாள்
மறவாதென் சிந்தைதானே...

எங்களூர் என்றதுமே வரகவி விசுவப்புலவரின் வீரபத்திர வசந்தன் விருத்தங்களும் தருக்களும் நெஞ்சிலே விளைக்கும் ஆனந்தம் எல்லையில்லாதது. எனது பரம்பரை இல்லத்திலிருந்து 100 மீட்டர் தூரத்திற்குள் அமைந்த வீரபத்திரர் ஆலயத்தை மையமாகக்

கொண்டு வரகவியின் இவ்வசந்தன் நாடகம் பாடப்பெற்றது. அப்பாவின் அப்பா, அப்பா எனத் தலைமுறை தலைமுறையாக ஊரின் ஆலய திருவிழாக்களிலும் கலை அரங்குகளிலும் நாம் ஆடி மகிழ்கின்ற உன்னதக் கலையாக்கம் வீரபத்திரவசந்தன். எங்களைக் கவிஞராக்கும், கலைஞராக்கும் அற்புத ஊற்று; எங்கள் ஊரின் அடையாளம் அது என்பேன்.

யாழ்ப்பாணத்தின் வலிகாமம் வடக்குப் பகுதியில் கட்டுவன் சந்தியை மையமாகக்கொண்டு அதைச் சூழ்ந்திருக்கின்ற மயிலிட்டி தெற்கில் (தென்மயிலை) குரும்பசிட்டி தவிர்ந்த பகுதியும், கட்டுவன் வடபகுதியும் வறுத்தலைவிளானும் இன -சனக்கலப்பு முதலிய ஏதுக்களால் ஓர் ஊராகவே கருதப்பட்டு வருவன. கட்டுவன் கிராமத்தின் தண்ணீர்த்தாழ்வு என்ற கிராமக் குறிச்சியில் கமக்காரரான கந்தவனம்—கண்ணாத்தை தம்பதியரின் மகனாக என் அப்பா; கட்டுவன் வளமாரி குறிச்சியில் பரிகாரியார் நாகமுத்து-அன்னமுத்து தம்பதியினரின் மகளாக என் அம்மா. தென் மயிலையில் அம்மாவின் சீதனக்காணியில் பத்துப் பன்னிரண்டு தென்னை மரங்களுக்கு மத்தியில் நிமிர்ந்த அப்பாவின் உழைப்பு மாளிகை நகுலகிரிதான் எங்களது வாழ்விடமானது.

இயற்கையோடு இசைந்த, இயற்கையோடு நட்புறவு பூண்ட வாழ்வின் மிகப் பலமான அடிப்படையாகக் கூட்டுக்குடும்ப அமைப்பு உணரப்பட்டது. கூடவே கூட்டுக் குடும்பங்களுக் கிடையிலான கூட்டுறவாய் அமைந்த சமுதாய வாழ்வு, இந்த வாழ்வியலுக்கு மேலும் உரம் சேர்த்தது. ஊரின் பெரும்பாலான திருமணங்கள் பேசிச் செய்யப்படுகின்றனவாகவே அமைந் திருந்தன. அதுவும் ஒன்றுக்குள் ஒன்று என்றவாறு தாய் மாமன் மகள், மகன் எனவே பெரும்பாலும் இடம்பெற்றன. காதல் திருமணங்களும் ஆங்காங்கே நிகழ்வதுண்டு. அவையும் கூட அயலிலுள்ள சொந்தங்களுடனானதாகவே இருந்தன. வீட்டின் மால் திருமண மண்டபமாகி களைகட்டும். சடங்கின்போது பிள்ளைகளுக்கான காணிநிலங்கள், குலவிருதுகளுடனான கால்நடைகள் வழங்கப்படும்.

யாழ்குடாவில் திருமணத்தின் போது பெரிதும் வெளிப் படுகின்ற 'சீதனம்', 'முதுசொம்', 'தேடிய தேட்டம்' ஆகியவை

தமிழ்ச்சமூக மீட்டுருவாக்கத்திற்கு மிகவும் உதவும் பண்பாட்டுக் கூறுகளாகும். சீதனம் என்பது திருமணத்தின் போது மணப்பெண் தன் பெற்றோரிடமிருந்து பெறுகின்ற சொத்தாகும். நகை, ரொக்கம், வீடு வளவு ஆகிய மூன்றும் இதில் முதன்மை பெறு கின்றன. சீதனமாக வீடுவளவு (தோட்டத்துடன் கூடிய வீடு) பெண்ணுக்குக் கொடுப்பதால், ஆண்களுக்கு வீடு கிடைப்ப தில்லை. அதனால் திருமணத்திற்குப் பிறகு ஆண்கள் மனைவிக்குக் கிடைக்கும் வீட்டையே வாழ்விடமாகக் கொள்வது மரபு.

முதுசொம் என்பது தந்தை வழிச் சொத்தாகும். இதிலும் ஒரு பகுதி பெண்ணுக்குக் கிடைக்கிறது. தேடிய தேட்டமென்பது தந்தை தன் வாழ்நாளில் சுயமாகச் சம்பாதிப்பதாகும். இதிலும் ஒரு பகுதியைத் தன் மகளுக்குக் கொடுக்கிறார். இவ்வாறாகப் 'பெண்ணின் சமூகப் பெறுமானம் இலங்கைத் தமிழரிடம் உயர்ந்து காணப்படுகிறது. காரணம் தொல் தாய்வழிச் சமூகத்தின் மிச்சச் சொச்சங்கள் அங்குப் பேணப்படுகின்றன' எனும் பக்தவத்சல பாரதியின் பதிவொன்று இவ்வேளை நெஞ்சிலே மேலெழும் .

இத்தகைய பாரம்பரிய வாழ்வியலில் தங்கள் நிலத்திலான சுய உழைப்பை மட்டுமே அவாவி நின்ற குடும்பங்களின் சுய கௌரவம் ஏனையோரிடமிருந்து அவர்களை வேறுபடுத்திடும் தனித்துவமானது.

வட்டவடிவமான குடிசை, கூம்பு வடிவிலான கூரை வேயப் பட்ட இந்தக் கூரைகள் நடுவிலுள்ள தூணில் தங்கியுள்ளன. வீட்டைச் சுற்றி நாலடிக்கு மேற்படாத உயரம் கொண்ட சுவர்கள். வீட்டின் முன்புறம் சுவர்களோடு சேர்ந்தவாறு அமைக்கப்பட்ட திண்ணைகள். இக்குடிசைக்கு முன்புறத்தே திறந்த வடிவிலான மால். குடும்பத்தவரும் அயலவரும் கூடிக்களிக்கும் களங்களாக இவை விளங்கின.

> நாங்கள் நெல் வயல்களாலும் சிறு தோட்டங்களாலும் சூழப் பெற்றதும், அழகிய வேலி அமைக்கப்பட்டதுமான பண்ணை வீடுகளைக்கடந்து சென்றோம். மரக்குச்சுகளாலும் வைக்கோ லாலும் குடிசைகள் அமைக்கப்பட்டு அவை சுத்தமாகவும் வசதி யாகவும் விளங்கின. அங்கு வதிவோருக்குத் தங்கள் மகிழ்ச்சியை அதிகரிக்கக்கூடிய வேறேதும் தேவைப்படவில்லை,

என்றவாறு அந்நாள் வாழ்வியலின் அழகை, அருமையை கார்டினரின் காலனித்துவகால பதிவு உணர்த்துவதைக் காணலாம்.

குடிசை வீடுகள் மெல்ல மெல்லக் கல்வீடுகளாகின. அது எங்கள் ஊரவரின் ஒரு பெரும் இலட்சியமாகவே விளங்கியது எனலாம். வசதியடைந்தவர்களே கல்வீடுகளைக் கட்டினார்கள். சமூக அடுக்கமைவு சார் வேறுபாடுகளை வீடுகள் பிரதிபலித்தன. யாழ்ப்பாணத்தில் கல்லால் வீடு கட்டும் முறைமை ஒல்லாந்தர் காலத்திலேயே தொடங்கியது என்பர். 40கள் வரை ஒரு சிறு கிராமத்தில் 2 அல்லது 3 கல்வீடுகள் இருப்பதுகூட அரிதானது. இதற்கு எங்கள் கிராமமும் விதிவிலக்கல்ல. அந்தக் காலத்தில் ஒருவர் பணக்காரர் என்பதைக் குறிக்க 'கல்வீட்டார்' என்று கூறும் மரபு இருந்தது. இன்றும் பாரம்பரிய டச்சுப் பிரதேசம் ஒன்றின் வீட்டின் அமைப்பே யாழ்ப்பாணத்து வீடுகளின் அமைப்பில் காணப்படுகின்றது. உயர்ந்த முகடும் தாழ்வாரத்தை நோக்கிச் சரிந்து செல்லும் சார்களை இருபக்கங்களில் கொண்டதாக இருக்கும் சுவர்கள் யாழ்ப்பாணத்தில் கிடைக்கும் சுண்ணாம்புக் கல்லாலும் சுண்ணாம்புக் கலவையாலும் கட்டப்படும். இந்தக் கட்டடங்கள் ஓடுகளால் வேயப்பட்டன. தாய்மனை, கூடும்மால், அடுக்களை என்ற அமைப்பு நவீனமயமாக்கத்துடன் சிறிய மாற்றங்களைக் கண்டுள்ளன. ஒல்லாந்தரமைப்பில் இடம் பெறும் விறாந்தை (வெராண்டா) முக்கிய இடம்பெற்றது. யாழ்ப்பாணத்து வீடுகளின் தனித்துவ அம்சமாக 'பெரியஅறை' என அழைக்கப்படும் சாமியறை முக்கியத்துவம் பெறுகிறது. ஏனைய அறைகளைவிட அளவில் பெரியதாக அமைவதுடன் இதன் கதவு வேப்பமரத்தினால் அமைதல் விதியாக உள்ளது. வீட்டின் புனிதப் பகுதியாகப் பேணப்படும் இவ்வறைக்குள் 'துடக்கு' உள்ள பெண்கள் செல்வதில்லை.

இரண்டாம் உலகப் போருக்குப் பிறகு, அமைப்பு முறையில் மாற்றங்கள் ஏற்பட்டன. இவற்றினுடைய முக்கிய அம்சம் ஒரு அமைப்புக்குள்ளேயே குளியலறை, கழிப்பறை, குசினி (அடுக்களை) ஆகியன அந்தத் தொகுதியினுள் வந்துவிடும். குசினி அறையில் ஒரு புகைபோக்கி இருக்கும். அமைப்பு நவீனமானாலும் அமைவிடம் பற்றிய திட்டமிடலில் வீடமைப்பு தொடர்பான பண்பாட்டு விதிகளை உள்ளடக்கிய பஞ்சாங்கம்,

மனையடி சாஸ்திரம் என்பன பெரும்பங்கு வகித்தன; வகிக்கின்றன. வாக்கியப் பஞ்சாங்க மரபில் வீட்டுக்கு நிலை வைத்தல் முதல் குடிபுகல் வரையான வழி காட்டல்களைக் காணலாம். யாழ்ப்பாணத்தில் பின்பற்றப்படும் மனையடி சாஸ்திரம் இந்தியாவில் பின்பற்றப்படும் வாஸ்து சாஸ்திரத்திலிருந்து மாறுபட்டமையும் கவனத்துக்குரியது.

காலனித்துவம் தந்த கல்வீடுகள்கூட நாற்சார் வீடுகளைப் பண்பாட்டுக்கு உகந்த கூட்டுக்குடும்ப அரணாகக் கண்டது எங்கள் புலம். 'இளையவரும் முதியவரும் கிளையுடன்' கூடி மகிழ்ந் திருப்பதாகப் பெரும்பாணாற்றுப்படை சித்திரிக்கும் காட்சிகள் எங்கள் கிராமத்து இயல்பான வாழ்க்கைக் கோலங்களாகின. புதிய கல்வீடுகள் எழுந்தபோதும் 'தாய்மனை', 'பரவணி வீடு' என்ற மதிப்புடன் பாரம்பரிய இல்லங்கள் பேணப்பட்டன. மூத்தோரின் சுயகௌரவ நிலைப்பாடும் இளையோரின் பாரம்பரியம் மீதான மதிப்பும் இத் தாய்மனைகளின் பிழைப்பின் அடிப்படை எனலாம்.

யாழ்ப்பாணத்து வீடுகள், 'வீடும் வளவும்' என்றவாறு விரிந்த பொருளை உணர்த்தும் தனித்துவமும் இங்குக் கவனத்துக்குரியது. வளவுக்குள் உள்ள கிணறும் வீட்டின் பகுதியாகவே கொள்ளப் படுகின்றது. கிணற்றின் அமைவிடம் சார்ந்தே வீட்டின் அமைவிடம் நிர்ணயமாகின்றது. மேலும் வீடும் வளவும் 'அச்சறுக்கை'யாக இருக்க அமைக்கப்படும் வேலியும் தனித்துவமானது.

பூவரசங்கதியால்கள்
நாலுபக்கம் அணிவகுக்கும்
நாய் கோழி நுழையாமல்
பனை மட்டை வரிச்சுக்கட்டி
குமர்ப்பிள்ளை பலவென்று
கிடுகுவேலி மறைத்துக்கட்டி
அச்சறுக்கையான குளியலிடம் (வசுந்தரா பகீரதன்)

எங்கள் வேலிப்பண்பாட்டினைப் பாடும் இந்த நாள் கவிதையொன்று நெஞ்சிலே நிழலாடும்.

எங்கள் கிராமிய வாழ்வு சமுதாயக் கூட்டு விழுமியங்களுக்கு உகந்த முறையில் அமையப்பெற்றிருந்தது. கமக்காரர்களே அதிகமாக வாழுகின்ற எங்கள் ஊரின் தனியுடைமையான

தோட்டங்களின் நீர்ப்பாசனத்தின் போதும் துலாமிதித்தலில் கூட்டு வாழ்வு துலங்கியது. வாழ்வியலில் பிறருக்கென முயலும் சான்றான்மைக்குச் சான்றாக இந்த வழக்குகள் விளங்கின.

ஆங்காங்கே வழிப்போக்கர் சுமை இறக்கி வைப்பதற்கான சுமை தாங்கிகள், வழிப்போக்கர்கள் மட்டுமன்றி, கால்நடைகள் நீரருந்தவெனக் குளங்கள், தொட்டிகள், அவை தினவெடுக்கவென ஆவுரைஞ்சிக் கற்கள் என்றவாறு அமைந்த கட்டமைப்புகள் பண்பாட்டுப் பெறுமதிமிக்கவை.

> ஆப்பிரிக்க நூயர் பழங்குடியினரே கால்நடைகளை மிக அதிகமாக நேசிப்பவர்கள் என்ற இனவரைவியல் கருத்து யாழ்ப்பாணத்துக்குச் சென்றவுடன் என்னுள் மாறத் தொடங்கி விட்டது. தஞ்சாவூர் டெல்டா பகுதி போல் காட்சியளித்த வழுக்கையாறு வழியாக நாங்கள் சென்றபோது 'ஆவுரைஞ்சிக்கல்', 'கேணி' இரண்டும் ஆங்காங்கு என் கண்ணில்பட்டன. கேணிகள் அந்த வழியாக வரும் ஆடு, மாடுகளின் தாகத்தைத் தணிக்கின்றன. ஆவுரைஞ்சிக்கல் ஏறக்குறைய 4 அடி உயரமுள்ள உருண்டையான கல்தூண். ஆடு, மாடுகள் உடலை உரைஞ்சிக் கொள்வதற்காக இது நடப்பட்டிருந்தது. விவசாய நாகரிகத்தில் அச்சாணியாக விளங்கிய கால்நடைகளின் மீது யாழ்ப்பாணத் தமிழர்கள் காட்டிவந்த மனிதநேயத்தின் சாட்சிகளாக இவை இன்றும் நிற்கின்றன

எனத் தன் யாழ்ப்பாணத்து நினைவுகளை பேராசிரியர் பத்தவத்சல பாரதி மீட்டுகின்ற கணங்களில் நான் அடைகின்ற பெருமிதம் எல்லையில்லாதது. எங்கள் கட்டுவன், சைவமடச் சந்தியிலிருந்த சுமைதாங்கியின் நிமிர்வுக்கு இசைவானது.

2

இற்றைக்கு ஒரு நூற்றாண்டுக்கு முற்பட்ட காலப்பகுதியில் பண்பாட்டுச் செழிப்பின் மத்தியிலும் எங்கள் கிராமம் பொருளாதார ரீதியில் பின் தங்கியதாகத் தாழ நோக்கப்பட்டமையை அப்பா எழுதிய சுயசரிதை அடிக்கோடிடும். இந்த நிலையில் ஊரின் இளைஞர் சிலர் ஊரபிமானத்தில் ஊக்கம் கொண்டு மேற்கொண்ட பொதுப் பணிகளால் ஊரின் வரலாறு மேம்பட்டது.

'சங்கம் வளர்த்த தமிழ்போலச் சங்கம் வளர்த்த எங்கள் ஊர்' என எங்கள் முந்தையோரின் சமுதாய உணர்நிலையின்— கூட்டுவாழ்வின் வரமாக வாய்த்த எங்கள் ஊர் சங்கங்களால் விளைந்த மேன்மைகளில் நெஞ்சம் நிமிர்கின்றது. சங்கங்களை நிலைபேறானதாக்க வீடுகள் தோறும் பனையோலைக் குட்டான்களைக் கொடுத்து பிடியரிசி போடுவித்து, மாசம் முடிய அவற்றை எடுத்து ஒன்று சேர்த்து விற்று அதனால் வரும் பணத்தைப் பெற்று சுருக்கமாகவும் நன்னோக்குடனும் செலவுக்கு உபயோகித்துக் கஷ்டநிலைமையிலும் சங்கத்தைக் காத்து நின்ற எந்தையர் பற்றிய பதிவுகள் நெஞ்சைக் கனக்க வைப்பன.

சங்கங்களின் முன்னோடியான பாலர் ஞானோதயச் சங்கத்தின் முதல் தலைவராக விளங்கிய என் பெரிய தந்தையார் பொன்னம்பலம், அவர் பணிகளிலெல்லாம் உடனிருந்த 'சின்னப் பொன்னம்பலம்' என ஊர் கொண்டாடிய என் தந்தையார் நாகலிங்கம், சங்கத் தலைமைப் பொறுப்பில் வழிகாட்டி நின்ற, சுதேச வைத்தியர், ஞானச்செல்வர் பரிகாரியார் நாகமுத்துவின் பேரன் என்ற பேற்றை எனக்களித்ததுடன் 'அப்பு'வைப் போல நான் என்று ஊரிலே அப்பு என என் பெயர் விளங்கக் காரணரான என் அம்மாவின் அப்பா, அந்நாளின் மாதர் சங்க செயற்பாடுகளில், செயல் திட்டங்களில் முக்கியப் பொறுப்புக்களில் இசைந்திருந்த என் அம்மா நகுலேஸ்வரி என்றவாறு அமைந்தது என் குடும்பச் சூழல்.

இவ்வாறே ஊரின் குடும்பங்கள் ஒவ்வொன்றுமே சங்க மேம்பாட்டில் தங்கள் தங்கள் உறவுகளின் பங்களிப்பை நினைந்து பெருமிதம் கொள்ளும்படியாக சங்கங்களின் மேம்பாட்டுப் பணிகள் அமைந்தமை குறிப்பிடத்தக்கது.

ஊர் மேம்பாட்டினதும் எங்கள் ஆளுமை மலர்ச்சியினதும் ஆதாரச் சுருதியாக அமைந்த பாலர் ஞானோதயச் சங்கப் பணிகள் யாவும் முழுதளாவிய நோக்கிலானவை. கல்வி, வாழ்வாதாரம், கலை, சுகநலம், ஆன்மீகம், கூட்டுறவு என்றவாறு பன்முகத்தன.

- ஞானோதய வித்தியாசாலை
- சிறீ கணேசா வாசிகசாலை
- வைத்திய சாலை
- நெசவு சாலை

மற்றும் வறிய விவசாயிகள் தங்கள் கமங்களைச் செவ்வனே நடத்துதற்கான ஆதார உதவி அமைப்புகளான,

- மத்திய மயிலிட்டி ஐக்கியச் சங்கம்
- மத்திய மயிலிட்டி ஐக்கியப் பண்டகசாலை
- உற்பத்தி விளைபொருள் கூட்டுறவுச் சங்கம் (வெங்காயச் சங்கம்)

என்றவாறு விரிந்த எங்கள் சங்கங்களின் பணிகள் ஏனைய கிராமங்களின் மேம்பாட்டுக்குமான முன்னுதாரணங்களாக விளங்கின என்றால் மிகையில்லை.

எங்களூரின் ஞானோதயா வித்தியாசாலையில்தான் எங்களின் ஆரம்ப நியமக் கல்வி வாய்க்கப் பெற்றது. முத்தமிழ் வித்தகர் விபுலானந்த அடிகளாரிலிருந்து தேசத்தின் கல்வி ஆளுமைகள் பலரும் உலாவிய கல்விக் கோயிலாக அதன் வரலாறு பெருமை பெறுகின்றது. தமிழ் இலக்கண, இலக்கிய உலகில் தடம் பதித்த எங்கள் வர்த்தலைவிளான் வித்துவ சிரோன்மணி கணேசையா முதலாய ஞானச்செல்வர்களின் வழிகாட்டலில் மரபார்ந்த கல்விப் பாரம்பரியம் பேணப்பட்டது. 'வித்துவான்கள் உகந்திட்ட நாடு, விரவு செல்வர் உறைந்திட்ட நாடு' என எங்கள் வரகவி விசுவப் புலவர் வீரபத்திர வசந்தன் நாடகப் பாடல் அடிகளிடையே, கடந்த சகாப்தக் காலத்தில் இந்தக் கிராமம் அடைந்திருந்த செழுமை புலப்படும்.

அதேவேளையில் நவீனக் கல்விக்கான அத்திவாரமும் செப்பமாகத் தரப்பட்டது. இலங்கை அரசின் இலவசக் கல்வி முறை ஆரம்பமாவதற்கு முன்னரே அதை நிலைநாட்டிய வரலாற்றுப் பெருமை எங்களுக்கானது.

மரபுவழித் தமிழ்க் கல்விப் பாரம்பரியமும் ஊரிலே ஆழ வேர்விட்டுள்ளது. வித்துவ சிரோமணி கணேசையாவின் மாணாக்கர் பரம்பரையாக இது நிலைபெற்றுள்ளது. பண்டிதர் இ. நமசிவாயம், பண்டிதர் வ. முத்துக்குமாரு என நீளும் இந்தப் பண்டிதர் பாரம்பரிய விழுதுகளை எங்கள் பண்பாட்டுப் புலம் முழுமையும் காணலாம். என் அயலவரான பண்டிதர் நமச்சிவாயம் அவர்களே எனக்கு ஏடு தொடக்கிய குரு என்பதை இங்குப் பதிந்து கொள்வதில் நான் காணும் பெருமிதம் அளவிலாதது.

இவ்வாறே எங்கள் ஊரின் பண்ணிசை, தமிழிசை மரபும் செழுமை யானது. குப்பிழான் செல்லத்துரை, வி. ரி. வி. சுப்பிரமணியம், செல்லத் துரை ஐயா , நேசபூபதி நாகராஜன், மாதுசிரோன்மணி வேலாயுதர், தர்மபூபதி சிதம்பரநாதன் என நீளும் இசையாளர் வரிசையில் ஈழத்து ஆக்க இசையின் மூலவராகக் கொண்டாடப்படும் இலங்கை வானொலியின் புகழ்பூத்த அறிவிப்பாளர் அண்ணன் எஸ். கே. பரராஜசிங்கம் குறிப்பிடத்தக்கவர். பின்னாளில் என் ஆக்க இசை அனுபவங்களின் மூலவராகவும் அமைந்த அவரால் எங்கள் ஊர் கண்ட பெருமை உலகளாவியது.

எங்களூரின் அயல் கிராமமாக, அதேவேளையில் எங்கள் முகவரியின் பெரும்புலமான தெல்லிப்பழைக் கிராமத்தில்தான் காலனித்துவ யாழ்ப்பாணத்தின் நவீன உயர்தரக் கல்விக்கான அமெரிக்க மிஷனின் முதல் கல்விக்கூடமான யூனியன் கல்லூரியும், சுதேச பண்பாட்டு எழுச்சிக்கு அடிப்படையான பாவலர் துரையப்பாபிள்ளை அவர்களால் தொடங்கப்பட்ட நான் பயின்ற மகாஜனக் கல்லூரியும் அமையப்பெற்றமை குறிப்பிடத்தக்கது.

இந்தக் கல்லூரிகள் எங்களின் சமூக அசைவியக்கத்தின் பெரும் விசைகளாகின என்றால் மிகையில்லை. தங்கள் பிள்ளைகள் உயர்கல்வி பெறவேண்டும் என்பது ஊரின் பெற்றோர் ஒவ்வொரு வரினதும் இலட்சியமானது. கமத்தொழிலை நேசித்தபோதும் ஆறுகள் இல்லாத புவியியல் சூழமைவில் 20-25 அடி ஆழத் திலிருந்து நிலத்தடிநீரை வெளிக்கொணர்வது முதல் அது வேண்டி நின்ற கடின உழைப்பிலிருந்து பிள்ளைகளை விடுவிக்கும் நோக்குடன் காலனித்துவத்துடன் அறிமுகமான 'வெள்ளைக் கொலர்' அரச உத்தியோக ஆசையும் சேர்ந்து கொண்டது.

ஆரம்பத்தில் பல ஆசிரியர்களைக்கொண்ட ஊர் என்ற பெருமை எங்களுக்கானது . பின்னாளில் பேராசிரிய பெருமிதமும் கைகூடியது.பொறியியலாளர், மருத்துவர் முதலாயப் பல்துறை ஆளுமைகளின் உருவாக்கமும் அமையப்பெற்றது.

காலவெளியில் கல்வி வழியான தொழில் வாய்ப்புகள், ஏனைய பண்பாடுகளுடனான இடைவினைகளின்வழி சமூக அசைவும் மாற்றங்களும் விளைந்த போதும் குடும்பக் கட்டடமைப்பில் பாரிய மாற்றங்கள் நிகழ்ந்ததில்லை. பின்னர் போரில் இணைந்த

பிள்ளைகளால் குடும்ப நிறுவனம் அதிர்ச்சியான ஒரு நிலையை எதிர்கொண்டது. ஆயினும் சமுதாய உணர்நிலையில் தவிர்க்க முடியாமல் அதனைத் தன்வயப்படுத்திக்கொண்டது.

இந்தக் காலப்பகுதியில் சூழமைவின் நெருக்கடிகளிருந்து தப்பிக்கொள்வதற்கும், வாழ்வாதார—வாழ்வியல் மேம்பாட்டைப் பெருக்கிக் கொள்வதற்குமான புலம்பெயர்வுகளும் நிகழ்ந்தன. காலங்காலமாய்த் தலைமுறை தலைமுறையாய் கூடிவாழ்ந்த வாழ்க்கையில் புதிய நிலைமைகள் சாதகமானதும் பாதகமானது மான விளைவுகளை எழுதின.

3

எந்தையும் தாயும் மகிழ்ந்து குலாவிய, சங்கம் வளர்த்த எங்களூரின் அழகிய நிலமானது உக்கிர குருசேத்திரமான போது அதிர்ச்சியான தாக்கங்கள் எமைச் சேரும். விமானநிலையத் தொடுகோட்டில் அமைந்த எங்கள் கிராமங்களின் மீதான குண்டுவீச்சு விமானங் களின் இரைச்சலை மிக அண்மையில் கேட்க வேண்டிய, குண்டு வீச்சிலிருந்து தப்பப் பதுங்குகுழிகளுக்குள் தஞ்சமடைய வேண்டிய அவலம் எங்களூர் மக்களின் நித்திய இருப்பானது.

பதுங்குகுழி பாதுகாப்பையும் தாண்டிய பேரவலங்களுக்கும் குறைவில்லை. இந்த வகையில் என்னுடைய இரண்டு அண்ணன் மாரை இழந்துபோன எனது பெருந்துயரம் ஒரு வகைமாதிரி யாகலாம்.

பூமி பிளக்காதோ
அண்ணமாரே
சாமிகள் ஆனீரோ
எண்ணக் கனவுகள் எல்லாம் தொலைந்திட
மண்ணின் உரம் நீரோ
வேலியோரத்து எலுமிச்சையடியில்
நீறுபூத்த உங்கள் சாம்பலும் 'ரயரும்...'
கன்னிமார் ஆகிய - நும்
காதல் மனைவியர்
கண்ணகியாய் எழுவாரோ?
அண்ணமாரே கன்னிமார் எழுவாரோ

நும்போல்எத்தனை அண்ணமார்
எத்தனை கன்னிமார்
எழுக! குலம் காக்க! (*சந்தனமேடை, கவிதைகள்,* 1990: 31)

அழிக்கப்பட்ட என் சகோதரர்களின் துயர முடிவை அண்ணமார், கன்னிமார் ஆகிய கிராமிய தெய்வங்களூடாக வெளிப்படுத்திய எனது கவிதை இது. இத்தகைய சூழமைவில் 'பதியெழு அறியாப் பழங்குடி வாழ்க்கை' எனச் சிலப்பதிகாரம் கொண்டாடும் வாழ்வியலை ஓர் இரவுக்குள் தொலைத்து இடம்பெயரும் அவலம் எமதாகும். உயிரைக் கையில் பிடித்துக்கொண்டு காலகாலமாக வாழ்ந்த இடங்களைவிட்டுக் குடிபெயரும் காண்டம் எழுதப்படும்.

ஆ... கலிகாலமே உன் அநியாயத்தை
ஆரிடம் சொல்லி முறையிடுவோம்

முப்பத்தி ஒன்பதாம் ஆண்டு புரட்டாதி
மூன்றாந் திகதியில் மூண்ட சண்டை
தப்பாமல் இண்டைக்கும் தானே நடக்குது
எப்படி நாம் உய்வோம் ஆ... கலியே
ஆசியா ஐரோப்பா அமெரிக்கா ஆபிரிக்கா
அவுஸ்ரேலியாக்கண்டம் ஐந்தும் ஐயோ
நாசிப்பயல்களாம் ஹிட்லர் முசோலினி
நாடிய சண்டையில் வாடுதையோ
... ...
எரியுதே என் மனம் யாமென்ன செய்குவோம்
இதுவும் உன் சோதனையோ ஆ... கலியே

மனப்பாடமாக அன்று அம்மா பாட இனவரைவியல் பதிவாக நான் பதிந்த இரண்டாம் உலகப் போர்க் காலத்துப் பாடல், இன்று எங்களது வரைவியலாக வலி எழுதும்.

உயர் பாதுகாப்பு வலயம் என்ற வரைவிலக்கணத்துக்குள் எங்களது ஊரும் அடக்கப்படும். சொந்த நிலத்திலேயே இடம்பெயர் அகதிகளாகப் பிடுங்கி எறியப்பட்ட மக்களின் இருப்பில் வாழ்வாதாரம் முதல் பாதுகாப்பு வரை கேள்விக்குறியானது.

புகலிடம் தேடி அலையும் அகதி வாழ்வில் நலன்புரி நிலையங்கள் என 'நல்ல' பெயருடன் அமைக்கப்பட்ட அகதி முகாம்களிலும், ஒரு வீட்டுக்குள் பல குடும்பங்கள் என உறவினர்

இல்லங்களிலும், ஓரளவு நிரந்தர வருமானம்கொண்டவர்கள் வாடகை வீடுகளிலும் தஞ்சமடையும் நிர்ப்பந்தம் எமதாகும். புதிய தலைமுறைப் பிள்ளைகள் எதிர்கொண்ட உளச் சமூகப் பிரச்சினைகள் மிக மிகக் கொடுமையானவை. இந்த முகாம்களின் மூத்த தலைமுறையினர் வேண்டுதல் உள்ளத்தை உருக்கும் பெரு வலியாகும்.

'எங்களை எங்கட ஊரிலை, சொந்த வீட்டிலை இருக்க வழி செய்ய மாட்டீர்களா...

'சாகமுந்தி ஒருக்கா எங்கடை வீட்டைப்பார்க்க உதவ மாட்டீங்களா...

அகதி முகாம்கள் பற்றிய என் சமூகவியல் ஆய்வின் பண்பறி தரவுகளாக இவை பதிவு பெறும்.

சாகமுந்தி வீடு பார்க்கத் துடிக்கும் அந்த அகதி முகாம் ஆச்சியை முந்திக்கொண்டு ஊரை வீட்டுப் பிரிந்த துயர்தாளாமல், இந்த உலகைவிட்டே பிரிந்த என் அப்பாவுக்கான இறுதிக் கிரியை களைச் செய்யும் விதி எனதாகும்.

நிலம் என்பது வெறும் பௌதீக நிலப்பரப்பல்ல; தலை முறையாக வாழ்ந்த வீடும் வளவும் அவை சார்ந்த ஞாபகங்களும், அவற்றை இழத்தலின் துயரும் உயிர்வலியாகும்.

என்னுடைய அப்பாவும்
என் ஆசை அம்மம்மாவும்
எத்தனை நாள் வாழ்ந்ததெங்கள்
வீடும் வளவும்
யார் யாரோ குடியிருக்கும்
சுடலையாகுமோ

தங்கச்சியும் நானும்
கெந்தி விளையாடிய
முத்தத்தை மறந்து போவனோ
எங்குச் சென்ற போதும்
எந்தன் உயிர் ஊரின்
சொந்தங்களை மறந்து வாழ்வனோ

சின்னக்கிளி அண்ணை
செத்தகதை அறிந்தும்

அந்நியனை ஊரில் விடுவனோ
எந்தன் பிள்ளை நாளை
ஊரை அறியாமலே
அகதியென்றே அலையவிடுவனோ...

ஊரிலே உயிரெடுக்கப்பட்ட என் அண்ணன்மார் கதையிலிருந்து பதியெழு அறியாப் பழங்குடி வாழ்க்கை தொலைய, சொந்த ஊரிலிருந்து பிடுங்கப்பட்டதுமே வாழ முடியாமல், உயிர்விட்ட என் அப்பா, மற்றும் ஊரவர்கள், இடப்பெயர், புலப்பெயர் வாழ்வில் மீள வேர்விட முடியாமல் தவிப்பவர்கள் அனைவருமே எனது பாடல்களின் கருப்பொருள் ஆவார்கள். ஊரின்பாடுகள் எனது ஆக்க இசை அரங்கங்களின் உயிர்ப்பொருளாகும்.

அற்றைத் திங்கள் அவ்வெண் நிலவின்,
எந்தையும் உடையோம்; எம் குன்றும் பிறர் கொளார்;
இற்றைத் திங்கள் இவ் வெண்நிலவின்,
வென்று எறிமுரசின் வேந்தர் எம்
குன்றும் கொண்டார்; யாம் எந்தையும் இலமே!

எனும் பாரி மகளிர் துயரம் மீள எம் வாழ்வில் எழுதப்படும். இவை இன்றைய இலக்கிய மானிடவியல் அடிக்கோடிடும் எங்கள் கிராம-சமூக வரலாற்றின் தரவு மூலங்களுமாகும்.

இந்த வகையில் இடம்பெயர் வாழ்வின் அவலங்களிடையே நாளை பற்றிய எங்கள் நம்பிக்கையைக் காக்கும் பெரும் பொறுப்பும் எங்களதாகும்

அம்மா அம்மா என்று தஞ்சமடைந்தேன் -அன்னை
ராஜராஜேஸ்வரியால் நெஞ்சு நிமிர்ந்தேன்

ஊரிழந்து உறவிழந்து ஓடிவந்தேன் - நல்லை
நாயகியின் நீழலிலே வாழ்வுகண்டேன்
யாவருக்கும் அருளான தேவியம்மா - எந்த
வேளையிலும் நீ எமக்குக் காவலம்மா...

அச்சமில்லை அச்சமில்லை அன்னை சொல்கிறாள்
ஆதித் தாய் தன் ஆட்சியிலே நீதிவெல்கிறாள்
நிச்சயமாய் விடியும் இந்த நல்லபொழுதிலே
அத்தனையும் அழகாகும் எங்கள் ஊரிலே...

இத்தகைய பாடல்களை நான் பாடுகின்ற வேளைகளில் எனக்கு

மட்டுமன்றி, கூடியிருக்கின்ற ஏனையோருக்குமான உளச் சமூக ஆறுதலாக அவை அமைகின்றமை குறிப்பிடத்தக்கது. ஆனாலும் இடம்பெயர்வு, புலம்பெயர்வு சார்ந்து இன்று உலகளாவி நடக்கின்ற, வாழ்ந்த கிராமங்களிலிருந்து வேரோடு பிடுங்கப் படுதலிலிருந்து சென்ற இடங்களில் அல்லது சொந்த இடங்களில் மீள் நடுகை செய்வது (*அப்ரூட்டிங் அண்ட் ரீ-கிரவுண்டிங்*) பற்றிய சொல்லாடல்களில் எழுப்பப்படும் கேள்விகளின் நாயகர்களாக எங்கள் ஊர்மக்கள் வாழ்வு தொடர்கின்றமை கவனத்துக்குரியது.

எதிர்கொள்ளும் கேள்விகள் பன்முகத்தன. புலம்பெயர் தேசத்தில் மீள்நடுகையா... அன்றி தாயகத்தில் மீள் வாழ்வா... ஊரின் மீள்வாழ்வு என்பது சுயம் பற்றிய சுயவிசாரணையின் வழியான பாரம்பரிய வாழ்வின் மேன்மைகளை மீட்கும் வாழ்வியலா, மீள்வாழ்வு என்ற பெயரால் உலகமய மாக்கலுக்கு அடிமைகளாக்கப்படும் அன்னியமாதல்களா... சரியான விடையை வேண்டி நிற்கும் கேள்விகள் அவை.

மீளக்குடியேற வழிவிடப்பட்ட மக்களின் வாழ்வு பற்றிய அந்தரங்கள் அளவிலாதன. அனைத்துமே அழிக்கப்பட்ட அல்லது காடாகவே எஞ்சியுள்ள முன்னை வாழ்விடங்களுக்குள் மீளத் தங்களை வேர்விடுதற்கான ஆதரவுப்பலத்தைத் தருதல் இன்றி யமையாதது. இந்த வேளை மக்கள் மீளக் குடியேற முன்னரே கடை விரித்துவிடும் நிதி உபயகாரர்களான 'லீசிங்' கம்பனிகளிடமிருந்து மக்களைக் காப்பதும் அவசியமும் அவசரமுமானது. குறைந்த வட்டியிலான கடன் என்கின்ற கவர்ச்சிகரமான விளம்பரவலை விரிப்புகளுக்குள் மக்கள் சிக்கவைக்கப்படுகிறார்கள். இருந்ததையும் இழந்து பெரும் கடன் சுமைக்குள் அமிழ்ந்து போகிறார்கள்.

சேமிப்புக்குப் பேர்போன சமூகத்தின் இன்றைய தலைகீழ் மாற்றத்தை நுண்நிதி நிறுவனங்களுக்கும் அதிகரித்த கடன் சுமைகளுக்குமிடையிலான உறவு பற்றிய ஆய்வுகள் தெளி வாகவே வெளிப்படுத்துகின்றன. எளிமையான வாழ்க்கை முறையில் வேர்விட்டிருந்த மக்கள் வாழ்வியலானது இன்றைய நுகர்வுப் பண்பாட்டின் அலைகளுக்குள் சுயமிழந்து போகின்ற நிலையில் இந்த நிதி நிறுவனங்களின் பாடு கொண்டாடமாகிறது. பல சூழ்நிலைகளில் கடன்சுமையை ஈடுகட்ட முடியாத நிலையில்

உணவுவேளைகளைச் சுருக்கும் மனிதத்துயர விடயக் கலை ஆய்வுகளைச் சந்திக்க முடிகின்றது. இதற்கும் அப்பால் கடனை அடைக்க முடியாமல் தலைமறைவு, தற்கொலை வரை செல்லும் அவலங்களையும் என் கள ஆய்வுத் தரவுகள் பதிவாக்கும்.

இந்தக் கடன் துயரத்துக்கு அப்பால், மீளக் குடியமருவதற்கு முன்னர் உடன்வாழ்ந்த, போரில் தொலைந்தவிட்ட உறவுகளைப் பற்றிய நினைவு மனவடுக்களிலிருந்து மீளமுடியாத நிலைமை களையும் நீளக் காணலாம். கண்ணுக்கு முன்னால் போரில் உடல் ஊனமான உறவுகள் எதிர்கொள்ளும் துயரங்களுடன் காணாமல் போனோர் 'மீள வருவாரோ' என்பதான ஏக்கங்களும் குடியிருப்பன. 'பொட்டு வைக்கலாமா...', 'பூ வைக்கலாமா...' என இவர்கள் எதிர்கொள்ளும் பண்பாட்டின் பெயரிலான நெருக் கீடுகள் வெறும் உளவளத் துணைக் கருத்தரங்குகள், பயிலரங்கு களால் தீர்க்க முடியாதவை.

எங்கள் அகராதிக்குள் தாய்த்தலைமைக் குடும்பங்கள் எனும் கலைச்சொல்லுடன் பிள்ளைத் தலைமைக் குடும்பங்கள் (சைல்ட் ஹெட்டட் ஃபேமிலீஸ்) என்ற புதிய கலைச்சொல்லையும் சேர்க் கின்ற நிலைமை நெஞ்சைப்பிழிவது.

தந்தையைப்போரில் பறிகொடுத்த பிள்ளை; தனது இரண்டு தங்கைகளின் கல்வி உதவிக்காகச் சிறுவர் தொழிலாளி யாகியுள்ளான்; என்னால் படிக்க முடியாமல் போனாலும் தங்கச்சிமாரை எப்படியும் படிக்க வைப்பேன் என்கிறான். வகைமாதிரியாகத் தந்தையான ஒரு மைந்தனின் விடயக் கலைப் பதிவு அது.

இன்னமும் விடுவிக்கப்படாத ஊரவர் துயரம் தனித்துவமானது. நிவாரண வாய்ப்பாடுகளோ, மாற்றுநில ஏற்பாடுகளோ தாய் நிலத்தை வேண்டி நிற்கும் தவிப்புக்கு எவ்வாறு ஈடாகும்...

4

கடந்த மூன்று தசாப்தங்களில் புலம்பெயர் சமூகமாகவும் மாறிவிட்ட நிலையில் ஊரின் குடித்தொகை அருகிப்போனமையும் கவனத்துக்குரியதாகும். புலம்பெயர் சமூகமான ஊரவர்களில் உதவிகள் ஊரில் எஞ்சிய உறவுகளை வாழவைப்பன. உறவுகளை

மட்டுமன்றி ஊரையும் உயிர்ப்படையச் செய்வன. இந்த வகையில் ஊரின் ஆலயங்கள் மீள்உயிர்ப்பு குறிப்பிடத்தக்கது. அப்பாவின் பிறந்தகத்துத் தண்ணீர்த் தாழ்வு ஞானவைரவ சுவாமி ஆலயம் அம்மாவின் பிறந்தக வளமாரி வைரவசுவாமி ஆலயம், எங்கள் நகுலகிரியை அண்டிய, விசுவப்புலவர் வசந்தன் நாடகம் பாடிய வீரபத்திர சுவாமி ஆலயம், கட்டுவன் சந்தி துறட்டையிட்டி ஞானவைரவர் ஆலயம் ஆகியன இன்று அழகாக அமைக்கப் பெற்று திருவிழாக்கள் நடைபெறுகின்றன. தங்கள் வீடுகளை மீளமைப்பதற்கு முன்னால் ஆலயங்களைப் புனருத் தாரணம் செய்வதில் மக்கள் கொண்ட அக்கறையும் ஆர்வமும் பெரியது. ஆலய மீள்எழுச்சியில் ஊரின் புலம்பெயர் பிள்ளை களின் பங்களிப்பு உயர்வானது.

> வீட்டுக்கு மின்சாரம் வராத அந்த நாட்களில் வைரவசுவாமி ஆலய மின்விளக்கில்தான் எங்கள் படிப்பு. இன்றைக்கு வெளி நாட்டில் நாங்கள் சிறப்பாக வாழ அவர் அருளே காரணம்.

எங்கள் தண்ணீர்த்தாழ்வு ஞானவைரவர் ஆலயமீளமைப்பில் பெருந் துணையான தம்பி ஒருவரின் வாக்குமூலம் அது. இந்த ஆலயத்தின் மீளமைப்பு பரிபாலன சபையின் தலைமைப் பொறுப்பு எனதாக்கப்பட்ட நிலையில் இது போன்ற பல கதையாடல்கள், நேரடி அனுபவமாகவே பதிவு பெறும்.

காலனித்துவ ஆக்கிரமிப்பின் போது சுதேசப் பண்பாட்டின் காவல் தெய்வமாக விளங்கிய வைரவசுவாமியின் குறியீடான சூலத்தை வீட்டு வளவில் மரமொன்றின் கீழ் வைத்து, வழிபட்டு பின்னர் வீட்டுக்குடிசைக் கூரையில் சொருகி மறைத்துக் காத்த சமூக வரலாற்றுப் பதிவுகள் இவ்வேளை மனதிலே மேலெழுவன.

ஆலயங்களின் எழுச்சி மக்களின் ஆன்மீக பலத்துக்கான உரமாவதைப்போலச் சமூக,பொருளாதார மீள்வாழ்வுக்கான ஏற்பாடுகளும் பொருத்தமான முறையியல் முன்னெடுக்கப்பட வேண்டும். மீள்வாழ்வுத் திட்டங்கள் எங்களாலேயே திட்டமிடப் பட வேண்டும் .

எங்கள் கிராமத்தின் அடையாளமான கூட்டுறவினடியான திட்டங்களே நிலைபேறான பயனைத்தரும் என்பேன்; சுயம் மறந்த அல்லது சுயமேன்மைகளைத் தாழ நோக்குகின்ற வரலாற்றுக்

காரணிகளை ஆழநோக்குதற்கான அரிய தருணமாகவும் ஊரின் இந்த மீள்கட்டுமான காலம் அமையவேண்டும் என்பேன். அர்த்தமுள்ள மீள்நடுகைக்கான அடிப்படையாகவும் இது அமையும் .

மீள்வாழ்க்கைக்கான கைகொடுப்பு என்ற பெயரில் உலகமய மாதலுக்கு ஆரத்தி எடுக்கும் திட்ட வரைபுகள் இன்று அரங்கேறு கின்றன. உள்ளூர் வணிகநலன்களும் கைகோத்து நிற்கின்றன. 'போரிலே பாதிக்கப்பட்ட உங்கள் மனசை மகிழ்விக்கவே வந்திருக் கிறோம்' என்ற பிரகடனத்துடன்கூட ஆடவும் கூடிப் படம் பிடிக்கவும் விலை நிர்ணயித்து வருகின்ற உறவுக்கோலங்கள் ஒருபுறம். வீட்டுக் கதவைத்தட்டி தாராளமாக உள் நுழையும் மிகப் பிந்திய அமெரிக்க டொமினோஸ்-பீசா; ஏனைய மக்டொன லைசேஷன் பண்டங்கள் என்றவாறு சர்வதேசத் தரத்தில் மகிழ்வூட்டும் ஏற்பாடுகள் மறுபுறம்.

கிராமிய மக்களின் பண்பாட்டுத்தேவைகளும் அறிவுத் திறன்களும் மேம்பாட்டுத் திட்டங்களில் புறந்தள்ளப்படுகின்றன. இன்றைய எங்களின் கொந்தளிப்பான வாழ்வுக்கான ஒரு மாற்று வாய்ப்பாக லெவி-ஸ்ட்ராஸ் போன்ற மானிடவியலாளர்கள் முன்வைக்கும் சுதேச வாழ்வுக்கு மீளுதல், மனிதத்தன்மை கொண்ட எங்களின் பண்பாட்டுக் கோலங்களை மீட்டெடுத்தல் என்பன இன்றியமையாதன. ஆப்பிரிக்க, லத்தீன் அமெரிக்கப் பண்பாட்டுப் புலங்களில் போருக்குப் பிந்தைய மீள்வாழ்வுத் திட்டங்களில் சுதேச அறிவின், பண்பாட்டு வாழ்வியலின் வல்லமை ஆழப் பதிவு பெற்றமை தொடர்பான மானிடவியலாளர் எஸ்கோபர் உணர்த்தும் பாடங்கள் எங்களுக்கு மிகவும் நெருக்கமானவை; உலகளாவிய காலனித்துவ, பின்னை-காலனித்துவ அலைகளுக்குள் அலைகின்ற அனைத்து சமூகங்களுக்குமானவை என்பேன்.

'அற்றைத் திங்கள் அவ்வெண் நிலவில்...' ஏக்கம் தீரும் நாளின் விடியலுக்காய் காத்திருக்கிறது கட்டுவன்.

□

45

அரியாலை
நாடு கடந்த பேரூர்
சர்வேந்திரா தர்மலிங்கம்

புலம்பெயர்வு தொடர்பாகவும், நாடு கடந்த வாழ்வு நிலை தொடர்பாகவும் பல ஆய்வுகளைச் செய்து, அறிவுலகத்தால் பெரிதும் மதிக்கப்படுபவர் பேராசிரியர் பெக்கி லெவிட். இவர் 2011இல் *நாடுகடந்த கிராமத்தினர்* (ட்ரான்ஸ்நேஷனல் வில்லேஜர்ஸ்) என்னும் நூலை எழுதி வெளியிட்டிருந்தார். இந்த நூல் அமெரிக்காவின் பொஸ்டன் நகரில் வாழும் டொமினிக்கன் குடியரசு நாட்டு மக்களின் நாடு கடந்த வாழ்வைச் சித்தரிக்கும் நூல். இந்த மக்கள் எவ்வாறு தமது பூர்வீகத் தாயகத்துடன் தொடர்புகளைப் பேணியவாறு, இரு நாட்டிலும் தமது வாழ்வை ஒழுங்கமைத்திருக்கிறார்கள் என்பதை இந்த நூல் விவரிக்கிறது. இது புலம்பெயர்ந்த இலங்கைத் தமிழர்களின் வாழ்வியலை அணுகுவதற்கு ஒரு நல்ல முன்மாதிரி.

நாடுகடந்த ஊரக மக்களை 'நாடுகடந்த கிராமத்தினர்' என்றும் அழைக்கலாம். தமக்கென ஓர் அரசைக்கொண்ட நாடுகளைத் தேசங்கள் என அழைக்கும் நடைமுறை உண்டு. தெளிந்த அரசியல் கோட்பாட்டுப் புரிதலுடன் இதை அணுகினால் நாம் தேசங்கள் என்பதையும் நாடுகள் என்பதனையும் வேறுபடுத்திப் பார்ப்பது கூடுதல் பொருத்தமாக இருக்கும். தேசங்கள் என்பதை வரையறுப்பதற்கு அரசு என்பது ஒரு முன்நிபந்தனை அல்ல. உலகின் பல அரசுகள் தேசங்களின் அரசுகளாக (நேஷனல்-ஸ்டேட்ஸ்)

இருந்தபோதும் பல அரசுகள் பிரதேச அரசுகளாக (டெர்ரிடோரியல் ஸ்டேட்ஸ்) உள்ளன. இத்தகைய பிரதேச அரசுகளில் பல தேசங்கள் தமக்கென அரசை அமைக்க வேண்டும் என்ற வேணவாவைக் கொண்டவையாக உள்ளன. இதற்கான போராட்டங்களையும் நடாத்தியுள்ளன. இலங்கைத்தீவில் ஈழத்தமிழர் தேசம் நடாத்திய போராட்டத்தை இதற்கு உதாரணமாகச் சொல்லலாம்.

தேசங்கள் எல்லாம் தமக்கென்றதொரு நாட்டையும் அரசையும் அமைத்துவிடாத ஒரு சூழலில் நாட்டு எல்லைகள் கடந்ததொரு வாழ்வுநிலையைக் குறிக்க 'நாடு கடந்த' என்ற பதமே கூடுதல் பொருத்தமாகத் தெரிகிறது. இவ்வாறு நாடு கடந்த நிலையில் தமது உறவுகளைப் பேணிய வகையில் வாழ்ந்துவரும் மக்களை நாடு கடந்த கிராமத்தினர் என அழைப்பது போல இந்த மக்களின் பூர்வீகக் கிராமங்களை நாம் நாடு கடந்த கிராமங்கள் என அழைக்க முடியும். இந்தக் கிராமங்கள் இருந்த இடத்தில்தானே இருக்கின்றன? பிறகு எப்படி இவற்றை நாடுகடந்த கிராமங்கள் என அழைக்க முடியும்? என்ற கேள்வியும் இங்கு எழக்கூடும். இதற்குரிய விடையை 'நாடு கடந்த சமூகவெளி' (ட்ரான்ஸ்நேஷனல் சோஷியல் ஸ்பேஸ்) என்ற சமூக விஞ்ஞானக் கருதுகோளின் உதவியுடன் வழங்க முடியும்.

நாடுகடந்த சமூகவெளி என்பது தாயகத்தில் உள்ளோரையும் புலம்பெயர்ந்தோரையும் இணைத்து நிற்கும் வெளியாக அடையாளம் காணப்படுகிறது. இவ்விரண்டு இடங்களுடனும் தொடர்புகளைப் பேணுவோரே இவ்வெளிக்குள் உள்ளடக்கப் படுகின்றனர். புலம்பெயர்ந்த ஒருவர் தமது பூர்வீகத் தாயகத்துடன் எந்தவிதத் தொடர்புகளையும் பேணாது வாழ்வாராயின் அவர் அந்த நாடு கடந்த சமூகவெளியின் அங்கமாக இருக்கமாட்டார். அதே வேளை புலம்பெயராது தமது கிராமத்திலேயே வாழும் ஒருவர் புலம்பெயர்ந்த தம்முடைய உறவினர்களுடனோ நண்பர்களுடனோ தொடர்புகளைப் பேணிக்கொள்ளும் போது நாடு கடந்த சமூகவெளியின் அங்கமாக மாறிவிடுவார். இங்கு முக்கியமாக நாம் கவனத்திற்கொள்ள வேண்டிய விடயம் என்னவெனில், நாடுகடந்த சமூகவெளிக்குள் உள்ளடங்குவதற்கு ஒருவர் புலம்பெயர்ந்திருக்க வேண்டிய அவசியம் இல்லை. தாம் வாழும் நாட்டுக்கு வெளியே தொடர்ச்சியாகத் தொடர்பு

களைப் பேணிவந்தால் போதும். இந்த வகையில் மக்கள் புலம்பெயர்ந்த கிராமங்கள் அனேகமானவை தமது கிராம மக்களுடன் தொடர்ச்சியாகத் தொடர்புகளைப் பேணி நாடு கடந்த சமூகவெளியில் உள்ளடங்கும் கிராமங்களாகவே உள்ளன.

தாயகத்தில் உள்ளோரும் ஒரு நாட்டுக்குப் புலம்பெயர்ந்தவர்களும் ஏனைய நாடுகளுக்குப் புலம்பெயர்ந்தவர்களுடன் பேணும் உறவுகளால் விரிவடையும் நாடுகடந்த சமூகவெளி ஆகும். ஒருவர் ஈழத்திலிருந்து புலம்பெயர்ந்து நோர்வேயில் வாழ்கிறார் என வைத்துக் கொள்வோம். அவருடைய நாடு கடந்த சமூகவெளி பிரதானமாக ஈழத்தையும் நோர்வேயையும் இணைப்பதாக இருக்கும். இந்த இரு புவியியல் பரப்பையும் நாடுகள் கடந்து இணைப்பதாக நாடுகடந்த சமூகவெளி அமையும். இதேவேளை, இந்த உறவு ஈழத்துக்கும் நோர்வேக்கும் மட்டும் மட்டுப் படுத்தப்பட்டதாக இருக்காது. இந்தத் தொடர்பு ஈழத்தமிழர்கள் புலம்பெயர்ந்து வாழும் கனடா, பிரித்தானியா, பிரான்ஸ், ஜேர்மனி, சுவிஸ், டென்மார்க், சுவீடன், நெதர்லாந்து, இத்தாலி, அவுஸ்திரேலியா உள்ளிட்ட ஏனைய பல நாடுகளையும் உள்ளடக்கியதாக இருக்கும். இதனால், இத்தகைய நாடுகடந்த சமூகவெளி இந்த நாடுகளையும் உள்ளடங்கியதாக விரிந்து பரந்து இருக்கும்.

இந்த இணைப்பும் பிணைப்பும் பல்வேறு தளங்களில் அமையும். குடும்பம் சார்ந்தோ, தமது கிராமம் சார்ந்தோ, தாம் படித்த பாடசாலை சார்ந்தோ, தாம் தாயகத்தில் வழிபாடு செய்த கோவில்கள் சார்ந்தோ, தாயகத்து அரசியல் சார்ந்தோ, தமது சமூகத்தின் அக்கறைக்குரிய விடயங்கள் சார்ந்தோ, வியாபார மற்றும் முதலீடு சார்ந்தோ, இப்படியாகப் பல்வேறு காரணங்களுடன் இவை அமையும். புலம்பெயர்ந்தோரும் புலம்பெயந்து தம்முடைய கிராமங்களில் வாழ்வோரோடு மேற்குறிப்பிடப்பட்ட பல்வேறு தளங்களில் தொடர்புகளைப் பேணிக்கொள்ளும் நிலைமைகள் உண்டு. ஒரு குடும்பத்தைச் சேர்ந்தவர்களில் ஒரு பகுதியினர் தமது பூர்வீகக் கிராமங்களில் வாழ இன்னொரு பகுதியினர் புலம்பெயர்ந்து வாழும் சூழலில் அந்தக் குடும்பத்தினர் எடுக்கும் முடிவுகள் நாடு கடந்தவொரு நிலையில் எடுக்கப்படும் நிலைகள் உள்ளன. இதே போல், கிராமங்கள் சார்ந்து இயங்கும்

பாடசாலைகள், சன-சமூக நிலையங்கள், ஆலயங்கள் போன்றவை தம்முடைய நிறுவனங்களின் மேம்பாடு தொடர்பான விடயங் களில் புலம் பெயர்ந்து வாழும் மக்களை இணைத்த வகையில் செயற்படும் நிலைமைகள் உள்ளன.

பேராசிரியர் பெக்கி லெவிட் அவர்களின் நூலைப் படிக்கும் போதும், ஏனைய நாடு கடந்த கிராமங்கள் பற்றி அறியும் போதும் எனக்கு எனது கிராமமான அரியாலையின் நினைவுகள் மனதில் எழும். இது போல ஒவ்வொரு புலம்பெயர்ந்த கிராமத்தவருக்கும் தத்தமது கிராமங்கள் நினைவுக்கு வரவே செய்யும்.

அரியாலை

எனது கிராமத்தின் பெயர் அரியாலை. ஈழமண்ணின் வடக்குப் பகுதியின் பிரதான நகரமான யாழ்ப்பாண நகரின் நுழைவாயில் கிராமமாக எனது கிராமம் அமைந்துள்ளது. 'யாழ்ப்பாணம் வரவேற்கிறது' என்ற வரவேற்பு வளையம் அமைந்துள்ள இடத் திலிருந்து கச்சேரி என அழைக்கப்படும் யாழ்ப்பாண அரசாங்கச் செயலகம் அமைந்துள்ள பகுதி வரை நீண்டு கொழும்புத்துறை, சுண்டிக்குளி, நல்லூர் போன்றவற்றை அயற் கிராமங்களாகக் கொண்டு விரிந்துள்ள புவியியற் பரப்பைக் கொண்டதாக எனது கிராமம் அமைந்துள்ளது. யாழ்ப்பாண நகருக்கு அண்மையில் கிராம வாழ்வையும், நகர வாழ்வையும் ஒருசேர எமக்குத் தந்த கிராமமாக அது இருந்தது. பரப்பளவாலும், மக்கள்தொகை அளவினாலும் யாழ்ப்பாணத்தின் பெரும் கிராமங்களில் ஒன்றாகவும் இருந்தது.

எனது கிராமத்தில் செறிவாக அமைந்துள்ள குடிமனை களையும், பரந்த வயல்வெளிகளையும் விரிந்து பரந்த கடற் பரப்பையும் காணலாம். வயல் விதைத்து வேளாண்மை காணும் காலத்தில் வயல்வெளிகளில் திரிவது ஒரு சுகமான அனுபவம். கடல்வெளியில் இரவுவேளைகளில் நண்டுகுத்திச் சுட்டுத் தின்னும் நினைவுகள் இன்று நினைத்தாலே பேரின்பம் தருபவை. பிறந்த காலத்திலிருந்து எனது 25 வயது வரை நான் எனது கிராமத்தில் வாழ்ந்திருக்கிறேன். இக்காலப் பகுதியில் எனது மனவெளியைச் சந்தோசம் ததும்பத் ததும்ப நிரப்பும் அளவுக்கு நிறைந்த பல நினைவுகள் தந்த கிராமம் இது.

பாடசாலைகள், சன-சமூக நிலையங்கள், கோவில்கள், விளையாட்டுக்கழகங்கள், நாடகக்குழுக்கள் எனக் கலையும் விளையாட்டும் கல்வியும் தழைத்து வளர்ந்த இடமாக எனது ஊர் இருந்தது. பல கல்விமான்கள், விளையாட்டுவீரர்களைத் தந்த ஓர் ஊராகவும் இருந்தது. ஒரு காலத்தில் அரசியலில் முன்னணித் தலைவர்களைத் தந்த ஊராகவும் இருந்தது. ஈழத்தமிழர்களின் தன்னாட்சி உரிமைக்கான போராட்டக் காலத்தில் போராட்டத்தின் முக்கிய பின்தளங்களில் ஒன்றாகவும், முன்னணிப் போராளி களைத் தந்த ஊராகவும் இருந்தது. பொதுப்பணியை ஓர் அறமாக எமக்குப் போதித்த ஊராகவும் எனது கிராமம் இருந்தது. எனது கிராமத்தில் முன்னெடுக்கப்பட்ட பல சமூக மேம்பாட்டுத் திட்டங்களும், சமூக நிறுவன வளர்ச்சித் திட்டங்களும் சேவை அடிப்படையிலேயே பெரிதும் முன்னெடுக்கப்பட்டன.

எனது அறிவு வளர்ச்சிக்கும், ஆளுமை வளர்ச்சிக்கும் பெரிதும் துணைபுரிந்த இடங்களாக நான் மூன்று இடங்களைக் குறிப்பிடுவதுண்டு. முதலாவது நான் பிறந்த வளர்ந்த ஊரான அரியாலை. இரண்டாவது இரண்டாம் வகுப்பு முதல் கபொத உயர்தரம் வரை நான் படித்த பாடசாலை—யாழ்ப்பாணம் பரி. யோவான் கல்லூரி. மூன்றாவது நான் எனது முதல் உயர் கல்வியின் முதல் பட்டமான வணிகமாணி கற்கைநெறியை மேற்கொண்ட யாழ்ப்பாணப் பல்கலைக் கழகம். இவ்விடங்களில் நான் மிக அற்புதமான ஆளுமைகளைச் சந்தித்திருக்கிறேன். எனது ஆளுமை வளர்ச்சிக்கு இவர்கள் பெருந்துணை வழங்கினார்கள்.

1970களின் பிற்பகுதியில் ஆரம்பித்து, 1980களின் ஆரம்பத் திலிருந்து எம்முடைய கிராமங்களில் போர்மேகம் சூழத் தொடங்கியது. சிறிலங்கா அரசின் தமிழின அழிப்புக்கு எதிராகத் தமிழ்இளைஞர்கள் ஆயுதம் ஏந்திப் போராட ஆரம்பித்தார்கள். மக்கள் வாழ்வில் போர் ஓர் அங்கம் ஆகியது.

போரும் புலப்பெயர்வும் எமது ஊர்களைத் தின்னத் தொடங்கிய காலம் மிகவும் வேதனை மிகுந்தது. தமிழர்கள் மீது திணிக்கப் பட்ட போரைத் தமிழர்கள் எதிர்கொள்வதைத் தவிர வேறு வழியேதும் இருக்கவில்லை. போர்க்காலம் நீள நீள மக்கள் இடம்பெயரவும், புலம்பெயரவும் வேண்டிய நிலை வளர்ந்து

சென்றது. எம்முடைய ஊர்களும் களையிழக்கத் தொடங்கின. அரியாலையும் இதற்கு விதிவிலக்கல்ல. ஊரைவிட்டு வெளியேறுவதில்லை என்ற எனது எண்ணத்தை அச்சமான சூழல் மாற்றியது. இரண்டு வருடத்தில் மீள ஊருக்குத் திரும்புவேன் என்ற எண்ணத்துடன் 1988இல் கிராமம் விட்டுக் கிளம்பியவன் 35 வருடங்கள் கடந்த பின்னரும் நோர்வேயிலேயே இன்றும் வாழும் நிலை. 1990, 1995 ஆகிய ஆண்டுகளில் மீண்டும் தாயகம் திரும்பி, மீண்டும் எனது கிராமம் திரும்பும் முயற்சியினை ஆரம்பித்திருந்தாலும் நடைமுறையில் அவை கைகூடி வரவில்லை. என் போன்றே பலரின் நிலையும்.

புலம்பெயர்ந்தோருக்கும் அவர்களது தாயகத்துக்கும் உள்ள உறவு தொடர்பாக, நேர்க்கோட்டு நாடுகடந்த உறவு (லீனியர் ட்ரான்ஸ்நேஷனலிசம்), வளம்சார் நாடு கடந்த உறவு (ரிசோர்ஸ்-டிபெண்டண்ட் ட்ரான்ஸ்நேஷனலிசம்), எதிர்வினை நாடுகடந்த உறவு (ரிஆக்டிவ் ட்ரான்ஸ்நேஷனலிசம்) என மூன்றாக வகைப்படுத்தும் கோட்பாட்டு அணுகுமுறையொன்று உண்டு.

நேர்க்கோட்டு நாடு கடந்த உறவு என்பது தாயகத்தில் புலம்பெயர்ந்தோருக்கு இருக்கும் தொடர்புகளுக்கேற்ப நாடு கடந்த உறவு தீர்மானிக்கப்படுவதைச் சுட்டி நிற்கிறது. தாயகத்துடன் கூடுதலான பிணைப்பைக் கொண்டிருப்போரின் நாடு கடந்த உறவு கூடுதலாகவும் குறைந்த பிணைப்பைக் கொண்டோரின் உறவு குறைவாகவும் இருக்கும் என்பதை நேர்க்கோட்டுக் கோட்பாட்டு அணுகுமுறை விளக்குகிறது. வளம்சார் உறவு என்பது புலம்பெயர் நாடுகளில் கூடுதலான வளங்களைக் கொண்டிருப்போர் தம்முடைய வளங்களைக்கொண்டு தாயகத்தில் செய்யும் முதலீடுகள், சமூக வேலைத் திட்டங்கள் போன்ற வற்றால் கட்டியெழுப்பப்படும் நாடுகடந்த உறவைக் குறித்து நிற்கிறது. எதிர்வினை நாடுகடந்த உறவு என்பது புலம்பெயர் நாடுகளில் வெற்றிகரமாகத் தங்கள் வாழ்வை ஒழுங்கமைக்க முடியாதவர்கள் அதன் தாக்கம் காரணமாகத் தமது தாகத்துடன் தமது உறவுகளை அதிகரித்து வாழும் நிலையைச் சுட்டி நிற்கிறது.

இந்தக் கோட்பாட்டு அணுகுமுறை ஈழத்தேசத்தில் புலம் பெயர்ந்தோர் பலருக்கும் பொருந்தி வரும். அங்கு நடந்த போரின்

தாக்கத்தையும் நாம் இங்குக் கவனத்திற்கொள்ள வேண்டும். நீண்ட போர்க் காலத்தில் புலம்பெயர்ந்தோர் ஊருக்குத் திரும்புவதோ, ஊரை வளப்படுத்த முதலீடுகள் செய்வதோ சிரமம் நிறைந்த விடயம். போர்பூமியிலிருந்து புலம்பெயர்ந் தோருக்கும், யுத்தமற்ற பூமியிலிருந்து புலம்பெயர்ந்தோருக்கும் இடையே தமது ஊர்களோடு வைத்திருக்கும் உறவுகள் விடயத்தில் பல வேறுபாடுகள் இருப்பதை அவதானிக்கலாம்.

இதில் முக்கியமானதொரு வேறுபாடு தமது தாயகம் நோக்கிய பயணம். யுத்தமற்ற பூமியிலிருந்து புலம்பெயர்ந்தோர் ஒப்பீட் டளவில் அடிக்கடி தமது தாயகத்துக்குப் போய்வருவார்கள். ஆனால், போர்பூமியிலிருந்து புலம்பெயர்ந்தோருக்கு இந்த வாய்ப்பு குறைவு. இதனால், போர்பூமியிலிருந்து புலம்பெயர்ந்த முதலாம் தலைமுறையினருக்கும்கூடத் தமது ஊரும் காலம் செல்லச் செல்ல அன்னியமாகத் தொடங்கிவிடும். உறவினர்களும் நண்பர்களும் புலம்பெயர ஊரில் இருந்தவர்களும் இயற்கை எய்திவிட ஊருடனான தொடர்பு அருகிவிடும் நிலை. புலம் பெயர்வு மட்டுமல்ல, போர் காரணமான இடப்பெயர்வுகளும் ஊரில் பல மாற்றங்கள் ஏற்படக் காரணம் ஆகின. நாம் வாழ்ந்த வீடுகள் உறவுகள் இழந்து வெறும் கட்டங்களாகச் சுருங்கிப் போயின. எனது அனுபவம் ஒன்றை இங்குக் குறிப்பிடுவது பொருத்தம்.

நான் புலம்பெயர்ந்து பதினைந்து ஆண்டுகளுக்குப் பிறகு 2003 இல் எனது ஊருக்குத் திரும்பியபோது நான் பிறந்து வளர்ந்த வீட்டுக்குப் போனேன். வீட்டில் ஒரு குடும்பம் குடியிருந்தது. நான் வெளியில் நின்று 'வீட்டுக்காரர் வீட்டுக்காரர்' எனக் கூப்பிடு கிறேன். முன்னர் எம்மைத் தான் ஏனையோர் அப்படி அழைப்பது வழக்கம். நடுத்தர வயதுள்ள பெண்ணொருவர் வருகிறார். அவர் யார் என்பது எனக்குத் தெரியாது. 'அக்கா. இது நான் பிறந்து வளர்ந்த வீடு. ஒருக்கா உளுக்கை வந்து பாக்கலாமா' என்கிறேன். அவர் வாங்கோ என்கிறார். நான் உள்ளே போகிறேன். எனது வீடே எனக்கு அன்னியமானதொரு நிலை. நான் எனது அறையாகப் பயன்படுத்திப் படித்து, படுத்துறங்கிய அறையில் தேங்காய்கள் குவிக்கப்பட்டிருந்தன. இங்கு வாழிடம் (ஹோம்) என்பதற்கும் வீடு (ஹவுஸ்) என்பதற்கும் இடையே உள்ள வேறுபாடு எனக்கு

நன்கு புரிந்தது. வாழிடம் என்பது உறவு நிலையைக் கூடுதலாகச் சுட்டி நிற்க, வீடு என்பது கட்டட அமைப்பைச் சுட்டிநிற்கும் என்பார்கள். ‘உன்னிடம் பணம் இருந்தால் உன்னால் வீட்டை வாங்கலாம்; ஆனால் வாழிடத்தை அல்ல’ என்ற சீன நாட்டு முதுமொழியும் நினைவுக்கு வந்தது.

இது போலத்தான் புலம்பெயர்ந்தோர் பலரின் வீடுகளின் நிலையும். பல கிராமங்களின் நிலையும் இதேதான். புலப் பெயர்வின்போது நாம் கற்பனை செய்திராத பக்கங்களில் இதுவொன்று. இதனைப் பற்றி நான் எனது ஒஸ்லோ பல்கலைக் கழகக் கலாநிதிக் கற்கைநெறி ஆய்வுக் கட்டுரையில் குறிப் பிட்டிருக்கிறேன். புலப்பெயர்வு மட்டுமன்றி, போர் காரணமாக உள்ளூரில் நிகழ்ந்த இடப்பெயர்வுகளும் ஊர்களில் பெரும் மாற்றங்களை ஏற்படுத்தியுள்ளது. சில ஊர்களே முழுமையாக இடம்பெயர்ந்தன. 1995 அக்டோபர் மாதம் யாழ்ப்பாணத்தில் இடம்பெற்ற இடப்பெயர்வின் போது யாழ்ப்பாண மாவட்டத்தில் இருந்த அனைத்து ஊர்களும் இடம்பெயர்ந்தன. பல ஊர்களில் புதியவர்கள் குடிபெயர ஊர்களிலும் மாற்றங்கள் ஏற்பட்டன. இடம்பெயர்ந்தாலும் மீண்டும் ஊர் திரும்பி, ஊரில் புலம் பெயராது நின்று ஊரில் வாழ்ந்து ஊரைக் காத்தவர்கள் என்றும் நமது மதிப்புக்குரியவர்கள்.

ஊரை விட்டுப் புலம்பெயர்ந்தோரை ஊரோடு இணைப்பதற்கு ஊரின் சில அம்சங்கள் துணை புரியும். குடும்ப உறவு இதில் ஒரு முக்கிய அம்சம். இவற்றைவிட ஊரிலுள்ள சமூக நிறுவனங்களும் இந்த இணைப்பை வலுப்படுத்தும் காரணிகளாக அமைகின்றன.

ஊர்க்கோவில்களின் திருவிழாக்களுக்கும் இத்தகையதொரு பங்கு உண்டு. ஊரின் சிறப்பு மிகு நிகழ்வுகளும் இதற்குத் துணை புரிவதுண்டு. ஊரின் சிறப்பு மிகு நிகழ்வுகள் தொடர்பாக எனது ஊரில் வருடா வருடம் நடாத்தப்படும் கொண்டாட்டம் ஒன்றை இங்கு உதாரணமாகக் குறிப்பிடுதல் பொருத்தமானது.

இந்தக் கொண்டாட்டம் சார்ந்து எனது ஊரான அரியாலைக்கு வரலாற்றுச் சிறப்புமிகு ஆண்டாக 2019 அமைந்தது. 1919இல் பிரித்தானியர் ஆட்சிக் காலத்தில் சுதந்திர வாழ்வின் உன்னதத்தை உணர்த்தும் வகையில் நம் முன்னோர்களால் சுதேசியத் திருநாள்

கொண்டாட்ட விழா என்ற பெயரில் ஒரு சுதேசிய விழா ஆரம்பிக்கப்பட்டிருந்தது. வருடா வருடம் சித்திரைப் புத்தாண்டு காலத்தையொட்டி இவ்விழா கொண்டாடப்படும். விளையாட்டுப் போட்டிகள், கலைப் போட்டிகள், விவசாயப் போட்டிகள், இசை நிகழ்ச்சிகள், நாடகம் என ஊரே கூடி நடைபெறும் கொண்டாட்டங்களுடன் இவ்விழா சிறப்பாக நடைபெறும். இந்தச் சுதேசியத் திருநாள் கொண்டாட்ட விழாவின் நூற்றாண்டு நிறைவு ஒரு பெருவிழாவாக 2019இல் கொண்டாடப்பட்டது.

நூற்றாண்டுப் பெருவிழாவுக்கான நிகழ்வுகள் 2018 ஆடி மாதம் பட்டம் விடும் போட்டியுடன் ஆரம்பித்து, பல்வேறு வகையான கலை விளையாட்டுப் போட்டிகளும் கலைநிகழ்வுகளும் தொடர்ச்சியாக நடைபெற்று, 2019 சித்திரை பிறப்பு 14 நாளில் இறுதி விளையாட்டுப் போட்டியும் கலைநிகழ்வும் இடம்பெற்று நிகழ்வுகள் நிறைவடைந்தன.

இந்த நூற்றாண்டு விழா ஏற்பாடுகளில், அரியாலை ஒரு நாடு கடந்த கிராமம் என்ற வகையில் புலம்பெயர் வாழ் அரியாலை மக்களும் தம்மை இணைத்துக்கொண்டனர். நூற்றாண்டுக் கொண்டாட்ட நிர்வாகத்திலும் பங்கெடுத்துக் கொண்டனர். இதற்கான அழைப்பை ஊர் விடுத்தது. புலம்பெயர்ந்து பல்வேறு நாடுகளிலும் வாழ்ந்து வந்த ஊர் மக்கள், ஊரிலுள்ள நிர்வாகத்தினருடன் நேரடியாகவும் தொலைத்தொடர்பு ஊடகங்கள் ஊடாகவும் தொடர்புகளைப் பேணித் திட்டமிடலிலும் பங்கேற்றனர். தமது வீட்டுக் காரியம் போல நிதித் தேவையைப் பூர்த்தி செய்ய நிதிப் பங்களிப்பு வழங்கினர்.

விழாவில் பங்கு பெறுவதற்காக ஒவ்வொரு நாட்டிலும் இருந்து கிராமம் நோக்கித் திரும்பினர். ஊரின் பெருமை மிக்க வரலாற்று நிகழ்வில் தாங்கள் பங்கேற்க வேண்டும் என்ற உணர்வுத் துடிப்புடன் அவர்கள் பயணித்தனர். கிராமமும் இவர்களின் வருகையை ஆரத்தழுவி வரவேற்றது. போர்க்காலத்தில் பிரிந்துபோனவர்கள் ஒரு பொதுநோக்கத்துடன் மீளத் திரும்பினர். இவர்கள் ஊர் செல்வது இது முதற்தடவையல்ல. இருந்தும் இவ்வளவு பேர் ஒன்றாக, பெரும் எண்ணிக்கையில், ஒரு பொது நோக்குடன் ஊர் திருப்புவது இதுவே முதற்தடவை. ஊரும் அவர்களைப் புலம்

பெயர்ந்தவர்களாகவோ, அன்னியமானவர்களாகவோ பார்க்க வில்லை. அரியாலை எனும் நாடு கடந்தவொரு பெருங்கிராமத்தின் புதல்வர்களாகவே ஊர் இவர்களை நோக்கியது.

இதே போன்று எனது கிராமத்தில் பாடசாலைகள், கோவில்கள், சன-சமூக நிலையங்கள், விளையாட்டுக் கழகங்கள் போன்றவை புலம்பெயர்ந்து வாழும் கிராம மக்களுடன் தம்மை இணைத்தவாறு இயங்கி வருகின்றன. 2024இல் எனது ஊரிலுள்ள நீர்நொச்சித் தாழ்வு சித்தி விநாயகர் ஆலயத்தின் கும்பாபிஷேக நிகழ்வு ஜூன் 10இல் நடைபெற்றது. இந்தக் கோவில் புனரமைப்புக்கும் புலம்பெயர்ந்து வாழும் ஊர்மக்கள் பெருமளவு நிதி உதவி வழங்கினர். அன்றைய தினம் தமிழ்நாட்டிலிருந்து வந்து இசை நிகழ்ச்சி வழங்கிய பாடகி நித்யசிறீ குழுவினரின் இசை நிகழ்ச்சிக்கு நோர்வேயில் வாழும் நண்பர் ஒருவர் அனுசரணை வழங்கியிருந்தார்.

அரியாலை சன-சமூக நிலையத்தின் 75 ஆண்டு நிறைவு பவளவிழா நிகழ்ச்சிகள் 2024 ஆம் ஆண்டு ஜனவரி முதல் ஜூலை வரை நடைபெற்ற போதும் புலம்பெயர்ந்து வாழும் ஊர்மக்கள் இந்த விழாவுடன் தம்மை இணைத்துக்கொண்டனர். இதற்கு முன்னர் சிறீஞானவைரவர் கோபுரக் கட்டுமானத்துக்கும் நிதியுதவி வழங்கப்பட்டிருந்தது. ஊரிலுள்ள சிறீபார்வதி பாடசாலை வளர்ச்சிக்கும் புலம்பெயர்ந்த ஊரவர்கள் உதவி வருகின்றனர். சிறுவர் பாடசாலை, குடிநீர் சுத்திகரிப்புத் திட்டம் போன்ற வற்றுக்கும் புலம்பெயர்ந்த ஊரவர்கள் உதவியுள்ளனர். இது போன்ற பல திட்டங்களைக் கூறலாம். இதேபோன்று அநேக மான கிராமங்கள் புலம்பெயர்ந்து வாழும் தங்கள் கிராம மக்களை இணைக்கும் நாடுகடந்த சமூகவெளிக்குள் தங்கள் வாழ்வு முறையை ஒழுங்கமைத்துள்ளன.

இந்த நாடு கடந்த சமூகவெளியில் உள்ள கிராமங்களில் சில சவால்களும் இருக்கத்தான் செய்கின்றன.

1. புலம்பெயர்ந்தோர் வழங்கும் பண உதவிகள் எல்லாச் சூழ்நிலை களிலும் சாதகமான விளைவுகளை ஏற்படுத்துவதில்லை.

2. கிராமத்தில் வாழ்வோருக்கும் புலம்பெயர்ந்து வாழும்

கிராமத்தவருக்கும் இடையே உருவாகி வரும் பண்பாட்டு இடைவெளியும், இது ஏற்படுத்தக்கூடிய பிணக்குகளும்.

3. புலம்பெயர்ந்து வாழும் அடுத்த தலைமுறைகளுக்குக் கிராமத்துடன் நெருக்கமான பிணைப்பு இல்லாமையால், நாடு கடந்த சமூகவெளி எதிர்காலத்தில் சுருங்கிவிடக்கூடிய நிலை.

புலம்பெயர்ந்து வாழும் மக்களும் தாயகத்தில் வாழும் மக்களுக் கிடையிலான உறவைப் பேணும் நாடு கடந்த சமூகவெளிக்குள் பல்வேறு வகையான அழுத்தங்களும் நெருக்கடிகளும் ஏற்படவே செய்கின்றன. புலம்பெயர்ந்து வாழும் மக்கள் தாங்கள் பிறந்து வளர்ந்த ஊருக்கு வழங்கும் உதவிகள் நன்மையான விளைவுகளை மட்டும் ஏற்படுத்துவதில்லை என்பது இந்த உறவில் அழுத்தத்தை ஏற்படுத்தும் ஒரு விடயமாக உள்ளது. புலம்பெயர்ந்தோரின் உதவி ஒரு தங்குநிலைச் சமூகத்தை உருவாக்குகிறதா? என்பதில் வாதப்பிரதிவாதங்கள் உள்ளன. மக்களின் தேவைகளுக்கு மேலதிகமாக, உற்பத்தி வலுவற்ற, மீள்பயன்பாட்டுக்கு உதவாத விடயங்களுக்குப் பெருந்தொகைப் பணம் செலவு செய்யப் படுவதாகவும் விமர்சனங்கள் முன்வைக்கப்படுகின்றன.

ஊர்சார்ந்த முடிவுகளை எடுப்பதில் புலம்பெயர்ந்து வாழும் ஊர்மக்களின் பங்கு என்ன என்பது குறித்தும் நாடு கடந்த சமூகவெளிக்குள் அழுத்தங்கள் நிகழ்கின்றன. நீண்ட காலம் புலம்பெயர்ந்து வாழும் ஊர்மக்கள் தாம் புலம்பெயர்ந்து வாழும் நாடுகளிலிருந்து கற்றுக்கொண்ட விடயங்கள் சிலவற்றை ஊருக்கு வழங்க விரும்பும் போது எல்லாச் சூழ்நிலைகளிலும் இந்த விருப்பம் ஊரில் உள்ளவர்களால் ஏற்றுக்கொள்ளப் படுவதில்லை. இதற்குப் பண்பாட்டு இடைவெளியும் ஒரு காரணமாக இருப்பதுண்டு. ஊரின் தேவையை ஊரில் வாழ்வோர் மட்டும் முடிவு செய்வதா, புலம்பெயர்ந்து வாழும் மக்களையும் இணைத்த வகையில் முடிவு செய்வதா என்பது இங்கு முக்கியமான விடயமாக உள்ளது. தற்போதைய நடைமுறையில் புலம்பெயர்ந்து வாழும் ஊர்மக்கள் தமது ஆலோசனைகளை ஊர் அமைப்புகளுக்கு வழங்குகின்றனர். ஊரிலுள்ள அமைப்புகளின் நிர்வாகத்தினர் முடிவுகளை எடுக்கின்றனர். சில முடிவுகள் கலந்து பேசி எடுக்கப்படுகின்றன. சில முடிவுகளில் புலம்

பெயர்ந்த ஊர்மக்களின் கருத்து ஏற்கப்படுவதில்லை. இத்தகைய சூழ்நிலைகளில் தாம் வங்கிகளில் பணம் வழங்கும் இயந்திரங்களாக மட்டும் இருக்க முடியாது என்ற புலம்பெயர்ந்த ஊரவரின் ஆதங்கத்தையும் கேட்க முடிகிறது. இருந்த போதும், ஊரில் வாழும் மக்களே ஊர் சார்ந்த முடிவுகளை எடுப்பதில் முதன்மைப் பாத்திரம் வகிக்க வேண்டும் என்பதிலும், ஊர் சார்ந்த முடிவுகளை எடுப்பதில் ஊரில் வாழும் மக்களுக்கே தார்மீக உரிமை அதிகம் என்பதில் பெரும்பான்மையான புலம்பெயர்ந்து வாழும் ஊர்மக்களுக்கு உடன்பாடு உண்டு.

இறுதியாகக் குறிப்பிடப்பட்டுள்ள புலம்பெயர்ந்துள்ள அடுத்த தலைமுறைக்கும் கிராமங்களுக்குமிடையே வளரக்கூடிய உறவே கிராமங்கள், எம்முடைய கிராமங்கள் நாடு கடந்த கிராமங்களாக எதிர்காலத்தில் அமையுமா என்பதனைத் தீர்மானிக்கும். புலம் பெயர்ந்து வாழும் முதலாம் தலைமுறை ஊரவர்கள் தங்கள் ஊருடன் வைத்திருக்கும் உறவுகளுடன் ஒப்பிடும்போது அடுத்த தலைமுறையினர் தமது பெற்றோரின் ஊரோடு வைத்திருக்கும் உறவு மிகப் பலவீனமாகவே உள்ளது. இந்தப் பலவீனமான உறவைப் பலப்படுத்துவதற்குப் பெற்றோர்கள் பல்வேறு வகையான முயற்சிகளை எடுத்து வருகின்றனர்.

சில பெற்றோர்கள் தம்முடைய பிள்ளைகள் அடிக்கடி தமது ஊருக்குப் போய் வருவதைத் தூண்டும் வகையில் ஊரில் விடுமுறை வீடுகளை நவீன வசதிகளுடன் அமைக்கின்றனர். வேறு சிலர் ஊரின் பாடசாலை, கோவில் மற்றும் மனிதாபிமான, சூழல் சுற்றுப்புற நலத்திட்டங்களுடன் தமது பிள்ளைகளை இணைப்பதன் ஊடாகப் பிள்ளைகளுக்கும் தமது ஊருக்குமான உறவை வலுப்படுத்த முயல்கின்றனர். இந்த முயற்சிகள் எவ்வளவு தூரம் வெற்றியளிக்கும் என்பது காலத்துக்குரிய ஒரு கேள்வியாகவே உள்ளது.

முதலாம் தலைமுறையினர் தமது திருமணத்துக்கான துணையைப் பெரும்பாலும் ஊரிலிருந்து தேர்வு செய்தமை ஊருடன் அவர்களின் உறவை வலுப்படுத்த உதவி செய்தது. அடுத்த தலைமுறையினரைப் பொறுத்தவகையில் தமது வாழ்க்கைத் துணையைத் தாம் வாழும் நாடுகளில் தேர்வு செய்வதையே

விரும்புகின்றனர். இவர்கள் தமது பெற்றோர் பிறந்து வளர்ந்த ஊரிலிருந்து தமது வாழ்க்கைத் துணையைத் தேர்வு செய்யப் பெரிதும் விரும்பவில்லை. இதனால் திருமணப் பந்தம் காரணமாக அடுத்த தலைமுறையினருக்கும் பெற்றோரின் ஊருக்கும் இடையில் உறவு வளர்வதற்கான வாய்ப்புகள் மிகக் குறைவாகவே உள்ளன.

முதலீடு, வியாபார உறவுகள் சார்ந்து அடுத்த தலைமுறையினர் ஊரோடு வைத்திருக்கக்கூடிய உறவுகளுக்கான வாய்ப்புகளும் எனது ஊர் உட்படப் பல ஊர்களில் பிரகாசமாக இல்லை என்பதே நடைமுறை யதாரத்தமாக உள்ளது.

புலம்பெயர்ந்த ஊர்களைச் சேர்ந்த பெற்றோர்கள் தம்முடைய இறுதிக்காலங்களில் ஊரோடு போய் வாழ்வார்களாயின் குடும்ப உறவு சார்ந்து பிள்ளைகள் ஊரோடு உறவாட வாய்ப்புகள் ஏற்படும். ஆனால், அநேகமான பெற்றோர்கள் ஊரோடு போய் வாழ விருப்பமற்றவர்களாக உள்ளனர். தமக்குத் தேவையான வைத்திய சேவை, பிள்ளைகளுடனும் பேரப்பிள்ளைகளுடனும் கூடி வாழ்வதற்கான விருப்பம், ஊரில் அவர்களின் நெருங்கிய உறவினர் நண்பர் வட்டம் புலம்பெயர்ந்தமை போன்றவை இவ்விருப்பின்மைக்குக் காரணங்களாக உள்ளன.

எனது கலாநிதிப் பட்டத்திற்குப் பிறகான ஆய்வுக்காக ஒஸ்லோவில் நான் செவ்வி கண்ட ஓர் ஆசிரியர் பின்வரும் கருத்தைத் தெரிவித்திருந்தார். 'நான் புலிகளை ஆதரித்ததில்லை என்பது உங்களுக்குத் தெரியும். ஆனால் புலிகளின் வீழ்ச்சிக்குப் பின்னர் எமது அடுத்த தலைமுறையினரை நிறுவன ரீதியாகத் தாயகத்துடன் இணைக்கக்கூடிய ஆற்றலைத் தமிழர்கள் இழந்துள்ளதை உணர்கிறேன்.' இந்தக் கருத்து அடுத்த தலை முறையினர் ஊருடன் உறவுகள் வளர்ப்பதிலுள்ள பேரரசியல் சிக்கலை வெளிப்படுத்துகிறது.

புலம்பெயர்வு ஆய்வுகளில் அரசுடன் இணைக்கப்பட்ட புலம் பெயர்வு (*ஸ்டேட் லிங்டு டயஸ்போரா*), அரசற்ற புலம்பெயர்வு (*ஸ்டேட்லெஸ் டயஸ்போரா*)என்ற வகைப்படுத்தலொன்று உண்டு. நீண்டகாலத் தேசிய ஒடுக்குமுறை காரணமாக ஈழத்தமிழர்கள் பெரும்பாலானோர் சிறிலங்கா அரசைத் தமது சொந்த அரசாக

மனப்பூர்வமாக உணர்வதில்லை. இதனால் ஒருவகையில் அரசற்ற புலம்பெயர்வு வகைக்குள் அவர்கள் பொருந்திப் போகிறார்கள்.

புலிகள் அமைப்பு ஈழத்தமிழர் தாயகத்தில் நடைமுறை அரசு அமைத்திருந்த காலத்தில் புலம்பெயர்ந்து வாழ்ந்த தமிழர் களைத் தாயகத்துடன் இணைக்கும் கட்டமைப்பை அவர்கள் பேணினார்கள். புலிகளின் வீழ்ச்சிக்குப் பின் இக்கட்டமைப்புச் சிதைவுற்றது. அந்த ஆசிரியர் கூறியது போல அடுத்த தலைமுறை யைத் தாயகத்துடன் இணைக்கும் தமிழரின் ஆற்றல் புலி களின் வீழ்ச்சிக்குப் பின் வீழ்ச்சி கண்டுள்ளது.

இவற்றையெல்லாம் தொகுத்துப் பார்த்தால் எனது கிராமமும், என்னுடையது போன்ற பல்வேறு கிராமங்களும் எவ்வளவு காலம் நாடு கடந்த கிராமங்களாக இருக்கப்போகின்றன என்ற கேள்வி வலுவாக எழுவதைத் தவிர்க்க முடியவில்லை. ◻

46

பினாங்கு

உலகத் தமிழ்மகளின் பூர்வீகம்

க. சுபாஷிணி

பினாங்கு, நான் பிறந்து வளர்ந்த மாநிலம். மலேசியாவில் உள்ள 13 மாநிலங்களில் பினாங்கு மாநிலமும் ஒன்று. தீவுப் பகுதியும் தீபகற்பப் பகுதியில் ஒரு பகுதியும் என இரண்டு பகுதிகள் இணைந்த மாநிலம் இது. நான் பிறந்த போது என்னுடைய பெற்றோர்கள் பினாங்கு மாநிலத்தில் நார்த்தம்சாலை என்ற பகுதியில் தான் வாழ்ந்திருக்கின்றார்கள். எனது தந்தையார் குடும்பத்தினர் மூன்று தலைமுறையாக நாகப்பட்டினத்திலிருந்து அன்றைய மலாயாவிற்கு வியாபாரம் செய்வதற்காக வந்து சென்றவர்கள். அவர்களுடைய குடும்பத்தார்கள் கெடா மாநிலத்திலும் பினாங்கு மாநிலத்திலும் எனக் கடை வைத்திருந்தார்கள்.

எனது அப்பா இந்தியாவில் பிறந்து ஆறு வயதில் மலேசியாவிற்குக் கொண்டுவரப்பட்டவர். அப்பாவின் உறவினர்கள் ஏறக்குறைய 200 ஆண்டுகளாக மலாயாவின் வடக்குப் பகுதியில் ஆங்காங்கே இருந்தாலும் அவர் தமிழ்நாட்டிற்கு வந்துதான் பெண்பார்த்துத் திருமணம் செய்துகொள்ள வேண்டும் என்று தஞ்சாவூர், நாகப்பட்டினம் இரண்டிற்கும் இடையே உள்ள தலைஞாயிறு என்ற கிராமத்தில் பெண் பார்த்து என்னுடைய அன்னையார் ஜனகாவைத் திருமணம் செய்து, பிறகு உடனே பத்து நாட்களில் மலேசியாவிற்குத் திரும்பியவர். அந்தக் காலத்திலேயே என் அம்மா தனியாக, திருமணம் முடித்த

42ஆவது நாளில் சிதம்பரம் கப்பலில் பயணம் செய்து நாகப் பட்டினம் துறைமுகத்திலிருந்து பினாங்கு வந்து சேர்ந்திருக் கின்றார். அப்போது அவருக்கு வயது பதினெட்டுதான். எனக்கு ஒரு சகோதரியும் இருக்கின்றார். அவர் பெயர் கலா. நாங்கள் இருவரும் பிறந்தது பினாங்கில் நார்த்தம் சாலை பகுதியில்தான்.

அதன் பின்னர் நாங்கள் வளர்ந்த காலத்தில் நாங்கள் வசித்து வந்த பகுதி 'தஞ்சோங் தொக்கோங்' என்ற ஒரு பகுதி. இந்த மலாய் மொழிச் சொல்லைத் தமிழாக்கம் செய்தால், 'வழிபாட்டுத் தலங்கள் உள்ள ஊர்' என்று மொழிபெயர்க்கலாம். சீன மக்கள் அதிகமாக வசிக்கின்ற பகுதி இது. இங்குதான் நானும் எனது அக்காவும் வளர்ந்து வந்தோம். மிக இளம் வயது நினைவுகள் எனக்கு அவ்வளவாக இல்லை. என்றாலும் ஆரம்பப் பள்ளிக்கூட நினைவுகள் பசுமையாக உள்ளன. முதலில் நாங்கள் இருவரும் பினாங்கு மாநிலத்தில் உள்ள கான்வென்ட் தமிழ்ப் பள்ளியில் ஆரம்பக் கல்விக்காகச் சேர்க்கப்பட்டோம். இது ஒரு கிறிஸ்துவத் தேவாலயத்தின் மேற்பார்வையின் கீழ் இருந்த ஓர் ஆரம்பநிலை தமிழ்ப்பள்ளி.

மலேசியாவைப் பற்றிப் பேசும்போது மலேசிய மக்கள் மற்றும் மலேசியப் பள்ளிக்கூடங்கள் பற்றியும் சில தகவல்களை நாம் அறிந்து கொள்வது உதவும்.

1957இல், அதாவது இந்தியா சுதந்திரம் பெற்ற பத்து ஆண்டு களுக்குப் பிறகு மலேசியாவிற்குச் சுதந்திரம் கிடைத்தது. அந்தக் காலகட்டத்தில் மலேசியாவில் மிகப் பெரும்பான்மையாக மலாய்க்காரர்களும் மற்றும் பூர்வ குடிமக்களும் ஏறக்குறைய 55% இருந்தனர். 35% சீன மக்கள்; 8% இந்திய மக்கள்; எஞ்சிய 2% ஐரோப்பியர் மற்றும் ஏனைய இனத்தினர். இந்திய மக்களின் மொத்த எண்ணிக்கையில் ஏறக்குறைய 90 % தமிழர்களே.

இந்தச் சூழலில், சுதந்திரம் பெற்ற காலத்தில் இந்த மூன்று பெரிய இனங்களுக்கும் இடையே பிரச்சினைகள் எழுந்து விடக்கூடாது என்பதில் மலேசிய அரசாங்கம் கவனமாக இருந்ததால் மொழி மற்றும் சமய அடிப்படையில் அனைவருக்கும் சுதந்திரமாகக் கடைப்பிடிக்க வாய்ப்பளிக்க வேண்டும் என்ற எண்ணத்தோடு மலேசிய அரசு உருவாக்கப்பட்டது. அதன்

அடிப்படையில் ஆரம்பக் கல்வியை மலாய் மொழி, சீன மொழி, தமிழ்மொழி ஆகிய மொழிகளில் ஆறு ஆண்டுகள் பெற்ற பின்னர், ஓராண்டு புதுமுக வகுப்பு சென்று, பின்னர் அனைவருக்கும் மலாய்மொழிக் கல்வி என்பது சட்டமாக்கப்பட்டது. அந்த வகையில்தான் நானும் எனது அக்காவும் தமிழ்ப் பயிற்று மொழிப் பள்ளிக்கூடத்தில் எங்கள் ஆரம்பக் கல்வியைத் தொடங்கினோம்.

தமிழ்நாட்டின் ஒரு சிறிய கிராமத்திலிருந்து வந்திருந்த எனது தாயார் அவருக்கு இருந்த கல்வி அறிவைக்கொண்டு அந்தக் காலத்திலேயே சீர்திருத்தம், மார்க்சியக் கருத்துகள் ஆகியவற்றின் தாக்கத்தை உள்வாங்கியவராக இருந்தார். ஆகவே மலேசியாவிற்கு வந்துவிட்ட பிறகு அங்குத் தனது திறனை வெளிப்படுத்தும் முயற்சிகளில் ஈடுபட வேண்டும் என்ற ஆழ்ந்த ஈடுபாடு என் தாயாருக்கு இருந்தது. அதன் வெளிப்பாடாக ஆரம்பக் காலகட்டங் களில் ஜனனி என்ற புனைபெயரில் என் தாயார் பத்திரிகைகளுக்கு எழுதத் தொடங்கியிருந்தார். அந்தக் காலகட்டத்தில் *தமிழ் மலர், தமிழ்நேசன்* ஆகிய நாளிதழ்கள் வந்து கொண்டிருந்தன.

நானும் எனது அக்காவும் ஆரம்பப் பள்ளிக்குச் சென்ற காலகட்டங்களில் பெற்றோர்-ஆசிரியர் சங்கத்தில் எனது தாயார் மிகுந்த ஈடுபாட்டுடன் செயல்பட்டு வந்தார். பள்ளிக்கூடத்தில் கல்வி கற்பது மட்டும் போதாது; கூடுதலாக நடனம், பாடல், விளையாட்டுகள் என்று நாங்கள் எப்போதும் சுறுசுறுப்பாக இயங்க வேண்டும் என்று அம்மா வலியுறுத்திக்கொண்டே இருப்பார்.

பள்ளியில் நான் படித்த வகுப்பில் முதல் வகுப்பிலிருந்து நான்காம் வகுப்பு வரை ஏறக்குறைய 40 மாணவர்கள் இருந்தார்கள். இப்போது நினைத்துப் பார்த்தால் அவர்களில் ஆறு பேர் மட்டுமே நினைவுக்கு வருகிறார்கள். மீனாட்சி, சரஸ்வதி, சீதா, நாசிர், இன்பம், ஜபாஃர். பள்ளிநேரத்திலும் பள்ளி முடிந்த பிறகும் நாங்கள் விளையாடிய நேரங்கள் மகிழ்ச்சியான நினைவுகள். கண்ணாமூச்சி, பாண்டி, ஏழுகல், பரமபதம் போன்ற விளை யாட்டுக்கள்தான் நாங்கள் அடிக்கடி விளையாடும் விளையாட்டுக்கள்.

பள்ளிக்கூடப் பாடநேரம் போக நாங்கள் பள்ளிக்கூடத்தில் விவசாயம் செய்வது பற்றியும் பயின்றோம். பருத்திச் செடி நட்டு வைத்துப் பருத்திப் பஞ்சைச் சேகரித்து அவை பற்றிக் குறிப்பு

எழுதுவது, சோளவிதைகளை நட்டு வைத்து அவை காய்க்கும் போது அவற்றைப் பார்த்து குறிப்பெடுத்ததோடு அவை காய்க்கத் தொடங்கும் போது அவற்றைப் பார்த்து மகிழ்ந்த நாட்கள் அனைத்தும் அழியா சுவடுகளாய் இன்றும் நினைவில் உள்ளன.

பள்ளி ஆண்டுவிழாக்களில் நானும் என் அக்காவும் நடனம் ஆடுவது, பாட்டுப் பாடுவது என ஆடல் பாடல் நிகழ்ச்சிகளில் பங்கெடுத்துக்கொள்வோம். நானும் என் பள்ளித் தோழன் இன்பமும் ஆங்கிலேயப் பாணி உடை அணிந்து அழகாக நடன மாடியதும், 'நீல வண்ண கண்ணனே' என்ற தமிழ்ப் பாடலுக்கு நானும் அக்காவும் நடனம் ஆடியதும் மறக்க இயலா இனிய நினைவுகள்.

மலேசிய நாட்டில் நாங்கள் வளர்ந்து வந்தாலும் எங்கள் வீட்டில் எப்போதும் தமிழ்நாட்டுச் சமையல்தான் இடம் பிடித்திருந்தது. ஒவ்வொரு நாள் காலையும் அம்மா தவறாமல் காலை உணவு தயாரித்துவிடுவார். இட்லி தோசை உப்புமா போன்றவை அடிக்கடி எங்களுக்குக் கொடுக்கப்படும் காலை உணவு வகைகள். மதியம் நாங்கள் வீட்டிற்கு வரும்போது மதிய உணவு தயாராக இருக்கும். மதியம் நான்கு மணிக்கு எங்களுக்குத் தவறாமல் அம்மா ஏதாவது ஒரு பலகாரம் செய்து கொடுத்து விடுவார். உருளைக்கிழங்கு போண்டா, பால்கொழுக்கட்டை, சீடை, முறுக்கு, மலேசிய வகைப் பலகாரங்கள் போன்றவற்றைத் தவறாமல் அம்மா மாலை நேரத்திற்கு அலுப்புப்படாமல் செய்து கொடுப்பார். அதேபோல இரவு உணவும் அரிசிச்சோறு குழம்பு என்று இருக்கும். அம்மா செய்து கொடுத்த வத்தல் குழம்பின் சுவையும் கத்தரிக்காய் காரக்குழம்பின் சுவையும் பால்கொழுக் கட்டையும் எத்தனையோ ஆண்டுகள் ஆகியும் இன்றைக்கு நினைத்துப் பார்த்தாலும் அதன் சுவையும் அதன் வாசமும் மனதில் வந்து போகின்றன.

எங்கள் பெற்றோரில் அப்பாவைவிட அம்மா அதிகம் கல்வி கற்றவர். திருமணத்திற்குப் பின்னரும் பத்திரிகையாளராகவும் பின்னர்ச் சித்தமருத்துவம் ஆகிய துறைகளில் டிப்ளோமோ என்று தனது பணியையும் மேற்கொண்டு வந்தார். அப்பா தொலைபேசி நிறுவனத்தில் டெக்னீஷனாகப் பணியாற்றி வந்தார். அம்மாவின் சமூகப்பார்வை மிகப்பெரியது. தோட்டப்

பாட்டாளிகளாக மலேசியாவின் வடபகுதி மாநிலங்களில் வசித்துவந்த தமிழ் நாட்டிலிருந்து ஒப்பந்தக் கூலிகளாக ஏறக் குறைய 200 ஆண்டுகளுக்கு முன்னர் மலாயா வந்த தமிழர்களின் சந்ததியினரின் நலனுக்காகச் செயல்பட்ட சில அமைப்புகளில் அம்மா தன்னை ஈடுபடுத்திக் கொண்டார். அவருடைய செயல் பாடுகள் ஒவ்வொன்றிலும் நானும் அக்காவும் எப்போதும் இடம்பெற்றிருப்போம்.

பள்ளிக்கூடம் முடிந்து வீட்டிற்கு வந்ததும் ஒவ்வொரு நாளும் எனக்கும் என் அக்காவிற்கும் எங்கள் கிராமத்தில் உள்ள நீரோடையில் விளையாடுவது மிகவும் பிடிக்கும். அது ஒரு சிறிய ஓடை தான். ஓடையின் இரு பக்கங்களில் உள்ள களிமண்ணை எடுத்துக் கொண்டு வந்து நானும் அக்காவும் பொம்மைகள் செய்வோம். எங்கள் பக்கத்து வீடுகளில் வசித்து வந்த மலாய் இனத்துக் குழந்தைகளும் நாங்களும் ஆற்றில் மீன்கள் பிடிப்போம். விலாங்கு மீன்கள் பிடிப்பது எங்களுக்குப் பிடிக்கும். அவை பாம்பு போல நீளமாக இருப்பது அக்காலத்தில் எனக்கு மிகுந்த ஆச்சரியத்தை அளித்தது. ஆற்றில் நடந்து சென்று நாங்கள் இரண்டு பேராக ஒரு துணியைத் தண்ணீருக்குக் கீழே அழுத்திப் பிடித்துக் கொண்டு காத்திருப்போம். மீன்கள் துணிக்கு மேலே நீந்தி வரும்பொழுது அதனை உடனே மேலே தூக்கி எடுத்துக் கொண்டு தண்ணீரில் அங்குமிங்கும் ஆட்டி அதைப் பார்த்து மகிழ்ந்து சிறிது நேரம் வைத்துக்கொண்டிருந்துவிட்டு பின்னர் ஓடைநீரிலேயே விட்டுவிடுவோம். இப்படிக் களிமண்ணில் பொம்மை செய்து விளையாடியதும், மீன்களைப் பிடித்து மீண்டும் விட்டு விளையாடியதும் எனது இளமைக்காலத்தை அழகாக்கிய தருணங்கள்.

எனக்குப் பாட்டுப் பாடவும் வரும் என்பது முதலில் எனக்குத் தெரியவே தெரியாது. மலேசியாவில் நாங்கள் வளர்ந்து வந்த காலகட்டத்தில் ஒவ்வொரு மாநிலத்திலும் தேவாரப் பாடல் பாடும் போட்டி நடைபெறும். மாநில அளவில் பாடல் போட்டியில் வெற்றிபெறும் வெற்றியாளர்கள் மலேசியத் தலைநகரான கோலாலம்பூரில் நடைபெறுகின்ற தேசிய அளவிலான போட்டியில் கலந்துகொள்ள வாய்ப்பு கிடைக்கும். இந்தப் போட்டிகள் பற்றி அறிந்து கொண்ட என் அம்மா நானும் அக்காவும் பாடல் பயிற்சி

பினாங்கு ✦ 707

பெற்றுக்கொண்டு தேவாரப் பாடல்கள் பாடும் போட்டியில் பங்கு பெற வேண்டும் என்று எங்களுக்குப் பயிற்சிக்கு ஏற்பாடுகள் செய்திருந்தார். ஆரம்பத்தில் அவ்வளவாக ஈடுபாடு காட்டாத நான் பின்னர்ப் படிப்படியாக இந்தப் போட்டிகளில் ஆர்வத்துடன் பங்கெடுக்கத் தொடங்கினேன். எனக்குப் பதினோரு வயது இருக்கும்போது நடைபெற்ற தேவாரப் பாடல் பாடும் போட்டியில் மாநில அளவில் இரண்டாவது பரிசு பெற்றேன். அதற்கு அடுத் தடுத்த ஆண்டுகள் ஏறக்குறைய ஆறு ஆண்டுகள் மாநில அளவில் தேவாரப் பாடல்கள் பாடும் போட்டியில் 15 வயதுக்குக் குறைவானவர்கள் பட்டியலில் நானே முதல் பரிசு பெற்றேன். அதுமட்டுமல்ல, தேசிய அளவில் நடைபெற்ற போட்டியில் கலந்து கொள்ளக் கோலாலம்பூர் சென்று அதில் ஒருமுறை வென்று தங்கப் பதக்கமும் பெற்று வந்தேன்.

நான் நன்றாகப் பாடுவதும் போட்டிகளில் பரிசு பெறுவதும் என் பெற்றோருக்குப் பெருமை அளிக்கும் ஒரு விஷயமாகத்தான் இருந்தது. ஏனெனில் ஒவ்வொரு முறையும் அவர்கள் தங்கள் நண்பர்களிடம் என்னைப் பற்றிப் பெருமையாகப் பேசிக் கொள்வதை நான் கேட்டு மனதிற்குள் மகிழ்ந்திருக்கிறேன். தேவாரப்பாடல் பாடும் போட்டியின் தொடர்ச்சியாக எங்களை அப்போது ஈப்போ மாநிலத்திலிருந்து பினாங்கு வரை வந்து கர்நாடக இசைப் பயிற்சி வழங்கி வந்த சிவசுப்பிரமணியம் என்ற ஆசிரியரிடம் இசைப் பயிற்சிக்கு எங்கள் பெற்றோர் அனுப்பி வைத்தார்கள்.

அந்தக் காலகட்டத்தில் மலேசியாவில் கர்நாடக இசைப் பயிற்சி எடுப்பது என்பது குதிரைக்கொம்பு போன்றது. ஆசிரியர்கள் பற்றாக்குறை தான் இதற்கு ஒரு காரணம். ஆகவே அந்தக் காலகட்டத்தில் வட மாநிலங்கள் என்று எடுத்துக் கொண்டால் இரண்டு அல்லது மூன்று இசை ஆசிரியர்கள் தான் இருந்தார்கள். அவர்களில் ஒருவர் தான் எங்கள் ஆசிரியர் திரு. சிவசுப்பிர மணியம். எங்களின் இளம்வயது இப்படிப் பள்ளிக்கல்வி, ஆற்றில் விளையாடுவது, இசைப்பயிற்சி, பாடல் போட்டி மட்டுமல்லாது நடனப்பயிற்சி, விளையாட்டுகள் என அமைந் திருந்தது. இதற்கேற்ற சூழலும் நாங்கள் வசித்து வந்த எங்கள் தஞ்சோங் தொக்கோங் பகுதியில் அமைந்திருந்தது.

தமிழ்நாட்டைத் தாய்நாடாகக்கொண்ட எனது தாயாரின் குடும்பம் ஒரு விவசாயக் குடும்பம். பினாங்கில் எங்கள் வீட்டில் நல்ல தோட்டம் ஒன்று இருந்தது. ஒவ்வொரு நாளும் எங்கள் அப்பா மாலை 5 மணிக்கு வேலை முடிந்து வீட்டிற்கு வந்ததும் மண்வெட்டியையும் தோட்ட வேலைக்கான கருவிகளையும் எடுத்துக்கொண்டு தோட்டப் பகுதிக்குச் சென்று விடுவார். அந்தக் காலகட்டத்தில் என் அக்காவிற்குத் தோட்ட வேலைகள் செய்வது பிடிக்காது. ஆனால் என் அப்பாவிற்கு உதவியாளராகத் தோட்டப் பணிகளில் ஈடுபடுவது நான்தான். அப்பா எனக்கு மண்ணை வெட்டி குழிதோண்டி அதில் வாழைமரம் நட்டு வைப்பது, முருங்கை மரம் நட்டு வைப்பது, காய்கறிச்செடிகளை நட்டு வைப்பது போன்றவற்றைச் சிறுவயதிலேயே கற்றுக் கொடுத் திருந்தார். ஒவ்வொரு நாளும் எங்கள் வீட்டில் நாங்கள் மதிய உணவிற்குப் பின்னர் வாழைப்பழமும் பப்பாளிப் பழமும் சாப்பிட வேண்டும் என்பது ஒரு கட்டாய முறையாக என் பெற்றோர்கள் வைத்திருந்தனர். ஆகவே இதற்காக எங்கள் வீட்டுத் தோட்டத் திலேயே நிறைய பப்பாளிமரங்களும் வாழைமரங்களும் நானும் என் அப்பாவும் நட்டு வைத்திருந்தோம்.

ஒவ்வொரு நாளும் மாலை 6 மணியிலிருந்து ஏழு மணி வரை தோட்டத்தில் வேலை செய்வது எங்கள் அன்றாடப் பணியாகவும் இருந்தது. எங்கள் வீட்டில் மட்டுமல்ல, பினாங்கில் இருந்த ஒவ்வொரு வீடுகளிலும் இப்படித் தோட்டங்கள் இருப்பது மிக இயல்பு. மக்கள் தங்கள் வீட்டுத்தோட்டங்களில் காய்கறிச் செடிகளை நட்டுவைப்பது பூச்செடிகளையும் பழ மரங்களை நட்டுவைப்பது என்பது மலாய், சீன, தமிழர்கள் என எல்லா இனத்தவர்களிடமும் இயல்பான செயல்பாடாகவே இருந்தது.

காய்கறித்தோட்டம் போடும் பயிற்சி இளம்வயதிலேயே எனக்கு ஏற்பட்டது, தாவரங்கள் மேல் எனக்கு உள்ள ஈடுபாட்டிற்கு அடிப்படை காரணமாகவும் அமைந்தது என்று உறுதியாகக் கூறலாம்.

இன்று நான் ஐரோப்பாவில் வசிக்கும் எனது வீட்டின் தோட்டத்திலும் பூச்செடிகளையும் பழமரங்களையும் காய்கறி களையும் நட்டுவைத்துப் பராமரிப்பதை வழக்கமாகக்

கொண்டிருக்கிறேன் என்றால் அதற்கு அடிப்படை வித்தாக அமைந்தது எனது தந்தையார் இளம் வயதில் எங்கள் வீட்டுத் தோட்டத்தில் எனக்கு அளித்த பயிற்சிகள்தான்.

இளம்வயதில் பள்ளிக்கூடம் விட்டு வந்ததும் வீட்டிற்கு அருகிலேயே இருக்கும் கடற்கரையில் விளையாடுவது எனக்கு வழக்கமாக இருந்தது. பினாங்கு கடற்கரை வெள்ளை வெளேர் என மணல் நிறைந்த அழகிய கடற்கரையைக் கொண்டது. மணலில் வீடு கட்டுவதும் மணலில் துளை போட்டு பொந்துகளை உருவாக்கி ஒளிந்துகொண்டும் அதன் வலையிலிருந்து வெளிவந்து ஓடும் நண்டுகளை விரட்டிப் பிடிப்பதும் எனக்கு அப்போது மகிழ்ச்சியான விளையாட்டுக்கள். ஆனால் இன்று பினாங்கில் இந்தக் கடற்கரைகளைக் காண முடியவில்லை. நகர மேம்பாடு என்ற பெயரில் புதுப்புது கட்டடங்கள் கடற்கரைப் பகுதியில் உருவாகிவிட்டன. நாங்கள் விளையாடி மகிழ்ந்த கடற்கரைகள் இப்போது இல்லை.

பினாங்கை எடுத்துக்கொண்டால், இங்கு நடைபெறும் மிக முக்கியமான ஒரு விழா என்றால் அது தைப்பூசத் திருவிழா தான். இந்த விழா மூன்று நாட்கள் நடைபெறும். இந்தத் திருவிழா வருகின்றது என்றால் எங்களுக்குக் கொண்டாட்டம் ஆகிவிடும். மூன்று நாட்களுக்கும் எங்களுக்கு மூன்று புதிய பாவாடை சட்டைகளை அம்மா தயார்செய்து கொடுத்து விடுவார். நாங்கள் வளர்ந்த பின்னர் நானும் அக்காவும் தைப்பூசத் திருவிழாவில் மூன்று நாட்களுக்கும் மூன்று வகையான பாவாடை தாவணிகளை வாங்கி அணிந்துகொண்டு மிடுக்கோடு செல்வது எங்களுக்குப் பெருமை அளித்த ஒரு விஷயமாக அன்று இருந்தது.

பினாங்கிலுள்ள தமிழர்கள் மட்டுமல்ல, சீனர்களும் இந்தத் தைப்பூசத் திருவிழாவில் கலந்து கொள்வர். மலைக்கோயிலின் தாழ்வாரப் பகுதியிலிருந்து தண்ணீர் மலைச் சாலை முடியும் பகுதி வரை பல நிறுவனங்களில் பணிபுரியும் தமிழர்களும் சீனர் களுமாகச் சேர்ந்து நன்கொடை வசூலித்துத் தண்ணீர்ப் பந்தல்கள் போடுவார்கள். எங்கள் தந்தையார் தொலைபேசி நிறுவனத்தில் பணிபுரிந்ததால் நாங்கள் அந்த நிறுவனத்தில் என் தந்தையாரும் அவருடைய நண்பர்களும் இருக்கும் பந்தலுக்குச் சென்று நின்று

கொள்வோம். வரிசைக் கட்டிக் கொண்டு வரும் காவடிகளைப் பார்த்து மகிழ்வோம்; தாகத்தோடு வரும் மக்களுக்கு மோரும் குடிநீரும் உணவுப் பொட்டலங்களையும் வழங்குவோம்.

மூன்று இன மக்கள் அதாவது மலாய்க்காரர்கள், சீனர்கள், இந்திய வமிசாவளி அதாவது தமிழர்கள் ஆகிய மூன்று இனங் களும் இணைந்து வாழும் நாடு மலேசியா. ஆகையால் இந்த மூன்று இனங்களின் சமயப் பண்பாட்டு விழாக்களில் எல்லோரும் இணைந்து சேர்ந்து கலந்து விழாக்களைக் கொண்டாடுவது அங்கு இயல்பு. தீபாவளி பண்டிகை மலேசியாவைப் பொருத்தவரை விமரிசையாகத் தமிழர்கள் கொண்டாடுகின்ற ஒரு பண்டிகை. மலேசியாவில் அன்று ஒரு நாள் தேசியவிடுமுறையும் எல்லோருக்கும் வழங்கப்படும். ஆகையால் அந்த நாளில் எங்கள் வீட்டில் நடக்கின்ற விருந்தில் என் பள்ளித்தோழர்களும் இணைந்து கொள்வது வழக்கம். முக்கியமாக மலாய், சீன நண்பர்கள் வர்வார்கள்.

நாங்கள் வாழ்ந்த ஊரில் எங்கள் பக்கத்து வீட்டுக்காரர்கள் பெரும்பாலும் வேற்று இனத்தவர்களாகத்தான் இருப்பார்கள். அவர்கள் இல்லங்களுக்குக் காலையிலேயே தீபாவளி பலகாரங் களைக் கொண்டு போய்க் கொடுப்பதும் எங்களுக்கு வழக்கமாக இருந்தது. நாங்கள் பலகாரங்களைக் கொண்டு சென்று வழங்கும் போது அவற்றை எடுத்துக்கொண்டு அந்தத் தட்டில் சிறிதளவு சர்க்கரையும், எங்களுக்குப் பரிசாகக் காசுகளையும் வைத்து அண்டை வீட்டுக்காரர்கள் வழங்குவார்கள். இதே போலத்தான் சீனப் புத்தாண்டு மற்றும் ரமலான் பண்டிகைக் காலங்களிலும் அண்டை அயலார் எங்கள் வீட்டிற்கு வந்து பலகாரங்கள் வழங்கும்போது நாங்களும் இதே போன்ற உபசரிப்பைச் செய்வது வழக்கமாக இருந்தது. எந்தப் பண்டிகையாக இருந்தாலும் பண்டிகைக் காலம் என்றால் எங்கள் எல்லோருக்குமே அது கூடுதல் மகிழ்ச்சி அளிக்கக்கூடிய ஒரு நாளாகவே அமைந்து விடுவது வழக்கம்.

ஆரம்பப் பள்ளிக் கல்வியைத் தமிழ்வழிப் பள்ளியில் கற்ற பின்னர்ப் புதுமுக வகுப்பு, பின்னர் உயர்நிலைப்பள்ளி எனச் சென்றபோது அங்கு ஏராளமான மலாய் நண்பர்களும் சீனர்களும் எனக்கு அமைந்தனர். அந்தச் சூழல் எங்கள் நட்பு வட்டத்தை

அதிகரித்தது. எங்கள் வாழ்விடப் பகுதியிலிருந்த அடுத்தடுத்த கிராமங்கள் அல்லது சிற்றூர்களில் வசிக்கின்ற நண்பர்களுமாகச் சேர்ந்து பொழுதுபோக்கு நடவடிக்கைகளில் நாங்கள் ஈடுபடுவதும் வழக்கமாக இருந்தது.

எங்கள் பள்ளிக் காலத்திலேயே அம்மாவின் சமூகச் செயல் பாட்டு நடவடிக்கைகளில் நானும் என் அக்காவும் இணைந்து அவருக்கு உதவியாகச் செல்வது எங்களுக்கு வழக்கமானது. இதனால் பல சமூகச் செயற்பாட்டாளர்களுடன் பேசிப் பழகும் வாய்ப்பு எங்களுக்கு இளம்வயதிலேயே அமைந்தது.

மலேசியநாட்டுச் சூழலில் மூன்று வெவ்வேறு இனங்கள் சேர்ந்து வாழ்கின்ற வகையில் தான் ஒவ்வொரு குடியிருப்புப் பகுதிகளும் அமைந்திருக்கும். ஒரே தெருவில் சில சீனர்களும், சில மலாய்க்காரர் குடும்பங்களும், ஓரிரு தமிழ்க் குடும்பங்களும் அமைந்திருக்கும்.

மலாய் இனத்தோர் முற்றிலுமாக இஸ்லாமிய மதத்தைப் பின்பற்றுபவர்கள். சீனர்களோ அடிப்படையில் பௌத்தச் சமயத்தையும், சிலர் கிருத்துவச் சமயத்தையும் பின்பற்றுபவர்களாக இருப்பார்கள். ஆனாலும் சீனர்கள் இந்துக்களின் கோயில்களுக்கு வந்து வழிபடுவதும் இயல்பான ஒன்றே. இந்தியர்களைப் பொறுத்தவரை பெரும்பாலானோர் இந்துசமயத்தைப் பின்பற்றுபவர்கள். இவர்களுக்குத் தமிழ்நாட்டில் இருப்பது போல சைவ, வைணவ வேறுபாடுகள் என்பது தெரியாது. மாறாக, மிகப் பெரும்பான்மையாகக் காளியம்மன், மாரியம்மன், முனியாண்டி சாமி போன்ற கோயில்களே அதிகமாக இருக்கும்.

வணிகம் செய்ய வந்த நகரத்தார்களது முயற்சிகளால் முருகன் கோயில்களும் சிவன் கோயில்களும் உருவாகி இருந்தன. இவை தவிரக் குறிப்பிடத்தக்க எண்ணிக்கையில் தமிழ் இஸ்லாமியர்கள் மலேசியாவில், அதிலும் குறிப்பாக, பினாங்கு மாநிலத்தில் இருக்கின்றனர். ஒரு குறிப்பிட்ட சிறிய எண்ணிக்கையில் தமிழ் கிறிஸ்தவர்களும் வாழ்கின்றனர். இவர்களது வழிபாட்டிற்கென்று தர்கா, பள்ளிவாசல் தேவாலயங்களும் பினாங்கில் உள்ளன.

மலேசியாவைப் பொறுத்தவரை பல்வேறு இனங்கள் சேர்ந்து இணைந்து வாழ்கின்ற ஒரு சூழ்நிலையில் ஒவ்வொருவரும்

தங்களின் அடையாளத்தைப் பாதுகாக்கும் வகையில் தங்கள் மொழி மீதும் சமயத்தின் மீதும் அதிகப் பற்று கொண்டவர்களாக வாழ்கின்றநிலை அமைந்திருக்கின்றது. இந்தச் சூழலிலும் ஏனைய மக்களின் இனம், மொழி, மதம் சார்ந்த ஈடுபாட்டை மதிக்கக் கூடிய மனப்பாங்கு பெற்றவர்களாகவே பெரும்பாலான மலேசிய மக்கள் வாழ்கின்றனர் என்பது தான் இந்த நாட்டின் தனிச்சிறப்பு. இந்தச் சிறப்புக் கூறுகளை உள்வாங்கிய வகையில் தான் எங்களின் இளமைக்காலம் என்பது அமைந்திருந்தது. ஆகையால் எங்கள் வாழ்விடப் பகுதியில் இஸ்லாமியர்களுக்கான மசூதி, பௌத்தர்களுக்கான புத்தவிகாரைகள், தேவாலயங்கள், இந்து சமயச் கோயில்கள் என வழிபாட்டுத் தலங்கள் ஆங்காங்கே அமைந்திருப்பது எங்களுக்குத் தனித்துவமான பண்பாட்டுச் சூழலை வழங்கியது.

மலேசிய மண்ணில், புலம்பெயர்ந்த மக்களின் சந்ததிகளாக வாழ்கின்ற சூழலில், தமிழ்நாட்டில் இருப்பது போன்று சாதிக் கட்டுப்பாடுகள் மலேசியப் பின்னணியில் நாங்கள் வாழ்ந்த எங்கள் இளம்வயதுக் காலத்தில் அமைந்திருக்கவில்லை. பெரும்பாலும் எல்லாத் தமிழர்களும் இணைந்து நட்போடு பழகுவது மிக இயல்பாக இருந்தது. இதில் சில சமூகத்தவர் மட்டும் விதிவிலக்கு. எப்படித் தமிழ் முஸ்லிம்கள் தங்களைத் தனிமைப்படுத்திக் கொண்டு தனிச் சமூகமாக வாழ்கின்றனரோ, அதேபோல மலேசியச் செட்டியார் சமூகத்து மக்களும், இலங்கை யிலிருந்து கடந்த நூற்றாண்டின் மத்தியக் காலகட்டத்தில் வந்து சேர்ந்த யாழ்ப்பாண வேளாளர்களும், தமிழ்நாட்டுச் செட்டியார் சமூகத்தினரும் தங்களைத் தனிமைப்படுத்திக் கொண்டு தங்கள் சூழலுக்குள் வாழ்வது எங்கள் இளமைக் காலத்தில் மிக இயல்பாக நாங்கள் பார்த்து அறிந்து கொண்ட ஒரு விஷயமாக இருந்தது. இவர்களைத் தவிர ஏனைய தமிழர்கள் சாதி பற்றிப் பேசுவது அல்லது உரையாடுவது என்பது மிக மிகக் குறைவாகவே இருக்கும். ஆனால் அந்த நிலை இன்று மாறிவிட்டது.

கடந்த இருபது ஆண்டுகள் காலவாக்கில் சில சாதிச் சங்கங் களும் மலேசியாவில் தோன்றி அவர்களுக்குப் பரிச்சயம் அல்லாத சாதிப் பிரிவினைகளைத் தங்களுக்கான 'பண்பாட்டுத் தேவை' என்ற தவறான கண்ணோட்டத்தில் உள்வாங்கிக் கொண்டு செயல்படும்

புதிய நடவடிக்கைகளும் தற்காலத்தில் தொடங்கிவிட்டன. இதற்கு முக்கிய பங்களித்தவை தமிழகத்திலிருந்து இறக்குமதி செய்யப்பட்ட தமிழ்த் திரைப்படங்கள்தான் எனக் கூறலாம்.

இன்று நான் பிறந்து வளர்ந்த பினாங்கிலிருந்து வெகு தொலைவு கடந்து வந்துவிட்டேன். உயர்கல்வி, தொழில் ஆகியவை என்னை நான் பிறந்து வளர்ந்த நிலப் பகுதியிலிருந்து பெயர்த்து எடுத்து உலகின் வேறு கண்டத்தில் சேர்த்திருக்கிறது.

எனது இளமைக்காலத்தை நினைத்துப் பார்த்தால், இன்று எனக்கிருக்கின்ற பல்வேறு பண்புகள் எனது இளமைக் காலத்தில் நான் கற்றுக்கொண்ட, தேர்ந்தெடுத்து என்னை நான் செப்பனிட்டுக் கொண்ட அனுபவங்களிலிருந்து உருவாகியவைதான். இளமைக் காலத்தில் பல்லின மக்களோடு பழகிய அனுபவம் இன்று நான் உலகின் எந்த மூலைக்குச் சென்றாலும் எல்லா மக்களையும் எனது உறவாகப் பார்க்கக்கூடிய பரந்த பார்வையை எனக்கு வழங்கி இருக்கின்றது.

பல்லின மக்களோடு பழகி ஏனைய மக்களின் மொழி, சமயம், பண்பாடு, சடங்குகள் ஆகியவற்றைப் பார்த்துப் பழகிய எனக்கு உலகளாவிய மக்களின் பண்பாட்டுக்கூறுகளை மதிக்கவும் ஏற்றுக்கொள்ளும் பண்பை வழங்கி இருக்கின்றது. இனம், மொழி, மதம் கடந்து மக்கள் ஒருவருக்கு ஒருவர் உறவுகளாக வாழ முடியும் என்ற மனநிலையை எனது இளமைக்காலம் எனக்குச் சொல்லிக் கொடுத்திருக்கிறது.

என் தாயார் ஜனகாவின் சமூகச் செயல்பாடுகள் இன்றளவும் எனது தனிப்பட்ட பண்புகளில் தாக்கங்களை ஏற்படுத்தியிருக் கின்றன என்பதை நான் மறுக்க முடியாது. இளமைக் காலத்தில் அவரது சமூகச் செயல்பாட்டு நடவடிக்கைகளோடு என்னையும் பிணைத்துக் கொண்டு நான் சென்ற இடங்கள், பார்த்துப் பழகிய மனிதர்கள், நிகழ்த்திய செயல்பாடுகள் அனைத்தும் என்னை இன்று சமூகத்தில் எல்லா மனிதர்களுடன் இயல்பாகப் பழகும் பண்பை உருவாக்கியிருக்கின்றது.

தன் வீட்டை மட்டுமல்ல, தான் வாழும் சூழலையும் தன் வீட்டைச் சுற்றி இருக்கின்ற தெருக்களையும் சுத்தமாக வைத்துக் கொள்ள வேண்டும் எனச் செயல்படும் என் அண்டைவீட்டுக்

காரர்களின் பண்பு நலன்கள் என் உள்ளத்தில் ஆழப் பதிந்திருக்கின்றன. புறச்சுத்தமும் அகச்சுத்தமும் இரண்டும் ஒரு மனிதருக்கு இன்றியமையாதவை என்ற ஒழுக்கத்தை எனக்கு என் ஊரும் மக்களும் கற்றுக்கொடுத்துள்ளன.

மனிதர்களுக்கு மட்டுமே சொந்தமானது அல்ல இந்த உலகம். விலங்குகளையும், தாவரங்களையும் நேசிக்க வேண்டும். விவசாயம் ஒவ்வொரு தனி மனிதருக்கும் நல்ல பண்புகளை வழங்கக்கூடிய ஓர் இனிய பொழுதுபோக்கு என்பதை என் இளம் வயது வாழ்க்கை அனுபவம் எனக்குக் கற்றுக் கொடுத்திருக்கின்றது. இன்று எவ்வளவுதான் அலுவலகப் பணிகள் என் நேரத்தை எடுத்துக்கொண்டாலும், இயற்கையோடு ஒவ்வொரு நாளும் சில மணி நேரங்களைச் செலவிட வேண்டும் என்ற இயற்கை பால் எனக்குள்ள இயல்பான ஆர்வத்திற்கு எனது இளமைக்கால அனுபவங்களே காரணம்.

இயற்கையை நேசித்தல் இனம், மதம், மொழி கடந்து மனிதப் பண்பைக் கொண்டாடுதல் சமூகத்தின் மீதான அன்பு கல்வியின் மீதும் தேடுதல் மீதும் ஆர்வம் என்ற எனது தனிப்பட்ட குணங்கள் அனைத்துக்கும் எனக்கு அடிப்படையை வகுத்துக் கொடுத்து உறுதியான தளத்தை வழங்கியது என் இளமைக்கால என் கிராமத்து வாழ்க்கை தான். என் ஊர், என் பெருமை!

□

47

மாதகல்

ஆழிக்கரையில் கூடும் ஞாபகநதி

தமிழ்நதி

'உங்களுடைய சொந்த ஊரெது?' என யாராவது என்னிடம் வினவும்போது, மற்றெல்லோரையும் போலச் சட்டென்று என்னால் பதிலளிக்க முடிந்ததில்லை. காரணம், என்னுடைய சொந்த ஊர் எதுவென்பதில் எனக்கே குழப்பங்கள் உண்டு. எனது பெற்றோர் உறவுக்குள் மணமுடித்தவர்கள். இருவருடைய பூர்வீகமும் யாழ்ப்பாணத்திலுள்ள மாதகல்.

இலங்கை பிரித்தானியரின் ஆளுகைக்குப்பட்டிருந்தபோது உயர்கல்வி கற்ற, கணிசமான யாழ்ப்பாணத்தவர்கள் பணி நிமித்தம் மலேசியாவுக்குச் சென்றார்கள். அவ்விதம் சென்றவர்களுள் என்னுடைய தாத்தாவும் ஒருவர். அவர், மலேசியாவிலுள்ள லும்புட் என்ற இடத்திலிருந்த பெருந்தோட்டத்தில் மேலாளராகப் பணியாற்றிக்கொண்டிருந்தபோது பிறந்தவர் எனது அப்பா. இரண்டாம் உலகப்போர் முடிவடைந்து மூன்றாண்டுகள் கழித்து அதாவது 1948இல் அப்பாவின் குடும்பம் மீண்டும் மாதகலுக்குத் திரும்பி வாழத் தொடங்கிற்று. எனது தாயார் பிறந்தது வளர்ந்ததும் மாதகலில்தான். என்னுடைய அப்பா திருகோணமலை மாவட்டத்தில் பணியாற்றிக்கொண்டிருந்தபோது நான் பிறந்தேன்.

என்னுடைய பால்ய காலந்தொட்டு எங்களது குடும்பம் ஓரிடத்தில் காலூன்றி இருந்ததாக நினைவில்லை. அப்பா இலங்கை சுகாதாரத் திணைக்களத்தில் பணியாற்றினார். அவர்

எந்த ஊருக்கு இடமாற்றம் செய்யப்படுகிறாரோ அந்த ஊருக்கு எங்களது குடும்பமும் பெட்டி படுக்கைகளுடன் பெயர்ந்து செல்லும். அந்த நேரம் நாங்கள் ஒரு நாயை வளர்த்துக் கொண்டிருந்தோமெனில் அதுவும் அத்தனை பாந்தமாக எங்களோடு பயணிக்கும். அந்தப் புதிய ஊரிலுள்ள பாடசாலையில் நாங்கள் மூவரும் (எனக்கு மூத்தவர்கள் ஒரு சகோதரன், சகோதரி) சேர்க்கப் படுவோம். புதிய நண்பர்களும் அயலவரும் கிடைப்பார்கள். என்னுடைய பன்னிரண்டாம் வகுப்புக் கல்வியை நான் நிறைவு செய்தபோது, பதினோரு பள்ளிக்கூடங்களில் படித்திருந்தேன் என்பதிலிருந்து நாங்கள் எந்தளவுக்கு அலைந்து திரிந்திருக்கிறோம் என்பதை அனுமானிக்கலாம். ஆகவே, சொந்த ஊரெனப்படுவது பெரும்பாலும் விடுமுறையைக் கழிப்பதற்கென்றாயிற்று.

ஆனாலும், காலம் மறக்கடித்துவிட்ட ஏதோவோர் காரணத்தால், சில காலம் நான் என்னுடைய ஆச்சியுடன் (அம்மாவின் தாயாருடன்) மாதகலில் தங்கவேண்டியதாகிவிட்டது. என்னுடைய ஆரம்பக் கல்வியைக் கற்றது எங்களது வீட்டிற்கு எதிர்ப்புறத்திலிருந்த மயில்வாகனப்புலவர் வாசகசாலையையொட்டிய ஓரறையில் இயங்கிவந்த பாலர் பாடசாலையில். அங்கு என்ன படித்தேனென்பது நினைவில்லை. ஆனாலங்கு பாலும் தோடம் பழ இனிப்பும் வழங்கப்படும் என்பதும், வழங்கப்பட்ட அடுத்த நிமிடமே ஆசிரியரின் கண்களை ஏமாற்றிவிட்டு, வீட்டில் இருந்தேன் என்பதும் நன்றாக ஞாபகமிருக்கிறது. என்னுடைய ஆச்சியின் நிலையோ பரிதாபத்திற்குரியது! வீட்டுக்கு ஓடிவந்து விடும் என்னை ஒவ்வொரு தடவையும் திரும்பக் கொண்டுபோய் ஆசிரியரிடம் ஒப்படைத்துவிட்டு வருவது அவருடைய அன்றாட வேலைகளுள் ஒன்றாயிற்று. அவ்வூரிலுள்ள 'மயில் பள்ளிக் கூட'த்தில் முதலாம் வகுப்பில் சேர்க்கப்பட்ட பிறபாடு, வீட்டுக்குத் தனியாக ஓடிவரும் வழி தெரியாது போயிற்று. ஆகவே, பள்ளிக் கூடம் முடிந்ததும், பெரியவர்கள் யாராவது வந்து அழைத்துச் செல்லும்வரை அங்கேயே காத்திருக்க வேண்டியதாயிற்று.

நான் பிறந்ததும் உயர்வகுப்புக் கல்வியைப் பெற்றதும் திருகோணமலையில். இடைப்பட்ட காலத்தில், ஏறத்தாழ இலங்கையின் எல்லா மாவட்டங்களிலும் வாழ்ந்திருக்கிறேன். காதலித்துத் திருமணம் செய்ததோ வவுனியா நகரத்தைச்

சேர்ந்தவரை. பிற்பாடு புலம்பெயர்ந்து வாழத்தொடங்கியதோ கனடாவில். இப்போது வவுனியா-ரொறன்ரோ-சென்னை என மூன்று இடங்களிலும் வாழ்ந்துவருகிறேன். அவ்வாறு நிலையற்று அலைந்து திரியும் வாழ்வைத் தேர்ந்தது நானே. ஆக,'யாதும் ஊரே யாவரும் கேளிர்' என்ற கணியன் பூங்குன்றனாரது வாக்கு எனக்கு மிகப் பொருத்தமானது.

ஓரிடத்தில் வேரூன்றாது ஓடிக்கொண்டேயிருந்த காரணத்தால் சொந்த ஊர் யாதென எவரேனும் வினவும்போது அக்கேள்விக்குப் பதிலளிப்பது எளிதாயிருப்பதில்லை. ஒரு வசதிக்காக என்னுடைய தாய்-தகப்பனின் ஊரான மாதகலை சொந்த ஊரெனக் கொண்டு அவ்வூர் குறித்த என்னுடைய ஞாபகங்களைப் பகிர்ந்துகொள்ள முயற்சி செய்கிறேன்.

யாழ்ப்பாண நகரத்திலிருந்து பதினாறு கிலோ மீட்டர் தொலைவில், யாழ்ப்பாணத்தின் நான்கு பிரிவுகளிலொன்றாகிய வலிகாமம் பிரிவில் அமைந்துள்ளது மாதகல். ஏறத்தாழ ஒன்றரை கிலோ மீற்றர் நீளத்திற்குப் புகையிலை, வெங்காயம், மிளகாய்ச் செடித் தோட்டங்களை இருமருங்கும் கொண்ட வீதியினூடாகச் சென்றால் மாதகல் கிராமத்தின் எல்லை தொடங்குகிறது. வழியில் பிரசித்திபெற்ற பாணாவெட்டி அம்மன் கோயில் உள்ளது. தோட்டங்களுக்கு அப்பால் வயல்வெளி. அதையடுத்து பனைகள் அடர்ந்த வெளி. கரும்பச்சை, மென் பச்சை, சாம்பல் நிறங்கலந்த ஓவியம் போலொரு காட்சியின் முடிவிலுள்ளது அவ்வூர்.

பால்யத்தின் ஞாபகங்களில் இன்னமும் தலைவிரித்து நிற்பவை எங்களது வீட்டு வெளிவாசலுக்கு முன்னால் நின்ற சடைத்த புளியமரமும் அதைக் குறித்துப் பெரியவர்களால் சொல்லப்பட்ட பேய்க்கதைகளுமே. பகலில் சாதுவானதாகத் தோன்றும் அம்மரம், இருட்டியதும் பேய் பிசாசுகள் நிறைந்த கூடாரமாகக் குழந்தை களை மருட்டுவதாக மாறிவிடும். அதனையொட்டி ஒரு கிணறு. விளிம்புக்கட்டு எனப் பெயருக்குச் சில அடிகள் மட்டுமே கொண்ட அந்தக் கிணறு சுண்ணக் கற்பாறைகளாலானது. யாழ்ப் பாணத்தின் பெருவாரியான நிலப்பரப்பு சுண்ணக்கற்பாறையை அடித்தளமாகக் கொண்டது. அதனாலேயே பெய்யும் மழையானது நிலத்தடி நீராகத் தேங்கிநின்று பயிர்ச்செய்கையின்போது

பயன்பாட்டிற்குரியதாகிறது. பெரும்பாலும் கிணற்று நீர்ப் பாசனமே. எங்களுடைய கிணற்றுக்கு இடதுபுறத்தில் சிறியதோர் பிள்ளையார் கோயிலிருந்தது. யாழ்ப்பாணத்தில் கால்தடுக்கி விழுந்தால் ஒரு கோயில்மீதுதான் விழவேண்டும் எனச் சிலர் பகிடியாகச் சொல்வதுண்டு. அத்தனை கோயில்கள்! தொன்மை யானதும் புகழ்பூத்த வரலாறுகளைக் கொண்டதுமான விசாலமான கோயில்களோடுகூட மேலே நான் குறிப்பிட்டதுபோன்ற தனிக் குடும்பம் அல்லது சில குடும்பங்களுக்குப் பொதுவான சிறிய கோயில்களுமுண்டு. வைரவர் போன்ற சிறுதெய்வ வழிபாடு களோடுகூட அம்மன், முருகன் போன்ற பெருந் தெய்வங்களும் அந்தச் சிறுகோயில்களுள் குடியிருப்பர். என்னுடைய ஆச்சியின் பராமரிப்பிலேயே அந்தப் பிள்ளையார் கோயில் இருந்திருக்க வேண்டும். ஏனெனில், வேறெவரும் அங்கு வந்து அதைச் சுத்தம் செய்து விளக்கேற்றியதாகவோ கண்ணீர் மல்க கையேந்தி நின்ற தாகவோ எனக்கு நினைவில்லை. தவிர, ஆச்சியின் கையில் தான் பிள்ளையாரது பாதுகாப்பும் இருந்தது. அதாவது, அந்தக் கோயிலின் அழிக்கதவைப் பூட்டி சாவியைப் பத்திரப்படுத்துவது அவர்தான்.

வாசகசாலை, கோயில், கிணறு இவற்றுக்கு அப்பால் விளையாட்டு மைதானம். அதையொட்டி ஒரு மேடை இருந்தது. அதில்தான் எனது தகப்பனாரும் அவருடைய நண்பர்களும் நாடகங்கள் போட்டார்கள். அவர்களே கதைவசனம், நடிப்பு அத்தனையும். எனது மாமிமார் இருவரும் வசனங்களை எழுதி அப்பாவுக்கும் நண்பர்களுக்கும் ஒத்தாசை புரிந்தார்கள். அவர்களுடைய வீடுதான் நாடக ஒத்திகை நடக்குமிடம். அப்பாவின் தகப்பனாருக்கு இந்த 'கலைமுயற்சி'களில் அவ்வளவாக உவப்பில்லை. அதனால், அப்பப்பா வீட்டில் இல்லாத நேரங்களிலேயே ஒத்திகை நடைபெறும். ஒரு நாள், அப்பா நளனாகப் பங்கேற்ற நளதமயந்தி நாடகத்தில் அன்னமாக 'நடித்த' அடைகோழியொன்று திடீரென்று ஒத்துழைக்க மறுத்துப் பார்வையாளர் கூட்டத்தினுள் பறந்தோடி விட்டது. அப்பாவுக்கு அன்று மேடையிலேயே வைத்து, பார்வையாளர் முன்னிலையில் அடி விழுந்தது. கோழி மிரண்டு போய்க் கூட்டத்தினுள் பாய்ந்ததற்காக அல்ல, படிப்பில் கவனம் செலுத்தாமல், நண்பர்களோடு சேர்ந்து நாடகம் போட்டுத் திரிந்தாரென்பதே அப்பப்பாவின் கோபத்திற்குக் காரணம்.

அப்பாவின் இளமைக் காலம் சாகசங்கள் நிறைந்தது. அவர் குழப்படிக்காரனென்று ஊருக்குள் அறியப்பட்டிருந்தார். அந்தக் குழப்படிகளுள் அரசியல் ஈடுபாடு (இலங்கை தமிழரசுக் கட்சி அபிமானி) உள்ளூர் பஞ்சாயத்துகள் இன்ன பிறவும் அடங்கும். ஆச்சியைப் போலவே அப்பாவும் பேய்க்கதைகள் சொல்வதில் பெருவிருப்பம் கொண்டிருந்தார். மாதகல் கடற்கரையில் உறங்கிக்கொண்டிருந்த அவர் ஏதோ அசுமாத்தம் கேட்டுக் கண்விழித்துப் பார்த்தபோது, பேரழகு மிக்க மோகினிப் பேயொன்று தன்னைக் கட்டிப் பிடித்துக்கொண்டு படுத் திருப்பதைக் கண்டதாகவும் அலறியடித்துக்கொண்டு வீட்டுக்கு ஓடிப்போய்க் காய்ச்சலில் விழுந்ததாகவும் ஆயிரம் கதைகளை அள்ளிவிடுவார். அப்பா சொல்வது எதையும் அம்மா நம்புவ தில்லை. அவையெல்லாம் அவருடைய கற்பனையில் உதித்த 'பேய்க்கதைகள்'என்று புறந்தள்ளிவிடுவார்.

ஆச்சியின் வீட்டை (பிற்பாடு அவ்வீடு எனது சித்தி முறையான வருக்குச் சீதனமாகக் கொடுக்கப்பட்டது) சுற்றிவர வாழ்ந்தவர் களில் அநேகர் எங்களுடைய உறவினர்கள். ஆகவே, எந்த வீட்டிற்குச் சென்றாலும் அங்குச் சாப்பிடுவதற்கு ஏதாவது தருவார்கள். அதுபோல, விசேடமாகத் தின்பண்டங்கள் செய்தால் அயல் வீடுகளிலுள்ளோருடன் பகிர்ந்தே சாப்பிடுவர். பண்டிகை நாட்களில் ஆச்சி சுடும் பலகாரங்கள் அடங்கிய தட்டுகளோடு உறவினர் வீடுகளுக்குச் செல்வது எனக்குப் பிடித்திருந்தது. காரணம், அவ்வீடுகளில் தரப்படும் கைவிசேடக் காசு. இரவில் உணவு கொடுத்தனுப்பும்போது ஒரு கரித்துண்டையும் உணவுத் தட்டில் வைத்தனுப்புவார் ஆச்சி. பேய் பிசாசுகள் அண்டாது என்பது அவரின் நம்பிக்கை. அதற்கான விஞ்ஞானப்பூர்வமான காரணத்தைப் பின்னாளில் அறிந்துகொண்டோம். கொடுத்து வாங்கி வாழும் வாழ்வாய்த்தானிருந்தது அது. தனித்தனிக் குடும்பங்களாக அல்லாது கூட்டிணைந்துவாழ்ந்த சமூகமாக அன்றந்த சூழல் விளங்கிற்று. நிழலடர்ந்த மரமொன்றின் கீழ் பெரிய பானையில் ஒடியற் கூழ் கொதித்துக்கொண்டிருக்க, அந்தப் பானையைச் சுற்றவர பலரும் அமர்ந்திருந்து, பலா இலைகளில் கூழை கோலிக் கோலிக் குடித்த ஞாபகத்தின் உருசியில் இன்றும் திளைக்கிறது மனம்.

இந்த நாட்களிலுள்ளது போன்ற மனவழுத்தம் அந்நாட்களில் இருந்திருக்காதென்றே எண்ணுகிறேன். ஏனெனில், இப்போது போல மனிதர்கள் தம்மைத் தனித் தனித் தீவுகளாகக் குறுக்கிக் கொள்ளவில்லை. அலைபேசி, கணினித் திரைகளுள் வாழ்ந்து முடித்துவிடவுமில்லை. நன்மைகளின்போதோ தீமைகள் நிகழ்ந்த போதோ தங்களைத் தனியானவர்களெனக் கருதவிடாதளவு சுற்றம் சூழ்ந்திருந்தது. உறவினர்களுக்கிடையிலான பூசல்கள் இல்லவே இல்லையெனில், அது பொய்யுரைப்பதாகிவிடும். வேலிச் சண்டை, கோழிச் சண்டை எல்லாமுண்டு. முரண்பாடுகளையும் தாண்டிய ஒட்டுறவு எங்களுக்குள் இருந்தது. ஒருவருடைய வீட்டிற்கு அறிவிக்காமல் செல்வது தனிப்பட்ட முறையில் எனக்கு உவப்பானதில்லை. ஆனால், இப்போது நினைத்துப் பார்க்கும் போது அத்தகைய வழமையே முன்னாளில் இருந்ததை நினைவு கூர்கிறேன்.

வெளியூர்களிலிருந்து குழந்தைகுட்டிகளோடு குடும்பமாகத் திடுதிப்பென்று வந்திறங்கும் விருந்தினர்களுக்கும் அந்த நாட்களில் பஞ்சமில்லை. முகம் சுளிக்காமல் (அல்லது அதை வெளிக் காட்டாமல்) விதம்விதமாகச் சமைத்துப் பரிமாறும் விருந்தோம்பற் பண்பாடும் அன்றிருந்தது. இத்தனைக்கும் ஊத ஊத எரியாமல் புகைந்து போக்குக்காட்டும் விறகு அடுப்புதான் அன்று பாவனை யிலிருந்தது. விருந்தோம்பலை விதந்தோதும் போது, அந்த நாட்களில் பெண்கள் முளையடித்துக் கட்டப்பட்ட மாடுகளாகச் சமையலறையில் நாளெல்லாம் உழைத்து மாய்ந்தார்கள் என்பதையும் குறிப்பிட்டேயாக வேண்டும்.

ஒவ்வொருவரின் பால்யத்திற்கும் ஒவ்வோர் வாசனை இருக்கு மென்றே கருதுகிறேன். மாடு, கன்றுகள் உரசுவதால் கசங்கிய பாவட்டஞ்செடிகளின் தழைவாசனை, ஆடுகளது இரைக்காக ஒடித்துப் போட்ட கிளிசூரியா குழை, மென்முள்ளடர்ந்த இலை களைக்கொண்ட நாயுண்ணிச் செடியின் பழவாசனை ஆகியவற்றைக் கொண்டது எனது பால்யம். மாதகல் வேலிகளில் (பணக்காரர் களென அறியப்பட்டோரின் வீடுகளைச் சுற்றி மட்டுமே மதில்கள் கட்டப்பட்டிருந்தன. பெரிய பணக்காரர்கள் எனில், வெளிவாசற் கதவையும் மதிலையும் இணைக்கும் தூண்களின்மீது கல் நந்திகளோ மயில்களோ அமர்ந்திருக்கும்) அடர்ந்திருந்தவை இந்த மூன்று செடிகளுந்தான். அத்தோடு பெரியம்மா வீட்டுக்குப்

பின்புறமிருந்த வெறுமையான வளவில் இலுப்பை மரத்தடியில் வெளவால்களின் கைங்கரியத்தில் கொட்டிக் கிடந்த இலுப்பைக் கொட்டைகளின் வாசனையையும் சேர்த்துக்கொள்ளலாம். இலுப்பம் விதையை அரைத்து எடுக்கப்படும் எண்ணெய் மருந்தாகப் பயன்படுத்தப்பட்டது. நாட்டு வைத்தியத்தில் இப்போதும் பயன்பாட்டிலுள்ளது. இலுப்பங் கொட்டைகளைப் பொறுக்கிக் கொடுத்தால் ஐந்து சதமோ பத்துச் சதமோ கிடைக்கும். 'சைவன் கடை' என அப்போது விளிக்கப் பட்ட கடையில் சில இனிப்புகள் வாங்க அந்தக் காசு எனக்குப் போதுமானதாக இருந்தது.

எங்களுடைய உறவினர்களது வேர்கள் எங்களுடையதைப் போலன்றி, மாதகலில் ஆழ வேரோடியிருந்தன. ஏதாவதோர் சுப நிகழ்விலோ துக்க நிகழ்விலோ கலந்துகொள்ளவேண்டி நானங்கு செல்லும்போது, அந்த ஊரிலுள்ளவர்கள் என்னை யாரோ ஓர் அந்நியள் என்றே எண்ணும்படியானளவு மிகக் குறைந்த தொடர்பையே ஊரோடு கொண்டிருந்தேன். அண்மையில் நான் ஊருக்குச் சென்றிருந்தபோது பால்யத்தின் ஞாபகங்கள் என்னுள் வந்து அலைமோதின. முன்னொரு காலத்தில் ஒவ்வொரு வீடுகளும் ஆட்களால் நிறைந்திருந்த தையும், வீதிகளும் கடைத்தெருவும் சீவியத்தின் ஒளிகொண்டு இலங்கியதையும் எண்ணிப் பார்த்தேன்.

இப்போது, சில வீடுகளின் வெளிவாசற் கதவுகளில் கனத்த பூட்டுகள் தொங்குகின்றன. மேலும் சில வீடுகளோ பராமரிப் பின்மையால் சிதைந்தழிந்துபோய்க் கொண்டிருக்கின்றன. பிய்ந்துபோன வேலிகளும் சிதிலமடைந்த சுவர்களும் சருகுகள் குவிந்து கிடக்கும் முற்றங்களும் பாம்புகள் சரசரக்கும் வளவு களும் வேதனையளித்தன. மாதகலில் மட்டுந்தான் இந்த நிலைமை என்றில்லை. இலங்கைத்தீவு முழுவதிலும் தமிழர்களின் எண்ணிக்கை குறைந்துவிட்டது. 1901ஆம் ஆண்டின் குடிசன மதிப்பீட்டின்படி யாழ்ப்பாணத்தின் சனத்தொகை 300,851 ஆகும். இன்றைக்கு நூற்று இருபத்துமூன்று ஆண்டுகளுக்கு முன்பே செறிவான சன அடர்த்தியைக் கொண்ட நகரமாக யாழ்ப்பாணம் இருந்திருக்கிறது. போத்துக்கேயர், ஒல்லாந்தர், பிரித்தானியரது காலனித்துவ ஆதிக்கத்திற்கு முன்னம் வளங்கொழிக்கும் ஒரு நகராக யாழ்ப்பாணம் விளங்கியதென வரலாறு கூறுகிறது. அதன்பிறகு சிங்களப் பேரினவாதம் தொடுத்த போரினால் மேலும்

சீரழிந்துபோயிற்று யாழ்ப்பாணம். 2007ஆம் ஆண்டில் எடுக்கப்பட்ட கணக்கெடுப்பின்படி யாழ்ப்பாணத்தின் சனத்தொகை 559,116 ஆகும். 2012இல் 583,882 ஆகவும் 2021இல் 626,000ஆகவும் கணக்கிடப்பட்டுள்ளது. இது ஓர் ஆரோக்கியமான படிமுறை வளர்ச்சியன்று. வடபுலத்தில் வாழ்ந்த மக்கள் அனுபவித்த துயரங்களின் சாட்சியமே, தொடர்ச்சியாகக் குறைந்துசெல்லும் சனத்தொகை வீழ்ச்சி வீதம்.

போரும் பொருள் தேட்டமும் பெரும்பாலான மக்களை மாதகலிலிருந்தும் குடியெழுப்பிவிட்டன. இந்திய இராணுவம், இலங்கை இராணுவம் ஆகிய இரண்டு இராணுவங்களாலும் மோசமான பாதிப்புகளை அடைந்த கிராமம் அது. இந்திய இராணுவம் யாழ்ப்பாணநகரை ஆக்கிரமித்து, கிராமங்களை நோக்கிப் பரவ ஆரம்பித்தபோது, எனது பெற்றோரும் நானும் மாதகலுக்குப் போய்விட்டோம். நான் அப்போது திருநெல்வேலி (யாழ்ப்பாணத்திலுள்ளது) பல்கலைக்கழகத்தில் இரண்டாம் ஆண்டு மாணவி. மாதகலிலும் வீடுகளில் இருப்பது பாது காப்பற்றது என உணர்ந்தமையால் ஊர்மக்கள் அனைவரும் கோயில்களிலும் தேவாலயங்களிலும் தங்கியிருந்தோம். சொந்த ஊருக்குள் அகதிகளாகி நாங்கள் அடைந்த துன்பங்களைப் பற்றி என்னுடைய பார்த்தீனியம் நாவலில் விரிவாக எழுதியிருக்கிறேன். பசி, சித்திரவதை, கைது, பாலியல் துன்புறுத்தல் ஆகிய அனைத்து இன்னல்களையும் மீட்பர்கள் என்று கூறி ஈழமண்ணில் கால்பதித்த இந்திய இராணுவம் எங்களுக்கு இழைத்தது.

அப்போது அகலமானதாகத் தோன்றிய வீதிகள் குறுகலான ஒழுங்கைகளாகிவிட்டன. தமது காணிப் பரப்பளவை அதிகரிக்கும் பேராசையுடன் சிலர் வீதிக்கு உரித்தான இடத்தையும் பிடித்து வேலிகளையோ மதில்களையோ அடைத்துக்கொண்டாலன்றி வீதிகள் தாமாகச் சிறுப்பதில்லை. ஆக, ஊரை நீங்கி உலகமெல்லாம் சுற்றிவிட்டு வந்து பார்க்கும் எனது பார்வையில்தான் வித்தியாசம். சிறுவயதில் உயரமானவர்களாகத் தோன்றியவர்கள் நாம் வளர்ந்தவுடன் குள்ளமாகத் தோன்றுவதுபோலத்தான் ஊரும் வீதியும்.

அநேகமான இளைஞர்கள் வெளிநாடுகளுக்குப் புலம் பெயர்ந்துவிட்ட நிலையில் வீடுகளில் வயதானவர்களே அதிகமும்

இருக்கிறார்கள். கோயில் திருவிழாக்களின்போது அல்லது நெருங்கிய உறவுகளது திருமண நிகழ்வுகளில் கலந்து கொள்வதற் காகத் திரும்பி வரும் பிள்ளைகளால் மீண்டும் உயிர்க்கிறது ஊர். வயல்வெளிக்கு நடுவே அமைந்திருக்கும் நுணசை முருகன் கோயில் தேர்த்திருவிழாவில் உலகெங்கிலும் பரந்து வாழும் மாதகல் மக்கள் வந்து கலந்துகொள்கிறார்கள். அவர்களைப் பொறுத்தவரையில் பிரிந்துபோன தங்கள் நிலத்துடன், மக்களுடன் மீளிணைவதற்கான சந்தர்ப்பமாகவே திருவிழாக்களைக் கருது கிறார்கள். போலவே, நல்லூர் முருகன் கோயில் திருவிழாவிலும் இலட்சக்கணக்கான மக்கள் கலந்துகொள்கிறார்கள்.

அந்திமத்தின் வாசலில் தனித்துக் காத்திருக்கும் முதிய பெற்றோருக்கும் அவை திருவிழா நாட்களே. தமது பேரன், பேத்திகளைக் கண்ணார காணவும் அவர்தம் மழலைமொழி கேட்கவும் கிடைத்த வாய்ப்பு. சில பிள்ளைகள் தமது பெற்றோரின் இறுதிச் சடங்குக்காக வந்துசேரும் துர்ப்பாக்கியங்களும் நேர்வது உண்டு. இந்த அவலம் மாதகல் கிராமத்தவர்க்கு மட்டுமே யானதன்று; போருக்கு அஞ்சி புலம்பெயர்ந்து சிதறிய இலட்சக் கணக்கான ஈழத்தமிழர்களில் அநேகருடைய நிலை இதுதான். அவர்களுள்ளும், புகலிட நாடுகளில் பிரஜாவுரிமை பெற்று அந்நாட்டின் கடவுச்சீட்டையோ அன்றேல் நிரந்தர வதிவிட உரிமைப் பதிவையோ பெற்றவர்களால்தான் இலங்கைக்குத் திரும்பிவரமுடியும். அந்த நாடுகளில் அகதிகளாகவே நீடித்திருப்பவர் களால், தமது பெற்றோரின் முகத்தைக் கடைசிக் கணங் களிலும் காணவியலாது என்பதே துயர்தரு யதார்த்தம்.

'ஒருவர் தமது இருபத்தைந்து வயதுவரை வாழ்ந்த இடத்தையே அவர் தனது சொந்த மண்ணாகக் கொள்வார்' என்று சொல்லப் படுவதன் பொருளை, உலகெங்கிலும் புலம்பெயர்ந்து சென்ற ஈழத்தமிழர்கள் இப்போது தத்தம் ஊர்களுக்குத் திரும்பிச் செய்யும் மராமத்துப் பணிகளிலிருந்து புரிந்துகொள்ள முடியும். 2009இல் நடந்தேறிய முள்ளிவாய்க்கால் இனப்படுகொலைக்குப் பிறகு சில ஆண்டுகள் செயலற்றுக் கிடந்தோம். அதுவோர் மனமுடக்கக் காலமாயிருந்தது. எதிலும் பற்றற்ற தன்மை நிலவிற்று. அண்மைய ஆண்டுகளில் அந்த மனநிலையிலோர் மாற்றத்தைக் காணலாம். சிதைந்த வீடுகளைத் திருத்துவதையும், பள்ளிக்கூடங்களையும்

கோயில்களையும் புனரமைப்பதையும் புதிதாகக் கட்டியெழுப்பு வதையும் அழிவிலிருந்து மீண்டெழும் முயற்சியாகவே கொள்ளலாம். அதன் பொருள், நடந்தவற்றையெல்லாம் மறந்து விட்டார்கள் என்பதில்லை; எஞ்சியவற்றிலிருந்து மீண்டெழும் முயற்சியாகும். அதற்கு மாதகலும் விதிவிலக்கன்று. அழிந்து கொண்டிருக்கும் வீடொன்றிற்கருகிலேயே புத்தம் புதிதான வீடொன்று கட்டப்பட்டுக்கொண்டிருப்பது வாழ்வின் மீதான நம்பிக்கையைத் துளிர்க்கப் பண்ணும் அதேவேளை, வர்க்க பேதங்கள், சமூகப் பங்களிப்புகள் பற்றிய கேள்விகள் எழுகின்றன.

வெளிநாட்டுக்குச் செல்லும் வசதிபடைத்தவர்கள், வாய்ப்பு கிட்டியவர்கள் புலம்பெயர்ந்துசென்றார்களெனில், செல்ல முடியாதவர்களின் நிலை என்னாயிற்று? ஊரில் தங்கியிருந்து ஆக்கிரமிப்பிற்கு எதிரான போரில் பங்கேற்றவர்களும் பலியானவர் களும் அவர்களே என்றாகிறதல்லவா? சிதைந்து கிடப்பது அவ்வாறு பலியானவர்களில் ஒருவருரின் வீடாகவோ, அழிந்த வாழிடத்தைக் கட்டியெழுப்ப முடியாதளவு வறுமையில் இருப்பவருடைய வீடாகவோ இருப்பதற்கே சாத்தியங்கள் அதிகம்.

நினைவு தெரிந்த நாட்களிலிருந்து மாதகலில் இந்துக்களும் கிறிஸ்தவர்களும் முரண்பாடுகளற்று வாழ்ந்து வருகிறார்கள். இந்தச் சின்னஞ்சிறியதோர் ஊரில் கிறிஸ்தவ, இந்து பாட சாலைகளும் தேவாலயங்களும் இந்துக் கோயில்களும் நிறைந் துள்ளன. பிரித்தானியரது ஆளுகைக்குட்பட்டிருந்த காலத்தில் கட்டப்பட்ட தேவாலயங்கள், பாடசாலைகள், திருக்குடும்பக் கன்னியர் மடங்களும் இங்குள. மாதகல் மக்கள் மட்டும் அகதிகளாக இடம்பெயர்ந்து செல்லவில்லை; சில பாடசாலை களும் இடம்பெயர்ந்து வேறிடங்களில் நடாத்தப்பட்டு, போர் ஓய்ந்த பிற்பாடு ஊருக்குத் திரும்பிவந்துள்ளன.

எல்லா ஊர்களிலும் போலச் சாதி இங்கும் சீவித்திருந்தது. இருக்கிறது. வெள்ளாளர், பிராமணர், கோவியர், கரையார், பள்ளர் இன்னபிற சாதியினர் இங்கு வாழ்கிறார்கள். வெள்ளாளருடைய வீடுகளும் அவர்களுக்கு அடுத்த படிநிலையில் இருப்பதாகக் கூறப்படும் கோவியர்களின் வீடுகளும் அருகருகே உள்ளன. விரல்விட்டு எண்ணத்தக்கப் பிராமணக் குடும்பங்களே அந்த

நாட்களில் அங்கு வாழ்ந்தார்கள். கோயில்களில் பூசை செய்வது மட்டுமே அவர்களது பணியாக இருந்தது. அவர்களும் மேற்குறிப்பிட்ட வெள்ளாளர்-கோவியர் குடியிருப்புகளில் கலந்து வாழ்ந்தார்கள்.

கடற்கரைக்கு அருகிலிருந்த தெருக்களில் மீனவக் குடும்பங்கள் வாழ்ந்தனர். அவர்கள் கரையார் என்றழைக்கப்பட்டனர். செல்வச் செழிப்பும் ஓர்மமும் துணிவும் மிகுந்த சமூகமாக அவர்கள் இருந்தார்கள். மீன்வளம் நிறைந்தது மாதகல் கடல். அங்கு பிடிபடும் முரல்மீனை வாங்குவதற்கென்றே சுற்றுவட்டாரக் கிராமங்களிலிருந்து அதிகாலையிலேயே வந்து சேர்ந்துவிடுவர் மீன் பிரியர். முரல்மீன் போட்டு வைக்கும் சொதி அங்கு பிரசித்தம்.

சைவக்காரர்களில் பெரும்பாலானோர் வெள்ளி, செவ்வாய்க் கிழமைகளில் மாமிசம் சாப்பிடுவதில்லை. ஏனைய நாட்களில் கடலுணவே கதி. இராமேஸ்வரம், மாதகல் கரையிலிருந்து சில கடல்மைல்கள் தூரத்தில்தான் உள்ளது. முன்னொரு காலத்திலே, விடுதலைப் போராளிகளின் முக்கியமான கடற்போக்குவரத்துத் துறைகளில் ஒன்றாக மாதகல் விளங்கிற்று. இப்போது நேர்மாறாக, கஞ்சா பொதிகளுடன் மாதகல் கடலோரமாகப் பிடிபட்டவர்களது புகைப்படங்கள் செய்தித்தளங்களில் வெளியாகின்றன.

காதல்திருமணங்களைத் தவிர்த்து, பெரும்பாலும் அகமண முறைதான் அங்கு வழமையாக இருந்தது. நானறிந்தவரை பிறசாதிகளுள் திருமணம் முடித்தவர்கள் குறைவு. எடுத்துக் காட்டாக, என்னுடைய உறவினர்களுள் நூற்றுக்குத் தொண்ணூறு விழுக்காட்டினர் உறவுக்குள் மணமுடித்தவர்களே. என்னைப் போல் 'கறுப்பாடுகள்' அரிதினும் அரிது.

கடற்றொழில் தவிர, குறிப்பிடத்தகுந்தளவு தோட்டப்பயிர் செய்வோர் நிறைந்ததோர் ஊராக முன்னாளில் மாதகல் இருந்தது. வெங்காயம், மிளகாய், புகையிலை ஆகிய பணப்பயிர்கள் அங்கு விளைவிக்கப்பட்டன. அநேக வீடுகளின் வளைகளில் வெங்காயத் தூக்குகள் கட்டித் தொங்கவிடப்பட்டிருக்கும். ஆறுகளோ குளங்களோ அங்கில்லை. கிணற்று நீர்ப்பாசனத்தையும் மழையையுமே நம்பியிருந்த தோட்டங்கள் அவை. நெல் பயிரிட்டதும் உண்டு. அண்மையில் அங்கு சென்றிருந்தபோது பனங்கூடல்களும்

நெல்வயல்களும் நிறைந்த அப்பகுதியின் அழகில் மெய்சிலிர்த்து நின்றேன். அங்கு வாழ்ந்த காலம் இயற்கை எழிலைக் கவனித்துப் பார்க்கும் வயதுடையவளாக அல்லது அந்த மனோநிலை கூடிவராதவளாக நான் இருந்திருக்கவேண்டும். இழந்தவற்றின் பால் அல்லது பிரிந்தவற்றின்பால் ஈர்ப்பு மேலிடுவது இயல்பே.

மாதகலுக்கு மற்றுமோர் சிறப்புண்டு. யாழ்ப்பாணத்தின் தொன்மையான வரலாற்றை அறிவதற்கு உதவும் *யாழ்ப்பாண வைபவமாலை* நூலை எழுதிய மயில்வாகனப் புலவர் மாதகலைச் சேர்ந்தவராவார். 1884இல் வி. வி. சதாசிவம்பிள்ளை என்பவரால் சென்னையில் அச்சிட்டு வெளியிடப்பட்ட இந்த நூலின் தெளிவான வசனநடை, இதைத் தொடர்ந்து வெளியாகிய யாழ்ப் பாணம் பற்றிய பல வரலாற்று நூல்களுக்கு ஆதாரமாக இருந்தது எனலாம்.

சிறுவயதில் நாங்கள் விளையாடித் திரிந்த மாதகல் கடற்கரை, 2009இல் தமிழர் தரப்பு வீழ்ச்சியடைந்த பிறகு எங்களுடையதல்ல என்றாகிவிட்டது. பௌத்த மதத்தைப் பரப்புவதற்காக, தனது மகளும் பெண் துறவியுமாகிய சங்கமித்தையை அசோக சக்கர வர்த்தி இலங்கைக்கு அனுப்பிவைத்தார், அவர் வெள்ளரச மரக் கிளையொன்றுடன் வந்திறங்கிய புனித இடமே ஜம்புகோள பட்டினம் என்றும் வரலாற்றைத் திரிபுபடுத்தி மாதகல் கடற் கரையைச் சிங்களவர்கள் உரிமை கொண்டாடத் தொடங்கி விட்டார்கள். பிறகு வழமைபோல எல்லாம் நடந்தேறின.

சங்கமித்தையின் பொன்னிறமான உருவச்சிலை, அவர் வந்திறங்கிய ஓடம், பௌத்த விகாரை, அரசமரம், அந்த இடம் பௌத்த-சிங்களவர்களுடையதாகக் காலங்காலமாக இருந்தது என்பதை விளக்கும் விவரணச் சித்திரங்கள், யாத்ரீகர்கள் தங்கும் விடுதி என யாவும் அங்கு நிறுவப்பட்டுவிட்டன. ஜம்புகோளப் பட்டினம் எனும் பூர்வீகப் பெயர் மறக்கப்பட்டு, ‘தம்பகொலபடுன’ எனப் பெயர்மாற்றம் பெற்றுவிட்ட அந்தப் புனிதத் தலத்தை நோக்கி பெரும்பான்மையினத்தைச் சேர்ந்த சுற்றுலாப் பயணிகள் திரண்டுவருகிறார்கள். அவ்விடத்தின் பராமரிப்புப் பணிகளுக்கு என இப்போது அங்கு சில சிங்களக் குடும்பங்களும் வந்து குடியேறிவிட்டன.

புனிதப் பிரதேசமாக அறிவித்த பிறகு, அந்தக் கரையோரத்தின் ஒரு பகுதி மீன்பிடிக்குத் தடை செய்யப்பட்டது. இதனால் பல தலைமுறைகளாக வாழ்ந்துவந்த மீனவக் குடும்பங்களின் வாழ்வாதாரமும் பார்த்திருக்கப் பறிபோயிற்று. என்னுடைய அப்பா நிம்மதியாக உறங்கி, கனவுகண்ட அந்தக் கடற்கரை மீதான எங்களுடைய உரிமை அப்பாவின் கனவு போலவே கலைந்து போயிற்று.

எனது பெற்றோர் இன்று உயிருடன் இல்லை. அவர்கள் பிறந்து, வளர்ந்து, காதலித்து, கனவுகண்ட நிலமும் புத்தமதத்தின் பெயரால் மெதுமெதுவாகக் கையகப்படுத்தப்பட்டுக்கொண்டிருக்கிறது.

என்னுடைய 'முதியோர் கிராமம்' எனும் சிறுகதை இவ்வாறு முடிகிறது:

> நானும் எனையொத்த சிறுவர் சிறுமிகளும் மணல்வீடு கட்டி, சிப்பிப் பொறுக்கி, ஓடிவிளையாடிய அதே கடற்கரைதான். அப்போது கடற்கரை மட்டுமே இருந்தது. முள்ளிவாய்க்கால் பேரழிவிற்குப் பிறகு விகாரைகளும் யாத்ரீகர்கள் தங்கும் விடுதிகளும் எழுந்தன.
>
> மஞ்சளாடை புத்தப் பிக்குகள் விசிறிகளுடன் உலவத் தொடங்கினர். கற்பலகைகளில் புதிய கதைகள் எழுதப்பட்டன. வென்றவர்களால் எழுதப்படும் கதைகள்! கடல் வழக்கம் போல நெஞ்சிலடித்துக் குமுறியது. மௌனச் சாட்சியத்திற்கு மதிப்பில்லை. திரிபுபடுத்தப்பட்ட வரலாற்றின் கரையில் மனம் வேக, நோக நின்றேன்.

கதைகள் எனப்படுபவை யாவும் கற்பனையல்ல. மாதகலை மனதில் வைத்தே அந்தக் கதையை எழுதினேன்.

நாங்கள் வாழ்ந்த கதையையும் வீழ்ந்த கதையையும் அடுத்த தலைமுறைக்குச் சொல்வதற்கு நாங்கள் இருக்கிறோம். அதற்கு அடுத்து வரவுள்ள தலைமுறைக்கு? வரலாற்றுத் திரிபுபடுத்தல்களிலிருந்து தப்பிப்பதற்கு வரலாற்றைக் கற்கவேண்டும்; தண்ணீரிலிருந்து பாலைப் பிரித்தெடுத்து அருந்தும் அன்னம் போல, உண்மையான வரலாற்றை!

□

48

கிளிநொச்சி
போரில் அலையும் ஊரின் முகவரி
தீபச்செல்வன்

வாழ்வில் நமக்கொரு இடம் தேடி அலைந்து கொண்டிருக் கிறோம். ஒரு நீண்ட பயணத்தில் ஓரிடத்தில் சற்று அமர்ந்து இளைப்பாறிச் செல்வதற்கும் ஓரிடம் தேவைப்படுகிறது. ஆனால் நம் வாழ்வில் பெரும்பாலான வாழ்வு நமக்கொரு ஊரில்தான் கழிகிறது. எல்லோருடைய வாழ்விலும் அந்த ஊர் இருக்கிறது. எல்லாவிதமான மனிதர்களையும் ஆளுமைகளையும் அந்த ஊர் உருவாக்கிவிடுகிறது. ஊர் என்பது வாழ்வுக் கானதாக மாத்திரமின்றி உயர்வுக்கானதாகவும் இருக்கையில், நம்மைப் போன்ற ஈழச் சனங்களுக்கு அது பெயர்தலுக்கான தாகவும் ஆகிவிடுகிறது. ஓர் எழுத்தாளனுக்கு ஓர் ஊர் எத்தனையோ அனுபவங்களைத் தந்துவிடுகிறதென்றால் என்னைப் போன்ற ஈழ எழுத்தாளர்களுக்கு அலையும் ஊரெல்லாம் தம்மூராகப் பல அனுபவங்களைத் தந்துவிட்டுச் செல்கிறது.

கிளிநொச்சி என்பது ஈழத்தின் வடக்கில் அமைந்திருக்கும் ஒரு மாவட்டம். எண்பதுகளில் அது யாழ்ப்பாண மாவட்டத்தின் ஒரு பகுதி. 1950களில் தான் கிளிநொச்சி குடியேற்றமாக உருவாக்கப் பட்டது. இன்றுள்ள கிளிநொச்சி நகரம்தான் அப்படிக் குடியேற்ற மாக மக்களால் உருவாக்கப்பட்ட பகுதி. ஆனால் கிளிநொச்சியில் பல இடங்கள் மிகவும் தொன்மை வாய்ந்தவை. சோழர்களுடன் தொடர்புடைய கௌதாரிமுனை, பூநகரி போன்ற பூர்வீக நிலங்கள்

எல்லாம் கிளிநொச்சியில்தான் இருக்கின்றன. பூநகரிப் பிரதேசத்திலுள்ள ஈழவூர் என்ற கிராமத்தின் பெயர்தான் ஒட்டுமொத்த ஈழத்திற்குமான பெயராகவும் இருக்கிறது. அதேபோல அக்கராயன், பல்லவராயன்கட்டு, நாகபடுவான், முரசுமோட்டை, கண்டாவளை எல்லாம் பாரம்பரியமான பழம்பெரும் கிராமங்கள்.

ஒரு புறத்தில் போர் என் கிராமங்களை மாற்றிக்கொண்டே இருந்தன. ஒருபுறத்தில் போர் எனக்குப் பல ஊர்களை என்னுடைய ஊராக மாற்றியிருந்தது. மறுபுறத்தில் என் குடும்ப வாழ்வும் என்னுடைய ஊரை மாற்றிக்கொண்டே இருந்தது. சாவகச்சேரியின் மட்டுவில்தான் அம்மாவின் ஊர். திருமணமாகி அம்மா கிளிநொச்சிக்கு வந்தார். கிளிநொச்சி வைத்தியசாலையில் பிறந்த என்னைத் தூக்கிக்கொண்டு அம்மா ஒரு வீட்டுக்காக அலைந்திருந்தாள். நான் எட்டுமாதக் குழந்தையாகத் தாயின் வயிற்றில் இருந்த நாட்களில் கைவிட்டுச் சென்ற அப்பா திரும்பியிராத தருணத்தில் கிளிநொச்சி கணேசபுரத்திலுள்ள அப்பாவின் சகோதரி வீட்டில் அம்மா என்னைக் குழந்தையாகக்கொண்டு சென்றாள்.

கணேசபுரத்திலும் பணக்காரத் தெருவில் என் அப்பாவின் சகோதரர்களுக்குப் பல வீடுகளும் பரந்துநீண்ட வயல்களும் சொந்தமாக இருந்தது. ஆனால் பொறுப்பில்லாது ஆடம்பரமாக ஆடித் திரியுமொரு தந்தை என்பதால் அந்தப் பணக்காரத் தெருவிலும் அப்பாவின் சகோதரியின் பெருவீட்டிற்கு அருகில் ஒரு குட்டி வீட்டில் பாம்புகள் நுழைந்தலையும் இராத்திரிகளில் என்னைக் குழந்தையாக வைத்திருந்து காத்திருந்தாள் அம்மா. அங்கும் சில காலங்கள்தான் இருக்க முடிந்தது. அங்கிருந்து அம்மாவின் மூத்த அண்ணா அம்மாவையும் அண்ணாவையும் (ஈழப்போரில் வீரச்சாவடைந்த வெள்ளையன் பிரசன்னா) என்னையும் தன் வீட்டுக்கு அழைத்துச் சென்றிருந்தார். அது கிளிநொச்சி நகருக்குக் கிழக்குப் பக்கமாக இருக்கும் திருவையாறு என்ற ஊர்.

கிளிநொச்சியிலுள்ள வனப்பான ஊராகவும் இரணை மடுக் குளத்தின் கீழ்ப் பகுதியில் உள்ளமையால் ஆண்டு முழுவதும் விவசாயம் நடக்கின்ற பசுமை படர்ந்த சிவந்த நிலமாகவும் திருவையாறு இருக்கிறது.

அங்குச் சில ஆண்டுகள் தமயனின் பாதுகாப்பில் அம்மாவின் வாழ்வு கழிந்தது. எனக்கு நான்கு வயதாக இருக்க வேண்டும். அப்போதுதான் கிளிநொச்சி நகரத்தை அண்மித்த பகுதியில் ஆனால் கொஞ்சம் பின்தங்கிய இடத்தில் இருக்கும் இரத்தினபுரம் என்ற கிராமத்தில் அம்மாவுக்கு ஒரு துண்டு நிலத்தை அம்மாவின் இரண்டாவது அண்ணா வாங்கிக் கொடுத்தார். ஒரு அதிகாலைப் பொழுதில் அந்த ஊருக்கு அம்மாவும் அண்ணாவும் நானும் நடந்து வந்து சேர்ந்தோம். மண்ணாலான சுவர்கள். ஓலையாலான கூரை. ஓர் அறை. அதுவே சுவாமியறை, அதுவே படுக்கையறை, அதுவே எல்லாமும். முன்னால் தாழ்வாக இறக்கப்பட்ட ஒரு பத்தி. அதில் தான் சமையல். அன்றைக்கு என்னுடைய உயரத்திற்கு நிமிர்ந்து நிற்கக்கூடிய பதிவான பத்தியாய் இருந்தது.

எங்கள் வீட்டின் முன்பாக ஓர் ஆறு. அப்போதும் நீர் ஓடிக் கொண்டிருந்தது. ஆற்றைச் சூழ அழகிய மரங்கள். காணாங் கோழிகள் ஆற்றுக்குள் இருந்து வீட்டு முற்றம்வரை வந்து சென்றன. ஆற்றங்கரையில் மயில்களுக்கும் குறைவில்லை. ஓர் அழகிய ஊரில் வந்து குடியேறியதாக உணர்ந்தோம். ஊரெல்லாம் ஆறுகள்தான் குறுக்கும் மறுக்குமாய்க் கிளை விரிந்திருந்தன. நாம் குடிபுகுந்து ஒரு வருடத்தை அண்மித்த ஒரு பொழுதில் மழைக் காலம் வந்தது. மழை பெய்யப் பெய்ய ஆறு உயரத் தொடங்கியது. சில மழைநாட்கள் கடந்தன. ஆறு முட்டி வழியத் தொடங்கியது. தொடர்ச்சியான மழை பெய்யத் துவங்க எல்லா ஆறுகளும் நிரம்பி வழிந்தன. எங்கள் ஊரெனப்படுவது மழை வெள்ளம் நிரம்பிய கடலாகிற்று. எங்கள் வீட்டுப் படியை வெள்ளம் தட்டிக் கொண்டிருந்தது. இப்படியாகச் சில வருடங்கள் கழிந்தன. வெள்ளம் வருவது வழக்கமாகிற்று. வெள்ளம் வந்தால், வீட்டுப் படியைத் தட்டிவிட்டுச் சென்றுவிடும் என்ற அசட்டுத் தைரியத்தில் மழைக்காலத்திலும் எந்தப் புகாருமற்று, வெள்ளத்தையும் மழையையும் கொண்டாடப் பழக்கப்பட்டிருந்தோம்.

எனக்குப் பத்து வயதாக இருக்கையில் எங்கள் தந்தை குடும்பத்துடன் இணைந்துகொண்டார். அப்போது எனக்கொரு தங்கை பிறந்திருந்தாள். அவள் பிறந்தபோதும் அப்பா அதே விளையாட்டைக் காட்டி எங்கோ தொலைந்திருந்தார். கார்த்திகையில் மழையோடுதான் தங்கச்சி பிறந்திருந்தாள். மழைசூழ்

நாளொன்றில் ஆறு நிரம்பியிருக்கத் தங்கச்சியை ஏந்தியபடி வந்தாள் அம்மா. அந்த முறையும் ஆறு நிரம்பி வழியத் தொடங்கு கிறது என்றும் அதனால் ஒன்றும் சிக்கலில்லை என்றும் நினைத்துக் கொண்டோம். படிதாண்டி வெள்ளம் வராது என்ற எங்கள் தைரியம் அந்த முறை பொய்த்தது. அந்த வருடம் வேயாத ஓலைக் கூரை நன்றாக உக்கிப் போயிற்று. அதனால் ஒரு புறத்தில் வீடு ஒழுகிக் கொண்டிருந்தது. மற்றொரு புறத்தில் வெள்ளம் படியைத் தாண்டி ஏறியது. எங்கள் மண் மாளிகையின் சுவர்கள் சரியத் துவங்கின. கடல் வெள்ளத்தில் எங்கள் வீட்டுச் சுவர்கள் பளார் பளார் என்று விழுந்து கரைந்தோடத் தொடங்கியது. வெள்ள ஊழியில் இரண்டு சிறுவர்களோடும் ஒரு கைக் குழந்தையோடும் நின்றாள் அம்மா. எங்கள் வீடு முற்று முழுதாய் வெள்ளத்தில் அழிந்துபோக மழையில் நனைந்து வெள்ளத்தில் மிதந்து நின்ற எங்களைப் போராளிகள் வந்து தங்கள் படகில் மீட்டுச் சென்றனர்.

ஒருமுறை வெள்ளத்தில் நான் ஆற்றோடு அடித்துச் செல்லப் பட்டேன். ஒரு மருத மரத்தின் கிளையைப் பிடித்துத் தப்பிய தெல்லாம் பெரு அதிசயம். வெள்ளம் என்றாலும் மழை என்றாலும் அதனைச் சகித்தும் மகிழ்ந்தும் நாங்கள் வாழ்ந்திருந்தோம். அமைதியாய் வாழ்ந்திருந்த எங்கள் ஊரில் இந்திய இராணுவ வருகை காலத்தில் எங்கள் காலைகள் விசாரணைக்கு இளைஞர் களை அழைத்துச் செல்லும் இந்திய இராணுவத் தரிசனங் களுடன்தான் விடிந்திருந்தன. ஈழத்தில் ஆங்காங்கே மூண்டு கொண்டிருந்த போர் 1996இல் கிளிநொச்சியை முற்று முழுதாக விழுங்கத் துடித்தது. அப்போது நான் ஏழாம் வகுப்புப் படித்துக் கொண்டிருக்கிறேன்.

1996 சத்ஜெய போர் வழியாகக் கிளிநொச்சியைக் கைப்பற்றும் சண்டையை அறிவித்தார் அப்போதைய இலங்கை அதிபர் சந்திரிக்கா பண்டாரநாயக்கா. ‘கிளிநொச்சியை இயக்கம் விடாது’ என்ற நம்பிக்கையில் நாங்கள் ஊரைவிட்டு வெளியேறாமல் இருந்தோம். எறிகணைகள் எங்களைச் சூழ்ந்து வெடிக்கத் தொடங்கியது. மக்கள் அனைவரையும் ஊரைவிட்டு இடம் பெயர்ந்து செல்லுமாறு இயக்கம் அறிவிக்கத் தொடங்கியது. அப்போதும் ஊரைவிட்டுச் செல்ல மனதின்றி இருந்தோம்.

இறுதியில் எங்களைப் போல ஊரைவிட்டுச் செல்லத் தயங்கிய சிலரோடு நாங்கள் இடம்பெயரத் துவங்கினோம். ஊரைப் பிரிதலென்பது உயிரைப் பிரிதலாயிற்று. சில நாட்கள் முறிப்பு என்ற கிராமம் எங்கள் ஊராயிருந்தது. பிறகு அங்கிருந்தும் துரத்தப்பட்டோம். ஒரு நாள் பொழுதுக்குக் கோணாவில் எங்கள் ஊராய் இருந்தது. பிறகு அங்கிருந்தும் துரத்தப்பட்டோம்.

இறுதியில் அலைதலின் முடிவாய், கிளிநொச்சிக்கு மேற்காக அக்கராயன் பிரதேசத்தில் ஸ்கந்தபுரம் என்ற ஊரில் முருகன் ஆலயத்தில் அகதிகளாய் தஞ்சமடைந்தோம். சில தடிகளை நட்டு, அம்மாவின் சேலையைக் கூரையாகவும் சுவராகவும் கட்டி ஒரு வீடு செய்தேன். எங்கள் இடம்பெயர் நாட்களில் அண்ணா இயக்கத்தில் இணைந்துவிட்டமையால், அம்மாவையும் தங்கை யையும் பார்த்துக்கொள்ளும் பொறுப்பு எனக்காயிற்று. அங்கிருந்து மக்கள் மரங்களுக்கும் காடுகளுக்கும் உறவினர் வீடுகளுக்கும் பெயர்ந்தார்கள். ஆனால் அந்த இடத்தில் சனங்கள் குறையவே இல்லை. அங்கிருந்தால், மாவு இடிக்கும் வேலை கிடைக்கும் என்பதால் அங்கேயே இருக்க அம்மா தீர்மானித்துக்கொண்டாள். நோய், பசி, இடர் எல்லாம் சுமந்தபடி இரண்டு வருடங்கள் அதுவே எங்கள் ஊராயிற்று.

அந்த நாட்களில் குடியேற்றங்களை உருவாக்கி வீடுகளை அமைத்து மக்களைப் போராளிகள் நகர்த்திக்கொண்டிருந்தார்கள். அதனால் ஸ்கந்தபுரத்தில் இருந்து மூன்று கிலோ மீற்றர் தூரத்தில் உள்ள மணியங்குளம் கிராமத்தில் எங்களுக்கொரு வீட்டைத் தமிழீழ விடுதலைப் புலிகளின் புனர்வாழ்வுக் கழகம் என்ற அமைப்பு அமைத்துக் கொடுத்தது. அடர்வனமாக இருந்த பகுதியை அழித்துக் குடியேற்றம் உருவாக்கப்பட்டது.

மணியங்குளம் புதியகுடியிருப்பு என்பது அடுத்து எனது ஊரானது. அங்கு மூன்றாண்டுகள் இருந்தோம். யாழ்ப்பாணம் மற்றும் கிளி நொச்சியின் பல பகுதிகளிலிருந்தும் இடம்பெயர்ந்த மக்களால் அந்தக் குடியிருப்பு உருப்பெற்றது. எங்கள் கிராமத்தின் பொழுதுபோக்கு என்பது விடுதலைப்புலிகளின் நாடக அமைப்புக்கள் நடிக்கும் வீதி நாடகங்களும் இயக்கப் படங்களும் தான். அந்த நாட்களில் தொடர்ந்து போர் நடந்துகொண்டிருந்தது.

போராளிகள் மிக நெருக்கடியைச் சந்தித்த போதும், மக்களின் பங்களிப்புடன் பெரு வெற்றிகளைக் குவித்தார்கள். எல்லாப் பொருட்களுக்கும் அரசு தடைவிதித்தது. தற்சார்பு பொருளாதாரத்தைத் தலைவர் பிரபாகரன் ஈழத்தில் கொண்டுவந்தார். விவசாய உற்பத்திகள், இருக்கும் வளங்களை வைத்து வாழ்தல் என்பன எங்களுக்கு நிறைவாகவே இருந்தது. போராளிகளின் வசமிருந்த வன்னியை ஜெயசிக்குறு தாக்குதல் வழியாக இரண்டாக்குமளவில் அரசின் போர் உச்சமானது. ஆனாலும் போராளிகள் இழந்த நிலங்களை மீட்டார்கள். போர் வெற்றி குறித்த செய்திகளின் ஊராய் மணியங்குளம் இருந்தது. அதைப் பற்றிப் பேசும் சிறுவர்களாய் நாம் வளர்ந்தோம். அண்ணாவும் இல்லாத குடும்பச் சூழலில் நான் கிணறு வெட்டுவது, விறகு விற்பது போன்ற வேலைகளுக்குச் சென்றேன். அந்தப் போருக்குள்ளும் எங்கள் கிராமத்தில் வந்து பள்ளியிலிருந்து விலகிய பிள்ளைகளைப் பள்ளிக்கு அனுப்பும் வேலைகளில் போராளிகளின் கல்விப் பிரிவு ஈடுபட்டது. அப்படித்தான் பள்ளியைவிட்டு இடை விலகிய நான், மீள பள்ளியில் இணைக்கப்பட்டேன்.

அப்போது எங்கள் ஊரில் இயக்கத்தில் ஆட்கள் இணைவது வழக்கமாக இருக்கும். எங்களுடன் பழகிய நண்பர்கள் திடீரெனக் காணாமல் போவார்கள். பிறகு இயக்கத்தில் இணைந்து விட்டார்கள் என்று தகவல் வரும். போர்க்களத்தில் வெற்றிகள் குவிகின்ற தருணங்களில் எல்லாம் ஊர் வெற்றிக்களிப்புடன் இருக்கும். பிறகு களத்தில் வீழும் வீரர்கள் குறித்துச் சோகத்தை அப்பியிருக்கும். வீடுகள் தோறும் வீரமரணங்கள் நடந்து கொண்டே இருந்தன. போராளிகளாகப் பிள்ளைகளை அனுப்பிய தாய்மார்கள் வயிற்றில் நெருப்பைக் கட்டிக்கொண்டிருந்தனர். எங்கள் வீடும் அப்படித்தான் இருந்தது.

இடம்பெயர்வு சமயத்தில் விடுதலைப் போராட்டத்தில் இணைந்த அண்ணா, ஒருநாள் இரவு எதிர்பாராத தருணத்தில் வீடு வந்திருந்தான். எங்கள் ஊரே அண்ணாவைப் பார்க்க ஒன்று கூடியது. அவனின் வீரமான அழகு கண்டு எல்லோருமே வியந்து கொண்டிருந்தார்கள். விடுமுறையில் வந்த அண்ணாவை அந்த ஊரிலிருந்துதான் போர்க்களத்திற்கு மீண்டும் அனுப்பி வைத்தோம்.

பின்னொரு நாளில் அண்ணாவும் போர்க்களத்தில் விழுப்புண் அடைந்து வீரமரணம் எய்தினான். போராளிகள் வந்து அதிகாரப் பூர்வமாக அறிவித்தார்கள். அம்மாவும் நானும் தங்கச்சியும் துடிதுடித்து அழுதபோது எங்கள் ஊர் முழுக்க ஓலம் பரவியது. வீரச் சமராடி வித்துடலாய் வீடு வந்தவனைப் பார்க்கப் பொறுக்க முடியாத தருணத்தில் இருந்தோம். தமிழீழம் என்ற தாய்நாட்டிற் காகத் தன்னை ஒரு போராளியாக அர்ப்பணிக்க வேண்டும் என்றிருந்த அவன் பேரவா எனக்குள்ளும் விடுதலைப் போராட்டப் பற்றைத் தூண்டியது. அண்ணாவின் வீரமரணம் முடிந்திருந்த காலத்தில் கிளிநொச்சியை மீண்டும் போராளிகள் கைப்பற்றி இருந்தனர். அவன் வீரமரணம் எனக்குள் படிப்பு பற்றிய கனலை மூட்டியது. 'தம்பி நீ எந்த வேளையிலும் படிக்க வேண்டும்... அதுதான் என் கனவு... உன்னைப் போன்றவர்கள் படிக்க வேண்டும் என்றுதான் என்னைப் போன்ற போராளிகள் சமராடுகிறோம்...' என்றிருந்தான். 'ஒருநாள் தமிழீழம் மலரும் அன்றைக்கு நாம் எங்கள் ஊருக்குத் திரும்புவோம்...' என்று அண்ணா சொல்லி யிருந்தான்.

அவனுக்காகப் படிக்க வேண்டும் என்று புத்தகப் பையுடன் கிளிநொச்சியில் மீளக் குடியேறிய என் பள்ளியின் படியேறிப் படிக்கத் துவங்கினேன். அண்ணாவின் வீரமரணத்தின் பின்னர் நானும் அம்மாவும் தங்கையும் ஆளுக்கொரு திசையில் சிதறிப் போனோம். அம்மா ஒரு வீட்டு வேலையில். தங்கை சிறுவர் இல்லத்தில். நான் ஊர் திரும்பி சிறிய குடிசை அமைத்துக் கொண்டேன். போர்க்களத்தில் எஞ்சிய தளவாடங்கள்தான் என் வீடாகின. எறிகணை வெற்றுத் தோட்டாக்களால் இருக்கை செய்தேன். வெடிகுண்டு பெட்டிகளால் மேசை செய்தேன். அதிலிருந்து தனி ஆளாக என்னுடைய ஊரிலிருந்து படிக்கத் தொடங்கினேன். சரியான உணவில்லை. கிடைத்ததைக் கிடைத்த வேளை உண்டிருந்த காலம். ஆனால் படிப்பில் நெருப்பாய் இருந்தேன். கவனம் குறையாமல் வகுப்பில் முதல் பிள்ளையாய் இருந்தேன்.

உயர்தரப் பரீட்சையில் நல்ல பெறுபேறு எடுத்து மாவட்ட மட்டத்தில் முன்னிலையில் சித்தி அடைந்தேன். ஊருக்குப் பெருமையாகிற்று. அதன் பிறகு ஊரைவிட்டுப் பெயர்ந்து யாழ்ப் பாணம் வந்து திருநெல்வேலியில் பல்கலைக்கழகச் சூழலில்

வசிக்கத் துவங்கினேன். போராளிகளின் தலைநகராயிருந்த கிளிநொச்சியிலும் இலங்கை இராணுவத்தின் கட்டுப்பாட்டில் இருந்த யாழ்ப்பாணத்திலுமாக என் வாழ்வு தொடர்ந்தது. நான் பல்கலைக்கழகம் படிக்கச் சென்ற நாட்களில் போராளிகள் சமாதானப் பேச்சுக்களில் ஈடுபட்டிருந்த காலம். அதனால் போராளிகள் யாழ்ப்பாணத்திற்கு வந்திருந்தனர். ஆனாலும் அந்தச் சமாதானம் அதிகக் காலம் நீடித்திருக்கவில்லை. மீண்டும் போர் மேகங்கள் எங்கள் நிலத்தைச் சூழத் துவங்கின.

சிறிய வயதில் இருந்தே நான் எழுதத் தொடங்கியிருந்தேன். மணியங்குளத்தில் இருந்த நாட்களில் என்னிடம் கவிதை எழுதுகின்ற குறிப்பேடு ஒன்று இருக்கும். அன்றைய நாட்களில் எழுதும் கவிதைகளை என் வகுப்பறை வட்டத்தில் சுற்றிவர விடுவதுதான் என் எழுத்துக்களின் வாசிப்பு உலகமாக இருந்தது. கிளிநொச்சியில் இரத்தினபுரத்தில் வாழ்ந்த நினைவுகளும் இடப்பெயர்வும் மணியங்குள வாழ்வும் அன்றைய நாட்களின் அகதி நிலையும் தனிப்பட்ட வாழ்வின் துயரங்களும் வறுமையும் என்னை எழுத்தை நோக்கி நகர்த்தின. வாழ்வின் துயர நிலைகள் குறித்துச் சிந்திக்கத் தூண்டின. போரின் அலைச்சல்தான் என் எழுத்துக்களை விளைவித்தன. போரினது விளைவாகவே நான் எழுத்தாளன் ஆகினேன். அப்படிச் சிறுவயது முதல் எழுதி வந்தபோதும் அதைப் பிரசுரிக்கும் வழிகள் தெரிந்திருக்கவில்லை.

உயர்தரப்படிப்பு முடிந்த நிலையில், சில நண்பர்கள் வழியாகவும் ஈழ எழுத்தாளர்கள் வழியாகவும் பத்திரிகைகள் இதழ்கள் எனக்கு அறிமுகமாகின. அவைகளுக்கு எழுதத் துவங்கினேன். போராளி களின் பத்திரிகையான *ஈழநாதத்தில்* என்னுடைய முதல் கவிதை வெளிவந்தது. அதன் பிறகு இலங்கையில் வந்த பல பத்திரிகை களிலும் இதழ்களிலும் எழுதத் துவங்கினேன். 2006ஆம் ஆண்டாக இருக்க வேண்டும். கிளிநொச்சியிலிருந்து தமிழ்நாட்டிற்குக் கணையாழிக்கு ஒரு கவிதை அனுப்பினேன். அது கணையாழியில் பிரசுரமாகியிருந்தது. இப்படியாக ஊரும் அலைச்சல்களும் என்னை எழுத்தை நோக்கி உந்தின.

நான் பல்கலைக்கழக விடுதியில் தங்கியிருந்து படித்த காலத்தில் போர் மூளத் துவங்கியது. யாழ்ப்பாணத்தின் பாதைகளை அரச

படைகள் மூடின. யாழ்ப்பாணத்திலிருந்து கிளிநொச்சி இரத்தின புரத்திற்குத் திரும்ப வேண்டும். யுத்தம் இல்லை என்றால் ஒன்றரை மணிநேரப் பயணம்தான். பாதை மூடியதால் பல மாதங்கள் யாழ்ப்பாணத்திலிருந்து வெளியேற முடியாமல் தவித்த நிலையில் இராணுவத்தின் கப்பலில் ஏற்றப்பட்டுத் திருகோண மலை அனுப்பப்பட்டோம். அங்கிருந்து இராணுவ முகாம்கள் ஒவ்வொன்றையும் கடந்து கிளிநொச்சிக்குப் பெரும் அலைச்ச லோடு வந்து சேர்ந்தேன். பிறகு ஓராண்டு போராளிகளின் தமிழீழ தேசியத் தொலைக்காட்சியில் பணிபுரிந்தேன். அன்றைய காலத்தில் எங்கள் ஊரில் பதுங்குகுழிதான் அவசிய அறையாய் இருந்தது. மண்ணுக்குள்தான் நாம் வாழும் எங்களூர் இருந்தது.

எல்லோருக்கும் பாதுகாப்பான பதுங்குகுழி ஒன்றுதான் தேவையாக இருந்தது. நானும் வீட்டில் ஒரு பதுங்கு குழி அமைத்தேன். எங்கள் வீட்டின் முன்னால் அன்றுதான் பிறந்திருந்த ஒரு குழந்தையை, அவர்கள் வீட்டில் பதுங்குகுழி இன்னும் வெட்டவில்லை என்பதால் எங்கள் பதுங்கு குழியில் கொண்டு வந்து எங்களுடன் வைத்திருந்தார் ஒரு சகோதரி. அந்தக் கணங்களில்தான் பதுங்குகுழியில் பிறந்த குழந்தை கவிதை உருவானது. அன்று போரில் என்னுடைய ஊரில் இல்லை யெனில், அந்தக் கவிதையை நான் எழுத முடியாது போயிருக்கும். அப்போது மூண்ட போரைப் பற்றி அன்றைய நாட்களில் எழுதிய கவிதைகள் ஈழத்திலும் தமிழ்நாட்டிலும் வெளியாகி பெரும் வரவேற்புகளைப் பெற்றிருந்தன.

போரின் நிலையில் மாற்றமில்லை. இராணுவம் பல வழி களிலும் மக்களை அழித்துக்கொண்டே இருந்தது. கிளிநொச்சியில் இருந்தாலும் சாவு, யாழ்ப்பாணத்தில் இருந்தாலும் சாவு என்கிற நிலையில், மீண்டும் யாழ்ப்பாணம் சென்று பல்கலைக்கழகக் கல்வியைத் தொடரலாம் என்று பயணத்தைத் தொடங்கினேன். பல நாட்கள் பயணம் செய்து கப்பலில் யாழ்ப்பாணத்தை வந்தடைந்தேன். யாழ்ப்பாணம் கொலை நகரமாயிருந்தது. பசியிலும் இருளிலும் மூழ்கிற்று. அந்த அனுபவங்களை யாழ் நகரம் என்ற தலைப்பில் ஒரு கவிதையாக எழுதினேன். அந்தக் கவிதை துண்டுப் பிரசுரங்களாக யாழ் நகரத்தில் ஒட்டப் பட்டிருந்தன.

2007இல் இருந்து 2009 போர் முடியும் தருணம் வரையில் யாழ்ப்பாணத்தில் என் வாழ்வு முடங்கியிருக்க, கிளிநொச்சியில் அம்மா இடம்பெயரத் துவங்கினார். எங்களூரில் இருந்த வீட்டைப் பிடுங்கிக் கொண்டு முள்ளிவாய்க்கால் வரை அம்மாவின் முகவரி நீண்டிருந்தது. நாளுக்கொரு இடம். பொழுதுக்கொரு பதுங்குகுழி என்று அம்மாவின் வாழ்வு அலைந்திருந்த நாட்களில் யாழ்ப் பாணத்தில் என்னைக் கொலை செய்யப் போவதாக அரச படைகள் அச்சுறுத்தல் நோட்டீஸ் வெளியிட்டனர். யாழ் பல்கலைக்கழக மாணவர் ஒன்றியச் செயலாளராக நான் பதவி ஏற்றுச் சில நாட்களில் இந்த எச்சரிக்கை வந்தது. ஆனாலும் விலகாமல் பதவியில் இருந்தேன். போரை நிறுத்த வேண்டும், மக்களின் உயிர்கள் காக்கப்பட வேண்டும், போராளிகளுடன் பேச்சு வார்த்தை மூலம் பேசி தீர்வு காணப்பட வேண்டும், தமிழர் தேசம் அங்கீகரிக்கப்பட வேண்டும் என்று வலியுறுத்தும் போராட்டம் நிகழ்ந்தது. அந்த நாட்களில் யாழ்ப்பாணத்திலிருந்து என் முதல் கவிதைத் தொகுப்பான *பதுங்குகுழியில் பிறந்த குழந்தை* தமிழ்நாட்டில் காலச்சுவடு பதிப்பகத்தால் வெளியிடப்பட்டது.

2009இல் முள்ளிவாய்க்கால் இனப்படுகொலைப் போர் முடிவுக்குக் கொண்டுவரப்பட்ட நிலையில், சில நாட்களின் பின்னர்தான் அம்மாவும் தங்கையும் உயிருடன் இருப்பதை அறிந்து கொண்டேன். அம்மாவும் தங்கையும் முள்வேலி முகாமில் அடைக்கப்பட்டிருக்கையில் அதுவே அன்று அவர் களின் ஊராகிற்று. அங்குச் சுமார் ஒரு வருடம் வாழ்ந்தார்கள். முள்வேலி முகாம் சென்று அம்மாவை உடன் பார்க்க முடியாத நிலையில் இராணுவக் கட்டுப்பாடு தடையாய் இருந்தது. சில மாதங்களின் பிறகு முள்வேலி முகாம் சென்று அம்மாவையும் தங்கையையும் பார்த்தேன். ஒருவாறு முகாமிற்குள் உள்நுழைந்து அவர்களுடன் சில நாட்கள் தங்கியிருந்துவிட்டு மீண்டும் திரும்பியிருந்தேன்.

அம்மாவும் தங்கையும் 2010ஆம் ஆண்டில் எங்கள் ஊருக்கு மீண்டும் திரும்பி ஒரு தற்காலிக இறப்பர் கூடாரத்தில் தங்கி யிருந்த் காலத்தில் மீண்டும் நாம் ஒன்றாகினோம். பின்வந்த நாட்களில் இராணுவ அச்சுறுத்தல் அதிகமாகியதால், மாணவ வீசாவில் இந்தியா வந்து சென்னைப் பல்கலைக்கழகத்தில்

படிக்கத் தொடங்கிய போது மெரீனா கடற்கரைதான் என்னுடைய ஊராக இருந்தது. தமிழ்நாட்டு நண்பர்கள் என்னைச் சூழ எப்போதும் அன்பையும் ஆதரவையும் தந்தபடி இருந்தனர். ஆனால் நான் மட்டும் ஈழத் தாய்நிலத்தை நோக்கியே பார்த்திருந்தேன். என் பேச்சும் கனவுகளும் நினைவுகளும் ஊரைப் பற்றியதாக நாட்டைப் பற்றியதாக மட்டுமே இருந்தன. மெரீனா கடற்கரையிலிருந்து ஊரையும் தாய் நிலத்தையும் நினைத்துத் தவித்திருந்த நாட்களின் தகிப்பு இன்னமும் சூடாய் மனதில் கிடக்கிறது.

சென்னை மெரீனா கடற்கரை வீதியில் உள்ள, தமிழ்நாடு அரச விருந்தினர் இல்லத்தின் அருகிலுள்ள, சென்னைப் பல்கலைக் கழக விடுதியில் தங்கியிருந்த நாட்களில் என் காலைத் தேநீர் மற்றும் உணவு திருவல்லிக்கேணி தெருக்களில்தான். பல்கலைக் கழக விடுதியின் பின் வீதியால் பார்த்தசாரதி ஆலயத்தின் முன்பாகச் சென்று திருவல்லிக்கேணி சந்தியில் சாப்பிட என் நடை தொடரும். சில நாட்களில் திருவல்லிக்கேணியில் இருந்த மகாகவி பாரதியாரின் வீட்டின் முன்பாகவும் நடந்து வருவேன். இரு ஆண்டுகள் மெரீனாவும் திருவல்லிக்கேணியும்தான் என் வாழ்விடங்களாக இருந்தன. அப்போது வெளியாகிய எனது குழந்தை பயங்கரவாதி தொகுப்பிலும் அதுவே என் முகவரியாக இருந்தது. என்னால் சென்னையில் ஒட்டிக்கொள்ள முடியவில்லை. எனக்கு ஈழத்து வாழ்வும் மண்ணின் மணமும் தவிப்பாய் இருந்தது. சென்னையில் நல்ல சம்பளத்தில் வேலைகள்கூடக் கிடைக்கலாம் என்றானது. வைகோவும், காசியானந்தனும், நாசரும் மீண்டும் ஈழம் செல்வதைத் தடுத்தார்கள். என் மண்ணில்தான் என் வாழ்வும் பணியும் இருக்கிறது என்று திரும்பிவிட்டேன்.

ஈழம் திரும்பிய நாட்களில் என் ஊரில் என் குடிசையில் என் வாழ்வு தொடர்ந்தது. எந்த அரச வேலைகளுக்கும் சேர்வதில்லை என்று இருந்த முடிவால் கொழும்பில் ஒரு தமிழ் தொலைக் காட்சியில் பணிக்கு இணைந்தேன். கொழும்பிலும் என்னால் ஒட்டிக்கொள்ள முடியவில்லை. நடந்த இனப்படுகொலை குறித்த குற்ற உணர்வு சிறிதும் இல்லாமல் நடக்கும் சிங்கள ஊடக வியலாளர்களுடன் வாதிட்டேன். போராளிகளின் நியாயம் குறித்து எடுத்துரைத்தேன். எங்கள் போராட்டத்தின் அவசியம் குறித்துப்

பேசினேன். அங்கும் என்னால் நிலைகொள்ள முடியவில்லை. தமிழ்நாட்டின் திருநெல்வேலிக்குப் படிப்பதற்காக மீண்டும் பயணம் ஆகினேன். மனோன்மணியம் சுந்தரனார் பல்கலைக் கழகத்தில் எம்ஃபில் படிப்பிற்காக வந்து தங்கியிருந்தேன். திருநெல்வேலித் தமிழும் கிராமங்களும் எனக்கு ஈழத்தை நினைவுபடுத்தியதால், அங்குச் சில காலம் வாழ்ந்திருந்தேன். பல்கலைக் கழகமும் திருநெல்வேலி சூழலும் பிடித்துப்போ யிருந்தாலும், படிப்பை முடித்து ஊர் திரும்புவதற்காகக் காத்திருந்தேன்.

அந்த நாட்களில் நடுகல் நாவலை எழுதிவிட வேண்டும் என்கிற எண்ணம் உருவாகிற்று. சென்னையில் 2013இல் எழுதத் துவங்கினாலும் என்னால் அதைத் தொடர முடியவில்லை. ஊர் திரும்பி, வீடு திரும்பி நாவலை எழுதுவது என்று தீர்மானித்தேன். திருநெல்வேலியிலிருந்து வந்தவுடன் நடுகல் நாவலை மீளத் தொடங்கினேன். தொடர்ச்சியாக இரவு பகல் எனப் பல மாதங்கள் எழுதி நடுகல் நாவலை நிறைவு செய்தேன். நடுகல் என் கதைதான் என்பது படிப்பவர்களுக்குப் புரியும். இங்கே நான் சொன்ன ஊரின் கதை முழுமையாக நடுகல்லில் வரும். நாம் வாழுகின்ற ஊரும், நிலமும்தான் நமக்குள் ஆழமான பாதிப்பை ஏற்படுத்து கிறது. நடுகல் அந்த நிலத்தில்தான் நிகழ்கின்ற கதை.

வருடங்கள் ஓடியபோதும், வெள்ளத்தின் கதை மாறவில்லை. புதிதாக நாங்கள் கட்டிய சீமெந் வீட்டிலும் வெள்ளம் நுழையத் துவங்கியது. வெள்ள நாட்களில் வயதான அம்மாவுக்கு ஏதேனும் சுகவீனம் ஏற்பட்டால், வெளியேறவே முடியாது. இதனால் வேறொரு நிலத்தை வாங்கிக் குடியேறிவிடலாம் என்று தீர்மானித்துக் கொண்டோம். ஆறு, தாழ்வான நிலம், வனப்பான நிலம் என்று அதனை விரும்பி ஒருவர் வாங்க முன்வந்தார். இந்த வீட்டையும் ஊரையும் பிரிந்து என்னால் எப்படி இருக்க முடியும் என்று யோசித்தேன். ஒரு கட்டத்தில் வீடும் நிலமும் விற்கப்பட்டது.

அம்மாவும் நானும் விற்பனைக்கு உடன்பட்டு ஆவணத்தில் ஒப்பமிட்டோம். எப்படியோ பிரிகிற ஒரு நாள் வந்தது. வீட்டையும் ஊரையும் திரும்பிப் பார்த்தால் அழுகை வந்துவிடும் என்று நினைத்துக்கொண்டு ஊரைவிட்டு வெளியேறி வந்தேன்.

பிறகு வாடகை வீடொன்றில் திருவையாற்றில் இருந்தேன். இரத்தினபுர வீட்டில் வைத்து எழுதத் துவங்கிய பயங்கரவாதி நாவலைத் திருவையாறு வீட்டிலிருந்து எழுதி முடித்தேன். பயங்கரவாதியில் திருவையாறுதான் என் முகவரியாக இருக்கும். பிறகு கிளிநொச்சி நகரத்தை அண்டிய ஆனந்தபுரம் பகுதியில் குடியேறினேன். அங்கிருந்து சயனைட் நாவலை எழுதிக் கொண்டிருக்கும் நாட்கள் இவை. போரில் அலையும் வாழ்வில் ஒடுக்குமுறையின் உழலும் வாழ்வில் எத்தனை வீடுகள், எத்தனை முகவரிகள்? ஆனால் இந்த அலைச்சல்களும் வீடுகளும் ஊர்களும் முகவரிகளும்தான் எழுதச் செய்கின்றன. ஊர் தேடிய, வீடு தேடிய இந்த வாழ்வு நாடு தேடிய போராட்டமும்தான். விடுதலை பெற்ற ஈழ தேசத்தில் இனி எங்கள் ஊர்கள் அழகு சேர்க்கும் அணிகளாகட்டும்.

□

49

குஞ்சுப்பரந்தன்
வன்னி தேசத்தின் மூதூர்

மகாலிங்கம் பத்மநாபன்

வன்னிப் பிரதேசத்துக்கென்று தனித்துவமான வரலாறு இருக்கிறது. வன்னியின் வடமுனையில் இருப்பது கிளிநொச்சிப் பிரதேசம். இங்கு 19ஆம் நூற்றாண்டின் ஆரம்பக் காலங்களில் ஆங்காங்கே சில குடியிருப்புகளே இருந்தன. அனேக இடங்கள் அடர்ந்த காடுகளுடனான வனப்பகுதியாகவே காணப்பட்டன. இந்தக் காடு வனங்களை அழித்து உருவாக்கிய ஊர்கள்தான் குஞ்சுப் பரந்தன், பெரியபரந்தன், செருக்கன் ஆகிய மூன்று ஊர்களும். கச்சாய் துறைமுகத்தில் படகு ஏறி சிறுகடல் தாண்டி சுட்டதீவுக்கரையில் இறங்கியவர்கள் கால்நடையாய் நடந்து வந்து உருவாக்கிய மூன்று ஊர்களின் கதை இது. இந்த மூன்று கிராமங்களும் பரந்தன் சந்தியிலிருந்து மேற்காகப் போகும் பூநகரி வீதியில் நான்கு மைல் தூரத்தில் இருக்கின்றன.

இது மூன்று கிராமங்களின் கதை மட்டுமல்ல மூன்று தலை முறையினரின் கதைகூட. 1900ஆம் ஆண்டு தொடங்கி 1982 வரையான வாழ்வு இங்கே சொல்லப்பட்டிருக்கிறது.

குஞ்சுப்பரந்தன், பெரிய பரந்தன், செருக்கன் ஆகிய மூன்று கிராமங்களும் ஒன்றுடன் ஒன்று இணைந்தவை. இவை பழைய வரலாறு உள்ள கிராமங்களாகும். இந்த மூன்று கிராமங்களின் வரலாற்றை நான் எழுத, அது 'மூன்று கிராமங்களின் கதை' என்ற

பெயரில் 'வணக்கம் லண்டன்' இணையதளத்தில் தொடர்ச்சியாக வெளிவந்தது. பின்னர் லண்டனிலிருந்து வெளிவரும் *ஒரு பத்திரிகை* அதைத் தொடராக வெளியிட்டது. *வணக்கம் லண்டன்* இணையதளத்தில் வந்ததை வாசித்து, இரசித்த அப்போதைய *சுடரொளி வாரமலர்* ஆசிரியர் 'மூன்று கிராமங்களின் கதை' என்ற தலைப்பை மாற்றி 'அது ஓர் அழகிய நிலாக் காலம்' என்ற தலைப்பில் தனது வாரமலரில் தொடராக வெளியிட்டார். பின்னர் இந்தத் தலைப்பில் ஒரு நாவலாகவும் (2022) சுப்ரம் பிரசுராலயம் வெளியிட்டது.

ஆதிக் குடியேற்றம்

முதல் குடியேறிகள் காட்டை அழிக்கும் போது கிடைத்த பொருட்களைக் கொண்டே தாங்கள் வாழ்வதற்காகக் கொட்டில்களை அமைத்துக் கொண்டார்கள். கப்புகள், பாய்ச்சுத்தடிகள், வரிச்சுத் தடிகள் என்பன தாராளமாகக் கிடைத்தன. கப்புகளை உறுதியாக நிலத்தில் நட்டு, பாய்ச்சுத்தடிகளையும் வரிச்சுத்தடிகளையும் காட்டில் கிடைக்கும் கொடிகளால் இறுக்கமாகக் கட்டி, கூரையை இலை, குழைகளால் வேய்ந்தனர். 'அடம்பன் கொடியும் திரண்டால் மிடுக்கு' பனங்கூடலில் உள்ள பனைமரங்களில் ஏறி ஓலைகளை வெட்டிப்போட, கீழே நின்ற மற்றவர்கள் அவற்றைப் பாடாக மிதித்து அடுக்கி வைத்தனர். பனையோலைகள் கொட்டில்களை வேய்வதற்குப் பயன்படும்.

எல்லோருக்கும் கடவுள் நம்பிக்கை உண்டு. காலை கை, கால், முகம் கழுவி திருநீறு பூசும்போது தாங்கள் கோவிலுக்குப் போய்க் கன நாளாகின்றது என்று முதல் குடியேறிகள் முணு முணுத்தார்கள். இந்தக் குறை அவர்கள் மனதில் வந்துவிடக் கூடாது என்பதில் தம்பையரும், முத்தரும், ஆறுமுகத்தாரும் கவனமாக இருந்தார்கள். முத்தர், பிள்ளையார் கோவிலுக்கு என்று ஓர் இடமும் காளியம்மன் கோவிலுக்கு என்று ஓர் இடமும் தனது காணிக்கு அருகே பார்த்து வைத்திருந்தார். கோவில்களுக்குப் பார்த்து வைத்த இரு இடங்களையும் பற்றைகளை வெட்டி, செருக்கி துப்புரவாக்க அனுப்பி வைத்தார். அவர்கள் யாவரும் உற்சாகமாக அன்று முழுவதும் அந்த வேலையைச் செய்து முடித்தார்கள்.

ஆற்றிலே ஆண்டாண்டு காலமாகக் கிடந்து ஆற்று நீரினால் உருமாறி முக்கோண வடிவில் இருந்த ஒரு பெரிய கல்லை ஆறுமுகத்தாரின் தோளில் தூக்கி வைத்து தம்பையரும், முத்தரும் பிள்ளையாருக்கென ஒதுக்கிய காணிக்குக் கொண்டுவந்தனர். அங்கு ஒரு பெரிய பாலை மரத்தின் கீழ் முத்தர் அதனை நாட்டி வைத்தார். வணங்குவதற்காக பிள்ளையார் கோவில் உருவாயிற்று.

விவசாயம்

காடழிப்பதற்கு உடலுழைப்புடன் அக்கினி பகவானையும் பயன் படுத்த தீர்மானித்திருந்தனர். வெட்டிய பற்றைகளையும் மரங் களையும் பெரிய பற்றைகளின் மேல்படினமாகப் போட்டு வைத்தனர். அவை காய்ந்த பின்னர் நெருப்பு வைத்தால் வெட்டிப் போட்ட பற்றைகளுடன் பெரிய பற்றைகளும் சேர்ந்து விளாசி எரியும். காடு வெட்டுவதன் அரைவாசி வேலையைத் தீ செய்துவிடும்.

முதல்மழையும் வந்தது. எரித்த சாம்பலுடன் புதிய மண் மழை ஈரத்திற்கு வாசனை வீசியது. இதனைத்தான் மண்வாசனை என்று சொல்வார்களோ? கட்டை பிடுங்காத காணி, மாடுகளில் கலப்பை பூட்டி உழ முடியாது. எல்லோர் காணிகளிலும் ஒரு சிறிய பகுதியை விட்டுவிட்டு, நெல் விதைத்து மண்வெட்டியால் கொத்தினார்கள். எல்லோருக்கும் கூட்டாகவே விதைப்பு நடந்தது. இனி களையெடுத்தலும், அருவி வெட்டலும், சூடு வைத்தலும், சூடு அடித்தலும் கூட்டாகவே நடக்கும். உழவு இயந்திரம் வந்து சேரும்வரை இந்த ஒற்றுமை உணர்வும் கூட்டாக வேலை செய்தலும் தொடர்ந்தது.

ஒவ்வொரு வயலிலும் நெல் விதைத்தவுடன் அந்த வயலை உழத் தொடங்கினர். இவ்வாறு முதலில் ஒவ்வொரு முறை உழுதனர். எல்லா வயல்களும் விதைத்து, உழுத பின்னர் மறுபடியும் அந்த வயல்களை மறுத்து உழுதனர். முன்னர் உழுத திசைக்கு செங்குத்தாக உழுவதை 'மறுத்தல்' என்று கூறுவார்கள்.

மறுத்து உழுவதனால் கமக்காரனுக்கு மூன்று விதமான நன்மைகள் கிடைக்கும். முதல் உழவில் மாடுகள் குழப்படி செய்தால் சில இடங்களில் உழுபடாத கள்ள இடைவெளிகள்

ஏற்பட்டுவிடும். மறுத்து உழும்போது அந்த இடமும் உழுபட்டு விடும்; விதைத்தநெல் எல்லா இடங்களுக்கும் சீராகப் பரவி விடும். இரண்டாம்முறை உழுவதால், நெற்பயிர் வேரோடு வதற்கு ஏற்ப மண் இலகுவாகிவிடும்.

'பச்சைப் பெருமாள்', 'சீனட்டி', 'முருங்கைக் காயன்', 'மொட்டைக் கறுப்பன்' முதலிய பலவகை நெற்கள் விதைக்கப் பட்டன. 'சீனட்டி' என்பது குறைந்தகால வயதுடைய நெல். மேட்டுக் காணிகளுக்கு இதனை விதைப்பார்கள். 'மொட்டைக் கறுப்பன்' நெல் கூடிய கால வயதுடையது. வறட்சியைத் தாங்கக் கூடியது. இவற்றை நீர்வளம் குறைந்த, வானம் பார்த்த பூமிகளிலே விதைப்பார்கள். பூனகரியில் பரவலாக 'மொட்டைக்கறுப்பன்' நெல் விதைத்தனர். பூனகரியில் விளைந்த 'மொட்டைக் கறுப்பன்' நெல்லிலிருந்து பெறப்படும் அரிசியில் சமைத்த சோறு, காய்ச்சிய கஞ்சி என்பன மிகவும் சுவையானவை. அந்த அரிசியை இடித்து, பெறப்படும் மாவிலிருந்து அவிக்கப்படும் 'பிட்டு' அதிகச் சுவையுள்ளது.

மழை பெய்யப் பெய்ய நீரைக் கடத்திக்கொண்டே இருக்க வேண்டும். பயிர்கள் முளைத்து நீரின் மேல் நீட்டிக் கொண்டிருக்கும் வரை நீரைக் கடத்த வேண்டும். இனி இரவு ஆரம்பிக்கும் பொழுதும் அதிகாலையிலும் ஆமைகள் பயிரை வெட்டும். அப்போது கையில் பிடிக்கும் மின் விளக்கு இல்லை. இலாந்தர் வெளிச்சத்தில் ஆமைகளைக் காண முடியாது. அனுபவம் மிக்கவர்கள் ஊரிலிருந்து வரும்போது தென்னம் பாளைகளைக் கட்டி எடுத்து வருவார்கள்.

ஓய்வாக இருக்கும் போது, சிறிய கீலம் கீலமாக நுனியிலிருந்து அடி வரை வெட்டுவார்கள். பின்னர் நுனியிலிருந்து ஒவ்வொரு அங்குல இடைவெளியில் இறுக்கிக் கட்டிவிடுவார்கள். இவை நன்கு காய்ந்த பின்னர் நுனியில் நெருப்பு வைத்தால் பிரகாசமாக எரியும். இதனைச் சூழ் (டோர்ச்) என்று கூறுவார்கள்.

கடலில் மீன்பிடிக்கவும் இத்தகைய சூழ்களைக்கொண்டு செல்வார்கள். சூழ்வெளிச்சத்தில் ஆமைகளை இனங்கண்டு பிடிக்கலாம். பயிரை வெட்ட இரண்டு விதமான ஆமைகள் வரும். ஓர் ஆமை பிடித்ததும் எதிரியிடமிருந்து தப்புவதற்கு ஒருவித கெட்ட நாற்றமுள்ள வாயுவை வெளிவிடும். அது சிராய் ஆமை.

உடனே வெட்டி வரம்பில் தாட்டு விடுவார்கள். மற்ற ஆமை, பாலாமை எனப்படும். சிலர் அதை உண்பார்கள். ஆனால் பெரியபரந்தன் மக்கள் சாப்பிடுவதில்லை. அதையும் வெட்டி தாட்டு விடுவார்கள்.

தொடர்ந்து பல விலங்குகள் பயிர்களை அழிக்கவும் வரும்; மான்கள், மரைகள், குழுவன் மாடுகள் என்பன வரும். அவற்றை விரட்டி காவல் காக்க வேண்டும். நெற்கதிர் பால் பிடிக்கும்போது அதனைக் குடிக்க கிளிகள் வரும். கதிர் முற்றிச் சாயும் போது யானை, பன்றி, கௌதாரி, மயில், காட்டுக் கோழி என்பன வரும். சுழற்சி முறையில் காவல் காப்பார்கள்.

இப்போதுதான் நாய்களின் உதவி அவசியம். பெரிய பரந்தன் மக்கள் குழுக்களாகப் பிரிந்து இரவில் காவல் காப்பார்கள். காட்டோரம் உள்ள எல்லைக் காணிகளின் வேலியின் வெளியே பட்டமரக் குற்றிகளைப் போட்டு நெருப்பு வைப்பார்கள். விலங்குகள் வருகின்ற போது, சத்தமிட்டும் தாரை தப்பட்டை அடித்தும் அவற்றை விரட்டுவார்கள்.

மகசூல் விளைந்து வரும்போது யானைகளிடமிருந்து காப்பதும் அவசியம். கிராமத்தவர் சிறு சிறு குழுக்களாகப் பிரிந்து பல இடங்களில் நின்று கலைத்தார்கள். யானைகள் இலகுவில் தோல்வியை ஏற்றுக்கொள்ள மாட்டா. கலைத்தவுடன் காட்டினுள் சென்று சற்று தூரத்தில் முகாமிட்டு விடுவினம். அவை நின்றபடியே நித்திரையும் கொள்ளுவினம். தலைவனான ஆண்யானை சுற்றிச் சுற்றி வந்து காவல் காக்கும். பகலில் ஈச்சமரங்களைப் பிய்த்து சாப்பிடுவினம். மறுபடியும் மறுபடியும் இரவில் வயலினிலுள்ளே போகப் பார்ப்பினம்.

பெரியபரந்தன் மக்களும் விடாது போராடினார்கள். கடைசியில் யானைகள், ஆனையிறவில் இறங்கி வடமராட்சி கிழக்கிற்கு போவினம். அங்கே நீர் நிலைகளின் அருகே அவைகளுக்கு மிகவும் பிடித்தமான மூங்கில் மரங்கள் காத்திருக்கும். மூங்கில் மரங்களின் தண்டுப் பகுதியை பிரித்து உள்ளே இருக்கும் குருத்தை சாப்பிடுவதை யானைகள் பெரிதும் விரும்பின. அந்த வருடம் யானைகளாலும் பன்றிகளாலும் பெரியபரந்தனில் பயிர்களை அழிக்க முடியவில்லை.

பெரியபரந்தன் பூரண வசதி அடைந்துவிட்டது. பலர் வண்டிலும் எருதுகளும் வாங்கிவிட்டனர். மீசாலையில் புல்லும் வைக்கோலும் இன்றி மெலிந்து இருந்த பசுமாடுகளை இங்குக் கொண்டு வந்து விட்டார்கள். பெரியபரந்தனுக்குக் காணி வெட்ட வராத உறவினர் களும், தங்கள் பசுக்களையும் நாம்பன்களையும் கொண்டு வந்து தங்களுக்குப் பொருத்தமான உறவினர்களிடம் வளர்ப்பிற்காக ஒப்படைத்தனர். குறிசுடும் காலத்தில் இங்கு வருவார்கள். ஈன்று இருக்கும் கன்றுகளில் அரைவாசிக்கு உரிமையாளரின் குறியும் மிகுதி அரைவாசிக்கு வளர்ப்பவர்களின் குறியும் இடப்படும்.

மாடுகளிற்கு குறிசுடுதல் என்பது மிகவும் கொடுமையான செயற்பாடு. மனிதன் ஐந்தறிவு மிருகங்களைத் தனது என்று உரிமை கொண்டாடுவதற்காக இந்தப் பாவத்தைச் செய்தான். குறிசுடாமல் விட்டாலும் பிரச்சினையே. ஒரே மாட்டிற்கு பலர் உரிமை கொண்டாட, அது பெரிய சண்டையாகப் போய்விடும்.

அந்தக் காலத்தில் காட்டில் சுதந்திரமாகச் சுற்றித்திரிந்த மாடுகளைப் பிடிப்பது குற்றமல்ல. இன்னும் சொல்லப்போனால் ஆதியில் காட்டில் சுதந்திரமாக திரிந்த மாடுகள், ஆடுகள், எருமைகளைப் பிடித்து ஆதிமனிதன் பழக்கி வளர்த்தவற்றின் வழி வந்தவையே இன்றைய வீட்டு விலங்குகள். மாடுகளைக் காட்டில், 'காலைகள்' அமைத்து இராப் பொழுதுகளில் பாதுகாப்பின் நிமித்தம் அடைத்து வைத்தார்கள்.

பெரியபரந்தனில் மோட்டைகள், பள்ளங்கள், நீர்நிலைகள், சிறு குளங்கள் என்பன காணப்பட்டன. அதனால் சிலர் எருமை களையும் வாங்கி வளர்த்தார்கள். எருமைகள் நீர்நிலைகளில் விரும்பி வாழும் இயல்புடையவை. இந்த எருமைகளை உழவுக்கும், பிரதானமாக சூடு அடிக்கவும் பயன்படுத்தினார்கள். அவற்றை வளர்ப்பதில் பல்வேறு படிமுறைகள் உள்ளன. பசு ஒன்று கன்று ஈன்றதும், ஆண் கன்றுகளை நாம்பன்கள் என்றும் பெண் கன்றுகளை நாகுகள் என்றும் அழைப்பார்கள். நாம்பன்கள் பால்குடியை மறந்து சற்றுப் பெரிதாக வளரும்வரை காத்து இருப்பார்கள்.

வளர்ந்த பிறகு நாம்பனின் உடற்பலம், கால்களின் உறுதி முதலியவற்றைப் பார்த்துப் பொருத்தமான நாம்பனைத் தெரிவு

செய்வார்கள். அதனுடன் சோடி சேர்க்க இன்னொரு நாம்பனை ஏனையவர்களின் பட்டிகளிலிருந்து தெரிவு செய்து, இரண்டையும் நுகத்தில் மட்டும் பூட்டி ஓடப் பழக்குவார்கள்.

ஓடப் பழக்கிய பின்னர் கலப்பையில் பூட்டி உழவு பழக்குவார்கள். நன்கு பழகிய எருதுகள் முன்னால் உழுதுகொண்டு போக, நாம்பன்கள் பின்னால் போகும். உழவு பழகிய பின்னர் வண்டிலில் பூட்டி, ஓடப் பழக்குவார்கள். வண்டிலில் நன்கு ஓடப் பழகிய பின்னர், நாம்பன்களுக்குக் குறி சுடப்படும். குறி சுட்டதும் நாம்பன்களை 'எருதுகள்' என்று அழைப்பார்கள். சில எருதுகளை உழவின் போதும், வண்டில் ஓடும் போதும் வலப்பக்கத்தில் பூட்டுவார்கள். மற்றதை இடப்பக்கம் பூட்டுவார்கள். அப்படியே பழகி எருதுகளுக்கிடையே ஒரு பிணைப்பு ஏற்பட்டுவிடும். அதனால் அவை ஒருங்கிணைந்து செயற்பட ஆரம்பிக்கும்.

பெண்எருமைகளைப் பெரிய பரந்தன் மக்கள் உழுவதற்குப் பயன்படுத்துவதில்லை. 'சூடு' அடிக்கும் போது மட்டும் மற்ற எருமைகளுக்கு வழிகாட்ட ஒரு பெண் எருமையைப் பயன் படுத்தினார்கள். எருமைகள் பலமுறை சுற்றிவரும் போது அவற்றின் காலடியில் மிதிபட்டு நெல்மணிகள் வைக்கலை விட்டுப் பிரிந்தன.

எருமைகள் அடிக்கடி சாணகம் போட்டன. சிறுவர்கள் சாணகம் வைக்கல் மேல் விழுந்துவிடாது பக்குவமாக ஓடி ஓடி ஒரு சிறிய 'கடகத்தில்' ஏந்தினார்கள். வழமையாக மாலை நேரத்தில் தான் சூடு தள்ளுவார்கள். இரவு இரவாகச் சூடு அடிக்கப்படும். வைக்கல் சுணையானது. அதனால், பகலில் சூடு அடிக்கும்போது மனிதர் களின் மேலில் கடி உண்டாகும். 'பறங்கி' வியாபாரிகளிடம் வாங்கிய 'இலாந்தர்' விளக்குகளைக் கொளுத்தி வெளிச்சம் வரும்படி நான்கு மூலைகளிலும் நட்டிருந்த தடிகளில் கட்டி விட்டார்கள். பழைய காலத்தில் 'சூள்' அல்லது 'பந்தம்' கொழுத்தி இருக்கக் கூடும்.

பல இடங்களிலும் பார்வையிட்டு, எல்லா இடங்களிலும் நெல்மணிகள் வைக்கலைவிட்டு நீங்கி விட்டன என்பதை உறுதி செய்த பின்னர் வைக்கலை உதறி உதறித் தனியாகப் பிரித்து வெளியே நாற்புறமும் போட்டார்கள். வைக்கல் முழுவதையும் பிரித்து எடுத்த பின்னர், நெல்மணிகள் மேல் இருந்த கூழங்களைப்

பொறுக்கி எடுத்தார்கள். பின்னர் நெல்மணிகளை ஒன்றாகக் குவித்தார்கள். தேவையற்ற படங்குகளை மடித்து ஒரு பக்கத்தில் அடுக்கினார்கள்.

மாடுகள் வைத்திருக்கும் ஒவ்வொருவரும் காட்டிலே அடர்ந்த மரங்கள் சில உள்ள மேடான இடத்தைத் தெரிவு செய்வர். மரங்களைச் சுற்றி, இருபத்தைந்து அடி ஆரையுடன் பட்டமரங்களை வட்ட வடிவில் அடுக்குவார்கள். மாடுகள் போய் வருவதற்கு ஒரு பாதை விடுவார்கள். வெட்டிய அலம்பல்களால் அந்த வட்ட வடிவ மரங்களை நரிகள் நுழையாதவாறு அடைத்துவிடுவார்கள்.

மாடுகள் வெளியே போகமாட்டா. நரிகள் உள்ளே வந்து கன்றுகளைக் கடிக்க மாட்டா. சிறுத்தைகள் உள்ளே வருவதைத் தடுக்க முடியாது. அதனால் வெளியே மூன்று நான்கு இடங் களில் பட்டமரக் குற்றிகளைக் குவித்து எரித்து விடுவார்கள்.

மேலதிக பாதுகாப்பிற்காக பெரியபரந்தன் மக்கள் மிக நெருக்கமாக 'காலைகளை' அமைப்பார்கள். பொதுவாக மாரி காலத்தில்தான் காலையை அடைப்பார்கள். அலம்பல் தட்டிகள் பல செய்து முடித்த பின்னர் பயிரிடுதல் இல்லாதபோது வயலில் பட்டிகளில் அடைக்க முடிவு செய்துள்ளார்கள். எருவை விட மாட்டுச் சலத்தில் தான் தளைச்சத்து கூடுதலாக இருக்கும்.

பழையகால விவசாயிகள் கூலியாக நெல்லை அளந்து கொடுத்தனர். அதுமட்டுமல்ல, பொருட்களை வாங்குவதற்கும் பண்டமாற்று முறையையே பயன்படுத்தினர். வயல்வேலை செய்பவர்களுக்கும் சலவைத் தொழிலாளர்களுக்கும் சிகை அலங்காரம் செய்பவர்களுக்கும் கள்ளு இறக்குபவர்களுக்கும் கூலியாக நெல்லை அளந்து வழங்கினார்கள். புடவைகளைப் பொட்டலமாகக் கட்டிச் சுமந்துவந்து விற்பனை செய்யும் முஸ்லிம் வியாபாரிகளுக்கும் காப்புகள், பொம்மைகள், அலுமினியப் பாத்திரங்களைக் காவி வந்து விற்பவர்களுக்கும் நெல்லை பண்டமாற்றாகக் கொடுத்தார்கள்.

உணவு

முதலில் குடியேறியவர்கள் காட்டில் கிடைத்த காய்கள், கனிகள், கிழங்குகளை உணவுக்குப் பயன்படுத்தினார்கள். ஆறுகளிலும்

குளங்களிலும் மீன்களைப் பிடித்தனர். கண்ணிகளையும் பொறி களையும் பயன்படுத்திக் கௌதாரிகள், காட்டுக்கோழிகள், முயல்கள், உடும்புகளைப் பிடித்து உணவிற்குப் பயன்படுத்தினர். கடற் கரையில் இயற்கையாக விளைந்த உப்பைப் பயன்படுத்திக்கொண்டனர்.

வனம் அதிக வளங்களைக் கொண்டது. விலங்குணவு சாப்பிடுவோருக்கு உடும்பு, முயல், பன்றி, மான், மரை, கௌதாரி, காட்டுக்கோழி, காடை, மயில் என்று பலவற்றின் இறைச்சி கிடைக்கும். அந்தக் காலத்தில் அரிய உயிரினங்களைப் பாதுகாக்கும் சட்டம் கடுமை யாக இல்லை.

தாவர உணவு உண்போருக்குக் குருவித்தலைப் பாகற்காய், வட்டுக் கத்தரிக்காய், பிரண்டைத்தண்டு, மொசுமொசுக்கை இலை, தூதுவளை, வல்லாரை, முடக்கொத்தான் இலை முதலியன. பழ வகைகளுக்குப் பாலைப் பழம், ஈச்சம் பழம், கருப்பம் பழம், விளாம்பழம், வீரைப் பழம், நாவற் பழம், துவரம் பழம், புளியம் பழம் முதலியன. சுட்டதீவு கடற்கரையில் தானாக விளைந்த, வைரம் போல ஒளிரும் உப்பு.

சுட்டதீவிற்கும் குறிப்பம்புளிக்கும் இடையிலுள்ள காட்டில் நிறைய புளியமரங்கள் காணப்பட்டன. தம்பையரும் குழு வினரும் நேரம் கிடைக்கும் பொழுதெல்லாம் புளியம்பழங் களைப் பிடுங்கினர். இரவு நேரங்களில் கோதை உடைத்தனர். கொட்டைகளை அகற்றினர். சிறிது உப்புத்தூளைக் கலந்து உருண்டையாக்கினர். வெய்யிலில் காயவைத்து எடுத்தனர். ஊர் போகும் போது எல்லாம் கொண்டு சென்று உறவினர்களுக்குக் கொடுத்தனர். இயற்கை உப்பளத்தில் அள்ளிய உப்பையும் கொண்டு சென்றனர். தேனை எடுத்துச் சென்று, தேவை போக மிகுதியைச் சாவகச்சேரிக்குக் கொண்டுசென்று விற்றனர்.

மயிலிறகு, மான்தோல், சிறுத்தைப்புலியின் தோல், பற்கள், நகங்கள் நல்ல விலைபோயின. உறவினர்களுக்கு இறைச்சிவத்தல்களைக் கொண்டுசென்று கொடுத்தனர்.

காடுகூட தன்னோடு இணைந்தவர்களுக்குத் தான் ஒத்துழைக்கும். ஏனையவர்களைப் புறக்கணிக்கும். முதல் குடியேறிகள் தமது தேவைக்கு மட்டுமே மரங்களை வெட்டினர். உண்பதற்காக மட்டுமே விலங்குகளைக் கொன்றனர்.

மக்கள் சுட்டதீவிலிருந்து நடந்து வந்த போது வழியில் காட்டில் விளையும் வட்டுக்கத்திரிக்காய்களையும் குருவித்தலைப் பாகற்காய்களையும் பறித்துக்கொள்வார்கள். பாகற்காய் சிறிதாகக் குருவியின் தலை போன்றிருந்தபடியால் அந்தப் பெயர். பாகற்காய் குழம்பையும், வட்டுக்கத்திரிக்காயை அடித்து விதைகளை அகற்றி, பின் தேங்காய் எண்ணெய்யில் பொரித்த பொரியலையும், காட்டில் பறித்த மொசுமொசுக்கையில் வறை யையும் ஆக்கி உண்பார்கள்.

சிலர் 'சிராய் ஆமை', 'பாலாமை' என்பவற்றை சாப்பிடமாட்டார். 'அவை அழுக்குகளைச் சாப்பிடுகின்றன' என்று சொல்லுவார். ஆனால் 'கட்டுப்பெட்டி' ஆமையை விரும்பி உண்பார். கட்டுப் பெட்டி ஆமைகள் புற்களை மட்டும்தான் சாப்பிடுகின்றன. பலரும் கட்டுப் பெட்டி ஆமையை மிகவும் சுவையாகச் சமைப்பர்.

'கட்டுப்பெட்டி' ஆமைகள் மிக அழகானவை. அவை அழகான நிறத்தில் பெட்டி பெட்டியாக இருக்கும். பறங்கி அதிகாரிகள் இந்த வகை ஆமைகளைக் கொன்றுவிட்டு, உள்ளே இருப்பவற்றை நீக்கிவிட்டுக் கழுவி காயவைத்து, தமது கந்தோர்களில் மேசை களின் மேலே அழகிற்காக வைப்பார்கள்.

பண்டைய நாட்களில் கௌதாரிகளைத் துப்பரவு செய்து, கறி காய்ச்சி, வல்லாரைச்சம்பல் அரைத்து, ஈரச்சேலையில் சுற்றி வைத்திருந்த முருக்கங்காயை சைவர்களுக்காகக் காய்ச்சி, முடக்கொத்தான் இரசம் வைத்து உண்பது வழக்கம்.

வழிபாடு

பொறிக்கடவை அம்மாளின் திருவிழாக்கள், வேள்வி விழா என்பவை குஞ்சுப்பரந்தன், செருக்கன், பெரியபரந்தன் என்ற மூன்று கிராம மக்களுக்கும் பிரதானமான விழாக்கள். பூனகரி, மீசாலை, கச்சாய் மக்களும் வந்து கலந்து கொள்வார்கள்.

தமிழர்களின் ஏனைய பண்டிகைகளைவிட மூன்று கிராம மக்களுக்கு இந்த நாள்களே புத்தாடை அணிந்து, உறவினர்களை வரவேற்று, உபசரித்து கூடி மகிழும் நாள்கள் ஆகும். இளைஞர்கள் காவடி எடுத்து, வேட்டியை மடித்துக் கட்டி, பறை மேளத்தின் அடிக்கு இசைவாக வியர்வை வழிய வழிய ஆடுவார்கள்.

யுவதிகள் தமக்கு நல்ல கணவன் கிடைக்க வேண்டும் என்று நேர்த்திவைத்து, விரதம்பிடித்துப் பாற்செம்பு எடுப்பார்கள். அழகாக ஆடையுடுத்தி பாற்செம்பு எடுக்க வரும் பெண்களின் அழகு இளைஞர்களின் கண்களில் படும். நல்ல உடற்கட்டுடன் மேள அடிக்கு இசைவாக, அழகாக ஆடும் இளைஞர்களைக் கன்னிப் பெண்கள் பார்க்காதவர்கள் மாதரி கடைக் கண்ணால் பார்ப்பார்கள்.

வன்னியிலும் யாழ்ப்பாணத்தின் சில பகுதிகளிலும் பரம்பரை பரம்பரையாக ஊர்ப்பூசாரிகளே பூசை செய்தார்கள். வன்னியில் பிரபலமாக, பொறிக்கடவை, வன்னிவிளாங்குளம், புளியம் பொக்கணை, வற்றாப்பளை முதலிய இடங்களில் இருந்த ஆலயங்களில் தெய்வங்களுக்குப் பரம்பரைப் பூசாரிகளே பூசை செய்தார்கள். செல்வச்சந்நதி கோவிலில் முருகக் கடவுளுக்குப் பரம்பரையாக வந்த 'கப்பூகர்' என்ற பூசகர்கள் வெள்ளைத் துணியால் வாயைக் கட்டிப் பூசை செய்தார்கள். கதிர்காமக் கந்தனுக்கு வேடர் வழியில் பரம்பரையாக வந்த 'கப்புறாளை' என்ற பூசகர்கள் வாயைத் துணியினால் கட்டிப் பூசை செய்தார்கள். பின்னர் படிப்படியாக சில கோவில்களில் கும்பாபிசேகம் நடைபெற்று ஆகம முறைப்படியான பூசைகளைப் பிராமணர்கள் செய்யும் வழக்கம் ஏற்பட்டுள்ளது.

முதல் குடியேறிகள் பிள்ளையார் மழை வெய்யிலில் பாதிக்கப் படாது இருக்க ஒரு கொட்டிலும், காளிக்கு மூன்று பிரிவாகப் பிரிக்கப்பட்ட ஒரு மண்டபமும் அமைத்துவிட்டனர். பனையோலைக் கூரைதான். ஒரு வருட மழையைப் பனைவோலைகள் தாங்கின. பின்னர் பனையோலையின் மேல் வைக்கலைப் படினமாக அடுக்கி வேய்ந்துவிடுவர். அது மேலும் இரண்டு மழைகளைத் தாங்கும்.

காளியின் முதலாவது சிறிய அடைப்பில் பிள்ளையாருக்காக ஒரு முக்கோண வடிவக்கல் வைக்கப்பட்டது. இறுதியாக உள்ள சிறிய அடைப்பில் காளிதேவியின் கையிலுள்ள சூலத்தைக் குறிக்க ஒரு பெரிய சூலம் நடப்பட்டது. நடுவிலுள்ள பெரிய இடை வெளியில் கிராமமக்கள் வணங்கிய தெய்வங்கள் பலவற்றைக் குறிக்கக் கற்களும் சிறிய சூலங்களும் நடப்பட்டன.

ஒவ்வொரு வெள்ளிக் கிழமையும் பிள்ளையாருக்குப் பொங்கல் வைக்கப்படும்; காளியம்மனுக்கு விளக்கு வைக்கப்படும்;

சுட்டிகளில் திரிகள் வைத்துத் தேங்காய்எண்ணெய் ஊற்றித் தீபங்கள் ஏற்றப்படும். ஒவ்வொரு தெய்வத்தின் முன்பும் சுட்டிகள் வைத்து கற்பூரமும் கொளுத்தப்படும். அப்போது முத்தர் கலை வந்து ஆடுவார். பெரியபரந்தனிலுள்ள அனைவரும் கோவிலுக்கு வருவார்கள். செருக்கனிலிருந்தும் சிலர் வருவார்கள். சிலர் நன்கு உடுக்கு (மேளம் போன்ற ஒரு சிறிய தோல் கருவி) அடிப்பார்கள். உடுக்கு அடிக்க அடிக்க முத்தர் வேகம் கொண்டு ஆடுவார்.

காளிகோவில் கொல்லன் ஆற்றங்கரையில் இருந்தது. காளி கோவிலின் அருகே கிழக்குப் பக்கத்தில் ஒரு மேடான பகுதி இருந்தது. தம்பையரின் ஆலோசனைப்படி வண்டிகளில் மண் ஏற்றிப் பறித்து ஒரு மேடை போல அமைத்திருந்தார்கள். பார்வை யாளர்கள் இருக்கும் பகுதி 'கூத்துவெட்டை' என்று அழைக்கப் பட்டது.

பெரியபரந்தனில் அரிவி வெட்டி முடிய, சிறு போகத்திற்கு முன்பு வரும் இடை நாள்களில் பளையிலிருந்து ஓர் அண்ணாவியார் வந்து தங்கியிருந்து கூத்துப் பழக்குவார். பெரியபரந்தன், செருக்கன் கிராமங்களைச் சேர்ந்த இளைஞர்கள் அண்ணாவி யாரிடம் கூத்துப் பழகுவார்கள். அண்ணாவியார் சம்பளமாக நெல்லை வாங்கிச் செல்லுவார்.

நம் முன்னோர்கள் உழைப்பு, இல்லறம், உணவு, பக்தி என்ப வற்றுடன் பொழுதுபோக்கு நிகழ்ச்சிகளையும் விரும்பினார்கள். நாட்டுப்புறப் பாடல்கள், காவடி, கரகாட்டம், நாட்டுக்கூத்து என்பன அவர்களின் பொழுதுபோக்கு நிகழ்ச்சிகளில் முக்கிய மானவை.

இலங்கையில் தமிழர் வாழும் வட மாகாணத்தின் யாழ்ப் பாணம், மன்னார், முல்லைத்தீவு முதலிய இடங்களிலும் கிழக்கு மாகாணத்தின் மட்டக்களப்பு, திருகோணமலை முதலிய இடங்களிலும் நாட்டுக்கூத்துகள் ஆடப்பட்டன. நாட்டுக் கூத்துகளை எழுதிப் பழக்குபவர்களான அண்ணாவியர்கள் மக்களால் பெரிதும் மதிக்கப்பட்டார்கள்.

நாட்டுக்கூத்துகளில் தென்மோடி, வடமோடி, சிந்துநடைக் கூத்துகள் ஆடப்பட்டன. காத்தான் கூத்து, கண்ணகையம்மன் கூத்து முதலிய கூத்துகள் பெரிதும் மக்களால் விரும்பப்பட்டன.

பங்குனி மாதம் முதற்கிழமை பெரிய பரந்தன் மக்கள், தமது குலதெய்வமான காளிக்குப் பொங்கல் வைப்பார்கள். கடவுள் பக்தியில் ஆண்களைவிடப் பெண்களே தீவிரமாக இருப்பார்கள். கூட்டத்திற்குப் பெண்களும் வந்திருந்தார்கள். அடுத்த வெள்ளிக் கிழமை பொங்குவதென்று தீர்மானித்து 'வழந்துக்காரரிடம்' கூறினார்கள்.

பங்குனி மாதம் இரண்டாம் வியாழக்கிழமை குழந்தையன் மோட்டைப் பிள்ளையார் கோவிலில், ஒரு பெரிய பானை வைத்துப் பொது 'வழந்தாக' பொங்குவதென்றும், வெள்ளிக்கிழமை பிள்ளையார், காளி, வீரபத்திரன், வைரவர் முதலிய தெய்வங் களுக்குக் காளி கோவிலில் ஒவ்வொரு 'வழந்துக்காரனும்' தனித்தனி 'வழந்து' வைத்துப் பொங்குவதென்றும், நேர்த்தி வைத்தவர்கள் பக்கப்பானை வைத்துப் பொங்குவதென்றும் முடிவு செய்தார்கள். (வழந்து - பானை; பக்கப்பானை - சற்று சிறிய பானை; வழந்துக்காரன் - பரம்பரை பரம்பரையாகப் பொங்குபவன்; பக்கப்பானை வைப்போர் - நேர்த்தி வைப்பதைப் பொறுத்து ஆண்டுக்கு ஆண்டு மாறுவார்கள்).

இந்த முறை இரண்டு சோடி மூப்பனார்களை அழைக்க வேண்டும் என்றும், கடவுள்களுக்குச் சாத்துப்படி சாத்துபவர்களைக் கூப்பிட வேண்டும் என்றும் பெண்கள் கோரினார்கள். எல்லோரும் சம்மதித்தார்கள் (சாத்துப்படி—கல்லாலும் சூலங்களாலுமான தெய்வங்களை மலர்கள், செயற்கை மலர்கள், வண்ணச் சேலைகள் கொண்டு அலங்கரிப்பது. மூப்பனார்—பறை மேளம் அடிப்பவர்; ஒரு சோடி ஒரு பெரிய மேளமும் தொந்தொடி அடிக்கும் சிறிய மேளமும்; பண்டம்-பொங்கலுக்குரிய பொருட்கள்) பண்டம் சேகரிப்பவர்களைவிட மேலும் இருவர் சென்று மூப்பன்மாரையும் சாத்துப்படி சாத்துபவனையும் அழைத்து வருவதென்று தீர்மானித்தனர்.

பொங்கல் முடிய காளி கோவிலுக்கு 'சுருள்' போடச் செல்வார்கள். 'சுருள் போடுதல்' என்பது காளி கோவிலில் விளக்கு வைத்தல் ஆகும். விளக்கு வைக்கும் போது முத்தர் கலை வந்து ஆடினார்.

அந்த வருடப் பொங்கல் எவ்விதக் குறையுமின்றி நடைபெற காளியின் அனுமதி கிடைத்தது. சுருள் முடிந்து வந்த பின்னர்

இளைஞர்கள் பொங்கல், வடை, மோதகம், வாழைப்பழம், பலாப்பழத் துண்டுகள், வெற்றிலை, பாக்குகளைப் படைத்தனர். தீபங்கள் மீண்டும் ஏற்றப்பட்டன. கற்பூரங்கள் கொளுத்தப் பட்டன. முத்தர் பிள்ளையாருக்கும் படையலுக்கும் தீபம் ஏற்றி, கற்பூரம் காட்டி, பூக்களால் பிள்ளையாருக்குப் பூசை செய்தார்.

சின்னகணபதி தேவாரங்களைப் பண்ணோடு பாடினான். கோவிலின் முன்வாசலிலே இரண்டு வரிசையாக அடுக்கி வைக்கப்பட்ட இளநீர்களுக்கு அருகில் சென்ற முத்தர் தண்ணீர் தெளித்துவிட்டு ஆறுமுகத்தாரைப் பார்த்தார். ஆறுமுகத்தார் ஒரு கூரான கொடுவாக்கத்தியால் இளநீர்களை வரிசையாக வெட்டினார். இதை 'வழி வெட்டுதல்' என்று கூறுவார்கள். வழி வெட்டிய பின்னர் முத்தர் வந்து தண்ணீர் தெளித்துவிட்டுப் பிள்ளையாரை விழுந்து வணங்க, மற்றவர்களும் வணங்கினார்கள்.

வியாழன் இரவு 'காத்தவராயன் கூத்தை' இளைஞர்கள் 'கூத்து வெட்டையில்' ஆடினார்கள். எல்லோருக்கும் நன்கு தெரிந்த கதை. பக்கப்பாட்டுப் பாடும் போது எல்லோரும் சேர்ந்து பாடினார்கள். காத்தான் ஒவ்வொரு படியாகச் சோகமாகப் பாடி கழுமரம் ஏறிய போது, அவன் தப்பிவிடுவான் என்று தெரிந்திருந்தும் கண் கலங்கினார்கள். சொர்க்கத்திற்குப் போகலாம் என்று ஆசைகாட்டி, காத்தான் வழிப்போக்கனை ஏற்றிவிட்டு தான் தப்பிய போது விழுந்து விழுந்து சிரித்தார்கள். வழிப்போக்கனைக் காளியம்மன் காப்பாற்றிவிடுவாள் என்று தெரிந்தமையால் அவனுடைய தற்காலிக வேதனையைக் கண்டு மக்கள் வாய்விட்டுச் சிரித்தார்கள்.

பீப்பாக் கட்டாடியார் வெறிமுறிந்து, தனது மகனின் துணையுடனும், தாமாகவே முன்வந்து உதவிய இளைஞர்களின் உதவியுடனும் வெள்ளை கட்டி முடித்தார். சில இளைஞர்கள் வண்டில்களில் காட்டுக்குள் போய் விறகுகளை வெட்டி வந்து, வழமையாகத் தீக்குளிக்கும் இடத்தில் சீராக அடுக்கி எரிக்கத் தொடங்கினர். தீக்குளிக்கும் நேரம் வந்த போது நெருப்பு செந்தணலாக தகதகவென்று சூடாக இருந்தது.

வெள்ளிக்கிழமை வழந்துக்காரர் ஒவ்வொருவரும் வரிசையாக நின்று தங்கள் தங்கள் வழந்தையைத் தூக்கினார்கள். முத்தர் முன்செல்ல, மூப்பனார்கள் மேளம் அடித்தபடி அடுத்துச் செல்ல,

மற்றவர்கள் யாவரும் தொடர்ந்து காளிகோவிலை நோக்கிச் சென்றார்கள். அங்கு ஒன்பது 'வழந்துகளும்' சில பக்கப் பானைகளும் வைத்துப் பொங்குவதற்காக அடுப்புகள் மண்ணில் வரிசையாக வெட்டப்பட்டிருந்தன.

முத்தர் முதலாவது வழந்துப்பானையை முதலில் அடுப்பில் வைக்க, அடுத்து ஆறுமுகத்தார் வைக்க, தொடர்ந்து ஏனையவர்கள் பானைகளை அடுப்பில் வைத்தனர். எல்லோரும் பானைகளைத் தண்ணீரால் கழுவினர். வல்லிரம், வீரகத்தி, செல்லையா முதலியோர் வாழைப்பழங்கள், மாம்பழங்கள், பலாப்பழத் துண்டுகள், வெற்றிலை, பாக்குகளைத் தலைவாழையிலைகளில் எல்லாத் தெய்வங்களுக்கும் படைத்தனர்.

வைரவருக்கு வடைமாலை சாற்றுவதற்காகப் பெண்கள் ஒரு கரையில் நெருப்புமூட்டி வடை சுட்டனர். பொங்கி முடிந்ததும் முத்தரும் ஆறுமுகத்தாரும் தொடக்கிவைக்க கணபதியும் சின்னகணபதியும் மற்ற இளைஞர்களுடன் சேர்ந்து பொங்கலை எல்லாத் தெய்வங்களுக்கும் படைத்தனர். வல்லிபுரம் வடை மாலையை எடுத்துச் சென்று வைரவருக்குச் சாற்றினார்.

முத்தர் எல்லாத் தெய்வங்களுக்கும் தீபங்களை ஏற்றி, கற்பூரங் களைக் கொளுத்திவிட்டு, முதலில் பிள்ளையாரை வணங்கி விட்டு, பிறகு காளியின் முன் சென்று வணங்கினார். உடனே நான்கு மூப்பனார்களும் மேளங்களை அடிக்கத் தொடங்கினார்கள். மேளம் அடிக்க அடிக்க முத்தர் கலை வந்து ஆடத் தொடங்கினார். ஒவ்வொரு தெய்வத்துக்கும் ஒவ்வொரு விதமாக ஆடினார். வல்லிபுரம், செல்லையா முதலியோரும் வெவ்வேறு தெய்வங் களுக்கு ஆடினார்கள்.

முத்தர் காளி அம்மனின் வெவ்வேறு வயதையும் விளக்குவது போல இளம் காளியாக ஆடும் போது நிமிர்ந்து நின்று ஆவேசமாக ஆடினார், காளி கிழவியாக வந்த போது கூனியபடி கம்பு ஊன்றி மென்மையாக ஆடினார். கற்பூரம் முடிய முடிய இளைஞர்கள் புதிதாகக் கற்பூரங்களை இட்டார்கள். எண்ணெய் முடிய முடிய எண்ணெய்யை ஊற்றினார்கள். மூப்பனார்கள் உருவேற்றுவதற்காக விதம் விதமாக இடைவிடாது அடித்தார்கள். ஆடிக்கொண்டிருந்த முத்தர் ஆடியபடியே ஓடிச் சென்று எரிந்து செந்தணலாக இருந்த

தீக்குள் இறங்கி பூக்களின் மேல் ஆடுவது போல ஆடினார். அவரைத் தொடர்ந்து ஆறுமுகத்தார், வல்லிபுரம், செல்லையா, வீரகத்தி முதலியவர்களும் தீக்குளித்தார்கள். நேர்த்தி வைத்தவர்கள் யாவரும் தீக்குளித்தார்கள்.

தீக்குளியல் முடிய முத்தர் உட்பட ஆடியவர்கள் எல்லோரும் சற்று ஆறினார்கள். பின் இளைஞர்கள் பானையில் தண்ணீர் அள்ளி வந்து முத்தரின் தலையில் ஊற்றி முழுக வார்த்தார்கள். மூப்பனார்கள் மறுபடியும் மேளங்களை மென்மையாக அடிக்க, முத்தர் கலைவந்து காளியாச்சியாக சற்று மென்மையாக ஆடியபடி பக்தர்கள் ஒவ்வொருவருக்கும் தண்ணீர் தெளித்து, திருநீறுபூசி 'கட்டு' சொன்னார் (பக்தர்களின் குறையைக் கூறி அதற்குப் பரிகாரம் சொல்லுதல் 'கட்டு' சொல்லுதல் எனப்படும்).

சமூக மாற்றம்

இலங்கையின் ஏனைய பகுதிகளில் ஏற்பட்ட மாற்றம் மெல்ல மெல்ல வன்னியிலும் ஏற்பட்டது. ஓரளவு வசதி உள்ளவர்கள் உழவு இயந்திரங்களை வாங்கி வயல்களை உழ ஆரம்பித்தனர். தமது வயல்களை உழுத பின் வாடகைக்கும் உழுது கொடுத்தனர். இயந்திரங்களின் வரவால் எருமைகள், எருதுகளின் தேவைகள் குறைந்தன.

இளைஞர்கள் உழவு இயந்திரங்களால் கவரப்பட்டு, அவற்றை ஓட்டப் பழகி, உழவு இயந்திர உரிமையாளர்களிடம் சம்பளத்திற்கு ஓட்டுநர்களாக வேலைக்குப் போனார்கள். வயோதிபர்கள் தமது பாரம்பரிய முறைகளைக் கைவிடாது, தொடர்ந்து மாடுகளால் உழுதார்கள்.

சிறு விவசாயிகளையும் வயோதிபர்களையும் தவிர மற்றவர்கள், உழவு இயந்திரத்தால், உழுவதையே விரும்பினார்கள். வேலை விரைவில் முடிந்துவிடும். சேற்றில் எருமைகளையும் எருதுகளையும் கலைத்துக்கொண்டு, வெயிலில் திரியும் தேவை இல்லை.

வசதிபடைத்தவர்கள் குதிரைவண்டிகளைப் பயன்படுத்தினர். 1893வாக்கில் நகரங்களில் செல்வந்தர்களை ஏற்றி இறக்குவதற்கு மனிதர்களால் இழுத்துச் செல்லப்படும் ரிக்ஷாக்கள் பயன்

பாட்டுக்கு வந்துவிட்டன. சாமான்களை ஏற்றி இறக்கு வதற்கு, நகரில் வாழ்பவர்களால் ஓர் எருது மட்டும் பூட்டி ஓடும், ஒற்றைக்கரத்தை வண்டில்கள் பயன்படுத்தப்பட்டன.

கொழும்புக் கோட்டையிலிருந்து புறப்படும் புகையிரதங்கள் பரந்தன்வரை போய், அங்கிருந்து ஆனையிறவு, பளை, எழுது மட்டுவாள், மிருசுவில், கொடிகாமத்தின் ஊடாக மீசாலை நிலையம் சென்று, பின்னர் தமது பிரயாணத்தைக் காங்கேசன் துறைவரை தொடர்ந்தன.

பெரியபரந்தன், செருக்கன், குஞ்சுப்பரந்தன் மக்கள் எருதுகள் பூட்டிய வண்டிலில் பரந்தன்சந்தி வரை சென்று, புகைவண்டியில் ஏறி மீசாலை செல்லத் தொடங்கினர். இப்போது சுட்டதீவுப் பாதையின் தேவை பெருமளவில் குறைந்தது.

கூடுதலான எருமைகளை வைத்திருந்த விவசாயிகளுக்கு வருமானம் குறைந்தது. எல்லோரும் கொஞ்சம் கொஞ்சமாக எருமைகளை விற்றார்கள். ஒன்றாகக்கூடி, ஒன்றாக வேலை செய்து, ஒன்றாகச் சாப்பிட்டு வாழ்ந்த அந்த இனிய வாழ்வு பறி போவதை ஒருவரும் உணரவில்லை. ஒருவருக்கொருவர் உதவி வாழ்ந்த ஊர்ப்பற்றும் குறைய ஆரம்பித்தது.

ஒன்றாக வளர்ந்து, கூடிப் பாடசாலை சென்று, சேர்ந்து விளையாடி, நாட்டுக்கூத்தாடி, ஒரே குடும்பம் போல வாழ்ந்த இளைஞர்கள், ஊரிலிருந்த உழவு இயந்திரங்கள் குறைவாக இருந்ததால், வேலை தேடி வேறு ஊர்களுக்குப் போனார்கள். கிராமியக் கட்டமைப்பு சிதையத் தொடங்கியது. எதையும் செய்யும் போது 'நாம்' செய்வோம் என்றவர்கள், இப்போது 'நான்' செய்வேன் என்றார்கள். கூட்டுறவாக வயல் செய்தது மாறி, தனித்தனியாக வயல் செய்யலானார்கள். மனிதனின் செல்வமாகக் கருதப்பட்ட மாடுகளினதும் எருமைகளினதும் எண்ணிக்கை குறையத் தொடங்கியது.

மாடுகளும் எருமைகளும் குறைந்தமையால் வயல்களுக்குத் தேவையான மாட்டெரு இல்லாமல் போனது. இரசாயன உரத்தைப் போட்டு வயல்களில் நச்சுத்தன்மையை உண்டாக் கினார்கள். நெல் உற்பத்தியை அதிகரிப்பதற்காக, சுவையும் ஆரோக்கியமும் உள்ள பழங்கால நெல்லினங்களைக் கைவிட்டு,

நவீன நெல்லினங்களை விதைத்தார்கள். அவற்றினால் நெற் பயிர்களில் புதிய நோய்கள் தோன்றின. நோய்களைக் கட்டுப் படுத்த இரசாயனப் பூச்சிக்கொல்லிகளைத் தெளித்தார்கள். அதனால் தேனீக்கள், தும்பிகள், வண்ணத்துப் பூச்சிகள், சிட்டுக் குருவிகள், மண்புழுக்கள் எல்லாம் அழிந்தன. இரசாயனம் கொஞ்சம் கொஞ்சமாக மனிதனின் உடலில் சேர்ந்து, அவனது ஆராக்கியத்தைக் கெடுத்தது.

சலூனுக்குப் போய்த் தலைமயிரை வெட்டிவிடுவார்கள். அவர் களுக்கு அங்கு வெட்டியது அழகாக இருந்தது. நாபன் ஒரு முறை லீவில் வந்த போது மகாலிங்கத்தாரின் தலையைத் தடவி 'ஐயா, தலையில் சட்டி கவிட்ட மாதிரி வடிவாய் இருக்குது' என்றான். 'ஏன் இந்த வெட்டுக்கு என்ன குறை?' என்று சொன்ன மகாலிங்கத்தார், மறுநாள் கிளிநொச்சிக்குப் போன போது, சலூனில் தலைமயிரை வெட்டிக்கொண்டு வந்துவிட்டார். பரமர் வந்து விதானையாரும் சலூனில் தலைமயிர் வெட்டிவிட்டதைக் கண்டு 'என்ன ஐயா, தம்பியவைதான் சலூனில் வெட்டீனம் எண்டு பார்த்தால், நீங்களும் வெட்டிவிட்டீங்கள்' என்று கேட்க, மகாலிங்கம் 'பரமர் எனக்கு இனிமேல் குந்தியிருக்கேலாது. அது தான் சலூனிலை வெட்டிக்கொண்டு வந்திட்டன். நீர் யோசிக்காதையும். நான் தாற நெல்லைக் குறைக்கமாட்டன்' என்று சொல்லிச் சமாளித்தார்.

சாதியெதிர்ப்புப் போராட்டம் தீவிரம் அடைந்த போது, சலவைத் தொழிலாளர் வீடுகளுக்குப் போய்த் தொழில் செய்யக் கூடாது என்றும் 'லோண்றிகளில்' தான் வேலை செய்ய வேண்டும் என்றும் சலவைத் தொழிலாளர் சங்கம் அறிவித்தது.

கட்டாடியாரின் மகன் காசி வவுனியாவில் ஒரு லோண்றியைப் போட்டுக்கொண்டு போய்விட்டான். காசி, 'ஐயா, அடிமையாக இருந்தது காணும், என்னுடன் வாருங்கள்' என்ற போது கட்டாடியார், 'தம்பி, நீ போய்ச் சந்தோசமாகத் தொழில் செய். நான் பெரிய பரந்தன் மக்களுடன் இவ்வளவு நாளும் நிம்மதியாகத் தொழில் செய்தனான். என்னாலை முடியுமட்டும் இஞ்சை தொழில் செய்கிறன். ஏலாத காலத்திலை உன்னட்டை வாறன்' என்று சொல்லி மகனுடன் போக மறுத்துவிட்டார்.

சிகை அலங்காரத் தொழிலாளர்களின் சங்கமும் 'ஒருவரும் வீடுகளுக்குப் போய் தலைமயிர் வெட்டக்கூடாது. சலூன்களிலே தான் முடிவெட்ட வேண்டும்' என்று அறிவித்தது. பரமரின் மகன்மார் கொழும்பிலுள்ள தங்கள் உறவினர்களின் சலூன்களில் வேலை பெற்றுக்கொண்டு போய்விட்டார்கள். பரமர், தான் பெரிய பரந்தன் மக்களுடன் அன்பாகப் பழகியதை நினைத்துப் பெரிய பரந்தனுக்கு வழமை போல வந்துபோனார்.

கிராம வாழ்க்கை சிறந்ததா? நகரவாழ்க்கை சிறந்ததா? என்று கேட்டால், இன்றைய இளைஞர்கள் 'நகர வாழ்க்கையே சிறந்தது' என்று உடனடியாகப் பதில் சொல்வார்கள். உழவன் சேற்றில் வெறும் காலுடன் நடப்பதைப் பார்த்தவர்கள், எருமைகளையும் மாடுகளையும் ஆடுகளையும் மழையிலும் வெய்யிலிலும் மேய்ப்பவர்களைக் கண்டவர்கள், இண்டர்நெட் தொடர்பு கிடைக்காது என்பதை அறிந்தவர்கள், நீச்சல் குளத்திலும் குளியலறையிலும் குளித்தவர்கள், கைத்தொலைபேசி கொம்பியூட்டர் பாவித்தவர்கள் கிராம வாழ்க்கையை விரும்பமாட்டார்கள். இயற்கையான குளங்களிலும் ஆறுகளிலும் நீச்சலடித்துக் குளித்தவர்களுக்கும் உடன் கறந்தபாலைக் குடித்தவர்களுக்கும் உடன்பிடித்த மீன்களைச் சமைத்து உண்டவர்களுக்கும் உடன் வேட்டையாடிய இறைச்சியைச் சுவைத்தவர்களுக்கும் இயற்கையான காற்றைச் சுவாசித்தவர்களுக்கும்தான் கிராமத்தின் அருமை புரியும்.

□

50

மண்டூர்
கிழக்கில் ஒரு படுவான்கரை
மண்டூர் அசோகா

ஒரு நாட்டின் உயிர்ப்பான வாழ்க்கை முறையைக் கொண்டிருப்பவை நகரங்களைவிடக் கிராமங்களே என்பதில் எவருக்கும் மாறுபட்ட கருத்திருக்க முடியாது. இயந்திரமயமான வாழ்க்கை ஓட்டத்தில் தம்மை இணைத்துக்கொண்டு மூச்சுத்திணறிக் கொண்டிருக்கும் நகரங்களுக்கு அப்பால் இயற்கையோடு இணைந்து மனிதநேயப் பண்புகளிலிருந்து நழுவிவிடாமல் மரபுவழிவந்த கலைகளைப் பேணி, அவற்றால் தாமும் இன்புற்று பிறரையும் மகிழ்வித்து வாழும் மாந்தர்களைக் கிராமங்களிலேயே தரிசிக்க முடிகிறது.

காலம் காலமாகக் கட்டிக்காத்துவரும் பண்பாட்டு நெறிகளிலிருந்து வழுவாமல் அவற்றோடு பின்னிப் பிணைந்து தங்கள் வாழ்க்கையை இலகுவாக்கிக்கொள்ளும் கிராமத்து மக்களின் வாழ்க்கை, பெரும்பாலும் நிம்மதி நிறைந்ததாக, வீணான ஆடம்பரத் தேவைகளுக்கான போராட்டங்கள் அற்றதாக அமைந்திருப்பதையும் காணலாம்.

இயற்கையை நேசித்து வாழும் கிராமத்து மக்களின் வாழ்க்கை முறை எளிமையானதாக, அதேவேளை சுற்றியிருப்போரை அனுசரித்து வாழும் பண்புடையதாக, பிறருடைய சுகதுக்கங்களில் பங்காளிகளாகக் கைகொடுக்கும் நேயமுடையதாக அமைந்திருக்கும்.

இலங்கையின் கிழக்கு மாகாணத்தின் மட்டக்களப்பு மாவட்டத்தில் அமைந்துள்ள ஒரு கிராமம் எனது பிறப்பிடமான மண்டூர். மட்டக்களப்பைக் கிழக்கு மேற்காகப் பிரித்து இடையில் மாபெரும் வாவி அமைந்து கிடக்கிறது. மட்டக்களப்பு வாவி என்றே இது பெயர் பெற்றது. மீனினங்கள் பாடும் சிறப்பு மிக்க வாவி இதுவென்பதால், 'மீன் பாடும் தேன் நாடு' என்றொரு சிறப்புப் பெயரும் இந்த மட்டக்களப்புக்கு உண்டு.

வாவியின் கிழக்குப் பகுதியில் சூரியன் உதிப்பதால் எழுவான் கரையென்றும், மேற்கே சூரியன் மறையும் பகுதி படுவான்கரை என்றும் அழைக்கப்படுகிறது. இந்தப் படுவான்கரைப் பகுதியில் அமைந்துள்ளவை பாரம்பரிய மிக்க பண்பாடுகளில் சிறந்த பழம்பெரும் கிராமங்களும் அவற்றையொட்டிய வயல்களும், ஆறுகளும், குளங்களும், சோலைகளும், குன்றுகளும் ஆகும்.

பெரும்பாலும் விவசாயத்தையே பிரதானத் தொழிலாகக் கொண்டவர்கள் இங்கு வாழும் மக்கள். இவர்களின் வாழ்க்கை ஒற்றுமையும் விட்டுக்கொடுப்பும் அனுசரிப்பும் நிறைந்ததாக அமைந்துள்ளது. ஒருவருக்கு ஏற்படும் இன்பமோ, துன்பமோ அனைத்திலும் கைகொடுக்கும் பண்பு எல்லோரிடத்திலும் நிறைந்துள்ளது. இவ்வாறான பண்புகள் நிறைந்த படுவான்கரைப் பகுதியிலே எங்களுடைய மண்டூர் கிராமம் அமைந்துள்ளது. மனித வாழ்வில் நிகழும் திருமணம், குழந்தை பிறத்தல், பெண்கள் பருவமடைதல், வீடு திருத்துதல், வேலியடைத்தல், கிணறு வெட்டிக் கட்டுதல், வீடு கட்டுதல், வயல் வேலைகள், நோயுற்று இருத்தல், மரணம் என்று அனைத்து நிகழ்வுகளிலும் குறிப்பிட்ட குடும்பத்தைச் சேர்ந்தவர்கள் தனித்து நின்று செயற்படுவதில்லை.

சில நிகழ்வுகளில் உறவினர்கள், நண்பர்கள், சூழ உள்ளவர்கள் பங்கேற்க, பாரிய நிகழ்வுகளான திருமணம், மரணச்சடங்கு போன்றவற்றில் கிராமத்திலுள்ள பெரும்பாலான மக்கள் கலந்து பங்கேற்றுத் தம்மாலான உதவிகளைச் செய்வது வழமையான நிகழ்வுகளாகும்.

பருவமடைதல்

ஒருபெண் பருவமடைதல் இங்கு குறிப்பிடப்பட வேண்டிய

அம்சமாகும். பெண் பருவமடைந்துவிட்டாள் என்பதை அறிந்ததும் அவளைப் பெண்களுக்கென்றே அமைந்திருக்கும் அறையில் இருத்திவிட்டு உறவினர்களுக்குச் சொல்வார்கள். கிராமங்களில் வீட்டின் இடப்புறமாகவுள்ள அறையை 'சாய்ப்பு' அறையென்றும் நடுவிலுள்ள அறையை 'உள்வீடு' என்றும் கூறுவார்கள். உள்வீடு சுவாமி அறையாகவும் பெறுமதியான பொருட்கள் வைக்கும் அறையாகவும் பயன்பட சாய்ப்பு அறை பெண்களுக்கு என ஒதுக்கப்பட்டிருக்கும்.

மாலையானதும் பெண்ணுக்குத் தண்ணீர் வார்ப்பதற்குரிய ஏற்பாடுகள் நடைபெறும். வானத்தில் வெள்ளி கண்டதும், பருவமடைந்த பெண்ணைத் துணியால் மூடி வெளியே அழைத்துச் சென்று வாசலில் வைத்து நீராட்டுவார்கள். பெரும்பாலும் இவ்வாறு நீராட்டுவது தாய்மாமனின் மனைவியாக இருக்கும். நீராட்டி உடைமாற்றிய பிறகு திரும்பவும் பெண்ணைத் துணியால் மூடி உள்ளே அழைத்துச் செல்வார்கள்.

அங்கு ஏற்கனவே வைக்கப்பட்டிருக்கும் தென்னம்பாளை விரித்துவைத்த நிறைகுடம், கண்ணாடி ஆகிய மங்கலப் பொருட்களில் விழித்தபின் அவளுக்கு முட்டையுடன் நல்லெண்ணெய் குடிக்கக் கொடுப்பார்கள். அரைத்த மஞ்சளை உடல்முழுவதும் பூசி, நல்லெண்ணெய் ஊற்றிய புட்டை வெள்ளைத்துணியில் சுற்றி இடுப்பு, முதுகு போன்ற இடங்களில் ஒத்தடம் கொடுப்பர். இவ்வாறு செய்வதால் பெண்ணின் இடுப்பு போன்ற உறுப்புக்கள் பலம்பெறும் என்பது நம்பிக்கை. ஒரு மாதம் அளவில் அந்தப் பெண்ணுக்குக் கொடுக்கும் உணவிலும் கட்டுப்பாடுகள் இருக்கும். உழுந்து, எள், முட்டை, நல்லெண்ணெய் போன்றவை கூடுதலாகக் கொடுக்கப்படும்.

பருவமடைந்த பெண் உடுத்தியிருக்கும் தீட்டுத்துணிகள் சலவைத் தொழிலாளியிடம் கொடுத்துச் சுத்தம் செய்யப்படும். பருவமடைந்த நாள், தேதி குறித்துச் சோதிடர் மூலம் சாதகம் எழுதப்படும். சாதகத்தில் குறிப்பிடப்படும் நல்லநாளில் ஊர், உறவுகளை அழைத்துப் பெண்ணை நீராட்டி அலங்கரித்து மணவறையில் இருத்துவர். ஏற்கனவே தயாரித்து வைத்திருக்கும் புட்டு, களி, சோறு, கறி, பட்சண வகைகளை ஓலைப் பெட்டிகளில்

வைத்துப் பெண்ணின் தலைக்கு மேலால் சுற்றி எடுத்த பிறகு அவை சலவைத் தொழிலாளிக்குக் கொடுக்கப்படும். அதன்பின் ஏனையோருக்கு விருந்து பரிமாறப்படும். இந்த நிகழ்வை 'வண்ணான் சோறு' என்றே சொல்வது வழக்கம். கிராமங்களில் இந்த நிகழ்வு இன்றும் நடைமுறையில் இருந்தாலும் நகர்ப் புறங்களில் ஆடம்பர வைபவமாக மாறி மண்டபங்களில் திருமண வைபவம் போல நடாத்தப்பட்டு வருகின்றது.

திருமணம்

திருமணமென்பது மனித வாழ்வில் ஏற்படுத்தப்படும் மறக்க முடியாத, வாழ்வின் திருப்பு முனையாக அமையும் ஒரு பாரிய மகிழ்ச்சிக்குரிய நிகழ்வாகும். இத்தகைய திருமண நிகழ்வு எளிமையாக, மனநிறைவு தரும் வகையில் மட்டக்களப்பின் கிராமங்களில் நடைபெறும். கிராமங்களுக்குள் சாதிப் பிரிவினைகள் இருந்தாலும், அநேகமான கிராமங்களில் ஒரே சாதியைச் சேர்ந்த மக்களே பெரும்பாலும் குடியிருக்கின்றனர். விதிவிலக்காக இரண்டொரு கிராமங்களில் ஒன்றுக்கு மேற்பட்ட சாதி மக்களும் வாழ்கின்றனர்.

அனேகமாக அந்தந்தக் கிராமங்களுக்குள் மணமகன், மணமகள் தேர்ந்தெடுக்கப்பட்டுத் திருமணங்களை நடாத்திவைக்கும் முறைமையும் இங்குள்ளது. அவ்வாறு மணமகனோ மணமகளோ பொருத்தமாய் அமையாதவிடத்து அயற் கிராமங்களிலிருந்து தங்களுக்குப் பொருத்தமான சாதிக்குள் பெண்ணையோ, மாப்பிள்ளையையோ தெரிந்தெடுப்பார்கள். அனேகமான திருமணங்கள் உறவுக்குள்ளேயே நடைபெறுவதும் உண்டு.

ஒரு பெண்ணுக்கான மணமகன் தேர்ந்தெடுக்கப்பட்டால், அந்த மணமகன் வீட்டிற்குப் பெண்வீட்டார் ஒரு சிலர் சென்று அவர்கள் சம்மதத்தைப்பெற்றுத் தங்கள் பெண்ணுக்காகக் கொடுக்கக் கூடிய சீதனம் (சீர் வரிசை) இவை இவையெனப் பேசிவருவர். பின்னர் ஒரு குறிப்பிட்ட நாளில் உறவினர்களுக்கெல்லாம் சொல்லி நெருங்கிய உறவினர்களை அழைத்துக்கொண்டு மாப்பிள்ளை வீட்டிற்குச் செல்வார்கள். அவ்வாறு செல்லும்போது பெட்டிகளில் பலவகையான பட்சணங்களுடன் கொழுக்கட்டையையும் தவறாமல் கொண்டுசெல்வார்கள். இதன்போது மாப்பிள்ளைக்

கொழுக்கட்டை என்று பெரியளவில் ஒரு கொழுக்கட்டை செய்து அதனுள் தங்கள் தகுதிக்கேற்ப மோதிரமோ, தங்கநாணயமோ வைத்து அவித்து அதனைத் தனியாக ஒரு தட்டில் எடுத்துச் செல்வார்கள். மாப்பிள்ளை அந்தக் கொழுக்கட்டையை எல்லோர் முன்பாகவும் வெட்டி மோதிரத்தை எடுத்து அணிந்துகொள்வார். இப்படிப் பட்சணங்கள் கொண்டு மாப்பிள்ளைவீட்டிற்குச் செல்வதை 'மாப்பிள்ளை கேட்டுப் போதல்' எனக் கிராமங்களில் குறிப்பிடுவார்கள்.

இங்கு திருமணங்கள் மணப்பெண்களின் வீடுகளிலேயே நடைபெறும். திருமணம் பேசி நிச்சயமானதும் நாள் குறிக்கப்படும். இருவீட்டாரும் வெற்றிலை, பாக்கு ஆகிய மங்கலப் பொருட்களுடன் சென்று, உறவினர், ஊரவர்களுக்கு அழைப்பு விடுப்பர். மணநாளன்று மணப்பெண்ணின் சகோதரன் மண மகனின் வீடு சென்று பால், அறுகு, மஞ்சள் கலந்த கலவையை அவருடைய சிரசில் தேய்த்து நீராட்டி வருவார். அவ்வாறே மணப்பெண்ணின் வீட்டிற்கும் மணமகனின் சகோதரி சென்று பெண்ணிற்குப் பால் தேய்த்து நீராட்டி வருவார். இதன் பின்புதான் அவர்களுக்கான அலங்காரங்கள் நடைபெறும்.

திருமணநேரம் நெருங்கியதும் மணப்பெண் வீட்டார் சிலர் மாப்பிள்ளை அழைப்புக்காக அவர் வீட்டிற்கு வருவார்கள். பெண்ணின் சகோதரர் குடைபிடித்து மாப்பிள்ளையை அழைத்துச் செல்ல உறவினர்கள் தொடர்ந்து செல்வர். பெண்ணுக்கான கூறை, தாலி, மங்கலப் பொருட்கள் அடங்கிய பெட்டியை மாப்பிள்ளை யின் சகோதரி கொண்டுசெல்வாள்.

பெண்வீட்டை நெருங்கியதும் பெண்ணின் சகோதரன் மாப்பிள்ளையின் கால்களைக் கழுவுவார். இதன்போது கழுவிய வருக்கு அன்பளிப்பாக மாப்பிள்ளை மோதிரம் அணிவித்து விடுவார்.

பூசைஅறையில் வைக்கப்பட்டிருக்கும் பூரணகும்பத்தில் வைத்து வணங்கப்படும் தாலியை வயதில் மூத்த பெரியவர் ஒருவர் ஆசீர்வதித்து எடுத்துக்கொடுக்க அதனை மணமகன் பெண்ணின் கழுத்தில் அணிவிப்பார். மஞ்சள்கயிற்றில் தாலி கட்டும் வழக்கம் இங்கு நடைமுறையில் இல்லை. தங்கத்

தாலியே அணிவிக்கப்படுகிறது. பெண்ணின் தந்தை மகளின் கைபிடித்து மாப்பிள்ளையின் கையில் ஒப்படைத்ததுடன் திருமணச்சடங்கு முடிந்துவிடும். அதன் பிறகு ஏழு மரக்கறிகள் சேர்த்துச் சமைத்த கறியுடன் தயிர், பழம், இனிப்புக்கள் கலந்த சோற்றைப் பிசைந்து மணமகனுக்கு ஊட்டியதும் அவரும் அவ்வாறே பெண்ணுக்கு ஊட்டிவிடுவார். இந்த நிகழ்வை 'கலத்தில் போடுதல்' என்று குறிப்பிடுவார்கள்.

இதன்பின் அனைவருக்கும் விருந்து பரிமாறப்படும். மாப்பிள்ளையின் குடும்பத்தவர்கள் விசேடமாகக் கவனிக்கப்படுவார்கள். மூன்றாம்நாள் உறவினர்கள் சேர்ந்து மணமக்களை அழைத்துச் சென்று மணமகன் வீட்டில் விட்டுவருவார்கள். அன்றும் பெரிய விருந்து வைபவம் நடைபெறும். அப்படி அழைத்துச் செல்லும் போதும் பெட்டிகளில் பட்சணங்கள், பழங்கள் போன்றவற்றைக் கொண்டுபோவதுண்டு. இந்த நிகழ்வைக் 'கால் மாறிச் செல்லுதல்' என்று குறிப்பிடுவார்கள். மணமக்கள் குறிப்பிட்ட சில நாட்கள் மாப்பிள்ளை வீட்டில் தங்கியிருந்து திரும்பவும் பெண் வீட்டிற்கே வந்துவிடுவார்கள். பெண்ணுக்குச் சீதனமாகக் கொடுக்கப்பட்ட வீட்டிலேயே அவர்களது புது வாழ்க்கை தொடங்கும். பெண்ணின் பெற்றோர், சகோதரர்களும் அவர்களுடனேயே தங்கியிருப்பர்.

மரணச் சடங்கு

மரணச் சடங்குகளும் எமது மட்டக்களப்பில் கிராமங்களில் தனித்துவமான நடைமுறையைக் கொண்டுள்ளன. இங்கு ஒருவர் நோய்வாய்ப்பட்டு இறக்கும் தறுவாயில் இருந்தால் உறவினர், நண்பர்கள், அயலவர்களின் வருகையாலும் அனுசரிப்பாலும் அந்த வீட்டின் தனிமையும் துயரமும் பகிர்ந்துகொள்ளப்படும். நெருங்கிய உறவினர்களில் சிலராவது இராப் பொழுதுகளில் நோயாளி வீட்டினருக்கு ஆதரவாக வந்து தங்கி நிற்பது வழக்கம்.

ஒருவர் மரணமடைந்துவிட்டால் தகவல் தொடர்புகள் இல்லாத காலத்தில் அயலூர் உறவினர்களுக்கு அறிவிக்க யாராவது ஒருவர் உடனேயே புறப்பட்டுச் செல்வார். அதேபோலப் பறையர், வண்ணார், நாவிதர் ஆகியோருக்கும் சேதிகள் சொல்லப்படும்.

பறையர் மரணவீட்டின் வாசலில் ஒருபுறமாகப் பாய் விரித்து, அதில் அவர்களுடைய ராசபறையை வைத்து அடித்துக் கொண்டிருப்பர். மரண வீட்டில் அடிக்கப்படும் பறையொலி மரணச் செய்தியை ஊரவர்களுக்குத் தெரிவித்துவிடும். மரண வீட்டிற்குத் துக்கம் விசாரிக்கச் செல்லும் பெண்கள் நான்கு, ஐந்து பேர் ஒன்றாகச் சேர்ந்து வெற்றிலை, பாக்கு, புகையிலை ஆகியவற்றைக் கொண்டுசெல்லும் வழக்கமிருந்தது. கிராமங் களில் அனேகமானோரிடம் வெற்றிலை போடும் பழக்க மிருந்ததால் மரண வீட்டுக்கு வருவோருக்கு வெற்றிலை, பாக்குக் கொடுக்க வேண்டியிருந்தது. இதற்கு உதவும் பொருட்டே பெண்கள் வெற்றிலை, பாக்கு கொண்டுபோயிருக்கலாம். இந்தச் செயற்பாடு இன்று நடைமுறையில் இல்லாமல் ஆகிவிட்டது.

ஒருவரின் இறுதிக் கிரியைகளின் போது பறையர், வண்ணார், நாவிதர் ஆகியோருக்கான கடமைகள் பல உள்ளன. இறந்தவர் ஆணாயிருந்தால் நாவிதர் வந்து பிரேதத்திற்கு முகச்சவரம் செய்து குளிப்பாட்டிக் கொடுப்பார். சலவைத் தொழிலாளி வந்து கூரை முடி வைப்பார்—கூரைமுடி என்பது வீட்டின் பிரதான வாசலின் மேல் கூரையில் நீர் நிரப்பாத குடத்தில் தேங்காய், மூன்று மாவிலை வைத்து அதனை நெல்நிறைந்த பெட்டியினுள் வைப்பது—அதேபோன்று வாசலின் இரண்டு பக்கமும் நெல்லின் மேல் இவ்வாறான குடங்கள் வைக்கப்படும். நாவிதருக்கு மூன்று மரைக்கால் நெல் கொடுக்கப்படும். அவர் அதில் மூன்று கைப்பிடி நெல்லை எடுத்து அடுப்பெரித்துப் பொரியாகப் பொரித்தெடுப்பார். அந்தப் பொரியுடன் தேங்காய்ச்சீவல், மஞ்சள்பொடி என்பன கலந்து வைப்பார். இதுவே பிரேதம் அடக்கம் செய்யப்படும்போது வாய்க்கரிசியாகப் போடப்படும். மூன்று கைப்பிடி நெல் பொரித்தபின் மீதி நெல்லை அவரே எடுத்துக்கொள்வார்.

பிரேதம் வீட்டைவிட்டுப் புறப்பட்டதும் பறைமேளம் அடித்துச்செல்லும் பறையர்கள் சந்திகளில் சவ ஊர்வலத்தை நிறுத்தி ஆடுவார்கள். இது 'சந்திமறித்தல்' எனப்படும். மயானத்தை அடைந்ததும் பறையர்கள் ஆறு அடி நீளம் மூன்று அடி அகலமுள்ள நிலத்துக்கு ஏலம் கூறுவர். இறந்தவரின் உறவினர்கள் பணம் கொடுத்து அந்த நிலத்தைப் பெற்ற பின்பே

பாடை நிலத்தில் வைக்கப்பட்டுப் பிரேதம் புதைக்கப்படும். புதைத்த பிறகு மயானத்திலிருந்து வருவோருக்கு வண்ணார் 'மாத்து' கொடுக்கும் வழக்கமும் இருந்தது. மாத்து என்பது மாற்றுவதற்கான உடை. ஆண்களுக்கு வீதியில் வைத்து மாத்துக் கொடுத்த பிறகு மரணவீட்டிற்கு வந்து அங்குள்ள பெண்களுக்கும் கொடுப்பார்கள். அந்த உடைகளை உடுத்துக்கொண்டு மாத்துப் பெற்றவர் தாம் அணிந்திருக்கும் உடைகளை வெளுப்பதற்குக் கொடுக்க வேண்டும். இந்தத் தொழிலாளர்களுக்கான கூலி பிரேத அடக்கத்தின் பின்னர் வீட்டில் வைத்துக் கொடுக்கப்படும்.

மரணவீட்டில் எட்டு நாட்கள் வரையும் அடுப்பெரித்துச் சமைப்பது தவிர்க்கப்படும். அந்த எட்டு நாட்களும் உறவினர்கள் ஊரில் உள்ளவர்கள் மூன்றுவேளை உணவைச் சமைத்துக் கொண்டுவந்து கொடுப்பர்.

பிரேதம் அடக்கம் பண்ணிய அன்றிரவு வீட்டின் முன்னால் வீதியில் வெட்டிய இளநீரும் அதன்மேல் வெற்றிலை பாக்கும் வைத்துத் துணியாலான திரியொன்றை எரித்து வைத்துவிடுவது உண்டு. வீட்டினுள் பிரேதம் கிடத்தப்பட்ட இடத்தில் குத்து விளக்கும், துணியால் மூடிய தண்ணீர்ச் செம்பும் வைக்கப்படும். இரவானதும் வைகுந்தஅம்மானைப் பாடல்களை யாராவது ஒருத்தர் பாடுவார். வாசலில் தீமூட்டி விடியும்வரை எரிக்கப்படும்.

மூன்றாம் நாள் மாலையில் உறவினர்கள் சேர்ந்து பொங்கல் பொங்கிப் படைத்து வழிபடுவதும் இங்கு வழக்கம். எட்டாம் நாள் மாலையில் இறந்தவர் விரும்பி உண்ணும் அத்தனை வகையான உணவுகளுடன் பழங்கள், கிழங்கு வகைகள், பானங்களுடன் வீட்டினுள் மூன்று படையல்கள் வைத்து வணங்கியபின் விளக்குகள் எல்லாவற்றையும் அணைத்துவிட்டு மௌனமாக வீட்டிற்கு வெளியே வந்திருப்பார்கள். அவ்வேளையில் இறந்தவர் களின் ஆவி வந்து அந்த உணவுகளை ஏற்றுக்கொள்ளும் என்பது நம்பிக்கை.

விளக்கணைத்து இருந்தபின் வீட்டினுள்ளோ, வெளியிலோ பல்லி சொல்லும் சத்தம் கேட்டபின்னரே விளக்குகளை ஏற்றி உள்ளே செல்வார்கள். இறந்தவரின் ஆவிபடைக்கப்பட்ட உணவை ஏற்றுக்கொண்டது என்பதே இந்தப் பல்லிசொல்லு

தலின் பலனாகும். இறப்பிலிருந்து முப்பத்தோராம் நாளில் இறந்தவருக்கான சாந்திக்கிரியைகள் நடைபெறும். அன்று ஊர், உறவுகள் அழைக்கப்பட்டுச் சகலருக்கும் உணவுபரிமாறப் படும். இந்த நிகழ்வுடன் ஓரளவு துயர் மறந்து மனச்சாந்தி அடைவர்.

இனங்களுக்கிடையிலான உறவுகள்

மட்டக்களப்பின் பெரும்பாலான கிராமங்களில் தமிழர்களே வாழ்ந்தாலும் எழுவான்கரை எனப்படும் மட்டக்களப்பு வாவிக்குக் கிழக்கிலுள்ள சில ஊர்களில் முஸ்லிம்களும் ஒரு பிரிவினராக வாழ்ந்துவருகின்றனர். அந்த வகையில் காத்தான்குடி, ஏறாவூர், ஓட்டமாவடி, மீறாவோடை, வாழைச்சேனை, காங்கயனோடை ஆகிய ஊர்களில் முஸ்லிம்கள் பெரும்பான்மையினராக வாழ்ந்து வருகின்றனர். ஏறக்குறைய முப்பது ஆண்டுகளுக்கு முன்வரை தமிழர்களும் முஸ்லிம்களும் சகோதர மனப்பான்மையுடன் வாழ்ந்தாலும் நாட்டில் ஏற்பட்ட யுத்தத்தின் பின்னர் இடம்பெற்ற அசாதாரண நிகழ்வுகளால் இரு இனத்தவரும் ஒருவரை ஒருவர் பகைமையுடன் நோக்கும்நிலை உருவானது. தமிழர் வாழும் பிரதேசங்களினூடாக முஸ்லிம்களும், முஸ்லிம்கள் வாழும் பிரதேசங்களூடாகத் தமிழர்களும் பயணிப்பதுகூட அச்சம் தரும் நிகழ்வாக அமைந்திருந்தது. இன்று படிப்படியாக இந்த நிலைமை மாறி ஓரளவு நெருக்கம் ஏற்பட்டிருப்பதைக் காணலாம்.

1980ஆம் ஆண்டுக்கு முன்பு முஸ்லிம்கள் தமிழர் கிராமங்களில் கடைகள் வைத்து நிரந்தரமாகத் தங்கி சொந்தச் சகோதரர்கள் போல வாழ்ந்திருந்தனர். துணிவகைகள், பாய் போன்றவற்றைக் கொண்டுவந்து தமிழர் கிராமங்களில் அவற்றை விற்றுச் செல்வதும் உண்டு. 1980ம் ஆண்டிற்குப் பின்னர் இந்தநிலை அடியோடு மாறிவிட்டிருந்தது. முஸ்லிம்கள் தங்கள் கடைப் பொருட்களைக் கட்டிக்கொண்டு தத்தமது ஊர்களுக்குச் சென்று விட்டனர். இப்போதும் இரு இனங்களுக்குமிடையே திருமண பந்தம் தவிர்க்கப்பட்டே வருகின்றது.

காதல்வயப்பட்டு இரு இனங்களையும் சேர்ந்த ஆணும் பெண்ணும் மணம் முடித்துக்கொண்டால், இருவரில் ஒருவர் மற்றையவரின் மதத்துக்கு மாறியாகவேண்டும். அப்படி மாறிய

பின்னர் அந்த மதத்திற்குரியவரின் பெற்றோர் அவர்களைத் தம்மோடு சேர்த்துக்கொள்வதுண்டு.

மட்டக்களப்பில் எல்லைக் கிராமங்களில் குடியமர்த்தப்பட்ட சிங்கள மக்களும் இனப்பிரச்சினை தீவிரமடைந்த எழுபதுகளுக்கு முன்னர் தமிழர்களுடன் நட்புடன் பழகிவந்தனர். தமிழர் கிராமங்களிலுள்ள முருகன் கோவில்களில் நடைபெறும் திருவிழாக்களில் அவர்கள் பெருந்தொகையாக வந்து கலந்துகொள்வதும் சிங்கள வியாபாரிகள் கோவில் விழாக்களின் போது வந்து வியாபாரம் செய்வதும் வழக்கமாகவிருந்தது. இனப்பிரச்சினை ஆரம்பமானதும் இந்த நடைமுறை நின்றுபோயிற்று. ஆயினும் அண்மைக்காலமாக மீண்டும் மெல்ல மெல்ல சிங்களச் சகோதரர்களின் வருகையை அவதானிக்க முடிகிறது.

விவசாயம்

மட்டக்களப்பு வாவிக்கு மேற்கே அமைந்துள்ள கிராமங்கள் பலவும் ஆறுகள், குளங்கள், வயல்நிலங்கள், சோலைகளை அண்டியனவாகக் காணப்படுகின்றன. பெரும்பாலும் விவசாயத்தையே தொழிலாகக் கொண்டவர்கள் இங்கு வாழ்ந்தாலும் நாளடைவில் கல்வி கற்றுத் தொழில்புரிவோரின் எண்ணிக்கை அதிகரித்ததால் முழுநேர விவசாயிகளின் தொகை குறைவடைந்துள்ளதைக் காணமுடிகிறது. இப்போது அரசதொழில் புரிவோரும், பகுதிநேர வேலையாக விவசாயத்தில் ஈடுபட்டுள்ளனர்.

இங்கு வாழும் மக்களுக்கு நெல்லே பிரதான உணவுப் பயிராக இருந்தபோதிலும் சோளம், பயறு, உழுந்து, கேழ்வரகு, நிலக்கடலை, மரவள்ளி போன்ற உப உணவுப் பயிர்களும் செய்கை பண்ணப்படுகின்றன.

நெல் பயிரிடுவோருக்கென்று விதைப்புமுதல் அறுவடைவரை தனித்துவமான நடைமுறைகள் உள்ளன. வயல்களில் கையாளும் பொருட்கள், செயற்பாடுகளுக்கெல்லாம் பிரத்தியேகமான பெயர்கள், சொற்பதங்கள் கையாளப்பட்டு வந்தன. இவ்வாறான சொற்களில் பல ஏனைய நாட்களில் பிரயோகிக்கப்படுவதில்லை. அறுவடை செய்யப்பட்ட கதிர்களிலிருந்து நெல்லை வேறாக்குவதற்கு முற்காலத்தில் மாடுகள் பயன்படுத்தப்பட்டன. இதைச்

சூடடித்தல், சூடுபோடுதல் என்பர். அவ்வேளையில் பாடப்படும் பாட்டு 'பொலிப்பாட்டு' எனப்படும். உழவு நடைபெறும்போது பாடப்படுவது 'ஏர்ப்பாட்டு' எனப்படும். விரிவஞ்சி வயலில் நடைபெறும் செயற்பாடுகள், பேசப்படும் சொற்பதங்கள் இங்கு தவிர்க்கப்பட்டுள்ளன.

வழிபாடுகள்

தெய்வ வழிபாட்டிலும், பக்தியிலும் அதீத நம்பிக்கையுடைய கிராமத்து மக்கள் சிவன், முருகன், விஷ்ணு, விநாயகர், வைரவர் ஆகிய தெய்வங்களையும், மாரி, காளி, கண்ணகை, பேச்சி முதலிய பெண் தெய்வங்களையும் வழிபடுகின்றனர். கிராமங்கள் தோறும் ஒன்றுக்கு மேற்பட்ட ஆலயங்கள் அமைந்துள்ளபோதும் சிவனுக்கும், விஷ்ணுவுக்குமுரிய ஆலயங்கள் குறைவாகவும் விநாயகர், முருகன், அம்மன் ஆலயங்கள் மிகுதியாகவும் காணப்படுகின்றன.

அமிர்தகழி எனும் ஊரிலுள்ள மாமாங்கப் பிள்ளையார் ஆலயம், கொக்கட்டிச்சோலை எனும் ஊரிலுள்ள தான்தோன்றீஸ்வரர் ஆலயம், மண்டூர், சிற்றாண்டி, திருக்கோவில், தாந்தாமலை ஆகிய ஊர்களிலுள்ள முருகன் ஆலயங்கள் வரலாற்றுச் சிறப்பு மிக்கவை. எனது கிராமமாகிய மண்டூரிலுள்ள முருகன் ஆலயம், கதிர்காமத்தை ஒத்ததான வழிபாட்டுமுறைகளுடன் கூடியது. திரை திறவாமல் பூசை நடைபெறுவது, கப்புகனார் (பூசகர்-இவர் பிராமணர் அல்லர்) பூசை செய்வது, பூசையின்போது வாயிற் துணிகட்டியிருப்பது, வேடர்களின் குலதெய்வம் முருகன் என்பதனை நினைவூட்டும் வகையில் திருவுலாவின் போது வில் அம்பு ஏந்திய ஒருவர் சுவாமியின் முன்னே செல்வது போன்ற நிகழ்வுகள் கதிர்காமத்தை ஒத்ததாக நடைபெறும். பூசையின்போது மந்திரங்கள் ஓதும் வழக்கமும் இங்கில்லை. மௌன பூசையே நடைபெறும்.

மிகவும் பயபக்தியுடன் இங்குள்ள கிராமங்களில் நடைபெறுவது அம்மனுக்குரிய சடங்கு வழிபாடுகளாகும். மாரியம்மனுக்குரிய சடங்கு ஆனி மாதத்திலும் கண்ணகை அம்மனுக்குரிய சடங்கு வைகாசி மாதத்திலும் நடைபெறும். இவ்விரு மாதங்களிலும் கதவு திறத்தலுடன் ஆரம்பமாகும் சடங்குகள் (அம்மனுக்குரிய

விழாக்கள் சடங்குகள் என்றே குறிப்பிடப்படும்.) அந்தந்த மாத பூரணைகளில் குளிர்த்தியுடன் முடிவடையும்.

ஏனைய கோவில் திருவிழாக்களைவிட அம்மன் கோவில் சடங்கு ஆரம்பமானதும், அக்கோவில்கள் உள்ள கிராமங்கள், அண்மைக் கிராமங்கள் பக்திமயமாகக் காட்சியளிக்கும். குளிர்த்தி முடியும்வரை கூடியவரை தூய்மை பேணுவார்கள். வேப்பிலை வாசமும், மஞ்சள் வாசமும் ஊரெங்கும் மணந்து பக்தி கலந்த ஓர் உளச் சிலிர்ப்பை ஏற்படுத்தும்.

பகலிலும், இரவிலுமாக நடைபெறும் சடங்கின்போது பறையொலியோடு உடுக்கு, சிலம்பு ஆகியவை ஒலிக்க மந்திரங்கள் ஓதப்படும். அவ்வேளை தெய்வமாடுவோர் உருவேறி ஆடுவது பார்ப்போரை மெய்சிலிர்க்க வைக்கும். ஆண்கள் மட்டுமல்லாமல் சில பெண்களும் தெய்வமாடுவதுண்டு. அந்த வேளைகளில் பக்தியுடன் வணங்கி நிற்கும் பக்தர்களில் ஒரு சிலருக்கு தெய்வமாடுவோர் அருள்வாக்கு கூறுவதுண்டு. அதனை இங்கு 'கட்டுச் சொல்லுதல்' என்பர்.

ஈழத்தில் கயபாகு மன்னனால் அறிமுகப்படுத்தப்பட்ட கண்ணகி வழிபாடு ஈழம் முழுவதும் பரவியிருந்தாலும், மட்டக்களப்பு கண்ணகி வழிபாட்டுக்குப் புகழ்பெற்ற இடமாக அமைந்துள்ளது. மட்டக்களப்பின் பல கிராமங்களில் கண்ணகி வழிபாடு சிறப்பாக இடம்பெறுவதும் கண்ணகியைத் தமது சொந்தத் தெய்வமாகக் கொண்டாடுவதும் குறிப்பிடத் தக்கது.

சோழநாட்டில் பிறந்து பாண்டிநாட்டில் வீரமங்கையாய் வழக்குரைத்து சேரநாட்டில் தெய்வ வடிவெடுத்த கண்ணகி ஈழ நாட்டில் மாபெரும் தெய்வமாய் நிலைகொண்டிருப்பதற்கு இங்கு நடைபெறும் கண்ணகி விழாக்களின் கோலாகலமும், பக்தி வழிபாடும் சாட்சியங்களாகின்றன. சடங்கு நடைபெறும் காலங்களில் ஊர்சுற்றுக் காவியம் என்றழைக்கப்படும் உடுக்குச் சிந்து கோவில்களில் பாடப்படும்.

மன்னுமலர்ப்பாதி மாதங்கி திரிசூலி
மாகாளி மாதருக்கரசான தாயார்.
மின்னுமணிச் சிலம்பொன்று கரமீதே பெற்று
வீரமுடனேபணிந்தாரமுடனேந்தி

தென்னன் தெறித்துவிழ நூபுரங்கொண்டு
சிக்கெனவே படி அடித்தக்கினி எரித்த
கன்னங்கறுத்தமுகில் ஒத்த குழலம்மையென்
கண்ணகைதன் இருபாத கமலமறவேனே.

இவ்வாறமைந்த பாடல்கள் கேட்போருக்குப் பக்தி மீதூரச் செய்யும் தன்மை வாய்ந்தவையாய் உள்ளன. இவ்வாறே இறுதி நாளில் பாடப்படும் குளிர்த்திப் பாடல்களும் கண்ணகியின் சினம் தணித்துச் சாந்தமடையச் செய்யும் வகையில் அமைந்துள்ளன.

தட்டான் பொடியாகத் தார்வேந்தன் நீறாகச்
சுட்டெரித்துப் போட்டதொரு தோகாய் குளிர்ந்தருள்வாய்.
எல்லைப்படும்பழிக்கு எண்ணவொண்ணாப்பழிவாங்கி
சொல்லரிய மாமதுரை சுட்டாய் குளிர்ந்தருள்வாய்.

என்றவாறாகக் குளிர்த்திப் பாடல்கள் அமைந்துள்ளன. ஏனைய தெய்வங்களைவிட அம்மன் மீது பயம்கலந்த பக்தி நிறைந்தவர்கள் மட்டக்களப்பு மக்கள். சடங்கு நடைபெறும் காலங்களில் தூய்மை பேணித் தம்முடைய கிராமங்களையே மங்கலகரமாக வைத் திருப்பர். பெண்களிற் பெரும்பாலானோர் நேர்த்தி வைத்தோ, வைக்காமலோ ஊரிலுள்ள வீடுகளுக்குச் சென்று மடிப்பிச்சை எடுத்து அம்மனுக்குக் காணிக்கையாய்ச் செலுத்துவது வழமை யான நிகழ்வாகும்.

கண்ணகி வழிபாட்டோடு தொடர்புடையதாக ‘கொம்புமுறி’ விளையாட்டு எனப்படும் பக்திமயமான நிகழ்வொன்று இங்கு நடைபெற்று வந்தது. மழைவளம் குன்றி வறட்சி நிலவும் காலங்களில் கொம்பு விளையாட்டை ஆடுவர். இதன்போது ஊர்மக்கள் வடசேரி, தென்சேரி எனப் பிரிந்து நிற்பர். ஒரு குடும்பத்தில் கணவன் வடசேரியானால் மனைவி தென்சேரியாய் இருப்பாள். அவர்களின் பிள்ளைகளும் தாய்வழிச் சமூக அமைப்பி லிருந்து விலகித் தந்தைவழிச் சமூக அமைப்புக்குள் சேர்க்கப் படுவர். வடசேரி கோவலர்க்கும் தென்சேரி கண்ணகைக்கும் உரியதாகும்.

மதுரையை எரித்தும் சீற்றம் தணியாத கண்ணகியைச் சாந்தப் படுத்த இடைச்சேரிச் சிறுவர்கள் மஞ்சள் கிழங்குகளை ஒன்றுடன் ஒன்று கொழுவி இழுத்து விளையாடியதாகவும் அதைக் கண்ட

கண்ணகி சீற்றம் தணிந்ததாகவும் அதிலிருந்தே இந்தக் கொம்பு விளையாட்டுத் தோன்றியதாகவும் கூறுவர்.

போர்த்தேங்காய் உடைத்தலுடன் ஆரம்பமாகும் இந்த விளையாட்டை இருபக்க ஆலயங்களிலுமிருந்து கொண்டு வரப்படும் கரையாக்கன் மரத்தாலான 90 பாகை வளைந்த இரு கொம்புகளையும் கொழுவி இழுத்து முறிக்கும் பலம்மிக்க பாரிய நிகழ்வு இது. வைரமான மரத்தில் வடத்தினால் பிணைக்கப் படும் தென்சேரிக் கொம்பில் வடம் பூட்டப்பட்ட வடசேரிக் கொம்பைக் கொழுவியபின் தங்கள் தங்கள் கொம்புகளைப் பாதுகாத்து எதிரணிக் கொம்பை முறிக்கும் முயற்சியில் இழுபறிப் படுவர். இந்த வகையில் முறிபடும் கொம்புக் குரியவர்கள் தோல்வி யடைந்தவர்களாகக் கருதப்பட்டுப் பரிகசிக்கப் படுவார்கள்.

வடசேரியான் கொம்பு எங்கே எங்கே
மணமுள்ள தாழையின் மேலே மேலே
தென்சேரியான் கொம்பு எங்கே எங்கே
செம்பரப் பற்றைக்குக் கீழே கீழே.
வடசேரியான் கொம்பு எங்கே எங்கே
வண்ணாண்ட சாடிக்கு உள்ளே உள்ளே
தென்சேரியான் கொம்பு எங்கே எங்கே
சித்திரத் தேருக்கு மேலே மேலே.

இவ்வாறமைந்த பாடல்கள் ஒரு சேரியாரை மற்றச் சேரியார் பரிகசித்துப் பாடும் பாடல்களாகும். ஒரு வார காலம் நடைபெறும் இந்தக் கொம்புமுறி விளையாட்டு குளிர்த்தி பாடுதலுடன் நிறைவடையும். இவ்வாறு கொம்பு விளையாடப்படும் நாட்கள் மக்கள் தம் கவலைகளை மறந்து தம்மிடையே உள்ள ஏற்றத் தாழ்வுகளைப் புறந்தள்ளி அற்புதமானதொரு பக்தி விளையாட்டில் ஈடுபட்டுப் புத்துணர்ச்சி பெறும் நாட்களாக அமைந்திருக்கும்.

இது தவிர, கிராமங்களின் வீடுகளில் 'அம்மாளுக்குச் செய்தல்' என்றொரு வழிபாட்டு நிகழ்வு நடைபெறுவது வழக்கம். அம்மாளுக்குச் செய்வதற்கான ஆயத்தங்கள் நடைபெறும் வேளையில் ஊரில் தாங்கள் தேர்ந்தெடுத்த பருவமடையாத மூன்று சிறுமியரை 'அம்மாளுக்கு இருக்க' வரும்படி அழைப்பு

விடுப்பர். அனேகமாக வெள்ளிக் கிழமைகளில் இவ்வாறான பூசை நடைபெறும். அன்றைய தினம் சர்க்கரைப் பொங்கல் பொங்கி வீட்டின் சுவாமியறையில் கரும்பு, பழங்கள், கமுகம்பாளை, மலர்கள் ஆகியவற்றால் அலங்கரிக்கப்பட்ட மடையில் அந்தப் பொங்கலைப் படைப்பர். தேர்ந்தெடுக்கப்பட்டு அழைக்கப்பட்ட மூன்று சிறுமியரும் நீராடி, சேலையுடுத்து அலங்கரித்து வந்திருப்பர். வீட்டு வாசலில் வெள்ளை விரிக்கப்பட்ட பலகையில் அவர்களை நிற்கவைத்து வீட்டின் தலைவி மஞ்சள், அறுகு சேர்த்த நீரால் அவர்களது கால்களைக் கழுவிக் கண்ணுக்கு மையிட்டு அவர்களை அம்மனாகப் பாவித்து சுவாமி அறையினுள்ளே அனுப்பிவைப்பாள். அங்கு வெள்ளை விரித்த பாயில் அவர்களை இருத்தி மூவருக்கும் பொங்கல், கரும்பு, பழங்கள் முதலியவை படைக்கப்படும். கால் கழுவி உள்ளே அனுப்பிய வீட்டின் தலைவி அவர்களிடம் சென்று மடிப்பிச்சை பெறுவாள். பொங்கலில் சிறிதளவு உண்டபின் மூன்று சிறுமியரும் மடிநிறையப் பொங்கல் வைக்கப்பட்டு வீட்டிற்கு அனுப்பிவைக்கப்படுவர்.

மாலையில் வாசலில் சிறுபந்தல் அமைத்து அதனுள் பச்சை அரிசி மாவில் சுடப்பட்ட ரொட்டிகள், பழங்கள், கரும்பு போன்றவற்றைப் படைத்து வைரவரை வழிபடுவர். இந்தப் பூசைகளைக் குடும்பத்திலுள்ள பெரியவர் ஒருவர் அல்லது உறவினரில் அனுபவசாலியான ஒருவர் செய்வது வழக்கம். இந்த வழிபாடு ஆண்டுக்கு ஒருமுறை நடைபெறும்.

மேனாட்டார் வருகையின் பின் சமயம் பரப்பும் நோக்கில் வந்த பாதிரிமாரால் மெல்ல மெல்ல இங்கு கிறிஸ்தவ சமயம் வேரூன்றத் தொடங்கியது. நகரங்களில் மட்டுமல்லாமல் கிராமங்களிலும் கூட அவர்களால் அமைக்கப்பட்ட பாடசாலைகளில் கல்வியுடன் சமயமும் இலகுவாகப் பரப்பப்பட்டதால், ஆங்காங்கே கிறிஸ்தவ தேவாலயங்களும் உருவாயின.

பின்னாட்களில் ஏற்பட்ட இயற்கை அனர்த்தங்களான சூறாவளி, சுனாமி போன்றவற்றின் பாதிப்புகளும் யுத்த நெருக்கடிகளால் ஏற்பட்ட இழப்புகளும் இங்கு கிறிஸ்தவம் இலகுவாகப் பரவுவதற்கு வாய்ப்பாக அமைந்தன. தேவாலயங்கள் மூலமும் கிறிஸ்தவ அமைப்புக்கள் மூலமும் பாதிக்கப்பட்டவர்

களுக்கு வழங்கப்பட்ட உதவிகள், சலுகைகளால் கிறிஸ்தவ மதத்தின்பால் ஈர்க்கப்பட்டுப் பெருமளவானோர் மதம்மாறியதால் இன்று கிராமங்களில் கிறிஸ்தவச் சமயத்தினர் பெருமளவாக வாழும் நிலை ஏற்பட்டுள்ளது.

கலைகள்

கலைகள் பலவும் இங்கு பயிலப்பட்டு வந்தாலும் கூத்துக் கலையே கிராமிய மக்களின் சிறந்த கலையாக மதிக்கப்பட்டு வருகின்றது. இக்கூத்துக் கலை பழங்காலம் தொட்டு மக்களின் வாழ்வோடு ஒட்டிய கலையாக இருந்துவந்துள்ளது. விவசாயி களான மக்கள் தாங்கள் தொழில் செய்து ஓய்ந்திருக்கும் காலங்களில் கூத்துக்களைப் பழகி, ஆடி, அரங்கேற்றி மக்களை மகிழ்விப்பது வழக்கமாக இருந்து வந்ததை அறியமுடிகிறது. வேறு பொழுதுபோக்கு அம்சங்கள் இல்லாத நிலையில் இந்தக் கூத்துக்களே அவர்களுக்கான மகிழ்ச்சியைத் தந்தன.

இங்கு ஆடப்படும் கூத்துக்கள் வடமோடி, தென்மோடி என இருவகையான ஆட்டங்களைக் கொண்டவை. புராண இதிகாசக் கதைகளே கூத்துக்களாக ஆடப்பட்டாலும் இடையிடையே சரித்திரக் கதைகளும் கற்பனைக் கதைகளும் ஆடப்படுவதுண்டு. மத்தளம், சல்லரி ஆகிய இரு இசைக்கருவிகள் பாவிக்கப்பட்டு ஆடப்படும் இந்தக் கூத்துக்களைப் பழக்குபவர் அண்ணாவியார் என அழைக்கப்படுவார். கூத்துக்கள் ஐந்து அல்லது ஆறு மாதங் களுக்குப் பழக்கப்பட்டு அடுக்குப் பார்த்தல், சதங்கை அணிதல் ஆகிய நிகழ்ச்சிகளுக்குப் பின் அரங்கேற்றப்படும். அனேகமாக இக்கூத்துக்கள் திருவிழாக் காலங்களிலோ விரத காலங்களிலோ ஆலய வீதிகளில் ஆடப்படும். பரந்த வீதிகளில் வட்டமான மேடை அமைக்கப்படும். இந்த மேடையை வட்டக்களரி எனக் குறிப்பிடுவர். மேடையைச் சுற்றியிருப்போர் தடையில்லாமல், கூத்தைக் கண்டுகளிக்கக்கூடிய வகையில் இந்த மேடை அமைந்திருக்கும்.

முன்னிரவில் தொடங்கி விடிய விடிய ஆடப்படும் இவ்வாறான கூத்துக்களைப் பார்ப்பதற்காக மக்கள் மேடையைச் சுற்றிக் குழுமியிருப்பார்கள். தத்தம் உறவினரின் ஆட்ட வரவு வந்ததும் மேடையில் வைத்து அவர்களுக்குச் சால்வை அணிவித்து,

மாலைகள் போட்டு அன்பளிப்புக்கள் வழங்கித் தங்கள் மகிழ்ச்சி யைத் தெரிவிப்பார்கள்.

இந்தக் கூத்துக்கள் தவிர வசந்தன் ஆட்டம், மகுடிக்கூத்து போன்றவையும் இங்கு ஆடப்படுவதுண்டு. வசந்தன் ஆட்டம் பெரும்பாலும் விவசாயம் செய்யும் மக்களால் பேணப்பட்ட ஒரு கலையாக அமைந்திருந்தது. உப்பட்டிகட்டு வசந்தன், சூட்டு வசந்தன், சூடுபோடல் வசந்தன், பொலிகாவு வசந்தன் என விவசாயத்தை அடிப்படையாகக்கொண்ட வசந்தன் பாடல்கள் அமைந்துள்ளன. இவை தவிர கண்ணகி, முருகன், மாரியம்மன் போன்ற தெய்வங்களைக் குறிக்கும் பாடல்களும் வசந்தன் ஆட்டத்திற்குரியவையாக அமைந்துள்ளன.

வேளாண்மைத் தொழிலைப் பிரதானமாகக் கொண்ட மட்டக்களப்பு மக்களுக்கு சித்திரை தொடக்கம் ஆவணி வரையான காலம் ஓய்வும் மகிழ்ச்சியும் நிறைந்த காலமாகும். சித்திரை வருடப் பிறப்பும் அதைத் தொடர்ந்து வரும் அம்மன் கோயில் சடங்குகளும் பேருவகை தரும் விழாக்களாகும். தீபாவளி, தைப்பொங்கல் போன்ற பண்டிகைகளைவிட இங்குள்ள மக்கள் சித்திரை வருடப் பிறப்பையே விசேடமாகக் கொண்டாடுவர்.

வயல் விளைந்து செல்வம் நிறைந்திருக்கும் இக்காலம் இவர்களுக்கு வசந்தகாலமாகும். ஓய்வும் மகிழ்ச்சியுமான இந்தக் காலங்களில் வசந்தனாட்டம் ஆடப்படும். ஆறுபேர் அல்லது எட்டுப்பேர் அல்லது பன்னிரண்டுபேர் கைகளில் கோல் கொண்டு ஆடும் இந்த வசந்தனாட்டம் கண்ணகி அம்மன் சடங்கின் போதும் கொம்புமுறிப்பின் போதும் கொம்புத்தட்டு ஊர்வல மாகக் கொண்டுவரும் போதும் ஆடப்படுவதுமுண்டு.

தெந்தின தினனத் தினதின தினனத்
தினதின தினனத் தினனானா.

என்பது வசந்தன் ஆட்டத்தின் தருக்களில் ஒன்றாகும்.

கொண்டலாலே மழையும் இருளுது
கூடுங்கோ மள்ளருப்பட்டி கட்டுவோம்.
தென்றல் வந்திடு தெற்குத் திசையினில்
சென்று காரிருள் மண்டியொதுங்குது.

இவ்வாறு வசந்தன் பாடல்கள் அமைந்திருக்கும். இந்த வசந்தன்

பாடல்களைப் பாடியோர் செய்யுள் இலக்கணம் கற்றுத் தேறாத சாதாரண மக்கள் என்பது குறிப்பிடத்தக்கது.

பறையர் இனத்தவர் ஆடும் ஒருவகை கூத்து பறைமேளக் கூத்தாகும். இந்தப் பறையர் இனத்தவர் மட்டக்களப்பின் குறிப்பிட்ட இரண்டொரு கிராமங்களில் மட்டும் வாழ்கின்றனர். கோயில் விழாக்களிலும் மரணச்சடங்குகளிலும் இவர்கள் அழைக்கப்பட்டு மேளம் அடிக்கப் பணிக்கப்படுவர். பறையர்களின் தலைவனை மூப்பர் எனக் குறிப்பிடுவர். இந்த மூப்பன் மூலமாகவே ஏனைய பறையர்களுக்குப் பணிகள் பகிர்ந் தளிக்கப்படும்.

இவர்களுக்குரியதான பிரதான கருவி பறைமேளம் எனப்படும். இது தவிரச் சிறுபறையென்னும் மேலும் ஒரு தோற்கருவியும் இவர்களிடம் உள்ளது. பறைமேளத்தைக் குறுக்காக வெட்டினாற் போன்ற தோற்றமுடைய, ஒருபக்கம் மாத்திரமே அடிக்கக் கூடிய இரண்டு தோற்கருவிகள் இவை. இவை இரண்டையும் பிணைத்து இடுப்பில் போட்டுக்கொண்டு மேல்நோக்கியிருக்கும் அவற்றின் தோல் பகுதியில் வளைந்த இரு குச்சிகளால் அடித்து ஆடுவர். இவற்றோடு சொர்ணாளி எனும் ஊதுகருவியும் இசைக்கப்படும்.

கோயில் விழாக்களுக்கு ஒருவிதமாகவும் மரணச்சடங்கின் போது வேறுவிதமாகவும் பறைமேளம் அடிக்கப்படும். கோயில் விழாக்களின் போது இவர்கள் பறைமேளக் கூத்தாடுவது வழக்கமாக இருந்தது. நாளடைவில் இந்த நிகழ்வு அருகிப் போயிற்று. சித்திரை வருடப் பிறப்பிற்குப் பிறகு வீடுகளுக்கு வந்து பறைமேளம் அடித்து அன்பளிப்புகள் பெற்றுச் செல்லும் வழக்கம் இன்றும் உள்ளது.

மட்டக்களப்பு வாழ் மக்களிடையே உள்ள இன்னுமொரு சிறப்பம்சம் குரவையிடுதலாகும். மங்கல நிகழ்ச்சியின் போதும் ஆலய விழாக்களின் போதும் பெண்கள் கூடிநின்று குரவை யிடுதல் வழக்கமாகும். குரவை என்பது இங்கு 'குலவை' எனக் குறிப்பிடப்படுகின்றது. இடதுகையை மடித்து இடுப்போடு ஒட்டியதாகக் குறுக்காய் வைத்து அதன் மேல் வலது முழங்கையை வைத்து அக்கையால் வாயை மூடி நாக்கை வாயினுள் இருபுறமும் சுழட்டி எழுப்பப்படும் ஒலி குலவை ஒலியாகும்.

இது தவிர மட்டக்களப்புக் கிராமிய மக்களிடையே காணப்படும் மேலும் ஒரு சிறப்பான செயற்பாடு கவிபாடுதலாகும். பல்வேறு உணர்ச்சிகளின் கலவைகளாலான மனிதனின் உள்ளத்து உணர்வுகளை வெளிப்படுத்த மொழி அவசியமாவது போல அந்த மொழி வளத்தாலான கவிகளும் உணர்ச்சி வெளிப் பாட்டிற்குக் கைகொடுத்தன. இங்கு வாழ்ந்த பாமரமக்கள் தங்கள் உள்ளத்தே எழுந்த உணர்வுகளை, குறிப்பாக, காதல் உணர்வுகளை வெளிப்படுத்தப் பாடிய கவிகள் இங்குப் பிரபலமானவை. இவ்வாறான கவிகள் பாடுவதில் முஸ்லிம்களும் திறமை சாலிகளாய் இருந்ததை அறியமுடிகிறது.

பொடுபொடென்ற மழைத்தூறல் பூங்காரமானநிலா
கடுமிருட்டு மாலை வெள்ளி கதவுதிற கண்மணியே.
தங்கக்கிளியே என்ர தாய்மாமனீன்ற கண்டே
மையிட்ட கண்ணே உன்னை மறந்திருக்கக் கூடுதில்லை.

இவ்வாறான கவிகள் எழுதா இலக்கியமாக வாய்மொழி வாயிலாக இங்கு பயின்றுவரப்பட்டன.

இவ்வாறு மட்டக்களப்பின் கிராமிய மக்களிடையே அவர் களின் பண்பாட்டின் மூலக்கூறுகளிலிருந்து துளிர்விட்டு எழுந்த கலைகளும் இலக்கியங்களும் வாழ்க்கை நெறிமுறைகளும் இம்மண்ணின் பெருமையைப் பறைசாற்றி நின்று இலங்குபவை யாகும். காலநீட்சியும் நவீனக் கருவிக் கையாட்சிகளும் வாழ்வியல் மாற்றங்களும் இவற்றில் சில அம்சங்களை மறக்கடித் தாலும் இலக்கியங்கள் வாயிலாக அவை என்றும் நிலை பெற்றிருக்கும் என்று மன அமைதி கொள்வோமாக.

□

51

மடகொம்பரை

மலையகம் மக்கள் அரசியல்

மல்லியப்புசந்தி திலகர்

இந்தியா, தமிழ்நாடு, புதுக்கோட்டை மாவட்டம், ஆலங்குடி எனும் ஊரில் பிறந்த பிச்சமுத்துவின் மகள் வேலம்மாள், அவரின் மகன் மயில்வாகனம், அவருடைய மகன் மல்லியப்புசந்தி திலகர் எனும் மயில்வாகனம் திலகராஜா இலங்கையிலிருந்து எழுதுகிறேன்.

இலங்கை என்றதுமே ஈழம் என நினைவுகொள்ளச் செய்யும் கொடிய யுத்தம் நடந்த யாழ்ப்பாணம், கிளிநொச்சி, வன்னி எனும் முல்லை-மருதம்-நெய்தல் நிலங்களுக்குத் தொலைவே, இலங்கையின் மத்திய மலைநாட்டில் குறிஞ்சிநில மண்ணில் பிறந்தவன் நான்.

எனவே எனது எழுத்தில், பேச்சில், மூச்சில் எப்போதும் மலைவாசம் வீசிக்கொண்டே இருக்கும். அந்த மலைவாசத்தின் கொஞ்சந்தான் மல்லியப்பூ வாசைன. எஞ்சியதெல்லாம் 'மட கொம்பரை'தான்.

எனக்கு இலக்கியப் பெயராக வாய்த்த 'மல்லியப்புசந்தி திலகர்' என்பதைத் தெரிந்து கொண்டிருக்கும் பலரும் எனது ஊர் இலங்கையில் நுவரெலியா மாவட்டத்தின் ஹட்டன் நகரை அண்மித்த'மல்லியப்புசந்தி' என எண்ணுவது தவறில்லை. ஆனால் அது நான் புகுந்த ஊரேயன்றி பிறந்த ஊரல்ல.

கல்லூரிப் படிப்புக்காக ஹட்டன் வந்து சேர்ந்த வேளை, அந்தச் சந்தியை அண்மித்து வாழ நேர்ந்த நேரம், அங்கே நடந்த அரசியலைக் கவிதையாகப் பதிவு செய்ய நேர்ந்த சமயம், அதற்கு நான் இட்ட தலைப்பு 'மல்லியப்புசந்தி.'

இப்படித்தான் ஊர்ப்பெயர் கவிதைத் தலைப்பானது.

எழுதி சில ஆண்டுகள் கழித்து எனது கவிதைகளைத் தொகுத்து நூலாக்க எண்ணிய போது அந்தத் தொகுப்புக்கு நான் வைத்த பெயர் *மல்லியப்புசந்தி.* இப்படித்தான்; கவிதைத் தலைப்புப் புத்தகத் தலைப்பானது.

அந்தப் புத்தகத்துக்குப் பின்னுரைக் குறிப்பு எழுதிய பேராசான் கார்த்திகேசு சிவத்தம்பி அவர்கள் அந்தப் புத்தகம் பற்றிப் பல மேடைகளில் குறிப்பிட்டுப் பேசுகையில், 'அண்மையில் நான் வாசித்த படைப்புகளில் *மல்லியப்புசந்தி* திலகர் எழுதிய கவிதைத் தொகுப்பு ஓர் அதிர்வை ஏற்படுத்தியது என்பேன்' என உச்சரிக்க, கவிதைப் புத்தகத்தின் தலைப்பு எனது பெயருக்கு அடை மொழியாகி 'மல்லியப்புசந்தி திலகர்' என்றாகிவிட்டது.

மல்லியப்பு என்பது மல்லிகைப்பூவின் மக்கள் மொழிதான். குறிப்பாகத் தமிழ்நாட்டில் உச்சரிக்கும் அதே 'மல்லிய'தான், பிரித்தானிய ஆட்சிக் காலத்தில் தமிழ்நாட்டிலிருந்து பிரித்து எடுத்து இலங்கையில் நடப்பட்ட நாற்றுப் பரம்பரையினர் நாங்கள். எங்களிடம் அந்த 'மல்லிய' வாசம் வீசாதா என்ன?

அந்த மண்வாசனை மாறாமல் நாங்கள் இலங்கையில் அமைத்துக் கொண்ட எங்கள் தேசமான 'மலையகம்' என்பது மலையும் மலை சார்ந்த குறிஞ்சித் திணையின் நவீன வடிவம் என்பேன். ஆனால் மலையகம் எனும் போது, மலையும் மலைசார்ந்த நிலமும் மாத்திரமல்லாது, அது சார்ந்து வாழும் மக்களையும் உள்வாங்கிக் கொண்ட உயிர் சொல்லாகிறது. எங்கள் தேசத்தை, தேசியத்தை, கலையை, இலக்கியத்தை, பண்பாட்டை மொழியைக் குறிக்கும் வேர்ச்சொல் 'மலையகம்.'

இந்த மலையகத்தின் ஓர் ஊரின் பேரான 'மல்லியப்புசந்தி' யை முன்வைத்து எழுதிய எனது அரசியல் கவிதையே எனது பேராகவும் எனது அரசியல் பிரகடனமாகவும் மாறிப்போனது—பின்னாளில்.

இந்த மல்லியப்புசந்தியில் இருந்து கண்ணுக்குத் தெரியும் தூரத்தில் அமைந்தது 'சிங்கமலை.' சிங்கம் ஒன்று தலையைச் சிலிர்ப்பிக்கொண்டு அமர்ந்திருப்பது போலக் கம்பீரமாய் காட்சிதரும். அதிலிருந்து கிழக்கே சுமார் முப்பது கிலோ மீற்றர் தொலைவுக்கு அப்பால் அமைந்த மலைதான் சிவனடிபாதமலை அல்லது சிவனொளிபாதமலை.

'இமயமலை உச்சியில் ஒரு பாதத்தையும் இன்னொரு பாதத்தை இந்த மலையுச்சியிலும் சிவன் வைத்தார். அதன் அடையாளம் அங்கே உள்ளது' என்ற ஐதீகத்தில் ஆண்டில் ஆறுமாதத்துக்கு மலையேறும் பருவகாலத்தைத் தன்னகத்தே கொண்ட மலை இது. ஆங்கிலத்தில் 'ஆதம்' மலை (ஆடம்ஸ் பீக்) என்றும் சிங்களத்தில் 'சிறீபாத' என்றும் வெவ்வேறு பாதங்கள். வெவ்வேறு நம்பிக்கைகள்.

ஆனால் அதிகாலையில் அந்த உச்சியில் நின்று சூரியன் உதிக்கும் ஒளியைக் கண்களால் காணக் கிடைத்தால், அதுவே வாழ்க்கைப் பேறுதான். அற்புதமான காட்சி அது. அதனால்தான் 'சிவனொளிபாதமலை' என்றும் பேர் பெற்றதோ!

மல்லியப்புசந்தியில் இருந்து வடக்கே ஐம்பது கிலோ மீற்றர் தொலைவில் அமைந்த தொடர்மலைதான் இலங்கையின் மிக உயரமான மலை எனும் பெயரைப்பெற்ற 'பீதுருதலாகலமலை.' இந்த மலையில் அமைக்கப்பட்டிருந்த தொலைத்தொடர்பு கோபுரத்தையும் தாக்க முயன்றது ஈழ யுத்தத்தில் ஒரு தனிக்கதை.

இந்த மலையின் தென்மேற்குத் தொடர்ச்சிதான் 'மட கொம்பரை மலை.' அந்த மடகொம்பரை மலைக்குத் தெற்கே 'அக்கரை மலை.' மேற்கே 'கொத்மலை.' கிழக்கே 'சிண்டாகட்டிமலை' எனத் திரும்பும் திசையெங்கும் மலைகளால் சூழ்ந்தது எங்கள் ஊர்: மடகொம்பரை.

மடகொம்பரை என்பது 'மட கும்புர' எனும் சிங்களச் சொற்களிலிருந்து மருவி வந்த தமிழ்ப் பெயர். மட என்பது சேறு. கும்புர என்பது வயல். எனவே 'சேற்றுவயல்' என்றும் பொருள் பெறும். இதுவரை மலை... மலை... என்றே விவரித்துவந்த இந்த ஊருக்கு எப்படி 'சேற்றுவயல்' என்று பெயர் வந்தது எனும் கேள்வி எழும்புவது நியாயந்தான்.

நாலாபுறமும் மலைகளால் சூழ்ந்த இந்த ஊரின் தெற்கே அமைந்த அக்கரைமலையை அண்டி ஓடுவது 'கொத் மலை ஓயா' எனும் ஆறு. இந்த ஆற்றுப் படுக்கையை அண்டியதாகப் படிக்கட்டு அமைப்பில் நெல்வயல்கள் நீளமாய் அமையப் பெற்றுள்ளது. இந்த வயல் கிராமத்தை 'மட கும்புர' என்பது போலவே 'மெத கும்புர' என உச்சரிக்கும் வழக்கமும் சிங்களத்தில் உண்டு. 'மெத' என்பது 'மத்தி அல்லது நடு' என்பது பொருள். எனவே நடுவயல் என்றும் கொள்ளலாம். ஆக நாலாபுறமும் அமைந்த மலைகளின் நடுவே மத்தியில் அமைந்த 'நடுவயல்' அல்லது 'சேற்றுவயல்' எனப் பொருள் கொண்டுவிடலாம். இங்கே சுவாரஸ்யம் என்னவென்றால் வயலும் வயல்சார்ந்த மக்கள், எல்லோரும் சிங்களவர்கள். மலையும் மலைசார்ந்த மக்கள் எல்லோரும் தமிழர்கள்; இந்தியத் தமிழர்கள்.

இந்தியத்தமிழர்கள் எப்படி இலங்கை மலைக் கிராமத்தில்? இலங்கையில் வாழ்பவர்கள் ஈழத்தமிழர்கள்தானே! என ஆச்சரியம் கொள்பவர்களுக்காகப் பிரித்தானியக் காலனித்துவ ஆட்சியின் ஒரு வரலாற்றுத்துளிகளை இங்குப் பார்க்கலாம்.

இந்தியாவைப் போலவே இலங்கையையும் கைப்பற்றிய பிரித்தானியர்கள்தான் கடல்மட்டத்திலிருந்து மூவாயிரம் அடிகளுக்கு மேல் உயர்ந்தமைந்த மலைப்பகுதிகளைக் கண்டறிந் துள்ளனர்.

வெற்றுக்காணிக் கட்டளைச் சட்டம் என எழுதி வாங்கித் தேயிலைப் பயிர் செய்கையைப் பெருந்தோட்டமாகத் தொடங்கி யுள்ளார்கள். 'அந்நியர்களான வெள்ளையர்கள் உருவாக்கும் தேயிலைத் தோட்டத்தில் நாங்கள் வேலைக்குப் போகமாட்டோம்' என இலங்கை பூர்வீகமக்கள் மறுக்க, இந்தியாவிலிருந்து கூலி வேலை செய்வதற்கு எனக்கொண்டு வரப்பட்டவர்கள்தான் இந்த இந்தியத் தமிழர்கள்.

இப்போது புதுக்கோட்டை ஆலங்குடி பிச்சமுத்துவின் பேரன் மயில்வாகனத்தின் மகன் மல்லியப்புசந்தி திலகர் இலங்கை 'மடகொம்பரை'யில் பிறந்த கதை புரிந்திருக்கும்.

நாங்கள் வந்து இருநூறு ஆண்டுகள் ஆகின்றன. எனக்கு வயது ஐம்பது ஆகிறது. இப்போது ஐந்தாவது தலைமுறையாகச்

சுமார் பதினைந்து லட்சம் பேர் இலங்கைப் பதிவேடுகளில் 'இந்தியத் தமிழர்கள்' எனக் குறிக்கப்படுகின்றோம். இலங்கையின் நான்கு மாகாணங்களில் பத்து மாவட்டங்களில் சகோதரச் சிங்கள, முஸ்லிம் மக்களோடு இரண்டரக் கலந்தவர்களாக இணைந்து வாழ்ந்து வருகின்றோம்.

சிங்கமலையும் சிவனொளிபாதமலையும் கண்ணில் மறையும் ரயில் பயணத்தில் அகப்படுவது வட்டகொடை ரயில் நிலையம். அதன் தொட்டுவிடும் தூரத்தில் அமைந்த 'சிண்டாகட்டி' மலையும் பீதுருதலாகலை மலையின் தென்மேற்குத் தொடர்ச்சியான மடகொம்பரை மலையும் வசீகரமாய் யாவரையும் வரவேற்கும்.

மேற்குத்தொடர்ச்சி மலையான மடகொம்பரை மலை ஊருக்கே சுவர் அமைத்ததுபோல உயர்ந்து நிற்கும். அதன் அடிவாரத்தில்தான் எங்கள் குடியிருப்பு. 'எப்போதும் உங்கள் மீது வீழ்வேன்' என எச்சரித்து நிற்பது போல உயர்ந்து நிற்கும். ஆனால் ஒரு போதும் வீழ்ந்ததில்லை. மலைகள் எங்கள் நண்பன்! மலைத்தொடர்கள் எங்கள் உறவுகள்! அந்த மலைகளிடம் நாங்கள் பல கதைகளைச் சொல்லிவைத்துள்ளோம். இந்த மலைகள் பேசினால் எப்படியிருக்கும்? எனும் கற்பனைதான் எனது இரண்டாவது நூலின் தலைப்பு *மலைகளைப் பேசவிடுங்கள்.*

'ஏன்டா ரவி... மலைக்குப் போய்ட்டு வருவோமா' என ஒரு நண்பனின் கூப்பிடும் குரலுக்குச் சேர்ந்துவிடும் நாலு நண்பர்கள் குடுகுடுவென ஏறி மலை உச்சியில் நின்றுவிடுவோம். அது ஒரு மதில்சுவரில் ஏறி நிற்பதற்கு ஒப்பானது. ஆனால் இது பெரும் மலைச்சுவர். அந்த மலைச்சுவர் விளிம்பில் நின்று பார்த்தால்.

அதோ அங்கே வட்டகொடை ரயில் நிலையம் தெரியும். அதை வட்டமாகக் கடந்து ஓடும் ரயில் தெரியும். அந்த ரயில் பயணம்; மறைத்த சிங்கமலையும் சிவனொளிபாதமலையும் தெரியும். சிண்டாகட்டி மலையும் தெரியும். அக்கரை மலையும் தெரியும். கொத்மலையும் தெரியும் வளைந்து ஓடும் கொத்மலை ஓயா ஆறும் தெரியும். அத்தனைக்கும் நடுவே, 'சேற்றுவயல்' கிராமமும் தெரியும். ஆங்காங்கே மாடசாமி, சிண்டா கட்டி, ரோதமுனி, முனியாண்டி எனச் சிறுதெய்வக் கோயில்களுடன் விமானப்

பயணத்தின் நிலக்காட்சி போல ஒட்டுமொத்த மடகொம்பரை தோட்டமும் தெரியும்.

அது என்ன 'தோட்டம்' எனக் கேட்பது புரிகிறது. இது காய்கறித் தோட்டம் இல்லை. தேயிலைத் தோட்டம். தோட்டம் என்பது இங்கே கார்டன் இல்லை. எஸ்டேட் எனப் பொருள் பெறுகிறது. அந்தத் தோட்டத்தை நிர்வகிக்க ஒரு (மேலாளர்) முகாமையாளர். அவருக்குக் கீழே சுமார் ஐம்பது பேரைக்கொண்ட ஓர் ஆளனி. ஒரு பிரதான அலுவலகம். ஐந்து உப அலுவலகம். ஒரு தொழிற்சாலை. ஐந்தாறு வாகனங்கள் என ஒரு பெரும் நிர்வாகமே நடந்துகொண்டிருக்கும். உலகின் 'நம்பர் ஒன்' தேயிலை ஏற்றுமதி நாடான இலங்கையின் ஒரு பகுதி தேயிலைத்தூள் இங்கேயும் உற்பத்தியாகிறது அல்லவா!

அந்தப் பெரிய தோட்டத்தை நிர்வகிக்க இலகுவாக ஏழாகப் பிரித்து வைத்தான் பிரித்தானிய வெள்ளையன். வட்டகொடை நகரத்திலிருந்து உள்ளே நுழைந்ததும் மடகொம்பரை 'மேற் பிரிவு' *(டாப் அப்பர் டிவிஷன்)*. அதற்கடுத்து 'கீழ்ப் பிரிவு' *(டாப் லோவர் டிவிஷன்)*இவையிரண்டையும் இணைத்து வைக்கும் இடம்போல ஒரு பகுதியில் அமைந்தது 'மத்திய பிரிவு' *(மிடில் டிவிஷன்)*. அங்கே கலாபுவனம் எனும் அரசுப் பள்ளி இயங்குகிறது. எங்கள் மண்ணின் பெண் சிறுகதை ஆசிரியர் அக்னஸ் சவரிமுத்து இங்கே பள்ளிக்கூட அதிபராக இருந்தார். எல்லாத் தேர்தல் களிலும் எங்கள் ஊர்மக்கள் வாக்களிக்கும் நிலையம் இந்தப் பள்ளிக்கூடம்தான்.

வெள்ளையரின் நிர்வாகத்தில் இணைப்புக்கு இடம் எது? எல்லாமே பிரிவுதான். மத்தியப் பிரிவுக்குக் கீழே 'புதிய மத்தியப் பிரிவு' என இன்னுமொரு பிரிவு. அதற்குக் கீழே தெற்கே அக்கரை மலைக்கு இந்தப் பக்கமாக 'தெற்குப் பிரிவு.' இந்த இரண்டு பிரிவுகளுக்கும் இடையே நான் பிறந்த மட கொம்பரைத் தோட்ட வைத்தியசாலையும் அமையப் பெற்றுள்ளது. அதற்கு இடப்பக்கமாக வடக்கு(கி)மலை *(நோர்த் டிவிஷன்)*. இந்த வடக்கி மலையிலதான் நான் 'அ' எழுதிய மடகொம்பரை தோட்டப் பாடசாலை அமைந்துள்ளது. இப்போது அரசாங்க பாட சாலையாகத் தரம் உயர்ந்துள்ளது.

இந்த ஆறு பிரிவுகளையும் மணிக்கூட்டோட்டத்தில் (*கிலொக் வைஸ்*) சுற்றிவந்தால், வந்து நிற்பது மலையடிவாரத்தின் 'புதுக்காடு' பிரிவு.

புதுக்கோட்டை மாவட்டத்தின் வழித்தோன்றலான நான் பிறந்து வளர்ந்தது இந்த 'புதுக்காடு' பிரிவில்தான். இங்கே நிர்வாகத்துக்காகப் பிரிக்கப்பட்ட எல்லைகள் மக்களையும் பிரித்தே வைத்தது. அவர்களின் பதிவுகள் அந்தந்த பிரிவுகளின் கீழ் இருக்கும். வேலை செய்யும் தளங்கள், மேற்பார்வை யாளர்கள்கூட வேறாகவே இருக்கும். ஆக, அத்தனை பிரிவு களிலிருந்தும் பறிக்கப்படும் தேயிலையை அரைத்துத் தூளாக்கும் தொழிற்சாலை மாத்திரமே மத்தியில் ஒன்றாக இருக்கும். அதனை அண்டி நடந்துபோனாலே தேயிலை வாசம் நாசியைத் துளைக்கும். அதற்கருகே ஒரு குளமும்கூட உண்டு; இலங்கைத் தேசத்தின் வடிவில். இந்தக் குளத்துநீர் வழிந்தோடிச் சேரும் கொத்மலை ஓயா ஆறருகே தெற்கு மடகொம்பரையில் சிறு நீர்மின்னுற்பத்தி நிலையமும் உண்டு.

புதுக்காடு பிரிவிலிருந்து புறப்பட்டுப் பொடிநடையாக வட்டகொடை சிறு நகருக்குப் போனால், வீதியின் அருகே ஒரு கல்லறை கண்ணுக்குத் தெரியும். இரண்டு மூன்று எட்டுகள் இறங்கிப்போனால் அந்தக் கல்லறையைத் தொட்டுவிடலாம். நான் அநேகமாக அதைத் தொட்டுவிட்டுத்தான் பணி தொடங்குவேன்.

ஆரம்பத்தில் அது கல்லறைதான் என்றாலும் இப்போது அது கவியறை! மகா கவிஞனின் அறை. அதனால்தான் அந்த மதிப்பும் மரியாதையும். அங்கே உறங்குவது, பேராசிரியர் க. கைலாசபதியால் மக்கள் கவிமணி எனப் பட்டம் சூட்டப்பட்ட கவிஞர் சி. வி. வேலுப்பிள்ளை!

முன்பு ஊர் மக்கள் அதனை 'கங்காணி புதைக்குழி' என்றே அழைத்தனர். மடகொம்பரை எனும் இந்தத் தேயிலைத் தோட்டத்தின் முதன்மைக் கங்காணி குமரனின் கல்லறைதான் அது. இவர்களை 'பெரியாங் கங்காணி' (*ஹெட் கங்காணி*) என வரலாற்றில் பதிவு செய்கிறார்கள்.

குமரன் குடும்பத்தினர் ஆரம்பத்தில் ரயில்பாதை அமைப்புக்காக வெள்ளையர்களால் இலங்கைக்கு அழைத்துவரப்பட்டவர்கள்.

குமரனின் மகன்வழிப் பேரன் கவிஞர் சி. எஸ். காந்தியின் 'கடுங் கன்னவா டன்னல்' எனும் ஆங்கிலக் கவிதைகளை வாசிப்பதன் மூலம் இதனை அறிய முடிகின்றது.

கண்டியை அண்மித்த கடுகண்ணாவை—பிலிமத்தலாவ பகுதி ரயில் பாதை அமைப்பில் இவர்கள் குடும்பம் நேரடியாக ஈடுபட்டுள்ளனர். இதனால் கண்டியில் அமைந்த, ஆங்கிலேயர்கள் கல்விகற்ற திரித்துவக் கல்லூரி (டிரினிடி காலேஜ்) போன்ற பள்ளி களில் குமரன் அவர்களின் மகன் சி. சுப்பிரமணியம் கற்கும் வாய்ப்பு கிட்டியுள்ளது.

ரயில்பாதை அமைப்பு வேலைகள் முடிய புசல்லாவ பகுதி தேயிலைத் தோட்டத்துக்கு மாற்றப்பட்ட குமரன் குடும்பத்தார் மடக்கொம்பரை தோட்டம் அமைக்கப்பட்டதும் அங்கே மாற்றப்பட்டுள்ளனர். 1869இல் வட்டகொடை தோட்டம் அமைக்கப்பட்டதாக அதன் பெயர்ப்பலகை இப்போதும் சுட்டி நிற்கிறது. எனவே மடகொம்பரை தேயிலைத் தோட்டம் அமைக்கப் பட்டதும் அதே காலமாக இருக்கலாம்.

குமரன் கங்காணி தொழிலாளர்களுக்கான தலைமைப் பொறுப்பில் இருந்ததால் தொழிலாளர் வாழும் லயன் குடியிருப்பு களிலிருந்து மாறுபட்ட தனிவீடு ஒன்றில் வாழ்ந்துள்ளார்கள். அதை 'பெரிய வீடு' என ஊரவர்கள் அழைத்துள்ளனர்.

அவருடைய மூத்த மகள் தெய்வானை. இளைய மகன் சி. சுப்பிர மணியம். தெய்வானையின் மகனே கவிஞர் சி. வி. வேலுப்பிள்ளை. 1914 செப்டம்பர் 14இல் மடகொம்பரையில் பிறந்துள்ளார். மகன் சுப்பிரமணியத்தின் மகனே சி. எஸ். காந்தி. வேலுப்பிள்ளைக்குத் தாய் மாமன் மகன். இந்த மூவரும் ஆங்கிலக் கவிஞர்கள் என்பது பெரும் சிறப்பு. 1960இல் வெளிவந்த குறிஞ்சிப்பூ எனும் மலையகக் கவிதைத் தொகுப்பு ஒன்றில் சி. சுப்பிரமணியம், சி. வி. வேலுப்பிள்ளை ஆகிய இருவருடைய கவிதைகளும் இடம்பெறுவதுடன் பின்னாளில் கவிஞர் சி. எஸ். காந்தியும் ஆங்கிலத் திலும் தமிழிலும் கவிதை எழுதும் ஆற்றல் பெற்றவரானார்.

வீரகேசரி பத்திரிகையில் உதவி ஆசிரியராகப் பணிபுரிந்த இவர், அதன் ஆங்கில இதழான *வீக் எண்ட் எக்ஸ்பிரஸ்* இதழில்

செய்தியாசிரியராகப் பணியாற்றிய ஸ்டெனிஸ்லொஸின் சகாவுமாவார். இந்த ஸ்டெனிஸ்லஸ்தான் பின்னாளில் அன்டன் பாலசிங்கம் எனும் புனைபெயரில் விடுதலைப் புலிகளின் ஆலோசகர் ஆனார். அவர்கள் இருவருக்கும் இடையிலான பல சுவாரஸ்யமான கதைகளை எனக்குக் கவிஞர் சி. எஸ். காந்தி கூறியுள்ளார். எனது பதின்ம வயது காலத்து ஆங்கில ஆசானாக சி. எஸ். காந்தியைப் பெற்றதன் பேறு அது.

சி. எஸ். காந்தியின் தந்தையாரும் தனது மாமனாருமான சி. சுப்பிரமணியம் வழியே கவிதையில் ஆர்வம்கொண்ட சி. வி. வேலுப்பிள்ளை தனது பதின்ம வயதிலேயே வங்கக்கவி ரவீந்திர நாத் தாகூரின் கவிதைகள் மீது மிகுந்த ஈர்ப்புக்கொண்டு அவர் போலவே எழுதவும் ஆரம்பித்துள்ளார். கவிஞர் தாகூர் இலங்கை வந்தபோது *தாகூர் அட் ஏ கிளான்ஸ்* எனும் தலைப்பில் அவருக்குப் புகழ்மாலை சூடும் ஆங்கிலக் கவிதையையும் பரிசளித்துப் பாராட்டுப் பெற்றுள்ளார். *விஸ்மாஜினி* போன்ற அவரது கவிதை நாடக நூல்கள் உலகத்தரம் வாய்ந்தவை எனப் போற்றப்படுவது உண்டு. ஆங்கிலத்தில் கவிதைகள், வசனங்கள், கதைகள், நாவல்கள், கட்டுரைகள் எனப் பலவகை இலக்கியங்களைப் படைத்த இவர் பல இந்திய ஆங்கில இலக்கிய ஆளுமைகளுடன் கடிதப் பரிமாற்றங்களைக் கொண்டிருந்ததற்கான ஆதாரங்கள் உள்ளன.

அதுமாத்திரமின்றி, அப்போதைய இந்தியத் தாக்கத்தால், காந்திய சிந்தனைகளுடன் கதர் ஆடை அணிந்த இளைஞராகவும் சி. வி. வேலுப்பிள்ளை வாழ்ந்துள்ளார்.

அப்போது அமைக்கப்பட்ட இலங்கை இந்தியக் காங்கிரஸ் (*சிலோன் இண்டியன் காங்கிரஸ்*) எனும் அரசியல் அமைப்பின் உறுப்பினராகி 1947இல் அமையப் பெற்ற இலங்கையின் முதலாவது நாடாளுமன்ற அவைக்கு மடகொம்பரை மண்ணிலிருந்து தெரிவான முதல் நாடாளுமன்ற உறுப்பினர் என்ற பெருமையையும் பெற்றார்.

மலையகத் தமிழர்களின் இலங்கைக் குடியுரிமை நாடாளுமன்றத்தில் சட்டம் இயற்றிப் பறிக்கப்பட்டபோது, அதற்காகக் குரல் குரல்கொடுத்த ஏழு மலையகத்தமிழ் நாடாளுமன்ற உறுப்பினர்களில் ஒருவராக எங்கள் மடகொம்பரை மண்ணின்

மைந்தரான சி. வி. வேலுப்பிள்ளையும் இருந்தார் என்பது பின்னாளில் (2015) அதே மண்ணிலிருந்து நாடாளுமன்ற உறுப்பினராகத் தெரிவான எனக்கு எத்தனை பெருமை!

இலங்கையின் புகழ்பெற்ற ஓவியரும் கவிஞருமான ஜோர்ஜ் கைட் சி. வி. வேலுப்பிள்ளையின் கவிதைகளைப் பாராட்டியதுடன், தான் சார்ந்த மக்கள் குறித்தும் எழுதுமாறு கூறிய ஆலோசனைக்கு ஏற்ப மலையகத் தமிழரின் வாழ்வியல் பக்கம் கவனத்தைத் திருப்பிய சி. வி. வேலுப்பிள்ளையின் முயற்சிகளால் தான் மலையகத் தமிழரின் வாய்மொழிப் பாடல்களான நாட்டார் பாடல்கள் எழுத்துருவில் சேகரிக்கப்பட்டன. சென்னை கலைஞன் பதிப்பகத்தின் ஊடாகப் பின்னாளில் நூலுருவும் (*மாமன் மகனே*, 1983) பெற்றது.

தனது மக்களின் குடியுரிமை பறிக்கப்பட்டபோது பிரதமர் அலுவலகத்துக்கு முன்பாக நடைபெற்ற சத்தியாகிரக முன்றலில் அமர்ந்தவாறே அவர் எழுதிய 'இன் சிலோன் டீ கார்டன்' எனும் நெடுங்கவிதை இன்றுவரை இலங்கை ஆங்கில இலக்கியப் படைப்புகளில் உச்சம் தொட்டது எனலாம். அந்தக் கவிதைகளைத் தமிழாக்கம் செய்த கவிஞர் சக்தீபால அய்யாவின் கற்பனையில் சாகாவரம் பெற்ற தமிழ்வரிகளாக இலங்கைத் தமிழ்ப்பாட விதான நூலிலும் பதிவாகியுள்ளது.

குடியுரிமை பறிக்கப்பட்ட தமது மக்கள் ஒரு நாள் அதனை வென்று காட்டுவார்கள் எனும் தீர்க்கதரிசனமான அவரது பின்வரும் வரிகள் அந்த நெடுங்கவிதைத் தொகுப்பில் இவ்வாறு வெளிப்படுகிறது:

நூற்றாண்டுக் காலமாய்
நுழைந்த இவ்விருட்டை
வேரோடழிக்க என் தமிழர்கள்
கூறுவர் சிகர உச்சியில் ஏறி
கூறுவர் திடல்கள் யாங்கனு மடுக்கவே!
விடுதலைக் குரலது வெற்றிக் குரலது
வீரக்குரலது விரைந்தெழும் கேட்பீர்!
வாக்குரிமையோடு வளநாட்டுரிமையும்
ஊக்கமும் வெற்றி ஓம்பிடும் காலம்

> பூக்குமே யந்த புண்ணிய நாள்தனில்
> ஆக்கம் புரிந்தவர் அமைதி இழந்தவர்
> மூச்சிலே சுதந்திரத் திருக் கலந்திடுமே
> மூச்சிலே விடுதலைச் சுகம் மலர்ந்திடுமே!
> பேச்சிலே வீரமும் உறுதியும் மாட்சியும்
> பிறந்திடும் வெற்றிப் பெருவாழ்வாமே!

1952இல் எழுதப்பட்ட இந்த வரிகள் நிதர்சனமாகிப் பறிக்கப்பட்ட இலங்கைக் குடியுரிமையை மீளப்பெற்ற எங்கள் மக்கள் எனக்கு வாக்களித்து 2015இல் இலங்கை நாடாளுமன்றத்துக்கு அனுப்பிய போது, மன்றில் உரையாற்ற எழும்பும் ஒவ்வொரு நாளும் இந்தக் கவிதை வரிகள் என்னை முழங்கு... முழங்கு என முன் தள்ளியதை மறவேன். அந்த மகா கவிஞனை இந்த இளையவன் என்றுமே கண்ணில் காணாதபோதும் எனது மானசீக குருவாக எண்ணி அவரது கல்லறையில் அவரை வணங்கி வருகிறேன். எனது தாயாரின் பெயரில் பாக்யா பதிப்பகம் எனத் தொடங்கிய போது அதில் முதல் நூலாக இன்*சிலோன் டீ கார்டன்* என்ற சிவியின் ஆங்கில மூலக் கவிதைகளையும் அதைத் தமிழாக்கம் செய்த சக்தீபால அய்யாவின் தமிழ் வடிவத்தையும் ஒன்றாக்கி, 2007இல் மறுபதிப்புச் செய்தேன். இந்தக் கவிஞர் 1986இல் தலைநகரில் மறைந்ததும் அவருடைய அஸ்தி, அவருடைய தாய்வழித் தாத்தா குமரனின் கல்லறையில் புதைக்கப்பட்ட கங்காணி புதை குழியானது கவிஞனின் கல்லறையாக இன்று நிமிர்ந்து நிற்கிறது— எங்கள் மடகொம்பரையின் அடையாளமாக.

சி. வி. வேலுப்பிள்ளைக்குப் பின்னதாக எங்கள் மண்ணுக்குப் பெருமை சேர்த்த பெருந்தகை அந்த மடகொம்பரை மண்ணுக்குச் சிறுநகரமாக அமைந்த வட்டகொடை நகரை அண்மித்த தோட்ட மான வட்டகொடை தோட்டத்தின் பெரியாங்கங்காணி வெள்ளச் சாமி திருமலை வேலுவின் மகன் த. வே. மாரிமுத்து. இவர் பேராதனைப் பல்கலைக்கழகத்தில் பேராசிரியர் கார்த்திகேசு சிவத்தம்பி அவர்களுடன் தனது இளநிலை பட்டப்படிப்பைத் தொடர்ந்தவர். பின்னாளில் நான் பேராசான் கார்த்திகேசு சிவத் தம்பி அவர்களிடம் பாடம் கற்கும் மாணவனாகச் சேர்ந்த போது, 'எப்படியப்பு இருக்கிறான் மாரிமுத்து?' எனத் தனது பல்கலை நண்பரைக் குசலம் விசாரிக்கையில் எனக்கு ஏற்படும் குதூகலத்தை

என்னவென்பேன்? பேராசிரியர் கார்த்திகேசு சிவத்தம்பியையே ஒருமையில் அழைக்கும் வகுப்புத் தோழன் ஒருவர் எங்கள் மண்ணில் பிறந்தது எங்கள் பெருமையல்லவா? இவரது சகோதரனின் மகன் சிவலிங்கம் சிவகுமாரன் இன்றைய வீரகேசரி தேசிய நாளிதழின் பிரதி ஆசிரியர்களில் ஒருவர் என்பதும் எங்கள் மண்ணின் பெருமையே.

1948இல் பறிக்கப்பட்ட குடியுரிமை மீள வழங்கப்பட்ட 1980களின் இறுதியிலே மீண்டுமொரு புயல் கிளம்பி மட கொம்பரை மண்ணிலிருந்து இலங்கை நாடாளுமன்ற அவையை அலங்கரித்தது. இலங்கைத் தொழிலாளர் காங்கிரசின் பொதுச் செயலாளராக இருந்த எம்.எஸ். செல்லச்சாமி எனும் அந்த ஆளுமை பின்னாளில் இலங்கையில் போக்குவரத்து, தபால் போன்ற துறைகளில் பிரதி அமைச்சுப் பதவிகளையும் வகித்தது. தபால் சேவை மறுக்கப்பட்டிருந்த மலையகப் பெருந்தோட்டப் பகுதிகளுக்கு அரச தபால்காரர்களை நியமித்த பெருமை இவரையே சாரும்.

எனது அரசியல் கொள்கைகளுக்கு மாறுபட்ட கட்சியைச் சேர்ந்தவர் என்றபோதும் ஊர்க்காரராக இவர்மீது கொண்ட மதிப்பினால் இவர் மரணிப்பதற்கு (2020) சில காலத்துக்கு முன்னர் அவரது கொழும்பு இல்லத்துக்குப் போய் அவரைச் சந்தித்தேன். படுக்கையில் பேசமுடியாதவராகக் கிடந்தவர் நான் விடைபெற்ற போது வலதுகரம் தூக்கி என்னை ஆசீர்வாதம் செய்தது இன்றும் நெஞ்சில் நிழலாடுகின்றது.

அதே 1980களின் இறுதிப் பகுதியில் எழுந்த மலையக அரசியல் எழுச்சியின் நாயகர்களில் ஒருவராகத் திகழ்ந்தவர் வி. டி. தர்மலிங்கம். நான் பிறந்த மடகொம்பரை புதுக்காடுப் பிரிவில் எங்கள் வீட்டுக்கு மிக அண்மையில் இவர்களுடைய குடும்பமும் வாழ்ந்திருக்கிறார்கள். வடிவேலு-பெரமாயி எனும் அவருடைய பெற்றோர் ஆளுமைமிக்க ஒரு கல்வியாளராக, கலைஞராக, அரசியல் சமூகச் செயற்பாட்டாளராகத் தர்மலிங்கம் அவர்களை வளர்த்துள்ளார்கள். தலவாக்கலை தமிழ் மகா வித்தியாலயத்தின் அதிபராக, மலையக மக்கள் முன்னணி எனும் கட்சியைத் தொடங்கிய துணைத் தலைவராக மத்திய மாகாண சபையின்

உறுப்பினராக மலையகம் எழுகிறது எனும் நூலை எழுதிய எழுத்தாளராகவும் விளங்கியவர் இவர். ஆரம்பத்தில் இலங்கைத் திராவிடர் இயக்கத்திலும் இயங்கியுள்ளார். அதே அணியில் எனது தந்தையாரும் இயங்கி எனக்கு இளஞ்செழியன் எனப் பெயர் சூட்ட எத்தனித்த கதையும் உண்டு. பன்முக ஆளுமை யாளராக வாழ்ந்து மறைந்த மலையக அமைப்பாக்கவாதி வி. டி. தர்மலிங்கம் அவர்களையும் மடகொம்பரை மண்ணே பெற்றெடுத்தது. இவர் மத்திய மாகாண சபை உறுப்பினராக இருந்த 1997ஆம் ஆண்டு இவரைக் களத்தில் சந்தித்து உரையாடும் ஒரேயொரு வாய்ப்புக் கிடைத்தது. அதே ஆண்டில் அவர் திடீர் என மறைந்தார். ஆனாலும் எனது தாயார் மறைந்த 2024இல், அவருடைய பெயரை எங்கள் ஊரின் ஒரு பகுதியான இந்திய-இலங்கை வீடமைப்புத் திட்டத்துக்கு 'தர்மலிங்கபுரம்' எனப் பெயர் சூட்டி கௌரவம் செய்துள்ளோம்.

'காமன் கூத்து' எனும் பாரம்பரியக் கூத்துக் கலையை மேடை நாடக அரங்கக்கலையாக ஆக்கியதில் வி. டி. தர்மலிங்கம் அவர்களுக்குப் பெரும்பங்குண்டு. தனது ஆசான் திருச்செந்தூர னோடு சேர்ந்து இந்தப் பணியை அவர் முன்னெடுத்ததால் இன்று மலையகக் கூத்துக்கலை ஒன்று சர்வதேச ரீதியாக அரங்கேறும் வாய்ப்பைப் பெற்றுக்கொண்டுள்ளது.

இதேபோல இன்னுமொரு கூத்துக்கலையான 'அரச்சுணன் தபசு' எனும் அறுபது அடி மரத்தில் ஏறி நின்று ஆடும் கலையை நிகழ்த்துவதில் மடகொம்பரை (மத்தியபிரிவு) மண்ணின் மைந்தன் 'பட்டத்தான்' பிரபலமானவர். 'மலையகத்தில் ஆடப்படும் அரச்சுணன் தபசு எனும் கூத்துக்கலையைப் போல மயிர்க்கூச் செறியும் ஆடற்கலையை நான் வேறு எங்கும் கண்டதில்லை' எனப் பேராசான் கார்த்திகேசு சிவத்தம்பி புகழ்ந்த இந்தக் கலையை மடகொம்பரை பட்டத்தான் எனும் கலைஞனைப் போல இன்னுமொருவர் ஆடியும் நான் பார்த்ததில்லை. அவருடைய மறைவுக்குப் பின்னர் புதுக்காடு பிரிவின் மணி (வளந்த மணி) என்பவர் இதைத் தொடர்ந்தாலும் தொடர்ந்தும் இடம்பெறவில்லை.

வி. டி. தர்மலிங்கம் அவர்களின் இளைய சகோதரர் வ. செல்வ ராஜா என்னுடைய பள்ளிக்கூட ஆசான். யாழ்ப்பாணப் பல்கலைக்

கழகத்தின் வரலாற்றுத்துறை பட்டதாரி. மலையகத்தில் அமையப் பெற்ற சிறீபாத தேசிய கல்வியியல் கல்லூரி தொடங்கப்பட்ட நாளிலிருந்து அதன் விரிவுரையாளராகவும் பின்னாளில் உப பீடாதிபதியாகவும் பதவி வகித்தவர். 2024 சனவரியில் மறைந்த அவருக்கு நோட்டன் வாசகர் வட்டத்துடன் இணைந்து எமது பாக்யா பதிப்பகம் 'செல்... வா... சேர்' எனும் நினைவிதழைப் பதிப்பித்துக் கௌரவம் செய்தது. யாழ் பல்கலைக்கழகத்தில் படித்த காலத்தில் ஆணைக்கோட்டை பெருங்கற் பண்பாட்டியல் ஆய்வுகளுக்குப் பெரும்பங்கு வகித்த ஆய்வாளன் வ. செல்வராஜா எனப் பேராசிரியர் ஆர். சேரன் (மகாகவி உருத்திர மூர்த்தியின் மகன் கவிஞர் சேரன்) எழுதியுள்ள குறிப்பு இந்த மடகொம்பரை மண்ணின் மைந்தருக்குக் கிடைத்த மகா கௌரவம் எனக் கருதுகின்றேன்.

வட்டகொடை நகரில் அமைந்த ரயில் நிலையத்துக்கு அருகே சிறீகிருஷ்ணா சமூக நலப் பாடசாலை நடாத்திவரும் சுப்பையா ராஜசேகரன் (சண்முகம் மாஸ்டர்) எங்கள் மண்ணின் இன்னு மொரு ஆளுமை. 'மலையக விக்கிபீடியா' எனப் போற்றப்படும் இவருடைய அரிய பல ஆவணச் சேகரிப்புகள் இவரை உலகறியச் செய்துள்ளன. சிறுவயதில் சிங்கள மொழியில் கல்விகற்ற என்னைத் தமிழ்மொழிக் கல்விக்கு ஆற்றுப்படுத்திய ஆசான் இவரே. அதற்கு நன்றியாகவே எங்கள் சிறீகிருஷ்ணா சமூகநலப் பாடசாலையை இன்று 'திலகர் மண்டபத்தில்' கம்பீரமாக இயங்கச் செய்தேன். இன்றும் நான் ஓடிச் சென்று உட்கார்ந்து கொள்ளும் எங்கள் மாமா வீடு அது.

2002-2004ஆம் ஆண்டுக் காலப் பகுதியில் அப்போதைய பிரதமர் ரணில் விக்கிரமசிங்கவுக்கும் விடுதலைப் புலிகளின் தலைவர் வேலுப்பிள்ளை பிரபாகரனுக்கும் இடையே சமாதான உடன்படிக்கைச் செய்யப்பட்டுத் தற்காலிக சமாதானம் ஏற்பட்டிருந்த காலம். இந்தக் காலத்தில் விடுதலைப்புலிகளின் தலைவர் நடாத்திய நேரலை ஊடகச் சந்திப்பு மிகவும் பிரபலமானது.

தென்னிலங்கையிலிருந்தும் வெளிநாடுகளிலிருந்தும் வந்திருந்த ஊடகவியலாளர்கள் சிங்களத்திலும் ஆங்கிலத்திலும் கேள்விக் கணைகளைத் தொடுக்க, அன்டன் பாலசிங்கம் அதை மொழி

பெயர்த்துக் கூறியவாறே நடைபெற்ற இந்த ஊடகச் சந்திப்பில், 'நான் மலையகத்திலிருந்து வந்திருக்கிறேன்' எனத் தமிழில் ஒரு குரல் கேட்க, 'அப்படியா, கேளுங்கள்' எனப் பிரபாகரனே அவருடைய கேள்வியை நேரடியாகக் கேட்டு அன்டன் பால சிங்கத்தின் உதவியில்லாமல் பதில் வழங்கியிருப்பார்.

அந்தக் கேள்வி: 'மலையகத் தமிழர்கள் குறித்த உங்கள் அரசியல் நிலைப்பாடு என்ன?'

அதற்குப் பிரபாகரன் வழங்கிய பதில்: 'அவர்களுடைய பிரச்சினையை அவர்களே பார்த்துக்கொள்ள வேண்டும். அவர்கள் வாக்களித்த தலைவர்களுக்கே அதற்குத் தீர்வு காணும் பொறுப்பு உள்ளது'

இந்தப் பதில் மீதான விமர்சனங்கள் இங்கே தேவையற்றது. இந்தக் கேள்வியைக் கேட்ட செலம்பரம் மோகன் என்பவர் மட கொம்பரை மண்ணின் மைந்தர் என்பதுதான் இங்கே சுவாரஸ்யம். வாசுதேவ நாணயக்காரவுடன் இணைந்து அரசியல் செயற்பாடு களில் இயங்கியவர் மோகன். எனது பெரிய தந்தையார் ராஜரத்தினம் அவர்களும் இந்த இயக்கத்தில் இயங்கியவரே. இவர் அந்தக் கட்சியின் மாத இதழ் பத்திரிகையாளராகச் சென்று பிரபாகரனிடம் இந்தக் கேள்வியை எழுப்பிப் பிரபாகரனின் மலையக நிலைப்பாட்டை வெளி உலகுக்குக் கொண்டுவரக் காரணமாக இருந்தார். பின்னாளில் யாழ்ப்பாண வாசியாகிப்போன செலம்பரம் மோகன், இப்போது இந்துபௌத்தம் என்று இல்லாத ஒன்றையும் பேசிவருகிறார். இவருடைய சகோதரர் செலம்பரம் ஜோதி என்பவரும் ஒரு தொழிற்சங்க செயற்பாட்டாளரே. மடகொம்பரையில் (வடக்கிமலை) இவர்களின் இல்லம் இன்றும் உண்டு. இதே வடக்கி மலையில் இலங்கை இராணுவத்தில் பணிபுரிந்த ஜெயக்கோடி என்பவரும் வாழ்ந்தார். இவருடைய மகள் ஜெசிந்தா எனது பள்ளித் தோழி.

2004இல் மலையக மக்கள் முன்னணியின் ஊடாக அரசியல் பிரவேசம் செய்து மத்திய மாகாண சபை உறுப்பினராகத் தெரிவாகி, 2010இல் நாடாளுமன்றத் தேர்தலில் தொழிலாளர் தேசியச் சங்கத்தின் தலைவராக ஐக்கியத் தேசியக் கட்சியில் போட்டியிட்டு வெற்றிபெற்ற பழனி திகாம்பரம், 2015 தேர்தலிலும்

வெற்றிபெற்று, மலைநாட்டுப் புதிய கிராமங்கள் உட்கட்டமைப்பு சமுதாய அபிவிருத்தி அமைச்சராகவும் பதவிவகித்தார். 2024 தேர்தலிலும் போட்டியிட்டுத் தற்போதும் இலங்கை நாடாளு மன்ற உறுப்பினராக உள்ளார்.

2009, 2013இல் மாகாணசபைத் தேர்தல்களில் தொடர்ச்சியாக வெற்றிபெற்று மத்திய மாகாண சபை உறுப்பினராகவும், மாகாண விவசாய அமைச்சராகவும் இருந்த மருதபாண்டி ராமேஷ்வரன் 2020இல் நாடாளுமன்றத் தேர்தலிலும் வெற்றி பெற்றார்.

மலையக அரசியல் அரங்கம் எனும் அரசியல் செயற்பாட்டுத் தளத்தின் தலைமை ஒருங்கிணைப்பாளராகச் செயற்பட்டுக் கொண்டிருக்கும் நான் 2015-2020 காலப் பகுதியில் இலங்கை நாடாளுமன்றத்தில் உறுப்பினராகப் பதவி வகித்ததுடன் தொழிலாளர் தேசிய முன்னணி எனும் அரசியல் கட்சியின் நிறுவனச் செயலாளராகவும் இருந்தேன். நாடாளுமன்றக் காலத்தை நிறைவு செய்த நாளில் மாவட்டத்தின் சிறந்த நாடாளுமன்ற உறுப்பினர் என்ற விருதையும் வென்றிருந்தேன். பதவிவகித்த நாலரை ஆண்டுகளில் 225 நாடாளுமன்ற உறுப்பினர்களில் 29ஆவது இடத்தில் தரப்படுத்தப்பட்டிருந்தேன். இவை யெல்லாம் எங்கள் மடகொம்பரை மண்ணுக்குப் பெருமை சேர்ப்பவையே.

அரசியல் பணிகளுக்கு அப்பால் ஓர் இலக்கியவாதியாகக் கவிதை, கட்டுரை, சிறுகதை, ஆய்வு ஆகியவற்றில் நாட்டம் கொண்ட நான் இதுவரை மல்லியப்புசந்தி (கவிதைகள்), மலைகளைப் பேசவிடுங்கள் (கட்டுரைகள்), மலைகளை வரைதல் (நூலதிகாரம்), பாராளுமன்றத்தில் திலகர் (நாடாளுமன்ற உரைகள்) எனும் நான்கு நூல்களை எழுதிருயிருக்கிறேன். இவற்றுடன் சேர்த்து எனது தாயார் பாக்கியம் பெயரில் தொடங்கப்பட்ட பாக்யா பதிப்பகம் மூலம் இருபது நூல்களின் பதிப்பாளரும் ஆவேன்.

இவ்வாறு குறிஞ்சியும் முல்லையும் மருதமும் கலந்த திணைப் பண்புகளைக்கொண்ட எங்கள் மடகொம்பரைமண் கவிதை, கதை, கட்டுரை, நாடகம், கூத்து, வாய்மொழிப் பாடல்கள், வழிபாட்டு முறைகள் எனக் கலைப் பண்பாட்டைப் பேணுவதிலும் அரசியல், தொழிற்சங்கம் ஊடகம் என மலையகத் தமிழர்களைப்

பிரதிநிதித்துவம் செய்வதிலும் தனக்கே உரிய தனித்துவத்தைக் கொண்டது.

சுமார் 1500 குடும்பங்கள் வாழும் மடகொம்பரை எனும் இந்தச் சிற்றூர் தனியான கிராம அலுவலர் பிரிவாகவும் உள்ளூராட்சி வட்டாரமாகவும் உள்ளது. சங்கரலிங்கம், சாந்த குமார், பாலு வண்ணன், ராஜீவன் எனும் வட்டார உறுப்பினர்கள் உள்ளூராட்சி சபையில் பிரதிநிதிகளாகச் செயற்பட்டுள்ளனர். எனது நண்பரான ஞானச்செல்வன், அக்காவின் மகளான மருமகள் சரஸ்வதிதேவி ஆகியோர் கிராம உத்தியோகத்தர்களாக (விஓஏ) அரச பதவி வகிக்கின்றனர். பல பட்டதாரிகள், ஆசிரியர்கள் அரச உத்தியோகத்தர்களாகப் பணி செய்கின்றனர்.

இந்த ஊரின் அத்தனை பிரமிப்புகளும் கூலிகளாக இலங்கைக்கு அழைத்துவரப்பட்ட தமிழ்நாட்டுக் கிராமத்து வேர்களின் விளைச்சல்கள் எனத் தமிழ் நாடும் பெருமை கொள்ளலாம்.

□

52

மட்டக்களப்பு

சமயங்களின் பன்மையகம்

சி. மௌனகுரு

என் வாழ்வில் மதத்தின் வகிபாகம் ஆரம்பத்திலிருந்து இற்றை வரை சுவாரஸ்யமானது. என் சிறு பிராயத்தில் நான் மதம்மீது தீவிர பற்று கொண்டிருந்தேன். காலையில் எழுந்து காலைக் கடன் கழித்து முகம் கழுவியதும் முதல் வேலை திருநீற்றை அள்ளி நெற்றியில் பூசிச் சாமி கும்பிடுவதுதான். இது மாலையும் நடைபெறும். அம்மா அப்பா வற்புறுத்தாமல் நடக்கும் தினக் கடமை. தினமும் சாப்பிடுவது, மலசலம் கழிப்பது போல அன்று எனக்கு இதுவும் ஒன்றாயிற்று. சிறு வயதில் அதீத மதநம்பிக்கை, பேய் பிசாசுகளுக்குப் பெரும் பயம்.

என்னுடைய 17ஆவது வயதில் பெரியார், அண்ணா கருத்துகளால் கவரப்பட்டுச் சமயம் மூடநம்பிக்கைகளைக் கொண்டது, பேய் பிசாசு இல்லை எனும் சீர்திருத்தவாதக் கருத்துடையவனாகி ‘ஒன்றே குலம் ஒருவனே தேவன்’ என நம்பினேன். பிறகு மார்க்சியத்துக்கு அறிமுகமாக இயக்கவியல், பொருளியல்வாத அறிவு என்னையும் உலகையும் நிகழ்வுகளையும் எனக்குப் புரியவைத்தது; நாத்திகனானேன்.

இன்று வரையிலும் நாத்திகன்தான். ஆனால் பின்னாளில் மக்கள் இந்த மூடநம்பிக்கைகள் மீது ஏன் இத்துணைப் பிரியம் வைத்திருக்கிறார்கள் என்று சிந்தித்ததால், மதங்களையும் அவற்றின் வலிமையையும் புரிந்துகொள்ளத் தொடங்கினேன்.

மதம் பற்றிய என் அபிப்பிராய வரலாற்றை, கடவுளைப் பூரணமாக நம்பிய காலம், கடவுளைச் சீர்திருத்த நோக்கோடு அணுகிய காலம், கடவுளை மறுத்து நாத்திகனாகிய காலம் மதத்தை, கடவுள் நம்பிக்கையைப் புரிந்துகொண்ட காலம் என வகுக்கலாம். எனது எண்பது வருட வாழ்வில் என் மதநம்பிக்கை களுக்கும் பின்னாளில் அதைப் புரிந்துகொண்டமைக்கும் பின்னணியாக நின்றவை என்னுடைய வாழ்வு அனுபவங்களும் நான் பெற்ற கல்வியும் வாசித்த நூல்களும் உரையாடிய பேரறிஞர்களும் ஆகும்.

ஆகமமுறைக் கோவில் வழிபாட்டு அறிமுகம்

எனது ஊராகிய மட்டக்களப்பில் புகழ்பெற்ற பெரிய கோவில் இருந்தது. அதன் பெயர் அமிர்தகளி மாமாங்கப் பிள்ளையார் கோவில். அது ஆகம விதிப்படி ஆறுகாலப் பூசை நடைபெறும் கோவில். கோவில் எல்லைக்குள் அமைந்திருந்த வீட்டில் ஒரு பிராமணக் குடும்பம் இருந்தது. அதன் தலைவர் சர்வேஸ்வர குருக்கள்; யாழ்ப்பாணத்தவர். எனது அப்பாவின் நண்பர். அந்தக் கோவிலில் ஐயருக்கு தூப தீபம் எடுத்துக் கொடுத்து ஊழியம் செய்த இராசதுரை என்பவரும் அப்பாவும் ஐயரும் உரையாடியதைக் கண்டுள்ளேன். இராஜதுரை மூலம் அப்பாவுக்கு ஐயருடன் உறவு கிடைத்திருக்கலாம்.

ஜெயகாந்தனின் *ஜெய ஜெய சங்கர* நாவலைப் புரிந்துகொள்ள இந்த ஐயர்-அப்பா உறவு எனக்கு உதவியது. மாமாங்கக் கோவிலுக்கு இடைக்கிடை அம்மா, அக்கா, நான், தங்கை நால்வரும் சென்று வருவோம். அப்பா எங்களுடன் வந்ததாக நினைவில்லை. கோவில் பூசைக்குஅம்மா சில வேளைகளில் என்னிடம் காலையில் ஒன்று அல்லது இரண்டு ரூபாய் தந்து (பூசை கட்டல்) கொடுத்து விட்டுவா என்பார். குருக்களிடம் காசைக் கொடுத்தால் வாங்கிக் கொண்டு கொப்பி ஒன்றில் எழுதிக்கொள்வார். நாங்கள் மதியம் பூசைகாணச் செல்வோம். அந்தக் கோவில் மூலஸ்தானம், வெளிப் பகுதி, அதற்கும் வெளிப்பகுதி என்ற மூன்று தளங்களையுடையது. இரண்டாம் தளத்தில் தவில் எனப்படும் இரண்டு பறைகள் சுவரில் கொழுவியிருக்கும். மணிகள் கோத்துக்கட்டிய ஒரு பெரிய மணித் தொகுதியும் இருக்கும். பூசை தொடங்கு முன்னர் பறை ஒலி எழும்.

எனக்கு அதனை அடிப்பதில் பெரு விருப்பம். நான் எனக்குத் தெரிந்த மாதிரி விதி முறைகள் ஏதுமின்றிப் பறையை அடிப்பேன். ஐயர் அதுபற்றி ஒன்றும் பேசமாட்டார். அவருக்குப் பறையொலியும் மணி யொலியும் நேரத்திற்கு எழுந்தால் சரி. ஐயர் பூசை பண்ணுகையில் மூலஸ்தானத்திலிருந்து சில புரியாத வார்த்தைகள் கேட்கும். அவை சமஸ்கிருதச் சுலோகங்கள் எனப் பின்னால்தான் தெரிய வந்தது. மூலஸ்தானப்பூசை முடிந்தபின் ஐயர் பலிபீடம், நந்தி, கொடிமரம் அனைத்திற்கும் தூபதீபம் காட்டி நவக் கிரகங்களுக்கும் பூசை செய்வார்.

ஆடி அமாவாசையில் கோவிலில் தேர்த் திருவிழா நடக்கும். அதற்குத் தீர்த்தக்கரை என மக்கள் பெயரிட்டிருந்தனர். மாமாங்கத் தீர்த்தக்கரை மட்டக்களப்பில் வெகுபிரசித்தம். இத்திருவிழா என்றால் மேளக் கச்சேரிதான் ஞாபகம்வரும். கொடி எடுத்து வரும்போது மேளம் அடித்தல், பாற்காவடி, தோள்காவடி எடுத்தல், அவர்களின் ஆட்டம் என்பன அன்று மனதை மிகவும் கவர்ந்தன. காவடிப்பாடல்கள் இனிமையாக இருக்கும். பின்னாளில் அந்தப் பாடல்களைப் பாடமாக்கி நானும் பாடிச்சென்றுள்ளேன். பிள்ளையார் புறப்பட்டு ஊர்வலமாக வந்து மாமாங்கத் தீர்த்தக் குளத்தில் நீராடுவார்.

ஐப்பசி மாதத்தில் சூரன்போர் நடக்கும். தும்பிக்கையோடு பெரியகண்களை அகல விழித்துக் கையில் அம்பு, வில் தாங்கிச் சிவப்பு உருவில் ஒரு கஜமுகாசூரன் சிலை கோவிலில் இருந்தது. அன்று காலையில் சூரன் கோவில்வாசலில் காட்சியளிப்பான். மதியம் புறப்பட்டுப் பறை முழங்க ஊர்வலம் வருவான். பின்னேரம் இந்தச் சூரனுக்கும் பிள்ளையாருக்கும் கோவில் வெளிவீதியில் போர் நடைபெறும். அது ஓர் ஊர் கூடிய மகிழ்ச்சிகரமான திருவிழா. சூரன் மற்றும் பிள்ளையாரைச் சுமந்தபடி பக்தர்கள் அங்குமிங்கும் ஓடுவர். சூரன் தலை கொய்யப்படுதல் கண்கொள்ளாக் காட்சி. தோற்றுப்போன சூரனைப் பார்க்கப் பரிதாபமாக இருக்கும்.

சித்திரைப் புதுவருடத்தில் கோவிலில் மருத்துநீர் பெற்று வரும்படி அம்மா என்னை அனுப்புவார். அங்குக் கோவில் பானையில் மருத்துநீர் இருக்கும் ஐயருக்குப் பணம் கொடுத்து

மருத்துநீரும் காலுக்கும் தலைக்கும் வைக்க இலைகளும் பெற்று வருவோம். அம்மா அதை வைத்து எங்களைக் குளிப்பாட்டுவார்.

முக்கிய பூசைகள் நடக்கும் நாட்களில் கோவிலில் தேவாரம் பாடப்பெறும். தேவார, திருவாசகங்கள் அப்போது எனக்குத் தெரியாது. எனது 11ஆவது வயதில் (1954) வந்தாறுமூலை மத்திய கல்லூரி விடுதியில் தங்கிப்படித்தபோதுதான் தேவாரம் தொடங்கி, திருப்புகழ் வரையில் பஞ்சபுராணம் ஓதவேண்டும் என்ற அறிவை நான் பெற்றேன். தினமும் சொன்னமையினால் எனக்குச் சிவபுராணம் மனனம் ஆகி அதற்காகப் பரிசும் பெற்றுள்ளேன். இப்போதும் வரிதவறாமல் நான் அதைச் சொல்ல முடியும். அதற்கு அந்தப் பயிற்சியே காரணமாகும். நான் படித்த அந்த உயர் தரப் பாடசாலையில்தான் சமயம் ஒரு கட்டாய பாடம். ஆகையால் சைவம் பற்றி அறியும் வாய்ப்பு ஏற்பட்டது.

எட்டாம் வகுப்பிலே மெய்கண்டதேவரின் திருவருட்பயனில் சில சூத்திரங்கள் பாடத்திட்டத்தில் இருந்தமையினால் அவற்றைப் படிக்க வேண்டி வந்தது. பதி, பசு, பாசம் பற்றிய அறிமுகம் கிடைத்தது. அதனை ஆசிரியர் விளக்குவார். சித்து அசத்தைச் சாராது எனக் கூறுவார். ஏதோ அங்கொன்றும் இங்கொன்றுமாகப் புரிந்தது. இதன் அர்த்தம் பின்னாளில் புரிந்து பதி, பசு, பாசம் பற்றிய தெளிவும் கிடைத்தது. அது சம்பந்தமாக ஏனைய சமயங்கள் வைத்த மறுப்புவாதங்களையும் அறியலானேன். அப்போது எனக்கு 14 வயதிருக்கும். சமயகுரவர், சந்தானகுரவர், பெரிய புராணச் சுருக்கம் என்பன பாடநூல்கள். ஆகையால் சைவமதத்தை மேலும் அறிய முடிந்தது. சம்பந்தர், நாவுக்கரசர், சுந்தரமூர்த்தி நாயனார் பெயர்களை அறிந்ததோடு அவர்களின் கதைகளைப் படித்தல் சுவாரஸ்யமாக இருந்தது.

இந்த வகையில் சைவ மதமும் இந்துமதமும் பாடமாக எனக்கு அறிமுகமாகின. பாடசாலையின் இந்துமன்றத் தலைவ னாகவும் இருந்துள்ளேன். பாடசாலை செல்லும்போது வேட்டி கட்டி திரிபுண்டரமாக நெற்றியில் நீறு அணிந்து காதிலே பெரியதொரு செவ்வரத்தம் பூவைச் சொருகிச் செல்வேன். இந்தக் கோலத்தைப் பொறுக்க முடியாத யோகம் வேலுப்பிள்ளை எனும் கிறித்தவ ஆசிரியர் 'டேய் இது என்ன பள்ளிக்கூடமா,

பண்டாரமடமா' எனக் கேட்டதும் மாணவர்கள் என்னைப் பார்த்துச் சிரித்ததும் ஞாபகம் வருகிறது. என்மீது அவர் மிகப் பிரிய மானவர். அவர் இந்துமத எதிர்ப்பாளருமல்ல, எனது தோற்றத்தை மாணவத் தோற்றமாக மாற்ற நல்லாசிரியர் என்ற முறையில் அவர் முயன்றிருக்கலாம் என இப்போது சிந்திக் கிறேன்.

20 வயதில் பேராதனைப் பல்கலைக்கழகத்தில் தமிழைச் சிறப்புப் பாடமாகப் பயின்ற காலத்தில் பன்னிரு திருமுறைகளான தேவாரம், திருவாசகம், திருக்கோவையார், பெரியபுராணம் போன்றவற்றையும் சிவஞானச் சித்தியார், திருவருட்பயன் முதலான சைவ சாத்திர நூல்களையும் *நாலாயிரத் திவ்விய பிரபந்தம், குருபரம்பரைப் பிரவாஹம், ஆச்சார்யஹ்ருதயம்* போன்ற வைணவ நூல்களையும் பெரியவாச்சான் பிள்ளை உரைகளையும் வாசிக்கும் வாய்ப்புக் கிடைத்தது. சைவ சித்தாந்தம், வேதாந்தம் அதன் வகைகளையும் முறையாகத் துறை போகியவர் களிடம் கற்கும் வாய்ப்பும் கிட்டியது. இதனை அடிப்படையாக வைத்துப் பின்னர் என் சொந்த வாசிப்பு மூலம் சைவம் இந்து மதம் பற்றி மேலும் அறிந்தேன். இந்துமதத்தைச் சிறுவயதில் நான் அறிந்ததில் இது ஒருவகை. வேதாந்த ரீதியாகவும் சித்தர்கள் மூலமாகவும் அறிந்த இன்னொரு பக்கப் புரிதல் என் தந்தை மூலம் கிடைத்தது. அந்தச் சமய அனுபவம் வித்தியாசமானது.

வழிபாடுகள்: விஷ்ணு-சிறு சித்தர்-மந்திரம்

என்னுடைய தந்தையார் வித்தியாசமான பேர்வழி. இப்போது நினைக்கும் போது அவரிடம் ஒரு தேடல் மனப்பாங்கு இருந்ததாக எனக்குப் படுகிறது. நிறைய வாசிப்பார். கண்டது கற்றல் என்பது அவருக்குப் பொருந்தும். அக்காலத்தில் கோவில் விழாக்களுக்குச் செல்வோம். கோவில் விழாக்களில் குப்பிலாம்பின் கீழ் வரிசையாகப் புத்தகங்கள் பரப்பி இருக்கும். பெரிய எழுத்துப் பாரதம், இராமாயாணக் கதைகள், புகழேந்திப்புலவர் எழுதிய தாகக் கூறப்பட்ட பஞ்ச பாண்டவர் வனவாசம், தருமர் அஸ்வமேத யாகம் போன்ற நாட்டுப்புறக் கதைப்பாடல்கள், சகாதேவன் அருளிய கெவுளி (பல்லி) சாஸ்திரம், புலிப்பாணி முனிவரின் வைத்தியம், சோதிடம் என அவை இன்றும் ஞாபகத்திற்கு வருகின்றன.

புத்தகங்களை அவர் காசு கொடுத்து வாங்கிக் கொள்வார். அவர் வாங்கிய நூல்களுள் இரண்டு இன்றும் ஞாபகத்திலுள்ளன. ஒன்று ஜீவப்பிரமைக்ய வேதாந்த ரகஸ்யம் என்பது. இது சிறீபரமஹம்ச யோகேஸ்வரர் எழுதிய நூலாகும். இதனை நானும் அந்தச் சிறுவயதில் வாசித்துள்ளேன். இறக்கும்போது எவரை நினைத்துக் கொண்டு இறக்கிறோமோ அவருக்கு மகனாகப் பிறப்போம் என ஆசையும் மறுபிறப்பும் பற்றிய அதில் வந்ததொரு கட்டுரையும் இன்னும் ஞாபகமுண்டு. அதில் வரும் சில கதைகள் எனக்குப் பிடித்தவை. நாரதமுனிவர் தாகமடைந்து கிருஷ்ணனிடம் விடைபெற்றுத் தண்ணீர் தேடி ஊருக்குள் சென்று சம்சார வலையில் அகப்பட்டு கிருஷ்ணனை மறந்துபோனார். பிறகு பல வருடம் கழித்துத் திரும்பி வருகிறார். அதுவரையில் அவருக்காகக் காத்து நின்ற கிருஷ்ணன் இதுதான் சம்சாரபந்தம் என்று கூறுகிறார். இந்தக் கதை அன்று என் மனதில் பதிந்த கதை.

இன்னொன்று இரத்தின நாயகர் சன்ஸ் வெளியிட்ட இரண்டு அத்வைதத் தத்துவம் சார்ந்த நூல்களாகும். இவ்விரண்டு நூல்களுள் ஏதாவது ஒன்றை ஆழ்ந்து படித்தபடி இருப்பார் என் தந்தை. நூல் வாசிப்பு அவரை ஊரில் ஏனைய சாதாரண ஆட்களிலிருந்து வேறுபடுத்தியிருந்தது. இதைவிட தாயுமானவஸ்வாமி, குணங்குடி மஸ்தான் சாஹிப் பாடல்கள், ஹபீர்தாஸ் சரித்திரம், சித்தர் பாடல்கள் முதலான நூல்களெல்லாம் வீட்டில் இருந்தன. முஸ்லிமாக இருந்து பின்னால் ஞானம்பெற்று ஞானியான ஹபீர்தாஸ் நூல் முழுவதையும் அதன் கதைச் சுவைக்காக வாசித்துள்ளேன். நான் வாசிப்பதைப் பார்த்து அப்பா மிகவும் மகிழ்வார்.

இத்தோடு என் தந்தையிடம் மந்திர, வைத்திய, சோதிட ஏடுகளும் நிறைய இருந்தன. அவற்றை வைப்பதற்கு எங்கள் வீட்டில் அப்போது புத்தக அலமாரி இல்லை. தென்னை ஓலையினால் செய்யப்பட்ட பெரிய ஓலைப் பெட்டிக்குள் அவற்றை வைத்து ஓலையால் அதற்கெனச் செய்யப்பட்டிருக்கும் மூடியால் மூடி இறப்பில் தொங்கவிடப்படும். இறப்பு என்பது நடுவீட்டுள் இருக்கும் உச்சம். தேவைப்படுமிடத்து அந்தப் பெட்டியைக் கயிறுமூலம் இறக்கிப் புத்தகங்கள் அல்லது ஏடுகள் எடுத்த பிறகு மேலேற்றப்படும். என் தந்தையின் சிறிய வாசக சாலை அது.

சிறுபிராயத்திலிருந்து நான் அறிந்தவரை எனது அப்பா ஒரு விஷ்ணுபக்தர். அவரின் வணக்கத்திற்குரிய தெய்வம் விஷ்ணு. எங்கள் வீட்டுக்குள்ளே விஷ்ணுவின் பெரிய விஸ்வரூபப் படம் இருந்தது. காலையில் அவர் நான்கு மணிக்கு எழுந்து வெளியே சென்றுவிடுவார். காலைக்கடன்களை முடித்துக் குளித்துத் தூய்மையான மேனியுடன் கைநிறையப் பூக்களை ஆய்ந்து கொண்டு வீட்டுக்கு வருவார். குடுக்கையிலே இருக்கும் திருநீற்றை நெற்றியிலும் இரண்டு கைகளிலும் நெஞ்சிலும் பூசிக்கொள்வார். பிறகு இரண்டு கைகளையும் தலைக்குமேல் கூப்பியபடி விஷ்ணுவுடைய நாமங்களை உச்சரிக்கத் தொடங்குவார். நெற்றியில் திருநீற்றைச் சைவர் அணிவது போலத் திரிபுண்டரமாக மூன்று வரிசையிலே அவர் அணிந்ததை நான் காணவில்லை. உடல் முழுவதும் இப்படித் திருநீற்றை அள்ளி அப்புபவர்கள் அகோரிகள் எனப் பின்னால் அறிந்தேன். அப்படியாயின் அப்பாவின் திருநீறு பூசிய கோலம் ஆரம்ப அகோரிக்கோலம் என இப்போது நினைக்கிறேன்.

திருநீற்றுக்கோலம் விஷ்ணுநாமம் இந்த முரணை அல்லது இணைப்பை இப்போது நினைத்துப் பார்க்கிறேன். அந்த உச்சரிப்பின் தொனி கேட்டுத்தான் நாங்கள் கண்விழிப்போம். பாயிலே படுத்தபடி அதனைத் தினமும் கேட்டுக் கொண்டிருப்பது எனது வழக்கம் ஆயிற்று. ஒரு நாள் அவரிடம் நான் இது என்ன என்று கேட்டேன். அது விஷ்ணுசஹஸ்ரநாமம், இவ்வளவும் விஷ்ணுவின் பெயர்கள் என்று சொன்னார். எல்லாவற்றையும் சேர்த்து ஒன்றாகச் சொல்ல முடியாதா? என்று அன்று நான் கேட்டதாக ஞாபகம். அவர் அதற்குச் சொன்ன பதில் இதுதான். ஒரே வரியில் சொல்வதானால், *ஓம் நமோ நாராயணாய*. இது ஒரு மந்திரச்சொல் என்றும், இதைச் சொல்லி எது செய்தாலும் நடக்கும் என்றும் கூறினார்.

தந்தை சொல் மிக்கதோர் மந்திரம் இல்லை அல்லவா? நான் அதனையே எப்போதும் பாவிக்கத் தொடங்கினேன். இருட்டில் போகும் போதும் பயம் வரும் போதெல்லாம் நாராயண நாமத்தை உச்சரித்துக்கொள்வேன். உதைபந்தாட்டத்தில் எனது நிலை ரைட் பேக். வரும் பந்துகளை மறுபக்கத்துக்கு அடித்து அனுப்புகிற வலிமையான இடம் அது. பந்து என்னை நோக்கி வந்தால் ஓம்

அரி நமோ நாராயணா என்று ஓங்கி உச்சரித்துக்கொண்டே பந்தை உதைப்பேன், அந்த நாராயண நாமத்தில் எனக்கு அப்படியொரு ஈடுபாடு ஏற்பட்டுவிட்டது.

விஷ்ணு வழிபாட்டுக்கு முன் அப்பா வீட்டிலே கும்பம் வைத்து மந்திர உச்சாடனம் சொல்லிக் கும்பிட்டார் என்று அம்மா என்னிடம் சிறு வயதில் கூறியுள்ளார். அவரிடம் விஷ்ணுபக்தி, வைரவர்பக்தி, சித்தர்பக்தி, வேதாந்தச்சிந்தனை என்பன கலந்திருந்ததாக இப்போது நினைக்கிறேன் அல்லது அந்த வயதில் அவரிடம் இவை பற்றியதொரு தேடல் இருந்ததா என்று இப்போது யோசிக்கிறேன்.

இவற்றுக்கெல்லாம் அப்பால் என்னை வெகுவாக ஈர்த்த இன்னொரு வழிபாடும் இருந்தது. அதுவே எமது குலத்தாருக்குரிய நரசிம்மவைரவர் கோவில் வழிபாடு. அது நான் முன்பு சொன்ன இரண்டிலிருந்தும் மிக மிக வேறுபாடானது. நரசிங்க வைரவ சுவாமி என ஊரவர் அழைப்பினும் வைரவன் கோவில் என்பதே அதன் பெயர். அது ஆஹமமுறை சாராத மந்திர முறையில் வழிபாடு செய்யப்படும் கோவிலாகும். அங்குத் தேவாரத் திருவாசகங்களுக்கு இடமில்லை. காவியம், தாலாட்டுப் பாடல்களே இடம்பெறும். தெய்வம் மனிதர்மீது உருக்கொண்டு கலையாடிவிட்டுச் சொல்லும் கோவில்—பலி கொடுக்கும் கோவிலும்கூட. அதில் தினப்பூசை இல்லை. வருடா வருடம் கதவு திறக்கப்பட்டுத் தொடர்ச்சியாக ஏழு நாட்கள் பூசை நடை பெற்றுப் பிறகு கதவு மூடப்படும். பின்னர் அடுத்த வருடம்தான் திறக்கப்படும். என் அம்மாவின் முழு நம்பிக்கையும் நரசிங்க வைரவர் என்னும் எம் குலசாமியில்தான். அம்மா அதிகம் உச்சரிக்கும் வார்த்தைகள் வைரவ சுவாமியே, மாரியம்மாளே என்பனதான்.

கோயில்: வழிபாட்டு முறையும் நானும்

எனது ஊரிலே நரசிங்க வைரவர்தான் பிரதான தெய்வம். எனினும் அந்தக் கோவில் வளவுக்குள் மாரி, காளி, வதனமார், ஐயனார், காத்தவராயர், குமாரர், மாறா நாகதம்பிரான், திரிசூலவைரவர், படபத்திரகாளி, கெங்காதேவி, கிரகசாந்தி முதலான தெய்வங் களுக்குரிய சிறுசிறு பந்தல்களும் இருந்தன.

ஆரம்பத்தில் அந்தக் கோவிலில் கும்பம் மட்டுமே இருந்தது என்றும் அதன் பின்னர் அம்மன் முகக்களையும் கோவில் அடையாளமான சூலமும் இறுதியில் நரசிங்கர் சிலையும் வந்தது என்றும் அப்பா கூறியுள்ளார். இது ஒரு சமூகக் குழுவினரிடையே நிகழ்ந்த பண்பாட்டு மாற்றம் அல்லது வளர்ச்சி என்பதைப் பின்னால்தான் நான் கற்ற கல்விப் பின்னணியில் புரிந்து கொண்டேன். வருடந்தோறும் ஏழு நாட்கள் அக்கோயிலில் சடங்கு நடைபெறும். அவை எனது இளம்பருவத்து நினைவு களில் உறைந்துள்ளன. ஏழு நாட்களும் இரவும் பகலும் அந்தக் கோயிலில்தான் நாம் இருப்போம். புழுதிமண்ணில் விளை யாடுவோம், உடல்நிறம் மாறிப்போயிருக்கும். கோயில் சடங்கு களை அம்மா, பாட்டியுடன் அமர்ந்திருந்து பார்ப்பேன். சற்று வளர்ந்ததும் பூசாரிமாருக்கு உதவி செய்யும் பணிகளிலும் பின்னர்ச் சடங்கு நிகழ்வுகள், சிறுசிறு சேவைகளிலும் பிறகு எனது 14ஆவது வயதில் சடங்கு நடத்தும் முறைகளிலும் ஈடுபட்டேன். அப்பா விடமிருந்து இதைக் கற்றேன்.

ஏழுநாட்களும் பின்னிரவுகளில் கோயில் மண்டபத்தில் மாரியம்மன் தாலாட்டுப் பாடப்படும். வெங்கலவட்டாவின் மேல் வேப்பிலை பரவி அதன் மேல் கதலிவாழைச் சீப்பும் அதன்மேல் கமுகம் பாளையும் அதன் மேல் மாரி அம்மன் காவிய ஏடும் வைக்கப்பட்டிருக்கும். பயபக்தியோடு ஏட்டைக் கையில் எடுத்து அதில் எழுதியுள்ள பாடல்களைச் செல்லையா அம்மாச்சி (மாமா) பாடுவார்.

உத்தர வெங்கல உடுக்கு முழங்கவே - மாதர்ஆட
உறுமி மேளம் பம்பைகள் ஆர்ப்பவே

என்று மாரியம்மன் உலாவரும் கோலத்தைப் பின்னணி உடுக் கொலி உறுமலோடு பாடும்போது மிகக் கவர்ச்சியாக இருக்கும். ஒவ்வொரு நாளும் முதற்பூசை மாரியம்மனுக்கே ஆகும். அப்போது தெய்வம் ஏறி ஆடுவோர் கொடுக்கக்கட்டுடன் சிலம்பணிந்து வேப்பிலை தாங்கி மாரியம்மன் கோவில்வாசலில் நிற்பர். அவர் களின் முன்னால் சீலை விரிக்கப்பட்டு வரிசையாக வேப்பிலைக் கொத்தும் சிலம்பும் வைக்கப் பட்டிருக்கும். பூசாரி மந்திர உச்சாடனம் சொல்லி வேப்பிலையை அவர்களுடைய இடுப்பில் சொருகி, சிலம்புகளைக் கையில் அணிவித்து, ஒரு கொத்து

வேப்பிலையை அவர்கள் கையில் தந்து பிறகு கோவிலுக்குள் செல்வார். அவர்கள் வேப்பிலைக் கொத்தால், முகத்தை மறைத்தபடி நிற்பர். பின்னர் மாரியம்மன் காவியம் பாடப்படும். பாடலின் ஒத்திசைக்கு ஏற்ப பறையும், உடுக்கும் அளவாக ஒருவித லயத்தோடு ஒலிக்கும். அந்த ஒலிக்கேற்ப, தெய்வக்காரர்கள் உடலை அசைக்கத் தொடங்குவர். ஆட்டத்தின் வேகம் மெல்ல மெல்லக் கூடி உச்சம் நோக்கிச் செல்லும். கூடி நிற்கும் பக்தர்களின் நரம்பு, நாளங்கள், எலும்புகள் தோறும் அந்த லயம் உட்புகுந்து ஓடும்.

கோவிலின் வாசற்படியிலும் முன்னாலுள்ள சட்டிகளிலும் கற்பூரம் கலந்த வாசனை தரும் கற்பூர நெருப்பொளி தகதக வென்று வீசிக்கொண்டிருக்கும். ஒலியும் ஆட்ட வேகமும், நெருப்பின் தகதகப்பும் கூடிக்கூடி உச்சக்கட்டத்தில் அம்மனை மூடியிருந்த திரை திறக்கப்படும். முகக்களையுடன் வேப்பிலை களாலும் பலவர்ண ஆடைகளாலும் அலங்கரிக்கப்பட்ட அம்மன் தோற்றமளிப்பாள். உடுக்கும் பறையும் வேகமாக அடிக்கப்படும். மணியோசைகள் பெரும் சப்தம் எழுப்பும். கேட்கும் தேவாதிகள் ஹா, ஹா, கூய், கூய் எனப் பெரும் ஓசையெழுப்பித் தம்மை மறந்து ஆடுவர். அது ஒருவகையான பரவசநிலை. இந்தச் சமயம் பக்தர்கள், தெய்வமேறி ஆடுவோர், உடுக்கொலிக்காரர், பறையொலிக்காரர், பூசாரி அனைவரும் ஒரு சன்னத நிலையிற் காணப்படுவர்.

கற்பூர ஒளியும், புகையும், மணமும், மனிதரின் பரவச ஒலியும் சூழலை நிறைத்து நிற்கும். இங்கு ஆடி முடிந்ததும் தெய்வமேறி ஆடுவோர் பெரியகோயிலான நரசிங்கவைரவர் கோயிலின் உள்மண்டபத்துள் செல்வர். அங்கு நரசிங்க வைரவ சுவாமிகாவியம் பாடப்படும். அதற்கும் இதே ஆடலும் திரை திறக்கும் போது உக்கிரமான ஆட்டமும் நடைபெறும். இருகால் களையும் குறுக்காக எறிந்து ஆடும் ஓர் ஆட்டம் அழகாக இருக்கும்.

பூசாரி மந்திரம் கூறி, தெய்வக்காரர் உடலில் காளியை வரவழைப்பதும் மந்திரம் ஓத ஓத அவர் உருக்கொண்டு தனை மறந்து ஆடுவதும் நான் வியப்புடன் பார்த்த காட்சிகள். இதைவிட ஒவ்வொரு தெய்வப் பந்தலுக்கும் அந்தத் தெய்வம் ஏறி ஆடுவோர்

வந்தவுடன் அவ்வத்தெய்வங்கட்குரிய காவியங்கள், பாடல்கள் பாடப்படும். காத்தவராயன் பாடல்கள், வதனமார்காவியம், காளி அகவல் இதற்கான ஆட்டங்கள் என்பன இளம்வயதில் கோயிலில் என்னை ஈர்த்த பாடல்கள், ஆடல்கள். சடங்கின் இறுதி நாளில் வைரவர் ஊஞ்சல் பாடல் இடம்பெறும். இந்தப் பாடல்கள் யாவும் எளிமை, இனிமை; இசைத்தன்மை கொண்டவை.

பாடல்களைப் பாடிய மதிப்பிற்குரிய முதியவர்கள், என் உறவினர்கள், இனிமையான குரல்வளம் கொண்டவர்கள். பின்னாளில் நானும் இவர்களுடன் பாடலில் இணைந்து கொண்டேன். அவர்கள் என்னை ஊக்கப்படுத்தினர். இவற்றின் ஓசை நயமும், எளிமையும், இசை நயமும் என்னுள் புகுந்திருக்க வேண்டும். இங்குத் தெய்வ மாடும் தெய்வக்காரருக்கு உருவேற்ற மந்திர உச்சாடனங்களைப் பூசாரி சொல்வார். என் தந்தை இதில் வல்லவர். அவர் மூலம் என் இளம்வயதில் (15) நான் பல மந்திரங்களை அறிந்திருந்தேன். அட்சரம் கீறி மந்திரம் சொல்லித் தேங்காய் உடைத்து தெய்வக் காரர்களை உருவேற்றியுமுள்ளேன். இறுதிநாள் மாரியம்மன் குளுத்தியும் கிடாவெட்டலும் இடம் பெறும். கிடாவை ஒரே வெட்டாக வெட்டிப் பலிகொடுத்து அந்தக் கோவில் கதவைப் பூட்டிவிடுவர். இது கதவு சாத்தல் சடங்கு என அழைக்கப்படும்.

ஒரு யோகிபோல வாழ்ந்தவர் எனது தந்தை. நாங்கள் குழந்தைகளாக இருந்த காலத்தில் தனது இளம்வயதில் புறப்பட்டு அருகிலிருந்த காடுகளுக்குள் சென்று தியானத்தில் இருக்க ஆரம்பித்துவிடுவாராம். பல நாட்களுக்கு வீட்டுக்கே வரமாட்டாராம். என் தாயாரின் அண்ணன்மார்கள் ஊரில் சண்டியர்கள். அவர்கள்தான் காடு சென்று நயத்தாலும் பயத்தாலும் வெருட்டி அவரை அழைத்து வருவார்களாம். என்னை அவர் பதப்படுத்திய நரசிங்க கோவில் சம்பந்தமான அனுபவம், யோக ஞானம் போதித்த அனுபவம் ஆகிய இரண்டு அனுபவங்கள் ஞாபகம் வருகின்றன. அவற்றை இங்கே பகிர்கிறேன்.

நரசிங்கவைரவர் கோவிலில் ஏழு நாட்கள் பூசை நடைபெறும். நாம் தினமும் இரவு 10.00 மணிக்குக் கோவிலுக்குச் சென்று அங்குப் படுத்திருந்து அதிகாலை 5.00 மணிச் சடங்கு முடிந்து வீடு

திரும்புவோம். ஒரு நாள் இரவு 2.00 மணியளவில் தந்தையார் என்னை எழுப்பி எனக்குப் பின்னால் வா என்று கூறி நடந்து சென்றார். தீர்த்தக் கிணற்றில் முழுகிவிட்டு என்னையும் கூட்டிக்கொண்டு பெரிய கோவிலுக்குள் சென்றார். அனைவரும் நித்திரையில் ஆழ்ந்து கிடந்தனர். ஐந்து தளங்களைக் கொண்ட கோவில் அது. முதல்தளம் வெளிவீதி, இரண்டாம் தளம் வெளி மண்டபம். இந்த இரண்டையும் தாண்டிப் பெண்களும் பிள்ளை களும் செல்வதில்லை. முதல் தளத்தை அதுவரையில் தாண்டிச் செல்லாத நான் இரண்டாம் தளத்துக்குள் நுழைவது எனக்குப் பரபரப்பைக் கொடுத்தது. மண்டபக் கதவைத் திறந்து உள்ளே என்னை அழைத்துச் சென்றார். குப்பென வேப்பிலை, கற்பூரம் கலந்த மணமும் வெப்பமும் வந்ததுபோல இருந்தது. முதலாம் தளத்திற்கு முன்னால் ஒரு திரை இருந்தது. நரசிம்ஹவைரவ சுவாமியைப் பார்க்கப் போகிறாயா? என்று கேட்டார். அம்மா சொன்ன பயமுறுத்தல்கள் ஞாபகத்திற்கு வந்தன. அப்பா என்னிடம் பயப்படக்கூடாது, உனக்கு அப்பாவுக்குப் பயமா? நரசிம்ஹசுவாமி அப்பாவுக்கெல்லாம் அப்பா. பயமில்லாமல் பார் அவர் நீ கேட்குமெல்லாம் தரும் அன்பு வடிவமான தெய்வம் என்று கூறியபடி திரைச்சீலையை அகற்றிவிட்டார். மனித உருவில் சிங்கத்தலையும் அதன் மீது முடியுமாக நரசிம்ஹ வைரவர் காட்சி தந்தார். வைரவரின் திருக்கோலத்தைக் கண் குளிரத் தரிசித்தேன். வைரவர் பற்றிய பயம் அகன்றது.

அந்த மஹா நரசிங்க வைரவர் மீது எல்லோருக்கும் பயம். மந்திரங்களே எங்கும் ஒலிக்கும். இம்மந்திரங்கள் ஓசையும் ஒத்திசையும் உடையவை. என் பாடல்களில் (முக்கியமாக நாடகப்பாடல்களில்) காணப்படும் ஓசை, ஒத்திசை, எளிமை களுக்கான அடித்தளம் இதுவாகத்தான் இருக்கவேண்டும் என்று நான் இப்போது நினைக்கிறேன். அனைவரையும் இணைக்கும் கலாசார வெளியாக அந்தச் சடங்கு அமைந்திருந்தது. கோவில் சடங்கு நடைபெறாத நாட்களில் இடையே பழகும் கூத்துகளும் மகிடிகளும் அந்நாட்களை அர்த்தபூர்வமாக்கின. பின்னாளில் நான் வாலிபனானதும் இந்தக் கோவிலின் நிர்வாகப் பொறுப்பு என் கீழ் வந்தது. அப்போது நான் பல்கலைக்கழகத்தில் படித்துக் கொண்டிருந்தேன். மார்க்ஸிச சித்தாந்தத்திற்கு அறிமுகமாகி

இருந்தேன். இதுவரை வந்த சமய வழிகளும் கடவுள் மறுப்புக் கொள்கையான மார்க்சிய சிந்தனைகளும் கலந்த கலப்பு மனோநிலையில் நான் இருந்தேன்.

நானும் என்னோடு சேர்ந்த இளைஞர்களும் நரசிம்ஹன் கோவிலை மேலும் செம்மையாக்க முயன்றோம். அங்கு நாடகம், கவியரங்கு எனக் கலைநிகழ்வுகள் நடத்தினோம். இவை கோவிலுக்குப் புதிது. எம் சீர்திருத்தங்களுக்கு எதிர்ப்புகள் எழுந்தன. எழுப்பியவர்களுள் முக்கியமானவர் எனது பாட்டனார் வீமக்குட்டி. அவர் ஊரில் பெரிய சண்டியன். அவர் பழமையின் சின்னமாக ஒரு புறம் நின்றார். நாம் புதுமையின் சின்னமாக மறுபுறம் நின்றோம். இருவருக்குமிடையில் ஒருநாள் சடங்கு முடிய பலத்த வாக்குவாதம் நடந்தது. என் பக்கம் சிலர், அவர் பக்கம் சிலர், அந்தச் சண்டியனோடு மோத எவருக்கும் துணிவு வராமையைக் கண்டேன். பழமையானோர் இருக்கும் வரை இந்தச் சமூகத்தைத் திருத்தவே முடியாது என்று கூறி அந்தக் கோவிலைவிட்டு வெளி யேறினேன். விமர்சன ரீதியாகச் சடங்குகளைப் பார்க்கும் ஆர்வம் என்னில் உருவாகி இருந்தமையும் இதற்குக் காரணம்.

எங்கள் வீட்டுக்குச் சிறிது தூரத்தில் சிறு காடு. அதில் ஒரு வம்மி மரம் நின்றது. அங்கு ஒரு நாள் என்னை ஒரு மாலை வேளை அப்பா கூட்டி சென்றார். அதன்கீழ் இரண்டு கால் களையும் இடது பக்கவாட்டில் ஒன்றாக வைத்து அமர்ந்து கொண்டார். என்னையும் அப்படியே இருக்கச் சொன்னார். நானும் அமர்ந்துகொண்டேன். உனது இடது மூக்காலும் வலது மூக்காலும் வரும் சுவாசத்தை அவதானி என்றார். வலது உள்ளங்கையை மூக்குக்கு முன் வைத்து அவதானித்தால் அதன் வேகம் தெரியும் என்றார். மூச்சை உள்ளிழுத்துப் பின் வெளிவிட்டு மூச்சின் அளவை அவதானித்து எப்பக்கம் அதிகம் காற்று வருகிறது என்று சொல் என்றார். இந்தப் பயிற்சி எனக்குப் புதிதாக இருந்தது. அவதானித்தேன். வலதுபக்கம் அதிகம் வருகிறது என்றேன். வலது பக்கம் வருவது வடகலை இடதுபக்கம் வருவது பிங்கலை என்று கூறிய அவர் வலதுபக்கம் அதிகம் காற்று வருதலே நல்லது. அது இரத்தச் சுற்றோட்டத்தைச் சீராக வைக்கும். நல்ல சிந்தனைகளைத் தரும், ஞாபகசக்தியை அதிகமாக்கும் என்று கூறினார். இடதுபக்கம் அதிகம் வந்தால் அது இரத்தச்

சுற்றோட்டத்தை மந்தமாக்கும், கெட்ட சிந்தனைகளை உருவாக்கும் என்றார்.

இடதுபக்கம் அதிகம் வருவதை வலதுபக்கம் மாற்றுவதற்குக் கால்கள் இரண்டையும் இடதுபக்க வாட்டில் ஒன்றாக வைத்துக் கொள்ள வேண்டும் என்றார். இது யோகியின் அமர்வு என்றார். இப்படி இருந்தபடி உனது சுவாசத்தின் வீச்சை மனதால் அளந்தபடி இருப்பதே தியானத்தின் ஆரம்பம் என்றார். நான் அப்படிப் பயிற்சி செய்ய ஆரம்பித்ததும் அம்மாவுக்குப் பயம் பிடித்துக்கொண்டது. எங்களைவிட்டு, சில நாள் அப்பா பிரிந்து சென்றமை அம்மாவுக்கு ஞாபகம் வந்திருக்கக் கூடும். இந்தச் சின்ன வயதில் உங்களைப் போல அவனைக் கெடுக்காதீர்கள் என்று அம்மா ஒருகோழி தன் குஞ்சைப் பருந்திடமிருந்து பாதுகாக்கச் சண்டையிடுவது போல அப்பாவுடன் சண்டையு மிட்டார். என்னை அப்பா வற்புறுத்தவில்லை. ஆனால் அவர் அந்த யோக நிலையில் வீட்டில் வாழ்ந்தார். இப்போது சிந்திக்கும் போது அவர் யோகத்தைத் தன் வாழ்க்கையில் பிரயோகித்துப் பார்த்தார் என்றே தோன்றுகிறது.

பெந்துகோஸ் கிறித்தவத்தில் நாட்டம்

என்னுடைய 14ஆம் வயதில் பெந்துகோஸ் சபையின் பால் ஈர்க்கப்பட்டு அவர்களோடும் திரிந்து வந்தேன். எங்கள் பாடசாலையில் லாம் மாஸ்டர் எனப் பெயரிய ஓர் இந்தியர் படிப்பித்தார். அவர் பெந்துகோஸ் மதம் சேர்ந்தவர். பரிசுத்த ஆவியில் நம்பிக்கை கொண்டவர். அசல் பெந்துகொஸ்தாகவே வாழ்ந்த அற்புத மனிதர். என்மீது அளப்பரிய அன்புகொண்ட எனது குரு. என்னையும் அந்தப் பரிசுத்த ஆவியின் ஆசீர்வாதம் வாங்குவிக்க மாஸ்டர் முயன்றது தனிக்கதை.

ஒரு நாள் என்னை அழைத்த லாம் மாஸ்டர், 'மௌனகுரு நான் உன்னையும் உன் நடவடிக்கைகளையும் அவதானித்து வருகிறேன். நீர் கடவுளின் குழந்தை. வரும் சனிக்கிழமை உமது வீடு சென்று ஞாயிற்றுக்கிழமை மட்டக்களப்பு 18ஆம் இலக்கத்தில் டயஸ் லேனில் உள்ள ஒரு வீட்டுக்கு வாரும்' என்று கூறினார். நான் வீடு சென்று அப்புச்சியிடம் லாம் மாஸ்டர் சொல்லியதைக் கூறினேன்.

‘அது ஒரு பெந்துகோஸ் சபை வீடு’ என்று என்னிடம் சொன்ன என் தந்தை குரு ஒரு போதும் பிழையான வழிகாட்ட மாட்டார்’ என்று கூறி மறுநாள் அவரே என்னை அழைத்துச் சென்று லாம் மாஸ்டர் கையில் ஒப்படைத்துச் சென்றார். அந்த வீட்டின் முன்னால் பெந்துகோஸ் சபை என்று எழுதப்பட்டிருந்தது. அங்கிருந்த அனைவரும் வெள்ளை வெளேரென்று தூய ஆடை அணிந்திருந்தனர். ஒரே நேரத்தில் வெள்ளையுடையில் அதிக மானோரைக் கண்டமை எனக்கு ஓர் புதிய அனுபவமாக இருந்தது. மண்டபத்தில் அமர்ந்து பரிசுத்த ஆவியை நோக்கி அனைவரும் பிரார்த்தனை செய்ய ஆரம்பித்தனர். எனக்கு அப்பிரார்த்தனை ஒருவித அலறல் போலத் தெரிந்தது. நானும் அவர்களுடன் சேர்ந்து சத்தமிடத் தொடங்கினேன். ‘அல்லேலூயா’ என்ற வார்த்தை அங்குத் தாரக மந்திரம் போல வேலை செய்தது. லாம் மாஸ்டரை எல்லோரும் மரியாதையுடன் அழைத்தனர். அவரே சில பிரார்த்தனைகளை முன்னின்று நடத்தினார். லாம் மாஸ்டர் நல்ல குணமான பையன், கெட்டிக்காரப் பையன் என்று என்னை அனைவருக்கும் அறிமுகம் செய்து வைத்தார்.

நான் வந்தாறுமூலை பாடசாலையில் படித்துக்கொண்டிருந்த காலத்தில் அப்பா தேசாபிமானி பத்திரிகையைப் படித்துக் கொண்டு இருப்பார். தேசாபிமானி அன்றைய இலங்கைக் கம்யூனிஸ்ட் கட்சியின் உத்தியோகப்பூர்வமான கட்சிப் பத்திரிகை. மெல்ல மெல்லக் கம்யூனிச சித்தாந்தங்கள் அவரை வசீகரிக்கத் தொடங்கியிருந்தன.

இவ்வண்ணம் அத்வைதம், யோகம், ஞானம், சித்தர்கள், கம்யூனிசம் என அவருக்குள் ஒரு தேடல் இருந்துகொண்டிருந்த தாக இன்று உணர்கிறேன். அந்தத் தேடலின் ஒரு அம்சமாகத்தான் என்னைப் பெந்துகொஸ் சபை செல்ல அனுமதித்ததுடன் அவரே கூட்டிச்சென்று என்னை அங்குவிட்டதும் என்று நான் இப்போது யோசிக்கிறேன்.

அடுத்த வாரமும் விடுமுறை பெற்று வீடு சென்று பெந்துகோஸ் சபை ஆராதனைகளில் கலந்துகொண்டேன். இம்முறையும் தந்தையாரே என்னை அழைத்துச் சென்றுவிட்டார். இம்முறை இன்னும் புதியவர்கள் அறிமுகம் ஆனார்கள். எனக்கும் ஒரு

வெள்ளைச் சாரனும் சேட்டும் தரப்பட்டது. அவற்றை அணிந்து நானும் அவர்களுடன் பிரார்த்தனைகளில் ஈடுபடத் தொடங்கினேன். ஒருவர் எக்கொடியன் வாசிப்பார். நாங்கள் வீதிகளில் நின்று பிரார்த்தனைப் பாடல்களைப் பாடுவோம், கூட்டம் எம்மைச் சுற்றிச் சூழ மக்கள் அதிகமானதும் இன்னொரு துறவி பெந்துகொஸ் மதம், ஆண்டவனின் வருகை பற்றி உரையாற்ற ஆரம்பிப்பார். நாங்கள் துண்டுப்பிரசுரங்களை மக்களுக்கு விநியோகம் செய்வோம். இப்படி இரண்டு மூன்று கிழமைகள் கழிந்ததும் அடுத்த வாரம் எனக்கு ஞானஸ்நானம் தரப்படும் என லாம் மாஸ்டர் கூறினார். ஒரு நாள் காலை சபைக்குச் சென்ற போது இன்று ஞானஸ்நானம் தரப்படப் போகிறது என்றார்கள்.

அன்றைய நாளில் ஒரு வேன் (வான்) சிலரை ஏற்றிக்கொண்டு மட்டக்களப்பு சின்ன உப்போடையில் உள்ள வாவிக்குச் சென்றது. லாம் மாஸ்டரும் எங்களுடன் ஏறிக்கொண்டார். முன்னரே தெரிந்திருந்தால் இதை அம்மா அப்பாவிடம் சொல்லி யிருக்கலாமே என எண்ணிக்கொண்டேன். அம்மா இதை விரும்பமாட்டார், அப்பா இது பற்றி எதுவும் சொல்லமாட்டார் என்று என் உள் மனம் கூறியது. எல்லாவற்றுக்கும் மேல் என் வளர்ச்சியில் அக்கறை கொண்ட என் மீது மிகவும் பிரியமான லாம் மாஸ்டர் இருக்கிறார் என்ற எண்ணம் பெரும் நம்பிக்கை தந்தது. அவ்வாவியை நாம் ஆறு என அழைத்தோம். அவ்வாற்றோரத்தில் வேன் நின்றது. அனைவரையும் இறங்கும்படி கூறினர். எக்கோடியன் இசைக் கருவி வாசிப்பவர் வாசிக்க ஆரம்பித்தார். சிலர் கீர்த்தனங்களைப் பாடத்தொடங்கினர். வெள்ளை உடை உடுத்திய ஒரு போதகரும் பாடியபடி ஆற்றில் இறங்க அவரை இருவர் பின்தொடர்ந்தனர்.

இடுப்பளவு தண்ணீர் வரும்வரை ஆற்றுக்குள் அவர்கள் நடந்து சென்று தண்ணீரில் நின்று ஜெபம் செய்ய ஆரம்பித்தனர். அது சபைக்குள் வாரந்தோறும் நான் கேட்டுவரும் உணர்ச்சிகரமான சப்தமாகவே எனக்குக் கேட்டது. தண்ணீருக்குள் சிலரும் ஆற்றங்கரையோரத்தில் சிலரும் நின்றனர். அன்று மூவருக்கு ஞானஸ்நானம். முதலாமவரை அழைத்தார்கள். அவர் தண்ணீருக்குள் இறங்கி அவர்களருகில் சென்றார். போதகர் சில ஜெபங்களைச் சொல்லத் தொடங்கினார். பிறகு உத்தரவிடுவது போலச் சில வார்த்தை உச்சரிப்புகளைச் சொன்னார். அனைவரும்

அதனை மீண்டும் மீண்டும் சொல்லச் சொல்ல அவர் குரலின் தொனி கூடிக்கொண்டே சென்றது. போதகர் ஒருவிதப் பரவச நிலையில் தன்னை மறந்து நிற்பதாக எனக்குப் பட்டது. அவர் ‘மானிடனே தேவனை இப்போது காணப்போகிறாய்’, ‘தேவனை இப்போது தரிசிக்கப்போகிறாய்’, ‘தேவதரிசனம் உனக்குக் கிடைக்கப் போகிறது’ என்று கூறிக்கொண்டே அவரை ஆற்றில் அமுக்கி எடுத்தார். மும்முறை இப்படிப் படீர் படீர் என அவரை அமுக்கி எடுக்கும்போதெல்லாம் தேவனைக் கண்டாயா? தேவனைக் கண்டாயா?’ என ஒருவிதப் பரவச நிலையிற் கேட்டார். இருமுறையும் அவருக்குப் பேசச் சந்தர்ப்பம் தரப்பட வில்லை.

இறுதியாக அழுத்தி எடுத்து தேவனைக் கண்டாயா என்று அதே வினாவை உரத்த குரலில் உருக்கிக் கூறினார். தண்ணீரினுள் முழுகித் திக்குமுக்காடிகொண்டு இருந்த அவர் ‘ஆம் ஆம்’ எனத் தலையாட்டினார். அனைவரும் அல்லேலூயா எனச் சப்தமிட்டு இறைவனுக்கு நன்றி கூறினர். தேவதரிசனம் பெற்ற அவர் நனைந்த உடைகளுடன் ஆற்றங்கரைக்கு வந்தார்.

இரண்டாவதாக நின்ற நடுத்தர வயதுடையவருக்கும் இதுவே நிகழ்ந்தது. அடுத்த ஆள் நான். என்னுள் ஒருவிதப் பரபரப்பு. நானும் தேவனைத் தரிசிக்கப் போகிறேன் அவர் எப்படி இருப்பார், எனக்குத் தெய்வதரிசனம் கிடைக்கப்போகிறது. ஆற்றின் இடுப்பளவு தண்ணீரில் அவர்கள் மத்தியில் நான் பரபரப்போடு நின்றேன்.

ஜெபம் செய்த போதகர் அவர்களைப்போல என்னையும் மும்முறை அழுத்தி எடுத்தார். ஒவ்வொருமுறையும் மூழ்கும் போதும் எனக்குப் பலாத்காரமாக ஒருவர் என்னைத் தண்ணீருக்குள் அழுத்துகிறார் என்ற உணர்வே ஏற்பட்டது. தண்ணீருக்கு வெளியே எடுக்கையில் மூச்சுத் திணறலிலிருந்து விடுபட்டு மூச்சுவிட்டபோது ஒருவித தப்பிய மனோநிலையே ஏற்பட்டது. நான் எதிர்பார்த்த தெய்வ தரிசனம் எனக்குக் கிடைக்கவேயில்லை. தேவனைக் கண்டாயா என வழக்கம் போலப் போதகர் கேட்டார். ‘இல்லை இல்லை நான் காணவில்லை’ என்று தலையை உசுப்பியபடி கூறினேன். இன்னொரு தடவை அழுத்திவிடுவாரோ என்ற பயம் இருந்தது. அவர் அப்படிச் செய்யவில்லை.

'உனக்குத் தேவதரிசனம் கிடைக்கும் நீர் தேவனுடைய பிள்ளை' என்றார். எனக்குத் தேவனின் தரிசனம் கிடைக்கவில்லை என்ற துக்கம் இருந்தாலும் அவர்கள் மீதிருந்த மஹா நம்பிக்கையும் பக்தியும் குறைந்ததுபோல இருந்தது. அப்பாவிடம் என் அனுபவங் களைக் கூறினேன். 'பட்டுத்தான் எல்லாம் அறியலாம். உனக்கு நம்பிக்கையும் விருப்பமும் இருக்குமென்றால் போ' என்றார். அம்மாவிடம் நடந்த விடயங்களைக் கூறினேன். அம்மா என்னிடம் சர்வசாதாரணமாக, 'நீ யேசுவின் பிள்ளையில்லை, மகனே நீ வைரவஸ்வாமியின் பிள்ளை' என்று கூறினார். அம்மாவின் அன்புகனிந்த முகத்தை நோக்கி 'நான் யேசுவின் பிள்ளையும் இல்லை, வைரவஸ்வாமியின் பிள்ளையுமில்லை. உங்கள் பிள்ளையம்மா' என்றேன். அம்மா அப்படியே என்னைக் கட்டிப் பிடித்துக் கொண்டார். கதகதப்பான, அன்பான அந்த அணைப்பு எனக்குத் தேவதரிசனம் தெரிந்தது போலிருந்தது. பிறகு நான் பெந்துகொஸ்தே சபை செல்வதைக் குறைத்துக் கொண்டேன். லாம் மாஸ்டர் மாற்றலாகிச் சென்றதும் ஒரு காரணம். எனக்கு யேசுவைவிட, லாம் மாஸ்டரின் பெயரில் அதிக விருப்பமும் பக்தியும். இப்போது அவர் எங்கிருக்கிறாரோ தெரியாது. இறந்து போயிருக்கவும் கூடும். எத்தனை விதமான மனிதர்களை, அனுபவங்களை நாம் கடந்து வந்திருக்கிறோம்.

கத்தோலிக கிறித்தவ அனுபவம்

எமது சொந்தக்காரரில் இந்துக்களோடு கிறித்தவர்களும் இருந்தனர். அப்பாவின் நெருக்கமான நண்பர் அம்புறோஸ். அவரை நான் அம்புறோஸ் அம்மாச்சி என்றே அழைப்பேன். அங்கு இருந்த கன்னிமரியாள் கோவில் ஒன்றில் அவருக்கு ஒரு நொவ்வினை இருந்தது.

நொவ்வினை என்றால் ஆராதனை அல்லது திருவிழா என்று அர்த்தம். மாதா சொரூபத்தை எடுத்துக்கொண்டு எங்கள் ஊர் வழியாகச் செல்வார்கள். பிதா சுதன் ஸ்பிரித்து என்ற பதப் பிரயோகங்கள் எனக்கு அறிமுகமான காலம் அது.

மட்டக்களப்பு பெரிய மாதாகோவிலில் பாஸ்கை நடைபெறும். பெரிய கண்காட்சி அது. துக்கப்பறை ஒலித்து யேசுவின் தோளில் சிலுவை சுமத்தி அழைத்துச் செல்வார்கள். பறையொலி என்பது

மரத்தால் செய்த மரம் எழுப்பும் ஒலி அது. அங்கு நடக்கும் வியாகுலப் பிரசங்கம் மனதை உருக்கும். அதனை ஓர் அசைவோடு அவர்கள் கூறுவர். துக்கப்பறை பின்னணியில் ஒலிக்கும் அது மனதைப் பிழியும் ஒரு வகைக் கரகரப்பான ஒலி. பிறகு இதை நான் என்னுடைய நாடகங்களுக்கும் பாவித்துள்ளேன்.

அங்கிருந்த அந்தோனியார் மஹாசக்தி வாய்ந்தவர். எமக்கு ஏதாவது வருத்தம் வந்தால் அவருக்கு நேர்த்திக்கடன் வைப்பார் அம்மா. வருத்தம் தீர்ந்ததும் அப்பம் சுட்டு எடுத்துக்கொண்டு எம்மையும் அழைத்துச்செல்வார். கண்ணாடிக் கூட்டுக்குள் இரத்தம் வழிந்த காட்சியோடு சிலுவையில் அறையப்பட்ட அவரது உடல் வைக்கப் பட்டிருக்கும். அதற்குக் கீழால் புகுந்து புறப்படல் தான் அன்றைய வழிபாடு. இப்படிப் பல தடவை அம்மாவுடன் சென்றுள்ளேன். எனது அக்காவின் கணவர் வைரமுத்து கிறித்தவ மதத்தில் சேர்ந்துவிட்டார். அதனால் அக்காவும் கிறித்தவக் கோவில் செல்ல வேண்டியதாயிற்று, முக்காடு போட்டுக் கொண்டு அக்கா அமிர்தகளிக் கப்பலேந்தி மாதாகோவிலுக்குச் செல்லும் போது என்னைத் துணைக்கு அழைத்துச் சென்றார். நானும் அந்த ஆராதனையில் கலந்துகொண்டேன்.

முழங்காலிலிருந்து மற்றவர் போல நெற்றியிலும் தோள் களிலும் அடையாளம் இட்டுக்கொண்டேன். அது எனக்குக் கிடைத்த மறக்க முடியாத ஒரு புது அனுபவம். அக்கா அத்தானுடன் ஆயித்தியமலை மாதாகோவிலுக்குச் செல்லும் வாய்ப்புக் கிடைத்தது.

புத்தமத அனுபவம்

மட்டக்களப்பு நகரில் மங்களாராமய எனும் புத்தர் கோவில் இருந்தது. வைகாசி தோறும் அங்கு வெசாக் நடக்கும். வெசாக் வந்தால் மட்டுநகர் விழாக்கோலம் பூணும். எங்கள் வீட்டிலிருந்து நகரப்பகுதி மூன்று மைல் தொலைவு. அம்மா எங்களை இரவு நேரத்தில் நடந்து கூட்டிச் செல்வார். அங்கு ஓதப்படும் ஒரு வகை ஓசை நயம் பொருந்திய பாடல்கள் அருமை. ஒத்த குரலில் அது ஓதப்படும். வெசாக்கின் போது புத்தகோவில் வளாக வெளி அவ்வொலியால் நிறைந்திருக்கும். அந்தப் புத்தக் கோவிலில் மிகப் பிரமாண்டமான ஒரு புத்தர் சிலையும் அதைச் சுற்றிப்

பல சிலைகளும் இருந்தன, முதல் நாள் அந்தப் புத்தசிலை என்னை வியப்பிலாழ்த்தியது. இப்படி ஒரு மிகப் பெரிய சாமி சிலையை நான் முன்னர் காணவேயில்லை. இந்தச் சிலையும் புத்தமதமும் இளவயதில் என் மனதின் அடியாழத்தில் பதிந்தன.

பேராதனைப் பல்கலைக்கழகத்தின் நான்கு ஆண்டு வாழ்வும் கற்ற கல்வியும் கிடைத்த ஆசிரியர்களுடனான உரையாடலும் என் சிந்தனைகளை மேலும் அகட்டின. முக்கியமாகப் பேராசிரியர் கைலாசபதி அறிமுகம். அன்று தீவிரத் தமிழ்வெறியனாக இருந்த நான் பல்கலைக்கழகத் தமிழ்ச்சங்கத்தில் ஒரு கவிதை படித்தேன். அதன் சாரம் ஒரு கவிஞனின் கனவு. அந்தக் கனவிலே கவிஞன் சமதர்மத் தமிழ்நாட்டைக் காண்கிறான். கவியரங்கம் காண வந்த கைலாசபதி அரங்கம் முடிய என் அருகில் வந்து தமிழ்நாடு சமதர்மத் தமிழ்நாடு என்று சொல்லி என் முதுகில் தட்டித் தன் இருப்பிடத்திற்கு வந்து சந்திக்குமாறு சொன்னார். அவரைச் சென்று சந்தித்தேன். அவர் என்னை இன்னொரு உலகத்துக்கு அறிமுகம் செய்தார். சோசலிச வகுப்புகளைப் பற்றிக் கூறி அவற்றிற்குச் செல்லும் என்றார். ஏங்கல்ஸின் *குடும்பம் அரசு தனிச்சொத்து*, பொலிட்ஸ்ரின் *மாக்சிய மெய்ஞானம்*, லெனினின் *அரசும் புரட்சியும்*, ராகுல்ய சாங்கிர்த்தியானின் *வால்காவிலிருந்து கங்கை வரை*, சட்டோபாத்யாவின் *உலகாயுதம்* ஆகிய நூல்கள் எனது 20ஆவது வயதில் அறிமுகமாகி என் சிந்தனை முறையில் பெரு மாற்றங்களை ஏற்படுத்தின. பின்னாளில் அவரே எனது முனைவர்பட்ட ஆய்வு நெறியாளரானார்.

கூத்து, சடங்குகள் மேல் என் பார்வையையும் வேலையையும் திருப்பிவிட்டார். மக்களைத் தேடிப் போக வைத்தார். அவர் களிடமிருந்து கற்க வைத்தார். இந்தப் பிற்கால வாழ்வு தனியாக எழுதப்பட வேண்டியது. பின்னாளில் நான் பல்கலைக்கழக விரிவுரையாளரானதும் முதலில் நுண்கலை அதன்பின் நாடகம் கற்பித்தேன். அதற்கான நூல்கள் தேடிக் கற்றேன்.

ஆனந்த குமாரசாமி, சிம்மர், பஸாம் பேர்சி பிரவுண், ஸ்டெல்லா கார்மேஸ் கோம்ரிச் போன்ற கலை வரலாற்று ஆசிரியர்களின் நூலறிமுகம் கிடைத்தது.

ஜோர்ஜ் தோம்சன், ஜேன் ஹரிஸன் முதலானோரின் சடங்கு, நாடக ஆய்வுகளும் அறிமுகமாயின. நுண்கலைகளான கட்டடக் கலை, சிற்பக்கலை, ஓவியக்கலை நாடகக்கலை, இசைக்கலை போன்ற ஆய்வுகளிலும் சடங்குகளில் காணும் நாடகத்தன்மையை அறிதலிலும் என்னைக் கொணர்ந்து நிறுத்தியது.

இந்து பௌத்தக் கோவில், விக்கிரகம், சிற்பம், ஓவியம் பற்றியெல்லாம் அறிய வந்தேன். பின்னாளில் நாட்டார் இயல் ஆய்வு என் சிந்தனையை அகலித்து என் சிறுவயது அனுபவங் களை இன்னொரு கோணத்தில் பார்க்கும் பார்வையைத் தந்தது. அதனால்தான் பண்பாட்டு ஆய்வினுள் புகுந்தேன் போலத் தோன்றுகிறது. இவ்வகையில் பண்பாட்டை அறியக் கோவில்கள் நோக்கிப் பிரயாணமானேன். கோவில்கள் எனக்குக் கலையும் அமைதியும் நிறைந்த இடங்களாகவும், சடங்குகள் மனிதரை இணைக்கும் பொது இடமாகவும் சடங்குகள் உளச் சிகிச்சை அளிக்க எம் முன்னோர் கண்டுபிடித்த திருந்தா விஞ்ஞான வைத்திய முறையாகவும் எனக்குத் தெரிய ஆரம்பித்தன. கோவிலையும் சடங்குகளையும் விமர்சனப்பார்வையில் மானிடவியல், சமூகவியல், வரலாற்றியல், உளவியல், மெய்யியல், நோக்கில் புரியவு மாயினேன்.

இப்போது 81 வயதாகிவிட்டது. உடலிலும் வாழ்விலும் என்னில், என் சிந்தனையில் எத்தனை எத்தனை மாற்றங்கள். எல்லாம் மாறும் உலகில் இதுவும் மாறக்கூடும்.

இந்தப் புரிதலோடு நான் வாழ்ந்துகொண்டிருக்கிறேன். இந்தப் பயணத்தில் மென்மேலும் செல்வதற்கு எனக்கு மார்க்சிய அறிவும், அதையொட்டிப் பிறகு வளர்ந்த சிந்தனைகளும், குறிப்பாக நான் கற்ற பின்நவீனத்துவம், பின்காலனித்துவம் அறிமுறைகளும் என் வாழ்வை இனிமையாக்குகின்றன.

□

53

ரங்கலை

மலையகத்தின் அகமும் புறமும்

எம். எம். ஜெயசீலன்

நக்கில்ஸ் மலைத்தொடர் சூழ, தரை இறங்கும் மேகத்தைச் சுமக்கும் மலைகள், குளிர்ந்த நீரோடைகள், உயர்ந்த கருப்பந் தேயிலை (டர்பென்டைன்) மரங்கள், பசுமை போர்த்திய தேயிலைச் செடிகள், சிறுகாடுகள் என இயற்கையின் எழில் சூழ்ந்தது எங்கள் தோட்டம். ஆனால், இந்த எழிலை நாங்கள் யாரும் மனதாரக் கொண்டாடியதில்லை. வாழ்வதற்கான போராட்டங்களும் அன்றாட நெருக்கடிகளும் இயற்கையின் வனப்பை மகிழ்ச்சி யுடன் கொண்டாடும் வாய்ப்பைப் பறித்துவிட்டன; அந்த இயற்கை எழிலை, பூரிப்பையும் அந்நியப்படுத்திவிட்டன.

இலங்கையின் அரச ஆவணங்களில் 'இந்தியத் தமிழர்' எனவும், பொதுவெளியில் 'மலையகத் தமிழர்' எனவும், வசைமொழியில் 'தோட்டக்காட்டான்' எனவும் அழைக்கப்படுகிறவர்களில் நானும் ஒருவன். பிரித்தானியக் காலனியக் காலத்தில் தமிழ் நாட்டின் கிராமப்புறங்களிலிருந்து பெருந் தோட்டத் தொழிலை நாடி இலங்கை வந்தவர்களுக்காக அமைக்கப்பட்ட ஆயிரக் கணக்கான தோட்டங்களுள் ஒன்று நிவ்டிவிசன். இங்குதான் நான் பிறந்து வளர்ந்தேன். இங்குத் தோட்டம் என்பது நகரம், கிராமம் ஆகிய வற்றிலிருந்து வேறுபட்ட இருப்பிட அமைவைக் குறிக்கிறது. நகரம், கிராமம் ஆகிய இரண்டு நிலைகளிலிருந்தும் பின் தங்கியதாக அது விளங்குகிறது.

கண்டி நகரிலிருந்து மஹியங்கனைக்குச் செல்லும் பிரதான சாலையில் 21 கிலோ மீட்டரில் வரும் கரல்லியத்த என்ற நகரைக் கடந்து இடது பக்கமாகச் செல்லும் சாலையில் திரும்பி 14 கிலோ மீற்றர் சென்றால் ரங்கலை என்ற சிறுநகரை அடையலாம். அந்த நகரிலிருந்து தங்கப்புவத் தோட்டத்துக்குச் செல்லும் சாலையில் நான்கு கிலோமீற்றர் தூரத்தில் நிவ்டிவிசன் என்ற சிறிய தோட்டம் அமைந்துள்ளது. வலதுபக்கப் பாதையை யொட்டி 'கொழுந்து மடுவம்' (பறிக்கப்படும் கொழுந்தினை நிறுக்கும் இடம்), அதற்கு எதிரே மேட்டுப் பகுதியில் முத்து மாரியம்மன் கோயில், மடுவத்துக்கும் கோயிலுக்கும் நடுவே பிரதான பாதை, பாதையின் வலது பக்கத்தில் லயங்கள் (வீடுகள்) எனத் தோட்டம் அமைவு பெற்றுள்ளது.

நிவ்டிவிசன், 'ரங்கலை குரூப்பின்' ஒரு பிரிவாக விளங்குகிறது. ரங்கலை, பூடல்கொல்ல, நிவ்டிவிசன், கிளவர் டிவிசன் (ரன்வில), பெருடிவிசன், கல்டூரியா எனும் ஆறு பிரிவுகளை ரங்கலை இணைத்துக்கொண்டுள்ளது. பூடல்கொல்ல பொடவகொல என்றும் கிளவர் டிவிசன் கிழவன் தோட்டம் என்றும், பெருடிவிசன் ஆனப்பள்ளம் என்றும், கல்டூரியா புதுக்காடு என்றும் மக்கள் வழக்கில் அழைக்கப்படுகின்றன. இத்தோட்டங்களுள் ரங்கலை, பூடல் கொல்ல முதலானவை தொடக்கக் காலத்தில் உருவாக்கப் பட்டவை. அங்குக் கோப்பி முதலில் பயிரிடப்பட்டுள்ளது. கோப்பிச் செய்கை பாதிப்படைந்ததும் தேயிலைப் பயிரிடப் பட்டுள்ளது. இத்தோட்டங்கள் பிரதான நிர்வாகம் ஒன்றின்கீழ் இயங்குகின்றன. தேயிலைத் தொழிற்சாலையும், நிர்வாகக் கட்டடமும் ரங்கலைத் தோட்டத்தில் அமைந்துள்ளன. மலையகம் எங்கும் உள்ள தோட்டங்கள் இவ்வாறு ஐந்து அல்லது ஆறு பிரிவுகளைக் கொண்டுள்ளன.

நாடு சுதந்திரம் அடைந்து, வெள்ளைத்துரைகள் யாருமற்று, சுதேசிய கருப்புத் துரைகளால் தோட்டங்கள் நிர்வகிக்கப்படுகின்ற காலத்தில் நான் பிறந்து வளர்ந்தாலும் பெருந்தோட்ட இயக்கம் காலனியக்கால அமைப்பிலிருந்து முழுதாக விடுபடவில்லை. வீடமைப்பு, உட்கட்டமைப்பு, தொழில்முறை, ஊதியம், நிர்வாக அமைப்பு முதலான யாவற்றிலும் காலனியக்கால நடைமுறைகள் இன்றும் நிறைந்துள்ளன.

நவீன இலங்கையின் உருவாக்கத்தில் பெருந்தோட்டத்துறை வளர்ச்சி முதன்மையான தாக்கத்தைச் செலுத்தியுள்ளது. இருப்பினும் நாடும் நாட்டிலுள்ள ஏனைய துறைகளும் பெருந் தோட்டத்துறையையொட்டி அடைந்த முன்னேற்றம், பெருந் தோட்டங்களின் உடல் உழைப்பாளர்களாக விளங்கிய மலையக மக்களிடத்தில் ஏற்படவில்லை. பொருளாதார ரீதியாக மிகவும் பின் தங்கியவர்களாக அந்தச் சமூகத்தின் ஒரு தொகுதியினர் வாழ்ந்து வருகின்றனர். தோட்டங்கள் போதிய உட்கட்டமைப்பு வசதிகள் அற்றுள்ளன; தினக்கூலி அடிப்படையில் மிகக்குறைந்த ஊதியம் வழங்கப்படுகிறது; தோட்டங்களில் குடியிருப்போருக்குக் காணி உரிமை (நில உரிமை), வீட்டு உரிமை என்பன வழங்கப் படவில்லை; சிறுபான்மை இனம் என்ற வகையில் இன ஒடுக்கு முறைகளுக்கும் வன்முறைகளுக்கும் தொடர்ந்தும் ஆளாகி வருகின்றனர். அதேவேளை, தோட்டங்களிலிருந்து தமக்குக் கிடைத்த வாய்ப்புகளைப் பயன்படுத்திக் கற்று உயர் நிலைக்கு வருதலும் குறிப்பிட்ட அளவில் இடம்பெற்றுள்ளது. கல்வி மற்றும் பொருளாதார வளர்ச்சியினால், தொழிலாளர் என்ற நிலையிலிருந்து நடுத்தரதர வர்க்கமாக உயர்ந்த ஒரு குழுவினர், பெருந்தோட்டத்துறைக்கு அப்பாலான பொருளாதார நடவடிக்கை களில் ஈடுபட்டுவருவதுடன் தோட்ட வாழ்விலிருந்து வெளியேறி வருகின்றனர்.

தொடக்கத்தில் தோட்டங்களின் பெரிய கங்காணி, கணக்கப் பிள்ளை முதலான பதவிகளை வகித்தவர்களின் பிள்ளைகளே கற்ற மத்தியதரவர்க்கமாக உருவாக்கம் பெற்றுள்ளனர். பெருந் தோட்டங்களை அண்டிய நகரப் பாடசாலைகளிலும் நாட்டின் பிரதான நகரங்களில் இருந்த பாடசாலைகளிலும் அந்தக் குடும்பங்களின் பிள்ளைகள் கல்வி கற்றதோடு கற்பதற்கான வாய்ப்பும் வசதியும் கொண்டவர்களாக அவர்களே விளங்கி யுள்ளனர். அவர்களுள் ஒருசாரார் தோட்டங்களில் கணக்கப்பிள்ளை, கண்டக்டர், டீமேக்கர், கிளார்க்கர் முதலான தொழில்களைப் பெற்றுக்கொண்டனர். இன்னுமொரு சாரார் தோட்டத்துறை சாராத தொழிலை நோக்கி நகர்ந்தனர். எங்கள் தோட்டத்தில் சுந்தரம் கதிர்வேலு உடையார் என்பவர் பெரியகங்காணியாக இருந்துள்ளார். அவருடைய மகன் தோட்டக் காரியாலயத்தில்

கிளார்க்காக (எழுதுவினைஞர்) வேலை பார்த்தார். அவர் ஒருவரே எங்கள் தோட்டத்திலிருந்து கற்று உயர் தொழிலுக்குச் சென்றவராக நீண்ட காலம் விளங்கினார். அவருடைய மகன் கண்டி நகரிலுள்ள புனித சில்வஸ்டர் கல்லூரியில் கல்வி பயின்று, தற்போது கொழும்பில் நிரந்தரமாக வாழ்ந்து வருகிறார்.

மலையகத்தில் ஏற்பட்டுவரும் மேல்நிலை அசைவை மொத்த மலையகச் சமூகத்துடன் ஒப்பிட்டு நோக்கும்போது, அதனளவு குறைந்த விகிதத்தில் காணப்படுவதையும் அதன் வளர்ச்சிவேகம் சீராக இல்லாதிருப்பதையும் கண்டுகொள்ளலாம். என்னுடைய தோட்ட வரலாற்றில் 1990களுக்குப் பின்பே தொழிலாளர் குடும்பப் பின்னணியிலிருந்து இருவர் முதன்முதல் பாடசாலை ஆசிரியர்களாகி அரச தொழிலைப் பெற்றனர். 2006ஆம் ஆண்டே முதன்முதல் இருவர் பல்கலைக்கழகத்துக்குத் தெரிவானார்கள். அதில் நானுமொருவன். தற்போது வழக்கறிஞர் ஒருவர், பாடசாலை அதிபர் ஒருவர், ஆசிரியர்கள் நால்வர், பல்கலைக் கழக விரிவுரையாளர் ஒருவர் ஆகியோரே கற்று அரச மற்றும் ஏனைய உயர்தொழிலைப் பெற்றவர்களாக விளங்குகின்றனர்.

தோட்டங்களிலிருந்து கற்று மேற்கிளம்புபவர்கள் பெரிதும் தோட்டத்தைவிட்டு வெளியேறி கிராமங்களிலும் நகரங்களிலும் குடியேறிவருகின்றனர். தோட்ட வீடுகளின் உரித்தற்ற நிலை, வீடு மற்றும் உட்கட்டமைப்பு வசதிகளின் போதாமை, குழந்தை களுக்கு வளமான எதிர்காலத்தை அமைத்துக்கொடுக்கும் நோக்கு, தொழில் நிர்ப்பந்தம், கௌரவப் பிரச்சினை முதலான பல காரணங்களால் அத்தகைய வெளியேற்றங்கள் இடம்பெறு கின்றன. எங்கள் தோட்டத்திலிருந்து கற்று உயர் தொழிலைப் பெற்றுக்கொண்டவர்கள் யாவரும் கிராமங்களிலும் நகரங்களிலும் குடியேறியுள்ளனர். இது மலையகத்தில் இடம்பெறும் மேல்நிலை நோக்கிய அசைவாக இருந்தாலும் அவ்வாறு வெளியேறுபவர் களுள் ஒருசாரார் தோட்டங்களுடனான உறவைத் தொடர விரும்புவதில்லை. அதனால் தோட்டங்களுக்கும் அவர்களுக்கும் இடையே ஓர் அன்னியமாதல் ஏற்படுகிறது. இதற்கும் அப்பால் தம் சுய அடையாளங்களை விட்டு வெளியேறுதலும் இடம்பெற்று வருகிறது. அவ்வாறு வெளியேறுபவர்களுள் அநேகர் அரச ஆவணங்களில் 'இலங்கைத் தமிழர்' எனத் தம்மை அடையாளப்

படுத்திக்கொள்கின்றனர். இந்த நிலைப்பாடு மலையகச் சமூகத்தின் இனத்துவ இருப்பில் எதிர்நிலையான தாக்கத்தைச் செலுத்தி வருகிறது.

தேயிலைத் தோட்டத் தொழில் நீண்ட காலத்துக்கு முன்பே தன் கவர்ச்சியை இழந்துவிட்டது. ஊதியக் குறைவு, மழை, வெயில், பாதுகாப்பின்மை, கௌரவச் சிக்கல், நிர்வாகக் கெடுபிடிகள் முதலான பல காரணங்களால் பெற்றோர்கள் தம் குழந்தை களைத் தேயிலைத் தோட்டத்தில் வேலைக்கு அமர்த்த விரும்புவ தில்லை. இளைஞர், யுவதிகளும் வேறுதொழில்களையே விரும்புகின்றனர். அண்மைக்காலமாகத் தோட்டத்தில் வேலை செய்பவர்களின் எண்ணிக்கை சடுதியாகக் குறைந்துவருகிறது. நான் சிறுவனாக இருந்த காலத்தில் பெரும்பாலானவர்கள் (சராசரியாக வீட்டுக்கு இருவர்) தோட்டத்தில்தான் வேலை செய்தார்கள். அரசு நடைமுறைப்படுத்திய பயங்கரவாதத் தடைச் சட்டம், அவசரகாலச் சட்டம் ஆகியவற்றால், நகரங்களில் தொழில் புரிவது அச்சுறுத்தலுக் குரியதாக மாறியதால் இளைஞர்களுள் அநேகர் தோட்ட வேலைகளில் ஈடுபட்டனர். ஆனால், இன்றைய நிலையில் தோட்டத்தில் வேலை செய்பவர்களின் எண்ணிக்கை மிகவும் குறைந்துவிட்டது.

தோட்டத்தொழிலைவிட்டு வேறு தொழிலுக்குச் செல்பவர்கள் நல்ல கல்விப் பின்புலம் இன்மையால் கடைச்சிப்பந்தி, உணவகச் சேவையாளர், ஆடைத்தொழிற்சாலை முதலான தொழில்களை அதிகளவில் நாடுகின்றனர். அத்தொழில்கள் உயர்ந்த வருமானத் தைத் தருவதாக இல்லை. தொழில் பாதுகாப்பு அற்றவையாக விளங்கும் அந்தத் தொழில்களில் உரிமைமீறல்களும் ஒடுக்கு முறைகளும் இடம்பெற்று வருகின்றன. என் தோட்டத்திலிருந்து நகரங்களுக்குச் சென்ற இளைஞர்கள் பெரிதும் உணவகங் களிலேயே தொழில்புரிந்தனர். என் சிறுவயது காலத்தில் சிறுமி களையும் யுவதிகளையும் நகரங்களிலுள்ள வீடுகளில் வேலைக்கு அமர்த்துவது (பங்களா வேலை) பெருவழக்காக இருந்தது. அதற்கான தரகர்கள் சிலரும் இருந்தார்கள். பெற்றோர்களின் மனதை மாற்றுவதில் கைதேர்ந்தவர்களாக விளங்கிய அந்தத் தரகர்கள், சொற்ப இலாபத்துக்காகப் பலரின் பாடசாலைக் கல்வியைப் பறித்தனர். தற்போது அவ்வாறான தரகர்கள் எவரும்

எங்கள் தோட்டத்தில் இல்லை. இளைஞர், யுவதிகள் புதிய தொழில்துறைகளை நாடிவருகின்றனர்.

தோட்டங்களிலிருந்து குறிப்பிடத்தக்க எண்ணிக்கையினர் மத்தியக் கிழக்கு நாடுகளுக்குப் பணிப்பெண்ணாகச் செல் கின்றனர். என்னுடைய அம்மா தோட்டத்தொழிலை விட்டுவிட்டு மத்தியக் கிழக்கிற்குப் பணிப்பெண்ணாகத் தொழிலுக்குச் சென்றே எம்மைப் படிப்பித்தார். அவர் ஜோர்டானுக்கு ஒரு முறையும், சவுதி அரேபியாவுக்கு ஒரு முறையும், குவைத்துக்கு இருமுறையும் சென்று வந்தார். என்னுடைய தந்தை எனக்கு நான்கு வயது இருந்தபொழுது இறந்துபோனதால், பொருளாதார நெருக்கடிக்கான தீர்வாக அது விளங்கியுள்ளது. நானும் என் அக்காவும் பாட்டியின் பராமரிப்பிலிருந்து கற்றோம். இரண்டு வருடங்கள் தொழில் பார்ப்பதும் மீண்டும் தோட்டத்துக்கு வந்து எம்முடன் ஒரு வருடமோ இரு வருடமோ இருப்பதும் சேமிப்பு முடிந்தவுடன் மீண்டும் மத்தியக் கிழக்கிற்குச் செல்வதும் என் அம்மாவின் நிலையாக இருந்தது. இந்த நிலையை மாற்றுவதற்கு 2001ஆம் ஆண்டு வீட்டிலேயே மளிகைக் கடையொன்றை ஆரம்பித்தோம். அக்கடையில் அம்மாவுக்கு உதவியாக இருந்து கொண்டு நானும் அக்காவும் கற்றோம்.

மத்தியக் கிழக்குக்குத் தொழிலுக்குச் சென்ற குடும்பங்கள் குறிப்பிடத்தக்கப் பொருளாதார முன்னேற்றங்களைக் கண்டன. எங்கள் லயத்திலுள்ள எட்டு வீடுகளுள் ஐந்து வீடுகளில் யாரேனும் ஒருவர் மத்திய கிழக்குக்குச் சென்று வந்துள்ளார். அவர்களுள் நாங்கள் உட்பட இரண்டு குடும்பத்தினர் சொந்தவீடு வாங்கி நகரங்களையொட்டிய கிராமத்தில் குடியேறிவிட்டோம்.

காலனிய ஆட்சி நிறைவடைவதற்குச் சற்று முன்னர் 1940களில் எங்கள் தோட்டம் உருவாக்கப்பட்டுள்ளதால், ஏனைய தோட்டங் களிலிருந்து சில வேறுபாடுகளைக் கொண்டுள்ளது. இங்கு இந்தியாவிலிருந்து நேரடியாக வந்தவர்கள் யாரும் இல்லை. வேறுவேறு தோட்டங்களிலிருந்து வந்து குடியேறியுள்ளனர். அதனால் முற்காலத் தோட்டங்கள் பலவற்றில் தமிழ்நாட்டின் குறிப்பிட்ட பகுதியிலிருந்து வந்தவர்கள் அதிகமாக இருப்பது போல இங்கு இல்லை. அத்துடன் வேறு தோட்டங்களில்

இடம்பெறுவது போன்ற கூட்டு நிகழ்வுகள் சில (காமன்கூத்து, பொன்னர் சங்கர், அர்ச்சுனன் தபசு முதலான கூத்துகள்) இங்கு இடம்பெறுவதில்லை. சிங்களவர்களும் லயங்களில் வசித்துத் தோட்டவேலை செய்கின்றனர்.

சாதாரண மக்கள்—உழைக்கும் வர்க்கம்— பன்மைத்துவத்தைத் தம் வாழ்வியலின் அடிப்படைகளுள் ஒன்றாகக் கொண்டு இருப்பதற்கும் பிற பண்பாட்டுக் கூறுகளுடன் ஒத்திசைந்தும் பங்குபற்றியும் வாழ்வதற்கும் சான்றாக எங்கள் தோட்டம் விளங்கியது. தோட்டத்திலிருந்த சிங்களவர்கள் முத்துமாரியம்மன் கோயில் நிகழ்வுகளில் கலந்துகொள்வர். இராமர் பஜனையில் பங்குபற்றுவர். அந்தக் குடும்பத்தவர்களுள் இருவர் இராமர் பஜனையின் கம்பத்தைத் தூக்கிச்செல்பவராகத் திருவுளச் சீட்டின் அடிப்படையில் பலமுறை தெரிவாகினர். 'மாதுங்' என்று அழைக்கப்படுபவர் பஜனை பாடல்களுக்கு அற்புதமாக டோலக் வாசிப்பார். அவ்வாறே ஊரிலுள்ள கிறிஸ்தவர்களும் கோயில் விழாக்களில் ஈடுபாட்டுடன் கலந்துகொள்வர். பஜனை ஊர்வலத்தின்போது அவர்களும் வீட்டின்முன் பூசை வைப்பர் அல்லது கம்பத்தின் தீபம் எரிவதற்கு எண்ணெய் இடுவர். முத்து மாரியம்மன் கோயில் திருவிழா குழுவில் கிறிஸ்தவர்களும் இடம்பெறுவர். முத்துமாரியம்மன் கோயில் நிர்வாகக் குழுவின் தலைவராகக் கிறிஸ்தவரொருவர் தெரிவுசெய்யப்பட்ட தருணங் களும் உள்ளன.

ஊரிலுள்ளவர்கள் அதிகமாக இந்துக்களாக இருந்தாலும் ஏனைய மத நடவடிக்கைகளை அவர்களும் ஆதரித்தனர். 'வெசாக்' தினத்தன்று (புத்த பூர்ணிமா) மதவேறுபாடற்று எல்லா வீடுகளின் முன்னும் வர்ணமயமான 'வெசாக்கூடுகளில்' ஒளியேற்றி வைப்பர். அவ்வாறே கார்த்திகை விளக்கீடன்று எல்லோருமே வீட்டின் முன்வாயிலின் இருபுறமும் விளக்கேற்றுவர். எங்கள் ஊருக்கு அருகில் இருக்கும் விகாரைக்கு இந்துக்கள் செல்வது இயல்பான நிகழ்வாக இருந்தது. ஞாயிற்றுக்கிழமைகளில் விகாரையில் இடம்பெறும் 'தாம் பாஸல' (அறநெறி பாடசாலை) வகுப்பில் இந்து மாணவர்கள் சிலரும் கலந்துகொள்வர். எங்கள் தோட்டத்தினருள் பலர் மாவனல்லைக்கு அருகில் அமைந்துள்ள 'அலுத்நுவர' எனும் கோயிலுக்கு வருடத்துக்கு ஒருமுறை

யாத்திரை செல்வர். அலுத்நுவர அல்லது தடிமுண்ட சுவாமி எனப்படும் கடவுள் கண்டி யுகத்தில் பௌத்த மரபில் தோன்றிய புதிய கடவுளாகும். அக்கோயிலுக்கு யாத்திரை செல்லும் வழமை தோட்டத்திலுள்ள சிங்களவர்களால் ஏற்பட்டதாகும்.

சிங்களக் கிராமமான 'நாட்டு' (தோட்டங்களுக்கு அருகில் உள்ள சிங்களக் கிராமம்) பகுதியிலிருந்து பலர் எங்கள் தோட்டத்தில் வேலை செய்தார்கள். தோட்டத்திலுள்ள ஆண்களுள் பலர் கள் அருந்துவதற்காக நாட்டுக்குச் செல்வர். நாட்டில் உள்ளவர்கள் பலா, ஈரப்பலா, பொலஸ் (பலா மூசு) முதலான வற்றை விற்பதற்கு எங்கள் தோட்டத்திற்கு வருவார்கள். அவ்வாறு வருபவர்களுக்குத் தோட்டத்திலுள்ள பலர் தேநீர் முதலான வற்றைக் கொடுத்து உபசரித்து அனுப்புவர். நாங்கள் நாட்டுப் பகுதிக்குச் சென்றாலும் அவர்கள் அன்புடன் உபசரிப்பார்கள். உழைக்கும் மக்களிடையே காணப்பட்ட அந்நியோன்யமிக்க வாழ்வு நாட்டில் இடம்பெற்ற இனமுரண்பாட்டுச் சூழலால் பெரிய பாதிப்புக்கு உள்ளாகவில்லை. ஆனால், அரசியல் வாதிகளாலும் பிறராலும் இனக் குரோத உணர்வுகள் மெல்ல மெல்ல வளர்த்தெடுக்கப்பட்டன. அவற்றினால் இனங்களுக்கு இடையிலான நெருக்கத்தில் விலகல் ஏற்பட்டு வந்ததை வெளிப்படையாக உணரமுடிந்தது. தற்போது நாட்டுப்பகுதிக்கும் தோட்டத்துக்கும் இடையிலான தொடர்பு பெரிதும் அறுந்து விட்டது. நாட்டுப் பகுதியையும் தோட்டத்தையும் இணைக்கும் குறுக்குப் பாதைகள் காடு மண்டிக்கிடக்கின்றன.

என் மூதாதையர் தமிழ்நாட்டின் எந்தப் பகுதியிலிருந்து இலங்கைக்கு வந்தார்கள், எப்போது வந்தார்கள், முதன்முதல் எங்குக் குடியேறினார்கள் என்பன தொடர்பில் உறுதியான தகவல்கள் எவற்றையும் அறியமுடியவில்லை. என்னுடைய தந்தை இறந்தபின்னர் எமக்கும் தந்தைவழி உறவினர்களுக்குமான தொடர்புகள் விரிசலடைந்துவிட்டன. தாய்வழி உறவினர் 'அங்குருவளை' என்ற தோட்டத்திலிருந்து 1974ஆம் ஆண்டு நிவ்டிவிசனில் குடியேறியுள்ளனர்.

சிறீமா-சாஸ்திரி உடன்படிக்கையால் (1964) என் பாட்டியினதும் தாத்தாவினதும் உறவினர்களுள் கணிசமானவர்கள் இந்தியாவுக்குச்

செல்ல (அவ்வாறு சென்ற எவருடனும் இன்று தொடர்புகள் இல்லை) குறிப்பிட்ட அளவினரே இலங்கையின் மத்தியப் பிரதேசங்களில் வாழ்ந்து வந்துள்ளனர். தோட்டங்கள் தேசியமயமாக்கப்பட்டப் பிறகு (1972) அங்குருவளை தோட்டத்தில் சிங்களவர்கள் தொடர்ந்தும் வன்முறைச் செயல்பாடுகளில் ஈடுபட்டு வந்ததால் அங்கு வாழ்வது அச்சுறுத்தலுக்குரியதாக மாறியுள்ளது. அதன்போது ஏனைய பல தொழிலாளர்களைப் போல என் குடும்பத்தினரும் அங்கிருந்து வெளியேறியுள்ளனர்.

சிறீமா-சாஸ்திரி உடன்படிக்கை காரணமாகப் பலரும் இந்தியாவுக்குச் சென்றுகொண்டிருந்தால் நிவ்டிவிசன் உள்ளடங்கலாக ரங்கலையில் தொழிலாளர் தட்டுப்பாடு நிலவியுள்ளது. எம் குடும்பத்தினரைப் போலவே இன்னும் பலர் ரங்கலைத் தோட்டத்துக்கு வந்துள்ளனர். தோட்டத்துரை ஒன்றாக வந்த எம் உறவுகளுள் ஒரு மாமாவுக்கு ரங்கலைத் தோட்டத்திலும் ஒரு பெரியம்மாவுக்குப் பூடல்கொல்ல தோட்டத்திலும் இன்னுமொரு மாமாவுக்கும் பெரியம்மாவுக்கும் பெருடிவிசனிலும் வீடுகள் கொடுத்து, 'பெயர்' பதிந்துள்ளார் (தொழிலில் இணைத்துக் கொள்ளல்). மீதமிருந்த மூன்று மாமாமார், இரண்டு பெரியம்மாமார், பாட்டி, என் அம்மா ஆகியோரை நிவ்டிவிசனில் குடியிருக்க அனுமதித்துள்ளார். தொடக்கத்தில் லயத்தில் ஒரு வீடு மட்டுமே வழங்கப்பட்டுள்ளது. பின்னர் திருமணமாகியிருந்த பெரியம்மாமார், மாமாமார் ஆகியோருக்குத் தனித்தனி வீடுகள் வழங்கப்பட்டுள்ளன.

மலையகமெங்கும் சிங்களப் பேரினவாதிகள் நிகழ்த்திய வன்முறைகளால் தோட்டங்களில் வாழ்வது சிக்கலுக்குரியதாக மாறியபோது பாட்டி, அம்மா உள்ளடங்கலாக இரண்டு மாமாமாரும் ஒரு பெரியம்மாவும் குடும்பத்துடன் 1981இல் வடக்குக்கு இடம்பெயர்ந்துள்ளனர். முதலில் வவுனியா நெளுக்குளத்திலும் பின்னர் முல்லைத்தீவின் முத்தையன் கட்டிலும் வாழ்ந்துள்ளனர். வடக்கின் நிலைமை மோசமாகி வந்ததால் மீண்டும் 1983இல் நிவ்டிவிசனுக்கே திரும்பியுள்ளனர். பெரியப்பாவின் உறவினர்களுள் சிலர் மட்டும் தொடர்ந்து அங்கேயே வசித்துவந்தனர். அவர்களின் குடும்பத்தவர்கள் போராட்ட இயக்கங்களில் இணைந்து உயிர் துறந்துள்ளனர்.

என்னுடைய குடும்ப வரலாற்றில் முதன்முதல் பல்கலைக் கழகப் பட்டதாரியாகக் கல்வியில் உயரும் வாய்ப்பு எனக்கே வாய்த்தது. ஒரு நூறு ஆண்டு வரலாற்றை எடுத்துக்கொண்டால், சிதைவுகளுக்கும் இழப்புகளுக்குமே என் குடும்பத்தினர் தொடர்ந்தும் உள்ளாகிவந்துள்ளதை அறியமுடிகிறது. அவற்றால் ஏற்பட்ட நிரந்தரமின்மையும் அலைக்கழிப்பும் பொருளாதார வளர்ச்சியிலும் கல்வி முன்னேற்றத்திலும் எதிர்நிலையான தாக்கங்களைச் செலுத்தியுள்ளன.

மலையக மக்களுடைய தீர்க்கப்படாத பிரச்சினைகளுள் முதன்மையான ஒன்றாக வீடு விளங்குகிறது. பெருந்தோட்டங்கள் உருவாக்கப்பட்ட காலத்தில் அமைக்கப்பட்ட 'லயம்' எனப்படும் தொடர்வீடுகளிலேயே இன்றும் பெருந்தொகையினர் வாழ் கின்றனர். இலங்கையில் மட்டுமல்ல தமிழ்நாடு, மலேசியா முதலான நாடுகளிலும் பெருந்தோட்டங்களில் வேலை செய் வோருக்கு லயம் எனப்படும் வீடுகளே அமைத்துக் கொடுக்கப் பட்டுள்ளன.

லயங்களானவை பெரிதும் பத்து தொடர் காம்பராக்களைக் (லயத்தின் ஒவ்வொரு வீடும் 'காம்பரா' என அழைக்கப்படுகிறது) கொண்டதாக அமைக்கப்பட்டுள்ளன. சில இடங்களில் 12 அல்லது 8 காம்பராக்கள் உள்ள லயங்களும் உள்ளன. இவற்றை விட இரட்டை லயங்களும் (நடுவில் உள்ள ஒரு சுவர் இரண்டு பக்கங்களுக்கும் பொதுவாக அமையும் லயங்கள்) சில இடங் களில் உள்ளன. ஒவ்வொரு லயங்களும் சாதி அடிப்படையில் ஒதுக்கப்பட்டதாகப் பல பதிவுகள் உள்ளன. தொடக்க காலத்தில் அத்தகைய நிலைமை நிலவியுள்ளது. சாதிய அடுக்கில் உயர்ந்த நிலையிலிருந்த பெரியகங்காணிகள் அந்த வழமையைப் பின்பற்றியுள்ளனர். ஆனால், அந்த இறுக்கம் தொடர்ந்து நிலவியதாகத் தெரியவில்லை. தோட்டத் தொழிலாளரின் வாழ்வு, சாதியம் கட்டிறுக்கமான நிலையிலே தொடர்ந்தும் இயங்குவதற்கு ஏற்றதாக அமையவில்லை. எல்லோரும் உடலுழைப்பாளர்களாக ஒரே மாதிரியான இருப்பிடத்தில் ஒரேயளவான தினக்கூலியில் படிமுறையான பதவி உயர்வற்று வாழ்ந்தமை, நிலம் முதலான சொத்துக்கள் அற்றிருந்தமை, ஒரே விதமான அடக்குமுறைகளை எல்லோரும் எதிர்கொண்டமை போன்ற பல காரணங்களால்

சாதிய இறுக்கம் தமிழ்நாட்டில் போல் இங்கு நிலைபெறவில்லை. இருப்பினும் இற்றைவரை மலையகப் பண்பாட்டு வாழ்வில் சாதியத்தின் தாக்கம் வெவ்வேறு மட்டங் களில் தொழிற்பட்டே வருகிறது.

எங்கள் தோட்ட லயங்களில் சாதிய ஏற்றத்தாழ்வு எவையும் பின்பற்றப்படவில்லை. ஆனால், சாதியத்தின் வேர்கள் இன்றும் நிலைத்துள்ளன. திருமணத்தின்போது சாதி அடிப்படையிலான அகமண முறையே விரும்பப்படுகிறது. எனினும் சாதி மீறிய திருமணங்கள் தீவிர நெருக்கடிகளை எதிர்கொள்வதில்லை. அவ்வாறு திருமண முடித்தவர்கள் தோட்டத்துக்குள்ளேயே வாழ்கிறார்கள்.

ஒரு காம்பரா என்பது திண்ணை அல்லது இஸ்தோப்பு என்று சொல்லப்படும் சிறிய முன்பகுதி, நடுவில் ஒரு அறை (பெரிதும் 10 × 10 அடி அல்லது 10 × 12 அடி), அதனையடுத்து சிறிய சமைய லறை என்பனவற்றைக் கொண்டதாகும். போதுமான காம்பராக்கள் இல்லாத ஊர்களில் ஒரு காம்பராவை இரண்டாகப் பிரித்து இரண்டு சிறிய குடும்பங்களுக்குப் பகிர்ந்தளிப்பர். என் பெரியம்மாவின் மகளொருவர் திருமணம் முடித்து நீண்ட காலமாக இரண்டாகப் பகுக்கப்பட்ட காம்பரா ஒன்றிலே வசித்து வந்தார். நல்ல காற்றோட்டம், போதுமான வெளிச்சம் என்பன கொண்டதாக லயங்கள் அமைக்கப்படவில்லை. மலையக வாய்மொழிப் பாடல்களில் வீட்டுவசதி போதாமை பல இடங்களில் இடம்பெற்றுள்ளன. எடுத்துக்காட்டாக,

காம்பரா பத்தாதுடா கங்காணி வடுவா இங்க
காலு நீட்ட எடமில்லையே கங்காணி வடுவா அப்படி
கையை நீட்ட எடமில்லையே கங்காணி வடுவா

எனும் பாடலைச் சுட்டிக்காட்டலாம். தோட்டங்களில் உழைத்துத் தேயும் உழைப்பாளர்கள் இருப்பிட வசதியற்று வாழ்ந்து வருகையில் தோட்டத்துரைமார்கள் அழகிய பங்களாக்களில், எழில் மிகுந்த சோலைகள் சூழ வாழ்ந்து வருகின்றனர்.

ரங்கலைத் தோட்ட நிர்வாகம் 2000ஆம் ஆண்டினையொட்டிய காலப்பகுதியில் லய வீடுகளைத் தொழிலாளர்களே சீர்திருத்திக் கொள்ளும் வாய்ப்பினை வழங்கியது. அதன்போது லயத்தின் முன்

பக்கமும் பின் பக்கமும் இடமுள்ளவர்கள் தம் வீடுகளை விஸ்தரித்துக் கொண்டார்கள். இன்னும் சிலர் வீட்டின் பின் பக்கத்தில் தனியாகச் சமையலறையைக் கட்டிக்கொண்டனர். இந்த முயற்சியால் லயத்தின் அமைப்பில் மாற்றங்கள் ஏற்பட்டன.

தோட்டத் தொழிலாளரை ஏளனத்துக்கு உள்ளாக்குவதற்கு 'லயத்தில் வாழ்தல்' பெரிதும் பயன்படுத்தப்படுகிறது. அதே வேளை, லயத்தைச் சிறையாகக் காண்பவர்கள் அதிலிருந்து வெளியேறுவதே மலையக மக்களின் மேல்நோக்கிய வளர்ச்சிக்கு அடிப்படையாக அமையும் என்கின்றனர். லயத்து வாழ்வில் இக்கட்டுகளும் நெருக்கடிகளும் இருக்கின்றபோதும் அங்கு நிலவும் உயர்ந்த வாழ்க்கை வெளிப்பாடுகள் அதனைச் சிறை யாகக் கொள்ளமுடியாது என்பதை வெளிப்படுத்தி நிற்கின்றன. லயத்தை வெளியிலிருந்து பார்ப்பவர்களுக்கு வேண்டுமென்றால் அது சிறையாகத் தெரியலாம். லயத்துக்குள் வாழ்பவர்களுக்கு அதன் விரிவு ஓர் உலகமாகும்.

லயத்தில் யாதாயினுமொரு வீட்டில் மரணம் நிகழ்ந்தால் அந்த லயமே மரண வீடாக விளங்கும். தீட்டு, தூய்மை பற்றி யாரும் கருத்தில் கொள்வதில்லை. அவ்வாறே திருமணம் முதலான சுபகாரியங்கள் இடம்பெற்றாலும் அந்த லயம் முழுதும் கொண்டாட்டமாக இருக்கும். ஒரு வீட்டில் விருந்தினர் எண்ணிக்கை அதிகரித்தால் அந்த லயத்திலுள்ள யாதாயினுமொரு வீடு இருப்பிடமொதுக்கும். உணவுப் பரிமாற்றங்கள் இயல்பான நிகழ்வாகும். விசேட நிகழ்வுகளுக்கு ஆடைப் பரிமாற்றங் களும் இடம்பெறும். குழந்தை வளர்ப்பென்பது பெரிய சவாலுக் குரியதாக விளங்கவில்லை. லயத்தில் உள்ள முதியோர்கள், சிறுவர்கள் பிறருடைய குழந்தைகளையும் பராமரித்துக் கொள்வர். அதனால் தோட்டம் நடத்தும் 'பிள்ளைக் காம்பராவில்' (குழந்தை பராமரிப்பு நிலையம்) சிலர் குழந்தைகளை விடுவதும் இல்லை. லயத்தில் உள்ளவர்கள் எங்காவது திருவிழாவுக்கோ வேறு விசேடங்களுக்கோ செல்லும்போது, பக்கத்து வீட்டுச் சிறுவர்களையும் அழைத்துச் செல்வர். என்னை மாத்தளை முத்துமாரியம்மன் கோயில் தேருக்கு எங்கள் லயத்திலிருந்த 'வீச்சு வெட்டு தாத்தா' அழைத்துச் சென்றது இன்றும் நினைவில் இருக்கிறது.

தோட்ட வாழ்வின் ஒவ்வொரு அசைவிலும் கூட்டுவாழ்வின் கூறுகள் இணைந்துள்ளதைக் காணலாம். தொழில், ஊர்ப்பொது நிகழ்வுகள் என்பவற்றுக்கு அப்பால் ஏனைய பல சந்தர்ப்பங் களிலும் கூட்டு வாழ்வியற் கூறுகளைக் காணலாம். உதாரணமாக, விறகு வெட்டுவதற்குக் காட்டுக்குச் செல்லும்போது கூட்டாகப் பலர் சேர்ந்து செல்வர். அவ்வாறு செல்பவர்கள் எல்லோரும் ஒன்றாக விறகுகளை வெட்டிச் சேர்த்த பின்னர்த் தன்னால் தூக்கிச் செல்ல முடிந்த அளவு கட்டிக்கொள்வர். முன்னோர் களிடம் பெற்ற அந்த அனுபவம் எங்களை அறியாமல் எம்மிடம் தொடர்ந்தது. நானும் என் நண்பர்களும் விறகுக்குச் சென்றால் ஒருபோதும் தனித்தனியாக விறகு வெட்டிச் சேர்த்தது இல்லை.

வளமான கல்வியைப் பெறுவதற்கான சூழல் எங்கள் தோட்டத் திலுள்ளவர்களுக்கு அமையவில்லை. பொருளாதார நெருக்கடிகள், ஆரோக்கியமான வழிகாட்டலின்மை, பெற்றோரின் அறியாமை முதலானவற்றாலும் பாடசாலைகளின் வளப்பற்றாக்குறை, ஆசிரியர்களின்மை ஆகியவற்றாலும் குழந்தைகளின் கல்வி நீண்ட காலமாகப் பாதிப்படைந்து வந்துள்ளது. ஆனால், பெற்றோர்கள் தம் குழந்தைகள் கற்று உயர்ச்சியடைய வேண்டும், தோட்டத்தொழிலைவிட்டு விடுபடவேண்டும் என்ற ஆத்மார்த்த மான விருப்பங்களைக் கொண்டவர்களாக விளங்கியுள்ளனர். அவற்றை இறுகப் பற்றித் தொடர்ந்து பயணிப்பதில் அக, புறக் காரணிகள் தடையாக விளங்கியுள்ளன.

தோட்டங்களில் இராப் பாடசாலை நிகழ்த்துதல் ஒரு வழமை யாக இருந்துள்ளது. எங்கள் தோட்டத்தில் இராப் பாடசாலை இயங்கியதா என்பதை அறியமுடிவில்லை. சிலதோட்டங்களில் தனிநபர்கள் பாடசாலைகளை உருவாக்கியுள்ளனர். சி. வி. வேலுப் பிள்ளை தாகூர் பெயரில் ஆரம்பித்த பாடசாலை (1935), கருப்பையா இராமசாமி பாரதி பெயரில் ஆரம்பித்த பாடசாலை (1957) ஆகியவற்றை அதற்குச் சான்றாகக் கூறலாம். எங்கள் தோட்டத்தில் அத்தகைய முயற்சிகள் எவையும் இடம்பெற வில்லை.

ஆனால், நாங்கள் சிறுவர்களாக இருந்த காலத்தில் 'அந்தி ஸ்கூல்' (மாலைநேர வகுப்பு) எனச் சிலர் மாணவர்களுக்குக்

கற்பித்தனர். என் அம்மா அவ்வாறு சில காலம் சிங்களம் கற்பித்து வந்தார். அவர் தன் பாடசாலைக் கல்வியை (தரம் ஏழு வரை) சிங்களப் பாடசாலையொன்றில் பெற்றுள்ளார்.

'பேர்ன்சைட் தமிழ் வித்தியாலயத்தில்' நான் ஆரம்பக் கல்வியைக் கற்றேன். தொடக்கத்தில் அந்தப் பாடசாலை பேர்ன்சைட் தோட்டத்தில் இயங்கியுள்ளது. அதனால் அந்தத் தோட்டத்தின் பெயரில் அழைக்கப்பட்டது. பின்னர் அந்தப் பாடசாலை நிவ்டிவிசனிலிருந்து தங்காப்புவக்குச் செல்லும் வழியில் இருந்த தோட்ட நிர்வாகத்தின் வீடொன்றுக்கு (பங்களா) மாற்றப்பட்டுள்ளது. பாடசாலைக்கு உரிய அமைப்பற்ற கட்டடம் அது. தோட்டங்கள் மாணவர்களுக்குக் கல்வியைக் கட்டாயம் வழங்க வேண்டும் என்ற கட்டளை பிறப்பிக்கப்பட்ட பின்னர் (1907) தோட்ட நிர்வாகம் கல்வி வழங்கும் ஏற்பாடுகளை முன்னெடுத் துள்ளது. ரங்கலை தோட்டநிர்வாகம் நிர்வாக அதிகாரிகளுக்குக் கட்டப்பட்ட பழைய வீடொன்றினைக் கல்விநிலையமாக்கி யுள்ளது. பேர்ன்சைட் தோட்டமும் அவ்வாறே பாடசாலையினை நடத்திவந்துள்ளது. அத்தகைய பாடசாலைகள் வளமான கல்வியை வழங்குபவையாகவோ ஆரோக்கியமான கல்விச் சூழலைக் கொண்டவையாகவோ விளங்கவில்லை.

இலங்கை அரசு 1945இல் இலவசக் கல்வியை நடைமுறைப் படுத்திய போதிலும் தோட்டப் பாடசாலைகளை அதற்குள் உள்ளீர்க்கவில்லை. தோட்டங்கள் தேசியமயமாக்கப்பட்ட பின்னரே தோட்டப் பாடசாலைகளைக் கட்டம் கட்டமாக அரசு பொறுப்பேற்றது. நான் மூன்றாம் ஆண்டு கற்கும் வரை (1991-1993) பேர்ன்சைட் பாடசாலை, தோட்ட நிர்வாகம் ஒதுக்கிய வீட்டில்தான் இயங்கியது. அங்கு முதல் இரண்டு ஆண்டுகளையும் தரையில் அமர்ந்துதான் கற்றோம். அதன்பின்னர் 'சீடா' நிறுவனத்தால் புதிய பாடசாலை கட்டடம் அமைத்துக்கொடுக்கப்பட்டது.

பாடசாலை வகுப்புகள் உரிய நேரத்தில் ஆரம்பித்து, பாட வேளைகள் எல்லாம் முழுமையாகக் கற்பிக்கப்பட்ட நாட்கள் என எவையும் என் நினைவில் இல்லை. போக்குவரத்துப் பிரச்சினை, ஆசிரியர் பற்றாக்குறை என்பனவற்றால் தீர்க்கப்படாத பிரச்சினை களாகவே அவை இருந்தன. மூன்று ஆசிரியர்கள்தான் மொத்தமாக

ஒன்பது வகுப்புகளுக்கு இருந்தார்கள். அவர்கள் மிகுந்த அர்ப்பணிப்புடன் கற்பிக்க முயற்சி எடுத்தார்கள். பாடசாலையில் தரம் 5 வரை சிங்கள மாணவர்களும் கற்றார்கள். அவர்களுக்கு ஓர் ஆசிரியர் இருந்தார். எப்போதாவது ஓர் ஆங்கில ஆசிரியர் பாடசாலைக்கு வருவது உண்டு. ஆனால், இரண்டு, மூன்று மாதங்களுக்குள்ளே அவர் வேறு பாடசாலைக்கு மாற்றலாகிச் சென்றிருப்பார். இந்த நிலையால் பாடத்திட்டங்களை முழுமையாகக் கற்பிப்பதே —கற்பதே எமக்கு மிகுந்த சவாலாக இருந்தது.

தரம் பத்து முதல் பயில்வதற்கு ரங்கலை நகரிலுள்ள 'ரங்கலை தமிழ் மகா வித்தியாலயத்துக்குச் செல்ல வேண்டும். பொருளாதார நெருக்கடி, புதிய சூழலின் அச்சுறுத்தல் முதலான வற்றால் சிலர் பேர்ன்சைட் பாடசாலையுடன் (தரம் 9) தம் கல்வியை நிறுத்திக்கொள்வர். ரங்கலை தமிழ் மகா வித்தியாலயத்துக்கு வந்தவர்களுள் சிலர் சில மாதங்களுள் இடைவிலகி விடுவர். தரம் ஒன்றிலிருந்து என்னோடு கற்றவர்களுள் ஒரே யொருவரே என்னுடன் கல்விப் பொதுத் தராதர சாதாரணத் தரப் பரீட்சைக்குத் தோற்றினார் (தரம் 11).

நாங்கள் (நானும் என்னுடன் தெரிவான கமலும்) கல்வியில் காட்டிய ஈடுபாட்டால், தோட்டத்திலுள்ள யாவரும் எம்மில் அக்கறை காட்டினார்கள். எங்கள் கடையில் பொருட்களை வாங்குபவர்களுள் சிலர் ஏதாவதொரு தின்பண்டத்தை வாங்கி என் முன் வைத்துவிட்டு, 'சாப்பிட்டு சாப்பிட்டு படிங்க' என்பார்கள். கமலுக்குத் தேவையான புத்தகங்களை வாங்கித் தந்தவர்களும் உள்ளனர். பலருடைய ஆத்மார்த்தமான ஊக்குவிப்பு, இந்தக் கட்டுகளுக்குள்ளும் தொடர்ந்து கற்பதன் ஆர்வத்தை மிகுவித்தது. அதனால், மின்சாரம் நுழையாத தோட்டத்திலிருந்து இலங்கையின் பிரகாசமாக விளங்கும் பேராதனைப் பல்கலைக்கழகத்துக்கு நாங்கள் தெரிவானோம். அங்கு நான் தமிழ்த்துறையிலும் கமல் அரசறிவியல்துறையிலும் சிறப்புக் கற்கையைத் தொடர்ந்தோம்.

எங்கள் பாடசாலையிலிருந்து முதன்முதல் நாம் தான் பல்கலைக் கழகத்துக்குத் தெரிவானோம். அதனை எங்கள் தோட்டம் மட்டுமன்று அயலிலுள்ள எல்லாத் தோட்டங்களும் மகிழ்ந்து கொண்டாடின. தோட்ட நிர்வாகம் எங்கள் இருவருக்கும் வங்கிக்

கணக்கை ஆரம்பித்துத் தலா 3000 ரூபா வைப்பிலிட்டுத் தந்தது. நூறாண்டுகளுக்கு மேற்பட்ட வரலாற்றில் ரங்கலைத் தோட்ட நிர்வாகம் கல்விக்கெனச் செய்த ஒரேயொரு பங்களிப்பாக அதனைக் கருதலாம் என நினைக்கிறேன்.

எங்கள் பகுதியின் மருத்துவ வசதி மிகவும் பின்தங்கிய நிலையிலேயே இன்றும் காணப்படுகிறது. ரங்கலைத் தோட்டப் பிரிவுகளுக்கு உரிய மருந்தகம் எங்கள் லயத்துக்கு எதிரே அமைந்துள்ளது. தோட்ட நிர்வாகம் தொழிலாளர்களுக்கு மருத்துவ வசதிகளைக் கட்டாயம் வழங்க வேண்டும் என்ற கட்டளை பிறப்பிக்கப்பட்டதால் தோட்டங்கள் சிறிதளவில் மருத்துவ வசதிகளை வழங்கியுள்ளன. மருத்துவ வசதிகள் அற்றிருந்த தொடக்கக் காலத்தில் தொழிலாளர்கள் பலர் இறந்துள்ளனர். தோட்டத்துரைமார் சங்கத்தால் 1870இல் வெளியிடப்பட்ட ஆண்டு அறிக்கையில் ரங்கலைப் பகுதியில் இருந்த 15 தோட்டங்களில் 1868இல் 2082 தொழிலாளர்கள் இருந்ததாகவும் அவர்களுள் 65 தொழிலாளர்கள் அவ்வாண்டு இறந்ததாகவும் 1869இல் 2311 தொழிலாளர்கள் இருந்ததாகவும் அவர்களுள் 72 தொழிலாளர்கள் அவ்வாண்டு இறந்ததாகவும் குறிப்பிடப்பட்டுள்ளன. இந்தக் கணக்கெடுப்பு, தோட்டத்தொழிலாளருக்கான வசதிகள் போது மானதாக இல்லை என்பதைச் சுட்டிக்காட்டி வன்டார்ட் வெளி யிட்ட அறிக்கைக்கு மறுப்புத் தெரிவிக்கும் வகையில் தோட்டத் துரைமார்களால் சமர்ப்பிக்கப்பட்டுள்ளது. அதனால் இந்த எண்ணிக்கையைவிட இறப்பு விகிதம் உயர்வாக இருந்திருக்கும். அதேவேளை, இந்த இறப்புகள் நீண்டகால நிலையான குடியிருப்பாக விளங்கிய இடங்களில் இடம்பெறவில்லை—தொழிலுக்காகப் புலம்பெயர்ந்தவர்களே அவ்வாறு இறந்துள்ளனர்—என்பது கவனத்தில் கொள்ளத்தக்கது.

தோட்ட வைத்தியசாலைகளில் மருத்துவம் பயின்று மருத்துவ ராகப் பணியாற்றுபவர் எவரும் இல்லை. 'அப்போதிகாரி' எனப்படும் மருத்துவப் பயிற்சி பெற்றவர்களே கடமையில் இருந்தனர். எமது தோட்டத்தில் இருந்தவர் சிறு காயங்களுக்கு மருந்திடுவார்; காய்ச்சல், தலைவலி, வயிற்றுவலி முதலானவற்றுக்கு அடிப் படையான மாத்திரைகளைக் கொடுப்பார். ஏனைய நோயாளிகளை உடனே தெல்தெனிய பிரதேச வைத்திய சாலைக்கு அனுப்பிவைப்பார்.

தெல்தெனிய வைத்தியசாலைக்கு மருத்துவத்துக்குச் செல்வது என்பது நாங்கள் சிறுவர்களாக இருந்த காலத்தில் பெரும் சிக்கலுக்குரியதாகவே விளங்கியது. தெல்தெனிய வைத்தியசாலை எம் தோட்டத்திலிருந்து 18 கிமீ தொலைவில் உள்ளது. போக்கு வரத்து வசதிகள் அற்றுள்ளதால், 'கொழுந்து லொறியிலேயே' (பறிக்கப்பட்ட கொழுந்தினைத் தொழிற்சாலைக்கு ஏற்றிச் செல்லும் லொறி) நோயாளியை அனுப்புவார்கள். கர்ப்பிணிப் பெண் முதல் அவசர நோயாளிவரை அனைவருக்கும் லொறிதான். தோட்டத்து லொறியைப் பெற்றுக்கொள்வதிலுள்ள கால தாமதங்களால் இறப்புகளும் நிகழ்ந்துள்ளன.

என் பெரியம்மாவின் மகள் கலா, என்னைவிட இரண்டு வயது மூத்தவள். தேயிலைச் செடிக்குக் கிருமிநாசினி அடித்திருந்த போது அங்கிருந்த 'புளிச்சவை' (புளிப்புச் சுவை தருகின்ற இலை) சாப்பிட்டதால் ஆறு வயதில் இறந்துபோனாள். உடனடி மருத்துவம் கிடைத்திருந்தால் பிழைத்திருப்பாள். தொழிலாளர் களும் பாதையில் சென்றவர்களும் குளவி, தேனீ கொட்டுக்களுக்கு உள்ளாதல் அடிக்கடி நிகழ்வதுண்டு. ஒருமுறை பெருடிவிசனில் இருந்து தேனீ கொட்டுக்கு இலக்காகிக் கொண்டுவரப்பட்ட ஒருவர் தெல்தெனிய வைத்திய சாலையில் அனுமதிக்கப்பட்ட பின்னர் இறந்து போனது இன்றும் நினைவில் இருக்கிறது.

போக்குவரத்து வசதிகளில் ஏற்பட்ட வளர்ச்சி, மக்களிடத்தில் ஏற்பட்ட விழிப்புணர்வு முதலானவற்றால் தோட்டத்து லொறியை எதிர்பார்ப்போர் விகிதம் இன்று பெரிதும் குறைந்துவிட்டது. தனியார் வாகனங்களிலும் சொந்த வாகனங்களிலும் வைத்திய சாலையை நாடுகின்றனர்.

எங்கள் தோட்டத்தின் பிரதான கோயில் முத்துமாரியம்மன் கோயிலாகும். ஊரின் எல்லாச் சமய நிகழ்வுகளும் இக்கோயிலை அடிப்படையாகக் கொண்டே இடம்பெறும். நான் சிறுவனாக இருந்த காலத்தில் அம்மை நோயின் தாக்கம் எங்கள் தோட்டத்தில் உயர்ந்தளவில் இருந்தது. நெருக்கமான குடியிருப்புகளான படியால் உடனே தோட்டம் முழுதும் அம்மை நோய் பரவிவிடும். நானும் என் அக்காவும் அம்மை நோய்க்குள்ளானபோது மிகுந்த துயருற்றோம். எங்கள் பாட்டி அம்மனுக்கு நேர்த்தி வைத்தார்,

மாரியம்மன் தாலாட்டுப் பாடுவதற்கு ஏற்பாடு செய்தார். குணமாகியதும் மடிப்பிச்சை பெற்று, பொங்கலிட்டார். மாரியம்மன் தாலாட்டுடன் 'பெரிய எழுத்துப் பொஸ்தகங்கள்' பல எங்கள் வீட்டில் இருந்தன. மலையக மக்களின் பண்பாட்டு வாழ்வியலில் பெரிய எழுத்துப் பொஸ்தகங்களின் பங்கு முக்கியமானதாகும். சடங்கு, வழிபாடு, கலை, கல்வி எனப் பல தளங்களில் அவை பயில்வில் இருந்துள்ளன. எங்கள் தோட்டத்தில் மார்கழி ஏகாதசி நாளன்று இரவு கோயிலில் 'ஏகாதசி மகத்துவம்' என்ற பெரிய எழுத்துப் பொஸ்தகம் வாசிக்கப்படும்.

நீண்டகாலமாக ஆகமம் சாராத கோயிலாக இருந்துவந்த தோட்டத்துக் கோயில் 2011இல் ஆகம முறைக்கு உட்பட்ட கோயிலாக அமைக்கப்பட்டு, கும்பாபிஷேகம் நிகழ்த்தப் பட்டது. தோட்டத்திலிருந்து சென்று கொழும்பில் வணிகத்தில் ஈடுபடும் 'குமார்' என்பவர் கோயிலைத் திருத்தி அமைப்பதிலும் தொடர்ந்தும் வழிபாடுகள் இடம்பெறுவதிலும் உதவிசெய்து வருகிறார். கோயிலில் நிரந்தரமாக ஐயர் ஒருவர் பணிக்கு அமர்த்தப்பட்டுள்ளார். இந்த மாற்றத்துக்குப் பிறகு ஊரின் வழிபாட்டு மரபிலும் கோயில் நடைமுறைகளிலும் முக்கியமான மாற்றங்கள் இடம்பெறத் தொடங்கின.

நீண்டகாலமாக இடம்பெற்றுவந்த கிராமிய வழிபாடுகள் தம் முதன்மையை இழந்தன. பலியிடல்கள் பெரிதும் கைவிடப் பட்டு வருகின்றன. ஆடுவெட்டி வழிபடப்பட்ட மாடசாமிக்கு இன்று பொங்கல் படையல் மட்டும் இடப்படுகிறது. குடி விடுதலில் (திருவிழாவின் இறுதி நிகழ்வு) வழங்கப்பட்ட கருவாடு கலந்த 'கட்டுச்சோறு' இன்று புளிசாதமாகிவிட்டது. தப்பு தன் முதன்மையை இழக்க மேளம், நாதஸ்வரம் என்பன அவ்விடத்தைப் பெற்றுக்கொண்டன. ஐயரைத் தவிர வேறு எவரும் கருவறைக்குள் நுழைய முடியாத வரையறை தோன்றிவிட்டது. முன்னர்க் கருவறையில் உறங்கும் சூழல்கூட இருந்தது. நான் பஜனைக் குழுவில் இருந்த போது பலமுறை கருவறையில் தான் உறங்கினேன்.

தேயிலைச் செய்கையில் நாற்று நடுதல், கொழுந்து பறித்தல், கவ்வாத்து வெட்டுதல், மட்டம் வெட்டுதல், கொழுந்தினைத்

தொழிற்சாலைக்குக் கொண்டு செல்லுதல், தொழிற்சாலையில் கொழுந்தினைத் தேயிலைத் தூளாக்குதல் எனும் செயற்பாடுகள் இடம்பெறுகின்றன. இந்த ஒவ்வொரு செயற்பாட்டுக்கும் ஒவ்வொரு கடவுளரை முறையே தவறணைமுனி, கொழுந்து சாமி, கவ்வாத்துசாமி, மட்டத்துசாமி, கம்பிமுனி, றோதைமுனி ஆகிய தெய்வங்களை வணங்கிவருகின்றனர். இந்த வழிபாடுகள் தொழிலின்போது நிகழும் அபாயங்கள், அனர்த்தங்களிலிருந்து தம்மைப் பாதுகாத்தல், வளத்தைப் பெருக்குதல் ஆகிய நோக்கங்களை அடிப்படையாகக் கொண்டுள்ளன. தென்னிந்தியாவில் பின் பற்றிய பூர்வீக வழிபாட்டு மரபுகளைப் புதிதாக எதிர்கொண்ட வாழ்வியலுடன் இணைக்கப்படுத்தியதால், இந்தப் புதிய வழிபாடுகள் தோற்றம் பெற்றுள்ளன.

தேயிலை உற்பத்தியில் கொழுந்து பறித்தல், மட்டம் வெட்டுதல் என்பன அதிகமாகப் பெண்களால் மேற்கொள்ளப்படுகின்றன. அதேபோல் தவறணைத் தொழில், கவ்வாத்து வெட்டுதல், கொழுந்தினைத் தொழிற்சாலைக்குக் கொண்டு செல்லுதல், கொழுந்தைத் தூளாக்குதல் ஆகியன ஆண்களால் செய்யப் படுகின்றன. அதனால் பெண்கள் செய்யும் தொழிலோடு தொடர்புபட்ட கொழுந்துசாமி, மட்டத்துசாமி ஆகிய வழிபாடுகள் பெண்களின் தலைமையிலும், ஏனைய வழிபாடுகள் ஆண்களின் தலைமையிலும் மேற்கொள்ளப்படுகின்றன. பெண்களால் முன்னெடுக்கப்படும் வழிபாடுகள் ஆண்கள் நிகழ்த்தும் வழிபாடு களிலிருந்து பல்வேறு வகைகளில் வேறுபட்டுள்ளன.

ஆண்களின் வழிபாட்டில் பலியிடல், மது, சுருட்டு முதலியன படைத்தல் என்பன முதன்மையானவையாக விளங்குகின்றன. கொழுந்து சாமி, மட்டத்துசாமி வழிபாடுகளில் பலியிடலோ மது, சுருட்டு முதலியன படைக்கப்படுவதோ இல்லை. பொங்கல், கடலை, பச்சரிசி அல்லது துள்ளுமா, பால், பழங்கள், வெற்றிலை, பாக்கு முதலியன படைக்கப்படும். பெண்கள் தலைமையில் இடம் பெறும் வழிபாடுகளில் ஆண்கள் கலந்துகொள்வர். ஆனால், ஆண்கள் முன்னெடுக்கும் வழிபாடுகளில் பெண்கள் கலந்து கொள்ளல் தடைசெய்யப்பட்டுள்ளது. இவ்வழிபாடுகளுள் தவறணைமுனி, கொழுந்துசாமி, கவ்வாத்துசாமி, மட்டத்துசாமி ஆகியன எங்கள் தோட்டத்தில் சிறப்பாக நிகழ்த்தப்பட்டன.

தற்போது இந்த வழிபாடுகள் எவையும் இடம்பெறுவதில்லை. புதிதாக உருவாக்கப்பட்ட தோட்டம். ஆகையால் மலையகத்தில் 1960களில் ஏற்பட்ட கலை, பண்பாடு, அரசியல் விழிப்பு ஆகியன எம் தோட்டத்தில் பரவுவதற்கான அக, புறச் சூழல் அமைய வில்லை என்பதை அறியலாம். 1970களின் பிற்கூற்றிலிருந்து தான் தொழிற் சங்கம் (இலங்கைத் தொழிலாளர் காங்கிரஸ்) தோட்டத்துக்குள் தொழிற்பட்டுள்ளது. ஆனால், இற்றை வரையான காலத்தில் எந்தத் தொழிற்சங்கமும் எங்கள் தோட்டத் தொழிலாளர்களை விழிப்புணர்வுபடுத்துவதிலோ, அரசியல் மயப்படுத்து வதிலோ ஈடுபடவில்லை. தொழிற்சங்க அரசியல் செல்வாக்கு இழந்து கட்சி அரசியல் வளர்ச்சிபெற்றுள்ள தற்காலத்தில் மலையக அரசியல் தலைமைகள் மீதான கவர்ச்சியோ ஈடுபாடோ எங்கள் தோட்டத்தில் இல்லை.

கலைகளில் இயல்பாக ஈடுபாடுள்ள தொழிலாளர்களை என் சிறுபிராயத்தில் பார்த்திருக்கிறேன். எங்கள் லயத்தில் இருந்த ஒருவர் மாலைவேளையில் இனிமையாக டோலக் வாசிப்பார். அவருடைய மகனும் அதை அவ்வப்போது செய்துவந்தார். இராமர் பஜனையில் பாடப்படும் பாடல்கள் யாவும் அங்குள்ளவர்களால் சினிமாப் பாடல் மெட்டில் இட்டுக்கட்டிப் பாடப்படுபவையாகும். திருவிழாவையொட்டி முன்னர் நாடகங்களும் அரங்கேற்றப்பட்டன. நான் ஒரு நாடகத்தில் மகனாகப் பாத்திரமேற்றிருந்தேன். தப்பிசைப்பவர்களில் தேர்ந்தவர்கள் இருந்தார்கள். இந்த ஈடுபாடுகள் யாவும் அவர்களுக்கு மகிழ்ச்சியை, திருப்தியைத் தந்தன. அவை மக்களை மட்டுமல்ல, கடவுளையும் மகிழ்வித்தன. திருவிழாவின்போது ஒரு கையில் சாட்டையும் மறுகையில் தீப்பந்தமும் ஏந்தி ஆடிவரும் 'மாடசாமி', தனக்கேற்ற தப்பிசையை ஆட்காட்டி விரலாலே வடிவமைத்துக்கொள்ளும். அந்தத் தாளத்திலிருந்து தப்பிசைப்பவர்கள் தடம்மாறினால் மாடசாமியின் சாட்டை அவர்களைப் பழைய தாளத்துக்கு மீட்டுவரும்.

என் பாடசாலை நாட்களில் வாசிப்பு ஆர்வத்தைத் தூண்டுதல், சுயசிந்தனைக்கு இடந்தரல் என்பன அபூர்வமானதாகவே இருந்துள்ளமையைப் பல்கலைக்கழகத்துக்குள் நுழைந்த வுடன் அறிந்துகொண்டேன். தோட்டத்திலும் வாசிப்பதை, எழுதுவதைத் தூண்டும் முன்னோடிகள் எவரும் இருக்கவில்லை.

இருப்பினும் மனிதர்களிடத்தில் உன்னதமான வாழ்வியற் கூறுகள் நிறைந்திருந்தமையை இன்று திரும்பிப் பார்க்கும் போது உணர்ந்துகொள்கிறேன். நெருக்கடிமிக்க நீண்டகால வாழ்க்கை அனுபவம் தோற்றுவித்த உயர்ந்த மானுடக் குணாம்சங் களாக அவற்றைக் கொள்ளலாம்.

என் சிறுவயது காலத்தை மீட்டிப்பார்க்கும்போது தோட்டத் திலிருந்தவர்கள் ஓய்வற்ற உழைப்பில் ஈடுபட்டுவந்தமை கண்முன் விரிகிறது. தோட்ட வேலை, ஆடு, மாடு வளர்ப்பு, வீட்டுத் தோட்டம், ஏலத்தோட்டம், விறகுவெட்டுதல் என ஒவ்வொரு நாளும் உழைப்பினால் நிறைந்திருந்தது. அவர்களின் பணிகளில் ஒரு நேர்த்தி இருந்தது. பாதைகளின் வளைவுகளைச் செப்பமாக அமைக்கக் கட்டப்பட்டுள்ள 'கட்டரம்' (கல் அடுக்குகள்), தேயிலை மலை உச்சியிலிருந்து நீர் வடிந்தோடுவதற்காக அமைக்கப் பட்டுள்ள 'நெத்திக்கான்' (நீர் வடிந்தோட அமைக்கப்படும் பிரதான கான்) என்பவை அதற்குச் சான்றாக இன்றும் விளங்குகின்றன.

நிர்வாகக் கெடுபிடிகள், வருமானம் போதாமை, உட் கட்டமைப்பு வசதிகளின்மை முதலியன காணப்பட்டாலும் தொழிலாளர்கள் தேயிலை மலைகளை நேசித்தார்கள். ஈடு பாட்டுடன் தொழில்புரிந்தார்கள். 'தவறணையில்' (தேயிலைக் கன்றுகளை நாற்றுமேடையிட்டு வளர்க்கும் இடம்) கடமையில் ஈடுபட்டவர்கள் 'வேலை நேரம்' மட்டும் வேலை செய்பவர்களாக இருக்கவில்லை. நாங்கள் பாடசாலைக்குச் செல்லும்போதே (7 மணிக்குமுன்) தவறணையில் இருப்பர். மாலை இருள் படர தொடங்கிய பின்னே வீட்டுக்கு வருவர். தோட்டத்துக் காவல்காரர் நிர்வாகத்துக்குத் தெரியாமல் ஒரு சிறுமரத்தை வெட்டிக் கொள்ளக்கூட எவருக்கும் அனுமதித்ததில்லை.

மக்களின் தேவைகள், விருப்பங்கள் எளிமையானவையாக இருந்தன. மகிழ்ச்சி, கோபம், வெறுப்பு முதலானவற்றை உடனுக் குடன் வெளிப்படுத்துவார்கள். வஞ்சத்தைச் சுமந்தலைந்த மனிதர்களை எங்கள் தோட்டத்தில் நான் கண்டதில்லை. எந்தப் பெரும் நெருக்கடியையும் இயல்பாக முகங்கொள்ளும் தன்மை யைப் பலரிடம் அவதானித்துள்ளேன். ஒரு உடலுழைப்புச் சமூகத்திற்குரிய பொதுவான முரண்பாடுகள் எல்லாம் எங்கள்

தோட்டத்தில் நிலவின. அதேவேளை, தோட்ட மக்களை அடக்கியாளும் தோட்ட நிருவாகத்துடனான முரணும் மோதலும் வெவ்வேறு தளங்களில் வெளிப்பட்டு வந்தன.

கடந்த பத்துப் பதினைந்து ஆண்டுகளுக்குள் எங்கள் தோட்டத்தின் முகம் பெரிதும் மாறிவிட்டது. போக்குவரத்து வசதிகள் அதிகரித்துவிட்டன. சுதந்திரமாக நாங்கள் நடமாடிய காட்டுப் பகுதிகளில் சுற்றுலா விடுதிகள் பெருகிவிட்டன. உலகின் அதிவேக வாழ்வுப்போக்கு எங்கள் தோட்டத்தையும் விட்டு வைக்கவில்லை. மக்களின் வாழ்க்கை நடத்தையில் மிகுந்த மாற்றங்கள் ஏற்பட்டுவருகின்றன. கூட்டு உழைப்பிலிருந்து அந்நியப் படுபவர்களின் எண்ணிக்கை வேகமாக அதிகரித்து வருகிறது. தொழிலாளர் வர்க்கத்திலிருந்தும் நடுத்தர வர்க்கமும் உயர்ந்து வருகிறது. கடந்த பத்து வருடங்களாகத் தோட்டத்துக்கு வெளியே வாழ்வதால் இந்தக் காலப்பகுதியில் தோட்டங்களுக்குள் ஏற்பட்டு வரும் மாற்றங்களை உடனடியாக உணர்ந்துகொள்ள முடிகிறது. ஆரோக்கியமான மாற்றங்களுடன் எதிர்நிலையான மாற்றங்களும் நிகழ்ந்தேறிவருகின்றன. நெடிய அனுபவத்தில் முகிழ்த்த செழுமையான வாழ்க்கைக்கூறுகள் சிதைந்து வருவதை அவதானிக்க முடிகிறது.

இடப்பெயர்வுக்கும் புலப்பெயர்வுக்கும் உள்ளானவர்கள் எதிர்கொள்ளும் மனச்சிக்கல்களை நானும் எதிர்கொண்டு வருகிறேன். சொந்த ஊர் மீதான ஏக்கம் எப்போதும் விட்டகன்றது இல்லை. புதிதாகக் குடியேறிய கிராமத்துடன் இன்னும் இரண்டறக் கலக்கமுடியவில்லை. தோட்டத்து வாழ்வில் மனிதர்களுடன் இருந்த நெருக்கமான உறவு, பிணைப்பு இங்கு இல்லை. எந்தப் பண்டிகையும் தோட்டத்துக்குச் செல்லாமல் முழுமையைத் தந்ததில்லை. எந்தக் கோயில் திருவிழாவிலும் எங்கள் தோட்டத்து திருவிழாவின் திருப்தியை அனுபவித்ததில்லை. உடலுழைப்பின் மேன்மையைக் காணும்போதெல்லாம் எங்கள் தோட்டத் தொழிலாளர்கள் நினைவுக்கு வராமலிருந்ததில்லை.

□

54

பலாலி

நினைவிலாடும் பனைமர நாடு

ம. ஜெயராம சர்மா

எனது ஊர் பலாலி. இன்று யாழ்ப்பாண விமான நிலையமுள்ள ஊர். பல மயில்கள் ஒன்றுகூடி ஆலிக்கும் இடம் என்பதால் 'பலாலி' எனப் பெயர் பெற்றது என்பர். பனைமரங்கள் போர் வீரர்கள் போல வரிசையாய் நெருங்கி நிற்க, அதனூடாகப் பயணித்து எனது கிராமத்துக்குள் நுழையலாம். பிரதான வீதியின் இருமருங்கும் பனைமரக் காடுகள். நாங்கள் இருக்கும் வீட்டுக்குப் போகும் பாதையின் இரண்டு பக்கமும் பனை மரங்களே வேலியாய் இருக்கும். எங்கள் வீடு பழைய காலத்து வீடு. வீட்டின் நடுவில் திறந்த முற்றம் நான்கு பக்கமும் அறைகளும், அழகான சின்னத் திண்ணையும், வெளியில் நீண்ட திண்ணையும், அந்தத் திண்ணையில் இரு பக்கமும் இரண்டு சாய்மானக் கதிரையும் இருக்கும். அந்தக் கதிரையில் தாத்தா மட்டுமே படுத்துக் காலை நீட்டிப் புத்தகங்கள் படிப்பார் என்று அப்பா சொல்லக் கேட்டிருக்கிறேன். வேறு எவரும் அந்தப் பக்கம் போகவே மாட்டார்களாம். பாட்டி மட்டும் தாத்தாவுக்கு ஏதாவது குடிக்கக் கொடுக்கவே போவாராம்.

வீட்டின் முகப்பில் மிகப் பெரிய பலா மரம். சூரிய ஒளியை முத்தத்தில் பட விடாது பெரிய குடைபோல இருந்தது. அதில் காய்க்கும் பலாக்காய்கள் அளவில் மிகவும் சின்னது. பலாமரத்தின் வேர் தொடக்கம் மரமெல்லாம் காயாகவே காய்த்துக் குலுங்கும்.

பழுத்தால் தேன்கூடத் தோற்றுப் போகும். அத்தனை சுவை. அந்தப் பலாப் பழத்தை எனது கிராமத்தார் அனைவருமே தேன் பலா என்றே சொல்லுவதைக் கேட்டிருக்கிறேன். நாங்களும் அப்படியே சொல்லுவோம். இப்ப நினைத்தாலும் இனித்துக் கொண்டே இருக்கிறது.

எங்கள் வீட்டுக்கு ஐம்பது யார் தூரத்தில் ஓர் அம்மன் கோவில். அந்தக் கோவிலைச் சுற்றி ஆலமரங்கள், புளிய மரங்கள், வில்வ மரங்கள், தென்னை மரங்கள் எனப் பசுமையாய் இருக்கும். கோவிலைச் சூழ்ந்த பகுதிகள் அத்தனையும் பொன் விளையும் விளை நிலங்கள். அந்த நிலங்களில் காலத்துக்குக் காலம் வகை வகையான காய்கறிகள், கிழங்கு வகைகள், தானிய வகைகள் பயிராகிப் பலன் கொடுத்தபடியே இருக்கும். கோவிலுக்கு உரித்தாகப் பல விளைநிலங்களும் அங்கே இருந்தன.

செம்மண் பகுதியாகும் பலாலி. எதைப் போட்டாலும் பயனை அளித்தே நிற்கும். பலாலி மரவள்ளிக் கிழங்கு நல்ல மாப் பிடிப்பான கிழங்கு. கிழங்கைப் பிடுங்கி, சுட்டும் சாப்பிடுவர். அவித்தும் சாப்பிடுவர். அவித்த கிழங்கையும் அதனுடன் வெங்காயம், பச்சை மிளகாய், தேங்காய்ச் சொட்டு, உப்பு - சில வேளை மிளகு, சீரகம் சேர்த்து உரலில் துவைத்து உருண்டை களாக்கி காலை உணவாகக் கொள்ளுவது வழக்கமாய் இருந்தது. அம்மாவும் எனக்கு அப்படியே செய்து தருவார். ஆசையாய் மரவள்ளித் துவயலை ருசித்தி மகிழ்வேன்.

அந்தக் கோவில் எங்களின் சொந்தக் கோவில். அங்கு அருள் பாலிக்கும் அம்பாளுக்கு இராஜராஜேஸ்வரி என்று எங்கள் மூதாதையர் பெயரிட்டுப் பெருமைப்பட்டார்கள். அம்பாளும் குறைவின்றி அனைத்தையும் அளித்துக்கொண்டே இருந்தாள்.

பலாலி இராஜஜேஸ்வரி அம்மன் கோவில் சுற்று வட்டாரத்தில் யாவராலும் போற்றப்படும் கோவிலாகும். இராஜராஜேஸ்வரியை வேண்டினால்—வந்த வினையும் வருகின்ற வல்வினையும், வந்தவிடம் தெரியாமல் ஓடிவிடும் என்பது அசையாத நம்பிக்கை யாய் இருந்தது. அதனால் வெள்ளி, செவ்வாய் தோறும் அடியார்கள் பயபக்தியுடன் விரதமிருந்து தங்களின் வேண்டுதல் களை அம்பாளின் சன்னிதானத்தில் சமர்ப்பித்து ஆறுதல்

அடைவார்கள். எங்கள் பலாலி அம்பாள் கோவிலில் பூசை முடிந்த பிறகு பிரசாதம் யாவருக்கும் வழங்கப்படும். பலாலியில் அம்பாள் கோவிலில் வழங்கப்படும் பிரசாதத்தை 'மருந்து' என்று சொல்லிக் கேட்டுத்தான் வருகின்ற அடியார்கள் வாங்குவதை நான் பார்த்திருக்கிறேன். பன்னீர்மரத்தின் இலையில் ஒரு சிறிது பிரசாதத்தை அப்பா வருகின்றவர்களுக்கு மடித்துக் கொடுப்பார். அவர்கள் தங்கள் கண்களில் ஒற்றி பக்குவமாய் வீட்டுக்கு எடுத்துச் செல்லுவார்கள். வேறெந்தக் கோவிலிலும், எந்தக் கிராமத்திலும் காண முடியாத ஆச்சரியந்தான் இந்த 'மருந்து' என்று மனமுருகிகப் பெயர் கொடுத்த நிலை என்று நினைக்கின்றேன்.

எங்களின் தாத்தா இந்தியாவில் திருவானைக்காவிலிருந்து வந்தவர். இலங்கை வந்து யாழ்ப்பாணத்தில் பலாலியில் எங்கள் பாட்டியைக் கல்யாணம் பண்ணிக் கொண்டார். அவர் ஒரு நாடகக் கலைஞர். நல்ல இசைஞானம் மிக்கவர். வடமொழி, தமிழ் மொழிப் புலமைமிக்கவர். திருமுறைகளை நன்றாகப் பண்ணோடு மனமுருகப் பாடுவார். அவரே இராஜராஜேஸ்வரி கோவில் உரித்தாளராகவும், பிரதம குருவாகவும் ஆகும் நிலை ஏற்பட்டு விட்டது. பாட்டிக்கு சகோதரர்கள் யாரும் இல்லாத காரணத்தால் தாத்தாவே உருத்துடையவராவதில் எந்தச் சிரமும் இருக்கவே இல்லை.

பலாலியில் இருப்பவர்கள் எங்கள் தாத்தாவை 'வடக்கத்தி ஐயா' என்று அடைமொழி கொடுத்து, செல்லமாய் அழைத்து அக மகிழ்ந்தார்கள். எங்கள் பாட்டிக்கு ஒரே ஒரு அக்கா மட்டுமே சகோதரம் என்னும் நிலையில் இருந்தார். அக்காவுக்கு இரண்டு பெண் பிள்ளைகள். இருவரும் திருமணம் ஆகிவிட்டார்கள். பாட்டியின் அக்காவின் மூத்த மகள் எங்கள் வீட்டின் பக்கத் திலேயே வீடுகட்டி இருந்துவிட்டார். அடுத்தவர் திருமணமாகி கிழக்கிலங்கையில் தங்கிவிட்டார்.

மாமியின் வீடும், எங்களின் வீடுந்தான் அந்தப் பகுதியில் இருந்த வீடுகளாகும். எங்கள் வீட்டுக்கு அயலில் வீடுகள் இருக்க வில்லை. கோவில் இருந்தது. பயிர் விளையும் தோட்டக் காணிகளே சுற்றிவர அரணாய் இருந்தது. தோட்டங்களில் வேலை செய்பவர்கள் காலையில் வருவார்கள். மாலைவரை இருந்து

வேலை செய்துவிட்டு அவர்களின் வீடுகளுக்குத் திரும்பி விடுவார்கள். ஐயர் வீடு இரண்டுமே பலாலிக் கிராமத்தில் தனித்துவமாய்த் தனியான கோவிலை அண்டி அந்த இடத்தில் இருந்தது.

பாட்டி ஆறு ஆண்பிள்ளைகளையும் ஒரு பெண் பிள்ளையையும் பலாலிக் கிராமத்துக்காகப் பெற்றுக் கொடுத்தார்கள். ஆறு ஆண்களில் எனது அப்பா நான்காவது பிள்ளையாகும். அப்பாவுக்கு முன் பிறந்த மூன்று பேரும் தமிழும், சமஸ்கிருதமும் கற்றுக் கோவில் குருக்கள் ஆகிவிட்டார்கள். எங்கள் அப்பா தமிழோடு ஆங்கிலம், சமஸ்கிருதமும் கற்று உத்தியோகமும் பார்த்தார். கோவில் பூசையும் செய்தார். அப்பாவிற்குப் பிறகு பிறந்த இரண்டு தம்பியரும் அதாவது என்னுடைய சித்தப்பாக்கள் ஆங்கிலத்தையே முழுமூச்சாய் கற்றுப் பல்கலைக்கழகம் சென்று உயர் பட்டங்களைப் பெற்று அரச உயர் பதவிகளில் அமர்ந்து புகழுடன் வாழ்ந்தார்கள். கடைசிச் சகோதரி அதாவது எனது அத்தை திருச்சியைச் சேர்ந்த ஒருவரைத் திருமணம் செய்து கொழும்பில் வாழத் தொடங்கினார்.

தாத்தா எண்பதாவது வயதில் மறைந்துவிட்டார் என்று அப்பா சொல்லுவார். அதன்பின் எல்லாமே பாட்டிதான். பாட்டியே குடும்பத்தின் தலைமைப் பொறுப்பினைத் தாங்கும் நிலைக்கு வந்துவிட்டார். கோவிலுக்கு உரித்தான தோட்டக்காணிகளின் குத்தகை, ஏனைய வருமானங்கள் அனைத்தும் பாட்டியின் வசமாய் ஆகியது. பாட்டியின் சொல்தான் அங்கு வேத வாக்காய் இருந்தது.

எனது அப்பா திருவனந்தபுரத்தைச் சேர்ந்த கேரளக் குடும்பத்தில் பெண் எடுத்து இல்லறத்தை இனிதே நடத்தி வந்தார். எனது அப்பா பெயர் மகாதேவ ஐயர். எனது அம்மா பெயர் ஜானகி அம்மா. ஏக புத்திரனாய் நான் மட்டுமே இருந்தேன். அப்பாவுக்குப் படிப்பென்றால் மிகவும் பிடிக்கும். எந்த நேரமும் படி படி என்று சொன்னபடியே இருப்பார். நீயும் சித்தப்பாக்கள் மாதிரி நன்றாய் படித்துப் பட்டங்கள் பெறவேண்டும் என்று சொல்லிக் கொண்டே இருப்பார். தான் படிக்காத அத்தனையும் படிக்க வேண்டும் என்று பேராவல் கொண்டே இருந்தார். அதனால்

என்னைச் சுற்றிப் புத்தகங்களாய் வாங்கிக் குவித்தார். அவரும் எந்த நேரமும் ஏதாவது எழுதியபடி, எந்தப் புத்தகத்தையாவது படித்தபடியே இருப்பார். எனக்குக் கட்டுரை எழுதப் பழக்குவார். கடிதம் எழுதப் பழக்குவார். கணக்கு, ஆங்கில வாத்தியாரே அப்பாதான் எனக்கு. அம்மா நன்றாகப் பாடுவார். அம்மாவுக்குத் தமிழ் பேசமட்டுமே தெரியும். தமிழ் எழுத வாசிக்க அவருக்குத் தெரியாது. மலையாளம் மட்டுமே வாசித்து எழுதுவார்.

நான் ஒரே பிள்ளை. அதனால் செல்லமாய் வளர்ந்தேன். பக்கத்து வீட்டில் அப்பாவின் ஒன்றுவிட்ட அக்கா இருந்தார். அவருக்கு ஆண்கள் நான்கு பேர். பெண்கள் நான்கு பேர். மிகப் பெரிய குடும்பம். மாமியின் கணவர் எட்டுப் பிள்ளைகளையும் மாமியின் பொறுப்பில் விட்டுவிட்டு விண்ணுலகம் சென்று விட்டார். மாமி இருந்த வீடு மிகப் பெரிய நாற்சார வீடு. வீட்டோடு சேர்ந்து பெரிய தோட்டக்காணி இருந்தது. அதில் எந்த நாளும் ஏதாவது பயிர் இருந்தபடியே இருக்கும். மா, பலா, வாழை, கமுகு சோலையாய் இருக்கும். மாம்பழமும் பலாப்பழமும் மாமியின் வீட்டில் நிறைந்தே இருக்கும். பலவிதமான மாமரங்களை மாமி நட்டு நன்றாக வளர்த்திருந்தார். சுவை என்றால் அப்படியான சுவை. அப்படிச் சுவையான மாம்பழத்தைத் தேடுகிறேன். ஆனால் கிடைக்கவே மாட்டேன் என்கிறது.

மாமியின் அடுப்படியில் மாம்பழம் வெட்டித் தட்டில் இருக்கும். கூடவே பலாச்சுளையும் இருக்கும். பனங்கிழங்குத் துவையலும் ஒரு பாத்திரத்தில் இருக்கும். மரவள்ளிக்கிழங்கு சுடச்சுடத் தட்டில் துவையலுடன் இருக்கும். மாமியின் பிள்ளைகள் வருவார்கள். விரும்பியதைச் சுவைப்பார்கள். எனக்கோ ஒரே கொண்டாட்டம். மாமியின் வீட்டில்தான் என் பொழுது அத்தனையும். தேவையான நேரம் செல்லுவேன். விரும்பியதைச் சாப்பிட்டுச் சுவைப்பேன். சிலவேளை மாமியின் மடியில் படுத்து உறங்கியும் விடுவேன். அம்மா வந்து என்னைத் தூக்கிச் செல்வார். நினைத்தாலே மனம் மகிழ்ச்சியில் மிதக்கிறது.

எங்கள் அம்பாள் கோவிலின் வீதியில் இருக்கும் ஆலமரந் தான் எங்களுக்கு விளையாட்டுக்கு ஆதாரம். அங்கிருக்கும் விழுதுகளில் ஆடி மகிழுவோம்.

வெளிப்பிள்ளைகள் யாருமே வரமாட்டார்கள். வடக்கத்தி ஐயாவின் பேரப்பிள்ளைகளுக்கு மட்டுமே ஆலமரத்தடி விளையாட்டு இடமாக அமைந்திருக்கும். பாரதி சொன்னது போல் ‘மாலை முழுதும் விளையாட்டு’ இதுதான் எங்களின் வழக்கமாய் ஆகியிருந்தது.

ஆடியில் பத்து நாட்கள் கொடியேற்றத்துத்துடன் திருவிழா நடக்கும். யாழ்ப்பாணத்தில் இருக்கும் நாதஸ்வர, தவில் வித்துவான்கள் எல்லாம் வந்து இசை மழை பொழிவார்கள். பத்து நாட்களும் நித்தமும் கோவிலில் மங்கள வாத்தியம் வாசிக்க வருகின்ற வித்துவான்களை நான் எப்படியும் பழக்கப்படுத்தி விடுவேன். அவர்களுக்கு வேண்டுவனவற்றை எல்லாம் அன்பாய் கொடுத்து அவர்களுடன் நெருக்கமாய் இருப்பேன்.

ஏனென்றால் நான் விரும்பும் கர்நாடகச் சங்கீதப் பாடல்கள், சினிமாப் பாடல்களை வாசிக்கச் செய்து கேட்டு மகிழ்வதற் காகவே. தாமரைப்பூத்த தடாகமடி, கருணை தெய்வமே கற்பகமே, அருள்புரிவாய் கருணைக் கடலே, போன்ற சங்கீதப் பாடல்கள், சிட்டுக் குருவி சிட்டுக்குருவி சேதி தெரியுமா, ஆகாய வீதியில் அழகான வெண்ணிலா, நீல வண்ணக் கண்ணா வாடா, என்று சினிமாப் பாடல்களை வாசிக்கச் சொல்லிக் கேட்பேன். அவர்களும் சம்மதிப்பார்கள். அதற்குப் பதிலாய் எங்கள் வீட்டில் அம்மா செய்யும் இனிப்புகளை, சுவையான உணவுகளைக் கொண்டு வருமாறும் கேட்பார்கள். நான் அம்மாவுக்குத் தெரியாமல் எப்படியே கொண்டுவந்து கொடுத்தும் விடுவேன். சில நேரங்களில் அவர்கள் நான் கேட்ட பாட்டுக்களை விட்டுவிட்டு வேறுபாட்டுக்களை வாசித்தால்—நான் அவர்களுக்குக் கொடுக்கும் சுவையான உணவுகளை நிறுத்திவிடுவேன். பின் அவர்கள் என் விருப்பத்தை அடுத்த நாள் நிறைவேற்றினால் எனது சுவை உணவுச்சேவை தொடரும்.

கோவிலைச் சுற்றி நான்கு வீதிகளில் அலங்காரத்துக்காகச் சிகரம் என்னும் ஓர் அமைப்பைச் சிறப்பாகத் திருவிழாக்காரர்கள் ஒழுங்கு செய்துவிடுவார்கள். நான்கு வீதிகளிலும் அமைக்கப் படும் சிகரங்கள் நான்கு மாடி ஐந்து மாடி தொடர்வீடுகள் போல அத்தனை அழகாக இருக்கும். ஒவ்வொரு சிகரத்துக்கும்

தனித்தனியாக ஜெனரேட்டர் மூலமாக மின்சார இணைப்புக் கொடுக்கப்பட்டு விதம் விதமான வண்ண ஒளிக்குமிழ்களால் சிகரங்கள் இருளினைப் பகலாக்கி இன்பத்தைக் கொடுத்து நிற்கும். எனது காலத்தில் எங்கள் பகுதிக்குள் மின்சார இணைப்பு வந்து சேரவில்லை. அதனால் என்ன விசேடம் என்றாலும் ஜெனரேட்டர் தான் கைகொடுத்து நிற்கும் நிலை இருந்தது.

ஒவ்வொரு திருவிழாக்காரரும் போட்டி போட்டு அலங்காரங் களைச் செய்வார்கள். அத்தனையும் எங்களுக்கும் எங்கள் கிராமத்தவர்களுக்கும் பெரிய ஆனந்தமாய் அகமகிழ்வாய் அமையும். சின்னமேளம் என்னும் சதிர் கச்சேரிகளும் நடக்கும். அதற்கெனச் சொக்கட்டான் பந்தல் என்று பிரத்தியேகமான ஒரு அழகுடைப் பந்தலும் அமைக்கப்பட்டது. அந்தப் பந்தலை அலங்கரிக்கத் தாழைமரங்களின் காய்களைக் கொண்டுவந்து கட்டித் தூக்கிவிடுவார்கள். அதில் கைவண்ணமும் கலாரசனையும் சேர்ந்தே இருக்கும்.

எங்கள் கோவிலில் பலவித வாகனங்கள் வாகன சாலையில் வண்ணமாய் வைக்கப்பட்டிருக்கும். காமதேனு வாகனம் மிகவும் பெரியது. அது வாகன சாலையில் காட்சியாய் இருந்தது. அதைத் தூக்குவதற்குரிய வலிமையானவர்கள் அப்பொழுது இல்லாமல் போனார்களோ தெரியவில்லை. அடுத்த ஒற்றைக் குதிரை வாகனம், இரட்டைக் குதிரை வாகனம், சிங்க வாகனம், அன்ன வாகனம், பல்லக்கு, மயில் வாகனம், கேடயம் என அம்பாளுக்குக்கான வாகனங்கள் பல வாகன சாலையில் இருந்தன.

ஒவ்வொரு திருவிழாவிலும் அந்தந்த விசேடத்துக்கான வாகனங்கள் பயன்படுத்தப்பட்டன. வேட்டைத் திருவிழாவுக்கு அம்பாள் சிவப்புநிற உயர்ந்த ஒற்றைக் குதிரையில் பவனி வருவார். வேட்டைத் திருவிழா அன்று பலாலிக் கிராமம் முழுவதுமே பக்திப் பரவசம் பரவிக்கிடக்கும். கிராமத்தைச் சுற்றி குதிரையில் அம்பாள் வலம் வருவாள். எல்லா வீடுகளிலும் அலங்காரப் பந்தல்கள், நிறைகுடம், குத்துவிளக்கு, பார்க்கவே ஆனந்தமாய் இருக்கும்.

வேட்டை முடிந்து அம்பாள் கோவிலுக்குள் நுழைந்தவுடன் அம்பாளின் அகோரத்தைத் தணிக்கப் பெரிய மடை போடப்படும்.

அதில் ஆயிரம் வடை, ஆயிரம் முறுக்கு, ஆயிரம் மோதகம், பழவகைகள் மலையாக என்று மடை பிரமாண்டமாய் இருக்கும். அதனை இன்று நினைத்தாலும் பிரமிப்பாய் இருக்கிறது. இப்படி இப்பொழுது எங்குமே இடம்பெறுவதில்லை என எண்ணுகிறேன். இது எங்களின் பலாலிக் கிராமத்தின் தனித்துவம் என்றுதான் சொல்ல வேண்டும்.

பலாலியில் விமான நிலையம் அமைந்திருந்தது. அங்கிருந்து திருச்சிக்கு விமானச் சேவை நடைபெற்றது. இப்போது இல்லை. கொழும்பிலிருந்து எங்கள் சித்தப்பாமார் குடும்பத்துடன் யாழ்ப்பாணம் வந்து பலாலி விமான நிலையத்தின் ஊடாகத் திருச்சி செல்லுவார்கள். இன்றும் எனக்கு அது நன்றாய் நினைவிருக்கிறது. விமான நிலையத்தை அழகுபடுத்துவதற்காக அழகழகான ரோஜாக்களை உண்டாக்கி ரோஜாத் தோட்டமாக்கி வைக்கப்பட்டிருந்தது. அந்த அழகை ரசிக்கவே நானும் என்னுடைய நண்பர்களும் அடிக்கடி போய்வருவோம். அப்படிப் போகும் பொழுது அங்கே நிற்கும் விமானத்தைப் பார்ப்போம். விமானத்தில் ஏறி இந்தியா போக எனக்கு மிகவும் ஆசை. ஆனால் என்னாசை நிறைவேற முடியாமல் போனது என்னவோ, அப்போது பெரும் கவலையாகவே இருந்தது. சித்தப்பாக்களை, அவர்கள் குடும்பத்தை வழியனுப்பிவிட்டு, விமானத்தைத் தொட்டுப் பார்த்துவிட்டு வந்ததை எண்ணி மனதைத் தேற்றிக் கொள்ளத்தான் முடிந்தது.

எங்கள் குடும்பத்துக்கு ஒரு பரம்பரை வைத்தியர் இருந்தார். தாத்தாகாலத்தில் இருந்தவர் மறைந்ததும் அவரின் மகன் பஞ்சாட்சரம் என்பவரே எங்களுக்கு வைத்தியராய் அமைந்தார். அவர் ஒரு சைவப்பழம். வெள்ளிக்கிழமை அதிகாலை எங்கள் அம்பாள் கோவிலுக்கு வருவார். கோவில் மண்டபங்களைக் கூட்டுவார். நீரினால் நன்றாகக் கழுவிச் சுத்தம் செய்வார். பின் சென்றுவிடுவார். யாரோடும் தேவையற்ற வார்த்தைகள் பேச மாட்டார். பின் பத்தரை மணிக்கு தன்னுடைய சைக்கிளின் பின் பக்கத்தில் பெரிய ஓலைக்கூடையைக் கட்டியபடி வருவார். அதற்குள் தனியே ரோஜாப் பூக்களாலான மாலைகள் ஏழு எட்டு இருக்கும். அவற்றை அப்பாவிடம் கொடுத்து அம்பாளுக்கும், மற்றைய சுவாமிகளுக்கும் அலங்கரிக்கும்படி சொல்லிவிட்டு,

உடனேயே போய் விடுவார். தேவை அற்ற வார்த்தைகளை அவர் பேசி நான் கேட்டதே இல்லை.

உடல் நலமில்லை என்றால் அப்பா என்னை அவரிடம் அழைத்துச் சென்றிருக்கிறார். அப்பாவைக் கண்டதும் 'ஐயா வாங்கோ...' என்று அழைத்தபடி தன்னுடைய கதிரையை விட்டு எழுந்துவிடுவார். அவ்வளவு பணிவான பண்பான வைத்தியர். எங்களுக்குப் பல மருந்துகளைத் தருவார். பணம் கொடுத்தால் கும்பிட்டு விட்டு வாங்கவே மாட்டார். அவரின் அறையில் அருமையான வாசகம் எழுதப்பட்டு அதற்குப் பிரேம் போட்டுச் சுவரில் மாட்டப்பட்டிருந்தது.

'தன் பங்கு தா என்ற தம்பியும், தம்பியோடு இன்புற்று வாழாத் தமையனும், வல்லாண்மை பேசும் மனையாளும், இந்த மூன்றும் சொல்லாமலே வந்த கூற்றுவன்.' இதுதான் அந்த அருமருந்தன்ன வாசகம். அந்த வாசகம் என் மனத்தில் ஆழமாய்ப் பதிந்தேவிட்டது. பஞ்சாட்சரம் வைத்தியர் பலாலிக் கிராமத்துக்குப் பெருஞ்சொத்தாகவே இருந்தார்.

எனது படிப்புப் பலாலியில் ஆரம்பமானது. சின்னப் பள்ளிக் கூடத்தில் படித்துப் பின் ஆறாம் வகுப்புக்கு அயலிலுள்ள வயாவிளான் பகுதியிலிருக்கும் மகா வித்தியாலத்தில் சேர்ந்தேன். அங்கு எனக்கு நல்ல ஆசிரியர்கள் வாய்த்தார்கள். வடக்கத்தி ஐயாவின் பேரன் என்பதால் எனக்குத் தனி மரியாதை அங்கே இருந்தது.

பலாலியில் தோட்டம் செய்பவர் தம்பையா என்பவர். அவர் நன்றாகப் பாடுவார். அவர் ஒரு நாட்டுக் கூத்துக்காரரும்கூட. அவர் எங்கள் வீட்டுத் திண்ணையில் வந்திருப்பார். அவர் அப்பாவுக்கு மிகப் பிடித்தமானவர். மாலை நேரங்களில் அடிக்கடி வருவார். அப்பாவுடன் நானும் கூடவே இருப்பேன். அவர் பாடிக் காட்டுவார். சில வேளை நாட்டுக்கூத்தில் தான் நடித்ததை அபிநயமாகவும் செய்து காட்டுவார். அவரின் அந்தச் செயல் எனக்கு நன்றாகப் பிடித்துவிட்டது. அதனால் அவரைத் தினமும் வரச் சொல்லுவேன். அவரே எனக்கு நாட்டுக் கூத்தை அறிமுகமாக்கி அதில் ஆர்வத்தை உண்டாக்கிய முதல் குருவாய் அமைந்தார். நானும் நாட்டுக் கூத்தை ஆடியும் இருக்கிறேன்.

வயாவிளான் மகாவித்தியாலயத்தில் தமிழ் படிப்பித்தார் கந்தவனம் ஆசிரியர். அவருக்கு நாட்டுக்கூத்து, பாட்டு, இவற்றில் மிகவும் விருப்பம். எங்களுக்கு அவரே தமிழ் ஆசிரியராய் வந்தார். எனது ஆர்வத்தை அவர் கண்டு கொண்டார். அவரின் ஆக்கத்தில் மகாவித்தியாலயத் தமிழ்விழாவில், நான் ஆறாம் வகுப்புப் படித்துக்கொண்டிருந்த வேளை 'கண்டி அரசன்' நாட்டுக்கூத்து இடம்பெற்றது. அதில் என்னை 'பூஷணியாள்' பாத்திரத்தில் காலில் சதங்கையைக் கட்டி மேடையில் ஏற்றினார் கந்தவனம் ஆசான். அதுதான் நான் முதல் மேடை ஏறிய அனுபவம். அப்பொழுது எனக்கு வயது பதினொன்றாகும். அதன் பின் என் மேடை ஏற்றங்கள் தொடர்ந்தன. எனக்குள் ஒளிந்திருந்த கலை ஆர்வத்தை என் ஆசான்கள் நல்ல வழியில் வளரச் செய்தார்கள்.

அட்சர சுத்தமாய், கணீர் என்னும் குரலில் தமிழை நன்றாகவே பேசுவேன். அதனால் எனக்குப் பள்ளிக்கூடத் தமிழ்விழாக்களில் எல்லாம் மேடையேறி உரையாற்றும் பாக்கியம் கிடைத்தது.

யாழ்ப்பாணத்தில் அப்பொழுது ஏ. ரி. பொன்னுத்துரை என்னும் நாடக ஆசிரியர் ஒருவர் இருந்தார். அவர் வேறு கல்லூரியில் கடமை ஆற்றினார். அவர் எங்கள் பாடசாலைக்கு வந்து நாடகம் பற்றி வகுப்புக்கள் எடுத்தார். நாடகங்களைப் பழக்கினார். அதில் நானும் இணைந்து கொண்டேன். அவரின் ஆளுமையால், நானும் ஒரு நாடக நடிகனாகினேன். 1962இல் 'நொண்டி' என்னும் தலைப்பில் பிரதான பாத்திரம் ஏற்று நடித்தேன். அந்த நாடகம் அப்பொழுது பலரின் பாராட்டைப் பெற்று பரிசினையும் பெற்றுக் கொண்டது. அதில் பிரதான பாத்திரமாய் நொண்டியாய் நடித்த எனக்கு நூறு ரூபாய் பணப்பரிசும், பாராட்டு மடலும் கிடைத்தது. அதைத் தொடர்ந்து படிப்பும் நடிப்புமாய் என் பொழுது பயனாய் அமைந்தது. அப்போது நூறு ரூபாய் பெரிய தொகை யாகும்.

எட்டாம் வகுப்புப் படித்துக்கொண்டிருந்த வேளை இடியொன்று விழுந்தது. என்மேல் பாசமும், நேசமும் கொண்ட என் ஆருயிர் அப்பா நெஞ்சடைப்பினால் எங்களை விட்டு விட்டுக் காலன்கை வசமாகிவிட்டார். அம்மாவும் நானும் நொறுங்கியே போனோம். செய்வதறியா நின்றோம். எனது அப்பாவின் மூன்றாவது

சகோதரர் அதாவது எனது பெரியப்பாதான் வந்து கைகொடுத்தார். பாட்டி மௌனமாகிவிட்டார். அப்பாவின் சகோதரங்கள் அமைதியே காத்தார்கள். ஆனால் அப்பாவின் மூன்றாவது அண்ணாவே நிலைகுலைந்த எங்களைத் தாங்கி நிற்க, வந்து நின்றார்.

அவர் பலாலிக் கிராமத்திலிருந்து இருபத்தாறு கிலோ மீற்றருக்கு அப்பால் அல்லைப்பிட்டி என்னும் கிராமத்திலே வசித்து வந்தார். நானும் அம்மாவும் அல்லைப்பிட்டிக் கிராமத்தை வாழ்விடம் ஆக்கும் நிலையை ஆண்டவன் தந்துவிட்டான். எனது படிப்பைத் தொடர யாழ்ப்பாணம் இந்துக் கல்லூரி கைகொடுத்தது.

பெரியப்பா ஒரு குருக்கள். அவருக்கு நான்கு பெண்களும், மூன்று ஆண்களுமாய் ஏழு பிள்ளைகள். நானும் சேரவே எட்டுப் பிள்ளைகள் ஆகினோம். அப்பா போலத்தான் பெரியப்பாவும். அவருக்கும் படிப்பதுதான் மிகவும் பிடிக்கும். பெரியப்பாவின் மூத்தமகன் பல்கலைக்கழகப் பட்டதாரியாய் இருந்தார். என்னையும் பட்டதாரி ஆக்கிடவே பெரியப்பா விரும்பினார். நானும் படிப்பில் ஆர்வமாய் இருந்தேன்.

பலாலி செம்மண் பகுதி. அல்லைப்பிட்டி அதற்கு எதிராய் வெண்மணல் நிறைந்த பகுதி. பலாலி மக்கள் செறிந்த பகுதி. அல்லைப்பிட்டி மக்கள் குறைவாய் இருக்கும் பகுதி. ஆனால் யாழ்ப்பாண நகரம் மிகவும் பக்கத்தில் இருந்ததுதான் விசேடம். முக்கால் மணி நேரத்தில் யாழ்நகருக்குக் கால்நடையாகக்கூடப் போய்விடலாம்.

அல்லைப்பிட்டிக் கிராமத்தில் தமிழ் ஆர்வம் மிக்கவர்கள் நிறைய பேர் இருந்தார்கள். புகழ்பெற்ற கவிஞர் பா. சத்தியசீலன், பண்டிதர் ஆறுமுகம், அல்லைப்பிட்டியின் முத்திரைகளாவர். தமிழ்வளர்க்கும் பணியில் சன சமூக நிலையங்கள் அங்கு இருந்தன. அவற்றில்—வள்ளுவர் விழா, நாவலர் விழா, நாடக விழா, நாட்டுக்கூத்து விழா என்றெல்லாம் காலத்துக்குக் காலம் நடந்தபடியே இருக்கும்.

அல்லைப்பிட்டியில் இடம்பெற்ற வள்ளுவர் விழாவுக்கு *ஈழநாடு* பத்திரிகையின் ஆசிரியர் கே. பி. ஹரன் அவர்கள் தலைமை தாங்கினார்கள். கவிஞர் தில்லைச் சிவன், கவிஞர் நாகராஜன் வந்திருந்து கவியரங்கம் நடத்தினார்கள்.

அந்த வள்ளுவர் விழாவில் 'கண்ணுக்கழகு கண்ணோட்டம்' என்னும் தலைப்பில் என்னுடைய பதின்மூன்றாவது வயதில் மேடையேறி, கற்றறிந்த பேராளுமையாளர் முன்னிலையில் உரை ஆற்றினேன். எனது உரையின் செம்மையினை உள்வாங்கிய ஈழநாடு ஆசிரியர் கே. பி. ஹரன் அவர்கள் தனக்குப் போட்ட சால்வையை எடுத்து எனக்குப் போர்த்திச் சபையின் முன்பு என்னைப் பாராட்டி வாழ்த்தி ஆசி வழங்கினார்கள். என் வாழ்வில் அதனைப் பெரியதொரு விருதாய், வெகுமதியாய், வாழ்த்தாய் இன்றும் நினைத்துக்கொண்டே இருக்கிறேன்.

யாழ்ப்பாணம் இந்துக் கல்லூரியில் தொடர்ந்து படித்தேன். அங்கு இந்து மாமன்றம் என்னும் அமைப்பு இருந்தது. அந்தக் கல்லூரியில் சொக்கன், தேவன், சிவராமலிங்கம் என்னும் முப்பெரும் தமிழ் ஆளுமைகள் இருந்தார்கள். அவர்களின் துணையால் நான் பல அரங்குகளில் உரையற்றினேன். பேச்சரங்கங்களில் பங்குகொண்டேன். நாடகங்களில் நடித்தேன். இந்து மாமன்றத்தின் செயலாளராகவும் இருந்தேன். எல்லாம் இறைவன் செயல் என்றே எண்ணுகின்றேன்.

இப்படியெல்லாம் இருக்கும் நிலையில் எனது தாயார் என்னை விட்டுப் பிரிந்துவிட்டார். பெரியப்பா பெரியம்மா அன்பால் அரவணைப்பால் மீண்டும் என்னுடைய வாழ்க்கைப் பயணம் தொடங்கியது. படித்தேன், பல்கலைக்கழகப் பட்டங்களைப் பெற்றேன். இலங்கை கல்வி நிர்வாகத் தேர்வில் வெற்றிபெற்றுக் கல்வி இயக்குநரானேன்.

அயல் கிராமமான கரம்பன், சிறந்த வாழ்க்கைத் துணையை வரமாய் நல்கியது. அருமை மனைவி. அழகான மூன்று பெண் பிள்ளைகள்.

வில்லுப்பாட்டுகள், நாட்டிய நாடகங்கள், ஓரங்க நாடகங்களை எழுதினேன். அத்தனையும் கிராமிய மண்மணக்கும் ஆக்கங்களாகும். நானே அல்லைப்பிட்டிக் கிராமத்திலும், கரம்பன் கிராமத்திலும் வில்லுப்பாட்டுக்களை நிகழ்த்தியும் இருக்கின்றேன். நான் அல்லைப்பிட்டிக் கிராமத்தில் இருக்கும் காலத்தில் சமூக வளர்ச்சிக்கழகம் என்னும் ஓர் அமைப்பை உருவாக்கி அதன் செயலாளராக இருந்தேன். தமிழ்ப் பேச்சுப்

போட்டிகள், கவிதைப் போட்டிகள், பாட்டுப் போட்டிகள், நாடகப் போட்டிகள், வில்லுப்பாட்டுப் போட்டிகள் என்று பல போட்டிகளை நடத்தி பலரையும் தமிழ் மரபுக்குள் வரப் பண்ணினேன். அப்படிச் செய்யும் வேளை எனக்கு அளவு கடந்து உற்சாகமே மேலோங்கி வந்தது.

அல்லைப்பிட்டியில் இருக்கும் பொழுது என்னுடைய பதினாறாவது வயதில் அரசியல் மேடையில் ஏறித் தேர்தல் பிரசாரப் பேச்சுக்களைப் பேசி இருக்கிறேன். தமிழரசுக் கட்சியின் சார்பாகப் பல மேடைகளில் வீர ஆவேசமாகப் பேசி இருக்கிறேன். எதிர்தரப்பினரைத் தாக்கிப் பேசினால், சபையோரின் கரகோஷம் விண்ணையே முட்டும். அந்த உற்சாகமும், அவர்கள் போட்ட மாலைகளும், சால்வைகளும், என்னை நல்ல தேர்தல் பேச்சாளனாய் மாற்றியது. தேர்தல் மேடைகளில் ஏறிப் பேசிவிட்டால், பய மில்லாமல் எந்த மேடையிலும் பேசலாம் என்பதை நான் அறிந்து கொண்டேன்.

அம்மா இந்தியா என்பதால், நான் தமிழ்நாட்டில் தாராபுரம் என்னும் கிராமத்தில் பிறந்தேன். அப்பா இலங்கை என்பதில் அவரின் சொந்தக் கிராமமான பலாலியில் வசித்தேன். மறக்க முடியாப் பல அனுபவங்களைப் பெற்றேன். காலமாற்றத்தால் பலாலிக் கிராமத்தைவிட்டு அல்லைப்பிட்டிக் கிராமத்தில் வசிக்கும் நிலை வாய்த்தது. அங்கும் பல அனுபவங்கள்.

வசதிகள் மிகக் குறைந்த கிராமங்களில் வாழ்ந்தேன். இன்று நாடுவிட்டு, நாடுவந்து பலவித வசதிகளுடன், வளங்களுடன் முப்பது ஆண்டுகளாய் கங்காருக்களின் தேசமான ஆஸ்திரேலியாவில் வாழ்கின்றேன். என்றாலும் எனது கிராமமும் அதன் வாசனையும், அந்த வாழ்க்கையும், ஆனந்தமும், திருப்தியும் இங்கு இல்லை என்பதுதான் நிதர்சனமாகும். 'சொர்க்கமே என்றாலும் அது நம்மூரைப் போல வருமா' என்பதுதான் என் மனதில் தோன்றிடும் எண்ணமாய் இருக்கிறது.

ஃஃ

குறிப்புகள்

குறிப்புகள்